ಆವರಣ

ಇದು ಭೈರಪ್ಪನವರ ಎರಡನೆಯ ಐತಿಹಾಸಿಕ ಕಾದಂಬರಿ. ಎಂಟನೆಯ ಶತಮಾನದ ಸಂಧಿಕಾಲದ ಅಂತಸ್ಸತ್ತ್ವವನ್ನು 'ಸಾರ್ಥ'ದಲ್ಲಿ ಕಾದಂಬರಿಯ ರೂಪದಲ್ಲಿ ಆವಿಷ್ಕರಿಸಿದ್ದಾರೆ. 'ಆವರಣ'ದಲ್ಲಿ 'ಸಾರ್ಥ'ದ ಕಾಲದ ಆನಂತರದ ಸತ್ಯವನ್ನು ಚಿತ್ರಿಸುವ ಪ್ರಯತ್ನಮಾಡಿದ್ದಾರೆ.....

ಸಂವಹನ ಪ್ರಕ್ರಿಯೆಯಲ್ಲಿ ಹುಟ್ಟುವ ಸಮಸ್ಯೆಗಳನ್ನು ಪರಿಹರಿಸಿಕೊಳ್ಳುವ ವಿಧಾನಗಳನ್ನು ತಂತ್ರವೆಂದು ಕರೆಯಬಹುದು. ಇತಿಹಾಸ ಮತ್ತು ಇತಿಹಾಸಕಾರ ಇಬ್ಬರನ್ನೂ 'ಆವರಣ'ವು ಒಳಗೊಳ್ಳುತ್ತದೆ.

'ಸಾಹಿತ್ಯ ಭಂಡಾರ'ದ ೬೨ನೇ ವರುಷದ ಪ್ರಕಟಣೆ

ಭೈರಪ್ಪನವರ ಕೃತಿಗಳು

ಕತೆ, ಕಾದಂಬರಿಗಳು

ಗತಜನ್ಮ (೧೯೫೫) ಮತ್ತೆರಡು ಕತೆಗಳು
ಭೀಮಕಾಯ: ೧೯೫೮
ಬೆಳಕು ಮೂಡಿತು: ೧೯೫೯
ಧರ್ಮಶ್ರೀ: ೧೯೬೧
ದೂರ ಸರಿದರು: ೧೯೬೨
ಮತದಾನ: ೧೯೬೫
ವಂಶವೃಕ್ಷ: ೧೯೬೫
ಜಲಪಾತ: ೧೯೬೭
ನಾಯಿ–ನೆರಳು: ೧೯೬೮
ತಬ್ಬಲಿಯು ನೀನಾದೆ ಮಗನೆ: ೧೯೬೮
ಗೃಹಭಂಗ: ೧೯೭೦
ನಿರಾಕರಣ: ೧೯೭೧
ಗ್ರಹಣ: ೧೯೭೨
ದಾಟು: ೧೯೭೩
ಅನ್ವೇಷಣ: ೧೯೭೬
ಪರ್ವ: ೧೯೭೯
ನೆಲೆ: ೧೯೮೩
ಸಾಕ್ಷಿ: ೧೯೮೬
ಅಂಚು: ೧೯೯೦
ತಂತು: ೧೯೯೩
ಸಾರ್ಥ: ೧೯೯೮
ಮಂದ್ರ: ೨೦೦೨
ಆವರಣ: ೨೦೦೭
ಕವಲು: ೨೦೧೦
ಯಾನ: ೨೦೧೪
ಉತ್ತರ ಕಾಂಡ: ೨೦೧೭

ಆತ್ಮವೃತ್ತಾಂತ

ಭಿತ್ತಿ: ೧೯೯೬

ಸಾಹಿತ್ಯ ಚಿಂತನ ಗ್ರಂಥಗಳು

ಸಾಹಿತ್ಯ ಮತ್ತು ಪ್ರತೀಕ: ೧೯೬೬
ಸತ್ಯ ಮತ್ತು ಸೌಂದರ್ಯ: ೧೯೬೭
ಕಥೆ ಮತ್ತು ಕಥಾವಸ್ತು: ೧೯೬೯
ನಾನೇಕೆ ಬರೆಯುತ್ತೇನೆ?: ೧೯೮೦
ಸಂದರ್ಭ : ಸಂವಾದ: ೨೦೧೧
ಸಾಕ್ಷಿ ಪರ್ವ: ೨೦೧೯
ಚಿಂತನ ಮಂಥನ: ೨೦೧೯

ನೂರಇಪ್ಪತ್ತೊಂದನೇ ಪ್ರಕಟಣೆ:

ಆವರಣ

ಎಸ್.ಎಲ್. ಭೈರಪ್ಪ

ಸಾ ಹಿ ತ್ಯ ಭಂ ಡಾ ರ
ಜಂಗಮಮೇಸ್ತ್ರಿ ಗಲ್ಲಿ, ಬಳೇಪೇಟೆ
ಬೆಂಗಳೂರು: ೫೬೦ ೦೫೩
೦೮೦-೨೨೮೭ ೭೬೧೮

ಸಾಹಿತ್ಯ ಭಂಡಾರ ಪ್ರಕಾಶನ
'ಗೋ-ಸತ್ಯ', ೧೭೪/೭೫, ೧ನೇ ಮೇನ್,
ಸಾರ್ವಭೌಮನಗರ, ಚಿಕ್ಕಲ್ಲಸಂದ್ರ,
ಬೆಂಗಳೂರು: ೫೬೦ ೦೬೧
೯೪೪೮೧೬ ೦೪೪೩೫
www.sahithyabhandara.com

ಒಂದನೇ ಮುದ್ರಣ: ೫-೨-೨೦೦೭
ಎರಡನೇ ಮುದ್ರಣ: ೯-೨-೨೦೦೭
ಮೂರನೇ ಮುದ್ರಣ: ೧೫-೨-೨೦೦೭
ನಾಲ್ಕನೇ ಮುದ್ರಣ: ೨೭-೨-೨೦೦೭
ಐದನೇ ಮುದ್ರಣ: ೧೫-೩-೨೦೦೭
ಆರನೇ ಮುದ್ರಣ: ೨೭-೩-೨೦೦೭
ಏಳನೇ ಮುದ್ರಣ: ೧೮-೪-೨೦೦೭
ಎಂಟನೇ ಮುದ್ರಣ: ೫-೫-೨೦೦೭
ಒಂಬತ್ತನೇ ಮುದ್ರಣ: ೩೧-೫-೨೦೦೭
ಹತ್ತನೇ ಮುದ್ರಣ: ೧೨-೬-೨೦೦೭
ಹನ್ನೊಂದನೇ ಮುದ್ರಣ: ೨೧-೬-೨೦೦೭
ಹನ್ನೆರಡನೇ ಮುದ್ರಣ: ೧೧-೭-೨೦೦೭
ಹದಿಮೂರನೇ ಮುದ್ರಣ: ೧೮-೮-೨೦೦೭
ಹದಿನಾಲ್ಕನೇ ಮುದ್ರಣ: ೧-೧೧-೨೦೦೭
ಹದಿನೈದನೇ ಮುದ್ರಣ: ೨೩-೧-೨೦೦೮
ಹದಿನಾರನೇ ಮುದ್ರಣ: ೧೮-೩-೨೦೦೮
ಹದಿನೇಳನೇ ಮುದ್ರಣ: ೨೦೦೮
ಹದಿನೆಂಟನೇ ಮುದ್ರಣ: ೨೦೦೮
ಹತ್ತೊಂಬತ್ತನೇ ಮುದ್ರಣ: ೨೦೦೯
ಇಪ್ಪತ್ತನೇ ಮುದ್ರಣ: ೨೦೦೯
ಇಪ್ಪತ್ತೊಂದನೇ ಮುದ್ರಣ: ೨೦೦೯
ಇಪ್ಪತ್ತೆರಡನೇ ಮುದ್ರಣ: ೨೦೦೯
ಇಪ್ಪತ್‌ಮೂರನೇ ಮುದ್ರಣ: ೨೦೧೦
ಇಪ್ಪತ್‌ನಾಲ್ಕನೇ ಮುದ್ರಣ: ೨೦೧೦
ಇಪ್ಪತ್ತೈದನೇ ಮುದ್ರಣ: ೨೦೧೦
ಇಪ್ಪತ್ತಾರನೇ ಮುದ್ರಣ: ೨೦೧೦
ಇಪ್ಪತ್ತೇಳನೇ ಮುದ್ರಣ: ೨೦೧೧
ಇಪ್ಪತ್ತೆಂಟನೇ ಮುದ್ರಣ: ೨೦೧೧
ಇಪ್ಪತ್ತೊಂಬತ್ತನೇ ಮುದ್ರಣ: ೨೦೧೧
ಮೂವತ್ತನೇ ಮುದ್ರಣ: ೨೦೧೧
ಮೂವತ್ತೊಂದನೇ ಮುದ್ರಣ: ೨೦೧೨
ಮೂವತ್ತೆರಡನೇ ಮುದ್ರಣ: ೨೦೧೨
ಮೂವತ್‌ಮೂರನೇ ಮುದ್ರಣ: ೨೦೧೨
ಮೂವತ್‌ನಾಲ್ಕನೇ ಮುದ್ರಣ: ೨೦೧೩
ಮೂವತ್ತೈದನೇ ಮುದ್ರಣ: ೨೦೧೩
ಮೂವತ್ತಾರನೇ ಮುದ್ರಣ: ೨೦೧೩
ಮೂವತ್ತೇಳನೇ ಮುದ್ರಣ: ೨೦೧೪
ಮೂವತ್ತೆಂಟನೇ ಮುದ್ರಣ: ೨೦೧೪
ಮೂವತ್ತೊಂಬತ್ತನೇ ಮುದ್ರಣ: ೨೦೧೪
ನಲವತ್ತನೇ ಮುದ್ರಣ: ೨೦೧೪
ನಲವತ್ತೊಂದನೇ ಮುದ್ರಣ: ೨೦೧೫
ನಲವತ್ತೆರಡನೇ ಮುದ್ರಣ: ೨೦೧೫
ನಲವತ್‌ಮೂರನೇ ಮುದ್ರಣ: ೨೦೧೫
ನಲವತ್‌ನಾಲ್ಕನೇ ಮುದ್ರಣ: ೨೦೧೬
ನಲವತ್ತೈದನೇ ಮುದ್ರಣ: ೨೦೧೬
ನಲವತ್ತಾರನೇ ಮುದ್ರಣ: ೨೦೧೬
ನಲವತ್ತೇಳನೇ ಮುದ್ರಣ: ೨೦೧೭
ನಲವತ್ತೆಂಟನೇ ಮುದ್ರಣ: ೨೦೧೭
ನಲವತ್ತೊಂಬತ್ತನೇ ಮುದ್ರಣ:೨೦೧೭.
ಐವತ್ತನೇ ಮುದ್ರಣ: ೨೦೧೮
ಐವತ್ತೊಂದನೇ ಮುದ್ರಣ: ೨೦೧೮
ಐವತ್ತೆರಡನೇ ಮುದ್ರಣ: ೨೦೧೯
ಐವತ್‌ಮೂರನೇ ಮುದ್ರಣ: ೨೦೧೯
ಐವತ್‌ನಾಲ್ಕನೇ ಮುದ್ರಣ: ೨೦೧೯
ಐವತ್ತೈದನೇ ಮುದ್ರಣ: ೨೦೧೯
ಐವತ್ತಾರನೇ ಮುದ್ರಣ: ೨೦೨೦
ಐವತ್ತೇಳನೇ ಮುದ್ರಣ: ೨೦೨೦
ಐವತ್ತೆಂಟನೇ ಮುದ್ರಣ: ೨೦೨೦
ಐವತ್ತೊಂಬತ್ತನೇ ಮುದ್ರಣ: ೨೦೨೦
ಅರವತ್ತನೇ ಮುದ್ರಣ: ೨೦೨೧
ಅರವತ್ತೊಂದನೇ ಮುದ್ರಣ: ೨೦೨೧
ಅರವತ್ತೆರಡನೇ ಮುದ್ರಣ: ೨೦೨೧
ಅರವತ್‌ಮೂರನೇ ಮುದ್ರಣ:೨೦೨೨
ಅರವತ್‌ನಾಲ್ಕನೇ ಮುದ್ರಣ: ೨೦೨೨
ಅರವತ್ತೈದನೇ ಮುದ್ರಣ: ೨೦೨೨
ಅರವತ್ತಾರನೇ ಮುದ್ರಣ: ೨೦೨೩
ಅರವತ್ತೇಳನೇ ಮುದ್ರಣ: ೨೦೨೩
ಅರವತ್ತೆಂಟನೇ ಮುದ್ರಣ: ೨೦೨೩
ಅರವತ್ತೊಂಬತ್ತನೇ ಮುದ್ರಣ: ೨೦೨೩
ಎಪ್ಪತ್ತನೇ ಮುದ್ರಣ: ೨೦೨೩
ಎಪ್ಪತ್ತೊಂದನೇ ಮುದ್ರಣ: ೨೦೨೪
ಎಪ್ಪತ್ತೆರಡನೇ ಮುದ್ರಣ: ೨೦೨೪
ಎಪ್ಪತ್‌ಮೂರನೇ ಮುದ್ರಣ: ೨೦೨೪
ಎಪ್ಪತ್‌ನಾಲ್ಕನೇ ಮುದ್ರಣ: ೨೦೨೫
ಎಪ್ಪತ್ತೈದನೇ ಮುದ್ರಣ: ೨೦೨೫

ಮುಖಚಿತ್ರ: ಚಂದ್ರನಾಥ ಆಚಾರ್ಯ

ಅಕ್ಷರ: ಸಾಹಿತ್ಯ ಡಿ.ಟಿ.ಪಿ. ಬೆಂಗಳೂರು. ಮೊಬೈಲ್: ೯೪೪೯೬ ೯೫೫೮೬

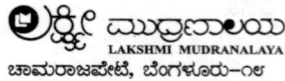

ಲಕ್ಷ್ಮೀ ಮುದ್ರಣಾಲಯ
LAKSHMI MUDRANALAYA
ಚಾಮರಾಜಪೇಟೆ, ಬೆಂಗಳೂರು-೧೮
ದೂರವಾಣಿ : ೨೬೬೧ ೩೧೨೩, ೨೬೬೧ ೮೭೫೨

ಪ್ರವೇಶ

ಸತ್ಯವನ್ನು ಮರೆಮಾಚುವ ಮಾಯೆಯ ಕಾರ್ಯಕ್ಕೆ ಆವರಣವೆಂದೂ ಅಸತ್ಯವನ್ನು ಬಿಂಬಿಸುವ ಕಾರ್ಯಕ್ಕೆ ವಿಕ್ಷೇಪವೆಂದೂ ಹೆಸರು. ವ್ಯಕ್ತಿಯ ಮಟ್ಟದಲ್ಲಿ ನಡೆಯುವ ಈ ಕ್ರಿಯೆಯನ್ನು ಅವಿದ್ಯೆ ಎಂದೂ ಸಮೂಹದ ಮತ್ತು ಜಗತ್ತಿನ ಮಟ್ಟದಲ್ಲಿ ನಡೆಯುವ ಕ್ರಿಯೆಯನ್ನು ಮಾಯೆ ಎಂದೂ ಕರೆಯುತ್ತಾರೆ. ವೇದಾಂತಿಗಳು ಹೇಳುವ ಈ ಪರಿಕಲ್ಪನೆಗಳನ್ನು ಬೌದ್ಧ ದಾರ್ಶನಿಕರೂ ಒಪ್ಪಿದ್ದಾರೆ. ಆದರೆ ಅವರು ಅದನ್ನು ಸಂವೃತಿ ಎಂದು ಕರೆಯುತ್ತಾರೆ. ಭಾರತದ ಜಿಜ್ಞಾಸೆಯ ಎರಡು ಪ್ರಬಲ ವಾಹಿನಿಗಳು ಹೇಗೆ ಒಂದೇ ಪರಿಕಲ್ಪನೆಯನ್ನು ಒಪ್ಪಿ ಪ್ರತಿಪಾದಿಸಿವೆ ಎಂಬುದನ್ನು ಕೆಲವು ಉದ್ಧರಣಗಳಿಂದ ನೋಡಬಹುದು:

ತನ್ನ 'ಮಾಧ್ಯಮಿಕಕಾರಿಕೆ'ಯಲ್ಲಿ ನಾಗಾರ್ಜುನನು ಹೇಳುತ್ತಾನೆ:

ದ್ವೇ ಸತ್ಯೇ ಸಮುಪಾಶ್ರಿತ್ಯ ಬುದ್ಧಾನಾಂ ಧರ್ಮದೇಶನಾ ।
ಲೋಕಸಂವೃತಿಸತ್ಯಂ ಚ ಸತ್ಯಂ ಚ ಪರಮಾರ್ಥತಃ ॥

xxiv - 8

ಲೋಕಸಂವೃತಿಸತ್ತೆ (ಲೋಕರೂಪದಿಂದ ಆವೃತವಾಗಿರುವ ಸತ್ತೆ) ಮತ್ತು ಪರಮಾರ್ಥ ಸತ್ತೆ ಎಂಬ ಎರಡು ಬಗೆಯ ಸತ್ತೆಗಳನ್ನು ಆಧರಿಸಿ ಬುದ್ಧರು ಧರ್ಮೋಪದೇಶ ಮಾಡಿದ್ದಾರೆ.

ಅಭೂತಂ ಖ್ಯಾಪಯತ್ಯರ್ಥಂ ಭೂತಮಾವೃತ್ಯ ವರ್ತತೇ

ಅದು – ಸಂವೃತಿಯು – ಇಲ್ಲದ ಅರ್ಥವನ್ನು ಸಾರುತ್ತ, ಇರುವುದನ್ನು ಮುಚ್ಚಿನಿಲ್ಲುತ್ತದೆ.

ಸಂವ್ರಿಯತ ಆವ್ರಿಯತೇ ಯಥಾಭೂತಪರಿಜ್ಞಾನಂ ಸ್ವಭಾವಾವರಣಾತ್ ಆವೃತ ಪ್ರಕಾಶನಾಚ್ಚಾನಯತಿ ಸಂವೃತಿಃ। ಅವಿದ್ಯಾ ಹ್ಯಸತ್ಪದಾರ್ಥಸ್ವರೂಪಾರೋಪಿಕಾ ಸ್ವಭಾವದರ್ಶನಾವರಣಾತ್ಮಿಕಾ ಚ ಸತೀ ಸಂವೃತಿರುತ್ಪದ್ಯತೇ ।

ಸಂವೃತಿಯೆಂಬುದು ಯಥಾವತ್ತಾಗಿರುವ ತಿಳಿವನ್ನು ಆವರಿಸಿ ಮುಚ್ಚುತ್ತದೆ. ಅಂತೆಯೇ ತನ್ನ ಬಲದಿಂದ ವಸ್ತುಸ್ವಭಾವವನ್ನು ಮರೆಮಾಡುತ್ತದೆ. ಇದು ಅವಿದ್ಯೆಯೇ ಹೌದು. ಇಲ್ಲದ್ದನ್ನು ಇದ್ದಂತೆ ತೋರಿಸುತ್ತದೆ. ಸತ್ತೆಯ ತನ್ನತನವನ್ನು ಮುಚ್ಚಿಹಾಕುತ್ತಲೇ ಮೆರೆಯುತ್ತದೆ.

ತತ್ತ್ವಾಪ್ರತಿಪತ್ತಿರ್ಮಿಥ್ಯಾಪ್ರತಿಪತ್ತಿರಜ್ಞಾನಮವಿದ್ಯೇತಿ

(ಸಂವೃತಿಯು) ಯಥಾರ್ಥವನ್ನು ತೋರುವುದಿಲ್ಲ, ಹುಸಿಯಾದುದನ್ನು ತೋರುತ್ತದೆ. ಆದುದರಿಂದ ಅದು ಅಜ್ಞಾನ, ಅವಿದ್ಯೆ.

– ಬೋಧಿಚರ್ಯಾವತಾರಪಂಜಿಕಾ, ಪು. ೩೫೨.

ಸಮಂತಾದಾವರಣಂ ಸಂವೃತಿರಜ್ಞಾನಮ್ ।

ಸಂವೃತಿ ಎಂಬುದು ಎಲ್ಲ ಕಡೆಯಿಂದಲೂ ಮುಚ್ಚುವಂಥ ಅಜ್ಞಾನ.

– ಮಾಧ್ಯಮಿಕಕಾರಿಕಾವೃತ್ತಿ. ಪು. ೪೯೨.

ಮೋಹಸ್ಸ್ವಭಾವಾವರಣಾದ್ಧಿ ಸಂವೃತಿಃ

ಸತ್ಯಂ ತಯಾಖ್ಯಾತಿಯದೇವ ಕೃತ್ರಿಮಮ್।

ಸಂವೃತಿಯು ಮೋಹಗೊಳಿಸುವಂಥದ್ದು. ಇದು ಕಪಟವನ್ನು ಸತ್ಯವೆಂಬಂತೆ ತೋರಿಸುತ್ತದೆ.

– ಮಾಧ್ಯಮಕಾವತಾರ, vi - 29

ಇವೆಲ್ಲವೂ ನಿಜ ಸುಳ್ಳುಗಳ ಬಗೆಗೆ ಬೌದ್ಧರ ಚಿಂತನೆಯ ಉದಾಹರಣೆಗಳು. ಇನ್ನು ವೇದಾಂತಿಗಳ ಚಿಂತನೆಯನ್ನು ತೋರಿಸುವ ಎರಡು ಉದಾಹರಣೆಗಳನ್ನು ಕೊಟ್ಟರೆ ಸಾಕು:

ತಾಮಸೋ ಹಿ ಪ್ರತ್ಯಯ ಆವರಣಾತ್ಮಕತ್ವಾದವಿದ್ಯಾ। ವಿಪರೀತಗ್ರಾಹಕಸ್ಸಂಶಯೋ ಪಸ್ಥಾಪಕೋಽಗ್ರಹಣಾತ್ಮಕೋ ವಾ।

ಅವಿದ್ಯೆಯು ತಮೋರೂಪಿ, ಆವರಿಸುವಂಥದ್ದು. ಸತ್ಯವನ್ನು ತದ್ವಿರುದ್ಧವಾಗಿ ತಿಳಿಸುವು ದಲ್ಲದೆ ಸಂದೇಹಕಾರಿ ಕೂಡ. ಇದು ವಸ್ತುಸ್ಥಿತಿಯನ್ನು ಗ್ರಹಿಸಲಾರದು.

– ಶಾಂಕರಗೀತಾಭಾಷ್ಯ xiii - 2

ಅಸ್ಯಾಜ್ಞಾನಸ್ಯಾವರಣವಿಕ್ಷೇಪನಾಮಕಮಸ್ತಿ ಶಕ್ತಿದ್ವಯಮ್। ಆವರಣಶಕ್ತಿಸ್ತಾವದಲ್ಪೋಽ ಪಿ ಮೇಘೋಽ ನೇಕಯೋಜನಾಯತಮಾದಿತ್ಯಮಂಡಲಮವಲೋಕಯಿತೃ ನಯನಪಥಪಿಧಾಯಕತಯಾಽಚ್ಛಾದಯತೀವ।..... ವಿಕ್ಷೇಪಶಕ್ತಿಸ್ತು ಯಥಾ ರಜ್ಜ್ವಜ್ಞಾನಂ ಸ್ವಾವೃತರಜ್ಜೌ ಸ್ವಶಕ್ತ್ಯಾ ಸರ್ಪಾದಿಕಮುದ್ಭಾವಯತ್ಯೇವಮಜ್ಞಾನಮಪಿ.

ಅಜ್ಞಾನಕ್ಕೆ ಆವರಣ ಮತ್ತು ವಿಕ್ಷೇಪಗಳೆಂಬ ಎರಡು ಶಕ್ತಿಗಳಿವೆ. ಕಿರಿದಾದ ಮೋಡವೊಂದು ಅನೇಕಯೋಜನವಿಸ್ತಾರವಾದ ಸೂರ್ಯಮಂಡಲವನ್ನು ನೋಡುಗರ ನೋಟದಿಂದ ಮರೆಯಾಗಿಸುವ ಹಾಗೆಯೇ ಆವರಣಶಕ್ತಿಯು ಸತ್ಯವನ್ನು ಮರೆಮಾಚಿಸುತ್ತದೆ..... ನಮ್ಮ ಅಜ್ಞಾನದ ಕಾರಣ ಹಗ್ಗದಲ್ಲಿ ಹಾವು ಕಾಣುವಂತೆ ವಿಕ್ಷೇಪಶಕ್ತಿಯು ಇಲ್ಲದ್ದನ್ನು ಇರುವಂತೆ ತೋರಿಸುತ್ತದೆ.

– ಸದಾನಂದೀಯ ವೇದಾಂತಸಾರ ಪು. ೩೯–೪೦.

ನಿಜ ಸುಳ್ಳುಗಳ ಸಮಸ್ಯೆಯನ್ನು ತತ್ತ್ವದ ಮಟ್ಟಕ್ಕೆ ಎತ್ತರಿಸಿ ವಿವರಿಸಿರುವುದು ಭಾರತೀಯ ದರ್ಶನಶಾಸ್ತ್ರದ ವೈಶಿಷ್ಟ್ಯ. ನನಗೆ ಬುದ್ಧಿ ಬೆಳೆದಾಗಿನಿಂದ ನನ್ನನ್ನು ಕಾಡುತ್ತಿರುವ ಪ್ರಶ್ನೆ ಇದು. ಕಾಲು ಶತಮಾನದ ಹಿಂದೆ ನಾನು ಬರೆದ 'ಸಾಕ್ಷಿ'ಯಲ್ಲಿ ಈ ಸಮಸ್ಯೆಯು ವ್ಯಕ್ತಿಗತ ಮಟ್ಟದಲ್ಲಿ ಹೊರಹೊಮ್ಮಿತು. ಕಾದಂಬರಿಯು 'ಪ್ರಭು, ಸುಳ್ಳಿನ ಮೂಲ ಯಾವುದು? ಅದಕ್ಕೆ ನಾಶವೇ ಇಲ್ಲವೆ?' ಎಂಬ ಪ್ರಶ್ನೆಯೊಡನೆ ಮುಕ್ತಾಯವಾಯಿತು. ಈ ಪ್ರಶ್ನೆಯು ಕಾದಂಬರಿಯ ಸ್ವರೂಪಕ್ಕೆ ಮುಕ್ತಾಯವನ್ನು ಕೊಟ್ಟಿತಾದರೂ ನನ್ನ ಬುದ್ಧಿ ಮನಸ್ಸುಗಳಿಗೆ ಶಮನವನ್ನು ಕೊಡಲಿಲ್ಲ. ಈಗ ಇದೇ ನಿಜ ಸುಳ್ಳುಗಳ ಸಮಸ್ಯೆಯು ಈ 'ಆವರಣ'ದಲ್ಲಿ ಸಮೂಹದ ಮಟ್ಟದಲ್ಲಿ, ಇಡೀ ರಾಷ್ಟ್ರದ ಮಟ್ಟದಲ್ಲಿ ಹೊಮ್ಮಿದೆ ಎಂದು ಕಾದಂಬರಿಯನ್ನು ಬರೆದಾದ ನಂತರ ಅನ್ನಿಸುತ್ತಿದೆ.

ಅವಿದ್ಯಾ ಕಾಮ ಕರ್ಮ(ಕ್ರಿಯೆ)ಗಳಿಂದ ಬಿಡಿಸಿಕೊಂಡು ಶುದ್ಧಸಾಕ್ಷಿಯ ಹದಕ್ಕೆ ಏರುವ

ತನಕ ನಮಗೆ ನಮ್ಮನ್ನಾಗಲಿ ನಮ್ಮ ದೇಶದ ಅಥವಾ ಮಾನವಕುಲದ ಇತಿಹಾಸವನ್ನಾಗಲಿ ಗ್ರಹಿಸುವುದು ಸಾಧ್ಯವಾಗುವುದಿಲ್ಲ.

ಇದು ನನ್ನ ಎರಡನೆಯ ಐತಿಹಾಸಿಕ ಕಾದಂಬರಿ. ಎಂಟನೆಯ ಶತಮಾನದ ಸಂಧಿಕಾಲದ ಅಂತಸ್ಸತ್ತ್ವವನ್ನು 'ಸಾರ್ಥ'ದಲ್ಲಿ ಕಾದಂಬರಿಯ ರೂಪದಲ್ಲಿ ಆವಿಷ್ಕರಿಸಲು ಪ್ರಯತ್ನಿಸಿದೆ. 'ಆವರಣ'ದಲ್ಲಿ 'ಸಾರ್ಥ'ದ ಕಾಲದ ಆನಂತರದ ಸತ್ಯವನ್ನು ಚಿತ್ರಿಸುವ ಪ್ರಯತ್ನಮಾಡಿದ್ದೇನೆ. ಭಾರತದ ಇತಿಹಾಸದ ಅತ್ಯಂತ ಸಂಕೀರ್ಣವಾದ ಈ ಅವಧಿಯ ಬಗೆಗೆ ವಿಪುಲವಾದ ಸಾಮಗ್ರಿ ಇದೆ. ಆದರೆ ಆವರಣಶಕ್ತಿಯು ಈ ವಿಪುಲತೆಯನ್ನು ಮೀರಿ ವಿಜೃಂಭಿಸುತ್ತಿದೆ. 'ಸಾರ್ಥ'ದ ಕಾಲದ ಇತಿಹಾಸವು ಆವರಣಶಕ್ತಿಗೆ ಹೆಚ್ಚು ಬಲಿ ಬಿದ್ದಿಲ್ಲ. ಅವುಗಳನ್ನು ಕುರಿತು ನಿರ್ಭಯವಾಗಿ ಸತ್ಯವನ್ನು ಬರೆಯಬಹುದು. ಆದರೆ 'ಆವರಣ' ಕಾಲದ ಮಾತು ಹಾಗಿಲ್ಲ. ಪ್ರತಿಯೊಂದು ಮೆಟ್ಟಿಲಿನಲ್ಲೂ ಆವರಣಶಕ್ತಿಯನ್ನು ಭೇದಿಸಿಕೊಂಡೇ ಸಾಗಬೇಕಾದ ಅಪರಿ ಹಾರ್ಯತೆ ಇದೆ. ಆದುದರಿಂದ ಈ ಕಾದಂಬರಿಯ ಸ್ವರೂಪ ಮತ್ತು ತಂತ್ರಗಳನ್ನು ಅದಕ್ಕೆ ಅನುಗುಣವಾಗಿ ಹೊಂದಿಸಿಕೊಳ್ಳಬೇಕಾಯಿತು. ಸಾಹಿತ್ಯವು ವಾಗರ್ಥಸಾಮರಸ್ಯವು ಅತ್ಯುನ್ನತ ಮಟ್ಟದಲ್ಲಿ ಪಾಕಗೊಳ್ಳುವ ಸಂವಹನಕ್ರಿಯೆ. ಓದುಗರಿಗೆ ವಸ್ತುವನ್ನು ಸಂವಹಿಸುವಾಗ ಅವರ ಮನಸ್ಸಿನಲ್ಲಿ ಹುಟ್ಟಬಹುದಾದ ಹತ್ತು ಹಲವು ಶಂಕೆಗಳನ್ನು ಪರಿಹರಿಸುತ್ತಾ ಮುನ್ನಡೆಯುವ ಅಗತ್ಯವು ಇಲ್ಲಿಯೂ ಇದೆ. ಕಾದಂಬರಿಯಲ್ಲಿ ಪ್ರಮಾಣ ಗ್ರಂಥ, ದಾಖಲೆ ಮೊದಲಾದವು ಪ್ರವೇಶಿಸಬಹುದೆ? ಎಂಬ ಶಂಕೆಯನ್ನು ಈ ಅಗತ್ಯದ ಹಿನ್ನೆಲೆಯಲ್ಲಿ ಪರಿಹರಿಸಿಕೊಳ್ಳಬೇಕು. ಸಂವಹನ ಪ್ರಕ್ರಿಯೆಯಲ್ಲಿ ಹುಟ್ಟುವ ಸಮಸ್ಯೆಗಳನ್ನು ಪರಿಹರಿಸಿಕೊಳ್ಳುವ ವಿಧಾನಗಳನ್ನು ತಂತ್ರವೆಂದು ಕರೆಯಬಹುದು. ಇತಿಹಾಸ ಮತ್ತು ಇತಿಹಾಸಕಾರ ಇಬ್ಬರನ್ನೂ 'ಆವರಣ'ವು ಒಳಗೊಳ್ಳುತ್ತದೆ. ಇತಿಹಾಸಕಾರನೇ ಇತಿಹಾಸವನ್ನು ಕಾಣುವ ಕಣ್ಣಿಗೆ ಅಡ್ಡ ನಿಂತರೆ ಗತಿ ಏನು?

ಈ ಕಾದಂಬರಿಯ ಐತಿಹಾಸಿಕ ವಿಷಯದಲ್ಲಿ ನನ್ನ ಸ್ವಂತದ್ದು ಏನೂ ಇಲ್ಲ. ಪ್ರತಿಯೊಂದು ವಿವರ ಅಥವಾ ನಡೆಗೂ ಇರುವ ಆಧಾರಗಳನ್ನು ಸಾಹಿತ್ಯದ ಕಲೆಯು ತಡೆದುಕೊಳ್ಳುವ ಮಟ್ಟಿಗೂ ಕಾದಂಬರಿಯ ಅಂಗವಾಗಿಯೇ ಅಳವಡಿಸಿದ್ದೇನೆ. ಕಾದಂಬರಿಯ ತಂತ್ರವು ವಿನ್ಯಾಸ ಗೊಳ್ಳುವಾಗ ಈ ಅಂಶವು ಪ್ರಧಾನವಾಗಿ ಕೆಲಸ ಮಾಡಿರುವುದನ್ನು ಸೃಷ್ಟಿಶೀಲ ಲೇಖಕರೂ ದೃಷ್ಟಿಶೀಲ ಓದುಗರೂ ಗುರುತಿಸಬಹುದು. ಉಳಿದ ಆಧಾರಗಳನ್ನು, ನಾನಲ್ಲ, ಕಾದಂಬರಿಯೊಳ ಗಿನ ಕಾದಂಬರಿಯನ್ನು ರಚಿಸಿದ ಪಾತ್ರವು ತನ್ನ ಕ್ರಿಯೆಯ ಅಗತ್ಯವಾಗಿ ಕೊಟ್ಟಿದೆ. ಇಡೀ ವಸ್ತುವಿಗೆ ಈಗಿರುವ ರೂಪ ಕೊಟ್ಟಿರುವುದೊಂದೇ ನನ್ನ ಸ್ವಂತಿಕೆ. ಇತಿಹಾಸದ ಸತ್ಯದಲ್ಲಿ ಕಲೆಯ ಭಾವವು ಸ್ರವಿಸಿದ್ದರೆ ಆ ಮಟ್ಟಿಗೆ ಇದು ಸಾಹಿತ್ಯವಾಗಿ ಸಫಲವಾಗಿದೆ.

ಸತ್ಯ ಮತ್ತು ಸೌಂದರ್ಯ, ಎಂದರೆ ಸತ್ಯಕ್ಕೂ ಕಲೆಗೂ ಇರುವ ಸಂಬಂಧ ಮತ್ತು ವ್ಯತ್ಯಾಸಗಳು ನನ್ನ ಸಂಶೋಧನೆಯ ವಿಷಯ. ಅನಂತರ ನಾನು ಕಾದಂಬರಿಕಾರನಾಗಿ ಬೆಳೆದ ಒಂದೊಂದು ಮೆಟ್ಟಿಲಿನಲ್ಲೂ ಈ ಸಮಸ್ಯೆಯನ್ನು ಸೃಷ್ಟಿಶೀಲ ಅನುಭವದಿಂದ ಚಿಂತಿಸಿದ್ದೇನೆ. ಐತಿಹಾಸಿಕ ವಸ್ತುವನ್ನು ಸಾಹಿತ್ಯವಾಗಿ ಪರಿವರ್ತಿಸುವಾಗಲಂತೂ ಸಾಹಿತಿಗೆ ಸತ್ಯದ ಬಗೆಗೆ ಇರಬೇಕಾದ ಜವಾಬ್ದಾರಿಯು ನನ್ನನ್ನು ಎಚ್ಚರಿಸಿದೆ. ಸಂಶೋಧನೆ ಮಾಡದೆಯೂ ಸಮಕಾಲೀನ ವಸ್ತುವನ್ನು ಕುರಿತು ಸಾಹಿತ್ಯ ರಚಿಸಬಹುದು. ಆದರೆ ಐತಿಹಾಸಿಕ ವಸ್ತುವನ್ನು ಆಧರಿಸಿ ಬರೆಯುವಾಗ ಪ್ರತಿಯೊಂದು ವಿವರಕ್ಕೂ ಸಂಶೋಧನೆಯ ಅಗತ್ಯವಿದೆ. ಸಾಹಿತಿಯ ಹೊಣೆ ಇರುವುದು ತಾನು ಬರೆಯುವ ವಸ್ತುವಿನ ಇತಿಹಾಸದ ಸತ್ಯಕ್ಕೆ. ಸತ್ಯ ಮತ್ತು ಸೌಂದರ್ಯಗಳಿಗೆ ತೋಲನವುಂಟಾದಾಗ ಸಾಹಿತಿಯ ಅಂತಿಮ ನಿಷ್ಠೆ ಇರಬೇಕಾದದ್ದು ಸತ್ಯಕ್ಕೆ. ಸತ್ಯವನ್ನು ಉಚಾಯಿಸಿ ತಾನು ಕೇವಲ ಕಲಾನಿರ್ಮಾಪಕ ಎನ್ನುವ ಅಧಿಕಾರ ಸಾಹಿತಿಗೆ ಇಲ್ಲ.

ಸತ್ಯಶೋಧನೆಯಲ್ಲಿ ಓದುಗನೂ ಲೇಖಕನಷ್ಟೇ ಪಾಲುದಾರ. ಪಾತ್ರಗಳನ್ನಾಗಲಿ ಸನ್ನಿವೇಶಗಳನ್ನಾಗಲಿ ಸತ್ಯದ, ಕಲಾಸತ್ಯದ, ವಸ್ತುನಿಷ್ಠೆಯಿಂದ ಗ್ರಹಿಸಿ ಅವುಗಳ ಭಾವವನ್ನು ಆಸ್ವಾದಿಸಬೇಕೇ ಹೊರತು ವೈಯಕ್ತಿಕ ರಾಗ ದ್ವೇಷಗಳಿಂದ ಉದ್ರೇಕಗೊಳ್ಳಬಾರದು. ಹಿಂದಿನವರು ಮಾಡಿದ ತಪ್ಪುಗಳಿಗೆ ಇಂದಿನವರು ಜವಾಬ್ದಾರರಲ್ಲ; ಹಿಂದಿನವರೊಡನೆ ತಮ್ಮನ್ನು ತಾವು ಸಮೀಕರಿಸಿಕೊಂಡು ತಾವು ಅವರ ವಾರಸುದಾರರೆಂಬ ರಾಗಕ್ಕೆ ಸಿಕ್ಕಿಕೊಂಡರೆ ಹಿಂದಿನವರ ತಪ್ಪಿನ ಜವಾಬ್ದಾರಿಯನ್ನೂ ಹೊರಬೇಕಾಗುತ್ತದೆ. ನಮ್ಮ ಪೂರ್ವಿಕರ ಯಾವ ಯಾವ ಕೃತ್ಯಗಳನ್ನು ನಾವು ತಿರಸ್ಕರಿಸಬೇಕು, ಯಾವ ಯಾವ ಸಾಧನೆಗಳಿಂದ ಸ್ಫೂರ್ತಿ ಪಡೆಯಬೇಕು ಎಂಬ ವಿವೇಚನೆ ಇಲ್ಲದಿದ್ದರೆ ನಾವು ಪ್ರೌಢರಾಗುವುದಿಲ್ಲ. ಇತಿಹಾಸದಿಂದ ಪಡೆಯುವಂತೆ ಬಿಡಿಸಿಕೊಳ್ಳುವುದೂ ಪಕ್ವತೆಯ ಗುರುತು. ಇದು ಪ್ರತಿಯೊಂದು ಧರ್ಮ, ಜಾತಿ, ವರ್ಗದವರಿಗೂ ಅನ್ವಯಿಸುವ ಮಾತು.

ಈ ಕೃತಿಯ ಸಿದ್ಧತೆಯ ಹಂತದಲ್ಲಿ ಹಲವರು ಸಹಾಯ ಮಾಡಿದ್ದಾರೆ. ಮುಖ್ಯವಾಗಿ ಒಬ್ಬ ಸೋದರಿ ಲೇಖಕಿಯನ್ನೂ, ಅವರ ಕುಟುಂಬವನ್ನೂ ನಾನು ಕೃತಜ್ಞತೆಯಿಂದ ನೆನೆಯುತ್ತೇನೆ. ನಾನು ಅವರ ಮನೆಯಲ್ಲಿದ್ದ ಐದು ದಿನಗಳೂ ಅವರಲ್ಲದೆ ಅವರ ವಿದ್ಯಾವಂತರಾದ ಮಕ್ಕಳು ನನಗೆ ಮುಸ್ಲಿಮರ ದಿನನಿತ್ಯದ ಹಾಗೂ ವಿಶೇಷ ಸಂದರ್ಭಗಳ ಆಚಾರ ವಿಚಾರಗಳನ್ನು ವಿವರಿಸಿದರು. ಅವರ ಪತಿಯೂ ಸದಾ ನನಗೆ ಜೊತೆ ಕೊಟ್ಟು ನಮಾಜ್ ಮಾಡುವಾಗ ಮಸೀದಿಗೂ ಕರೆದೊಯ್ದು ತಮ್ಮ ಬಂಧು, ಸ್ನೇಹಿತರುಗಳೊಡನೆ ಒಡನಾಡಿಸಿದ್ದಲ್ಲದೆ ಮಂಗಳೂರಿನ ಶಾಂತಿ ಪ್ರಕಾಶನವು ಮುಸ್ಲಿಂ ಆಚಾರವಿಚಾರಗಳನ್ನು ಕುರಿತು ಪ್ರಕಟಿಸಿರುವ ಎಲ್ಲ ಪುಸ್ತಕಗಳನ್ನೂ ಕೊಡಿಸಿ ಅವುಗಳಲ್ಲಿ ಮುಖ್ಯವಾದವುಗಳನ್ನು ಓದಿ ವಿವರಿಸಿ ಉಪಕಾರ ಮಾಡಿದರು. ಉತ್ತರ ಭಾರತದ, ಅದರಲ್ಲಿಯೂ ಬನಾರಸಿನ, ಮುಸ್ಲಿಮರ ರೀತಿ ರಿವಾಜುಗಳನ್ನು

ನನ್ನ ಸಹೋದ್ಯೋಗಿಯಾಗಿದ್ದ ಡಾ. ಸಿದ್ದಿಕಿಯವರು ದಿನಗಟ್ಟಳೆ ನನಗೆ ವಿವರಿಸಿದರು. ಶಿವಮೊಗ್ಗದ ಎಚ್. ಇಬ್ರಾಹಿಂ ಸಾಹೇಬರು ಎಷ್ಟೋ ಸೂಕ್ಷ್ಮಾಂಶಗಳನ್ನು ಹೇಳಿ ನನ್ನ ಮನಸ್ಸಿನ ಚಿತ್ರಗಳು ಸ್ಫುಟವಾಗಲು ಸಹಾಯಮಾಡಿದರು. ಇವರೆಲ್ಲರಿಗೂ ನಾನು ಋಣಿ. ಉಳಿದ ವಿವರಗಳು ಗ್ರಂಥಗಳಿಂದ ಪಡೆದವು.

ಹಂಪಿಯ ಬಗೆಗೆ ನಾನು ಕೇಳಿದ ಕೆಲವು ನಿರ್ದಿಷ್ಟ ಪ್ರಶ್ನೆಗಳಿಗೆ ಡಾ. ಎಂ. ಚಿದಾನಂದ ಮೂರ್ತಿಯವರು ಅಷ್ಟೇ ನಿರ್ದಿಷ್ಟವಾದ ಉತ್ತರಗಳನ್ನು ದಾಖಲೆಸಮೇತ ಬರೆದು ಕಳಿಸಿ ಉಪಕರಿಸಿದ್ದಾರೆ. ಶತಾವಧಾನಿ ಗಣೇಶರಂತೂ ಭಾರತೀಯ ಧರ್ಮ, ದರ್ಶನಶಾಸ್ತ್ರಗಳ ವಿಷಯವಾಗಿ ನನ್ನ ನೆನಪು ಮಸುಕಾದಾಗ ಖಚಿತವಾದ ಸಂದರ್ಭಗಳನ್ನು ಹುಡುಕಿ ಕೊಟ್ಟುದಲ್ಲದೆ ಕಾದಂಬರಿಯ ಇಡೀ ಹಸ್ತಪ್ರತಿಯನ್ನು ಓದಿ ವಿಮರ್ಶಿಸಿದ್ದಾರೆ. ಹಸ್ತಪ್ರತಿಯನ್ನು ಮಾನ್ಯ ಎನ್. ಬಾಲಸುಬ್ರಹ್ಮಣ್ಯ, ಡಾ. ಎಸ್. ರಾಮಸ್ವಾಮಿ, ಬಿ.ಎಸ್. ಚಂದ್ರಶೇಖರ್, ಡಾ. ತುಲಸಿರಾಮಚಂದ್ರ ಇವರುಗಳು ಓದಿ ಸಲಹೆ ಸೂಚನೆಗಳನ್ನು ಕೊಟ್ಟಿದ್ದಾರೆ. ಡಾ. ಪ್ರಧಾನ ಗುರುದತ್ತರು ಕೊನೆಯ ಹಂತದ ಕರಡನ್ನು ತಿದ್ದಿದ್ದಲ್ಲದೆ ಕಾದಂಬರಿಯ ಎಲ್ಲ ಅಂಶಗಳನ್ನೂ ವಿಮರ್ಶಿಸಿದ್ದಾರೆ. ಡಾ. ಎಚ್.ಎಸ್. ಗೋಪಾಲರಾಯರು ಕೆಲವು ಅಪೂರ್ವದ ಗ್ರಂಥಗಳನ್ನು ದೊರಕಿಸಿ ಜ಼ೆರಾಕ್ಸ್ ಪ್ರತಿ ಮಾಡಿ ಕಳಿಸಿದ್ದಾರೆ. ಇನ್ನೂ ಎಷ್ಟೋ ಜನರಿಂದ ನಾನು ಪಡೆದ ಉಪಕಾರವು ತಕ್ಷಣ ನೆನಪಿಗೆ ಬರುತ್ತಿಲ್ಲ. ಯಾರು ಯಾರಿಂದ ಯಾವ ಉಪಕಾರ ಪಡೆದೆ ಎಂಬ ಬಗೆಗೆ ವಿವರವಾದ ಟಿಪ್ಪಣಿ ಇಡದೆ ಹೋದದ್ದು ನನ್ನ ಲೋಪ.

ಡಿ.ಟಿ.ಪಿ.ಯಾಗಿ ಮುದ್ರಣಕ್ಕೆ ಕೊಡುವ ಮುನ್ನ ಈ ಕಾದಂಬರಿಯನ್ನು ಪಂಜಾಬ್ ಮತ್ತು ಹರ್ಯಾಣ ಉಚ್ಚನ್ಯಾಯಾಲಯದ ನಿವೃತ್ತ ಮುಖ್ಯ ನ್ಯಾಯಮೂರ್ತಿಗಳೂ ಹಲವು ವಿದ್ವತ್‌ಪೂರ್ಣ ಕಾನೂನು ಗ್ರಂಥಗಳ ಲೇಖಕರೂ ಜಾರ್ಖಂಡ ಮತ್ತು ಬಿಹಾರಗಳ ಮಾಜಿ ರಾಜ್ಯಪಾಲರೂ ಆದ ಎಂ. ರಾಮಾಜೋಯಿಸರು;

ಹಿರಿಯ ವಕೀಲರೂ, ಮಾಜಿ ಕಾನೂನು ಸಚಿವರೂ, ನಿಷ್ಠ ಗಾಂಧೀವಾದಿಯೂ, ಸಾರ್ವಜನಿಕ ಜೀವನದಲ್ಲಿ ಸುದೀರ್ಘ ಅನುಭವಿಯೂ ಆದ ಹಾರನಹಳ್ಳಿ ರಾಮಸ್ವಾಮಿ ಅವರು;

ಮತ್ತು ಖ್ಯಾತ ವಕೀಲರಾದ ಅಶೋಕ್ ಹಾರನಹಳ್ಳಿ;

ಇವರುಗಳು ಕೂಲಂಕಷವಾಗಿ ಓದಿ ಪರಾಮರ್ಶಿಸಿದ್ದಾರೆ. ಈ ಮೂವರು ನ್ಯಾಯವೇತ್ತರಿಗೂ ನಾನು ವಿಶೇಷವಾಗಿ ಆಭಾರಿಯಾಗಿದ್ದಾನೆ.

– ಎಸ್.ಎಲ್. ಭೈರಪ್ಪ

ಇದೀಗ ಬಿಡುಗಡೆಯಾಗಿದೆ

ಸಹನಾ ವಿಜಯಕುಮಾರ್
ಮಾಗಧ
(ಅಶೋಕನ ವಾಸ್ತವ ಚಿತ್ರಣ)

ಡಾ| ಉಮಾ ರಾಮರಾವ್
ಬಹು ನೆಲೆಗಳ ಬೆರಗು

ಎಲ್.ವಿ. ಶಾಂತಕುಮಾರಿ
ಭೈರಪ್ಪನವರ ಕೃತಿಗಳಲ್ಲಿ ತಾಯ್ತನದ ತೆರೆಗಳು

ವೆಂಕಟಗಿರಿ ಕಡೇಕಾರ್
ಕಪ್ಪೆಟ್ಟಜ್ಜನ ಮನೆಯ ಪಡ್ಡೆಕೋಣೆ...

ಡಿ.ಎಸ್.ಶ್ರೀಧರ್
ವೀರತಪಸ್ವಿ ಪರಶುರಾಮ

ಶಶಿಧರ ವಿಶ್ವಾಮಿತ್ರ
ನೆರಳಹಾಸು

ವಸಂತ ಅನಂತ ದಿವಾಣಜಿ
ನಕ್ಷೆಗೆ ಎಟುಕದ ಕಡಲು
(ಸಮೀಕ್ಷೆ)

ವಸಂತ ಅನಂತ ದಿವಾಣಜಿ
ಕ್ರಾಂತ ದರ್ಶನ
(ಬೇಂದ್ರೆ ಕಾವ್ಯ–ವ್ಯಕ್ತಿತ್ವ ದರ್ಶನ)

ಸಂ|| ವಿಜಯಾ ಹರನ್
ವಿಶ್ವಸಾಹಿತಿ ಭೈರಪ್ಪ

ಭೈರಪ್ಪನವರ ಬಗ್ಗೆ ಹೆಚ್ಚಿನ ಮಾಹಿತಿಗಾಗಿ
ಸಂದರ್ಶಿಸಿ:

www.slbhyrappa.in

ಅಮೆರಿಕದಲ್ಲಿ ಕನ್ನಡ ಪುಸ್ತಕಗಳಿಗಾಗಿ
ಶುಭಾ ಯಂಗ್
E-mail: sahityabna@gmail.com
Phone: 505 288 2427

ಆವರಣ

ಅಧ್ಯಾಯ ೧

ತುಂಗಭದ್ರಾ ಅಣೆಕಟ್ಟೆಯ ಸರ್ಕಾರಿ ಅತಿಥಿಬಂಗಲೆ. ಮೇಲುಮಹಡಿಯ ಕೋಣೆಯ ಕಿಟಕಿಯಿಂದ ಹೊರಗೆ ನೋಡುತ್ತಿದ್ದ ರಜಿಯಾಳ ತಲೆಗೂದಲು ತಣ್ಣನೆಯ ಗಾಳಿಗೆ ಎದ್ದು ಹಾರುತ್ತಿತ್ತು. ಬೆಳಗಿನಿಂದ ಹಾಳು ಹಂಪೆಯಲ್ಲಿ ತಿರುಗಿ ಆಗಿದ್ದ ಬಳಲಿಕೆಯು ತಂಪು ಗಾಳಿಯಿಂದ ಶಮನವಾಗುತ್ತಿತ್ತು. 'ಚಹಾಕ್ಕೆ ಹೇಳಲೆ?' ಅಮೀರನ ಮಾತು ಅವಳ ಕಿವಿಗೆ ಬೀಳಲಿಲ್ಲ. ವಿಸ್ತಾರವಾದ ಜಲಾಶಯದ ಮೇಲಿಂದ ತಡೆಯಿಲ್ಲದೆ ಬೀಸುತ್ತಿದ್ದ ಗಾಳಿಯಿಂದಲೋ ಅಥವಾ ಅವಳ ಅನ್ಯಲಹರಿಯಿಂದಲೋ ಎಂಬುದು ಅವನಿಗೆ ಅರ್ಥವಾಗಲಿಲ್ಲ. ಎಷ್ಟಾದರೂ ಲಹರಿಯ ಹೆಂಗಸು. ಇರುವುದೊಂದು ಕಡೆ, ಮನಸ್ಸು ಎಲ್ಲೋ ದೂರದಲ್ಲಿ, ಎಂಬುದು ಅವನಿಗೆ ಗೊತ್ತಿತ್ತು. ಆದರೂ ತನಗೆ ಮಾತನಾಡುವ ಲಹರಿ ಇದ್ದಾಗ ಅವಳನ್ನು ಅವಳ ಪಾಡಿಗೆ ಬಿಟ್ಟು ಮೌನವಾಗಿರುವುದು ಕಷ್ಟವಾಗುತ್ತಿತ್ತು. ಗಾಳಿಗೆ ಎದ್ದು ನುಲಿದು ಹೊರಳುವ ವಿಸ್ತಾರವಾದ ನೀರು. ಅವನಿಗೂ ಲಹರಿ ಏರಿತ್ತು. 'ಸಂಜೆಯ ಬಿಸಿಲಿಗೆ ಕೂದಲು ಚಾಮರದಂತೆ ಮಿಂಚುತ್ತೆ ಆದರೆ ತುಸು ಡೈ ಮಾಡಿಕೊಂಡಿದ್ದರೆ ಇನ್ನಷ್ಟು ಸುಂದರವಾಗಿ ಕಾಣ್ತಿದ್ದೆ' ಎಂದ, ಧ್ವನಿಯಲ್ಲೂ ರೊಮಾಂಟಿಕ್ ಭಾವವನ್ನು ಸೂಸಿ. ಆದರೂ ಅವಳು ಇತ್ತ ತಿರುಗಲಿಲ್ಲ. ಮಾತನಾಡಲಿಲ್ಲ. ಇದು ತಾನು ಈ ದಿನ ಹೊಸದಾಗಿ ಆಡಿರುವ ಮಾತಲ್ಲ. ಹಿಂದೆ ಹಲವು ಸಲ ಆಡಿದ್ದೇನೆ. ಒಮ್ಮೆ ಅವಳು ಪ್ರತಿಯಾಗಿ 'ನಾನಂತೂ ಕಪ್ಪು ಡೈ ಹಚ್ಚಿಕೊಳ್ಳಲು ತಯಾರು. ಆದರೆ ನೀನು ನಿನ್ನ ಗಡ್ಡಕ್ಕೂ ಡೈ ಮಾಡಿಸಿಕೊಬೇಕಾಗುತ್ತೆ. ಓ.ಕೆ.?' ಎಂದಿದ್ದಳು. ಉದ್ದವಾದ ಮೌಲಾನಾ ಗಡ್ಡಕ್ಕಾದರೆ ಮಾಡಿಸಿಕೊಳ್ಳಬಹುದು. ಆದರೆ ತನ್ನದು ಮಾರ್ಕ್ಸಿಸ್ಟ್ ಅಥವಾ ಬುದ್ಧಿಜೀವಿ ರೂಪದ ಗಡ್ಡ. ವಾರಕ್ಕೊಂದು ದಿನ ಟ್ರಿಮ್ ಮಾಡಿಸುತೀನಿ. ಡೈ ಮಾಡಿದ ಭಾಗ ಕತ್ತರಿಸಿ ಹೋಗ್ತದೆ. ಪ್ರತಿವಾರವೂ ಡೈ ಮಾಡಿಸಿದರೆ ಚರ್ಮ ಸುಲೀತದೆ. ಅಲ್ಲದೆ ಬಿಳಿಕೂದಲು ಮುಪ್ಪಿನ ಗುರುತಲ್ಲ. ಹೆಂಗಸಿನ ಸಂಗತಿ ಹಾಗಲ್ಲ. ಆದರೆ ಹಾಗೆ ಹೇಳಿದರೆ ಇವಳು ಒಪ್ಪೊದಿಲ್ಲ; ಸಮಾನತೆಯ ಮಾತನಾಡ್ತಾಳೆ. ಎಂಬುದೆಲ್ಲ ನೆನಪಿಗೆ ಬಂದು ಸುಮ್ಮನಾದ.

ಚಹಾ ಬಿಸ್ಕತ್ತು ತಂದುಕೊಟ್ಟ ವೇಟರ್ ರಾತ್ರಿಯ ಊಟಕ್ಕೆ ಏನು ಮಾಡಬೇಕೆಂದು ಕೇಳಿದಾಗಲೂ ಅವಳು ಆಯ್ಕೆಯನ್ನು ಹೇಳಲಿಲ್ಲ. ಹೋಟೆಲಿಗೆ ಹೋದಾಗಲೆಲ್ಲ ಊಟದ

ಆರ್ಡರ್ ಮಾಡುತ್ತಿದ್ದವಳು ಅವಳೇ. ಈಗ ನಿಮಗೆ ಖುಷ್ ಆದದ್ದನ್ನ ಹೇಳಿ ಎಂದು ಚಹಾದ ಕಪ್ಪನ್ನು ಕೈಲಿ ಹಿಡಿದು ಮತ್ತೆ ಕಿಟಕಿಯ ಹತ್ತಿರಕ್ಕೆ ಹೋದಳು. ಅಮೀರನೇ 'ಸಿಕ್ಕಿದರೆ ಚಿಕನ್ ಪುಲಾವ್. ಇಲ್ಲದಿದ್ದರೆ ಬಿರಿಯಾನಿ' ಎಂದ. ಏನೂ ಸಿಕ್ಕೂದಿಲ್ಲ ಸಾರ್ ಇವತ್ತು. ಬೇರೆ ಯಾವ ಗೆಸ್ಟೂ ಇಲ್ಲ. ಬರೀ ವೆಜಿಟೇರಿಯನ್ ಮಾಡಿಕೊಡ್ತೀನಿ. ಚಪಾತಿ, ಆಲೂಗಡ್ಡೆ ಪಲ್ಯ. ಅನ್ನ, ಸಾಂಬಾರ್, ಮೊಸರು. ವೇಟರ್ ಉತ್ತರಿಸಿದಾಗ ಅವನಿಗೆ ಸಿಟ್ಟು ಬಂತು. 'ಏನಯ್ಯಾ, ಇವತ್ತು ಬೆಳಗಿನಿಂದ ಬರೀ ವೆಜಿಟೇರಿಯನ್‌ನಲ್ಲೇ ಬದುಕಿದೀನಿ. ಒಪ್ಪೊತ್ತಾದರೂ ನಾನ್‌ವೆಜ್ ಇಲ್ಲದಿದ್ದರೆ ಕೈ ಕಾಲಿನಲ್ಲಿ ತಾಖತ್ ಬರಬೇಕೋ ಹ್ಯಂಗೆ? ನಿಮ್ಮಲ್ಲಿ ಊಟದ ವ್ಯವಸ್ಥೆ ಸರಿ ಇಲ್ಲ ಅಂತ ಕಂಪ್ಲೇಂಟ್ ಮಾಡಲೆ? ನಾವು ಸರ್ಕಾರದ ಅತಿಥಿಗಳು' ಎಂದ. ಆದರೂ ವೇಟರು ಅಸಹಾಯಕ ನಗೆ ನಗುತ್ತಾ ನಿಂತಿದ್ದ. ಸರ್ಕಾರಿ ಅತಿಥಿಗೃಹಗಳ ಸ್ಥಿತಿಗತಿಗಳು ಅಮೀರನಿಗೆ ಗೊತ್ತಿಲ್ಲದ ಸಂಗತಿಗಳಲ್ಲ. ಆದರೂ ತುಸು ರೋಫ಼್ ತೋರಿಸದಿದ್ದರೆ ಇನ್ನೂ ಅಲಕ್ಷ್ಯಮಾಡುತ್ತಾರೆ ಎಂಬ ಮುನ್ನೋಟದಿಂದ ಅವನು ಮಾತನಾಡಿದ್ದ. 'ಆಯಿತು. ಈಗ ಏನಿದೆಯೋ ಅದನ್ನ ಮಾಡು. ಬೆಳಗ್ಗೆ ಬ್ರೇಕ್‌ಫ಼ಾಸ್ಟಿಗೆ ಆಮ್ಲೆಟ್ ಆಗಲೇಬೇಕು,' ಎಂದಾಗ ವೇಟರು ಮಾಡ್ತೀನಿ ಸಾರ್. ಈಗಲೇ ಹೊಸಪೇಟೆಯಿಂದ ಅಂಡಾ ತರುಸ್ತೀನಿ ಎಂದು ಹೇಳಿ ಹೋದ.

ಬೆಳಗಿನಿಂದ ಹಂಪಿಯಲ್ಲಿ ಸುತ್ತುವಾಗ ಜಿನುಗಿ ಮೆತ್ತಿಕೊಂಡ ಬೆವರಿನಿಂದ ಮೈ ಎಲ್ಲ ಅಸಹ್ಯವಾಗುತ್ತಿತ್ತು. ಅವನು ಸ್ನಾನದ ಕೊಠಡಿಗೆ ಹೋಗಿ ತೃಪ್ತಿಯಾಗುವಷ್ಟು ಹೊತ್ತು ಶವರ್ ಕೆಳಗೆ ನಿಂತಿದ್ದ. ಸೋಪು ತಿಕ್ಕಿ ಶುಭ್ರ ಮಾಡಿಕೊಂಡು ಚಡ್ಡಿ ಬನಿಯನ್‌ಗಳನ್ನು ಬದಲಿಸಿ ಹೊರಗೆ ಬಂದರೂ ಅವಳು ಕಿಟಕಿಯಿಂದ ಹೊರಗೆ ನೋಡುತ್ತಲೇ ಕುಳಿತಿದ್ದಳು. ಅವನು ಒಗೆದು ಇಸ್ತ್ರಿಯಾದ ಪ್ಯಾಂಟು ಸ್ಲ್ಯಾಕ್‌ಗಳನ್ನು ತೊಟ್ಟು ಚಪ್ಪಲಿಮೆಟ್ಟಿ 'ನಾನು ಇಲ್ಲೇ ಡ್ಯಾಮ್ ಮೇಲೆ ಅರ್ಧಗಂಟೆ ತಿರುಗಾಡಿಕೊಂಡು ಬರ್ತೀನಿ' ಎಂದು ಅವಳಿಗೆ ಹೇಳಿ ಹೊರಬಿದ್ದ. ಅಣೆಕಟ್ಟೆಯ ಮೇಲೆ ಮಾತ್ರ ತಣ್ಣನೆಯ ಗಾಳಿ. ಇಡೀ ಪ್ರಾಂತ್ಯ ಒಂದು ಕುಲುಮೆ. ಹಂಪೆಯಂತೂ ನರಕ, ಜಹನ್ನುಮ್. ಎಲ್ಲ ಬಿಟ್ಟು ಇಲ್ಲಿ ಯಾಕೆ ರಾಜಧಾನಿ ಕಟ್ಟಿದರು? ಸುರಕ್ಷೆ ಅಂತಲೆ? ಹಕ್ಕ ಬುಕ್ಕರಂಥ ಕುರಿ ಕಾಯುವವರು ಇದ್ದ ಜಾಗ; ಅದನ್ನೇ ರಾಜಧಾನಿ ಮಾಡಿಕೊಂಡಿರಬಹುದು ಎಂಬ ಊಹೆ ಬಂತು. ಇವೆಲ್ಲ ಹಿನ್ನೆಲೆ ವಿವರಣೆ, ರಜಿಯಾ ಮಾಡ್ತಾಳೆ. ಅವಳ ಜವಾಬ್ದಾರಿ, ಎಂಬ ಪರಿಹಾರ ಕಂಡಿತು. ಯಾಕೆ ಇಷ್ಟೊಂದು ಮೂಡಿಯಾಗಿದಾಳೆ ಸಂಜೆಯಿಂದ? ಇಲ್ಲ, ಮಧ್ಯಾಹ್ನದಿಂದ ಎಂಬ ನೆನಪಾಯಿತು. ಕಲಾವಿದರು ಅಂದರೆ ಮೂಡಿಯೇ. ನಾನೂ ಕಲಾವಿದನೇ. ಆದರೆ ಮೂಡ್‌ಗೆ ಅತಿಯಾದ ಬೆಲೆ ಕೊಟ್ಟು ಕಾಯುತ್ತಾ ಕೂತರೆ ಕೆಲಸವಾಗೂದು ಹೇಗೆ? ನನಗೂ ಇವಳಿಗೂ ಎಷ್ಟೋ ಸಲ ಇದಕ್ಕಾಗಿಯೇ ಜಗಳವಾಗಿದೆ. ಸಿನಿಮಾ ತಯಾರಿಕೆಯಂಥ ಕಲೆಯಲ್ಲಿ ಮೂಡ್ ಬಂದಿಲ್ಲ ಅಂತ ಒಬ್ಬ ಸುಮ್ಮನೆ ಕೂತುಬಿಟ್ಟರೆ ಉಳಿದ ನೂರು ಜನ ಬೊಂಬಡ ಹೊಡೀತಾ ಕೂತಿರಬೇಕು. ದುಡ್ಡು ಸುರಿಯೋ ನಿರ್ಮಾಪಕ ನೇಣುಗಟ್ಟಿಕೊಬೇಕು. ಅದೃಷ್ಟಕ್ಕೆ ಇವಳದ್ದು ಸ್ಟೋರಿ, ಸ್ಕ್ರಿಪ್ಟ್, ಸ್ಕ್ರೀನ್ ಪ್ಲೇ ರೈಟಿಂಗ್. ಶೂಟಿಂಗ್ ಸಮಯದಲ್ಲಿ

ಇವಳ ಪಾತ್ರ ಕಡಮೆ. ಆದರೂ ಒಪ್ಪಿಕೊಂಡ ಯಾವ ಸ್ಕ್ರಿಪ್ಟ್‌ನ್ನೂ ಸಮಯಕ್ಕೆ ಸರಿಯಾಗಿ ಕೊಟ್ಟಿಲ್ಲ, ಎಂಬ ನೆನಪಾದಾಗ ಅಮೀರನಿಗೆ ಕೋಪ ಬಂತು. ಇದಕ್ಕೂ ಹಾಗೆ ಮಾಡ್ತಾಳೆಯೊ? ಕೇಂದ್ರ ಸರ್ಕಾರದ ಹೆರಿಟೇಜ್ ಇಲಾಖೆಯವರು ದೇಶದ ಎಲ್ಲ ಪ್ರಮುಖ ಹೆರಿಟೇಜ್ ಸ್ಥಳಗಳನ್ನೂ ಚಲನಚಿತ್ರದಲ್ಲಿ ತೆಗೆದು ಪ್ರಚಾರಮಾಡುವ ಯೋಜನೆಯಡಿಯಲ್ಲಿ ಹಂಪೆಯದು ಮಾಡಲು ನನಗೆ ವಹಿಸಿದಾರೆ. ವಾಸ್ತವಾಂಶ ಅಂದರೆ ನೋಡುವವರ ಮನಸ್ಸಿನಲ್ಲಿ ಹುಟ್ಟುವ ಮುಸ್ಲಿಂ ವಿರೋಧಿ ಭಾವನೆಗಳನ್ನು ತೊಡೆದು ಹಾಕುವ ರೀತಿಯಲ್ಲಿ ಭಗ್ನಾವಶೇಷಗಳ ಸಾಕ್ಷ್ಯಚಿತ್ರ ಮಾಡಿಸಬೇಕು ಅಂತ ಸರ್ಕಾರದ ಅಲಿಖಿತ ಉದ್ದೇಶ ಎಂದುಕೊಳ್ಳುವಾಗ ಸರ್ಕಾರದ ತೀರ್ಮಾನದ ಹಿನ್ನೆಲೆ ನೆನಪಿಗೆಬಂತು. ಇತ್ತೀಚೆಗೆ ದೇಶದಲ್ಲಿ ಹಿಂದೂ ಮೂಲಭೂತವಾದ ಬಡಕಾಯಿಸುತ್ತಿದೆ. ಬಹುಸಂಖ್ಯಾತರು ಮೂಲಭೂತವಾದಿಗಳಾದರೆ ದೇಶದ ಐಕ್ಯತೆ ಉಳಿಯುವುದೆಂತು? ಈ ಮೂಲಭೂತ ಮನೋಭಾವದ ಪರಿಣಾಮವಾಗಿ ಒಂದು ತಿಂಗಳಾಯಿತಲ್ಲವೆ? ಒಂದು ತಿಂಗಳ ಮೇಲೆ ಎಂಟು ದಿವಸ, ಇಡೀ ರಾಷ್ಟ್ರದ ಎದೆಯು ಝಲ್ ಎನ್ನುವಂತೆ, ಅಲ್ಪಸಂಖ್ಯಾತರ ಸುರಕ್ಷಾ ಭಾವವು ಕುಸಿದು ಬೀಳುವಂತೆ, ಇಂಡಿಯಾದ ಗೌರವವು ಅಂತಾರಾಷ್ಟ್ರೀಯ ಮಟ್ಟದಲ್ಲಿ ನೆಲಕಚ್ಚುವಂತೆ ಮಾಡಿದ ಘಟನೆ. ನಾನು ಅಯೋಧ್ಯೆಗೆ ಹೋಗಿ ನೋಡಿಲ್ಲ. ಅಲ್ಲಿಗೆ ಎಲ್ಲರಿಗೂ ಪ್ರವೇಶವನ್ನು ನಿಷಿದ್ಧಗೊಳಿಸಿದ್ದಾರಂತೆ, ಸಾವಿರಾರು ಪೋಲೀಸರ ಕಾವಲು. ಒಂದು ತಿಂಗಳ ಮೇಲೆ ಎಂಟು ದಿವಸ, ಅಲ್ಪಸಂಖ್ಯಾತರ ಪವಿತ್ರ ಪ್ರಾರ್ಥನಾಸ್ಥಳ ಬಾಬರಿಮಸೀದಿಯನ್ನು ಒಡೆದು ಕೆಡವಿ, ಪೋಲೀಸ್ ಪಹರೆ ಹಾಕಿದರೆ ಸಾಲದು, ದೇಶದ ಸಮಸ್ತರಲ್ಲಿಯೂ ಸಹಿಷ್ಣುತೆಯನ್ನು ಬೆಳೆಸುವ ಅಡಿಪಾಯ ಮಟ್ಟದ ಕಾರ್ಯಕ್ರಮ ಹಾಕಿಕೊಂಡಿದ್ದಾರಂತೆ ಸರ್ಕಾರದವರು, ಆಳುವ ಪಕ್ಷದವರು, ಜಾತ್ಯತೀತರು, ಎಡರಂಗದವರು: ಶಿಕ್ಷಣದ ಮೂಲಕ, ಮಾಧ್ಯಮದ ಮೂಲಕ, ಅಲ್ಪಸಂಖ್ಯಾತರಿಗೆ ಎದ್ದು ಎದ್ದು ಕಾಣುವಷ್ಟು ಪ್ರಾತಿನಿಧ್ಯ ಕೊಡುವ ಮೂಲಕ, ಅಲ್ಪಸಂಖ್ಯಾತರನ್ನು ಯಾವುದೇ ವಿಧವಾಗಿ ಟೀಕಿಸುವವರನ್ನು ಮುಲಾಜಿಲ್ಲದೆ ಬಗ್ಗುಬಡಿಯುವ ಮೂಲಕ. ಈ ಸಾಕ್ಷ್ಯಚಿತ್ರದ ನಿರ್ಮಾಣ ನಿರ್ದೇಶನವನ್ನು ನನಗೇ ಕೊಟ್ಟದ್ದು ಅಲ್ಪಸಂಖ್ಯಾತನೆಂದೋ ಅಥವಾ ಪ್ರತಿಭಾಶಾಲಿ ಎಂದೋ? ಎಂಬ ಪ್ರಶ್ನೆಹುಟ್ಟಿತು. ಅವರ ಪರಿಗಣನೆ ಏನೇ ಇರಲಿ, ನಾನೊಬ್ಬ ಪ್ರತಿಭಾಶಾಲಿ ನಿರ್ದೇಶಕ, ಇಲ್ಲದಿದ್ದರೆ ಕೊಡುತ್ತಿರಲಿಲ್ಲ. ನಾನು ಒಪ್ಪಿಕೊಳ್ಳುತ್ತಲೂ ಇರಲಿಲ್ಲ. ಇದನ್ನ ಸರಿಯಾಗಿ ಸಕಾಲದಲ್ಲಿ ಮಾಡಿಕೊಟ್ಟರೆ ಉಳಿದವನ್ನೂ ಕೊಡುವ ಇಂಗಿತ ವ್ಯಕ್ತಪಡಿಸಿದಾರೆ. ಒಂದೊಂದೂ ಹತ್ತಾರು ಲಕ್ಷ ಲಾಭವಾಗುವ ಯೋಜನೆ. ಹಂಪೆ ನಾವು ಹಿಂದೆ ನೋಡಿದ್ದ ಸ್ಥಳವೇ. ಈಗ ಮತ್ತೆ ಹೊಸದಾಗಿ ನೋಡಿದನಂತರ ಅವಳು ನಾಲ್ಕು ಗ್ರಂಥಗಳನ್ನು ಓದಿ ಪ್ರಸ್ತಾವನೆ ಕೊಡಬೇಕು. ನಿರ್ದೇಶಕನಾದ ನಾನು ಕ್ಯಾಮೆರಾ ಮ್ಯಾನ್‌ನಿಂದ ತೆಗೆಸಿ ಜೋಡಿಸಿದ ಚಿತ್ರಗಳಿಗೆ ತಕ್ಕ ಹಿನ್ನೆಲೆ ವಿವರಣೆಯನ್ನು ಸಿದ್ಧಪಡಿಸಬೇಕು. ಶೂಟಿಂಗ್ ಸಮಯದಲ್ಲಿ ಅವಳೂ ಇದ್ದರೆ ಒಳ್ಳೆಯದು. ಇರಲೇಬೇಕು. ಬರೀ ಮೂಡ್ ಅಲ್ಲ, ಮಂಕಾಗಿಯೂ ಇದ್ದಾಳೆ, ಎಂಬ ಹೊಸ ಅರಿವು ಕಾಣಿಸಿದಾಗ, ಮಂಕಲ್ಲ, ಬಳಲಿಕೆ. ಆ ಬಿಸಿಲು. ಕಾದಬಂಡೆಗಳ ಜಳ. ಜೊತೆಗೆ ಕಾರ್

ಇದ್ದರೂ ಒಂದೊಂದು ಸ್ಥಳದಲ್ಲೂ ನಡೆದು ನಿಂತು ನೋಡುವ ದಣಿವೇನು ಕಡಮೆಯೆ? ಮೂರುದಿನಗಳಿಂದ. ಐವತ್ತನಾಲ್ಕು ವರ್ಷವಾಯಿತು. ದಣಿವಿದ್ದೇ ಇರುತ್ತೆ. ನನಗೂ ಅಷ್ಟೇ ವಯಸ್ಸು. ನಾನೇಕೆ ಅಷ್ಟು ಬಳಲಿಲ್ಲ? ಸ್ನಾನ ಮಾಡಿ ಹಾಯಾಗಿ ವಾಕಿಂಗ್ ಮಾಡ್ತಿದೀನಿ, ಎಂಬ ವ್ಯತ್ಯಾಸ ಕಾಣಿಸಿದಾಗ ಯಾರು ಎಷ್ಟೇ ಬಡಕೊಳ್ಳಲಿ ಹೆಂಗಸು ಅಂದರೆ ಅಬಲೆ ಅನ್ನುವ ಸತ್ಯವನ್ನ ಹೋಗಲಾಡಿಸುಕ್ಕೆ ಸಾಧ್ಯವಿಲ್ಲ. ದೈಹಿಕವಾಗಿಯೂ ಅಷ್ಟೆ. ಬುದ್ಧಿ ಮನಸ್ಸುಗಳಲ್ಲಿಯೂ ಅಷ್ಟೆ. ದೈವಸೃಷ್ಟಿ ಸುಳ್ಳಲ್ಲ ಎಂದುಕೊಂಡ.

ಅವಳು ರಾತ್ರಿ ಊಟ ಮಾಡುವಾಗಲೂ ಅಂತರ್ಮನಸ್ಕಳಾಗಿದ್ದಳು. ಮಲಗಿದಾಗ ಅವನು ಕೇಳಿದ: 'ನೋಡಬೇಕಾದದ್ದನ್ನೆಲ್ಲ ನೋಡಿ ಆಯಿತು. ನೋಡಿದ್ದು ಮುಗಿಯುತ್ತೆ ಅಂತ ತಿಳಿದಿದ್ದರೆ ಇವತ್ತೇ ರಾತ್ರಿ ರೈಲಿಗೆ ಬೆಂಗಳೂರಿಗೆ ಹಿಂತಿರುಗಬಹುದಿತ್ತು. ನಾಳೆ ಹಗಲೆಲ್ಲ ಈ ಗೆಸ್ಟ್ ಹೌಸಿನಲ್ಲಿ ವಿಶ್ರಾಂತಿ ಪಡೆದು ರಾತ್ರಿ ರೈಲು ಹತ್ತೋಣ. ನಿನಗೆ ಓದುವ ಕೆಲಸವಿದೆ. ಅಥವಾ ಈಗ ಓದಿರೂ ನೆನಪಿನ ಮೇಲೆ ಪ್ರಸ್ತಾವನೆ ಬರೀತಿಯಾ? ಒಂದೊಂದು ಐಟಮ್ ತೋರಿಸುವಾಗಲೂ ವಿವರಣೆ ಕೊಡುಕ್ಕೆ ವಿಶೇಷವಾಗಿ ಓದಬೇಕಾ ಗುತ್ತೆ. ಸರಿಯಾದ ಗೈಡ್‌ಗಳನ್ನ ಹಿಡಿದರೆ ಒಂದಿಷ್ಟು ಮಾಹಿತಿ ಸಿಕ್ಕಬಹುದು.'

ಅವಳು ಈಗಲೂ ಮಾತನಾಡಲಿಲ್ಲ. ಬರೀ ಲಹರಿಯೋ ಅಥವಾ ನನ್ನ ಮೇಲೆ ಮುನಿಸಿಕೊಂಡಿದಾಳೆಯೋ? ಎಂಬ ಅನುಮಾನ ಬಂತು. ಮುನಿಸಿಕೊಳ್ಳುಕ್ಕೆ ನಾನು ಮಾಡಿರೂದಾದರೂ ಏನು? ಎಂದು ಬೆಳಗಿನಿಂದ ಸಂಜೆಯವರೆಗಿನ ಅವಧಿಯನ್ನು ಜ್ಞಾಪಿಸಿಕೊಂಡ. ಏನೂ ಗೋಚರಿಸಲಿಲ್ಲ. ಹೆಂಗಸಿನ ಮುನಿಸಿಗೆ ವಿವೇಚನಾಯುತವಾದ ಕಾರಣವಿರಲೇಬೇಕೆಂದಿಲ್ಲ ಎಂದುಕೊಂಡ. ತಾನು ಮತ್ತೆ ಮಾತನಾಡಲು ಏನೂ ತೋಚಲಿಲ್ಲ. ಇನ್ನೂ ಇನ್ನೂ ಮಾತನಾಡುವುದು ತನ್ನ ಆತ್ಮಗೌರವಕ್ಕೂ ಕುಂದು ಎನ್ನಿಸಿತು. ಆತ್ಮಗೌರವ ವನ್ನು ಕೆಣಕಿರುವ ಇಂಥ ಸಂದರ್ಭಗಳು ಎಷ್ಟೋ ಬಂದು ಹೋಗಿವೆ. ದಾಂಪತ್ಯಜೀವನದ ಒಂದು ಅಂಗ ಅಂತ ನಾನು ಸಮಾಧಾನ ತಂದುಕೊಂಡು ದಾಟಿಸಿದ್ದೇನೆ ಎಂಬ ನೆನಪೂ ಬಂತು.

ಕಿಟಕಿಯಿಂದ ತಣ್ಣನೆಯ ಗಾಳಿ ಬಿಸುತ್ತಿತ್ತು. ಅಲೆ ಎದ್ದ ನೀರು ಅಣೆಕಟ್ಟೆಗೆ ಎದ್ದು ಎದ್ದು ಒದೆದು ಹಿಂದೆ ಹರಿಯುತ್ತಿದ್ದ ಸದ್ದು ಕೇಳತೊಡಗಿತ್ತು. ಕಿಟಕಿಯ ಹತ್ತಿರಕ್ಕೆ ಹೋಗಿ ನಿಂತರೂ ಕತ್ತಲೆಯಲ್ಲಿ ಏನೂ ಕಾಣುವುದಿಲ್ಲವೆಂದು ಅವನು ಸುಮ್ಮನೆ ಮಲಗಿದ. ಸ್ವಲ್ಪ ಹೊತ್ತಿನನಂತರ ಅವಳೇ ಮಾತನಾಡಿದಳು: 'ಪ್ರಸ್ತಾವನೆ, ಹಿನ್ನೆಲೆಯ ವ್ಯಾಖ್ಯಾನ ಹೇಳುವುದು ಅಷ್ಟು ಸುಲಭವಲ್ಲ. ಕ್ಯಾಮರಾದಲ್ಲಿ ವಾಸ್ತವ ಸಂಗತಿಗಳನ್ನು ತೋರಿಸುವಾಗ ಅವುಗಳ ನಿಜವಾದ ಕಾರಣವನ್ನು ವ್ಯಾಖ್ಯಾನದಲ್ಲಿ ಹೇಳಲೇಬೇಕಾಗುತ್ತೆ. ಇಲ್ಲದಿದ್ದರೆ ಇವರದು ಸುಳ್ಳು ವ್ಯಾಖ್ಯಾನ ಅಂತ ಪ್ರೇಕ್ಷಕರು ತಕ್ಷಣ ನಿರ್ಧರಿಸಿಬಿಡ್ತಾರೆ. ಮನುಷ್ಯನ ಕಣ್ಣುಗಳಿಗಿಂತ

ಕ್ಯಾಮರಾದ ಕಣ್ಣು ಸಾವಿರಪಾಲು ಶಕ್ತಿಶಾಲಿ. ಈ ಮುಜುಗರಬೇಡ ಅನ್ನೂದಾದರೆ ಅಂಥ ವಾಸ್ತವ ಸಂಗತಿಗಳನ್ನೆಲ್ಲ ಕೈ ಬಿಡಬೇಕು. ಅವನ್ನ ಕೈ ಬಿಟ್ಟು ಹಂಪಿಯನ್ನು ಕುರಿತು ಎಂಥ ಸಾಕ್ಷ್ಯಚಿತ್ರ ತಯಾರಿಸುಕ್ಕೆ ಸಾಧ್ಯ?'

ಅವಳು ಮಾತನಾಡಿದ್ದರಿಂದ ಅವನಿಗೆ ತುಸು ನಿರಾಳವಾಯಿತು. 'ಉದಾಹರಣೆ ಕೊಟ್ಟು ನೇರವಾಗಿ ಹೇಳು. ಮುಜುಗರ, ಸುಳ್ಳು ನಿಜಗಳ ಪ್ರಶ್ನೆಯನ್ನ ಬಗೆಹರಿಸಿಕೊಳ್ಳುವ ಶಕ್ತಿ ಕಲಾವಿದನಿಗೆ ಇರುವಷ್ಟು ಬೇರೆ ಯಾರಿಗೂ ಇಲ್ಲ ಅನ್ನೂದು ನಿನಗೂ ಗೊತ್ತಿದೆ.'

'ಉಗ್ರ ನರಸಿಂಹನ ವಿಗ್ರಹ ನೋಡಿದೆವಲ್ಲ. ಉಗ್ರ ನರಸಿಂಹನೋ ಲಕ್ಷ್ಮೀ ನರ ಸಿಂಹನೋ ಈ ಭಗ್ನಸ್ಥಿತಿಯಲ್ಲಿ ಸರಿಯಾಗಿ ಗೊತ್ತಾಗುವುದಿಲ್ಲ. ಎಂಥ ಸುಂದರ ಶಿಲ್ಪ! ಆ ಗಾತ್ರ, ಪ್ರಮಾಣ ಬದ್ಧತೆ, ಎದುರು ನಿಂತು ನೋಡುವಾಗ ಉಂಟಾಗುವ ಅಲೌಕಿಕಭಾವ! ಅದರ ಕೈ ಕಾಲುಗಳನ್ನು ಯಾರು ಒಡೆದು ನಾಶ ಮಾಡಿದರು? ವಿಜಯ ವಿಠ್ಠಲ ದೇವಾ ಲಯವನ್ನು ಯಾರು ಒಡೆದು ಹಾಕಿದರು? ನರಸಿಂಹನಿಗೂ ಆ ಎತ್ತರದ ಒಂದು ಗುಡಿ ಇತ್ತು. ಅದಕ್ಕೆ ಮರದ ತುಂಡುಗಳನ್ನ ತುಂಬಿ ಬೆಂಕಿ ಹಚ್ಚಿ ಶಾಖದಲ್ಲಿ ಗುಡಿ ಮತ್ತು ವಿಗ್ರಹಗಳನ್ನು ಬಿರುಕು ಬಿಡಿಸಿದ ಮೇಲೆ ವಿಗ್ರಹದ ಕೈಕಾಲುಗಳನ್ನು ಕೊಚ್ಚಿ ಹಾಕಿದಾರೆ. ವಿಜಯ ವಿಠ್ಠಲಕ್ಕೂ ಹಾಗೆಯೇ ಮರದ ತುಂಡುಗಳನ್ನ ತುಂಬಿ ಬೆಂಕಿ ಹೊತ್ತಿಸಿದ ನಂತರ ಎರಡನೆ ಹಂತದ ನಾಶ ಮಾಡಿದಾರೆ ಅನ್ನೂದು ಯಾರಿಗಾದರೂ ಸ್ಪಷ್ಟವಾಗುತ್ತೆ. ಯಾಕೆಂದರೆ ಸುಟ್ಟ ಕಲ್ಲಿನ ಕುರುಹುಗಳು ಇನ್ನೂ ಇವೆ. ಹೀಗೆಯೇ ಇತರ ದೇವಸ್ಥಾನಗಳು, ವಿಗ್ರಹಗಳು. ಇವುಗಳನ್ನೆಲ್ಲ ಯಾರು ಯಾವ ಕಾರಣಕ್ಕೆ ಧ್ವಂಸ ಮಾಡಿದರು ಅನ್ನೂದ ಹೇಳದೆ ಇದ್ದರೆ ವಿವರಣೆ ಅಪ್ರಾಮಾಣಿಕವಾಗುತ್ತೆ.'

'ಜರೂರ್ ಹೇಳಬೇಕು. ಮಧ್ಯಕಾಲೀನ ಪಾಳೇಗಾರಿಕೆ ಹಾಗೂ ಪಾಳೆಗಾರಿಕೆಯ ಶಕ್ತಿಗಳು ಹಾಳು ಮಾಡಿದವು ಅನ್ನೂದ ಮನದಟ್ಟು ಮಾಡಬೇಕು. ನನ್ನದೇ ಒಂದು ಒಳ ನೋಟವಿದೆ. ಸಮಸ್ತ ಬುದ್ಧಿಜೀವಿಗಳೂ ಒಪ್ಪುವಂಥದು. ವಿಜಯನಗರವು ಆ ಕಾಲಕ್ಕೆ ಸರಿಸಾಟಿ ಇಲ್ಲದಂಥ ಐಶ್ವರ್ಯದ ಕೇಂದ್ರವಾಗಿದ್ದುದು ನಿಜ. ಮುತ್ತುರತ್ನಗಳನ್ನು ಬಳ್ಳಗಳಲ್ಲಿ ಅಳೆಯುತ್ತಿದ್ದ ವ್ಯಾಪಾರ ಕೇಂದ್ರವಾಗಿದ್ದುದೂ ನಿಜ. ಅಷ್ಟೊಂದು ಸಂಪತ್ತು ಒಂದೆಡೆ ಕೇಂದ್ರಿತವಾಗಿತ್ತು ಅಂದರೆ ಏನನ್ನು ತೋರಿಸುತ್ತೆ? ಶ್ರಮಿಕವರ್ಗದ ರಕ್ತ ಹೀರಿ ಬಂಡವಾಳ ಶಾಹಿಯು ಕೊಬ್ಬು ಬೆಳೆಸಿತ್ತು. ಸಂಪತ್ತಿನ ನ್ಯಾಯಯುತ ವಿತರಣೆಯಾಗುತ್ತಿರಲಿಲ್ಲ. ಶ್ರಮಿಕ ವರ್ಗವು ರೊಚ್ಚಿಗೆದ್ದು ಒಳಗೇ ವಿದ್ರೋಹ ಬಗೆದು ಶತ್ರು ರಾಜರನ್ನು ಗುಟ್ಟಿನಲ್ಲಿ ಆಹ್ವಾನಿಸಿತು. ಶತ್ರುಗಳು ದಂಡೆತ್ತಿ ಬಂದಾಗ ಅವರಿಗೆ ಸಹಕಾರ ನೀಡಿತು. ತಮಗೆ ತಕ್ಕ ಪ್ರತಿಫಲ ನೀಡದೆ ತಮ್ಮ ಧಾರ್ಮಿಕನಂಬಿಕೆಗಳನ್ನು ಕಲ್ಲಿನಲ್ಲಿ ವಿಗ್ರಹ ಮತ್ತು ದೇವಾಲಯಗಳ ರೂಪದಲ್ಲಿ ವಿಜೃಂಭಿಸಿಕೊಂಡದ್ದರ ವಿರುದ್ಧ ತಾವೇ ಮರದ ತುಂಡುಗಳನ್ನು ತುಂಬಿ ಬೆಂಕಿ ಇಟ್ಟು ಹೊತ್ತಿಸಿ ನಾಶ ಮಾಡಿ ಅನಂತರ ಚಿಮ್ಮಟಿಕೆಗಳಿಂದ ಬಡಿದು ಸೇಡು ತೀರಿಸಿಕೊಂಡಿತು. ಹೀಗೆ ಅರ್ಥೈಸಿದರೆ ಹೇಗೆ? ರಾಷ್ಟ್ರದ ಬುದ್ಧಿಜೀವಿಗಳೆಲ್ಲ ಸ್ವಾಗತಿಸುತ್ತಾರೆ.'

ಅವಳು ಮಾತನಾಡಲಿಲ್ಲ. ತನ್ನ ಹೊಸ ವ್ಯಾಖ್ಯೆಯಿಂದ ಸ್ವಯಂ ಉತ್ತೇಜಿತನಾಗಿದ್ದ

ಅವನಿಗೆ ಅವಳ ಮೌನದಿಂದ ತಣ್ಣೀರೆರಚಿದಂತಾಯಿತು. ತುಸು ಹೊತ್ತಿನನಂತರ ಅವಳು ಉತ್ತರಿಸಿದಳು: 'ಕೈಗಾರಿಕಾ ಕ್ರಾಂತಿಯನಂತರ ಬಂದ ಶ್ರಮಿಕವರ್ಗದ ಚಳವಳಿಯನ್ನು ಕೃಷಿಯ ಯುಗಕ್ಕೆ ಅನ್ವಯಿಸುವುದು ಅತಿಅನ್ವಯವಾಗುತ್ತೆ. ಅಲ್ಲದೆ ಈ ದೇವಾಲಯಗಳನ್ನು ಕಟ್ಟಿದವರು ತಾಜಮಹಲ್ ಕಟ್ಟಿದ ಕೂಲಿಗಳಂತೆ ಕೇವಲ ಹೊಟ್ಟೆಗಾಗಿ ದುಡಿದವರಲ್ಲ. ಈ ದೇವಾಲಯ ಈ ವಿಗ್ರಹಗಳು ಅವರ ಶ್ರದ್ಧೆಯ ಅಭಿವ್ಯಕ್ತಿಯೂ ಆಗಿದ್ದವು. ಅವನ್ನೂ ತಾವೇ ಬೆಂಕಿ ಇಟ್ಟು ಸುಟ್ಟು ಚಿಮ್ಮಟಿಕೆಗಳಿಂದ ಹೊಡೆದು ಭಿನ್ನಗೊಳಿಸುವುದು ಆ ಜನರ ರಕ್ತಗುಣಕ್ಕೆ ವಿರೋಧವಾದದ್ದು. ಯುದ್ಧದಲ್ಲಿ ಗೆದ್ದವರು ಸೋತವರ ಸಂಪತ್ತನ್ನು ದೋಚುವುದು ನಂಬಬಹುದಾದ ಮಾತೇ. ಆದರೆ ಸೋತವರ ದೇವಾಲಯ ಮತ್ತು ವಿಗ್ರಹಗಳನ್ನು ನಾಶಮಾಡಿದ ಪ್ರವೃತ್ತಿ ನನಗೆ ಅರ್ಥವಾಗುತ್ತಿಲ್ಲ.'

ಈಗ ಅವನು ಮೌನಿಯಾಗಿದ್ದ. ಅವಳು ಮುಂದುವರೆದಳು: "ನಾನು ಚಿಕ್ಕ ಹುಡುಗಿಯಾಗಿದ್ದಾಗ ಕಣ್ಣಾರೆ ಕಂಡ ಒಂದು ಸಂಗತಿ. ನಮ್ಮೂರು ನರಸಾಪುರಕ್ಕೂ ನಮ್ಮೂರಿನ ಕೆಳಭಾಗದಲ್ಲಿರುವ ಕಾಳೇನಹಳ್ಳಿಗೂ ಮೊದಲಿನಿಂದ ಹಗೆಯಿತ್ತು. ಗುಡ್ಡದ ಮೇಲೆ ಆಗುತ್ತಿದ್ದ ಮಳೆಯ ನೀರನ್ನು ನಮ್ಮೂರ ಕೆರೆಯು ತುಂಬಿಸಿ ಹಿಡಿದುಕೊಂಡುಬಿಡುತ್ತಿತ್ತು. ಕೆಳಭಾಗದಲ್ಲಿದ್ದ ಕಾಳೇನಹಳ್ಳಿಯ ಕೆರೆ ತುಂಬುತ್ತಿರಲಿಲ್ಲ. ಕೆರೆಯಲ್ಲಿ ತನುವಿಲ್ಲದೆ ಅವರ ತೋಟ ತುಡಿಕೆಗಳೂ ಒಣಗಿ ನಿಲ್ಲುತ್ತಿದ್ದವು. ಕೊಳ ಕಟ್ಟೆ ಭಾವಿಗಳ ಜಲದ ಕಣ್ಣೂ ಹಿಂಗುತ್ತಿತ್ತು. ಅಪೂರ್ವಕ್ಕೊಮ್ಮೆ ದೊಡ್ಡ ಮಳೆಗಳಾಗಿ ನಮ್ಮೂರ ಕೆರೆ ತುಂಬಿ ಕೋಡಿ ಹರಿದು ಕಾಳೇನಹಳ್ಳಿಯ ಕೆರೆ ತುಂಬಿದರೆ ಮಾತ್ರ ಅವರಿಗೆ ನೆಮ್ಮದಿ. ಅವರ ಕಣ್ಣೆಲ್ಲ ನಮ್ಮ ಕೆರೆಯ ಮೇಲೆ. ಒಂದು ಸಲ ಕಾಳೇನಹಳ್ಳಿಗೆ ನಿಜವಾಗಿಯೂ ಬರ ಬಂದಿತ್ತು. ಆ ಊರಿನ ಕೆಲವು ಯುವಕರು ರಾತ್ರಿಯ ಕತ್ತಲಿನಲ್ಲಿ ನಮ್ಮೂರ ಕೆರೆಯ ನಡುವಿನ ತೂಬಿನ ಹತ್ತಿರ ಆಳವಾಗಿ ಕನ್ನ ಹೊಡೆದು ಮೂರು ಡೈನಮೈಟ್ ಸಿಡಿಸಿ ಹೋಗಿಬಿಟ್ಟರು. ಇಡೀ ಕೆರೆಯ ನೀರು ನುಗ್ಗಿ ಹರಿಯತೊಡಗಿತು. ಬೆಳಗ್ಗೆ ಎದ್ದು ನಮ್ಮವರು ನೋಡುತ್ತಾರೆ. ಹರಿಯುವ ನೀರನ್ನು ನಿಲ್ಲಿಸುವ ಉಪಾಯ ಕಾಣುತ್ತಿಲ್ಲ. ಏರಿಯೇ ಒಡೆದು ಸೀಳಾಗಿದೆ. ಸುದ್ದಿ ತಿಳಿದು ಊರಿಗೆ ಊರೇ ಕೈಲಿ ದೊಣ್ಣೆ ಹಿಡಿದು ಒಂದೂವರೆ ಮೈಲಿ ದೂರದ ಕಾಳೇನಹಳ್ಳಿಗೆ ನುಗ್ಗಿತು. ದೊಡ್ಡ ಹೊಡೆದಾಟ. ಅವರೂ ಹೊಡೆದರು. ಇವರೂ ಹೊಡೆದರು. ನಮ್ಮದು ದೊಡ್ಡ ಸಂಖ್ಯೆ. ಎಷ್ಟೋ ಜನರಿಗೆ ಗಾಯವಾಯಿತು. ಕೈ ಕಾಲು ಮುರಿಯಿತು. ಎರಡು ಹೆಣಗಳು ಬಿದ್ದವು. ನಾನು ಹತ್ತುವರ್ಷದ ಹುಡುಗಿ. ಹೊಡೆದಾಟ ನೋಡುವ ಉತ್ಸಾಹದಿಂದ ಓಡಿ ಹೋದೆ. ಅಷ್ಟರಲ್ಲಿ ಹೊಡೆದಾಟ ಮುಗಿದು ನಮ್ಮವರು ಹಿಂತಿರುಗಲು ಶುರುವಾಗಿದ್ದರು. ಆದರೆ ಆ ಊರಿನ ಗ್ರಾಮದೇವತೆ ಕಾಳಮ್ಮನ ಗುಡಿಯ ಹತ್ತಿರ ಬಂದವರೇ ದಡಿಗೆಗಳನ್ನು ನೆಲದ ಮೇಲಿಟ್ಟು ಗುಡಿಯ ಬಾಗಿಲಿಗೆ ಪ್ರತಿಯೊಬ್ಬರೂ ಹಣೆಮುಟ್ಟಿಸಿ ಅಡ್ಡ ಬಿದ್ದು 'ಕಾಪಾಡವ್ವ ಮಾತಾಯಿ' ಅಂತ ಪ್ರಾರ್ಥಿಸಿ ಹೊರಟರು. ಆ ಗ್ರಾಮದವರ ಮೇಲೆ ಹೊಡೆದಾಟ. ಆದರೆ ಆ ಗ್ರಾಮದೇವತೆಗೆ ಭಕ್ತಿಪೂರ್ವಕ ಸಾಷ್ಟಾಂಗ. ಆ ಊರಿನವರೂ ಅಷ್ಟೆ. ನಮ್ಮೂರ ಮಾರ್ಗ ಪ್ರಯಾಣ ಮಾಡುವಾಗ ನಮ್ಮೂರ ಗ್ರಾಮದೇವತೆ ಗದ್ದೆ

ಕೆಂಪಮ್ಮನಿಗೆ ಕೈಮುಗಿದು ಗುಡಿಯ ಜಗುಲಿಯ ಮೇಲೆ ಎರಡುನಿಮಿಷವಾದರೂ ಕೂತಿದ್ದು ಮುಂದೆ ಪ್ರಯಾಣ ಮಾಡುವುದು ಅನೂಚಾನವಾಗಿ ಬಂದಿತ್ತು. ಅನಂತರವೂ ಮುಂದುವರೆಯಿತು. ಯಾಕೆ ಹೇಳ್ತಿದೀನಿ ಅಂದರೆ ಆರ್ಥಿಕ ಕಾರಣಕ್ಕಾಗಿ ಎರಡು ಗುಂಪುಗಳು ಬಡಿದಾಡಿ ರಕ್ತ ಹರಿಸಿದರೂ ಪರಸ್ಪರರ ದೇವದೇವತೆಗಳಿಗೆ ಭಕ್ತಿ ತೋರಿಸುವುದು ನಮ್ಮ ಪದ್ಧತಿ. ಹಂಪೆಯಲ್ಲಿ ಒಡೆದ ದೇವರು ದೇವಾಲಯಗಳನ್ನು ವಿವರಿಸುವಾಗ ದಿಗ್ಭ್ರಮೆಯಾಗುತ್ತೆ."

ಅವನು ಮಾತನಾಡಲಿಲ್ಲ. ಅವನ ಬುದ್ಧಿಯಲ್ಲಿ ಬೇಕಾದಷ್ಟು ಮಾತುಗಳಿದ್ದವು. ಅವೆಲ್ಲ ಅವಳಿಗೂ ಗೊತ್ತಿದ್ದವುಗಳೇ. ತಾವಿಬ್ಬರೂ ಜೊತೆಯಲ್ಲಿ ಇಷ್ಟು ವರ್ಷ ಪರಸ್ಪರ ಆಡಿ ಬೆಳೆಸಿ ತುಂಬಿಕೊಂಡ ಮಾತುಗಳೇ. ಗೊತ್ತಿದ್ದ ಮಾತಾದರೂ ಒಬ್ಬರು ಆರಂಭಿಸಿದರೆ ಇನ್ನೊಬ್ಬರು ಆಸ್ಥೆ ತೋರಿ ತಾನೂ ಸೇರಿಸಿ ಬೆಳೆಸಿದ ಮಾತಿನ ರಾಶಿ. ಆದರೆ ಈಗ ಅವಳು ತಮ್ಮಿಬ್ಬರನ್ನೂ ಒಂದುಗೂಡಿಸಿರುವ ಸರಣಿಗಿಂತ ಬೇರೆಯೇ ಆದ ಮಾತನ್ನಾಡುತ್ತಿದ್ದಾಳೆ. ಈಗ ತಾನು ಏನು ಆಡಿದರೂ ಅದು ವಾದವಾಗುತ್ತದೆಂಬ ಒಳಅರಿವಾಗಿ ಅವನು ಸುಮ್ಮನಾದ.

ಅವಳು ಕಣ್ಣುಮುಚ್ಚಿ ಅಂಗಾತ ಮಲಗಿದ್ದಳು. ಅವನಿಗೆ ನಿದ್ರೆ ಬಂದಿದೆಯೋ ಅಥವಾ ನಿಶ್ಶಬ್ದವಾಗಿ ಮಲಗಿದ್ದಾನೆಯೋ ಎಂಬುದು ಉಸಿರಿನ ಗತಿಯಿಂದಲೂ ತಿಳಿಯುತ್ತಿಲ್ಲ. ಅಂತರ್ಬೋಧೆಯೂ ಆಗುತ್ತಿಲ್ಲ. ಪಕ್ಕದಲ್ಲಿ ಮಲಗಿದರೂ ಮನಸ್ಸಿನ ವ್ಯಾಪಾರವು ಬೇರೆ ಬೇರೆ ಪ್ರಪಂಚದಲ್ಲಿ ಸಾಗುತ್ತಿರುವಾಗ ಹೀಗಿರುತ್ತದೆಂಬುದು ಅವಳ ಅನುಭವಕ್ಕೆ ಹೊಸತಲ್ಲ. ಅವನಿಗೂ ಎಷ್ಟೋ ಬಾರಿ ಹೀಗೆ ಆಗಿದ್ದಿರಬಹುದು. ಆದರೆ ಈ ಅನುಭವವನ್ನು ಅವರು ಪರಸ್ಪರ ಹೇಳಿಕೊಂಡು ಅರಿತಿರಲಿಲ್ಲ. ಕಣ್ಣುಮುಚ್ಚಲಿ, ಬಿಡಲಿ, ಕತ್ತಲೆಯಲ್ಲೂ ಕೈಕಾಲುಗಳನ್ನು ತುಂಡರಿಸಿ ಭಿನ್ನ ಮಾಡಿದ ಆ ದೊಡ್ಡ ನರಸಿಂಹನ ಮೂರ್ತಿ ದೃಷ್ಟಿಯನ್ನು ತುಂಬಿಕೊಂಡಿತ್ತು. ನರಸಿಂಹನೆಂದರೆ ತೊಡೆಯ ಮೇಲೆ ಹಾಕಿಕೊಂಡು ಕರುಳನ್ನು ಬಗೆಯುತ್ತಿರುವ ಹಿರಣ್ಯಕಶ್ಯಪ ರಾಕ್ಷಸನಿರಬೇಕು. ಆದರೆ ಇಲ್ಲಿ ಅದನ್ನು ಒಡೆದು ಇಲ್ಲದಂತೆ ಮಾಡಿದ್ದಾರೆ. ಹಂಪಿಯಲ್ಲಿ ವಿಘ್ನಗೊಂಡ ಸಾವಿರಾರು ವಿಗ್ರಹಗಳಲ್ಲಿ ಇದೊಂದೇ ಯಾಕೆ ಒಂದೇ ಸಮನೆ ನೆನಪನ್ನು ಕಾಡುತ್ತಿದೆ? ಎಂದು ತನ್ನನ್ನು ತಾನು ಬಗೆದುಕೊಂಡಳು. ತುಸು ಹೊತ್ತಿನಮೇಲೆ ನೆನಪೇ ಉತ್ತರವನ್ನು ಒದಗಿಸಿತು. ತನ್ನ ಊರಿನ ಪ್ರಮುಖ ದೇವತೆ ನರಸಿಂಹದೇವರ ವಿಗ್ರಹವೂ ಹೀಗೆಯೇ ಇದೆ. ಹಿರಣ್ಯಕಶ್ಯಪ ರಾಕ್ಷಸನನ್ನು ತೊಡೆಯ ಮೇಲೆ ಅಂಗಾತ ಹಾಕಿಕೊಂಡು ಹೊಟ್ಟೆ ಬಗೆಯುತ್ತಿರುವ ಮೂರ್ತಿ. ಇಷ್ಟು ದೊಡ್ಡದಲ್ಲ. ನಮ್ಮ ಮನೆ ದೇವರು. ನಮ್ಮ ತಾತನ ಹೆಸರು ನರಸಪ್ಪಗೌಡರು. ಅಪ್ಪಾಜಿಯದು ನರಸಿಂಹೇಗೌಡರು. ಆ ದೇವರ, ಆ ಮನೆತನದ, ಆ ಧರ್ಮದ ಸಂಬಂಧವನ್ನು ತೊರೆದುಕೊಂಡು ಇಪ್ಪತ್ತೆಂಟು ವರ್ಷವಾದಮೇಲೆ

ಇವತ್ತು ಯಾಕೆ ಕೈಕಾಲು ಮುರಿಸಿಕೊಂಡು ಮುಕ್ಕಾದ ಈ ಹಂಪಿಯ ನರಸಿಂಹನು, ಅವನ ಮೂಲಕ ನನ್ನ ಹುಟ್ಟೂರಿನ, ಸಂಬಂಧ ಸತ್ತುಹೋದ ತೌರಿನ ನರಸಿಂಹದೇವರು ನನ್ನನ್ನು ಕಾಡಬೇಕು? ಎಂದು ಮನಸ್ಸನ್ನು ತಡಕಿಕೊಂಡಳು.

ಒಂದೇ ಭಂಗಿಯಲ್ಲಿ, ಅದೂ ಅಂಗಾತ ಮಲಗಿ ಬೆನ್ನಿನಲ್ಲಿ ನೋವು ಕಾಣಿಸಿಕೊಂಡು ಬಲಗಡೆಗೆ ಹೊರಳಿದಳು. ಈಗ ಅವನಿಗೆ ನಿದ್ದೆ ಹತ್ತಿದೆ ಎಂಬ ಅಂತರ್ಬೋಧೆಯಾಯಿತು. ನಾನು ಅಮೀರನನ್ನೇ ಮದುವೆಯಾಗುವುದಾಗಿ ಹಟ ಹಿಡಿದಾಗ ಅಪ್ಪ ಹೇಳಿದ ಕೊನೆಯ ಮಾತು: 'ನೀನೊಬ್ಬಳು ಏನು ಮಾಡಿಕೊಂಡೆ ಅನ್ನೂದೊಂದೇ ಅಲ್ಲ. ನಿನ್ನ ಹೊಟ್ಟೇಲಿ ಹುಟ್ಟುವ ಮಗುವೋ ಅದರ ಮಗುವೋ, ಯಾವುದೋ ಒಂದು ತಲೆಮಾರಿನ ಮಗುವು ನಮ್ಮ ದೇವಸ್ಥಾನವನ್ನ ಒಡೆದು ನಾಶ ಮಾಡುತ್ತೆ. ಅದರ ಪಾಪ ನಿನಗೆ ತಟ್ಟುತ್ತೆ. ಅರ್ಥ ಮಾಡಿಕೊ ಮಗಳೆ.' ನೀನು ಯಾವ ಕಾಲದ ಮಾತನಾಡ್ತಿದೀ ಅಪ್ಪ? 'ಮೊಗಲ್ ಬಾದಶಾ ಜಹಂಗೀರ್, ಅವನ ಮಗ ಷಾಹ್‌ಜಹಾನ್ ಇವರೆಲ್ಲರೂ ಹಿಂದೂ ತಾಯಂದಿರ ಹೊಟ್ಟೇಲಿ ಹುಟ್ಟಿದೋರು. ಅಧಿಕಾರಕ್ಕೆ ಬಂದ ಮೇಲೆ ದೇವಸ್ಥಾನಗಳನ್ನ ಒಡೆಸಿದರು. ಒಡೆಯಬೇಕು ಅಂತ ಅವರ ಧರ್ಮವೇ ಹೇಳುವಾಗ ಅವರು ಅದರಂತೆ ನಡೆಯಲೇಬೇಕಲ್ಲವೆ? ಆ ಧರ್ಮ ಇವತ್ತಿಗೂ ಬದಲಾಗಿಲ್ಲ. ಪ್ರಾಯದ ಉದ್ವೇಗದಲ್ಲಿ ನಿನಗೆ ಅರ್ಥವಾಗುಲ್ಲ.' ಅಪ್ಪ ಇಷ್ಟು ಕಠಿಣವಾಗಿ ಯಾವತ್ತೂ ಮಾತನಾಡಿರಲಿಲ್ಲ. ಅಪ್ಪಟ ಗಾಂಧಿವಾದಿ. ಬೆಳಗ್ಗೆ ಎದ್ದು ತಪಸ್ಸು ಮಾಡೋನ ಹಾಗೆ ಎರಡು ಗಂಟೆ ಚರಕದಲ್ಲಿ ನೂಲುವುದು. ಚರಕವೆಂದರೆ ಧ್ಯಾನಸಾಧನ. ಚಿತ್ತದ ಕಲ್ಮಷವನ್ನು ತೊಡೆಯುವ ಕ್ರಿಯೆ. ಕೋಪತಾಪಗಳಿಂದ ಗುಣಪಡಿಸಿ ಸಕಲರನ್ನೂ ಪ್ರೇಮದಿಂದ ಕಾಣುವಂತೆ ಮಾಡಿಸುತ್ತೆ ಎಂದು ನಂಬಿದ್ದವರು. ಅವ್ವ ತೀರಿ ಕೊಂಡಾಗ ನನಗೆ ಮೂರುವರ್ಷ. ಅವರಿಗೆ ಮೂವತ್ತಮೂರು. ಮದುವೆಯಾದದ್ದೇ ತಡವಾಗಿ. ಮದುವೆಯೇ ಬೇಡ, ಗ್ರಾಮಸೇವೆ ಮಾಡಿಕೊಂಡಿರ್ತೀನಿ ಅಂತಿದ್ದರಂತೆ. ಲಕ್ಷ್ಮೀನರಸಿಂಹ ದೇವರ ಗುಡಿಯ ಅರ್ಚಕ ಶೇಷಶಾಸ್ತ್ರಿಗಳು ಇವರಿಗಿಂತ ನಾಲ್ಕು ವರ್ಷಕ್ಕೆ ದೊಡ್ಡವರು. 'ನರಸಿಂಹಪ್ಪ, ನೀನು ಎಷ್ಟೇ ಸಮಾಜಸೇವೆ ಮಾಡು. ಆಶ್ರಮಧರ್ಮವನ್ನ ಪೂರೈಸಲೇಬೇಕು. ಗೃಹಸ್ಥನಾಗಿ ಮನೆಗೆ ಬಂದೋರಿಗೆ ಅನ್ನ ನೀಡಿ ಎರಡಾದರೂ ಮಗು ಹೆತ್ತು ಪಿತೃಋಣ ತೀರಿಸದಿದ್ದರೆ ಕರ್ತವ್ಯಭ್ರಷ್ಟನಾಗ್ತೀಯ. ಮದುವೆ ಮಾಡಿಕೊ' ಅಂತ ಹೇಳಿ ಇವರನ್ನ ಒಪ್ಪಿಸಿ. ಶೇಷಶಾಸ್ತ್ರಿಗಳೂ ನನಗೆ ಪರಧರ್ಮೋ ಭಯಾವಹಃ ಅಂತಲೆಲ್ಲ ಹೇಳಿ ನಾನು ಕೇಳದೆ. ನಾನು ಬೆಂಗಳೂರಿಗೆ ಓಡಿಬಂದು, 'ಅಮೀರ್, ನಮ್ಮ ಹೊಟ್ಟೇಲಿ ಹುಟ್ಟುವ ಮಗು ದೇವಸ್ಥಾನ ಒಡೆಯುತ್ತಾ?' ಅಂತ ಸಂದೇಹ ನಿವಾರಣೆಗೆ ಕೇಳಿದ್ದಕ್ಕೆ, 'ನಾನ್‌ಸೆನ್ಸ್. ಮುಸ್ಲಿಮರ ಮುಖಕ್ಕೆ ಮಸಿಬಳಿಯುಕ್ಕೆ ಅಂತ ಕೋಮುವಾದಿಗಳು ಹುಟ್ಟಿಸೂ ಕಥೆಗಳನ್ನ ನಂಬ್ತೀಯಾ?' ಈ ಒಂದು ಮಾತು ಸಾಕಾಯಿತು. ಅಪ್ಪನ ಮಾತು ಸುಳ್ಳೆಂದು ಮನಸ್ಸಿನೊಳಗೇ ಸಾಬೀತಾಗಲು. ಮುಹಬ್ಬತ್‌ಗೆ ಆ ಶಕ್ತಿ ಇದೆ. ಮುಹಬ್ಬತ್‌ನಲ್ಲಿರು ವಾಗ ಪ್ರೇಮಿ ಆಡುವ ಒಂದು ವಾಕ್ಯಕ್ಕೆ ಸಹಸ್ರ ಸಂಶೋಧಕರ ನಿಷ್ಕರ್ಷೆಗಿಂತ ಹೆಚ್ಚಿನ ತೂಕವಿರುತ್ತೆ. ಅದೂ ಆ ವಯಸ್ಸಿನಲ್ಲಿ. ಅಪ್ಪನ ಮಾತು ಮುದುಕರ ಗೊಡ್ಡು ಪುರಾಣ

ವಾಯಿತು. ಪುಣೆಯ ಫಿಲ್ಮ್ ಇನ್‌ಸ್ಟಿಟ್ಯೂಟಿನಲ್ಲಿ ಓದುವಾಗ, ನಾವಿಬ್ಬರೂ ಕರ್ನಾಟಕದವರು, ಪರಿಚಯ ಬೆಳೆದು ಸ್ನೇಹವಾಗಿ ಬೆಂಗಳೂರಿನ ಸಂಗತಿಗಳನ್ನು ಒಬ್ಬರಿಗೊಬ್ಬರು ಜ್ಞಾಪಿಸಿ ಕೊಡುತ್ತಾ ಸಂಜೆ ಫರ್ಗ್ಯುಸನ್ ಗುಡ್ಡದ ನೆತ್ತಿಯ ಬಂಡೆಗಲ್ಲಿನ ಮೇಲೆ ಕೂತು ಸೂರ್ಯಾಸ್ತ ವನ್ನೀಕ್ಷಿಸುತ್ತಾ ಕಾಲೇಜು ಹುಡುಗ ಹುಡುಗಿಯರು ಒಂದೊಂದು ಜೋಡಿಯಾಗಿ ಬಂಡೆಯ ಮರೆಯಲ್ಲಿ ಒತ್ತಿಕೊಂಡು ಕೂತು ಹತ್ತಿರವಾಗುವುದನ್ನು ಗಮನಿಸುವಾಗ ನಮ್ಮಲ್ಲೂ ಸುಪ್ತ ಭಾವನೆ ಜಿನುಗಿ ಕನ್ನಡದ ಭಾವಗೀತೆ, ಹಿಂದೀ ಸಿನಿಮಾ ಹಾಡುಗಳ ಗುನುಗಾಗಿ, ಪ್ಯಾರ್‌ಕಿಯಾ ತೋ ಡರ್ ನಾ ಕ್ಯಾ ಜಬ್ ಪ್ಯಾರ್ ಕಿಯಾ ತೋ ಡರ್ ನಾ ಕ್ಯಾ. ಕೋರಾ ಕಾಗಜ್ ಥಾ ಯಹ್ ಮನ ಮೇರಾ। ಲಿಖ್ ಲಿಯಾ ನಾಮ್ ಇಸ್ ಪೇ ತೇರಾ. ತೂ ಮೇರಾ ಚಾಂದ್ ಮೈ ತೇರೀ ಚಾಂದನೀ. ನಲ್ಲೆ ನಿನ್ನ ಲಲ್ಲೆವಾತು। ಮುಗುಳು ನಗೆಯ ಲಲ್ಲೆ ಹೂತು। ಸೋತು, ಓತು, ಬಂತು ಹೋತು। ನಲ್ಲೆ ನಿನ್ನ ಲಲ್ಲೆವಾತು. ನಿನ್ನೆಡೆಗೆ ಬರು ವಾಗ ಸಿಂಗರದ ಹೊರೆಯೇಕೆ?। ಸಡಗರದ ಮಾತುಗಳ ಬಿಂಕವೇಕೆ?। ನಿನ್ನ ಮುಂದಿರುವಾಗ ಮಂತ್ರಗಳ ಮರೆಯೇಕೆ?। ಸಂಪ್ರದಾಯದ ಮರುಳು ಲಜ್ಜೆಯೇಕೆ? ಮುತ್ತನಿಡುವೆನು, ಅರಳು ಪ್ರೇಮದ ಗುಲಾಬಿಯೆ। ಮುತ್ತನಿಡುವೆನು, ನಕ್ಕು ಮುತ್ತ ಸುರಿಸು। ಸುತ್ತ ಸಾವಿರ ಹೂವು ಕತ್ತೆತ್ತಿ ನೋಡಿದರೆ। ಅತ್ತ ಹೋಗದಿದು ನಿನ್ನ ಹಿಡಿದ ಮನಸು।

ನಾವೂ ಬಂಡೆಗಲ್ಲಿನ ಸಂದಿಯನ್ನು ಸೇರತೊಡಗಿ 'ಲಕ್ಷ್ಮೀ, ಮನಸ್ಸು ಒಂದಾಗಿರುವಾಗ ಮೈಗೆ ತಡೆಯೊಡ್ಡುವುದು ನೋವಿನ ಕೆಲಸವಲ್ಲವೆ?' ಎಂಬ ಅವನ ಅನುನಯ. ಸಮ ವಯಸ್ಕರು. ಜೊತೆಯಲ್ಲಿ ಫಿಲ್ಮ್ ತಂತ್ರಗಳನ್ನು ಅಧ್ಯಯನ ಮಾಡುತ್ತಾ ಜೊತೆಯಲ್ಲೇ ಪ್ರಾಯೋಗಿಕ ಚಿತ್ರವನ್ನು ತಯಾರಿಸುತ್ತಾ ಮೈಮುಟ್ಟಿ ನಟಿಸುವ ವೃತ್ತಿಯನ್ನು ಕಲಿಯುತ್ತಿದ್ದ ವರಿಗೆ ಚಳಿ ಇರಲಿಲ್ಲ. ನಾನಾದರೂ ಮಧುರ ಪ್ರಾರ್ಥನೆಯನ್ನು ಎಷ್ಟು ದಿನ ನಿರಾಕರಿಸಲಿ? ಭಾನುವಾರದ ರಜೆಯಲ್ಲಿ ಲಾಜಿನಲ್ಲಿ ರೂಮು ಪಡೆಯಲು ಇಬ್ಬರಲ್ಲಿ ಯಾರಿಗೂ ಹಣದ ಕೊರತೆಯಿರಲಿಲ್ಲ. ಅಮೀರ ಒಂದು ದಿನವೂ ನನ್ನ ಕೈಲಿ ಖರ್ಚು ಮಾಡಿಸುತ್ತಿರಲಿಲ್ಲ. ಧರ್ಮದ ವಿಷಯವಾಗಿ ಇಷ್ಟೊಂದು ಆಳವಾದ ಕಂದಕವಿರುತ್ತದೆಂಬ ಅರಿವು ಆಗ ಎಲ್ಲಿಂದ ಬರಬೇಕು? ಮೈಯನ್ನು ಒಪ್ಪಿಸಿಕೊಂಡಾಗಿರದಿದ್ದರೆ ಅಪ್ಪನ ಹಟಕ್ಕೆ ಒಪ್ಪಿ ದೂರ ವಾಗುತ್ತಿದ್ದೇನೋ? ಮೈ ಒಪ್ಪಿಸಿಕೊಂಡವನೊಡನೆ ಮದುವೆಯಾಗದೆ ಹೆಂಗಸಿಗೆ ಬೇರೆ ದಾರಿಯಿಲ್ಲ ಎಂಬ ನಂಬಿಕೆ ಪೂರ್ತಿ ಅಳಿಸಿಹೋಗದಿದ್ದ ಕಾಲ ಅದು, ಮೂವತ್ತುವರ್ಷದ ಹಿಂದೆ.

ಅಪ್ಪ ಇನ್ನೂ ಒಂದು ಹೇಳಿದ್ದರು: 'ನಿನ್ನ ಮೇಲೆ ಅವನಿಗೂ ಅಷ್ಟೇ ಪ್ರೀತಿ ಇದ್ದರೆ ಅವನು ಹಿಂದುವಾಗಿ ಹೆಸರು ಬದಲಾಯಿಸಿಕೊಳ್ಳಲಿ. ನಾನೇ ಧಾರೆ ಎರೆದುಕೊಡ್ತೀನಿ.' ಅದನ್ನ ಕೇಳಿದಾಗ ಅಮೀರ್: 'ಅಂದರೆ ಮತಭೇದ ನಿನ್ನೊಳಗೆ ಇದೆ ಅಂದ ಹಾಗಾಯ್ತು.' ನಾನು ಮುಸ್ಲಿಮಳಾಗಬೇಕು ಅಂದರೆ ಆ ಭೇದ ನಿನ್ನೊಳಗೆ ಇದೆ ಅಂತಲೂ ಆಗಲಿಲ್ಲವೆ? ಅವನು ನಿರುತ್ತರನಾದ. ನನ್ನ ಮಾತಿಗೆ ಉತ್ತರ ಹೇಳು ಅಮೀರ್ ಅಂತ ಒತ್ತಾಯಿಸಿದಾಗ 'ಗಂಡನ ಮತಕ್ಕೆ ಹೆಂಗಸು ಪರಿವರ್ತಿತಳಾಗುವುದು ಎಲ್ಲೆಲ್ಲೂ ಇರುವ ಪದ್ಧತಿಯಲ್ಲವೆ

ಲಕ್ಷ್ಮಿ?' ಎಂದ. ಹಾಗಾದರೆ ಮುಸ್ಲಿಂ ಹುಡುಗಿಯನ್ನು ಪ್ರೀತಿಸುವ ಹಿಂದೂ ಗಂಡಸೂ ಮುಸ್ಲಿಮನಾಗಿ ಜಾತಿ ಬದಲಿಸಿಕೊಳ್ಳೂದುಂಟಲ್ಲ. 'ನೋಡು, ಸ್ಪಷ್ಟವಾಗಿ ಹೇಳ್ತೀನಿ. ನಮ್ಮ ಧರ್ಮದಲ್ಲಿರುವ ಗಂಡಸಾಗಲಿ ಹೆಂಗಸಾಗಲಿ ಯಾವುದೇ ಕಾರಣಕ್ಕೆ ಧರ್ಮದಿಂದ ಹೊರಗೆ ಹೋಗ್ತಾನೆ ಅಂದರೆ ನಮ್ಮ ಸಮಾಜ ಸಹಿಸುಲ್ಲ. ಹೊರ ಹೋಗೋರನ್ನ ಕೊಂದುಬಿಡ್ತಾರೆ. ಹೋಗುಕ್ಕೆ ಕಾರಣರಾದೋರನ್ನೂ ಕೊಲ್ತಾರೆ. ನಮ್ಮಿಬ್ಬರ ಪ್ರೇಮ ಮುಖ್ಯ. ನಾವಿಬ್ಬರೂ ಶಾಶ್ವತ ಪ್ರೇಮದ ದಂಪತಿಗಳಾಗಿರೂದು ಮುಖ್ಯ. ಧರ್ಮದಲ್ಲಿ ನನಗೂ ನಂಬಿಕೆ ಇಲ್ಲ ನಿನಗೂ ಇಲ್ಲ. ನಾವಿಬ್ಬರೂ ಪ್ರಗತಿಪರ ಮನೋಧರ್ಮದವರು. ನೀನು ಧರ್ಮಪರಿವರ್ತನೆ ಮಾಡಿಕೊಂಡು ಹೆಸರು ಬದಲಿಸಿಕೊಳ್ಳೂದು ಸದ್ಯದ ಸ್ಥಿತಿಯಲ್ಲಿ ಮಾಡಬೇಕಾಗಿರುವ ಒಂದು ಕಾರ್ಯತಂತ್ರ. ಸ್ಟ್ರಾಟೆಜಿ. ಸಮಾಜ ಬದಲಾಗಿ ಬಡವರ ಅಫೀಮ್ ಆಗಿರುವ ಧರ್ಮವು ಎಲ್ಲೆಲ್ಲಿಯೂ ನಾಶವಾಗುವ ದಿನ ದೂರವಿಲ್ಲ. ಅಲ್ಲೀತನಕ ಈ ಸ್ಟ್ರಾಟೆಜಿ.'

ಅವನಿಗೆ ನಿದ್ರೆ ಹತ್ತಿದೆ. ಉಸಿರಿನ ಗತಿಯಿಂದ ತಿಳಿಯುತ್ತಿದೆ. ಅವಳು ಮೇಲೆ ಎದ್ದಳು. ಶಬ್ದವಾಗದಂತೆ ಕೋಣೆಯ ಬಾಗಿಲು ತೆಗೆದು ಕೂರುವ ಕೋಣೆಗೆ ಬಂದು ಮಲಗುವ ಕೋಣೆಯ ಬಾಗಿಲು ಮುಚ್ಚಿದಳು. ಕೂರುವ ಕೋಣೆಯ ದೊಡ್ಡ ಕಿಟಕಿಯ ಹತ್ತಿರಕ್ಕೆ ಒಂದು ಕುರ್ಚಿ ಎಳೆದುಕೊಂಡು ಹೊರಗೆ ನೋಡುತ್ತಾ ಕುಳಿತಳು. ನೀರಿನ ಅಲೆಗಳ ಸಪ್ಪಳವಷ್ಟೇ ಕೇಳುತ್ತಿದೆ; ಬೆಳದಿಂಗಳಿಲ್ಲ. ಇಸ್ಲಾಂ ಸ್ವೀಕರಿಸಿ ನಿಕಾಹ್ ಮಾಡಿಕೊಂಡ ಆರು ತಿಂಗಳಿಗೆ ಬಸರಿಯಾದಾಗ ತೌರಿನ ಬಯಕೆ ಬಾಧಿಸತೊಡಗಿತು. ತಾಯಿ ಇಲ್ಲದ ತೌರಾದರೂ. ಕಳೆದ ಹತ್ತು ವರ್ಷಗಳಿಂದ ಬೆಂಗಳೂರು ಪುಣೆ ಮುಂಬಯಿ ಮತ್ತೆ ಬೆಂಗಳೂರುಗಳಲ್ಲೇ ಇರುತ್ತಿದ್ದು ತಾಯಿಯ ನೆನಪಿಲ್ಲದಿದ್ದರೂ ಅಪ್ಪ ಗ್ರಾಮಸೇವೆ ಚರಕಾ ಅಂತ ಊರೂರು ಸುತ್ತುತ್ತಾರೆ ಊರಿನಲ್ಲಿರುವುದೇ ಅಪೂರ್ವ ಅಂತ ಗೊತ್ತಿದ್ದರೂ. ನೀನು ಮತ ಬದಲಾಯಿಸಿ ಹೋದರೆ ನನಗೂ ನಿನಗೂ ಈ ಜನ್ಮದಲ್ಲಿ ಮಾತ್ರ ಅಲ್ಲ ಎಂದೆಂದಿಗೂ ಯಾವ ಸಂಬಂಧವೂ ಇಲ್ಲ ಅಂತ ಅವರ ಕೊನೆಯ ಮಾತು ನೆನಪಿನಲ್ಲಿದ್ದರೂ. ಗಾಂಧಿವಾದಿ, ಅಹಿಂಸಾವ್ರತಿ. ಕೋಪವನ್ನು ಗೆಲ್ಲಬೇಕೆಂದು ಎಲ್ಲರಿಗೂ ಬೋಧಿಸುತ್ತಾ ಯಾವ ಹಳ್ಳಿಯಲ್ಲಿ ಜಗಳ ಬಡಿದಾಟಗಳಾದರೂ ಹೋಗಿ ಸಮಾಧಾನ ಮಾಡಿ ಊರ ಗುಡಿಯ ಅಂಗಳದಲ್ಲಿ ಪಂಚಾಯ್ತಿ ಮಾಡಿ ಪರಸ್ಪರ ತಾಂಬೂಲ ಕೊಡಿಸುವವರು. ಜಾತಿ ಜಾತಿಗಳೆಲ್ಲ ಸುಳ್ಳೆಂದು ಮನವರಿಕೆ ಮಾಡುತ್ತಾ ನೀರಿನ ಭಾವಿ ಹೋಟೆಲು ದೇವಾಲಯ ಪ್ರವೇಶಗಳಲ್ಲಿ ಹರಿಜನರಿಗೆ ಭೇದ ಮಾಡುವುದನ್ನು ತಪ್ಪಿಸುತ್ತಾ, ಬರೀ ಸರ್ಕಾರದ ಭಯದಿಂದಲ್ಲ ಭ್ರಾತೃಭಾವದಿಂದ ಒಂದಾಗಬೇಕೆಂದು ಹೇಳುತ್ತಾ. ಯಾರೋ ಯಾವುದೋ ಕಾಲದಲ್ಲಿ ಯಾವುದೋ ಕಾರಣಕ್ಕೆ ಒಂದು ದೇವಸ್ಥಾನ ಒಡೆದದ್ದಕ್ಕೆ ಮಗಳ ಪ್ರೀತಿಯ ಮೇಲೆ ಕಲ್ಲುಚಪ್ಪಡಿ ಎಳೆದುಕೊಂಡಿದ್ದಾರೆ. ನಾನು ಗರ್ಭಿಣಿ, ನಿಮ್ಮನ್ನು ನೋಡುವ ಆಶೆಯಾಗುತ್ತಿದೆ ಅಂತ ಒಂದು ಕಾಗದ ಬರೆದರೆ? ಅಥವಾ ನಾನೇ ಊರಿಗೆ ಹೋಗಿ, ಎಲ್ಲಿ ಹೋಗಿದ್ದಾರೆಂದು ವಿಚಾರಿಸಿ ಅಲ್ಲಿಗೇ ಹೋಗಿ ಮುಖ ತೋರಿಸಿದರೆ? ತುಂಬುಹೊಟ್ಟೆಯ

ತೂಕದ ನೋಟದ ಬಸರಿಯನ್ನು ನೋಡಿದರೆ ತಕ್ಷಣ ಕರುಳು ಕರಗುವುದಿಲ್ಲವೆ? ತಾಯಿ ಇದ್ದಿದ್ದರೆ ಇಷ್ಟು ಕಠಿಣಳಾಗುತ್ತಿದ್ದಳೆ? ತಂದೆಯು ಇಷ್ಟು ಕಠಿಣರಾಗಲು ಬಿಡುತ್ತಿದ್ದಳೆ? ಎಂಬ ಏನೇನೋ ಬಯಕೆಗಳು. ಎಷ್ಟೇ ಪರೋಪಕಾರಿಯಾಗಿದ್ದರೂ ಅಹಿಂಸಾವ್ರತಿಯಾಗಿದ್ದರೂ ನಿಶ್ಚಯಿಸಿದುದರಿಂದ ಕದಲದಿರುವ ಅವರ ಜಿಗುಟು ಸ್ವಭಾವದ ನೆನಪಾದರೆ ಊರಿಗೆ ಹೋಗಿ ಅವರೆದುರು ನಿಲ್ಲಲು ಅಂಜಿಕೆಯಾಗುತ್ತಿತ್ತು. ಜಿಗುಟು ನನ್ನಲ್ಲಿಯೂ ಇದ್ದು ಅವರಿಗೇ ಬೇಡವಾದ ಮೇಲೆ ನಾನಾಗಿಯೇ ಯಾಕೆ ಹೋಗಿ ನಿಲ್ಲಲಿ, ಎಂಬ ಸೊಕ್ಕೆ? ಅಂತೂ ಹೋಗಲಿಲ್ಲ. ಮಗಳು ಗರ್ಭಿಣಿ ಎಂಬ ಸಂಗತಿ ಅವರಿಗಾದರೂ ಹೇಗೆ ಗೊತ್ತಾಗಬೇಕು? ಹೇಳುವವರಾದರೂ ಯಾರು? ಎಂಬುದೂ ಹೊಳೆಯಲಿಲ್ಲ. ಅವರಿಗೆ ತಿಳಿಯಬಹುದಾದ ಒಂದೇ ಒಂದು ಕೊಂಡಿ ಎಂದರೆ ಪ್ರೊಫೆಸರ್ ಶಾಸ್ತ್ರಿಗಳು. ಅವರು ಸರಿ. ಬಿಳಿ ಹುಡುಗಿಯನ್ನು ಮದುವೆಮಾಡಿಕೊಂಡೇ ಬಂದದ್ದಕ್ಕೆ ಸಂಪ್ರದಾಯ ಬ್ರಾಹ್ಮಣ ತಂದೆ ಶೇಷಶಾಸ್ತ್ರಿಗಳು, ತಾಯಿ ಅಚ್ಚಮ್ಮನವರು ಎಷ್ಟೇ ಮುನಿಸಿಕೊಂಡಿದ್ದರೂ ಸೊಸೆಯನ್ನು ಅಡುಗೆಮನೆಗೆ ಸೇರಿಸದೆ ಬಚ್ಚಲ ಹಂಡೆ ಮುಟ್ಟಿಸದೆ ಇಟ್ಟಿದ್ದರೂ ತಾವು ಮಾತ್ರ ವರ್ಷಕ್ಕೊಮ್ಮೆಯಾದರೂ ಊರಿಗೆ ಹೋಗಿ ಅವರನ್ನೂ ಊರಿನ ಇತರ ಆರೆಂಟು ಜನರನ್ನೂ ಮಾತನಾಡಿಸಿಕೊಂಡು ಬರುತ್ತಿದ್ದರು. ಮೇಲೆ ಬಿದ್ದು ದೇಶಾವರಿ ನಗುವಿನೊಡನೆ ಕುಶಲಪ್ರಶ್ನೆ ಮಾಡಿ ದೂರವಿಡುವವರಿಗೇ ಮುಜುಗರ ಮಾಡುತ್ತಿದ್ದರು. ನಾನು ಗರ್ಭಿಣಿಯಾಗಿದ್ದ ಸಮಯದಲ್ಲೇ ಅವರು ಒಂದು ವರ್ಷ ಸಂದರ್ಶಕ ಪ್ರಾಧ್ಯಾಪಕರಾಗಿ ಅಮೆರಿಕೆಗೆ ಹೋಗಿದ್ದರು. ಎಂಬುದೆಲ್ಲಾ ನೆನಪಾಗಿ ಗರ್ಭಿಣಿಯಾದಾಗ ತೌರನ್ನು ನೋಡುವ, ಮಗುವನ್ನು ಹೆತ್ತಾಗ ತೌರಿಗೆ ತೋರಿಸುವ ಬಯಕೆ ಹೆಂಗಸಿಗೆ ಯಾಕೆ ಆಗುತ್ತೆ? ಎಂಬ ಪ್ರಶ್ನೆ ಮನಸ್ಸನ್ನು ತುಂಬಿಕೊಂಡಿತು.

ಬಸರಿಯ ಅವಧಿ ಪೂರ್ತಿ ಕಾಡುತ್ತಿದ್ದ ಪ್ರಶ್ನೆ, ತುಡಿಯುತ್ತಿದ್ದ ಬಯಕೆ, ಒಂದೇ: ಅವ್ವ ಬದುಕಿದ್ದರೆ ಈಗಲಾದರೂ ಮನೆಗೆ ಕರೆಸದೆ ಬಿಡುತ್ತಿದ್ದಳೆ? ಧರ್ಮಾಂತರಿಯಾಗದೆ ಹಿಂದೂಗಳಲ್ಲೇ ಯಾವ ಜಾತಿಯ ಹುಡುಗನನ್ನು ಮದುವೆಯಾಗಿದ್ದರೂ ಅಪ್ಪ ಕೂಡ ಕರೆಸಿ ಮೊದಲಿನಿಂದ ನಮ್ಮ ಮನೆಯ ಅಡುಗೆ ಊಟ ಸಾರಣೆ ಕಾರಣೆಗಳನ್ನು ನಿರ್ವಹಿಸುತ್ತಿದ್ದ ನಿಂಗವ್ವನಿಂದ ಬಾಣಂತಿತನ ಮಾಡಿಸುತ್ತಿದ್ದರು. ಧರ್ಮಾಂತರಿಯಾಗಿ ಬಂದವಳು, ತೌರಿನಿಂದ ತ್ಯಜಿಸಲ್ಪಟ್ಟವಳು ಎಂಬ ಒಂದೇ ಕಾರಣವಲ್ಲ, ಮುಸ್ಲಿಮಳಾಗಿ ತಮ್ಮ ಮಗನನ್ನು ಮದುವೆಯಾಗಿ ಬಂದ ಮೇಲಾದರೂ ಮುಸ್ಲಿಂ ಆಚಾರಗಳನ್ನು ಪಾಲಿಸದ ಸೊಸೆಯ ಮೇಲೆ ಅತ್ತೆಗೆ ವಿಶ್ವಾಸ ಹುಟ್ಟುವುದು ಹೇಗೆ? ಮನೆಯಲ್ಲೇ ಒಂದು ಕೋಣೆಯಲ್ಲಿ ದಿನಕ್ಕೆ ಐದು ಬಾರಿ ನಮಾಜು ಮಾಡುವಂತೆ ಅವರು ಆದೇಶಿಸುತ್ತಿದ್ದರು. ತಾವೂ ಮಾಡುತ್ತಿದ್ದರು. ಮಾವನವರಂತೂ ಸರಿಯೇ ಸರಿ. ಆದರೆ ಪ್ರಗತಿಪರ ವಿಚಾರಗಳಿಂದ ಪ್ರೇರಿತಳಾಗಿ, ಈ ಸಮಾನ ವಿಚಾರಗಳ ಪ್ರೇರಣೆಯಿಂದ ತಾನೆ ನಮ್ಮಲ್ಲಿ ಮುಹಬ್ಬತ್ ಬೆಳೆದದ್ದು, ಯಾವ ಧರ್ಮದಲ್ಲೂ ಹುರುಳಿಲ್ಲ, ಧರ್ಮಗಳೆಲ್ಲ ಬಂಡವಾಳಶಾಹಿಗಳ ಏಜೆಂಟರು ಬಡವರಿಗೆ ಕುಡಿಸಲೆಂದು ತಯಾರಿಸಿದ ಅಫೀಮು ಎಂಬ ವಿಚಾರದಿಂದ ಗಟ್ಟಿಗೊಂಡ ನಾನು

ಹಿಂದಿನ ಧರ್ಮದಿಂದ ಬಿಟ್ಟ ಆಚಾರಗಳ ಬದಲಿಗೆ ಈ ಹೊಸ ಆಚಾರಗಳನ್ನೇಕೆ ಮಾಡಬೇಕು? ಎಂದು ನನ್ನೊಳಗೇ ವಿದ್ರೋಹ ಹುಟ್ಟುತ್ತಿತ್ತು. ಹಾಗೆ ನೋಡಿದರೆ ನಾನು ಬಂದು ಸೇರಿರುವ ಧರ್ಮದಲ್ಲಿರುವಷ್ಟು ಬಿಗಿ ಕಟ್ಟಳೆಗಳು ಬಿಟ್ಟು ಬಂದ ಧರ್ಮದಲ್ಲಿ ಇಲ್ಲವೇ ಇಲ್ಲ. ನರಸಿಂಹದೇವರ ಗುಡಿಗೋ ಗದ್ದೆ ಕೆಂಪಮ್ಮನ ಗುಡಿಗೋ ಬೇಕಾದವರು ಬೇಕಾದಾಗ ಹೋಗಬಹುದು; ಬೇಡವಾದರೆ ಬಿಡಬಹುದು. ಐದು ಸಲದ ನಿತ್ಯ ನಮಾಜು, ಶುಕ್ರವಾರದ ಕಟ್ಟಳೆಯ ನಮಾಜು ರಮಜಾನಿನ ಸೂರ್ಯೋದಯದಿಂದ ಸೂರ್ಯಾಸ್ತದವರೆಗಿನ ಹನಿ ನೀರನ್ನೂ ಕುಡಿಯದ ಕಟ್ಟುನಿಟ್ಟಿನ ಉಪವಾಸ, ಜಮಾತೆಯವರು ಬಂದು ಒತ್ತಾಯಿಸುವ ಶುದ್ಧ ಇಸ್ಲಾಮಿನ ತಬ್ಲೀಘ್ ಕಟ್ಟುಕಟ್ಟಳೆಗಳು, ಹಬ್ಬದ ದಿನ ಮಾಡಲೇಬೇಕಾದ ಪ್ರಾಣಿಬಲಿ, ಹೀಗೆ ಯಾವ ಬಿಗಿ ಕಟ್ಟುಗಳೂ ಇಲ್ಲ. ಅಮ್ಮನ ತೇರಿನಲ್ಲಿ ಆಡುಕುರಿಗಳ ಬಲಿ ಕೊಡುತ್ತಿದ್ದರು. ಸರ್ಕಾರದ ಕಾನೂನು ಮತ್ತು ಅಪ್ಪಾಜಿಯ ಪ್ರಯತ್ನಗಳಿಂದ ಪ್ರಾಣಿಬಲಿ ಸಂಪೂರ್ಣವಾಗಿ ನಿಂತುಹೋಗಿ ತಂಬಿಟ್ಟು ಕೋಸಂಬರಿ ತೆಂಗಿನ ಕಾಯಿ ಬಾಳೆಹಣ್ಣು ಮೊಸರನ್ನಗಳ ನೈವೇದ್ಯಕ್ಕೆ ಇಳಿಯಿತು ನರಸಿಂಹದೇವರ ಪೂಜಾಪದ್ಧತಿಯಂತೆ. ಆದರೆ ನಾನು ಬಂದು ಸೇರಿದ ಈ ಧರ್ಮದಲ್ಲಿ ಪ್ರಾಣಿಬಲಿಯು ಪಾಪವೆಂದು ಹೇಳುವ ಎದೆ ಯಾರಿಗುಂಟು? ಹಾಗೆ ಹೇಳಿದವನು ಬದುಕಲು ಸಾಧ್ಯವೇ? ಪ್ರವಾದಿಗಳು (ಸಲ್ಲಲಾಹು ಅಲೈಹಿ ವಸಲ್ಲಮ್, ಅಲ್ಲಾಹನ ಅನುಗ್ರಹಗಳೂ ಶಾಂತಿಯೂ ಅವರ ಮೇಲಿರಲಿ) ಮಕ್ಕಾಯಾತ್ರೆಗೆ ಹೋದಾಗ ಒಂಟೆಯನ್ನು ಬಲಿಕೊಟ್ಟರು. ಒಂಟೆಯನ್ನು ಬಲಿಕೊಡುವ ಶಕ್ತಿ ಇಲ್ಲದವರು ಯಥಾಶಕ್ತಿ ಆಡುಕುರಿಗಳನ್ನು ಕೊಡಬೇಕು. ಪ್ರಾಣಿಬಲಿಯು ಈ ಧರ್ಮಾಚರಣೆಯ ಒಂದು ಬಿಡಿಸಲಾಗದ ಅಂಗ. ನಜೀರ್ ಹುಟ್ಟಿದ ಏಳನೆಯ ದಿನ ಎರಡು ಆಡುಗಳನ್ನು ಕಿಬ್ಲಾಭಿಮುಖವಾಗಿ ಮಲಗಿಸಿ 'ಇನ್ನೀ ವಜ್ಜಹ್ತು ವಜ್ ಹಿಯಲಿಲ್ಲ ದೀಘರ ರಸ್ಸ ಮಾವಾತಿ ವಲ್ ಅರ್ದ ಹನೀಫನ್ ವಮಾ ಅನಮಿನಲ್ ಮುಶ್ರಿಕೀನ್.....ನಾನು ಏಕನಿಷ್ಠನಾಗಿ ನನ್ನ ಮುಖವನ್ನು ಭೂಮಿ ಆಕಾಶಗಳ ಸೃಷ್ಟಿಕರ್ತನಾದ ಅಲ್ಲಾಹನ ಕಡೆಗೆ ಮಾಡಿದೆ ಮತ್ತು ನಾನು ಬಹು ದೇವಾರಾಧಕರಲ್ಲಿ ಸೇರಿದವನಲ್ಲ. ಖಂಡಿತವಾಗಿಯೂ ನನ್ನ ನಮಾಝ್, ನನ್ನ ಬಲಿದಾನ, ನನ್ನ ಜೀವನ, ನನ್ನ ಮರಣ ಎಲ್ಲವೂ ಸರ್ವಲೋಕಗಳ ಪರಿಪಾಲಕನಿಗೆ ಮೀಸಲಿದೆ. ಅವನಿಗಾರೂ ಸಹಭಾಗಿ ಇಲ್ಲ. ಇದನ್ನೇ ನನಗೆ ಆಜ್ಞಾಪಿಸಲಾಗಿದೆ. ನಾನು ಆತನಿಗೆ ಸಂಪೂರ್ಣ ಶರಣಾದವನು(ಮುಸ್ಲಿಮನು). ಓ ಅಲ್ಲಾಹ್! ಇದೋ ನಿನಗಿದು ಅರ್ಪಿತ! ನೀನೇ ನೀಡಿದುದು!' ಎಂಬ ಪ್ರಾರ್ಥನೆಯನ್ನು ಹೇಳಿ ಅನಂತರ 'ಬಿಸ್ಮಿಲ್ಲಾಹಿ ಅಲ್ಲಾಹು ಅಕ್ಬರ್' ಎನ್ನುತ್ತಾ ಹರಿತವಾದ ಚೂರಿಯಿಂದ ಎರಡು ಆಡುಗಳ ಕೊರಳನ್ನೂ ಕೊಯ್ಯುತ್ತಾ 'ಓ ಅಲ್ಲಾಹ್ ಇದು ನಜೀರ್ ವತಿಯಿಂದ ಅಕೀಕ. ಇದನ್ನು ನೀನು ಸ್ವೀಕರಿಸು. ನಿನ್ನ ಆಪ್ತರಾದ ಮುಹಮ್ಮದ್‌ರಿಂದ(ಸ) ಮತ್ತು ನಿನ್ನ ಸ್ನೇಹಿತರಾದ ಇಬ್ರಾಹೀಮರಿಂದ(ಅ) ಸ್ವೀಕರಿಸಿದಂತೆ, ಇದರ ರಕ್ತವು ಮಗುವಿನ ರಕ್ತದ, ಇದರ ಮಾಂಸವು ಮಗುವಿನ ಮಾಂಸದ, ಇದರ ಕೂದಲು ಮಗುವಿನ ಕೂದಲಿನ ಮತ್ತು ಇದರ ಎಲುಬುಗಳು ಮಗುವಿನ ಎಲುಬುಗಳ ಪರಿಹಾರ (ಓ ಅಲ್ಲಾಹ್! ನೀನಿದನ್ನು

ಸ್ವೀಕರಿಸು),' ಎಂದು ಪ್ರಾರ್ಥನೆ ಮಾಡುತ್ತಾ ದಿಬ್ಬವನ್ನು ಮುಗಿಸಿದರು. ಇದೇ ಅಕೀಕದ ಮಾಂಸದಿಂದ ಬಿರಿಯಾನಿ ಮಾಡಿ ನೆರೆಹೊರೆಯವರಿಗೆ ಸಂಬಂಧಿಕರಿಗೆ ಸ್ನೇಹಿತರಿಗೆ ಹಂಚಿದರು.

ಬಾಣಂತಿ ಕೋಣೆಯಲ್ಲಿ ಮಲಗಿದ್ದ ನನಗೆ ಎರಡು ಆಡುಗಳನ್ನು ಬಲಿಕೊಡುವ ಬದಲು ಎರಡು ಚಿಪ್ಪು ಅಥವಾ ಎರಡು ಗೊನೆ ಬಾಳೆಯಹಣ್ಣನ್ನು ದೇವರಿಗೆ ನೈವೇದ್ಯಮಾಡಿ ಬೆಲ್ಲ ಕಾಯಿತುರಿ ಹಾಕಿ ರಸಾಯನ ಮಾಡಿ ಎಲ್ಲರಿಗೂ ಹಂಚಬಹುದಿತ್ತಲ್ಲ ಎಂಬ ಆಲೋಚನೆ ಬಂತು. ನಾನೂ ಮಾಂಸ ತಿನ್ನುವ ಜಾತಿಯಲ್ಲಿ ಹುಟ್ಟಿದವಳೇ. ಗಾಂಧಿಯ ಪ್ರಭಾವಕ್ಕೆ ಸಿಕ್ಕಿದಮೇಲೆ ಅಪ್ಪ ಶುದ್ಧ ಸಸ್ಯಾಹಾರಿಯಾಗಿ ನಮ್ಮ ಮನೆಯಲ್ಲಿ ಮಾಂಸವು ವರ್ಜ್ಯವಾಯಿತಂತೆ. ಅವ್ವನಿಗೆ ಈ ಮಾತು ಹೇಳಿ ಒಪ್ಪಿಗೆ ಪಡೆದೇ ಮದುವೆಯಾದರಂತೆ. ಆದರೆ ನಾನು ನೆಂಟರಿಷ್ಟರ, ಕುಲ ಬಾಂಧವರ, ಮನೆಗಳಿಗೆ ಹೋದಾಗ ಅಕಸ್ಮಾತ್ ಮಾಡಿದ್ದರೆ ತಿನ್ನುತ್ತಿದ್ದೆ. ವಿಶೇಷ ದಿನಗಳಲ್ಲಿ ವಿನಾ ಉಳಿದಂತೆ ನಮ್ಮ ಜಾತಿಯವರೂ ಸಸ್ಯಾಹಾರಿಗಳೇ. ಓದಲು ಬೆಂಗಳೂರಿಗೆ ಬಂದಮೇಲೆ, ಪುಣೆಯಲ್ಲಿ ಓದುವಾಗ ಸ್ನೇಹಿತ ರೊಡನೆ ಹೋಟೆಲಿಗೆ ಹೋದರೆ ನಾನ್-ವೆಜ್ ಸಾಧಾರಣ ತಿನಿಸಾಗಿತ್ತು. ಆದರೂ ದಯಾಮಯ ದೇವರಿಗೆ ಪ್ರಾಣಿವಧೆಯ ನೈವೇದ್ಯ ಮಾಡುವ ಕಲ್ಪನೆ ಅಧ್ಯಾತ್ಮದ ಮಟ್ಟದಲ್ಲಿ ಕಿರಿಕಿರಿ ಎನ್ನಿಸಿತು. ಆದರೆ ಆ ಸಂಜೆ ಪ್ರೊಫೆಸರ್ ಶಾಸ್ತ್ರಿಗಳಿಂದ ಬಂದ ಫೋನು ನನ್ನ ಲ್ಲೊಂದು ಪೂರ್ಣ ತಿರುವನ್ನುಂಟು ಮಾಡಿತು. ಅಮೀರನೇ ನನಗೆ ಮಾರುಗಟ್ಟಳೆ ಉದ್ದವಿದ್ದ ತಂತಿಯ ಫೋನು ರಿಸೀವರ್ ತಂದುಕೊಟ್ಟ. 'ಏನಮ್ಮ ಲಕ್ಷ್ಮೀ, ಕಂಗ್ರಾಟುಲೇಶನ್ಸ್. ನಿನ್ನನ್ನ ರಜಿಯಾ ಅನ್ನದೆ ಲಕ್ಷ್ಮಿ ಅಂದದ್ದಕ್ಕೆ ಬೇಸರಮಾಡಿಕೊಬೇಡ. ಯಾವ ಆಲೋ ಚನೆಯೂ ಇಲ್ಲದೆ ಇದ್ದಕ್ಕಿದ್ದಹಾಗೆ ನಾಲಿಗೆಯಿಂದ ಬಂದ ಹೆಸರು. ಯಾಕೆಂದರೆ ಬೇರೆ ಯವರು ನಿನ್ನನ್ನ ಎಷ್ಟು ದೂರ ಮಾಡಿದರೂ ನನ್ನ ಮಟ್ಟಿಗೆ ನೀನು ನಮ್ಮೂರ ಹುಡುಗಿ.' ಪ್ರೊಫೆಸರರ ಧ್ವನಿ ಕೇಳಿ ನನ್ನ ಮನಸ್ಸಿಗೆ ಹಿತವಾಯಿತು. "ಕಳೆದ ಭಾನುವಾರ ಸೆಮಿನಾರಿನಲ್ಲಿ ಅಮೀರ್ ಸಿಕ್ಕಿದ್ದ. ಗಂಡುಮಗು ಆಯಿತು ಅಂದ. ಗಂಡೋ ಹೆಣ್ಣೋ, ನನ್ನ ಮಟ್ಟಿಗೆ ತಾರತಮ್ಯವಿಲ್ಲ. ನಿನಗೆ ಕಂಗ್ರಾಟ್ಸ್ ಹೇಳಬೇಕೆಂದಿದ್ದೆ. ಅದರ ಬೆಳಗ್ಗೆಯೇ ಡೆಲ್ಲಿಗೆ ಹೋಗಬೇಕಾ ಗಿತ್ತು. ಸಂಜೆ ವಾಪಸು ಬಂದೆ. ಇವತ್ತು ಬೆಳಗ್ಗೆ ಗಾಂಧಿ ಅಧ್ಯಯನ ಕೇಂದ್ರದಲ್ಲಿ ಗಾಂಧಿ ಮತ್ತು ಮಾರ್ಕ್ಸ್: ಒಂದು ತುಲನೆ, ಅನ್ನುವ ಅಧ್ಯಯನ ಶಿಬಿರದ ಉದ್ಘಾಟನೆಗೆ ಹೋಗಿದ್ದೆ. ನಿನ್ನ ಅಪ್ಪಾಜಿ ಸಿಕ್ಕಿದ್ದರು. ಗೌಡರೇ ನಿಮಗೆ ಮೊಮ್ಮಗ ಹುಟ್ಟಿದಾನಂತೆ, ಇವತ್ತಿಗೆ ಏಳನೆ ದಿನವಂತೆ ಅಂದೆ. ಅವರು ಮಾತನಾಡಲಿಲ್ಲ. ನನ್ನ ಮಾತಿನಿಂದ ಅವರಿಗೆ ಹಿತವೆನ್ನಿಸಲಿಲ್ಲ ಅಂತ ಅವರ ಮುಖಭಾವದಿಂದ ಅರ್ಥವಾಯಿತು. 'ನೀವು ಇನ್ನೂ ಧರ್ಮ ಧರ್ಮಗಳ ವ್ಯತ್ಯಾಸವನ್ನ ನಂಬ್ತೀರಾ ಗೌಡರೆ? ಧರ್ಮಕ್ಕಿಂತ ಮಾನವೀಯ ಅಂತಃಕರಣ ಹೆಚ್ಚಲ್ಲವೆ?' ಅಂದೆ. ಅವರು ಏನಂದರು ಅಂತ! 'ನಾರಾಯಣಾ, ಅಲ್ಲಿದು ಇಲ್ಲಿಗೆ ಹೇಳಾದು ಇಲ್ಲಿದು ಅಲ್ಲಿಗೆ ಹೇಳಾದು ನಾರದಮುನಿ ಕೆಲ್ಸ ಬುಟ್ಟುಬುಡು. ಇದನ್ನ ಹೇಳು ಅಂತ ನಾನು ನಿನ್ನನ್ನ ಕೇಳಿದ್ನಾ?' ಅಂದರು. ನನಗೆ ಅವರ ಮೇಲೆ ಸಿಟ್ಟಿಲ್ಲ. ನನ್ನ ತಂದೆಯ ಸ್ನೇಹಿತರು.

ಅವರ ಸಮವಯಸ್ಸಿನೋರು. ಆದರೆ ಧರ್ಮ ಅನ್ನೋದು ಹ್ಯಾಗೆ ತನ್ನ ಕರುಳ ಕುಡಿಯ ನಡುವೆಯೇ ಗೋಡೆ ಎಬ್ಬಿಸುತ್ತೆ ಅನ್ನೂದು ನಾವು ಗಮನಿಸಬೇಕಾದ ಅಂಶ. ಅದಕ್ಕೇ ನಾನು ಪ್ರತಿಪಾದಿಸುತ್ತಿರೂದು; ಧರ್ಮ ಹೋಗೂ ತನಕ ಮಾನವೀಯತೆ ಉಳಿಯುಲ್ಲ. ಅದಿರಲಿ. ನಿನ್ನ ಕೈಲಿ ವಿರಾಮದಲ್ಲಿ ಮಾತಾಡಿ ತುಂಬ ದಿನವಾಯ್ತು. ಬಾಣಂತನ ಮುಗುಸ್ಕೊ. ಒಂದು ದಿನ ಎಲ್ಲಾದರೂ ಊಟಕ್ಕೆ ಹೋಗಾಣ." ಅವೊತ್ತಿನಿಂದ ನಾನು ಅಪ್ಪಾಜಿಯ ಮೇಲೆ ಇನ್ನಷ್ಟು ಕಠಿಣಳಾದದ್ದು ಮಾತ್ರವಲ್ಲ, ಧರ್ಮದ ಮೇಲೆ ದ್ವೇಷ ಹುಟ್ಟಿತು, ಎಂಬ ನೆನಪಾದಾಗ ಅಲೆಗಳ ಸಪ್ಪಳ ತುಸು ಶಾಂತವಾಗಿತ್ತು. ದ್ವೇಷ ಹುಟ್ಟಿದ್ದು ಬಿಟ್ಟು ಬಂದ ಧರ್ಮದ ಮೇಲೆ. ಅಂತರಂಗದಿಂದಲ್ಲದಿದ್ದರೂ ಸಾಮಾಜಿಕವಾಗಿ ಸ್ವೀಕರಿಸಿದ ಧರ್ಮದ ಮೇಲಲ್ಲ. ಅಹಿಂಸೆಗೆ ವಿರೋಧವೆಂದು ಮಾಂಸಾಹಾರವನ್ನು ತ್ಯಜಿಸಿ ಶುದ್ಧ ಸಸ್ಯಾಹಾರಿಯಾಗಿರುವ ಅಪ್ಪಾಜಿಗೇ ಮಾನವೀಯ ಅಂತಃಕರಣ ಬತ್ತಿಹೋಯಿತೆಂದರೆ ಅದೆಂತಹ ಕೆಟ್ಟ ಧರ್ಮ! ಸಾರ್ವಜನಿಕವಾಗಿ ಭಾಷಣ, ಸೆಮಿನಾರುಗಳಲ್ಲಿ ಮಂಡನೆ, ಪತ್ರಿಕೆಗಳಲ್ಲಿ ಲೇಖನಗಳ ಮೂಲಕ ಸಾರತೊಡಗಿದೆ: ಹಿಂದೂವಿನಷ್ಟು ಹೃದಯಹೀನ ಧರ್ಮ ಬೇರೊಂದಿಲ್ಲ. ಸಾಮಾಜಿಕ ಕಾಳಜಿ ಇಲ್ಲದ, ಸಮಾನತೆಗೆ ಕಡುವೈರಿಯಾದ, ಶ್ರೇಣೀಕೃತ ಸಮಾಜದಿಂದ ಕೂಡಿದ, ಪ್ರಪಂಚದ ಇತಿಹಾಸದಲ್ಲಿ ಎಲ್ಲಿಯೂ ಇಲ್ಲದ ಕ್ರೌರ್ಯದಿಂದ ದಲಿತರನ್ನು ಸ್ತ್ರೀಯರನ್ನು ವಿಧವೆಯರನ್ನು ಶೋಷಿಸುವ ಬೇರೊಂದು ಧರ್ಮವಿಲ್ಲ. ಆದ್ದರಿಂದಲೇ ನಾನು ಅದನ್ನು ತ್ಯಜಿಸಿ ವಿಶಾಲ ತಳಹದಿಯ ಮಾನವಕುಲದ ಭ್ರಾತೃತ್ವದ ರಾಜ್ಯ ರಾಷ್ಟ್ರಗಳ ಗಡಿ ಇಲ್ಲದೆ ವಿಶ್ವವ್ಯಾಪಿಯಾಗಿ ಬೆಳೆದು ಬೆಳೆಯುತ್ತಿರುವ, ಆಧುನಿಕ ಸಮತಾವಾದದ ತಿರುಳನ್ನು ಸಾವಿರದ ನಾಲ್ಕುನೂರು ವರ್ಷಗಳಷ್ಟು ಹಿಂದೆಯೇ ಬೋಧಿಸಿದ ಧರ್ಮಕ್ಕೆ ಸೇರಿದೆ, ಎಂದು ಉದ್ಘೋಷಿಸತೊಡಗಿದೆ. ಪ್ರೊಫೆಸರ್ ಶಾಸ್ತ್ರಿಗಳು ಒತ್ತಾಸೆಕೊಟ್ಟರು. ಭಾಷಣಗಳಿಗೆ ಅಂಶಗಳನ್ನು ಒದಗಿಸಿದರು. ನನ್ನ ನಿಲುವನ್ನು ಸಮರ್ಥಿಸುವ ಪುಸ್ತಕಗಳನ್ನು ಕೊಟ್ಟರು. ಶುರುವಿನಲ್ಲಿ ನನಗೆ ಅಧೈರ್ಯವಿತ್ತು. ದೇಶದ ಬಹುಮತೀಯ, ಶೇಕಡಾ ಎಂಭತ್ತೈದರಷ್ಟು ಜನರಿರುವ ಧರ್ಮದ ಬುಡವನ್ನೇ ಕತ್ತರಿಸುವ ಮಾತುಗಳನ್ನು ಮುಚ್ಚುಮರೆ ಇಲ್ಲದೆ ಆಡುವುದೆಂದರೆ ಅಂಜಿಕೆಯಾಗದೆ ಇರುತ್ತೆಯೆ? ಆದರೆ ಹಾಗಾಗಲಿಲ್ಲ. ಪತ್ರಿಕೆಗಳು ನನ್ನ ಫೋಟೋವನ್ನು ಮುಖಪುಟದಲ್ಲಿ ಮುದ್ರಿಸಿ ಧೀಮಂತ ಮಹಿಳೆ ಎಂಬ ಬಿರುದು ಕೊಟ್ಟವು. ಸೆಮಿನಾರುಗಳಲ್ಲಿ ನಾನು ಮಂಡಿಸುತ್ತಿದ್ದ ಲೇಖನಗಳನ್ನು ಎಲ್ಲ ಪತ್ರಿಕೆಗಳು ಇಡಿಇಡಿಯಾಗಿ ಮುದ್ರಿಸತೊಡಗಿದವು. ಯಾವ ಕ್ರಾಂತಿಕಾರಿ ಸಂಘಟನೆಯ ಕಾರ್ಯಕ್ರಮವಾಗಲಿ ಉದ್ಘಾಟನೆಗೆ ನಾನೇ ಬೇಕು. ನನ್ನನ್ನೊಬ್ಬಳು ಹೀರೋಯಿನ್ ಮಾಡಿಬಿಟ್ಟರು. ಒದೆಯುವ ಪಾದಗಳಿಗೇ ಅಭಿಷೇಕ ಮಾಡಿ ಅಭಿಷೇಕದ ನೀರನ್ನು ಭಕ್ತಿಯಿಂದ ಕುಡಿಯುವ ಜನಗಳ ಧರ್ಮ ಇದು ಎಂಬ ತಿರಸ್ಕಾರ ನನ್ನಲ್ಲಿ ಬೆಳೆಯಿತು. ನಾನು ಹೊಸದಾಗಿ ಸೇರಿದ್ದ ಧರ್ಮದಲ್ಲಿ ತನ್ನ ಧರ್ಮದ ಯಾವುದೇ ಅಂಶದ ವಿರುದ್ಧ ಮಾತನಾಡುವ ಯಾರೇ ಇರಲಿ ಸಾಮಾಜಿಕವಾಗಿ ಸೆಟೆದುನಿಂತು ಅವನಿಂದ ಕ್ಷಮಾಯಾಚನೆ, ಅವನಿಗೆ ತಪ್ಪು ದಂಡ ಅಥವಾ ಚೂರಿಯ ಶಿಕ್ಷೆ ಮಾಡುವ; ಹೊರಗಿನ ಯಾರಿಗೂ

ತಮ್ಮ ಧರ್ಮದ ಯಾವುದೇ ಅಂಶದ ವಿರುದ್ಧ ಮಾತನಾಡುವ ಎದೆ ಇಲ್ಲದ ವಾತಾವರಣವನ್ನು ಸೃಷ್ಟಿಸಿರುವ ಗುಣವಿದೆ. ಇದು ಆತ್ಮಗೌರವದ ಧರ್ಮ, ಎಂದು ಇದರ ಬಗೆಗೆ ಅಭಿಮಾನ ಬೆಳೆಯಿತು. ಇದೇ ನನ್ನ ನಿಜವಾದ ಧರ್ಮ, ಸ್ವಧರ್ಮ, ಹುಟ್ಟಿನ ರಕ್ತದ ಧರ್ಮ ಎಂಬ ಕಟುಶ್ರದ್ಧೆ ಹುಟ್ಟಿತು. ಮನೆಯಲ್ಲಿದ್ದಾಗಲೆಲ್ಲ ದಿನಕ್ಕೆ ಐದು ಸಲ ನಮಾಜ್ ಮಾಡತೊಡಗಿದೆ. ಅತ್ತೆಗೆ ನನ್ನ ಮೇಲೆ ಪ್ರೀತಿ ಹುಟ್ಟಿತು. ಮಾವನವರಿಗೆ ಸಂತೋಷವಾಯಿತು. ಆದರೂ ಅತ್ತೆಗೆ ಕೆಲವು ವಿಷಯದಲ್ಲಿ ಅಸಮಾಧಾನವಿತ್ತು. ಮಾದರಿಯ ಮುಸ್ಲಿಂ ಕುಟುಂಬದಲ್ಲಿರುವಂತೆ ಅತ್ತೆಯ ಮನೆಯಲ್ಲೂ ಮರ್ದಾನ ಮತ್ತು ಜನಾನ ಎಂಬ ಎರಡು ಭಾಗಗಳು. ಜನಾನ ಹಿಂದಿನದು; ಮರ್ದಾನ ಮುಂದಿನದು. ಒಳಗೆ ಬಂದವನಿಗೆ ನೇರವಾಗಿ ಒಳಭಾಗ ಕಾಣಿಸದಂತೆ ನಡುವಣ ಬಾಗಿಲುಗಳನ್ನು ಬೇರೆ ಬೇರೆ ಭಾಗಗಳಲ್ಲಿ ಇಟ್ಟಿರುತ್ತಾರೆ. ಎತ್ತರವಾದ ಕಾಂಪೌಂಡ್. ಬೇರೆ ಗಂಡಸರು ಬಂದರೆ ಕಾಂಪೌಂಡ್ ಬಾಗಿಲಿನಲ್ಲಿ ನಿಂತು, 'ಘೋಷಾ, ಘೋಷಾ' ಎಂದು ಗಟ್ಟಿಯಾಗಿ ಕೂಗಬೇಕು. ಆಗ ಒಳಗಿರುವ ಹೆಂಗಸರು ಮರೆಯಲ್ಲಿ ಅವಿತುಕೊಳ್ಳಬೇಕು. ಅನಂತರ ಗಂಡಸರು ಅಥವಾ ಕೆಲಸದ ಹೆಂಗಸರು ಕಾಂಪೌಂಡ್ ಬಾಗಿಲಿಗೆ ಹೋಗಿ ಮಾತನಾಡಿಸಿ ಕಳಿಸುತ್ತಾರೆ. ಆ ಮನೆ ಸೇರಿದ ದಿನವೇ ಅತ್ತೆ ನನಗೆ ಈ ರಿವಾಜನ್ನು ಹೇಳಿದರಾದರೂ ನಾನು ಕೇಳುತ್ತಿರಲಿಲ್ಲ. ಬುರ್ಖಾ ಧರಿಸುವುದಂತೂ ದೂರವೇ ಉಳಿಯಿತು. ಯಾರು ಬಂದು ಕೂಗಿದರೂ ನೇರವಾಗಿ ಕಾಂಪೌಂಡ್ ಬಾಗಿಲಿಗೆ ಹೋಗಿಬಿಡುತ್ತಿದ್ದೆ. ನೀನು ಹೀಗೆ ಮಾಡಿದರೆ ಮುಸ್ಲಿಂ ಹೇಗೆ ಆಗ್ತೀಯ? ಅತ್ತೆ ಆಕ್ಷೇಪಿಸುತ್ತಿದ್ದರು. 'ನಾನು ಸಿನಿಮಾಕ್ಕೆ ಕಥೆ ಡೈಲಾಗ್ ಬರೀತೀನಿ. ಶೂಟಿಂಗ್ ಸಮಯದಲ್ಲಿ ಎದುರಿಗಿದ್ದು ಕೆಲಸ ಮಾಡ್ತೀನಿ. ಅಲ್ಲೆಲ್ಲ ಘೋಷ ಅಂದರೆ ನಡೆಯುಲ್ಲ. ಮನೇಲಿ ಯಾಕೆ ಇಲ್ಲದ ಅಡಚಣೆ?' ನಾನು ಕೇಳಿದೆ.

'ಆ ಗಂಡಸರ ಕೆಲಸಾನೆಲ್ಲ ಬಿಟ್ಟುಬಿಡು. ಮುಸ್ಲಿಂ ಹೆಂಗಸು ಮುಸ್ಲಿಂ ಹೆಂಗಸಿನ ಹಾಗಿದ್ದರೆ ಮರ್ಯಾದೆ. ಅಲ್ಲಾಹನಿಗೆ ಪ್ರೀತಿ.'

'ಮದುವೆಯಾದ ಮೇಲೂ ಸಿನಿಮಾ ಕೆಲಸ ಮಾಡಭೌದು ಅಂತ ನಿಮ್ಮ ಮಗನೇ ಹೇಳಿದ್ದರು. ಬೇಕಾದರೆ ಕೇಳಿ.' ಎಂದಾಗ ಅತ್ತೆ ಮುನಿಸಿಕೊಂಡರು.

ಆದರೆ ಮಾವ ಮುನಿಸು ತೋರಿಸದೆ ಮರುದಿನ ಸವಿಮಾತಿನಲ್ಲಿ ಹೇಳಿದರು: 'ನಾನು ಹೇಳೂದ ಶಾಂತವಾಗಿ ಕೇಳಿ ಅರ್ಥಮಾಡಿಕೊ. ಹೆಚ್ಚು ಓದಿರುವ ಹೆಂಗಸಿನ ಮುಖದಲ್ಲಿ ಸೌಂದರ್ಯವಿರೂದಿಲ್ಲ. ಬಿಸಿಲಿನಲ್ಲಿ ತಿರುಗೋಳ ಮುಖದ ನೀರು ಆವಿಯಾಗಿ ಹೋಗಿ ಕಳೆ ಉಳಿಯೂದಿಲ್ಲ. ವ್ಯಾಯಾಮವಿಲ್ಲದೆಯೂ ಆರೋಗ್ಯವಾಗಿರುವ ವಿಶೇಷ ಗುಣ ಹೆಂಗಸಿನ ದೇಹದಲ್ಲಿದೆ. ಆದ್ದರಿಂದ ಹೆಂಗಸು ಹೊರಗೆ ಹೋಗಲೇಬಾರದು.'

'ನಾನು ಹೊರಗೆ ಹೋಗಿ ಕೆಲಸ ಮಾಡೂದು ಬರೀ ದೇಹಾರೋಗ್ಯಕ್ಕಲ್ಲ. ನನ್ನ ಸೃಜನಶಕ್ತಿಯ ಅಭಿವ್ಯಕ್ತಿಗಾಗಿ,' ಎಂದು ಸಿನಿಮಾ ನಿರ್ಮಾಣ ಕಲೆಯ ತರಗತಿಯಲ್ಲಿ ಕಲಿತ ಮಾತನ್ನು ಹೇಳಿದೆ. ಅದು ಅವರಿಗೆ ಅರ್ಥವಾಗಲಿಲ್ಲ. ಮದುವೆಯಾಗಿ ಮೂರುವರ್ಷವಾದರೂ ಅವರಿಗೂ ನನಗೂ ಹೊಂದಾಣಿಕೆಯಾಗಲೇ ಇಲ್ಲ. 'ಮೂಲ ಮುಸ್ಲಿಂ ಆದ

ಹುಡುಗೀನೇ ಮದುವೆಯಾಗಿದ್ದರೆ ಹೀಗೆ ಪ್ರತಿಯೊಂದಕ್ಕೂ ಜವಾಬ್ ಕೊಡ್ತಿರಲಿಲ್ಲ. ನನ್ನ ಮಗ ಲಕ್ಷಣವಾಗಿದಾನೆ. ಸಿನಿಮಾದ ಡೈರೆಕ್ಟರಾಗಿದಾನೆ. ಅವನ ಆಕರ್ಷಣೆಗಾಗಿ ಮದುವೆಯಾಗಿ ಬಂದೋಳಿಗೆ ನಮ್ಮ ಮನೆತನದ ರಿವಾಜ್ ಯಾಕೆ ಬೇಕು? ನಮ್ಮ ಧರ್ಮದ ಮೇಲಿನ ವಿಶ್ವಾಸ ಯಾಕಿರಬೇಕು?' ಎನ್ನುವ ತನಕ ಮಾತು ಬೆಳೆಸಿದ ಮೇಲೆ ಅವರೊಡನೆ ಇರಲು ನನಗೂ ಅಸಾಧ್ಯವಾಗಿ ನಾವು ಬೇರೆ ಮನೆ ಮಾಡಿಕೊಂಡು ಹೋಗುವ ಪ್ರಸ್ತಾಪವನ್ನು ಮುಂದಿಟ್ಟಿದ್ದಕ್ಕೆ ಅಮೀರ್ ಒಪ್ಪಲಿಲ್ಲ. 'ನೀನು ಹೊಂದಿಕೊಬೇಕು. ಸ್ವಲ್ಪ ಟ್ಯಾಕ್ಟ್‌ಫುಲ್ ಆಗಿರಬೇಕು.' ಏನು ಟ್ಯಾಕ್ಟ್‌ಫುಲ್ ಅಂದರೆ? 'ಮನೇಲಿರುವಾಗ ಅಮ್ಮನಿಗೆ ಪ್ರಿಯವಾಗುವ ಹಾಗೆ ಒಂದು ಕರಿ ಗೌನ್ ಹಾಕಿಕೊ.' ಆದರೆ ಶೂಟಿಂಗ್ ಸಮಯದಲ್ಲಿ ಪಬ್ಲಿಸಿಟಿಗೆ ಅಂತ ಎಷ್ಟೋ ಫೋಟೋ ತೆಗೆದು ಪತ್ರಿಕೆಗಳಿಗೆ ಕಳಿಸ್ತಾರಲ್ಲ, ಆಗ ಯಾವ ಡ್ರೆಸ್ಸಿನಲ್ಲಿರಲಿ? ಬುರ್ಖಾ ಹಾಕಿ ಮುಖ ಮುಚ್ಚಿಕೊಂಡು ನಿಂತಿರಲೆ? ಅಂಥ ಒಂದು ಫೋಟೋ ಪೇಪರಿನಲ್ಲಿ ಬಂದರೆ ನನ್ನ ಕ್ರಾಂತಿಕಾರಿ ಹಿರೋಯಿನ್ ಇಮೇಜ್ ಏನಾಗುತ್ತೆ? ಅವನಿಗೂ ಉತ್ತರ ತಿಳಿಯುತ್ತಿರಲಿಲ್ಲ. ಆದರೆ ಅವನು ಅಪ್ಪ ಅಮ್ಮರ ಮುದ್ದಿನ ಮಗ. ಎಂಟು ಜನ ಹೆಣ್ಣುಮಕ್ಕಳು, ಇವನೊಬ್ಬನೇ ಗಂಡುಮಗ. ತಂದೆ ತಾಯಿಗಳಿಗೆ ಎದುರುಹೇಳುವ ನೋವು ಮಾತ್ರವಲ್ಲ, ಬಗೆದು ನೋಡಿದರೆ ಇವ ನೊಳಗೂ ಧರ್ಮದ ಮಡಿವಂತಿಕೆ ಇದೆ ಎಂಬುದು ನನಗೂ ಕ್ರಮೇಣ ಅರ್ಥವಾಗುತ್ತಿತ್ತು. ಅವರದು ಸಂಪ್ರದಾಯನಿಷ್ಠ ಮನೆತನವೆಂಬ ಹೆಸರುಳ್ಳ ಕುಟುಂಬ. ಪ್ರತಿಯೊಂದು ಮುಸ್ಲಿಂ ಕುಟುಂಬದಲ್ಲಿಯೂ ಧರ್ಮ ಮತ್ತು ಸಂಪ್ರದಾಯಗಳನ್ನು ಚಾಚೂ ತಪ್ಪದೆ ಪಾಲಿಸುವುದನ್ನು ಪರಿಶೀಲಿಸುವುದಕ್ಕೆಂದೇ ಎಲ್ಲೆಲ್ಲಿಯೂ ಬೇಹುಗಾರರನ್ನಿಟ್ಟಿರುವ ತಬ್ಲೀಘ್‌ನವರಿಗೆ ನನ್ನ ವಿಷಯ ಗೊತ್ತಾಗಿ ಅವರೇ ಬಂದು ಅತ್ತೆ ಮಾವಂದಿರನ್ನು ಪ್ರಶ್ನಿಸಿದರು. ಮೊದಲೇ ಕೋಪದಿಂದಿದ್ದ ಅತ್ತೆ, 'ನಮ್ಮ ಮಾತು ಕೇಳುವ ಸೊಸೆಯಲ್ಲ ಅವಳು. ನೀವೇ ಮಾತನಾಡಿ' ಎಂದರು. ತಬ್ಲೀಘ್‌ನ ಇಬ್ಬರು ನನ್ನನ್ನು ಪ್ರಶ್ನಿಸಿದರು: 'ನೀನು ಆಗಾಗ್ಗೆ ಹಣೆಗೆ ಕುಂಕುಮ ಇಡ್ತೀಯಂತೆ ನಿಜವೆ?'

'ನಾನು ಸಿನಿಮಾ ಕ್ಷೇತ್ರದಲ್ಲಿರೋಳು. ಅಲ್ಲಿಯ ಸನ್ನಿವೇಶ ಹೇಗಿರುತ್ತೆಯೋ ಹಾಗೆ ವೇಷ ಭೂಷಣ ಅಲಂಕಾರ ಮಾಡಿಕೊತ್ತೀನಿ.'

'ಮನೆಗೆ ಬಂದ ತಕ್ಷಣ ಕುಂಕುಮ ಅಳಿಸಿ ಹಾಕುಲ್ಲ ಅಂತ ಮಾಹಿತಿ ಸಿಕ್ಕಿದೆ.'

'ಕುಂಕುಮ ಇರಲೇಬೇಕು ಅಂತ ಹಿಂದೂ ಸಂಪ್ರದಾಯವಾದಿಗಳು ಹೇಳ್ತಾರೆ. ಇರಲೇ ಕೂಡದು ಅಂತ ನೀವು ಹೇಳ್ತೀರಿ. ಮನೆಗೆ ಬಂದ ತಕ್ಷಣ ಅಳಿಸಿ ಹಾಕೂದು ಅಂದರೆ ಅದೇ ಅಲ್ಲವೆ? ಅದಕ್ಕೂ ಧರ್ಮಕ್ಕೂ ಏನು ಸಂಬಂಧ?'

ಗಡ್ಡದ ಸಂಪ್ರದಾಯರಕ್ಷಕರಿಗೆ ಕಕ್ಕಾಬಿಕ್ಕಿಯಾಯಿತು. 'ಏನು ಸಂಬಂಧ! ಕಾಫಿರ್ ಪದ್ಧತಿ!' ಎಂದು ತಡಕಾಡಿದರು.

'ಕಾಫಿರ್ ಅಂದರೆ ಬೈಗುಳವಾಯ್ತು. ಅಧರ್ಮ ಅಂತ ತೋರಿಸಿದ ಹಾಗಾಗಲಿಲ್ಲ.'

ಆ ಇಬ್ಬರಲ್ಲಿ ಒಬ್ಬ ಧರ್ಮರಕ್ಷಕರು ತಕ್ಷಣಕೇಳಿದರು: 'ನೀನು ತಪ್ಪು ತಪ್ಪು ಉರ್ದೂ

ಮಾತನಾಡ್ತಿದೀಯ. ಮಾತು ತೋಚದ ಕಡೆ ಕನ್ನಡ ಆಡ್ತೀಯ.'

'ಮಲೆಯಾಳದ ಮುಸಲ್ಮಾನರಿಗೆ ಉರ್ದು ಏನೇನೂ ಗೊತ್ತಿಲ್ಲ. ತಮಿಳು ಮುಸಲ್ಮಾನರಿಗೂ ಅಷ್ಟೆ. ಉರ್ದುವಿಗೂ ಧರ್ಮಕ್ಕೂ ಏನು ಸಂಬಂಧ?' ಸಿನಿಮಾದಲ್ಲಿ ಕಠೋರ ಸಂಪ್ರದಾಯಪಾಲಕರನ್ನು ಪಾಟೀ ಸವಾಲಿಗೆ ಸಿಕ್ಕಿಸುವ ಡೈಲಾಗನ್ನು ಬರೆಯುತ್ತಿರುವೆನೆಂಬ ಲಹರಿ ನನ್ನಲ್ಲಿ ಹುಟ್ಟಿತು.

'ಏನು ಸಂಬಂಧವೆ? ಕ್ಯಾ, ಕ್ಯಾ,' ಎಂದು ಅವರು ಒಬ್ಬರ ಮುಖವನ್ನೊಬ್ಬರು ನೋಡಿಕೊಂಡರು.

'ನೀನು ಹಸು ಎತ್ತುಗಳ ಮಾಂಸ ತಿನ್ನುಲ್ಲ ಅಂತ ನಮಗೆ ಮಾಹಿತಿ ಬಂದಿದೆ. ನಿಜವೆ?' ಇನ್ನೊಬ್ಬ ಧರ್ಮಪಾಲಕರು ಕೇಳಿದರು.

'ನಾನು ಹುಟ್ಟಿದ ಧರ್ಮದಲ್ಲಿ ಗೋಮಾಂಸಭಕ್ಷಣ ಪಾಪ ಅಂತ ಹೇಳಿದೆ. ಇಸ್ಲಾಮಿಗೆ ಬರೂತನಕ ಇದ್ದ ನಂಬಿಕೆ, ಅಭ್ಯಾಸ. ಈಗ ತಿನ್ನುಕ್ಕೆ ಹೋದರೆ ಅಸಹ್ಯವಾಗುತ್ತೆ. ಕಷ್ಟವಾಗುತ್ತೆ. ಇಷ್ಟಕ್ಕೂ ಮುಸ್ಲಿಂ ಆದವನು ಗೋಮಾಂಸಭಕ್ಷಣ ಮಾಡಲೇಬೇಕು ಅಂತ ಎಲ್ಲಿ ಹೇಳಿದೆ?'

'ಎಲ್ಲಿ ಹೇಳಿದೆಯೆ?' ಈಗ ಅವರಿಬ್ಬರೂ ಸ್ವಲ್ಪವೂ ತಡವರಿಸದೆ ಯುಗಲ ಗಾಯನದಲ್ಲಿ ಎರಡು ಕಂಠಗಳು ಒಂದೇ ಸ್ವರವನ್ನು ಹಾಡುವಂತೆ ಒಟ್ಟಿಗೆ ಹೇಳಿದರು: 'ಎಲ್ಲಿ ಹೇಳಿದೆ ಅನ್ನುವುದಲ್ಲ. ನಿನ್ನ ಕಾಫ಼ಿರ ಧರ್ಮದ ಬೇರುಗಳನ್ನು ನೀನು ಪೂರ್ತಿ ಕಿತ್ತು ಹಾಕಿದ್ದೀಯೋ ಇನ್ನೂ ಉಳಿಸಿಕೊಂಡಿದ್ದೀಯೋ ಪರೀಕ್ಷೆ ಮಾಡುಕ್ಕೆ ಈ ಮೂರು ಅಂಶಗಳನ್ನ ಕೇಳಿದೀವಿ. ತನಿಖೆ ಮಾಡುಕ್ಕೆ ಶುರುಮಾಡಿದರೆ ಇನ್ನೂ ನೂರು ಅಂಶಗಳಿವೆ.'

ಎಂದು ಅವರು ಯುಗಲ ವಾದ ಹೇಳುತ್ತಿರುವಾಗ ನಾನು ತಕ್ಷಣ, 'ಅಕಸ್ಮಾತ್ ಒಬ್ಬ ಮುಸಲ್ಮಾನನು ಹಿಂದುವಾದರೆ ಅವನ ಪೂರ್ವಧರ್ಮದ ಬೇರಿನಿಂದ ಪೂರ್ತಿ ಕಿತ್ತುಕೊಂಡಿದಾನೆನ್ನುವ ಗುರುತಾಗಿ ಅವನು ಹಂದಿಮಾಂಸ ತಿನ್ನುವಂತೆ ಹಿಂದೂ ಸಂಪ್ರದಾಯವಾದಿಗಳು ಆಗ್ರಹಿಸುವಂತೆ ಇದೆ ನಿಮ್ಮ ವಾದ.' ಎಂದೆ

'ಏನಂದೆ? ಏನಂದೆ?' ಇಬ್ಬರೂ ಒಟ್ಟಿಗೆ ಕೇಳಿದರು. ಅನಂತರ ಉದ್ದನೆಯ ಬಿಳಿಗಡ್ಡದವರು ಅಷ್ಟೇ ಉದ್ದನೆಯ ಕಪ್ಪು ಬಿಳುಪು ಮಿಶ್ರ ಗಡ್ಡದವರಿಗೆ ಬಿಡಿಸಿ ಹೇಳಿದರು. ಮಿಶ್ರ ಗಡ್ಡದವರು ತಕ್ಷಣ ಅರಚುವ ಧ್ವನಿಯಲ್ಲಿ ಕೇಳಿದರು: 'ತಬ್ಲೀಘ್‌ನವರಿಗೆ ಇಂಥ ಉತ್ತರ ಕೊಡುಕ್ಕೆ ಎಷ್ಟು ಧೈರ್ಯ! ಸತ್ಯಧರ್ಮದಲ್ಲಿ ಹುಟ್ಟಿದೋನು ತನ್ನ ಧರ್ಮವನ್ನು ತ್ಯಜಿಸಿದರೆ ಮರಣದಂಡನೆಯಾಗುತ್ತೆ ಅನ್ನೂದು ಗೊತ್ತಿಲ್ಲವೆ ನಿನಗೆ? ಇನ್ನು ಅವನು ಹಂದಿಮಾಂಸ ತಿನ್ನುವ ತನಕ ಎಲ್ಲಿ ಬಂತು?' ಎಂದು ಅವರು ಹಿಂಬದಿಗೆ ತಿರುಗಿ, 'ಯೂನಸ್ ಕುರೈಶಿ ಸಾಹೇಬರೆ, ಕೇಳಿದಿರಾ ನಿಮ್ಮ ಸೊಸೆಯ ಮಾತುಗಳನ್ನ? ಅವಳನ್ನ ನೀವು ಸರಿಮಾಡಬೇಕು. ಇಲ್ಲದಿದ್ದರೆ ನಿಮಗೆ ಬಹಿಷ್ಕಾರ ಬೀಳುತ್ತೆ. ಯಾರೂ ನಿಮ್ಮ ಮನೆಗೆ ಹೋಗೂದಿಲ್ಲ, ಬರೂದಿಲ್ಲ, ಸತ್ತರೆ ಹೆಣ ಎತ್ತುಕ್ಕೂ ಬರೂ ಹಾಗಿಲ್ಲ. ಯಾರಾದರೂ ಬಂದರೆ ಅವರಿಗೂ ಬಹಿಷ್ಕಾರ ಬೀಳುತ್ತೆ. ನಿಮ್ಮ ಹೆಣ್ಣುಮಕ್ಕಳಿಗೂ ಅಷ್ಟೆ. ಬಂದು ನಮ್ಮನ್ನು ಕಾಣು ಅಂತ ನಿಮ್ಮ ಮಗ ಅಮೀರನಿಗೆ ಹೇಳಿ,' ಎಂದವರು ಎದ್ದು ಹೋದರು.

ಅಮೀರನಿಗೆ ನನ್ನ ಮೇಲೆ ಕೋಪ. 'ನೀನು ಸ್ವಲ್ಪ ಟ್ಯಾಕ್ಟ್‌ಫುಲ್ ಆಗಿ ಯಾಕೆ ಇರಬಾರದು? ಅವರು ಬಹಿಷ್ಕಾರ ಹಾಕಿದರೆ ನಮ್ಮ ಗತಿ ಏನು ಯೋಚಿಸಿದೀಯಾ?' ಟ್ಯಾಕ್ಟ್‌ಫುಲ್ ಅಂದರೆ ಏನು? ನನಗೆ ಅರ್ಥಕಾಣದ್ದನ್ನ ಯಾಕೆ ಮಾಡಬೇಕು? 'ಅರ್ಥಕಾಣುಲ್ಲ ಅಂದರೆ ಸತ್ಯದಲ್ಲಿ ವಿಶ್ವಾಸವಿಲ್ಲ ಅಂತ ಅವರು ಅರ್ಥೈಸ್ತಾರೆ. ಅದಕ್ಕೆ ಯಾಕೆ ಅವಕಾಶಕೊಡಬೇಕು?' ಅಂದರೆ ನನ್ನತನಾನ ನಾಶಮಾಡಿಕೊಂಡು ಬುರ್ಖಾದೊಳಗೆ ಮರೆಯಾಗಿಬಿಡಬೇಕು ಅಂತಲೆ? 'ಶೂಟಿಂಗ್‌ನಲ್ಲಿರುವಾಗ ಅಕಸ್ಮಾತ್ ಕುಂಕುಮ ಇಟ್ಟುಕೊಂಡಿದ್ದರೂ ಮನೆಗೆ ಬರುವಾಗ ಅಳಿಸಿಕೊ. ಹೊರಗೆ ಸಲ್ವಾರ್ ಕಮಿಝ್ ಹಾಕು. ಮನೆಗೆ ಬರುವಾಗ ಮುಖ ತಲೆ ಕುತ್ತಿಗೆ ಮುಚ್ಚುವ ಹಾಗೆ ಕರಿ ಶಾಲು ಸುತ್ತಿಕೊ. ಅಪರೂಪಕ್ಕೊಂದು ದಿನ ಒಂದು ಚೂರು ಗೋಮಾಂಸ ತಿಂದರೆ ಏನಂತೆ? ಆಡು ಕುರಿಯೂ ಪ್ರಾಣಿ. ಹಸು ಹೋರಿಯೂ ಪ್ರಾಣಿ.'

'ಅಂದರೆ ನೀನೂ ತಬ್ಲೀಘ್‌ನವರ ಮಾತನ್ನೇ ಹೇಳ್ತಿದೀಯ.'

ಅವನು ಉತ್ತರಿಸಲಿಲ್ಲ. ಅತ್ತೆ ಮಾವ ನನ್ನ ಕೈಲಿ ಮಾತುಬಿಟ್ಟರು. ಇವನ ಒತ್ತಡ ಬೇರೆ. ಇದು ಬರೀ ಟ್ಯಾಕ್ಟ್‌ನ ಪ್ರಶ್ನೆಯಲ್ಲ; ನನ್ನ ಸ್ವಾತಂತ್ರ್ಯದ ಪ್ರಶ್ನೆ, ನನ್ನ ವ್ಯಕ್ತಿತ್ವದ ಗೌರವದ ಪ್ರಶ್ನೆ ಎಂಬ ಹಟ ನನ್ನಲ್ಲಿಯೂ ಬೆಳೆಯಿತು. ಒಂದು ದಿನ ಅವನನ್ನೂ ಜೊತೆಗೆ ಕರೆದುಕೊಂಡೇ ಅಮ್ಮಾನ್ ರೆಸ್ಟೊರಂಟಿಗೆ ಹೋಗಿ ಘೋಷ್ತ್ ಬಿರಿಯಾನಿ ತಿಂದೆ. ಅವನಿಗೆ ಖುಷಿಯಾಯಿತು. ಹೋಟೆಲಿನಿಂದ ಹೊರಗೆ ಬಂದ ಮೇಲೆ ಹೇಳಿದೆ: ನಾನು ಬಿಟ್ಟು ಬಂದ ಧರ್ಮದ ಬೇರು ಉಳಿಸಿಕೊಂಡಿಲ್ಲ ಅಂತ ತೋರಿಸುಕ್ಕೆ ಇದನ್ನ ತಿಂದೆ. ಹಾಗಂತ ಮನೇಲಿ ದಿನಾ ತಿಂದರೆ ನನ್ನ ಸ್ವಾಭಿಮಾನ ಬಲಿಕೊಟ್ಟಂತೆ ಆಗುತ್ತೆ. ಇನ್ನು ಮೇಲೆ ನೀನು ನನ್ನ ಪರ ವಹಿಸಬೇಕು. 'ಮನೇಲಿ ಇಲ್ಲದ ಘರ್ಷಣೆ. ತಬ್ಲೀಘ್‌ನವರ ಭಯ. ಅವರ ಭಯ ಮಾತ್ರವಲ್ಲ, ಇದಕ್ಕೆಲ್ಲ ಅವಕಾಶಕೊಟ್ಟರೆ ತಾವೆಲ್ಲಿ ಸತ್ತನಂತರ ನರಕಕ್ಕೆ ಹೋಗ್ತೀವೋ ಅನ್ನುವ ಅಂಜಿಕೆ. ಇವತ್ತು ಹೇಗೂ ತಿಂದೆ. ಮನೇಲೂ ಮಾಡಿದ ದಿನ ಯಾಕೆ ತಿನ್ನಬಾರದು?' ನೀನು ಮತ್ತೆ ಅದೇ ಮಾತು ಆಡ್ತಿದೀಯ. ಮನೇಲಿರೂದೇ ಬೇಡ. ನಾವೇ ಒಂದು ಸಣ್ಣ ಫ್ಲಾಟ್ ಬಾಡಿಗೆಗೆ ಮಾಡ್ಕಂಡು ಪ್ರತ್ಯೇಕವಾಗಿರೋಣ. ಅವರಿಗೆ ತಬ್ಲೀಘ್‌ನವರ ಭಯವೂ ಬೇಡ, ನರಕದ ನಡುಕವೂ ಬೇಡ. ನಮಗೆ ಬೆಳಗೆದ್ದರೆ ಕಿರಿ ಕಿರಿಯೂ ಬೇಡ. ಬಾಡಿಗೆ ಫ್ಲಾಟ್ ಹಿಡಿದು ಹೋಗುವುದು ಅಷ್ಟು ಸುಲಭವಾಗಿರಲಿಲ್ಲ. ಅಪ್ಪನ ಅಷ್ಟು ದೊಡ್ಡ ಮನೆಯ ಅನುಕೂಲ. ಊಟ ತಿಂಡಿ ಇತರ ಖರ್ಚುಗಳಿಗೂ ನಾವು ಏನೂ ಕೊಡುತ್ತಿರಲಿಲ್ಲ. ನಾನು ಹೊರಗೆ ಹೋದಾಗ ಮೊಮ್ಮಗುವನ್ನು ಪ್ರೀತಿಯಿಂದ ನೋಡಿಕೊಳ್ಳುತ್ತಿದ್ದರು. ನಮ್ಮ ಸಿನಿಮಾ ಜಗತ್ತಿನ ಅದೂ ನಿರ್ದೇಶನ ಚಿತ್ರಕಥಾ ಲೇಖನಗಳ ಅನಿಶ್ಚಿತ ಸಂಪಾದನೆಯನ್ನು ನೆಚ್ಚಿಕೊಂಡು ಪ್ರತ್ಯೇಕ ಹೋಗುವುದು ತುಸು ಕಷ್ಟವಾಗುತ್ತಿತ್ತು; ಅಸಾಧ್ಯವಾಗಿರಲಿಲ್ಲ. ಇದರ ಜೊತೆಗೆ ಅಮೀರ ತಂದೆ ತಾಯಿಗಳಿಗೆ ಮುದ್ದಿನ ಮಗ. ಮುಪ್ಪಿನ ವಯಸ್ಸಿನಲ್ಲಿ ಅವರನ್ನು ಬಿಟ್ಟು ಹೋಗಲೂ ಮನಸ್ಸು ಒಗ್ಗದು. ಪ್ರತ್ಯೇಕ ಹೋಗಲೇಬೇಕಂತ ಹಟಹಿಡಿದೆ. 'ನಾನು ಬರೂದಿಲ್ಲ. ಬೇಕಾದರೆ ನೀನೊಬ್ಬಳೇ ಹೋಗು,' ಎಂದ.

'ಏನದರ ಅರ್ಥ? ಮಾತಿನ ಅರ್ಥ ತಿಳಿದು ಆಡ್ತಿದೀಯೋ ಹ್ಯಾಗೆ?'

'ಡೈಲಾಗ್ ಬರೆಯೋಳು ನೀನು. ಮಾತಿನ ಅರ್ಥ ನೀನೇ ಮಾಡಿಕೊ.'

'ನಿನ್ನ ಬಾಯಿಂದಲೇ ಬರಲಿ.'

'ನನ್ನ ಬಾಯಿಂದ ಬರಬೇಕಾ? ನನ್ನ ಬಾಯಿಂದ ಬರಿಸಬೇಕೇನೆ?' ಎಂದು ತನ್ನ ಎಡಗೈಯಿಂದ ನನ್ನ ಕುತ್ತಿಗೆ ಬಗ್ಗುವಂತೆ ಜಡೆಯನ್ನು ಬಿಗಿಯಾಗಿ ಹಿಡಿದು ಬಲ ಕೈ ಎತ್ತಿದ.

ಕೋಣೆಯ ಬಾಗಿಲು ಹಾಕಿತ್ತು. ಮಗು ಅಜ್ಜಿಯ ಹತ್ತಿರ ಇತ್ತು. ನನಗೆ ದಿಗ್ಭ್ರಮೆಯಾಯಿತು. ಮಾತಿನ ಜಗಳ ಮುನಿಸುಗಳು ಎಷ್ಟೇ ಆಗಿದ್ದರೂ ಅವನೆಂದೂ ಹೀಗೆ ಜಡೆ ಹಿಡಿದು ಕೈ ಎತ್ತಿರಲಿಲ್ಲ. ನನಗೆ ತುಸು ಭಯವಾಯಿತು. ಆತ್ಮಾಭಿಮಾನವೂ ಗಟ್ಟಿಗೊಂಡಿತು. 'ಕೈ ಬಿಟ್ಟು ಮಾತಾಡು. ನಾನು ತಿರುಗಿ ಒಂದೇಟು ಹಾಕಿದರೂ ಒಂದು ಸಲ ಮುಕ್ಕಾದ ನಿನ್ನ ಮರ್ದಾನ್ ಇಜ್ಜತ್ ಮತ್ತೆ ಬರೂದಿಲ್ಲ,' ಎಂದೆ.

ಜಡೆ ಹಿಡಿದಿದ್ದ ಎಡಗೈ, ಎತ್ತಿದ್ದ ಬಲಗೈ ಹಾಗೆಯೇ ನಿಂತುಬಿಟ್ಟವು. ಕಣ್ಣುಗಳಲ್ಲಿ ದಿಕ್ಕು ತಪ್ಪಿದ ದೃಷ್ಟಿ. ನಾನೂ ಅವನನ್ನು ದೃಷ್ಟಿಸಿ ನೋಡತೊಡಗಿದೆ. ಬೆರಳುಗಳು ಜಡೆಯನ್ನು ಹಿಡಿದೇ ಇದ್ದರೂ ಕ್ರಮೇಣ ಬಿಗಿ ಕಡಮೆಯಾಯಿತು. ಸಡಿಲವೇ ಆಯಿತು. ದೃಷ್ಟಿಯು ನನ್ನ ಕಣ್ಣುಗಳನ್ನು ತಪ್ಪಿಸಿ ಕೆಳಕ್ಕೆ ಜೋಲಿತು. ಅವನು ಸೋತು ಓಡಿ ಹೋಗುವವನಂತೆ ತಕ್ಷಣ ಕೋಣೆಯಿಂದ ಹೊರಗೆ ಹೋದ. ಎರಡು ನಿಮಿಷಗಳ ನಂತರ ದಡದಡನೆ ಹಿಂತಿರುಗಿ ನನ್ನೆದುರು ನಿಂತು ಹೇಳಿದ: 'ನಿನ್ನಂಥೋಳಿಗೆ ತಲಾಕ್ ಕೊಡೂದೇ ಸರಿಯಾದ ದಾರಿ. ನಿನಗೆ ತಲಾಕ್ ಕೊಟ್ಟಿದೀನಿ. ತಲಾಕ್ ಕೊಟ್ಟಿದೀನಿ. ತಲಾಕ್ ಕೊಟ್ಟಿದೀನಿ,' ಎಂದು ಮೂರುಸಲ ಹೇಳಿ ಮತ್ತೆ ದಡದಡನೆ ಹೊರಟುಹೋದ.

ಒಂದು ನಿಮಿಷ ಅದು ನನಗೆ ನಾಟಕ ಅಥವಾ ಸಿನಿಮಾದ ಸೀನಿನಂತೆ ಕಾಣಿಸಿ ನನ್ನ ಮನಸ್ಸು ಅವನು ನಿಂತಿದ್ದ ಭಂಗಿ, ಮಾತನ್ನು ಡೆಲಿವರಿ ಮಾಡಿದ ಶೈಲಿ ಮತ್ತು ದಡದಡನೆ ಹಿಂದಿರುಗಿ ನಡೆದ ಪಾದಗತಿಯ ರೂಕ್ಷ ಲಯಗಳ ಕಲಾತ್ಮಕ ಗುಣದ ವಿಮರ್ಶೆಗೆ ತೊಡಗಿತು. ಆದರೆ ಎರಡು ನಿಮಿಷದ ನಂತರ ವಾಸ್ತವತೆಯ ಅರಿವಾಗಿ ಮನಸ್ಸು ಕಂಪಿಸಿತು. ನಿಜವಾಗಿಯೂ ತಲಾಕ್ ಹೇಳಿದ್ದಾನೆ. ಮೂರು ಸಲ ಹೇಳಿದ. ಒಟ್ಟಿಗೆ ಮೂರುಸಲ ಹೇಳಿದರೂ ಸಿಂಧುವಾಗುತ್ತದೆಯೋ ಅಥವಾ ಒಂದೊಂದು ತಿಂಗಳು ಕಳೆದನಂತರ ಪ್ರತ್ಯೇಕವಾಗಿ ಮೂರು ಬಾರಿ ಹೇಳಬೇಕೋ ಎಂಬ ವಿಷಯವಾಗಿ ನಡೆಯುತ್ತಿದ್ದ ಚರ್ಚೆ ನನಗೆ ಗೊತ್ತಿತ್ತು. ಒಟ್ಟಿಗೆ ಮೂರುಸಲ ಹೇಳಿದ್ದೇ ಸಿಂಧು ಎಂದೂ ಇವನು ಸಾಧಿಸಬಹುದು; ಅಷ್ಟು ಸಾಲದಿದ್ದರೆ ಇನ್ನೊಂದು ತಿಂಗಳಿಗೆ ಒಮ್ಮೆ ಅದರ ಮುಂದಿನ ತಿಂಗಳಿಗೆ ಇನ್ನೊಮ್ಮೆ ಹೇಳ್ತೀನಿ, ಅಂತಲೂ ಒಪ್ಪಬಹುದು. ಹೇಗಾದರೂ ತಲಾಕ್ ನೀಡುವ ಅಧಿಕಾರ ಇವನದು; ಒಮ್ಮೆ ಮನಸ್ಸಿನಲ್ಲಿ ಅದರ ಪ್ರಯೋಗದ ವಿಚಾರ ಬಂದ ಬಳಿಕ ದಾಂಪತ್ಯ ಪ್ರೀತಿ ಪ್ರೇಮಗಳು ನಷ್ಟವಾದವು ಎಂದೇ ಅರ್ಥ. ನನ್ನ ಮೈ ಸೂಕ್ಷ್ಮವಾಗಿ ಕಂಪಿಸತೊಡಗಿತು. ಒಳವಸ್ತ್ರಗಳು ಅಂಟುವಂತೆ ಮೈ ಬೆವೆತಿತ್ತು. ನಿಂತಿದ್ದರೆ

ತೋಲನ ತಪ್ಪಿ ಬೀಳುತ್ತೇನೆಂಬ ಭಯವಾಗಿ ಮಂಚದಮೇಲೆ ಕುಳಿತೆ. ಒಂದುನಿಮಿಷದ ನಂತರ ಉರುಟಿಕೊಂಡೆ. ಇನ್ನೊಂದು ನಿಮಿಷದನಂತರ ಹೊರಬಾಗಿಲಿನ ಹತ್ತಿರ ಸ್ಕೂಟರ್ ಚಾಲೂ ಮಾಡಿದ ಸದ್ದು ಕೇಳಿಸಿತು. ಎಲ್ಲೋ ಹೊರಗೆ ಹೋಗುತ್ತಿದ್ದಾನೆ, ಇಲ್ಲಿ ಕೋಣೆಯೊಳಗೆ ಆಡಿದ ತಲಾಕಿನ ಮಾತನ್ನು ತಂದೆ ತಾಯಿಯರ ಕೈಲಿ ಹೇಳಿಲ್ಲ. ಕೋಪದಲ್ಲಿ ಆಡಿದ್ದರೂ ತನ್ನೊಳಗೇ ಇಟ್ಟುಕೊಳ್ಳುವ ಅಂಕೆ ಇದೆ; ತಂದೆ ತಾಯಿಯ, ಅದರಲ್ಲೂ ತಾಯಿಯ ಕೈಲಿ ಹೇಳಿಬಿಟ್ಟರೆ ಆಕೆ ಮತ್ತೆ ಈ ಸೊಸೆಯೊಡನೆ ಸಂಸಾರ ಕೂಡಲು ಬಿಡುವುದಿಲ್ಲ ಎಂಬ ಎಚ್ಚರವೂ ಇದೆ. ಎಂದರೆ ಈಗ ಆಡಿದ್ದು ಡೈಲಾಗ್, ನನ್ನನ್ನ ಹೆದರಿಸುಕ್ಕೆ, ಅಂತ ಅರ್ಥಮಾಡಿಕೊಂಡೆ. ತುಸು ನೆಮ್ಮದಿಯಾಯಿತು. ಆದರೂ ಈ ಮಾತು ಅವನ ಬಾಯಲ್ಲಿ ಬಂದದ್ದು ನಮ್ಮ ದಾಂಪತ್ಯದಲ್ಲಿ ಮೊದಲ ಬಾರಿಗೆ ಬಿರುಕು ಉಂಟುಮಾಡಿದೆ ಎನ್ನಿಸಿತು. ತುಸು ಹೊತ್ತಿನಲ್ಲಿ ನನ್ನ ಮದುವೆಯ ವಿಧಾನದ ನೆನಪಾಯಿತು. ವಾಸ್ತವವಾಗಿ ನನಗೆ ವಿಧಾನಗಳ ವ್ಯತ್ಯಾಸದ ಪೂರ್ಣ ತಿಳಿವಳಿಕೆ ಇರಲಿಲ್ಲ. ಧರ್ಮ ಬದಲಾಯಿಸುವುದಕ್ಕಷ್ಟೇ ನನ್ನ ವಿರೋಧವಿದ್ದದ್ದು. ಇಬ್ಬರಲ್ಲಿ ಯಾರೂ ತನ್ನ ಧರ್ಮವನ್ನು ಬದಲಾಯಿಸಿಕೊಳ್ಳದೆಯೇ ರಿಜಿಸ್ಟ್ರಾರರ ಕಛೇರಿಯಲ್ಲಿ ಮದುವೆಯಾಗುವುದೂ ನನ್ನ ಆಯ್ಕೆಯಲ್ಲಿ ಒಂದಾಗಿತ್ತು. ಅದಕ್ಕೆ ತನ್ನ ಮನೆಯವರ ವಿರೋಧವುಂಟಾಗುತ್ತೆ, ಗಂಡನ ಧರ್ಮಕ್ಕೆ ಹೆಂಡತಿ ಬರೂದರಲ್ಲಿ ವಿಶೇಷವೇನಿಲ್ಲ, ಇಷ್ಟಕ್ಕೂ ನೀನು ಧರ್ಮ ಬದಲಾಯಿಸೂದು ಸಾಮಾಜಿಕ ತೋರಿಕೆಗೆ, ನಮ್ಮಿಬ್ಬರಲ್ಲಿ ಯಾರಿಗೂ ಯಾವ ಧರ್ಮದಲ್ಲೂ ನಂಬಿಕೆ ಇಲ್ಲ ಅನ್ನೂದು ನಿನಗೂ ಗೊತ್ತಿದೆ ಅನ್ನುವ ಅವನ ಆಶ್ವಾಸನೆಯನ್ನು ನಂಬಿದೆನಲ್ಲ. ಈಗ ತನ್ನ ಧರ್ಮದಲ್ಲಿ ಗಂಡಸಿಗಿರುವ ವಿಶೇಷ ಸವಲತ್ತನ್ನು ಬಳಸಿ ನನಗೆ ತಲಾಕ್ ಹೇಳಿದ್ದಾನೆ. ಮೋಸಹೋದ ಭಾವದಿಂದ ಮನಸ್ಸು ಕುದಿಯತೊಡಗಿತು. ಮೋಸದಿಂದ ಬಲಾಢ್ಯ ಪಶುವನ್ನು ಬೋನಿನೊಳಗೆ ಕೆಡವಿಕೊಂಡು ಅನಂತರ ತನಗೆ ಬೇಕಾದಂತೆ ಹಿಂಸಿಸುವ ಉಪಮೆ ಕಾಣಿಸಿತು.

ರಾತ್ರಿ ಅವನು ತಡವಾಗಿ ಮನೆಗೆ ಬಂದ. ಒಂದೂವರೆ ವರ್ಷದ ನಜೀರ್ ಕೋಣೆಯಲ್ಲಿಯೇ ಸ್ಟಾಂಡ್ ಹಾಕಿದ ತೊಟ್ಟಿಲಿನಲ್ಲಿ ಮಲಗಿ ನಿದ್ರಿಸುತ್ತಿತ್ತು. ನಾನು ಮಾತನಾಡಲಿಲ್ಲ. ಅವನೂ ಮಾತನಾಡದೆ ಸುಮ್ಮನೆ ಮಲಗಿದ. ಮೈಮೇಲೆ ಕೈ ಇಡುವಂಥ ಅನ್ಯೋನ್ಯದ ಸಂಜ್ಞೆಯನ್ನೂ ಮಾಡಲಿಲ್ಲ. ಅವನು ಹೊರಗೆ ಹೋಗಿದ್ದಾಗ ಒಳಸರಿದಿದ್ದ ಆತ್ಮಗೌರವವು ಅವನು ಬಂದು ಒಂದೇ ಮಂಚದಲ್ಲಿ ಎರಡು ಅಡಿ ದೂರದಲ್ಲಿ ಮಲಗಿದಾಗ ಎಚ್ಚೆತ್ತುಕೊಂಡಿತು. ತಲಾಕ್‌ನಂಥ ದಬ್ಬಾಳಿಕೆಯ ಮಾತು ನಿನ್ನಂಥ ವಿದ್ಯಾವಂತನಿಗೆ ಶೋಭಿಸೂದಿಲ್ಲ ಅಮೀರ್, ಎನ್ನುವ ಆಲೋಚನೆ ಬಂತು. ಆದರೆ ನಾನೇ ಮೊದಲು ಮಾತನಾಡಲು ಅಭಿಮಾನ ಅಡ್ಡಬಂತು.

ಮಾತು ನಿಂತುಹೋಯಿತು. ಒಂದೇ ಮಂಚದ ಮೇಲಾದರೂ ಪರಸ್ಪರ ಉಸಿರು ತಾಗದಷ್ಟು ದೂರದಲ್ಲಿ ಮಲಗುವುದು. ಆದರೆ ಅವನ ತಂದೆ ತಾಯಿಯರಿಗೆ ಇದರ ಸುಳಿವು ಸಿಕ್ಕಿರಲಿಲ್ಲ. ಒಂದು ರಾತ್ರಿ ನಾನೇ ಕೇಳಿದೆ: 'ಅಮೀರ್, ನಿನ್ನ ಮನಸ್ಸಿನಲ್ಲಿ ಏನಿದೆ ಹೇಳಿಬಿಡು.' ಅವನು ಮಾತನಾಡಲಿಲ್ಲ. 'ಹೀಗೆ ಮೌನದಲ್ಲಿ ನುಜ್ಜುಗುಜ್ಜಾಗೂದಕ್ಕಿಂತ

ಬಾಯಿಬಿಟ್ಟು ಹೇಳೂದು ಒಳ್ಳೇದಲ್ಲವೆ?'

'ಹೊಂದಿಕೆಯಾಗದೆ ಕರೆ ಕರೆ ಮಾಡಿಕೊಂಡಿರೂದಕ್ಕಿಂತ ಬೇರೆಯಾಗಿ ನೆಮ್ಮದಿಯಿಂದಿರೂದು ಇನ್ನೂ ಒಳ್ಳೇದಲ್ಲವೆ? ಮೊದಲನೆ ತಲಾಕ್ ಆಗಿದೆ. ಇನ್ನೂ ಎರಡು ಬಾಕಿ ಇವೆ. ಇದ್ದತ್ ಅವಧಿಯಲ್ಲಿ ಪರಸ್ಪರ ಮುಟ್ಟೂದಾಗಲಿ ಇನ್ನೊಂದಾಗಲಿ ಕೂಡದು ಅಂತ ಶಾಸ್ತ್ರ ಇದೆ. ಜೊತೇಲಿದ್ದೂ ಹೊಂದಿಕೆಯಾಗುಲ್ಲ ಅನ್ನೂ ನಿಯಮವನ್ನ ಪೂರ್ತಿ ಮಾಡುಕ್ಕಾಗಿ ಈ ಹಾಸಿಗೇಲಿ ಮಲಗ್ತಿದೀನಿ.'

ನನಗೆ ಅಳುಬಂತು. ಆದರೆ ಇವನೆದುರಿಗೆ ಅತ್ತು ಆತ್ಮಗೌರವ ಕಳಕೊಳ್ಳಕೂಡದೆಂಬ ಹಟ ಹುಟ್ಟಿ ಮಲಗಿದ್ದವಳು ಮೇಲೆ ಎದ್ದು ಶೌಚದ ಕೋಣೆಗೆ ಹೋಗಿ ಬಾಗಿಲು ಮುಚ್ಚಿ ಅತ್ತೆ. ಅಳುವೂ ಹಾಲು ಕಾಯಿಸಿದಂತೆ. ಎರಡು ಬಾರಿ ಉಕ್ಕಿದ ಮೇಲೆ ಬರೀ ಕುದಿಯುತ್ತೆ. ಮತ್ತೆ ಉಕ್ಕುವುದಿಲ್ಲ. ಅರ್ಧಗಂಟೆ ಅಲ್ಲೇ ಇದ್ದು ಮೂರು ಉಕ್ಕೂ ಅತ್ತು ಮತ್ತೆ ಅಳಕೂಡದೆಂದು ನಿಶ್ಚಯ ಮಾಡಿಕೊಂಡು ಹೊರಗೆ ಬಂದು ಮಂಚದ ನನ್ನ ಬದಿಯಲ್ಲಿ ಮಲಗಿಕೊಂಡೆ.

ಅವನು ಇನ್ನು ಎರಡುಸಲ ತಲಾಕ್ ಹೇಳುವ ಎರಡು ತಿಂಗಳು ಕಾಯುವ ಬದಲು ನಾನೇ ಏಕೆ ಹೊರನಡೆಯಬಾರದೆಂಬ ಆಲೋಚನೆ ಬಂತು. ಒಬ್ಬಳೇ ಒಂದು ಸಣ್ಣ ಫ್ಲಾಟ್ ಮಾಡಿಕೊಳ್ಳಬೇಕು. ಅದಕ್ಕೆ ಬಾಡಿಗೆ, ಮುಂಗಡ, ಸಂಸಾರದ ಖರ್ಚು. ಅಷ್ಟನ್ನು ದುಡಿಯಬಲ್ಲೆ ಎನ್ನಿಸಿತು. ಆದರೆ ಮಗು? ಶರಿಯತ್‌ನ ಪ್ರಕಾರ ಮಗು ಯಾರಿಗೆ ಸೇರುತ್ತೆ? ತಾಯಿಗೆ ಮೊದಲನೆಯ ಹಕ್ಕು ಉಂಟೆ? ನಾನು ಸದಾ ಸಿನಿಮಾ ಕೆಲಸಗಳಲ್ಲಿ ಹೊರಗೆ ಓಡಾಡುವವಳಾಗಿ ಮಗು ಅಜ್ಜ ಅಜ್ಜಿಯರಿಗೇ ಹೆಚ್ಚು ಒಗ್ಗಿಕೊಂಡಿದೆ. ಆದರೂ ಹೆತ್ತವಳು ನಾನು. ನನ್ನದು ಮೊದಲ ಹಕ್ಕು. ಅವರ ಕಾನೂನನ್ನು ಮೊದಲು ತಿಳಿದುಕೊಳ್ಳಬೇಕು ಎಂಬ ಆಲೋಚನೆ ಮನಸ್ಸನ್ನು ಆವರಿಸಿಕೊಂಡಿತು. ಅಮೀರ್ ನಿದ್ರೆ ಮಾಡುತ್ತಿದ್ದ. ನಾನು ಮೇಲೆ ಎದ್ದು ನಿಶ್ಶಬ್ದವಾಗಿ ನಡೆದು ತೊಟ್ಟಿಲಿನಲ್ಲಿ ಮಲಗಿದ್ದ ನಜೀರನಿಗೆ ಎಚ್ಚರವಾಗದಂತೆ ಹಣೆಗೆ ಮುತ್ತಿಟ್ಟೆ. ಮಗುವನ್ನು ನೋಡಿಕೊಳ್ಳುವಂತಹ ಒಬ್ಬ ಕೆಲಸದವಳನ್ನು ಗೊತ್ತುಮಾಡಿಕೊಂಡರೆ ಸರಿ, ಎಂಬ ಸಮಾಧಾನ ಕಂಡಿತು.

ತಲಾಕಿಗೆ ಮನಸ್ಸನ್ನು ಸಿದ್ಧಮಾಡಿಕೊಂಡನಂತರ ಪ್ರೊಫೆಸರ್ ಶಾಸ್ತ್ರಿಗಳಿಗೆ ಸಂಗತಿಯನ್ನು ತಿಳಿಸಿ ನನಗೆ ಆಗಿರುವ, ಆಗುತ್ತಿರುವ ಅನ್ಯಾಯವನ್ನು ಹೇಳುವ ಮನಸ್ಸಾಯಿತು. ಅನ್ಯಾಯದಲ್ಲಿ ಅವರೂ ಭಾಗಿಗಳು ಎಂಬುದನ್ನು ಪರ್ಯಾಯವಾಗಿ ಹೇಳುವುದು, ಅವರು ಏನಾದರೂ ಮಾಡಲು ಸಾಧ್ಯವಾದರೆ ಪರಿಹಾರ ಕೇಳುವುದು ನನ್ನ ಒಳಉದ್ದೇಶವಾಗಿತ್ತು. ಪುಣೆಯ ಫಿಲ್ಮ್ ಇನ್‌ಸ್ಟಿಟ್ಯೂಟಿನಲ್ಲಿ ಇಬ್ಬರೂ ಓದುತ್ತಿದ್ದಾಗ ನಾನು ಅಮೀರ್ ಪ್ರೇಮದಲ್ಲಿ 'ಬಿದ್ದದ್ದು.' ಇಂಗ್ಲಿಷಿನಲ್ಲಿ ಫಾಲಿಂಗ್ ಇನ್ ಲವ್ ಎಂಬ ಉಕ್ತಿ ಎಷ್ಟು ಅರ್ಥಪೂರ್ಣವಾದದ್ದು! ಎಂದು ಆಗ ಅನ್ನಿಸತೊಡಗಿತು. ಫಾಲ್, ಬೀಳುವುದು. ಪ್ರೇಮದಲ್ಲಿ ಬೀಳುವಾಗ, ಬಿದ್ದಾಗ ಹಿಂದು ಮುಂದು, ಪೂರ್ವಾಪರದ ಆಲೋಚನೆ ಬರುವುದೇ ಇಲ್ಲ. ಹ್ಯಾಗೋ ಆಗುತ್ತೆ ಎಂಬ ಪ್ರಜ್ಞಾಪೂರ್ವಕ ಅಸ್ಪಷ್ಟತೆಯೇ ಮುನ್ನಡೆಸುತ್ತೆ. ಈ ಅಸ್ಪಷ್ಟತೆ ಇಲ್ಲದಿದ್ದರೆ

ಮುನ್ನಡೆ ಇಲ್ಲ. ಪುಣೆಯಲ್ಲಿ ಡಿಪ್ಲೋಮಾ ಪಡೆದು ಇಬ್ಬರೂ ಬೆಂಗಳೂರಿಗೆ ಹಿಂತಿರುಗಿ ಮದುವೆಯಾಗಬೇಕೆಂಬ ವಾಸ್ತವತೆ ಎದುರಾಗಿ ನನ್ನ ಅಪ್ಪಾಜಿ ಅವನ ತಂದೆತಾಯಿಯರು ವಿರೋಧಿಸಿದಾಗ ಒತ್ತಾಸೆಯಾಗಿ ನಿಂತು ಇಬ್ಬರನ್ನೂ ಪ್ರೋತ್ಸಾಹಿಸಿ ಮದುವೆ ಮಾಡಿಸಿದವರು ಪ್ರೊಫೆಸರ್ ಶಾಸ್ತ್ರಿಗಳು. ನಮ್ಮೂರಿನವರು, ಅಪ್ಪಾಜಿಯ ಆತ್ಮೀಯರೂ ಅವರಿಗಿಂತ ನಾಲ್ಕು ವರ್ಷಕ್ಕೆ ಹಿರಿಯರೂ ಆದ ಶೇಷಶಾಸ್ತ್ರಿಗಳ ಮಗ. ಓದಲು ಹೋಗಿದ್ದ ಇಂಗ್ಲಂಡಿನಿಂದ ಬಿಳಿಹುಡುಗಿಯನ್ನು ಮದುವೆಯೇ ಆಗಿ ಕರಕೊಂಡು ಬಂದು ವಿಶ್ವವಿದ್ಯಾಲಯದ ವರ್ತುಲ ದಲ್ಲೆಲ್ಲ ಆ ಮೂಲಕ ಬೌದ್ಧಿಕವಲಯದಲ್ಲೆಲ್ಲ ಕ್ರಾಂತಿಕಾರಿ ಎನ್ನಿಸಿಕೊಂಡಿದ್ದರು. ಬಿಳಿಹುಡುಗಿ ಮಾಡಿಕೊಂಡು ಬಂದವರಲ್ಲಿ ಇವರೇನೂ ಮೊದಲಿಗರಲ್ಲವಾದರೂ ಅವರಾರಿಗೂ ಇವರಿಗೆ ಬಂದಂತಹ ಕ್ರಾಂತಿಕಾರಿ ಎಂಬ ಹೆಸರು ಬರಲಿಲ್ಲ. ಅಂತರ್ಜಾತೀಯ ಪ್ರೇಮಿಗಳು ಇವರ ನೆರವು ಕೇಳತೊಡಗಿದರು. ನಾವೂ ಕೇಳಿದೆವು. ವಾಸ್ತವವಾಗಿ ಮೊದಲು ಹೋಗಿ ಕೇಳಿದವಳು ನಾನು. ವಿಶ್ವವಿದ್ಯಾಲಯದ ಅವರ ಕೋಣೆಯಲ್ಲಿ. 'ಲಕ್ಷ್ಮೀ, ಎಷ್ಟು ಎತ್ತರಕ್ಕೆ ಎಷ್ಟು ಚೆಲುವೆಯಾಗಿ ಬೆಳೆದುಬಿಟ್ಟಿದೀಯ? ನರಸಾಪುರದ ಪ್ರಾದೇಶಿಕ ಚೆಲುವು, ಬೆಂಗ ಳೂರಿನ ಬೌದ್ಧಿಕ ಪ್ರೌಢತೆಗಳು ಮೇಳೈಸಿರುವ ವ್ಯಕ್ತಿತ್ವ ನಿನ್ನದು!' ಎಂದು ಹತ್ತಿರ ಬಂದು ಆಲಿಂಗಿಸಿಕೊಂಡರು. ಚಿತ್ರ ಜಗತ್ತಿನಲ್ಲಿ, ಅದಕ್ಕೂ ಮೊದಲು ಹವ್ಯಾಸಿ ನಾಟಕದ ಜಗತ್ತಿನಲ್ಲಿ ಬೆಳೆದವಳಾದ ನನಗೆ ಇಂಥ ಆಲಿಂಗನಗಳಿಂದ ಮುಜುಗರವಾಗುತ್ತಿರಲಿಲ್ಲವಾದರೂ ಅವರು ಆಲಿಂಗನದಲ್ಲಿ ನನ್ನ ಶರೀರದ ಸೊಂಪನ್ನು ತುಸು ಸವಿದರೆಂಬ ಅರಿವಾಯಿತು. ಏನೂ ತಿಳಿಯದವಳಂತೆ ಥ್ಯಾಂಕ್ಯು ಅಂಕಲ್ ಎಂದೆ ಹತ್ತು ವರ್ಷಕ್ಕೆ ಹಿರಿಯರಾದ ಅವ ರಿಗೆ. 'ಅಂಕಲ್, ನೀಸ್ ಅನ್ನೊವಂಥ ಬುರ್ಜ್ವಾ ಮಾತುಗಳಿಗೆ ವಿದಾಯ ಹೇಳುವತನಕ ನಾವು ಪ್ರಗತಿ ಹೊಂದುಲ್ಲ. ನಾರಾಯಣ ಅನ್ನು, ಶಾಸ್ತ್ರಿ ಅನ್ನು. ಸಂಕೋಚವಾದರೆ ಪ್ರೊಫೆಸರ್ ಅನ್ನು,' ಅಂದರು.

'ಪ್ರೊಫೆಸರ್ ಅನ್ನೂದೇ ಸಹಜ.'

'ದಟ್ಸ್ ಗುಡ್. ಹೇಳು ಊರಲ್ಲಿ ಏನು ಸಮಾಚಾರ? ನನಗಂತೂ ಊರಿನ ಪ್ರವೇಶವೇ ನಿಷಿದ್ಧವಾಗಿರೂದು ನಿನಗೆ ಗೊತ್ತಿರಬಹುದು.'

'ನಾನೂ ನಿಮ್ಮ ಹಾದೀಲೇ ಇದೀನಿ.'

'ಹೌದಾ? ಗ್ರೇಟ್! ಯಾರು ಆ ಪುಣ್ಯವಂತ? ನಾನು ಯಡವಟ್ಟು ಮಾಡಿಕೊಂಡೆ. ನಮ್ಮೂರಿನಲ್ಲೇ ಇಂಥ ಸುವಾಸನೆಯ ಸುಂದರ ಮೊಗ್ಗು ಅರಳ್ತಾ ಇದೆ ಅನ್ನೂದು ಗೊತ್ತಿದ್ದರೆ ಇಂಗ್ಲಂಡ್ ಹುಡುಗೀನ ಮದುವೆಯಾಗ್ತಿರಲಿಲ್ಲ. ಎನಿವೇ, ಮ್ಯಾರೇಜಸ್ ಆರ್ ಮೇಡ್ ಇನ್ ಹ್ಯವನ್ ಅನ್ನೂ ಮಾತು ನಿಜವಾಯ್ತು,' ಎಂದು ಆತ್ಮೀಯವಾಗಿ ಮುಖದಲ್ಲಿ ನಗೆಯನ್ನೂ ಕಣ್ಣುಗಳಲ್ಲಿ ಆಕರ್ಷಣೆಯನ್ನೂ ತುಳುಕಿಸಿದರು. ನನ್ನ ಸಮಸ್ಯೆಯನ್ನು ಹೇಳಿದೆ. ನಾನು ಹೇಳುತ್ತಿರುವುದೊಂದೇ ಸದ್ಯಕ್ಕೆ ಪರಮ ಅಸ್ತಿತ್ವವೆಂಬಂತಹ ಏಕಾಗ್ರತೆಯಿಂದ ಕೇಳಿದರು. ಅನಂತರ ಭೂತ ವರ್ತಮಾನ ಭವಿಷ್ಯತ್ತುಗಳೆಲ್ಲವನ್ನೂ ಒಳಗೊಳ್ಳುವ ಸತ್ಯವನ್ನು ಆವಿಷ್ಕರಿಸುತ್ತಿರುವ ಹಾವದಿಂದ ಮಾತನಾಡತೊಡಗಿದರು. ಇಷ್ಟು ವರ್ಷಗಳಿಂದ ಅವರ

ಮಾತುಗಳನ್ನು ಭಾಷಣಗಳನ್ನು ಕೇಳುತ್ತಿದ್ದೇನೆ. ನನಗಿಂತ ಹತ್ತು ವರ್ಷಕ್ಕೆ ದೊಡ್ಡವರು. ತಾವು ಆಡುವ ಪ್ರತಿಯೊಂದು ಮಾತನ್ನೂ ಅಭಿನಯಿಸಿ ಆಡುವ ಕಲೆ ಅವರಿಗೆ ಸಹಜವಾಗಿ ಬಂದಿರುವಂತೆ ಬೇರೆ ಯಾವ ನಟ ನಟಿಗೂ ಸಿದ್ಧಿಸಿಲ್ಲ. ಕಣ್ಣುಗಳಲ್ಲಿ ಪ್ರವಾದಿಯ ಭಾವವನ್ನು ತುಂಬಿಕೊಂಡು, 'ಲಕ್ಷ್ಮೀ, ಕ್ರಾಂತಿಪಥದಲ್ಲಿ ಒಬ್ಬೊಬ್ಬ ವ್ಯಕ್ತಿಯು ಇಡುವ ಒಂದೊಂದು ಹೆಜ್ಜೆಯೂ ಇತಿಹಾಸದ ಪ್ರಗತಿಯ ಒಂದೊಂದು ದೈತ್ಯ ಹೆಜ್ಜೆಯ ಭಾಗ. ಮೇಲೆತ್ತಿದ ಹೆಜ್ಜೆಯನ್ನು ಹಿಂತೆಗೆಯಬೇಡ. ನಾನಿದೀನಿ. ನನ್ನ ಸ್ನೇಹಿತ ವರ್ಗವೇ ಇದೆ. ಅಂತರ್ಜಾತೀಯ ಮದುವೆಗಿಂತ ಅಂತರ್ಧರ್ಮೀಯ ಮದುವೆ ಹೆಚ್ಚು ಕ್ರಾಂತಿಕಾರಕವಾದದ್ದು.' ಎಂದವರು ಮುಂದೆ ಬಾಗಿ ಮೇಜಿನ ಮೇಲಿನಿಂದ ಬಿಗಿಯಾಗಿ ನನ್ನ ಕೈ ಹಿಡಿದುಕೊಂಡರು ಆಶ್ವಾಸನೆ ಕೊಡುವವರಂತೆ.

ಅವರೇ ಅಮೀರನಿಗೆ ಫೋನು ಮಾಡಿ ಕರೆಸಿ ಮಾತನಾಡಿದರು. 'ಅವಳು ಮುಸ್ಲಿಮಳಾಗುವುದು ಕೇವಲ ಸದ್ಯದ ಸಮಾಜದ ಪರಿಸ್ಥಿತಿಯಿಂದ. ಅವಳ ಯಾವ ಸ್ವಾತಂತ್ರ್ಯಕ್ಕೂ ನಾನು ಅಡ್ಡಿ ಮಾಡುಲ್ಲ. ಸಿನಿಮಾ ಜಗತ್ತಿನಲ್ಲಿ ನಾವಿಬ್ಬರೂ ಜೊತೆಜೊತೆಯಾಗಿ ಬೆಳೆಯುವವರು. ಸಂಪ್ರದಾಯದ ಜನಾನದಲ್ಲಿ ಕೂತರೆ ಬೆಳೆಯುಕ್ಕೆ ಸಾಧ್ಯವಿಲ್ಲ ಅಂತ ನನಗೆ ಗೊತ್ತಿಲ್ಲವೆ?' ಎಂದು ಇವನು ಪುನರುಚ್ಚರಿಸಿದ ಎಂದು ಕಾಣುತ್ತದೆ. ಪ್ರೊಫೆಸರರು ನನ್ನೊಬ್ಬಳನ್ನೇ ಕರೆಸಿ ಹೇಳಿದರು: 'ಕ್ರಾಂತಿಗೆ ಇಂಥದೇ ವಿಧಾನ ಅಂತ ಇಲ್ಲ. ಎಷ್ಟೋ ಸಲ ಸಂಪ್ರದಾಯದ ವೇಷತೊಟ್ಟು ಒಳಕ್ಕೆ ಸೇರಿ ಒಳಗಿನಿಂದಲೇ ಸಂಪ್ರದಾಯವನ್ನು ನಾಶಮಾಡಬೇಕಾಗುತ್ತೆ. ಹಿಂದೂಸಮಾಜದ ಸಂಪ್ರದಾಯವನ್ನ ನಾಶಮಾಡುವುದು ಇಂದಿನ ತುರ್ತು, ನಿಜ. ಯಾಕೆಂದರೆ ಅದು ಮೆಜಾರಿಟಿ ಕಮ್ಯೂನಿಟಿ. ಹಾಗೆಯೇ ಮುಸ್ಲಿಂ ಸಮಾಜದ ಸಂಪ್ರದಾಯವನ್ನೂ ತೊಡೆಯಬೇಕು. ನಿನ್ನಂಥೋಳು ಮುಸ್ಲಿಮಳೇ ಆಗಿ ಒಳಸೇರಿದರೆ ಕುಟ್ಟೆ ಕಟ್ಟಿದ ಒಣಮರವನ್ನು ಮುರಿದುಬೀಳುವ ಹಾಗೆ ಮಾಡಬಹುದು. ಕ್ರಾಂತಿ ಎಲ್ಲ ಕಡೆಯಿಂದಲೂ ಹಬ್ಬಬೇಕು.' ಕ್ರಾಂತಿ, ಪ್ರಗತಿ ಮೊದಲಾದ ಶಬ್ದಗಳನ್ನು ನಾನು ಬೆಂಗಳೂರಿನ ಹವ್ಯಾಸಿ ನಾಟಕ ಚಟುವಟಿಕೆಗಳಲ್ಲೇ ಕೇಳಿದ್ದೆ. ಪುಣೆಯ ಫಿಲ್ಮ್ ತರಬೇತಿಯಲ್ಲಂತೂ ಚಲನಚಿತ್ರವೆನ್ನುವುದು ಒಂದು ಸಾಮಾಜಿಕ ಸ್ಥಿತಿಗೆ ಪ್ರತಿಕ್ರಿಯೆಗೈಯುವ ಚಟುವಟಿಕೆ, ಕಲೆಯು ಒಂದು ಕ್ರಿಯೆಯೇ ಹೊರತು ಅರಿವಿನ ಧ್ಯಾನಸ್ಥಿತಿಯಲ್ಲ ಎಂಬ ಪಾಠಗಳನ್ನೇ ತಲೆಗೆ ತುಂಬಿಕೊಂಡಿದ್ದೆ. ಈಗ ಅದೇ ಭಾಷೆಯನ್ನು ಬಳಸಿ ಪ್ರೊಫೆಸರರು ನನ್ನನ್ನು ಧರ್ಮ ಪರಿವರ್ತನೆಗೆ ಪ್ರೋತ್ಸಾಹಿಸುತ್ತಿದ್ದಾರೆ. 'ನೋಡು ಲಕ್ಷ್ಮೀ, ಬೇರೆ ಯಾವುದೇ ದೋಷವಿದ್ದರೂ ಇಸ್ಲಾಮಿನಲ್ಲಿ ಸಾಮ್ಯವಾದವಿದೆ. ಇದ್ದದ್ದನ್ನು ಎಲ್ಲರೂ ಹಂಚಿಕೊಂಡು ತಿನ್ನಬೇಕೆಂಬ ಕಟ್ಟುನಿಟ್ಟಾದ ಬೋಧೆ ಇದೆ. ಧಾರ್ಮಿಕ ಪಾತಳಿಯಲ್ಲಿ ಸಾಮ್ಯವಾದದ ಕ್ರಾಂತಿಯಾಗಬೇಕಾದರೆ ಇಸ್ಲಾಮಿನ ರಂಗದಲ್ಲಿಯೇ ಸಾಧ್ಯ. ಜಡ್ಡುಗಟ್ಟಿದ ಹಿಂದೂ ರಂಗದಲ್ಲಲ್ಲ,' ಎಂದರು. ಒಟ್ಟಿನಲ್ಲಿ ಧರ್ಮಪರಿವರ್ತನೆ ಮಾಡಿಕೊಳ್ಳಲು ನನ್ನ ಮನಸ್ಸನ್ನು ನನಗೇ ಒಪ್ಪಿಗೆಯಾಗುವಂತೆ ಪರಿವರ್ತಿಸಿದವರು ಪ್ರೊಫೆಸರರು. ಅಷ್ಟು ಮಾತ್ರವಲ್ಲ ನಮ್ಮ ನಿಕಾಹ್ ಆದಮೇಲೆ ವಿಶ್ವವಿದ್ಯಾಲಯದಲ್ಲಿ ಅವರೇ ಸ್ಥಾಪಿಸಿದ್ದ ಕ್ರಾಂತಿಕಾರಿ ವಿದ್ಯಾರ್ಥಿ

ಸಂಘಟನೆಯ ವತಿಯಿಂದ ಒಂದು ಸಾಮಾಜಿಕ ಸಮಾರಂಭವನ್ನೂ ಏರ್ಪಡಿಸಿದರು. ಬಯಲು ರಂಗಮಂದಿರದಲ್ಲಿ ಸುಮಾರು ಐವತ್ತು ಹುಡುಗರು ಸೇರಿದ್ದ ಸಮಾರಂಭದಲ್ಲಿ ನವದಂಪತಿಗಳಾದ ನಮ್ಮಿಬ್ಬರನ್ನೂ ಜೊತೆಯಲ್ಲಿ ಕೂರಿಸಿ ಹಾರ ವಿನಿಮಯ ಮಾಡಿಸಿ ತಾವೇ ಅಧ್ಯಕ್ಷರಾಗಿ ಭಾಷಣ ಮಾಡಿ ಹೇಗೆ ನಾವಿಬ್ಬರೂ ಸಾಮಾಜಿಕ ಕಟ್ಟಳೆಗಳನ್ನು ದಾಟಿರುವ ಆದರ್ಶ ದಂಪತಿಗಳಾಗಿದ್ದೇವೆಂದು ಹೊಗಳಿ ತರುಣ ತರುಣಿಯರೆಲ್ಲ ನಮ್ಮನ್ನು ಅನುಸರಿಸಬೇಕೆಂಬ ಕರೆಕೊಟ್ಟರು. ಕಾರ್ಯಕ್ರಮವು ಫ಼ೋಟೋ ಸಹಿತ ಬೆಂಗಳೂರಿನಿಂದ ಹೊರಡುವ ಎಲ್ಲ ಪತ್ರಿಕೆಗಳಲ್ಲೂ ವರದಿಯಾಯಿತು. ಚಲನಚಿತ್ರ, ಹಾಗೂ ಕಲಾ ಪ್ರಪಂಚವು ಸಮಾಜದ ಇತರರಿಗೆ ಹೇಗೆ ಯಾವಾಗಲೂ ದಾರಿದೀಪವಾಗಿದೆ ಎಂದು ಎರಡು 'ಪ್ರಗತಿಪರ' ಪತ್ರಿಕೆಗಳು ಸಂಪಾದಕೀಯವನ್ನೂ ಬರೆದವು.

ಪ್ರೊಫ಼ೆಸರರನ್ನು ಇತ್ತೀಚೆಗೆ ಭೇಟಿಯಾಗಿರಲಿಲ್ಲ. ಅವರ ಮನೆಯ ಫ಼ೋನ್ ಸಂಖ್ಯೆ ಬದಲಾಯಿಸಿತ್ತು. ವಿಶ್ವವಿದ್ಯಾಲಯಕ್ಕೆ ಮಾಡಿದರೆ ಎತ್ತಿಕೊಳ್ಳುವವರೇ ಇಲ್ಲ. ಕೊನೆಗೆ ಕಷ್ಟಪಟ್ಟು ಮನೆಯ ಸಂಖ್ಯೆ ಪತ್ತೆಮಾಡಿ ಕೇಳಿದಾಗ ತಿಳಿಯಿತು; ಅವರು ಸೆಮಿನಾರಿಗಾಗಿ ಕಲ್ಕತ್ತೆಗೆ ಹೋಗಿದ್ದಾರೆ. ಭಾನುವಾರ ಸಂಜೆ ಹಿಂತಿರುಗುತ್ತಾರೆ. ಮುಂದಿನ ಶನಿವಾರ ಬೆಳಗ್ಗೆ ಪೀಕಿಂಗಿಗೆ ಹೋಗುತ್ತಾರೆ. ಸೋಮವಾರದಿಂದ ಶುಕ್ರವಾರದವರೆಗೆ ವಿಶ್ವವಿದ್ಯಾಲಯದಲ್ಲಿ ಕಾಣಬಹುದು. ಅಲ್ಲಿಗೆ ಹೋದರೆ ಅವರನ್ನು ವಿರಾಮದಲ್ಲಿ ಕಾಣುವುದು ಕಷ್ಟ, ಯಾವಾಗಲೂ ಜನ ತುಂಬಿಕೊಂಡಿರುತ್ತಾರೆಂಬುದು ನನಗೆ ಗೊತ್ತಿತ್ತು. ಆದರೂ ಹೋದೆ. ನಾನು ನಿರೀಕ್ಷಿಸಿದ್ದಂತೆ ಒಂದು ದೊಡ್ಡ ಗುಂಪು. ಐದಾರು ಜನ ಪ್ರೌಢ ಹುಡುಗಿಯರು, ಇಬ್ಬರು ಹುಡುಗರು. ನನ್ನನ್ನು ನೋಡಿದ ತಕ್ಷಣ ಮುಗುಳ್ನಕ್ಕರು. 'ರಜಿಯಾ ಗೊತ್ತಲ್ಲ, ಕ್ರಾಂತಿಕಾರಿಣಿ, ಫ಼ಿಲ್ಮ್ ಪರ್ಸನಾಲಿಟಿ' ಎಂದು ಗುಂಪಿಗೆ ಪರಿಚಯ ಮಾಡಿಕೊಟ್ಟರು. ಹುಡುಗಿಯರು ಬೆರಗಿನಿಂದ ನನ್ನನ್ನು ನೋಡಿದರು. 'ಹಿರೋಯಿನ್ ನೋಡಿ ಅವರಂತೆ ಆಗುವ ಬಯಕೆಯ ಬೆರಗೊ?' ಪ್ರೊಫ಼ೆಸರರೇ ಹುಡುಗಿಯರನ್ನು ಕೇಳಿದರು. ಅನಂತರ, 'ಲಕ್ಷ್ಮೀ, ನೀನು ಬಂದಿದೀ ಅಂದರೆ ಏನೋ ಮುಖ್ಯ ಸಂಗತಿ ಇದೆ ಅಂತ ಅರ್ಥ. ಸಂಜೆ ನಾಲ್ಕುಗಂಟೆಗೆ ಬಾ. ಎಲ್ಲರನ್ನೂ ಹೊರಗೆ ದಬ್ಬಿ ಬಿಡುವು ಮಾಡಿಕೊಂಡಿರ್ತೀನಿ. ಅಲ್ಲೀ ತನಕ ಲೈಬ್ರರೀಲಿ ಕೂತು ಏನಾದರೂ ಓದುತ್ತಿರು.' ಐದುಗಂಟೆಗಳ ಕಾಲ ಕಾಯಬೇಕು. ಬೇರೆ ದಾರಿ ಇರಲಿಲ್ಲ.

ಸಂಜೆ ನಾಲ್ಕಕ್ಕೆ ಹೋದಾಗ, 'ಬಾ, ಒಂದು ಡ್ರೈವ್ ಹೋಗಾಣ. ಇಲ್ಲಿ ಕೂತರೆ ಜನ ನುಗ್ತಲೇ ಇರ್ತಾರೆ.' ನನಗೂ ಅದೇ ಸರಿ ಎನ್ನಿಸಿತು. ಡ್ರೈವ್ ಹೋದರೆ ಇವರು ಸ್ವಲ್ಪ ಮೈಕೈ ಮುಟ್ಟುತ್ತಾರೆ ಎಂಬ ಎಚ್ಚರವಾಯಿತಾದರೂ ಮುಟ್ಟಿದರೆ ಏನಾಯಿತು, ನಾನು ನಾಟಕ ಸಿನಿಮಾಗಳಲ್ಲಿ ನುರಿತವಳು, ಸಿನಿಮಾ ಜಗತ್ತಿನಲ್ಲೇ ವೃತ್ತಿಪರಳಾಗಿ ಕೆಲಸ

ಮಾಡುವವಳು ಎಂಬ ಸಮಾಧಾನ ತಂದುಕೊಂಡು ಹೋಗಿ ಅವರ ಎಡಬದಿಗೆ ಕುಳಿತೆ. ಕಾರು ವಿಶ್ವವಿದ್ಯಾಲಯದ ಆವರಣದ ಹೊರಭಾಗಕ್ಕೆ ಬಂದ ನಂತರ, 'ದೊಡ್ಡ ಆಲದ ಮರದ ಹತ್ತಿರಕ್ಕೆ ಹೋಗಾಣ. ಇಷ್ಟು ಹೊತ್ತಿನಲ್ಲಿ ಯಾರೂ ಜನ ಇರುಲ್ಲ.' ಎಂದು ನನ್ನ ಸಮ್ಮತಿಗಾಗಿ ಎಂಬಂತೆ ಕೇಳಿ, 'ಹೇಳು. ಹ್ಯಾಗಿದೀಯ?' ಎನ್ನುತ್ತಾ ತಮ್ಮ ಎಡಗೈಯನ್ನು ನನ್ನ ಬಲ ಭುಜದ ಮೇಲಿಟ್ಟರು.

'ಹ್ಯಾಗೆ ಶುರುಮಾಡಬೇಕೋ ಗೊತ್ತಾಗ್ತಿಲ್ಲ. ಮುಸ್ಲಿಂ ಸಮಾಜದ ಒಳಹೊಕ್ಕು ಅದರ ಜಡ್ಡನ್ನು ಒಳಗಿನಿಂದ ಮುರೀಬೇಕು ಅನ್ನೊ ಉತ್ಸಾಹದಲ್ಲಿ ಮದುವೆಯಾದೆ. ಆದರೆ ನಾನು ಆ ಜಡ್ಡಿನ ಒಂದು ಭಾಗವಾಗದೆ ಒಳಗಿರೂದು ಅಸಾಧ್ಯವಾಗಿದೆ.'

'ಹೌದಾ? ಯಾಕೆ ಒಳಸೇರಿದೆ. ನೀನು ಅಮೀರ್ ಇಬ್ಬರೂ ನಿಮ್ಮ ನಿಮ್ಮ ಧರ್ಮಗಳಿಂದ ಹೊರಬಂದು ಪ್ರಗತಿಪರ ಭಾರತದಲ್ಲಿ ಒಂದು ಪ್ರಗತಿಪರ ಮಾದರಿ ವರ್ಗವನ್ನ ಸೃಷ್ಟಿಸ ಬಹುದಿತ್ತಲ್ಲವೆ?'

ನಾಲ್ಕು ವರ್ಷಗಳ ಹಿಂದೆ ತಾವೇ ನನಗೆ ಉಪದೇಶಿಸಿದ ಒಳ ಹೊಗುವ ಕ್ರಾಂತಿ ವಿಧಾನವನ್ನು ಮರೆತುಬಿಟ್ಟಿರುವುದನ್ನು ಕಂಡು ನನಗೆ ಶಾಕ್ ಆಯಿತು. 'ನೀವೇ ಅಲ್ಲವೆ ಸಾರ್ ಒಳಹೊಕ್ಕು ಮುರಿಯುವ ವಿಧಾನ ಹೇಳಿ ನಾನು ಧರ್ಮ ಬದಲಾಯಿಸಿಕೊಳ್ಳುಕ್ಕೆ ಪ್ರೋತ್ಸಾಹ ಕೊಟ್ಟವರು?'

'ಎಸ್. ಎಸ್. ಈಗ ನೆನಪಿಗೆ ಬರ್ತಿದೆ. ಏನಾಯಿತು, ವಿವರವಾಗಿ ಹೇಳು.'

ನಾನು ಎಲ್ಲವನ್ನೂ ಹೇಳಿ ಮುಗಿಸುವ ಹೊತ್ತಿಗೆ ದೊಡ್ಡ ಆಲದ ಮರ ಬಂತು. ಕಾರನ್ನು ನಿಲ್ಲಿಸಿ ಮರದ ಅಡಿಗೆ ಪ್ರವೇಶಿಸಿ ಒಂದು ಕಲ್ಲುಬೆಂಚಿನ ಮೇಲೆ ಕುಳಿತೆವು. ಅವರು ಇತಿಹಾಸದ ಭೂತ ವರ್ತಮಾನ ಭವಿಷ್ಯಗಳನ್ನು ಒಂದೇ ನೋಟದಲ್ಲಿ ಹಿಡಿದಿಟ್ಟು ಕೊಂಡಿರುವ ದೃಷ್ಟಿಯಿಂದ ನೋಡುತ್ತಾ, 'ಈ ಆಲದ ಮರ ಒಂದು ಸಮರ್ಪಕ ಪ್ರತಿಮೆ ಯಾಗಿದೆ ಅಲ್ವಾ? ಮೂಲ ಮರ ಹರಡಿ ಸುತ್ತ ಬಿಳಲುಬಿಟ್ಟು, ಆ ಹಲವಾರು ಬಿಳಲುಗಳೇ ನೆಲದೊಳಕ್ಕೆ ಇಳಿದು ಬೇರುಗಳಾಗಿ ಅವುಗಳೆಲ್ಲ ಒಂದೊಂದೂ ಬೆಳೆದು ಹರಡಿ ಹತ್ತು ಹಲವು ಬಿಳಲುಗಳನ್ನು ಬಿಟ್ಟು ಇದೊಂದು ನೂರಾರು ಬೇರುಗಳ ವಿಶಾಲವೃಕ್ಷದಂತೆ ಕಾಣಿಸುತ್ತಲ್ಲವಾ? ಈ ವೃಕ್ಷದ ಮೂಲ ಬೇರು ಯಾವುದು ಹೇಳು ನೋಡಾಣ? ವಾಸ್ತವ ಅಂದರೆ ಮೂಲ ಬೇರು ಸತ್ತುಹೋಗಿದೆ. ಯಾವ ಬೇರಾದರೂ ಎಷ್ಟು ದಿನ ಬದುಕಿರುಕ್ಕೆ ಸಾಧ್ಯ? ನೆಲಕ್ಕಿಳಿದ ಪ್ರತಿಯೊಂದು ಬಿಳಲೂ ತಾನೇ ಮೂಲ ಬೇರು ಅಂತ ಉದ್ಘೋಷಿಸಿ ಕೊತ್ತಿದೆ. ನಮ್ಮ ಧರ್ಮವೂ ಹೀಗೆಯೇ ಅಲ್ಲವಾ?'

ಅವರ ಮಾತು ಕೇಳುವಾಗ ಎಂದಿನಂತೆ ಹೊಸ ಕಾಣ್ಕೆಯಾದಂತೆ ಅನಿಸುತ್ತಿತ್ತು. ಅವರ ಮಾತಿಗೆ ಅಂತಹ ಮೋಡಿ ಮಾಡುವ ಶಕ್ತಿ ಇದೆ ಎಂಬುದು ಅಷ್ಟರಲ್ಲಿ ನನಗೆ ಅರ್ಥವಾಗಿತ್ತು. ಆದರೆ ಮೋಡಿಯ ಮಾತಿಗೆ ಬೇರು ಇರುವುದಿಲ್ಲವೆಂಬುದು ಆ ಹಂತದಲ್ಲಿ ತಿಳಿದಿರಲಿಲ್ಲ. ನಾನೂ ಅವರು ತೋರಿಸಿದ ಪ್ರತಿಮೆಯ ಭಾವದಲ್ಲಿ ತಲ್ಲೀನಳಾದೆ. ನನ್ನ ಎಡ ಪಕ್ಕದಲ್ಲಿ ಕುಳಿತಿದ್ದ ಅವರು ತಮ್ಮ ಬಲ ತೋಳಿನಿಂದ ಅದು ಕೇವಲ ದೈಹಿಕ

ಆಲಿಂಗನವಲ್ಲ, ಎರಡು ಮನೋಶಕ್ತಿಗಳು ಒಂದು ಕಾಣ್ಕೆಯಲ್ಲಿ ತಲ್ಲೀನವಾಗಿರುವ ಪ್ರತೀಕ ಎಂಬ ಭಂಗಿಯಲ್ಲಿ ನನ್ನನ್ನು ಲಘುವಾಗಿ ಆಲಿಂಗಿಸಿಕೊಂಡರು. ವಿರೋಧಿಸದೆ ಪ್ರೋತ್ಸಾಹಿಸದೆ ಏನೂ ತಿಳಿಯಲಿಲ್ಲವೆಂಬಂತೆ ನಾನು ಕತ್ತನ್ನು ಸುತ್ತ ತಿರುಗಿಸುತ್ತಾ ಜಡ್ಡು ಹಿಡಿದ ಆಲದ ಮರವನ್ನು ನೋಡುತ್ತಿದ್ದೆ. ತುಸುಹೊತ್ತಿನ ನಂತರ ನಾನೇ, 'ಸರ್, ಸಮಾಜವಾದೀ ತತ್ತ್ವಗಳನ್ನು ಮೈಗೂಡಿಸಿಕೊಂಡಿರುವ ಏಕೈಕ ಧರ್ಮ ಇಸ್ಲಾಂ ಅಂತ ನೀವು ಹೇಳಿದ್ದಿರಿ. ತನಗೆ ಇರುಸುಮುರುಸಾಯಿತು ಅಂತ ತನ್ನ ಧರ್ಮ, ತಂದೆ, ಊರು, ಸಮಾಜ ಎಲ್ಲವನ್ನೂ ಬಿಟ್ಟುಬಂದ ಹೆಂಡತಿಯಾದವಳಿಗೆ ಸುಲಭವಾಗಿ ತಲಾಕ್ ಹೇಳುವ ಸೌಲಭ್ಯವನ್ನ ಅಮೀರ್ ಬಳಸಿಕೊತ್ತಿದಾನೆ. ನನಗೆ ಯಾವ ಪರಿಹಾರ?' ಎಂದೆ.

ಪ್ರೊಫೆಸರರು ಅಂತರ್ಮುಖಿಯಾದದ್ದು ಅವರ ಅರೆನಿಮೀಲಿತ ಕಣ್ಣುಗಳಿಂದ ನನಗೆ ಕಾಣಿಸಿತು. ತುಸುಹೊತ್ತಿನನಂತರ, 'ಎಲ್ಲ ಸಮಸ್ಯೆಗೂ ಪರಿಹಾರವಿದೆ. ಅವನ ಫೋನ್ ನಂಬರ್ ಕೊಡು' ಎಂದರು.

ಅಮೀರನಿಗೆ ಯಾವ ಫೋನು ಬಂತು, ಅವನು ಎಲ್ಲಿಗೆ ಹೋದ ಯಾರನ್ನು ಭೇಟಿಯಾದ ಮೊದಲಾಗಿ ನನಗೆ ತಿಳಿಯುತ್ತಿರಲಿಲ್ಲ. ಮೊದಲು ನಾವಿಬ್ಬರೂ ಎಲ್ಲಿಗೆ ಹೋಗುತ್ತೇವೆ, ಹೋದೆವು, ಯಾರು ಸಿಕ್ಕಿದರು, ಏನು ಮಾತಾಯಿತು ಎಂದು ಪ್ರತಿಯೊಂದನ್ನೂ ಪರಸ್ಪರ ಮಾತನಾಡಿಕೊಳ್ಳುತ್ತಿದ್ದೆವು. ಅವನು ತಲಾಕ್ ಹೇಳಿದ ದಿನದಿಂದ ಮಾತುಕತೆಗಳು ಸಂಪೂರ್ಣ ನಿಂತುಹೋಗಿ ಏನೂ ತಿಳಿಯುತ್ತಿರಲಿಲ್ಲ. ಆದರೆ ನಾನು ಪ್ರೊಫೆಸರರನ್ನ ನೋಡಿ ಬಂದ ಐದನೆಯದಿನ ಅವನೇ ಮಾತನಾಡಿಸಿದ: 'ನಾನು ತುಂಬ ಯೋಚನೆ ಮಾಡಿದೆ. ವಯಸ್ಸಾದೋರನ್ನ ತಿದ್ದೂದು ಸಾಧ್ಯವಿಲ್ಲ. ಹಾಗಂತ ದಿನಾ ಅವರಿಗೆ ಕಿರಿಕಿರಿ ಮಾಡೂದೂ ಸರಿಯಲ್ಲ. ಈ ಮನೆಗೆ ಸ್ಟುಡಿಯೋ ತುಂಬ ದೂರವಾಗುತ್ತೆ. ನಡುರಾತ್ರೀಲಿ ಹೋಗಿ ಬರೂದು ಕಷ್ಟ, ಅಪಾಯ; ಸ್ಟುಡಿಯೋಗೆ ಹತ್ತಿರದಲ್ಲಿ ಒಂದು ಬಾಡಿಗೆ ಫ್ಲ್ಯಾಟ್ ಹಿಡೀತೀವಿ. ಅಲ್ಲೂ ಇರ್ತೀವಿ, ಇಲ್ಲೂ ಇರ್ತೀವಿ ಅಂತ ಹೇಳಿ ಹೋಗಾಣ. ರಜಾ ಇದ್ದ ದಿನ ಇಲ್ಲಿಗೆ ಬರಾಣ. ಇಲ್ಲಿಗೆ ಬಂದಾಗ ನೀನು ಮುಸ್ಲಿಂ ಹೆಂಗಸಿನ ಥರ ಇರಬೇಕು. ಇವರು ಹ್ಯಾಗೂ ಅಲ್ಲಿಗೆ ಬರೂದಿಲ್ಲ.'

ಪ್ರೊಫೆಸರರು ಕರೆದು ಮಾತನಾಡಿರುವುದರಿಂದಲೇ ಇವನಲ್ಲಿ ಈ ಬದಲಾವಣೆಯಾಗಿದೆ ಎಂಬುದು ನನಗೆ ತಕ್ಷಣ ಅರ್ಥವಾಯಿತು. ಅವರು ಏನು ಆಡಿದರು, ಈ ವಿಷಯ ಅವರಿಗೆ ಹೇಗೆ ತಿಳಿಯಿತು, ನಾನು ಅವರಿಗೆ ಏನು ಹೇಳಿದೆ ಎಂದು ಮುಂತಾಗಿ ಅವನು ಏನೂ ಕೇಳಲಿಲ್ಲ, ಹೇಳಲಿಲ್ಲ. ನಾನೂ ಹೇಳಲಿಲ್ಲ. ಮನಸ್ಸಿಗೆ ನೆಮ್ಮದಿಯಾಯಿತು. ಸ್ವಾತಂತ್ರ್ಯ ಲಭಿಸಿದಂತಾಯಿತು. ಅಮೀರ ಸ್ವಭಾವತಃ ಒಳ್ಳೆಯವನು. ಒತ್ತಡಕ್ಕೆ ಸಿಕ್ಕಿ ತಲಾಕಿನ ಮಾತನಾಡಿದ್ದಾನೆ ಎನ್ನಿಸಿತು. ಪರಸ್ಪರ ಇದ್ದ ಕಹಿ, ಕಲ್ಮಷಗಳೆಲ್ಲ ಒಂದು ದಿನದಲ್ಲಿ ತೊಳೆದುಹೋದವು.

ಪ್ರೊಫೆಸರರು ಪೀಕಿಂಗ್‌ನಿಂದ ಹಿಂತಿರುಗಿದ ಮೇಲೆ ಫೋನು ಮಾಡಿ ಭೇಟಿಯನ್ನು ನಿಶ್ಚಯಿಸಿಕೊಂಡೆ. ಎರಡನೆಯ ದಿನ ಸಂಜೆ ಐದಕ್ಕೆ ವಿಶ್ವವಿದ್ಯಾಲಯದ ಎಲ್ಲ ಡಿಪಾರ್ಟ್‌ಮೆಂಟುಗಳೂ ಖಾಲಿಯಾಗಿದ್ದವು. ಅವರ ಕೋಣೆಯಲ್ಲಿ ಅವರೊಬ್ಬರೇ ಇದ್ದರು, ನನ್ನನ್ನು

ಕಾಯುತ್ತಿರುವಂತೆ. ನನಗೆ ತುಸು ದಿಗಿಲಾಯಿತು. ಆದರೆ ನನ್ನ ಆತ್ಮವಿಶ್ವಾಸ ನನಗೆ ಗೊತ್ತಿತ್ತು. ಸಿನಿಮಾ ನಾಟಕಗಳಲ್ಲಿ ಹಗಲು ರಾತ್ರಿಗಳೆನ್ನದೆ ಇಷ್ಟು ಕೆಲಸ ಮಾಡಿ, ಸ್ಕ್ರಿಪ್ಟ್ ಬರೆದು ನಿರ್ದೇಶಿಸಿರುವ ನನಗೆ ಏಕಾಂತದಲ್ಲಿ ಒಬ್ಬ ಗಂಡಸನ್ನು ಭೇಟಿಯಾಗುವುದರಲ್ಲಿ ಹೆಚ್ಚಿನ ಭಯ ಕಾಣಲಿಲ್ಲ. ಅವರು ನೇರವಾಗಿ ತಮ್ಮ ಪೀಕಿಂಗ್ ಪ್ರವಾಸದ ಬಗೆಗೆ ಹೇಳಿದರು. ರಶ್ಯನ್ ಮಾದರಿಯ ಸಾಮ್ಯವಾದಕ್ಕಿಂತ ಚೀನಾ ಮಾದರಿಯದು ಹೆಚ್ಚು ಅರ್ಥಪೂರ್ಣವಾಗಿದೆ. ಕ್ರಾಂತಿಯು ಕೃಷಿಕರಲ್ಲಿ ಮೊದಲು ಆಗಬೇಕು. ಲೆನಿನ್ ಸ್ಟಾಲಿನರುಗಳಿಗಿಂತ ಮಾವೋನ ಒಳನೋಟ ಹೆಚ್ಚು ಆಳವೂ ವ್ಯಾಪಕವೂ ಆದದ್ದು ಎಂದು ಮೊದಲಾಗಿ ತಲ್ಲೀನರಾಗಿ ಮಾತನಾಡಿದರು. ನಾನೊಬ್ಬ ವಿದ್ಯಾರ್ಥಿನಿಯಾಗಿದ್ದೆ. ಅವರು ನಿಜವಾದ ಪ್ರೊಫೆಸರ್ ಗುರುವಾಗಿದ್ದರು. ನನಗೊಬ್ಬಳಿಗೇ ಒಂದು ಗಂಟೆ ಸ್ಫೂರ್ತಿದಾಯಕ ಭಾಷಣ ಮಾಡಿದ ಮೇಲೆ ನಾನೇ ನನ್ನ ವಿಷಯಕ್ಕೆ ತಿರುಗಿಸಿದೆ:

'ಬೇರೆ ಫ್ಲ್ಯಾಟ್ ಮಾಡಿಕೊಂಡು ಹೋಗಾಣ ಅಂತ ಅಮೀರ್ ಹೇಳಿದಾನೆ. ಈಗ ಫ್ಲ್ಯಾಟ್ ಹುಡುಕ್ತಾ ಇದೀವಿ. ಮನೇಲೂ ಹೇಳಿಬಿಟ್ಟಿದಾನೆ. ಅವನನ್ನ ತಿದ್ದೂದು ನಿಮ್ಮಿಂದಲ್ಲದೆ ಬೇರೆ ಯಾರಿಗೂ ಸಾಧ್ಯವಿರಲಿಲ್ಲ. ಅವನ ಕೈಲಿ ನೀವು ಏನು ಮಾತನಾಡಿದಿರಿ? ಅವನು ಏನಂದ? ನಿಮ್ಮ ಬಾಯಿಂದಲೇ ಕೇಳಬೇಕು ಅನ್ನಿಸಿದೆ.'

'ಓ, ಅದಾ? ಅಮೀರನಿಗೆ ಫೋನ್ ಮಾಡಿ ಕರೆಸಿದ್ದೆ. ಇಲ್ಲಿ ಇದೇ ರೂಮಿನಲ್ಲಿ ನೀನು ಕೂತಿರೂ ಕುರ್ಚಿಯ ಮೇಲೆ ಕೂರಿಸಿ ಮಾತಾಡಿದೆ. ಹಿ ಈಸ್ ಎ ಗುಡ್‌ಬಾಯ್. ಮದುವೆಯಾದ ಮೇಲೂ ಅಪ್ಪ ಅಮ್ಮನ ಜೊತೆ ಇರೂದು ಬೂರ್ಜ್ವಾ ಪದ್ಧತಿ. ತನ್ನ ಸಂಸಾರಾನ ತಾನು ಹೂಡೂದು ಜವಾಬ್ದಾರಿಯುತ ಆಧುನಿಕ ರೀತಿ: ಕ್ಯಾಪಿಟಲಿಸ್ಟ್ ಇರಬಹುದು, ಸೋಷಲಿಸ್ಟ್ ಇರಬಹುದು. ನೀನೊಬ್ಬ ವಿದ್ಯಾವಂತ ಮುಸ್ಲಿಂ ಹುಡುಗೀನೇ ಮದುವೆಯಾಗಿದ್ದರೂ, ಅದೂ ಥೇಟರಿನಲ್ಲಿ ಸಿನಿಮಾದಲ್ಲಿ ಕೆಲಸ ಮಾಡ್ತೋಳನ್ನ, ನಿನ್ನ ಅಪ್ಪ ಅಮ್ಮನ ಜೊತೆ ತಿಕ್ಕಾಟ ಬಂದೇ ಬರೂದು. ಆಗ ಏನು ಮಾಡ್ತಿದ್ದೆ? ನಮ್ಮ ಹುಡುಗಿಗೆ ನೀನು ತಲಾಕ್ ಹೇಳಿದರೆ ಸುದ್ದಿ ಎಲ್ಲ ಕಡೆಯೂ ಹಬ್ಬಿಬಿಡುತ್ತೆ. ನೀನೊಬ್ಬ ಕಲಾವಿದ. ಡೈರೆಕ್ಟರ್. ಸಾರ್ವಜನಿಕ ವ್ಯಕ್ತಿ. ಸಾರ್ವಜನಿಕ ವ್ಯಕ್ತಿ ಮಾಡುವ ಪ್ರತಿಯೊಂದು ಖಾಸಗಿ ಕೆಲಸಕ್ಕೂ ಸಾರ್ವಜನಿಕ ಆಯಾಮ, ಪರಿಣಾಮ ಇರುತ್ತೆ. ಒಬ್ಬ ಹಿಂದೂ ಹುಡುಗೀನ ನಂಬಿಸಿ ಧರ್ಮಾಂತರಿಸಿ ಮದುವೆಯಾಗಿ ಆಮೇಲೆ ತಲಾಕ್ ಹೇಳಿ ಗಟಾರಕ್ಕೆ ಎಸೆದೋನು ಅನ್ನೂ ಸುದ್ದಿಯಾದರೆ ಜನ ನಿನ್ನ ಸಿನಿಮಾನೇ ಬಾಯ್‌ಕಾಟ್ ಮಾಡಬಹುದು. ಯಾವ ಪ್ರಡ್ಯೂಸರೂ ನಿನಗೆ ಅವಕಾಶ ಕೊಡದೆ ಇರಬೌದು. ಪ್ರಗತಿಪರ ಗುಂಪುಗಳು ನಿನ್ನ ವಿರುದ್ಧ ಬಾವುಟ ಹಿಡಿದು ಮೆರವಣಿಗೆ, ಧರಣಿ, ಮಾಡಬಹುದು. ಪೇಪರಿನೋರಿಗೆ ಅದೇ ಸಾಮಗ್ರಿಯಾಗಬಹುದು. ಆಗ ಏನು ಮಾಡ್ತೀಯ? ನಿನ್ನಂಥ ಸಾರ್ವಜನಿಕ ವ್ಯಕ್ತಿ ಹೀಗೆ ಮಾಡಿದರೆ ಮುಂದೆ ಅಂತರ್ಧರ್ಮೀಯ ಮದುವೆಯಾಗೋರಿಗೆ ಉತ್ಸಾಹ ನಷ್ಟವಾಗುಲ್ಲವೆ? ನಿನ್ನ ಸಾಮಾಜಿಕ ಜವಾಬ್ದಾರಿ ಎಲ್ಲಿಗೆ ಬಂತು? ಸಿನಿಮಾದ ಮೂಲಕ ನೀನು ಸಮಾಜಕ್ಕೆ ಕೊಡ್ತಿರೂ ಸಂದೇಶದ ಬೆಲೆ ಎಲ್ಲಿಗೆ ಬರುತ್ತೆ? ಅಂತ ವಿವರಿಸಿದೆ. ಅವನು

ಕರಗಿ ಹೋಗ್ತಿದ್ದುದು ನನಗೇ ಕಾಣ್ತಿತ್ತು. ಅವನಿಂದ ಮುಂದೆ ನಿನಗೆ ಯಾವ ಸಮಸ್ಯೆ ಬಂದರೂ ನನಗೆ ಹೇಳು. ಸರಿ ಮಾಡ್ತೀನಿ,' ಎಂದು ವಿಜೃಂಭಿಸಿ ನಕ್ಕರು.

'ಥ್ಯಾಂಕ್ಯೂ ಸಾರ್. ಮೆನಿ ಮೆನಿ ಥ್ಯಾಂಕ್ಸ್ ಸರ್,' ಎಂದು ನಾನೇ ಮೇಜದ ಮೇಲಿಂದ ನೀಡಿ ಅವರ ಕೈ ಕುಲುಕಿದೆ.

'ಸಾರ್ ಅಂದರೆ ನನಗೆ ಸಿಟ್ಟು ಬರುತ್ತೆ. ನೀನು ನಮ್ಮೂರ ಹುಡುಗಿ, ನಮ್ಮಪ್ಪನ ಖಾಸಾ ಸ್ನೇಹಿತರ ಮಗಳು. ನಿನ್ನ ಮೇಲೆ ನನಗೆ ನನ್ನ ಮೇಲೆ ನಿನಗೆ ವಿಶೇಷ ಅಧಿಕಾರವಿದೆ. ಅಲ್ಲವೆ?' ನಾನು ಉತ್ತರಿಸಲಿಲ್ಲ. 'ಹೌದೋ ಅಲ್ಲವೋ, ಹೇಳಬೇಕು,' ಎಂದು ಉತ್ತರಕ್ಕೆ ಬಲವಂತ ಮಾಡಿದರು.

'ಉತ್ತರ ಹೇಳಲೇಬೇಕಾ?'

'ವಾಚ್ಯವಾದದ್ದು ಯಾವಾಗಲೂ ದುರ್ಬಲ. ಅಂದ ಹಾಗೆ ಕಾಳೇನಹಳ್ಳಿಯೋರೊಬ್ಬರು ಸಿಕ್ಕಿದ್ದರು. ಶಿವೇಗೌಡರು ಅಂತ. ಊರ ಕಡೆ ವಿಷಯ ಮಾತಾಡ್ತಾ ಹೇಳಿದರು: ನಿಮ್ಮ ತಂದೆ ಇತ್ತೀಚೆಗೆ ಸಾರ್ವಜನಿಕ ಚಟುವಟಿಕೆ ಕಮ್ಮಿ ಮಾಡಿದಾರಂತೆ. ಬಿಟ್ಟೇ ಬಿಟ್ಟಿದಾರೆ, ಮನೇಲಿ ಕೂತುಕೊಂಡು ಏನೋ ಓದುತಾ ಇರ್ತಾರೆ ಅಂದರು.'

ಅಪ್ಪಾಜಿಯ ವಿಷಯ ತೀರ ಕ್ವಚಿತ್ ಆಗಿ ನನಗೆ ತಿಳಿಯುತ್ತಿದ್ದುದು ಇವರಿಂದಲೇ. ಬಿಳಿ ಹೆಂಗಸನ್ನು ಮಾಡಿಕೊಂಡು ಬಂದ ಮೇಲೆ ಇವರೇ ತಮ್ಮ ತಾಯಿ ತಂದೆಯರಿಂದ ಹೊರಬಿದ್ದಿದ್ದಾರೆ. ಆದರೆ ನನ್ನಂತೆ ಧರ್ಮಾಂತರಿಯಾಗದಿರುವುದರಿಂದ ಊರಿನ ಯಾರೂ ಇವರನ್ನು ಹೊರಗು ಮಾಡಿಲ್ಲ. ಅಲ್ಲದೆ ಗಂಡಸು. ಇವರೇ ಯಾವಾಗಲಾದರೊಮ್ಮೆ ಊರಿಗೆ ಹೋಗಿಯೂ ಬರುತ್ತಾರೆ. ನನ್ನ ಅಪ್ಪಾಜಿಯ ವಿಷಯವನ್ನು ನಾನು ಕೇಳದೆಯೂ ಚೂರುಪಾರು ಹೇಳುವಲ್ಲಿ ನನ್ನೊಡನೆ ಸಾಮೀಪ್ಯ ಉಳಿಸಿಕೊಳ್ಳುವ ಉದ್ದೇಶ ಇಲ್ಲದಿಲ್ಲ, ಎನ್ನಿಸಿತು. ಹೊರಗೆ ಸೂರ್ಯ ಮುಳುಗಿ ಕತ್ತಲಾಗಿದ್ದುದು ಕಾಣುತ್ತಿತ್ತು. ನಾನು ಕೈ ಗಡಿಯಾರ ನೋಡಿಕೊಂಡೆ. 'ನೀನು ಶಿವಾಜಿನಗರಕ್ಕೆ ಹೋಗಬೇಕಲ್ಲ. ಜಯನಗರದಲ್ಲಿ ಬಿಡ್ತೀನಿ. ಅಲ್ಲಿಂದ ಬಸ್ ಸಿಕ್ಕುತ್ತೆ' ಎಂದು ಅವರು ಎದ್ದು ನಿಂತರು. ನಾನೂ ನಿಂತೆ. ಅವರು ಮೇಜನ್ನು ಬಳಸಿ ನನ್ನ ಹತ್ತಿರ ಬಂದರು. ಎಂದಿನಂತೆ ಆಲಿಂಗನಕ್ಕೆ ಎಂದು ನಾನು ಅರ್ಥಮಾಡಿಕೊಂಡೆ. ಬಿಗಿಯಾಗಿ ಆಲಿಂಗಿಸಿದರು. ಅನಂತರ ತಮ್ಮ ಬಲಗೈಯಿಂದ ನನ್ನ ಮುಖವನ್ನೂ ಎತ್ತಿ ತುಟಿಗಳಿಗೆ ಬಿಗಿಯಾಗಿ ಮುತ್ತಿಟ್ಟರು. ಸಿನಿಮಾಗಳಲ್ಲಿ ಕಿಸಿಂಗ್ ಸೀನುಗಳನ್ನು ಮಾಡಿದ್ದ, ಮಾಡಿಸಿದ್ದ ನನಗೆ ಏನೂ ಅನ್ನಿಸಲಿಲ್ಲ. 'ಲಕ್ಷ್ಮೀ, ನೀನಂದರೆ ನನಗೆ ವಿಶೇಷ ಮಮತೆ ಇದೆ. ನಿನಗೆ ಯಾವುದೇ ಕಷ್ಟವಿದ್ದರೂ ನನಗೆ ಹೇಳದೆ ಇರಬೇಡ. ಪರಿಹರಿಸುತೀನಿ,' ಎಂದು ಉಸುರಿ ಮತ್ತೊಮ್ಮೆ ತುಟಿಗಳನ್ನು ಹುಡುಕಿದರು.

'ಸಾರ್, ಐ ಯಾಮ್ ಸೋ ಗ್ರೇಟ್‌ಫುಲ್ ಟು ಯು. ಬನ್ನಿ ಹೊರಡೋಣ' ಎಂದು ಅವರ ತೋಳುಗಳನ್ನು ಬಿಡಿಸಿಕೊಂಡು ಬಾಗಿಲ ಕಡೆಗೆ ನಡೆದೆ.

ಇಬ್ಬರೂ ಕಾರಿನಲ್ಲಿ ಕುಳಿತು ಅವರು ಸ್ಟಾರ್ಟ್ ಮಾಡಿದನಂತರ ಮುಜುಗರವಾಗುವಂಥ ಏನೂ ನಡೆದೇ ಇಲ್ಲವೆಂಬಂತೆ, 'ನೀನು ಇತ್ತೀಚೆಗೆ ಯಾವ ಪುಸ್ತಕ ಓದಿದೆ? ಸೃಜನಶೀಲ

ಕೆಲಸದ ಒತ್ತಡ ಹೆಚ್ಚಾದಷ್ಟೂ ಕಲಾವಿದರು ಅಧ್ಯಯನ ಕೈ ಬಿಡ್ತಾರೆ. ಬೆಳವಣಿಗೆಯ ದೃಷ್ಟಿಯಿಂದ ತುಂಬ ಅಪಾಯಕಾರಿ ಹಂತ ಇದು' ಎಂದು ಅಕ್ಯಾಡೆಮಿಕ್ ಮಾತನ್ನು ಆರಂಭಿಸಿದರು. ಮುಜುಗರಕ್ಕೆ ಆಸ್ಪದ ಕೊಡದೆ ನಾನೂ, 'ಸಿನಿಮಾ ತಂತ್ರಗಳನ್ನು ಓದುತ್ತಿದ್ದರೆ ಸಾಲದು ಸಾಹಿತ್ಯ ಸಂಗೀತ ಚಿತ್ರಕಲೆಗಳನ್ನು ಓದಬೇಕು,' ಎಂದೆ.

'ಸಾಮಾಜಿಕ ಜವಾಬ್ದಾರಿ, ಬದ್ಧತೆಗಳನ್ನು ಕೂಡ ವಿಮರ್ಶಾತ್ಮಕವಾಗಿ ಅಧ್ಯಯನ ಮಾಡಬೇಕು. ನಾವೆಲ್ಲ ಇತಿಹಾಸಕ್ಕೆ ಜವಾಬ್ದಾರರು' ಎಂದು ಅವರು ಮುಂದುವರೆಸಿದರು.

ಜಯನಗರದಿಂದ ಶಿವಾಜಿನಗರದ ಬಸ್‌ನಲ್ಲಿ ಕುಳಿತುಕೊಳ್ಳುವ ಜಾಗ ಸಿಕ್ಕಿತು. ಅಮೀರನಿಗೆ ಪ್ರೊಫೆಸರರು ಹಾಕಿದ ಬೆದರಿಕೆಯನ್ನು ನಾನೂ ಹಾಕಬಹುದಿತ್ತು. ನಾನು ಅದೇ ಮಾತುಗಳನ್ನು ಅಂದಿದ್ದರೆ ಈ ಪರಿಣಾಮವಾಗುತ್ತಿತ್ತೆ? ಅವನಷ್ಟೇ ನನಗೂ ಸಾರ್ವ ಜನಿಕ ಹೆಸರಿದೆ. ಜೊತೆಗೆ ಮಹಿಳೆ. ತಲಾಕಿನಂಥ ಸ್ಕಾಂಡಲ್ ಆಗಿದ್ದರೆ ಮಾಧ್ಯಮದವರೂ ಅವನಿಗಿಂತ ನನಗೆ ಹೆಚ್ಚು ಅನುಕಂಪದ ಪ್ರಾಮುಖ್ಯತೆ ಕೊಡುತ್ತಾರೆ. ನನಗೆ ಯಾಕೆ ಹೊಳೆಯಲಿಲ್ಲ? ಎಂಬ ಪ್ರಶ್ನೆ ಹುಟ್ಟಿತು. ಪ್ರೊಫೆಸರರ ವ್ಯಾವಹಾರಿಕ ಬುದ್ಧಿ ನನ್ನದಕ್ಕಿಂತ ಹೆಚ್ಚು ಚುರುಕಾದದ್ದು ಎಂಬ ಉತ್ತರ ಸಹಜವಾಗಿ ಹೊಳೆಯಿತು. ನಾನು ಏಕಾಂತದಲ್ಲಿ ಭೇಟಿಯಾಗುವುದನ್ನು ಬಯಸುತ್ತಾರೆ, ಲಕ್ಷ್ಮೀ ಎಂಬ ಪೂರ್ವಧರ್ಮದ ಹೆಸರಿನಿಂದಲೇ, ನಮ್ಮೂರ ಹುಡುಗಿ ಎಂಬ ನಿಕಟತೆಯನ್ನು ಸೇರಿಸಿ ಮಾತನಾಡುತ್ತಾರೆ. ತೀರ ಸಹಜ ಎಂಬಂತೆ ಹೆಗಲ ಮೇಲೆ ಕೈ ಹಾಕುವುದು, ಆಲಿಂಗನ, ಇವತ್ತು ಮೊದಲ ಬಾರಿಗೆ ತುಟಿಗೆ ಮುತ್ತು, ಏನವರ ಗುರಿ? ಅವಕಾಶ ಸಿಕ್ಕಿದಾಗ ದೇಹಸಂಪರ್ಕ ಮಾಡುವುದೆ? ಅಸಹ್ಯವೆನ್ನಿಸಿತು. ಆದರೆ ಈ ಮನುಷ್ಯನನ್ನು ಎದುರು ಹಾಕಿಕೊಳ್ಳಬಾರದು. ಇಂಥವರು ಬಲಾತ್ಕರಿಸುವ ಮಟ್ಟಕ್ಕೆ ಹೋಗುವುದಿಲ್ಲ. ಆದ್ದರಿಂದ ಎಚ್ಚರವಾಗಿ ನಿಭಾಯಿಸುವುದು ಕಷ್ಟವಲ್ಲ, ಎಂಬ ಪರಿಹಾರವೂ ಕಾಣಿಸಿತು. ಆತನಿಗೆ ನಿಜವಾಗಿಯೂ ನನ್ನ ಮೇಲೆ ನಿಕಟಭಾವವಿರಬಹುದು. ಯಾವುದೋ ತತ್ಕಾಲದ ಆಕರ್ಷಣೆಗೆ ಒಳಗಾಗಿ ವಿದ್ಯಾರ್ಥಿಜೀವನ ದಲ್ಲಿ ಬಿಳಿಹೆಂಗಸನ್ನು ಮದುವೆ ಮಾಡಿಕೊಂಡು ಬಂದಿರಬಹುದು. ಇಲ್ಲಿಯ ಸಂಸ್ಕೃತಿಯ ಬೇರನ್ನು ಕುಟುಂಬಜೀವನದಲ್ಲಿ ಬಯಸಿದಾಗ ಖಾಲಿ ಖಾಲಿ ಎನ್ನಿಸಬಹುದು. ನಾನು ಅದೇ ಊರಿನವಳು, ತನ್ನ ತಂದೆಯ ಆಪ್ತರ ಮಗಳು ಎಂಬ ವಿಶೇಷವೂ ಸೇರಿ ಮಧುರಭಾವ ಒಸರುತ್ತಿರಬಹುದು. ಗೋಜಲಿಗೆ ಆಸ್ಪದವಿಲ್ಲದಂತೆ ನಾನು ನಡೆದುಕೊಂಡರೆ ಅವರು ಯಾವ ಭಾವವನ್ನು ಬೇಕಾದರೂ ಇಟ್ಟುಕೊಳ್ಳಲಿ ಎಂಬ ಔದಾರ್ಯವನ್ನು ನನ್ನ ಮನಸ್ಸು ತಳೆಯಿತು.

ಮಲಗುವ ಕೋಣೆಯ ಬಾಗಿಲು ತೆರೆದ ಸಪ್ಪಳವಾಯಿತು. 'ಒಬ್ಬಳೇ ಕತ್ತಲೆಯಲ್ಲಿ ಯಾಕೆ ಕೂತಿದೀ?' ಅಮೀರನ ಧ್ವನಿ.

'ನೀರಿನ ಹರವು ನೋಡ್ತಾ.'

'ಕತ್ತಲೇಲಿ ಏನು ಕಾಣುತ್ತೆ?'

'ಹಾಗೆಯೇ ಸ್ವಲ್ಪ ಕೂತಿರಬೇಕು ಅನ್ನಿಸಿತು. ನೀನು ಮಲಗು ಹೋಗು.' ಅವನು

ಹಿಂತಿರುಗಿದ. ಅಲ್ಲಿ ಕೂಡ ಶಖೆ ಇಲ್ಲ. ಪಕ್ಕದಲ್ಲಿದ್ದವರು ಇಲ್ಲದಿದ್ದರೆ ನಿದ್ದೆಯು ತಿಳಿಯಾದಾಗ ಕಣ್ಣು ಬಿಡದಿದ್ದರೂ ಬೋಧೆಯಾಗುವಂತೆ ಅವನಿಗೆ ಆಗಿದೆ ಎಂದು ಅವಳಿಗೆ ಅರ್ಥ ವಾಯಿತು. ನೆನಪಿನ ಸರಣಿ ಕತ್ತರಿಸಿಹೋಯಿತು. ಕಿಟಕಿಯಿಂದ ಹೊರಗೆ ನೋಡುತ್ತಾ ಕೂತರೂ ನೆನಪು, ಕಲ್ಪನೆ, ಆಲೋಚನೆ ಮೊದಲಾಗಿ ಯಾವ ಮನೋವ್ಯಾಪಾರವೂ ಸರಿಯಾಗಿ ನಡೆಯದ ಸ್ಥಿತಿಯಾಯಿತು. ಶರೀರದಲ್ಲಿ ಬಳಲಿಕೆ ತೋರಿತು. ಆಕಳಿಕೆಯೂ ಬಂತು. ಎದ್ದು ಮಲಗುವ ಕೋಣೆಯೊಳಕ್ಕೆ ನಡೆದು ಮಲಗಿದಳು.

ಹಂಪಿಯಿಂದ ಹಿಂತಿರುಗಿ ಒಂದು ವಾರವಾದರೂ ನರಸಿಂಹ, ವಿಠ್ಠಲ ಮಂದಿರ, ಮತ್ತು ಇತರ ವಿಗ್ರಹ ಮತ್ತು ಗುಡಿಗಳ ನಾಶದ ಸಮಸ್ಯೆ ಬಗೆಹರಿಯಲಿಲ್ಲ. ತಾನು ಚಿಕ್ಕ ವಯಸ್ಸಿನಲ್ಲಿ ನೋಡಿದ್ದ ಹಳೇಬೀಡು ಮೊದಲಾದ ದೇವಾಲಯಗಳೂ ಭಿನ್ನವಾಗಿ ಅವೆಲ್ಲ ಮುಸ್ಲಿಮರು ದಂಡೆತ್ತಿ ಬಂದಾಗ ಒಡೆದು ಹಾಕಿದವೆಂಬ ವಿವರವನ್ನು ಕೇಳಿದ್ದ ನೆನಪಾಯಿತು. ವಿಜಯನಗರದ್ದೂ ಇದೇ ವಿವರಣೆ. ಆದರೆ ಅದನ್ನು ತಾವು ನಿರ್ಮಿಸುವ ಸಾಕ್ಷ್ಯಚಿತ್ರದಲ್ಲಿ ಕೊಡುವುದೇ ತೊಡಕು.

* *

ಅಧ್ಯಾಯ ೨

ಒಂದು ಬೆಳಗ್ಗೆ ಒಂಬತ್ತು ಗಂಟೆಯ ವೇಳೆಯಲ್ಲಿ ಪ್ರೊಫ಼ೆಸರರ ಫ಼ೋನು ಬಂತು. ಅಮೀರ ಹೊರಗೆ ಹೋಗಿದ್ದ. 'ಲಕ್ಷ್ಮೀ, ನಿನಗೊಂದು ದುಃಖದ ಸುದ್ದಿ ಹೇಳುವುದು ನನ್ನ ಪಾಲಿಗೆ ಬಂದಿದೆ. ನಿನ್ನ ಅಪ್ಪಾಜಿ ತೀರಿಕೊಂಡರಂತೆ. ಹದಿನೈದು ದಿನವಾಯಿತಂತೆ. ನಿನಗೆ ಸುದ್ದಿ ಮುಟ್ಟಿಸಬೇಕು ಅಂತ ನಮ್ಮೂರಿನ ಕುಮಾರೇಶ ಅನ್ನೋರು ಬಂದಿದ್ದರು. ನೆನ್ನೆ ನಾನು ನಿನಗೆ ಎಂಟು ಹತ್ತು ಸಲ ಫ಼ೋನ್ ಮಾಡಿದೆ. ಯಾರೂ ಎತ್ತಿಕೊಳ್ಳಲಿಲ್ಲ.'

ಅವಳಿಗೆ ತಲೆಸುತ್ತು ಬಂದಂತಾಯಿತು. ಒಂದು ಮಾತೂ ನಾಲಗೆಯಿಂದ ಹೊರಡಲಿಲ್ಲ. 'ಲಕ್ಷ್ಮೀ, ಕೇಳ್ತಿದೆಯೆ?' ಎಂದದ್ದಕ್ಕೂ ಉತ್ತರಿಸಲು ಸಾಧ್ಯವಾಗಲಿಲ್ಲ. ಒಳಗಿನಿಂದ ಹೊಗೆ ತುಂಬಿ ಕೊಂಡಂತಾಯಿತು. ಉರಿಯಾಗಿ ಹೊತ್ತದೆ ಶಾಖವಾಗಿ ಹೊರಹೊಮ್ಮದೆ ಉಸಿರುಕಟ್ಟಿಸುತ್ತಾ ಒಳಗೇ ಅಮುಕುವ ಕಣ್ಣುಕಾಣದ ಕಿವಿ ಕೇಳದ ಮಾತು ತೋಚದ ಹೊಗೆಯ ಒತ್ತಡ.

'ಲಕ್ಷ್ಮೀ, ಇಂಥ ಸುದ್ದಿ ಎದುರಿಗೆ ಬಂದು ಹೇಳಬೇಕು. ಉಂಟಾಗುವ ದುಃಖವನ್ನ ಸಮಾಧಾನ ಮಾಡುಕ್ಕೆ. ನಾನು ಒಂದು ಮೀಟಿಂಗಿಗೆ ಡೆಲ್ಲಿಗೆ ಹೊರಟಿದೀನಿ. ಇಲ್ಲದಿದ್ದರೆ ಬರ್ತಿದ್ದೆ. ಸಮಾಧಾನ ಮಾಡಿಕೊ. ಇಪ್ಪತ್ತೆಂಟು ವರ್ಷವಾಯಿತಲ್ಲವೆ? ಸಂಪರ್ಕ ಇಲ್ಲದಿದ್ದರೂ ಸಂಬಂಧ ಸುಳ್ಳಾಗುಲ್ಲ. ಅಮೀರನಿಗೆ ಫ಼ೋನು ಕೊಡು.'

ಅವನು ಮನೆಯಲ್ಲಿಲ್ಲವೆಂದು ಹೇಳಲು ಕೂಡ ಅವಳಿಗೆ ಮಾತು ಬರಲಿಲ್ಲ. ಒಂದು ನಿಮಿಷದ ನಂತರ ಪ್ರೊಫ಼ೆಸರರು ಫ಼ೋನನ್ನು ಕೆಳಗಿಟ್ಟದ್ದು ತಿಳಿಯಿತು. ಅವಳು ರಿಸೀವರನ್ನು ಕೈಲಿ ಹಿಡಿದೇ ಗರಬಡಿದವಳಂತೆ ಕೂತಿದ್ದಳು.

ಎಷ್ಟೋ ಹೊತ್ತಿನನಂತರ ಇದ್ದಕ್ಕಿದ್ದಂತೆ ಅಳು ಒತ್ತರಿಸಿಕೊಂಡು ಬಂತು. ಒಂದೊಂದು ಒತ್ತರಿಕೆ ಬಂದಾಗಲೂ ಉಸಿರು ಕಟ್ಟುತ್ತಿತ್ತು. ಐದುಸಲ ಉಕ್ಕಿದ ಮೇಲೆ, 'ಅಪ್ಪಾಜಿ, ನಾನು ನಿಮಗೆ ತಕ್ಕ ಮಗಳಾಗಲಿಲ್ಲ. ಅಯೋಗ್ಯೆ, ಕೃತಘ್ನಳು. ದುರಹಂಕಾರಿ, ಸೊಕ್ಕಿನವಳು' ಎಂದುಕೊಳ್ಳುತ್ತಾ ಹಣೆಯನ್ನು ಪಕ್ಕದ ಗೋಡೆಗೆ ನಾಲ್ಕೈದು ಸಲ ಚಚ್ಚಿಕೊಂಡಳು. ತಲೆ ಸುತ್ತಿ ಬಂತು. ಕುಳಿತಿದ್ದ ಡೈವಾನ್ ಮೇಲೆ ಮಲಗಿದಳು. ಹಣೆ ನೋಯುತ್ತಿತ್ತು. ಚರ್ಮದ ಉರಿತ. ತಲೆಯೊಳಗೆಲ್ಲ ಶೂನ್ಯ. ತನಗೆ ಯಾರೂ ಇಲ್ಲ, ತಾನೊಬ್ಬ ಅನಾಥೆ, ಇದ್ದವರು ಒಬ್ಬರೇ, ಅವರು ಹೊರಟು ಹೋದರು. ಬೇರು ಕತ್ತರಿಸಿದ ಬಳ್ಳಿ, ಒಣಗಿ ಸಾಯುವುದೊಂದೇ ನಾಳಿನ ಹಂತ. ಸಾಯುವಾಗ ಕೂಡ ಹೇಳಿ ಕಳಿಸಲಿಲ್ಲ. ನನ್ನ ಬೇರು ಕತ್ತರಿಸಿಹೋಗಲಿಲ್ಲ.

ನನ್ನನ್ನು ತಿರಸ್ಕರಿಸಿತು, ಎಂಬ ಅರ್ಥ ಕಾಣಿಸಿತು. ಇನ್ನೊಂದು ಹೊಳೆ ಅಳು ಉಕ್ಕಿತು.

ಮಧ್ಯಾಹ್ನದ ಹೊತ್ತಿಗೆ ಮನಸ್ಸು ತುಸು ತಿಳಿಯಾಯಿತು. ತಿಥಿ ಕಾರ್ಯಗಳೆಲ್ಲ ಮುಗಿದಿವೆ. ಅದರಲ್ಲಿ ನಾನು ಭಾಗವಹಿಸುವಂತಿಲ್ಲ. ಆ ಧರ್ಮದ ಪ್ರಕಾರ ನಾನು ಹೊರಗೆ. ನಾನು ಸೇರಿರುವ ಧರ್ಮದ ಪ್ರಕಾರ ಅವೆಲ್ಲ ಕಾಫ್ಹಿರ್ ಕರ್ಮಗಳು, ತಿರಸ್ಕಾರ ಮಾತ್ರವಲ್ಲ, ನಾಶಯೋಗ್ಯವಾದವುಗಳು. ಅಕಸ್ಮಾತ್ ಹಳ್ಳಿಯವರು ನನಗೆ ಹಾಲು ತುಪ್ಪ ಬಿಡಲು ಅವಕಾಶ ಕೊಟ್ಟರೂ ನಾನು ಹಾಗೆ ಮಾಡಿದೆನೆಂದು ತಿಳಿದರೆ ತಬ್ಲೀಘ್‌ನವರು ಸುಮ್ಮನೆ ಬಿಡುವುದಿಲ್ಲ. ತಬ್ಲೀಘ್ ಮಾತ್ರವಲ್ಲ ಸಾಧಾರಣ ಮುಸ್ಲಿಮನೂ ಹೌಹಾರುತ್ತಾನೆ. ಇಸ್ಲಾಂ ಸ್ವೀಕರಿಸದೆ ಸತ್ತಿರುವ ಆತನಿಗೆ ಸದಾ ಉರಿಯುವ ಶಾಶ್ವತ ನರಕವೇ ಗತಿ. ಅಂಥವನಿಗೆ ಉತ್ತರಕ್ರಿಯೆ, ಅದೂ ಅಜ್ಞಾನಿಗಳ ಕರ್ಮ ಮಾಡುವುದು, ಜ್ಞಾನದ ಧರ್ಮವನ್ನು ಸ್ವೀಕರಿಸಿದಮೇಲೆ? ಕುಮಾರೇಶ್ ಎನ್ನುವವರು ಯಾಕೆ ಹುಡುಕಿಕೊಂಡು ಬಂದಿದ್ದರು? ಯಾವ ಸುದ್ದಿ ತಿಳಿಸುಕ್ಕೆ? ಎಂಬ ಕುತೂಹಲ ತೊಡಗಿತು.

ಸಂಜೆ ಮನೆಗೆ ಬಂದಾಗ ಅಮೀರ್ ಸಂತಾಪ ವ್ಯಕ್ತಪಡಿಸಿದ. ವಾಸ್ತವವಾಗಿ ಅವನು ಅವರನ್ನು ನೋಡಿಯೇ ಇರಲಿಲ್ಲ. ತಂದೆಯನ್ನು ಕಳಕೊಂಡವಳು ಎಂಬ ಅವಳ ಮೇಲಿನ ಅನುಕಂಪದ ಹೊರತು ಸತ್ತವರ ಮೇಲೆ ಅವನಿಗೆ ಯಾವ ಮಮತೆಯೂ ಇರಲಿಲ್ಲ. ಧರ್ಮ ಬದಲಾಯಿಸಿದ ಕಾರಣಕ್ಕೆ ಇಷ್ಟು ವರ್ಷವಾದರೂ ಮಗಳನ್ನು ತೊರೆದುಕೊಂಡವರೆಂದು ಒಳಗೇ ತಿರಸ್ಕಾರವೂ ಇತ್ತು. ಆದರೆ ಅದನ್ನು ಎಂದೂ ವ್ಯಕ್ತಪಡಿಸಿರಲಿಲ್ಲ. 'ಹುಡುಕಿಕೊಂಡು ಬಂದಿದ್ದರು ಅಂದರೆ ನನ್ನಿಂದ ಏನೋ ಕೆಲಸವಿರಬಹುದು. ನಾಳೆ ಬೆಳಗ್ಗೆ ನಾನು ಊರಿಗೆ ಹೋಗಿ ಬರ್ತೀನಿ.'

'ನಾನೂ ಬರ್ತೀನಿ.'

'ಬೇಡ.' ಅವಳು ಉತ್ತರಿಸಿದಳು. ತಾನು ಹೋದರೆ ಆ ಸನ್ನಿವೇಶಕ್ಕೆ ಹೊಂದುವುದಿಲ್ಲವೆಂದು ಅವನಿಗೂ ಅನ್ನಿಸಿತು. ಕುಣಿಗಲ್‌ಗೆ ಬೇಕಾದಷ್ಟು ಬಸ್‌ಗಳು ಸಿಗುತ್ತವೆ. ಅಲ್ಲಿಂದ ಆರು ಮೈಲಿ. ಹೆಚ್ಚು ಬಸ್‌ಗಳಿಲ್ಲ. ಇದು ಇಪ್ಪತ್ತೆಂಟು ವರ್ಷಗಳ ಮಾತು. ಈಗ ಹೇಗಿದೆಯೊ? 'ಕಾರು ತಗೊಂಡು ಹೋಗ್ತೀನಿ. ಆದರೆ ಸಂಜೆಗೇ ಹಿಂತಿರುಗ್ತೀನಿ. ಇಲ್ಲದಿದ್ದರೆ ಒಂದೆರಡು ದಿನ ನೀನು ಸ್ಕೂಟರ್ ಉಪಯೋಗಿಸು.'

ಊರಿನಲ್ಲಿ ಯಾರಿದ್ದಾರೆ, ಹೋಗಿ ತಾನು ಯಾರನ್ನು ಕಾಣುವುದು ಎಂಬ ಯಾವ ಸ್ಪಷ್ಟ ಕಲ್ಪನೆಯೂ ಇಲ್ಲದೆ ಅವಳು ಕಾರು ನಡೆಸುತ್ತಿದ್ದಳು. ಹೋಗುವುದು ಮಾತ್ರ ನೇರವಾಗಿ ತನ್ನ ಮನೆಗೆ ಎಂಬಷ್ಟು ಖಚಿತವಾಗಿ ಗೊತ್ತಿತ್ತು. ಈ ರಸ್ತೆಯಲ್ಲಿ ತಾನು ಎಷ್ಟೋ ಸಲ ಪಯಣಿಸಿದ್ದೇನೆ. ಮಂಗಳೂರು ಕಡೆಗೆ, ಚಿಕ್ಕಮಗಳೂರು, ಧರ್ಮಸ್ಥಳ ಪ್ರದೇಶಗಳಿಗೆ ಹೋಗುವುದೂ ಇದೇ ಮಾರ್ಗದಲ್ಲಿ. ಎರಡು ಸಲ ತಂಡದೊಡನೆ ಕುಣಿಗಲ್‌ನಲ್ಲಿಯೇ ವ್ಯಾನ್ ನಿಲ್ಲಿಸಿ ಕಾಫ್ಹಿ ತಿಂಡಿ ಮಾಡಿದ್ದುದೂ ಉಂಟು. ಆಗ ಕರುಳು ಕಚ್ಚಿದಂತೆ ಆಗಿ ತಾನು ತಪ್ಪೆಲ್ಲವನ್ನೂ ಅಪ್ಪನ ಕಾಠಿಣ್ಯದ ಮೇಲೆ ಹಾಕಿ ಸಮಾಧಾನ ತಂದುಕೊಂಡ ನೆನಪಾಯಿತು. ಈಗ ಕುಣಿಗಲ್‌ನಲ್ಲಿ ನಿಲ್ಲಿಸಿ ಕಾಫ್ಹಿ ತಿಂಡಿ ತಿಂದು ಹೊರಟಳು. ಊರಿನಲ್ಲಿ

ಯಾರೋ ಏನೋ ಎಂತೋ, ಊರಿನ ಮುಂಬದಿಯಲ್ಲಿ ತುಸು ಬದಲಾವಣೆಯಾಗಿದೆ. ಹೈಸ್ಕೂಲಿನಂತೆ ಕಾಣುವ, ಹೌದು ಬೋರ್ಡ್ ಇದೆ, ಶ್ರೀ ಲಕ್ಷ್ಮೀನರಸಿಂಹ ಪ್ರೌಢಶಾಲೆ, ಅದರ ಪಕ್ಕದಲ್ಲೊಂದು ಆಯುರ್ವೇದೀಯ ಆಸ್ಪತ್ರೆ. ಅದರ ಎದುರಿಗೇ ಗ್ರಾಮದೇವತೆ ಗದ್ದೆ ಕೆಂಪಮ್ಮನ ಗುಡಿ. ಗುಡಿಯ ಎದುರು ಸಿಡಿಕಂಬ. ಊರಿನ ಒಳಹೊಕ್ಕು ದೊಡ್ಡ ರಸ್ತೆಯಲ್ಲಿ ಬಲಕ್ಕೆ ಹೊರಳಿದರೆ ಗ್ರಾಮಕ್ಕೆ ಹೆಸರು ಕೊಟ್ಟಿರುವ ನರಸಿಂಹದೇವರ ಗುಡಿ ಸುಮಾರು ಮೂವತ್ತು ಅಡಿ ಎತ್ತರದ ಕಲ್ಲುಗುಡ್ಡದ ಮೇಲೆ. ಗುಡ್ಡ ಹತ್ತಿದರೆ ಇಡೀ ಊರು, ಊರಿನಾಚೆಯ ಕೆರೆ, ಗದ್ದೆ ಬಯಲುಗಳೆಲ್ಲ ಕಾಣುತ್ತವೆ. ಗುಡ್ಡವನ್ನು ಬಳಸಿಕೊಂಡು ಹೋದರೆ ಗುಡಿಯ ಹಿಂಬದಿಗೇ ತನ್ನ ಮನೆ. ಇದ್ದುದರಲ್ಲಿ ದೊಡ್ಡದೇ. ಗಾರೆಯ ಜಗುಲಿ. ಮುಂಬದಿಗೆ ಮದರಾಸು ತಾರ್ಸಿ. ಹಿಂಬದಿಗೆ ಮಂಗಳೂರು ಹೆಂಚಿನ ತೊಟ್ಟಿ.

ಬಾಗಿಲು ಹಾಕಿತ್ತು. ನಾಲ್ಕು ಸಲ ಕದತಟ್ಟಿ ಯಾರೊಳಗೆ? ಎಂದು ಕೂಗಿದಳು. ಇಪ್ಪತ್ತೆಂಟು ವರ್ಷ ಕಳೆದಿದ್ದರೂ ಕರೆಯುವ ರೀತಿ, ಶೈಲಿಗಳು ಮರೆತಿಲ್ಲ ಎಂಬ ಅರಿವಾಯಿತು. ಒಳಗಿನಿಂದ ಬಂದು ಬಾಗಿಲು ತೆಗೆದವಳು ಸುಮಾರು ಮೂವತ್ತೆರಡು ಮೂವತ್ತಮೂರು ವರ್ಷದ ಒಬ್ಬ ಹೆಂಗಸು. ಉಟ್ಟಿದ್ದ ಸೀರೆ, ಕೈಬಳೆ, ಹಣೆಯ ಕುಂಕುಮಗಳಿಂದ ರೈತಳೆಂದು ತಿಳಿಯಿತು. 'ಯಾರು?' ಅವಳು ಕೇಳಿದಳು. ಈ ಮನೇಲಿ ಯಾರಿದಾರೆ? ಇವಳು ಕೇಳಿದಳು. 'ನಾವೇ, ನೀವ್ಯಾರು?' ಅವಳು ಮತ್ತೆ ಕೇಳಿದಳು. ತಾನು ಯಾರೆಂದು ಹೇಳುವುದು? ಒಂದುನಿಮಿಷ ಮಾತು ತೋಚದಾಯಿತು. ಆದರೆ ಹೇಳಲೇಬೇಕು. ಒಂದು ಸಲ ಹೇಳಿ ಮುಗಿಸಿಬಿಟ್ಟರೆ ಮತ್ತೆ ಮುಜುಗರವಿಲ್ಲ ಎಂಬ ಅರಿವಾಗಿ ನರಸಿಂಹೇಗೌಡರ ಮಗಳು ಎಂದಳು. 'ಓ!' ಎಂದು ಅವಳ ಬಾಯಿಂದ ಬಂದ ಉದ್ಗಾರ, ಬಾಯಿಯು ತಳೆದ ಉದ್ದನೆಯ ಆಕಾರವು ಅವಳಲ್ಲಿದ್ದ ನಿರೀಕ್ಷೆಯನ್ನು ವ್ಯಕ್ತಮಾಡಿತು. 'ಕುಂತ್ಕಳಿ, ಮಂದಲಿಗೆ ಆಕ್ಕೊಡ್ತೀನಿ' ಎಂದು ಅವಳು ಜಗುಲಿಯನ್ನು ತೋರಿಸಿದಳು. ಅವಳು ಒಳಗಿನಿಂದ ಮಂದಲಿಗೆ ತಂದು ಹಾಕಿಕೊಟ್ಟರೂ ಆ ಸ್ವಾಗತವು ಇವಳಿಗೆ ತನ್ನನ್ನು ಜಗುಲಿಯ ಮೇಲೆ ಕೂರಿಸುತ್ತಿದ್ದಾಳೆ, ಒಳಗೆ ಕರೆಯಲಿಲ್ಲ ಎಂಬ ಅರಿವು ಮೂಡಿಸಿತು. ಅಷ್ಟರಲ್ಲಿ ಐದಾರು ಹುಡುಗರು ಕಾರನ್ನು ಸುತ್ತಿಕೊಂಡರು. 'ಕುಂತ್ಕಳಿ. ನಮ್ಮ ಗೌಡರಿಗೆ ಏಳಿ ಕಳುಸ್ತೀನಿ. ತ್ವಾಟಕ್ಕೆ ಓಗ್ಯವ್ರೆ,' ಎಂದು ಹೇಳಿದ ಅವಳು ಬಾಗಿಲಿನಲ್ಲಿ ನಿಂತುಕೊಂಡಳು. ಮುಂದೆ ಯಾವ ಮಾತೂ ತಿಳಿಯುತ್ತಿಲ್ಲವೆಂದು ಅವಳ ಮುಖವೇ ಹೇಳುತ್ತಿತ್ತು. ನೀವು ಯಾರು, ಎಷ್ಟು ದಿನದಿಂದ ಇದ್ದೀರಿ, ಎಂದು ವಿಚಾರಿಸುವ ಮನಸ್ಸಾದರೂ ನೇರವಾಗಿ ಕೇಳುವುದು ಒರಟು ವರ್ತನೆಯಾಗುತ್ತದೆನ್ನಿಸಿ ಇವಳೂ ಸುಮ್ಮನೆ ಕುಳಿತಳು. ಎರಡು ನಿಮಿಷಗಳ ನಂತರ ಶಾಸ್ತ್ರಿಗಳ ಮನೇಲಿ ಯಾರ್‍ಯಾರಿದಾರೆ? ಎಂದಳು. 'ಅವ್ರು, ಅವರ ಎಂಡ್ತಿ.'

'ನಾನು ಅವರ ಮನೆಗೆ ಓಗಿಬತ್ತೀನಿ. ಅಷ್ಟರಲ್ಲಿ ನಿಮ್ಮ ಗೌಡರನ್ನ ಕರೆಸಿ' ಎಂದು ಹೇಳಿ ಕಾರನ್ನು ಅಲ್ಲೇ ಬಿಟ್ಟು ನಡೆದುಹೊರಟಳು. ಬಂದ ದಾರಿಯಲ್ಲೇ ಗುಡ್ಡವನ್ನು ಬಳಸಿ ಸುಮಾರು ನಲವತ್ತು ಮನೆಗಳನ್ನು ದಾಟಿದರೆ ಗುಡ್ಡದ ಪಾದದ ಬಳಿ ಶಾಸ್ತ್ರಿಗಳ

ಮನೆ. ತಾನು ಹಿಂದೆ ನೋಡಿದಂತೆಯೇ ಇದೆ. ಎರಡು ಕಡೆಗೂ ಗಾರೆಯ ಜಗುಲಿ. ನಾಡಹಂಚು. ಬಾಗಿಲವಾಡಕ್ಕೆ ಅರಿಶಿನ ಕುಂಕುಮ ಹಚ್ಚಿದೆ. ಕಟ್ಟಿದ್ದ ತೋರಣದ ಮಾವಿನ ಎಲೆಗಳು ಒಣಗಿವೆ. ಮನೆಯ ಮುಂದಣ ಹಾಸುಕಲ್ಲು ಮತ್ತು ಮೆಟ್ಟಲುಗಳಿಗೆ ನಿತ್ಯ ಹಾಕುವ ರಂಗವಲ್ಲಿ. ಬಾಗಿಲು ತೆರೆದಿತ್ತು. ಹೊಸಲಿನ ಒಳಗೆ ಹೋಗಿ, 'ಅಯ್ಯಾರಿದಾರೆಯೆ?' ಎಂದು ಕೂಗಿದಳು, ಮೊದಲು ಕರೆಯುತ್ತಿದ್ದಂತೆ.

'ಯಾರೂ?' ಎಂದ ಧ್ವನಿ ಶಾಸ್ತ್ರಿಗಳದೇ ಎಂಬ ಗುರುತು ಸಿಕ್ಕಿತು. ನನಗೆ ಇಪ್ಪತ್ತೆಂಟು ವರ್ಷದ ನೆನಪಿನ ಅಂತರವಿದ್ದು ಅವರಿಗೆ ಅಷ್ಟೇ ವರ್ಷಗಳ ಹೆಚ್ಚಿನ ಮುಪ್ಪು ಬಂದಿದ್ದರೂ. 'ನಾನು ನರಸಿಂಹಪ್ಪಾರ ಮಗಳು ಲಕ್ಷ್ಮೀ' ಎಂದ ತಕ್ಷಣ ಅವರು, 'ಲಕ್ಷ್ಮಿಯೆ? ಬಾ, ಬಾ. ಯಾವಾಗ ಬಂದೆ?' ಎನ್ನುತ್ತಾ ಒಳಗಿನಿಂದ ಬಂದರು ಅವಳನ್ನು ಸ್ವಾಗತಿಸುವವರಂತೆ. ತಾನು ಬಾಬ್ ಮಾಡಿಸಿಕೊಂಡಿದ್ದೇನೆ, ಆದರೆ ಸೀರೆಯುಟ್ಟಿದ್ದೇನೆ ಎಂಬ ಅರಿವಾಗಿ ಅವಳಿಗೆ ನೆಮ್ಮದಿ ಎನ್ನಿಸಿತು. ಹಣೆಗೆ ಕುಂಕುಮವಿಟ್ಟುಕೊಂಡಿದ್ದರೆ ಇನ್ನೂ ಹಿತವಾಗುತ್ತಿತ್ತು, ಮರೆತುಹೋಯಿತು, ಎಂದು ಮನಸ್ಸು ತೊಡಗಿದ್ದಾಗಲೆ ಈಗ ತಾನೆ. ನೀವೆಲ್ಲ ಚನ್ನಾಗಿದೀರಾ? ಅಮ್ಮ ಹ್ಯಾಗಿದಾರೆ? ಎಂದು ಎರಡು ಹೆಜ್ಜೆ ಮುಂದೆ ಹೋಗಿ ನೆಲಮುಟ್ಟಿ ಆದರೆ ಪಾದಗಳನ್ನು ಸ್ಪರ್ಶಿಸದೆ ನಮಸ್ಕರಿಸಿದಳು. ತಲೆ ಬೊಕ್ಕಾಗಿದೆ. ಕೆನ್ನೆ ಗದ್ದಗಳಲ್ಲಿ ಬಿಳಿ ಕುರುಚಲು. ಹಣೆಯಲ್ಲಿ ವಿಭೂತಿ, ಭ್ರೂ ಮಧ್ಯೆ ಕುಂಕುಮ. ಅಂಚಿನ ಪಂಚೆಯುಟ್ಟು ಅಂಥದೇ ದೊಡ್ಡ ಚೌಕವನ್ನು ಬಲಕಂಕುಳಿನ ಕೆಳಗಿನಿಂದ ಹೊದೆದಿದ್ದಾರೆ. ತನ್ನ ಅಪ್ಪಾಜಿಯನ್ನು ನೋಡಿದಂತಾಗಿ ಕಣ್ಣು ಮಂಜಾಯಿತು. ಶಾಸ್ತ್ರಿಗಳು ಗಟ್ಟಿಯಾಗಿ, 'ಕೇಳ್ತಾ? ನರಸಿಂಹಪ್ಪನ ಮಗಳು ಲಕ್ಷ್ಮಿ ಬಂದಿದಾಳೆ, ಬಾ' ಎಂದಮೇಲೆ ಅಚ್ಚಮ್ಮ ಹೊರಗೆ ಬಂದರು.

ಎಂಬತ್ತು ದಾಟಿದೆ. ತುಸು ಬಾಗಿದ ಸೊಂಟ. ಅರಿಶಿನ ಹಚ್ಚಿ ಹಚ್ಚಿ ಹಳದಿಯಾದ ಕೆನ್ನೆಗಳು, ಮೊಣಕೈ, ಪಾದಗಳು. ಅಗಲವಾದ ಕುಂಕುಮ. ಮಾಂಗಲ್ಯದ ಸರ, ಬಳೆ. ಅವರಿಗೂ ತುಸುದೂರದಿಂದ ನೆಲಮುಟ್ಟಿ ನಮಸ್ಕರಿಸಿದ ಮೇಲೆ, 'ಎಲ್ಲಿಂದ ಬಂದೆ?' ಎಂದರು.

'ಬೆಂಗಳೂರಿನಿಂದ. ಕಾರು ನಡೆಸಿಕೊಂಡು.'

'ಕೂತ್ಕ. ದ್ವಾಸೆ ಬಿಟ್ಟುಕೊಡ್ತೀನಿ.'

'ಕುಣಿಗಲಿನಲ್ಲಿ ಹೋಟೆಲಲ್ಲಿ ತಿಂಡಿ ತಿಂದ್ಕಂಡು ಬಂದೆ.'

'ಹೋಟೆಲಲ್ಲಿ ಯಾಕೆ ತಿಂತೀಯ? ಮೈಗೆ ಒಳ್ಳೇದಲ್ಲ. ಹೋಗಲಿ ಕಾಫಿ ಕುಡಿ. ಮಧ್ಯಾಹ್ನ ಊಟ ಮಾಡೀವಂತೆ' ಎಂದು ಮರದ ಕುರ್ಚಿ ತೋರಿಸಿದರು. ಶಾಸ್ತ್ರಿಗಳು ಮರದ ಕಿರುಮಂಚದಂತಹ ಆಸನದ ಮೇಲೆ ಚಕ್ಕಲಮಕ್ಕಲ ಹಾಕಿಕೊಂಡು ಕುಳಿತ ಮೇಲೆ ಅಚ್ಚಮ್ಮನವರು ಒಳಗೆ ನಡೆದರು.

'ಮೂಲೆ ಮನೆ ಕುಮಾರೇಶ ಆಗಾಗ್ಗೆ ಬೆಂಗಳೂರಿಗೆ ಹೋಗ್ತಿರ್ತಾನೆ. ಅವನ ಕೈಲಿ ನಾನೇ ಹೇಳಿ ಕಳಿಸಿದ್ದೆ. ನಿಮ್ಮಪ್ಪನ ಮನೆ ಜಮೀನುಗಳ ವಿಲೇವಾರಿಯಾಗಬೇಕಲ್ಲ. ನಿಮ್ಮ ಮನೆ ಹತ್ತಿರ ಹೋಗಿದ್ದೆಯಾ?'

'ಹೂಂ. ಕಾರು ಅಲ್ಲೇ ನಿಲ್ಲಿಸಿದೀನಿ. ಮೂವತ್ತೆರಡು ಮೂವತ್ತಮೂರು ವರ್ಷದ ಒಬ್ಬ ಹೆಂಗಸು ನಮ್ಮ ಗೌಡ್ರು ತ್ವಾಟದ ತಾವಕ್ಕೆ ಓಗ್ಯವ್ರೆ. ಏಳಿ ಕಳುಸ್ತೀನಿ ಕುಂತ್ಕಳಿ ಅಂದಳು. ನಿಮ್ಮನ್ನ ಕಂಡು ಆಶೀರ್ವಾದ ಪಡೆಯೋಣ ಅಂತ ಬಂದೆ.'

'ಅಭಿಮಾನ ಇಟ್ಟುಕೊಂಡಿದೀಯಲ್ಲ, ಅಷ್ಟೇ ಸಾಕು.'

'ಅಪ್ಪಾಜಿಗೆ ಏನು ಕಾಹಿಲೆಯಾಗಿತ್ತು ಅಯ್ಯಾರೆ?'

'ಕಾಹಿಲೆ ಎಂಥದು, ಎಂಬತ್ತೈದು ವರ್ಷವಾಗಿತ್ತು. ನನಗಿಂತ ನಾಲ್ಕು ವರ್ಷಕ್ಕೆ ಚಿಕ್ಕೋನಲ್ಲವೆ? ಆ ಲೆಕ್ಕದಲ್ಲಿ ನಾನು ಮೊದಲು ಹೋಗಬೇಕಾಗಿತ್ತು. ಆದರೆ ಆಯಸ್ಸು ಅವರವರ ಹಣೆ ಮೇಲಿರುತ್ತೆಯಲ್ಲವೆ? ಸಾಯಂಕಾಲ ಸ್ವಲ್ಪ ಎದೆನೋವು ಅಂದಿದ್ದನಂತೆ. ಬೆಳಗ್ಗೆ ಬೇಗ ಏಳುವ ಅಭ್ಯಾಸ. ಎದ್ದಿರಲಿಲ್ಲ. ರಾತ್ರಿ ಎಲ್ಲ ಓದಿರಬಹುದು. ನಿದ್ದೆ ಮಾಡ್ತಿದಾರೆ ಅಂತ ಕೆಂಚಪ್ಪ ತೋಟಕ್ಕೆ ಹೋದನಂತೆ. ಒಂಬತ್ತು ಗಂಟೆಗೆ ಹಿಂತಿರುಗಿದರೂ ಎದ್ದಿರಲಿಲ್ಲ. ಕೋಣೆಯ ಬಾಗಿಲು ನೂಕಿ ನೋಡಿದರೆ ಉಸಿರಿಲ್ಲ. ಶರೀರ ತಣ್ಣಗಿದೆ. ಅವನ ಮಗನ ಕೈಲಿ ನನಗೆ ಹೇಳಿಕಳಿಸಿದ. ಏನು ಅನ್ನೂದ ನೀನೇ ಅರ್ಥಮಾಡಿಕೊ.'

'ಸಾಯ್ತೀನಿ ಅನ್ನೂದು ಅವರಿಗೂ ಗೊತ್ತಿರಲಿಲ್ಲ?'

'ಇಲ್ಲ.'

'ಹೂಂ' ಎಂದಳು. ಅವಳ ಮಾತಿನ ಇಂಗಿತ ಅವರಿಗೆ ತಿಳಿಯಿತು. ತಾವಾಗಿಯೇ ಅದಕ್ಕೆ ಉತ್ತರ ಹೇಳುವುದು ಸೂಕ್ತವಲ್ಲವೆಂದು ಅವರು ಮಾತನಾಡಲಿಲ್ಲ. ತುಸು ಹೊತ್ತಾದ ಮೇಲೆ ಅವಳು 'ಗೊತ್ತಿದ್ದರೆ ಮಗಳಿಗೆ ಹೇಳಿ ಕಳಿಸ್ತಿದ್ದರೆ?' ಅವರು ಉತ್ತರಿಸಲಿಲ್ಲ. ಎರಡುನಿಮಿಷದ ನಂತರ ಅವಳೇ, 'ನಿಮಗೆ ಗೊತ್ತಿರುತ್ತೆ, ಹೇಳಿ ಅಯ್ಯಾರೆ' ಎಂದಮೇಲೆ ಅವನ ಮನಸ್ಸಿನಲ್ಲಿ ಏನು ಬರ್ತಿತ್ತೋ ನಾನು ಹ್ಯಾಗೆ ಊಹೆ ಮಾಡಲಿ ಹೇಳು ಮಗು ಎಂದರು. ಅಪ್ರಿಯ ಸತ್ಯವನ್ನು ಹೇಳಲು ಅವರು ನಿರಾಕರಿಸುತ್ತಿದ್ದಾರೆಂದು ಅವರ ಮುಖ ಭಾವವನ್ನು ಗುರುತಿಸಿಯೇ ಅವಳೂ ಅರ್ಥಮಾಡಿಕೊಂಡಳು. ಒಂದು ನಿಮಿಷದ ನಂತರ, 'ಕುಮಾರೇಶರ ಕೈಲಿ ನೀವು ನನಗೆ ಯಾಕೆ ಹೇಳಿ ಕಳಿಸಿದಿರಿ' ಎಂದಳು.

'ಅವನ ಉತ್ತರಾಧಿಕಾರಿಣಿ ನೀನು. ಒಂದಲ್ಲ ಒಂದು ದಿನ ನೀನೇ ಬಂದು ಆಸ್ತಿಪಾಸ್ತಿ ವಹಿಸಿಕೊಬೇಕು. ಯಾವುದೂ ಹಲಾಕ್ ಆಗುಕ್ಕೆ ಮುಂಚೆ ನೀನು ವಶಕ್ಕೆ ತಗೊಳ್ಳೂದು ವಿಹಿತವಲ್ಲವೆ?'

'ಅವರು ನನ್ನನ್ನ ಸಂಪೂರ್ಣ ತ್ಯಜಿಸಿದ್ದರು. ಸಾವು ಹತ್ತಿರ ಬರೂದು ಗೊತ್ತಿದ್ದರೂ ಹೇಳಿ ಕಳುಸ್ತಿರಲಿಲ್ಲ ಅಂತ ನೀವೇ ಸೂಚಿಸಿದಿರಿ. ಇನ್ನು ಅವರ ಆಸ್ತಿಪಾಸ್ತಿಯನ್ನ ನಾನು ಹ್ಯಾಗೆ ವಹಿಸಿಕೊಳ್ಳಲಿ? ಯಾವ ನ್ಯಾಯ?'

'ನೋಡಮ್ಮ, ನೀನೇ ಬಿಚ್ಚಿ ಕೇಳ್ತಿರೂದರಿಂದ ಸ್ಪಷ್ಟವಾಗಿ ಹೇಳಿಬಿಡ್ತೀನಿ. ಆಸ್ತಿ ಎಲ್ಲ ಪಿತ್ರಾರ್ಜಿತ. ಮುನ್ನೂರು ತೆಂಗು ಹತ್ತು ಮಾವು, ಐದು ಹಲಸಿನ ಮರಗಳ ತೋಟ. ಮೂರೆಕರೆ ಗದ್ದೆ, ಎಂಟೆಕರೆ ಹೊಲ. ಆ ಮನೆ. ಇವನ್ನ ನಿನ್ನನ್ನ ಬಿಟ್ಟು ಪರಭಾರೆ ಮಾಡುವ ಅಧಿಕಾರ ಅವನಿಗೆ ಇರಲಿಲ್ಲ. ಇದ್ದರೆ ಏನು ಮಾಡ್ತಿದ್ದನೋ ಅವನಿಗೇ

ಗೊತ್ತು. ನೀನು ಹೋಗುವಾಗ ಒಬ್ಬಳು ಮನೆಕೆಲಸ ಅಡುಗೆ ಮಾಡ್ತಿದ್ದಳಲ್ಲ ನಿಂಗವ್ವ ಅಂತ. ಅವಳು ನಾಲ್ಕು ವರ್ಷದ ಮೇಲೆ ಮಗನ ಜೊತೆ ಇರ್ತೀನಿ ಅಂತ ಹೊರಟು ಹೋದಳು. ಆಗ ಈ ಕೆಂಚಪ್ಪನನ್ನ ಕರಕಂಡು ಬಂದು ಇಟ್ಟುಕೊಂಡ. ಅವನಿಗೆ ಮದುವೆ ಮಾಡಿದ. ಗಂಡ ಹೆಂಡತಿ ಇವರ ಜಮೀನು ಅಲ್ಲದೆ ಮನೆ ಅಡುಗೆ ಊಟ ಎಲ್ಲ ನೋಡಿಕೊಂಡಿದಾರೆ. ಅವರಿಗೆ ಎರಡು ಮಕ್ಕಳೂ ಇವೆ. ನನ್ನ ಕಾಲಾನಂತರ ಇವರ ಗತಿ ಏನು ಅಂತ ಆಲೋಚನೆ ಮಾಡಿ ನರಸಿಂಹಪ್ಪ ನೂರು ತೆಂಗಿನ ಗಿಡದ ಒಂದು ತೋಟ, ಎರಡೆಕರೆ ಗದ್ದೆ, ನಾಲ್ಕೆಕರೆ ಹೊಲ ಮಾಡಿಕೊಟ್ಟಿದಾನೆ. ಊರ ಹೊರಗೆ ಒಂದು ಮನೇನೂ ಕಟ್ಟಿಸಿಕೊಟ್ಟಿದಾನೆ. ಆಸ್ಪತ್ರೆ ಡಾಕ್ಟರು ಅಲ್ಲಿ ಬಾಡಿಗೆಗೆ ಇದಾರೆ. ಕೆಂಚಪ್ಪ ನಿಯತ್ತಿನ ಮನುಷ್ಯ. ಅವನ ಹೆಂಡತಿ ಲಕ್ಷ್ಮಮ್ಮ, ಅವಳದ್ದೂ ನಿಂದೇ ಹೆಸರು, ಅವಳು ಕೂಡ ಒಳ್ಳೆ ಹೆಂಗಸು. ನಿಮ್ಮಪ್ಪನ್ನ ಚನ್ನಾಗಿ ನೋಡಿಕೊಂಡರು. ಈಗ ನಿನಗೆ ತೋಚಿದ ಹಾಗೆ ಮಾಡಬಹುದು. ಕೆಂಚಪ್ಪ, ಅವನ ಹೆಂಡತಿ ಜಾಗ ಖಾಲಿಮಾಡಿ ಹೋಗ್ತಾರೆ.'

ವ್ಯವಹಾರವನ್ನು ಇಷ್ಟು ಸ್ಪಷ್ಟವಾಗಿ ಹೇಳುತ್ತಿರುವ ಈ ಶಾಸ್ತ್ರಿಗಳಿಗೂ ತನ್ನ ಮೇಲೆ ದೂರದ ಭಾವವೇ ಇದೆ ಎಂದು ಅವಳಿಗೆ ಅನ್ನಿಸಿತು. ಅಪ್ಪಾಜಿಗೆ ತೀರ ಆತ್ಮೀಯರು; ಬೇರೆ ಯಾವ ಭಾವ ಇರಲು ಸಾಧ್ಯ? ಎಂಬ ಸಹಜತೆಯೂ ಕಂಡಿತು. 'ನಾನು ಆಸ್ತಿ ಪಾಸ್ತಿ ವಶಕ್ಕೆ ತಗೊಳ್ಳುಕ್ಕೆ ಬರಲಿಲ್ಲ. ನನಗೆ ಪಿತ್ರಾರ್ಜಿತ ಸ್ವಯಾರ್ಜಿತಗಳ ಕಲ್ಪನೆಯೂ ಇರಲಿಲ್ಲ. ನೀವು ಹೇಳಿ ಕಳಿಸಿದಿರಿ ಅಂತ ಬಂದೆ,' ಎಂದಳು.

'ನಿನಗೆ ಗೊತ್ತಿಲ್ಲ ಅನ್ನಿಸಿದ್ದರಿಂದಲೇ ತಿಳಿಯಪಡಿಸುಕ್ಕೆ ಅಂತ ಹೇಳಿಕಳಿಸಿದ್ದು. ನೀನು ಬಂದದ್ದು ಒಳ್ಳೇದೇ ಆಯಿತು. ತಾನು ಏನು ಮಾಡಬೇಕು, ಏನು ಮಾಡಬಾರದು ಅನ್ನೋದು ತೋಚದೆ ಕೆಂಚಪ್ಪ ತಡಬಡಿಸ್ತಿದಾನೆ. ತೋಟದಲ್ಲಿ ಕಾಯಿ ಬಲಿತಿವೆ. ಕೆಡವಿ ಕೊಬ್ಬರಿಗೆ ಹಾಕಬೇಕು. ಯಾರ ಮೇಲ್ವಿಚಾರಣೇಲಿ ಈ ಕೆಲಸ ಮಾಡಿಸಲಿ? ಅಂತ ಅವನು ಬಂದು ನನ್ನನ್ನ ಕೇಳ್ತಿದಾನೆ. ಕಾಯಿ ಕೆಡವಿಸೂದೊಂದೇ ಅಲ್ಲ. ಬೇಸಾಯ ಅಂದರೆ ಪ್ರತಿದಿನವೂ ತೀರ್ಮಾನ ಮಾಡಬೇಕಾದ ಕೆಲಸವಿರುತ್ತೆ. ಯಾರು ಮಾಡೋರು? ಖರ್ಚುವೆಚ್ಚ ಲಾಭ ನಷ್ಟಗಳ ಹೊಣೆ ಯಾರದ್ದು? ಕೆಂಚಪ್ಪ ನಿಯತ್ತಿನ ಮನುಷ್ಯನಾದದ್ದರಿಂದ ಈ ಎಲ್ಲ ಪ್ರಶ್ನೆಗಳು. ಇಲ್ಲದಿದ್ದರೆ ಈಗಿನ ಕಾನೂನನ್ನು ಬಳಸಿಕೊಂಡು ಆಸ್ತಿ ನುಂಗಿಹಾಕಬಹುದು. ಮೊದಲು ನೀನು ನಿಮ್ಮಪ್ಪನ ಮರಣದಾಖಲೆ ಪಡೆದು ನಿನ್ನ ಹೆಸರಿಗೆ ಖಾತೆ ಮಾಡಿಸಿಕೊಬೇಕು.'

ಅಷ್ಟರಲ್ಲಿ ಮೂವತ್ತೈದು ಮೂವತ್ತಾರು ವರ್ಷದ ಒಬ್ಬ ಗಂಡಸು ಒಳಗೆ ಬಂದ. ಪಟ್ಟೆ ಪಟ್ಟೆಯ ಚೆಡ್ಡಿಯ ಮೇಲೆ ತೆಳ್ಳನೆಯ ಕಂದು ತಿರುಗಿದ ಬಿಳಿ ಲುಂಗಿ. ಅರ್ಧತೋಳಿನ ಗೀರುಗೆರೆಯ ಅಂಗಿ, ಹೆಗಲ ಮೇಲೊಂದು ಟವೆಲಿನಂಥ ಚೌಕ, ಬಾಚದೆ ಕೆದರಿದ ಕ್ರಾಪು, ಐದಾರು ದಿನದ ಗಡ್ಡಮೀಸೆಗಳು. 'ಅದೋ, ಕೆಂಚಪ್ಪನೇ ಬಂದ,' ಶಾಸ್ತ್ರಿಗಳು ಹೇಳಿದರು. ಅಕ್ಕಾ, ಯಾವಾಗ ಬಂದ್ರಿ? ಅವನು ಬಹಳ ದಿನದಿಂದ ಪರಿಚಯವಿದ್ದಂತೆ ಮಾತನಾಡಿಸಿದ. 'ಒಳಗೆ ಅಡುಗೆಯಾಗ್ತಿದೆ, ಊಟವಾಗೂತನಕ ಇರು' ಶಾಸ್ತ್ರಿಗಳು ಹೇಳಿದರು.

ಈಗ ಮನೆಗೆ ಹೋಗಿ ಊಟದ ಹೊತ್ತಿಗೆ ಬರ್ತೀನಿ ಎಂದು ಹೇಳಿ ಅವಳು ಹೊರಟಳು.

ಮನೆಯನ್ನು ಪ್ರವೇಶಿಸಿದ ತಕ್ಷಣ ಬಲಕ್ಕೆ ಬರುವ ಕೋಣೆಯ ಬಾಗಿಲಿನ ಬೀಗ ತೆಗೆದು ಕೆಂಚಪ್ಪ, 'ಇದೇ ನೋಡಿ ಅಪ್ಪಾವರು ಮನೀಕತ್ತಿದ್ದ ಜಾಗ. ಇಲ್ಲೇ ಹಗಲೂ ರಾತ್ರಿ ಕುಂತು ಓದ್ಕತ್ತಿದ್ರು. ಬಾಕಲಾ ಹಾಕ್ಯಂಡೇ ಇರ್ತಿದ್ರು. ಯಾರೂ ಬಾಕಲ ತಿಗದು ಗಲಾಟೆ ಮಾಡ್ತಿರಲಿಲ್ಲ.'

ಅದು ಅವಳಿಗೆ ಗೊತ್ತಿದ್ದ ಕೋಣೆಯೇ. ಎರಡು ಅಂಕಣ ಅಗಲದ್ದು. ನಾನು ಇಲ್ಲಿದ್ದಾಗ ಅವರು ಅದರೊಳಗೆ ಕೂತು ದಿನಕ್ಕೆ ಎರಡು ಗಂಟೆಯಾದರೂ ಚರಖಾದಲ್ಲಿ ನೂಲುತ್ತಿದ್ದರು. ಈಗ ಒಳಗೆ ಬಂದು ನೋಡಿದರೆ ಮೂರು ಎತ್ತರವಾದ ಬೀರುಗಳ ಭರ್ತಿ ಪುಸ್ತಕಗಳಿವೆ. ಒಂದೊಂದೂ ಏಳು ಸಾಲು ಎತ್ತರ. ನಾಲ್ಕೂವರೆ ಅಡಿ ಅಗಲ. ಗಾಜಿನ ಜಾರು ಬಾಗಿಲುಗಳು. ಗೋಡೆಯ ಪಕ್ಕಕ್ಕೆ ಒಂದು ಕಿರುಮಂಚ. ಅದರ ಮೇಲೆ ಗೋಡೆಯೊರಗಿ ಕೂರುವಂತಹ ದಿಂಬು. ಎದುರಿಗೊಂದು ವ್ಯಾಸಪೀಠ. ಎಡಗಡೆಗೆ ಮಲಗುವ ಮಂಚ, ಕಂಬಳಿ ಹಾಸಿದ್ದು. ಅವಳು ಕತ್ತೆತ್ತಿ ಎಲ್ಲ ಗೋಡೆಗಳನ್ನೂ ನೋಡಿದಳು. ಮೊದಲು ಇದ್ದ ಗಾಂಧೀ ಮಹಾತ್ಮರ ಚಿತ್ರವಿಲ್ಲ. ಕೋಣೆಯಲ್ಲಿ ಎಲ್ಲೂ ಚರಖವೂ ಕಾಣಿಸದು. ಬೀರುಗಳ ಬಾಗಿಲು ತೆರೆಯದೆಯೇ ಗಾಜಿನ ಮೂಲಕ ನೋಡಿದಳು. ಪವಿತ್ರ ಕುರ್ ಆನ್ ಕನ್ನಡ ಅನುವಾದ, ಇಂಗ್ಲಿಷ್ ಅನುವಾದ. ಪ್ರವಾದಿ ಮಹಮ್ಮದ(ಸ)ರ ನಾಲ್ಕು ಬೇರೆ ಬೇರೆ ಜೀವನಚರಿತ್ರೆಗಳು. ಮಾರ್ಗೋಲಿಯತ್, ಸರ್ ವಿಲಿಯಮ್‌ಮ್ಯುಯಿರ್, ಮಾರ್ಟಿನ್‌ಲಿಂಗ್ಸ್. ಕನ್ನಡದ್ದೂ ಒಂದು. ಹದೀಸ್‌ಗಳ ಸಂಪುಟಗಳು. ಅಕ್ಬರ್‌ನಾಮಾ, ಬಾದ್‌ಶಾನಾಮಾ, ತುಘಲಕ್‌ನಾಮಾ, ತುಝುಕ್–ಇ–ಬಾಬರಿ, ಐಜಾಝ್–ಇ–ಖುಸ್ರವಿ ಸಂಪುಟಗಳು, ಮಾಸಿರ್–ಇ–ಆಲಂಗೀರೀ, ಮುಂತಾಗಿ ಭರತಖಂಡದ ತಮ್ಮ ವಿಜಯ ಮತ್ತು ಸಾಧನೆಗಳ ಬಗೆಗೆ ಮುಸ್ಲಿಂ ಇತಿಹಾಸಕಾರರು ಬರೆದ ಬಹುತೇಕ ಗ್ರಂಥಗಳ ಇಂಗ್ಲಿಷ್ ಅನುವಾದಗಳು. ಇವಲ್ಲದೆ ಬೇರೆ ಬೇರೆ ವಿದ್ವಾಂಸರು ಬರೆದ ಭಾರತೀಯ ಇತಿಹಾಸದ ಸಂಪುಟಗಳು. ಅವಳು ಗಾಜನ್ನು ಸರಗಿಸಿನೋಡುತ್ತಾಳೆ: ಪ್ರತಿಯೊಂದು ಪುಸ್ತಕವನ್ನೂ ವಿವರವಾಗಿ ಅಧ್ಯಯನ ಮಾಡಿದ ಗುರುತುಗಳು ಪ್ರತಿಯೊಂದು ಪುಟದ ಮೇಲೂ ಇವೆ. ಎಷ್ಟೋ ಸಾಲುಗಳಿಗೆ ಕೆಳಗೆರೆ ಹಾಕಿದ್ದಾರೆ. ಹಲವು ಪುಟಗಳ ಪಾರ್ಶ್ವಭಾಗದಲ್ಲಿ, ಮೇಲೆ ಮತ್ತು ಕೆಳಗೆ ಟೀಕೆ ಟಿಪ್ಪಣಿಗಳನ್ನೂ ಬರೆದಿದ್ದಾರೆ. ಅಪ್ಪಾಜಿಯದೇ ಅಕ್ಷರ. ಕೆಲವು ಟೀಕೆ ಟಿಪ್ಪಣಿಗಳು ಕನ್ನಡದಲ್ಲಿ. ಉಳಿದವು ಇಂಗ್ಲಿಷಿನಲ್ಲಿ. ಅವಳು ನಾಲ್ಕಾರು ಟಿಪ್ಪಣಿಗಳನ್ನು ಓದಿದಳು. ಇಂಗ್ಲಿಷ್ ಭಾಷೆ ಪ್ರೌಢವಾಗಿದೆ. ತಾನು ತಿಳಿದಿದ್ದ ಮಟ್ಟಿಗೆ ಅವರಿಗೆ ಈ ಮಟ್ಟದ ಇಂಗ್ಲಿಷ್ ಪ್ರಭುತ್ವವಿರಲಿಲ್ಲ. ಹೈಸ್ಕೂಲನ್ನು ಮುಗಿಸುವ ಮೊದಲೇ ಸ್ವಾತಂತ್ರ್ಯ ಚಳವಳಿಗೆ ಬಿದ್ದು ಜೈಲು ಸೇರಿದ್ದರಂತೆ. ಅನಂತರ ಗ್ರಾಮಾಂತರ ಪ್ರದೇಶಗಳ ಸುಧಾರಣೆ ಮತ್ತು ಸೇವೆಗಳಲ್ಲಿ ತೊಡಗಿದ್ದರು. ಇನ್ನೊಂದು ಬೀರುವನ್ನು ನೋಡಿದಳು. ವಿಲ್ ಡ್ಯೂರಂಟರ ನಾಗರಿಕತೆಯ ಇತಿಹಾಸದ ಸಂಪುಟಗಳು. ಅವನ್ನೂ ಕೂಡ ನಡುನಡುವೆ ಓದಿದ್ದ ಗುರುತುಗಳು. ಧರ್ಮಕ್ಕೆ ಸಂಬಂಧಿಸಿದ ಎಷ್ಟೋ ವಿದ್ವಾಂಸರ ಗ್ರಂಥಗಳು.

ಜರ್ಮನ್, ಫ್ರೆಂಚ್, ಇಂಗ್ಲಿಷ್, ಜಪಾನೀ, ಭಾರತೀಯ ವಿದ್ವಾಂಸರವು. ಬೀರುವಿನ ಕೆಳ ಭಾಗದ ಸಾಲಿನಲ್ಲಿ ಆಕ್ಸ್‌ಫರ್ಡ್ ಮತ್ತು ಛೇಂಬರ್ಸ್ ನಿಘಂಟುಗಳು. ಇಂಗ್ಲಿಷ್ ಕನ್ನಡ ನಿಘಂಟು. ಅಲ್ಲದೆ ಮೂರು ದಪ್ಪ ನೋಟು ಪುಸ್ತಕಗಳಲ್ಲಿ ನೂರಾರು ಇಂಗ್ಲಿಷ್ ಶಬ್ದಗಳಿಗೆ ನಿಘಂಟುವಿನಿಂದ ಆರಿಸಿ ತೆಗೆದ ಅರ್ಥವನ್ನು ಬರೆದುಕೊಂಡಿದ್ದಾರೆ. ಅವಳು ಒಂದೊಂದಾಗಿ ಪುಸ್ತಕಗಳ ಶೀರ್ಷಿಕೆಗಳನ್ನು ಓದುತ್ತಿದ್ದಳು. ಬೀರುವಿನ ಎರಡೆರಡು ಸಾಲುಗಳಿಗೆ ಒಂದರಂತೆ ಮಾಡಿಸಿದ್ದ ಗಾಜಿನ ಜಾರು ಬಾಗಿಲುಗಳನ್ನು ತಳ್ಳಿ ತೆರೆದಂತೆ ದಟ್ಟವಾಗಿ ನುಸಿಗುಳಿಗೆಯ ವಾಸನೆ ಬರುತ್ತಿತ್ತು.

'ನುಸಿ ಗುಳಿಗೆ ಯಾವಾಗ ಹಾಕಿದ್ದು?' ಕೋಣೆಯ ಬಾಗಿಲಿನಲ್ಲಿ ನಿಂತಿದ್ದ ಕೆಂಚಪ್ಪನನ್ನು ಅವಳು ಕೇಳಿದಳು.

'ಅಪ್ಪಾರು ಸತ್ತಮ್ಯಾಲೆ ಅಯ್ಯಾರು ಕುಣಿಗಲಿನಿಂದ ದೊಡ್ಡ ಪಟ್ಟಣ ತರಿಸಿಕೊಟ್ಟರು. ಎದುರಿಗೆ ನಿಂತು ಹಿಂಗೆ ಹಿಂಗೆ ಪುಸ್ತಕದ ಹಿಂದ್‌ಕಡೀಗೆಲ್ಲ ಆಕು ಅಂತ ಆಕಿಸಿದರು.'

ಮಂಚದ ಕಡೆಗೆ ನೋಡಿ, 'ಇದರ ಮೇಲೇ ದಿನಾ ಮಲಗುತಿದ್ದರಾ?'

'ಊಂ. ಜೀವ ಓದದ್ದೂ ಇದರ ಮ್ಯಾಲೇ.'

ಅವಳು ತುಸು ಹೊತ್ತು ಅಪ್ಪ ಕೂತು ಓದುತ್ತಿದ್ದ ಕಿರುಮಂಚದ ಮೇಲೆ ಕುಳಿತಳು. ಮನೆಯ ಒಳಗೆಲ್ಲ ಒಂದು ಸಲ ತಿರುಗಾಡುವ ಆಶೆಯಾಯಿತು. ಆದರೆ ತುರುಕರ ಜಾತಿಗೆ ಸೇರಿದ ತಾನು ಒಳಗೆ ಹೋಗುವುದು ಕೆಂಚಪ್ಪನಿಗೆ, ಅದರಲ್ಲೂ ಅವನ ಹೆಂಡತಿಗೆ ಇಷ್ಟವಾಗದೆ ಇರಬಹುದು, ಎಂಬ ಎಚ್ಚರಮೂಡಿತು. ಪಕ್ಕದ ಓಣಿಯಿಂದ ಹೋಗಿ ಹಿತ್ತಿಲು ಮತ್ತು ದನದ ಕೊಟ್ಟಿಗೆಗಳನ್ನು ನೋಡಬಹುದು. ಆದರೆ ಓಣಿಯಿಂದ ಹೋಗಿ ಬಂದರೆ ಒಳ ಅಂಗಳ ಪ್ರವೇಶಕ್ಕೆ ಅನರ್ಹಳೆಂದು ತಾನೇ ತೋರಿಸಿ ಒಪ್ಪಿಕೊಂಡಂತಾಗುತ್ತದೆಂದು ಸುಮ್ಮನಾದಳು. ಅಷ್ಟರಲ್ಲಿ ಜಗುಲಿಯ ಮೇಲೆ ಏಳೆಂಟು ಜನ ಸೇರಿ ಮಾತನಾಡುತ್ತಿದ್ದುದು ಕಿಟಕಿಯಿಂದ ಕೇಳುತ್ತಿತ್ತು. ಅವಳೇ ಕೋಣೆಯಿಂದ ಹೊರಗೆ ಬಂದು ಮುಂಬಾಗಿಲು ದಾಟಿ ಜಗುಲಿಯ ಹತ್ತಿರಕ್ಕೆ ಬಂದಳು. ಐವತ್ತು ವರ್ಷದ ಒಬ್ಬ ಹೆಂಗಸು, 'ನೀನೇ ಏನವ್ವಾ ಜಾತಿಗೆಟ್ಟು ಓದೋಳು ನರಸುಮ್ಮಪ್ಪನ ಮಗಳು?' ಎಂದು ಕೇಳಿಯೇಬಿಟ್ಟಳು. ಅವಳ ಧ್ವನಿಯಲ್ಲಿ ಭರ್ತ್ಸನೆ ಇರಲಿಲ್ಲ. ಸಹಜವಾದ ಧ್ವನಿಯೇ. ಆದರೂ ಜಾತಿಕೆಟ್ಟ ಎಂಬ ಮಾತನ್ನು ಯಾಕೆ ಬಳಸಿದಳು? ಇವಳಿಗೆ ಸಿಟ್ಟು ಬಂತು. ಆದರೆ ಏಳೆಂಟು ಜನ ಸೇರಿರುವಾಗ ಕೋಪ ತೋರಿಸಿದರೆ ತಾನೇ ಕೆಳಗೆ ಬೀಳುತ್ತೇನೆ ಎಂಬ ಎಚ್ಚರವಾಗುವ ವೇಳೆಗೆ ಇದನ್ನು ಬಿಟ್ಟು ಬೇರೆಯದನ್ನು ಬಳಸುವ ಶಬ್ದಸಂಪತ್ತಾಗಲಿ, ಭಾಷಾ ವಿವೇಚನೆಯಾಗಲಿ ಇವಳಿಗೆ ಎಲ್ಲಿಂದ ಬರಬೇಕು? ಎಂಬ ಉತ್ತರ ಹೊಳೆಯಿತು. ಹೌದು ನರಸಿಂಹೇಗೌಡರ ಮಗಳು ನಾನೇ, ಎನ್ನುತ್ತಾ ತಾನೂ ಜಗುಲಿಯ ಒಂದು ಬದಿಯ ಮೇಲೆ ಕುಳಿತಳು.

'ಬರೀ ಅಣೇಲಿದೀಯಲಾ ಯಾಕವ್ವಾ, ಏಟು ದಿನವಾತು ಗಂಡ ಸತ್ತು?' ಇನ್ನೊಬ್ಬ ಮುದುಕಿ ಕೇಳಿತು. ಇದನ್ನು ಕೂಡ ಅವಳು ತಾಳ್ಮೆಯಿಂದ ಅರ್ಥಮಾಡಿಕೊಳ್ಳಲು ಪ್ರಯತ್ನಿ

ಸಿದಳು. ಗಂಡ ಇರುವ ಯಾರೂ ಬರಿ ಹಣೆಯಲ್ಲಿರುವುದನ್ನು ಹಳ್ಳಿಗರು ಕಲ್ಪಿಸಿಕೊಳ್ಳಲಾರರು. ಕುಂಕುಮವಿಟ್ಟುಕೊಳ್ಳುವುದು ಧರ್ಮಲಂಡತನ, ನರಕಕ್ಕೆ ತಳ್ಳುವಂಥ ಅಪರಾಧವೆನ್ನುವ ಧರ್ಮವೂ ಉಂಟೆಂಬ ಕಲ್ಪನೆ ಕೂಡ ಇವರಿಗೆ ಸಾಧ್ಯವಿಲ್ಲ ಎಂಬ ಅರ್ಥವಾಗಿ ಇಟ್ಕೊಂಡಿದ್ದೆ. ಅಳಿಸಿಹೋಗಿದೆ, ಎಂಬ ಉತ್ತರ ಹೇಳಿದಳು. ಆದರೆ ಅಷ್ಟರಲ್ಲಿ ಐವತ್ತು ವರ್ಷದ ಒಬ್ಬ ಗಂಡಸು, 'ಏಯ್ ಲಕ್ಕವ್ವಾ, ತುರುಕರ ಜಾತಿಯೋರು ಕುಂಕುಮ ಎಲ್ಲಿ ಇಟ್ಕತಾರೆ? ಕುಣಿಗಲಾಗೆ ನೋಡಿಲ್ವಾ' ಎಂದು ಉತ್ತರಿಸಿದ. ಇವರಲ್ಲಿ ಯಾರೂ ತನ್ನನ್ನು ಹೀಯಾಳಿಸು ತ್ತಿಲ್ಲ. ಆದರೆ ಇವರ ಮಾತಿನಿಂದ ಈ ಊರಿನಲ್ಲಿ ತನ್ನ ಸ್ಥಾನ ನಿರ್ದೇಶಿತವಾಗುತ್ತಿದೆ ಎಂಬ ಕಳೆದ ಇಪ್ಪತ್ತೆಂಟು ವರ್ಷಗಳಿಂದ ಅಭ್ಯಸ್ಥವಾಗಿದ್ದ ವಾಸ್ತವತೆಯು ಅವಳ ಮನಸ್ಸಿನಲ್ಲಿ ಮೂಡಿತು.

ತಾನು ಮತ್ತು ಅಮೀರರಿಗೆ ಬಾಡಿಗೆಯ ಫ್ಲಾಟ್ ಸಿಕ್ಕುವುದೇ ಕಷ್ಟವಾಗಿತ್ತು. ತಮ್ಮ ನೆರೆಯಲ್ಲಿ ತಮ್ಮದಲ್ಲದ ಜಾತಿಯವರು ಇರುವುದನ್ನು ಯಾರೂ ಇಷ್ಟಪಡುವುದಿಲ್ಲ. ತಮ್ಮದಲ್ಲದ ಧರ್ಮದವರನ್ನಂತೂ ಒಪ್ಪುವುದಿಲ್ಲ. ಮಾಂಸಮಡ್ಡಿ ತಿನ್ನುವವರು ನಮ್ಮ ನೆರೆಯಲ್ಲಿರಕೂಡದೆಂಬ ಕಟ್ಟುಹಾಕುವವರೇ ಎಲ್ಲರೂ. ಮಾಂಸಾಹಾರಿಗಳು ಕೂಡ ಬೇರೆ ಧರ್ಮದವರ ನೆರೆಯನ್ನು ಸ್ವಾಗತಿಸಲಿಲ್ಲ. ಕೊನೆಗೆ ಕಷ್ಟಪಟ್ಟು ಒಂದು ಫ್ಲಾಟ್ ದೊರಕಿಸಿಕೊಂಡ ನಂತರ ಕೂಡ ಯಾರೂ ಮಾತನಾಡಿಸುತ್ತಿರಲಿಲ್ಲ. ಸಿನಿಮಾ ಜಗತ್ತಿನಲ್ಲಿ, ಪತ್ರಿಕೆಗಳಲ್ಲಿ ಮಿಂಚುತ್ತಿರುವ ನನ್ನ ಮತ್ತು ಅಮೀರನ ಹೆಸರು ಅವರೆಲ್ಲರಿಗೂ ತಿಳಿದಿತ್ತು. ಅವರೆಲ್ಲ ಮನೆಗೆ ಪತ್ರಿಕೆ ತರಿಸುವವರೇ. ಆದರೆ ತಮ್ಮ ಜಾತಿ ಬಿಟ್ಟು ಬೇರೆ ಧರ್ಮಕ್ಕೆ ಹೋಗಿ ಇಷ್ಟು ಪ್ರಚಾರಪಡೆಯುತ್ತಿರುವ ಇವಳಿಂದ ತಮ್ಮ ಹೆಣ್ಣುಮಕ್ಕಳು ಪ್ರಭಾವಿತರಾಗಿ ಮುಂದೊಂದು ದಿನ ಅವರೂ ಹೀಗೆ ಮಾಡಿದರೇನು ಗತಿ! ಎಂದು ತಮ್ಮ ಯಾವ ಮಕ್ಕಳೂ ನಮ್ಮನ್ನು ಮಾತನಾಡಿಸಕೂಡದೆಂದು ಕಟ್ಟು ಮಾಡಿದ್ದರಂತೆ. ಅದು ಇಪ್ಪತ್ತೈದು ವರ್ಷ ಹಿಂದಿನ ಮಾತು. ಮಹಾನಗರ ಬೆಂಗಳೂರಿನ ಸಂಪ್ರದಾಯನಿಷ್ಠ ಮಲ್ಲೇಶ್ವರದಲ್ಲಿ. ಹಳ್ಳಿಯಲ್ಲಿ ಅಷ್ಟು ಸೂಕ್ಷ್ಮವಿಲ್ಲ, ಎಂಬ ವ್ಯತ್ಯಾಸ ಮನಸ್ಸಿಗೆ ಬಂತು. ಅಷ್ಟರಲ್ಲಿ ಹದಿನೈದು ವರ್ಷದ ಒಬ್ಬ ಹುಡುಗ ಅಲ್ಲಿಗೆ ಬಂದು, 'ಬೆಂಗಳೂರಮ್ಮಾರು ಉಣ್ಣಾಕ್ ಬರಬೇಕಂತೆ. ಅಯ್ಯಾರು ಏಳ್ ಕಳ್ಸಿದ್ರು' ಎಂದ.

ಈ ಮುಜುಗರದಿಂದ ತಪ್ಪಿಸಿಕೊಳ್ಳಲು ಒಳ್ಳೆಯ ಅವಕಾಶವಾಯಿತೆಂದು ಅವಳು ಎದ್ದು ಹೊರಟಳು. ಶಾಸ್ತ್ರಿಗಳಿಗೆ ಅಡುಗೆಮನೆಯ ಬಾಗಿಲಿನ ಹೊರಭಾಗದಲ್ಲಿ, ತನಗೆ ಕಂಬದ ಹತ್ತಿರ ಬಾಳೆ ಎಲೆ ಹಾಕಿದ್ದರು. ಇದು ತೀರ ಹೆಚ್ಚಿನ ಮಡಿಯಲ್ಲ ಎಂದು ಅವಳು ಅರ್ಥಮಾಡಿಕೊಂಡಳು. ಆದರೆ ಎಂಬತ್ತು ಕಳೆದ ತಾಯಿ ಬಗ್ಗಿ ನೆಲದಮೇಲಿನ ಎಲೆಗೆ ಬಡಿಸುವುದು, ತಾನು ಕೂತು ಉಣ್ಣುವುದು ಅವಳಿಗೆ ಸಂಕೋಚ ಬರಿಸುತ್ತಿತ್ತು. ಊಟ ಮಾಡುತ್ತಲೇ ಅವಳು ಮಾತು ತೆಗೆದಳು: 'ಅಷ್ಟೆಲ್ಲ ಪುಸ್ತಕಗಳನ್ನು ಓದುಕ್ಕೆ ಅಪ್ಪಾಜಿ ಯಾವಾಗ ಶುರುಮಾಡಿದರು? ಅವರಿಗೆ ಇಂಗ್ಲಿಷ್ ಭಾಷೆಯೂ ಅಷ್ಟು ಚನ್ನಾಗಿ ಬರ್ತಿರಲಿಲ್ಲ.'

'ಊಟ ಮಾಡುವಾಗ ಬೇಸರ ತರಿಸುವ ಮಾತಾಡಬಾರದು. ಆಮೇಲೆ ಹೇಳ್ತೀನಿ.'

'ನಾನು ಬೇಸರ ಪಟ್ಟುಕೊಳ್ಳುಲ್ಲ. ವಾಸ್ತವ ಸಂಗತಿಗಳನ್ನು ತಿಳಕೊಬೇಕು ನಾನು.'

'ಮೊದಲು ಊಟ ಮಾಡು,' ಎಂದ ಅವರು ತಾವೂ ಬೇಗ ಉಣ್ಣತೊಡಗಿದರು.

ಪದ್ಧತಿ ಗೊತ್ತಿದ್ದುದರಿಂದ ಅವಳು ಊಟವಾದನಂತರ ತನ್ನ ಎಲೆಯನ್ನು ತೆಗೆದು ನೀರು ಚಿಮುಕಿಸಿ ನೆಲ ಒರೆಸಿದಳು. ಶಾಸ್ತ್ರಿಗಳು ತಮ್ಮ ಕಿರುಮಂಚದ ಮೇಲೆ ಗೋಡೆಯೊರಗಿ ಕುಳಿತ ಮೇಲೆ ತಾನು ಎದುರಿನ ಮರದ ಕುರ್ಚಿಯ ಮೇಲೆ ಕೂತಳು. ಅವರು ಮಾತು ಶುರುಮಾಡಿದರು: "ನೀನು ಧರ್ಮಾಂತರ ಮಾಡಿಕೊಂಡು ಹೊರಟೇ ಹೋದೆಯಲ್ಲ. ನಿಮ್ಮಪ್ಪನಿಗೆ ಎಷ್ಟು ನೋವಾಯಿತು ಅನ್ನೂದ ವರ್ಣಿಸುಕ್ಕೆ ಸಾಧ್ಯವಿಲ್ಲ. ನೋವಾಗಲಿ, ಶೋಕವಾಗಲಿ ಕೋಪವಾಗಲಿ ಯಾವುದನ್ನೂ ಗಟ್ಟಿಯಾಗಿ ಪ್ರಕಟ ಮಾಡೂದು ಅವನ ಸ್ವಭಾವವಲ್ಲ. ತುಂಬ ಸಂಯಮದ ಮನುಷ್ಯ. ಹೀಗೆಲ್ಲ ಯಾಕೆ ಆಗುತ್ತೆ ಶಾಸ್ತ್ರಿಗಳೆ? ಅಂತ ನನ್ನ ಕೈಲಿ ಪೇಚಾಡಿಕೊಂಡ. ಇದೆಲ್ಲ ಅವರವರ ಕರ್ಮ. ಅವಳ ಕರ್ಮ ಅವಳನ್ನ ಹೀಗೆ ಮಾಡುಸ್ತಿದೆ. ನಿನ್ನ ಕರ್ಮ ನೀನು ಅದನ್ನ ಅನುಭವಿಸೂ ಹಾಗೆ ಮಾಡಿದೆ ಅಂತ ನನಗೆ ತೋಚಿದ ಸಮಾಧಾನ ಹೇಳಿದೆ. 'ನೀವು ಹೇಳುವ ಕರ್ಮಸಿದ್ಧಾಂತ ಯಾವುದನ್ನೂ ಸರಿಯಾಗಿ ವಿವರಿಸುಲ್ಲ.' ಅಂತ ತಲೆ ಅಲ್ಲಾಡಿಸಿಬಿಟ್ಟ. ಇವನ ಮಗಳೇ ಹೀಗೆ ಮಾಡಿದಳು ಅಂತ ಸುತ್ತಮುತ್ತಣ ಹಳ್ಳಿಯೋರು, ಇವನು ಗ್ರಾಮಸೇವೆಗಾಗಿ ಸುತ್ತುತ್ತಿದ್ದ ಸೀಮೆಯೋರು ಇವನನ್ನ ಹಗುರವಾಗಿ ಕಾಣುಕ್ಕೆ ಶುರುಮಾಡಿದರು. ಇವನಿಗೂ ಊರೂರು ಸುತ್ತೂದರಲ್ಲಿ ಆಸಕ್ತಿ ಕಡಮೆಯಾಯಿತು. ಒಂದು ಸಲ ಬೆಂಗಳೂರಿಗೆ ಹೋಗಿದ್ದ, ಹೋಗ್ತಲೇ ಇದ್ದನಲ್ಲ ಮೊದಲಿನಿಂದ ಗಾಂಧಿ ಅಧ್ಯಯನ ಮಂಡಳಿ ಅಂತ, ಆಗ ವೆಂಕಟರಮಣಯ್ಯ ಅನ್ನುವ ಒಬ್ಬರ ಪರಿಚಯವಾಯಿತು. ಅವರ ಕೈಲಿ ಗಾಂಧಿ ಅದು ಇದು ಅಂತ ಮಾತನಾಡ್ತಿದ್ದಾಗ ನೀವು ಪವಿತ್ರ ಕುರಾನ್ ಓದಿದೀರಾ? ಪೂಜ್ಯ ಪ್ರವಾದಿಗಳ ಜೀವನ ಚರಿತ್ರೆ ಓದಿದೀರಾ? ಅಂತ ಕೇಳಿದರಂತೆ. ಇವನು ಇಲ್ಲ ಅಂದ. ಓದದೆ, ಗೊತ್ತಿಲ್ಲದೆ, ತಿಳಕೊಳ್ಳದೆ ಏನೇನೋ ಅಭಿಪ್ರಾಯ ಯಾಕೆ ಇಟ್ಟುಕೊಂಡಿದೀರಿ? ಅಂದರಂತೆ. ಅವೆಲ್ಲ ಅರಬೀ ಭಾಷೇಲಿವೆ. ನಾನು ಹ್ಯಾಗೆ ಓದಲಿ? ಇವನೆಂದ. ಇಂಗ್ಲಿಷಿನಲ್ಲಿ ಎಲ್ಲಾ ಅನುವಾದವಾಗಿವೆ ಓದಿ, ಅಂದರು. ನನಗೆ ಇಂಗ್ಲಿಷ್ ಸ್ಥೂಲವಾಗಿ ಅರ್ಥವಾಗುತ್ತೆ. ನಡುನಡುವೆ ತಿಳಿಯುಲ್ಲ ಅಂದದ್ದಕ್ಕೆ ಒಂದು ನಿಘಂಟು ಕೊಂಡುಕೊಳ್ಳಿ. ತಿಳಿಯದ ಶಬ್ದಗಳನ್ನ ಅರ್ಥಸಮೇತ ಬರೆದಿಟ್ಟುಕೊಂಡು ಆಗಾಗ್ಗೆ ಕಣ್ಣಾಡಿಸಿ. ಶುರೂನಲ್ಲಿ ಕಷ್ಟವಾದರೂ ಕ್ರಮೇಣ ಸುಲಭವಾಗುತ್ತೆ ಅಂದ ಅವರೇ ಪುಸ್ತಕದ ಅಂಗಡಿಗೆ ಕರಕೊಂಡು ಹೋಗಿ ಕೊಡಿಸಿದರಂತೆ. ಅವರು ಹೇಳಿದ ಹಾಗೆ ಶುರೂನಲ್ಲಿ ಸ್ವಲ್ಪ ಕಷ್ಟವಾಯ್ತು. ಆಮೇಲೆ ಆ ವಿಷಯದಲ್ಲಿ ಕುತೂಹಲ, ಆಸಕ್ತಿ ಹುಟ್ಟಿತು. ಆರಂಭದಲ್ಲಿ ವೆಂಕಟರಮಣಯ್ಯನೋರನ್ನ ಆಗಾಗ್ಗೆ ಹೋಗಿ ನೋಡಿ ಮಾರ್ಗದರ್ಶನ ಪಡೀತಿದ್ದ. ಆಮೇಲೆ ಅವನೇ ಇಂಥಿಂಥ ಪುಸ್ತಕಗಳು ಬೇಕು ಅಂತ ಪಟ್ಟಿಮಾಡ್ಕಂಡು ಬೆಂಗಳೂರಿನ ಒಂದು ಪುಸ್ತಕದ ಅಂಗಡಿಯೋರ ಮೂಲಕ ಇಂಡಿಯಾದ ಯಾವ ಯಾವ ಊರಲ್ಲಿ ಪ್ರಕಟವಾಗಿದ್ದರೂ ತರಿಸ್ಕಂಡು ಓದೂದರಲ್ಲಿ ಮುಳುಗಿಬಿಟ್ಟ. ಬೇರೆ ಯಾವ ಹವ್ಯಾಸವೂ ಇರಲಿಲ್ಲ. ಬರೀ ಓದಿ ಓದಿ ಏನು ಮಾಡ್ತೀಯಾ? ಅಂತ

ಒಂದು ಸಲ ಕೇಳಿದೆ. ಕನ್ನಡದಲ್ಲೊಂದು ತೂಕವಾದ ಪುಸ್ತಕ ಬರೀಬೇಕು ಅಂತಿದೀನಿ ಅಂದಿದ್ದ. ಅದು ಕೈಗೂಡೂದರೊಳಗೆ ದೇವರು ಕರಕೊಂಡುಬಿಟ್ಟ. ಇವನು ದೈವಾಧೀನನಾದ ಸುದ್ದಿ ಕೇಳಿ ತುಮಕೂರು ಕಾಲೇಜಿನಿಂದ ಒಬ್ಬ ಇತಿಹಾಸದ ಲೆಕ್ಚರರ್ ಬಂದಿದ್ದರು. ಭಾರತದ ಅದರಲ್ಲೂ ಮುಸಲ್ಮಾನರು ನುಗ್ಗಿದ ಕಾಲಾನಂತರದ ಇತಿಹಾಸದ ಬಗೆಗೆ ನರಸಿಂಹೇಗೌಡರಿಗಿದ್ದ ಜ್ಞಾನ ನಮ್ಮ ವಿಶ್ವವಿದ್ಯಾಲಯಗಳ ಪ್ರೊಫೆಸರುಗಳಿಗೇ ಇಲ್ಲ; ತೀರಿಕೊಂಡವರಿಗೆ ಶ್ರದ್ಧಾಂಜಲಿ ಅಂತ ನಾನು ಈ ಮಾತು ಹೇಳ್ತಿಲ್ಲ, ಅಂದರು. ಎಲ್ಲ ಸ್ವಾಧ್ಯಾಯದಿಂದ ಗಳಿಸಿದ ಜ್ಞಾನ."

ಅವರ ಮಾತನ್ನು ಕೇಳುತ್ತಿರುವಾಗ ಅವಳಿಗೆ ಅಪ್ಪ ಓದಿರುವ ಪುಸ್ತಕಗಳನ್ನೆಲ್ಲ ತಾನೂ ಓದಬೇಕೆನ್ನಿಸಿತು. ಅಪ್ಪನಿಗಿದ್ದಂತಹ ಆರಂಭಿಕ ಇಂಗ್ಲಿಷ್ ಭಾಷೆಯ ತೊಡಕು ತನಗಿಲ್ಲ ಎಂಬ ಅನುಕೂಲವೂ ಕಾಣಿಸಿತು. ಹಂಪಿ ಸಾಕ್ಷ್ಯಚಿತ್ರಕ್ಕೋಸ್ಕರ ತಾನು ಓದಿದ ನಾಲ್ಕು ಕಿರು ಪುಸ್ತಕಗಳಿಂದ ತನಗೆ ಇತಿಹಾಸ ಅಧ್ಯಯನದ ವಿಧಾನ ಗೊತ್ತಿದೆ ಎಂಬ ಭಾವ ಬಂದಿತ್ತು. ಆದ್ದರಿಂದ ಅಪ್ಪನ ಸಂಗ್ರಹವನ್ನು ಓದುವ ಶಿಸ್ತೂ ತನಗಿದೆ ಎಂದು ಒಂದು ಕ್ಷಣ ಅನ್ನಿಸಿತು. ಆದರೆ ಎರಡು ನಿಮಿಷದನಂತರ ಅಪ್ಪನು ಮೂಲ ಆಕರಗಳನ್ನೇ ಶೋಧಿಸಿದ್ದಾರೆ, ತಾನು ಓದಿರುವುದು ಕೈಪಿಡಿಗಳ ಮಟ್ಟದ್ದು ಎಂಬ ಅರಿವಾಯಿತು. ಹೇಗಾದರೂ ಸರಿ ಓದಬೇಕು; ಅಗತ್ಯ ಬಿದ್ದರೆ ಬೆಂಗಳೂರಿನಲ್ಲಿ ಯಾರಾದರೂ ವಿದ್ವಾಂಸರ ಮಾರ್ಗದರ್ಶನ ಪಡೆಯಬೇಕು ಎಂದು ನಿಶ್ಚಯಿಸಿದಳು. ಅದೇ ಸಮಯದಲ್ಲಿ ಒಂದು ಸಂಗತಿಯನ್ನು ಕೇಳುವ ಕುತೂಹಲ ಅವಳ ಮನಸ್ಸಿನಲ್ಲಿ ಉಂಟಾಯಿತು:

'ಅಪ್ಪಾಜಿಯ ದಫ಼ನ್ ಮಾಡಿರೂದು ಎಲ್ಲಿ?'

'ಏನು ದಫ಼ನ್ ಅಂದರೆ? ಶವಸಂಸ್ಕಾರ ಹೇಳ್ತೀಯಾ?'

'ಹೌದು. ಅಲ್ಲಿಗೆ ಹೋಗಿ ನಮಸ್ಕಾರ ಮಾಡಬೇಕು ಅನ್ನಿಸಿದೆ.'

'ತನ್ನ ಶವವನ್ನ ಹೀಗೆಯೇ ಸಂಸ್ಕಾರ ಮಾಡಬೇಕು ಅಂತ ನರಸಿಂಹಪ್ಪ ಯಾರಿಗೂ ಹೇಳಿರಲಿಲ್ಲ. ಒಂದು ದಿನ ಹೀಗೆಯೇ ಮಾತನಾಡ್ತಾ ನನ್ನ ಕೈಲಿ ಹೂಳುಕ್ಕಿಂತ ಸುಡೂದೇ ಹೆಚ್ಚು ಉತ್ತಮವಾದದ್ದು ಶುಚಿಯಾದದ್ದು ಅಂದಿದ್ದ. ನಿಮ್ಮ ರೈತಜನದಲ್ಲಿ ಹೂಳೂದೇ ಪದ್ಧತಿ. ಅವನು ಹೇಳಿದ ಮಾತಿನಿಂದ ನಾನು ನಿಮ್ಮ ತೋಟದಲ್ಲೇ ಒಂದು ದಿಬ್ಬದ ಮೇಲೆ ಸೌದೆ ಒಟ್ಟಿಸಿ ದಹನಮಾಡಿಸಿದೆ. ಕೆಂಚಪ್ಪನೇ ಮಗನ ಸ್ಥಾನದಲ್ಲಿ ನಿಂತು ಬೆಂಕಿ ಹೊತ್ತಿಸಿದ. ನಾನು ಮಂತ್ರ ಹೇಳಿದೆ. ಆಮೇಲೆ ಮೂರನೆದಿನ ಬೂದಿ ಎತ್ತಿ ಒಂದು ಮಡಿಕೆಯಲ್ಲಿ ತುಂಬಿ ಅದನ್ನ ಅವರ ಪಿತೃಗಳನ್ನೆಲ್ಲ ಸಮಾಧಿ ಮಾಡಿರೂ ಜಾಗ ಇದೆಯಲ್ಲ ಬಿಲ್ವಪತ್ರೆ ಗಿಡದ ದಿಬ್ಬ ಅಲ್ಲಿ ಪಿತೃಗಳ ಪಕ್ಕದಲ್ಲಿ ಸಮಾಧಿಮಾಡಿಸಿದೆ. ಇನ್ನೊಂದಿಷ್ಟು ಭಸ್ಮವನ್ನ ಇನ್ನೊಂದು ಮಡಿಕೆಯಲ್ಲಿ ಹಾಕಿ ಬಿಗಿಯಾಗಿ ಬಾಯಿಕಟ್ಟಿ ತೋಟದ ಮನೇಲಿ ಇಡಿಸಿದೀನಿ. ಹನ್ನೊಂದನೇ ದಿನವೇ ಸಂಗಮದಲ್ಲಿ ವಿಸರ್ಜನೆ ಮಾಡಿಸಬೇಕಿತ್ತು. ಆಗಲಿಲ್ಲ. ಸದ್ಯದಲ್ಲೇ ಒಂದು ದಿನ ಶ್ರೀರಂಗಪಟ್ಟಣಕ್ಕೆ ಕಳಿಸಬೇಕು.'

ತೋಟಕ್ಕೆ ಹೋಗಿ ಅಪ್ಪನ ಸಮಾಧಿಗೆ ನಮಸ್ಕರಿಸಬೇಕೆಂಬ ಬಯಕೆ ಅವಳಿಗೆ

ಆಯಿತು. ಅದನ್ನು ಅವರಿಗೆ ಹೇಳಿದಳು. 'ಹೋಗಿ ಬಾ. ಸ್ಥಳ ಗೊತ್ತಾಗುತ್ತಲ್ಲವೆ? ಕೆಂಚಪ್ಪನ್ನ ಕರಕೊಂಡು ಹೋಗು,' ಅವರು ಹೇಳಿದರು.

'ಸರಿ,' ಎಂದು ಹೊರಟ ಅವಳಿಗೆ ತನ್ನ ಮನೆಯನ್ನು ತಲುಪುವ ಹೊತ್ತಿಗೆ ತಾನೊಬ್ಬಳೇ ಹೋಗಬೇಕು, ತಾನು ಅಪ್ಪನ ನೆನಪನ್ನು ಧ್ಯಾನಿಸುತ್ತಾ ನಮಸ್ಕರಿಸುವಾಗ ಬೇರೆ ಯಾರೂ ಇರಬಾರದೆನ್ನಿಸಿತು. 'ತೋಟದ ಬೀಗದ ಕೈ ಕೊಡಿ ಕೆಂಚಪ್ಪ. ಅಪ್ಪಾ ಅವರ ಸಮಾಧಿಗೆ ನಮಸ್ಕಾರ ಮಾಡಿ ಬರ್ತೀನಿ,' ಎಂದಾಗ ಅವನು ನಾನೂ ಬತ್ತೀನಿ ಎಂದ. 'ಬ್ಯಾಡ, ನಾನೊಬ್ಬಳೇ ಹೋಗಬೇಕು' ಎಂದು ಬೀಗದ ಕೈ ಇಸಕೊಂಡು ಹೊರಟಳು. ತೋಟದ ದಾರಿ ಹಾಗೆಯೇ ಇದೆ. ಊರ ಹೊರಗೆ ಮೊದಲು ಸಿಕ್ಕುವುದು ತಮ್ಮದೇ ಹೊಲ. ಪಕ್ಕದ್ದು ಮುದಿಗೆರೆ ರಂಗಪ್ಪನವರದು. ಅನಂತರ ಗದ್ದೆಯ ಸಾಲು. ಕಾಲುವೆ ದಾಟಿ ಬದುವಿನ ಮೇಲೆ ನಡೆದು ಎಡಕ್ಕೆ ತಿರುಗಿದರೆ ಗದ್ದೆಗೆಲ್ಲ ಜೋಳ ಹಾಕಿದ್ದಾರೆ. ಎದೆ ಎತ್ತರ ಬೆಳೆದ ಜೋಳದ ಗಿಳಿ ಹಸುರಿನ ಎಲೆಗಳು ಗಾಳಿಗೆ ಪಳ ಪಳ ನುಲಿಯುತ್ತಿವೆ. ಮುಂದೆ ಸಾಗಿದರೆ ಕವಲು ದಾರಿಯಲ್ಲಿ ಎಡಕ್ಕೋ, ಬಲಕ್ಕೋ, ತುಸು ಗೊಂದಲವಾಯಿತು. ಒಂದು ನಿಮಿಷ ನಿಂತು ಆಲೋಚಿಸಿದನಂತರ ಬಲಕ್ಕೆಂಬ ನೆನಪು ಬಂದು ತಿರುಗಿದಳು. ಅಲ್ಲಿ ಕಾಣುವ ಹೊಳೆಬಾಗಿಲೇ ನಮ್ಮದು. ಮೊದಲಿದ್ದಂತೆ ಬಿದಿರು ಮುಳ್ಳಿನ ತಟ್ಟಿಯ ಬಾಗಿಲಲ್ಲ. ಕಬ್ಬಿಣದ್ದು ಮಾಡಿಸಿದ್ದಾರೆ. ಬೀಗ ತೆಗೆದುಕೊಂಡು ಒಳಗೆ ನಡೆದಳು. ತೆಂಗಿನ ಮರಗಳು ಮೊದಲಿದ್ದುದಕ್ಕಿಂತ ಇನ್ನೂ ಎತ್ತರಕ್ಕೆ ಬೆಳೆದಿವೆ. ಇಪ್ಪತ್ತೆಂಟು ವರ್ಷ ಕಳೆಯಿತಲ್ಲ. ನಡುಭಾಗದಲ್ಲಿರುವ ಭಾವಿಯ ಎಡಕ್ಕೆ ತಿರುಗಿದರೆ ಮೂಲೆಯ ದಿಬ್ಬದ ಮೇಲಿರುವ ಬಿಲ್ವಪತ್ರೆ ಮರಗಳ, ಒಟ್ಟು ಆರು ಇವೆ, ತೋಪೇ ನಮ್ಮ ಹಿರೀಕರ ಸಮಾಧಿ. ಅದರ ಪಕ್ಕ ದಲ್ಲಿ ಒಂದು ಹೊಸದಾಗಿ ಅಗೆದು ಮಣ್ಣುಮುಚ್ಚಿ ಕಲ್ಲುಚಪ್ಪಡಿ ಹಾಕಿರುವುದು ಸ್ಪಷ್ಟವಾಗಿ ಕಾಣಿಸುತ್ತಿದೆ.

ಅವಳು ಚಪ್ಪಲಿಗಳನ್ನು ತುಸುದೂರದಲ್ಲಿ ಬಿಟ್ಟು ಬರಿಗಾಲಿನಲ್ಲಿ ನಿಂತು ಕಣ್ಣುಮುಚ್ಚಿ ಅಪ್ಪನ ನೆನಪು ತಂದುಕೊಂಡಳು. ಇಪ್ಪತ್ತೆಂಟು ವರ್ಷಗಳ ಹಿಂದಿನ ಚಿತ್ರ ತುಂಬಿಕೊಂಡಿತು. ನಾಲ್ಕೈದುನಿಮಿಷ ಹಾಗೆಯೇ ನಿಂತಿದ್ದ ನಂತರ ಮುಂದೆ ನಡೆದು ನೆಲದ ಮೇಲೆ ಕೂತು ಅನಂತರ ಬಾಗಿ ಕಲ್ಲುಚಪ್ಪಡಿಯ ಮೇಲೆ ಹಣೆಯನ್ನು ಎರಡು ನಿಮಿಷಕ್ಕೂ ಹೆಚ್ಚು ಇಟ್ಟು ಕೊಂಡಿದ್ದು ಅನಂತರ ಮೇಲೆ ಎದ್ದಳು. ಆ ದಿಬ್ಬವೆಲ್ಲ ತನ್ನ ಪೂರ್ವಿಕರ ಸಮಾಧಿಗಳೇ. ತನ್ನ ತಾಯಿಯ ಜಾಗವೂ ಅಲ್ಲೇ ಇದೆ. ನರಸಿಂಹೇಗೌಡರ ತಂದೆ ನರಸೇಗೌಡರು, ಅವರ ತಂದೆ ಶಿಂಗೇಗೌಡರು ಅವರ ತಂದೆ ವೆಂಕಟೇಗೌಡರು ಅವರ ತಂದೆ ತನಗೆ ಹೆಸರು ಗೊತ್ತಿಲ್ಲ ಇದೇ ತೋಟ ಇದೇ ಸ್ಥಳ ಎಂಬ ನೆನಪಾಯಿತು. ಮತ್ತೆ ತುಸುಹೊತ್ತು ನಿಂತಿದ್ದು ಹಿಂತಿರುಗಿ ಚಪ್ಪಲಿ ಹಾಕಿಕೊಂಡಳು. ತೋಟವನ್ನೆಲ್ಲ ಒಂದು ಸುತ್ತು ಹಾಕಿದ ನಂತರ ಹೊಳೆಬಾಗಿಲಿಗೆ ಬೀಗ ಮೆಟ್ಟಿ ಮನೆಗೆ ಹಿಂತಿರುಗಿದಳು.

ಕೆಂಚಪ್ಪ ಮನೆಯಲ್ಲಿರಲಿಲ್ಲ. ಲಕ್ಷ್ಮಮ್ಮ ಟೀ ಕುಡೀತೀರಾ? ಎಂದಳು. ತನಗೆ ಅದು ಅಗತ್ಯವಾಗಿ ಬೇಕಿತ್ತು. ಕೊಡವ್ವಾ ಒಂದು ಕಪ್ಪು ಎಂದು ಹೇಳಿ ಅವಳು ಅಪ್ಪನ ಅಧ್ಯಯನ

ಮತ್ತು ಮಲಗುವ ಕೋಣೆಯನ್ನು ಹೊಕ್ಕು ಓದುವ ಕಿರುಮಂಚದ ಮೇಲೆ ಕುಳಿತಳು.

ಅವಳು ಮರುದಿನ ಬೆಳಗ್ಗೆ ಬೆಂಗಳೂರಿಗೆ ಹಿಂತಿರುಗಿದಳು. ಕಾರನ್ನು ಚಾಲನೆಮಾಡು ತ್ತಿರುವಾಗ ದೂರದ ತನಕ ನೋಡಿಕೊಂಡು ರಸ್ತೆಯ ಎಡಬದಿಯಲ್ಲಿ ಸಾಗಬೇಕೆಂಬ ಗುರಿ ಇತ್ತು. ಬೆಂಗಳೂರು ತಲುಪಿ ಕಾರನ್ನು ಗಾರಾಜಿನಲ್ಲಿ ನಿಲ್ಲಿಸಿ ಮನೆಯ ಕರೆಗಂಟೆ ಒತ್ತಿ ಅಡುಗೆಯ ಅಮೀನಾಬಾನು ಬಾಗಿಲು ತೆಗೆದು ಒಳ ಹೊಕ್ಕನಂತರ ಅವಳಿಗೆ ಗುರಿ ತಪ್ಪಿತ್ತು. ಅಮೀನಾ ಮನೆಯನ್ನು ಗುಡಿಸಿ ಸಾರಿಸಿ ಪಾತ್ರೆ ತೊಳೆದು ಅಡುಗೆ ಮಾಡುತ್ತಾಳೆ. ತಾನಿರಲಿ ಇಲ್ಲದಿರಲಿ ಮನೆ ನಡೆದುಕೊಂಡು ಹೋಗುತ್ತದೆ, ಎನ್ನಿಸಿತು. ಇಲ್ಲಿ ಏನೂ ಇಲ್ಲ, ಇರುವುದೆಲ್ಲ ಅಲ್ಲಿ ಎನ್ನಿಸಿಬಿಟ್ಟಿತು. ಅಷ್ಟು ದೂರ ಕಾರು ನಡೆಸಿದ, ಅದರಲ್ಲೂ ನೆಲ ಮಂಗಲದಿಂದ ಆಗುವ ವಾಹನ ಸಂದಣಿಯಲ್ಲಿ ಹಾಯ್ದು ಬಂದ ಆಯಾಸಕ್ಕೆ ಸೋಫ಼ದ ಮೇಲೆ ಒರಗಬೇಕೆನ್ನಿಸಿತು. ಒಂದು ವ್ಯಾನ್ ಮಾಡಿಕೊಂಡು ಅಪ್ಪನ ಗ್ರಂಥ ಸಂಗ್ರಹವನ್ನೆಲ್ಲ ಸಾಗಿಸಿದರೆ ಎಲ್ಲಿ ಇಟ್ಟುಕೊಳ್ಳಬಹುದು? ಪುಸ್ತಕಗಳು ಇರುವುದೊಂದು ಕಡೆ ತಾನು ಕೂತು ಓದುವುದು ಇನ್ನೊಂದು ಕಡೆ ಆಗಬಾರದು. ಸ್ಕ್ರೀನ್ ಪ್ಲೇ ಮೊದಲಾಗಿ ಸಿನಿಮಾಕ್ಕೆ ಸಂಬಂಧಿಸಿದ ಓದು ಬರಹಗಳನ್ನು ಮಾಡಲು ತನ್ನದೇ ಆದ ಪ್ರತ್ಯೇಕ ಕೋಣೆ ಇದೆ. ಆದರೆ ಅದು ಅಷ್ಟು ಪುಸ್ತಕಗಳನ್ನು ಹಿಡಿಯುವುದಿಲ್ಲ. ಮಹಡಿಯ ಮೇಲಿರುವ ನಜೀರನ ಕೋಣೆ ದೊಡ್ಡದಾಗಿದೆ. ಅದನ್ನು ಆಕ್ರಮಿಸಿಬಿಟ್ಟರೆ ಅವನು ರಜೆಗೆಂದು ಒಂದು ತಿಂಗಳು ಬಂದಾಗ, ಅವನಿಗೆ ಮದುವೆಯೂ ಆದರೆ ಜಾಗ ಸಾಲದು. ಮನೆ ಕಟ್ಟಿಸಿದಾಗ ಇನ್ನೊಂದು ಕೋಣೆ ಹಾಕಿಸಬಹುದಿತ್ತು. ಹಣ ಒದಗಲಿಲ್ಲ, ಮತ್ತೆ ಅಯ್ಯಾ ಅವರನ್ನು ನೋಡಲಿಲ್ಲ. ಅಪ್ಪನ ಚಿತಾಭಸ್ಮವನ್ನು ವಿಸರ್ಜನೆ ಮಾಡುವ ದಿನ ನಾನೂ ಬರ್ತೀನಿ ಅಂತ ಹೇಳಬೇಕಿತ್ತು. ಊರಿಗೆ ಹೋಗಿ ನನ್ನ ಕಾರಿನಲ್ಲಿಯೇ ಅಲ್ಲಿಂದ ಶ್ರೀರಂಗಪಟ್ಟಣಕ್ಕೆ ಹೋಗಿ ನಾನೇ ಕಾರು ನಡೆಸಿ ಎಂಬ ಆಲೋಚನೆ ಬಂತು. ಬಿಟ್ಟು ಬಂದ ಧರ್ಮದ ಈ ಕರ್ಮಕಾಂಡವನ್ನೇಕೆ ಮತ್ತೆ ಹಚ್ಚಿಕೊಬೇಕು ಎಂಬ ಪ್ರಶ್ನೆಯು ಒಮ್ಮೆ ಬುದ್ಧಿಯಲ್ಲಿ ಸುಳಿಯಿತು. ಆದರೆ ನೆನ್ನೆ ಊರಿಗೆ ಹೋಗಿ ಅಪ್ಪ ಅಷ್ಟು ವರ್ಷ ಮುಳುಗಿ ಅಧ್ಯಯನ ಮಾಡಿದ ಗ್ರಂಥರಾಶಿಯನ್ನು ನೋಡಿ ಅಯ್ಯಾ ಅವರು ಹೇಳಿದ ವಿವರಗಳನ್ನು ಕೇಳಿ ತೋಟಕ್ಕೆ ಹೋಗಿ ಅಪ್ಪ ಮತ್ತು ಹಿಂದಿನವರ ಸಮಾಧಿಗೆ ಹಣೆ ತಗುಲಿಸಿದ ನಂತರ ಬಿಟ್ಟು ಬಂದ ಎಂಬ ಕಲ್ಪನೆ ದುರ್ಬಲ ವಾಗಿದೆ ಎನ್ನಿಸಿತು. ಅಮೀನಾ ತಿಂಡಿಗೆ ಕರೆದಳು. ಆಮ್ಲೆಟ್ ಸ್ಯಾಂಡ್‌ವಿಚ್ ತಿಂದು ಟೀ ಕುಡಿದನಂತರ ಮಧ್ಯಾಹ್ನಕ್ಕೆ ಏನು ಮಾಡಬೇಕೆಂದು ಅವಳಿಗೆ ಹೇಳಿ ಸ್ನಾನಮಾಡಿ ಹಿಂತಿ ರುಗಿದ ಎರಡು ನಿಮಿಷದಲ್ಲಿ ಫ಼ೋನು ಬಾರಿಸಿತು. ಅಮೀರನೇ ಇರಬಹುದೆನ್ನಿಸಿ ಎತ್ತಿ ಕೊಂಡರೆ ಅವನೇ. 'ಬಂದು ಮುಕ್ಕಾಲು ಗಂಟೆಯಾಯಿತು.'

'ನೆನ್ನೆ ಸಂಜೆಯೇ ಬರ್ತಿ ಅಂತ ಕಾದೆ. ಇಷ್ಟು ವರ್ಷವಾದ ಮೇಲೆ ಒಬ್ಬಳೇ ಹಳ್ಳಿಗೆ

ಹೋಗಿದೀ, ಏನಾಯ್ತೋ ಏನೋ ಅಂತ ಗಾಬರಿಯಾಗಿತ್ತು.'

'ಏನೂ ಆಗಿಲ್ಲ. ತವರುಮನೆಗೆ ಬಂದ ಹೆಂಗಸು ಅನ್ನುವಷ್ಟೇ ಹಿತವಾಗಿ ನೋಡಿ ಕೊಂಡರು. ಮನೆಗೆ ಬಾ ಎಲ್ಲ ಹೇಳ್ತೀನಿ.'

'ಕ್ಯಾಮರಾದ ಗುರು ಹೇಳಿದ. ಅವನಿಗೆ ಮುಂದಿನ ಮೂರುತಿಂಗಳು ಶೆಡ್ಯೂಲ್ ಇದೆಯಂತೆ. ಈ ಹತ್ತನೆ ತಾರೀಖಿನಿಂದ ಹಂಪೀ ಶುರು ಮಾಡಿಬಿಡಾಣ ಅಂದ. ನಿನ್ನ ಪ್ರಸ್ತಾವನೆ, ವಿವರಣೆಗಳು ತಯಾರಾಗದೆ ಶೂಟಿಂಗ್ ಔಟ್‌ಲೈನ್ ಮಾಡೂದು ಹೇಗೆ?'

'ಓ! ಅದಾ?' ಎಂದಳು ತಲೆಯ ಮೇಲಿದ್ದ ಭಾರ ಮತ್ತೆ ಅಗತುಕೊಂಡಂತೆ. ತಾನು ಸಂಜೆ ಮನೆಗೆ ಬರುವುದಾಗಿ ಹೇಳಿ ಅವನು ಫ಼ೋನನ್ನು ಕೆಳಗಿಟ್ಟ.

ಹಂಪಿ ಎಂದ ತಕ್ಷಣ ಕೈಕಾಲುಗಳನ್ನು ತುಂಡು ಮಾಡಿದ ಉಗ್ರನರಸಿಂಹನ ವಿಗ್ರಹ ಮನಸ್ಸನ್ನು ಉಗ್ರವಾಗಿ ಆಕ್ರಮಿಸಿಕೊಂಡಿತು. ಜೊತೆಗೆ ಊರಿಗೆ ಹೋದ ತಾನು ಅಪ್ಪನ ಮನೆ ದೇವರಾದ ನರಸಿಂಹದೇವರನ್ನು ನೋಡಲಿಲ್ಲವೆಂಬ ನೆನಪಾಯಿತು. ಮೂವತ್ತು ಅಡಿ ಎತ್ತರದ ಕಲ್ಲಿನ ಕಿರುಗುಡ್ಡದ ಮೇಲೆ ನರಸಿಂಹದೇವರ ಗುಡಿ. ಮೊದಲು ಊರು ಇರಲಿಲ್ಲವಂತೆ. ಅನಂತರ ದೇವರ ಗುಡ್ಡದ ಸುತ್ತ ಬೆಳೆಯಿತು. ಆ ದೇವರನ್ನು ನೋಡಿದ್ದರೂ ಹಂಪಿಯ ಉಗ್ರನರಸಿಂಹನ ನೆನಪೇ ಆಗುತ್ತಿತ್ತು. ಇದು ಅಷ್ಟು ಪ್ರಸಿದ್ಧವೂ ಅಲ್ಲ, ಯಾವ ನವಾಬ, ಸುಲ್ತಾನ ಅಥವಾ ಬಾದಶಹನೂ ದಾಳಿ ಮಾಡಲಿಲ್ಲ, ಆದ್ದರಿಂದ ವಿಗ್ರಹವಾಗಲಿ ದೇವಾಲಯವಾಗಲಿ ತುಂಡಾಗದೆ ಉಳಿದುಕೊಂಡಿದೆ ಎಂಬ ವಿವರಣೆ ಹೊಳೆಯಿತು. ಮೂಲಕಾರಣವನ್ನು ಶೋಧಿಸದೆ, ಹೇಳದೆ, ಹಂಪಿಯ ಸಾಕ್ಷ್ಯಚಿತ್ರಕ್ಕೆ ಸ್ಕ್ರಿಪ್ಟ್ ಬರೆಯುವುದು ಒಳಗಿನಿಂದ ಕಷ್ಟವಾಗುತ್ತಿತ್ತು. ಸಂಜೆ ಅಮೀರ್ ಬಂದಾಗ ಊರಿನಲ್ಲಿ ತಾನು ನೋಡಿದ ಸಂಗತಿಗಳನ್ನೆಲ್ಲ ವಿವರಿಸಿದ ನಂತರ ಹೇಳಿಬಿಟ್ಟಳು:

'ನನಗೆ ಸದ್ಯಕ್ಕೆ ಯಾವ ಬರವಣಿಗೆಯೂ ಸಾಧ್ಯವಿಲ್ಲ ಅನ್ನಿಸುತ್ತೆ. ಅದರ ಬಗ್ಗೆ ವಾದವಿವಾದ ಮಾಡಿ ಸುಮ್ಮನೆ ಕಿರಿಕಿರಿಯಾಗೂದು ಬೇಡ. ಬೇರೆ ಯಾರಿಂದಲಾದರೂ ಈ ಕೆಲಸ ಮಾಡಿಸು.'

'ನಿನ್ನ ಸ್ಕ್ರಿಪ್ಟ್ ಇಲ್ಲದೆ ಇದುವರೆಗೆ ನಾನು ಯಾವ ಫ಼ಿಲ್ಮ್ ಡೈರೆಕ್ಟ್ ಮಾಡಿದೀನಿ?'

'ಈ ಆಫ಼ರ್ ಬಿಟ್ಟುಬಿಡು.'

'ಒಂದು ಸಲ ಬೇಡ ಅಂದರೆ ಹೆರಿಟೇಜ್ ವಿಭಾಗದವರು ಮತ್ತೆ ಏನೂ ಕೊಡೂದಿಲ್ಲ. ಅರ್ಥಮಾಡಿಕೊ.'

ಅವಳು ಮತ್ತೆ ಎರಡು ದಿನ ಪ್ರಯತ್ನಿಸಿದಳು. ಸಾಧ್ಯವೇ ಇಲ್ಲ ಅನ್ನಿಸಿತು. 'ನಾನು ಊರಿಗೆ ಹೋಗಬೇಕು. ಅಪ್ಪನ ಚಿತಾಭಸ್ಮವನ್ನ ಪಶ್ಚಿಮವಾಹಿನಿಯಲ್ಲಿ ವಿಸರ್ಜನೆ ಮಾಡು ತೀನಿ. ಮಗಳಾದದ್ದಕ್ಕೆ ಅಷ್ಟಾದರೂ ಮಾಡಬೇಕು ಅನ್ನಿಸಿದೆ. ಕಾರು ತಗಂಡು ಹೋಗ್ತೀನಿ. ನಾಲ್ಕೈದು ದಿನ ಆಗಬಹುದು. ನೀನು ಸ್ಕೂಟರ್ ಉಪಯೋಗಿಸು,' ಎಂದಳು.

ಅಮೀರ್ ತಕ್ಷಣ ಮಾತನಾಡಲಿಲ್ಲ. ಆದರೆ ಅವನ ಮುಖದಿಂದ ಅಸಮಾಧಾನದ ಕಾವು ರಾಚುತ್ತಿತ್ತು. 'ಸ್ಕ್ರಿಪ್ಟ್ ಬರೆಯುಕ್ಕಾಗುಲ್ಲ ಅಂದದ್ದಕ್ಕೆ ಬೇಜಾರಾ?' ಎಂದು ಅವನ

ಕೈ ಹಿಡಿದಳು.

'ಸಾಮ್ಯವಾದಿ, ವಿಚಾರವಾದಿ, ಪ್ರಗತಿವಾದಿಯಾಗಿದೀಯ. ಆ ಧಾರ್ಮಿಕ ಸಿಂಬಲ್‌ಗಳಿಗೆ ಶರುಣು ಹೋಗ್ತಿದೀಯಲ್ಲ. ಚಿತಾಭಸ್ಮ, ಸಂಗಮದಲ್ಲಿ ವಿಸರ್ಜಿಸೂದು, ಇವೆಲ್ಲ ಸಿನಿಮಾದಲ್ಲಿ ತೋರಿಸುವ ಸೀನುಗಳು,' ಎಂದ. ಇತ್ತ ಸೋಷಲಿಸ್ಟ್ ಬುದ್ಧಿಜೀವಿಯಾಗಿ ಅತ್ತ ಮಾಡರ್ನ್ ಮುಸ್ಲಿಂ ಆಗಿ ಕಾಣುವ ಕಿರುಗಡ್ಡ ಬಿಟ್ಟಿದೀಯಲ್ಲ, ಅದು ಸಿಂಬಾಲಿಸಂ ಅಲ್ಲವೆ? ಎಂಬ ಮಾತು ತಕ್ಷಣ ಅವಳ ಮನಸ್ಸಿನಲ್ಲಿ ಬಂತು. ಆದರೆ ನಾಲಗೆಯಲ್ಲಿ ವ್ಯಕ್ತವಾಗಲು ಬಿಡಲಿಲ್ಲ. 'ನನಗೂ ನಿನಗೂ ವೇವ್‌ಲೆಂಗ್ತ್ ಹೊಂದಿರೂ ಹಾಗೆ ಬೇರೆ ಯಾರ ಜೊತೆಗೂ ಹೊಂದುಲ್ಲ. ಈ ಕೊನೆ ಕ್ಷಣದಲ್ಲಿ ಬೇರೆ ಯಾರನ್ನ ಅಂತ ಹುಡುಕೂದು?' ಅವನು ಕೇಳಿದ. ಅವಳು ಅದಕ್ಕೂ ಉತ್ತರ ಹೇಳಲಿಲ್ಲ.

ಅವಳು ಮೂರು ದಿನ ಬೆಂಗಳೂರಿನಲ್ಲಿದ್ದಳು. ಮಾಡಬೇಕಾದ ಎಷ್ಟೋ ಕೆಲಸಗಳಿದ್ದವು. ಯಾವುದರಲ್ಲೂ ಮನಸ್ಸು ತೊಡಗುತ್ತಿಲ್ಲ. ತಾನು ಊರಿಗೆ ಹೋಗುವುದರೊಳಗೆ ಅವರು ಚಿತಾಭಸ್ಮವನ್ನು ಯಾರ ಕೈಲಾದರೂ ಕಳಿಸಿ ವಿಸರ್ಜಿಸಿಬಿಟ್ಟರೆ? ಎಂಬ ಆತಂಕ. ಜೊತೆಗೆ ಆ ಕೋಣೆಯ ಪುಸ್ತಕಗಳನ್ನು ಓದಲು ತೊಡಗಬೇಕೆಂಬ ಧಾವಂತ. ಮರುಬೆಳಗ್ಗೆ ಎದ್ದವಳೇ ಒಂದು ವಾರಕ್ಕಾಗುವಷ್ಟು ಬಟ್ಟೆ ಬರೆಗಳನ್ನು ಸೂಟ್‌ಕೇಸಿಗೆ ತುಂಬಿ ಎರಡು ಬೆಡ್‌ಶೀಟ್, ಕಂಬಳಿಗಳನ್ನು ಸುತ್ತಿ ಡಿಕ್ಕಿಗೆ ಹಾಕಿ, ಅಮೀರನಿಗೆ ಹೇಳಿ ಹೊರಟುಬಿಟ್ಟಳು. ಅವನು ಯಾವ ಮಾತೂ ಆಡಲಿಲ್ಲ. ಮೂರು ದಿನದಿಂದ ಅಸಂತುಷ್ಟನಾಗಿದ್ದಾನೆಂದು ಗೊತ್ತೇ ಇತ್ತು. ಸಮಾಧಾನ ಹೇಳುವುದೆಂದರೆ ಸ್ಕ್ರಿಪ್ಟ್ ಬರೆಯಲು ಒಪ್ಪಿಕೊಳ್ಳಬೇಕು, ಆದ್ದರಿಂದ ಆ ಮಾತೇ ಬೇಡ ಎಂದುಕೊಂಡು ಕಾರು ಸ್ಟಾರ್ಟ್ ಮಾಡಿದಳು. ಟಾ ಟಾ ಹೇಳಲು ಕೂಡ ಅವನು ಹೊರಗೆ ಬರಲಿಲ್ಲ.

ಈ ಸಲ ಬರುವಾಗ ಅವಳು ಹಣೆಗೆ ಬಿಂದಿ ಇಟ್ಟುಕೊಂಡಿದ್ದಳು. ಸೂಟ್‌ಕೇಸ್ ಮತ್ತು ಹಾಸಿಗೆ ಬಟ್ಟೆಗಳನ್ನು ಕೋಣೆಯ ಒಳಗಿಟ್ಟು ತಾನು ಒಂದು ವಾರ ಇರುವುದಾಗಿಯೂ ಮಧ್ಯಾಹ್ನ ಊಟ ಮಾಡುವುದಾಗಿಯೂ ಲಕ್ಷ್ಮಮ್ಮನಿಗೆ ಹೇಳಿ ಶಾಸ್ತ್ರಿಗಳ ಮನೆಗೆ ನಡೆದು ಬಂದಳು. ಯಾವಾಗ ಬಂದೆ? ಒಂದಿಷ್ಟು ಉಪ್ಪಿಟ್ಟು ಉಳಿದಿದೆ. ಮೊಸರು ಹಾಕಿಕೊಡ್ತೀನಿ ತಿನ್ನು, ಎಂದು ಅಮ್ಮ ಉಪಚರಿಸಿದರು. ಅವಳು ಶಾಸ್ತ್ರಿಗಳನ್ನು ಕೇಳಿದಳು: 'ಅಯ್ಯಾರೆ, ಚಿತಾಭಸ್ಮ ವಿಸರ್ಜನೇನ ನಾನು ಮಾಡಭೌದೆ?'

'ಹೊಟ್ಟೇಲಿ ಹುಟ್ಟಿದ ಮಗಳು ಮಾಡದೆ ಏನು?'

'ನಾನು ಧರ್ಮಾಂತರವಾದೋಳು.'

'ಧರ್ಮಾಂತರ ಅನ್ನೂದು ಇಲ್ಲವೇ ಇಲ್ಲ. ಹುಟ್ಟಿದ ಧರ್ಮ ಬಿಟ್ಟರೆ ಹೋಗುಲ್ಲ. ಮಾಡಬಾರದ್ದು ಮಾಡಿದರೆ ಮಾತ್ರ ಶಿಕ್ಷೆಗೆ ಒಳಗಾಗಬೇಕಾಗುತ್ತೆ. ನೀನು ಗೋಮಾಂಸಭಕ್ಷಣ ಮಾಡಿದೀಯ?'

'ಹೌದು.'

'ಹಾಗಾದರೆ ಪ್ರಾಯಶ್ಚಿತ್ತ ಮಾಡಿಕೊಬೇಕು.'

'ಏನು ಅದರ ಕಲಾಪ?'

'ಮಾಡಿಕೊಳ್ಳುವಾಗ ಕಲಾಪ ತಿಳಿಯುತ್ತೆ. ತಾತ್ಪರ್ಯವೆಂದರೆ: ತಾನು ಮಾಡಿದ್ದು ತಪ್ಪು ಅಂತ ಮನೋಬುದ್ಧಿಗಳಿಗೆ ಅರಿವಾಗಬೇಕು. ಮತ್ತೆ ಆ ತಪ್ಪು ಮಾಡುಲ್ಲ ಅಂತ ಸಂಕಲ್ಪ ಮಾಡಬೇಕು. ಇವೆರಡಕ್ಕೆ ನೀನು ಸಿದ್ಧಳಿದ್ದರೆ ಹೇಳು, ನಾನು ಪ್ರಾಯಶ್ಚಿತ್ತ ಮಾಡಿಸಿ ನಿನ್ನ ಕೈಲೇ ಚಿತಾಭಸ್ಮ ವಿಸರ್ಜನೆ ಮಾಡುಸ್ತೀನಿ.'

ಇದು ಇಷ್ಟು ಸುಲಭದಲ್ಲಿ ಬಗೆಹರಿಯುತ್ತದೆಂದು ಅವಳ ಕಲ್ಪನೆಗೂ ಬಂದಿರಲಿಲ್ಲ. 'ನಾನು ಸಿದ್ಧ' ಎಂದಳು.

ಅಯ್ಯನವರು ಲಕ್ಷ್ಮಿಗೆ ದೇವಸ್ಥಾನದಲ್ಲಿ ಹಣ್ಣುಹಾಲುಗಳ ಆಹಾರದಲ್ಲಿ ಮೂರು ಹಗಲು ಮೂರು ರಾತ್ರಿಗಳನ್ನು ಕಳೆಸಿ ಕೊನೆಗೆ ಒಂದು ಹೋಮ ಮಾಡಿಸಿದರು. ತಾನು ಗೋಮಾಂಸ ಭಕ್ಷಣ ಮಾಡಿದ್ದಕ್ಕೆ ಈ ಪ್ರಾಯಶ್ಚಿತ್ತ ಮಾಡಿಕೊಳ್ಳುತ್ತಿದ್ದೇನೆ ಎಂಬ ನಿಶ್ಚಯ ಸದಾ ಅವಳ ಮನಸ್ಸಿನಲ್ಲಿತ್ತು. ಮರುಬೆಳಗ್ಗೆ ಅಯ್ಯನವರನ್ನು ಹಿಂದಿನ ಸೀಟಿನಲ್ಲಿ ಕೂರಿಸಿ ಕೊಂಡು ಚಿತಾಭಸ್ಮದ ಕುಡಿಕೆಯನ್ನು ಮುಂಬದಿಯ ಸೀಟಿನ ಮೇಲೆ ಉರುಟದಂತೆ ಹುರಿಯಿಂದ ಕಟ್ಟಿ ತಾನೇ ಕಾರು ನಡೆಸಿಕೊಂಡು ಪಶ್ಚಿಮವಾಹಿನಿಗೆ ಹೋಗಿ ನದಿಯಲ್ಲಿ ಮೂರು ಮುಳುಕು ಹಾಕಿ ಅವರು ಮಂತ್ರ ಹೇಳುತ್ತಿರುವಾಗ ವಿಸರ್ಜಿಸಿದಳು.

ಚಿತಾಭಸ್ಮವನ್ನು ವಿಸರ್ಜಿಸಿ ಬಂದಮೇಲೆ ಅವಳಿಗೆ ತಂದೆಯ ನೆನಪು ಆತ್ಮೀಯ ವಾಯಿತು. ತಾನು ಮಾಡಿಕೊಂಡ ಪ್ರಾಯಶ್ಚಿತ್ತವು ಗೋಮಾಂಸಭಕ್ಷಣಕ್ಕೆ ಮಾತ್ರವಲ್ಲ, ಸರಿಯಾದ ಕಾರಣಕ್ಕೇ ಇರಲಿ, ತಪ್ಪಾದ ಕಾರಣದಿಂದಲೇ ಇರಲಿ, ಅಪ್ಪನ ಮನಸ್ಸನ್ನು ನೋಯಿಸಿದ್ದಕ್ಕೂ ಆಯಿತು ಎಂಬ ನೆಮ್ಮದಿ ಮನಸ್ಸಿನಲ್ಲಿ ಕಾಣತೊಡಗಿತು. ಅವರು ಸಂಗ್ರಹಿಸಿ ಒಂಟಿಯಾಗಿ ಕೂತು ಓದಿ ಜೀರ್ಣಿಸಿಕೊಂಡ ಈ ಗ್ರಂಥಗಳನ್ನೆಲ್ಲ ತಾನೂ ಓದಬೇಕು ಎಂಬ ನಿಶ್ಚಯ ಗಟ್ಟಿಯಾಯಿತು. ಜೀವನಕ್ಕಾಗಿ ದುಡಿಯುವ, ಸಿನಿಮಾದ ಚಿತ್ರಕಥೆ, ಸಂಭಾಷಣೆಗಳನ್ನು ಬರೆಯುವ ಅಗತ್ಯವಿಲ್ಲ. ಊರಿನಲ್ಲಿ ಅಪ್ಪ ಕಳೆಯದೆ ಉಳಿಸಿ ಉತ್ತಮಸ್ಥಿತಿಯಲ್ಲಿಟ್ಟಿರುವ ಹೊಲಗದ್ದೆ ತೋಟಗಳೇ ಸಾಕು. ಹೊಸ ಅಧ್ಯಯನದ ಪೋಷಣೆ ಯಿಲ್ಲದೆ ಒಂದೇ ಸಮನೆ ಚಿತ್ರಕಥೆ ಸಂಭಾಷಣೆಗಳನ್ನು ಬರೆದು ಬರೆದು ನನ್ನ ಸೃಷ್ಟಿಶಕ್ತಿಯೂ ಬರಡಾಗಿದೆ, ಎರಡು ಮೂರು ವರ್ಷವಾದರೂ ಆ ಗಾಣದಿಂದ ಬಿಡುಗಡೆ ಪಡೆದಂತೆಯೂ ಆಗುತ್ತದೆ ಎಂಬ ಸಮರ್ಥನೆ ಕಾಣಿಸಿತು.

ಈ ಪುಸ್ತಕಗಳನ್ನೆಲ್ಲ ಬೆಂಗಳೂರಿಗೆ ಸಾಗಿಸಲೆ? ಎಂಬ ಆಲೋಚನೆ ಮತ್ತೆ ಬಂತು. ಆದರೆ ಅಪ್ಪನ ಈ ಗ್ರಂಥಗಳನ್ನು ಅಪ್ಪ ಓದಿದ ಕೋಣೆಯಲ್ಲೇ, ಈ ಮನೆಯ ವಾತಾವರಣ ದಲ್ಲೇ ಓದಬೇಕು, ಎಂಬ ಭಾವನಾತ್ಮಕ ತಾದಾತ್ಮ್ಯ ಬಲವಾಯಿತು. ಎರಡು ಮೂರು ವರ್ಷ ಇಲ್ಲೇ ಇದ್ದು ಓದುತೀನಿ ಎಂದು ನಿಶ್ಚಯಿಸಿದಳು. ಅಮೀರ ಮುನಿಸಿಕೊಳ್ಳುತ್ತಾನೆ. ಹಂಪಿಯ ಸಾಕ್ಷ್ಯಚಿತ್ರಕ್ಕೆ ಹಿನ್ನೆಲೆ ಬರೆಯಲಿಲ್ಲ ಅಂತ ಈಗಲೇ ಮುನಿಸಿಕೊಂಡಿದಾನೆ.

ಮನೆಯಲ್ಲಿ ಅವನನ್ನು ನೋಡಿಕೊಳ್ಳಲು ಅಮೀನಾ ಬಾನು ಇದಾಳೆ. ನಾನೂ ತಿಂಗಳಿಗೊಮ್ಮೆ ಹೋಗಿ ಬಂದರೆ ಆಗುತ್ತೆ. ಹೇಗೂ ಕಾರಿರುತ್ತೆ. ಅವನೂ ಬೇಕೆಂದಾಗ ಬಂದು ಹೋಗಲಿ, ಎಂದು ಮನಸ್ಸಿನಲ್ಲೇ ವ್ಯವಸ್ಥೆ ಮಾಡಿಕೊಂಡಳು.

* *

ಅಧ್ಯಾಯ ೩

'ಪ್ರಿಯ ಅಮ್ಮಾಜಾನ್, ಸಲಾಂ ಆಲೇಕುಂ. ಬಿಸ್ಮಿಲ್ಲಾ ರೆಹಮಾನ್ ಉರ್ ರಹೀಮ್.

'ನಿಮ್ಮ ಕಾಗದ ಬಂತು. ನೀವು ಈಗ ಹೆಚ್ಚಾಗಿ ನಿಮ್ಮ ಹುಟ್ಟಿದೂರಿನಲ್ಲಿ ಇರುವುದನ್ನು ತಿಳಿದು ಆಶ್ಚರ್ಯವಾಯಿತು. ನಿಮಗೊಂದು ಪ್ರತ್ಯೇಕ ಹುಟ್ಟಿದೂರು ಇದೆ ಎಂಬುದು ನನ್ನ ಕಲ್ಪನೆಗೆ ಬರುವುದೂ ಸಾಧ್ಯವಿರಲಿಲ್ಲ. ನೀವೂ ಆ ಬಗೆಗೆ ಹೇಳಿರಲಿಲ್ಲ. ನನಗೊಬ್ಬ ತಾಯಿಯ ಕಡೆಯ ಅಜ್ಜನಿದ್ದಾನೆಂಬುದನ್ನೂ ನೀವು ಹೇಳಿರಲಿಲ್ಲ. ಅವರೂ ನನ್ನ ಕಲ್ಪನೆಗೆ ಸ್ಪಷ್ಟವಾಗಿ ಬಂದಿರಲಿಲ್ಲ. ಮಗಳು ಬೇರೆ ಧರ್ಮಕ್ಕೆ ಹೋದಳೆಂಬ ಕೋಪವನ್ನು ಅವರು ಸಾಯುವ ತನಕ ಸಾಧಿಸಿದರೆಂದು ಈಗ ಅರ್ಥವಾಗುತ್ತಿದೆ. ಹಿಂದೂಗಳು ತುಂಬ ಸಂಕುಚಿತ, ಅನ್ಯಧರ್ಮೀಯರನ್ನು ಕೀಳೆಂದು ಭಾವಿಸುವ, ವಿಗ್ರಹಾರಾಧಕ ಜನಾಂಗದವರೆಂದು ನನ್ನ ಅಜ್ಜ ಅಜ್ಜಿಯರು ಹೇಳುತ್ತಿದ್ದುದು ಈಗ ನೆನಪಿಗೆ ಬರುತ್ತಿದೆ. ಹುಟ್ಟಿದ ಊರಿನಂತೆ ಹುಟ್ಟಿದ ಧರ್ಮವೂ ನಿಮ್ಮನ್ನು ಮತ್ತೆ ಆಕರ್ಷಿಸುತ್ತಿರಬಹುದು. ನನಗಾಗುತ್ತಿರುವ ಕಷ್ಟವೆಂದರೆ ನಿಮಗೆ ಫ಼ೋನ್ ಮಾಡಲು ಸಾಧ್ಯವಾಗದೆ ಇರುವುದು. ಎರಡು ವರ್ಷ ಅಮೆರಿಕದಲ್ಲಿದ್ದು ಟೆಲಿಫ಼ೋನ್ ಅಭ್ಯಾಸವಾದ ಮೇಲೆ ಕಾಗದ ಬರೆಯುವುದು ಕಷ್ಟದ ಕೆಲಸ. ಅಲ್ಲದೆ ಈ ಅರಬ್‌ದೇಶಗಳಲ್ಲಿ ಹೊರಗೆ ಹೋಗುವ ಮತ್ತು ಒಳಗೆ ಬರುವ ಕೆಲವು ಆಯ್ದ ಕಾಗದ ಪತ್ರಗಳನ್ನು ಸೆನ್ಸಾರ್ ಮಾಡುತ್ತಾರೆ. ನಮ್ಮ ಕಾಗದವು ಸೆನ್ಸಾರ್ ಆಗಬಹುದೆಂದು ಗೊತ್ತಿರುವಾಗ ಮುಕ್ತವಾಗಿ ಬರೆಯುವುದು ಹೇಗೆ? ಪ್ರತಿಯೊಂದು ವಾಕ್ಯ ಪ್ರತಿಯೊಂದು ಶಬ್ದವನ್ನೂ ಸೆನ್ಸಾರ್ ಅಧಿಕಾರಿಯು ಹೇಗೆ ಅರ್ಥಮಾಡಿಕೊಳ್ಳುತ್ತಾನೆಂಬ ಎಚ್ಚರದ ಕಡೆಗೇ ಗಮನವಿದ್ದರೆ ವಾಕ್ಯ ರಚನೆಯಾಗುವುದು ಹೇಗೆ? ಆದ್ದರಿಂದ ಫ಼ೋನ್ ಮಾಡುವುದೇ ಹೆಚ್ಚು ಅನುಕೂಲ. ನಿಮ್ಮ ಮಗನ ಮೇಲಿನ ಪ್ರೀತಿಗಾಗಿಯಾದರೂ ನೀವು ಬೆಂಗಳೂರಿನಲ್ಲಿರಿ. ನನಗೆ ಬೇಕಾದಾಗ ಫ಼ೋನ್ ಮಾಡಬಹುದು. ಈ ಕಾಗದವನ್ನು ಇಲ್ಲಿಂದ ರಜೆಯಲ್ಲಿ ಇಂಡಿಯಾಗೆ ಹೋಗುವ ನನ್ನ ಸ್ನೇಹಿತರಾದ ಲಕ್ನೋದ ಜನಾಬ್ ಶಬೀರ್‌ಖಾನ್ ಅವರ ಕೈಲಿ ಕೊಟ್ಟು ಇಂಡಿಯಾದಲ್ಲಿ ಸ್ಟಾಂಪ್ ಹಚ್ಚಿ ಅಂಚೆಡಬ್ಬಕ್ಕೆ ಹಾಕುವಂತೆ ಕೇಳಿಕೊಂಡಿದ್ದೇನೆ. ಆದ್ದರಿಂದ ಮುಕ್ತವಾಗಿ ಬರೆದಿದ್ದೇನೆ.

'ಅರಬ್ ಪ್ರಪಂಚದಲ್ಲೆಲ್ಲ ಅತ್ಯಂತ ಸಂಪ್ರದಾಯನಿಷ್ಠ ದೇಶ ಸೌದಿ. ಪೂಜ್ಯ ಪ್ರವಾದಿ (ಸ)ಗಳು ಹುಟ್ಟಿ ಬೆಳೆದು ಇಸ್ಲಾಮನ್ನು ಸ್ಥಾಪಿಸಿದ ದೇಶ ಇದು. ಹಜ್ ಯಾತ್ರೆಯ ಪುಣ್ಯ ಸ್ಥಳವೂ ಇದೇ. ನಮ್ಮ ಧರ್ಮದ ತತ್ತ್ವಗಳನ್ನೆಲ್ಲ ಕಟ್ಟುನಿಟ್ಟಾಗಿ ಆಚರಿಸುತ್ತಾರೆ. ನೇರವಾಗಿ

ಅಮೆರಿಕದಿಂದ ಇಲ್ಲಿಗೆ ಬಂದ ತಕ್ಷಣ ಇದೊಂದು ಸ್ವಾತಂತ್ರ್ಯಹೀನ ದೇಶ, ಉಸಿರುಕಟ್ಟಿಸುವ ಸಮಾಜ ಎನ್ನಿಸುತ್ತದೆ. ನನಗೂ ಹಾಗೆಯೇ ಅನ್ನಿಸಿತು. ಅಮೆರಿಕದಲ್ಲಿ, ಅದರಲ್ಲೂ ಪೆಟ್ರೋ ಕೆಮಿಕಲ್ಸ್ ವಿಷಯದಲ್ಲಿ, ಅದರಲ್ಲೂ ಟೆಕ್ಸಾಸ್ ವಿಶ್ವವಿದ್ಯಾಲಯದಲ್ಲಿ, ಎಂ.ಎಸ್. ಮಾಡಿದುದ ರಿಂದ ನನಗೆ ಏಶಿಯದಲ್ಲಿ ಓದಿದವರಿಗಿಂತ ಎರಡು ಪಟ್ಟು ಸಂಬಳಕೊಡುತ್ತಾರೆ. ಮುಸ್ಲಿಂ ಆದುದರಿಂದ ಆಯ್ಕೆಯಲ್ಲಿ ಆದ್ಯತೆ ಕೊಟ್ಟರು. ಕೈತುಂಬ ಸಂಬಳ. ತೆರಿಗೆ ಇಲ್ಲ. ಈ ದೇಶದ ಬಜಾರಿನಲ್ಲಿರುವಷ್ಟು ಪದಾರ್ಥಗಳ ಸಮೃದ್ಧಿ ಪ್ರಪಂಚದ ಬೇರೆ ಯಾವ ದೇಶದ ಬಜಾರಿನಲ್ಲೂ ಇಲ್ಲ. ಅಮೆರಿಕದ ಪೇಟೆಯಲ್ಲಿ ಕೂಡ. ಹಣ್ಣು ತರಕಾರಿ ದಿನಸಿ ಧಾನ್ಯ ಇತರ ಆಹಾರ ಪದಾರ್ಥ ಬಟ್ಟೆ ಬರೆ, ಎಲೆಕ್ಟ್ರಾನಿಕ್ ವಸ್ತುಗಳು ಗೃಹೋಪಯೋಗಿ ಮಾಲುಗಳು ಬೆಳ್ಳಿ ಬಂಗಾರ ವಜ್ರವೈಡೂರ್ಯ ಹೀಗೆ ಪ್ರಪಂಚದ ಅತ್ಯುತ್ತಮ ವಸ್ತುಗಳನ್ನೆಲ್ಲ ಇಲ್ಲಿಗೆ ಅನಿರ್ಬಂಧಿತವಾಗಿ ತರಿಸಿ ಮಾರುತ್ತಾರೆ. ಬೆಲೆಯೂ ಕಡಮೆ. ಸುಂಕದ ದುಬಾರಿ ಹಾವಳಿ ಇಲ್ಲ. ಇತರ ಸ್ವತಂತ್ರವೆನ್ನಿಸಿಕೊಳ್ಳುತ್ತಿರುವ ದೇಶಗಳಲ್ಲಿರುವ ಕಳವು ಮೋಸ ಹಾದರ ಮೊದಲಾದ ಅಪರಾಧಗಳು ಇಲ್ಲಿ ತೀರ ಅಪರೂಪ. ಅಂಗಡಿಗಳಲ್ಲಿ ಇಪ್ಪತ್ತನಾಲ್ಕು ಇಪ್ಪತ್ತಾರು ಕ್ಯಾರಟ್‌ನ ಹೊಳೆಯುವ ಹಳದಿ ಚಿನ್ನದ ಸರ ಬಳೆ ಮೊದಲಾದ ಆಭರಣಗಳನ್ನು ಜೋಲು ಜೋಲು ಹಾಕಿರುತ್ತಾರೆ. ಗಾಜಿನ ಮುಚ್ಚಳ ಕೂಡ ಇರುವುದಿಲ್ಲ. ಝುಹರ್, ಅಸರ್, ಮಗ್ರಿಬ್ ನಮಾಜುಗಳ ಆದಾನ್ ಕೇಳಿದ ತಕ್ಷಣ ವ್ಯಾಪಾರಿಗಳು ಅಂಗಡಿಯ ಬಾಗಿಲನ್ನು ಮುಚ್ಚದೆ ಹಾಗೆಯೇ ಬಿಟ್ಟು ಹತ್ತಿರದ ಮಸೀದಿಗೆ ಓಡುತ್ತಾರೆ. ಯಾವ ಅಂಗಡಿಯಲ್ಲೂ ಒಂದು ಎಳೆಯೂ ಕಳವಾಗುವುದಿಲ್ಲ. ಆಶ್ಚರ್ಯವೆನ್ನಿಸುತ್ತದೆಯೆ? ಕಳವು ಮಾಡಿದವನನ್ನು ತಕ್ಷಣ ಪತ್ತೆ ಮಾಡಿ ಹಿಡಿಯುತ್ತಾರೆ. ಕೈ ಕತ್ತರಿಸುತ್ತಾರೆ. ಮುಲಾಜಿಲ್ಲ. ವಿಳಂಬವಿಲ್ಲ. ಶರಿಯತ್ ನ್ಯಾಯ ವಿತರಣೆ. ಕೋರ್ಟು, ವಕೀಲ, ವಿಳಂಬತಂತ್ರ, ಅಪೀಲು, ಸಂಶಯಲಾಭ, ಮೊದಲಾದ ಮೂರ್ಖತನಗಳಿಲ್ಲ. ಕೊಲೆ ಮಾಡಿದವನಿಗೂ ಅಷ್ಟೆ, ಹಾದರ ಅತ್ಯಾಚಾರ ಮಾಡಿದವರಿಗೂ ಅಷ್ಟೆ. ಹಿಡಿದು ಶಿಕ್ಷೆ ವಿಧಿಸಿ ಶುಕ್ರವಾರ ಮಧ್ಯಾಹ್ನದ ನಮಾಜ್ ಆದ ನಂತರ ಮಸೀದಿಯ ಹೊರಗೆ ನಿಲ್ಲಿಸಿ ಕಲ್ಲು ಹೊಡೆದು ಸಾಯಿಸಿಬಿಡುತ್ತಾರೆ. ಸಮಾಜದ ಸ್ವಾಸ್ಥ್ಯಕ್ಕೆ ಇಂಥ ಕಠಿಣ ನಿಯಮ, ಅನುಷ್ಠಾನಗಳು ಅಗತ್ಯ ಎಂಬುದು ರುಜುವಾತಾಗುತ್ತದೆ.

'ಅಮ್ಮಾಜಾನ್, ನೀವು ಆಭರಣಗಳನ್ನು ಹಾಕಿಕೊಳ್ಳುವುದಿಲ್ಲವೆಂಬುದು ನನಗೆ ಗೊತ್ತು. ಕೊರಳಿಗೆ ಒಂದು ಸರ, ಕೈಗೆ ಒಂದು ಬಳೆ ಕೂಡ ಹಾಕುವುದಿಲ್ಲ. ಪಾರ್ಟಿಗೆ ಹೋಗುವಾಗ ವಿನಾ. ಇಲ್ಲಿಯ ಪೇಟೆ ಬೀದಿಯಲ್ಲಿ ತಿರುಗಾಡುವಾಗ, ಪೇಟೆಯಲ್ಲಿ ತಿರುಗಾಡುವುದಲ್ಲದೆ ಇಲ್ಲಿ ಬೇರೆ ಮನರಂಜನೆ ಇಲ್ಲ, ರಾಶಿ ರಾಶಿ ಚಿನ್ನದ ಒಡವೆಗಳು ಕಣ್ಣಿಗೆ ಬಿದ್ದಾಗಲೆಲ್ಲ ನಿಮಗೆ ಏನಾದರೂ ಕೊಂಡು ತರಬೇಕೆನ್ನಿಸುತ್ತದೆ. ಚಿನ್ನವು ಇಂಡಿಯಾದಲ್ಲಿ ಸಿಕ್ಕುವುದಿಲ್ಲ ವೆಂದಲ್ಲ, ಇಲ್ಲಿ ಸಿಕ್ಕುವ ಶುದ್ಧಿಯ ಬಂಗಾರ ಅಲ್ಲಿ ದೊರೆಯುವುದಿಲ್ಲ. ನಿಮ್ಮ ಕೈಬಳೆಯ ಸುತ್ತಳತೆಯನ್ನು ಸೆಂಟಿಮೀಟರ್‌ನಲ್ಲಿ ನನಗೆ ಬರೆದು ತಿಳಿಸಿ. ನಾನು ಊರಿಗೆ ಬರುವಾಗ ತರುತ್ತೇನೆ. ಇಲ್ಲಿ ಅಗ್ಗವಾಗಿದ್ದರೂ ಇಂಡಿಯಾದ ಸುಂಕದವರು ಎಪರಾತೊಪರಾ ಹಾಕುತ್ತಾರೆ.

ಒಂದಿಷ್ಟು ಲಂಚ ಕೊಟ್ಟರೆ ಬಿಟ್ಟುಬಿಡುತ್ತಾರೆಂದು ಇಲ್ಲಿ ನನ್ನಂತೆ ಕೆಲಸಮಾಡುವ ಇಂಡಿಯಾದವರು ಹೇಳುತ್ತಾರೆ. ಸುಂಕ ಕೊಟ್ಟರೂ ಒಟ್ಟಿನಲ್ಲಿ ಅಗ್ಗವೇ ಆಗುತ್ತದಂತೆ.....'

ಕಾಗದದ ಒಳದನಿಯನ್ನು ಅವಳು ಗ್ರಹಿಸಿದಳು. ಅಮೀರನ ತಂದೆ ತಾಯಿಯರಿಂದ ಪ್ರತ್ಯೇಕವಾಗಿ ಬಾಡಿಗೆ ಫ್ಲ್ಯಾಟ್ ಹಿಡಿದು ಬಂದದ್ದೇನೋ ಆಯಿತು. ತಿಂಡಿ ಅಡುಗೆಗಳ ಜೊತೆಗೆ ಮಗು ನಜೀರನನ್ನು ನೋಡಿಕೊಳ್ಳುವುದೂ ಸೇರಿದಂತೆ ಗೊತ್ತು ಮಾಡಿಕೊಂಡ ಅಮೀನಾ ಎಷ್ಟಾದರೂ ವಿದ್ಯೆ ಇಲ್ಲದ ಕಾರ್ಮಿಕ ವರ್ಗದ ಹೆಂಗಸು. ನಾವಿಬ್ಬರೂ ಒಂದೊಂದು ಲೊಕೇಶನ್‌ಗಳಲ್ಲಿ ಶೂಟಿಂಗ್‌ಗೆಂದು ಹೋದಾಗ ಅವಳು ಅಳುವ ಮಗುವನ್ನು ಹತೋಟಿಮಾಡಲು ಗದರಿಸುತ್ತಿದ್ದಳು, ಜುಗುಟುತ್ತಿದ್ದಳು. ಹೊಡೆಯುತ್ತಿದ್ದಳು. ಬೇರೆ ದಾರಿ ಇರಲಿಲ್ಲ. ಅಮೀರ್ ತನ್ನ ತಾಯಿಯ ಮನೆಗೆ ಒಯ್ದು ಬಿಟ್ಟು ರಾತ್ರಿ ಹಿಂತಿರುಗುವಾಗ ಹೋಗಿ ಕರೆತರುತ್ತಿದ್ದ. ಅವರಿಗೂ ಮೊಮ್ಮಗುವಿನ ಮೇಲೆ ಪ್ರೀತಿ. ಮಗು ಅಜ್ಜ ಅಜ್ಜಿಯರಿಗೆ ಹೊಂದಿಕೊಂಡಿತು. ಮುದ್ದು ಮಾಡುವವರ ಮೇಲೆ ಹೆಚ್ಚು ಪ್ರೀತಿ. ಅವರ ಮಾತಿಗೆ ಹೆಚ್ಚು ಬೆಲೆ. ನಾವಿಬ್ಬರೂ ಪ್ರಗತಿಪರರಾಗಿ ನಾಟಕದ ಮೂಲಕ ಸಿನಿಮಾದ ಮೂಲಕ ಕ್ರಾಂತಿ ಮಾಡುವ ಚಟುವಟಿಕೆಯಲ್ಲಿ ತೊಡಗಿದ್ದಾಗ ನಮ್ಮ ಮಗುವು ಅಜ್ಜ ಅಜ್ಜಿಯರ ಸಂಪ್ರದಾಯವನ್ನು ಮೈಗೂಡಿಸಿಕೊಂಡು ಬೆಳೆಯುತ್ತಿತ್ತು. ಬೆಳೆದಂತೆಲ್ಲ ಅದಕ್ಕೆ ಅಪ್ಪ ಅಮ್ಮದಿರ ಮನೋಭಾವ ಬೇರೆ ಎಂಬುದೂ ಅರ್ಥವಾಗಿ ಅಪ್ಪ ಅಮ್ಮದಿರ ಹತ್ತಿರ ಅವರಿಗೆ ತಕ್ಕಂತೆ, ಅಜ್ಜ ಅಜ್ಜಿಯರ ಹತ್ತಿರ ಅವರಿಗೆ ಹಿತವಾಗುವಂತೆ ನಡೆಯಲು ಕಲಿಯಿತು. ಅಜ್ಜ ಅಜ್ಜಿ ಸಾಯುವ ತನಕ ನಮಗೆ ಇದು ತಿಳಿಯಲೇ ಇಲ್ಲ. ನನಗಂತೂ ತಿಳಿಯಲಿಲ್ಲ. ಅಮೀರ ತಿಳಿದಿದ್ದೂ ನನಗೆ ಹೇಳಲಿಲ್ಲವೆ? ಅಥವಾ ಅವನಿಗೆ ಇದು ಊನವೆಂದು ಕಾಣಿಸಲಿಲ್ಲವೆ? ನನಗೊಬ್ಬ ತಾಯಿಯ ಕಡೆಯ ಅಜ್ಜನಿದ್ದಾನೆಂಬುದನ್ನೂ ನೀವು ಹೇಳಿರಲಿಲ್ಲ. ಅವರೂ ನನ್ನ ಕಲ್ಪನೆಗೆ ಸ್ಪಷ್ಟವಾಗಿ ಬಂದಿರಲಿಲ್ಲ. ಹಿಂದೂಗಳು ತುಂಬ ಸಂಕುಚಿತರು, ಅನ್ಯಧರ್ಮೀಯರನ್ನು ಕೀಳೆಂದು ಭಾವಿಸುವ ವಿಗ್ರಹಾರಾಧಕ ಜನಾಂಗದವರು ಎಂದು ಮೊಮ್ಮಗನಿಗೆ ಕಲಿಸುತ್ತಿದ್ದ ಅಜ್ಜ ಅಜ್ಜಿಯರು ತನಗೊಬ್ಬ ತಾಯಿಯ ಕಡೆಯ ಅಜ್ಜನಿದ್ದಾನೆಂಬುದನ್ನು ಹೇಳಿರಲಿಲ್ಲವೆ? ತನಗೆ ಗೊತ್ತಿರಲೇ ಇಲ್ಲವೆಂದು ಬರೆದಿದ್ದಾನಲ್ಲ! ಎಂದು ಯೋಚಿಸತೊಡಗಿದಳು. ಅವನು ಯಾವಾಗಲೂ ಎಲ್ಲವನ್ನೂ ನಿಜವಾಗಿ ಹೇಳುವುದಿಲ್ಲ ಎಂಬ ತನ್ನ ಗ್ರಹಿಕೆಯ ನೆನಪಾಯಿತು. ಆದರೂ ಮಗನಿಂದ ಕಾಗದ ಬಂತೆಂಬ ಸಂತೋಷದಲ್ಲಿ ಮಗ್ನಳಾದಳು.

* *

ಅಧ್ಯಾಯ ೪

ಒಂದು ಬೆಳಗ್ಗೆ ಇವಳು ತೋಟ ಹೊಲಗದ್ದೆಗಳನ್ನು ಸುತ್ತು ಹಾಕಿಕೊಂಡು ಬರುವ ಹೊತ್ತಿಗೆ ಮನೆಯ ಮುಂದೆ ಒಂದು ಮೋಟರ್ ಬೈಕ್ ನಿಂತಿದ್ದುದು ದೂರದಿಂದ ಕಾಣಿಸಿತು. ಯಾರಿರಬಹುದು, ಎಂಬ ಕುತೂಹಲದಿಂದ ಹತ್ತಿರ ಬಂದಾಗ ಜಗುಲಿಯ ಮೇಲೆ ಕೂತಿದ್ದು ಇವಳನ್ನು ಕಂಡು ಎದ್ದು ನಿಂತ ಇಬ್ಬರಲ್ಲಿ ಒಬ್ಬ ಜಲೀಲ್. ಸಾಧಾರಣವಾಗಿ ಅಮೀರನ ಚಿತ್ರಗಳಲ್ಲಿ ಸಹಾಯಕನಾಗಿ ಕೆಲಸ ಮಾಡುತ್ತಿದ್ದವ. ಸಲಾಮ್ ಆಲೇ ಕುಂ, ಹೇಳಿದ. ಇನ್ನೊಬ್ಬನನ್ನು ರಘು, ಕ್ಯಾಮರಾಮನ್‌ನ ಎರಡನೇ ಅಸಿಸ್ಟಂಟ್ ಎಂದು ಪರಿಚಯಿಸಿ ತನ್ನ ಜೇಬಿನಿಂದ ತೆಗೆದು ಒಂದು ಲಕೋಟೆಯನ್ನು ಮುಂದೆ ಹಿಡಿದ. ಮೇಲೆ ಬರೆದಿದ್ದ ತನ್ನ ಹೆಸರಿನ ಅಕ್ಷರದಿಂದಲೇ ಅದು ಅಮೀರನದೆಂದು ತಿಳಿಯಿತು.

ಅವರಿಗೂ ತಿಂಡಿ ಮಾಡುವಂತೆ ಲಕ್ಷ್ಮಮ್ಮನಿಗೆ ಹೇಳಿ ಅವಳು ತನ್ನ ಅಧ್ಯಯನ ಕೋಣೆಗೆ ಹೋಗಿ ಲಕೋಟೆಯನ್ನು ಒಡೆದಳು. ಸಂಧಿಸಿ ಎರಡು ತಿಂಗಳಾಗಿವೆ, ಅಮೀರ ಏನಾದರೂ ಪ್ರೇಮಪತ್ರ ಬರೆದಿದಾನೆಯೆ? ಎಂಬ ಮಧುರ ಕುತೂಹಲದಿಂದ ಕಾಗದವನ್ನು ಬಿಡಿಸಿದಳು. ಅವನಿಗೆ ಸರಿಯಾಗಿ ಕನ್ನಡ ಬರೆಯಲು ಬರುವುದಿಲ್ಲ; ಓದುತ್ತಾನೆ. ಕಲಿತದ್ದು ಉರ್ದೂ ಶಾಲೆಯಲ್ಲಿ. ಅವಳು ಉರ್ದೂ ಕಲಿಯಲು ಪ್ರಯತ್ನಿಸಿದಳಾದರೂ ಕೈ ಬರಹವನ್ನು ಓದುವ ಸಲೀಸಿಲ್ಲ. ಆದ್ದರಿಂದ ಅವರು ಪರಸ್ಪರ ಬರೆಯುತ್ತಿದ್ದುದು ಇಂಗ್ಲಿಷಿನಲ್ಲಿಯೇ. ಈಗಲೂ ಬರೆದಿದ್ದ:

'ಡಿಯರ್ ಬೀಬಿ,

ನಿನ್ನ ಮೇಲೆ ಬೇಸರವಿಲ್ಲ ಅನ್ನುವ ಸುಳ್ಳು ಮಾತು ನಾನು ಬರೆಯುವುದಿಲ್ಲ. ಆದರೆ ಬೇಸರ ತೋರಿಸುವ ವ್ಯವಧಾನವಿಲ್ಲದಷ್ಟು ಬಿಸ್ಸಿಯಾಗಿದೀನಿ. ಅದಿರಲಿ.

ಅಕ್ಬರ್ ಮಹಾನ್, ರಾಷ್ಟ್ರವೀರ ಟಿಪ್ಪು, ಈ ಎರಡು ನಾಟಕಗಳನ್ನು ಸಿದ್ಧಪಡಿಸಿ ಆಡಿಸುವುದು ಮಾತ್ರವಲ್ಲ, ಕರ್ನಾಟಕದ ಎಲ್ಲ ವಿಶ್ವವಿದ್ಯಾಲಯ, ಮುಖ್ಯವಾದ ಕಾಲೇಜು, ಎಲ್ಲ ಶಿಕ್ಷಕರ ತರಬೇತಿ ಕಾಲೇಜುಗಳಿಂದ ನಾಟಕ ಕಲೆಯಲ್ಲಿ ಆಸಕ್ತಿ ಇರುವ ನಿರ್ದೇಶಕರು ನಟನಟಿಯರನ್ನು ಕರೆಸಿ ಅವರಿಗೆಲ್ಲ ತಮ್ಮ ತಮ್ಮ ಸಂಸ್ಥೆಗಳಲ್ಲಿ ಈ ನಾಟಕಗಳನ್ನು ಕಲಿಸುವ ತರಬೇತಿ ಕೊಡಬೇಕು. ಇವುಗಳ ಸ್ಕ್ರಿಪ್ಟ್ ತಯಾರಿಸಿ ನಿರ್ದೇಶನವನ್ನೂ ಮಾಡಿ ಅಂತ ಸರ್ಕಾರವು ನನ್ನನ್ನು ಕೇಳಿದೆ. ಹಂಪಿಯ ಸಾಕ್ಷ್ಯಚಿತ್ರ ಮುಗಿದ ತಕ್ಷಣ ಗೋಲಗುಂಬಜ್, ಸಾರನಾಥ, ನಾಳಂದ, ಟಾಜ್‌ಮಹಲ್‌ಗಳ ಸಾಕ್ಷ್ಯಚಿತ್ರಗಳನ್ನೂ ತೆಗೆಯಲು ಕೇಂದ್ರ ಸರ್ಕಾರ

ನನಗೇ ವಹಿಸಿದೆ. ಇವುಗಳ ನಡುವೆ ನಾಟಕದ ಜವಾಬ್ದಾರಿ ಹೊರಲು ಸಾಧ್ಯವಿಲ್ಲ.

ನಾವಿಬ್ಬರೂ ಹಿಂದೆ ನಾಟಕ ಆಡುತ್ತಿದ್ದುದನ್ನು ಎಷ್ಟೋ ನಾಟಕ ಪ್ರೇಮಿಗಳು ಈಗಲೂ ನೆನಸಿಕೊಳ್ಳುತ್ತಾರೆ. ಈಗಲೂ ಜೊತೆಯಲ್ಲಿ ಮಾಡಿದರೆ ಚನ್ನ. ಆದರೆ ನನಗೆ ವ್ಯವಧಾನವಿಲ್ಲ. ನೀನು ಜವಾಬ್ದಾರಿ ವಹಿಸಿಕೊಂಡು ಈ ಎರಡೂ ನಾಟಕಗಳ ಸ್ಕ್ರಿಪ್ಟ್ ಬರೆದು ನಿರ್ದೇಶಿಸು. ಪ್ರಮುಖ ವಿದ್ಯಾಸಂಸ್ಥೆಗಳ ನಾಟಕಾಸಕ್ತರಿಗೂ ನಿರ್ದೇಶಿಸುವ ತರಬೇತಿ ಕೊಡು. ಸರ್ಕಾರವೇ ಆಸಕ್ತಿವಹಿಸಿ ಮಾಡುತ್ತಿರುವ ಕಾರ್ಯ ಯೋಜನೆಯಾಗಿರುವುದರಿಂದ ಬೇಕಾದಷ್ಟು ಹಣವಿರುತ್ತದೆ. ತಡಮಾಡದೆ ಬೆಂಗಳೂರಿಗೆ ಬಂದು ಪ್ರೊಫೆಸರ್ ಶಾಸ್ತ್ರಿಗಳನ್ನು ಕಾಣು.'

ಅವಳಿಗೆ ಉತ್ಸಾಹವುಂಟಾಯಿತು. ಉದ್ವಿಗ್ನತೆಯೂ ಆಯಿತು. ಇತ್ತೀಚೆಗೆ ಸಿನಿಮಾ ಕೆಲಸಗಳಲ್ಲಿಯೇ ತೊಡಗಿ ನಾಟಕದ ಸಂಪರ್ಕ ಬಿಟ್ಟುಹೋಗಿದೆ. ಬೆಂಗಳೂರಿನಲ್ಲಿ ಬೇರೆ ತಂಡಗಳು ನಾಟಕ ಮಾಡಿದರೂ ಹೋಗಿ ನೋಡಲು ಕೂಡ ಬಿಡುವಾಗುತ್ತಿಲ್ಲ. ಎಷ್ಟು ದಿನ ಹಿಡಿಯಬಹುದು ಎರಡು ನಾಟಕ ಸಿದ್ಧ ಮಾಡಿಕೊಡಲು? ಅಲ್ಲಿಯ ತನಕ ಇತಿಹಾಸದ ಅಧ್ಯಯನವನ್ನು ಪೂರ್ತಿ ನಿಲ್ಲಿಸುವ ಅಗತ್ಯವಿಲ್ಲ. ಜೊತೆಯಲ್ಲಿ ಇದನ್ನೂ ಮಾಡಲು ಸಾಧ್ಯವೆ? ಇರಲಿ, ಬೆಂಗಳೂರಿಗೆ ಹೋಗಿ ಬಂದಂತಾಗುತ್ತೆ. ಜೊತೆಗೆ ಅಮೀರನ ಜೊತೆಯೂ ಒಂದೊಂದು ರಾತ್ರಿ. ವ್ಯಗ್ರವಾಗಿರುವ ಇಬ್ಬರ ಮನಸ್ಸೂ ಸಮಾಧಾನಕ್ಕೆ ತಿರುಗಿದ ಹಾಗೂ ಆಗುತ್ತೆ, ಎಂದುಕೊಂಡಳು.

ಪ್ರೊಫೆಸರ್ ಶಾಸ್ತ್ರಿಗಳನ್ನು ಕಂಡಾಗ ಅವರು ಖುಷಿಪಟ್ಟರು. 'ನೋಡು, ಈ ಸ್ಕೀಮ್ ನನ್ನ ಸಲಹೆಯ ಮೇರೆ ಸರ್ಕಾರ ಕೈಗೆತ್ತಿಕೊಂಡಿದೆ. ಬೇಕಾದಷ್ಟು ಫಂಡ್ ಕೊಡುಕ್ಕೆ ಸಿದ್ಧ ವಿದೆ. ದೇಶದಲ್ಲಿ ಹಬ್ಬುತ್ತಿರುವ ಮತೀಯ ಕ್ಯಾನ್ಸರಿಗೆ ಕಲೆ ಮತ್ತು ಕಲಾವಿದರಿಂದಲೇ ಚಿಕಿತ್ಸೆಯಾಗಬೇಕು ಅನ್ನುವ ನನ್ನ ಸಲಹೆಯ ಮಹತ್ತ್ವ ಮಂತ್ರಿಗಳಿಗೆಲ್ಲ ಅದರಲ್ಲೂ ಸಿ. ಎಂ.ಗೆ ಅರ್ಥವಾಗಿದೆ. ನೀನು ಶ್ರದ್ಧೆಯಿಂದ ಮಾಡು' ಎಂದು ಬೆನ್ನು ತಟ್ಟಿದರು.

ಅಮೀರ್ ಊರಿನಲ್ಲೇ ಇದ್ದ. ಆದರೆ ಇವಳ ಮೇಲೆ ಗುರುಗುಟ್ಟುತ್ತಿದ್ದ. 'ನನಗೆ ರಾತ್ರಿ ಶೂಟಿಂಗ್ ಇದೆ. ಹೋಗಬೇಕು,' ಅಂದ.

'ಸರಿಯಾಗಿ ಆಲೋಚಿಸದೆ ಸುಳ್ಳು ಹೇಳಿದರೆ ಸಿಕ್ಕಿ ಹಾಕ್ಕತ್ತೀನಿ ಅನ್ನುವ ಪರಿವೆಯೂ ಇಲ್ಲ ನಿನಗೆ. ಸಾಕ್ಷ್ಯಚಿತ್ರ ಶೂಟಿಂಗ್ ಬೆಂಗಳೂರಿನ ಸ್ಟುಡಿಯೋದಲ್ಲಿ ನಡೆಯುಲ್ಲ ಅಂತ ನಿನಗೆ ಹೊಳೆಯಲಿಲ್ಲ. ಹೆಂಡತಿ ಹುಡುಕ್ಕಂಡು ಬಂದಿರುವಾಗ ರೋಫ್ ಹಾಕೂದು ಗಂಡನ, ಅದರಲ್ಲೂ ಮುಸ್ಲಿಂ ಗಂಡನ ವಿಶೇಷಾಧಿಕಾರ. ಅಥವಾ ಮುಪ್ಪು ಬಂದು ಅದನ್ನು ಮುಚ್ಚಿಕಳುಕ್ಕೆ ಕೋಪದ ಪರದೆ ಹಾಕ್ಕತ್ತೀಯೋ?' ಎಂದು ಕೀಟಳೆ ಮಾಡಿ ಅವನನ್ನು ಸಮಾಧಾನದ ದಾರಿಗೆ ತಂದಳು.

ಪ್ರೊಫೆಸರ್ ಶಾಸ್ತ್ರಿಗಳನ್ನು ನೋಡಿಕೊಂಡು ನರಸಾಪುರಕ್ಕೆ ಬಂದವಳೇ ಟಿಪ್ಪುವಿಗೆ ಸಂಬಂಧಿಸಿದ ವಿಷಯಗಳನ್ನು ಅಪ್ಪನ ಗ್ರಂಥರಾಶಿಯಲ್ಲಿ ಹುಡುಕತೊಡಗಿದಳು. ಅದೃಷ್ಟಕ್ಕೆ ಟಿಪ್ಪುವಿನ ವಿಷಯವಾಗಿ ಅಪ್ಪನೇ ಬರೆದಿಟ್ಟಿದ್ದ ಹದಿನೈದು ಪುಟಗಳ ಒಂದು ಟಿಪ್ಪಣಿ ಸಿಕ್ಕಿತು. ಅವನ ಬಗೆಗಿನ ಸಾಂದರ್ಭಿಕ ಗ್ರಂಥಗಳೂ ಮನೆಯಲ್ಲೇ ಇದ್ದವು. ಅಲ್ಲದೆ ಒಮ್ಮೆ

ಬೆಂಗಳೂರಿಗೆ ಹೋಗಿ ಗ್ರಂಥಾಲಯದಲ್ಲಿ ಕೂತು ಓದಿ ಟಿಪ್ಪಣಿ ಮಾಡಿಕೊಂಡಳು. ಆಗ ಅಮೀರ್ ಊರಿನಲ್ಲಿರಲಿಲ್ಲ. ಅಮೀನಾಬಾನುವೂ ಮಗಳ ಮನೆಗೆಂದು ರಾಮನಗರಕ್ಕೆ ಹೋಗಿದ್ದಳು. ಓದುತ್ತಾ ಓದುತ್ತಾ ಟಿಪ್ಪುವಿನ ನಿಜಸ್ವರೂಪವು ಸ್ಪಷ್ಟವಾಗತೊಡಗಿದಂತೆ ಇವನನ್ನೇಕೆ ಹಳೆಯ ಮೈಸೂರು ಪ್ರಾಂತ್ಯದ ಸೆಕ್ಯುಲರಿಸ್ಟರು ಮತ್ತು ಭಾರತದ ಮುಸಲ್ಮಾನರು ದೊಡ್ಡ ರಾಷ್ಟ್ರವೀರನನ್ನಾಗಿ ಮಾಡಿದ್ದಾರೆ, ಮಾಡುತ್ತಿದ್ದಾರೆ, ಎಂಬ ಆಶ್ಚರ್ಯ ಅವಳಲ್ಲಿ ಉಂಟಾಯಿತು. ಇವನ ನಿಜಸ್ವರೂಪವನ್ನು ಬಿಂಬಿಸಿ ನಾಟಕ ಬರೆದರೆ ಶಾಸ್ತ್ರಿಗಳು ಆಡಿಸುವುದಿಲ್ಲ. ಸರ್ಕಾರವು ಧನಸಹಾಯ ಮಾಡುವುದಿಲ್ಲ. ಅವರ ರಾಜಕೀಯ ಉದ್ದೇಶಕ್ಕನುಗುಣವಾಗಿ ಇವನನ್ನು ರಾಷ್ಟ್ರವೀರ, ಅನ್ಯಧರ್ಮಸಹಿಷ್ಣು, ಎಂದು ಬಿಂಬಿಸಬೇಕು ಎಂಬ ವಾಸ್ತವತೆ ಅವಳಿಗೆ ಅರ್ಥವಾಯಿತು. ಪ್ರಚಾರೋದ್ದೇಶಕ್ಕೆ ತಕ್ಕಂತೆ ಪಾತ್ರವನ್ನು ಬಿಂಬಿಸಿ ನಾಟಕ ಬರೆಯುವುದು ತಾಂತ್ರಿಕವಾಗಿ ಸುಲಭ. ಟಿಪ್ಪುವಿನಂಥ ಕ್ರೂರಿ, ಪರಮತ ದ್ವೇಷಿ, ತಂತ್ರಗಾರನ ಪಾತ್ರದ ಸಂಕೀರ್ಣತೆಗೆ ಸ್ವರೂಪ ಕೊಡಲು ವಿಶೇಷ ತಂತ್ರವನ್ನೇ ರೂಪಿಸಿಕೊಳ್ಳಬೇಕೆಂಬ ಅನಿವಾರ್ಯತೆಯೂ ಕಂಡಿತು. ಈ ತೊಳಲಾಟದಲ್ಲಿ ಅವಳು ಅಮೀರನಿಗೆ ಒಂದು ಕಾಗದ ಬರೆದಳು:

'ಪ್ರಿಯ ಅಮೀರ್, ಹೇಗಿದ್ದೀ? ಹೆಂಡತಿಯ ನೆನಪು ಬರುತ್ತಿಲ್ಲವೆ? ನೀನು ಇಲ್ಲಿಗೆ ಬರುತ್ತೀ ಅಂತ ನಾನು ಪ್ರತಿದಿನವೂ ನಿರೀಕ್ಷಿಸುತ್ತಿದ್ದೀನಿ. ನನ್ನನ್ನು ಊರಿನ ಮಗಳೆಂದು ಈ ಊರಿನವರು ಮತ್ತೆ ಒಪ್ಪಿಕೊಂಡಿದ್ದಾರೆ. ನೀನು ಬಂದು ಹೋಗಿ ಮಾಡುತ್ತಿದ್ದರೆ ನಿನ್ನನ್ನು ಊರಿನ ಅಳಿಯನೆಂದು ಒಪ್ಪಿಕೊಳ್ಳುತ್ತಾರೆಂದು ನನಗೆ ಭರವಸೆ ಬಂದಿದೆ. ಜಾತಿ ಪಂಗಡಗಳ ಕಟ್ಟುಪಾಡುಗಳಿದ್ದರೂ ಒಂದು ಮಟ್ಟದಲ್ಲಿ ಹಿಂದೂಗಳಿಗೆ ಅವನ್ನು ಮೀರುವ ಸಹಿಷ್ಣುತೆಯೂ ಇದೆ. ನೀನು ಬಂದು ಹೋಗು. ನಿನಗೇ ಅರ್ಥವಾಗುತ್ತೆ.

'ಟಿಪ್ಪುವನ್ನು ಕುರಿತು ಎರಡು ತಿಂಗಳಿನಿಂದ ಒಂದೇಸಮನೆ ಸಂಶೋಧನೆ ಮಾಡುತ್ತಿದ್ದೇನೆ. ಅವನನ್ನು ಕುರಿತು ನೀನು, ಮತ್ತು ಸರ್ಕಾರವು ಹೇಳುವಂತಹ ನಾಟಕ ಬರೆಯಲು ಇರುವ ಕಲಾತ್ಮಕ ತೊಂದರೆಯನ್ನು ಕಲಾವಿದನಾದ ನಿನಗೆ ತಿಳಿಸುವುದಕ್ಕಾಗಿ ಈ ಕಾಗದ ಬರೆಯುತ್ತಿದ್ದೇನೆ. ಎದುರಿಗೆ ಕೂತು ಮಾತನಾಡುವುದಕ್ಕಿಂತ ಬರೆಯುವಾಗ ನಮ್ಮ ಆಲೋಚನೆಗಳು ಹೆಚ್ಚು ಸ್ಫುಟವಾಗುತ್ತವೆ.

'ಟಿಪ್ಪೂಸುಲ್ತಾನನನ್ನು ಕೆಲವು ಲೇಖಕರು, ಅದರಲ್ಲೂ ಕೆಲವು ಹಳೆ ಮೈಸೂರು ಸಂಸ್ಥಾನದ ಕನ್ನಡಿಗರು ವೈಭವೀಕರಿಸಿರುವುದನ್ನು ನೋಡಿದರೆ ಸಾಹಿತಿಗಳು ಐತಿಹಾಸಿಕ ವಸ್ತುವನ್ನು ಮುಟ್ಟಿ ಸತ್ಯವನ್ನು ಅಪವಿತ್ರಗೊಳಿಸುವ ಹೇಸಿಗೆಯ ಸ್ವಾತಂತ್ರ್ಯಕ್ಕೆ ಮಿತಿ ಇರಬೇಡವೆ? ಎನ್ನಿಸುತ್ತದೆ. ಲೇಖಕರ ಮೇಲೆ ಯಾರೂ ಯಾವ ನಿಯಂತ್ರಣವನ್ನೂ ಹಾಕಬಾರದೆಂದು ಮೊದಲಿನಿಂದ ನಂಬಿದವಳು ನಾನು. ಈ ನಂಬಿಕೆಯನ್ನೇ ಉಬ್ಬಿಸಿ ವಿಜೃಂಭಿಸುತ್ತಾ ಇತರರ ಬೌದ್ಧಿಕ, ಮಾನಸಿಕ ಸ್ವಾತಂತ್ರ್ಯವನ್ನು ತುಳಿಯುವ ಗ್ಯಾಂಗಿನ ಒಂದು ಭಾಗವೂ ನಾನು ಆಗಿದ್ದೆ ಎಂಬ ಅರಿವಿಲ್ಲದೆ ಮೆರೆಯುತ್ತಿದ್ದೆ. ಪ್ರಗತಿಯ ಹೆಸರಿನಲ್ಲಿ ಸತ್ಯವನ್ನು ಹೊಸಕಿಹಾಕುವ ಸಿದ್ಧಾಂತಕ್ಕೆ ಮರುಳಾಗಿದ್ದೆ. ಈ ಗ್ಯಾಂಗು ಹೇಳಿದುದೇ ಅರ್ಥಶಾಸ್ತ್ರ,

ನುಡಿದುದೇ ಧರ್ಮ, ಮಾಡಿದುದೇ ನೀತಿ, ವಿಂಗಡಿಸಿದುದೇ ಪ್ರತಿಕ್ರಿಯಾ ವಾದ, ತೋರಿದುದೇ ಪ್ರಗತಿಮಾರ್ಗ, ಬೆರಳು ಮಾಡಿದುದೇ ಇತಿಹಾಸದ ಸತ್ಯ ಎಂದು ನಂಬಿದ್ದೆ. ಸತ್ಯವನ್ನು ತುಳಿಯುವ, ಮಿಥ್ಯೆಯನ್ನು ನಿಜವೆಂದು ಬಿಂಬಿಸುವ ಅವರ ದುಷ್ಟ ದೃಷ್ಟಾಂತದಲ್ಲಿ ಟಿಪ್ಪುವಿನ ಕಥೆಯೂ ಒಂದು. ಭಾರತದ ಸ್ವಾತಂತ್ರ್ಯ ಹೋರಾಟದ ಅವಧಿಯಲ್ಲಿ ಹಳೆಮೈಸೂರಿನ ಸಂತೆ ಜಾತ್ರೆಗಳಲ್ಲಿ ಮಾರುಕಟ್ಟೆಯ ಮೂಲೆಗಳಲ್ಲಿ ಇತಿಹಾಸದ ಅಧ್ಯಯನವಿಲ್ಲದ, ಅರೆ ಓದುಬರಹಬಲ್ಲ ಲಾವಣಿಕಾರರು ಟಿಪ್ಪುವನ್ನು ವೈಭವೀಕರಿಸಿ ಬರೆದ ಲಾವಣಿಗಳನ್ನು ದಮಡಿ ಬಾರಿಸಿಕೊಂಡು ಹಾಡುತ್ತಿದ್ದರು. ಮುಸಲ್ಮಾನರು ಅದರಲ್ಲೂ ಮುಸಲ್ಮಾನ ವ್ಯಾಪಾರಿಗಳು ಈ ಲಾವಣಿಕಾರರಿಗೆ ಹಣಕೊಟ್ಟು ಪ್ರೋತ್ಸಾಹಿಸುತ್ತಿದ್ದರು. ಹಾಗೆಯೇ ಟಿಪ್ಪುವನ್ನು ವೈಭವೀಕರಿಸಿದ ನಾಟಕಗಳು. ಬ್ರಿಟಿಶರ ವಿರುದ್ಧ ಚಳವಳಿಮಾಡುತ್ತಿದ್ದಾಗ ಅವರ ವಿರುದ್ಧ ಹೋರಾಡಿದನೆಂಬ ಏಕೈಕ ಕಾರಣದಿಂದ ಅವನನ್ನು ಮಹಾನ್ ದೇಶಭಕ್ತನನ್ನಾಗಿ ಚಿತ್ರಿಸಿ ನಾಟಕ ಬರೆದರು. ಪ್ರೇಕ್ಷಕರು ಆ ಚಿತ್ರವನ್ನೇ ನಿಜವಾದ ಇತಿಹಾಸವೆಂದು ನಂಬಿದರು. ಸ್ವಾತಂತ್ರ್ಯಾನಂತರವಂತೂ ಮಾರ್ಕ್ಸಿಸ್ಟರು, ಓಟು ಬ್ಯಾಂಕಿನವರು, ಬದ್ಧ ಮುಸ್ಲಿಮ ಕಲಾವಿದರು, ನಾಟಕಕಾರರು ಚಲನಚಿತ್ರ ತಯಾರಕರು ಟಿಪ್ಪುವನ್ನು ರಾಷ್ಟ್ರೀಯನಾಯಕನೆಂದು ಬಿಂಬಿಸಿದರು. ನಿಜವಾದ ಇತಿಹಾಸ ಸತ್ತೇಹೋಯಿತು. ತನ್ನ ಇಬ್ಬರು ಮಕ್ಕಳನ್ನು ಬ್ರಿಟಿಶರಿಗೆ ಒತ್ತೆ ಇಟ್ಟ ಪ್ರಸಂಗವನ್ನು ಎತ್ತಿಕೊಂಡು ಬ್ರಿಟಿಶರು ಎಂಥ ಕಟುಕರೆಂದು ಚಿತ್ರಿಸಿದರು. ಆದರೆ ಯುದ್ಧಬಂದಿಗಳನ್ನು ತೆಗೆದುಕೊಳ್ಳುವುದು ಮುಸ್ಲಿಂ ಸಂಪ್ರದಾಯವೆಂಬ ಐತಿಹಾಸಿಕ ಸತ್ಯವನ್ನು ಮರೆಮಾಚಿದರು. ಔರಂಗಜೇಬನ ಸೇನಾಪತಿ ಮೀರ್ ಜುಮ್ಲಾನು ಅಸ್ಸಾಮಿನ ರಾಜನನ್ನು ಸೋಲಿಸಿದಾಗ ಅವನಲ್ಲಿದ್ದ ಚಿನ್ನ ಬೆಳ್ಳಿ ನಗದನ್ನೆಲ್ಲ ದೋಚಿ, ಬಲವಂತವಾಗಿ ಕೇಳಿದ ಇನ್ನಷ್ಟು ನಗದನ್ನು ಒಪ್ಪಿಸುವತನಕ ರಾಜನ ಮಗಳು ಮತ್ತು ಗಂಡು ಮಕ್ಕಳು ಮತ್ತು ಬುರ್ಹಾ ಗೊ ಹೇನ್, ಬಾರ್ ಗೊ ಹೇನ್, ಗಡ್ ಗೊನಿಯಾ ಪುಖಾನ್ ಮತ್ತು ಬಡ್ ಪತ್ರಾ ಪುಖಾನ್ ಎಂಬ ನಾಲ್ವರು ಸಾಮಂತರ ಗಂಡು ಮಕ್ಕಳನ್ನು ಯುದ್ಧಬಂಧಿಗಳಾಗಿರುವಂತೆ ಬಲಾತ್ಕರಿಸಿ ಕೊಂಡೊಯ್ದನೆಂದು ಔರಂಗಜೇಬನ ಅಧಿಕೃತ ಇತಿಹಾಸದಲ್ಲೇ ಬರೆದಿದೆ(ಮಾಸಿರ್-ಇ ಆಲಂಗೀರಿ, by ಸಾಕಿ ಮುಸ್ತಾದ್‌ಖಾನ್, ಐದನೆ ವರ್ಷ. 5th ಅಲ್‌ಹಿಜಿರಾ 1072. 5. ಜನವರಿ 1603 ಮತ್ತು ಜದುನಾಥ ಸರ್ಕಾರರ A Short History of Aurangzib, Orient longman 1979. p 108). ಮುಘಲರ ಕಾಲದಲ್ಲಿ ರಾಜಪೂತ ರಾಜರುಗಳು ತಮ್ಮ ಒಬ್ಬನಾದರೂ ಮಗನನ್ನು ಬಾದಶಹರ ಆಸ್ಥಾನದಲ್ಲಿ ಇಡಬೇಕಾಗಿತ್ತು. ಅವರು ವಸ್ತುತಃ ಯುದ್ಧಬಂಧಿಗಳೇ. ಅಕ್ಬರ್‌ನಿಂದ ಆರಂಭವಾಗಿ ಮುಂದುವರೆದ ಪದ್ಧತಿ ಸೋತ ರಾಜಪೂತ ರಾಜನು ತನ್ನ ಮಗಳನ್ನು ಬಾದಶಹರಿಗೆ ಕೊಟ್ಟು ಮದುವೆ ಮಾಡುವುದು ಕೂಡ ವಸ್ತುತಃ ಯುದ್ಧಬಂಧಿಯಾಗಿಯೇ. ಮಹಾರಾಣಾ ಪ್ರತಾಪನು ಅವನ ಮಗನನ್ನು ತನ್ನ ಆಸ್ಥಾನಕ್ಕೆ ಕಳಿಸಬೇಕೆಂದು ಅಕ್ಬರನು ಕೇಳಿದ್ದ. ಆದರೆ ಪ್ರತಾಪನು ಒಪ್ಪಲಿಲ್ಲ. ಮುಂದೆ ಶಹಜಹಾನನೆಂದು ನಾಮಕರಣ ಮಾಡಿಕೊಂಡ ಖುರ್ರಮ್ ತಂದೆ ಜಹಾಂಗೀರನ ವಿರುದ್ಧ ದಂಗೆ ಎದ್ದು ಸೋತಾಗ ಜಹಾಂಗೀರನು

ಖುರ್ರಮನ ಇಬ್ಬರು ಮಕ್ಕಳು, ಎಂದರೆ ತನ್ನ ಮೊಮ್ಮಕ್ಕಳು, ದಾರಾ ಮತ್ತು ಔರಂಗಜೇಬರುಗಳನ್ನು ಯುದ್ಧಬಂಧಿಗಳಾಗಿ ತೆಗೆದುಕೊಂಡಿದ್ದ. ಆದರೆ ಬ್ರಿಟಿಶ್ ಕಾರ್ನ್‌ವಾಲಿಸನು ಟಿಪ್ಪುವಿನ ಇಬ್ಬರು ಮಕ್ಕಳನ್ನು ನೋಡಿಕೊಂಡಷ್ಟು ಮುಚ್ಚಟೆಯಿಂದ ಮುಸ್ಲಿಮರು ತಮ್ಮ ಯುದ್ಧಬಂಧಿಗಳನ್ನು ಎಂದೂ ನೋಡಿಕೊಳ್ಳುತ್ತಿರಲಿಲ್ಲ. ಅವರನ್ನು ಧರ್ಮಾಂತರಿಸದೆ ಬಿಡುತ್ತಿರಲಿಲ್ಲ.

'ಬ್ರಿಟಿಶರ ವಿರುದ್ಧ ಹೋರಾಡಿದವನೆಂಬ ಕಾರಣವನ್ನು ಮುಂದೆ ಮಾಡಿ ಟಿಪ್ಪುವನ್ನು ರಾಷ್ಟ್ರನಾಯಕನೆನ್ನಬಹುದಾದರೆ ಅದೇ ಬ್ರಿಟಿಶರ ವಿರುದ್ಧ ಹೋರಾಡಿದ ಮರಾಠರನ್ನೇಕೆ ಈ ಇತಿಹಾಸಕಾರರು-ಸಾಹಿತಿಗಳು ವೈಭವೀಕರಿಸುವುದಿಲ್ಲ? ತಮ್ಮ ವೈರಿಗಳಲ್ಲೆಲ್ಲ ಅತ್ಯಂತ ಬಲಶಾಲಿಗಳೆಂದರೆ ಮರಾಠರೆಂದು ಬ್ರಿಟಿಶರೇ ಗುರುತಿಸಿದ್ದರು. ಟಿಪ್ಪುವನ್ನು ಕರ್ನಾಟಕದ ಕುವರನೆಂದು ಕನ್ನಡದ ಪೊಡ್ಡೆ ಹುಡುಗರು ಹೇಳುವುದುಂಟು. ಒಡೆಯರ ಕಾಲದಲ್ಲಿ ಆಡಳಿತ ಭಾಷೆಯಾಗಿದ್ದ ಕನ್ನಡವನ್ನು ಟಿಪ್ಪುವು ಬದಲಿಸಿ ಫಾರಸಿ ಭಾಷೆಯನ್ನು ತಂದ. ಕಂದಾಯ ಇಲಾಖೆಯಲ್ಲಿ ಇಂದಿಗೂ ಇರುವ ಖಾತೆ ಖಿರ್ದಿ ಪಹಣಿ ಖಾನೇಸುಮಾರಿ ಗುದಸ್ತಾ, ಬರಾನಮೂನೆ ಮೊದಲಾದ ಹೆಸರುಗಳೆಲ್ಲ ಅವನು ತಂದವೇ. ಈಗಲೂ ಹಳೆ ಮೈಸೂರಿನ ಕಂದಾಯ ಇಲಾಖೆಯಲ್ಲಿ ಪ್ರಚಲಿತವಿರುವ ಅಪ್ಪನ ಹೆಸರಿನ ಮುಂದೆ ಬಿನ್ ಎಂಬ ಶಬ್ದವು ಟಿಪ್ಪುವಿನ ಕಾಲದಲ್ಲಿ ಬಂದದ್ದು. ವೆಂಕಟೇಗೌಡರ ಮಗ ನರಸಿಂಹೇಗೌಡ ಎಂಬುದನ್ನು ನರಸಿಂಹೇಗೌಡ ಬಿನ್ ವೆಂಕಟೇಗೌಡ ಎಂದು ಬರೆಯುತ್ತಾರೆ. ಊರಿನ ಮೂಲ ಹೆಸರುಗಳನ್ನೆಲ್ಲ ಅವನು ಬದಲಿಸಿದ್ದ. ಬ್ರಹ್ಮಪುರಿಯನ್ನು ಸುಲ್ತಾನ್ ಪೇಟ್ ಎಂದು ಬದಲಿಸಿದ. ಕೇರಳದ ಕಾಳೀಕೋಟೆ, ಈಗಿನ ಕಲ್ಲೀಕೋಟೆಯನ್ನು ಫರೂಖಾಬಾದ್, ಚಿತ್ರದುರ್ಗವನ್ನು ಫಾರ‍್ರುಕ್ ಯಬ್ ಹಿಸ್ಸಾರ್. ಕೊಡಗನ್ನು ಜಫರಾಬಾದ್. ದೇವನಹಳ್ಳಿಯನ್ನು ಯೂಸಫಾಬಾದ್. ದಿಂಡಿಗಲ್ ಅನ್ನು ಖಲೀಲಾಬಾದ್. ಗುತ್ತಿಯನ್ನು ಫೈಜ್ ಹಿಸ್ಸಾರ್. ಕೃಷ್ಣಗಿರಿಯನ್ನು ಫಲ್ಕ್ – ಇಲ್ – ಅಜಮ್. ಮೈಸೂರನ್ನು ನಜರಾಬಾದ್. ಪೆನುಗೊಂಡವನ್ನು ಫಕ್ರಾಬಾದ್. ಸಂಕ್ರಿದುರ್ಗವನ್ನು ಮುಜ್ಜಫರಾಬಾದ್. ಸಿರಾವನ್ನು ರುಸ್ತುಮಾಬಾದ್. ಸಕಲೇಶಪುರವನ್ನು ಮಂಜರಾಬಾದ್ ಎಂದು ಬದಲಿಸಿದ. ಇವೆಲ್ಲವುಗಳು ಟಿಪ್ಪುವಿನ ರಾಷ್ಟ್ರೀಯತೆಯನ್ನು, ಅನ್ಯಧರ್ಮ ಸಹಿಷ್ಣುತೆಯನ್ನೂ ತೋರಿಸುತ್ತವೆ! ಮೂಲ ಹಿಂದೂ ಹೆಸರುಗಳನ್ನು ಬದಲಿಸಿ ಇಸ್ಲಾಂ ಹೆಸರುಗಳನ್ನು ಹೇರುವುದು ಮೊದಲಿನಿಂದ ನಡೆದುಬಂದಿದೆ. ಔರಂಗಜೇಬನು ಚಟಗಾಂವನ್ನು ಇಸ್ಲಾಮಾಬಾದ್ ಎಂದು ಬದಲಿಸಿದ. ಕೇಶವರಾಯ ಮಂದಿರವನ್ನು ಧ್ವಂಸಮಾಡಿದ ಮೇಲೆ ಮಥುರಾ ನಗರಕ್ಕೂ ಇಸ್ಲಾಮಾಬಾದ್ ಎಂಬ ಹೆಸರಿಟ್ಟ, ಕಾಶಿಯನ್ನು ಮೊಹಮ್ಮದಾಬಾದ್ ಎಂದು ಕರೆದ. ಬರೀ ಔರಂಗಜೇಬನಲ್ಲ, ಎಲ್ಲ ಮುಸ್ಲಿಂ ದೊರೆಗಳೂ ಈ ಕೆಲಸ ಮಾಡಿದರು. ಆಗ್ರಾವು ಅಕ್ಬರಾಬಾದ್ ಆಯಿತು. ದಿಲ್ಲಿಯು ಶಹಜಹಾನಾಬಾದ್ ಆಯಿತು. ಗೋಲ್ಕೊಂಡವು ಹೈದರಾಬಾದ್ ಆಯಿತು. ಬೀದರನ್ನು ಝಫರಾಬಾದ್ ಮಾಡಿದ್ದರು. ಕಡಪಾಕ್ಕೆ ನೆಕ್‌ನಾಮಾಬಾದ್ ಎಂದು ಹೆಸರಿಟ್ಟರು. ಕಲ್ಪಿಯನ್ನು ಮೊಹಮ್ಮದಾಬಾದ್ ಎಂದು ಬದಲಿಸಿದರು. ಖಂಡೌತ್ ಅನ್ನು ಕೂಡ

ಮುಹಮ್ಮದಾಬಾದ್ ಮಾಡಿದರು. ಹಿಂದೂಗಳ ಪವಿತ್ರ ತೀರ್ಥಕ್ಷೇತ್ರ ಪ್ರಯಾಗವನ್ನು ಅಲ್ಲಹಾಬಾದ್ (ಅಲ್ಲಾಹುವಿನ ನಗರ) ಎಂದು ಬದಲಿಸಿದರು. ಈಗಿನ ಅಲಿಗಡದ ಮೂಲ ಹೆಸರು ಕೋಲ್ ಎಂದಿತ್ತು.

"ಮುಸ್ಲಿಂ ಆಕ್ರಮಣಕಾರರು ಭಾರತದ ನಗರ ಪಟ್ಟಣಗಳ ಮೂಲ ಹೆಸರುಗಳನ್ನು ಅಳಿಸಿ ಹಾಕಿ ಮುಸ್ಲಿಂ ಹೆಸರುಗಳನ್ನಿಟ್ಟಿರುವ ಅವರ ಕೈಬರಹದಲ್ಲಿ ಎಂಟು ಪುಟವಿರುವ ಪಟ್ಟಿಯನ್ನೇ ನನ್ನ ಅಪ್ಪ ತಯಾರಿಸಿದ್ದಾರೆ. ಇಷ್ಟೆಲ್ಲ ಸಂಶೋಧನೆ ಮಾಡಿದ ಅವರ ಸಮಯ ಮತ್ತು ಮಗ್ನತೆಗಳನ್ನು ಕಲ್ಪಿಸಿಕೊಂಡರೆ ನನಗೆ ಆಶ್ಚರ್ಯವಾಗುತ್ತದೆ. ಪಟ್ಟಿಯ ಕೊನೆಯಲ್ಲಿ ಅವರು ಬರೆದಿರುವ ಟಿಪ್ಪಣಿ: 'ಭಾರತದ ಮೂಲೆ ಮೂಲೆಗಳಲ್ಲೂ ಸಂಚರಿಸಿ ಸ್ಥಳೀಯ ವಿದ್ವಾಂಸರ ಸಹಕಾರ ಪಡೆಯದೆ ಈ ಸ್ಥಳನಾಮಾಂತರಗಳ ಸಮಗ್ರ ಪಟ್ಟಿ ಮಾಡುವುದು ಸಾಧ್ಯವಿಲ್ಲ. ಮುಸ್ಲಿಂ ದೊರೆಗಳು ಖಾಲಿ ಬಯಲು ಜಾಗದಲ್ಲಿ ಕಟ್ಟಿ ತಮ್ಮ ಹೆಸರಿಟ್ಟುಕೊಂಡಿರುವ ಪಟ್ಟಣಗಳಿಗೆ ನನ್ನ ಆಕ್ಷೇಪವಿಲ್ಲ. ಇರುವ ಊರುಗಳ ಹೆಸರು ಬದಲಿಸುವುದು ಒಬ್ಬ ಜೀವಂತ ವ್ಯಕ್ತಿಯನ್ನು ಧರ್ಮಾಂತರಿಸುವಷ್ಟೇ ಹೀನ ಕೃತ್ಯ.'

"ಅಪ್ಪ ದೊರಕಿಸಿ ಇಟ್ಟಿರುವ 'ಟಿಪ್ಪು ಸುಲ್ತಾನನ ಕನಸುಗಳು' ಎಂಬ ಒಂದು ಟೈಪು ಪ್ರತಿ ನನಗೆ ಸಿಕ್ಕಿದೆ; ಟಿಪ್ಪುವು ಸ್ವತಃ ಅಕ್ಷರಗಳಲ್ಲಿ ಫಾರ್ಸಿಭಾಷೆಯಲ್ಲಿ ಬರೆದಿಡುತ್ತಿದ್ದುದು. ತಾನು ಬರೆಯುವಾಗ, ಬರೆದದ್ದನ್ನು ಓದುವಾಗ ಯಾರೂ ನೋಡಬಾರದೆಂದು ಅವನು ಬಹಳ ಕಳವಳಪಡುತ್ತಿದ್ದ. ಅದನ್ನು ಕರ್ನಲ್ ವಿಲಿಯಂ ಕರ್ಕ್ ಪ್ಯಾಟ್ರಿಕನು ಶ್ರೀರಂಗಪಟ್ಟಣದ ಅರಮನೆಯ ಕಕ್ಕಸಿನಲ್ಲಿ ಪತ್ತೆ ಹಚ್ಚಿದಾಗ ಟಿಪ್ಪುವಿನ ಅತ್ಯಂತ ನಂಬಿಕೆಯ ಸೇವಕ ಹಬೀಬುಲ್ಲಾಹ್‌ನು ಅದನ್ನು ಗುರುತಿಸಿ ಟಿಪ್ಪುವೇ ಬರೆದದ್ದೆಂದು ಹೇಳಿದ. ಅದರ ಮೂಲ ಮತ್ತು ಇಂಗ್ಲಿಷ್ ಅನುವಾದಗಳು ಲಂಡನ್ನಿನ ಇಂಡಿಯಾ ಆಫೀಸಿನಲ್ಲಿವೆ.

"ಅದನ್ನು ಓದಿದರೆ ಟಿಪ್ಪುವು ಎಂಥ ಧರ್ಮಾಂಧನೆಂಬುದು ಇನ್ನಷ್ಟು ಖಚಿತವಾಗುತ್ತದೆ. ಅದರಲ್ಲೆಲ್ಲ ಹಿಂದೂಗಳನ್ನು ಕಾಫಿರರೆಂದೇ ಕರೆಯುತ್ತಾನೆ. ಇಂಗ್ಲಿಷ್‌ರನ್ನು ಕ್ರೈಸ್ತರೆಂದು ನಿರ್ದೇಶಿಸುತ್ತಾನೆ. ಉದ್ದನೆಯ ಗಡ್ಡ ಬಿಟ್ಟ ಮೌಲ್ವಿಗಳು ಅವನ ಕನಸಿನಲ್ಲಿ ಪದೇ ಪದೇ ಕಾಣಿಸಿಕೊಳ್ಳುತ್ತಾರೆ. ತಾನು ಮೆಕ್ಕಾ ಯಾತ್ರೆ ಹೋದಂತೆ ಕನಸು ಕಾಣುತ್ತಾನೆ. ಪ್ರವಾದಿ ಮಹಮ್ಮದರು, 'ಟಿಪ್ಪುವನ್ನು ಬಿಟ್ಟು ನಾನು ಸ್ವರ್ಗದೊಳಕ್ಕೆ ಹೆಜ್ಜೆ ಇಡುವುದಿಲ್ಲವೆಂದು ಹೇಳಿದರು,' ಎಂದು ಒಬ್ಬ ಉದ್ದನೆಯ ಗಡ್ಡದ ಅರಬನು ಹೇಳುತ್ತಾನೆ. ಮುಸ್ಲಿಮರಲ್ಲದ ಸಮಸ್ತರನ್ನೂ ಮುಸ್ಲಿಮರಾಗಿ, ಮುಸ್ಲಿಮೇತರ ರಾಜ್ಯವನ್ನು ಸಂಪೂರ್ಣ ಮುಸ್ಲಿಂ ರಾಜ್ಯವಾಗಿ ಪರಿವರ್ತಿಸುವ ಕನಸು ಕಾಣುತ್ತಾನೆ.

'ಈ ಇಡೀ ಕಿರುಹೊತ್ತಗೆಯಲ್ಲಿ ಭಾರತವನ್ನು ಆಧುನೀಕರಿಸುವ ಕಿಂಚಿತ್ ಆಲೋಚನೆಯೂ ಇಲ್ಲ. ತನಗೆ ದೊಡ್ಡ ಮುಳಿವಾಗಿದ್ದ ಇಂಗ್ಲಿಷರನ್ನು (ಅವರನ್ನು ಉದ್ದಕ್ಕೂ ಕ್ರೈಸ್ತರೆಂಬ ಜಾತಿ ವಾಚಕದಿಂದ ನಿರ್ದೇಶಿಸುತ್ತಾನೆ) ಓಡಿಸುವ ಬಯಕೆ ಇದೆ. ಈ ಒಂದು ಕಾರಣದಿಂದ ಅವನನ್ನು ಜಾತ್ಯತೀತ, ಪ್ರಗತಿಪರ, ಭಾರತದ ತಂತ್ರಜ್ಞಾನದ ಪಿತಾಮಹ ಎಂದೆಲ್ಲ ಚಿತ್ರಿಸಲು ಈ ಕಿರು ಹೊತ್ತಿಗೆಯು ಹೇಗೆ ಆಧಾರವಾಗುತ್ತದೆ? ಎಂಬ

ಪ್ರಶ್ನೆಗೆ ಬೌದ್ಧಿಕ ಪ್ರಾಮಾಣಿಕತೆಯುಳ್ಳವರು ಉತ್ತರ ಹೇಳಬೇಕು.

'ಮಲಬಾರ್ ಮತ್ತು ಕೊಡಗುಗಳಲ್ಲಿ ಹಿಂದೂಗಳನ್ನು ಬಲವಂತವಾಗಿ ಮತಾಂತರಿಸಿದ ಟಿಪ್ಪೂ ಮೈಸೂರು ಪ್ರಾಂತ್ಯದಲ್ಲಿ ಆ ದುಸ್ಸಾಹಸಕ್ಕೆ ಹೋಗಲಿಲ್ಲ. ೧೭೯೧ರಲ್ಲಿ ಮೂರನೆಯ ಮೈಸೂರು ಯುದ್ಧವಾಗಿ ಸೋತು ಬ್ರಿಟಿಶರಿಗೆ ದೊಡ್ಡ ಮೊತ್ತದ ಸಂಪತ್ತನ್ನೂ ರಾಜ್ಯದ ಮುಖ್ಯಭಾಗಗಳನ್ನೂ ಒಪ್ಪಿಸಿ ಇಬ್ಬರು ಮಕ್ಕಳನ್ನೂ ಯುದ್ಧಬಂದಿಯಾಗಿ ಕೊಟ್ಟ ಮೇಲೆ ಶೃಂಗೇರಿ ಮಠಕ್ಕೆ ಕಾಣಿಕೆ ಸಲ್ಲಿಸುವ ಮೂಲಕ ಹಿಂದೂಗಳ ಅಸಮಾಧಾನವನ್ನು ಕಡಮೆ ಮಾಡಲು ಪ್ರಯತ್ನಿಸಿದುದನ್ನು ಇವತ್ತಿನ ಎಳಸು ಹಿಂದೂಗಳು ಮತ್ತು ಜಾತ್ಯತೀತವಾದಿಗಳು ದೊಡ್ಡದು ಮಾಡಿ ಟಿಪ್ಪುವನ್ನೊಬ್ಬ ಧರ್ಮಸಹಿಷ್ಣುವೆಂದು ಬಿಂಬಿಸುತ್ತಿದ್ದಾರೆ. ಆಫ್‌ಘನ್ ದೊರೆ ಜಮಾನ್ ಶಾಹನಿಗೆ ಮತ್ತು ತುರ್ಕಿಯ ಖಲೀಫನಿಗೆ ಭಾರತದ ಮೇಲೆ ದಂಡೆತ್ತಿ ಬಂದು ಇಸ್ಲಾಂ ರಾಜ್ಯವನ್ನು ಸಂಪೂರ್ಣವಾಗಿ ಸ್ಥಾಪಿಸುವಂತೆ ಟಿಪ್ಪು ಕಾಗದ ಬರೆದಿದ್ದ. ೧೭೯೬ರಲ್ಲಿ ಮೈಸೂರಿನ ರಾಜರ ಅರಮನೆಯನ್ನು ಲೂಟಿ ಮಾಡಿದಾಗ ಅರಮನೆಯ ಗ್ರಂಥಾಲಯದಲ್ಲಿದ್ದ ಅಮೂಲ್ಯ ಗ್ರಂಥಗಳು, ತಾಳೆಯೋಲೆಯ ಹಸ್ತಪ್ರತಿಗಳು ಮತ್ತು ಕಡತಗಳನ್ನು ಕುದುರೆಗಳಿಗೆ ಹುರುಳಿ ಬೇಯಿಸಲು ಇಂಧನವಾಗಿ ಉಪಯೋಗಿಸುವಂತೆ ಅಪ್ಪಣೆ ಮಾಡಿದ. ಮಲಬಾರಿನ ಮುಸ್ಲಿಮರು ಮಲೆಯಾಳಂ ಭಾಷೆಯನ್ನು ತಮಿಳುನಾಡಿನ ಮುಸ್ಲಿಮರು ತಮಿಳನ್ನು ಇಂದಿಗೂ ಮಾತನಾಡುತ್ತಾರೆ; ಆದರೆ ಮೈಸೂರಿನ ಮುಸ್ಲಿಮರು ಇಂದಿಗೂ ಉರ್ದೂ ಮಾತನಾಡುವುದು ಕನ್ನಡದಲ್ಲಿ ಓದಿ ಬರೆಯದೆ ಇರುವುದು ಟಿಪ್ಪು ಆರಂಭಿಸಿದ ಫಾರ್ಸಿ ಮತ್ತು ಉರ್ದೂ ವಿದ್ಯಾಭ್ಯಾಸ ಪದ್ಧತಿಯಿಂದ. ಹಿಂದೂಗಳನ್ನು ಸೆರೆ ಹಿಡಿದು ಇಸ್ಲಾಮಿಗೆ ಮತಾಂತರಿಸುವಂತೆ ತನ್ನ ಸೇನಾಧಿಕಾರಿಗಳಿಗೆ ಟಿಪ್ಪೂ ಬರೆದ ಎಷ್ಟೋ ಪತ್ರಗಳು ಸಿಕ್ಕಿ ಇಂದಿಗೂ ಉಳಿದಿವೆ.

'ಅವನ ಕ್ರೌರ್ಯ, ಅನ್ಯಧರ್ಮ ದ್ವೇಷ ಮತ್ತು ರಾಜ್ಯದ ಮೂಲವಂಶದವರ ಬಗೆಗಿನ ತಿರಸ್ಕಾರಗಳ ಬಗೆಗೆ ಇಂತಹ ನೂರಾರು ಘಟನೆ, ಸಾಕ್ಷಿಗಳನ್ನು ನಾನು ಕಲೆಹಾಕಿದ್ದೇನೆ. ತಿಳಿಯುವ ಪ್ರಾಮಾಣಿಕ ಕುತೂಹಲವುಳ್ಳವರಿಗೆ ಅವೆಲ್ಲ ಲಭ್ಯವಿವೆ. ಈ ಕಾಗದದಲ್ಲಿ ಅವುಗಳ ಪಟ್ಟಿ ಬರೆಯುವ ಅಗತ್ಯವಿಲ್ಲ.

'ಇಂಥವನನ್ನು ರಾಷ್ಟ್ರದ ಆದರ್ಶ ವೀರನೆಂದು ಚಿತ್ರಿಸುವ ನಾಟಕ ಬರೆಯುವುದು ಹೇಗೆ? ಕಲಾವಿದನಾದ ನೀನೇ ಹೇಳು.

'ನಿನ್ನ ಪ್ರೀತಿಯ,

'ಬೀಬಿ."

ಒಂದು ತಿಂಗಳಾದರೂ ಅಮೀರನಿಂದ ಉತ್ತರವಿಲ್ಲ. ಅವನು ಅಸಂತುಷ್ಟನಾಗುತ್ತಾನೆಂಬ ಊಹೆ ಕಾಗದವನ್ನು ಅಂಚೆಗೆ ಹಾಕುವಾಗಲೇ ಅವಳಿಗೆ ಇತ್ತು. ಆದರೆ ತನ್ನಮಟ್ಟಿಗೆ ಅದು ಕಲೆಯ ಪ್ರಾಮಾಣಿಕತೆಯ ಪ್ರಶ್ನೆಯಾಗಿತ್ತು. ಕಲಾಜೀವನವನ್ನು ಹಂಚಿಕೊಳ್ಳಲೆಂದೇ ತಾನು ಹುಟ್ಟಿದ ಧರ್ಮವನ್ನು ಬಿಟ್ಟು, ತಂದೆ ತಾಯಿ ಎರಡೂ ಆಗಿದ್ದ ಅಪ್ಪನನ್ನೂ ಬಿಟ್ಟು ದಾಂಪತ್ಯವನ್ನು ಪ್ರವೇಶಿಸಿ ಇಷ್ಟು ವರ್ಷ ಜೊತೆಯಲ್ಲಿ ಬಾಳಿದ ತಾನು ತನ್ನ ಅಂತರಂಗದ

ಈ ಒಳಸತ್ಯವನ್ನು ಅವನಿಗೆ ಹೇಳಲೇಬೇಕಿತ್ತು. ಕಾಗದದ ಅಂಶಗಳು ಅವನಿಗೆ ಸಮ್ಮತವಾಗ ದಿದ್ದರೆ ಮುಕ್ತ ಚರ್ಚೆಗಾದರೂ ಬಾ ಎಂದು ಉತ್ತರಿಸಬಹುದಿತ್ತು. ನನಗೆ ನಿನ್ನ ಹುಟ್ಟೂರಿಗೆ ಬರಲು ಸಂಕೋಚವಾಗುತ್ತದೆ, ನೀನೇ ಇಲ್ಲಿಗೆ ಬಾ, ಎನ್ನಬಹುದಿತ್ತು. ಉತ್ತರವನ್ನೇ ಬರೆ ಯದೆ ಉದಾಸೀನ, ತಿರಸ್ಕಾರಗಳನ್ನು ಸೂಚಿಸುತ್ತಿದ್ದಾನೆ, ಎಂದು ಕೋಪಬಂತು. ಎರಡು ದಿನದ ನಂತರ ಕೋಪ ಮಾಡಿಕೊಳ್ಳಬಾರದು, ನಾನೇ ಹೋಗಿ ಮಾತನಾಡಬೇಕು ಎಂದು ತೀರ್ಮಾನಿಸಿ ಬೆಂಗಳೂರಿಗೆ ಹೊರಟಳು.

ಅವನು ಊರಿನಲ್ಲಿದ್ದ. ಮನೆಯಲ್ಲಿದ್ದ. ಮೂರು ತಿಂಗಳಿನನಂತರ ಬಂದ ಹೆಂಡತಿ ಯನ್ನು ಉತ್ಸಾಹದಿಂದ ಬರಮಾಡಿಕೊಳ್ಳಲಿಲ್ಲ. ಅವಳೇ ಮಾತನಾಡಿಸಿದಳು. ಸಾಹೇಬರು ಮೈ ಕೈ ತುಂಬಿಕೊಂಡಿದಾರೆ ಎಂದು ತಮಾಷೆ ಮಾಡಿದಳು. ಕುರ್ಚಿಯ ಹಿಂಬದಿಯಲ್ಲಿ ನಿಂತು ತಬ್ಬಿಕೊಂಡಳು. ಅವನು ಎಷ್ಟೋ ಅಷ್ಟು ಮಾತನಾಡಿ ನಿಲ್ಲಿಸುತ್ತಿದ್ದ. ಕೊನೆಗೆ ಅವಳೇ ಅವನ ಎದುರಿನ ಕುರ್ಚಿಯ ಮೇಲೆ ಕೂತು ನೇರವಾಗಿ ತಾನು ಕಾಗದದಲ್ಲಿ ಬರೆದಿದ್ದ ಸಂಗತಿಗಳನ್ನೇ ಸಂಕ್ಷಿಪ್ತವಾಗಿ ಹೇಳತೊಡಗಿದಳು.

'ನಾವು ಚರ್ಚೆಮಾಡ್ತಿರೂದು ಇತಿಹಾಸವನ್ನಲ್ಲ, ನಾಟಕವನ್ನ,' ಅವನು ನಡುವೆ ಅಡ್ಡ ಹಾಕಿದ.

'ಆದರೆ ಐತಿಹಾಸಿಕ ಪಾತ್ರಗಳನ್ನು ಬಳಸಿ ಬರೆಯಬೇಕಾದ ನಾಟಕ ಇದು,' ಅರಿವಿಗೆ ಬರದಂತೆಯೇ ಅವಳ ಧ್ವನಿ ಏರಿತು.

'ಅದು ಕಲಾವಿದನ ಸ್ವಾತಂತ್ರ್ಯ,' ಅವನ ಧ್ವನಿಯೂ ಏರಿತು.

'ಶುದ್ಧ ಕಲಾವಿದನಾಗಿ ಸೃಷ್ಟಿಸಿದರೆ ಸ್ವಾತಂತ್ರ್ಯವಿದ್ದೇ ಇದೆ. ಇರಬೇಕು. ವಸ್ತುವನ್ನು ಐಡಿಯಾಲಜಿಯ ಪ್ರಚಾರಕ್ಕಾಗಿ ದುಡಿಸಿಕೊಳ್ಳುವಾಗ ಅವನು ಕಲಾವಿದನಾಗಿರೂದಿಲ್ಲ ಅಂತ ನನಗೆ ಈಗ ಅನ್ನಿಸುತ್ತಿದೆ.'

'ನಿನಗೆ ಇತ್ತೀಚೆಗೆ ಇಸ್ಲಾಂನ ಮೇಲೆ ದ್ವೇಷ ಬೆಳೀತಿದೆ.'

'ಯಾಕೆ ಹೀಗೆ ಎಲ್ಲಿಂದೆಲ್ಲಿಗೋ ಮಾತು ಎಳೀತೀಯ? ಕಲಾವಿದರು ಎಲ್ಲ ರಿಲಿಜನ್ ಗಳನ್ನೂ ಮೀರಿರಬೇಕು ಅಂತ ನಾವು ಎಷ್ಟು ಸಲ ಮಾತಾಡಿಕೊಂಡಿದೀವಿ ನೆನಸಿಕೊ. ನನಗೆ ಅನ್ನಿಸ್ತಿದೆ. ಕಲೆಗಿಂತ ಸತ್ಯ ದೊಡ್ಡದು. ಕಲಾವಿದನ ಸೃಷ್ಟಿ ಸತ್ಯದ ಅಭಿವ್ಯಕ್ತಿಯಾಗಿರಬೇಕು. ಕಲೆಯನ್ನ ಬೇರೆ ಯಾವ ಉದ್ದೇಶಕ್ಕೆ ದುಡಿಸಿಕೊಳ್ಳುವುದೂ ಕಲೆಗೆ ಎಸಗುವ ದ್ರೋಹ.'

ಓಘದಲ್ಲಿ ಈ ಮಾತುಗಳು ಹೊರಬಂದದ್ದಕ್ಕೆ ಅವಳಿಗೇ ಆಶ್ಚರ್ಯವಾಯಿತು. ಒಳಗಿನಿಂದ ಉನ್ನತಭಾವವೂ ಉಕ್ಕಿತು. ಆದರೆ ಅವನ ಅಸಂತುಷ್ಟಿ ಕಡಮೆಯಾಗಲಿಲ್ಲ. ಕೂತಿದ್ದವನು ಎದ್ದು ಬಿಸಿಲುಮಚ್ಚಿಗೆ ಹೋದ. ಸಿಗರೇಟು ಹೊತ್ತಿಸಿಕೊಂಡ. ಏನಾಗಿದೆ ಇವಳಿಗೆ? ಎಂದು ಚಿಂತಿಸತೊಡಗಿದ. ಅಪ್ಪನ ಸಂಗ್ರಹದ ಗ್ರಂಥಗಳನ್ನು ಓದುತ್ತೇನೆಂದು ಊರಿನಲ್ಲಿಯೇ ಇದ್ದಾಳೆ. ಹೆಂಡತಿಯಾಗಿ ತನ್ನ ಕರ್ತವ್ಯವನ್ನೂ ಅಲಕ್ಷಿಸುತ್ತಿದ್ದಾಳೆ. ಸಾಹೇ ಬರಿಗೆ ವಯಸ್ಸಾಗಿಲ್ಲವೆ? ನಾನೂ ಬರ್ತಿರ್ತೀನಿ, ನೀವೂ ಅಲ್ಲಿಗೆ ಬನ್ನಿ ಅಂತಾಳೆ, ಎಂಬ ನೆನಪಾದಾಗ ಇನ್ನಷ್ಟು ಕೋಪಬಂತು. ಆ ಊರಿಗೆ ಹೋಗಿ ಒಂದು ರಾತ್ರಿ ಇರುವುದಕ್ಕೂ

ತನಗೆ ಮನಸ್ಸು ಬರುತ್ತಿಲ್ಲ. ಅವಳು ಅಲ್ಲಿ ಹಿಂದೂವಿನಂತೆ ಇರುತ್ತಾಳೆ, ಹಣೆಗೆ ಬಿಂದಿ ಇಡುತ್ತಾಳಂತೆ. ಅವಳೇ ಹೇಳಿದಳು. ಅಲ್ಲಿಗೆ ಹೋಗಿ ಅಮೀರ್ ಅನ್ನುವ ಹೆಸರಿನ ನಾನು ಆ ಮನೆಯ ಅಳಿಯನಂತೆ ಇದ್ದು ಬರುವ ಮುಜುಗರ, ಇವಳಿಗೆ ಹೇಗೆ ಅರ್ಥ ವಾದೀತು? ಎಂದು ಸಿಡಿಮಿಡಿಗುಟ್ಟಿದ.

'ಟೇಬಲ್ ಮೇಲೆ ಊಟಕ್ಕೆ ಇಟ್ಟಿದೀನಿ,' ಅಮೀನಾ ಬಾನು ಅಲ್ಲಿಗೆ ಬಂದು ಹೇಳಿದಳು.

'ನೀನು ಮನೆಗೆ ಹೋಗು,' ಅವನು ಹೇಳಿದ. ಆದರೆ ಬಿಸಿಲುಮಚ್ಚಿನಲ್ಲೇ ಒಂದು ಕುರ್ಚಿ ಎಳೆದುಕೊಂಡು ಕುಳಿತ.

ಇನ್ನಷ್ಟು ಹೊತ್ತು ಕಳೆದಮೇಲೆ ರಜಿಯಾ ಹತ್ತಿರ ಬಂದು, 'ಅಡುಗೆ ಆರಿಹೋಗುತ್ತೆ' ಎಂದಳು.

'ನೀನು ಊಟ ಮಾಡು. ನನಗೆ ಒಬ್ಬನೇ ಇರಬೇಕು ಅನ್ನಿಸಿದೆ.'

'ನಾನು ಅಷ್ಟು ದೂರದಿಂದ ಬಂದಿದೀನಿ,' ಅವಳು ಹತ್ತಿರ ಬಂದಳು.

'ನನಗೆ ಒಬ್ಬನೇ ಇದ್ದು ಅಭ್ಯಾಸವಾಗಿದೆ. ನನಗೆ ಅದೇ ಇಷ್ಟ. ಪ್ಲೀಸ್ ಡುನಾಟ್ ಡಿಸ್ಟರ್ಬ್ ಮಿ.' ಅವನು ಇತ್ತ ತಿರುಗದೆ ಹೇಳಿದ.

ಇದಕ್ಕಿಂತ ಹೆಚ್ಚು ಮೇಲೆ ಬಿದ್ದು ಸಮಾಧಾನ ಹೇಳಲು ಅಥವಾ ರಮಿಸಲು ಅವಳಿಗೆ ಮನಸ್ಸು ಬರಲಿಲ್ಲ. ರಮಿಸಿದರೂ ಅವನು ಮೆದುವಾಗುವುದಿಲ್ಲವೆಂದು ಕಳೆದ ಎರಡು ಸಲ ತಾನು ಇಲ್ಲಿಗೆ ಬಂದಿದ್ದಾಗಿನ ಅನುಭವದಿಂದ ಅರ್ಥಮಾಡಿಕೊಂಡಳು. ಹಸಿವಾಗುತ್ತಿತ್ತು. ಆದರೆ ಅವನನ್ನು ಬಿಟ್ಟು ಊಟ ಮಾಡಲು ಭಾವನೆ ಒಗ್ಗಲಿಲ್ಲ. ಇದ್ದಕ್ಕಿದ್ದಂತೆಯೇ ಇನ್ನೊಂದು ಘಟನೆ ನೆನಪಿಗೆ ಬಂತು. ತಾನು ನಾಲ್ಕು ತಿಂಗಳ ಹಿಂದೆ ಇಲ್ಲಿಗೆ ಬಂದಿದ್ದಾಗ ಇಬ್ಬರೂ ಜೊತೆಯಲ್ಲಿ ಊಟ ಮಾಡುತ್ತಿದ್ದೆವು. ಅಮೀನಾ ಬಾನು ತನ್ನ ಮನೆಗೆ ಹೋಗಿದ್ದಳು. ಸಾರು ಗೋಮಾಂಸದ್ದೋ ಆಡು ಕುರಿಯದೋ ಎಂಬ ಅನುಮಾನ ತನಗೆ ಹುಟ್ಟಿತು. ಒಂದೇಸಮಕ್ಕೆ ಕತ್ತರಿಸಿರುತ್ತಾಳೆ, ಒಂದೇ ತೆರನಾದ ಮಸಾಲೆ ಹಾಕಿರುತ್ತಾಳೆ. ಬಾಯಿಗಿಟ್ಟುಕೊಂಡು ಅಗಿದು ನೋಡುವ ತನಕ ತಿಳಿಯುವುದಿಲ್ಲ. 'ಅಮೀರ್ ಸ್ವಲ್ಪ ತಿಂದು ನೋಡಿ ಹೇಳು. ಇದು ಯಾವ ಮಾಂಸ?' ನಾನು ಕೇಳಿದೆ.

'ಯಾಕೆ?'

'ಗೋಮಾಂಸವಾಗಿದ್ದರೆ ನಾನು ತಿನ್ನುಲ್ಲ.'

ಅವನು ನನ್ನ ಮುಖನೋಡಿದ. ಒಂದು ನಿಮಿಷ ತನ್ನೊಳಗೇ ಮೆಲುಕು ಹಾಕಿದ. ಅನಂತರ, 'ಯಾಕೆ ಈ ಹಿಮ್ಮುಖ ನಡಿಗೆ?'

ಅವನ ಅರ್ಥ ನನಗೂ ಆಯಿತು. 'ಹಿಮ್ಮುಖ ಮುಮ್ಮುಖದ ಪ್ರಶ್ನೆಯಲ್ಲ. ನಮ್ಮಪ್ಪನಿಗೆ ನಾನೊಬ್ಬಳೇ ಮಗಳು. ಗಂಡುಮಕ್ಕಳೂ ಇಲ್ಲ. ಸತ್ತಾಗ ಶವಸಂಸ್ಕಾರ ತಿಥಿ ಕರ್ಮ ಏನೂ ಮಾಡಲಿಲ್ಲ. ಚಿತಾಭಸ್ಮ ವಿಸರ್ಜನೆ ಮಾಡುಕ್ಕೆ ಮೊದಲು ಗೋಮಾಂಸ ಭಕ್ಷಣದ ಪ್ರಾಯಶ್ಚಿತ್ತ ಮಾಡಿಕೊಬೇಕು ಅಂತ ಶಾಸ್ತ್ರಿಗಳು ಹೇಳಿದರು. ಪ್ರಾಯಶ್ಚಿತ್ತದಲ್ಲಿ ಆ ತಪ್ಪನ್ನು ಮತ್ತೆ ಮಾಡುವುದಿಲ್ಲ ಅನ್ನುವ ನಿಶ್ಚಯವೂ ಸೇರಿರುತ್ತಲ್ಲವೆ?'

ಅವನು ತಕ್ಷಣ ಮಾತನಾಡಲಿಲ್ಲ. ಮದುವೆಯಾದ ಹೊಸತರಲ್ಲಿ ಗೋಮಾಂಸದ ಒತ್ತಾಯ ಮಾಡಿದಾಗ ನೀವು ಹಂದಿಮಾಂಸ ಯಾಕೆ ತಿನ್ನಲ್ಲ ಅನ್ನುವ ವಾದ ಮುಂದಿಡು ತ್ತಿದ್ದೆ. ಈಗ ಮತ್ತೆ ಅವನು ಆ ವಾದ ತೆಗೆಯುತ್ತಾನೆಂದು ಊಹಿಸಿ ಮನಸ್ಸಿನಲ್ಲಿ ಪ್ರತಿವಾದ ಸೃಷ್ಟಿಮಾಡಿಕೊಂಡೆ. ಆದರೆ ಅವನು ಕೇಳಿದ: 'ಬಿಟ್ಟರೆ ಎಲ್ಲ ಮಾಂಸಗಳನ್ನೂ ಬಿಡಬೇಕು. ಗೋವಿನದೇ ಒಂದು ವಿಶೇಷ ಪೂಜ್ಯತೆ ಅಂದರೆ ಅದೂ ಒಂದು ವಿಶೇಷ ನಂಬಿಕೆಯೇ ಆಗುತ್ತಲ್ಲವೆ?'

ನಾನು ಯೋಚಿಸಿದೆ. ಅವನ ಮಾತು ನಿಜ. ಅಲ್ಲದೆ ನಾನು ಹುಟ್ಟಿದಾಗಿನಿಂದ ಅಪ್ಪನ ಮನೆಯಲ್ಲಿ ಶುದ್ಧ ಸಸ್ಯಾಹಾರ. ಕೆಂಚಪ್ಪ ಲಕ್ಷ್ಮವ್ವರೂ ಅದೇ ಪದ್ಧತಿಯನ್ನು ಅನು ಸರಿಸಿದ್ದಾರೆ. ನಾನು ಅಲ್ಲಿಗೆ ಹೋದನಂತರ ಕೂಡ ಒಂದು ದಿನವೂ ಮಾಂಸ ಮಾಡಿಲ್ಲ. 'ಅಮೀರ್, ನಿನ್ನ ಮಾತು ನಿಜ. ಊರಿನಲ್ಲಿ ನಾನು ಶುದ್ಧ ಸಸ್ಯಾಹಾರಿಯೇ. ಆಹಾರ ಅವರವರ ಇಷ್ಟ ಅನ್ನುವ ಉದಾರ ಮಾತು ಸರಿಯಾದದ್ದಾದರೂ ಪ್ರಾಣಿದಯಾ ದೃಷ್ಟಿಯಿಂದ ಸಸ್ಯಾಹಾರ ಮೇಲ್ಮಟ್ಟದ್ದು. ಇನ್ನು ಮೇಲೆ ನಾನು ಇಲ್ಲಿ ಬಂದರೂ ಸಸ್ಯಾಹಾರಿಯಾಗಿಯೇ ಇರ್ತೀನಿ.'

'ಆಹಾರದಲ್ಲೂ ಬೇರೆ ಬೇರೆಯಾದರೆ ದಾಂಪತ್ಯದಲ್ಲಿ ಏಕಭಾವ ಹೇಗೆ ಉಳಿಯುತ್ತೆ?'

'ನೀನೂ ಸಸ್ಯಾಹಾರಿಯಾಗು.'

'ಆದರೆ ದೇವರು ಪ್ರಾಣಿಗಳನ್ನ ಸೃಷ್ಟಿಮಾಡಿರೂದೇ ಮನುಷ್ಯ ತಿನ್ನಲಿ ಅಂತ, ಅಲ್ಲವೆ?'

'ಇದೇ ಮೂಲಭೂತ ವ್ಯತ್ಯಾಸ. ಇದು ಮನುಷ್ಯನ ಅಹಂಕಾರ. ಹೀಗೆ ಹೇಳುವ ಧರ್ಮಗಳೂ ಈ ಅಹಂಕಾರವನ್ನೇ ಸಮರ್ಥಿಸುತ್ತವೆ,' ಎಂದಿದ್ದೆ.

ಮಾತು ಅಲ್ಲಿಗೆ ನಿಂತಿತ್ತು. ನಾನು ಸಾರನ್ನು ತಿನ್ನಲಿಲ್ಲ. ಚಪಾತಿ ಮೊಸರಿನಲ್ಲಿ ಊಟ ಮುಗಿಸಿದೆ. ರಾತ್ರಿ ಜೊತೆಯಲ್ಲಿ ಮಲಗಿದಾಗ ಈ ಆಹಾರದ ವ್ಯತ್ಯಾಸವು ನಮ್ಮಿಬ್ಬರ ನಡುವೆ ಏಕಭಾವವನ್ನು ಕಡಮೆ ಮಾಡಿದೆ ಎನ್ನಿಸಿತು.

ತನಗೆ ಮಾಂಸವಿಲ್ಲದ ಸಾರು ಅಥವಾ ಬಿರಿಯಾನಿ ಮಾಡಬೇಕು ಎಂದು ಅಮೀನಾ ಬಾನುವಿಗೆ ಹೇಳಿರಲಿಲ್ಲ. ಈಗ ಏನು ಮಾಡಿ ಮೇಜದ ಮೇಲೆ ಇಟ್ಟಿದ್ದಾಳೆಯೋ ಗೊತ್ತಿಲ್ಲ. ಎಷ್ಟು ಹಸಿವಾಗಿದ್ದರೂ ಈ ಸಂದರ್ಭದಲ್ಲಿ ಅವನನ್ನು ಬಿಟ್ಟು ಊಟ ಮಾಡಿದರೆ ಭಾವಗಳನ್ನು ಇನ್ನಷ್ಟು ದೂರತಳ್ಳುತ್ತದೆ, ಬೇಡ, ಎಂದು ಹಾಗೆಯೇ ಹೋಗಿ ಹಾಸಿಗೆಯ ಮೇಲೆ ಮಲ ಗಿದಳು. ಎಷ್ಟು ಹೊತ್ತಾದರೂ ಅವನು ಒಳಗೆ ಬರಲಿಲ್ಲ. ಊಟ ಮಾಡೋಣ ಬಾ ಎಂದು ಕೂಗಲಿಲ್ಲ. ನಾನು ಕೇವಲ ಸಸ್ಯಾಹಾರಿಯಾಗಿರುವುದು ಮಾತ್ರವಲ್ಲ, ಹಂಪಿಯ ವಿಗ್ರಹ, ಮಂದಿರ ನಾಶದ ಬಗೆಗೆ, ಈಗ ಟಿಪ್ಪುವಿನ ಬಗೆಗೆ ಖಚಿತವಾಗಿ ಮಾತನಾಡಿರುವುದು ಅವನಿಗೆ ಕೋಪಬರಿಸಿದೆ. ಹಾಗಂತ ನಾನು ಹೊಟ್ಟೆಯೊಳಗಿಟ್ಟುಕೊಂಡು ನಟಿಸಲೆ? ಅವನೇಕೆ ನಿಜವನ್ನು ನೋಡಬಾರದು? ಎಂದುಕೊಂಡಳು.

ಯಾವಾಗ ನಿದ್ರೆ ಬಂತೋ ತಿಳಿಯಲಿಲ್ಲ. ಎಚ್ಚರವಾದಾಗ ಕಿಟಕಿಯ ಫರದೆಯಿಂದ

ಬೆಳಕು ಬರುತ್ತಿತ್ತು. ಮಂಚದ ಮೇಲೆ ತಾನೊಬ್ಬಳೇ. ಒಂಟಿ ಎನ್ನಿಸಿತು. ಅಮೀರ ಬೇಕೆಂದೇ ತನ್ನನ್ನು ದೂರಮಾಡುತ್ತಿದ್ದಾನೆ ಎಂದು ಅರ್ಥವಾಯಿತು. ಸದ್ದಾಗದಂತೆ ಎದ್ದು ಹಲ್ಲುಜ್ಜಿ ಮುಖ ತೊಳೆದಳು. ಕೋಣೆಯಿಂದ ಹೊರಗೆ ಬಂದು ಹಾಲಿನ ಒಂದು ಮೂಲೆಯಲ್ಲಿ ಮರದ ಫರದೆಯ ಮರೆಯಲ್ಲಿದ್ದ ಊಟದ ಮೇಜವನ್ನು ನೋಡಿದಳು. ಅಮೀರ ಊಟ ಮಾಡಿದ್ದ. ತನ್ನನ್ನು ಕೂಗಲಿಲ್ಲವೆಂಬ ಅರ್ಥವಾಗಿ ಮನಸ್ಸು ಕುಂದಿತು. ಮೆಟ್ಟಿಲು ಹತ್ತಿ ನಜೀರನ ಕೋಣೆಗೆ ಹೋದಳು. ಬಾಗಿಲು ಅರ್ಧ ತೆರೆದಿತ್ತು. ಅಲ್ಲಿ ಮಲಗಿದ್ದ ಅಮೀರ ಸಿಗರೇಟು ಸೇದುತ್ತಿದ್ದ. 'ಇಲ್ಲಿ ಯಾಕೆ ಮಲಗಿದೆ?' ಅವಳು ಕೇಳಿದಳು.

'ಸಾರಿ, ನೀನು ಬಂದಾಗ ವೆಜಿಟೇರಿಯನ್ ಅಡುಗೆ ಮಾಡು ಅಂತ ಅಮೀನಾ ಬಾನೂಗೆ ಹೇಳೂದು ಮರೆತುಹೋಯ್ತು.'

'ಅವಳು ಬಂದಮೇಲೆ ನಾನೇ ಹೇಳ್ತೀನಿ. ಇಬ್ಬರಿಗೂ ಅಲ್ಲ, ನನ್ನೊಬ್ಬಳಿಗೆ ಒಂದು ವೆಜಿಟೇರಿಯನ್ ಐಟಂ ಮಾಡು ಅಂತ. ಅದಿರಲಿ, ಇಲ್ಲಿ ಯಾಕೆ ಮಲಗಿದೆ ಹೇಳು?'

'ವೆಜಿಟೇರಿಯನ್ ಹೆಂಗಸಿನ ತಾವ ಏನಿರುತ್ತೆ ಅನ್ನಿಸಿತು,' ಎಂದ ಇವಳತ್ತ ನೋಡದೆ.

'ಅಮೀರ್, ಗಂಡಸು ಹೆಂಡತೀನ ಹೀಗೆ ವಲ್ಗರ್ ಆಗಿ ಕಾಣಬಾರದು,' ಎನ್ನುವಾಗ ಅವಳ ಧ್ವನಿ ಭರ್ತ್ಸನೆಯಿಂದ ಕೂಡಿತ್ತು.

'ವಲ್ಗಾರಿಟಿಯಲ್ಲ. ವೆಜಿಟೇರಿಯನ್ ಆದೋಳಿಗೆ ಮಾತ್ರ ಹೀಗೆ ಗಂಡನಿಂದ ತಿಂಗಳು ಗಟ್ಟಳೆ ದೂರವಿರುಕ್ಕೆ ಸಾಧ್ಯ. ವ್ರತ ಕಥೆ ಇನ್ನೂ ಏನೇನು ಅಂಟಿಸಿಕೊಂಡಿದೀಯೋ ನಾನ್ಯಾಕೆ ಭಂಗ ಮಾಡಲಿ?'

ಅವಳಿಗೆ ಇನ್ನಷ್ಟು ಕೋಪಬಂತು. ವಲ್ಗರ್ ಮಾತನ್ನೇ ಮುಂದುವರೆಸುತ್ತಿದೀ ಎನ್ನುವ ಮಾತು ಮನಸ್ಸಿನಲ್ಲಿ ಹುಟ್ಟಿತು. ಆಡಲಿಲ್ಲ.

* *

ಅಧ್ಯಾಯ ೫

ಒಂದು ಬೆಳಗ್ಗೆ ಹತ್ತುಗಂಟೆಯ ವೇಳೆಯಲ್ಲಿ ಅವಳಿಗೆ ಕೆಂಚಪ್ಪ ಒಂದು ಅಂಚೆ ಲಕೋಟೆಯನ್ನು ತಂದುಕೊಟ್ಟ. ತನ್ನ ಊರಿನಲ್ಲಿ ಅಂಚೆ ಕಛೇರಿ ಇದೆ ಎಂಬ ಸಂಗತಿಯೇ ಅವಳಿಗೆ ಗೊತ್ತಿರಲಿಲ್ಲ. 'ಪೋಸ್ಟ್ ಆಫೀಸು ಬಂದು ಎಷ್ಟು ದಿನವಾಯ್ತು?' ಎಂದು ಕೇಳಿದ್ದಕ್ಕೆ ಅವನು ಏಳೆಂಟು ವರ್ಸ ಎಂದ. ಪರವಾಗಿಲ್ಲ ಎಂದುಕೊಂಡು ಲಕೋಟೆಯ ಮೇಲೆ ಬರೆದಿದ್ದ ತನ್ನ ವಿಳಾಸವನ್ನು ಗಮನಿಸಿದಳು. ಕನ್ನಡ ಅಕ್ಷರ. ಯಾರದ್ದೆಂದು ಊಹಿಸಿದರೆ ತಿಳಿಯುತ್ತಿಲ್ಲ. ಇಂದ ಎಂಬುದನ್ನು ಬರೆದಿಲ್ಲ. ಲಕೋಟೆಯನ್ನು ಹರಿದು ಒಳಗಿನ ಕಾಗದವನ್ನು ನೋಡಿದರೆ ಪ್ರೊಫೆಸರ್ ಶಾಸ್ತ್ರಿಗಳದು. ಮನಸ್ಸಿನಲ್ಲಿ ಸಂಭ್ರಮವಾಯಿತು. ವಿಳಾಸವನ್ನು ಕನ್ನಡದಲ್ಲಿ ಕಾಣಿಸಿರುವವರು ಒಳಗಿನ ಕಾಗದವನ್ನು ಇಂಗ್ಲಿಷಿನಲ್ಲಿ ಬರೆದಿದ್ದಾರೆ:

'ಪ್ರಿಯ ಲಕ್ಷ್ಮೀ,

'ನಿನಗೆ ನಾನು ಕಾಗದ ಬರೆಯುತ್ತಿರುವುದು ಮೊದಲ ಸಲ. ಬರೆಯುವ ಅವಕಾಶ, ಅಗತ್ಯ ಇದುವರೆಗೆ ಬಂದಿರಲಿಲ್ಲ. ನಿನ್ನನ್ನು ಲಕ್ಷ್ಮೀ ಎಂದು ಸಂಬೋಧಿಸಲೇ? ರಜಿಯಾ ಎನ್ನಲೆ? ಎರಡೂ ಸುಂದರವಾದ ಹೆಸರುಗಳೇ.

'ನಾನು ದೇಶದಲ್ಲಿರಲಿಲ್ಲ. ಎರಡುವಾರದ ಹಿಂದೆ ಹಿಂತಿರುಗಿದೆ. ಕಳೆದ ಶನಿವಾರ ಅಮೀರ್ ಸಿಕ್ಕಿದ್ದ. ನಿನ್ನ ವಿಷಯವನ್ನೆಲ್ಲ ಹೇಳಿದ. ಹಂಪೆಯನ್ನು ನೋಡಿದ ನಂತರ ನೀನು ಮತಾಂಧ ಗುಂಪಿನ ಇತಿಹಾಸಕಾರರು ಸೃಷ್ಟಿಸಿರುವ ಭಾವುಕ ಕತೆಗಳಿಗೆ ಪಕ್ಕಾಗಿ ಸಾಕ್ಷ್ಯಚಿತ್ರದ ಸ್ಕ್ರಿಪ್ಟ್ ಬರೆಯದೆ ಕೂತಿರುವೆ ಎಂಬುದು ತಿಳಿಯಿತು. ನೀನು ಮತ್ತು ಅಮೀರ್ ಇಬ್ಬರೂ ಇದುವರೆಗೆ ಒಟ್ಟಿಗೇ ಚಿತ್ರಗಳನ್ನು ಮಾಡಿದ್ದೀರಿ. ಅವನು ಬೇರೆಯವರಿಂದ ಹಂಪಿ ಸಾಕ್ಷ್ಯಚಿತ್ರದ ಸ್ಕ್ರಿಪ್ಟನ್ನು ಬರೆಸಿದ್ದಾನೆಂಬುದೇ ನನಗೆ ನೋವಿನ ಸಂಗತಿಯಾಗಿದೆ. ನಿಜವಾದ ಇತಿಹಾಸವು ಮತಾಂಧರು ಕಲ್ಪಿಸಿಕೊಂಡು ಕುಣಿಯುವಷ್ಟು ಸರಳವಾಗಿರುವುದಿಲ್ಲ. ವಿಜಯನಗರವು ತನ್ನ ನಾಶವನ್ನು ತಾನೇ ಮಾಡಿಕೊಂಡಿತೇ ಹೊರತು ಮುಸಲ್ಮಾನರು ಮಾಡಲಿಲ್ಲ. ವಿಗ್ರಹಭಂಜನೆ ಮತ್ತು ಮಂದಿರಗಳ ನಾಶವನ್ನು ಕೆಲವರು ಮುಸಲ್ಮಾನ ದೊರೆಗಳು ಪ್ರತೀಕಾರದ ರೂಪದಲ್ಲಿ ಮಾಡಿರುವುದು ನಿಜವಾದರೂ ಹಿಂದೂಗಳೇನೂ ಇಂತಹ ಕೃತ್ಯಗಳಲ್ಲಿ ಹಿಂದೆ ಬಿದ್ದಿಲ್ಲ. ವಿಜಯನಗರದಲ್ಲಿ ಶೈವ ಮತ್ತು ವೈಷ್ಣವರು ಅನಾಗರಿಕ ಮಟ್ಟದಲ್ಲಿ ಹೊಡೆದಾಡಿ ರಕ್ತದ ಕಾಲುವೆ ಹರಿಸಿದುದನ್ನು ಇತ್ತೀಚಿನ ಸಂಶೋಧನೆಗಳು ಬೆಳಕಿಗೆ ತಂದಿವೆ. ಈಗ ನಾವು ನೋಡಿ ದುಃಖಿಸುವ ಭಗ್ನಗೊಂಡಿರುವ ವಿಗ್ರಹ ಮತ್ತು

ಮಂದಿರಗಳೆಲ್ಲ ವಿಷ್ಣುವಿಗೆ ಸಂಬಂಧಿಸಿದವು. ಲಕ್ಷ್ಮಿನರಸಿಂಹಮೂರ್ತಿ ಮತ್ತು ವಿಜಯವಿಠ್ಠಲ ಮಂದಿರಗಳು ಇವಕ್ಕೆ ಎದ್ದು ಕಾಣುವ ಉದಾಹರಣೆಗಳು ಮಾತ್ರ. ಆದರೆ ಶೈವರ ವಿರೂಪಾಕ್ಷ ದೇವಾಲಯವು ಸ್ವಲ್ಪವೂ ಮುಕ್ಕಾಗದೆ ಇಂದಿಗೂ ರಾರಾಜಿಸುತ್ತಿದೆ ಯಾಕೆ? ನರಸಿಂಹ ಮತ್ತು ವಿಜಯವಿಠ್ಠಲಗಳನ್ನು ನಾಶಮಾಡಿದವರು ಅಲ್ಲಿಯ ಶೈವರು. ತಿರುಪತಿಯ ಅಂದರೆ ವೈಷ್ಣವರ ಅಂದರೆ ಆಂಧ್ರರ ದಬ್ಬಾಳಿಕೆಯನ್ನು ಸಹಿಸಲಾರದೆ ಸ್ಥಳೀಯ ಶೈವರೇ ಮುಸಲ್ಮಾನ ದೊರೆಗಳನ್ನು ಆಹ್ವಾನಿಸಿ ಅವರಿಗೆ ವಿಜಯನಗರದ ಆಯಕಟ್ಟಿನ ಸ್ಥಳಗಳನ್ನು ತೋರಿಸಿದರು. ಇಲ್ಲಿಯ ಸಂಪತ್ತಿನ ಆಶೆಯಿಂದ ಮುಸಲ್ಮಾನ ದೊರೆಗಳು ದಂಡೆತ್ತಿ ಬಂದರು. ಇದೇ ಸಮಯವನ್ನು ಬಳಸಿಕೊಂಡು ಶೈವರು ವೈಷ್ಣವ ವಿಗ್ರಹ ಮತ್ತು ಮಂದಿರಗಳನ್ನು ನಾಶಮಾಡಿದರು. ಇಂದಿನ ಕೆಲವು ಮತಾಂಧರು ಇತಿಹಾಸಕಾರರ ಸೋಗಿನಲ್ಲಿ ಈ ಕೃತ್ಯವನ್ನು ಮುಸಲ್ಮಾನರ ತಲೆಗೆ ಕಟ್ಟಿ ದೇಶದ್ರೋಹವೆಸಗುತ್ತಿದ್ದಾರೆ. ನೀನು ಸ್ವತಃ ಇತಿಹಾಸದಲ್ಲಿ ಆಸಕ್ತಿ ತಾಳಿರುವುದು ನನಗಂತೂ ಖುಷಿಯ ಸಂಗತಿ. ನಾನು ನಿನಗೆ ಪ್ರಗತಿಪರ ಇತಿಹಾಸಕಾರರ ಪರಿಚಯ ಮಾಡಿಕೊಡುತ್ತೇನೆ. ಅವರ ಮಾರ್ಗದರ್ಶನದಲ್ಲಿ ವಿಜಯನಗರವನ್ನು ಮಾತ್ರವಲ್ಲ, ಇಡೀ ಭಾರತದ ಇತಿಹಾಸವನ್ನು ಓದು. ಇತಿಹಾಸದ ಗುರಿಯು ಮಾನವಕುಲದ ಪ್ರಗತಿಯನ್ನು ಪ್ರಚೋದಿಸುವುದೇ ಅಲ್ಲವೆ?

'ಪ್ರೀತಿಯಿಂದ ನಿನ್ನ,

'ಎನ್.ಎಸ್.ಎನ್.'

ಈ ಕಾಗದವು ಅವಳ ಆಲೋಚನೆಯನ್ನು ತುಸು ಪ್ರಚೋದಿಸಿದರೂ ಅದರ ವಿಚಾರಗಳಲ್ಲಿ ನಂಬಿಕೆ ಹುಟ್ಟಲಿಲ್ಲ. ಪ್ರಗತಿಪರ ಇತಿಹಾಸ ಎಂಬ ಕಲ್ಪನೆಯಲ್ಲಿಯೇ ಅವಳ ನಂಬಿಕೆ ಕಡಮೆಯಾಗಿತ್ತು. ಟಿಪ್ಪೂ ಸುಲ್ತಾನನ ಬಗೆಗೆ ಸಂಶೋಧನೆ ಮಾಡಿದ ಮೇಲೆ, ಅಪ್ಪ ಬರೆದ ಟಿಪ್ಪಣಿ ಓದಿದ ಮೇಲಂತೂ ಅಪನಂಬಿಕೆ ಬೆಳೆದಿತ್ತು. ಈಗ ಪ್ರೊಫೆಸರ್ ಶಾಸ್ತ್ರಿಗಳ ಕಾಗದವನ್ನು ಸುಮ್ಮನೆ ಮಡಿಸಿಡುವ ಮನಸ್ಸಾಯಿತು. ಹಾಗೆಯೇ ಮಾಡಿದಳು. ಆದರೆ ಒಂದು ದಿನವಾದನಂತರ ಅದನ್ನು ಮತ್ತೊಮ್ಮೆ ಓದಿದಳು. ಸತ್ಯಾನ್ವೇಷಣೆಯೇ ಇತಿಹಾಸದ ಗುರಿ ಎಂಬ ಅಪ್ಪನ ಟಿಪ್ಪಣಿಯು ಮನಸ್ಸನ್ನು ತುಂಬಿಕೊಂಡಿತು. ತಾನು ಮೊದಲು ಹಂಪಿಯ ನಾಶದ ಇತಿಹಾಸವನ್ನು ವಿವರವಾಗಿ ಓದಿ ಅನಂತರ ಶಾಸ್ತ್ರಿಗಳನ್ನು ಹಿಡಿದು ಅವರು ಹೇಳುವ 'ಪ್ರಗತಿಪರ' ಇತಿಹಾಸಕಾರರೊಡನೆ ಚರ್ಚಿಸಬೇಕು ಎಂದು ನಿರ್ಧರಿಸಿ ಅಪ್ಪನ ಗ್ರಂಥಸಂಗ್ರಹವನ್ನು ಹುಡುಕತೊಡಗಿದಳು. ಭಾರತದ ಇತಿಹಾಸ ಕುರಿತು ಇಷ್ಟೆಲ್ಲ ಆಧಾರಗ್ರಂಥಗಳನ್ನು ಸಂಗ್ರಹಿಸಿರುವ ಅಪ್ಪ ವಿಜಯನಗರ ಕುರಿತು ಬಿಟ್ಟಿರುವುದಿಲ್ಲ ಎಂಬ ನಂಬಿಕೆಯಿತ್ತು. ಮಧ್ಯದ ಬೀರುವಿನ ಮೇಲಿನ ಖಾನೆಯ ಒಳಸಾಲಿನಲ್ಲಿ ಸಿವೆಲ್‌ನು ಬರೆದ A Forgotten Empire ಕಣ್ಣಿಗೆ ಬಿತ್ತು. ತಾನು ಈ ಪುಸ್ತಕದ ಹೆಸರು ಕೇಳಿದ್ದೇನೆ. ಎಲ್ಲಿ ಎಂಬುದು ನೆನಪಿಗೆ ಬರುತ್ತಿಲ್ಲ. ಹಂಪಿಯ ವಿರೂಪಾಕ್ಷ ದೇವಾಲಯದ ಎದುರಿನ ಬೀದಿಯ ಒಂದು ಪುಸ್ತಕದ ಅಂಗಡಿಯಲ್ಲಿ ಪುಸ್ತಕವನ್ನು ನೋಡಿದೆನೆ? ಇರಬಹುದು. ಆದರೆ ಇಂಥ ಗ್ರಂಥವನ್ನು ಅಧ್ಯಯನ ಮಾಡುವ ತಾಳ್ಮೆಯಾಗಲಿ ಬೌದ್ಧಿಕ ಸಂಸ್ಕಾರವಾಗಲಿ

ಸ್ಕ್ರಿಪ್ಟ್ ಬರೆಯುತ್ತಿದ್ದ ತನಗೆ ಇರಲಿಲ್ಲವೆಂಬ ನೆನಪಾಯಿತು. ತಾನು ಓದಿದ ಹಂಪಿಯನ್ನು ಕುರಿತ ಪ್ರವಾಸಿ ಕೈಪಿಡಿಯಲ್ಲಿ ಇದನ್ನು ನಮೂದಿಸಿದ್ದಿರಬಹುದು ಎಂಬ ಅಸ್ಪಷ್ಟ ನೆನಪೂ ಬಂತು. A Forgotten Empire ಅನ್ನು ಎಳೆದುಕೊಂಡು ರಟ್ಟನ್ನು ತೆಗೆದುನೋಡಿದರೆ ಅಪ್ಪನ ಕೈಬರಹದ ಎಂಟುಪುಟಗಳ ಒಂದು ಮಡಿಕೆ. ತಾನು ಓದಿದ ಪುಸ್ತಕಗಳನ್ನು ಕುರಿತು ಅಥವಾ ಯಾವುದಾದರೂ ವಿಷಯದ ಬಗೆಗೆ ಹೀಗೆ ಟಿಪ್ಪಣಿ ಬರೆದು ಆಯಾ ಗ್ರಂಥಗಳಲ್ಲಿಯೇ ಮಡಿಸಿ ಇಡುವುದು ಅಪ್ಪನ ಕ್ರಮವೆಂದು ಅವಳಿಗೆ ಅರ್ಥವಾಯಿತು. ಒಂದು ವಿಷಯಕ್ಕೆ ಸಂಬಂಧಿಸಿದ ಪುಸ್ತಕಗಳನ್ನೆಲ್ಲ ಜೊತೆಯಲ್ಲಿ ಇಡುವುದೂ ಅವರ ಕ್ರಮವೆಂಬುದೂ ಅರಿವಿಗೆ ಬಂತು. ಪಕ್ಕದಲ್ಲಿದ್ದ ಗ್ರಂಥಗಳನ್ನು ನೋಡಿದಳು: ಶ್ರೀನಿವಾಸ ರಿತ್ತಿ ಮತ್ತು ಬಿ.ಆರ್. ಗೋಪಾಲ್: A History of Karnataka, ಎನ್. ವೆಂಕಟರಮಣಯ್ಯ: The Delhi Sultanate, ಸೂರ್ಯನಾಥ ಕಾಮತ್: A Concise History of Karnataka, ಪಿ.ಬಿ. ದೇಸಾಯಿ: Karnataka Through the Ages ಹೀಗೆ ಇನ್ನೂ ಕೆಲವು ಗ್ರಂಥಗಳು. ಇವು ಯಾವುವನ್ನೂ ಓದದೆ ಸಾಕ್ಷ್ಯಚಿತ್ರಕ್ಕೆ ಸ್ಕ್ರಿಪ್ಟ್ ಬರೆಯಲು ಹೊರಟಿದ್ದೆನಲ್ಲ ನಾನು! ಎಂಬ ನೆನಪಾಗಿ ನಾಚಿಕೆ ಎನ್ನಿಸತೊಡಗಿತು. ಎರಡು ಪ್ರವಾಸಿ ಕೈಪಿಡಿಗಳು ಸಾಕು ಎಂದು ಅಮೀರನೂ ಹೇಳಿದನಲ್ಲ! ಎಂಬ ನೆನಪೂ ಆಯಿತು. ಈ ಎಲ್ಲ ಗ್ರಂಥಗಳನ್ನೂ ನಿಧಾನವಾಗಿ, ಅದಕ್ಕೆ ಮೊದಲು, ಈಗಲೇ, ಅಪ್ಪ ಬರೆದಿಟ್ಟಿರುವ ಟಿಪ್ಪಣಿಯನ್ನು ಜಾಗರೂಕತೆಯಿಂದ ಓದಬೇಕು ಎಂದುಕೊಂಡು ಅವಳು ಟಿಪ್ಪಣಿಯ ಹಾಳೆಗಳನ್ನು ಕೈಲಿ ಹಿಡಿದು ವ್ಯಾಸಪೀಠದ ಮಂಚದ ಮೇಲೆ ಕುಳಿತಳು:

ಇತಿಹಾಸಕ್ಕೆ ಗುರಿ ಇದೆಯೇ ಇಲ್ಲವೇ ಎಂಬುದು ತತ್ತ್ವಶಾಸ್ತ್ರಕ್ಕೆ ಸಂಬಂಧಿಸಿದ, ಕೇವಲ ತರ್ಕದ ಬೆನ್ನು ಹತ್ತಿ ಹಾರಾಡುವ ಪ್ರಶ್ನೆ. ಆದರೆ ಇತಿಹಾಸದ ಅಧ್ಯಯನಕ್ಕಂತೂ ಸತ್ಯವನ್ನು ಕಂಡುಹಿಡಿಯುವ ನಿಶ್ಚಿತವಾದ ಗುರಿ ಇದೆ. ಇತಿಹಾಸದ ಸಂಶೋಧನಾ ಸಾಮಗ್ರಿಯನ್ನು ಅಗೆದು ತೆಗೆದು ಅದನ್ನು ವಿಂಗಡಿಸಿ ತರ್ಕಬದ್ಧವಾಗಿ ವಸ್ತುನಿಷ್ಠವಾಗಿ ವ್ಯಾಖ್ಯಾನಿಸುವುದೇ ಸಾಕಷ್ಟು ಕಷ್ಟದ ಕೆಲಸ. ಆದರೆ ಅತ್ಯಾಧುನಿಕ ಕಾಲದಲ್ಲಿ ಅದರಲ್ಲೂ ಭಾರತಕ್ಕೆ ಸ್ವಾತಂತ್ರ್ಯ ಲಭಿಸಿದನಂತರದ ಕಾಲದಲ್ಲಿ ದಾರಿ ತಪ್ಪಿಸುವ ವ್ಯಾಖ್ಯಾನಕಾರರು ಸೃಷ್ಟಿಸುವ ಅಡ್ಡ ಹಾದಿಗಳಿಂದ ಪಾರಾಗಿ ಬರುವುದು ಇತಿಹಾಸದ ಅಭ್ಯಾಸಿಗೆ ಇನ್ನೂ ದೊಡ್ಡ ಕಷ್ಟವಾಗಿದೆ. ಅಂಥ ಅಡ್ಡ ದಾರಿಗಳಲ್ಲಿ ಹಂಪಿಯನ್ನು ಕುರಿತು ಕೆಲವರು ಮುಂದಿಟ್ಟಿರುವ ವಾದವೂ ಒಂದು. ಅದರ ಪ್ರಕಾರ ಹಂಪಿಯ ವಿಗ್ರಹ ಮತ್ತು ಮಂದಿರನಾಶವು ಮುಸಲ್ಮಾನರಿಂದ ಆದದ್ದಲ್ಲ. ಶೈವ ವೈಷ್ಣವರ ಜಗಳದಿಂದ ಆದದ್ದು. ಏಕೆಂದರೆ ಅಲ್ಲಿ ನಾಶವಾಗಿರುವುವೆಲ್ಲ ವೈಷ್ಣವ ಮೂರ್ತಿ ಮತ್ತು ಗುಡಿಗಳೇ. ಹೊರಗಿನ ಆಂಧ್ರ ಅಥವಾ ತಿರುಪತಿಯ ಅನುಯಾಯಿಗಳ ಪ್ರಾಬಲ್ಯವು ಸ್ಥಳೀಯ ಕರ್ನಾಟಕದ ಶೈವರನ್ನು ತುಳಿಯುತ್ತಿದ್ದುದರಿಂದ ಶೈವರು ತಿರುಗಿಬಿದ್ದು ಮುಸಲ್ಮಾನರು ದಾಳಿ ಮಾಡಿದ ಸಮಯದಲ್ಲಿ ವಿಷ್ಣು ವಿಗ್ರಹ, ಮಂದಿರಗಳನ್ನು ನಾಶ ಮಾಡಿದರು – ಎಂದು ಈ ವಾದವು ಸಾಗುತ್ತದೆ. ಮುಸಲ್ಮಾನರ ಧರ್ಮಾಂಧತೆಯನ್ನು ರಕ್ಷಿಸಲು ಸೃಷ್ಟಿಸಿರುವ ಈ ವಾದವು ಶೈವಧರ್ಮೀಯರನ್ನು,

ಕರ್ನಾಟಕದವರನ್ನು ತಲೆತಗ್ಗಿಸುವಂಥ ಹೀನ ಕರ್ತೃಗಳನ್ನಾಗಿ ಮಾಡುತ್ತದೆ. ಅದಿರಲಿ. ಒಟ್ಟಿನಲ್ಲಿ ಶೈವ ಒಲವಿದ್ದ ರಾಜರು ವಿಷ್ಣು ಪೂಜೆಯನ್ನು ಅಗೌರವದಿಂದ ಕಂಡರೆ? ವೈಷ್ಣವ ಒಲವಿದ್ದ ರಾಜರು ಶಿವಪೂಜೆಯನ್ನು ಧಿಕ್ಕರಿಸಿದರೆ? ಎಂಬುದನ್ನು ನಾನು ಪರೀಕ್ಷಿಸಿದ್ದೇನೆ. ಕೊಳ್ಳಲು ದೊರಕದ ಪುಸ್ತಕಗಳನ್ನು ಬೆಂಗಳೂರಿನ ಗ್ರಂಥಭಂಡಾರದಲ್ಲಿ ಕೂತು ಲಾಜಿನಲ್ಲಿ ಉಳಿದು ಅಧ್ಯಯನ ಮಾಡಿದ್ದೇನೆ. ತಕ್ಕ ಗ್ರಂಥಗಳನ್ನೆಲ್ಲ ಓದಿದನಂತರ ಮತ್ತೊಮ್ಮೆ ಹಂಪಿಗೆ ಹೋಗಿ ಅಲ್ಲಿಯ ಮತ್ತು ಸುತ್ತಮುತ್ತಣ ಜಾಗಗಳನ್ನು ಕಾಲ್ನಡಿಗೆಯಲ್ಲಿ ಸುತ್ತಿ ಪರಿಶೀಲಿಸಿದ್ದೇನೆ. George Michael and Philip B. Wagoner ಅವರ Vijaya nagara (Architectural Inventory of the Sacred Shrine) vol.III ದಲ್ಲಿ ಹಂಪಿಯ ಭಗ್ನ ವಿಷ್ಣು ಹಾಗೂ ಶಿವದೇವಲಾಯಗಳ ಚಿತ್ರಗಳಿವೆ.

ಚಿತ್ರ ೨೦, ೨೧ ಚಂದ್ರಮೌಳೇಶ್ವರ ದೇವಾಲಯ (ಭಗ್ನವಾಗಿದೆ)

ಚಿತ್ರ ೬೭, ೬೮, ೬೯ ಸೌಮ್ಯ ಸೋಮೇಶ್ವರ ದೇವಾಲಯ (ಭಗ್ನವಾಗಿದೆ)

ಚಿತ್ರ ೩೯ ಲಿಂಗ-ಶಿವ ದೇವಾಲಯ (ಭಗ್ನವಾಗಿದೆ)

ಚಿತ್ರ ೩೫೨-೩೫೩ ಚಂಡಿಕೇಶ್ವರ ದೇವಾಲಯ (ಭಗ್ನವಾಗಿದೆ)

ಚಿತ್ರ ೩೯೦, ೩೯೧, ೩೯೨ ವೀರಭದ್ರ ದೇವಾಲಯ ಸಂಕೀರ್ಣ (ಭಗ್ನವಾಗಿದೆ)

ಚಿತ್ರ ೫೨೦ ಹೇಮಕೂಟದ ಮೇಲಿನ 'ಮೂಲ' ವಿರೂಪಾಕ್ಷ (ಭಗ್ನವಾಗಿದೆ)

ಇವಲ್ಲದೆ ವೀರಶೈವ ಕವಿ ಚಾಮರಸನಿದ್ದ ಮಠ, ಗುಹೆ, ಎಲ್ಲವೂ ಭಗ್ನವಾಗಿವೆ.

ಹೊಸಪೇಟೆ – ಹಂಪಿ ದಾರಿಯಲ್ಲಿರುವ ಅನಂತಶಯನಗುಡಿ ಮತ್ತು ಶಿವದೇವಾಲಯವಾದ ಮಲಪನಗುಡಿ ಎರಡೂ ಭಗ್ನವಾಗಿವೆ. ಹೊಸಪೇಟೆ – ಆನೆಗುಂದಿ ದಾರಿಯಲ್ಲಿನ ಸೋಮೇಶ್ವರ ಬೆಟ್ಟದ ಮೇಲಿನ ಸೋಮೇಶ್ವರ ಗುಹಾದೇವಾಲಯವೂ ಭಗ್ನವಾಗಿದೆ. ವಿರೂಪಾಕ್ಷ ದೇವಾಲಯದ ಹಿಂದಿನ 'ಅರಸರ ಗುಹೆ'ಯಲ್ಲಿದ್ದ ಶಿವದೇವಾಲಯವು ನಾಶವಾಗಿ ಲಿಂಗದ ಪಾಣಿಪೀಠ, ನಂದಿ ಅನಾಥವಾಗಿವೆ.

ಮೇಲಿನ ಅಂಶಗಳಿಂದ ಹಂಪೆಯಲ್ಲಿ ನಾಶವಾಗಿರುವವು ವಿಷ್ಣು ದೇವರುಗಳು ಮಾತ್ರವಲ್ಲ, ಶಿವದೇವರುಗಳು ಕೂಡ ಎಂಬುದು ಸ್ಪಷ್ಟವಾಗುತ್ತದೆ. ಈ ಸ್ಪಷ್ಟನೆಯನ್ನೇ ಹಿಡಿದು ವಿತಂಡವಾದಿಗಳು ಆದ್ದರಿಂದ ಹಂಪಿಯು ಶೈವ ಮತ್ತು ವೈಷ್ಣವರ ಪರಸ್ಪರ ಅನಾಗರಿಕ ಕಾದಾಟದಿಂದ ನಾಶವಾಯಿತು ಎಂಬ ವಾದವನ್ನು ಸೃಷ್ಟಿಸಬಹುದು. ಆದರೆ ಹಂಪಿಯನ್ನಾಳಿದ ರಾಜರಲ್ಲಿ ಧರ್ಮಾಂಧತೆ ಇರಲಿಲ್ಲವೆಂಬುದಕ್ಕೆ ಈ ಕೆಳಗಿನ ಅಂಶಗಳು ಸಾಕ್ಷಿಯಾಗಿವೆ.

೧. ವಿರೂಪಾಕ್ಷ ದೇವಾಲಯದ ರಾಯ ಗೋಪುರದ ನಿರ್ಮಾಪಕನು ವೈಷ್ಣವನಾಗಿದ್ದ ಕೃಷ್ಣದೇವರಾಯ.

೨. ವಿಜಯವಿಠ್ಠಲ ದೇವಾಲಯವನ್ನು ನಿರ್ಮಿಸಿದವನು ಶೈವನಾಗಿದ್ದ ಇಮ್ಮಡಿ ದೇವರಾಯ.

೩. Anna L. Dallapiccola John Fritz ಮತ್ತು George Michell ಇವರುಗಳು

The Ramachandra Temple at Vijayanagara ಎಂಬ ಗ್ರಂಥದಲ್ಲಿ ವೈಯಕ್ತಿಕವಾಗಿ ಶೈವನಾಗಿದ್ದ ಮೊದಲನೇ ದೇವರಾಯನು ರಾಮಚಂದ್ರ ದೇವಾಲಯವನ್ನು ಕಟ್ಟಿಸಿದನು ಎಂದು ಸಿದ್ಧ ಮಾಡಿದ್ದಾರೆ.

ವಿರೂಪಾಕ್ಷ ದೇವಾಲಯದಲ್ಲಿ ಇಂದಿಗೂ ಪೂಜೆ ನಡೆಯುತ್ತಿದ್ದು ಅದು ಭಗ್ನವಾಗದೆ ಉಳಿದಿದ್ದರೆ ಹಂಪಿಯ ಮೂಲ ದೈವವನ್ನು ಉಳಿಸಿಕೊಳ್ಳಲು ಅಲ್ಲಿಯ ಜನ ಒಗ್ಗಟ್ಟಾಗಿ ಮುಸ್ಲಿಮರ ಸೇನೆಯ ವಿರುದ್ಧ ನಿಂತದ್ದು ಕಾರಣವಾಗಿರಬಹುದು.

ಲಕ್ಷ್ಮಿ ಅಪ್ಪನ ಸಂಗ್ರಹದಲ್ಲಿದ್ದ ವಿಜಯನಗರ ಕುರಿತ ಎಲ್ಲ ಗ್ರಂಥಗಳನ್ನೂ ಓದಿದಳು. ಅನಂತರ ಬೆಂಗಳೂರಿಗೆ ಹೋಗಿ ಗ್ರಂಥಾಲಯದಲ್ಲಿ ಅಪ್ಪನು ಸೂಚಿಸಿದ ಗ್ರಂಥಗಳನ್ನು ಹುಡುಕಿ ಓದಿ ತನ್ನದೇ ಆದ ಟಿಪ್ಪಣಿ ಮಾಡಿಕೊಂಡಳು. ಅನಂತರ ಒಬ್ಬಳೇ ರೈಲು ಹತ್ತಿ ಹೊಸಪೇಟೆಗೆ ಹೋಗಿ ಹೋಟೆಲಿನಲ್ಲಿ ಒಂದು ಕೋಣೆ ಹಿಡಿದು ಪ್ರತಿದಿನ ಬೆಳಗಿನಿಂದ ಸಂಜೆಯವರೆಗೆ ಹಂಪಿ ಮತ್ತು ಹತ್ತಿರದ ಸ್ಥಳಗಳನ್ನು ಶೋಧಿಸಿದಳು. ವಿಜಯನಗರದ ಇತಿಹಾಸ ಸ್ವಲ್ಪಮಟ್ಟಿಗೆ ಸ್ಪಷ್ಟವಾಯಿತು. ಈ ನಾಗರಿಕತೆಯ ಅಖಂಡ ಧ್ವಂಸವನ್ನು ಚಿತ್ರಿಸುವಂಥ ಒಂದು ಚಲನಚಿತ್ರವನ್ನು ತಯಾರಿಸಲು ಸಾಧ್ಯವೆ? ಎಂಬ ಕನಸು ಜಾಗ್ರತ ಮನಸ್ಸನ್ನು ತುಂಬಿಕೊಂಡಿತು.

ಎರಡುವಾರ ಹಂಪಿಯನ್ನು ಶೋಧಿಸಿ ರೈಲು ಹತ್ತಿ ಬೆಂಗಳೂರು ತಲುಪಿದ ಮೇಲೆ ಪ್ರೊಫೆಸರ್ ಶಾಸ್ತ್ರಿಗಳಿಗೆ ಫೋನ್ ಮಾಡಿದಳು: "ಸಾರ್, ನಿಮ್ಮ ಕಾಗದ ತಲುಪಿ ನಾಲ್ಕು ತಿಂಗಳಾಯಿತು. ಹಂಪಿಯ ಮಂದಿರಗಳನ್ನು ನಾಶಮಾಡಿದವರು ಶೈವರಲ್ಲ, ಮುಸ್ಲಿಮರು ಎಂಬುದನ್ನು ನಾನು ಯಾವ 'ಪ್ರಗತಿಪರ' ಇತಿಹಾಸಕಾರರೊಡನೆ ಬೇಕಾದರೂ ವಾದಮಾಡಬಲ್ಲೆ. ಸಂಬಂಧಿಸಿದ ಎಲ್ಲ ಮುಖ್ಯ ದಾಖಲೆಗಳನ್ನೂ ಓದಿದೀನಿ. ಎರಡು ವಾರ ಹಂಪಿಯಲ್ಲಿ ತಿರುಗಿ ಟಿಪ್ಪಣಿ ಮಾಡಿಕೊಂಡು ಬಂದಿದೀನಿ. ನೀವು ಹೇಳಿದ ಇತಿಹಾಸಕಾರರ ಪರಿಚಯ ಮಾಡಿ ಕೊಡ್ತೀರಾ?"

'ಯಾವ ಇತಿಹಾಸಕಾರರು, ಯಾವಾಗ ಹೇಳಿದ್ದೆ?' ಅವರ ಧ್ವನಿಯಲ್ಲಿ ಆಶ್ಚರ್ಯವಿತ್ತು.

'ನೀವು ನನಗೆ ಕಾಗದ ಬರೆದಿದ್ದಿರಲ್ಲ, ಸ್ಕ್ರಿಪ್ಟ್ ಬರೀಲಿಲ್ಲ ಅಂತ.'

'ಓ! ಅದಾ? ಕಲಾವಿದರು ಸಂಶೋಧನೆಯಲ್ಲಿ ಮುಳುಗಿದರೆ ಕಲೆ ಬಾಡಿಹೋಗುಲ್ಲವೆ? ಲಕ್ಷ್ಮೀ, ನೀನು ಬಾಡಿಹೋಗೂದು ನನಗಂತೂ ದೊಡ್ಡ ದುರಂತ ಅನ್ನಿಸುತ್ತೆ. ನಾನು ಬರ್ಲಿನ್‌ಗೆ ಹೊರಟಿದೀನಿ, ಒಂದು ಕಾನ್ಫರೆನ್ಸ್‌ಗೆ. ಇನ್ನು ಒಂದು ಗಂಟೇಲಿ ಮನೆಬಿಡಬೇಕು. ಸೂಟ್‌ಕೇಸ್ ಪ್ಯಾಕ್ ಆಗಿಲ್ಲ. ವಾಪಸು ಬಂದಮೇಲೆ ಭೇಟಿಯಾಗೋಣ. ಬೈ.' ಎಂದು ಫೋನನ್ನು ಕೆಳಗಿಟ್ಟರು.

ಅಪ್ಪನ ಸಂಗ್ರಹದ ಗ್ರಂಥಗಳನ್ನು ಒಂದೊಂದಾಗಿ ಓದಿದನಂತರ ಅವರ ಟಿಪ್ಪಣಿಗಳು ಅರ್ಥವಾಗುತ್ತಿವೆ. ಅವರು ಕೇಳಿರುವ ಪ್ರಶ್ನೆಗಳ ಗುರಿ ಮತ್ತು ವ್ಯಾಪ್ತಿಗಳು ಗೋಚರಿಸುತ್ತಿವೆ. ಅವರ ಟಿಪ್ಪಣಿ, ಪ್ರಶ್ನೆ, ವಿಶ್ಲೇಷಣೆಗಳೆಲ್ಲ ಕನ್ನಡದಲ್ಲಿವೆ. ನಡುವೆ ಇಂಗ್ಲಿಷ್ ವಾಕ್ಯಗಳನ್ನು, ಶಬ್ದಪುಂಜಗಳನ್ನು ಬಳಸಿದ್ದರೂ ಅವರಿಗೆ ಹಿಡಿತವಿರುವುದು ಕನ್ನಡದಲ್ಲಿ. ಆದರೆ ಅವರು ಓದಿರುವ ಇಂಗ್ಲಿಷ್ ಗ್ರಂಥಗಳನ್ನು ಎಲ್ಲೂ ತಪ್ಪಿಲ್ಲದಂತೆ ಗ್ರಹಿಸಿದ್ದಾರೆ. ಪ್ರತಿಯೊಂದು ಶಬ್ದಕ್ಕೂ ಆಕ್ಸ್‌ಫ಼ರ್ಡ್, ಛೇಂಬರ್ಸ್ ನಿಘಂಟುಗಳಲ್ಲಿ ಅರ್ಥ ನೋಡಿ ಗುರುತು ಹಾಕಿ ಸೂಕ್ತವಾದ ಪ್ರಯೋಗವನ್ನು ಖಚಿತಪಡಿಸಿಕೊಂಡಿದ್ದಾರೆ. ಅವರ ಗ್ರಹಿಕೆ, ಟೀಕೆ ಟಿಪ್ಪಣಿಗಳೆಲ್ಲ ನನಗೆ ಒಪ್ಪಿಗೆಯಾಗಿವೆ. ನಾನೆಂದೂ ಹೀಗೆ ಇತಿಹಾಸದ ಆಧಾರಗಳನ್ನು ಓದಿದವಳಲ್ಲ. ಆದರೆ ಸಮಾಜವಾದೀ, ಪ್ರಗತಿಪರ, ಮಾರ್ಕ್ಸ್ ಪ್ರಣೀತ, 'ವಸ್ತು ನಿಷ್ಠ,' 'ವೈಜ್ಞಾನಿಕ,' ಸ್ವಯಂ ಬಿರುದಾಂಕಿತ ಚಳವಳಿಯಲ್ಲಿ ಭಾಗವಹಿಸುವಾಗ ಇತಿಹಾಸದ ದಿಕ್ಕು ದಿಶೆಗಳ ಬಗೆಗೆ ಮೂಡುವ, ಮೂಡಿಸಿಕೊಳ್ಳುವ ಕಲ್ಪನೆಗಳನ್ನು ತಲೆಯಲ್ಲಿ ತುಂಬಿಕೊಂಡಿದ್ದೆ. ಸಿದ್ಧಾಂತ, ಚಳವಳಿ, ಆದರ್ಶಗಳಿಂದ ಬಿಡಿಸಿಕೊಂಡು ಭೂತದ ಘಟನೆಗಳನ್ನು ವಸ್ತುನಿಷ್ಠವಾಗಿ ನೋಡುವುದೇ ಇತಿಹಾಸವೆಂದು ಈಗ ಅನ್ನಿಸುತ್ತಿದೆ. ವರ್ತಮಾನದ ಆಲೋಚನೆಗಳು ಸೃಷ್ಟಿಸಿರುವ ಭ್ರಾಂತಿಗಳಿಂದ ಬಿಡಿಸಿಕೊಳ್ಳದೆ ಭೂತವು ಅರ್ಥವಾಗುವುದು ಹೇಗೆ? ಭೂತವು ತನ್ನ ಸತ್ಯವನ್ನು ಅದೆಷ್ಟು ಆಕರಗಳಲ್ಲಿ, ಗ್ರಂಥಗಳಲ್ಲಿ, ಕುರುಹುಗಳಲ್ಲಿ ಭಗ್ನಾವಶೇಷಗಳಲ್ಲಿ ಸ್ಪಷ್ಟವಾಗಿ ತೋರಿಸುತ್ತಿದೆ! ಆದರೆ ವರ್ತಮಾನವು ನಮ್ಮ ಕಣ್ಣುಗಳಿಗೆ ಕಾಮಾಲೆ ಬಡಿಸಿರುವಾಗ ಅವೆಲ್ಲ ತಿರುಚಿಕೊಂಡಿರುತ್ತವೆ. ಪ್ರಸಕ್ತ ಕಾಲದಲ್ಲಂತೂ ಇತಿಹಾಸಕಾರನು ಇತಿಹಾಸದ ವಸ್ತುವಿಗಿಂತ ಹೆಚ್ಚಾಗಿ ಪ್ರತಿಸ್ಪರ್ಧಿ ಇತಿಹಾಸಕಾರರೊಂದಿಗೆ ಹೋರಾಡಬೇಕಾಗಿದೆ. ಅಪ್ಪನೂ ಹೀಗೆಯೇ ಟಿಪ್ಪಣಿ ಬರೆದಿದ್ದಾರೆ. ಇತಿಹಾಸಕ್ಕೆ ಇಂಥದೇ ಎಂಬ ಗೊತ್ತು ಗುರಿ ಇದೆಯೇ ಎಂಬುದು ಅತಿ ಧಾರ್ಷ್ಟ್ಯದ ಪ್ರಶ್ನೆ. ಇದಕ್ಕೆ ಉತ್ತರ ಹೇಳಹೊರಡುವವರೂ ಅತಿಧಾರ್ಷ್ಟ್ಯದ ಜನ. ವಿಜ್ಞಾನ ತಂತ್ರಜ್ಞಾನಗಳ ಬೆಳವಣಿಗೆಯಿಂದ ಇಡೀ ಪ್ರಪಂಚದ ಮಾನವ ಸಮಾಜವು ಕಿರಿದಾಗುತ್ತಾ ಬಂದು ಮತ, ಧರ್ಮ, ಆಚಾರ ವಿಚಾರ ನೀತಿ ನೆಲೆಗಟ್ಟುಗಳು ಪುನರ್ಗ್ರಹಿಕೆಗೆ ಪುನರ್ವ್ಯಾಖ್ಯಾನಕ್ಕೆ ಒಳಗಾಗುತ್ತಿರುವಾಗ, ಒಳಗಾಗಬೇಕಾಗಿರುವಾಗ, ಎಲ್ಲ ದೇಶಗಳೂ ಅಣ್ವಸ್ತ್ರ ಸಜ್ಜಿತವಾಗುತ್ತಿರುವಾಗ, ಚಂದ್ರ ಮಂಗಳ ಮೊದಲಾದ ಗ್ರಹಗಳಲ್ಲಿ ವಸಾಹತು ಸ್ಥಾಪಿಸಲು ಗುರಿ ಹಾಕುತ್ತಿರುವಾಗ ಇತಿಹಾಸದ ಗೊತ್ತು ಗುರಿಯನ್ನು ಕುರಿತ ನಮ್ಮ ಪ್ರೊಫ಼ೆಸರ್ ಶಾಸ್ತ್ರಿಯಂಥವರ ಭಾಷಣ ಕೇಳಿದರೆ ನಗುಬರುತ್ತದೆ. ಈ ಸತ್ಯ ನನಗೆ ಈಗ ಅರ್ಥವಾಗುತ್ತಿದೆ.

ಒಬ್ಬರು ಬರೆಯಬೇಕೆಂದಿದ್ದ ಪುಸ್ತಕವನ್ನು ಇನ್ನೊಬ್ಬರು, ಹೊಟ್ಟೆಯಲ್ಲಿ ಹುಟ್ಟಿದ ಮಗಳೇ ಆದರೂ, ಬರೆಯುವುದು ಅಸಾಧ್ಯ. ವಿವರಗಳ ಆಯ್ಕೆ, ಸಂಗತಿಗಳ ವ್ಯಾಖ್ಯೆ ಹಾಗೂ ವಿವೇಚನೆ, ಚಿಂತನೆ ಮತ್ತು ಭಾವನೆಗಳನ್ನು ವ್ಯಕ್ತಮಾಡುವ ಭಾಷೆಯ ಹದಗಳೆಲ್ಲ

ಆಯಾ ವ್ಯಕ್ತಿಗೆ ವಿಶಿಷ್ಟವಾದವುಗಳು. ಅಲ್ಲದೆ ನನಗೂ ಅಪ್ಪನಿಗೂ ಮೂಲಭೂತ ವ್ಯತ್ಯಾಸವಿದೆ. ಅಪ್ಪನದು ಶಾಂತವಾಗಿ ಒಂದೊಂದೇ ವಿಷಯ, ಘಟನೆಗಳನ್ನು ತೂಗಿ ವಿಶ್ಲೇಷಿಸುವ ಮನಸ್ಸು. ಅವರಲ್ಲಿ ಕಲ್ಪನಾಶೀಲತೆ ಕಡಮೆ. ನನ್ನದು ಕಲ್ಪನಾ ಪ್ರಧಾನವಾದ ಮನಸ್ಸು. ಘಟನಾಬದ್ಧ, ತರ್ಕಬದ್ಧ ಚಿಂತನೆ ಒಂದು ಬಗೆ. ಕಲ್ಪನೆ, ಭಾವನೆ, ಪ್ರತಿಮೆ, ರೂಪಕಗಳ ಮೂಲಕ ಜಗಿಯುವುದು ಇನ್ನೊಂದು ಬಗೆ. ಆದ್ದರಿಂದಲೇ ನಾನು ಕಲಾವಿದೆಯಾದೆ. ಹೊಸ ಪಾತ್ರ, ಹೊಸ ಸನ್ನಿವೇಶಗಳನ್ನು ಸೃಷ್ಟಿಸಿ ಭಾವ ಪ್ರಪಂಚವನ್ನು ಅನ್ವೇಷಿಸುವ ದಾರಿ ಹಿಡಿದೆ. ಆದರೆ ನನ್ನ ಈ ಶಕ್ತಿಯನ್ನು ಸಮಾಜಕ್ರಾಂತಿಯ ಸಾಧನವಾಗಿ ಬಳಸುವ ಚಳವಳಿಕಾರರ ಅಧೀನಕ್ಕೆ ಒಪ್ಪಿಸಿಕೊಂಡಿದ್ದೆ.

ಅಪ್ಪ ಬರೆಯಬಹುದಾಗಿದ್ದಂತೆ, ಶುದ್ಧ ಇತಿಹಾಸಕಾರರು ಬರೆಯುವಂತೆ ಪ್ರತಿಯೊಂದು ವಾಕ್ಯಕ್ಕೂ ಆಧಾರವನ್ನು ಸೂಚಿಸಿ ಅಡಿಟಿಪ್ಪಣಿ ಕೊಟ್ಟು ಬರೆಯುವುದು ನನಗೆ ಸಾಧ್ಯವಿಲ್ಲ. ಇತಿಹಾಸದ ಅಂತಸ್ಸತ್ತ್ವಕ್ಕೆ ಪ್ರತೀಕಾತ್ಮಕವಾಗಿ ಕೆಲವು ಕಲ್ಪಿತ ಪಾತ್ರ ಸನ್ನಿವೇಶಗಳ ಮೂಲಕ ನಾನು ರೂಪಕೊಡಬಲ್ಲೆ. ಚಿತ್ರಕಥೆ ಬರೆಯಬಲ್ಲೆ. ಸಾಕಷ್ಟು ಹಣ ಒದಗಿದರೆ ತಕ್ಕ ಪಾತ್ರಧಾರಿಗಳನ್ನೂ ಹಾಕಿಕೊಂಡು ಒಂದು ಚಲನಚಿತ್ರವನ್ನೇ ತೆಗೆಯಬಲ್ಲೆ. ಅದಕ್ಕೂ ಮೊದಲು ಈ ದೃಷ್ಟಿಯಿಂದ ಸಮಗ್ರ ಭಾರತದ ಮೂಲೆ ಮೂಲೆಗಳನ್ನು ಸಂಚರಿಸಿ ಫೋಟೋ ತೆಗೆದು ಕ್ಷೇತ್ರಕಾರ್ಯ ಮಾಡಬೇಕು.

* *

ಅಧ್ಯಾಯ ೬

ಕೋಪ ಉರಿಯುತ್ತದೆ. ಸದಾ. ಕೋಪ ಉರಿಯದಿದ್ದರೆ ಶಾಂತಿಯೇ ಇರುವುದಿಲ್ಲ. ನಿದ್ರೆಯಲ್ಲಿ ಕೂಡ ಕನಸಿನ ರೂಪತಾಳಿ ಹೊತ್ತಿ ಉರಿಯುತ್ತದೆ. ಇಲ್ಲದಿದ್ದರೆ ಎಚ್ಚರವಾಗಿಬಿಡುತ್ತದೆ. ನನಗೆ ಏನಾಗಿದೆ, ಮನೋರೋಗವೆ? ಹಾಜಿ ಹಮ್‌ದುಲ್ಲಾಹ್ ಅವರನ್ನಾದರೂ ಕೇಳಬೇಕು. ಆದಿಕಾಲದಿಂದ ಇದುವರೆಗೆ, ಅರೇಬಿಯಾದಿಂದ ಈಜಿಪ್ತ್, ಸಿರಿಯಾ ಇರಾಕ್ ತುರ್ಕಿ, ಪ್ಯಾಲೆಸ್ತೇನ್, ಖುರಾಸಾನ್, ಇರಾನ್, ತುರಾನ್, ಆಫ್ಘ್‌ಘಾನಿಸ್ತಾನ್, ನನಗೆ ನೆನಪಿಲ್ಲದ ಇನ್ನೂ ಎಷ್ಟೆಷ್ಟೋ ದೇಶಗಳ ಇತಿಹಾಸಗಳನ್ನು ಬೆರಳ ತುದಿಯಿಂದ ಚಿಮ್ಮಿ ನೆನಪುಮಾಡಿಕೊಂಡು ಹೇಳಬಲ್ಲ ವಿದ್ವಾಂಸರು. ಔರಂಗಜೇಬ್ ಬಾದಶಾ ಅವರ ಇತಿಹಾಸದ ಕೋಠಿಯ ಪ್ರಮುಖರು. ಹಿಂದೂಸ್ಥಾನದ ಮುಘಲ್ ಚಕ್ರಾಧಿಪತ್ಯದ ಎಲ್ಲ ಸೂಬಾಗಳಿಂದಲೂ ಬರುವ ಗುಪ್ತ ವಾರ್ತೆಗಳ, ಬಾದಶಹರು ಪರಿಶೀಲಿಸಿ ಸರ್ಕಾರಕ್ಕೆ ಅಪಾಯವಿಲ್ಲವೆಂದು ಪರಿಗಣಿಸಿದ ಮಾಹಿತಿಗಳನ್ನು ಇತಿಹಾಸದ ಕೋಠಿಗೆ ರವಾನಿಸಿದ ಮೇಲೆ ಅವನ್ನೆಲ್ಲ ಓದಿ ವಿಂಗಡಿಸುವ ಬುದ್ಧಿಮತ್ತರು. ನಾನೆಂದರೆ ವಿಶೇಷ ಮಮತೆ. ಯಾವಾಗ ಬೇಕಾದರೂ ದ್ವಾರಪಾಲಕನ ಅಡೆತಡೆಯಿಲ್ಲದೆ ಒಳಗೆ ನಡೆದು ದರ್ಶನ ಪಡೆಯುವ ಕೃಪೆ. ನನ್ನನ್ನು ನೋಡಿದ ತಕ್ಷಣ ಅವರ ಕಣ್ಣುಗಳಲ್ಲಿ ಪ್ರೀತಿ ಜಿನುಗುತ್ತದೆ. ಕಳೆದ ಸಲ ದರ್ಶನ ಪಡೆದಿದ್ದಾಗ, 'ಉರಿ ಅಂದರೆ ಬೆಂಕಿ. ಬೆಂಕಿ ಅಂದರೆ ನರಕ. ನರಕದ ಭಯವು ನಿನ್ನನ್ನು ನಿದ್ರೆ, ಸ್ವಪ್ನ, ಜಾಗೃತಿ ಮೂರು ಸ್ಥಿತಿಗಳಲ್ಲೂ ಕಾಡುತ್ತದೆಂದರೆ ಪ್ರವಾದಿಗಳ ಕೃಪೆ ನಿನ್ನ ಮೇಲೆ ಪೂರ್ಣವಾಗಿಲ್ಲ ಎಂದು ಅರ್ಥ. ಹೆಚ್ಚು ಶ್ರದ್ಧೆಯಿಂದ ನಮಾಜು ಮಾಡು. ಹೆಚ್ಚು ಶ್ರದ್ಧೆಯಿಂದ ಕುರ್‌ಆನ್ ಓದು. ಅರಬೀ ಓದುತ್ತಿದ್ದೀಯಾ? ಅರಬೀ ಅರ್ಥವಾಗದೆ ಕುರ್‌ಆನಿನ ಅರ್ಥ ಹೇಗೆ ತಿಳಿದೀತು? ಬರೀ ಅರ್ಥ ತಿಳಿದರೆ ಸಾಲದು, ಅದರ ಭಾವ ತಿಳಿಯಬೇಕಾದರೆ ಅರಬಿಯ ಮೂಲಾರ್ಥವಾಗಬೇಕು. ಬರೀ ಫಾರಸಿ ತಿಳಿದರೆ ಸಾಲದು. ಫಾರಸಿ ರಾಜಭಾಷೆ, ರಾಜ್ಯ ಭಾಷೆ. ಅರಬೀ ದೇವಭಾಷೆ. ಪ್ರವಾದಿಗಳ ಭಾಷೆ. ಅಲ್ಲದೆ ನಿನ್ನ ಮೂಲ ಅಜ್ಞಾನದ ಬೇರುಗಳಿವೆಯಲ್ಲ, ಹಿಂದೂ ನಂಬಿಕೆಗಳು, ಅವನ್ನು ಪೂರ್ತಿ ಸುಡುವ ತನಕ ನಿನಗೆ ನರಕದ ಬೆಂಕಿಯ ಬಾಧೆ ತಪ್ಪುವುದಿಲ್ಲ.' ಎಂದಿದ್ದರು.

'ಹಾಜಿ ಸಾಹೇಬರೆ, ನೀವು ಹೇಳುವುದು ಸರಿ ಅಂತ ನನಗೂ ಅನ್ನಿಸುತ್ತೆ. ನನ್ನಲ್ಲಿ ಕೋಪದ ಉರಿ ಹೊತ್ತಿದಾಗಲೆಲ್ಲ ನನ್ನ ಪೂರ್ವಧರ್ಮದ ಗುಡಿ ಗೋಪುರಗಳು ದೇವ ದೇವೀ ವಿಗ್ರಹಗಳು ಪುರೋಹಿತರು ಮಾಡಿಸುತ್ತಿದ್ದ ಹೋಮಹವನಗಳು, ವ್ರತಕಥೆಗಳು

ನೆನಪನ್ನು ತುಂಬಿಕೊಳ್ಳುತ್ತವೆ.'

'ಪೂರ್ವಧರ್ಮ ಅಂತ ಯಾಕೆ ಕರೀತೀಯ? ಇಸ್ಲಾಮಿನ ಜೊತೆಗೆ ಅವನ್ನೂ ಧರ್ಮ ಅಂದರೆ ಇಸ್ಲಾಮಿಗೆ ಅಗೌರವ ಮಾಡಿದಂತೆ ಅಲ್ಲವೇನು? ಅಜ್ಞಾನದ ಆಚಾರಗಳು, ಅಜ್ಞಾನದ ನಂಬಿಕೆಗಳು, ಅನ್ನು.'

ಹೌದು. ಕೋಪಕ್ಕೆ ಕಾರಣವಾದ ನನ್ನ ಈ ಸ್ಥಿತಿ. ನಾನೊಬ್ಬ ಗುಲಾಮ. ಯುದ್ಧದಲ್ಲಿ ಸೆರೆ ಸಿಕ್ಕಿ ಜೀವ ಉಳಿಸಿಕೊಳ್ಳಲು ಧರ್ಮಾಂತರಗೊಂಡು, ಧರ್ಮಾಂತರಗೊಂಡರೂ ಗುಲಾಮನಾಗಿ ಬದುಕುತ್ತಿರುವ, ಗುಲಾಮ ಮಾತ್ರವಲ್ಲ, ಮುಂದಿನದನ್ನು ನನಗೆ ನಾನೇ ಹೇಳಿಕೊಳ್ಳಲೂ ನಾಚಿಕೆಯಾಗುವ ಸ್ಥಿತಿಯ, ನನ್ನನ್ನು ಈ ಸ್ಥಿತಿಗೆ ತಂದದ್ದು ನನ್ನ ಪೂರ್ವ ಧರ್ಮವಲ್ಲವೆ? ಆ ಧರ್ಮದಲ್ಲಿ ಕಸುವಿದ್ದರೆ ಅದು ಸೋಲುತ್ತಿತ್ತು ಯಾಕೆ? ಹಾಜಿ ಹಮ್‌ದುಲ್ಲಾಹ್ ಅವರು ಧರ್ಮದ ವಿಷಯವಾಗಿ ಚರ್ಚೆಮಾಡುವಾಗ ಎಂದೂ ತಾಳ್ಮೆ ತಪ್ಪುವುದಿಲ್ಲ. 'ಖ್ವಾಜಾ ಜಹಾನ್, ಇಸ್ಲಾಂಧರ್ಮವು ಹೊರಗಿನಿಂದ ಬಂತು ನಿಜ. ಹಜ್ಜಜ್, ಘಸ್ನಿ, ಘೋರಿ, ಮಾಮ್ಲುಕ್, ಖಿಲ್ಜಿ, ತುಘಲಕ್, ಸಯ್ಯಿದ್, ಲೋದಿ, ಮುಘಲ್, ಹೀಗೆ ಯಾರು ನುಗ್ಗಿದರೂ ನಿಮ್ಮ ಹಿಂದೂಗಳು ಸೋತರು ಯಾಕೆ? ನಿಮ್ಮ ಅಂದರೆ ನಿನ್ನ ಅಲ್ಲ. ಯಾಕೆಂದರೆ ನೀನು ಈಗ ನಮ್ಮವನೇ. ಇಷ್ಟೊಂದು ವಿಶಾಲವಾದ ದೇಶದಲ್ಲಿ, ಇಷ್ಟೊಂದು ವಿಶಾಲವಾದ ಜನಬಲ ಧನಬಲ ಸೇನಾಬಲದೊಡನೆ ಇಸ್ಲಾಮನ್ನು ಎದುರಿಸಿ ಕೊನೆಗೆ ಒಂದೊಂದಾಗಿ ಇಸ್ಲಾಮಿಗೆ ಸೋತು ಸೆರೆಸಿಕ್ಕಿ ಸಾವಿರಗಟ್ಟಲೆ ಲಕ್ಷಗಟ್ಟಳೆ ಕಗ್ಗೊಲೆ ಯಾದ ಕಾರಣವೇನು? ಅಷ್ಟಷ್ಟು ಎತ್ತರದ ಕಲ್ಲಿನ ದೇವಸ್ಥಾನಗಳನ್ನು, ಸಾವಿರ ಸಾವಿರ ವಿಗ್ರಹಗಳನ್ನು ಕೊಚ್ಚಿಸಿಕೊಂಡ ಕಾರಣವೇನು? ಅವರ ಧರ್ಮವು, ಅದು ಧರ್ಮವೇ ಅಲ್ಲ. ಅವರು ಸುಳ್ಳು ನಂಬಿಕೆ ಆಚಾರಗಳ ಮೇಲೆ, ಅಜ್ಞಾನದ ಮೇಲೆ ಬದುಕುತ್ತಿದ್ದರು. ಸೂರ್ಯ ಹುಟ್ಟಿದ ತಕ್ಷಣ ಕತ್ತಲು ಕರಗುವಂತೆ ಅವರ ಸಮಸ್ತ ಬಲಗಳೂ, ದೇವ ದೇವಾಲಯಗಳೂ ಕೊಚ್ಚಿಸಿಕೊಂಡವು. ಅವರ ಪಂಡಿತರೇ, ತಲೆಯ ಮೇಲೆ ಪಿಳ್ಳೆ ಜುಟ್ಟು ಬಿಟ್ಟುಕೊಂಡು ಹಣೆಯ ಮೇಲೆ ಕೆಂಪು ಹಳದಿ ಪಟ್ಟಿ ಬಳಿದುಕೊಂಡಿರುವ ಉಲೇಮಾಗಳು, ಹೇಳುತ್ತಾರಂತೆ. ಸತ್ಯವೇ ಕೊನೆಗೆ ಗೆಲ್ಲುತ್ತದೆ ಅಂತ. ಏನದರ ವಾಕ್ಯ ಮೂಲ ಭಾಷೆಯಲ್ಲಿ?' ನಾನು ಸತ್ಯಮೇವ ಜಯತೇ ನಾನೃತಂ ಎಂದು ಹೊಂದಿಸಿದೆ. 'ಏನು? ಕಾಫಿರ್ ವಾಕ್ಯ. ಕಾಫಿರರಿಗೆ ಮಾತ್ರ ಉಚ್ಚರಿಸಲು ಸಾಧ್ಯ. ಇರಲಿ. ಸತ್ಯವೊಂದೇ ಗೆಲ್ಲುತ್ತದೆ ಅನ್ನುವುದು ಸತ್ಯವಾದ ಮಾತು. ಸತ್ಯವಾದದ್ದರಿಂದಲೇ ಇಸ್ಲಾಂ ಈ ವಿಶಾಲ ಹಿಂದೂಸ್ತಾನವನ್ನು ಗೆದ್ದು ಆಳುತ್ತಿದೆ. ಈಗ ಮನದಟ್ಟಾಯಿತೆ?' ಎಂದು ಬೆಳ್ಳಿಯಂತೆ ಹೊಳೆಯುವ ತಮ್ಮ ಉದ್ದನೆಯ ಗಡ್ಡವನ್ನು ನೀವಿಕೊಂಡರು.

ಹಾಜಿ ಹಮ್‌ದುಲ್ಲಾಹ್ ಅವರು ಹೇಳುವ ವಿಶಾಲ ಇತಿಹಾಸ ಮಾತ್ರವಲ್ಲ, ನನ್ನ ಅನುಭವವೇ ಈ ಸತ್ಯದ ಮೂರ್ತ ಅಭಿವ್ಯಕ್ತಿಯಾಗಿರುವುದು ನೆನಪಿಗೆ ಬಂದು ಹೌದೆಂಬಂತೆ ಕತ್ತುಹಾಕಿದೆ. ಅಂಬೇರಿನವರೇ ತಮ್ಮ ಸೋಲನ್ನು ಒಪ್ಪಿಕೊಂಡು ಅಕ್ಬರ್ ಬಾದಶಹನಿಗೆ ಹೆಣ್ಣು ಕೊಟ್ಟು ಅವನ ಸಾಮ್ರಾಜ್ಯದ ಸೇನಾಧಿಕಾರಿಯಾಗಿ ಸೇವೆ ಸಲ್ಲಿಸುವ ಮೂಲಕ

ತಮ್ಮ ಊರಿನ ಅರಮನೆಯನ್ನು ಉಳಿಸಿಕೊಂಡಿದ್ದರು. ಉದಯಪುರದ ಮಹಾರಾಣಾ ಪ್ರತಾಪನ ಮೇಲೆ ಯುದ್ಧ ಮಾಡಲು ಅಂಬೇರಿನ ಮಾನಸಿಂಹನೇ ಸೇನಾಧಿಕಾರಿಯಾಗಿ ನಿಯುಕ್ತನಾಗಿದ್ದ. ಅಕ್ಬರ್ ಬಾದಶಹರ ಮೇಲೆ ಯುದ್ಧ ಮಾಡಿ ಗೆಲ್ಲುವವನು ಯಾರೂ ಹುಟ್ಟಿಲ್ಲ, ಹುಟ್ಟುವುದಿಲ್ಲ; ನನ್ನಂತೆ ನೀನೂ ಶರಣಾಗಿ ಅವರ ಸೇನಾಧಿಕಾರಿಯಾಗಿ ಸೇವೆ ಸಲ್ಲಿಸು, ಎಂದು ಪ್ರತಾಪನ ಮನ ಒಲಿಸಲು ಹೋಗಿದ್ದ. ಹಲದೀ ಘಾಟಿನಲ್ಲಿ ಸೋತ ಪ್ರತಾಪನು ಕಾಡುಮೇಡು ಸೇರಿ ಕಾಡಿನ ಬುಡಕಟ್ಟು ಜನಾಂಗದವನೇ ಆಗಿಹೋಗಿದ್ದ. ಸಿಂಧ್, ಮಾಲ್ವ, ಗುಜರಾತ್, ಎಲ್ಲವೂ ಬಹುಕಾಲದಿಂದ ಮುಸ್ಲಿಮರ ವಶವಾಗಿತ್ತು. ಆದರೂ ಅರಾವಲಿಯಿಂದ ರಕ್ಷಿತವಾದ ನಮ್ಮ ಪುಟ್ಟ ರಾಜ್ಯ ದೇವಗಢ ಅದುವರೆಗೂ ಯಾವ ಮುಸ್ಲಿಂ ದಂಡುಕೋರನ ಮನಸ್ಸನ್ನೂ ಸೆಳೆದಿರಲಿಲ್ಲ. ಯಾವ ರಾಜಮಾರ್ಗಕ್ಕೂ ಹತ್ತಿರವಲ್ಲದ, ಬೇರಾವ ಕೋಟೆಯ ರಕ್ಷಣೆ ಅಥವಾ ಲಗ್ಗೆಗೂ ಆಯಕಟ್ಟಲ್ಲದ ನಮ್ಮ ರಾಜ್ಯವು ಅಸ್ತಿತ್ವದಲ್ಲಿದೆ ಎಂಬುದೇ ಬಾದಶಹರುಗಳಿಗೆ ತಿಳಿದಿರಲಿಲ್ಲವೆಂದು ಕಾಣುತ್ತದೆ. ಇಲ್ಲಿ ಇಂಥದೊಂದು ರಾಜ್ಯವಿದೆ, ಇಂಥ ಒಂದು ಕೋಟೆ ಇದೆ ಎಂಬ ಸಂಗತಿ ಔರಂಗಜೇಬ ಬಾದಶಹನಿಗೆ ತಿಳಿದು ಅವನು ತಕ್ಷಣ ಶರಣಾಗತನಾಗಿ ಇಸ್ಲಾಮನ್ನು ಸ್ವೀಕರಿಸುವಂತೆ ನನ್ನ ಪೂಜ್ಯ ಪಿತರಾದ ಮಹಾರಾಜಾ ಜಗವೀರ ಸಿಂಹರಿಗೆ ಹುಕುಂ ಕಳಿಸಿದ. ಔರಂಗಜೇಬ ನಂಥ ಮುಘಲ್ ಬಾದಶಹನ ಗೌರವಕ್ಕೆ ಕುಂದಾಗುವಂತೆ ಉತ್ತರಿಸಬಾರದೆಂಬ ವ್ಯವಹಾರ ಜ್ಞಾನವಿಲ್ಲದವರಲ್ಲ ನನ್ನ ಪಿತೃದೇವರು. ಆದರೂ ಕೋಟೆಯನ್ನು ಸುತ್ತುವರೆದು ಗೋಡೆಗಳಿಗೆ ತೋಪುಗಳಿಂದ ಗುಂಡು ಹಾರಿಸುತ್ತಾ ಮಹಾದ್ವಾರಕ್ಕೆ ಆನೆಗಳಿಂದ ಗುದ್ದಿಸುತ್ತಾ ಶರಣಾಗು ಎಂಬ ಹುಕುಂ ರವಾನೆ ಮಾಡುತ್ತಿದ್ದರೆ ನಿಜವಾದ ಯಾವ ರಾಜಪೂತನು ಮಹಾದ್ವಾರವನ್ನು ತೆಗೆದು ಶರಣಾಗುತ್ತಾನೆ? ಆಶ್ಚರ್ಯದ ಸಂಗತಿ ಎಂದರೆ ನಮ್ಮ ಕೋಟೆಯನ್ನು ಸುತ್ತುವರೆದಿದ್ದ ಔರಂಗಜೇಬನ ಕಾಲಾಳುಗಳಲ್ಲಿ ಬಹುಭಾಗ ಹಿಂದೂಧರ್ಮದ ಜಾಟರು, ಮಾಲ್ವದವರು, ನಮ್ಮವರೇ ಆದ ರಾಜಸ್ತಾನದ ರೈತರು. ಇನ್ನೊಂದು ಪುಟ್ಟ ಹಿಂದೂ ರಾಜ್ಯವನ್ನು ಮುಸಲ್ಮಾನರು ಕಬಳಿಸಲು ತಾವು ರಕ್ತ ಚೆಲ್ಲುವ ಸಹಾಯಕರಾಗಬಾರದು ಎಂಬ ತಿಳಿವಳಿಕೆ ಯಾಗಲಿ ಸ್ವಧರ್ಮನಿಷ್ಠೆಯಾಗಲಿ ಅವರಿಗೆ ಇರಬಾರದೆ? ಕತ್ತಿ ಹಿಡಿದ ಕುದುರೆ ಸವಾರರಲ್ಲಿ ಅರ್ಧಭಾಗ ಹಿಂದೂ ರಾಜಪೂತರು. ಅವರ ಸೇನಾನಿಗಳೂ ರಾಜಪೂತರೇ. ಉಳಿದರ್ಧ ಭಾಗ ಆಫ್ಘನ್ ಮುಸಲ್ಮಾನರು. ಹಿಂದೂ ಅಶ್ವದಳದವರು ನಿಷ್ಠೆಯಿಂದ ಯುದ್ಧ ಮಾಡುತ್ತಾರೆಯೋ ಇಲ್ಲವೋ ಎಂದು ಸದಾ ಸಂಶಯದಿಂದ ಪರೀಕ್ಷೆ ಮಾಡುವ ಮುಸ್ಲಿಂ ಸೇನಾನಿಗಳು. ಕಾಲಾಳುಗಳಿಗಂತೂ ಈ ಯುದ್ಧದ ಉದ್ದೇಶ ಸ್ಪಷ್ಟವಾಗಿ ತಿಳಿಯುತ್ತಿರಲಿಲ್ಲ. ತಿಳಿದಿದ್ದರೂ ಹೊಟ್ಟೆಯ ಪಾಡಿಗೆ ಬೇರೆ ದಾರಿ ಇಲ್ಲ. ದನದ ಹಿಂಡುಗಳಂತೆ ಅಟ್ಟಿದ ಕಡೆಗೆ ಹೋಗಿ ಹೇಳಿದಂತೆ ಯುದ್ಧ ಮಾಡುವುದು, ಯುದ್ಧದ ಮೊದಲಅಲೆಯ ಪೆಟ್ಟನ್ನು ತಿಂದು ಸಾವಿರಗಟ್ಟಲೆ ಸತ್ತುಬೀಳುವುದಷ್ಟೇ ಅವರ ಜೀವನ.

ನಮ್ಮ ಸುತ್ತ ಒತ್ತುವ ಇಡೀ ಹಿಂದೂಸ್ತಾನದ ಸೈನ್ಯಬಲವನ್ನು ನಾವು ಎಷ್ಟು ದಿನ ತಡೆಯಲಾದೀತು? ಪಿತೃದೇವರು ನಮ್ಮ ಸೈನ್ಯಾಧಿಕಾರಿಗಳು, ಭಟರು, ಮತ್ತು ಪ್ರಜಾಪ್ರಮುಖ

ರಿಗೆ ಹೇಳಿದರು: 'ಪಶ್ಚಿಮಭಾಗದ ನಮ್ಮ ಕೋಟೆ ಬಿರುಕುಬಿಟ್ಟಿದೆ. ಈ ಸಂಜೆಯ ವೇಳೆಗೆ ಶತ್ರುಗಳು ಒಳಗೆ ನುಗ್ಗುತ್ತಾರೆ. ನಾವೇ ಮುಖ್ಯದ್ವಾರವನ್ನು ತೆಗೆದು ಹೊರಗೆ ನುಗ್ಗಿ ಸಾಧ್ಯವಾದಷ್ಟು ಶತ್ರುಗಳನ್ನು ಕೊಂದು ಜೀವಬಿಡುವುದು ಒಂದು ದಾರಿ. ಅವರೇ ಒಳನುಗ್ಗುವ ತನಕ ಕಾದು ಕಾಯುವುದು ಇನ್ನೊಂದು ದಾರಿ. ಶರಣಾಗಿ ಪ್ರಾಚೀನ ಕಾಲದಿಂದಲೂ ನಮ್ಮದಾದ ಧರ್ಮವನ್ನು ತ್ಯಜಿಸಿ ಶತ್ರುವಿನ ಧರ್ಮವನ್ನಪ್ಪಿಕೊಳ್ಳುವುದು ಕೊನೆಯ ದಾರಿ. ನಾನು ಯಾರನ್ನೂ ಯಾವ ಮಾರ್ಗ ಹಿಡಿಯಲೂ ಒತ್ತಾಯಮಾಡುವುದಿಲ್ಲ. ಆದರೆ ಒಬ್ಬೊಬ್ಬರು ಒಂದೊಂದು ಮಾರ್ಗಹಿಡಿದು ಗೊಂದಲವಾಗುವುದು ಬೇಡ. ಸಾಯಲಿ ಬದುಕಲಿ ಶರಣಾಗಲಿ ಎಲ್ಲರೂ ಒಟ್ಟಿಗೆ ನಡೆಯುವುದು ಲೇಸು. ಹೆಚ್ಚು ಚರ್ಚೆಮಾಡಲು ಸಮಯವಿಲ್ಲ. ಎಲ್ಲ ಸೇರಿ ಒಂದು ಗಟ್ಟಿ ತೀರ್ಮಾನ ಮಾಡೋಣ.'

ಮುಖ್ಯ ಸೇನಾಧಿಕಾರಿ ವಿಜಯೇಂದ್ರ ಸಿಂಹ ತಕ್ಷಣ ಹೇಳಿದರು: 'ಮಹಾರಾಜರು ಸಭೆ ಕರೆದಾಗಲೆ ಉದ್ದೇಶ ಎಲ್ಲರಿಗೂ ಅರ್ಥವಾಯಿತು. ನಾವೆಲ್ಲ ಸಮಾಲೋಚಿಸಿ ಆಗಿದೆ. ಹೆಂಗಸರೆಲ್ಲ ಜೌಹರ್ ಮಾಡಿಕೊಳ್ಳುವುದು. ಗಂಡಸರೆಲ್ಲ ಕತ್ತಿ ಹಿಡಿದು ಹರಹರ ಮಹದೇವ ಘೋಷಣೆ ಮಾಡುತ್ತಾ ಹೊರನುಗ್ಗಿ ಸಾಧ್ಯವಾದಷ್ಟು ಶತ್ರುಗಳನ್ನು ಕೊಂದು ನಾವೂ ಬಲಿಯಾಗುವುದು.'

'ಜೌಹರ್ ಮಾಡಿಕೊಳ್ಳಲು ಹೆಂಗಸರ ಒಪ್ಪಿಗೆ ಇದೆಯೆ?'

'ಹಾಗೆಂದು ಮಹಾರಾಣಿಯವರೇ ಹೇಳಿದ್ದಾರೆ. ಇಲ್ಲದೆ ಬೇರೆ ದಾರಿ ಯಾವುದುಂಟು? ಸೋತವರ ಕಡೆಯ ಹೆಂಗಸರನ್ನು ಗೌರವದಿಂದ ನಡೆಸಿಕೊಳ್ಳುವುದು ಆ ಜನರ ಸಂಸ್ಕೃತಿಯಲ್ಲಿ ಇಲ್ಲವೇ ಇಲ್ಲ. ಉನ್ನತಮಟ್ಟದ, ಚೆಲುವೆಯರಾದ ಹೆಂಗಸರನ್ನು ಅವರ ಉನ್ನತಮಟ್ಟದ ಸೇನಾಧಿಕಾರಿಗಳು, ಸುಬಾಹ್‌ದಾರರು ವಶಪಡಿಸಿಕೊಳ್ಳುವುದು, ಉಳಿದವರನ್ನು ಸಾಧಾರಣ ಸೈನಿಕರು ಹಂಚಿಕೊಳ್ಳುವುದು. ಯಾರು ಹಂಚಿಕೊಂಡರೂ ಈ ಹೆಂಗಸರೆಲ್ಲ ಗುಲಾಮಿಯರಾಗಿ ಅವರ ಮನೆಗೆಲಸದ, ಕಾಮದ ತೊತ್ತಾಗಲೇಬೇಕು. ಈ ಮಾನನಾಶ ಶೀಲನಾಶವನ್ನು ನಮ್ಮ ಯಾವ ಮಹಿಳೆ ಒಪ್ಪುತ್ತಾಳೆ? ಗಂಡಸು ಕೂಡ ಅಷ್ಟೆ. ಧರ್ಮಾಂತರಗೊಂಡರೂ ಸ್ವಾತಂತ್ರ್ಯ ಕಳೆದುಕೊಂಡು ಗುಲಾಮರಾಗಲೇಬೇಕು. ಅವರ ಮನೆಗೆಲಸದ ತೊತ್ತಾಗಿಯೋ, ಅವರ ಸೈನ್ಯದ ಕಾಲಾಳುಗಳಾಗಿಯೋ, ಸೈನ್ಯಚಲನೆಯ ರಸ್ತೆ ನಿರ್ಮಾಣದ ದಾಸನಾಗಿಯೋ ಬದುಕಬೇಕು. ಅಥವಾ ಗುಲಾಮ ವ್ಯಾಪಾರದ ಮಾರುಕಟ್ಟೆಯಲ್ಲಿ ಹಿಂಡು ಹಿಂಡಾಗಿ ಒಯ್ದು ನಿಲ್ಲಿಸಿ ದನ ಆಡುಕುರಿಗಳಂತೆ ಹರಾಜಿನಲ್ಲಿ ಮಾರುತ್ತಾರೆ. ಕೊಂಡವರು ಒಯ್ದಲ್ಲಿಗೆ ಹೋಗಿ ದುಡಿದು ದುಡಿದು ಸಾಯಬೇಕು. ಆಫ್ಘಾನಿಸ್ತಾನ, ಮೊದಲಾಗಿ ಹಿಂದೂಕುಶ್ ಪರ್ವತವನ್ನು ದಾಟಿಸಿ ಕರೆದೊಯ್ದು ದೂರದ ಬೇರೆ ಬೇರೆ ಗುಲಾಮ ಮಾರುಕಟ್ಟೆಯಲ್ಲಿ ಹರಾಜಿನಲ್ಲಿ ಮಾರುತ್ತಾರಂತೆ. ಅದಕ್ಕಿಂತ ಹರಹರ ಮಹದೇವ ಘೋಷಿಸಿಕೊಳ್ಳುತ್ತಾ ಸಾಯುವುದು ಮೇಲಲ್ಲವೆ? ಇದು ಎಲ್ಲರ ಅಭಿಮತವೂ.'

ಕೊನೆಯ ತೀರ್ಮಾನವಾಯಿತು: ಕತ್ತಿ ಹಿಡಿದು ಹೊರನುಗ್ಗಬಾರದು. ಮುಖ್ಯದ್ವಾರವನ್ನು ತೆರೆಯಬೇಕು. ಆಯಕಟ್ಟಿನ ಸ್ಥಳಗಳಲ್ಲಿ ನಿಂತು ಒಳನುಗ್ಗುವ ಶತ್ರುಗಳನ್ನು ತರಿಯಬೇಕು.

ಒಂದೊಂದು ಪ್ರಮುಖ ಸ್ಥಳಗಳ ರಕ್ಷಣೆಗೂ ಒಬ್ಬೊಬ್ಬ ಸೇನಾನಾಯಕನ ಉಸ್ತುವಾರಿಯಲ್ಲಿ ಒಂದೊಂದು ತುಕಡಿ ಸೈನ್ಯವು ನಿಯೋಜಿತವಾಗಬೇಕು. ಈ ವಿಧಾನದಿಂದಲಾದರೂ ನಮಗೆ ಜಯ ಲಭಿಸುತ್ತದೆಂಬ ನಂಬಿಕೆ ಇರಲಿಲ್ಲ. ಹೊರನುಗ್ಗುವುದಕ್ಕಿಂತ ಹೆಚ್ಚು ಶತ್ರುಗಳನ್ನು ತರಿಯುವುದು ಖಚಿತವಾಗಿತ್ತು. ಜೌಹರ್ ಮಾಡಿಕೊಳ್ಳುವ ಹೆಂಗಸರೆಲ್ಲ ಮುಖ್ಯದ್ವಾರವನ್ನು ತೆರೆಯುವ ಮೊದಲೇ ಮಾಡಿಕೊಳ್ಳಬೇಕೆಂದು ನಿರ್ಧರಿಸಿದರು. ನನ್ನ ತಾಯಿ, ನನ್ನ ಅಕ್ಕ, ಹೆಂಡತಿ, ರಾಜಪರಿವಾರದ ಇತರ ಮಹಿಳೆಯರಲ್ಲದೆ ಕೋಟೆಯ ಹೆಚ್ಚು ಕಡಮೆ ಎಲ್ಲ ಹೆಂಗಸರೂ ಜೌಹರ್‌ಗೆ ಮುಂದೆಬಂದರು. ಅಷ್ಟು ಜನರ ಜೀವಹರ ಕರ್ಮಕ್ಕೆ ಬೇಕಾದಷ್ಟು ಒಣಕಟ್ಟಿಗೆಯ ರಾಶಿಯು ಕೋಟೆಯ ಒಳಗಿತ್ತು. ಯುವರಾಜನಾದ ನನ್ನನ್ನು ಕೋಟೆಯ ಅಧಿಷ್ಠಾನ ದೇವತೆ ವಿಷ್ಣುವಿನ ಮಂದಿರವನ್ನು ಕಾಯಲು ನೇಮಿಸಿದರು. ಪೂಜ್ಯಪಿತೃವು ಅರಮನೆಯ ರಕ್ಷಣೆಗೆ. ನನ್ನ ತಾಯಿ, ಅಕ್ಕ, ಅಜ್ಜಿ, ಅಲ್ಲದೆ ನನ್ನ ಹದಿನೈದು ವರ್ಷದ ಎಳೆಯ ಹೆಂಡತಿ ಶ್ಯಾಮಲಾದೇವಿಯರು ಬೆಂಕಿಯಲ್ಲಿ ದಹನವಾಗಿ ಹೋಗುವುದನ್ನು ಕಲ್ಪಿಸಿಕೊಂಡೇ ನನ್ನ ಮನಸ್ಸು ಉರಿಯತೊಡಗಿತು. ಯುವರಾಜನು ರಾಜನ ಪ್ರತಿನಿಧಿ. ಕೋಟೆಯಲ್ಲಿ ಈಗ ಜೀವಹರಣ ಮಾಡಿಕೊಳ್ಳುವ ಎಲ್ಲ ಹೆಂಗಸರಿಗೂ ನಾನೂ ತಂದೆಯ ಸಮಾನ. ನನ್ನ ಇಷ್ಟೊಂದು ಜನ ಹೆಣ್ಣುಮಕ್ಕಳು ಒಟ್ಟಿಗೆ ಬೆಂಕಿಯಲ್ಲಿ ಸುಟ್ಟುಕೊಂಡು ಸಾಯುವ ಸ್ಥಿತಿಯಲ್ಲಿ ಏನೂ ಮಾಡಲಾರದೆ ನೀವು ಸುಟ್ಟುಕೊಂಡು ಸಾಯಿರಿ ನಾವು ಶತ್ರುಗಳ ಕತ್ತಿಯಿಂದ ಸಾಯುತ್ತೇವೆ ಎಂಬ ರಾಜ ನಿರ್ಧಾರವನ್ನು ಕೊಡುವ ಅಸಹಾಯಕ ಸ್ಥಿತಿಯಲ್ಲಿ ನಾನೊಬ್ಬ ನಪುಂಸಕನೆಂಬ ಭಾವ ತುಂಬಿಕೊಂಡಿತು. ಬೇರೆ ಯಾವ ಸಹಾಯವೂ ಬರುವುದಿಲ್ಲ, ಈ ಶತ್ರುವು ನಮ್ಮನ್ನು ವಶಪಡಿಸಿಕೊಳ್ಳದೆ ಅಥವಾ ನಾಶಪಡಿಸದೆ ಹಿಂದೆ ಸರಿಯುವುದಿಲ್ಲ, ಎಂದು ಗೊತ್ತಿದ್ದರೂ ಮೂರು ತಿಂಗಳು ಕೋಟೆಯೊಳಗೆ ಅಡಗಿ ಕೂತಿದ್ದುದೇ ನಪುಂಸಕತ್ವದ ವರ್ತನೆ. ಪರಂತು, ಇದು ಆಕ್ರಮಣಕ್ಕೆ ಒಳಗಾದ ಪ್ರತಿಯೊಂದು ಕೋಟೆಯೂ ಮಾಡುವ ವಿಧಾನ. ಆದರೆ ಈಗ?

ಜೀವಹರಕ್ಕೆ ಮೊದಲು ಒಮ್ಮೆ ಅಂತಃಪುರಕ್ಕೆ ಹೋಗಿ ಅಕ್ಕ, ತಾಯಿ ಅಜ್ಜಿಯರ ಪಾದಸ್ಪರ್ಶ ಮಾಡಿ ಹೆಂಡತಿಯನ್ನು ಆಲಿಂಗಿಸಿ, ಛೇ, ಬೇಡ, ಭಾವವು ಉಕ್ಕಿ ನಿಶ್ಚಯವು ಸಡಿಲಾಗಬಹುದು, ಎನ್ನಿಸಿತು. ಅದಕ್ಕೆಲ್ಲ ಈಗ ವ್ಯವಧಾನವೂ ಇಲ್ಲ. ಬಿರುಕುಬಿಟ್ಟಿರುವ ಪಶ್ಚಿಮಭಾಗದ ಕೋಟೆಯು ಒಡೆದುಬಿದ್ದರೆ ಜೀವಹರ ಮಾಡಿಕೊಳ್ಳುವ ಮೊದಲೇ ಶತ್ರುವು ಒಳನುಗ್ಗಿ ಮೊದಲು ಮಹಿಳೆಯರನ್ನು ಸೆರೆ ಹಿಡಿಯುತ್ತಾರೆ. ಬೇಗ ಕುದುರೆ ಏರಿ ಅರಮನೆಯ ಒಳತೊಟ್ಟಿಗೆ ಧಾವಿಸಿ ಅಲ್ಲಿ ಸೇರುತ್ತಿರುವ ಎಲ್ಲ ಮಹಿಳೆಯರಿಗೂ, 'ನೀವು ಪರಲೋಕಕ್ಕೆ ಮೊದಲು ಹೋಗಿ ನಮಗೆಲ್ಲ ಅಡುಗೆ ಮಾಡಿರಿ. ದಣಿದು ಬರುವ ಗಂಡಸರಿಗೆಲ್ಲ ಊಟ ವಾಗಬೇಕು.' ಎಂದು ಹೇಳಿ ಬೆಂಕಿಯ ಭಯವನ್ನು ಸ್ವಲ್ಪವಾದರೂ ಕಡಮೆ ಮಾಡಲೇ ಎನ್ನಿಸಿತು. ಪರಿಸ್ಥಿತಿಯ ಗಂಭೀರತೆಯಲ್ಲಿ ನನ್ನ ಮಾತು ಹಾಸ್ಯಾಸ್ಪದವಾಗುತ್ತದೆಂದು ನನಗೇ ಅನ್ನಿಸಿತು.

ಹದಿನೇಳು ವರ್ಷದವನಾದರೂ ನನಗೆ ಯುದ್ಧದ ಎಲ್ಲ ತಂತ್ರಗಳ ತರಪೇತಿಯೂ

ಆಗಿತ್ತು. ಅಭಿಮನ್ಯುವು ಅಷ್ಟೆಲ್ಲ ಸಾಹಸ ಮಾಡಿದ್ದು ಹದಿನಾರನೆ ವರ್ಷಕ್ಕೇ ಅಲ್ಲವೆ? ನೂರು ಅಶ್ವಾರೋಹಿಗಳು ಮುನ್ನೂರು ಪದಾತಿಗಳೊಡನೆ ನಾನು ವಿಷ್ಣು ಮಂದಿರವನ್ನು ಸುತ್ತುವರೆದೆ. ಮಂದಿರದ ಒಳಗೆಲ್ಲ ಯಾವ ಯಾವ ಕಂಬಗಳ ಮರೆಯಲ್ಲಿ ಯಾವ ಯಾವ ಖಡ್ಗಧಾರಿಗಳು ನಿಂತಿರಬೇಕು, ಬಾಗಿಲಿನ ಮರೆಯಲ್ಲಿ ನಿಂತಿರುವವರು ಯಾರು, ಗರ್ಭಗುಡಿಯಲ್ಲಿ ಅಡಗಿರಬೇಕಾದ ವೀರರು ಯಾರು ಎಂಬುದನ್ನೆಲ್ಲ ನಿಶ್ಚಯಿಸಿ ಮಂದಿರ ವನ್ನು ಸುತ್ತುವರೆಯಬೇಕಾದ ಪದಾತಿಗಳನ್ನು ಗುರುತಿಸಿದೆ. ಅಶ್ವಾರೋಹಿಗಳು ಮರೆಯಲ್ಲಿರ ಬೇಕು. ಮಂದಿರದ ಕಡೆಗೆ ನುಗ್ಗುವ ಶತ್ರುವನ್ನು ಹಿಂದಿನಿಂದ ಕುದುರೆಯ ಮೇಲೆ ಬಂದು ತರಿಯಬೇಕು ಎಂದು ಸೂಚಿಸಿದೆ.

ಅರಮನೆಯ ದಿಕ್ಕಿನಲ್ಲಿ ಹೊಗೆ ಕಾಣಿಸಿತು. ತುಸುಹೊತ್ತಿಗೆ ಬೆಂಕಿಯ ಕಿಡಿಗಳು ಆಕಾಶದ ಕಡೆಗೆ ಹರಡಿದವು. ಹರಹರಹರ ಎಂಬ ಕೂಗು ಆಕಾಶವನ್ನು ವ್ಯಾಪಿಸಿತು. ಉತ್ಸಾಹದ ಕೂಗು, ನೋವಿನ ಚೀರಾಟಗಳು ಬೆರೆತುಕೊಂಡವು. ಅಗ್ನಿಯನ್ನು ಮೊದಲು ಪಟ್ಟದ ರಾಣಿಯು ಪ್ರವೇಶಿಸಬೇಕು. ಅನಂತರ ರಾಜಕುಟುಂಬದ ಇತರರು. ಉಳಿದ ಹೆಂಗಸರೆಲ್ಲ ಬೆಂಕಿಯ ಎಲ್ಲ ದಿಕ್ಕುಗಳಿಂದಲೂ ಹಿಂಬಾಲಿಸುವುದು. ತಾಯಿಯ ಅಜ್ಜಿಯ ಅಕ್ಕನ ಹೆಂಡತಿ ಶ್ಯಾಮಲೆಯ ಜೀವಹರವಾಗಿ ಹೋಗಿದೆ. ನನ್ನ ಹೊಟ್ಟೆಯೊಳಗೆ ಸಂಕಟ ಹೊತ್ತಿಕೊಂಡಿತು. ಈಗ ನಮ್ಮ ಕೋಟೆಯ ಇತರ ಮಹಿಳೆಯರ ಜೀವಹರವಾಗುತ್ತಿದೆ. ಇನ್ನು ನಾವಾರೂ ಹಿಂದೆ ಸರಿಯುವಂತಿಲ್ಲ. ಗೆದ್ದರೂ ಬದುಕುವಂತಿಲ್ಲ. ಶತ್ರುವನ್ನು ಕೊಲ್ಲುವುದೊಂದೇ ದಾರಿ. ಗುರಿ. ಮಹಾದ್ವಾರದ ಕಡೆಯಿಂದ ಹರಹರ ಮಹದೇವ ಮೊಳಗು ಕೇಳಿಸುತ್ತಿದೆ. ದ್ವಾರ ತೆರೆದಿದ್ದಾರೆ. ತೆರೆದ ತಕ್ಷಣ ಶತ್ರುಗಳು ಒಳ ನುಗ್ಗುತ್ತಾರೆಯೆ? ಇವರು ಹೊರಬರಲೆಂದು ಕಾಯುತ್ತಿರಬಹುದಲ್ಲ. ತುಸುಹೊತ್ತು ನಿಶ್ಶಬ್ದ. ಈಗ ಸಮರದ ಸದ್ದು, ಹೇಷಾರವ. ಅರಚಾಟ. ಕಿರಿಚಾಟ. ವಹಿಸಿರುವ ಮಂದಿರದ ರಕ್ಷಣೆಯನ್ನು ಬಿಟ್ಟು ನಾನು ಅತ್ತ ಹೋಗಿ ಪೌರುಷವನ್ನು ಮೆರೆಯುವಂತಿಲ್ಲ. ಅವರಾಗಿಯೇ ಇತ್ತ ಬರುವ ತನಕ ನಾನು ನಿಷ್ಕ್ರಿಯ. ಮೊದಲು ಅರಮನೆಯ ವಶಕ್ಕೆ ನುಗ್ಗುತ್ತಾರೆ. ನಂತರ ಮಂದಿರದ ನಾಶಕ್ಕೆ. ಅಥವಾ ಒಂದೊಂದು ಗುರಿಗೆ ಒಂದೊಂದು ತುಕಡಿ ಹಂಚಿ ಹರಡಬಹುದು. ಶಬ್ದವನ್ನು ಆಲಿಸುತ್ತಾ ನನ್ನ ಅಶ್ವ ವಿಜಯನ ಮೇಲೆ ಸನ್ನದ್ಧನಾಗಿದ್ದೆ. ಬಲಗೈಯಲ್ಲಿ ತವಕಿಸುತ್ತಿದ್ದ ಬಂಗಾರದ ಹಿಡಿಯ ಖಡ್ಗ. ಸುಮಾರು ಎರಡು ಪ್ರಹರಗಳು. ಅರಮನೆಯ ದಿಕ್ಕಿನಲ್ಲಿ ಮುಗಿಲಿಗೇರುವ ಹೋಯ್ಕಾರ. ಯುದ್ಧ ಹೊತ್ತಿಕೊಂಡಿದೆ. ತಂದೆಯವರು ವೀರಾಧಿವೀರರು. ವಜ್ರವನ್ನು ಹದ್ದಿದ ಹಿಡಿಯ ಅವರ ಖಡ್ಗದ ಝುಳುಪಿಗೇ ಶತ್ರುವಿನ ಜೀವ ಹಾರಿಹೋಗುತ್ತದೆ. ಅಷ್ಟರಲ್ಲಿ ಕುದುರೆ ಏರಿ ಬಂದ ನಮ್ಮ ಒಬ್ಬ ವಾರ್ತಾಕಾರ ಕೂಗಿ ಹೇಳಿದ: 'ಮಹಾರಾಣಾರು ವೀರ ಸ್ವರ್ಗವನ್ನೈದಿದರು. ಶತ್ರುಗಳು ಅರಮನೆಗೆ ನುಗ್ಗಿದ್ದಾರೆ. ಜೌಹರ್ ಸಂಪೂರ್ಣವಾಗಿದೆ.' ನನ್ನ ಎದೆ ನಡುಗಿತು. ತುಟಿಗಳು ಕಂಪಿಸಿದವು. ಇನ್ನು ನಾನು ಮಾಡುವುದಾದರೂ ಏನು? ಮಂದಿರವನ್ನು ರಕ್ಷಿಸಲು ಸಾಧ್ಯವಿಲ್ಲ. ಮಂದಿರದ ವಿಷ್ಣುವು ನಮ್ಮನ್ನು ರಕ್ಷಿಸಲಿಲ್ಲ. ಬಲಬದಿಗೆ ತಿರುಗಿನೋಡಿದೆ. ಬಾಗಿಲು ತೆರೆದು ಮಂದಿರದ

ಗರ್ಭಗುಡಿಯೊಳಗಿನಿಂದ ಸ್ಥಿತಿಯ ಅಧಿದೇವತೆ ಹಸನ್ಮುಖಿ ವಿಷ್ಣುವಿನ ವಿಗ್ರಹ ಕಾಣಿಸುತ್ತಿದೆ. ನಾಲ್ಕು ಕೈಗಳು. ಶಂಖ ಚಕ್ರ ಗದಾ ಪದ್ಮ. ಸೃಷ್ಟಿದೇವತೆ ಬ್ರಹ್ಮನಿಗಿಂತ ಲಯದೇವತೆ ರುದ್ರನಿಗಿಂತ ಭಿನ್ನ ಈ ಶಾಂತಮುಖಿ. ಅಜ್ಜಿ ತಂದೆ ತಾಯಿಯರಿಗೆ ತರ್ಪಣ ನೀಡಬೇಕು. ಅವರ ಜೀವಗಳನ್ನು ವಿಷ್ಣುಪಾದಕ್ಕೆ ತಲುಪಿಸಬೇಕು ಅಲ್ಲಿಯವರೆಗೆ ನಾನು ಬದುಕಿದ್ದರೆ ಎಂಬ ಆಲೋಚನೆ ಪೂರ್ಣವಾಗುವ ಮೊದಲೇ ನಮ್ಮ ಹಿಂಬದಿಯಿಂದ ಮಂದಿರದ ಹಿಂಬದಿಯಿಂದ ಖುರಪುಟಗಳು. ತಿರುಗಿ ನೋಡಿದರೆ ಅರಬೀ ಠಾಕಣಗಳು. ಏನು ಎತ್ತರ! ಕುದುರೆಯ ಮೇಲೆ ಕೂತಿದ್ದ ನಾನು ದೃಷ್ಟಿಯನ್ನು ಮೇಲೆ ಎತ್ತಬೇಕು. ಎಂಥ ಮೈಕಟ್ಟು. ನಾನು ಹರಹರ ಮಹದೇವ ಎಂದು ರಣಘೋಷ ಮಾಡಿದೆ. ತರಿದಾಟ ಆರಂಭವಾಯಿತು. ನಾವು ಕಳಪೆಯಾಗಿ ಕಾಯಲಿಲ್ಲ. ಆದರೆ ಅವರ ರಣತಂತ್ರ ಹೆಚ್ಚು ಉಗ್ರವಾಗಿತ್ತು. ವ್ಯೂಹವು ಹೆಚ್ಚು ನಿಶ್ಚಿತವಾಗಿತ್ತು. ಸಂಖ್ಯಾಬಲವೂ ಪ್ರಚಂಡವಾಗಿತ್ತು. ಮೊದಲು ಕಾಲಾಳುಗಳನ್ನು ಬಿಡದೆ ಏಕದಂ ಅಶ್ವಾರೋಹಿಗಳನ್ನು ನುಗ್ಗಿಸಿದರು. ಯುವರಾಜನನ್ನು ಕೊಲ್ಲದೆ ಸೆರೆ ಹಿಡಿಯಬೇಕೆಂಬ ಪೂರ್ವಯೋಜನೆಯೋ ಅಥವಾ ರಣಚಲನೆಯು ಹಾಗೆ ಘಟಿಸಿತೋ, ನಾನು ನನ್ನವರಿಂದ ಬೇರ್ಪಡಿಸಲ್ಪಟ್ಟೆ. ನನ್ನ ಅಶ್ವ ವಿಜಯನ ಬಲ ಮುಂಗಾಲು ಕತ್ತರಿಸಿ ಅವನು ಕೆಳಗೆ ಬಿದ್ದ. ನಾನು ಸೆರೆ ಸಿಕ್ಕಿದೆ. ಕಠಾರಿಯನ್ನು ತೆಗೆದು ನನ್ನ ಹೊಟ್ಟೆಗೆ ತಿವಿದುಕೊಳ್ಳುವ ಮೊದಲೇ ನನ್ನನ್ನು ಹಿಡಿದುಬಿಟ್ಟರು. ಇನ್ನೂ ಹದಿನೇಳರ ಹುಡುಗ. ಅನುಭವ ಸಾಲದುದೂ ಒಂದು ಕಾರಣವಿರಬಹುದು. ಕೊಸರಿಕೊಳ್ಳುವುದು ನಿರರ್ಥಕವಾಯಿತು. ಬಂಗಾರದ ಹಿಡಿಯ ಖಡ್ಗ, ಕೊರಳ ಹಾರ, ಪೀತಾಂಬರ, ಶಿರಸ್ತ್ರಾಣಗಳಿಂದ ನಾನು ಯುವರಾಜನೆಂದು ಅವರು ಗುರುತಿಸಿದ್ದರು. ನನ್ನ ಕತ್ತಿ ಬಾಕುಗಳನ್ನು ಕಿತ್ತುಕೊಂಡು ನಿಶ್ಶಸ್ತ್ರಗೊಳಿಸಿದರು. ಅಷ್ಟರಲ್ಲಿ ಆ ತುಕಡಿಯು ಮಂದಿರವನ್ನು ನುಗ್ಗಿತು. ಒಳಗೆ ಕಗ್ಗೊಲೆ. ನಮ್ಮವರು ಎಷ್ಟು ಮಂದಿ ಸತ್ತರೋ, ಇವರು ಎಷ್ಟು ಮಂದಿ ಸತ್ತರೋ ನನಗೆ ತಿಳಿಯಲಿಲ್ಲ. ಒಳಗಿನಿಂದ ಚೀರಾಟಗಳು ಮಾತ್ರ ಕೇಳುತ್ತಿದ್ದವು. ತುಸುಹೊತ್ತು. ಆ ಮನಃಸ್ಥಿತಿಯಲ್ಲಿ ಸಮಯದ ಲೆಕ್ಕ ಸರಿಯಾಗಿ ಸಿಕ್ಕುವುದು ಶಕ್ಯವಿಲ್ಲ. ಅನಂತರ ಒಳಗಿನಿಂದ ಹೆಣಗಳನ್ನು, ರಕ್ತ ಸೋರುತ್ತಿದ್ದು ಇನ್ನೂ ಜೀವ ಹೋಗದೆ ಉಳಿದಿರುವ ದೇಹಗಳನ್ನು ಎಳೆದೆಳೆದು ತಂದು ಮಂದಿರದ ಎದುರಿಗೆ ಒಂದರ ಮೇಲೊಂದರಂತೆ ಪೇರಿಸಿದರು. ಇನ್ನೂ ಹೋಗದಿರುವ ಜೀವವು ತನ್ನ ಮೇಲೆ ಬಿದ್ದ ಬೇರೆ ದೇಹದ ಭಾರಕ್ಕೆ ವಿಲಿವಿಲಿಗುಟ್ಟಿ ಹೋಗುತ್ತಿತ್ತು. ನಮ್ಮವರೆಲ್ಲ ಮಡಿದಿದ್ದರು. ಅವರವರೂ ಇಪ್ಪತ್ತು ಮೂವತ್ತು ಮಂದಿ ಸತ್ತಿದ್ದರು. ಅಷ್ಟರಲ್ಲಿ ಒಳಗಿನಿಂದ ಏಳೆಂಟು ಜನ ಶತ್ರುಯೋಧರು, ಹೌದು ಶತ್ರುಯೋಧರು, ಅವರ ಗಡ್ಡ, ಚಲ್ಲಣ ಮತ್ತು ಎದೆಯ ತ್ರಾಣಗಳಿಂದ ಶತ್ರುಯೋಧರೆಂಬುದು ಖಚಿತವಾಗಿ ಕಾಣುತ್ತಿತ್ತು, ಏಳೆಂಟು ಜನರು ಭಾರಿ ತೂಕದ ಕಲ್ಲನ್ನು ದರದರನೆ ಎಳೆದು ಹೊರ ತಂದರು. ತಂದು ಮಂದಿರದ ಮುಂದೆ ಹೆಣಗಳ ರಾಶಿಯ ಪಕ್ಕದಲ್ಲಿ ಅಂಗಾತ ಹಾಕಿದಾಗ ನನಗೆ ತಿಳಿಯಿತು ಅದು ವಿಷ್ಣುದೇವರ ವಿಗ್ರಹ. ನಮ್ಮ ಕುಲದೇವತೆ. ನಮ್ಮ ಕೋಟೆಯ ರಕ್ಷಕ. ಸಮಸ್ತ ಜಗತ್ತಿನ ಸ್ಥಿತಿಯ, ಕಲ್ಯಾಣದ ಅಧಿದೇವತೆ. ನನ್ನ ಹೊಟ್ಟೆಯೊಳಗೆ ತೊಳಸಿ

ಕೊಂಡು ಬಂದಂತಾಯಿತು. ಆ ತುಕಡಿಯ ನಾಯಕ ಒಂದು ಸಾವಿರದ ಮನ್‌ಸಬ್‌ದಾರ್ ಎಜಾಜ್ ಅಹಮದ್‌ಖಾನ್, ಅವನ ಹೆಸರು ನನಗೆ ಅನಂತರ ತಿಳಿಯಿತು, ಕೊಬ್ಬಿದ ದಪ್ಪ ಮೈಕಟ್ಟು, ಮುಖ ಎದೆ ಮೊಣಕೈಗಳಲ್ಲೆಲ್ಲ ಬಿರುಸಾಗಿ ಬೆಳೆದ ಕರಿಕೂದಲು, ದಪ್ಪ ಹುಬ್ಬುಗಳು, ಕೈಯಲ್ಲಿ ಒಂದೇ ಏಟಿಗೆ ಒಂದು ಕಾಡುಕೋಣದ ಕುತ್ತಿಗೆಯನ್ನು ಕತ್ತರಿಸಬಲ್ಲ ಕತ್ತಿ, ತಮ್ಮ ಎಡಗೈಯಿಂದ ನನ್ನ ಬಲರಟ್ಟೆಯನ್ನು ಬಿಗಿಯಾಗಿ ಹಿಡಿದು ನನ್ನನ್ನು ಆ ವಿಗ್ರಹದ ಹತ್ತಿರಕ್ಕೆ ಎಳೆದೊಯ್ದರು. ಹದಿನೇಳರ ವಯಸ್ಸಿನವನಾದರೂ ನಲವತ್ತರ ಅವರ ಹಿಡಿತದಿಂದ ಕೊಸರಿ ಬಿಡಿಸಿಕೊಳ್ಳುವ ದೈಹಿಕ ಶಕ್ತಿ ನನಗಿತ್ತು. ಆದರೆ ನಾನಾಗಲೆ ಸೆರೆಸಿಕ್ಕಿರುವವನು. ನಾಲ್ವರು ಶಸ್ತ್ರಧಾರಿಗಳಿಂದ ಸುತ್ತುವರೆಯಲ್ಪಟ್ಟವನು. ನನ್ನ ಶಕ್ತಿ ಉಡುಗಿತ್ತು. ಮನಸಬ್‌ದಾರರು ಒಂದು ಚಮ್ಮಟಿಕೆಯಿಂದ ವಿಗ್ರಹದ ಮೂಗು ಮತ್ತು ಕೈಗಳನ್ನು ಒಡೆದು ಹಾಕಿದನಂತರ ಅದರ ಎದೆಯಮೇಲೆ ನಿಂತುಕೊಂಡರು. ನಾನು ಅವರ ಎದುರಿಗೆ ನೆಲದಮೇಲೆ. ಮುಘಲ್ ಸೈನ್ಯದಲ್ಲಿ ಪ್ರಚಲಿತವಾಗಿ ರೂಪಗೊಂಡಿದ್ದ ಹಿಂದೂಸ್ಥಾನಿ ಭಾಷೆಯಲ್ಲಿ ಅವರು ಹೇಳಿದುದು ಶುದ್ಧ ರಾಜಾಸ್ಥಾನಿಯ ನನಗೆ ಅರ್ಥವಾಗುತ್ತಿತ್ತು: 'ಯುದ್ಧಾರಂಭಕ್ಕೆ ಮೊದಲೇ ಇಸ್ಲಾಮಿಗೆ ಶರಣಾಗಿದ್ದರೆ ನಿನಗೆ ಜೀವ ರಕ್ಷಣೆಯ ಜೊತೆಗೆ ಸ್ವಾತಂತ್ರ್ಯವೂ ಇರುತ್ತಿತ್ತು. ಯುದ್ಧದಲ್ಲಿ ಸೋತು ಸೆರೆಸಿಕ್ಕಿರುವ ನೀನು ಇಸ್ಲಾಮಿಗೆ ಶರಣಾದರೆ ಜೀವರಕ್ಷಣೆಯುಂಟು, ಆದರೆ ಗುಲಾಮನಾಗಿರಬೇಕು. ಇಸ್ಲಾಂ ಬೇಡವೆಂದರೆ ಇಕೋ ಇಲ್ಲಿ ನೋಡು, ಒಂದೇ ಏಟು,' ಎಂದು ತಮ್ಮ ಕತ್ತಿಯನ್ನು ಮೇಲೆ ಎತ್ತಿದರು. ಎಚ್ಚರಿಕೆ ಸೂಚನೆಗಾಗಿ ಎತ್ತಿದ್ದಾರೆ. ನಾನು ಉತ್ತರಿಸುವ ಮೊದಲು ನನ್ನ ಕುತ್ತಿಗೆಯನ್ನು ಕತ್ತರಿಸುವುದಿಲ್ಲ, ಎಂಬ ಧೃತಿಯೂ ನನಗಿರಲಿಲ್ಲ. ಅಷ್ಟು ವರ್ಷ ನನ್ನನ್ನು ಕ್ಷತ್ರಿಯ ರಾಜಕುಮಾರನನ್ನಾಗಿ ಬೆಳೆಸಿದ್ದರು. ಯುದ್ಧಕಲೆಯಲ್ಲಿ ತರಬೇತಿ ಕೊಟ್ಟಿದ್ದರು. ಕತ್ತಿ ಗುರಾಣಿ ಭರ್ಜಿ ಈಟಿ ಚಾಕು ಬಾಕು ಕುದುರೆ ಆನೆ ಲಗ್ಗೆ ನೆಗೆತ ಮೊದಲಾದ ವೀರ, ಸಾಹಸ, ಕ್ರೀಡೆಗಳಲ್ಲೇ ಪರಿಣತಿಕೊಟ್ಟಿದ್ದರು. ಮುಂದೆ ನೀನು ರಾಜನಾಗುವವನು, ರಾಜ್ಯದ ರಕ್ಷಕ. ಸಾವಿನೊಡನೆ ಸದಾ ಒಂದು ಗೆರೆಯಂತರದಲ್ಲಿ ಬದುಕಬೇಕಾದವನು, ಎಂದು ಪದೇ ಪದೇ ಹೇಳಿ ಮನಸ್ಸನ್ನು ಗಟ್ಟಿಗೊಳಿಸಿದ್ದರು. ಭಯವು ನನ್ನ ಸ್ವಭಾವದಲ್ಲಿ ಇರಲಿಲ್ಲ. ರಣಕ್ರೀಡೆಯ ಅಭ್ಯಾಸದಲ್ಲಿ ಹಿಂದೆ ಮುಂದೆ ನೋಡದೆ ಉರಿಯುವ ಬೆಂಕಿಯನ್ನು ನೆಗೆದುಬಿಡುತ್ತಿದ್ದೆ. ಕೋಟೆಯ ಎತ್ತರದಿಂದ ಧುಮುಕುತ್ತಿದ್ದೆ. ಅಂಥವನು ಒಂದೇ ಕ್ಷಣದಲ್ಲಿ, 'ನಾನು ಇಸ್ಲಾಂ ಸ್ವೀಕರಿಸುತ್ತೇನೆ.' ಎಂದು ಬಡಬಡಿಸಿದ್ದು ಹೇಗೆ? ಅದನ್ನೇ ಎಷ್ಟೋ ಸಲ ಆಲೋಚಿಸಿದ್ದೇನೆ. ಸದಾ ಚಿಂತಿಸಿದ್ದೇನೆ. ಜಗದ್ರಕ್ಷಕನಾದ, ಪ್ರತಿ ದಿನವೂ ಇಡೀ ಕೋಟೆಯ ಸಮಸ್ತನಾಗರಿಕರೂ ಪೂರ್ಣಭಕ್ತಿಯಿಂದ ದರ್ಶನ ಮಾಡಿ ಆರಾಧಿಸುತ್ತಿದ್ದ, ಸ್ಥಿತಿಯ ಅಧಿದೇವತೆ, ವಜ್ರಖಚಿತ ಕಂಠೀಹಾರ, ಕೈ ಕಡಗ, ಭುಜಕೀರ್ತಿ, ಕಿರೀಟ, ಪೀತಾಂಬರಗಳಿಂದ ಅಲಂಕೃತನಾದ ಮಹಾವಿಷ್ಣುವು ತನ್ನ ಪ್ರತಿಷ್ಠಾಪಿತ ಪೀಠದಿಂದ ಕೀಳಿಸಿಕೊಂಡು ದರದರನೆ ಎಳೆಸಿಕೊಂಡು ರಕ್ತ ಸುರಿಯುವ ಹೆಣಗಳ ರಾಶಿಯ ಪಕ್ಕದಲ್ಲಿ ತಾನೂ ಒಂದು ಹೆಣವಾಗಿ ಅಂಗಾತ ಬಿದ್ದು ಮೂಗು ಮತ್ತು ಕೈಗಳನ್ನು ಮುರಿಸಿಕೊಂಡು ತನ್ನ ಎದೆಯಮೇಲೆ ಚಕ್ಕಳದ

ಎಕ್ಕಡ ಮೆಟ್ಟಿ ನಿಂತರೂ ನಿಸ್ಸಹಾಯಕನಾಗಿರುವಾಗ ಅದನ್ನು ನಂಬಿ ಜೀವ ಕಳೆದುಕೊಳ್ಳುವುದರಲ್ಲಿ ಯಾವ ಸಾರ್ಥಕತೆ ಇದೆ? ಎಂಬ ಚಿಂತನೆಯು ಕ್ಷಣಾರ್ಧದಲ್ಲಿ ರೂಪುಗೊಂಡಿರಬಹುದೆ? ಕ್ಷತ್ರಿಯ ಧರ್ಮದ ಉಪದೇಶವು ಎಷ್ಟೇ ಸತತವಾಗಿ ಆಗಿದ್ದರೂ ಜೀವ ಹೋಗಿಯೇಬಿಡುತ್ತದೆನ್ನುವ ಕ್ಷಣಬಂದಾಗ ಅದನ್ನು ಉಳಿಸಿಕೊಳ್ಳುವ ಪ್ರವೃತ್ತಿಯು ವೇಗವಾಗಿ ಹೊಮ್ಮಿಕೊಂಡಿತೆ? ನಾನು ಕ್ಷತ್ರಿಯಧರ್ಮಕ್ಕೆ ಅನರ್ಹನಾದ, ಮೂಲತಃ ಹೇಡಿಯೆ? ಒಟ್ಟಿನಲ್ಲಿ ಸೃಷ್ಟಿ ಸ್ಥಿತಿಲಯಗಳ, ಅವುಗಳ ಅಧಿದೇವತೆಗಳಾದ ಬ್ರಹ್ಮವಿಷ್ಣು ಮಹೇಶ್ವರರ ಧರ್ಮವು ನನ್ನ ಮನಸ್ಸಿನಿಂದ ಅರೆಕ್ಷಣದಲ್ಲಿ ಕಳಚಿಕೊಂಡಿತು. ನಾನು ಹೊಸದಾಗಿ ಸ್ವೀಕರಿಸಿದ್ದೇನೆ ಎಂದು ನುಡಿದ ಧರ್ಮದ ಗುಣಲಕ್ಷಣ ಸ್ವರೂಪ ವಿವರಗಳು ಗೊತ್ತಿಲ್ಲದಿದ್ದರೂ ಅದು ಮುನ್ನುಗ್ಗಿ ಘೋರಭಯವನ್ನು ವಿಜೃಂಭಿಸಿ ಆಕ್ರಮಿಸುವ ಶಕ್ತಿಶಾಲಿ ಧರ್ಮ ಎಂಬ ಗ್ರಹಿಕೆಯಾಯಿತು. ಶಕ್ತಿಯೇ ಧರ್ಮ, ಶಕ್ತವಲ್ಲದ್ದು ಧರ್ಮ ಹೇಗಾದೀತು? ಎಂಬ ತರ್ಕ ಸ್ಫುಟವಾಯಿತು.

ಸಂಜೆಯ ವೇಳೆಗೆ ಕೋಟೆಯ ಸಮಸ್ತವೂ ಇಸ್ಲಾಮ್ ಆಯಿತು. ಸೆರೆಸಿಕ್ಕಿದ ಮಕ್ಕಳು ಮತ್ತು ಗಂಡಸರನ್ನು ಒಂದು ಕಡೆಗೆ ದೊಡ್ಡಿ ಮಾಡಿದರು; ಜೀವಹರ ಮಾಡಿಕೊಳ್ಳದೆ ಉಳಿದ ಹೆಂಗಸರ ಇನ್ನೊಂದು ದೊಡ್ಡಿ. ಅವರನ್ನೆಲ್ಲ ಅಟ್ಟಿಕೊಂಡು ದೆಹಲಿಗೋ ಅಥವಾ ಬೇರೆ ಬೇರೆ ಕಡೆಗೋ ಒಯ್ಯುತ್ತಾರಂತೆ. ನನ್ನ ತಂದೆ ಮತ್ತು ಇತರ ವೀರರು ಮರಣ ಹೊಂದಿದರಂತೆ. ನನ್ನ ಅಜ್ಜಿ ತಾಯಿ ಅಕ್ಕ ಹೆಂಡತಿ ಇವರೆಲ್ಲ ಮೇಲುವರ್ಗದ ಇತರ ಮಹಿಳೆಯರೊಡನೆ ಅಗ್ನಿ ದೇವನ ಮೂಲಕ ಪರಲೋಕವನ್ನೈದಿದರಂತೆ. ಇವೆಲ್ಲ ನನಗೆ ಅನಂತರ ತಿಳಿಯಿತು. ಆದರೆ ನನ್ನನ್ನು ನಮ್ಮ ಕೋಟೆಯಿಂದ ಹೊರಗೆ ಒಂದು ಕೋಸು ದೂರದಲ್ಲಿ ಬೀಡುಬಿಟ್ಟಿದ್ದ ಮನಸಬ್‌ದಾರ್ ಎಜಾಜ್ ಅಹಮದರ ಡೇರೆಗೆ ಕರೆದೊಯ್ದರು. ನಡೆಸಿಕೊಂಡಲ್ಲ. ಕುದುರೆಯ ಮೇಲೆ. ರಾಜಕುಮಾರನೆಂಬ ಮರ್ಯಾದೆಯೆ? ಕತ್ತಿ ಎತ್ತಿದ ತಕ್ಷಣ ಇಸ್ಲಾಮನ್ನು ಸ್ವೀಕರಿಸುತ್ತೇನೆಂದು ಹೇಳಿದ್ದಕ್ಕೆ ರಿಯಾಯಿತಿಯೆ? ಡೇರೆಗೆ ಕರೆದೊಯ್ದು ನನಗೆ ಸ್ನಾನ ಮಾಡಿಸಿದರು. ಹೊಲಸು ವಾಸನೆಯ ಬೆವರನ್ನು ತೊಳೆದರು. ಮೈ ಒರೆಸಿ ಸುಗಂಧ ಪೂಸಿದರು. ಊಟ ತಂದಿಟ್ಟರು. ತಂದೆತಾಯಿ ಅಜ್ಜಿ ಅಕ್ಕ ಹೆಂಡತಿ ಬಂಧು ಮಿತ್ರರನ್ನು ಕಳೆದುಕೊಂಡ ದುಃಖದಲ್ಲಿ ಊಟ ಯಾರಿಗೆ ಬೇಕು? 'ಮನಸಬ್‌ದಾರರ ಹುಕುಂ ಆಗಿದೆ. ನೀವು ಊಟ ಮಾಡಲೇಬೇಕು. ತುಸು ಹೊತ್ತಿಗೆ ಅವರು ಬರುತ್ತಾರೆ,' ಎಂದು ಸಿಪಾಯಿ ಬಲವಂತಮಾಡಿದ. ಅವನ ಮುಖದಲ್ಲಿ ಕಿರು ತುಂಟತನದ ನಗೆ ಇತ್ತು. ನನಗೆ ತಿಳಿಯಲಿಲ್ಲ. ಸೇರಿಸಿಕೊಂಡು ತುಸು ಉಂಡೆ. ತೂಕಡಿಕೆ ಬಂದು ಮೆತ್ತೆಯ ಮೇಲೆ ಒರಗಿದೆ.

ಮನಸಬ್‌ದಾರರು ಮೈ ತಡವಿ ಎಬ್ಬಿಸಿದಾಗ ಹಣತೆ ಉರಿಯುತ್ತಿತ್ತು. ಅವರೂ

ಸ್ನಾನಮಾಡಿ ಊಟ ಮುಗಿಸಿದ್ದಂತೆ ಕಂಡರು. ನನ್ನ ಪಕ್ಕದಲ್ಲಿ ತೊಡೆ ತಾಗಿಸಿ ಕುಳಿತಿದ್ದ ಅವರನ್ನು ಕಂಡು ಗಾಬರಿಯಿಂದ ಧಡಕ್ಕನೆ ಎದ್ದು ಕುಳಿತೆ. 'ಗಾಬರಿ ಪಟ್ಟುಕೊಬೇಡ,' ಎಂದು ನನ್ನ ತಲೆ ಸವರುತ್ತಾ ಅವರು ಮಧುರನೋಟ ಬೀರಿದುದು ನನಗೆ ಹಣತೆಯ ಬೆಳಕಿನಲ್ಲಿ ಕಾಣಿಸಿತು. 'ನೀನು ತಕ್ಷಣ ಇಸ್ಲಾಮನ್ನು ಸ್ವೀಕರಿಸಿ ಜೀವ ಉಳಿಸಿಕೊಂಡೆ ನಿಜ. ಆದರೆ ಜೀವ ಉಳಿಸಿಕೊಂಡವರಿಗೆಲ್ಲ ಹೀಗೆ ಮನಸಬ್‌ದಾರರ ಮೆತ್ತೆಯ ಮೇಲೆ ಅವರ ತೊಡೆಗೆ ತಗುಲಿಕೊಂಡು ಮಲಗುವ ಭಾಗ್ಯ ಲಭಿಸುವುದಿಲ್ಲ. ನನಗೇನಾದರೂ ಪಾರ್ಸಿ ಕವನ ಬರೆಯುವ ಶಕ್ತಿ ಇದ್ದರೆ ನಿನ್ನ ಸುಕೋಮಲ ಸೌಂದರ್ಯವನ್ನು ಕುರಿತು ನೂರು ಕವನಗಳನ್ನು ಬರೆಯುತ್ತಿದ್ದೆ. ಮೊಗ್ಗು ಬಿರಿಯುವ ನಿನ್ನ ಈ ಪ್ರಾಯ ಹೇಳಿ ಮಾಡಿಸಿದಂತಿದೆ. ನಿನ್ನ ವಯಸ್ಸೆಷ್ಟು? ಹದಿನಾರೋ, ಹದಿನೇಳೋ? ಮೂಡಲೋ ಬೇಡವೋ ಎಂಬಂತೆ ಚಿಗುರೊಡೆಯುತ್ತಿರುವ ವಿರಳವಾದ ಗರಿಕೆ ಕೂದಲಿನ ನಿನ್ನ ಮೃದು ಮಧುರ ಮುಖವನ್ನು ಮುದ್ದಿಸುವ ಭಾಗ್ಯಶಾಲಿ ನಾನು. ನಿನ್ನನ್ನೆಂದಿಗೂ ನಾನು ಕೈಬಿಡುವುದಿಲ್ಲ. ನನ್ನಾಣೆ. ಇಕೋ ಇದು ನಿನ್ನದು,' ಎಂದು ತಮ್ಮ ಕಿಸೆಯಿಂದ ತೆಗೆದು ನನ್ನ ಕೊರಳಿಗೆ ಒಂದು ಚಿನ್ನದ ಸರ ಹಾಕಿದರು. ನಾನು ಕೊಸರಿಕೊಂಡೆ. ಅಸಹ್ಯ ತೋರಿಸಿದೆ. ಅತ್ಯಾಚಾರಿಯ ಕೋಣೆಯೊಳಗೆ ಸಿಕ್ಕಿಬಿದ್ದ ಎಳೆ ಬಾಲೆಯು ತನ್ನ ಶೀಲಸಂರಕ್ಷಣೆಗೆ ಮಾಡಬಹುದಾದ ಹೋರಾಟವನ್ನೆಲ್ಲ ಮಾಡಿದೆ. ಆದರೆ ಅವನು ಬಿಡಲಿಲ್ಲ. ಕೋಪಿಸಿಕೊಳ್ಳಲೂ ಇಲ್ಲ. ಕೋಪಿಸಿಕೊಂಡರೆ ಮಧುರ ಕದನದ ಹದ ತಪ್ಪುತ್ತದೆಂಬ ಮರ್ಮವನ್ನರಿತವನಂತೆ. ಹದಿನೇಳರ ನಾನು ಹದಿನಾರಕ್ಕೇ ಹದಿನಾಲ್ಕು ವರ್ಷದ ಶ್ಯಾಮಲೆಯನ್ನು ಮದುವೆಯಾಗಿ ಒಂದು ವರ್ಷ ಸಂಸಾರ ಸುಖವನ್ನನುಭವಿಸಿದವನು. ಶ್ಯಾಮಲೆಯಂಥ ಸುಕೋಮಲ ಭಾವ, ಮನಸ್ಸು, ದೇಹಗಳ ಹೆಂಡತಿಯ ಅನುಭವವಾಗಿ ಸ್ವರ್ಗದ ರಂಭೆ ಬಂದರೂ ಒಲ್ಲೆನೆನ್ನುವ ಸಂತೃಪ್ತಿಯಿದ್ದವನು. ರಾಜಕುಟುಂಬದ ಪದ್ಧತಿಯಂತೆ ಅವಳನ್ನು ಶ್ಯಾಮಲಾ ದೇವಿ ಎಂದು ಕರೆದಾಗ, "ಬೇರೆಯವರ ಎದುರಿಗೆ ದೇವಿ ಎನ್ನಿ, ಗೌರವ ಸೂಚಕ ಬಹುವಚನವನ್ನೂ ಸೇರಿಸಿ. ಅದು ನಿಮ್ಮ ಕುಟುಂಬದ ಪದ್ಧತಿ. ಆದರೆ ನಾವಿಬ್ಬರೇ ಇದ್ದಾಗ 'ದೇವಿ'ಯನ್ನು ಕೈಬಿಟ್ಟು ಏಕವಚನದಲ್ಲಿ ಕರೆಯಬೇಕು." ಎಂದು ಮೊದಲ ರಾತ್ರಿಯೇ ಮನಸ್ಸನ್ನು ಗೆದ್ದುಕೊಂಡವಳು. ಅವಳು ಅಷ್ಟು ಸದ್ಗುಣಿಯೂ ರಸಿಕಳೂ ಆಗಿಲ್ಲದಿದ್ದರೂ ಪ್ರಕೃತಿ ಸಹಜವಾಗಿ ಹೆಣ್ಣಿನೊಡನೆ ರತಿಯನ್ನು ಅನುಭವಿಸಿದ ಯಾರಿಗೆ ತಾನೇ ಈ ವಿಕೃತಿಯ ಆಕ್ರಮಣದಲ್ಲಿ ಹೆಣ್ಣಿನ ಪಾತ್ರ ವಹಿಸುವುದು ಅಸಹ್ಯವಾಗುವುದಿಲ್ಲ? ಇದನ್ನು ಕುರಿತು ಕವನ ಬರೆಯುತ್ತಾರಂತೆ ಇವರ ಕವಿಗಳು. ಕಾವ್ಯವೆಂದರೆ ಒಂದು ಜನಾಂಗದ ಸಂಸ್ಕೃತಿಯ ಅತ್ಯುತ್ಕೃಷ್ಟ ಅಭಿವ್ಯಕ್ತಿ ಎಂದು ನನಗೆ ಕಾವ್ಯದ ಪಾಠ ಮಾಡಿದ ಪಂಡಿತ ಹರಗೋಪಾಲ ಮಿಶ್ರರು ಹೇಳಿದ್ದುದು ನೆನಪಿಗೆ ಬಂತು. 'ರಾಜಕುಮಾರರಿಗೆ ಇನ್ನೂ ಚಿಕ್ಕವಯಸ್ಸು. ವ್ಯಾಸ ವಾಲ್ಮೀಕಿ ಕಾಲಿದಾಸ ಭವಭೂತಿ ಮೊದಲಾದವರ ಕಾವ್ಯದ ಸ್ಥೂಲಪರಿಚಯವನ್ನಷ್ಟೇ ಮೊದಲು ಮಾಡಿಸುತ್ತೇನೆ. ತಾವು ಈಗ ಅಭ್ಯಾಸ ಮಾಡಬೇಕಾದದ್ದು ಇದೊಂದೇ ವಿದ್ಯೆಯಲ್ಲ. ರಾಜತಂತ್ರ, ಯುದ್ಧತಂತ್ರ ಮೊದಲಾದ ವಿದ್ಯೆಗಳೇ ನಿಮಗೆ

ಪ್ರಧಾನ. ಅನಂತರ ಕಾವ್ಯಾಭ್ಯಾಸವನ್ನು ವಿವರವಾಗಿ ಮಾಡಿಸುವ ಕರ್ತವ್ಯ ನನ್ನದೇ. ವೇದವೇದಾಂತಗಳ ಮೂರ್ತ ಸ್ವರೂಪವೇ ಕಾವ್ಯ' ಎಂದು ಹೇಳಿದ್ದರು. ಈಗ ವಾಂತಿ ಬರುವಂತಾಗುತ್ತಿತ್ತು. ಆದರೆ ಉನ್ಮತ್ತನಿಗೆ ಪರಚಿಂತನೆ ಎಲ್ಲುಂಟು?

ಅರಮನೆಯ, ಆಸ್ಥಾನಿಕರ, ಇತರ ಶ್ರೀಮಂತರ, ವ್ಯಾಪಾರಿಗಳ, ಮನೆಗಳ ಬೆಳ್ಳಿ ಬಂಗಾರ ವಜ್ರ ಮೊದಲಾದ ಒಡವೆಗಳನ್ನು ಹುಡುಕಿ ವಶಪಡಿಸಿ ಲೆಕ್ಕ ಬರೆಸಿ ಅವುಗಳನ್ನೆಲ್ಲ ಮರದ ಪೆಟಾರಿಗಳಲ್ಲಿ ತುಂಬಿ ಮೊಹರು ಮಾಡಿಸುವ, ಪಾತ್ರೆ ಪರಟಿಗಳನ್ನೆಲ್ಲ ಗಾಡಿಗಳಿಗೆ ತುಂಬಿಸುವ, ರಾಜ್ಯದ ಆಡಳಿತವನ್ನು ಹಸ್ತಾಂತರಗೊಳಿಸಿಕೊಳ್ಳುವ ಎಷ್ಟೋ ಕೆಲಸಗಳು ಗೆದ್ದವರ ಪಾಲಿಗೆ ಇದ್ದವು. ಎಜಾಜ್ ಅಹಮದನು ದಿನಾ ಬೆಳಗ್ಗೆ ಎದ್ದು ಕೋಟೆಗೆ ಹೋಗುತ್ತಿದ್ದ. ಸಂಜೆಗೆ ಹಿಂತಿರುಗುತ್ತಿದ್ದ. ತನ್ನ ವಸತಿಯನ್ನು ಡೇರೆಯಿಂದ ಅರಮನೆಗೇ ಬದಲಿಸುವ ಮನಸ್ಸಿದ್ದರೂ ಸುರಕ್ಷೆಯ ದೃಷ್ಟಿಯಿಂದ ಹಾಗೆ ಮಾಡಲಿಲ್ಲ. ರಾತ್ರಿ ತುಸು ಹೊತ್ತು ನನ್ನನ್ನು ಗೋಳುಹೊಯ್ದು ಅನಂತರ ಮಲಗಿ ಗೊರಕೆ ಹೊಡೆಯುತ್ತಿದ್ದ. ಹೇಗೂ ಅಲ್ಲಿ ಇನ್ನೂ ಎರಡುವಾರ ಇರಬೇಕಿತ್ತು. ಅಷ್ಟರಲ್ಲಿ ನನ್ನ ಧರ್ಮಪರಿವರ್ತನೆಯನ್ನು ಪೂರ್ಣಗೊಳಿಸಬೇಕೆಂದು ಜೊತೆಯಲ್ಲೇ ಬಂದಿದ್ದ ಮುಲ್ಲಾಸಾಹೇಬರು ಒತ್ತಾಯಪಡಿಸಿದರು. ನನಗೆ ಅಂಜಿಕೆ. ಶಸ್ತ್ರವಿದ್ಯೆಯಲ್ಲಿ ಇಷ್ಟೊಂದು ತರಬೇತಿ ಪಡೆದ ನನಗೆ ಆ ಒಂದು ಕರ್ಮಮಾಡಿಸಿಕೊಳ್ಳಲು ಯಾಕೆ ಹೆದರಿಕೆಯಾಗಬೇಕು? 'ನಾವೆಲ್ಲ, ಇಡೀ ಮುಸ್ಲಿಂ ಪುರುಷ ಕೋಟಿ ಎಲ್ಲ ಮಾಡಿಸಿಕೊಳ್ಳುವ ಶಾಸ್ತ್ರಕ್ಕೆ ಯಾಕೆ ಭಯ? ಅದು ನಡೆದರೆ ನೀನು ಮುಸ್ಲಿಂ ಎಂಬುದಕ್ಕೆ ಯಾರೂ ಎಂದೂ ತೆಗೆದು ಹಾಕಲಾರದ ಗುರುತು ಬೀಳುತ್ತದೆ. ಇಲ್ಲದಿದ್ದರೆ ನೀನು ಹೆಜ್ಜೆ ಹೆಜ್ಜೆಗೂ ಪರೀಕ್ಷೆಗೆ ಒಳಗಾಗುತ್ತೀಯ,' ಎಂದು ಮನ್‌ಸಬ್‌ದಾರನೇ ಒತ್ತಾಯಮಾಡಿದ. ಅದೇ ಶುಕ್ರವಾರ ಝುಹರ್ ಆದನಂತರ ನನ್ನ ಖತ್ನ ಆಯಿತು. ನೋವು ಕಡಮೆಯಾಗಲು ಮನ್‌ಸಬ್‌ದಾರನು ಪ್ರತಿ ದಿನ ಅಫೀಮು ತಿನ್ನಿಸಿದ. ಖತ್ನವಾದ ಮೇಲೆ ನನಗೆ ಮುಸ್ಲಿಂ ಗಂಡಸರೊಡನೆ ತಾದಾತ್ಮ್ಯಭಾವ ಉಂಟಾಯಿತು. ನಾವೆಲ್ಲ ಒಂದೇ ಗುರುತುಳ್ಳವರು. ಒಂದೇ ದೀನ್‌ನವರು, ಶಕ್ತಿಶಾಲಿ ಜನಾಂಗದವರು. ಪ್ರಪಂಚದ ಎಲ್ಲೆಡೆಗೂ ನಮ್ಮ ಧರ್ಮವನ್ನು ವಿಸ್ತರಿಸುವ ಗುರಿಯುಳ್ಳವರು ಎಂಬ ವಿಸ್ತಾರಭಾವವನ್ನು ಹಂಚಿಕೊಳ್ಳುವ ವಿಶಾಲ ಸಮುದಾಯದ ಭಾಗಿಯಾದೆ. ಖತ್ನ ಮಾಡಿದ ಕ್ಷೌರಿಕನು ನನಗೆ ಹೇಳಿದ್ದ: 'ಹೆದರಬೇಡ. ಇದನ್ನು ಮಾಡಿಸಿಕೊಂಡರೆ ಗಂಡಸಿನ ಪೌರುಷ ಹೆಚ್ಚಾಗುತ್ತೆ. ನಾಲ್ಕಲ್ಲ, ನಲವತ್ತು ಹೆಂಗಸರನ್ನಾದರೂ ಸುಸ್ತು ಮಾಡುವ ಶಕ್ತಿ ಬರುತ್ತೆ. ಇಲ್ಲದಿದ್ದರೆ ಪೂಜ್ಯ ಇಬ್ರಾಹಿಮರು ಈ ಶಾಸ್ತ್ರವನ್ನು ತರುತ್ತಿದ್ದರೆ? ವಾಸ್ತವವಾಗಿ ಇದರ ಹೆಸರು ಸುನ್ನತ್ – ಏ ಇಬ್ರಾಹಿಂ. ಇಬ್ರಾಹಿಂ ಪ್ರವಾದಿಗಳ ಆಚರಣೆ ಅಂತ.' ಎಂದು ಧೈರ್ಯ, ಸಮಾಧಾನ ಹೇಳಿದ್ದ. ಎರಡುವಾರ ಕಳೆದನಂತರ ಮನಸಬ್‌ದಾರನು ನನ್ನನ್ನು ತನ್ನ ಸಂಗಡ ದಿಲ್ಲಿಗೆ ಕರೆದೊಯ್ದ. ಕುದುರೆಯ ಸವಾರಿ. ಆರಂಭದಲ್ಲಿ ಸವಾರಿಯ ಒತ್ತು ಕುಲುಕುಗಳಿಗೆ ತುಸು ನೋಯುತ್ತಿತ್ತು. ಗಾಯ ಸಂಪೂರ್ಣ ಮಾಯ್ದು ಸ್ವಲ್ಪವೂ ನೋವಿಲ್ಲದಂತಾಗಿ ನಮ್ಮ ಕೋಟೆಯು ನೆನಪಿನಿಂದ ಮರೆಯಾಗಿ ತಂದೆ ತಾಯಿ ಹೆಂಡತಿ ಬಂಧು

ಬಾಂಧವರೆಲ್ಲ ನನ್ನ ಅಜ್ಞಾನದ ಅವಧಿಗೆ ಸೇರಿದ್ದವರೆಂಬ ಮುಲ್ಲಾಸಾಹೇಬರ ಉಪದೇಶವು ಮನಸ್ಸಿನಲ್ಲಿ ಗಟ್ಟಿಯಾದ ನಂತರ ಹಲವು ಹೆಂಗಸರನ್ನು ಸುಸ್ತು ಮಾಡುವ ಕಲ್ಪನೆ ಆಗಾಗ ಮನಸ್ಸಿನಲ್ಲಿ ಬರತೊಡಗಿತು. ಈ ಮನಸಬ್‌ದಾರ ಏನಾದರೂ ಮಾಡಿಕೊಳ್ಳುತ್ತಿರಲಿ, ಈ ದಿಲ್ಲಿಯಲ್ಲಿ ಹೇಗಾದರೂ ಮಾಡಿ ನಾನು ಯುವರಾಜನಾಗಿದ್ದ ರಾಜಕುಮಾರ ಎಂಬುದನ್ನು ಬಾದಶಹರ ಅಹವಾಲಿಗೆ ತಂದು ಸರದಾರ ಪದವಿಯನ್ನು ದೊರಕಿಸಿಕೊಂಡು ನಾಲ್ವರು ಹೆಂಡಿರ ಪೌರುಷದ ಜೀವನ ಮಾಡಬೇಕೆಂಬ ಕನಸು ಆಗಾಗ ಕಾಣಿಸಿಕೊಳ್ಳತೊಡಗಿತು. ಈ ಕನಸು ಸದಾ ಬರುತ್ತಿರಲಿಲ್ಲ. ದೆಹಲಿಯ ಸಂಸ್ಕೃತಿ ಎಂದರೆ ಪ್ರಮುಖವಾಗಿ ಜನಾನಾ ಸಂಸ್ಕೃತಿಯಾಗಿತ್ತು. ಆಸ್ಥಾನಿಕರಿಗೆಲ್ಲ ಯಥೇಚ್ಛವಾಗಿ ಜಾಗೀರಿನ ಸಂಪಾದನೆ ಇರುತ್ತಿತ್ತು. ಪ್ರತಿಯೊಬ್ಬ ಆಸ್ಥಾನಿಕನೂ ತನ್ನದೇ ಆದ ಮಹಲು ಕಟ್ಟಿಸಿಕೊಂಡಿರುತ್ತಿದ್ದ. ಹೆಂಗಸರಿಗೇ ಪ್ರತ್ಯೇಕ ವಿಭಾಗ. ಶರಿಯತ್ ಧರ್ಮಶಾಸ್ತ್ರದ ಪ್ರಕಾರ ಒಬ್ಬನು ಏಕಕಾಲದಲ್ಲಿ ನಾಲ್ವರಿಗಿಂತ ಹೆಚ್ಚು ಹೆಂಡಂದಿರನ್ನು ಇಟ್ಟುಕೊಳ್ಳುವಂತಿಲ್ಲ. ಆದರೆ ಎಳೆಯ ವಯಸ್ಸಿನ, ಸುಂದರಳೂ ಆಕರ್ಷಕಳೂ ಆದ ಇನ್ನೊಬ್ಬಳು ಸಿಕ್ಕಿ ಅವಳನ್ನು ಮಾಡಿಕೊಳ್ಳಬೇಕೆಂದರೆ ಇರುವ ನಾಲ್ವರಲ್ಲಿ ಒಬ್ಬಳಿಗೆ ತಲಾಕ್ ಹೇಳಿ ಖಾಲಿ ಮಾಡಿ ಆ ಜಾಗದಲ್ಲಿ ಹೊಸಬಳನ್ನು ತರಬಹುದಿತ್ತು. ಇದಕ್ಕಿಂತ ಹೆಚ್ಚಿನದೆಂದರೆ ಮದುವೆಯಾಗದೆಯೇ ನಾಲ್ಕಾರು ಹತ್ತಾರು ಹಲವಾರು ಹೆಂಗಸ ರನ್ನು ಶಕ್ತ್ಯಾನುಸಾರ ತುಂಬಿಕೊಂಡು ಮನಸ್ಸು ಬಂದಾಗ ಮನಸ್ಸು ಬಂದವಳನ್ನು ಕರೆದುಕೊಳ್ಳುವ ಅವಕಾಶ ಅನುಕೂಲಗಳು. ಈ ಹೆಂಗಸರೆಲ್ಲ ಬಹುತೇಕ ಯುದ್ಧ ಕೈದಿಗಳಾ ಗಿರುತ್ತಿದ್ದರು. ಅಥವಾ ಹಳ್ಳಿಗಳಲ್ಲಿ ಭೂ ಕಂದಾಯ ಕೊಡಲಾರದವರನ್ನು ಕಂದಾಯದ ಅಧಿಕಾರಿಗಳು ಬೇಟೆಯಾಡಿ ತಂದ ಕೃಷಿಕರ ಹೆಂಗಸರಾಗಿರುತ್ತಿದ್ದರು. ಶಾಸ್ತ್ರಸಮ್ಮತ ಹೆಂಡ ತಿಯ ದಾಸಿಯನ್ನು ಕೂಡ ತನಗೆ ಬೇಕಾದಾಗ ಹಾಸಿಗೆಗೆ ಕರೆದುಕೊಳ್ಳುವ ಅಧಿಕಾರ ಅಮೀರರಿಗಿತ್ತು. ಪ್ರತಿಯೊಬ್ಬ ಆಸ್ಥಾನಿಕನೂ ಜಾಗೀರುದಾರನೂ ಎಷ್ಟೇ ಶ್ರೀಮಂತನಾಗಿರಲಿ ಅದೆಷ್ಟೇ ಬೆಳ್ಳಿಬಂಗಾರಗಳ ಒಡೆಯನಾಗಿರಲಿ, ಎಷ್ಟೇ ಭವ್ಯ ಮಹಲಿನ ಒಡೆಯನಾಗಿರಲಿ, ಸತ್ತ ತಕ್ಷಣ ಅವೆಲ್ಲವೂ ಸರ್ಕಾರದ ಅಂದರೆ ಬಾದಶಾಹರ ಆಸ್ತಿಯಾಗಿಬಿಡುತ್ತಿತ್ತು. ರಾಜ ದೂತರು ಬಂದು ಮನೆಯನ್ನು ಝಡತಿ ಮಾಡಿ ಒಡವೆ ವಸ್ತ್ರ ಪಾತ್ರೆಪರಟಿ ಆನೆ ಕುದುರೆ ಮೊದಲಾದ ಸಮಸ್ತ ಸಂಪತ್ತಿನ ಲೆಕ್ಕ ಬರೆದು ಅವನ ಲೆಕ್ಕದ ಖಿರ್ದಿಯೊಡನೆ ತಾಳೆ ಮಾಡಿ ಎಲ್ಲವನ್ನೂ ವಶಪಡಿಸಿಕೊಳ್ಳುತ್ತಿದ್ದರು. ಅವನ ಮಕ್ಕಳಿಗಾಗಲಿ ಹೆಂಡಿರಿಗಾಗಲಿ ಏನೂ ದಕ್ಕುತ್ತಿರಲಿಲ್ಲ. ಬಾದಶಹರು ಕೃಪೆಯಿಟ್ಟು ಜೀವನಕ್ಕೆ ಏನನ್ನಾದರೂ ಬಿಟ್ಟರೆ ಉಂಟು. ಇಲ್ಲದಿದ್ದರೆ ಅವರೆಲ್ಲ ಭಿಕಾರಿಗಳು. ತಾನು ಏನು ಉಳಿಸಿದರೂ ತನ್ನವರಿಗೆ ಹೇಗೂ ದಕ್ಕುವುದಿಲ್ಲ. ಆದ್ದರಿಂದ ಬದುಕಿರುವ ತನಕ ಮಜಾಮಾಡುವುದೊಂದೇ ತನಗೆ, ತನ್ನವರಿಗೆ, ದಕ್ಕುವುದು ಎಂಬ ಚಾರ್ವಾಕ ತತ್ತ್ವಕ್ಕೆ ಬದ್ಧರಾಗಿ ವಿಶಾಲ ಮಹಲುಗಳು ಇನ್ನೂ ವಿಶಾಲ ಜನಾನಾಗಳನ್ನು ಕಟ್ಟಿಕೊಳ್ಳುತ್ತಾ ಲೋಲುಪ್ತರಾಗುವುದು ಶ್ರೀಮಂತರ ಶೈಲಿಯಾಗಿತ್ತು. ತಮಗೆ ವಯಸ್ಸಾದಂತೆಲ್ಲ ಪ್ರಚೋದನೆ ಸಿಕ್ಕುವಂತಹ ಎಳೆವಯಸ್ಸಿನ ಹೆಣ್ಣುಗಳನ್ನು ಸಂಪಾದಿಸಿ ಭೋಗಿಸುವುದು ಸುಖದ ಪ್ರಧಾನ ರೀತಿಯಾಗಿತ್ತು. ಕಾಮೋತ್ತೇಜಕ ಔಷಧಿಗಳನ್ನು ಕಂಡು

ಹಿಡಿಯುವ, ಸರಬರಾಜು ಮಾಡುವ ವೈದ್ಯರುಗಳಿಗೆ ಇನ್ನಿಲ್ಲದ ಬೇಡಿಕೆ ಇರುತ್ತಿತ್ತು. ಎಷ್ಟೋ ಗಂಡಸರಿಗೆ ಹೆಂಗಸರೂ ಬೇಕು, ನನ್ನಂಥ ಎಳೆವಯಸ್ಸಿನ ಗಂಡು ಹುಡುಗರೂ ಬೇಕು. ಈ ದ್ವಿಮುಖ ಶೋಕಿಯವರನ್ನು ಶ್ರೀಮಂತಕೂಟದಲ್ಲಿ ಮುಗುಳ್ನಗೆಯ ಮೆಚ್ಚುಗೆಯಿಂದ ಮೇಲೇರಿಸುತ್ತಿದ್ದರು. ಇದೊಂದು ಬಗೆಯ ವಿಕೃತಿ ಎಂದು ಮೂಗು ಮುರಿಯುತ್ತಿರಲಿಲ್ಲ.

ಯುದ್ಧಕಾಲದ ಹೆಂಗಸಿನ ಅಭಾವದ ಸನ್ನಿವೇಶದಲ್ಲಿ ಸಾವಿರ ಮನ್‌ಸಬ್‌ದಾರ್ ಎಜಾಜ್ ಅಹಮದನು ನನ್ನನ್ನು ಬಳಸುತ್ತಿದ್ದನೆಂಬ ನನ್ನ ಗ್ರಹಿಕೆ ಸುಳ್ಳಾಗಿತ್ತು. ಅವನು ದ್ವಿಮುಖಶೋಕಿಯವನೇ ಎಂಬುದು ದೆಹಲಿ ತಲುಪಿ ಅವನ ಮಹಲು ಮತ್ತು ದೊಡ್ಡ ಜನಾನವನ್ನು ನೋಡಿದ ನಂತರ ಅರ್ಥವಾಯಿತು. ತಂದೆ ತಾಯಿಯರನ್ನು ಕಳೆದುಕೊಂಡ ತಬ್ಬಲಿಯ ನೋವು, ರಾಜ್ಯ ಕಳೆದುಕೊಂಡ ಅನಾಥಯಾತನೆ, ಶ್ಯಾಮಲೆಯಂಥ ಚಾರು ಚೆಲುವೆ ಹೆಂಡತಿಯನ್ನು ಪರಲೋಕಕ್ಕೆ ಕಳಿಸಿ ನಾನೊಬ್ಬನೇ ಉಳಿದುಕೊಂಡ ನಾಚಿಕೆಹೀನ ಅರಿವುಗಳ ಜೊತೆಗೆ ಪುರುಷತ್ವವು ಬನಿಯಾಗುವ ಈ ವಯಸ್ಸಿನಲ್ಲಿ ಮತ್ತೊಬ್ಬ ಗಂಡಸಿನ ವಿಕೃತ ತೃಪ್ತಿಯ ಸಾಧನವಾಗಿ ನಿರ್ವಹಿಸುವ ಕೀಳಿನಲ್ಲಿ ಕೀಳು ರೀತಿಯ ಗುಲಾಮಿಗಳಿಂದ ನನಗೆ ಆತ್ಮಹತ್ಯೆ ಮಾಡಿಕೊಳ್ಳುವ ಮನಸ್ಸಾಗುತ್ತಿತ್ತು. ನಾನೊಬ್ಬ ಕ್ಷತ್ರಿಯನಾಗಿ ಹುಟ್ಟಿದವನು, ಯುದ್ಧಕಲೆಯಲ್ಲಿ ತರಬೇತಿಯಾದವನು, ಇಂಥ ಬದುಕು ಸಾಕು, ಎಷ್ಟೇ ಕೆಳಮಟ್ಟದ್ದಾದರೂ ಒಬ್ಬ ಯೋಧನ ವೃತ್ತಿಯನ್ನು ನನಗೆ ದಯಪಾಲಿಸಿ, ನನ್ನ ಪ್ರತಾಪವನ್ನು ತೋರಿಸಿ ಸಹಜ ಬದುಕನ್ನು ಬಾಳುತ್ತೇನೆ ಎಂದು ಬಾದಶಹರಲ್ಲಿ ನಿವೇದಿಸಿಕೊಳ್ಳುವ ಮನಸ್ಸಾಗುತ್ತಿತ್ತು. ನನ್ನಂತಹ ಗುಲಾಮನು ಬಾದಶಹರನ್ನು ಕಾಣುವುದು ಅಸಾಧ್ಯವೆಂಬ ತಿಳಿವು ಇರಲಿಲ್ಲ. ದೆಹಲಿಗೆ ಬಂದಮೇಲೆ ನನ್ನ ಅಸಹ್ಯ ಇಮ್ಮಡಿ ಮುಮ್ಮಡಿ ನಾಲ್ಮಡಿಯಾಗುವ ಇನ್ನೂ ಒಂದು ಹಿಂಸೆಯಾಗತೊಡಗಿತು. ಮನಸಬ್‌ದಾರ ಎಜಾಜ್ ಅಹಮದನ ಸ್ನೇಹಿತರು ಅವನ ಮಹಲಿಗೆ ಬಂದರೆ ಹೆಮ್ಮೆಯಿಂದ ಅವನು ನನ್ನನ್ನು ತೋರಿಸುತ್ತಿದ್ದ. ನನ್ನನ್ನು ನೋಡಿದ ತಕ್ಷಣ ಅವರು ಆಶೆಯಿಂದ ಕಣ್ಣರಳಿಸುತ್ತಿದ್ದರು. ಫಾರ್ಸಿ ತುರ್ಕಿ ಅಥವಾ ಅರಬಿಯಲ್ಲಿ ಸಂವಾದ ನಡೆಯುತ್ತಿತ್ತು. ಅಷ್ಟರಲ್ಲಿ ನನಗೆ ಈ ಭಾಷೆಗಳು ಅರ್ಥವಾಗುತ್ತಿದ್ದವು. ಎಜಾಜನೇ ನನಗೆ ತನ್ನ ದೋಸ್ತಿಯೊಡನೆ ಬೇರೆ ಕೋಣೆಗೆ ಹೋಗುವಂತೆ ಹುಕುಂ ಮಾಡುತ್ತಿದ್ದ. ಗುಲಾಮನಾದ ನನಗೆ ವಿರೋಧಿಸುವ ಸ್ವಾತಂತ್ರ್ಯವಿಲ್ಲ. ಆ ದೋಸ್ತಿಯು ನನ್ನನ್ನು ಅನುಭವಿಸುತ್ತಿದ್ದ. ಅವನು ಹೇಳಿದಂತೆ ಅವನನ್ನು ಪ್ರಚೋದಿಸುವ ಕರ್ತವ್ಯವನ್ನು ನಾನು ಮಾಡಬೇಕಾಗಿತ್ತು. ಸಹಜ ಕಾಮದಲ್ಲಿ ಪ್ರಚೋದನೆ ಸಹಜವಾಗಿಯೇ ಉಂಟಾಗುವುದರಿಂದ ವ್ಯಕ್ತಿ ವ್ಯಕ್ತಿಗಳಲ್ಲಿ ವಿಭಿನ್ನ ಪ್ರಚೋದನಾ ವಿಧಾನಗಳು ಕಡಮೆ. ಆದರೆ ಇದು ವಿಕೃತ ವಿಧಾನ. ಪ್ರತಿಯೊಬ್ಬನ ಪ್ರಯೋಗವೂ ಅಷ್ಟೇ ವಿಕೃತವಾಗಿರುತ್ತಿತ್ತು. ಚಿಕಿತ್ಸೆ ಮಾಡುವ ವೈದ್ಯನ ನಿರ್ಲಿಪ್ತಿಯಿಂದ ಸೇವೆ ಮಾಡಿ ಪಾರಾಗುವುದಲ್ಲದೆ ನನಗೆ ಬೇರೆ ದಾರಿ ಇರಲಿಲ್ಲ. ಇಂಥವರ ಗುಲಾಮನೆಂದು ನನ್ನ ಹೆಸರನ್ನು ಶಹರಿನ ಕೋತ್ವಾಲರ ಕಚೇರಿಯಲ್ಲಿ ನೋಂದಾಯಿಸಿದ್ದು, ನಗರದ ಹೊರಗೆ ಯಾರು ಹೋಗಬೇಕಾದರೂ ಕಚೇರಿಯ ಪರವಾನಗಿ

ಬೇಕಾಗಿದ್ದುದರಿಂದ ನಾನು ಎಲ್ಲಿಗೂ ತಪ್ಪಿಸಿಕೊಂಡು ಹೋಗುವಂತಿರಲಿಲ್ಲ. ತಪ್ಪಿಸಿಕೊಂಡು ಹೋದರೂ ಕುದುರೆಯಾಳುಗಳು ಶಹರದ ಸುತ್ತ ಬೇಟೆಯಾಡಿ ಹಿಡಿದುಬಿಡುತ್ತಿದ್ದರು. ಸುತ್ತಣ ಊರುಗಳ ಕೋತ್ವಾಲರುಗಳಿಗೆ ಸುದ್ದಿ ಕಳಿಸುತ್ತಿದ್ದರು. ಹಿಡಿದು ತಂದನಂತರ ಎರಡು ಕಾಲುಗಳನ್ನು ಕತ್ತರಿಸುವ ಶಿಕ್ಷೆ ಕಾದಿರುತ್ತಿತ್ತು.

ಏಜಾಜನ ದೋಸ್ತಿಗಳು ಕೂಡ ನನ್ನನ್ನು ಆಶೆಪಡುವ ಕಾರಣವನ್ನು ನಾನೇ ಆಲೋಚಿಸಿದೆ. ಎಳೆಪ್ರಾಯವೊಂದೇ? ಕಾಮಸೇವೆ ಮಾಡಿಸಿಕೊಳ್ಳುವಾಗ ಎಂಥವನೂ ಮೃದುವಾಗುತ್ತಾನೆ. ಕೇಳಿದ ವರ ಕೊಡುವ ಲಹರಿಯಲ್ಲಿರುತ್ತಾನೆ. ಹಾಗೆಂದು ಯಾರೂ ನನ್ನನ್ನು ಗುಲಾಮಿಯಿಂದ ಬಿಡುಗಡೆ ಮಾಡಿಸುವ ಅಥವಾ ಈ ವಿಕೃತ ಸೇವೆಯಿಂದ ಮುಕ್ತಗೊಳಿಸುವ ಔದಾರ್ಯವನ್ನು ಮೆರೆಯುವುದಿಲ್ಲವೆಂದು ನನಗೇ ಅರ್ಥವಾಗಿತ್ತು. ಅವನು ಖುಷಿಯಿಂದ ಉತ್ತರ ಹೇಳುವಂಥ ಪ್ರಶ್ನೆಯನ್ನು ಅಬ್ದುಲ್ ಖಾದರ್ ಎಂಬ ಅಮೀರನಿಗೆ ಕೇಳಿದೆ: 'ನನ್ನಲ್ಲಿ ನಿಮಗೆ ನಿಜವಾಗಿಯೂ ಮುಹಬ್ಬತ್ ಇದೆಯೆ?'

'ಇಲ್ಲದಿದ್ದರೆ ಮೂರನೆಯ ಸಲ ನಿನ್ನನ್ನು ಹುಡುಕಿಕೊಂಡು ಬರುತ್ತಿದ್ದನೆ? ಒಂದೊಂದು ಸಲ ಬಂದು ನಿನ್ನ ದಣಿಯನ್ನು ಕೇಳುವಾಗಲೂ ಅವನ ದಾಕ್ಷಿಣ್ಯಕ್ಕೆ ಬೀಳುತ್ತಿದ್ದೇನೆಂಬ ಮುಜುಗರವಾಗುವುದಿಲ್ಲವೆ? ಆದರೂ ಹುಚ್ಚು ಹಿಡಿದವನಂತೆ ಕುದುರೆ ಏರಿ ಬಂದಿದ್ದೇನೆ ನೋಡು.'

'ಯಾಕೆ ಹಾಗೆ? ನಾನೂ ನಿಮ್ಮಂತೆ ಪುರುಷತ್ವವಿರುವ ಗಂಡುಹುಡುಗ.'

'ಅದನ್ನ ಜ್ಞಾಪಿಸಬೇಡ. ಎಲ್ಲ ಗಂಡುಹುಡುಗರ ಮೇಲೂ ಇಂಥ ಮಧುರಪ್ರೀತಿ ಹುಟ್ಟೋದಿಲ್ಲ. ಹೆಣ್ಣಿನ ಮಾಧುರ್ಯ, ಗಂಡಿನ ಕಸುವುಗಳೆರಡೂ ಮೇಳೈಸಿ ಹದಗೊಂಡ ರೂಪ ನಿನ್ನದು. ನಿನ್ನಂಥೋರು ಸಾವಿರಕ್ಕೊಬ್ಬರೂ ಅಪರೂಪ. ನಿನ್ನ ಚಿಗುರುಮೀಸೆಯು ಒಗರು ಮೀಸೆಯಾದರೂ ಅಷ್ಟೆ.'

ಅವನು ಹೋದಮೇಲೆ ನನ್ನನ್ನು ನಾನು ಕನ್ನಡಿಯಲ್ಲಿ ನೋಡಿಕೊಂಡೆ. ನಾನು ಚೆಲುವನೆಂಬುದು ನಿಜ. ಚಿಕ್ಕವಯಸ್ಸಿನಿಂದಲೇ ಹಾಗಿದ್ದೆ. ಇಂಥ ಚೆಲುವನನ್ನು ಕೈಹಿಡಿಯುವ ನೀನು ಪುಣ್ಯವಂತಳೆಂದು ಊರಿನ ಹಿರಿಯ ಹೆಂಗಸರಲ್ಲದೆ ಅವಳ ಸಮವಯಸ್ಸಿನ ಗೆಳತಿಯರೆಲ್ಲ ಶ್ಯಾಮಲೆಗೆ ಹೇಳಿದ್ದರಂತೆ. ಹೆಂಗಸರು ಚೆಲುವನೆಂದು ಮೆಚ್ಚುವ ರೂಪಿನಲ್ಲಿ ಹೆಣ್ಣುತನ ಹೇಗೆ ಇದ್ದೀತು? ಗಂಡಸಿನ ರೂಪದಲ್ಲಿ ಮಾರ್ದವತೆ ಯಾಕಿರಬಾರದು? ಇದ್ದರೆ ಅವನನ್ನು ಇಂಥ ವಿಕೃತವಾಗಿ ಯಾಕೆ ಆಶಿಸಬೇಕು? ಈ ಜನಗಳ ಅಭಿರುಚಿ ಮತ್ತು ಸಂಸ್ಕೃತಿಯ ಬಗೆಗೆ ನನಗೆ ಅಸಹ್ಯದ ಜೊತೆಗೆ ಗೊಂದಲವುಂಟಾಯಿತು.

ಒಂದುದಿನ ಮೊಯಿನುದ್ದೀನ್ ತುರಾನಿ ಎಂಬ ದೊಡ್ಡ ಸರದಾರರು ಎಜಾಜನನ್ನು ನೋಡಲು ಬಂದರು. ಸುಮಾರು ನಲವತ್ತೈದು ವರ್ಷ. ಚೂಪು ಮೂಗು. ಬಿಳಿಪು

ಬಣ್ಣ. ಬಿಳಿಪು ಮಿಶ್ರಿತ ಕಪ್ಪು ಗಡ್ಡ. ಎಜಾಜನೊಡನೆ ಮಾತನಾಡಿದರು. ನನ್ನನ್ನು ಕರೆಸಿ ನೋಡಿದರು. ನಾನು ಸಲಾಂ ಅಲೈಕುಂ ಹೇಳಿದೆ. ನೋಡಿದ ತಕ್ಷಣ ಅವರ ಕಣ್ಣುಗಳು ಸಮ್ಮತಿ ಸೂಚಿಸಿದವು. ಎರಡು ನಿಮಿಷದನಂತರ ಎಜಾಜನು 'ನೀನು ಕೋಣೆಗೆ ಹೋಗು' ಎಂದ. ನಾನು ಹಿಂತಿರುಗಿದೆ. ಪೈಜಾಮ, ಕಸೂತಿ ಮಾಡಿದ ಅಂಗಿ, ಬಂಗಾರದ ಬಣ್ಣದ ಕಸೂತಿಯ ಅರೆ ಕೋಟ್. ತಲೆಗೆ ಕಪ್ಪುಬಣ್ಣದ ಟೋಪಿ ನನ್ನ ವೇಷವಾಗಿತ್ತು. ತುಸು ಹೊತ್ತಿನನಂತರ ಎಜಾಜ್ ನನ್ನನ್ನು ಮತ್ತೆ ಅಲ್ಲಿಗೆ ಕರೆಸಿದ. 'ಇವರು ಹತ್ತುಸಾವಿರ ಮನ್ ಸಬ್‌ದಾರ್ ಮೊಯಿನುದ್ದೀನ್ ತುರಾನಿಯವರು. ಮುಜರೆ ಮಾಡು. ನಿನ್ನನ್ನು ಅವರಿಗೆ ಮಾರಿದ್ದೇನೆ. ಈ ಕ್ಷಣದಿಂದ ನೀನು ಅವರ ಗುಲಾಮ. ಬೆಲೆ ಒಂದು ಸಾವಿರ ರೂಪಾಯಿ. ನಿನ್ನ ಬೆಲೆ ಎಷ್ಟೆಂದು ನಿನಗೆ ತಿಳಿಸುವ ಅಗತ್ಯವಿರಲಿಲ್ಲವಾದರೂ ಗುಲಾಮನಾಗಿ ನಿನ್ನ ಅಂತಸ್ತು ಎಷ್ಟೆಂಬುದು ನಿನಗೆ ಗೊತ್ತಿರಲೆಂಬ ಕರುಣೆಯಿಂದ ಹೇಳುತ್ತಿದ್ದೇನೆ. ನಿನ್ನ ವಯಸ್ಸಿನ ಸಾಧಾರಣ ಗಂಡುಗುಲಾಮನ ಬೆಲೆ ಮಾರುಕಟ್ಟೆಯಲ್ಲಿ ಹದಿನೈದು ಅಥವಾ ಇಪ್ಪತ್ತು ರೂಪಾಯಿ. ಅರ್ಥಮಾಡಿಕೊ. ಮನ್‌ಸಬ್‌ದಾರ್ ಸಾಹೇಬರು ಕರುಣಾಮಯಿಗಳು.'

ಒಪ್ಪುವ, ಬಿಡುವ, ಕೊಸರಾಡುವ ಯಾವ ಅಧಿಕಾರವೂ ನನಗಿಲ್ಲವೆಂಬ ತಿಳಿವಳಿಕೆ ಆ ಒಂದು ವರ್ಷದಲ್ಲಿ ನನಗೆ ಬಂದಿತ್ತು. ನೀನು ನನ್ನನ್ನು ಮಾರಬೇಡ, ನೀನೇ ಇಟ್ಟುಕೊ ಎಂದು ಹೇಳುವ ಅಧಿಕಾರ ಹಸು ಎತ್ತು ಆಡು ಕುರಿ ನಾಯಿ ಕುದುರೆಗಳಿಗೆ ಉಂಟೆ? ಎಲ್ಲಿ ಹೋದರೂ ಅದೇ ಕೆಲಸ ಮಾಡಬೇಕು. ಈ ಮೊಯಿನುದ್ದೀನನೂ ನನ್ನನ್ನು ಅದಕ್ಕೇ ಕೊಂಡಿದ್ದಾನೆ. ಅವನ ದೋಸ್ತಿಗಳ ರಂಜನೆ ಮಾಡೆಂದು ಹುಕುಂ ಮಾಡುತ್ತಾನೆ. ಅನ್ನ ಬಟ್ಟೆ ವಸತಿಗಳಲ್ಲಿ ಹದಿನೈದಿಪ್ಪತ್ತು ರೂಪಾಯಿಗಳ ಗುಲಾಮರಿಗಿಂತ ಹೆಚ್ಚು ಸುಖ ವಾಗಿಟ್ಟಿರುತ್ತಾನೆ. ಶರೀರವನ್ನು ದಣಿಸುವ, ಮೈ ಚರ್ಮ ಕಪ್ಪು ತಿರುಗುವ ಬಿಸಿಲಿನ, ಯಾವ ಕೆಲಸವನ್ನೂ ಮಾಡಿಸುವುದಿಲ್ಲ ಎಂಬ ಗ್ರಹಿಕೆ ಸ್ಫುಟವಾಯಿತು. ಅದುವರೆಗೂ ದಣಿಯಾಗಿದ್ದ ಎಜಾಜನಿಗೆ ಸಲಾಂ ಮಾಡದೆ ಮತ್ತೆ ನನ್ನ ಕೋಣೆಗೆ ಹೋದೆ.

ನನ್ನನ್ನು ಮೊಯಿನುದ್ದೀನನ ಕುದುರೆಯ ಲಾಯಕ್ಕೆ ಕರೆದೊಯ್ದರು. ಸುಮಾರು ಇನ್ನೂರು ಕುದುರೆಗಳ ಲಾಯ. ಲಾಯದ ಆಳು ಮಲಗುವ ಕೋಣೆಯಲ್ಲಿ ಕೂರಿಸಿ ನನಗೆ ಹೊಟ್ಟೆ ತುಂಬ ಊಟ ಹಾಕಿದರು. ಊಟದನಂತರ ಒಂದು ದಪ್ಪ ಗುಳಿಗೆ ಔಷಧಿ ಕೊಟ್ಟು 'ನುಂಗು' ಎಂದರು. ಅದು ಅಫೀಮು ಎಂದು ನನಗೆ ಗೊತ್ತಿತ್ತು. ಇದು ಯಾಕೆ? ಎಂದೆ. ಹೇಳಿದ್ದು ಕೇಳು 'ಸರದಾರರ ಹುಕುಂ ಆಗಿದೆ' ಎಂದರು. ಇಬ್ಬರು ಗಟ್ಟಿ ಆಳುಗಳು. ಇದು ಹೊಸಜಾಗ, ಹೊಸ ಮಾಲೀಕರು. ಅವರ ಗುಣ ಸ್ವಭಾವಗಳೂ ಗೊತ್ತಿಲ್ಲ. ಮರುಮಾತ ನಾಡದೆ ನುಂಗಿ ಅವರು ಕೊಟ್ಟ ನೀರು ಕುಡಿದೆ. 'ಇಲ್ಲಿ ಬಾ' ಎಂದು ನಡೆಸಿಕೊಂಡು ಲಾಯದ ಸುತ್ತ ಒಮ್ಮೆ ನಡೆಸಿದರು. ಆಳು ಮಲಗುವ ಜಾಗದ ಮೇಲೆ ನನ್ನನ್ನು ಮಲಗಿಸಿದರು. ಅಷ್ಟರಲ್ಲಿ ನನಗೆ ಮಂಪರು ಬರುತ್ತಿತ್ತು. ಮುಂದಿನದೆಲ್ಲ ಅಸ್ಪಷ್ಟ ನೆನಪು. ಒಬ್ಬನ ಕೈಯಲ್ಲಿ ಒಂದು ಮೊಳ ಉದ್ದನೆಯ ಗಟ್ಟಿ ಮರದ ಇಕ್ಕಳ. ಇಬ್ಬರು ಆಳುಗಳು ನನ್ನನ್ನು ಮೆಟ್ಟಿ ಮಲಗಿಸಿದರು. ಒಬ್ಬ ಎರಡು ಭುಜಗಳನ್ನೂ ಮೆಟ್ಟಿದ. ಇನ್ನೊಬ್ಬ ನನ್ನ ಪಾಯಿಜಾಮವನ್ನು

ಬಿಚ್ಚಿ ತೆಗೆದು ಸೊಂಟದಿಂದ ಕೆಳಭಾಗವನ್ನು ಬೆತ್ತಲೆ ಮಾಡಿ ನನ್ನೆರಡು ಬೀಜಗಳನ್ನು ಹಿಡಿದು ಇಕ್ಕಳಕ್ಕೆ ಸಿಕ್ಕಿಸುತ್ತಿದ್ದ. ನನಗೆ ಭಯವಾಯಿತು. ಮಂಪರಿನಲ್ಲೂ ಎಚ್ಚರವಾಯಿತು. ಬೇಡಿ ಬೇಡಿ ಎಂದು ಕಿರುಚಿಕೊಂಡೆ. ಕೊಸರಿದೆ. ಆದರೆ ಮೆಟ್ಟಿಕೊಂಡಿದ್ದ ಬಲವನ್ನು ನಲುಗಿಸಲಾಗಲಿಲ್ಲ. ನನ್ನ ಮೈ ಬೆವರುತ್ತಿತ್ತು. ನನ್ನ ಬೀಜಗಳು ಇಕ್ಕಳದ ಸಂದಿಗೆ ಸಿಕ್ಕಿಕೊಂಡದ್ದೂ ನನ್ನ ಅರಿವಿಗೆ ಬಂತು. ಒಂದೇಕ್ಷಣ. ಫಟ್, ಫರಟ್ ಎಂಬ ಸದ್ದು. ಅಲ್ಲಿಂದ ಹೊರಟ ನೋವು ಅಂಗಾಗಗಳಲ್ಲೂ ವ್ಯಾಪಿಸಿ ಮರುಕ್ಷಣದಲ್ಲಿ ಪ್ರಜ್ಞೆ ತಪ್ಪಿತು.

ಆಮೇಲೆ ಎಷ್ಟು ದಿನ ನಾನು ನೋವನ್ನು ಉಂಡೆನೋ ಯಾವ ಯಾವಾಗ ಅಪ್ರಜ್ಞೆ ಅರೆಪ್ರಜ್ಞೆಗಳಲ್ಲಿದ್ದೆನೋ ಒಡೆಸಿಕೊಂಡ ಬೀಜಗಳು ಎಷ್ಟು ದಿನ ಊದಿಕೊಂಡಿದ್ದವೋ ಯಾವಾಗ ಊತ ಇಳಿಯಲು ಶುರುವಾಯಿತೋ ನನಗೆ ತಿಳಿಯದು. ಬೇರೆಯವರು ಮಾತನಾಡಿದುದು ಅರ್ಥವಾಗುವ ಸ್ಥಿತಿ ಬಂದಾಗ ಬಿಳಿಯ ದೊಗಲೆ ಚಲ್ಲಣ ಬಿಳಿಯ ಉದ್ದನೆಯ ಅಂಗಿ ಬಿಳಿಯ ನೀಳ ಗಡ್ಡದವರೊಬ್ಬರು ಹೇಳಿದರು: 'ನಿನ್ನ ನೋವು ಸಹನೆಯ ಮಟ್ಟಕ್ಕೆ ಬಂದಿದೆ ಅನ್ನುವುದು ನಿನ್ನ ಮುಖ ನೋಡಿದರೇ ಗೊತ್ತಾಗುತ್ತಿದೆ. ನೀನು ಅದೃಷ್ಟಶಾಲಿ. ಸಾಯದೆ ಉಳಿದುಕೊಂಡೆ. ಪ್ರಾಣಾಪಾಯವಾಗದಂತೆ ಸೂಕ್ಷ್ಮವಾಗಿಯೇ ನಾನು ಚಿಕಿತ್ಸೆ ಮಾಡಿದೆ. ಆದರೂ ಈ ಚಿಕಿತ್ಸೆಗೊಳಗಾದ ನಾಲ್ವರಲ್ಲಿ ಮೂವರು ಸಾಯುತ್ತಾರೆ. ಹೆಚ್ಚು ನೋವಾಗದಂತೆ ಮೊದಲೇ ಔಷಧಿ ಕೊಟ್ಟಿದ್ದೆ ಕೂಡ.'

'ನನಗೆ ಮಾಡಿದ್ದ ಚಿಕಿತ್ಸೆಯಾದರೂ ಯಾವುದು? ಯಾವ ರೋಗಕ್ಕೆ?'

'ಓಹ್! ಇನ್ನೂ ಅರ್ಥವಾಗಲಿಲ್ಲವೆ? ನಿನ್ನನ್ನು ಹಿಜಡಾ ಮಾಡಿದ್ದೇನೆ. ನಿನ್ನ ಪುಂಸತ್ವವನ್ನು ಸಂಪೂರ್ಣವಾಗಿ ತೆಗೆದುಹಾಕಿದ್ದೇನೆ. ಇನ್ನು ಮುಂದೆ ನಿನ್ನನ್ನು ಜನಾನಾದ ಸೇವೆಯಲ್ಲಿ ಮುಕ್ತವಾಗಿ ನಿಯೋಜಿಸಬಹುದು. ಜನಾನಾದ ಎಂಥ ಸುಂದರ ಹೆಂಗಸಿನ ಜೊತೆಯಾದರೂ ನಿನ್ನನ್ನು ಬೆರೆಯಗೊಡಬಹುದು. ಮಹಿಳೆಯರ ಮನಸ್ಸಿಗೆ ಮುದವಾಗುವಂತೆ ನಡೆದುಕೊಂಡರೆ ನೀನು ಯಾವ ಕಷ್ಟ ಕಾರ್ಪಣ್ಯವೂ ಇಲ್ಲದೆ ಊಟ ತಿಂಡಿ ವಸತಿಗಳಲ್ಲಿ ಆ ಮಹಿಳೆಯರಷ್ಟೇ ಸಮೃದ್ಧವಾಗಿರಬಹುದು.'

ನನಗೆ ಈಗ ಅರ್ಥವಾಯಿತು: ಅಫೀಮಿನ ಅರೆಪ್ರಜ್ಞಾವಸ್ಥೆಯಲ್ಲಿ ನೋಡಿದ್ದ ಮರದ ಇಕ್ಕಳವು ಅರ್ಥವಾಗಿರಲಿಲ್ಲ. ನನ್ನ ದೇವಗಢ ಪ್ರದೇಶದ ಹಳ್ಳಿಗಳಲ್ಲಿ ಕೃಷಿಕರು ದನಗಾಹಿಗಳು ಹೋರಿಗಳನ್ನು ಹೀಗೆಯೇ ಕಾಲುಗಳನ್ನು ಕಟ್ಟಿ ಮಲಗಿಸಿ ಇಂಥದೇ ಮರದ ಇಕ್ಕಳದಿಂದ ಅವುಗಳ ಬೀಜ ಒಡೆಯುವುದನ್ನು ನೋಡಿದ್ದೆ. ಹಾಗೆ ಮಾಡಿ ನಪುಂಸಗೊಳಿಸದಿದ್ದರೆ ಅವುಗಳು ಹಸುಗಳನ್ನು ಕಂಡಾಗಲೆಲ್ಲ ಹಾರಲು ನುಗ್ಗಿ ವ್ಯವಸಾಯದ ನೇಗಿಲು ಮತ್ತು ಗಾಡಿ ಎಳೆಯುವ ಕೆಲಸಗಳಿಗೆ ಅಡಚಣೆಯಾಗುತ್ತದೆ, ಅಲ್ಲದೆ ಅದಕ್ಕೆಂದೇ ವಿಶೇಷವಾಗಿ ಆರಿಸಿದ ಹೋರಿಯಿಂದ ಮಾತ್ರ ಗಬ್ಬ ಕಟ್ಟಿಸಿದರೆ ಉತ್ತಮ ತಳಿಯ ಕರುಗಳು ಹುಟ್ಟುತ್ತವೆ: ಹೊಲಗಳಲ್ಲಿ ದುಡಿದು ಗಾಡಿ ಎಳೆದು ಬಳಲಿ ವಿಶೇಷ ಪುಷ್ಟಿಯ ಆಹಾರವೂ ಇಲ್ಲದ ಇಂಥ ಸಾಧಾರಣ ಹೋರಿಗಳಿಗೆ ಗಬ್ಬವಾದರೆ ದುರ್ಬಲ ಕರುಗಳು ಹುಟ್ಟುತ್ತವೆ; ಹೀಗೆ ಬೀಜ ಒಡೆಸಿಕೊಂಡ ಎತ್ತುಗಳಿಗೆ ಹಸುವನ್ನು ಹತ್ತುವ ಪ್ರವೃತ್ತಿಯಾಗಲಿ, ಹತ್ತಿದರೆ ಕ್ರಿಯೆ

ಯಾಗಲಿ ಸಾಧಿಸುವುದಿಲ್ಲ; ಎಂದು ಹೇಳಿದ್ದರು. ಆ ಮಾತನ್ನು ಗ್ರಹಿಸಲು ಕೂಡ ನಾಚಿಕೆಯಾಗಿ ನಾನು ಉಪೇಕ್ಷಿಸಿದ್ದೆ. ಈ ಜನಗಳು ತಮ್ಮ ಜನಾನಾವನ್ನು ಕಾಯಲು, ಒಳಹೊಕ್ಕು ಕೆಲಸ ಮಾಡಿಕೊಡಲು ನಪುಂಸಕರನ್ನು ನೇಮಿಸಿಕೊಳ್ಳುತ್ತಾರೆ. ಸಹಜವಾಗಿ ನಪುಂಸಕರಾಗಿ ಹುಟ್ಟುವವರು ಅಪರೂಪವಾದ್ದರಿಂದ ಆರೋಗ್ಯವಂತ ಗಂಡುಹುಡುಗರನ್ನೇ ಹಿಡಿದು ನಪುಂಸಕರನ್ನಾಗಿ ಮಾಡಿಸುತ್ತಾರೆ ಎಂಬ ಮಾತನ್ನು ಎಜಾಜನ ಮಹಲಿನಲ್ಲಿ ಆಳುಗಳು ಹೇಳುವುದನ್ನು ಕೇಳಿದ್ದೆ. ಹೇಗೆ ಮಾಡುತ್ತಾರೆಂಬ ಕಲ್ಪನೆ ಇರಲಿಲ್ಲ. ಅಲ್ಲದೆ ಈ ದುರಾದೃಷ್ಟವು ನನ್ನ ಮೇಲೆ ಬೀಳುತ್ತದೆಂಬ ಊಹೆಯೂ ಇರಲಿಲ್ಲ. ಸೆರೆಸಿಕ್ಕಿ ಎಜಾಜನ ಗುಲಾಮನಾಗಿ ಬಂದ ಮೇಲೆ ಯಾವಾಗಲಾದರೊಮ್ಮೆ ನನ್ನ ಪುಂಸತ್ವವು ಜಾಗ್ರೃತವಾಗುತ್ತಿತ್ತು. ಆದರೆ ವಿಕೃತ ಮತ್ತು ಮೃಗೀಯವಾಗಿ ಬಳಸಿಕೊಂಡ ಈ ದೇಹದಲ್ಲಿ ಅಸಹ್ಯವೇ ತುಂಬಿಕೊಂಡು ಪ್ರಕೃತಿಸಹಜ ಜಾಗೃತಿಯು ಅತಿ ಅಪರೂಪವಾಗಿತ್ತು. ನಪುಂಸಕನನ್ನಾಗಿ ಮಾಡಿದ ಮೇಲೆ ಕೂಡ ಅವರು ನನ್ನನ್ನು ಬಳಸಿಕೊಳ್ಳಬಹುದೆಂಬ ಅರಿವು ಉಂಟಾಯಿತು.

ಹಕೀಮರು ಹೇಳಿದರು: 'ಮನಸಬ್‌ದಾರ್ ತುರಾನಿ ಸಾಹೇಬರಿಗೆ ನಿನ್ನ ಮೇಲೆ ಎಷ್ಟು ಮಮತೆ ಅಂದರೆ ನಿನ್ನನ್ನು ಹಿಜಡಾ ಮಾಡಿಸುವ ಮೊದಲೇ ಒಂದು ಸಾವಿರ ರೂಪಾಯಿ ಕೊಟ್ಟು ಕೊಂಡುಬಿಟ್ಟರು.'

'ಏನದರ ವ್ಯತ್ಯಾಸ?'

'ಮೊದಲೇ ಹೇಳಿದೆನಲ್ಲ ಹಿಜಡಾ ಮಾಡಿಸುವಾಗ ನಾಲ್ವರಲ್ಲಿ ಮೂವರು ಸಾಯುತ್ತಾರೆ ಅಂತ. ನೀನು ಸತ್ತಿದ್ದರೆ ಅವರ ಹಣ ನಷ್ಟವಲ್ಲವೆ? ನಷ್ಟವಾದರೂ ಚಿಂತೆಯಿಲ್ಲ, ಇವನು ನಮ್ಮ ಜನಾನಾದ ಸೇವೆಗೆ ತಕ್ಕವನು ಅಂತ ನಿರ್ಧರಿಸಿದರು ಅಂದರೆ ಮಮತೆಯಲ್ಲವೆ?'

ಅಷ್ಟರಲ್ಲಿ ನನಗೆ ಮಂಪರು ಕವಿಯಿತು. ಅವರ ಮಾತಿನ ಅರ್ಥ ಪೂರ್ತಿ ಆಗಲಿಲ್ಲ. ಯಾತನೆ ಕಡಮೆಯಾಗಿದ್ದುದರಿಂದ ಅಫೀಮಿನ ಪ್ರಮಾಣವನ್ನೂ ಕಡಮೆ ಮಾಡಿದ್ದರು. ಕೆಲವು ಹೊತ್ತು ಮಂಪರು ಕವಿಯುವುದು; ಮತ್ತೆ ಅಷ್ಟು ಹೊತ್ತು ಎಚ್ಚರವಾಗುವುದು. ಒಂದು ಸಲ ಎಚ್ಚರವಾದಾಗ ಮನುಷ್ಯರನ್ನು ಮನುಷ್ಯರು ಸೆರೆ ಹಿಡಿದು ಗುಲಾಮಗಿರಿಗೆ ತುಳಿದಿಡುವುದು, ಯಾವ ದೇವರ ನ್ಯಾಯ? ಗುಲಾಮಗಿರಿಗೂ ಒಂದು ಮಿತಿ ಇಲ್ಲವೆ? ಗಂಡಸಾದರೆ ಅವನ ಲಿಂಗವನ್ನೇ ನಾಶಪಡಿಸುವ, ಹೆಂಗಸಾದರೆ ಅವಳ ದೇಹವನ್ನು ಬೇಕಾದಂತೆ ಬೇಕಾದಷ್ಟು ಜನ ಭೋಗಿಸಿ ಬಿಸುಡುವ ಅಧಿಕಾರವನ್ನು ದೇವರು ಗೆದ್ದವರಿಗೆ ಕೊಡುತ್ತಾನೆಯೆ? ಎಂಬ ಪ್ರಶ್ನೆ ಮನಸ್ಸಿನಲ್ಲಿ ಹುಟ್ಟುವುದು.

ಒಳಗಿನ ಗಾಯ ಸರಿಯಾಗಿ ಮಾಯ್ದು ಹಕೀಮರು ಪರೀಕ್ಷಿಸಿ ನಾನು ಸಂಪೂರ್ಣವಾಗಿ ಖೋಜಾ ಆಗಿದ್ದೇನೆಂದು ಹೇಳಿದನಂತರ ನನ್ನನ್ನು ಸೇವೆಗೆಂದು ಜನಾನಾದ ಒಳಗೆ ಪ್ರವೇಶಿಸಿದರು. ಈ ಮೊಯಿನುದ್ದೀನರ ಮಹಲ್ ಎಜಾಜನದಕ್ಕಿಂತ ಏಳೆಂಟುಪಟ್ಟು

ದೊಡ್ಡದು. ನಮ್ಮ ದೇವಗಢ ಅರಮನೆ ಇದರ ಮುಂದೆ ಏನೂ ಅಲ್ಲ. ದೇವಗಢವು ಹೇಳಿ ಕೇಳಿ ಅರಾವಲಿಯ ಮುಚ್ಚುಮರೆಯ ರಕ್ಷಣೆಯಲ್ಲಿ ಬದುಕಿ ಉಳಿದಿದ್ದ ಕಿರುರಾಜ್ಯ. ರಾಜ್ಯಾದಾಯವೆಲ್ಲ ರಾಜನ ಭೋಗಕ್ಕೆಂಬ ತತ್ತ್ವಕ್ಕೆ ಸಿಲುಕದೆ ನಡೆಯುತ್ತಿದ್ದ ಸನಾತನ ಆಡಳಿತ ಪದ್ಧತಿ. ಎಲ್ಲ ಕುಲಪ್ರಮುಖರು ಮಂತ್ರಿ ಅಮಾತ್ಯರು ಸಭೆ ಸೇರಿ ನಿರ್ಣಯಿಸುತ್ತಿದ್ದ ಆದಾಯ ವೆಚ್ಚಗಳಿಗೆ ರಾಜನು ಬದ್ಧನಾಗಿರಬೇಕಾಗಿತ್ತು. ಗಂಡು ಹೆಣ್ಣು ಹಿರಿಯ ಕಿರಿಯ ರೆಲ್ಲರಿಗೂ ತಾನು ತಂದೆ ಎಂಬ ಭಾವದಲ್ಲಿ ಅವನು ನಡೆಯಬೇಕಾಗಿತ್ತು. ಅರಮನೆಯ ಶ್ರೀಮಂತಿಕೆಗೆ ಮಿತಿ ಇರುತ್ತಿತ್ತು. ಮೊಯಿನುದ್ದೀನನೊಬ್ಬ ಹತ್ತುಸಾವಿರದ ಮನಸಬ್‌ದಾರ. ಹತ್ತುಸಾವಿರ ಸೈನ್ಯದ ಸರದಾರ ಎಂದರೆ ವಾಸ್ತವವಾಗಿ ಹತ್ತುಸಾವಿರ ಸೈನ್ಯವು ಸದಾಸಿದ್ಧವಾಗಿ ರುತ್ತದೆಂದಲ್ಲ. ಬಾದಶಾಹರು ಕೇಳಿದಾಗ ಅಷ್ಟು ಸೈನ್ಯವನ್ನು ಒದಗಿಸುವ ಜವಾಬ್ದಾರಿಯುಳ್ಳ ವನು ಎಂದಷ್ಟೇ ಅದರ ಅರ್ಥ. ಬಾದಶಾಹರು ಕೊಟ್ಟ ಜಾಗೀರಿನ ಉತ್ಪನ್ನದಲ್ಲಿ ಅವನು ಸೈನ್ಯವನ್ನು ಪೋಷಿಸಬೇಕು. ತನ್ನ ವೈಭವವನ್ನೂ ನಡೆಸಬೇಕು. ಹಣದ ಅಗತ್ಯ ಬಿದ್ದಾಗ ತನ್ನ ಜಾಗೀರಿನಲ್ಲಿ ಹೆಚ್ಚುವರಿ ಕಂದಾಯ ವಸೂಲು ಮಾಡುವ, ಇತರ ಕರ ಹೇರುವ, ಕರಕೊಡದಿರುವ ಕೃಷಿಕರನ್ನು ಸೆರೆಹಿಡಿದು ಗುಲಾಮ ಮಾರುಕಟ್ಟೆಯಲ್ಲಿ ಮಾರುವ ಅಧಿಕಾರ ಅವನದು. ಅವನೊಬ್ಬ ಕಿರು ರಾಜಸಾಮಂತ. ಆಸ್ಥಾನಿಕ. ಅವನ ಮನಸಬ್‌ನ ಮುಂದೆ ಹೇಳುವ ನೂರು ಅಥವಾ ಸಾವಿರ ಸಂಖ್ಯೆಗಳು ಅವನ ಅಂತಸ್ತನ್ನು ಸೂಚಿಸುತ್ತಿದ್ದವು.

ಮೊಯಿನುದ್ದೀನರ ಮಹಲಿನ ಮುಂಬದಿಯಲ್ಲಿ ದೊಡ್ಡ ಉದ್ಯಾನ. ಎತ್ತರವಾದ ಎರಡಂತಸ್ತಿನ ಅಷ್ಟರಲ್ಲಿ ದಿಲ್ಲಿಯಲ್ಲೇ ಅಲ್ಲದೆ ಇತರ ಕಡೆಗಳಲ್ಲೂ ಪ್ರಚಲಿತಗೊಳಿಸಿದ್ದ ಪಾರ್ಸಿಶೈಲಿಯ ಕಟ್ಟಡ. ಎರಡು ವಿಶಾಲವಾದ ಅಂಗಳಗಳನ್ನು ದಾಟಿ ಒಳಹೋದರೆ ನಡುಭಾಗದಲ್ಲಿ ದೊಡ್ಡ ಜನಾನಾ. ಅದುವರೆಗೆ ನಾನಂತೂ ಯಾವ ಜನಾನಾವನ್ನೂ ನೋಡಿರಲಿಲ್ಲ. ಎಜಾಜನ ಮಹಲಿನಲ್ಲಿದ್ದಾಗ ನನ್ನನ್ನು ಹೆಣ್ಣಿನಂತೆ ಬಳಸುತ್ತಿದ್ದರೂ ನನಗೆ ಹೆಂಗಸರಿದ್ದ ಜನಾನಾದ ಭಾಗಕ್ಕೆ ಪ್ರವೇಶವಿರಲಿಲ್ಲ. ನನ್ನೂರು ದೇವಗಢದಲ್ಲಿ ಸೆರೆ ಸಿಕ್ಕಿದ ನಂತರ ಹೆಂಗಸೆಂದು ಕರೆಯಬಹುದಾದ ಒಬ್ಬ ಹೆಂಗಸನ್ನೂ ನಾನು ನೋಡಿರಲಿಲ್ಲ. ಅಂಥವರೆಲ್ಲ ಜನಾನಾದೊಳಗೆ. ಅವರು ಕೂಡ ಬೇರೆ ಗಂಡಸರನ್ನು ನೋಡುವಂತಿರಲಿಲ್ಲ. ಬೀದಿಯಲ್ಲಿ ತೋಟದಲ್ಲಿ ಹೊಲಗದ್ದೆಗಳಲ್ಲಿ ಕೆಲಸಮಾಡುವ ಹೆಂಗಸರೇನಿದ್ದರೂ ಬಿಸಿಲಿನಲ್ಲಿ ಸುಟ್ಟು ಕಪ್ಪಾದ ಚರ್ಮದ ಎಣ್ಣೆ ಕಾಣದ ಕೆದರಿದ ಕೂದಲಿನ, ಒಂದೂ ಒಡವೆ ಇಲ್ಲದ, ಪಾದಕ್ಕೆ ರಕ್ಷೆ ಇಲ್ಲದ, ಹೆಣ್ಣೋ ಗಂಡೋ ಎಂಬ ವ್ಯತ್ಯಾಸ ತಿಳಿಯದ ಕೃಷಿಕರು. ಕೂಲಿ ಯವರು. ಗುಲಾಮರು. ಅಂಥ ಸಂತೋಷಹೀನ ಹೆಂಗಸರನ್ನು ನೋಡಿದಾಗ ಕನಿಕರವಾಗು ತ್ತಿತ್ತು. ದುಃಖ ತುಂಬಿಕೊಳ್ಳುತ್ತಿತ್ತು. ಆಹ್ಲಾದದ ಸುಳಿವಿರುತ್ತಿರಲಿಲ್ಲ. ಆದರೆ ಇಲ್ಲಿ ಮೊಯಿನುದ್ದೀ ನರ ಜನಾನಾದ ಒಳಗೆ ಹೋದಾಗ ಎಂತೆಂತಹ ಸುಂದರ, ಎಷ್ಟೆಷ್ಟು ಅಲಂಕೃತ, ಹೊಳೆಯುವ ಬಂಗಾರ ವಜ್ರ ವೈಡೂರ್ಯ ರೇಶ್ಮೆವಸ್ತ್ರಗಳನ್ನು ಧರಿಸಿದ, ಬಿಸಿಲು ತಾಗದ, ಸದಾ ಆರೈಕೆ ಮಾಡಿಸಿಕೊಳ್ಳುವ ಚರ್ಮದ ಮತ್ತು ನೀಳ ಕೂದಲಿನ ಹೆಂಗಸರು! ಮೊಯಿನುದ್ದೀನರಿಗೆ ನಾಲ್ವರು ಶಾಸ್ತ್ರಸಮ್ಮತ ಹೆಂಡಿರು. ಅವರಿಗೆ ತಲಾ ಏಳೆಂಟು ಅಥವಾ ಹತ್ತು ಹನ್ನೆರಡು

ಸೇವಿಕೆಯರು. ಸೇವಿಕೆಯರು ಕೂಡ ಸುಂದರಿಯರೇ. ಸಾಲಂಕೃತೆಯರೇ. ಯೌವನದ ವಯಸ್ಸಿನವರೇ. ಅವರು ತಮ್ಮ ತಮ್ಮ ಒಡತಿಯ ಸೇವೆ ಮಾಡುವುದರಲ್ಲಿ, ಅವಳಿಗೆ ಊಟ ತಿಂಡಿ ಮಾಡಿಸುವುದರಲ್ಲಿ ಅವಳ ಪಲ್ಲಂಗ ಅಣಿಗೊಳಿಸುವುದರಲ್ಲಿ ಅವಳ ಮೈಕೈಗಳನ್ನು ತೈಲ ಹಾಕಿ ನೀವಿ ಚರ್ಮ ಮತ್ತು ಮಾಂಸಖಂಡಗಳನ್ನು ಹದಗೊಳಿಸಿ ಹದವಾದ ಬಿಸಿನೀರಿನಲ್ಲಿ ಮೀಯಿಸಿ ಅನಂತರ ಸುಗಂಧವನ್ನು ಪೂಸಿ ಒದ್ದೆಯಾದ ನೀಳ ಕಪ್ಪು ಕೂದಲಿಗೆ ಸುಗಂಧದ ಹೊಗೆ ಹಾಕಿ ಒಣಗಿಸಿ ಅನಂತರ ಲಾವಣ್ಯವರ್ಧಕ ಒಡವೆ ವಸ್ತ್ರ ತೊಡಿಸಿ, ಅವಳು ಬೇಸರವೆಂದಾಗ ಅವಳು ಕೇಳಿದ ಹಾಡು ಹಾಡಿ ನರ್ತಿಸಿ, ಅವಳಿಗೋ ಸದಾ ಬೇಸರ, ಗಂಡನು ತನ್ನ ಹತ್ತಿರ ಬರಲಿಲ್ಲವೆಂಬ, ಬೇರೊಬ್ಬಳ ಹತ್ತಿರ ಹೆಚ್ಚಾಗಿ ಹೋಗುತ್ತಾನೆಂಬ, ಬೇಸರ. ಆ ಸಂಕಟವನ್ನು ತೋಡಿಕೊಳ್ಳುವುದೂ ಈ ಸೇವಿಕೆಯರ ಹತ್ತಿರವೇ. ಅವರೇ ಅವಳಿಗೆ ಸಮಾಧಾನ ಹೇಳುವವರು.

ಮೊಯಿನುದ್ದೀನರು ಒಂದು ಸಲ ಜಮೀಲಾ ಬಾನು ಬೇಗಂರ ಹತ್ತಿರ ಬಂದರು. ಬೇಗಮರ ವಯಸ್ಸು ಮೂವತ್ತು. ದೈವಕೃಪೆ ತನ್ನ ಮೇಲಾಯಿತೆಂದು ಆಕೆ ಸಡಗರಪಟ್ಟರು. ಪತಿಯನ್ನು ಉಯ್ಯಾಲೆಯ ಮೇಲೆ ಕೂರಿಸಿದರು. ತಾನೂ ಪಕ್ಕದಲ್ಲಿ ಕುಳಿತು ಅವರ ಕೈ ಕಾಲುಗಳನ್ನು ಹದವಾಗಿ ಒತ್ತಿ ಹಿಸುಕಿದರು. ತನ್ನ ಸೇವಿಕೆಯರನ್ನು ಕರೆದು ಅವರನ್ನು ರಂಜಿಸತೊಡಗಿದರು. ಸುಗಂಧಲೇಪನ. ಚಾಮರದಿಂದ ತಂಗಾಳಿಯ ಪೂರಣ. ಅನಂತರ ನಾಲ್ವರು ಹಾಡುವುದು. ಉಳಿದ ನಾಲ್ವರು ನರ್ತಿಸುವುದು. ಯಜಮಾನರು ಗಾಯನ ನೃತ್ಯಗಳನ್ನು ಸವಿದರು. ಅವರ ಕಣ್ಣುಗಳಲ್ಲಿ ಮದನಭಾವ ಮಂಜುಗಟ್ಟತೊಡಗಿತು. ಜಮೀಲಾ ಬಾನು ಬೇಗಂರಿಗೆ ತಮ್ಮ ಅದೃಷ್ಟದ ಮುಹೂರ್ತ ಸನ್ನಿಹಿತವಾಗುತ್ತಿದೆ ಎಂಬ ಅರಿವು ಹುಟ್ಟಿ ಯಜಮಾನರ ಅಂಗೈಗಳನ್ನು ನೀವತೊಡಗಿದರು. ಯಜಮಾನರ ದೃಷ್ಟಿಯು ನಾಲ್ವರು ನರ್ತಕಿಯರಲ್ಲಿ ಒಬ್ಬಳಾದ ಕೇಶರಬಾಯಿಯ ಮೇಲೆ ನಟ್ಟಿತ್ತು. ಅವಳು ನಿಜವಾಗಿಯೂ ಕುಶಲನರ್ತಕಿ. ಅವಳ ನರ್ತನವನ್ನು ಒಡತಿಯೂ ಸವಿಯುತ್ತಿದ್ದರು. ತುಸು ಹೊತ್ತಿನನಂತರ ಯಜಮಾನರು ಮೇಲೆದ್ದರು. ಅದು ಶಯನಕೋಣೆಗೆ ಹೋಗುವುದಕ್ಕೆಂಬುದನ್ನು ಅರಿತ ಬೇಗಮರೂ ಜೊತೆಯಲ್ಲಿ ಎದ್ದರು. ಆದರೆ ಮನಸಬ್‌ದಾರರು ಮುಂದೆ ನಡೆದು ಕೇಶರಬಾಯಿಯ ಕೈಹಿಡಿದು ಶಯನಕೋಣೆಗೆ ಕರೆದುಕೊಂಡು ಹೋಗಿಬಿಟ್ಟರು. ಬೇಗಮರಿಗೆ ಆದ ಹತಾಶೆಯಲ್ಲಿ ಕಣ್ಣುಗಳನ್ನೇ ಹರಿತವಾದ ಚೂರಿಯನ್ನಾಗಿ ಮಾಡಿಕೊಂಡು ಅವಳನ್ನು ನೂರುಬಾರಿ ಇರಿದರು. ಆದರೆ ತಾವು ಏನನ್ನೂ ಆಡಿತೋರಿಸುವಂತಿಲ್ಲ. ಯಜಮಾನರ ಕಿವಿಗೆ ಬಿದ್ದರೆ ತಮ್ಮ ಗತಿ ನೆಟ್ಟಗಾಗಲಿಕ್ಕಿಲ್ಲ. ಚಾವಟಿಯ ಏಟಾದರೂ ಬೀಳಬಹುದು, ತಲಾಕ್ ಆದರೂ ಹೇಳಬಹುದು. ಸೇವಿಕೆಯರ ಎದುರಿಗೆ ಬೇರೆ ಯಾವುದೇ ಅಪಮಾನವಾಗಬಹುದು. ಕಣ್ಣುಗಳು ಉರಿಯುತ್ತಿದ್ದರೂ ತುಟಿಗಳು ಅದುರುತ್ತಿದ್ದರೂ ಸೇವಿಕೆಯರ ಎದುರಿಗೆ ಸಂಯಮ ತಂದುಕೊಂಡು, 'ನೀವು ನರ್ತನ ಗಾಯನ ಮುಂದುವರೆಸಿ. ಮನಸಬ್‌ದಾರರ ಕಿವಿಗೆ ಬೀಳುತ್ತಿರಲಿ' ಎಂದರು. ಕೇಶರಬಾಯಿಯನ್ನು ಕ್ಷಮಿಸುವುದು ಅವರಿಗೆ ಅಸಾಧ್ಯವೂ ಅಸಹಜವೂ ಆಗಿತ್ತು. ಆದರೆ ಅವಳು ಯಜಮಾನರಿಗೆ ಹತ್ತಿರದವಳಾಗಿ

ದ್ದಾಳೆ. ತಾನು ಅಸಮಾಧಾನ ತೋರಗೊಟ್ಟರೆ ಅದನ್ನು ಅವರಿಗೆ ಮುಟ್ಟಿಸುತ್ತಾಳೆ. ತನ್ನ ಮೇಲಿನ ಪರಿಣಾಮ ಘೋರವಾಗುತ್ತದೆ. ಹಟಕ್ಕೆ ಬಿದ್ದು ತನಗೆ ತಲಾಕ್ ಹೇಳಬಹುದು. ಅವಳನ್ನೇ ನಿಕಾ ಮಾಡಿಕೊಳ್ಳಬಹುದು. ಅಥವಾ ನನ್ನನ್ನು ಎಂದೆಂದಿಗೂ ಮುಟ್ಟದೆ ನನ್ನೆದುರಿಗೇ ಅವಳನ್ನು ಪದೇಪದೇ ಶಯನದ ಕೋಣೆಗೆ ಕರೆದೊಯ್ಯಬಹುದು ಎಂದೆಲ್ಲ ಆಲೋಚಿಸಿ ಒಳಗೇ ಕುದಿದುಕೊಂಡರು. ಅದನ್ನಾದರೂ ಯಾರ ಕೈಲಿ ಹೇಳಿಕೊಳ್ಳಬೇಕು? ಹೇಳಿಕೊಳ್ಳದಿದ್ದರೆ ಒಳಗಿನ ಕುದಿ ಆರುವುದು ಹೇಗೆ? ಮೂರನೆಯ ದಿನ ಸೇವಿಕೆಯರಲ್ಲಿ ಒಬ್ಬಳಾದ ನಾಹೀದ್ ಕಂಚನಿಯ ಕೈಲಿ ಹೇಳಿಕೊಂಡು ಕಣ್ಣೀರಿಟ್ಟುಕೊಂಡರಂತೆ.

ಚನ್ನಾಗಿ ಪರಿಚಯ ಬೆಳೆದಮೇಲೆ ನಾಹೀದ್ ಅದನ್ನು ನನಗೆ ಹೇಳಿದಳು. ನಾಹೀದ್‌ಗೂ ಕೇಶರಬಾಯಿಯ ಮೇಲೆ ಮತ್ಸರವಿತ್ತು, ತನಗೆ ಆ ಸುಖ ದೊರೆಯಲಿಲ್ಲವೆಂದು. ಬೇಗಮರಿಗೆ ಹಾಗಾದದ್ದು ಸರಿಯಾಯಿತೆಂಬ ಸಮಾಧಾನವೂ ಆಗಿತ್ತು ಜನ್ಮವಿಡೀ ಸೇವಿಕೆಯರ ಕೈಲಿ ಸೇವೆ ಮಾಡಿಸಿಕೊಂಡು ಸುಖ ಅನುಭವಿಸುತ್ತಾರೆಂದು. 'ಯಾವಾಗಲೂ ಸಮೃದ್ಧ ಊಟ. ದಿನಾ ಎರಡು ಮೂರು ಬಗೆಯ ಮಾಂಸ, ತರಕಾರಿ, ಮಿಠಾಯಿ, ಇತರ ಸಿಹಿತಿಂಡಿಗಳು. ಕೆಲಸ ಮಾತ್ರ ಇಲ್ಲ. ಮೈಗೆ ನಮ್ಮಿಂದ ಆರೈಕೆ. ಬೇಡ ಅಂದರೂ ಬೊಜ್ಜು ಬಂದೇಬರುತ್ತೆ. ನಮಗೆ ದಿನವೆಲ್ಲ ಕೆಲಸ. ಓಡಾಟ. ನರ್ತನ. ಊಟವೂ ಹದದಲ್ಲಿ. ಶರೀರ ತೆಳ್ಳಗೆ ಬಿಲ್ಲಿನಂತೆ ಹದವಾಗಿರುತ್ತೆ. ದಣಿಯ ಮನಸ್ಸು ನಮ್ಮ ಮೇಲೆ ಬೀಳೂದು ಸಹಜವೇ ಅಲ್ಲವೆ? ನಾವೆಂದರೆ ಒಡತಿ ಹಾವಿನಷ್ಟು ಎಚ್ಚರ ವಹಿಸುತಾರೆ. ಹಾವಿನಷ್ಟು ವಿಷ ಕಕ್ಕುತಾರೆ. ಆದರೆ ನಾವಿಲ್ಲದೆ ಜನಾನಾ ನಡಿಯೂದಿಲ್ಲ. ಬರೀ ಹೆಂಡತಿ ಇದ್ದರೆ ಜನಾನಾ ಹ್ಯಾಗಾಗುತ್ತೆ?' ಎಂದು ಹುಬ್ಬು ಹಾರಿಸಿದಳು.

ನಾನು ಲೆಕ್ಕಹಾಕಿ ನೋಡಿದೆ. ನಾಲ್ವರು ಹೆಂಡಿರು ಮತ್ತು ಅವರ ಸೇವಿಕೆಯರ ಸಂಖ್ಯೆ ಐವತ್ತೆರಡು. ಅವರಲ್ಲದೆ ಹದಿನಾರು ಜನ ಕಂಚನಿಗಳಿದ್ದರು. ಅವರನ್ನು ಬಂದಿ ಎಂದೂ ಕರೆಯುತ್ತಿದ್ದರು. ಶಾಸ್ತ್ರದ ಪ್ರಕಾರ ನಾಲ್ಕಕ್ಕಿಂತ ಹೆಚ್ಚು ಹೆಂಡಿರು ನಿಷಿದ್ಧ. ಆದರೆ ಎಷ್ಟು ಜನರಾದರೂ ಬಂದಿಗಳನ್ನು ಇಟ್ಟುಕೊಳ್ಳುವ ಅವಕಾಶವಿತ್ತು. ಯುದ್ಧದಲ್ಲಿ ಸೆರೆಸಿಕ್ಕಿ ಮನಸ್ಸನ್ನು ಸೆಳೆದ ಚೆಲುವೆಯರಿರಬಹುದು; ಗುಲಾಮ ಮಾರುಕಟ್ಟೆಯಲ್ಲಿ ಕಂಡ ಸುಂದರಿ ಇರಬಹುದು; ಸ್ನೇಹಿತರು ಖುಷಿಗಾಗಿ ಉಡುಗೊರೆ ರೂಪದಲ್ಲಿ ಕೊಟ್ಟವರಿರಬಹುದು. ಹೀಗೆ ಬರುವ ಭೋಗಯೋಗ್ಯ ಹೆಣ್ಣುಗಳನ್ನು ಕಂಚನಿ ಅಥವಾ ಬಂದಿಯ ವರ್ಗದಲ್ಲಿ ಇಟ್ಟುಕೊಳ್ಳುತ್ತಿದ್ದರು. ಅವರು ಸೇವಿಕೆಯರಲ್ಲ. ಶಾಸ್ತ್ರಸಮ್ಮತ ಹೆಂಡಿರಿಗೆ ಇರುವಷ್ಟು ಸೇವಿಕೆಯರು ಅವರಿಗೆ ಇರುವುದಿಲ್ಲ. ಒಬ್ಬರೋ ಇಬ್ಬರೋ ಸಹಾಯಕಿಯ ಜೊತೆಗೆ ಹಾಡು ಕುಣಿತಗಳನ್ನು ಅಭ್ಯಾಸಮಾಡಿಕೊಳ್ಳುತ್ತಾ ದಣಿಯು ಕರೆದುಕೊಂಡಾಗ ತನ್ನ ಪುಣ್ಯವೆಂದು ಭಾವಿಸುತ್ತಾ ಬದುಕುವುದು ಅವರ ಜೀವನವಾಗಿತ್ತು. ಒಟ್ಟಿಗೆ ಅಡುಗೆ. ಆದರೆ ಆಯಾ ಹೆಂಡತಿಯ ವಿಭಾಗಕ್ಕೆ ಅವಳು ಹೇಳಿದ ಖಾದ್ಯಗಳನ್ನು ಸಣ್ಣಪುಟ್ಟ ಪಾತ್ರೆ ತಟ್ಟೆಗಳಲ್ಲಿ ಕಳಿಸುತ್ತಿದ್ದರು. ಚಕ್ಕೆ ಮೊಗ್ಗು ಇಲಾಚಿ ಮಿರ್ಚಿ ಮೆಂತ್ಯ ಕೊತ್ತಂಬರಿ, ಜೀರಾ, ಕರಿಬೇವು ಮೊದಲಾಗಿ ಹಲವು ಹತ್ತು ಬಗೆಯ ಸಾಂಬಾರ ಪದಾರ್ಥಗಳು ವಿವಿಧ ಬಗೆಯ ಎಣ್ಣೆ,

ಬೇರೆ ಬೇರೆ ರೀತಿಯ ಒಗ್ಗರಣೆಗಳನ್ನು ಬಳಸಿ ನುರಿತ ಬಾಣಸಿಗರು ಮಾಡುತ್ತಿದ್ದ ಅಡುಗೆಯನ್ನು ಬಿಳಿ ವಸ್ತ್ರದಿಂದ ಮುಚ್ಚಿ ಒಳಗೆ ತಂದರೆ ಹಸಿವಿಲ್ಲದಿದ್ದರೂ ಆ ಘಮಕ್ಕೇ ಅವೆಲ್ಲವನ್ನೂ ತಿನ್ನುವ ಆಶೆಯಾಗುತ್ತಿತ್ತು. ಬಾಣಸಿಗರಿಗೆ ಬಲು ದೊಡ್ಡ ಸಂಬಳ. ವಿಧವಿಧವಾದ ಹಲ್ವಾ ಮತ್ತು ಇತರ ಸಿಹಿತಿಂಡಿ ಮಾಡುವ ವಿಶೇಷ ತಜ್ಞನಿಗೆ ಇನ್ನೂ ದೊಡ್ಡ ಸಂಬಳ. ಮನಸಬ್‌ದಾರರ ಊಟ ಯಾವಾಗಲೂ ಜನಾನಾದ ಒಳಗೇ. ಒಂದೊಂದು ದಿನ ಒಬ್ಬೊಬ್ಬ ಬೇಗಮರ ಸಂಗಡ. ಬೇಗಮರ ಭೋಜನವಾದ ನಂತರ ಸೇವಿಕೆಯರು ಕಂಚನಿಗಳು ಮತ್ತು ಒಳಗೂ ಕೆಲಸ ಮಾಡುವ ನನ್ನಂಥ ನಪುಂಸಕರ ಊಟ. ನಮ್ಮದು ಅವರಷ್ಟು ಉತ್ಕೃಷ್ಟವಲ್ಲದ ಅಷ್ಟು ವೈವಿಧ್ಯವಿಲ್ಲದ ಸಾಧಾರಣ ಆಹಾರ. ಆದರೆ ಬಡತನದ್ದಲ್ಲ. ಜನಾನಾದ ಹೊರಗೆ ಕುದುರೆ ಸವಾರರು, ಕಾಲಾಳುಗಳು, ಮಾಹುತರು ತಾವೇ ಬೇಸಿ ಹೊಟ್ಟೆತುಂಬಿಕೊಳ್ಳುತ್ತಿದ್ದ ಖುರಾಕಿಗಿಂತ ಒಳಗಿನ ಸೇವಕರಿಗೆ ದೊರೆಯುತ್ತಿದ್ದ ಊಟವು ಉತ್ತಮವೂ ರುಚಿಕಟ್ಟಿನದೂ ಆಗಿರುತ್ತಿತ್ತು. ದಣಿಗಳಿಗೆ ಊಟಕ್ಕೆ ಇಟ್ಟು ಅವರು ಉಳಿಸಿದ ಖಾದ್ಯಗಳನ್ನು ನಮಗೆ ಹಂಚುತ್ತಿದ್ದರು. ಆ ರುಚಿ ಅಭ್ಯಾಸವಾದವರು ತಮ್ಮನ್ನು ಜನಾನಾದ ಸೇವೆಯಿಂದ ಹೊರಹಾಕಿದರೆ ಏನು ಗತಿ ಎಂದು ಭಯಪಡುತ್ತಿದ್ದರು.

ಜನಾನಾದ ಸೇವೆಗೆ ನಾನೊಬ್ಬನೇ ಅಲ್ಲ. ಒಟ್ಟು ಹದಿನಾಲ್ಕು ಜನ ನಪುಂಸಕರಿದ್ದರು. ಅವರಲ್ಲಿ ಒಬ್ಬ ಅಬಿಸೀನಿಯಾದವನು. ಕಪ್ಪುಬಣ್ಣ. ಎತ್ತರವಾದ ಮೈಕಟ್ಟು. ಗುಂಗುರು ಕೂದಲು. ಹುಟ್ಟಾ ನಪುಂಸಕನಂತೆ. ಸುಮಾರು ಐವತ್ತುವರ್ಷ. ಅವನಿಗೆ ನಾಝಿರ್ ಎಂಬ ಸ್ಥಾನ. ಎಂದರೆ ಮುಖ್ಯ ನಪುಂಸಕ. ಉಳಿದ ಹದಿಮೂರು ಜನರ ಕೆಲಸಕಾರ್ಯಗಳನ್ನು ಹಂಚುವುದು, ಅವರ ಮೇಲ್ವಿಚಾರಣೆ. ಅವರ ಮೇಲೆ ಬೇಹು ಕಾಯುವುದು. ಯಾರಲ್ಲಿ ಏನೇ ತಪ್ಪು ಕಂಡರೂ ನೇರವಾಗಿ ದಣಿಗೆ ದೂರು ಸಲ್ಲಿಸುವುದು ಅವನ ಅಧಿಕಾರ. ಜನಾನಾದ ಬೇರೆ ಯಾವ ಸೇವಿಕೆಯರ ಮೇಲೂ ಅವನು ದೂರು ಹೇಳಬಹುದಿತ್ತು. ಅವನ ಮಾತೆಂದರೆ ಮುಗಿಯಿತು, ಆಪಾದಿತನಿಗೆ, ಆಪಾದಿತಳಿಗೆ ಶಿಕ್ಷೆಯಾಯಿತೆಂದೇ. ಆದ್ದರಿಂದ ಇಡೀ ಜನಾನಾವು ಅವನಿಗೆ ಹೆದರುತ್ತಿತ್ತು. ಬೇಗಂಗಳಿಗೆ ಕೂಡ ಅವನೆಂದರೆ ಅಂಜಿಕೆ. ಈಗ ಐದು ವರ್ಷದ ಹಿಂದೆ ಒಬ್ಬ ಸೇವಿಕೆಯು ಸ್ನಾನದ ಕೋಣೆಯ ಒಳಗೆ ಒಬ್ಬ ನಪುಂಸಕನೊಡನೆ ದೈಹಿಕ ಸ್ನೇಹದಲ್ಲಿ ತೊಡಗಿದ್ದಳಂತೆ. ಅವನಿಂದ ಯಾವ ಕ್ರಿಯೆಯೂ ಸಾಧ್ಯವಿಲ್ಲವೆಂದು ಅವಳಿಗೆ, ತನ್ನಿಂದ ಏನೂ ಅಸಾಧ್ಯವೆಂದು ಅವನಿಗೆ, ಗೊತ್ತಿದ್ದೂ ಸಾಧ್ಯವಿದ್ದಷ್ಟೇ ಚಪಲತೃಪ್ತಿಯಲ್ಲಿ ಮುಳುಗಿದ್ದರಂತೆ. ಇವರಿಬ್ಬರ ಮೇಲೆ ಕಣ್ಣಿಟ್ಟಿದ್ದ ಈ ನಾಝಿರ್ ಕಾಯುತ್ತಿದ್ದು ಒಳನುಗ್ಗಿ ಇಬ್ಬರನ್ನೂ ಒಂದೇ ಏಟಿಗೆ ಹಿಡಿದನಂತೆ. ತಮ್ಮ ಗತಿ ಮುಗಿಯಿತೆಂದು ಇಬ್ಬರೂ ಹೆದರಿ ನಡುಗಿ ಪ್ರಜ್ಞೆ ತಪ್ಪಿದರಂತೆ. ವ್ಯಭಿಚಾರದ ಶಿಕ್ಷೆ ಅಂದರೆ ಮರಣದಂಡನೆ. ಆದರೆ ಆ ಅವಧಿಯಲ್ಲಿ ಮನ್‌ಸಬ್‌ದಾರರು ಊರಿನಲ್ಲಿರಲಿಲ್ಲ. ಸೈನ್ಯಸಮೇತ ದಕ್ಕನ್ನಿನ ಯುದ್ಧಕ್ಕೆ ಹೋಗಿದ್ದರು. ಇನ್ನು ನ್ಯಾಯತೀರ್ಮಾನಕ್ಕೆ ಒಯ್ಯುವುದು ಯಾರಲ್ಲಿಗೆ? ಹಿರಿಯ ಬೇಗಂ ಸುಲ್ತಾನಾ ಬಾನು ಬೇಗಂ ಅವರಲ್ಲಿಗೆ ಒಯ್ದು ಮುಟ್ಟಿಸಿದ. ಸುಲ್ತಾನಾ ಬಾನು ಬೇಗಮರೋ ಸದಾ ರೋಜಾ ಹಿಡಿದು ಸ್ತೋತ್ರ ಹೇಳಿಕೊಳ್ಳುತ್ತಿದ್ದರು.

ದಿನಕ್ಕೆ ಐದು ಬಾರಿ ನಮಾಜು ತಪ್ಪಿಸುವವರಲ್ಲ. ಇಡೀ ಜನಾನದ ಮೇಲ್ವಿಚಾರಣೆ ಅವರದು. ಅವರ ನಂತರ ಮನಸಬ್‌ದಾರರು. ಮೈಯಲ್ಲಿ ಬೊಜ್ಜು ತುಂಬಿ ಮುದಿಯಾಗಿ ಕಾಣುತ್ತಿದ್ದರೂ ಮನಸಬ್‌ದಾರರು ಅವರಿಗೆ ತಲಾಕ್ ಹೇಳದಿರುವುದೇ ಅವರ ಬಗೆಗೆ ಇಟ್ಟುಕೊಂಡಿರುವ ಪ್ರೀತಿ ಗೌರವಗಳಿಗೆ ಗುರುತು. ಆಕೆ ಕರುಣಾಮಯಿ ಎಂದು ಎಲ್ಲರೂ ಹೇಳುತ್ತಿದ್ದರು. ಈ ಆಪಾದನೆಯನ್ನು ಅವರಲ್ಲಿ ಒಯ್ದಾಗ ಅವರು ಇಬ್ಬರು ತಪ್ಪಿತಸ್ಥರನ್ನೂ ಕರೆಸಿ ವಿಚಾರಿಸಿದರು. ಅವನು ಮತ್ತು ಅವಳು ತಮ್ಮ ತಮ್ಮ ಸಂಬಳದಲ್ಲಿ ಉಳಿಸಿಕೊಂಡಿದ್ದ ಹಣವನ್ನು ಪೂರ್ತಿ ಮಟ್ಟಗೋಲು ಹಾಕಿಕೊಂಡು ಅವನನ್ನು ಜನಾನಾದ ಸೇವೆಯಿಂದ ತಪ್ಪಿಸಿ ಕುದುರೆಲಾಯದ ಕಸಗುಡಿಸುವ ಕೆಲಸಕ್ಕೆ ಕಳಿಸಿದರು. ಅವಳನ್ನು ಗುಲಾಮಿ ಮಾರುಕಟ್ಟೆಯಲ್ಲಿ ಇಪ್ಪತ್ತು ರೂಪಾಯಿಗೆ ಮಾರಿಸಿಬಿಟ್ಟರು. ಜನಾನಾದ ಊಟತಿಂಡಿ ವಸ್ತ್ರಗಳ ಸುಖ ತಪ್ಪಿದರೂ ಜೀವ ಉಳಿಯಿತೆಂಬ ನೆಮ್ಮದಿಯಿಂದ ಅವರಿಬ್ಬರೂ ಕಾಲ್ತೆಗೆದರು.

ಉಳಿದ ಹನ್ನೆರಡು ಮಂದಿ ನನ್ನಂತೆ ಬೀಜ ಒಡೆಸಿಕೊಂಡು ಈ ಸೇವೆಗೆ ಬಂದವರು. ಅವರಲ್ಲಿ ಇಬ್ಬರು ಮಾಲ್ವದವರು. ನಾಲ್ವರು ಬುಂದೇಲರು. ಈ ಆರು ಜನವೂ ಚಿಕ್ಕವಯಸ್ಸಿಗೇ ಯುದ್ಧದಲ್ಲಿ ಸೆರೆಸಿಕ್ಕಿ ಬೀಜ ಒಡೆಸಿಕೊಳ್ಳುವ ಚಿಕಿತ್ಸೆಯಲ್ಲಿ ಬದುಕುಳಿದವರು. ಚಿಕ್ಕವಯಸ್ಸಿನಲ್ಲೇ ನಡೆದ ಚಿಕಿತ್ಸೆಯಾದುದರಿಂದ ಅವರಿಗೆ ಆ ನೋವಿನ ನೆನಪಾಗಲಿ ಅದರ ಕಹಿಯಾಗಲಿ ಇಲ್ಲ. ಅವರು ದಣಿಯ ಮಹಲು ಜನಾನಾ ಅಧಿಕಾರಗಳನ್ನು ಅವಿರೋಧವಾಗಿ ಒಪ್ಪಿ ನಡೆಯುತ್ತಿರುವವರು. ಮೂವತ್ತರಿಂದ ನಲವತ್ತರ ವಯಸ್ಸು. ಉಳಿದ ಆರು ಜನರು ಗೌಡ ದೇಶದವರು. ಆ ದೇಶದಲ್ಲಿ ಕಂದಾಯ ಕೊಡಲು ಶಕ್ತಿ ಇಲ್ಲದ ತಂದೆ ತಾಯಿಯರೇ ನಾಲ್ಕನೆ ವಯಸ್ಸಿಗೇ ತಮ್ಮ ಗಂಡುಮಕ್ಕಳ ಬೀಜವನ್ನು ತಾವೇ ಒಡೆದು ಗುಲಾಮ ಮಾರುಕಟ್ಟೆಯಲ್ಲಿ ಮಾರುತ್ತಾರಂತೆ. ಹಾಗೆ ಮಾರಲ್ಪಟ್ಟು ದಲಾಲಿಗಳಿಂದ ಕೈ ಬದಲಾಗಿ ಇಲ್ಲಿಗೆ ಬಂದುಬಿದ್ದವರು. ಅನ್ನ ಕೊಡುತ್ತಿರುವ ಈ ಮನೆಯನ್ನು ಬಿಟ್ಟರೆ ಅವರಿಗೆ ಅನ್ಯ ನಿಷ್ಠೆ ಇಲ್ಲ. ಇಲ್ಲಿಯ ನೀತಿನಿಯಮಗಳನ್ನು ಪ್ರಶ್ನಿಸುವ ಬುದ್ಧಿ ಮನಸ್ಸುಗಳೂ ಇಲ್ಲ. ಊಟ ಕೆಲಸ ನಿದ್ರೆಗಳಲ್ಲಿ ತೆಪ್ಪಗಿದ್ದಾರೆ.

ಹಿಜಡಾಗಳ ವಿಷಯವಾಗಿ ಅಪ್ಪ ಅವರ ಕೈಬರಹದಲ್ಲಿ ಮೂವತ್ತೆರಡು ಪುಟ ಮಾಹಿತಿಯನ್ನು ಸಂಗ್ರಹಿಸಿದ್ದಾರೆ. ಅದಕ್ಕಾಗಿ ಮನೂಕಿ ಮತ್ತು ಬರ್ನಿಯರ್ ಮೊದಲಾದ ಭಾರತದಲ್ಲಿ ಸಂಚರಿಸಿದ ಯೂರೋಪೀಯ ಪ್ರವಾಸಿಗಳ ಪ್ರವಾಸಕಥನಗಳನ್ನೂ ಓದಿದ್ದಾರೆ. ಈ ಕಥನಗಳು ಸ್ವತಃ ಕೊಳ್ಳಲು ದೊರಕದೆ ಅಪ್ಪನೇ ಬೆಂಗಳೂರಿನಲ್ಲಿ ಒಂದು ಲಾಜಿನಲ್ಲಿ ಉಳಿದು ಬೆಳಗಿನಿಂದ ರಾತ್ರಿಯವರೆಗೆ ಗ್ರಂಥಾಲಯಗಳಲ್ಲಿ ಕೂತು ಓದಿ ಟಿಪ್ಪಣಿ ಮಾಡಿರುವುದಾಗಿಯೂ ಬರೆದುಕೊಂಡಿದ್ದಾರೆ. ಬೆಂಗಳೂರಿನಲ್ಲೇ ಉಳಿದು ಸಂಶೋಧನೆ ಮಾಡುವಾಗ ಅದೇ ಊರಿನಲ್ಲಿ ತಮ್ಮ ಮಗಳಿದ್ದಾಳೆಂಬ ನೆನಪಾಗಲಿಲ್ಲವೆ? ಅವಳ ಬಗೆಗೆ ಯಾವ

ಭಾವನೆಯೂ ಬರಲಿಲ್ಲವೆ? ಅದನ್ನು ಎಲ್ಲಿಯೂ ಬರೆದಿಲ್ಲ. ಟಿಪ್ಪಣಿಗಳ ನಡುವೆ ಯಾವ ವಾಕ್ಯದಲ್ಲಿಯೂ ಅದರ ಧ್ವನಿಯೂ ಇಲ್ಲ.

ಮುಘಲ್ ರಾಜಕುಮಾರರ ಎಳೆತನದ ವಿದ್ಯಾಭ್ಯಾಸವೆಲ್ಲ ಜನಾನಾದ ಹೆಂಗಸರು ಮತ್ತು ರಶ್ಯಾ, ಕರ್ಕೇಶಿಯಾ, ಗುರ್ಜಸ್ತಾನ್ (ಜಾರ್ಜಿಯಾ) ಅಥವಾ ಇಥಿಯೋಪಿಯಾದ ಹಿಜಡಾಗಳಿಂದ ಆಗುತ್ತಿತ್ತು. ತಮ್ಮ ವೃತ್ತಿ ಮತ್ತು ದೈಹಿಕ ಮಾನಸಿಕಸ್ಥಿತಿಗೆ ತಕ್ಕಂತೆ ಹಿಜಡಾಗಳ ಬುದ್ಧಿಯು ಭ್ರಷ್ಟವಾಗಿರುತ್ತಿತ್ತು; ಮೇಲಿನವರ ಪಾದಗಳನ್ನು ನೆಕ್ಕುವ ಕೆಳಗಿನವರನ್ನು ತುಳಿಯುವ ಭ್ರಷ್ಟನಡತೆಯನ್ನು ಅವರು ರಾಜಕುಮಾರರಿಗೆ ಕಲಿಸುತ್ತಿದ್ದರು. ಬರ್ನಿಯರ್: Travels in the Mughul Empire 1656-1668. Revised by A.V. Smith. Oxford 1934. ಪುಟ ೧೪೪-೧೪೫. ಹಿಜಡಾಗಳ ಮುಖ್ಯ ಕರ್ತವ್ಯವೆಂದರೆ ಜನಾನಾದ ಹೆಂಗಸರ ಸೇವೆ ಮತ್ತು ಅವರ ಚಟುವಟಿಕೆಗಳ ಮೇಲೆ ಕಣ್ಣಿಟ್ಟಿದ್ದು ನಾಜ್ಞರನಿಗೆ ವರದಿ ಮಾಡುವುದು. ಹೀಗಾಗಿ ಜನಾನಾದ ಹೆಂಗಸರು ತಮಗೆ ಬೇಕಾದ ರಹಸ್ಯವ್ಯಾಪಾರಗಳನ್ನು ಹಿಜಡಾಗಳ ಸಹಾಯವಿಲ್ಲದೆ ಮಾಡಿಕೊಳ್ಳಲು ಸಾಧ್ಯವಾಗುತ್ತಿರಲಿಲ್ಲ. ಎಷ್ಟೋ ಸಮಯ ಹಿಜಡಾಗಳು ಈ ಮಹಿಳೆಯರಿಗೆ ಅಫೀಮು ಮತ್ತು ಮದ್ಯವನ್ನು ಸರಬರಾಜು ಮಾಡುತ್ತಿದ್ದರು. ತೀರ ಗುಟ್ಟಿನಲ್ಲಿ ಹೊರಗಿನ ಗಂಡಸರೂ ಜನಾನಾದೊಳಗೆ ಬಂದು ಹೋಗುವ ವ್ಯವಸ್ಥೆ ಮಾಡುತ್ತಿದ್ದರು. ದೈಹಿಕ ಹಸಿವಿನಿಂದ ಹಪಹಪಿಸುತ್ತಿದ್ದ ಎಷ್ಟೋ ಹೆಂಗಸರನ್ನು ತಮ್ಮ ಮಿತಿಯಲ್ಲಿ ತಾವೇ ರಮಿಸಿ ತಣಿಸುತ್ತಿದ್ದರು. ಹೀಗಾಗಿ ಈ ಹೆಂಗಸರ ಮೇಲೆ ಅವರಿಗೆ ಒಳಗೊಳಗೇ ವಿಶೇಷ ಅಧಿಕಾರವಿರುತ್ತಿತ್ತು. (Pelsaert, Francisco. Jahngir's India. translated by W.H. Moreland and P. Geyl. Cambridge 1925. ಪುಟ ೬೬.) ಎಳೆಯ ರಾಜಕುಮಾರರಿಗೆ ಪ್ರಿಯತಮೆಯರನ್ನು ಒದಗಿಸುತ್ತಿದ್ದವರೂ ಹಿಜಡಾಗಳೇ. K.S. Lal: Mughul Harem 158-159, 184-85, 187-88. ತನ್ನ ಅಪ್ಪನನ್ನು ಆಗ್ರಾ ಕೋಟೆಯಲ್ಲಿ ಸೆರೆಯಲ್ಲಿಟ್ಟಿದ್ದಾಗ ಔರಂಗಜೇಬನು ಒಬ್ಬ ಹಿಜಡಾನನ್ನೇ ಜೈಲಿನ ಮುಖ್ಯಾಧಿಕಾರಿಯನ್ನಾಗಿ ನೇಮಿಸಿದ್ದ. ಮುಘಲ್ ಚಕ್ರವರ್ತಿ, ಅಕ್ಬರನ ಮಗ ಜಹಾಂಗೀರನೇ ತನ್ನ ತುಝುಕ್ – ಇ – ಜಹಾಂಗೀರಿ ಅಥವಾ ಜಹಾಂಗೀರನ ನೆನಪುಗಳು ಎಂಬ ಆತ್ಮಕಥನದಲ್ಲಿ ಬರೆದಿದ್ದಾನೆ: 'ಹಿಂದೂಸ್ತಾನದಲ್ಲಿ, ಅದರಲ್ಲೂ ಬಂಗಾಳದ ಅಧೀನದಲ್ಲಿರುವ ಸಿಲ್‌ಹೆಟ್ ಪ್ರಾಂತ್ಯದಲ್ಲಿ ತಮ್ಮ ಕೆಲವು ಗಂಡುಮಕ್ಕಳ ಬೀಜ ಒಡೆದು ಹಿಜಡಾ ಮಾಡಿ ಕಂದಾಯದ (ಮಾಲ್‌ವಜೀಬಿ) ಬದಲಿಗೆ ಸುಬಹದಾರರಿಗೆ ಒಪ್ಪಿಸುವುದು ಪದ್ಧತಿಯಾಗಿದೆ. ಈ ಪದ್ಧತಿಯನ್ನು ಇತರ ಪ್ರಾಂತಗಳ ಜನರೂ ಕ್ರಮೇಣ ಅಳವಡಿಸಿಕೊಂಡಿದ್ದಾರೆ. ಹೀಗಾಗಿ ಕೆಲವು ಮಕ್ಕಳು ತಮ್ಮ ಸೃಜನಶಕ್ತಿಯನ್ನು ಕಳೆದುಕೊಳ್ಳುತ್ತಿದ್ದಾರೆ.' ಆ ಕಾಲದಲ್ಲಿ ಬಂಗಾಳವೆಂದರೆ ಉತ್ತರಭಾಗದ ಗುಡ್ಡಗಾಡುಗಳು, ಒಡಿಸ್ಸಾದ ಸರ್ಕಾರ್ ವಿಭಾಗ ಮತ್ತು ಬಿಹಾರದ ಬಹುಮಟ್ಟಿನ ಪ್ರಾಂತಗಳನ್ನು ಒಳಗೊಂಡು ತುಂಬ ದೊಡ್ಡ ಪ್ರದೇಶವಾಗಿತ್ತು. ಈ ಪದ್ಧತಿಯು ಬಂಗಾಳದ ಹೊರಗೂ ಹಬ್ಬಿತ್ತು ಎಂದರೆ ಇಡೀ ಮುಘಲ್ ಚಕ್ರಾಧಿಪತ್ಯವನ್ನೇ ವ್ಯಾಪಿಸಿತ್ತು. ಜಹಾಂಗೀರನು ಈ ಪದ್ಧತಿಯನ್ನು ರದ್ದು ಮಾಡುವಂತೆ ಫರ್ಮಾನ್ ಹೊರಡಿಸಿದ.

ಆದರೆ ರಾಜ್ಯದ ಕಂದಾಯವನ್ನು ಹಿಜಡಾ ಲೆಕ್ಕದಲ್ಲಿ ವಸೂಲು ಮಾಡುವ ವ್ಯವಸ್ಥೆಯಿದ್ದುದರಿಂದ ಈ ಫರ್ಮಾನು ಯಾವ ಪರಿಣಾಮವನ್ನೂ ಉಂಟುಮಾಡಲಿಲ್ಲ. ಜಹಾಂಗೀರನ ಆಸ್ಥಾನಿಕನಾದ ಸಯದ್‌ಖಾನ್ ಛುಗ್‌ತಾಯ್ ಒಬ್ಬನ ಹತ್ತಿರವೇ ಸಾವಿರದ ಇನ್ನೂರು ನಪುಂಸಕರಿದ್ದರೆಂದು ಜಹಾಂಗೀರನೇ ಬರೆದಿದ್ದಾನೆ. (ತುಝುಕ್. ೧–೧೩) ಅಲ್ಲದೆ ಹಿಜಡಾ ವ್ಯಾಪಾರವು ಲಾಭದಾಯಕ ವ್ಯಾಪಾರವಾಗಿತ್ತು. ಸಾಧಾರಣ ಗುಲಾಮನಿಗಿಂತ ಹಿಜಡಾ ಗುಲಾಮನ ಬೆಲೆಯು ಮೂರುಪಟ್ಟು ಇತ್ತು. ಭಾರತದ ಹಿಜಡಾಗಳಿಗೆ ದಿಲ್ಲಿ, ಇಸ್ಫಹಾನ್ ಮತ್ತು ಸಮರ್‌ಕಂಡ್‌ಗಳಲ್ಲಿ ಬಹಳ ಬೇಡಿಕೆ ಇತ್ತು. ಔರಂಗಜೇಬನು ಧಾರ್ಮಿಕ ಕಾರಣದಿಂದ ಬೀಜ ಒಡೆಯುವದನ್ನು ಬಹಿಷ್ಕರಿಸಿದನಾದರೂ ಪದ್ಧತಿಯನ್ನು ನಿಲ್ಲಿಸಲಿಲ್ಲ. ಅವನ ಆಳ್ವಿಕೆಯಲ್ಲೇ ಗೋಲ್ಕಂಡಾ ನಗರದಲ್ಲಿ (ಹೈದರಾಬಾದ್) ೧೬೫೯ನೇ ವರ್ಷ ಒಂದರಲ್ಲೇ ಇಪ್ಪತ್ತೆರಡು ಸಾವಿರ ಗಂಡಸರ ಬೀಜ ಒಡೆದರು. ಬೀಜ ಒಡೆಸಿಕೊಂಡವರಿಗಿಂತ ಸಹಜವಾದ ಗಂಡುಮಕ್ಕಳನ್ನೇ ಕಂದಾಯದ ರೂಪದಲ್ಲಿ ಪಡೆದು ಧರ್ಮಾಂತರಿಸಿಕೊಂಡರೆ ಮುಸ್ಲಿಂ ಪ್ರಜಾಸಂಖ್ಯೆ ಹೆಚ್ಚುತ್ತದೆಂಬುದು ಜಹಾಂಗೀರನ ಲೆಕ್ಕಾಚಾರವಾಗಿತ್ತು.

ಅಪ್ಪನ ಇಡೀ ಮೂವತ್ತೆರಡು ಪುಟಗಳ ಟಿಪ್ಪಣಿಯನ್ನು ನನ್ನ ಈ ಕಾದಂಬರಿಯ ಭಾಗವಾಗಿ ಸೇರಿಸಿಕೊಳ್ಳುವ ಆಶೆಯಾಗುತ್ತಿದೆ. ಹಾಗೆ ಮಾಡಿದರೆ ಕಾದಂಬರಿಯ ಹದ ಕೆಡುತ್ತದೆ. ಇತಿಹಾಸದ ಸಾಮಗ್ರಿ ಎಷ್ಟೇ ವಿಪುಲವಾಗಿರಲಿ, ವಿಪುಲತೆಯ ಅಂತಃಸತ್ತ್ವವು ಕಲಾಕೃತಿಯಲ್ಲಿ ಮೂಡಬೇಕು. ಅಪ್ಪ ಬರೆಯ ಹೊರಟದ್ದು ಇತಿಹಾಸದ ಗ್ರಂಥ.

ಕೆಲವರು ಹಿಜಡಾಗಳು ಪ್ರಸಿದ್ಧ ಸೇನಾಧಿಕಾರಿಗಳೂ ಆಗಿ ಬೆಳೆದದ್ದೂ ಇದೆ. ಸುಲ್ತಾನ್ ಬಲ್ಬನನ ವಜೀರ್ ಇಮರುದ್ದೀನ್ ರೇಹನ್, ಅಲ್ಲಾಉದ್ದೀನ್ ಖಲ್ಜಿಯ ಸೇನಾಪತಿ ಕಫುರ್ ಹಜರ್ ದಿನಾರಿ, ಕುತ್ಬುದ್ದೀನ್ ಮುಬಾರಕ್ ಖಲ್ಜಿಗೆ ಆಪ್ತನಾಗಿದ್ದ ಖದೌಶಾ ಮೊದಲಾದವರೆಲ್ಲ ಹಿಜಡಾಗಳೇ. ತನ್ನ ವಜೀರನನ್ನಾಗಿ ನೇಮಿಸಿಕೊಂಡಿದ್ದ ಖ್ವಾಜಾ ಜಹಾನ್ ಮಲಿಕ್ ಸರ್ವಾರ್ ಎಂಬ ಕರಿ ಹಿಜಡಾನನ್ನು ಸುಲ್ತಾನ್ ಮಹಮ್ಮದನು ೧೩೯೪ರಲ್ಲಿ ಮಲ್ಲಿಕ್ ಉಸ್ ಶರ್ಕ್ ಎಂಬ ಬಿರುದಿನೊಡನೆ ಜೋನ್‌ಪುರದ ಸುಬಹದಾರನನ್ನಾಗಿ ನೇಮಿಸಿ ಕಳಿಸಿದ. ಕೆಲವೇ ಕಾಲದಲ್ಲಿ ಅವನು ಪಶ್ಚಿಮಕ್ಕೆ ಕೋಲ್(ಈಗಿನ ಅಲಿಗಡ)ನಿಂದ ಪೂರ್ವಕ್ಕೆ ಬಿಹಾರದ ತಿರ್ ಹಟ್‌ವರೆಗಿನ ವಿಶಾಲ ಪ್ರದೇಶವನ್ನು ಗೆದ್ದು ಸುಲ್ತಾನ್ ಉಸ್ ಶರಕ್ ಎಂಬ ಹೆಸರಿನಿಂದ ಆಳಿದ. ಮೊಘಲರ ಕಾಲದಲ್ಲಿ ನಾಜಿರ್ ಮತ್ತು ಖ್ವಾಜಾ ಸರಸ್ ಎಂಬ ಹುದ್ದೆಯ ಹಲವರು ಹಿಜಡಾಗಳು ಮನಸಬ್‌ದಾರ್ ಮತ್ತು ಸುಬಹ್‌ದಾರ್ ಹುದ್ದೆ ಗಳಿಸಿ ಏರಿದರು. ಇಂಥ ನಾಜಿರ್ ಅಥವಾ ಖ್ವಾಜಾ ಸರಸ್‌ರಿಗೆ ಐತ್‌ಮದ್‌ಖಾನ್ ಅಥವಾ ಐತ್‌ಬರ್‌ಖಾನ್(ನಂಬಿಕೆಯ ಆಸ್ಥಾನಿಕ) ಎಂಬ ಬಿರುದು ಇರುತ್ತಿತ್ತು. ಬಾಬರ್ ಮತ್ತು ಹುಮಾಯೂನರ ಸೇವೆ ಮಾಡಿದ ಇಂಥ ಒಬ್ಬ ಐತ್‌ಬರ್‌ಖಾನನನ್ನು ಅಕ್ಬರನು ದಿಲ್ಲಿಯ ಸುಬಹ್‌ದಾರನನ್ನಾಗಿ ನೇಮಿಸಿದ. ಇನ್ನೊಬ್ಬ ಐತಮದ್‌ಖಾನನನ್ನು ಅಕ್ಬರನು ಒಂದುಸಾವಿರದ ಮನಸಬ್‌ದಾರನಾಗಿ ನೇಮಿಸಿ ರಾಜ್ಯದ ಹಣಕಾಸಿನ ಸ್ಥಿತಿಯನ್ನು ಉತ್ತಮಪಡಿಸುವ ಜವಾಬ್ದಾರಿ ವಹಿಸಿದ. ಇನ್ನೊಬ್ಬ ಐತಮದ್‌ಖಾನ

ನನ್ನು ನಾಲ್ಕು ಸಾವಿರ ಮನ್‌ಸಬ್‌ದಾರನನ್ನಾಗಿ ಏರಿಸಿ ಗುಜರಾತಿನ ಸುಬಹದಾರನನ್ನಾಗಿ ನೇಮಿಸಿದ. ಔರಂಗಜೇಬನ ಹಿಜಡಾಗಳ ಮುಖ್ಯ ಮೇಲ್ವಿಚಾರಕ ಬಖ್ತವರ್ ಖಾನನು (ಮರಣ ೧೬೮೫) ಒಂದುಸಾವಿರ ಮನ್‌ಸಬ್‌ದಾರನಾಗಿದ್ದ. ಔರಂಗಜೇಬನ ಸೇವೆಯಲ್ಲಿದ್ದು ಪ್ರತಿಯೊಬ್ಬನೂ ಪ್ರತ್ಯೇಕ ಬಿರುದು ಪಡೆದಿದ್ದ ನಲವತ್ತು ನಾಜಿರರ ಪಟ್ಟಿಯನ್ನು ಮನೂಕಿಯು ಕೊಟ್ಟಿದ್ದಾನೆ. ತಮಗಾದ ಲಿಂಗಶಕ್ತಿಯ ನಷ್ಟವನ್ನು ತುಂಬಿಕೊಳ್ಳಲು ಅವರು ಇಂಥ ಶೌರ್ಯವನ್ನು ಮೆರೆದಿರಲೂಬಹುದು. ಆದರೆ ಎಲ್ಲ ಹಿಜಡಾಗಳಿಗೂ ಸೇನೆಯನ್ನು ಸೇರುವ, ಸೇರಿದರೂ ಅಧಿಕಾರಿಯಾಗುವ, ಆದರೂ ಸುಲ್ತಾನ ಅಥವಾ ಬಾದಶಾಹರ ದೃಷ್ಟಿಗೆ ಬೀಳುವ ಅದೃಷ್ಟವಿರುವುದಿಲ್ಲ. ನನ್ನ ಈ ನಾಯಕನ ಕಥೆಯನ್ನು ಹಾಗೆ ತಿರುಗಿಸಿದರೆ ಅಪ್ಪನ ಇತಿಹಾಸ ದರ್ಶನಕ್ಕೆ ತದ್ವಿರುದ್ಧವಾಗಿ ಇತಿಹಾಸದ ಅಂತಃಸತ್ತ್ವವನ್ನು ಅಡ್ಡ ತಿರುಗಿಸಿ ಬೀಜ ಒಡೆಯುವ ಸಂಸ್ಕೃತಿಯನ್ನು ಸಮರ್ಥಿಸಿದಂತಾಗುತ್ತದೆ.

ನಾನು ಜನಾನಾದ ಕೆಲಸದಲ್ಲಿ ಪ್ರವೇಶ ಪಡೆದ ಎರಡು ತಿಂಗಳಿನ ನಂತರ ಒಂದು ದಿನ ಸುಲ್ತಾನಾ ಬಾನು ಬೇಗಮರು ನನ್ನನ್ನು ಮಾತನಾಡಿಸಿದರು. ತಾವಾಗಿಯೇ ಮಾತನಾಡಿಸದೆ ಯಾವ ಬೇಗಮರನ್ನೂ ಆಳುಗಳು ಮಾತನಾಡಿಸುವುದು ಅಶಿಷ್ಟಾಚಾರ, ಅವಿಧೇಯತೆ. ಯಾವ ಹೊಸ ಆಳಿನ ಸೇರ್ಪಡೆಯಾಗಿದೆ ಎಂಬುದು ದೊಡ್ಡ ಬೇಗಮರಿಗೆ ಗೊತ್ತಾಗಿರುತ್ತದೆ. ಒಂದು ತೆರದಲ್ಲಿ ಅವರು ಜನಾನಾದ ಆಡಳಿತದ ಅಧಿಕಾರಿಣಿ ಎಂಬುದನ್ನು ನನಗೆ ನಾಝಿರ್ ಮೊದಲೇ ತಿಳಿಯಹೇಳಿದ್ದ. ಇಲ್ಲಿಯ ನಡವಳಿಕೆ ಆಚಾರ ವಿಧೇಯತೆಗಳನ್ನೆಲ್ಲ ಮನಗತ ಮಾಡಿಸಿಯೇ ಅವನು ಪ್ರವೇಶಕೊಟ್ಟದ್ದು. ಬೇಗಮ್ ಸಾಹಿಬಾ ಉಯ್ಯಾಲೆಯ ಮೇಲೆ ದಿಂಬು ಒರಗಿ ಕುಳಿತಿದ್ದರು. ಮೇಲ್ಛಾವಣಿಗೆ ಕಟ್ಟಿದ್ದ ಮೂರುಗಜ ಉದ್ದ ಒಂದುಗಜ ಅಗಲದ ಲಾಮಂಚದ ಬೀಸಣಿಗೆಯನ್ನು ಅದಕ್ಕೆ ಕಟ್ಟಿದ್ದ ಸೆಣಬಿನ ಎರಡು ಹುರಿಗಳನ್ನು ದೂರದಲ್ಲಿ ನಿಂತು ಒಂದಾದನಂತರ ಮತ್ತೊಂದರಂತೆ ನಿಧಾನವಾಗಿ ಎಳೆಯುವ ಮೂಲಕ ಸೇವಿಕೆಯು ಮಂದಗಾಳಿ ಹಾಕುತ್ತಿದ್ದಳು. ಹಚ್ಚಿದ್ದ ಅಗರಬತ್ತಿಯನ್ನು ಕೈಲಿ ಹಿಡಿದು ಆ ಕಡೆಯಿಂದ ಬಂದ ನನ್ನನ್ನು ನೋಡಿದ ಬೇಗಂ ಸಾಹಿಬಾರು ಹತ್ತಿರ ಬರುವಂತೆ ಬೆರಳು ಸನ್ನೆ ಮಾಡಿದರು. ನಾನು ಭಯ ಭಕ್ತಿಯಿಂದ ತುಸುದೂರದಲ್ಲಿ ನಿಂತು ಸಲಾಮ್ ಆಲೈಕು ಹೇಳಿ ಬಾಗಿ ಮುಜರೈ ಮಾಡಿದೆ. 'ನೀನು ಹುಟ್ಟಿನಿಂದ ಹಿಜಡಾ ಆಗಿದ್ದೀಯೋ, ಚಿಕಿತ್ಸೆಯಿಂದಲೊ?' ಅವರು ನಿಧಾನ ಗಾಂಭೀರ್ಯದಿಂದ ಕೇಳಿದರು.

'ಚಿಕಿತ್ಸೆಯಿಂದ. ಮನಸಬ್‌ದಾರರು ಮೊದಲು ನನ್ನನ್ನು ಕೊಂಡು ಅನಂತರ ಚಿಕಿತ್ಸೆ ಮಾಡಿಸಿ ಆಮೇಲೆ ಸಾಹಿಬಾರ ಸೇವೆಗೆ ಪ್ರವೇಶಮಾಡಿಸಿದರು.' ನಾನು ವಿಧೇಯತೆಯಿಂದ ನಿವೇದಿಸಿದೆ.

'ಯುದ್ಧದಲ್ಲಿ ಸೆರೆಸಿಕ್ಕಿದವನಂತೆ ಹೌದೆ?'

'ಹೌದು.'

'ಯುದ್ಧಕ್ಕೆ ಮೊದಲೇ ಅಜ್ಞಾನದ ಧರ್ಮವನ್ನು ತೊರೆದು ನಿಜಜ್ಞಾನದ ಧರ್ಮಕ್ಕೆ ಬಂದಿದ್ದರೆ ಸೆರೆಸಿಕ್ಕಿದ್ದರೂ ಈ ಗತಿ ಬರುತ್ತಿರಲಿಲ್ಲ. ಯಾಕೆ ತಡಮಾಡಿದೆ?'

ಅವರಿಗೆ ಏನೆಂದು ಉತ್ತರ ಹೇಳಲಿ? ಈ ಪ್ರಶ್ನೆಯನ್ನು ನನಗೆ ನಾನು ನೂರುಸಲ ಕೇಳಿಕೊಂಡಿದ್ದೇನೆ. ನನ್ನ ತಂದೆ ಮೊದಲೇ ಯಾಕೆ ಶರಣಾಗಲಿಲ್ಲ. ಇಸ್ಲಾಮಿಗೆ ಸೇರಿದ್ದರೆ ಆಲಂಗೀರ್ ಬಾದಶಾಹರು ನಮ್ಮ ಮೇಲೆ ದಂಡೆತ್ತಿ ಬರುತ್ತಿರಲೇ ಇಲ್ಲ. ನಾವು ನಮ್ಮ ರಾಜ್ಯದ ಅಧಿಪತಿಗಳಾಗಿ ಇರುತ್ತಿದ್ದೆವು. ಅಥವಾ ಬಾದಶಾಹರ ಸಾಮಂತರಾಗಿಯೋ ಮನಸಬ್‌ದಾರರಾಗಿಯೋ ಸುಬಹ್‌ದಾರರಾಗಿಯೋ ಇರುತ್ತಿದ್ದೆವು. ಅಶಕ್ತ ದೇವರನ್ನು, ನಿಸ್ಸತ್ತ್ವ ಕಲ್ಲು ವಿಗ್ರಹಗಳನ್ನು ನಂಬಿಕೊಂಡು ಹಾಳಾದೆವು. ಇಲ್ಲದಿದ್ದರೆ ನಾನೂ ಇಂಥ ದೊಂದು ಮಹಲಿನಲ್ಲಿ ಅಥವಾ ದೇವಗಢದ ಅರಮನೆಯನ್ನೇ ಮಹಲ್ ಆಗಿ ಪರಿವರ್ತಿಸಿ ದೊಡ್ಡ ಜನಾನಾವನ್ನು ಕೂಡಿಸಿಕೊಂಡು ಸುಖವಾಗಿರಬಹುದಿತ್ತು ಎಂಬ ಕಲ್ಪನೆ ಸಾವಿರ ಸಲ ಬಂದು ಹೋಗಿತ್ತು. ನಾನು ಬಿಟ್ಟ ಆ ಅಜ್ಞಾನದ ಧರ್ಮದ ಮೇಲೆ ಇನ್ನಷ್ಟು ಕೋಪ ಉರಿಯುತ್ತಿತ್ತು. ಈಗ ಮತ್ತಷ್ಟು ಉರಿಯತೊಡಗಿತು.

ಬೇಗಂ ಸಾಹಿಬಾರು ಕೇಳಿದರು: 'ತಪ್ಪದೆ ಐದೂ ನಮಾಜುಗಳನ್ನು ಮಾಡುತ್ತಿದೀಯಾ?'

'ಕ್ರಮವಾಗಿ ಇಲ್ಲ.'

'ಮಾಡು. ನಿನಗೆ ಒಳ್ಳೆಯದಾಗುತ್ತೆ. ಎಷ್ಟೋ ಜನ ಖೋಜಾಗಳು ಮನಸಬ್‌ದಾರರಾಗಿದ್ದಾರೆ, ಸುಬಹ್‌ದಾರರಾಗಿದ್ದಾರೆ. ನೀನು ರಾಜಕುಮಾರನಾಗಿದ್ದವನಂತೆ. ನಿನ್ನ ನಡತೆಯಲ್ಲಿ ಮಾತುಕತೆಗಳಲ್ಲಿ ಶಿಷ್ಟತೆ ಇದೆ. ಅದಕ್ಕಾಗಿ ಹೇಳುತ್ತಿದೀನಿ.'

ಬೇಗಮ್ ಸಾಹಿಬಾರ ಹಿತೋಪದೇಶದಲ್ಲಿ ನನಗೆ ನಂಬಿಕೆ ಹುಟ್ಟಿತು. ಕ್ರಮವಾಗಿ ನಮಾಜ್ ಮಾಡತೊಡಗಿದೆ.

ಮೊಯಿನುದ್ದೀನರ ಜನಾನಾಕ್ಕೆ ನನ್ನನ್ನು ಸೇರಿಸಿ ನಾಲ್ಕುವರ್ಷವಾಗಿತ್ತು. ಸ್ವಂತಜೀವನದಲ್ಲಿ ಯಾವ ಏರುಪೇರೂ ಇಲ್ಲದೆ ಜನಾನಾದೊಳಗಿನ ಜೀವನವನ್ನು ಗಮನಿಸುವುದೇ ನನ್ನ ಜೀವನವಾಗಿತ್ತು. ಹೊಸ ಕಂಚನಿಯರು, ಬಂದಿಗಳು, ಸೇರ್ಪಡೆಯಾಗುತ್ತಿದ್ದರು. ವಯಸ್ಸಾದವರನ್ನು ಕಡಮೆ ದರ್ಜೆಯ ಆಸ್ಥಾನಿಕರಿಗೆ, ಮನ್‌ಸಬ್‌ದಾರರಿಗೆ ಮಾರಿಬಿಡುತ್ತಿದ್ದರು. ಕೇವಲ ವಿಧೇಯ ನಡೆನುಡಿಯಿಂದ ಮನಸ್ಸಿಗೆ ಹಿತಕೊಡುವ ಹೆಂಗಸರನ್ನು ವಯಸ್ಸು ಹೆಚ್ಚಿದರೂ ಇಟ್ಟುಕೊಂಡು ಅನ್ನಬಟ್ಟೆ ಕೊಡುತ್ತಿದ್ದರು. ಆಕರ್ಷಣೆ ಕಳೆದುಕೊಂಡ ವಯಸ್ಸಿನಲ್ಲಿ ಅವರನ್ನು ಕೊಳ್ಳುವವರೂ ಅಪರೂಪವೇ. ಆದರೆ ಒಳಗೆ ಕುದಿಯುತ್ತಿದ್ದ ನಿರಾಶೆ ಹತಾಶೆಗಳನ್ನು ಹತ್ತಿಕ್ಕಲಾರದವರಿಗೆ ಹಿತ ಕೊಡುವಂಥ ವಿಧೇಯತೆಯನ್ನು ಸಾಧಿಸುವುದು ಕಷ್ಟವಾಗುತ್ತಿತ್ತು. ಕೆಲವರಿಗೆ ಅಸಾಧ್ಯವೂ ಆಗುತ್ತಿತ್ತು. ಇಲ್ಲಿಂದ ಹೊರದೂಡಲ್ಪಟ್ಟ

ಎಷ್ಟೋ ಹೆಂಗಸರು ನಗರದ ಶೈತಾನ್‌ಪುರ ಎಂಬ ಹೆಸರಿನ ಸೂಳೆಗೇರಿಯನ್ನು ಸೇರಿ ಜೀವನಮಾಡುತ್ತಿದ್ದರು. ಈ ಶೈತಾನಪುರಕ್ಕೆ ಹೋಗಿಬರುವ ಗಂಡಸರ ದಾಖಲೆ ಬರೆಯಲು ಅಕ್ಬರ್ ಬಾದಶಾಹರ ಕಾಲದಿಂದ ಒಬ್ಬ ದರೋಗನನ್ನೇ ನೇಮಿಸಿದ್ದರಂತೆ. ಆದರೆ ಪ್ರಸಿದ್ಧ ವ್ಯಕ್ತಿಗಳು, ಅಮೀರರು, ಹಣವಂತರು ದರೋಗನಿಗೆ ಲಂಚಕೊಟ್ಟು ತಮ್ಮ ಹೆಸರು ದಾಖಲೆಯಲ್ಲಿ ಸೇರದಂತೆ ನೋಡಿಕೊಳ್ಳುತ್ತಾರಂತೆ. ಅವರೆಲ್ಲ ತಮ್ಮ ಗೆಳೆಯರನ್ನು ರಂಜಿಸಲು ಕರೆದೊಯ್ಯುವ ಕೇರಿ ಅದಂತೆ.

ಸುಲ್ತಾನಾ ಬಾನು ಬೇಗಮರು ನಾಲ್ಕಾರು ತಿಂಗಳಿಗೊಮ್ಮೆ ಬಾದಶಾಹರ ಜನಾನಾಕ್ಕೆ ಹೋಗಿಬರುತ್ತಿದ್ದರು. ಆಮಂತ್ರಣ ಬಂದು ಅಲ್ಲಿಗೆ ಹೋಗಿ ಬರುವುದೆಂದರೆ ಕಡಮೆ ಗೌರವದ ಮಾತಲ್ಲ. ಇವರು ಕೂತಿರುವುದು ಹೊರಗಿನ ಯಾರಿಗೂ ಕಾಣದಂತೆ ಇಡೀ ಪಲ್ಲಕ್ಕಿಯನ್ನು ದೊಡ್ಡ ರೇಶ್ಮೆವಸ್ತ್ರದ ಗೂಡಿನಿಂದ ಮುಚ್ಚುತ್ತಿದ್ದರು. ಅದಕ್ಕೆ ಎರಡು ಕಡೆಗೂ ಒಂದೊಂದು ಕಿರು ಕಿಟಕಿಗಳು. ಒಳಗಿರುವ ಇವರು ಹೊರಗಿನದನ್ನು ನೋಡಲು ಸಾಧ್ಯವಾಗುವಂತೆ, ಆದರೆ ಹೊರಗಿನ ಯಾರಿಗೂ ಇವರ ಕಣ್ಣುಗಳು ಕೂಡ ಕಾಣದಂತೆ ಆ ಕಿಟಕಿಗಳಿಗೆ ಹೊಲಿದಿರುವ ಮುಚ್ಚಳಗಳು. ಪಲ್ಲಕ್ಕಿಯನ್ನು ಹೊರಲು ಮುಂಬದಿಗೆ ನಾಲ್ವರು ಹಿಂಬದಿಗೆ ನಾಲ್ವರು ಗಟ್ಟಿಯಾದ ನಪುಂಸಕರು. ಪಲ್ಲಕ್ಕಿಯ ಸುತ್ತ ಕತ್ತಿ ಬಿಲ್ಲುಬಾಣಗಳನ್ನು ಹಿಡಿದ ಹತ್ತು ಜನ ಯೋಧರು. ಹಿಂಬದಿಯಲ್ಲಿ ಮುಡಿಯಿಂದ ಅಡಿಯವರೆಗೆ ಕಪ್ಪು ಬಣ್ಣದ ಫರದೆಯಿಂದ ಮುಚ್ಚಿಕೊಂಡ ಸೇವಿಕೆಯರು. ಒಂದು ದಿನ ಬೇಗಂ ಸಾಹಿಬಾ ಅವರು ನನ್ನನ್ನು ಜೊತೆಗೆ ಕರೆದೊಯ್ದರು. ಕೋಟೆಯ ಮುಖ್ಯದ್ವಾರದ ಒಳಗೆ ಬಿಡುವ ಮೊದಲೇ ಗಂಡಸು ಕಾವಲುದಾರರು ಪ್ರತಿಯೊಬ್ಬರನ್ನೂ ಪರೀಕ್ಷಿಸಿದರು. ನಾನು ನಿಜವಾಗಿಯೂ ನಪುಂಸಕನೇ? ಎಂಬುದನ್ನು ತಪಾಸಣೆ ಮಾಡಿದರು. ಸೇವಿಕೆಯರನ್ನು ಶೋಧಿಸಲು ಹೆಣ್ಣು ಕಾವಲುಗಾರರು. ಮುಖ್ಯದ್ವಾರವನ್ನು ದಾಟಿ ಒಳಗೆ ಹೋಗಿ ಎಡಕ್ಕೆ ತಿರುಗಿ ಜನಾನಾವನ್ನು ಪ್ರವೇಶಿಸುವ ಮೊದಲು ಸೇವಿಕೆಯರು ಮತ್ತು ಬೇಗಂ ಸಾಹಿಬಾರನ್ನೂ ಮುಟ್ಟಿ ತಡವಿ ಒರೆಹಚ್ಚಿದ ನಂತರ ಒಬ್ಬ ದಪ್ಪ ನಪುಂಸಕನು ನನ್ನನ್ನು ಪರಿಶೀಲಿಸಿದ. ಪಲ್ಲಕ್ಕಿ ಹೊತ್ತ ನಪುಂಸಕರಿಗೆ ಜನಾನಾದ ದ್ವಾರದಿಂದ ಒಳಗೆ ಪ್ರವೇಶವಿಲ್ಲ. ಬೆಂಗಾವಲಿನವರಂತೂ ಕೋಟೆಯ ಮುಖ್ಯದ್ವಾರದ ಹೊರಗೇ ನಿಂತರು. ಒಳಗೆ ಹೋದರೆ ಅದೆಷ್ಟು ವಿಶಾಲವಾಗಿದೆ! ಅವೆಷ್ಟು ಕಟ್ಟಡಗಳು. ಅಮೃತಶಿಲೆಯ ಸಣ್ಣ, ದೊಡ್ಡ, ಮಹಲುಗಳು. ಒಂದೊಂದೂ ಒಬ್ಬೊಬ್ಬ ಬೇಗಮರದು. ನಡುವೆ ಪುಟ್ಟ ಉದ್ಯಾನಗಳು. ನೀರು ಹರಿಸುವ ಕಾಲುವೆಗಳು. ಒಬ್ಬೊಬ್ಬ ಬೇಗಮರಿಗೂ ಹಲವು ಸೇವಿಕೆಯರು. ಸೇವಿಕೆಯರು ಧರಿಸಿದ್ದ ಬಿಸಿಲನ್ನು ಪ್ರತಿಫಲಿಸುವ ಹಸಿರು ಹಳದಿ ಕೆಂಪು ವಸ್ತ್ರಗಳು, ಕೊರಳು ಕೈಗಳಲ್ಲಿ ಹಳದಿ ಬಣ್ಣಕ್ಕೆ ಹೊಳೆಯುವ ಬಂಗಾರದ ಆಭರಣಗಳು, ಅವರೇನು ಸೇವಿಕೆಯರೋ ರಾಜಕುಮಾರಿ

ಯರೋ ಎಂಬ ಭ್ರಮೆಯನ್ನು ಹುಟ್ಟಿಸುತ್ತಿತ್ತು. ಅಷ್ಟು ವರ್ಷ ಮೊಯಿನುದ್ದೀನರ ಜನಾನಾದೊಳಗೆ ನೋಡಿದ್ದ ನನಗೆ ವ್ಯಕ್ತಿಯ ಮುಖ ನೋಡಿದರೇ ಸೇವಿಕೆ ಯಾರು ಒಡತಿ ಯಾರು ಎಂಬುದು ತಿಳಿಯುತ್ತಿತ್ತು.

ಸುಲ್ತಾನಾ ಬೇಗಮರು ಬರುತ್ತಿದ್ದುದು ಔರಂಗಜೇಬ್ ಬಾದಶಾಹರ ಮೂರನೆ ರಾಣಿ ಉದಯಪುರಿ ಮಹಲ್ ಅವರನ್ನು ಕಾಣಲು. ಮಹಲ್ ಅವರೇ ಇವರ ಭೇಟಿಯನ್ನು ಅಪೇಕ್ಷಿಸಿ ಹೇಳಿಕಳಿಸಿದಾಗ. ಬಾದಶಾಹರ ಜನಾನಾಕ್ಕೆ ನನ್ನ ಸೇರ್ಪಡೆಯಾದನಂತರ ನನಗೆ ತಿಳಿದ ಸಂಗತಿ ಎಂದರೆ: ಉದಯಪುರಿ ಮಹಲ್ ಅವರು ಮೂಲತಃ ಗುರ್ಜಸ್ತಾನ್ ದೇಶದ ಗುಲಾಮ ಹುಡುಗಿಯಂತೆ. ಮೊದಲು ಔರಂಗಜೇಬರ ಅಣ್ಣ ದಾರಾ ಶುಕೋವರ ಜನಾನಾದಲ್ಲಿದ್ದರಂತೆ. ರಾಜ್ಯಕ್ಕಾಗಿ ನಡೆದ ತಂತ್ರ ಕುತಂತ್ರದ ಸೆಣಸಾಟದಲ್ಲಿ ಅಣ್ಣನನ್ನು ಸೋಲಿಸಿ ಕೊಂದು ಸಿಂಹಾಸನವು ತಮ್ಮನ ಪಾಲಿಗೆ ಬಂದಮೇಲೆ ಅಣ್ಣನ ಜನಾನಾದಲ್ಲಿದ್ದ ಈ ಸುಂದರಿಯನ್ನು ಔರಂಗಜೇಬ ಬಾದಶಾಹರು ತಮ್ಮ ಪ್ರೀತಿಗೆ ಒಳಪಡಿಸಿಕೊಂಡರಂತೆ. ಆಕೆ ಕೂಡ ಸಮಯಕ್ಕೆ ತಕ್ಕಂತೆ ತನ್ನ ಪ್ರೇಮ ನಿಷ್ಠೆಗಳನ್ನು ಬದಲಿಸಿಕೊಂಡಳಂತೆ. ಇವತ್ತಿಗೂ ಬಾದಶಾಹರು ಈಕೆಯ ಯಾವ ಅಪೇಕ್ಷೆಯನ್ನೂ ಉಲ್ಲಂಘಿಸುವುದಿಲ್ಲವಂತೆ. ಆಗಾಗ್ಗೆ ಅತಿಯಾಗಿ ಕುಡಿದು ಬಾದಶಾಹರಿಗೂ ಇತರರಿಗೂ ಮುಜುಗರವಾಗುವಂತೆ ವರ್ತಿಸಿದರೂ ಸ್ವತಃ ಮದ್ಯಪಾನ ಮಾಡದ ಬಾದಶಾಹರು ಅವಳನ್ನು ಶಿಕ್ಷಿಸದೆ ಉದಾರವಾಗಿ ಕಾಣುವುದನ್ನು ನಾನೇ ನೋಡಿದ್ದೇನೆ.

ಕೆಳಗಿನವರು ಮೇಲಿನವರನ್ನು ಕಾಣಲು ಬರುವಾಗ ತಮ್ಮ ಮತ್ತು ಮೇಲಿನವರ ಘನತೆಗೆ ತಕ್ಕಂತಹ ಒಂದು ಕಾಣಿಕೆಯನ್ನು ಒಪ್ಪಿಸುವುದು ಮುಘಲರ ಮತ್ತು ಅವರಿಗಿಂತ ಹಿಂದಿನವರ ಸಂಪ್ರದಾಯ. ಮೇಲಿನವರು ಕೂಡ ಬೀಳ್ಕೊಡುವಾಗ ಅಂಥದೇ ಬಕ್ಷೀಸನ್ನು ಕೊಡುತ್ತಾರೆ. ಸುಲ್ತಾನಾ ಬೇಗಮರು ಪ್ರತಿಸಲವೂ ಮುತ್ತು ರತ್ನ ಪಚ್ಚೆ ಮೊದಲಾದುವನ್ನು ಹದಿದ ಹಾರವನ್ನೋ ಬಳೆಯನ್ನೋ ಉದಯಪುರಿ ಮಹಲರಿಗೆ ಕೊಟ್ಟಿದ್ದಾರೆ. ಆದರೆ ಎಷ್ಟು ದೊಡ್ಡ ಆಭರಣವನ್ನು ಕೊಟ್ಟರೂ ಅದು ಬಾದಶಾಹರ ಪ್ರೀತಿಯ ರಾಣಿಗೆ, ಶಾಸ್ತ್ರ ಸಮ್ಮತ ಮದುವೆಯಾಗದಿದ್ದರೂ ಅವರದು ರಾಣಿಗಿಂತ ಹೆಚ್ಚಿನ ಸ್ಥಾನ, ಕಡಮೆಯೇ. ಒಂದು ಸಲ ಹೀಗೆ ಭೇಟಿಗೆ ಬಂದಿದ್ದಾಗ ಮಹಲರ ಒಳಕೋಣೆಯ ಹೊರಗೆ ನಿಲ್ಲಿಸಿದ್ದ ನನ್ನನ್ನು ಒಳಕ್ಕೆ ಕರೆಸಿ ಅವರಿಗೆ ತೋರಿಸಿದರು. ನಾವು ನೋಡಿದ್ದೀವಲ್ಲ, ಮಹಲರು ಹೇಳಿದರು. ನನ್ನ ಕಡೆಗೆ ತಿರುಗಿ ಸುಲ್ತಾನಾ ಬೇಗಮರು, 'ನಿನ್ನ ವಿಷಯ ಮಹಲ್ ಸಾಹಿಬಾರಿಗೆ ಹೇಳಿದ್ದೇನೆ. ನೀನು ಅವರ ಮನಸ್ಸಿಗೆ ಒಪ್ಪಿಗೆಯಾಗಿದ್ದೀಯ. ನಿನ್ನ ಜನ್ಮದ ಸುಕೃತ. ನಿನ್ನನ್ನು ಅವರಿಗೆ ಕಾಣಿಕೆಯಾಗಿ ಕೊಟ್ಟಿದ್ದೀನಿ. ಎಂದಿನ ವಿನಯ ವಿಧೇಯತೆ ನಿಷ್ಠೆಗಳಿಂದ ಮಹಲ್‌ರ ಸೇವೆ ಮಾಡು. ಅವರು ವಿಷ ಕೊಟ್ಟರೂ ಅಮೃತ ಅಂತ ಕುಡಿಯುವ ಶ್ರದ್ಧೆ ಇರಲಿ.' ಎಂದರು. ನನ್ನನ್ನು ಸ್ವೀಕರಿಸಿರುವಂತೆ ಮಹಲರು ಕತ್ತು ಹಾಕಿದರು. ಅವರ ಕತ್ತು ಕಿವಿ ಮೂಗು ಎದೆ ತೋಳು ಕೈಗಳೆಲ್ಲ ವಜ್ರ ಮುತ್ತು ರತ್ನ ಬಂಗಾರಗಳಿಂದ ಹೊಳೆಯುತ್ತಿದ್ದವು.

ಮಹಲರಿಗೆ ಕಾಣಿಕೆಯಾಗಿ ನೀಡಬೇಕೆಂದರೆ ನಾನು ವಿಶೇಷತೆಯುಳ್ಳ ನಪುಂಸಕನೇ
ಇರಬೇಕೆಂಬ ಹಿಗ್ಗು ನನ್ನಲ್ಲಿ ಎರಡು ದಿನ ಇತ್ತು. ಮೊಯಿನುದ್ದೀನರ ಜನಾನಾದ ಏಕತಾನ
ತೆಯು ಕಳೆದು ಈಗ ವಿಶಾಲವಾದ ಬಾದಶಾಹೀ ಜನಾನಾಕ್ಕೆ ಬಂದಿದ್ದೀನೆಂಬ ಭಾವನೆಯೂ
ಬಂತು. ಅಲ್ಲಿ ಎಲ್ಲರೂ ಪರಿಚಿತರು. ಒಂದು ದಿನದಂತೆ ಮರುದಿನ. ಅದರಂತೆ ಮುಂದಿನ
ದಿನ. ಪರಿಚಯ ಸ್ನೇಹಗಳು ಬೆಳೆದು ಸೇವಿಕೆಯರು ಕಂಚನಿಯರು ಬೇಗಮರು ಕೂಡ
ತಮ್ಮ ಅಂತರಂಗದ ದುಗುಡವನ್ನು ನನ್ನ ಕೈಲಿ ಹೇಳಿಕೊಳ್ಳುವ ಆತ್ಮೀಯತೆ ಬೆಳೆದಿದ್ದರೂ
ಅವೇ ಮಾತುಗಳನ್ನು ಕೇಳಿ ಕೇಳಿ ಬೇಸರ ಬರುತ್ತಿತ್ತು. ಅವರ ಮಾತುಗಳನ್ನು ತಾಳ್ಮೆಯಿಂದ
ಕೇಳುತ್ತಿದ್ದುದರಿಂದ, ಕೇಳಿದುದನ್ನು ಮತ್ತೊಬ್ಬರಿಗೆ ಹೇಳುವುದಿಲ್ಲವೆಂಬ ನಂಬಿಕೆ ಇದ್ದುದರಿಂದ
ಅವರೆಲ್ಲರಿಗೂ ನನ್ನ ಮೇಲೆ ಆತ್ಮೀಯತೆ ಬೆಳೆದಿತ್ತು. ಬಾದಶಾಹರ ಈ ಜನಾನಾ ಒಂದು
ದೊಡ್ಡ ಪ್ರಪಂಚ. ನಡೆದರೆ ದಾರಿ ತಪ್ಪಿ ದಿಕ್ಕುಗೆಡುವಂಥ ಗೊತ್ತಿಲ್ಲದ ಶಹರ. ಆದರೆ ಇಲ್ಲಿ
ವಿಶೇಷವಿತ್ತು. ಇಡೀ ಹಿಂದೂಸ್ತಾನದ ಆಗುಹೋಗುಗಳ ತೀರ್ಮಾನವಾಗುವ ಸ್ಥಳ ಇದಾ
ಗಿತ್ತು. ಸಮಾಲೋಚನೆ ತೀರ್ಮಾನಗಳೇನಿದ್ದರೂ ದಿವಾನ್-ಏ-ಆಮ್, ದಿವಾನ್-ಏ-
ಖಾಸ್‍ನಲ್ಲಿ ಆಗುತ್ತಿದ್ದು ಅದು ಹೊರಗಿನವರಿಗೆ ತಿಳಿಯದಂತೆ ಕಟ್ಟುನಿಟ್ಟಿನ ವ್ಯವಸ್ಥೆ ಇದ್ದರೂ
ಸುದ್ದಿಯು ಹೇಗೋ ಜನಾನಾದೊಳಗೆ ಸೋರುತ್ತಿತ್ತು. ಯಾರೂ ಯಾರೊಡನೆಯೂ
ರಾಜ್ಯಭಾರದ ಸಂಗತಿಗಳನ್ನು ಆಡಬಾರದೆಂಬ ನಿಯಮವಿದ್ದರೂ ಕೆಲವೇ ಆಪ್ತ ಗುಂಪುಗಳೊ
ಳಗೆ ಗುಸುಗುಸು ನಡೆಯುತ್ತಿತ್ತು. ಒಬ್ಬನೇ ನಪುಂಸಕನು ಅಥವಾ ಒಬ್ಬಳೇ ಗುಲಾಮ
ಸೇವಿಕೆಯು ಹಲವು ಗುಂಪುಗಳ ಗುಸುಗುಸುವಿನಲ್ಲಿ ಭಾಗಿಯಾಗಿರುತ್ತಿದ್ದು ಎಲ್ಲ ಸುದ್ದಿಯೂ
ಎಲ್ಲರಿಗೂ ಹೇಗೋ ತಿಳಿದುಬಿಡುತ್ತಿತ್ತು.

*   *

ಅಧ್ಯಾಯ ೭

ನನ್ನದೇ ತಪ್ಪಿರಬಹುದು. ಹೆಂಡತಿಯಾದವಳು ಗಂಡನ ಬಟ್ಟೆ ಒಗೆದು ಅಥವಾ ಒಗೆಸಿ ಇಸ್ತ್ರಿ ಮಾಡಿ ಅಥವಾ ಮಾಡಿಸಿ ಅಡುಗೆ ಮಾಡಿ ಅಥವಾ ಮಾಡಿಸಿ. ಅವನ ಕಾಮವನ್ನು ತಣಿಸಿ. ಇಲ್ಲಿ ತಣಿಸಿಸಿ ಎಂಬುದಕ್ಕೆ ಅವಕಾಶವಿಲ್ಲ. ಅವಕಾಶ ಕೊಡಲು ಯಾವ ಹೆಂಡತಿಯ ಮನಸ್ಸು ಒಪ್ಪುತ್ತದೆ? ಇವೆಲ್ಲ ಏಕಮುಖೀ ಕರ್ತವ್ಯವೆಂದೇಕೆ ಭಾವಿಸ ಬೇಕು? ಇಬ್ಬರೂ ದುಡಿಯುವ ಈ ಕಾಲದಲ್ಲಿ ಅವನೂ ಅಡುಗೆ ಮಾಡಬೇಕು, ಬಟ್ಟೆ ಒಗೆಯಬೇಕು, ಎಂದು ನೌಕರಿ ಮಾಡುವ ಹೆಂಗಸರು ಒತ್ತಾಯಿಸುತ್ತಿರುವುದು ನನಗೆ ಗೊತ್ತಿಲ್ಲದೆ ಇಲ್ಲ. ಇವೆಲ್ಲ ಹೋಗಲಿ. ಆಗಾಗ್ಗೆ ಬೆಂಗಳೂರಿಗೆ ಹೋಗಿ ಗಂಡ ಅಮೀರನನ್ನು ತಣಿಸಿ ಬರುವುದು ನನ್ನ ಕರ್ತವ್ಯವಾಗಿರುವಂತೆ ಅವನು ಕೂಡ ನರಸಾಪುರಕ್ಕೆ ಬಂದು ಹೋಗಬಾರದೇಕೆ? ಹತ್ತಿರ ಕಾರಿದೆ. ಎರಡು ಗಂಟೆಯ ಡ್ರೈವಿಂಗ್. ಹಳ್ಳಿಯ ವಾತಾವರಣ ದಲ್ಲಿ ಮುಸ್ಲಿಂ ಆದ ತಾನು ಬರುವುದು ಅಸಂಗತವಾಗುತ್ತೆ ಅನ್ನುವುದು ಪೂರ್ತಿ ನಂಬಬಹು ದಾದ ಕಾರಣವಲ್ಲ. ನಾಲ್ಕು ಸಲ ಬಂದು ಹೋದರೆ ಎಲ್ಲರಿಗೂ ಅದೇ ಹೊಂದಿಕೊಳ್ಳುತ್ತೆ. ಆದರೆ ಅಮೀರನ ಹಟದ ಕಾರಣ ಅದಲ್ಲ. ಅಲ್ಲದೆ, ಗಂಡನನ್ನು ತಣಿಸುವ ಕರ್ತವ್ಯಪಾಲನೆ ಗೆಂದೇ ಹೋಗಿ ಬರುವ ಕಲ್ಪನೆಯೇ ನನ್ನಲ್ಲಿ ಅಸಹ್ಯ ಹುಟ್ಟಿಸಿದೆ. ಹೀಗಾಗಿ ಹೋದರೂ ಮಿಲನದ ಮಾಧುರ್ಯ ಹಿಂಗಿಬಿಟ್ಟಿದೆ.

ಅವನ ಹಟದ ಕಾರಣ: ಹಂಪಿಯ ಸಾಕ್ಷ್ಯಚಿತ್ರಕ್ಕೆ ನಾನು ಹಿನ್ನೆಲೆಯ ಸಾಹಿತ್ಯ ರಚಿಸಲಿಲ್ಲ. ಅಷ್ಟು ಮಾತ್ರವಲ್ಲ, ರಾಮಮೂರ್ತಿಯ ಕೈಲಿ ಹಿನ್ನೆಲೆಯ ಸಾಹಿತ್ಯ ಬರೆಸಿ ತಯಾರಿಸಿದ ಚಿತ್ರದ ಬಗೆಗೆ ನಾನು ಸ್ಪಷ್ಟವಾಗಿ ನನ್ನ ಅಭಿಪ್ರಾಯ ಬರೆದು ತಿಳಿಸಿದ್ದುದು: 'ಇತರ ಎಷ್ಟೋ ಬುದ್ಧಿಜೀವಿ ಕಲಾವಿದರು ಮಾಡುವಂತೆ ನಿನ್ನ ಚಿತ್ರವೂ Suppressio veri, Suggestio falsi, ಸತ್ಯವನ್ನು ಮುಚ್ಚುವ, ಅಸತ್ಯವನ್ನು ಸೂಚಿಸುವ ಹೀನ ಕೃತಿ ಯಾಗಿದೆ. ಹಂಪೆಯ ವಿಗ್ರಹಗಳನ್ನು, ದೇವಾಲಯಗಳನ್ನು ನಾಶಮಾಡಿದವರು ಈ ದೇಶದಲ್ಲಿ ಮಾತ್ರವಲ್ಲ ಆಫ್ಘಾನಿಸ್ತಾನ, ಅರೇಬಿಯಾ, ತುರ್ಕಿ, ಇರಾಕ್, ಇರಾನ್ ಈಜಿಪ್ಟ್ ಮೊದಲಾಗಿ ಇತರ ದೇಶಗಳಲ್ಲಿ ಮಾಡಿದಂತೆ ಭಾರತದಲ್ಲಿಯೂ ಮಾಡಿದ ಸಹಸ್ರ ಸಹಸ್ರ ಕೃತ್ಯಗಳಲ್ಲಿ ಇದೊಂದು ಎಂಬ ಸತ್ಯವನ್ನು ನೀನು ತೇಲಿಸಿ ಮುಚ್ಚಿ ರಾಜ ಕೀಯ ಪ್ರಭುಗಳಿಗೆ ಮೆಚ್ಚಿಗೆಯಾಗುವಂಥ ಚಿತ್ರ ಮಾಡಿದ್ದೀಯೆ. ಈ ಚಿತ್ರಕ್ಕೆ ನೀನು ಹೇಳಿ ದಂತೆ ಚಿತ್ರಕಥೆ, ಹಿನ್ನೆಲೆಯ ವ್ಯಾಖ್ಯಾನ ಬರೆಯುವುದು ಸತ್ಯದ ವ್ಯಭಿಚಾರ ಅಂತ ನಾನು

ಒಪ್ಪಲಿಲ್ಲ. ನೀನು ಅದನ್ನು ರಾಮಮೂರ್ತಿಯ ಕೈಲಿ ಬರೆಸಿದ್ದೀಯ. ಆಯಿತು. ನಿನಗೆ ಸರ್ಕಾರದಿಂದ ಕೈ ತುಂಬ ಹಣ ಸಿಕ್ಕಿತು. ಇನ್ನೂ ನಾಲ್ಕಾರು ಅಸೈನ್‌ಮೆಂಟುಗಳು ದೊರೆತವು.' ಈ ಕಾಗದ ಅಗತ್ಯಕ್ಕಿಂತ ಹೆಚ್ಚು ಹರಿತವಾಯಿತೇನೋ. ಆದರೆ ಸತ್ಯವನ್ನು ಸ್ಪಷ್ಟವಾಗಿ ಹೇಳುವಾಗ ಅಗತ್ಯ ಅನಗತ್ಯಗಳೆಂಬ ಬಾಹ್ಯಾಂಶಗಳನ್ನು ಬೆರೆಸಬಾರದಲ್ಲವೆ?

ನರಸಾಪುರದಲ್ಲಿ ಇರತೊಡಗಿದ ಒಂದು ವರ್ಷ ನಾನು ಪತ್ರಿಕೆಗಳನ್ನೇ ಓದುತ್ತಿರಲಿಲ್ಲ. ಹಳ್ಳಿಯಲ್ಲಿ ಪತ್ರಿಕೆಗಳನ್ನು ಒದಗಿಸುವ ಏಜೆಂಟ್ ಇರಲಿಲ್ಲ. ಒಂದುಸಲ ಬೆಂಗಳೂರಿಗೆ ಹೋದಾಗ ಹಳೆಯ ಪತ್ರಿಕೆಗಳ ಮೇಲೆ ಕಣ್ಣಾಡಿಸುವಾಗ ನಾನು ಬರೀ ಭೂತ ಇತಿಹಾಸದ ಗ್ರಂಥಗಳಲ್ಲಿ ಮುಳುಗಿ ವರ್ತಮಾನದ ಇತಿಹಾಸಕ್ಕೆ ಕಣ್ಣುಮುಚ್ಚಿದ್ದೇನೆಂಬ ಅರ್ಥವಾಯಿತು. ವಾಪಸು ಬರುವಾಗ ಕುಣಿಗಲ್ ಬಸ್ ನಿಲ್ದಾಣದಲ್ಲಿದ್ದ ಏಜೆಂಟನನ್ನು ಕಂಡು ನರಸಾಪುರಕ್ಕೆ ದಿನವೂ ಮೂರು ಕನ್ನಡ, ಒಂದು ಇಂಗ್ಲಿಷ್ ಪತ್ರಿಕೆಗಳನ್ನು ಸರಬರಾಜು ಮಾಡಲು ಸಾಧ್ಯವೆ? ಅಂತ ವಿಚಾರಿಸಿದಾಗ 'ನರಸಾಪುರದ ಬಸ್‌ಸ್ಟಾಪ್ ಎದುರಿಗೇ ಐತಲ್ಲ, ರಾಜಣ್ಣನ ಬಾಲಾಜಿ ಹೋಟೆಲ್, ಅಲ್ಲಿಗೆ ಭ್ರಮರಾಂಬ ಬಸ್‌ನಲ್ಲಿ ಕಳುಸ್ತೀನಿ, ಬೆಳಗ್ಗೆ ಎಂಟೂವರೆ ಯಾಗುತ್ತೆ,' ಎಂದ. ಅವನಿಗೆ ಮುಂಗಡ ಕೊಟ್ಟು ಊರಿನ ಬಸ್ ಹತ್ತಿದೆ.

ಪ್ರತಿದಿನವೂ ವಿವರವಾಗಿ ಪತ್ರಿಕೆಗಳನ್ನು ಓದತೊಡಗಿದ ಮೇಲೆ ಗೊತ್ತಾಯಿತು: ಮೂರು ವರ್ಷದ ಹಿಂದೆ ರಾಮಜನ್ಮಭೂಮಿ ಮಸೀದಿಯನ್ನು ಒಡೆದ ಘಟನೆಯನ್ನು ಜೀವಂತವಾಗಿಡಲು ಮುಸ್ಲಿಮರಿಗಿಂತ ಹೆಚ್ಚಾಗಿ ರಾಜಕೀಯ ಪಕ್ಷಗಳು, ಬುದ್ಧಿಜೀವಿಗಳು, ಸಾಹಿತಿಗಳು, ಕಲಾವಿದರು ಹೆಣಗುತ್ತಿದ್ದಾರೆ. ಭಾರತದ ಪ್ರತಿಯೊಬ್ಬ ಪ್ರಜೆಯೂ ತಾನು ಪ್ರಗತಿಪರನೋ ಪ್ರಗತಿ ವಿರೋಧಿಯೋ ಎಂಬುದನ್ನು ಸ್ಪಷ್ಟಪಡಿಸಿಕೊಳ್ಳಲೇಬೇಕಾದ ಕಾಲ ಈಗ ಬಂದಿದೆ. ಒಡೆದ ಮಸೀದಿಯನ್ನು ಪುನಃ ಕಟ್ಟುವ ಪರ ನಿಲ್ಲುವದರ ಮೂಲಕ ತಮ್ಮ ಪ್ರಗತಿಪರ ಮನಸ್ಸನ್ನು ಸಾಧಿಸಿ ತೋರಿಸಿಕೊಳ್ಳಬೇಕು ಎಂಬ ವಾತಾವರಣವನ್ನು ಸೃಷ್ಟಿಸಿದ್ದಾರೆ. ಆ ಸ್ಥಳದಲ್ಲಿ ಮಂದಿರವನ್ನು ಕಟ್ಟುವ ಪರ ಮಾತನಾಡುವವರನ್ನು 'ರಾಮ ಭಕ್ತರು' ಎಂಬ ಲೇವಡಿಗೆ ಗುರಿ ಮಾಡಿದ್ದಾರೆ.

ಎಲ್ಲ ಕನ್ನಡ ಪತ್ರಿಕೆಗಳಲ್ಲೂ ಒಂದು ಜಾಹೀರಾತು ಮಾದರಿಯ ಸುದ್ದಿಬಂತು. ಮುಖಪುಟದಲ್ಲಿ ದೊಡ್ಡ ಶೀರ್ಷಿಕೆಯಿಂದ ಆರಂಭವಾಗಿ ನಡುವಣ ಪುಟಕ್ಕೆ ಮುಂದುವರೆದ ಸುದ್ದಿ. ಬಾಬರಿ ಮಸೀದಿಯನ್ನು ನಾಶ ಮಾಡಿ ಮೂರುವರ್ಷವಾದರೂ ನಮ್ಮ ದೇಶದ ತನಿಖಾ ಪದ್ಧತಿ ಮತ್ತು ನ್ಯಾಯ ವಿತರಣಾ ಪದ್ಧತಿಯನ್ನು ದುರುಪಯೋಗಪಡಿಸಿಕೊಂಡು ಅಪರಾಧಿಗಳು ರಾಜಾರೋಷಾಗಿ ವಿಜೃಂಭಿಸುತ್ತಿರುವುದನ್ನು ವಿರೋಧಿಸಿ ಕರ್ನಾಟಕದ ಸಾಹಿತಿ ಮತ್ತು ಪ್ರದರ್ಶನ ಕಲಾವಿದರು ಈ ಬಾರಿಯ ಡಿಸೆಂಬರ್ ಆರನೆಯ ತಾರೀಖು ಬೆಂಗಳೂರಿನ ಬಯಲು ರಂಗ ಮಂದಿರದಲ್ಲಿ ಇಟ್ಟಿಗೆ ಎಂಬ ನಾಟಕವನ್ನು ಅಭಿನಯಿಸು ತ್ತಾರೆ. ಪ್ರಖ್ಯಾತ ವಿಚಾರವಾದಿ ಪ್ರೊಫೆಸರ್ ರಾಮಮೂರ್ತಿಯವರ ಸ್ಕ್ರಿಪ್ಟ್. ಪ್ರಖ್ಯಾತ ಚಲನಚಿತ್ರ ನಿರ್ದೇಶಕ ಕಾಂತರಾಜ್ ಹೆಮ್ಮಾಡಿಯವರ ನಿರ್ದೇಶನ. ವಿಖ್ಯಾತ ರಂಗಕರ್ಮಿ ತೇಜನಾಥರ ನೆರಳು ಬೆಳಕಿನ ವಿನ್ಯಾಸ. ಅನುರಾಧಾ, ಮೀನಾ, ವೆಂಕಟ್ ಮೊದಲಾದ

ಖ್ಯಾತ ನಟನಟಿಯರ ಅಭಿನಯ. ಮೇಲಾಗಿ ಪ್ರೊಫೆಸರ್ ಶಾಸ್ತ್ರಿಗಳ ವೈಚಾರಿಕ ಹಿನ್ನೆಲೆ, ಎಂದು ಆರಂಭಿಸಿ ಕಲೆಗೂ ಕಲಾವಿದರ ಸಾಮಾಜಿಕ, ರಾಜಕೀಯ ಹಾಗೂ ಐತಿಹಾಸಿಕ ಜವಾಬ್ದಾರಿ ಮತ್ತು ಬದ್ಧತೆಗೂ ಇರಬೇಕಾದ ಸಂಬಂಧದ ಬಗೆಗೆ ಇದಕ್ಕೆಂದೇ ಕರೆದ ಸುದ್ದಿಗೋಷ್ಠಿಯಲ್ಲಿ ಪ್ರೊಫೆಸರ್ ಶಾಸ್ತ್ರಿಗಳು ಮಂಡಿಸಿದ ವಿಚಾರಗಳನ್ನು ಮುಂದುವರೆಸಿದ್ದರು.

ಬೆಂಗಳೂರಿಗೆ ಹೋಗಿ ಅದನ್ನು ನೋಡಬೇಕೆನ್ನಿಸಿತು. ವಿಚಾರವಾದಿ ಪ್ರೊಫೆಸರ್ ರಾಮಮೂರ್ತಿ, ಕಾಂತರಾಜ್ ಹೆಮ್ಮಾಡಿ ಮೊದಲಾಗಿ ಈ ಗುಂಪಿನವರೆಲ್ಲ ನನಗೆ ಗೊತ್ತಿದ್ದ ವರೇ. ಆ ಗುಂಪಿಗೆ ನಾನೂ ಸೇರಿದ್ದವಳೇ. ಹಾಗೆ ನೋಡಿದರೆ ಅವರೆಲ್ಲ ನನ್ನ ಅನುಯಾಯಿ ಗಳೇ. ರಾಮಜನ್ಮಭೂಮಿ ಎಂದು ಹಿಂದೂಗಳು ನಿರ್ದೇಶಿಸುವ, ಬಾಬ್ರಿ ಮಸೀದಿ ಎಂದು ಹಿಂದೂ ವಿರೋಧಿ, ಬುದ್ಧಿಜೀವಿಗಳು, ಮುಸ್ಲಿಮರು ಕರೆಯುತ್ತಾ ವಿವಾದವನ್ನು ಜೀವಂತ ವಾಗಿಡುವ ಪ್ರಯತ್ನದ ಅಂಗವಾಗಿ ಈ ನಾಟಕವನ್ನಾಡಿಸುತ್ತಿದ್ದಾರೆ, ಎಂಬುದು ನನಗೆ ಥಟ್ಟನೆ ಅರ್ಥವಾಯಿತು. ನಾಟಕದ ಯಾವ ಯಾವ ತಂತ್ರಗಳನ್ನು ಬಳಸಿ ಯಾವ ಯಾವ ಪರಿಣಾಮಗಳನ್ನು ಉಂಟು ಮಾಡುತ್ತಾರೆಂದು ಕಲ್ಪಿಸಿಕೊಳ್ಳುವುದು ನನಗೆ ಕಷ್ಟವಾಗ ಲಿಲ್ಲ. ಸಾಹಿತ್ಯಕ್ಕೂ ಚಳವಳಿಗೂ ಕಲೆಗೂ ಬದ್ಧತೆಗೂ ಇರುವ ಸಂಬಂಧಗಳನ್ನು ಮತ್ತೊಮ್ಮೆ ಬಿಸಿಬಿಸಿಯಾಗಿ ನೋಡುವ; ಆ ಮೂಲಕ ನಾನು ಬರೆಯುತ್ತಿರುವ ಕಾದಂಬರಿಯ (ಅದನ್ನು ಕಾದಂಬರಿ ಎನ್ನಬಹುದೋ ಅಥವಾ ಕೇವಲ ಕಥಾನಕ ಎನ್ನಬಹುದೋ?) ಐತಿಹಾಸಿಕ ಸತ್ಯದ ಹದವನ್ನು ಮತ್ತೊಮ್ಮೆ ನನಗೆ ನಾನು ಸ್ಪಷ್ಟಪಡಿಸಿಕೊಳ್ಳುವ ಅವಕಾಶವೆನ್ನಿ ಸಿತು. ಜೊತೆಗೆ ಅಮೀರನನ್ನು ಭೇಟಿ ಮಾಡಿ ಮೂರು ತಿಂಗಳಾಗಿವೆ, ತೀರ ಅಲಕ್ಷ್ಯ ಮಾಡಬಾರದು, ಎಂಬ ಕಾರಣವೂ ತೋಚಿತು.

ಬೆಂಗಳೂರಿನಲ್ಲಿ ಮೊದಲು ಮನೆಗೆ ಹೋದೆ. ಸಾಹೇಬರು ನಾಟಕಕ್ಕೆ ಹೋಗಿದಾರೆ ಎಂದು ಅಮೀನಾ ಬಾನು ಹೇಳಿದಳು. ಅವಳು ಮಾಡಿಕೊಟ್ಟ ಬ್ರೆಡ್ ಟೋಸ್ಟು ತಿಂದು ಚಹಾ ಕುಡಿದು ರಾತ್ರಿ ನಾನೂ ಊಟಮಾಡುತ್ತೇನೆಂದು ಹೇಳಿ ಆಟೋ ಹಿಡಿದು ಬಯಲು ರಂಗಸ್ಥಳಕ್ಕೆ ಹೋದೆ. ಅರ್ಧದಷ್ಟು ಪ್ರೇಕ್ಷಕರು ಸೇರಿದ್ದರು. ಅವರೆಲ್ಲ ಬದ್ಧತೆಯುಳ್ಳ ಮಂದಿಯೇ. ನನಗೆ ಬಹಳ ಜನರ ಮುಖಪರಿಚಯವಿತ್ತು. ಒಬ್ಬಳೇ ಒಂದು ಮೆಟ್ಟಲಿನ ಮೇಲೆ ಕೂತು ಸುತ್ತ ನೋಡುತ್ತಿರುವಾಗ ನನ್ನ ಪಕ್ಕದಲ್ಲಿ ಯಾರೋ ಬಂದು ಕೂತಂತಾಯಿತು. ತಿರುಗಿ ನೋಡುವಷ್ಟರಲ್ಲಿ ಅವರು ನನ್ನ ಹೆಗಲ ಮೇಲೆ ಕೈಹಾಕಿ 'ರಜಿಯಾ ಅಲ್ಲವಾ? ನಾನು ಹೌದೋ ಅಲ್ಲವೋ ಅಂತ ಅನುಮಾನ ಪಟ್ಟು ಪಟ್ಟು ಸಾಕಾದೆ. ಯಾಕೆ ಹೀಗಾಗಿದೀಯ?' ಅವಳು ಬಿ.ಇ.ಎಸ್. ಕಾಲೇಜಿನಲ್ಲಿ ಇಂಗ್ಲಿಷ್ ಲೆಕ್ಚರರ್, ರಂಗಕರ್ಮಿ, ರತ್ನಮಾಲಾ. ಹೆಚ್ಚು ಕಮ್ಮಿ ನನ್ನ ವಯಸ್ಸು.

'ಹ್ಯಾಗಾಗಿದೀನಿ?'

'ಬೆಂಗಳೂರು ಬಿಟ್ಟು ಹಳ್ಳಿ ಸೇರಿದೆಯಂತೆ. ಅದು ಹ್ಯಾಗೆ ಹಳ್ಳೀಲಿರ್ತೀಯೋ, ಏನು ಕತೆಯೋ, ನನಗಂತೂ ಜ್ಞಾಪಿಸಿಕೊಂಡರೆ, ನನ್ನ ಅಜ್ಜನ ಊರು ಹಳ್ಳಿಯೇ. ಕೊಳಕು. ಕೊಚ್ಚೆ. ನೊಣ. ಟಾಯ್ಲೆಟ್ ಅಂತೂ, ನಾನು ಒಂದು ಸಲ ಆ ಊರಿಗೆ

ಹೋಗಿ ಎರಡು ದಿನ ಕಕ್ಕಸನ್ನ ಹೊಟ್ಟೆಯಲ್ಲೇ ಕಟ್ಟಿಕೊಂಡಿದ್ದು ಬೆಂಗಳೂರಿಗೆ ಓಡಿ ಬಂದುಬಿಟ್ಟೆ. ನೀನು ಅಲ್ಲಿ ಏನು ಮಾಡ್ತೀಯ?'

'ಎಲ್ಲರೂ ಇರೂ ಹಾಗೆ ನಾನೂ.'

'ಬರೀ ಕಕ್ಕಸಿನ ಮಾತಲ್ಲ. ನಿನ್ನ ತಲೆ ನೋಡು. ಸರಿಯಾಗಿ ಬಾಬ್ ಮಾಡಿಸಿಕೊಂಡಿಲ್ಲ. ಡೈ ಮಾಡಿಕೊಂಡಿಲ್ಲ. ಕ್ರೀಂ ಹಾಕದೆ ಮುಖ ಮುದಿಬಿದ್ದಿದೆ. ಯಾಕೆ ಅಲ್ಲಿಗೆ ಹೋಗಿ ಸೇರಿಕೊಂಡೆ?'

ರತ್ನಮಾಲಾ ಬಡಬಡ ಮಾತನಾಡುವವಳು, ತಾನು ಕೇಳಿದ ಪ್ರಶ್ನೆಗಳಿಗೆ ಉತ್ತರವನ್ನು ಕಾಯದೆ ಮುಂದಿನ ಪ್ರಶ್ನೆಗಳಿಗೆ ನೆಗೆಯುವವಳು ಎಂದು ಗೊತ್ತಿದ್ದುದರಿಂದ ನಾನು ಕೇಳಿದೆ: 'ಈ ನಾಟಕದಲ್ಲಿ ನೀನು ಯಾಕೆ ಭಾಗವಹಿಸಿಲ್ಲ?'

'ಓ, ಈ ರಾಮಮೂರ್ತಿಯ ಕ್ಲಿಕ್ ಗೊತ್ತಿಲ್ಲವೇ ನಿನಗೆ? ಅವನು ಹೇಳಿದ ಹಾಗೆ ಕೇಳದೆ ಇದ್ದೋರನ್ನೆಲ್ಲ ಹೊರಗಿಟ್ಟುಬಿಡ್ತಾನೆ. ನಾನೇನು ಕಡಮೆ ಅಂತ ಅವನು ಹೇಳಿದ ಹಾಗೆ ಕೇಳಬೇಕು? ಇನ್ನೊಂದು ವಿಷಯ ನಿನಗೆ ಗೊತ್ತೇ ಇರಬೇಕು. ಇದರ ಡೈರೆಕ್ಷನ್ ಪೂರ್ತಿ ನಿನ್ನ ಗಂಡಂದು. ಮುಸ್ಲಿಂ ಡೈರೆಕ್ಟ್ ಮಾಡಿದ ಅಂದರೆ ಆಂಟಿ – ಪ್ರಾಪಗಂಡಾ ಶುರುಮಾಡ್ತಾರೆ ಅಂತ ಕಾಂತರಾಜ್ ಹೆಮ್ಮಾಡಿಯ ಹೆಸರು ಹಾಕಿದಾರೆ.....'

'ಈ ನಾಟಕಕ್ಕೆ ಹಣ ಎಲ್ಲಿಂದ ಬಂತು?' ನಾನು ಧ್ವನಿ ತಗ್ಗಿಸಿ ಕೇಳಿದೆ.

'ಇನ್ನರ್ ಸರ್ಕಲ್‌ಗೆ ಸೇರಿದವಳು, ನಿನಗೆ ಗೊತ್ತಿಲ್ಲವೆ?'

'ನಾನೀಗ ಹಳ್ಳೀಲಿದೀನಿ ಅಂತ ನೀನೇ ಹೇಳಿದೆಯಲ್ಲ.'

'ಹಾಗಾದರೆ ಅಮೀರನನ್ನ ಬಿಟ್ಟುಬಿಟ್ಟೆಯಾ?'

'ಇಲ್ಲಮ್ಮ, ನಾನೀಗ ಇನ್ನರ್ ಸರ್ಕಲ್‌ನಲ್ಲಿಲ್ಲ ಅಂತ ಅಷ್ಟೇ ಅರ್ಥ. ನಿನಗೆ ಗೊತ್ತಿರೂದ ಹೇಳು,' ಎಂದು ಅವಳ ಬಲಗೈ ಹಿಡಿದು ಗೌಪ್ಯದ ಶಪಥ ಎಂಬಂತೆ ಹಿಸುಕಿದೆ.

'ಅದೆಲ್ಲ ಪ್ರೊಫೆಸರ್ ಶಾಸ್ತ್ರಿಗಳಿಗೆ ತಿಳಿದ ಸಂಗತಿ. ಅವರು ಯಾವುದೇ ಕಾರ್ಯಕ್ರಮ ಹಾಕಿದರೂ ಹಣ ಎಲ್ಲಿಂದಲೋ ಬರುತ್ತೆ.'

ಅಷ್ಟರಲ್ಲಿ ನಾಟಕದ ಆರಂಭ ಸೂಚನೆಯ ತಮ್ಮಟೆಯ ಶಬ್ದವಾಯಿತು. ಸಭಿಕರ ವಲಯದ ದೀಪಗಳು ನಂದಿ ರಂಗದ ಮೇಲೆ ಪ್ರಕಾಶವಾಯಿತು.

ಇತ್ತೀಚೆಗೆ ಪ್ರಯೋಗಕ್ಕೆ ಬಂದ ವಿಚಾರಣಾ ರಂಗತಂತ್ರದಲ್ಲಿ ಬರೆದ ನಾಟಕ ಇದು. ರಾಮಮೂರ್ತಿ ಸ್ವಂತ ಸೃಷ್ಟಿಶಕ್ತಿಯುಳ್ಳ ನಾಟಕಕಾರರಲ್ಲ. ಬರೆಯುವ ವಿಷಯ ಮತ್ತು ಅಳವಡಿಸುವ ತಂತ್ರ ಮೊದಲೇ ಸ್ಪಷ್ಟವಿದ್ದು ಎರಡನ್ನೂ ಜೋಡಿಸಿದರೆ ಕಲೆಯಾಗುವುದಿಲ್ಲ. ರಂಗದ ಮೇಲೆ ಒಬ್ಬ ಇತಿಹಾಸಕಾರ, ಒಬ್ಬ ಮಹಾತ್ಮ ಗಾಂಧಿ, ಒಬ್ಬ ಹಿಂದೂ ಮಠಾಧೀಶ. ಒಬ್ಬಳು ಮಹಿಳೆ, ಒಬ್ಬ ದಲಿತ – ಈ ಐವರು ಪ್ರಾಸಿಕ್ಯೂಟರುಗಳು ಬಂದು ಒಂದು ಬದಿಯಲ್ಲಿ ಸಾಲಾಗಿ ನಿಲ್ಲುತ್ತಾರೆ. ನ್ಯಾಯಾಲಯದಲ್ಲಿ ನ್ಯಾಯಾಧೀಶರು ಆಗಮಿಸುವ ಮುನ್ನ ಮಾಡುವಂತೆ ದರವಾನನು ಘೋಷಿಸುತ್ತಾನೆ. ನ್ಯಾಯಾಧೀಶರು ಆಗಮಿಸಿ ಪೀಠವನ್ನಲಂಕರಿಸುತ್ತಾರೆ. ಅನಂತರ 'ಆಪಾದಿತರನ್ನು ಕರೆ ತನ್ನಿ' ಎಂದು ಆಜ್ಞಾಪಿಸುತ್ತಾರೆ. ಒಂದು ಕಡೆ

ಯಿಂದ ಸಾಲಾಗಿ ಲಾಲಕೃಷ್ಣ ಅದ್ವಾನಿ, ಮುರಲೀ ಮನೋಹರ ಜೋಷಿ, ಉಮಾ ಭಾರತಿ, ಗಿರಿರಾಜ ಕಿಶೋರ್ ಮತ್ತು ಅಶೋಕ ಸಿಂಘಲ್‌ರನ್ನು ಪೋಲೀಸರು ಕರೆತಂದು ಸಾಲಾಗಿ ನಿಲ್ಲಿಸುತ್ತಾರೆ. ನ್ಯಾಯಾಧೀಶರು ಮೊದಲನೆಯ ಆಪಾದನೆಯನ್ನು ಓದಿ ಹೇಳುತ್ತಾರೆ:

'ಮುಖ್ಯ ಆಪಾದಿತನೇ, ನೀನು ಇಟ್ಟಿಗೆ ಮೆರವಣಿಗೆಯ ಮೂಲಕ ದೇಶದಲ್ಲಿ ಪ್ರಸಿದ್ಧಿ ಸಂಪಾದನೆಗೆ ಯತ್ನಿಸಿದೆ. ಈಗ ಬಾಬರನು ಕಟ್ಟಿಸಿದ ಮಸೀದಿಯನ್ನು ಒಡೆಸುವ ಮೂಲಕ ಇತಿಹಾಸದ ಇಟ್ಟಿಗೆಗಳನ್ನು ನಾಶಪಡಿಸಲು ಯತ್ನಿಸಿದೆ. ಇತಿಹಾಸದ ಅಡಿಗಲ್ಲುಗಳನ್ನು ನಾಶಪಡಿಸಿ ಹೊಸ ಇತಿಹಾಸವನ್ನು ಸೃಷ್ಟಿಸಲು ಸಾಧ್ಯವೆ? ಎಂಬುದನ್ನು ನ್ಯಾಯಾಲಯಕ್ಕೆ ವಿವರಿಸು.'

ಅಷ್ಟರಲ್ಲಿ ನ್ಯಾಯಮೂರ್ತಿಗಳ ಹಿಂಬದಿಯಲ್ಲಿ ಹದಿನೈದಿಪ್ಪತ್ತು ಜನಸಾಮಾನ್ಯರು ನಿಶ್ಶಬ್ದವಾಗಿ ಬಂದು ನಿಂತಿರುತ್ತಾರೆ. ಆಪಾದಿತರ ಹಿಂಬದಿಯಲ್ಲಿ ಮೇಲ್ಮುಖವಾಗಿ ಸೆಟೆದ ಬಾಲದ, ಲಂಕಾದಹನ ನಾಟಕದಲ್ಲಿ ಆಂಜನೇಯ ವೇಷಧಾರಿಗಳಂತಹ ಏಳೆಂಟು ಕೋತಿ ವೇಷಧಾರಿಗಳು ನಿಲ್ಲುತ್ತಾರೆ.

ಅನಂತರ ಹಿಂದೂ ಮಠಾಧೀಶ ಪ್ರಾಸಿಕ್ಯೂಟರು ತಮ್ಮ ಆಪಾದನೆಯನ್ನು ಘೋಷಿಸುತ್ತಾರೆ: 'ಸಹನೆಯೇ ನಮ್ಮ ಧರ್ಮದ ತಿರುಳು. ರಾಮನ ಹೆಸರಿನಲ್ಲಿ ದ್ವೇಷವನ್ನು ಬಿತ್ತುತ್ತಿರುವ ನಿಮ್ಮನ್ನು ಹಿಂದುಗಳೆಂದು ಪರಿಗಣಿಸುವುದು ಹೇಗೆ? ಅಲ್ಲದೆ ಸರ್ವರ ಹೃದಯಗಳಲ್ಲೂ ನೆಲೆಸಬೇಕಾದ ಅಲೌಕಿಕ ಚೇತನನಾದ ರಾಮನನ್ನು ನೀವು ಭೌತಿಕವಾದ ಇಟ್ಟಿಗೆಗೆ ಇಳಿಸುವ ಅಧಾರ್ಮಿಕ ಕೆಲಸ ಮಾಡಿದ್ದೀರಿ.'

ಅನಂತರ ಮಹಾತ್ಮ ಗಾಂಧಿ ವೇಷದ ಪ್ರಾಸಿಕ್ಯೂಟರ ಸರದಿ: 'ನಾಥೂರಾಮನು ನನ್ನ ಮೇಲೆ ಗುಂಡು ಹಾರಿಸಿದಾಗ ನಾನು ಸ್ಮರಣೆ ಮಾಡಿದ ರಾಮನು ನನ್ನ ಹೃದಯದಲ್ಲಿದ್ದ. ಅಂಥ ರಾಮನಿಗೆ ಮಂದಿರ ಕಟ್ಟಲು ಯತ್ನಿಸುವ ಮೂಲಕ ಅವನನ್ನು ಬಂಧನಕ್ಕೆ ಸಿಲುಕಿಸುತ್ತಿದ್ದೀರಿ. ನನ್ನನ್ನು ಕೊಂದ ಶಕ್ತಿಯೇ ಈಗ ನಿಮ್ಮ ರೂಪತಾಳಿ ನಮ್ಮ ಸೋದರ ಧರ್ಮೀಯರ ಪ್ರಾರ್ಥನಾ ಸ್ಥಳವನ್ನು ಒಡೆದಿದೆ. ನಿಮ್ಮ ಅಂತರಂಗವನ್ನು ಕೆದಕಿ ನೋಡಿಕೊಳ್ಳಿ. ಕ್ಷಮೆಯೇ ನಿಮಗೆ ನೀಡಬಹುದಾದ ಶಿಕ್ಷೆ. ನ್ಯಾಯಮೂರ್ತಿಗಳು ನಿಮಗೆ ಯಾವ ಶಿಕ್ಷೆ ವಿಧಿಸಿದರೂ ನಿಮ್ಮನ್ನು ಕ್ಷಮಿಸುವಂತೆ ನಾನು ಹಟ ಹಿಡಿಯುತ್ತೇನೆ.'

ನಾಲ್ಕನೆಯ ಮಹಿಳಾ ಪ್ರಾಸಿಕ್ಯೂಟರ ಸರದಿ: 'ನೀವು ನಿಮ್ಮ ಧರ್ಮದ ಪುನರೂರ್ಜನಕ್ಕೆ ರಾಮನನ್ನೇ ಬಳಸುತ್ತಿರುವ ಒಳಕಾರಣವನ್ನು ಭಾರತದ ಎಚ್ಚೆತ್ತ ಮಹಿಳೆಯರೆಲ್ಲ ಅರ್ಥಮಾಡಿಕೊಂಡಿದ್ದಾರೆ. ಪಾತಿವ್ರತ್ಯದ ಹೆಸರಿನಲ್ಲಿ ವೈಭವೀಕರಿಸಿ ಸೀತೆಗೆ ರಾಮನು ಮಾಡಿದ ಅನ್ಯಾಯವು ರಾಮಾಯಣವಿರುವ ತನಕ ಈ ಸಂಸ್ಕೃತಿಯಲ್ಲಿ ಮುಂದುವರೆಯುತ್ತದೆ. ರಾಮಸಂಸ್ಕೃತಿಯನ್ನು ನಾಶ ಮಾಡುವ ತನಕ ಮಹಿಳೆಯು ಬಂಧಮುಕ್ತಳಾಗುವುದಿಲ್ಲವೆಂದು ದೇಶದ ಅರ್ಧದಷ್ಟು ಜನಸಂಖ್ಯೆಯು ಎದ್ದು ನಿಂತಿರುವಾಗ ನೀವು ಇತಿಹಾಸದ ಹೆಸರಿನಲ್ಲಿ ಅದೇ ಸಂಸ್ಕೃತಿಯನ್ನು ಪುನಶ್ಚೇತನಗೊಳಿಸಹೊರಟಿದ್ದೀರಿ. ಹಿಂದೂ ಮಹಿಳೆಯಷ್ಟು ಬೇರಾವ ಧರ್ಮದ ಮಹಿಳೆಯೂ ಅನ್ಯಾಯಕ್ಕೊಳಗಾಗಿಲ್ಲ. ಇದಕ್ಕೆ ಉತ್ತರಿಸಿ.'

ಈಗ ಸಭಿಕರ ವೇಷಧಾರಿಗಳೆಲ್ಲ ಹಿಯರ್ ಹಿಯರ್ ಎನ್ನುತ್ತಾರೆ. ಮುಖ್ಯ ನ್ಯಾಯಮೂರ್ತಿಗಳು ಮೇಜನ್ನು ಬಡಿದು 'ಶಾಂತಿ, ಇದು ನ್ಯಾಯಾಲಯ,' ಎಂದು ಎಚ್ಚರಿಕೆ ನೀಡುತ್ತಾರೆ.

ಕೊನೆಯದಾಗಿ ದಲಿತ ಪ್ರಾಸಿಕ್ಯೂಟರು: 'ಶೂದ್ರನು ತಪಸ್ಸು ಮಾಡಿದ್ದಕ್ಕೆ ಅವನನ್ನು ಕೊಂದು ಮೇಲುಜಾತಿಯ ಹಿಡಿತವನ್ನು ಮುಂದುವರೆಸಿಕೊಂಡು ಹೋದ ಪ್ರತಿಕ್ರಿಯಾವಾದಿ ರಾಮನ ಮಂದಿರವನ್ನು ಮತ್ತೆ ಕಟ್ಟುವ ಮೂಲಕ ಹೊರಗಿನಿಂದ ಬಂದ ಆರ್ಯರಾದ ನೀವು ಈ ದೇಶದ ಮೂಲನಿವಾಸಿ ದಲಿತರನ್ನು ತುಳಿಯುವ ವ್ಯವಸ್ಥೆಯನ್ನು ಇನ್ನೂ ಮುಂದುವರೆಸುವ ಹುನ್ನಾರ ಮಾಡಿದ್ದೀರಿ. ಅದು ಅಲ್ಲವೆಂಬುದನ್ನು ಸಿದ್ಧಪಡಿಸಿ.'

ಆಪಾದಿತರು ಉದ್ದಕ್ಕೂ ತೊದಲುವಂತೆ, ನಗೆಪಾಟಲಾಗುವಂತೆ ಸಂಭಾಷಣೆಯನ್ನು ಹೆಣೆದಿದ್ದರು. ಅವರು ತೊದಲಿದಾಗಲೆಲ್ಲ ಸಭಿಕ ವೇಷಧಾರಿಗಳು ತಿರಸ್ಕಾರದ, ಗಹಗಹಿಕೆಯ ನಗೆ ಎಬ್ಬಿಸುತ್ತಿದ್ದರು. ಉಮಾ ಭಾರತಿಯು ತನ್ನ ಸಹಜ ಉತ್ಸುಕ ಕೋಪದಿಂದ ಉತ್ತರ ಹೇಳಹೊರಟಾಗ ಮಹಿಳಾ ಪ್ರಾಸಿಕ್ಯೂಟರು 'ಹೆಂಗಸಾಗಿ ಹುಟ್ಟಿರುವ ನೀನು ಸೀತೆಯನ್ನು ತುಳಿದ ರಾಮನನ್ನು ಹೇಗೆ ಸಮರ್ಥಿಸುತ್ತೀ?' ಎಂದು ನಡುವೆ ಕತ್ತರಿಸಿದರು.

ಇಡೀ ನಾಟಕವು ನನಗೆ ಅಸಹ್ಯ ಬರಿಸಿತು. ಮೂರು ವರ್ಷದ ಹಿಂದೆ ಆಗಿದ್ದರೆ ಇಂಥ ಉದ್ದೇಶದ ನಾಟಕವನ್ನು ನಾನೂ ಮೆಚ್ಚುತ್ತಿದ್ದೆ; ನಿರ್ದೇಶಿಸುತ್ತಿದ್ದೆ; ಅದರಲ್ಲಿ ನಟಿಸುತ್ತಿದ್ದೆ. ಆದರೂ ಇಷ್ಟೊಂದು ಕಚ್ಚಾ ತಂತ್ರಗಾರಿಕೆಯನ್ನು ತಿರಸ್ಕರಿಸುತ್ತಿದ್ದೆ. ಈಗಲಂತೂ ನಡುವೆ ಎದ್ದು ಹೋಗಬೇಕೆಂದು ನಾಲ್ಕಾರು ಸಲ ಅನ್ನಿಸಿತು. ಬೇಸರಕ್ಕೆ ಸೋಲಬಾರದೆಂಬ ಹಟಮಾಡಿಕೊಂಡು ಕುಳಿತೆ. ಕಣ್ಣುಗಳು ಪ್ರೇಕ್ಷಕರಲ್ಲಿ ಒಬ್ಬೊಬ್ಬರನ್ನೂ ಗುರುತಿಸಲು ಪ್ರಯತ್ನಿಸುತ್ತಿದ್ದವು. ಪ್ರೊಫೆಸರ್ ಶಾಸ್ತ್ರಿಗಳು ಎಲ್ಲೂ ಕಾಣುತ್ತಿಲ್ಲ. ಅವರು ಯಾವಾಗಲೂ ಅಷ್ಟೆ. ತಾವೇ ಹಿಂದೆ ನಿಂತು ಚಾಲನೆ ಕೊಟ್ಟಿದ್ದರೂ ಇಂಥ ಸಣ್ಣಪುಟ್ಟ ಕಾರ್ಯಕ್ರಮಗಳಿಗೆ ಬರುವುದಿಲ್ಲ. ಅಮೀರ ನನ್ನಿಂದ ನಾಲ್ಕು ಸಾಲು ಕೆಳಗೆ ಬಲಬದಿಗೆ ಕುಳಿತಿದ್ದಾನೆ. ಹಿಂತಿರುಗಿ ನೋಡಿದರೆ ವಿನಾ ನಾನು ಅವನಿಗೆ ಕಾಣುವುದಿಲ್ಲ. ದಿಟ್ಟಿಸಿ ಹುಡುಕದಿದ್ದರೆ ನಾನೆಂಬ ಗುರುತೂ ಹತ್ತುವುದಿಲ್ಲ. ನಾಟಕ ಮುಗಿಯುವ ತನಕ ಇದ್ದು ಅವನೊಡನೆಯೇ ಮನೆಗೆ ಹೋಗಲು ನಿರ್ಧರಿಸಿದೆ. ಹೇಗೂ ಕಾರು ಇರುತ್ತೆ.

ಸ್ಟಾಲಿನ್ ಆಡಳಿತದಲ್ಲಿ ಆಪಾದಿತರು ತಪ್ಪೊಪ್ಪಿಗೆ ಮಾಡುತ್ತಿದ್ದ ಶೈಲಿಯಲ್ಲಿ ಅಡ್ವಾಣಿ, ಮುರಳಿ ಮನೋಹರ ಜೋಷಿ, ಉಮಾ ಭಾರತಿ, ಮೊದಲಾದವರು ಪಶ್ಚಾತ್ತಾಪದಿಂದ ನೆಲಮುಟ್ಟುವುದರೊಂದಿಗೆ ನಾಟಕ ಮುಕ್ತಾಯವಾದಾಗ ರಂಗದ ಮೇಲಿದ್ದ ಪಾತ್ರಧಾರಿ ಸಭಿಕರಲ್ಲದೆ ಪ್ರೇಕ್ಷಕರು ಕೂಡ ವಿಜಯ ವಿಜೃಂಭಣೆಯ ಕರತಾಡನ ಮಾಡಿದರು. ಪ್ರೇಕ್ಷಕರಲ್ಲಿ ಹಲವರು ಅಮೀರನನ್ನು ಸುತ್ತಿಕೊಂಡು ಅಭಿನಂದಿಸತೊಡಗಿದರು. ಖುಷಿ ಏರಿದ ಅವನಿಗೆ ಹತ್ತಿರ ಹೋದ ನನ್ನ ಗುರುತು ತಕ್ಷಣ ಹತ್ತಲಿಲ್ಲ. ಗುರುತು ಹತ್ತಿದ ಮೇಲೆ ಮುಗುಳ್ನಗಲೂ ಇಲ್ಲ. ನಾನೇ 'ಜೊತೇಲಿ ಮನೆಗೆ ಹೋಗಾಣ' ಎಂದೆ. ಅಷ್ಟರಲ್ಲಿ ಹತ್ತಾರು ಜನರು ನನ್ನ ಗುರುತು ಹಿಡಿದು ಯಾಕೆ ಮೇಡಂ ನೀವು ಕಾಣ್ತಾನೇ ಇಲ್ಲ. ಬೆಂಗಳೂರಿನಲ್ಲಿಲ್ಲವಂತೆ

ನಿಜವೆ? ಎಂದು ಮುಂತಾಗಿ ಮಾತನಾಡಿಸತೊಡಗಿದರು.

ಕಾರು ನಡೆಸುವಾಗ ಅಮೀರ ಮೌನವಾಗಿದ್ದ. ಮಾತು ತೆಗೆಯಲು ನನಗೂ ತೋಚ ಲಿಲ್ಲ. ಮನೆಗೆ ಹೋಗಿ ಸಿಂಕಿನಲ್ಲಿ ಮುಖ ಕೈಗಳನ್ನು ತೊಳೆಯುವಾಗ ಕನ್ನಡಿಯಲ್ಲಿ ಗಮನವಿಟ್ಟು ನೋಡಿಕೊಂಡೆ. ರತ್ನಮಾಲಾ ಹೇಳಿದ್ದು ನಿಜ. ನನ್ನ ತಲೆಗೂದಲೆಲ್ಲ ಸೆಣಬಿನಂತೆ ಬಿಳಿಪೂ ಬಿರುಸೂ ಆಗಿದೆ. ಮುಖದ ಚರ್ಮವೂ ಒರಟು. ಹಳ್ಳಿಯಲ್ಲಿದ್ದರೂ ಕೂದಲಿಗೆ ಡೈ ಮಾಡಿಕೊಳ್ಳುವುದು, ಮುಖಕ್ಕೆ ದಿನಕ್ಕೆರಡು ಬಾರಿ ಕ್ರೀಂ ಹಚ್ಚುವುದು ಕಷ್ಟವೇನಲ್ಲ. ಯಾಕೆ ಆಸಕ್ತಿ ಹೋಗಿಬಿಟ್ಟಿದೆ? ಇತಿಹಾಸದ ಅಧ್ಯಯನಕ್ಕೂ ಅಲಂಕರಣದ ಆಸಕ್ತಿ ಹಿಂಗುವುದಕ್ಕೂ ಏನಾದರೂ ಸಂಬಂಧವಿದೆಯೆ? ಎಂಬ ಕುತೂಹಲ ಹುಟ್ಟಿತು.

ಎದರುಬದರು ಕೂತು ಊಟ ಮಾಡುತ್ತಿದ್ದೆವು. ಅವನಿಗೆ ಮಟನ್ ಸಾಂಬಾರು. ನನಗೆ ಬೇಳೆ ಸಾರು. ನಾನೇ ಮಾತು ತೆಗೆದೆ: 'ಇಂಥ ಕೆಟ್ಟ ಸ್ಕ್ರಿಪ್ಟನ್ನ ಡೈರೆಕ್ಟ್ ಮಾಡುಕ್ಕೆ ನೀನು ಯಾಕೆ ಒಪ್ಪಿಕೊಂಡೆ?' ಇದು ಉತ್ತರಿಸಲು ಲಾಯಕ್ ಆದ ಪ್ರಶ್ನೆಯಲ್ಲ ಎಂಬ ಉಪೇಕ್ಷೆಯ ಭಾವದಿಂದ ಅವನು ನನ್ನ ಮುಖ ನೋಡಿದ. 'ನಿನ್ನನ್ನೇ ಕೇಳಿದ್ದು,' ನಾನೂ ಅವನ ಮುಖ ನೋಡಿದೆ.

'ಕೆಟ್ಟ ಸ್ಕ್ರಿಪ್ಟ್ ಅಂತ ಯಾವ ಕಾರಣದಿಂದ ಹೇಳ್ತೀ?'

'ರಚನಾ ಕೌಶಲವಂತೂ ಇಲ್ಲ. ವಸ್ತುವಿನಲ್ಲಿ ಸತ್ಯವೂ ಇಲ್ಲ. ಬಾಬರ್ ಕಟ್ಟಿಸಿದ ಮಸೀದಿಯನ್ನ ಒಡೆದರು ಅನ್ನೂದು ಲಕ್ಷದಲ್ಲಿ ಒಂದಂಶ ಸತ್ಯ. ಮೂಲದಲ್ಲಿದ್ದ ಹಿಂದೂ ಮಂದಿರವನ್ನು ಒಡೆದು ಬಾಬರ ಅದೇ ಜಾಗದಲ್ಲಿ ಅವೇ ಇಟ್ಟಿಗೆ ಕಂಬ ಬೋದಿಗೆ ವಿಗ್ರಹ ಕಲ್ಲುಗಳನ್ನು ಬಳಸಿ ಕಟ್ಟಿಸಿದ ಮಸೀದಿ ಅನ್ನೂದು ಅಷ್ಟೇ ಸತ್ಯ.'

'ಹಿಂದೂಗಳು ಮೂಲ ಬೌದ್ಧ ಮಂದಿರವನ್ನ ವಶಪಡಿಸಿಕೊಂಡು ಅಲ್ಲಲ್ಲಿ ಬದಲಾ ಯಿಸಿ ರಾಮಮಂದಿರ ಮಾಡಿಕೊಂಡಿದ್ದುದೂ ಅಷ್ಟೇ ಸತ್ಯ.' ಅಮೀರ ಕೋಪದಿಂದ ಉತ್ತರಿಸಿದ.

'ಇದು ನಿಮ್ಮ ಜೆ.ಎನ್.ಯು. ಕಾಮ್ರೇಡ್ ಇತಿಹಾಸಕಾರರು ಸೃಷ್ಟಿಸಿರೂ ವಿತಂಡವಾದ. ಅದನ್ನೇ ಇವತ್ತಿನ ನಾಟಕದಲ್ಲಿ ಕಾಮ್ರೇಡ್ ರಾಮಮೂರ್ತಿ ಇತಿಹಾಸಕಾರ ಪ್ರಾಸಿಕ್ಯೂಟರ ಬಾಯಲ್ಲಿ ಹಾಕಿಸಿದಾರೆ. ಅವರು ಇತಿಹಾಸ ಓದದೆ ಅದರ ಬಗೆಗೆ ಮಾತನಾಡುವ ಕಲಾ ವಿದರ ಪೈಕಿಯವರು. ಕಳೆದ ಮೂರುವರ್ಷದಿಂದ ದಿನಕ್ಕೆ ಹನ್ನೆರಡು ಗಂಟೆ ನಾನು ಇತಿ ಹಾಸವನ್ನೇ, ಅದರ ಆಧಾರ ಗ್ರಂಥಗಳನ್ನೇ ಓದುತ್ತಿದೀನಿ. ನಮ್ಮಪ್ಪ ಇಪ್ಪತ್ತೆಂಟು ವರ್ಷ ಓದಿ ಮಾಡಿದ ಟಿಪ್ಪಣಿಗಳ ಆಧಾರವೂ ನನಗಿದೆ. ಹಿಂದೂಸ್ತಾನ, ಖುರಾಸಾನ್, ಸಿಂಕಿ ಯಾಂಗ್‌ಗಳ ಉದ್ದಗಲಕ್ಕೂ ಹರಡಿದ್ದ ಜೈನ, ಬೌದ್ಧ ಮಂದಿರಗಳನ್ನು ಮುಸಲ್ಮಾನರು ನಾಶಮಾಡಿದರು ಅಂತ ಹುಎನ್‌ತ್ಸಾಂಗ್ ಬರೆದಿದಾನೆ ಗೊತ್ತಾ? ಬುಖಾರಾ, ಸಮರಕಂಡ್, ಖೋಟನ್, ಬಾಲ್ಖ್, ಬಾಮಿಯನ್, ಕಾಬೂಲ್, ಘಜ್ನಿ, ಕಾಂದಹಾರ್, ಬೆಗ್ರಾಮ್, ಜಲಾಲಾಬಾದ್, ಪೆಶಾವರ್, ಚರ್‌ಸದ್ದ, ಓ ಹಿಂದ್, ತಕ್ಷಶಿಲಾ, ಮುಲ್ತಾನ್, ಮೀರ್ ಪುಖಾಸ್, ನಗರ್ ಪರ್ಕರ್, ಸಿಯಾಲ್ಕೋಟ್, ಶ್ರೀನಗರ್, ಕನೌಜ್, ಶ್ರಾವಸ್ತಿ, ಅಯೋಧ್ಯ,

ವಾರಾಣಸಿ, ಸಾರನಾಥ್, ನಾಳಂದ, ವಿಕ್ರಮಶೀಲ, ವೈಶಾಲಿ, ರಾಜಗೀರ್, ಓದಂತಪುರಿ, ಭುರ್‌ಹುಟ್, ಚಂಪಾ, ಪಹರ್‌ಪುರ, ಜಗದ್ದಾಲ್, ಜಾಜನಗರ, ನಾಗಾರ್ಜುನ ಕೊಂಡ, ಅಮರಾವತಿ, ಕಾಂಚಿ, ದ್ವಾರಸಮುದ್ರ, ದೇವಗಿರಿ, ಭರೂಚ್, ವಲಭಿ, ಗಿಮಾರ್, ಖಂಭತ್, ಪಟನ್, ಜಲೋರ್, ಚಂದ್ರಾವತಿ, ಭಿನ್‌ಮಲ್, ದಿದ್ವಾನ, ನಾಗೋರ್, ಓಸಿಯನ್, ಅಜಮೇರ್, ಬೈರಾಟ್, ಗ್ವಾಲಿಯರ್, ಚಂಡೇರಿ, ಮಂಡು, ಧಾರ್, ಈ ಎಲ್ಲ ಸ್ಥಳಗಳ ಬೌದ್ಧ ಹಾಗೂ ಜೈನ ಮಂದಿರ ಸಮುಚ್ಚಯಗಳನ್ನು ನಾಶಮಾಡಿದವರು ಮುಸ್ಲಿಮರಲ್ಲವೆ? ಇವನ್ನೆಲ್ಲ ಯಾರೋ ಶೈವರಾಜ ಹಾಳುಮಾಡಿದ ಅಂತ ನಿನ್ನ ಜೆ.ಎನ್.ಯು. ಮಹಾಮಹೋಪಾಧ್ಯರುಗಳು ಒಂದೊಂದಕ್ಕೂ ಒಂದೊಂದು ವಿವರಣೆಯನ್ನ ನಿರ್ಮಿಸುತಾ ಇರಬಹುದು. ಅಲ್ಲವೆ?' ಸೀತಾರಾಮ ಗೋಯೆಲರ Hindu Temples: What Happened to Them ಎರಡು ಸಂಪುಟಗಳನ್ನು ಕಳೆದ ತಿಂಗಳಷ್ಟೇ ಓದಿದ್ದೆ. ಅದರಲ್ಲಿ ಎರಡನೆ ಸಂಪುಟದ ಅರವತ್ತೇಳನೆಯ ಪುಟದ ಸಾಲು ಸಾಲುಗಳು ನೆನಪಿಗೆ ಬಂದು ಮಾತನಾಡಿದುದು ಅನಂತರ ಅರಿವಾಯಿತು.

ಅಮೀರ್ ಪ್ರತಿಮಾತನಾಡಲಿಲ್ಲ. ಆಡುವಷ್ಟು ವಿಷಯವೂ ಅವನಲ್ಲಿರಲಿಲ್ಲ. ನಾನು ಮೂರು ವರ್ಷದಿಂದ ದಿನಕ್ಕೆ ಹನ್ನೆರಡುಗಂಟೆ ಇತಿಹಾಸವನ್ನೇ ಓದುತ್ತಿದ್ದೇನೆಂದು ಹೇಳಿದ ಮೇಲೆ ವಿಷಯವಿಲ್ಲದೆ ಮಾತನಾಡುವ ಪ್ರದರ್ಶನಕಲಾವಿದನ ಧೈರ್ಯವೂ ಇಲ್ಲವೆಂದು ನನಗೆ ಅರ್ಥವಾಯಿತು.

ಊಟ ಮುಗಿಸಿ ಮೇಜದ ಮೇಲಿದ್ದ ತಟ್ಟೆ ಬಟ್ಟಲು ಮತ್ತು ಅಡುಗೆಯ ಪಾತ್ರೆಗಳನ್ನು ತೆಗೆದಿಟ್ಟ ಮೇಲೆ ಹಲ್ಲು ಉಜ್ಜಿ ನಾನು ಹಾಸಿಗೆ ಸೇರಿದೆ. ಎಷ್ಟು ಹೊತ್ತಾದರೂ ಅಮೀರ ಬರಲಿಲ್ಲ. ನಾನು ಇಲ್ಲಿಗೆ ಬಂದರೂ ಅವನು ಬೇರೆ ಕೋಣೆಯಲ್ಲಿ ಮಲಗುವುದು ಇದೇ ಮೊದಲಲ್ಲ. ನಾನು ಹೋಗಿ ರಮಿಸಿದರೂ ಅವನು ಮುರಿತುಕೊಂಡೇ ಇರುತ್ತಾನೆ. ರಮಿಸಲು ಹೋದ ನನಗೇ ಅಪಮಾನವಾಗುತ್ತದೆಂಬ ನೆನಪು ಬಂದರೂ ನಾನೇ ಸೋತು ನಡೀಬೇಕು, ಮಾನ ಅಪಮಾನಗಳ ತಕ್ಕಡಿಯನ್ನು ದಾಟಿ ವರ್ತಿಸಬೇಕು ಎಂಬ ತೀರ್ಮಾನ ಮಾಡಿಕೊಂಡಿದ್ದೆ. ಓದುವ ಕೋಣೆಯಲ್ಲಿದ್ದಾನೆಯೇ, ಎಂದು ಸಪ್ಪಳವನ್ನು ಆಲಿಸಿದೆ. ಎದ್ದು ಹೋಗಿ ನೋಡಿದೆ. ಆ ಕೋಣೆ ಖಾಲಿ ಇದೆ. ಅತಿಥಿಯ ಕೋಣೆಯಲ್ಲಿರಬಹುದೇ ಎಂಬ ಅನುಮಾನ ಬಂದು ನೋಡಿದೆ. ಅದರ ಬಾಗಿಲು ಮುಚ್ಚಿತ್ತು. ಅವನು ಅದರೊಳಗೆ ಇದ್ದಾನೆ, ಮಲಗಿದ್ದಾನೆ, ನಿದ್ರೆ ಬಂದಿಲ್ಲ, ಎಂದು ಅರಿವಾಯಿತು. ಒಳಗಿನ ಬೋಲ್ಟ್ ಹಾಕಿರಲಿಕ್ಕಿಲ್ಲ. ತಳ್ಳಿಕೊಂಡು ಒಳಗೆ ಹೋಗಲೆ? ಅಥವಾ ಬೆರಳಿನಿಂದ ಕುಟ್ಟಿ ಎಬ್ಬಿಸಲೆ? ನಾನು ಅಲ್ಲಿ ಕಾಯ್ತಿದೀನಿ, ಇಲ್ಲಿ ಯಾಕೆ ಮಲಗಿದೆ? ಅಂತ ಕೇಳಲೆ? ಎಂಬ ಆಯ್ಕೆಗಳು ಒಂದಾದ ಮೇಲೆ ಒಂದರಂತೆ ಹೊಳೆದವು. ಎಲ್ಲ ಆಯ್ಕೆಗಳ ಅರ್ಥವೂ ಒಂದೇ ಎಂದು ಅನಂತರ ಅರಿವಾಯಿತು. ಇದ್ದಕ್ಕಿದ್ದಂತೆಯೇ ತಕ್ಕಡಿ ಎದ್ದು ನಿಂತಿತು. ಅಪಮಾನವೆನ್ನಿಸಿತು. ನಿನ್ನನ್ನು ತಿರಸ್ಕರಿಸಿದೀನಿ ಅಂತ ಸೂಚಿಸಿದ್ದಾನೆ, ಎಂಬ ಅರ್ಥ ಸ್ಪಷ್ಟವಾಯಿತು. ನಾನು ಅವನನ್ನು ನೋಡಲು ನಿಶ್ಶಬ್ದವಾಗಿ ಬಂದಿರುವುದೇ ನನ್ನನ್ನು ನಾನು ಕೆಳಗೆ ಬೀಳಿಸಿ

ಕೊಂಡಂತಾಗಿದೆ, ಇನ್ನು ಅದನ್ನು ಅವನಿಗೆ ತೋರ್ಪಡಿಸಿಕೊಳ್ಳುವುದು ಮತ್ತೆ ಹತ್ತುಮೆಟ್ಟಿಲು ಕುಸಿದಂತೆ ಎನ್ನಿಸಿ ಅಷ್ಟೇ ನಿಶ್ಯಬ್ದವಾಗಿ ಹಿಂತಿರುಗಿ ಜೋಡಿ ಹಾಸಿಗೆಯ ಒಂದು ಬದಿಗೆ ಉರುಳಿಕೊಂಡೆ. ರತ್ನಮಾಲಾ ಹೇಳಿದುದು, ಕೈ ತೊಳೆಯುವಾಗ ಕನ್ನಡಿಯಲ್ಲಿ ಕಾಣಿಸಿದುದು ಕಾರಣವಿರಬಹುದೆ? ಎಂದು ಥಟ್ಟನೆ ಅನ್ನಿಸಿತು. ಹೆಂಗಸರು ನಲವತ್ತಾದ ನಂತರ ಚಡಪಡಿ ಸುವುದು, ಡೈ ಮಾಡಿಕೊಳ್ಳುವುದು, ಮೈ ತೂಕದ ಬಗೆಗೆ ವಿಶೇಷ ಕಾಳಜಿವಹಿಸಿ ಸ್ನಾನದ ಮನೆಯಲ್ಲಿ ತೂಕದ ಯಂತ್ರ ಇಟ್ಟುಕೊಳ್ಳುವುದು, ವಾರಕ್ಕೊಮ್ಮೆ ಪಾರ್ಲರ್‌ಗೆ ಹೋಗುವುದು, ನಾನಂತೂ ಪ್ರದರ್ಶನಕಲೆ, ಅದರಲ್ಲೂ ಸಿನಿಮಾ ನಿರ್ದೇಶನ, ನಟನೆಗಳಲ್ಲಿದ್ದವಳು. ಈಗ ಇದ್ದಕ್ಕಿದ್ದಂತೆಯೇ ಅಲಂಕರಣವನ್ನು ಸಂಪೂರ್ಣವಾಗಿ ಬಿಟ್ಟು. ಅವನೇನೂ ವಿಶೇಷ ಅಲಂಕಾರ ಮಾಡಿಕೊಳ್ಳುವುದಿಲ್ಲ. ಅಲಕ್ಷ್ಯದಿಂದಿರುವುದೇ ಗಂಡಸಿನ ಅಲಂಕರಣವೆ? ಆಕರ್ಷಣಾ ವಿಧಾನವೆ? ಎಂಬ ಆಲೋಚನೆ ತುಸುಹೊತ್ತು ಮನಸ್ಸನ್ನು ಹಿಂಡುತ್ತಿತ್ತು. ಈ ಆಕರ್ಷಣೆ ಇಲ್ಲದೆಯೂ ಗಂಡ ಹೆಂಡತಿ ಜೊತೆಯಲ್ಲಿ ಕೈ ಹಿಡಿದು ಅಥವಾ ಅಪ್ಪಿ ಮಲಗಿ ಅಂತರಂಗದ ಸಂಗತಿಗಳನ್ನು ಹಂಚಿಕೊಳ್ಳಬಾರದೆ? ಎಂಬ ದಾರಿ ಕಾಣಿಸಿತು. ಅವನು ಮುನಿಸಿಕೊಂಡಿದಾನೆ, ನಾನೇ ಹೋಗಿ ರಮಿಸಿ ಸಮಾಧಾನಪಡಿಸಬೇಕು, ಗಂಡ ಹೆಂಡಿರಲ್ಲಿ ಬಿಗುಮಾನವೆಂಥದು ಎಂಬ ಸಮಾಧಾನ ಮತ್ತೆ ಮೇಲುಗೈಯಾಗಿ ಎದ್ದು ಆ ಕೋಣೆಗೆ ನಡೆದೆ. ಬಾಗಿಲಿನ ಹೊರಗೆ ನಿಲ್ಲುವ, ಬಾಗಿಲು ತಟ್ಟುವ ಯಾವ ನಿಧಾನ ಕ್ರಮವೂ ಬೇಡವೆಂದು ಕದವನ್ನು ನೂಕಿದೆ. ತೆಗೆದುಕೊಂಡಿತು. ಅವನು ಮಲಗಿದ್ದುದು ರಾತ್ರಿಯ ಕಿರುಬೆಳಕಿನಲ್ಲಿ ಕಾಣಿಸಿತು. ನೇರವಾಗಿ ಹೋಗಿ ಪಕ್ಕದಲ್ಲಿ ಕುಳಿತು ಎದೆಯ ಮೇಲೆ ಕೈ ಇಟ್ಟು 'ಇಲ್ಲಿ ಯಾಕೆ ಮಲಗಿದೆ?' ಎಂದೆ. ಅವನು ಮಾತನಾಡಲಿಲ್ಲ. 'ನೀನು ಉತ್ತರ ಹೇಳಲೇಬೇಕು. ನನ್ನ ಅಮೀರ್, ನಾನು ಬೇಗ ಬೇಗ ಇಲ್ಲಿಗೆ ಬಂದು ಹೋಗಿ ಮಾಡ್ತಿಲ್ಲ ಅಂತ ನಿನಗೆ ಸಿಟ್ಟು ಅಲ್ಲವೆ? ಈ ಪುಸ್ತಕ ಓದಿದ ಮೇಲೆ ಇನ್ನೊಂದು, ಅದು ಮುಗಿದ ಮೇಲೆ ಮತ್ತೊಂದು ಹೀಗೆ ನನ್ನ ಮನಸ್ಸು ಮುಳುಗಿಬಿಟ್ಟಿದೆ. ಅಲ್ಲದೆ ನಾನೊಂದು ಕಾದಂಬರಿ ಬರೀತಿದೀನಿ. ಇನ್ನೊಂದು ವರ್ಷದಲ್ಲಿ ಓದಿದ್ದು ಬರೆದದ್ದು ಮುಗಿಯಬಹುದು. ಅಲ್ಲೀತನಕ ಸಮಾಧಾನ ಮಾಡಿಕೊ. ನೀನೇ ಯಾಕೆ ಬಂದು ಹೋಗಿ ಮಾಡಬಾರದು? ಕೆಲಸದ ಮೂಡ್ ಅನ್ನೂದು ಕಲಾವಿದನಾದ ನಿನಗೆ ಗೊತ್ತಿಲ್ಲವೆ?' ಎಂದೆ.

ಅವನು ಈಗಲೂ ಮಾತನಾಡಲಿಲ್ಲ. 'ಕೋಪತಾಪ ಬಿಡಬೇಕು. ನಿನಗೂ ವಯಸ್ಸಾ ಯಿತು,' ಎಂದು ಬಾಗಿ ಅವನ ತುಟಿಗಳನ್ನು ಗಾಢವಾಗಿ ಚುಂಬಿಸಿದೆ. ಅವನು ಸ್ಪಂದಿಸಲಿಲ್ಲ. ಸ್ವಲ್ಪ ಹೊತ್ತು ಕಾದು ಕುಳಿತನಂತರ ಕೇಳಿದೆ: 'ನಿನ್ನ ಕೋಪಕ್ಕೆ ಕಾರಣವಾದರೂ ಏನು ಹೇಳು. ನನ್ನದು ತಪ್ಪಿದ್ದರೆ ತಿದ್ದಿಕೊತ್ತೀನಿ.'

'ನಿನಗೆ ಇಸ್ಲಾಂ ಅಂದರೆ ಯಾಕೆ ದ್ವೇಷಹುಟ್ಟಿದೆ, ಇತ್ತೀಚೆಗೆ?'

'ದ್ವೇಷವೆ? ಸತ್ಯ ಹುಡುಕುವ ಯಾರೂ ದ್ವೇಷವನ್ನಾಗಲಿ ರಾಗವನ್ನಾಗಲಿ ಇಟ್ಟುಕೊ ಬಾರದು. ನಿನ್ನಾಣೆಗೂ ಹೇಳ್ತೀನಿ. ನನ್ನಲ್ಲಿ ದ್ವೇಷವಿಲ್ಲ.'

'ಆ ದೇವಾಲಯ ಒಡೆದರು ಈ ದೇವಾಲಯ ಒಡೆದರು ಪ್ರಪಂಚದ ಎಷ್ಟೋ

ದೇಶಗಳ ದೇವಾಲಯಗಳನ್ನೆಲ್ಲ ಒಡೆದರು ಅನ್ನೂದೇ ಮಾತಾಡ್ತಿದೀಯ.'

'ಒಡೆಯಲಿಲ್ಲ ಅಂತ ಯಾರಾದರೂ ಸಿದ್ಧಮಾಡಿ ತೋರಿಸಿದರೆ ನಾನು ಒಪ್ಪಲು ಸಿದ್ಧಳಿದೀನಿ. ಒಡೆದೆವು ಅಂತ ಹೆಮ್ಮೆಯಿಂದ ಮುಸ್ಲಿಂ ಇತಿಹಾಸಕಾರರೆಲ್ಲ ಅಂಕಿ ಅಂಶ ವಿವರಣೆ ಸಮೇತ ಬರೆದಿಟ್ಟಿದಾರೆ, ಭಗ್ನಾವಶೇಷಗಳ ಸಾಕ್ಷಿ ಈ ದಾಖಲೆಗಳಿಗೆ ಸ್ಪಷ್ಟವಾಗಿ ಹೊಂದುತ್ತವೆ. ಇಷ್ಟಿದ್ದೂ ಅವು ಇಲ್ಲ ಹಿಂದೂಗಳೇ ಒಡಕೊಂಡರು, ಶೈವರು ವೈಷ್ಣವರದ್ದ, ವೈಷ್ಣವರು ಶೈವರದ್ದ ಒಡೆದರು ಅಂತ ಮಾರ್ಕ್ಸಿಸ್ಟ್ ಇತಿಹಾಸಕಾರರ ಗ್ಯಾಂಗು ಸುಳ್ಳು ಸುಳ್ಳು ಸೃಷ್ಟಿಸುತ್ತಿದೆ. ನಾನು ಪುಸ್ತಕಗಳನ್ನ ತಂದುಕೊಡ್ತೀನಿ. ಪೂರ್ತಿ ಬೇಡ, ನಾನು ಗುರುತು ಹಾಕಿರೂ ಭಾಗಗಳನ್ನ ಓದು. ಗೊತ್ತಾಗುತ್ತೆ.'

'ಇಲ್ಲ. ನೀನು ಮುಸ್ಲಿಂ ದ್ವೇಷಿಗಳ ಗುಂಪಿಗೆ ಸೇರಿದೀಯ. ಅದರಿಂದ ಹೊರಬರುಕ್ಕೆ ನಿನಗೆ ಇಷ್ಟವಿಲ್ಲ,' ಎಂದು ಅವನು ಆ ಮಗ್ಗುಲು ತಿರುಗಿದ.

'ಸತ್ಯಾನ್ವೇಷಣಕ್ಕೂ ದ್ವೇಷಕ್ಕೂ ವ್ಯತ್ಯಾಸ ಅರ್ಥಮಾಡಿಕೊ,' ನಾನು ಮತ್ತೆ ಹೇಳಿದೆ. ಅವನು ಮಾತನಾಡಲಿಲ್ಲ. ನಾನು ಹಾಗೆಯೇ ಕುಳಿತೆ. ತುಸುಹೊತ್ತಿನನಂತರ ಅವನು 'ನನಗೆ ನಿದ್ದೆ ಬರ್ತಿದೆ, ನೀನು ಹೋಗು,' ಎಂದ. ಅವನನ್ನು ಇನ್ನೂ ಪುಸಲಾಯಿಸಲು ನನಗೆ ಮನಸ್ಸಾಗಲಿಲ್ಲ.

ದಾಂಪತ್ಯದ ಶಯ್ಯಾಗಾರದ ಜೋಡಿ ಅಳತೆಯ ಹಾಸಿಗೆಯ ಮೇಲೆ ಒಬ್ಬಳೇ ಮಲಗಿದಾಗಲೂ ನನ್ನ ಮನಸ್ಸು ಅಮೀರನ ವರ್ತನೆಯನ್ನು ಮೆಲುಕು ಹಾಕಲಿಲ್ಲ. ಐತಿಹಾಸಿಕ ವಸ್ತುವನ್ನು ಕುರಿತು ಸಾಹಿತ್ಯ ರಚಿಸುವಾಗ ಇರಬೇಕಾದ ಸತ್ಯನಿಷ್ಠೆಯ ಸ್ವರೂಪವನ್ನು ಯೋಚಿಸುತ್ತಿತ್ತು. ಈಗ ಪ್ರಚಾರಕ್ಕೆ ಬಂದಿರುವ ಟಿಪ್ಪೂ ಸುಲ್ತಾನ್ ವಸ್ತುವಿನ ಸಿನಿಮಾ ಮತ್ತು ನಾಟಕಕ್ಕೂ ಈ ಸಂಜೆ ಪ್ರದರ್ಶಿಸಿದ ರಾಮಮೂರ್ತಿಯ 'ಇಟ್ಟಿಗೆ' ನಾಟಕಕ್ಕೂ ಮೂಲತಃ ವ್ಯತ್ಯಾಸವಿಲ್ಲ. ಅವೆರಡೂ ರಚನಾ ಕೌಶಲದಲ್ಲಿ ಉತ್ತಮವಾದವು. ಆದರೂ 'ಇಟ್ಟಿಗೆ'ಯಂತೆ ಕಲೆಯನ್ನು ಪ್ರಚಾರಸಾಧನ ಮಾಡಿಕೊಂಡವು. ಸಾಹಿತ್ಯದ ವಸ್ತು ಐತಿಹಾಸಿಕವಿರಬಹುದು, ಸಮಕಾಲೀನವಿರಬಹುದು, ಲೇಖಕನ ನಿಷ್ಠೆ ಇರಬೇಕಾದುದು ಸತ್ಯಕ್ಕೆಮಾತ್ರ. ಅಪ್ಪನಂತೆ ವಿಷಯ ಸಂಗ್ರಹಣೆ ವಿಶ್ಲೇಷಣೆಗಳ ವಿಧಾನ ಹಿಡಿದರೂ ಅಷ್ಟೇ; ನನ್ನಂತೆ ಕಲ್ಪನೆಯ ವಿಧಾನದಲ್ಲಿ ಸಾಗಿದರೂ ಅಷ್ಟೆ, ಎಂಬ ವಿಚಾರವೇ ಮನಸ್ಸಿನಲ್ಲಿ ಹೆಚ್ಚು ಸ್ಫುಟವಾಯಿತು.

ಬೆಳಗ್ಗೆ ಬೇಗ ಎಚ್ಚರವಾಯಿತು. ಅಮೀರನನ್ನು ಎಬ್ಬಿಸುವ, ಹೋಗಿ ಬರುತ್ತೇನೆಂದು ಹೇಳುವ ಮನಸ್ಸಾಗಲಿಲ್ಲ. ಮುಖ ತೊಳೆದು ಕೈಚೀಲವನ್ನು ಹಿಡಿದು ಬಾಗಿಲು ಎಳೆದುಕೊಂಡು ಹೊರಬಿದ್ದೆ. ಮುಖ್ಯ ರಸ್ತೆಗೆ ತಿರುಗುವಾಗ ಆಟೋ ಸಿಕ್ಕಿತು. ಯಾವ ಕ್ಷಣದಲ್ಲಿ ಬಸ್‌ಸ್ಟಾಂಡಿಗೆ ಹೋದರೂ ಕುಣಿಗಲ್ ಮಾರ್ಗದ ಬಸ್ ಹೊರಟು ನಿಂತಿರುತ್ತದೆಂಬುದು ಗೊತ್ತಿತ್ತು.

* *

ಅಧ್ಯಾಯ ೮

ಖೋಜಾ ಮಾಡಿ ಮೊಯಿನುದ್ದೀನರ ಜನಾನಾಕ್ಕೆ ಸೇರಿಸಿದಮೇಲೆ ನನ್ನನ್ನು ಯಾರೂ ಹೆಣ್ಣಾಗಿ ಬಳಸಲಿಲ್ಲ. ಆ ಮಟ್ಟಿಗೆ ನನಗೆ ಹಿಂಸೆ ಅಸಹ್ಯಗಳು ತಪ್ಪಿದವು. ಖೋಜಾ ಆದವ ನನ್ನು ಹಾಗೆ ಉಪಯೋಗಿಸಲು ಸಾಧ್ಯವಿಲ್ಲವೆಂದು ನಾನು ಭಾವಿಸಿದೆ. ಆದರೆ ವಾಸ್ತವ ಸಂಗತಿ ಎಂದರೆ ಮೊಯಿನುದ್ದೀನರಿಗೆ ಗಂಡುಹುಡುಗರನ್ನು ಕ್ರೀಡೆಗೆ ಬಳಸುವ ಶೋಕಿ ಇರಲಿಲ್ಲ. ಅಲ್ಲದೆ ಅದೊಂದು ಸಣ್ಣ ಪ್ರಮಾಣದ ಜನಾನಾ. ಬೇಗಮರು ಕಂಚನಿಯರು ಸೇವಕಿಯರು ಎಲ್ಲ ಸೇರಿ ನೂರಕ್ಕಿಂತ ಹೆಚ್ಚು ಸಂಖ್ಯೆ ಇಲ್ಲದ್ದು. ಇತರರೆಲ್ಲ ನನ್ನಂತೆ ಖೋಜಾ ಆದವರು ಅಥವಾ ಖೋಜಾ ಆಗಿ ಹುಟ್ಟಿದವರು. ಆದ್ದರಿಂದ ಹೀಗೆ ಬಳಸು ವವರು ಇರಲಿಲ್ಲ. ಬಾದಶಾಹರ ಜನಾನಾಕ್ಕೆ ಸೇರಿದ ಮೇಲೆ ಉದಯಪುರಿ ಮಹಲರಿಗೆ ನನ್ನ ಮೇಲೆ ವಿಶೇಷ ಕರುಣೆ ಮಮತೆ ಉಂಟಾದವು. ಬಾದಶಹರ ಖಾಸಾವಲಯದಲ್ಲೆಲ್ಲ ಫಾರ್ಸಿ ಮತ್ತು ತುಸು ತುರ್ಕಿ ಭಾಷೆಗಳು ಪ್ರಚಲಿತವಿದ್ದವು. ರಾಜ್ಯಾಡಳಿತ ಭಾಷೆಯಂತೂ ಫಾರ್ಸಿಯೇ. ವಜೀರರು ಫೌಜುದಾರರು ಕೊತ್ವಾಲರು ಹೀಗೆ ಪ್ರತಿಯೊಬ್ಬರೂ ಆ ಭಾಷೆ ಯಲ್ಲೇ ಮಾತನಾಡುತ್ತಿದ್ದರು. ಸೈನ್ಯದ ಜೊತೆ ವ್ಯವಹರಿಸುತ್ತಿದ್ದ, ಮಾಹುತರು, ಘೋಡಾ ಸವಾರರನ್ನು ನೇರವಾಗಿ ಪ್ರಶ್ನಿಸಿ ವಿಚಾರಿಸುತ್ತಿದ್ದ ಬಾದಶಾಹರಿಗೆ ಹಿಂದೂಸ್ತಾನೀಯರ ಭಾಷೆ ಆ ಮಟ್ಟದಲ್ಲಿ ಗೊತ್ತಿದ್ದರೂ ಬಾದಶಾಹೀ ಗಾಂಭೀರ್ಯಕ್ಕಾಗಿ ಮತ್ತು ಸ್ವತಃ ಪ್ರೀತಿ ಯಿಂದ ಅವರು ಆಡುತ್ತಿದ್ದುದು ಫಾರ್ಸಿಯನ್ನು ಅಥವಾ ಅರಬಿಯನ್ನು. ಬೇಗಮರು ಮತ್ತು ಕಂಚನಿಗಳೂ ಅವರೊಡನೆ ಅದೇ ಭಾಷೆಯಲ್ಲಿ ಮಾತನಾಡಬೇಕಿತ್ತು. ಇಷ್ಟು ವರ್ಷಗಳಲ್ಲಿ ನಾನು ತುಸುಮಟ್ಟಿಗೆ ಫಾರ್ಸಿಯನ್ನು ಅಭ್ಯಾಸ ಮಾಡಿಕೊಂಡಿದ್ದರೂ ಅದರ ಸೂಕ್ಷ್ಮವಾಗಲಿ ವ್ಯಾಕರಣ ಶುದ್ಧಿಯಾಗಲಿ ನನಗೆ ಇರಲಿಲ್ಲ. ನನ್ನ ಮಾತನ್ನು ಕೇಳಿದರೇ ಇವನು ರಾಜವಲಯಕ್ಕೆ ಸೇರಿದವನಲ್ಲ, ಹೊಸದಾಗಿ ಧರ್ಮಾಂತರಗೊಂಡವನು ಅಥವಾ ಹಿಂದೂಸ್ತಾನೀ ಮುಸಲ್ಮಾನ ಎಂದು ಅವರು ಗುರುತಿಸಿಬಿಡುತ್ತಿದ್ದರು. ನನ್ನ ಬಣ್ಣ ಮತ್ತು ಲಕ್ಷಣಗಳು ಅವರಿಗಿಂತ ಬೇರೆಯಾಗಿದ್ದರೂ ಯಾರಾದರೂ ಒಪ್ಪಿಕೊಳ್ಳಬಹುದಾದ ಮುಖ ಲಕ್ಷಣ ನನಗಿತ್ತು. ಆದರೂ ನಾನು ಎರಡನೆ ದರ್ಜೆಯ ನಪುಂಸಕನಾಗಿದ್ದೆ. ಮೂಲ ಅರಬರು ಮೂಲ ತುರ್ಕಿಗಳು ಅಥವಾ ಫಾರ್ಸಿಗಳು ಹಿಂದೂಸ್ತಾನಿ ಮುಸ್ಲಿಮರನ್ನು ಹೇಸಿಗೆಯಿಂದ ಕಾಣುತ್ತಿದ್ದರು. ಫಾರ್ಸಿ ಮತ್ತು ಅರಬಿಯ ಜ್ಞಾನ ಚನ್ನಾಗಿದ್ದರೆ ನಮ್ಮ ಅಂತಸ್ತು ಒಂದು ಅಂಗುಲದಷ್ಟು ಉತ್ತಮವಾಗುತ್ತದೆಂದು ನನಗೂ ಅನುಭವವಾಗಿತ್ತು.

'ಫಾರ್ಸಿ ಅರಬೀ ತುರ್ಕಿಗಳನ್ನು ಒಂದಿಷ್ಟು ಕ್ರಮವಾಗಿ ಕಲಿ' ಎಂದು ಉದಯಪುರಿ ಮಹಲರು ನನಗೆ ಹೇಳಿದರು. ಜನಾನಾದ ಮುಖ್ಯ ನಪುಂಸಕ ಅಧಿಕಾರಿಗಳಾದ ನಾಜ಼ೀರರಿಗೆ ಹೇಳಿ ನನಗೊಬ್ಬ ಉಪಾಧ್ಯಾಯರನ್ನು ಗೊತ್ತು ಮಾಡಿದರು.

ಹಮ್ ದುಲ್ಲಾಹ್ ಕುಫ಼ಿಯವರು ಪ್ರಭುತ್ವದ ದಾಖಲೆ ಪತ್ರಗಳ ಸಂರಕ್ಷಕ ಕಚೇರಿಯಲ್ಲಿ ನೌಕರರು. ಸಾಮ್ರಾಜ್ಯದ ಎಲ್ಲ ಸೂಬಾಗಳಿಂದಲೂ ರಾಜಧಾನಿಗೆ ಬರುತ್ತಿದ್ದ ವರದಿಗಳನ್ನು ವಜೀರರು ನೋಡಿ ಬಾದಶಾಹರ ಗಮನಕ್ಕೆ ತರುವಂಥವನ್ನು ತಂದು, ಅಥವಾ ನೇರವಾಗಿ ಬಾದಶಾಹರೇ ನೋಡುವಂಥವನ್ನು ನೋಡಿ ಅವುಗಳು ರಹಸ್ಯವಾದವುಗಳಲ್ಲ ಅಥವಾ ಇನ್ನು ರಹಸ್ಯದ ಅಗತ್ಯವಿಲ್ಲ ಎಂದು ತೀರ್ಮಾನವಾದ ನಂತರ ಇಲ್ಲಿಗೆ ಕಳಿಸುತ್ತಿದ್ದರು. ಅವುಗಳನ್ನೆಲ್ಲ ಕ್ರಮವಾಗಿ ಜೋಡಿಸಿ ಸಂರಕ್ಷಿಸುವುದು ಈ ಕಚೇರಿಯ ಕೆಲಸ. ಆಡಳಿತದ ಸೂಕ್ಷ್ಮತೆಯ ದೃಷ್ಟಿಯಿಂದ ರಹಸ್ಯವಲ್ಲವಾದರೂ ಮಾಹಿತಿಗಳು ಹೊರಗಿನವರಿಗೆ ಗೊತ್ತಾಗ ಕೂಡದೆಂಬ ಕಟ್ಟುನಿಟ್ಟಾದ ನಿಯಮವಿತ್ತು. ಆದ್ದರಿಂದ ಈ ಕಚೇರಿಗೆ ಹೊರಗಿನವರಿಗೆ ಪ್ರವೇಶವಿರಲಿಲ್ಲ. ಮುಂದೆ ಈ ಮಾಹಿತಿಗಳನ್ನು ಬಳಸಿಕೊಂಡು ಬಾದಶಾಹರ ಮತ್ತು ಅವರ ಆಳ್ವಿಕೆಯ ಇತಿಹಾಸವನ್ನು ಬರೆಯುವ ಕ್ರಮವಿದ್ದುದರಿಂದ ಈ ಕಚೇರಿಯಲ್ಲಿ ಕೆಲಸ ಮಾಡುವವರು ಫಾರ್ಸಿ, ತುರ್ಕಿ, ಅರಬೀ ಭಾಷೆಗಳಲ್ಲಿ ಮಾತ್ರವಲ್ಲ ಇತಿಹಾಸದಲ್ಲೂ ವಿದ್ವತ್ತನ್ನು ಪಡೆದವರೇ ಆಗಿರಬೇಕಿತ್ತು. ಹಾಗೆ ನೋಡಿದರೆ ನನಗೆ ಪಾಠ ಹೇಳಲು ಹಮ್ ದುಲ್ಲಾಹ್ ಕುಫ಼ಿಯವರಷ್ಟು ಭಾರಿ ವಿದ್ವಾಂಸರ ಅಗತ್ಯವಿರಲಿಲ್ಲ. ಆದರೆ ಬಾದಶಾಹರ ಪ್ರೀತಿಪಾತ್ರ ಪ್ರೇಯಸಿ ಉದಯಪುರಿ ಮಹಲ್‌ರು ಸ್ವತಃ ಆಸ್ಥೆ ವಹಿಸಿದ್ದರಿಂದ ಇವರು ನನ್ನನ್ನು ಒಪ್ಪಿಕೊಂಡಿದ್ದರು. ಆರಂಭದಲ್ಲಿ ಮಹಲ್ ಅವರ ಆಣತಿಯಿಂದ ಆದರೂ ಅನಂತರ ಅವರಿಗೇ ನನ್ನ ಮೇಲೆ ಆಕರ್ಷಣೆ ಬೆಳೆಯಿತು. ಕಚೇರಿಯ ಒಳಗಿನದೆಲ್ಲ ರಹಸ್ಯವಾದದ್ದರಿಂದ ಅವರು ನನಗೆ ಅಲ್ಲಿ ಪಾಠ ಹೇಳುವುದು ಸಾಧ್ಯವಿರಲಿಲ್ಲ. ಅವರು ವಾಸಿಸುತ್ತಿದ್ದುದು ಕೋಟೆಯ ಹೊರಗೆ ಜುಮಾ ಮಸೀದಿಯ ಹಿಂಬದಿಯಲ್ಲಿ. ನಾನೇ ಅವರ ಮನೆಗೆ ಹೋಗಿ ಹೇಳಿಸಿಕೊಳ್ಳುವ ವ್ಯವಸ್ಥೆಯಾಯಿತು. ಆ ಮನೆಯೂ ಅಷ್ಟೆ. ಎರಡಾಳೆತ್ತರದ ಕೋಟೆ ಗೋಡೆ. ನಡುವೆ ಕೈತೋಟ. ಪ್ರವೇಶಿಸಿದರೆ ಮರ್ದಾನಾ. ನಡುವೆ ಅಂಗಳ. ಇನ್ನೂ ಒಳಗೆ, ಮರ್ದಾನಾದಿಂದ ನೋಡಿದರೆ ಜನಾನಾವು ಕಾಣದಂತೆ ಬೇರೆ ಕಡೆ ಇಟ್ಟಿರುವ ಬಾಗಿಲು. ಒಳಗೆ ಜನಾನಾ. ಮರ್ದಾನಾದಲ್ಲಿ ಯಾರು ಬಂದರು ಯಾರು ಹೋದರು ಎಂಬುದು ಜನಾನಾದಲ್ಲಿ ಯಾರಿಗೂ ತಿಳಿಯುವಂತಿಲ್ಲ. ಹೊರಗಿನಿಂದ ಬಂದವರನ್ನು ಕೋಟೆ ಬಾಗಿಲಿನ ಕಿಂಡಿಯಿಂದ ನೋಡಿ ಒಳಗೆ ಬಿಡಲು ಅಥವಾ ಅಲ್ಲೇ ಮಾತನಾಡಿ ಕಳಿಸಲು ಒಬ್ಬ ಖೋಜಾ. ಮರ್ದಾನಾದ ಬಲಬದಿಯ ಕೋಣೆಯಲ್ಲಿ ನನ್ನ ಪಾಠ ನಡೆಯುತ್ತಿತ್ತು.

ಅರವತ್ತು ವರ್ಷದ ಹಮದುಲ್ಲಾಹ್ ಅವರು ಮೊದಲ ದಿನ ನನ್ನನ್ನು ನೋಡಿದ ಕಣ್ಣುಗಳಿಂದಲೇ ಅವರಿಗೆ ನನ್ನ ಮೇಲೆ ಆಕರ್ಷಣೆ ಹುಟ್ಟಿರುವುದು ನನಗೆ ತಿಳಿಯಿತು. ಅಸಹ್ಯವಾದರೂ ಏನೂ ತೋರ್ಪಡಿಸಿಕೊಳ್ಳದೆ ಸುಮ್ಮನಿದ್ದೆ. ನನ್ನ ಹಿನ್ನೆಲೆಯನ್ನು ವಿಚಾರಿಸಿ

ದರು. ನಾನು ಯಾವುದನ್ನೂ ಮುಚ್ಚಿಡದೆ ಹೇಳಿದೆ. ಯುದ್ಧಕ್ಕೆ ಮೊದಲೇ ಸ್ವಯಂಪ್ರೇರಣೆಯಿಂದ ಜ್ಞಾನದ ಧರ್ಮವನ್ನು ಅಪ್ಪಿಕೊಂಡಿದ್ದರೆ ನಿನಗೆ ಗುಲಾಮ ಗತಿ ಬರುತ್ತಿರಲಿಲ್ಲ; ಈಗಲೂ ಬಾದಶಾಹ್ ಸಾಹಿಬಾರು ಕರುಣೆಯಿಟ್ಟರೆ ಗುಲಾಮಗಿರಿಯಿಂದ ಬಿಡುಗಡೆ ಮಾಡಬಹುದು, ಎಂಬ ಭರವಸೆಯ ಬೆಳಕು ಮೂಡಿಸುವ ಮಾತನಾಡಿದರು. ಬಿಡುಗಡೆ ಹೊಂದಿ ನಾನು ಮಾಡುವುದೇನು, ಹೋಗುವುದೆಲ್ಲಿಗೆ? ಎಂದು ನನ್ನನ್ನು ನಾನೇ ಕೇಳಿಕೊಂಡೆ. ಉತ್ತರ ಕಾಣಲಿಲ್ಲ. ಪಾಠಕ್ಕೆ ಮೊದಲು ಅವರು ನನಗೆ ಮಿಠಾಯಿ ಹಣ್ಣು ಷರಬತ್ತುಗಳನ್ನು ಕೊಡುತ್ತಿದ್ದರು. ಐದು ದಿನ ಪಾಠವಾದನಂತರ ನನ್ನ ತಲೆ ಮತ್ತು ಬೆನ್ನುಗಳನ್ನು ಸವರಿದರು. ನೋಡಲು ಸಾತ್ತ್ವಿಕನಂತೆ ಕಾಣುವ ಈ ಮುದುಕನಿಗೂ ನನ್ನನ್ನು ಕಂಡರೆ ಈ ರೀತಿಯ ಚಪಲವೆ? ಎನ್ನಿಸಿ ನನಗೆ ಅಸಹ್ಯವಾಯಿತು. ಆದರೆ ತುಸು ಮಂಜಾದ ಅವರ ಕಣ್ಣುಗಳಲ್ಲಿ ಬೇರೆಯದೇ ಭಾವ ಕಾಣಿಸಿತು. ಗೊಂದಲದ ಮನಸ್ಸಿನಿಂದ ಅವರ ಮುಖವನ್ನು ದಿಟ್ಟಿಸಿನೋಡಿದೆ. ನನ್ನ ದೃಷ್ಟಿಯನ್ನು ಅವರು ಗಮನಿಸುತ್ತಿರಲಿಲ್ಲ. ತುಸು ಹೊತ್ತಾದ ಮೇಲೆ ಕೇಳಿದರು: 'ನಿನ್ನ ಹುಟ್ಟು, ತಂದೆ ತಾಯಿ ಮೊದಲಾದುವೆಲ್ಲ ನಿಜವೆ?' ಅವರ ಪ್ರಶ್ನೆ ನನಗೆ ಅರ್ಥವಾಗಲಿಲ್ಲ. ನನ್ನ ಮುಖದಲ್ಲಿದ್ದ ಗೊಂದಲವನ್ನು ಗ್ರಹಿಸಿದ ಅವರು ಮತ್ತೆ ಕೇಳಿದರು: 'ನೀನು ನಿನ್ನ ತಂದೆ ತಾಯಿಯರಿಗೆ ಖಾಸಾಮಗನೆ? ಅಥವಾ ಸಾಕುಮಗನೆ? ಅಂದರೆ ಎಲ್ಲಾದರೂ ಆಕಸ್ಮಿಕವಾಗಿ ಸಿಕ್ಕಿದ ಮಗುವನ್ನು ಅವರು ತಮ್ಮದೇ ಮಗು ಎಂಬಂತೆ ಸಾಕಿ ಯುವರಾಜಪಟ್ಟ ಕಟ್ಟಿದರೆ? ಅಥವಾ ಯಾರಾದರೂ ದತ್ತು ಕೊಟ್ಟರೆ? ಹಿಂದೂಗಳಲ್ಲಿ ದತ್ತು ಎಂಬ ಪದ್ಧತಿ ಇರುವುದು ನನಗೆ ಗೊತ್ತು.'

'ನಿಮಗೆ ಯಾಕೆ ಈ ಅನುಮಾನ ಉಸ್ತಾದರೆ?' ನಾನು ಕೇಳಿದೆ.

'ನನ್ನ ಪ್ರಶ್ನೆಗೆ ಖಚಿತವಾದ ಉತ್ತರ ಹೇಳು, ಪವಿತ್ರ ಕುರಾನಿನ ಆಣೆಯಿಟ್ಟು.'

'ಪವಿತ್ರ ಕುರಾನಿನ ಆಣೆಗೂ. ತಂದೆ ತಾಯಿಯರಿಗೆ ನಾನು ಜನ್ಮಜಾತ ಮಗ. ದತ್ತು ಮಾಡಿಕೊಳ್ಳುವ ಅಗತ್ಯವಿದ್ದರೆ ಅವರು ನನ್ನ ಚಿಕ್ಕಪ್ಪನ ಮಕ್ಕಳಲ್ಲಿ ಒಬ್ಬನನ್ನು ಅಥವಾ ನನ್ನ ಅಕ್ಕನ ಮಗನನ್ನು ಮಾಡಿಕೊಳ್ಳುತ್ತಿದ್ದರು. ಅದೇ ಶಾಸ್ತ್ರಸಮ್ಮತ. ಜನ್ಮಜಾತ ಪುತ್ರನಲ್ಲದಿದ್ದರೆ ಯಾರಿಂದಲಾದರೂ ನನ್ನ ಕಿವಿಗೆ ಬೀಳುತ್ತಿತ್ತು. ಕೊಂಚವೂ ಅನುಮಾನವಿಲ್ಲ.' ನನ್ನ ನೆನಪನ್ನು ಬಗೆದು ಬಗೆದುಕೊಂಡು ಹೇಳಿದನಂತರ, 'ಯಾಕೆ ಈ ಅನುಮಾನ ನಿಮಗೆ?' ಎಂದು ಮತ್ತೆ ಕೇಳಿದೆ.

'ಹೋಗಲಿ ಬಿಡು, ಪಾಠ ಶುರುಮಾಡೋಣ' ಎಂದರು.

ಅವರನ್ನು ಬಲವಂತ ಮಾಡುವ ಅಧಿಕಾರ ನನಗಿರಲಿಲ್ಲ. ಆದರೆ ಒಂದು ತಿಂಗಳ ನಂತರ ಒಂದು ದಿನ ಅವರೇ ಹೇಳಿದರು. ಅವರಿಗೊಬ್ಬ ಮಗನಿದ್ದನಂತೆ ಮೊದಲ ಹೆಂಡತಿಯಿಂದ. ಆರುವರ್ಷದ ಹುಡುಗನಾಗಿದ್ದಾಗ ಜುಮ್ಮಾ ನಮಾಜಿಗೆ ಹೋದಾಗ ತಪ್ಪಿಸಿಕೊಂಡನಂತೆ. ಎಷ್ಟು ಹುಡುಕಿದರೂ ಸಿಕ್ಕಲಿಲ್ಲ. ತಿಳಿಯದೆ ತಪ್ಪಿಸಿಕೊಂಡನೋ ಯಾರಾದರೂ ಕದ್ದೊಯ್ದರೋ ಕೊಲೆ ಮಾಡಿದರೋ ಏನೂ ತಿಳಿಯಲಿಲ್ಲ. ನನ್ನದೇ ಬಣ್ಣ, ಮುಖಚಹರೆ. ಬದುಕಿದ್ದರೆ ನನ್ನದೇ ವಯಸ್ಸಿನ ಯುವಕನಾಗುತ್ತಿದ್ದ. ಮಗನ

ಕೊರಗಿನಲ್ಲಿ ಅವನ ತಾಯಿ ನವೆದು ಸತ್ತುಹೋದಳು. ಬೇರೆ ಮದುವೆಯಾಗಿ ಮಕ್ಕಳಾದರೂ ಆ ಕೊರಗು ಅವರನ್ನು ಇನ್ನೂ ಬಿಟ್ಟಿಲ್ಲ. ಎಷ್ಟೋ ಸಲ ಅವನ, ಅವನ ತಾಯಿಯ ನೆನಪಿನಿಂದ ಕನವರಿಸಿಕೊಳ್ಳುತ್ತಾರಂತೆ. ಆ ಸಮಯದಲ್ಲಿ ಎಚ್ಚರವಾಗಿದ್ದು ಕೇಳಿಸಿಕೊಂಡರೆ ಈ ಎರಡನೆಯ ಹೆಂಡತಿ ಒಂದೇ ಸಮನೆ ಚುಚ್ಚು ಮಾತಾಡುತ್ತಾಳಂತೆ. 'ಆ ಮಗ ಬದುಕಿ ಬೆಳೆದಿದ್ದರೆ ನಿನ್ನಂತೆಯೇ ಕಾಣುತ್ತಿದ್ದ ಎಂದೇನಾದರೂ ಹೇಳಿಬಿಟ್ಟರೆ ಈ ಹೆಂಡತಿ ನಿನಗೆ ವಿಷಹಾಕಲು ಕೂಡ ಹೇಸುವುದಿಲ್ಲ. ಆದ್ದರಿಂದ ಈ ಸಂಗತಿ ನಿನ್ನಲ್ಲಿಯೇ ಇರಲಿ' ಎಂದೂ ಎಚ್ಚರಿಸಿದರು.

ಬಾದಶಾಹ ಔರಂಗಜೇಬರ ತಂದೆ ಶಾಹಜಹಾನ ಬಾದಶಾಹರು ಆಗ್ರಾ ಕೋಟೆಯ ಅರಮನೆಯಲ್ಲಿ ತೀರಿಕೊಂಡರೆಂಬ ಸುದ್ದಿ ಜನಾನಾದಲ್ಲೆಲ್ಲ ಹಬ್ಬಿತು. ರಾಜ್ಯಕ್ಕೆ ಸಂಬಂಧಿಸಿದ ಯಾವ ಮಾತನ್ನೂ ಯಾರೂ ಮುಚ್ಚುಮರೆ ಇಲ್ಲದೆ ಆಡುವಂತಿಲ್ಲ. ಹಿಂದಿನ ಬಾದಶಾಹರು ತೀರಿ ಹೋಗಿರುವುದು ರಾಜಕೀಯವಾಗಿ ಮುಗ್ಧ ಘಟನೆಯಲ್ಲ; ಅದರ ಹಿಂದೆ ಇಡೀ ಹಿಂದೂಸ್ತಾನದ ಚಕ್ರಾಧಿಪತ್ಯದ ಸಂಗತಿ ಇದೆ; ಔರಂಗಜೇಬ ಬಾದಶಾಹರು ತಮ್ಮ ತಂದೆಯ ವಿರುದ್ಧ ದಂಗೆ ಎದ್ದು ಸೋಲಿಸಿ ಅವರನ್ನು ಅವರ ಸಿಂಹಾಸನದ ಕೋಟೆಯಲ್ಲೇ ಬಂದಿಯಾಗಿ ಇಟ್ಟಿದ್ದರಂತೆ; ತಮ್ಮ ಇಬ್ಬರು ಅಣ್ಣಂದಿರು ಮತ್ತು ಒಬ್ಬ ತಮ್ಮನನ್ನು ಕುತಂತ್ರದ ಯುದ್ಧಮಾಡಿ ಸೆರೆ ಹಿಡಿದು ಕೊಲ್ಲಿಸಿದರಂತೆ. ಒಬ್ಬನನ್ನು ನಂಬಿಸಿ ಅಫೀಮು ತಿನ್ನಿಸಿ ಸೆರೆ ಹಿಡಿಸಿ ಅನಂತರ ನಿಧಾನದ ವಿಷ ಉಣ್ಣಿಸಿ ಸಾಯಿಸಿದರೆ ಇನ್ನೊಬ್ಬನು ಸೋತು ದೇಶದಿಂದ ದೂರ ದೂರ ಓಡಿ ದಣಿವಿನಿಂದ ಸೆರೆಸಿಕ್ಕುವಂತೆ ಮಾಡಿ ಅನಂತರ ಮುಗಿಸಿದರಂತೆ. ತಂದೆಯನ್ನು ಮಾತ್ರ ಕೊಲ್ಲಿಸದೆ ಎಂಟುವರ್ಷ ಜೈಲಿನಲ್ಲಿಟ್ಟಿದ್ದರಂತೆ. ಈಗ ಆತ ವೃದ್ಧಾಪ್ಯದಿಂದ ತನಗೆ ತಾನೆ ಸತ್ತಿದ್ದಾರಂತೆ. ಇಷ್ಟೆಲ್ಲ ಸುದ್ದಿಗಳೂ ತುಣುಕು ತುಣುಕಾಗಿ ಪಿಸುಮಾತುಗಳಲ್ಲಿ ನನ್ನ ಕಿವಿಗೆ ಬಿದ್ದವು. ಇಲ್ಲಿಯ ಇಡೀ ವಾತಾವರಣದ ಬಗೆಗೆ ನನ್ನಲ್ಲಿ ಭೀತಿ ಮೂಡಿತು. ಕುತೂಹಲವೂ ಉಂಟಾಯಿತು.

ಒಂದು ದಿನ ಹಮ್‌ದುಲ್ಲಾಹ್ ಅವರನ್ನು ಹಿಂಜರಿಕೆಯಿಂದಲೇ ಕೇಳಿದೆ. ಪಾಠದ ಕೋಣೆಯಲ್ಲಿ ಮಾತ್ರವಲ್ಲ, ಇಡೀ ಮರ್ದಾನಾದಲ್ಲಿ ಯಾರೂ ಇರಲಿಲ್ಲ. 'ಶಾಹಜಹಾನ್ ಬಾದಶಾಹರು ಆಗ್ರಾಕೋಟೆಯಲ್ಲಿ ದೇವ ಸನ್ನಿಧಿಯನ್ನು ಸೇರಿದರಂತೆ. ಅವರು.....'

ಎಂಬಲ್ಲಿಗೆ ಹಮದುಲ್ಲಾಹ್‌ರು ನನ್ನನ್ನು ತಿದ್ದುತ್ತಾ, 'ಯಾವಾಗಲೂ ರಾಜರನ್ನು ಅವರ ಬಿರುದಿನಿಂದಲೇ ಸಂಕೇತಿಸಬೇಕು.' ಎಂದವರು ಅಲ್ಲಿಗೆ ತಡೆದು, 'ಸರಿ. ಅವರಿಗೆ ಇನ್ನೂ ಸ್ವರ್ಗಾರೋಹಣದ ನಂತರದ ಬಿರುದು ಬಂದಿರಲಿಲ್ಲ. ಅದು ಸಲ್ಲುತ್ತದೋ ಇಲ್ಲವೋ ಕಾಣೆ.' ಎಂದರು.

'ಏನು ಹಾಗಂದರೆ?'

'ಬಾದಶಾಹರು ಸ್ವರ್ಗಸ್ಥರಾದ ನಂತರ ಮುಂದಿನ ಬಾದಶಾಹರು ಅವರಿಗೆ ಒಂದು ಬಿರುದು ಕೊಡುತ್ತಾರೆ. ಅನಂತರದ ಪ್ರಭುತ್ವದ ದಾಖಲೆಗಳಲ್ಲಿ ಅವರನ್ನು ಆ ಬಿರುದಿನಿಂದಲೇ ಕರೆಯುತ್ತಾರೆ. ಸಾಧಾರಣ ಜನರೂ ಹಾಗೆಯೇ ಸಂಕೇತಿಸಬೇಕು. ಇಲ್ಲದಿದ್ದರೆ ಅಗೌರವ ತೋರಿದ ಶಿಕ್ಷೆಗೆ ಒಳಪಡಬೇಕಾಗುತ್ತದೆ.'

'ಹಿಂದಿನ ಬಾದಶಾಹರುಗಳ ಬಿರುದುಗಳು ಯಾವುವು?' ಈ ವಿಷಯದಲ್ಲಿ ಸಂಭಾಷಿಸುವ ಸಂದು ಸಿಕ್ಕಿದ ಸಂತೋಷದಿಂದ ನಾನು ಕೇಳಿದೆ.

'ಹಿಂದೂಸ್ತಾನದಲ್ಲಿ ಮುಘಲ್ ಸಾಮ್ರಾಜ್ಯವನ್ನು ಸ್ಥಾಪಿಸಿದ ಝಹೀರುದ್ದೀನ್ ಬಾಬರ್ ಬಾದಶಾಹರಿಗೆ ಫಿರ್ದೌಸ್ ಮಕಾನಿ, ಅವರ ಮಗ ಹುಮಾಯೂನರಿಗೆ ಜನ್ನತ್ ಅಶ್ಯಾನಿ. ಅವರ ಮಗ ಜಲಾಲುದ್ದೀನ್ ಅಕ್ಬರ್‌ಗೆ ಅರ್ಷ್ ಅಶ್ಯಾನಿ. ಅವರ ಮಗ ಸುಲ್ತಾನ್ ನೂರುದ್ದೀನ್ ಜಹಾಂಗೀರರಿಗೆ ಜನ್ನತ್ ಮಕಾನಿ. ಶಹಜಹಾನರಿಗೆ ಇನ್ನೂ ಕೊಟ್ಟಿಲ್ಲ. ಕೊಡುತ್ತಾರೋ ಇಲ್ಲವೋ ನೋಡಬೇಕು.'

'ಅನುಮಾನ ಯಾಕೆ?' ನಾನು ಆಪ್ತ ಧ್ವನಿಯಲ್ಲಿ ಕೇಳಿದೆ. ಅವರು ಉತ್ತರಿಸಲಿಲ್ಲ. 'ನೀವು ನನಗೆ ಹೇಳಿದ್ದು ಮತ್ತೊಬ್ಬರ ಕಿವಿಗೆ ಬೀಳುವುದಿಲ್ಲ. ಪವಿತ್ರ ಕುರ್‌ಆನಿನ ಮೇಲೆ ಆಣೆ,' ಎಂದೆ. ಅವರಿಗೆ ನಂಬಿಕೆ ಹುಟ್ಟಿತು.

ಹಮ್‌ದುಲ್ಲಾಸಾಹೇಬರು ಎರಡು ನಿಮಿಷ ಮೌನಿಯಾದರು. ಅವರ ಎಡಗೈ ಬೆಳ್ಳಗೆ ಹೊಳೆಯುವ ನೀಳಗಡ್ಡವನ್ನು ನೇವರಿಸಿತು. ಅವರ ಕಣ್ಣುಗಳು ಇತಿಹಾಸದ ಸತ್ಯವನ್ನು ಕಾಣುತ್ತಿರುವಂತೆ ದೂರದಲ್ಲಿ ನಟ್ಟವು. ಅನಂತರ ನಿಧಾನವಾಗಿ ಹೇಳಿದರು: 'ನಿನಗೆ ಏನೂ ಗೊತ್ತಿಲ್ಲ ಅಂದರೆ ನಾನು ನಂಬುವುದಿಲ್ಲ. ಜನಗಳು, ಬಾದಶಾಹರಿಗೆ ಆಗದವರು, ದಾರಾನ ಕಡೆಯವರು ಹಬ್ಬಿಸುವ ಗುಸುಗುಸು ಎಲ್ಲರಿಗೂ ಗೊತ್ತಿದೆ. ಬಾದಶಾಹರಿಗೂ ಗೊತ್ತಿದೆ. ಆದರೆ ಮುಹಿಉದ್ದೀನ್ ಮೊಹಮ್ಮದ್ ಔರಂಗಜೇಬ ಮೊದಲನೆ ಆಲಂಗೀರ್ ಅವರು ಏನು ಮಾಡಿದರೂ ಧರ್ಮದ ವಿಜಯಕ್ಕಾಗಿ ಮಾಡುತ್ತಾರೆಂಬ ಸತ್ಯ ಪ್ರತಿಯೊಬ್ಬ ಮುಸಲ್ಮಾನನಿಗೂ ಗೊತ್ತಿದೆ. ಉಲೇಮಾಗಳೆಲ್ಲ ಅವರನ್ನು ಮೊದಲಿನಿಂದ ಬೆಂಬಲಿಸುತ್ತಾ ಬಂದಿದ್ದಾರೆ. ಸಿಂಹಾಸನದ ಹೋರಾಟದಲ್ಲಿ ಅವರು ಗೆಲ್ಲದಿದ್ದರೆ ಇಸ್ಲಾಮಿನ ಪರಿಶುದ್ಧಿ ಹಾಳಾಗುತ್ತಿತ್ತು. ಮಾತ್ರವಲ್ಲ ಹಿಂದೂಸ್ತಾನದಲ್ಲಿ ಕಾಫಿರರ, ಧರ್ಮಲಂಡರ, ಜಿಮ್ಮಿಗಳ, ಮೇಲುಗೈಯಾಗಿ ಇಸ್ಲಾಂ ಅದೃಶ್ಯವಾಗುತ್ತಿತ್ತು. ಆದರೆ ಇಸ್ಲಾಂ ಎಂದಿಗೂ ಅದೃಶ್ಯವಾಗುವ ಧರ್ಮವಲ್ಲ. ಆದ್ದರಿಂದಲೇ ಮುಹಿಉದ್ದೀನ್ ಮೊಹಮ್ಮದ್ ಔರಂಗಜೇಬ್ ಆಲಂಗೀರ್‌ರಿಗೆ ಜಯವಾಗಿ ಅವರು ಸಿಂಹಾಸನ ಏರಿದರು.'

'ಈ ಹೋರಾಟವನ್ನು ತುಸು ವಿವರಿಸುವ ಕೃಪೆಮಾಡಬೇಕು.'

'ಅದನ್ನೇ ಹೇಳಲು ಹೊರಟಿದ್ದೆ. ಶಾಹಜಹಾನ್ ಬಾದಶಾಹರಿಗೆ ನಾಲ್ವರು ಗಂಡು ಮಕ್ಕಳು. ದಾರಾ, ಶೂಜಾ, ಆಲಂಗೀರ್, ಮುರಾದ್ ಬಕ್ಷ್. ಹಿರಿಯ ದಾರಾ ಎಂದರೆ ಶಾಹಜಹಾನ್ ಬಾದಶಾಹರಿಗೆ ಕುರುಡು ಪ್ರೇಮ. ಅವನನ್ನೇ ತಮ್ಮ ಉತ್ತರಾಧಿಕಾರಿಯಾಗಿ ಮಾಡುವ ಹುನ್ನಾರ. ಅವನನ್ನು ಸದಾ ತಮ್ಮ ಆಸ್ಥಾನದಲ್ಲಿ ಇಟ್ಟುಕೊಂಡು ವಜೀರರುಗಳ

ಮೇಲೆ, ಮನ್‌ಸಬ್‌ದಾರರುಗಳ ಮೇಲೆ, ಎಲ್ಲ ಕೋತ್ವಾಲರುಗಳ ಮೇಲೆ, ಎಲ್ಲ ಸುಬಹದಾರರ ಮೇಲೆ ಅವನ ಪ್ರಭಾವ ಬೆಳೆಯುವಂತೆ ಮಾಡುತ್ತಿದ್ದರು. ಅವನಿಗೆ ಸ್ಪರ್ಧಿಯಾಗದಿರಲಿ ಅಂತ ಉಳಿದ ಮೂವರನ್ನ ದೂರ ದೂರದ ಸುಬಹಗಳಿಗೆ ಸುಬಹ್‌ದಾರರುಗಳನ್ನಾಗಿ ನೇಮಿಸಿ ಕಳಿಸಿದ್ದರು. ಶೂಜಾನನ್ನು ಬಂಗಾಳಕ್ಕೆ ಮುರಾದನನ್ನು ಗುಜರಾತಿಗೆ. ಔರಂಗಜೇಬ ಬಾದಶಾಹರನ್ನು ಎಲ್ಲಿಗೆ ಗೊತ್ತಾ? ದೂರದ ದಕ್ಕನ್‌ಗೆ. ಶೂರರು ವೀರರು ಯುದ್ಧ ನಿಪುಣರು, ಶತ್ರುಗಳಲ್ಲಿ ಒಡಕು ಹುಟ್ಟಿಸಿ ಜಯಗಳಿಸುವಲ್ಲಿ ಪಳಗಿದವರು, ಹತ್ತಿರವಿದ್ದರೆ ಅವರ ಜ್ವಾಜ್ವಲ್ಯಮಾನ ಪ್ರಕಾಶದಲ್ಲಿ ದಡ್ಡ ದಾರಾ ಮಸುಕಾಗಿಬಿಡುತ್ತಾನೆಂಬ ಕುತಂತ್ರದಿಂದ. ಅಲ್ಲದೆ ಔರಂಗಜೇಬ ಬಾದಶಾಹರು ಮೊದಲಿನಿಂದ ನಿಷ್ಠಾವಂತ ಮುಸಲ್ಮಾನರು. ಶತ್ರುಗಳು ಸುತ್ತುವರೆದಿದ್ದರೂ ನಮಾಜಿನ ಸಮಯ ಬಂದರೆ ಆನೆ ಅಥವಾ ಕುದುರೆಯಿಂದ ಇಳಿದು ಮಣ್ಣಿನಿಂದಲೇ ಉಜೂ ಮಾಡಿಕೊಂಡು ಕಿಬ್ಲಾಭಿಮುಖವಾಗಿ ನಮಾಜ್ ಮಾಡುವ ಅವರನ್ನು ಕಂಡೇ ಪ್ರತಿಯೊಬ್ಬ ಮುಸಲ್ಮಾನ ಯೋಧನ ಉತ್ಸಾಹವೂ ನೂರ್ಮಡಿಗೊಳ್ಳುತ್ತಿತ್ತು. ಪ್ರವಾದಿ ಮಹಮ್ಮದರು (ಸಲ್ಲಲ್ಲಾಹು ಅಲೈಹಿ ವಸಲ್ಲಮ್) ಹೀಗೆ ರಣಾಂಗಣದ ನಡುವೆ ನಮಾಜು ಮಾಡುತ್ತಿದ್ದರು. ಅವರಂತೆ ಬೇರೆ ಯಾವ ಮುಸಲ್ಮಾನ ದಳಪತಿ ಅಥವಾ ರಾಜ ಮಾಡಿದ್ದಾನೆ, ಔರಂಗಜೇಬ ಬಾದಶಾಹರನ್ನು ಬಿಟ್ಟರೆ? ಹೇಳು.' ಎಂದು ನನ್ನ ಮುಖ ನೋಡಿದರು.

ನನಗೆ ಉತ್ತರ ತಿಳಿಯಲಿಲ್ಲ. ಹೇಳು, ಎಂದು ಅವರು ಒತ್ತಿ ಕೇಳಿದರು. 'ನನಗೆ ಇತಿಹಾಸ ಅಷ್ಟು ಗೊತ್ತಿಲ್ಲ. ತಾವೇ ತಿಳಿಯಹೇಳಬೇಕು.'

'ಹೂಂ. ಅದಿರಲಿ. ಸಂದರ್ಭ ಬಂದಾಗ ಹೇಳುತೀನಿ. ಇನ್ನು ದಾರಾ ಎಂಥವನು? ಅವನ ಮುತ್ತಜ್ಜ ಅರ್ಷ್ ಅಶ್ಯಾನಿ ಜಲಾಲುದ್ದೀನ್ ಅಕ್ಬರನನ್ನೇ ಅನುಕರಿಸುತ್ತಿದ್ದ. ಈ ಮುಘಲ್ ಸಾಮ್ರಾಜ್ಯದಲ್ಲಿ ಒಂದು ಗುಂಪು ಇದೆ. ಅಕ್ಬರನನ್ನು ಹೊಗಳುವುದು. ಅವನೇ ಆದರ್ಶದ ಬಾದಶಾಹ ಅನ್ನೂದು. ಎಲ್ಲ ಧರ್ಮಗಳ ಮೂಲತತ್ತ್ವಗಳನ್ನೂ ಹುಡುಕಿ ಅವುಗಳಲ್ಲಿರುವ ಭೇದಗಳನ್ನು ತೊಡೆದು, ಸಮಾನಾಂಶಗಳನ್ನು ಎಲ್ಲರೂ ಅನುಸರಿಸಬೇಕು ಅನ್ನೂದು. ಫರಂಗಿಯೋರ ಜೊತೆ ಬೈಬಲನ್ನು, ಫಾರ್ಸಿಗಳ ಜೊತೆ ಝೆಂಡ್ ಅವೆಸ್ತವನ್ನು, ಎಹೂದಿಗಳ ಜೊತೆ ತಾಲ್ಮುದನ್ನು ಹಿಂದೂಗಳ ಜೊತೆ ವೇದಾಂತವನ್ನು ಚರ್ಚಿಸೂದು. ಈ ದೇಶದ ಪ್ರಧಾನ ಜನಸಂಖ್ಯೆಯ ಧರ್ಮವಾದ ವೇದ ವೇದಾಂತ, ಆಳುವವರ ಧರ್ಮವಾದ ಇಸ್ಲಾಂ ಇವುಗಳ ನಡುವೆ ಸಾಮರಸ್ಯ ಕಂಡುಹಿಡಿಯೂದು. ಯಾರು ಯಾರನ್ನೂ ಧರ್ಮಾಂತರಿಸಬಾರದು, ಧರ್ಮಾಂತರಿತವಾದೋರು ಅಪೇಕ್ಷೆ ಪಟ್ಟರೆ ಮೂಲ ಧರ್ಮಕ್ಕೆ ಹಿಂತಿರುಗಬಹುದು, ಜೆಸಿಯಾ ತಲೆಗಂದಾಯವಿಲ್ಲ. ಹಿಂದೂಗಳಿಗೆ ತೀರ್ಥ ಯಾತ್ರೆಯ ಸುಂಕವಿಲ್ಲ, ಬೇಕಾದವರು ಸ್ವಂತ ಖರ್ಚಿನಲ್ಲಿ ದೇವಸ್ಥಾನ ಕಟ್ಟಿಸಿಕೊಳ್ಳಲಿ, ಹಳೆದೇವಸ್ಥಾನಗಳ ದುರಸ್ತಿ ಮಾಡಿಸಿಕೊಳ್ಳಲಿ; ಬಾದಶಾಹ ಆಗಿದೀನಿ ಅಂತ ಹೀಗೆಲ್ಲ ಮಾಡಿದರೆ ಇಸ್ಲಾಂ ಉಳಿಯೂದು ಹೇಗೆ? ಬೆಳೆಯೂದು ಹೇಗೆ? ಅಕ್ಬರ್ ಅಂದರೆ ಧರ್ಮಲಂಡ. ತಾನು ಮದುವೆಯಾದ ಹಿಂದೂ ಹೆಂಡತೀರು ಅವರವರ ಮನೆಗಳಲ್ಲಿ

ಹಿಂದೂದೇವತೆಗಳ ಪೂಜೆ ಮಾಡುಕ್ಕೆ, ಬೆಂಕಿಪೂಜೆ ಮಾಡುಕ್ಕೆ, ಅವರ ವಾಸದ ಮನೇನ ಹಿಂದೂ ವಾಸ್ತುಶಿಲ್ಪದಂತೆ ಕಟ್ಟಿಸಿಕೊಳ್ಳುಕ್ಕೆ ಅವಕಾಶ ಕೊಟ್ಟಿದ್ದ. ರಾಜಕುಟುಂಬದಲ್ಲೇ ಇಸ್ಲಾಮಿನ ಪರಿಶುದ್ಧಿ ಉಳಿಯದಿದ್ದರೆ ರಾಜ್ಯದಲ್ಲಿ ಹೇಗೆ ಉಳಿಯಬೇಕು? ಮುತ್ತಜ್ಜನ ಮಾದರಿಯನ್ನ ಯಾರು ದಾರಾನ ತಲೆಗೆ ತುಂಬಿದರೋ! ತಾಲ್ಮೂದ್, ಹೊಸ ಒಡಂಬಡಿಕೆ, ಸೂಫಿ ತತ್ತ್ವಗಳು, ವೇದಾಂತಗಳನ್ನೆಲ್ಲ ಹೇಳಿಸಿಕೊಳ್ಳುಕ್ಕೆ ಶುರುಮಾಡಿದ. ಲಾಲ್ ದಾಸ್ ಅನ್ನುವ ಹಿಂದೂಯೋಗಿಯ ಹತ್ತಿರಕ್ಕೆ ಹೋಗ್ತಿದ್ದ. ಸರ್ಮದ್ ಅನ್ನುವ ಮುಸ್ಲಿಂ ಫಕೀರನ ಹತ್ತಿರಕ್ಕೂ ಹೋಗ್ತಿದ್ದ. ಜಿಹಾದಿನ ಪ್ರಶ್ನೆ ಬಂದರೆ ನಾವು ಯಾವ ಧರ್ಮದ ಮೇಲೂ ಯುದ್ಧ ಮಾಡಬಾರದು, ಯಾರನ್ನೂ ಬಲಾತ್ಕಾರದಿಂದ ಧರ್ಮಾಂತರಿಸಬಾರದು, ಬೇರೆ ಧರ್ಮದವರ ಮೇಲೆ ಜೆಸಿಯಾ ಹೇರಬಾರದು ಅಂತಿದ್ದ. ಇಂಥೋನು ಮುಂದಿನ ಬಾದಶಾಹ ಆದರೆ ಇಸ್ಲಾಮಿಗೆ ಕುತ್ತು ಅಂತ ಉಲೇಮಾಗಳು ಅರ್ಥಮಾಡಿಕೊಂಡದ್ದು ಸರಿಯೊ, ಅಲ್ಲವೊ?' ಎಂದು ಅವರು ನನ್ನ ಮುಖ ನೋಡಿದರು. ನಾನು ಹೂಂ ಎಂಬಂತೆ ಕತ್ತು ಹಾಕಿದೆ. ಇಲ್ಲದಿದ್ದರೆ ಮಾತು ಮುಂದುವರೆಯುತ್ತಿರಲಿಲ್ಲ. 'ಅಲ್ಲದೆ ಕೇವಲ ಆಸ್ಥಾನದಲ್ಲಿ ಇಟ್ಟುಕೊಂಡರೆ ಸಾಮ್ರಾಜ್ಯದ ಹಿಡಿತ ಸಿಗುತ್ತೆಯೆ? ಶೂಜಾನನ್ನು ಬಂಗಾಳದ, ಮುರಾದನನ್ನು ಗುಜರಾತಿನ, ಔರಂಗಜೇಬರನ್ನು ದಕ್ಕನ್ನಿನ ಸುಬಹದಾರರನ್ನಾಗಿ ನೇಮಿಸಿದ್ದರಲ್ಲ. ಇತ್ತ ಎಂಟು ವರ್ಷದ ಕೆಳಗೆ ಶಾಹಜಹಾನ್ ಬಾದಶಾಹರಿಗೆ ಆರೋಗ್ಯ ತಪ್ಪಿತು. ತಾವು ಬದುಕುವುದಿಲ್ಲ ಅಂತ ಅವರಿಗೆ ಅರಿವಾಯಿತು. ಆಗ ಅವರು ದಿಲ್ಲಿಗೆ ಬಂದಿದ್ದರು. ತಮ್ಮ ಮೋಹದ ಮಡದಿಯ ಸಮಾಧಿ ಇರುವ ಆಗ್ರಾದಲ್ಲೇ ಪ್ರಾಣಬಿಡ ಬೇಕೆಂದು ನಿಶ್ಚಯಿಸಿ ಅಲ್ಲಿಗೆ ಪ್ರಯಾಣ ಮಾಡಿದರು. ಸುದ್ದಿ ತಿಳಿದ ಶೂಜಾ ಬಂಗಾಳದಲ್ಲಿ, ಮುರಾದ್ ಗುಜರಾತಿನಲ್ಲಿ ತಮಗೆ ತಾವು ಪಟ್ಟ ಕಟ್ಟಿಕೊಂಡು ತಮ್ಮನ್ನು ತಾವು ಇಡೀ ಮುಘಲ್ ಸಾಮಾಜ್ಯಕ್ಕೆ ಬಾದಶಾಹರೆಂದು ಘೋಷಿಸಿಕೊಂಡುಬಿಟ್ಟರು. ಔರಂಗಜೇಬರು ಅಂಥ ಅವಿವೇಕ ಮಾಡಲಿಲ್ಲ. ತಂದೆಯ ಆರೋಗ್ಯ ತಿಳಿದಿಲ್ಲ, ಏನೇನೋ ಸುದ್ದಿ ಬರುತ್ತಿದೆ, ವಿಚಾರಿಸಲು ಅವರ ಅನುಮತಿಗೆ ಕಾಯದೆ ಸ್ವತಃ ಬರುತಿದೀನಿ ಅಂತ ಹೇಳಿ ಸೈನ್ಯದೊಡನೆ ಇತ್ತ ಬಂದರು. ಮುರಾದನನ್ನು ಕಂಡು ಅವನೊಡನೆ ಒಪ್ಪಂದ ಮಾಡಿಕೊಂಡರು. ತಾವಿಬ್ಬರೂ ಕೂಡಿ ಸಾಮ್ರಾಜ್ಯವನ್ನು ವಶಪಡಿಸಿಕೊಳ್ಳುವುದು, ಮುರಾದನು ಪಂಜಾಬ್, ಆಫ್ಘಾನಿಸ್ತಾನ್, ಕಾಶ್ಮೀರ್ ಮತ್ತು ಸಿಂಧ್‌ಗಳಿಗೆ ಸ್ವತಂತ್ರ ರಾಜನಾಗುವುದು. ಸಾಮ್ರಾಜ್ಯದ ಉಳಿದ ಭಾಗಗಳು ತಮಗೆ; ಖಜಾನೆಯ ಮೂರರಲ್ಲೊಂದು ಭಾಗ ಮುರಾದನಿಗೆ, ಉಳಿದದ್ದು ತಮಗೆ ಎಂಬ ಒಪ್ಪಂದದ ಪ್ರಸ್ತಾಪವನ್ನು ಅವರು ಕುರಾನ್ ಮೇಲೆ ಆಣೆ ಇಟ್ಟು ಮುರಾದನಿಗೆ ಕಳಿಸಿದರು. ಸಮಯ ಬಂದಾಗ ಸಂಧಿ, ಸಮಯ ಕಳೆದಮೇಲೆ ವಿಗ್ರಹಗಳ ಪರಿಣತಿ ಅವರಷ್ಟು ಬೇರಾರಿಗೆ ಉಂಟು? ಒಟ್ಟಿನಲ್ಲಿ ದಾರಿಯಲ್ಲೇ ಇವರನ್ನು ತಡೆಯಲು ಬಂದ ದಾರಾ ಮಣ್ಣುಮುಕ್ಕಿದ. ನಿಮ್ಮೆಲ್ಲರಿಗೂ ಸಂಧಿ ಮಾಡುತ್ತೇನೆ, ಆಗ್ರಾ ಕೋಟೆಗೆ ಬಂದು ನನ್ನನ್ನು ನೋಡು ಅಂತ ತಂದೆ ಶಾಹಜಹಾನ ಬಾದಶಾಹರು ಆಮಂತ್ರಣ ಕಳಿಸಿದರು. ನಂಬಿ ಹೋಗಿದ್ದರೆ ಅವರ ತಾರ್ತಾರ್ ಅಂಗರಕ್ಷಕಿಯರಿಂದ ಕೊಲೆ ಮಾಡಿಸು

ತ್ತಿದ್ದರು. ಹುಷಾರಿ ಔರಂಗಜೇಬರು ಹೋಗಲಿಲ್ಲ. ತಂದೆ ಆಗ್ರಾಕೋಟೆಯ ಬಾಗಿಲು ಮುಚ್ಚಿಸಿ ಒಳಗೆ ಸೇರಿಕೊಂಡರು. ಆ ಗಟ್ಟಿ ಕೋಟೆಯನ್ನೊಡೆಯಲು ಸಮಯ ಬೇಕಾಗುತ್ತಿತ್ತು. ಅಷ್ಟರಲ್ಲಿ ಸೋತು ದಿಲ್ಲಿಗೆ ಓಡಿಹೋಗಿದ್ದ ದಾರಾ ಹೊಸ ಸೈನ್ಯವನ್ನ ಕೂಡಿಸುತ್ತಿದ್ದ. ನಿಪುಣ ಔರಂಗಜೇಬರು ಕೋಟೆಗೆ ಹೊರಗಿನಿಂದ ಹರಿಯುತ್ತಿದ್ದ ನೀರನ್ನು ನಿಲ್ಲಿಸಿಬಿಟ್ಟರು. ಸೋತು ಶರಣಾಗದೆ ಶಾಹಜಹಾನರಿಗೆ ದಾರಿ ಇರಲಿಲ್ಲ. ಅದೇ ಕೋಟೆಯೊಳಗೆ ಅವರನ್ನು ಬಂದಿಯಾಗಿಟ್ಟು ಕಾವಲುಪಡೆ ನೇಮಿಸಿ ದಾರಾನನ್ನು ಹಿಡಿಯಲು ಇವರು ದಿಲ್ಲಿಗೆ ಧಾವಿಸಿದರು. ಇನ್ನೂ ಅರ್ಧಾವಸ್ಥೆಯಲ್ಲಿದ್ದ ಗೆಲುವಿನಿಂದ ತಲೆ ತಿರುಗಿದ್ದ ಮುರಾದನನ್ನು ನಂಬಿಸಿ ಅವನ ಆಪ್ತ ಸೇವಕರಿಗೆ ಲಂಚತಿನ್ನಿಸಿ ಅವನಿಗೆ ಅತಿಯಾಗಿ ಮದ್ಯ ಕುಡಿಸಿ ಪ್ರಜ್ಞೆ ತಪ್ಪಿದಮೇಲೆ ಅವನ ಆಯುಧಗಳನ್ನು ಕಳಚಿ ಸೆರೆಹಿಡಿದು ಗ್ವಾಲಿಯರಿನ ದೊಡ್ಡ ಸೆರೆಮನೆಗೆ ಕಳಿಸಿದರು. ಅಲ್ಲಿ ಬೇರೊಂದು ತಂತ್ರ ಹೂಡಿ ಅವನಿಗೆ ಕಾಜಿಯು ಮರಣದಂಡನೆ ಕೊಡುವಂತೆ ಮಾಡಿ ಮುಗಿಸಿದರು. ಇತ್ತ ದಾರಾನನ್ನು ರಾಜಪುಟಾಣಾ, ಸಿಂಧ್, ಕಚ್, ಸಿವಿಸ್ತಾನ್ ಮೊದಲಾದ ಕಡೆಗಳಲ್ಲೆಲ್ಲ ಬೆನ್ನಟ್ಟಿ ಬೇಟೆಯಾಡಿ ಕೊನೆಗೂ ಸೆರೆ ಹಿಡಿದು ದಿಲ್ಲಿಗೆ ತಂದು ಹೀನಸ್ಥಿತಿಯಲ್ಲಿ ಬೀದಿ ಬೀದಿಯಲ್ಲಿ ಮೆರವಣಿಗೆ ಮಾಡಿಸಿದರು. ಇಸ್ಲಾಮಿಗೆ ವಿರುದ್ಧವಾದ ಧಾರ್ಮಿಕ ನಂಬಿಕೆಗಳನ್ನು ಪ್ರಚಾರ ಮಾಡುತ್ತಿದ್ದನೆಂಬ ಆಪಾದನೆಯ ಮೇಲೆ ಉಲೇಮಾಗಳು ಅವನಿಗೆ ಮರಣದಂಡನೆ ವಿಧಿಸಿದರು. ವಿಧಿಸುವಂತೆ ಔರಂಗ ಜೇಬರೇ ಸೂಚಿಸಿದರಂತೆ. ದಾರಾನ ಶರೀರವನ್ನು ತುಂಡು ತುಂಡು ಮಾಡಿ ಆನೆಯ ಮೇಲಿಟ್ಟು ದಿಲ್ಲಿಯ ಬೀದಿ ಬೀದಿಗಳಲ್ಲಿ ಮೆರವಣಿಗೆ ಮಾಡಿ ಧರ್ಮವಿರೋಧಿ ವಿಚಾರಗಳಲ್ಲಿ ತೊಡಗುವವರಿಗೆ ಉಂಟಾಗುವ ಗತಿಯನ್ನು ಎಲ್ಲರಿಗೂ ತೋರಿಸಿದರು. ಅಕ್ಬರ್ ಬಾದಶಾಹರ ದುಷ್ಟ ಪರಂಪರೆಯ ಕೊನೆಯ ಎಸಳು ನಾಶವಾಗಿ ನಮ್ಮ ಧರ್ಮದ ಅಡಿಪಾಯ ಭದ್ರ ವಾಯಿತು. ಇನ್ನು ಶೂಜಾನ ಕತೆ ಹೇಳುವುದು ಬೇಡ. ಆ ಅವಿವೇಕಿ ಸೋತು ಕಾಡು ಸೇರಿ ಕಾಡು ಜನರಿಂದ ಕೊಲೆಯಾದ.'

'ದಾರಾ ಮತ್ತು ಶಾಹಜಹಾನ್ ಬಾದಶಾಹರ ಬೆಂಬಲಿಗರಾರೂ ಇವರನ್ನು ವಿರೋಧಿಸ ಲಿಲ್ಲವೆ?'

'ಯುದ್ಧ ನೈಪುಣ್ಯ, ಧೈರ್ಯ, ಕ್ರೌರ್ಯಗಳಲ್ಲಿ ಔರಂಗಜೇಬರ ಮುಂದೆ ದಾರಾ ಏನೂ ಅಲ್ಲ ಅನ್ನುವುದು ಅಷ್ಟರಲ್ಲಿ ಅವರಿಗೂ ಗೊತ್ತಾಗಿತ್ತು. ಹಿರಿಯ ಬಾದಶಾಹರು ಮುದುಕರಾಗಿದ್ದಾರೆ, ಅಲ್ಲದೆ ಮಾರಣಾಂತಿಕ ಕಾಹಿಲೆ ಬಂದಿದೆ ಅಂತ ಅರ್ಥಮಾಡಿಕೊಂಡಿ ದ್ದರು. ಆಸ್ಥಾನಿಕರು ಯಾವತ್ತೂ ಗೆಲ್ಲುವ ಪಕ್ಷವನ್ನೇ ಅಲ್ಲವೆ ಹಿಡಿಯೂದು?'

ಆಮೇಲೆ ನನಗೆ ಒಂದೊಂದಾಗಿ ತಿಳಿದ ಸಂಗತಿಗಳು: ತಂದೆಯನ್ನು ಆಗ್ರಾಕೋಟೆಯಲ್ಲಿ ಸೆರೆ ಇಟ್ಟಮೇಲೆ ಮುಹಿಉದ್ದೀನ್ ಮೊಹಮ್ಮದ್ ಔರಂಗಜೇಬರು ದಿಲ್ಲಿಯಲ್ಲಿ ಅಲಂಗೀರ್ ಘಾಜಿ ಎಂಬ ಬಿರುದಿನೊಡನೆ ತಮಗೆ ತಾವೇ ಕಿರೀಟಧಾರಣೆ ಮಾಡಿಕೊಂಡರು. ಸಾಮ್ರಾ ಜ್ಯದ ಸಮಸ್ತ ಅಧಿಕಾರವೂ ತಮ್ಮ ಕೈಗೆ ಬಂತೆಂದು ಇಡೀ ಸಾಮ್ರಾಜ್ಯಕ್ಕೆ ಘೋಷಿಸಿಕೊಳ್ಳುವ ಕಲಾಪ ಇದು. ಗಡಿಬಿಡಿಯಲ್ಲಿ ಮಾಡಿಕೊಂಡದ್ದು. ಅಷ್ಟರಲ್ಲಿ ತಮ್ಮ ಮುರಾದನನ್ನು

ಮುಗಿಸಿಯಾಗಿತ್ತು. ದೊಡ್ಡಣ್ಣ ದಾರಾನ ಬೆನ್ನಟ್ಟಿ ಮುಗಿಸುವ, ಚಿಕ್ಕಣ್ಣ ಶೂಜಾನನ್ನು ಸೋಲಿಸಿ ಕೊನೆಗಾಣಿಸುವ ತರಾತುರಿ ಇತ್ತು. ಅವರಿಬ್ಬರೂ ಬಂದು ಮೇಲೆಬಿದ್ದು ತಮ್ಮನ್ನು ಮುಗಿಸುವ ಆತಂಕವಿತ್ತು. ಆದ್ದರಿಂದ ಮೊಘಲ್ ಸಾಮ್ರಾಜ್ಯದ ಅದ್ದೂರಿಗೆ ತಕ್ಕಂತೆ ಕಿರೀಟಧಾರಣೆ ಮಾಡಿಕೊಳ್ಳುವ ವ್ಯವಧಾನವಿರಲಿಲ್ಲ. ವಾಸ್ತವವಾಗಿ ಸಾಮ್ರಾಜ್ಯದ ರಾಜಧಾನಿ ಆಗ್ರಾನಗರ. ಅಲ್ಲಿ ಕಿರೀಟಧಾರಣೆ ಸಿಂಹಾಸನಾರೋಹಣವಾಗದೆ ಕಲಾಪವು ಪೂರ್ಣವಾಗು ತ್ತಿರಲಿಲ್ಲ. ಆಗ್ರಾದ ವೈಭವ ದಿಲ್ಲಿಗೆ ಇರಲಿಲ್ಲ. ಆದರೆ ಅಪ್ಪನು ಸೆರೆ ಇರುವ ಅಲ್ಲಿ ಸಿಂಹಾ ಸನಾರೋಹಣ ಮಾಡಿಕೊಳ್ಳಲು ಇವರಿಗೆ ಒಳಗೇ ಅಳುಕಿತ್ತು. ಸಾಮಂತರು ಸುಬಹದಾರರು ಹಿಂದೂಸ್ತಾನದ ಹೊರಗಿನ ಪ್ರಸಿದ್ಧ ಮುಸಲ್ಮಾನ ದೇಶಗಳ ಪ್ರತಿನಿಧಿಗಳು ಸೇರದೆ ವೈಭವಕ್ಕೆ ಮೆರುಗುಬರುವುದಿಲ್ಲ. ಅವರೆಲ್ಲ ಬಂದರೆ ಅಪ್ಪನನ್ನು ಸೆರೆ ಇಟ್ಟು ಇವನು ಪಟ್ಟಕ್ಕೆ ಏರುತ್ತಿದ್ದಾನೆ ಎಂದು ಒಳಗೇ ನಗಬಹುದು. ಹಾಗೆಂದೇ ತಮ್ಮ ತಮ್ಮ ದೇಶಗಳಿಗೆ ವರದಿ ಮಾಡುತ್ತಾರೆ, ಎಂಬ ಎಚ್ಚರವೂ ಇತ್ತು. ಇವರು ಅಪ್ಪನನ್ನು ಯಾಕೆ ಕೊಲೆ ಮಾಡಿಸಲಿಲ್ಲ? ಆಹಾರದಲ್ಲಿ ದಿನಾ ತುಸುತುಸು ವಿಷ ಉಣ್ಣಿಸಿದ್ದರೆ ಯಾರಿಗೂ ಅನುಮಾನ ಬರದಂತೆ ಎರಡುಮೂರು ತಿಂಗಳಿನಲ್ಲಿ ಮುದುಕ ತಾನೇ ಸಾಯುತ್ತಿದ್ದ. ಯಾಕೆ ಬಿಟ್ಟರು? ಸಹೋದರರನ್ನು ಬದುಕಲು ಬಿಟ್ಟಿದ್ದರೆ ಅವರು ಒಂದಲ್ಲ ಒಂದು ದಿನ ತಮ್ಮ ಸಿಂಹಾಸನಕ್ಕೆ ಕುತ್ತಾಗುತ್ತಿದ್ದರು. ಈ ಮುದುಕ ಅಪ್ಪ ಮತ್ತೆ ಸಂಚು ಹೂಡುವ, ಸಿಂಹಾಸನ ಏರುವ ಸಂಭವ ಇಲ್ಲವೇ ಇಲ್ಲ. ಇನ್ನು ಕೊಲೆ ಯಾಕೆ ಮಾಡಿಸಬೇಕು? ಔರಂಗಜೇಬ್ ಬಾದಶಹರ ಮನಸ್ಸಿನಲ್ಲಿರುವುದನ್ನು ಅರಿಯುವುದು ಯಾರಿಗೂ ಸಾಧ್ಯವಿರಲಿಲ್ಲ. ಅವರು ಪವಿತ್ರ ಕುರ್‌ಆನ್ ಮೇಲೆ ಆಣೆ ಮಾಡಿದಾಗ ಬಹಿರಂಗವಾಗಿ ಆಣೆಯನ್ನು ಮೀರುವುದಿಲ್ಲವೆಂಬ ನಂಬಿಕೆಯುಂಟು. ಆದರೆ ಒಳಗೇ ಸಂಚುಮಾಡಿ ಅದರ ವಿರುದ್ಧವಾದುದನ್ನು ಸಾಧಿಸಿರುತ್ತಾರೆ.

ಶಾಹಜಹಾನ್ ಬಾದಶಹರು ಮರಣ ಹೊಂದಿದ್ದು ಚಳಿಗಾಲದಲ್ಲಿ. ಹಿಂದೂಗಳ ಮಕರ ಸಂಕ್ರಾಂತಿಯ ಒಂದು ವಾರದ ನಂತರ. ತಮ್ಮ ಧರ್ಮವನ್ನು ಆಚರಿಸಲು ಎಷ್ಟೇ ನಿರ್ಬಂಧವಿದ್ದರೂ ಮಕರ ಸಂಕ್ರಾಂತಿಯ ದಿನ ಎಷ್ಟೋ ಜನ ಹಿಂದೂಗಳು ದಿಲ್ಲಿಯಿಂದ ಯಮುನಾನದಿಯ ಕೆಳಭಾಗಕ್ಕೆ ದೂರ ನಡೆದು ನದಿಯಲ್ಲಿ ಪಿತೃಗಳಿಗೆ ತರ್ಪಣ ಕೊಟ್ಟು ಬರುವುದನ್ನು ನಾನು ನೋಡುತ್ತಿದ್ದೆ. ಅಂಥ ಒಂದು ದಿನದ ಒಂದು ವಾರದ ನಂತರ, ಔರಂಗಜೇಬರು ದಿಲ್ಲಿಯಲ್ಲಿ ಬಾದಶಾಹರೆಂದು ಘೋಷಿಸಿಕೊಂಡ ಎಂಟು ವರ್ಷದನಂತರ, ಶಾಹಜಹಾನ ಬಾದಶಾಹರು ಆಗ್ರಾದಲ್ಲಿ ಜೀವ ಬಿಟ್ಟರಂತೆ. ಅದುವರೆಗೂ ಆಗ್ರಾಕ್ಕೆ ಕಾಲಿಡದಿದ್ದ ಇವರು ತಮ್ಮ ಆ ವರ್ಷದ ಹುಟ್ಟುಹಬ್ಬವನ್ನು ಆಗ್ರಾದಲ್ಲಿ ಆಚರಿಸಿಕೊಳ್ಳುವ ನಿಶ್ಚಯಮಾಡಿ ದರು. ದಿಲ್ಲಿಯಲ್ಲಿ ಕಿರೀಟಧಾರಣೆ ಮಾಡಿಕೊಂಡ ವಾರ್ಷಿಕೋತ್ಸವ ಮತ್ತು ಹುಟ್ಟುಹಬ್ಬಗಳನ್ನು ಅವರು ವೈಭವದಿಂದಲೇ ಆಚರಿಸಿಕೊಳ್ಳುತ್ತಿದ್ದರು. ಅಲ್ಲದೆ ಆ ವರ್ಷ ಅವರ ಐವತ್ತನೆಯ

ಹುಟ್ಟುಹಬ್ಬ. ಇವೆಲ್ಲ ಸೇರಿ ಆಗ್ರಾದಲ್ಲಿ ನಡೆಯುವ ಆಚರಣೆಯು ಅದ್ದೂರಿಯಲ್ಲಿ ಅದ್ದೂರಿಯ ದಾಗಬೇಕೆಂದು ಯೋಜಿಸಿದರು. ಸಾಮ್ರಾಜ್ಯದ ಬೆಳ್ಳಿ ಬಂಗಾರ ಮುತ್ತು ರತ್ನ ವಜ್ರವೈಡೂರ್ಯ ರೇಶ್ಮೆ ಆನೆ ಕುದುರೆ ಮೊದಲಾದ ಸಂಪತ್ತೆಲ್ಲ ಕಳೆದ ಎಂಟು ವರ್ಷಗಳಿಂದ ಶೇಖರವಾಗಿ ದ್ದುದು ದಿಲ್ಲಿಯಲ್ಲಿ. ಬೆರಗು ಮೂಡಿಸುವ ಕೋಟೆ ಕೊತ್ತಳ ಅರಮನೆ ಮಹಲುಗಳು ಇದ್ದದ್ದು ಆಗ್ರಾದಲ್ಲಿ. ಅಲ್ಲದೆ ಇದುವರೆಗೆ ಸಾಮ್ರಾಜ್ಯದ ರಾಜಧಾನಿಯಾಗಿದ್ದುದು ಆಗ್ರಾ. ಆದ್ದರಿಂದ ದಿಲ್ಲಿಯ ಸಂಪತ್ತನ್ನು ಆಗ್ರಾಕ್ಕೆ ಸಾಗಿಸಿ ಆ ಬೆರಗಿಗೆ ಈ ಕಣ್ಣು ಕೋರೈಸುವ ಐಶ್ವರ್ಯವನ್ನು ಸಮ್ಮಿಳಿಸಿ ಹತ್ತಿರದ ದೂರದ ಹಿಂದೂಸ್ತಾನದ ಆಚೆಯವರಿಗೆಲ್ಲ ಪ್ರದರ್ಶಿಸುವ ನಿಶ್ಚಯ ಮಾಡಿದರು. ವೈಭವ ಪ್ರದರ್ಶನವಿಲ್ಲದೆ ಪ್ರಜೆಗಳಲ್ಲಿ ಅಧಿಕಾರಿಗಳಲ್ಲಿ ಸಾಮಂತರಲ್ಲಿ, ಹೊರಗಿನ ಇತರ ಚಕ್ರಾಧಿಪತಿಗಳಲ್ಲಿ ಭಯಭಕ್ತಿ ಹುಟ್ಟುವುದು ಹೇಗೆ? ರಾಜ್ಯಾಡಳಿತದ ಪ್ರಥಮ ನಿಯಮ ಇದು. ದಿಲ್ಲಿಯಲ್ಲಿ ಶೇಖರಿಸಿದ್ದ ಐಶ್ವರ್ಯವನ್ನು ಒಂದು ಸಾವಿರದ ನಾಲ್ಕು ನೂರು ಜೋಡೆತ್ತಿನ ಗಾಡಿಗಳಲ್ಲಿ ಹೇರಿ ಶಸ್ತ್ರಸಜ್ಜಿತ ಪಡೆಯ ಕಾವಲಿನಲ್ಲಿ ಸಾಗಿಸಿದರು. ಅಷ್ಟು ಮಾತ್ರವಲ್ಲ ನಮ್ಮ ಜನಾನಾವೂ ಪ್ರತಿಯೊಬ್ಬರ ಒಡವೆ ವಸ್ತ್ರ ಅಲಂಕಾರ ಸಾಮಗ್ರಿ ಗಳೊಡನೆ ಆಗ್ರಾಕ್ಕೆ ಹೊರಡಬೇಕೆಂಬ ಆಜ್ಞೆಯಾಯಿತು. ಜನಾನಾವು ದೊಡ್ಡದಿದ್ದಷ್ಟೂ ಪ್ರಜೆಗಳ ಮನಸ್ಸಿನ ಮೇಲೆ ಅಧಿಕಾರದ ಪರಿಣಾಮ ಹೆಚ್ಚು.

ಬಾದಶಾಹರು ಸದಾ ದಿಲ್ಲಿಯಲ್ಲೇ ಇರುತ್ತಿರಲಿಲ್ಲ. ಯುದ್ಧಕ್ಕಾಗಿ ಬೇರೆ ಬೇರೆ ಕಡೆಗಳಿಗೆ ಹೋಗುತ್ತಾರೆಂಬುದನ್ನು ಬಾದಶಾಹೀ ಜನಾನಾಕ್ಕೆ ಸೇರ್ಪಡೆಯಾದನಂತರ ತಿಳಿದುಕೊಂಡಿದ್ದೆ. ಯುದ್ಧಕ್ಕೆ ಹೋಗುವಾಗ ಕೂಡ ಅವರೊಡನೆ ಒಂದು ಮಿತವಾದ ಜನಾನಾವು ಹೋಗುತ್ತಿ ತ್ತೆಂಬುದೂ ಗೊತ್ತಿತ್ತು. ಆದರೆ ಈಗ ಇಡೀ ಜನಾನಾವೇ ಆಗ್ರಾಕ್ಕೆ ಹೊರಟಿದೆ. ಅದರ ಪ್ರಮಾಣ ಮತ್ತು ಪ್ರಯಾಣ ವ್ಯವಸ್ಥೆಯು ನನ್ನ ಕಲ್ಪನೆಗೆ ಮೀರಿತ್ತು. ಅದೊಂದು ಚಲಿಸುವ ರಾಜಧಾನಿಯೇ ಆಗಿತ್ತು. ಒಂದು ಗುಂಪು ಮೊದಲೇ ಹೋಗಿ ತಕ್ಕ ಸ್ಥಳದಲ್ಲಿ ಹಲವಾರು ಡೇರೆಗಳ ಸಮೂಹವನ್ನು ಹಾಕುವುದು. ಜನಾನಾವು ಅಲ್ಲಿಗೆ ಹೋಗಿ ತಂಗಿದ ತಕ್ಷಣ ಇನ್ನೊಂದು ಗುಂಪು ವೇಗವಾಗಿ ಮುಂದಿನ ಮುಕ್ಕಾಮಿಗೆ ಸಾಗಿ ಇನ್ನೊಂದು ಸ್ಥಳ ಹುಡುಕಿ ಡೇರೆಗಳ ಸಮೂಹ ಎಬ್ಬಿಸುವುದು. ಹೀಗೆ ಎರಡು ಗುಂಪುಗಳ ಮುನ್ನಡೆತ ಸಾಗುತ್ತಿತ್ತು. ಹಮ್ ದುಲ್ಲಾಹ್ ಕುಷ್ಬಿಯವರು ನನಗೆ ಹೇಳಿದರು: ಔರಂಗಜೇಬ್ ಬಾದಶಾಹರ ಮುತ್ತಜ್ಜ ಅರ್ಷ್ ಅಶ್ಯಾನಿ ಜಲಾಲುದ್ದೀನ್ ಅಕ್ಬರ್ ಬಾದಶಾಹನ ಕಾಲದಲ್ಲಿ ಜನಾನಾವು ಸಂಚರಿಸುವಾಗ ಒಂದೊಂದು ಗುಂಪಿನ ಡೇರೆ ಮತ್ತು ಇತರ ಸರಂಜಾಮುಗಳನ್ನು ಸಾಗಿಸಲು ಒಂದು ನೂರು ಆನೆಗಳು, ಐದು ನೂರು ಒಂಟೆಗಳು ನಾಲ್ಕುನೂರು ಗಾಡಿಗಳು ಒಂದುನೂರು ಪಲ್ಲಕ್ಕಿ ಹೊರುವವರು ಇರುತ್ತಿದ್ದರಂತೆ. ಇವರ ರಕ್ಷಣೆಗೆ ಐದುನೂರು ಯೋಧರು. ಒಂದುನೂರು ಸಫ಼ಾಯಿಗಳು, ಮುಂದಿನ ದಾರಿಯ ಕಲ್ಲು ಮುಳ್ಳುಗಳನ್ನು ತೆಗೆದು ಸಮ ಮಾಡಲು ಐದುನೂರು ಕೆಲಸಗಾರರು, ಒಂದುನೂರು ಜನ ನೀರು ಹೊರುವವರು ಐವತ್ತು ಜನ ಬಡಗಿಗಳು ಡೇರೆ ತಯಾರಕರು ದುರಸ್ತಿಗಳು ಸೂಡಿ ಹಿಡಿ ಯುವವರು ಮೂವತ್ತು ಜನ ಚರ್ಮದ ಕೆಲಸದವರು ಮತ್ತು ನೂರೈವತ್ತು ಜನ ಕಸ

ಗುಡಿಸುವವರು ಇರುತ್ತಿದ್ದರಂತೆ. ಅವರು ಜನಾನಾದಲ್ಲಿ ತಮಗೆ ಬೇಕಾದ ಆಯ್ದ ಕೆಲವರನ್ನು ಮಾತ್ರ ಕರೆದೊಯ್ಯುತ್ತಿದ್ದರು. ಇಡೀ ಜನಾನಾವನ್ನಲ್ಲ. ಆದರೆ ಈಗ ಇಡೀ ಜನಾನಾ ಆಗ್ರಾಕ್ಕೆ ಹೊರಟಿದೆ. ಒಂದೊಂದು ಗುಂಪಿನಲ್ಲೂ ಎರಡುಸಾವಿರಕ್ಕೂ ಮೀರಿದ ಆನೆಗಳು ಮೂರುನಾಲ್ಕು ಸಾವಿರ ಒಂಟೆಗಳು. ಸಾವಿರಗಟ್ಟಳೆ ಸಪ್ಪಾಯಿಗಳು. ವಾಸ್ತವವಾಗಿ ಎಣಿಸಲು ನನಗೆ ಸಾಧ್ಯವಾಗಲಿಲ್ಲ. ಹಮ್ ದುಲ್ಲಾಹ್ ಅವರಿಗೆ ಕೂಡ ಲೆಕ್ಕವು ಅನಂತರ ದೊರೆಯುತ್ತ ದಂತೆ. ಆದರೆ ದಿಲ್ಲಿ ಮತ್ತು ಆಗ್ರಾದ ನಡುವೆ ರಾಜಮಾರ್ಗವೇ ಇರುವುದರಿಂದ ಮುಳ್ಳು ಗಿಡಗಂಟೆಗಳನ್ನು ಕಡಿದು ರಸ್ತೆಮಾಡುವ ಅಗತ್ಯವಿಲ್ಲ, ಅಷ್ಟೆ. ಡೇರೆಗಳಲ್ಲೂ ದಿವಾನ್-ಇ -ಖಾಸ್, ದಿವಾನ್-ಇ-ಆಮ್‌ಗಳದೇ ಬೇರೆ ಇದ್ದವು. ಬಾದಶಾಹರಿಗೆ ಪ್ರೀತಿಪಾತ್ರರಾದ ಮಹಿಳೆಯರಿಗೆಂದೇ ವಿಶೇಷವಾಗಿ ನಿರ್ಮಿತವಾದ ಡೇರೆಯು ಹತ್ತು ಗಜ ಉದ್ದ ಆರು ಗಜ ಅಗಲವಾಗಿದ್ದು ಅದರೊಳಗೆ ಚಿತ್ರ ಚಿತ್ತಾರಗಳ ದಪ್ಪ ಬಟ್ಟೆಗಳಿಂದ ವಿಂಗಡಿಸಲ್ಪಟ್ಟ ಕೋಣೆಗಳು. ಒಬ್ಬೊಬ್ಬ ಬೇಗಮರಿಗೆ ಒಂದೊಂದರಂತೆ. ನೆಲಕ್ಕೆ ಮೂರು ಅಂಗುಲ ದಪ್ಪವಾದ ರತ್ನಗಂಬಳಿಗಳು. ಒಳಭಾಗಗಳಿಗೆಲ್ಲ ಚಿನ್ನ ಬೆಳ್ಳಿಯ ದಾರಗಳಿಂದ ಸುಂದರ ಕಸೂತಿ ಮಾಡಿದ ಆಲಂಕಾರಿಕ ವಸ್ತ್ರಗಳು. ಇಷ್ಟೆಲ್ಲ ಇದ್ದರೂ ಜನಾನಾದ ಯಾವ ಮಹಿ ಳೆಯೂ ಹೊರಗಿನ ಗಂಡಸರ ಕಣ್ಣಿಗೆ ಬೀಳುವಂತಿಲ್ಲ. ಕಾವಲುಗಾರರು ಪಲ್ಲಕ್ಕಿ ಹೊರುವವರು ಮಾಹುತರು ತಪ್ಪಿಯೂ ತಮ್ಮ ದೃಷ್ಟಿಯನ್ನು ಮುಂದಿನ ದಾರಿಯ ವಿನಾ ಅತ್ತಿತ್ತ ಹೊರಳಿಸು ವಂತಿಲ್ಲ. ಹೊರಳಿಸಿದರೆ ನಾಜೀರ್ ಅವರ ಮೇಲ್ವಿಚಾರಣೆಯಲ್ಲಿ ಮೊದಲ ಸುತ್ತಿನ ರಕ್ಷಕರಾಗಿ ನಡೆಯುತ್ತಿದ್ದ ನಪುಂಸಕ ಪಡೆಯು ಚರ್ಮ ಸುಲಿದುಬಿಡುತ್ತಿತ್ತು. ಅನಂತರ ಮುಂದಿನ ವಿಚಾರಣೆ, ಕಣ್ಣುಗಳನ್ನು ಕುರುಡು ಮಾಡುವುದೋ, ಕೈಕಾಲು ಕತ್ತರಿಸುವುದೋ, ಮೊದಲಾದ ಶಿಕ್ಷೆ.

ಆಗ್ರಾ ತಲುಪಲು ಎರಡುವಾರ ಹಿಡಿಯಿತು. ಗಾತ್ರ ಜಾಸ್ತಿಯಾದಷ್ಟೂ ವೇಗ ಕಡಮೆ.

ಆಗ್ರಾಕ್ಕೆ ಬಂದರೂ ನನ್ನ ಮತ್ತು ಹಮ್‌ದುಲ್ಲಾಹ್ ಅವರ ಸಂಪರ್ಕ ಕಡಮೆಯಾಗಲಿಲ್ಲ. ವರದಿಗಳನ್ನು ದಾಖಲಿಸುವ ಕಚೇರಿ ಅಲ್ಲಿಗೇ ಬಂತು. ಕೋಟೆಯ ಹೊರಗೆ ಅವರ ವಾಸಕ್ಕೆ ತಕ್ಕ ಒಂದು ಮಹಲನ್ನು ಸರ್ಕಾರವು ಬಿಡಿಸಿಕೊಟ್ಟಿತು. ಫಾರ್ಸಿ, ತುರ್ಕಿ, ಅರಬಿಗಳ ಪಾಠವಾಗಲಿ ಬಿಡಲಿ ನಾನು ಅವರನ್ನು ಅವರ ಮಹಲಿನಲ್ಲಿ ಕ್ರಮವಾಗಿ ಕಾಣುತ್ತಿದ್ದೆ. ಪ್ರತಿದಿನವೂ ಅವರು ನನ್ನ ತಲೆ ಸವರುತ್ತಿದ್ದರು. ನನ್ನಲ್ಲಿ ಅವರ ನಂಬಿಕೆ ವಿಶ್ವಾಸಗಳು ಎಷ್ಟು ಗಟ್ಟಿಯಾಗಿ ಬೆಳೆದುವೆಂದರೆ ಬೇರೆ ಯಾರ ಕೈಲೂ ಹೇಳದ ಪ್ರಭುತ್ವದ ಒಳಸಂಗತಿ ಗಳನ್ನೆಲ್ಲ ಅವರು ನನ್ನ ಕಿವಿಯಲ್ಲಿ ಉಸುರುತ್ತಿದ್ದರು. ಸಾಮ್ರಾಜ್ಯದ ಯಾವ ಯಾವ ಭಾಗದಲ್ಲಿ ವಿರೋಧವೇಳುತ್ತಿದೆ, ಯಾವ ಯಾವ ಉಪಾಯದಿಂದ ಅದನ್ನು ಮೆಟ್ಟಿಹಾಕು ತ್ತಿದ್ದಾರೆ, ಎಲ್ಲೆಲ್ಲಿ ಯುದ್ಧವು ಅನಿವಾರ್ಯ, ಯಾರ್ಯಾರಿಗೆ ದಳಪತಿ ಪದವಿಯಲ್ಲಿ ಬಡತಿ

ಕೊಟ್ಟರು ಎಂಬುದನ್ನೆಲ್ಲ ವರದಿ ಮಾಡುತ್ತಿದ್ದರು. ದಕ್ಷಿಣದ ಕೊಂಕಣ ಎಂಬ ಭಾಗವಂತೆ. ಮರಾಠ ಎಂಬ ಜನರೇ ಪ್ರಧಾನವಾಗಿರುವ ಗುಡ್ಡಗಾಡು. ಅಲ್ಲಿ ಶಿವ ಎಂಬ ಒಬ್ಬ ಸರದಾರ ಮೊಘಲರ ವಿರುದ್ಧ ಸಡ್ಡು ಹೊಡೆದು ನಿಂತಿದ್ದಾನಂತೆ. ಮೊಘಲ್ ಸೈನ್ಯವನ್ನು ಬಯಲಿನಲ್ಲಿ ಮುಖಾಮುಖಿ ಎದುರಿಸುವ ತಾಕತ್ತು ಇಲ್ಲ. ವೇಗವಾಗಿ ಬಂದು ರಾತ್ರಿಯ ಅಥವಾ ಎಚ್ಚರ ತಪ್ಪಿದ ವೇಳೆ ಮಿಂಚಿನಂತೆ ಮೇಲೆ ಬಿದ್ದು ಚಲ್ಲಾಪಿಲ್ಲಿ ಮಾಡಿ ಸಂಪತ್ತನ್ನು ದೋಚಿಕೊಂಡು ಹೋಗಿಬಿಡುವುದು. ಮೊಘಲ್ ಸೈನ್ಯವು ಸಂಚರಿಸುತ್ತಿರುವಾಗ ಆಯಕಟ್ಟಿನ ಸ್ಥಳದಲ್ಲಿ ಇದ್ದಕ್ಕಿದ್ದಂತೆಯೇ ಎಲ್ಲಿಂದಲೋ ನುಗ್ಗಿ ಕೊಚ್ಚಿ ಕತ್ತರಿಸಿ ಸೈನ್ಯದ ಖಜಾನೆಯನ್ನು ದೋಚಿಬಿಡುವುದು. ಅವನ ಅಥವಾ ಅವನ ಕಡೆಯವರ ಹೆಸರು ಕೇಳಿದರೆ ಮೊಘಲರು ಮಾತ್ರವಲ್ಲ, ಸುತ್ತಮುತ್ತಣ ಇತರರೂ ನಡುಗುವಂತಾಗಿದೆ. ಮುಸಲ್ಮಾನರ ಆಳ್ವಿಕೆಯನ್ನು ಕಿತ್ತೊಗೆದು ಹಿಂದೂಗಳ ಸಾಮ್ರಾಜ್ಯ ಕಟ್ಟುವುದು ಶಿವನ ಮಹತ್ವಾಕಾಂಕ್ಷೆಯಾಗಿತ್ತಂತೆ. ಅವನು ಸೂರತ್ ತನಕ ಬಂದು ಮುಘಲರ ರಕ್ಷಣೆಯಲ್ಲಿ ಕಡಲು ವ್ಯಾಪಾರದ ಭಾರಿ ಮಳಿಗೆಗಳನ್ನು ಸ್ಥಾಪಿಸಿ ಶ್ರೀಮಂತರಾಗಿದ್ದ ಫರಂಗಿಗಳನ್ನು ಕೊಳ್ಳೆ ಹೊಡೆದುಕೊಂಡು ಹೋಗಿ ಫರಂಗಿಗಳ ದೃಷ್ಟಿಯಲ್ಲೂ ಮೊಘಲರು ಕೈ ಹರಿಯದವರು ಎನ್ನಿಸಿಬಿಟ್ಟಿದ್ದನಂತೆ. ಬಿಜಾಪುರದ ಸುಲ್ತಾನನು ಕಳಿಸಿದ ಅಫಸಲ್‌ಖಾನ್ ಎಂಬ ಮಹಾಪ್ರಸಿದ್ಧ ದಳಪತಿಯನ್ನು ಸ್ವತಃ ಭೇಟಿಯಾಗುವ ತಂತ್ರದಿಂದ ಸಂಧಿಸಿ ಕಬ್ಬಿಣದ ಉಗುರುಗಳಿಂದ ಬಗೆದು ಕೊಂದು ಅವನ ಸೈನ್ಯವನ್ನು ದಿಕ್ಕಾಪಾಲು ಮಾಡಿ ಓಡಿಸಿದ್ದನಂತೆ. ಇಂಥವನನ್ನು ಹೇಗಾದರೂ ಮಾಡಿ ಸೋಲಿಸಿ ಸಾಧ್ಯವಾದರೆ ಸೆರೆ ಹಿಡಿದು ತರಬೇಕೆಂದು ಔರಂಗಜೇಬ ಬಾದಶಾಹರು ಜಯಸಿಂಗ್ ಎಂಬ ಮಹಾಮುತ್ಸದ್ದಿ ದಳಪತಿಯನ್ನು ಕಳಿಸಿದರಂತೆ. ಅಂಬೇರಿನ ರಾಜಕುಮಾರ ಜಯಸಿಂಗನು ಎಂಟನೇ ವಯಸ್ಸಿಗೆ ತಂದೆಯನ್ನು ಕಳೆದುಕೊಂಡ ದಿನದಿಂದಲೇ ಮುಘಲ್ ಸೈನ್ಯದಲ್ಲಿ ದಳಪತಿಯ ಹುದ್ದೆ ಪಡೆದು ಹದಿಮೂರನೆ ವಯಸ್ಸಿಗೆ ಅಂಬೇರಿನ ಸಿಂಹಾಸನವನ್ನೇರಿ ಮುಘಲ್ ಸೈನ್ಯದ ಭಾಗವಾಗಿ ಯುದ್ಧದಲ್ಲಿ ಭಾಗವಹಿಸಿದವನಂತೆ. ಮುಸ್ಲಿಮರ ನಡುವೆಯೇ ಬೆಳೆದ ಅವನಿಗೆ ಅವರ ರೀತಿ ರಿವಾಜು ಧರ್ಮ ಕರ್ಮಗಳು, ತುರ್ಕಿ, ಫಾರ್ಸಿ, ಉರ್ದು ಭಾಷೆಗಳಲ್ಲದೆ ಅವರ ಯುದ್ಧತಂತ್ರ ರಾಜ್ಯಾಡಳಿತ ತಂತ್ರ ಕುತಂತ್ರಗಳೆಲ್ಲ ಕರಗತವಂತೆ. ಔರಂಗಜೇಬ ಬಾದಶಾಹರಿಗಂತೂ ಅತ್ಯಂತ ನಂಬಿಕೆಯ ಬಂಟ. ಅವರಿಗಿಂತ ಹತ್ತು ವರ್ಷಕ್ಕೆ ಹಿರಿಯ. ಸಿಂಹಾಸನಕ್ಕಾಗಿ ಅವರು ಸೋದರರ ವಧೆ ಮಾಡಿ ತಂದೆಯನ್ನು ಸೆರೆಯಲ್ಲಿಡುವಾಗ ಅವರ ಜೊತೆ ನಿಂತು ಬೆಂಬಲಿಸಿದವನು. ಬೆಂಬಲಿಸಿದುದು ಅವರ ಮೇಲಿನ ಮಮತೆ ಮತ್ತು ನಿಷ್ಠೆಯಿಂದಲೋ ಅಥವಾ ಗೆಲ್ಲುವ ಕುದುರೆಯನ್ನು ಬೆಂಬಲಿಸದಿದ್ದರೆ ಅದು ಗೆದ್ದ ಮೇಲೆ ತನ್ನನ್ನು ತುಳಿದು ಸಾಯಿಸುತ್ತದೆಂಬ ಮುನ್ನೆಚ್ಚರಿಕೆಯಿಂದಲೋ ಎಂಬುದು ಹಮ್ ದುಲ್ಲಾಹ್ ಅವರ ಊಹೆಗೂ ನಿಲುಕದ ಸಂಗತಿ.

ದಕ್ಷಿಣಕ್ಕೆ ಹೋದ ಅವನು ಇಡೀ ದಕ್ಷಿಣವನ್ನು ಶಿವಾಜಿಯ ವಿರುದ್ಧ ತಿರುಗಿಸುವ ತಂತ್ರ ಮಾಡಿದ. ಈಗ ಶಿವಾಜಿಯ ವಿರುದ್ಧ ತಮ್ಮ ಪಕ್ಷ ವಹಿಸಿದರೆ ತಾನು ಮೊಘಲರಿಗೆ

ಕೊಡಬೇಕಾದ ವಾರ್ಷಿಕ ಪೊಗದಿಯನ್ನು ಕಡಮೆ ಮಾಡಿಸುವುದಾಗಿ ಬಿಜಾಪುರದ ಆದಿಲ್ ಶಾಹನಿಗೆ ಆಶೆ ಹುಟ್ಟಿಸಿದ. ತನ್ನದೇ ನೌಕಾಸೈನ್ಯವನ್ನು ಕಟ್ಟಿದ್ದ ಶಿವನನ್ನು ನಾಶಮಾಡಿದರೆ ನಿಮಗೆ ಕಡಲಿನಲ್ಲಿ ಪ್ರತಿಸ್ಪರ್ಧಿ ಇರುವುದಿಲ್ಲವೆಂಬ ಭರವಸೆ ಹುಟ್ಟಿಸಿ ಗೋವಾದಲ್ಲಿ ನೆಲೆಯೂರಿದ್ದ ಪೋರ್ತುಗೀಸರನ್ನು ತನ್ನ ಕಡೆ ಸೇರಿಸಿಕೊಂಡ. ದಕ್ಷಿಣದಲ್ಲಿದ್ದ ಸಣ್ಣಪುಟ್ಟ ಹಿಂದೂ ರಾಜರು ಜಮೀನುದಾರರ ಹತ್ತಿರಕ್ಕೆ ತನ್ನ ಕೈಕೆಳಗಿದ್ದ ಬ್ರಾಹ್ಮಣ ಅಧಿಕಾರಿಗಳನ್ನು ಕಳಿಸಿ 'ಈಗ ಶಿವಾಜಿಯ ವಿರುದ್ಧ ಕಾಯಲು ಬಂದಿರುವವನು ಹಿಂದೂಧರ್ಮದ ಜಯಸಿಂಹ. ನಾವು ಬ್ರಾಹ್ಮಣರು. ಶಿವಾಜಿಯೊಬ್ಬ ಕೇವಲ ದರೋಡೆಕೋರ. ಈಗ ನೀವು ನಮ್ಮ ಪಕ್ಷ ವಹಿಸಿದರೆ ನಿಮ್ಮ ಮೇಲೆ ದರೋಡೆ ಮಾಡುತ್ತಿದ್ದವನನ್ನು ಮಟ್ಟಹಾಕಬಹುದು' ಎಂಬ ಕೈತವ ಮಾಡಿದ. ಇದಲ್ಲದೆ ತಲಾ ಮೂರುಸಾವಿರ ಅಶ್ವದಳಗಳ ಶಿವಾಜಿಯ ದಳಪತಿಯಾದ ಆತ್ಮಾಜಿ, ಅವನ ಇಬ್ಬರು ಸೋದರರು ಇನ್ನೊಬ್ಬ ದಳಪತಿ ಕಹರ್‌ಕೋಲಿ ಇವರುಗಳಿಗೆ ಗುಟ್ಟಿನಲ್ಲಿ ಭಾರಿ ಮೊತ್ತದ ಲಂಚಕೊಟ್ಟು ತಾನು ಸೂಚಿಸಿದ ಸಮಯದಲ್ಲಿ ಯುದ್ಧರಂಗದಿಂದ ಹಿಂದೆ ಸರಿದು ಶಿವಾಜಿಗೆ ಕೈಕೊಡುವ ವ್ಯವಸ್ಥೆ ಮಾಡಿದ. ಒಟ್ಟಿನಲ್ಲಿ ಪುರಂಧರ ಎಂಬ ಕೋಟೆಯಲ್ಲಿ ಕೊನೆಮುಟ್ಟಿದ ಯುದ್ಧದಲ್ಲಿ ಶಾಂತಿ ಪ್ರಸ್ತಾವನೆ ಮಾಡದೆ ಶಿವಾಜಿಗೆ ಬೇರೆ ದಾರಿಯೇ ಇರಲಿಲ್ಲ. ಮೊಘಲರ ಪರವಾಗಿ ಶಿವಾಜಿಯ ವಿರುದ್ಧವಾಗಿ ಜಯಸಿಂಗನ ಕೈ ಕೆಳಗೆ ಕಾದಿದವರೆಲ್ಲ ರಾಜಪೂತರೇ. ಶಾಂತಿಸಂಧಾನದಲ್ಲೂ ಶಿವಾಜಿಯು ಮೊಘಲರನ್ನು ಪೂರ್ತಿ ನಂಬಲಿಲ್ಲ. ಶಿವಾಜಿಯು ತನ್ನನ್ನು ತಾನು ಒಪ್ಪಿಸಿಕೊಂಡರೆ ಔರಂಗಜೇಬ ಬಾದಶಾಹರು ಶಿವಾಜಿಯನ್ನೇ ಇಡೀ ದಕ್ಕನ್ನಿನ ಆಡಳಿತಗಾರನನ್ನಾಗಿ ನೇಮಿಸುತ್ತಾರೆಂಬ ಅಸ್ಪಷ್ಟ ಭರವಸೆಯನ್ನು ಜಯಸಿಂಗನು ನೀಡಿದ. ಔರಂಗಜೇಬನನ್ನು ನಂಬಬೇಡಿ, ಅವನನ್ನು ಕಾಣಲು ಹೋದರೆ ಸೆರೆ ಹಿಡಿಸಿ ಕೊಲ್ಲಿಸಿಯಾನು ಎಂದು ಸಂಗಡಿಗರು ಎಚ್ಚರಿಸಿದರೂ ಶಿವಾಜಿಯು ಹೊರಟು ಆಗ್ರಾ ತಲುಪಿದ. ಶಿವಾಜಿಗೆ ಸಲ್ಲುತ್ತದೆಂದು ಜಯಸಿಂಗನು ಭಾಷೆಕೊಟ್ಟಿದ್ದ ಪುರಸ್ಕಾರ ಶಿವಾಜಿಗೆ ಆಗ್ರಾದ ದರ್ಬಾರಿನಲ್ಲಿ ಸಿಕ್ಕಲಿಲ್ಲ. ರೇಗಿದ ಶಿವಾಜಿ ದರ್ಬಾರಿನಲ್ಲೇ ಉಚಾಯಿಸಿ ಮಾತನಾಡಿಬಿಟ್ಟನಂತೆ. ಬಾದಶಾಹರಿಗೆ ಕೋಪ ಬಂತು. ಅವನನ್ನು ಮುಗಿಸಬೇಕೆಂದು ಹೇಗೂ ನಿಶ್ಚಯಿಸಿದ್ದರು. ಈಗ ನೆಪ ಸಿಕ್ಕಿತು. ಅವನನ್ನು ಗೃಹಬಂಧನದಲ್ಲಿರಿಸಿದ್ದಾರೆ. ಅವನನ್ನು ಹೇಗೆ ಮುಗಿಸುತ್ತಾರೆಯೋ ಕಾದುನೋಡಬೇಕು ಎಂದು ಹಮ್‌ದುಲ್ಲಾಹ್ ಅವರು ಹೇಳಿದರು.

ಶಿವಾಜಿಯನ್ನು ಸೆರೆ ಹಿಡಿದ ಸುದ್ದಿ ಜನಾನಾದಲ್ಲಿ ಮಾತ್ರವಲ್ಲ, ಆಗ್ರಾ ನಗರದಲ್ಲೆಲ್ಲ ಹರಡಿತು. ಸುತ್ತಮುತ್ತಲೂ ಹಬ್ಬಿತು. ಯಃಕಶ್ಚಿತ್ ಗುಡ್ಡಗಾಡಿನ ಇಲಿಯು ಯಾವ ಬೋನಿಗೂ ಬೀಳದೆ ಯಾವ ಪೆಟ್ಟಿಗೂ ಸಿಕ್ಕದೆ ಬಾದಶಾಹರ ಮಹಾನ್ ಶಕ್ತಿಗೆ ಕಪ್ಪುಚುಕ್ಕೆಯಾಗಿದ್ದ. ಆ ಇಲಿಯನ್ನು ಬೋನಿನೊಳಕ್ಕೆ ಬಂದು ಬೀಳುವಂತೆ ಮಾಡಿದ ಬಾದಶಹರ ತಂತ್ರಶಕ್ತಿಗೆ ರಾಜಧಾನಿಯೇ ತಲೆದೂಗಿತು. ಶಾಹಜಹಾನ್ ಬಾದಶಾಹರಿಗೆ ಈ ತಂತ್ರಕೌಶಲವಿತ್ತೆ? ದಾರಾ ಶೂಜಾ ಮುರಾದರಿಗಿತ್ತೆ? ಅಲ್ಲಾಹುವಿನ ಕೃಪೆ: ಸಮರ್ಥರಾದವರನ್ನೇ ಮುಘಲ್ ಸಿಂಹಾಸನದ ಮೇಲೆ ಕೂರಿಸಿದ. ಎಲ್ಲರೂ ಕೃತಜ್ಞತಾಪೂರ್ವಕವಾಗಿ ನಮಾಜು ಮಾಡಿದರು.

ಶಿವನನ್ನು ಸೆರೆ ಹಿಡಿದದ್ದನ್ನು ದರ್ಬಾರಿನ ಅಧಿಕಾರಿಗಳೇ ಬಾದಶಾಹರ ಸೂಚನೆಯಿಂದಲೇ ಪ್ರಸಾರ ಮಾಡಿದರು. ಪ್ರಭುತ್ವದ ಕೀರ್ತಿಯನ್ನು ಹೆಚ್ಚಿಸಲು. ಅವನನ್ನು ಯಾರೂ ಜಿ ಎಂಬ ಗೌರವ ಸೂಚಕವನ್ನು ಸೇರಿಸಿ ಶಿವಾಜಿ ಎಂದು ಕರೆಯಕೂಡದು. ಶಿವ ಎನ್ನಬೇಕು ಎಂಬ ಸೂಚನೆಯೂ ಹೊರಟಿತು. ಅವನ ಬಗೆಗೆ ತುಚ್ಛಮಾತು, ಸುದ್ದಿಗಳನ್ನು ಹಬ್ಬಿಸಿದಷ್ಟೂ ಅವನನ್ನು ನೋಡುವ ಕುತೂಹಲವು ಜನಗಳಲ್ಲಿ ಹೆಚ್ಚಿತು. ಆದರೆ ಗೃಹಬಂಧನದಲ್ಲಿಟ್ಟಿದ್ದಾರೆ. ಯಾರಾದರೂ ಕುತೂಹಲದಿಂದ ಆ ಮನೆಯ ಕಡೆ ತಿರುಗಾಡಿದರೂ ಅನುಮಾನ ಬಂದು ಸೆರೆ ಹಿಡಿದು ಮರಣದಂಡನೆಗೆ ಒಳಗು ಮಾಡಬಹುದೆಂಬ ಭೀತಿ.

ಇದೇ ಸಂದರ್ಭದಲ್ಲಿ ಆಫ್ಘಾನಿಸ್ತಾನದಲ್ಲಿ ಯೂಸುಫ್ ಝಾಯ್ ಮತ್ತು ಆಫ್ರಿದಿಗಳು ದಂಗೆ ಎದ್ದಿದ್ದರು. ಅವರನ್ನು ಅಡಗಿಸಲು ಕಳಿಸುವ ಸೈನ್ಯದ ಜೊತೆಗೆ ಗುಡ್ಡಗಾಡಿನ ಅನುಭವವಿರುವ ಶಿವನನ್ನು ಕಳಿಸುವುದು ಆ ಮೂಲಕ ಬಂಧನವನ್ನು ಅಂತ್ಯಗೊಳಿಸುವುದು ಎಂದು ಬಾದಶಾಹರು ಯೋಜಿಸಿದರು. ದಾರಿಯಲ್ಲಿ ಶಿವನನ್ನು ಕೊಲೆಮಾಡಿಸಿ ಅದನ್ನು ದಂಗೆಕೋರರ ಮೇಲೆ ಹಾಕುವುದು ಅವರ ತಂತ್ರವಾಗಿತ್ತು. ಆದರೆ ಅಷ್ಟರಲ್ಲಿ ಶಿವನು ಸಖತ್ ಕಾಹಿಲೆಯಾಗಿ ಮಲಗಿಬಿಟ್ಟ. ತಾನಾಗಿಯೇ ಸಾಯುತ್ತಾನೆಂಬ ಸಮಾಧಾನ ಬಾದ ಶಾಹರಿಗೆ. ಶಿವನು ತನ್ನ ಸಂಗಡ ಕರೆತಂದಿದ್ದ ಖಾಸಗಿ ಅಂಗರಕ್ಷಕರನ್ನೆಲ್ಲ ಪ್ರಭುತ್ವದ ಅಪ್ಪಣೆ ಪಡೆದು ಸ್ವದೇಶಕ್ಕೆ ಕಳಿಸಿಬಿಟ್ಟ. ಸಾಯುವವನಿಗೆ ಅಂಗರಕ್ಷಕರೇಕೆ?

ಆ ವರ್ಷ ಬೇಸಿಗೆ ಬಲು ಉಗ್ರವಾಗಿತ್ತು. ಅಥವಾ ದಿಲ್ಲಿಗಿಂತ ಆಗ್ರದಲ್ಲಿ ಯಾವಾಗಲೂ ಉಗ್ರವೋ? ಎಲ್ಲರಿಗೂ ಬೆನ್ನಿನ ಮೇಲೆ ಗುಳ್ಳೆಗಳು. ಅಂಗಾತ ಮಲಗಲು ಸಾಧ್ಯವೇ ಇಲ್ಲ. ಕಂಚನಿಗಳು ಜನಾನಾದ ಸುತ್ತ ಖಸ್ ಖಸ್ ಚಾಪೆಯನ್ನು ಇಳಿಬಿಟ್ಟು ಅವಕ್ಕೆ ಗಳಿಗೆಗೊಮ್ಮೆ ತಣ್ಣೀರು ಎರಚಿ ಒದ್ದೆ ಮಾಡುತ್ತಿದ್ದರು. ತಲೆಯ ಮೇಲಿನ ಜಂತೆಗೆ ಕಟ್ಟಿದ್ದ ಮೂರುಗಜ ಉದ್ದ ಒಂದು ಗಜ ಅಗಲದ ಖಸ್ ಖಸ್ ಬೀಸಣಿಗೆಗೂ ತಣ್ಣೀರೆರಚಿ ಸೆಣಬಿನ ಹಗ್ಗ ಜಗ್ಗುತ್ತಾ ಬೀಸುತ್ತಿದ್ದರು. ಬೇಗಮರುಗಳಿಗೆ ಮತ್ತು ಒಳಗಿದ್ದು ಅವರ ಸೇವೆ ಮಾಡುವವರಿಗೆ ಮಾತ್ರ ತುಸು ತಂಪಾಗಿ ಬೆನ್ನಿನ ಮೇಲೆ ಗುಳ್ಳೆ ಬರುತ್ತಿರಲಿಲ್ಲ. ಬಂದರೂ ಇಂಗುತ್ತಿದ್ದವು. ನಪುಂಸಕರಿಗೆ ಈ ಸೇವೆ ಮಾಡುವ ಭಾಗ್ಯವಿಲ್ಲ. ಬಿಸಿಲಿನಲ್ಲಿಯೇ ಒದ್ದಾಡಬೇಕಿತ್ತು. ಅದೃಷ್ಟವೆಂದರೆ ಆಗ್ರಾದಲ್ಲಿ ಕುಡಿಯುವ ನೀರಿಗೆ ಎಂದೂ ಬರವಿರಲಿಲ್ಲ.

ಬೇಸಗೆಯು ಎಷ್ಟು ಉಗ್ರವಾಗಿತ್ತೋ ಅಷ್ಟೇ ಸಕಾಲದಲ್ಲಿ ಆ ವರ್ಷ ಮಳೆ ಬಂತು. ಮಳೆ ಬಿದ್ದ ತಕ್ಷಣ ಜನಾನಾದ ಹೆಂಗಸರು ತಮ್ಮ ತಮ್ಮ ಕೋಣೆಗಳಿಂದ, ಮಹಲುಗಳಿಂದ ಹೊರಬಂದು ಬುರ್ಖಾದ ಸಮೇತ ಮಳೆಗೆ ಬೆನ್ನು ಕೊಟ್ಟು ಸಮೃದ್ಧವಾಗಿ ನೆನೆದರು. ಇಲ್ಲಿ ಮಳೆ ಬರುವ ಮೊದಲೇ ಜಮುನೆಯಲ್ಲಿ ಕೆಂಪು ನೀರಿನ ಪ್ರವಾಹ ಬರತೊಡಗಿತ್ತು. ಮೂರುದಿನದಲ್ಲಿ ಪ್ರವಾಹವು ಕೋಟೆಯ ಗೋಡೆಯನ್ನು ತಟ್ಟುವಷ್ಟು ಏರಿತು. ಇದೇ ಜಮುನೆಯಾದರೂ ದಿಲ್ಲಿಗಿಂತ ಆಗ್ರಾದಲ್ಲಿ ಮನೋಹರವಾಗಿ ಕಾಣಿಸುತ್ತದೆ.

ಇದ್ದಕ್ಕಿದ್ದಂತೆಯೇ ಒಂದು ಸುದ್ದಿ ಹುಟ್ಟಿಕೊಂಡಿತು. ಹುಟ್ಟಿದ್ದು ಮಾತ್ರವಲ್ಲ: ಎಲ್ಲೆಲ್ಲಿಯೂ ಅದೇ ಗುಸುಗುಸು. ಬೋನಿನೊಳಗಿಟ್ಟಿದ್ದ ಬೆಟ್ಟದ ಇಲಿಯು ತಪ್ಪಿಸಿಕೊಂಡುಬಿಟ್ಟಿದೆ. ಬಾದ

ಶಾಹರು ವೇಗವಾಗಿ ಓಡುವ ಕುದುರೆ ಸವಾರರನ್ನು ಬೆಟ್ಟದ ದಿಕ್ಕಿಗೆ ಅಟ್ಟಿದ್ದಾರೆ. ಇಲಿಯು ಎಲ್ಲಿಯೂ ಸಿಕ್ಕುತ್ತಿಲ್ಲ. ಬೋನಿನ ಕಾವಲುಗಾರರ ಜೀವ ಉಳಿಯುವುದಿಲ್ಲ. ಇಲಿಯ ಸೆರೆ ಹಿಡಿದದ್ದಕ್ಕಿಂತ ಅದು ಚುರುಕು ಚಾಣಾಕ್ಷ ಬಾದಶಾಹರ ಎಚ್ಚರಿಕೆಯ ಗಸ್ತಿಗೆ ಕೈಕೊಟ್ಟು ಪರಾರಿಯಾದದ್ದು ಹೆಚ್ಚು ರೋಚಕವಾಗಿ ಜನರು ಒಳಗೊಳಗೇ ಚಪ್ಪರಿಸುತ್ತಿದ್ದಾರೆ. ಈ ಇಲಿಯು ತನ್ನ ನಾಡನ್ನು ಸೇರಿಕೊಂಡರೆ ದಕ್ಷಿಣದ ನಾಡುಗಳನ್ನು ಗೆದ್ದು ಸಾಮ್ರಾಜ್ಯಕ್ಕೆ ಸೇರಿಸಿಕೊಳ್ಳುವ ತಮ್ಮ ಕನಸು ಕೈ ಗೂಡುವುದಿಲ್ಲವೆಂಬ ಹತಾಶೆಯು ಬಾದಶಾಹರನ್ನು ಕಾಡಲು ಶುರುವಾಗಿದೆ ಎಂದು ಹಮ್ ದುಲ್ಲಾಹ್ ಅವರು ಹೇಳಿದರು.

ಬಾದಶಾಹರು ಆಗ್ರಾದಲ್ಲಿ ತಮ್ಮ ಹುಟ್ಟುಹಬ್ಬದ ದರ್ಬಾರನ್ನು ಆಚರಿಸಿದಮೇಲೆ ಆಡಳಿತವು ದಿಲ್ಲಿಗೆ ಮರಳಿತು. ಜನಾನಾದ ಮರುಪ್ರಯಾಣವು ಒಂದು ಮಹಾನಗರವೇ ಚಲಿಸುತ್ತಿದೆ ಎಂಬಂತಹ ವೈಭವವನ್ನು ಮೆರೆಯಿತು. ಉದಯಪುರಿ ಮಹಲ್ ಅವರಿಗೆ ನನ್ನ ಮೇಲಿನ ಕರುಣೆ ಮೊದಲಿನಂತೆಯೇ ಇತ್ತು. ನಾನು ಅವರ ಕೈಲಿ ಫಾರ್ಸಿ ಭಾಷೆಯಲ್ಲಿ ಸಂಭಾಷಿಸಬಲ್ಲವನಾಗಿದ್ದೆ. ಅವರ ಮಹಲಿನ ರಕ್ಷಣೆಯ ಕಿರು ಮೇಲ್ವಿಚಾರಕನಾಗಿ ನನಗೆ ಬಡ್ತಿ ದೊರಕಿತು. ಹಮ್‌ದುಲ್ಲಾಹ್ ಅವರ ಮನೆಯಲ್ಲಿ ಹೆಚ್ಚು ಹೊತ್ತು ಕಳೆಯುವ ಅವಕಾಶವೂ ದೊರೆಯಿತು. ಬೇಕಾದಾಗ ದಿಲ್ಲಿಯ ಬೇರೆ ಬೇರೆ ಮೊಹಲ್ಲಾಗಳಲ್ಲಿ, ಗಲ್ಲಿಗಳಲ್ಲಿ, ಹಿಂದಿನ ಸುಲ್ತಾನರುಗಳು ಕಟ್ಟಿ ಈಗ ಪಾಳು ಬಿದ್ದ ಅಥವಾ ಜನಸಂದಣಿ ಇಲ್ಲದ ಪುರಾನಾ ಶಹರುಗಳಲ್ಲಿ ಸುತ್ತಾಡಿಬರುತ್ತಿದ್ದೆ. ದಿಲ್ಲಿ ಎಂಬುದು ಒಂದು ಶಹರಲ್ಲ, ಹಲವು ಪುರಾನಾ ಶಹರುಗಳ ಸಮುಚ್ಚಯ. ಒಂದೊಂದು ಭಾಗಕ್ಕೆ ಹೋದರೂ ಒಂದೊಂದು ಇತಿಹಾಸ. ಅವುಗಳನ್ನೆಲ್ಲ ಹಮ್ ದುಲ್ಲಾಹ್ ಅವರಿಂದ ಕೇಳಿ ತಿಳಿಯಬೇಕು.

ಆಗ್ರಾದಿಂದ ಹಿಂತಿರುಗಿದಮೇಲೆ ಬಾದಶಾಹರು ಆಡಳಿತದಲ್ಲಿ ಒಂದೊಂದಾಗಿ ಇಸ್ಲಾಂ ತತ್ತ್ವವನ್ನು ಬಿಗಿಮಾಡತೊಡಗಿದರು. ಮುತ್ತಜ್ಜ ಅಕ್ಬರ್ ಬಾದಶಾಹರು ತಮ್ಮ ಹಿಂದಿನವರು ತಂದಿದ್ದ ಎಷ್ಟೋ ಇಸ್ಲಾಂ ಕಾನೂನುಗಳನ್ನು ಸಡಿಲಗೊಳಿಸಿದ್ದರಂತೆ. ಇನ್ನೆಷ್ಟನ್ನೋ ಕಿತ್ತೊಗೆದರಂತೆ. ಅವರ ಮಗ ಜಹಾಂಗೀರ್ ಬಾದಶಾಹರು ತಂದೆಯಷ್ಟು ಧರ್ಮಭ್ರಷ್ಟರಲ್ಲದಿದ್ದರೂ ಸಂಪೂರ್ಣ ಧರ್ಮನಿಷ್ಠರಾಗಿರಲಿಲ್ಲವಂತೆ. ಹಿಂದೂಗಳ ದೇವಾಲಯಗಳನ್ನು ನಾಶಮಾಡುವ, ವಿಗ್ರಹಗಳನ್ನು ಒಡೆಸಿ ಅವುಗಳ ಮೇಲೆ ಹೇಲು ಉಚ್ಚೆ ಹಾಕಿಸುವ ಕೆಲಸವನ್ನು ಅಲ್ಲಲ್ಲಿ ಮಾಡಿಸುತ್ತಿದ್ದರಂತೆ. ಆದರೆ ಹಿಂದೂಮಂದಿರಗಳನ್ನು ನಾಶಮಾಡುವ ಕೆಲಸವನ್ನು ಶಾಹಜಹಾನ್ ಬಾದಶಾಹರು ಕ್ರಮಬದ್ಧವಾಗಿ ಆರಂಭಿಸಿದರಂತೆ. ಹೊಸ ದೇವಾಲಯಗಳನ್ನು ಕಟ್ಟುವ, ಹಳೆಯದನ್ನು ದುರಸ್ತಿ ಮಾಡುವ ಕೆಲಸಗಳನ್ನು ಚಕ್ರಾಧಿಪತ್ಯದಾದ್ಯಂತ ನಿಷೇಧಿಸಿದರಂತೆ. ಒಳ್ಳೆಯ ಮಾತಿನಿಂದ, ಬಲ ಪ್ರಯೋಗದಿಂದ, ಅಧಿಕಾರದ, ಬಿರುದು ಬಾವಲಿಗಳ, ವಿಶೇಷ ಸಂಬಳ ಸಾರಿಗೆಗಳ ಆಶೆ ತೋರಿಸುವುದರಿಂದ

ಹಿಂದೂಗಳನ್ನು ಧರ್ಮಾಂತರಿಸುವ ಕೆಲಸವನ್ನು ಶಾಹಜಹಾನ್ ಬಾದಶಾಹರು ಉದ್ದಕ್ಕೂ ನಡೆಸಿದರಂತೆ. ತಮ್ಮ ಧರ್ಮಕ್ಕೆ ಅಂಟಿಕೊಂಡ ಎಷ್ಟೋ ಅಧಿಕಾರಿಗಳನ್ನು ವರ್ಗಾವಣೆ ಮಾಡುವ ಅಥವಾ ನೌಕರಿಯಿಂದ ಬರ್ಖಾಸ್ತ್ ಮಾಡುವ ಬೆದರಿಕೆಯನ್ನೂ ಪ್ರಯೋಗಿಸುತ್ತಿದ್ದರಂತೆ. ಹಿಂದೂಗಳಿಗೆ ತೀರ್ಥಯಾತ್ರೆ ಮಾಡಲು ವಿಶೇಷ ಸುಂಕವನ್ನು ವಿಧಿಸಿದರಂತೆ. ಇಸ್ಲಾಂ ಸ್ವೀಕರಿಸುವವರಿಗೆ ಹುದ್ದೆಗಳನ್ನು ಕೊಟ್ಟು ಆಕರ್ಷಿಸಲು ಷಾಮೀರ್ ಲಾ ಹೌರಿ ಮತ್ತು ಮುಹಿಬ್ ಆಲಿ ಸಿಂಧಿ ಎಂಬ ಇಬ್ಬರು ವಿಶೇಷ ಅಧಿಕಾರಿಗಳನ್ನೇ ನೇಮಿಸಿದ್ದರಂತೆ.

ಅಜ್ಜನು ಅರೆ ಮನಸ್ಸಿನಿಂದ, ಅಪ್ಪನು ಅಶಿಸ್ತಿನ ಮನಸ್ಸಿನಿಂದ ತಂದ ಇಸ್ಲಾಮೀಕರಣ ಪ್ರಕ್ರಿಯೆಯನ್ನು ಔರಂಗಜೇಬ ಬಾದಶಾಹರು ಸಂಪೂರ್ಣ ಮತ್ತು ಶಿಸ್ತಿನ ಮನಸ್ಸಿನಿಂದ ಒಂದಾದ ಮೇಲೆ ಒಂದರಂತೆ ತತ್ತ್ವಬದ್ಧ ಹುಕುಂಗಳನ್ನು ಜಾರಿಮಾಡುವ ಮೂಲಕ ಪೂರ್ಣಗೊಳಿಸಿದರು. ತತ್ತ್ವಬದ್ಧ ಎಂದರೆ ಅವರು ಕುರ್‌ಆನನ್ನು, ತಳಮುಟ್ಟ ಬಾಯಿಯಲ್ಲೇ ಹೇಳುವ ಮಟ್ಟಿಗೆ ಓದಿದವರು. ಅದರ ಅರ್ಥ ಮತ್ತು ಗುರಿಗಳನ್ನು ಅನುಮಾನಕ್ಕೆ ಎಡೆ ಇಲ್ಲದಂತೆ ತಿಳಿದವರು. ಅಲ್ಲಾಹುವೇ ನಿಜವಾದ ರಾಜ: ಭೂಮಿಯ ಮೇಲೆ ಅಧಿಕಾರ ಮಾಡುವ ರಾಜನು ಆ ನಿಜವಾದ ರಾಜನ ಪ್ರತಿನಿಧಿ. ಅಲ್ಲಾಹುವಿನ ಧರ್ಮವನ್ನು ಪ್ರಚುರ ಪಡಿಸುವುದೇ ಪ್ರಭುತ್ವದ ಆದ್ಯ ಗುರಿ, ಆದ್ಯ ಕರ್ತವ್ಯ. ಯಾವನೇ ಪ್ರಜೆಯು ಅಲ್ಲಾಹುವಿನ ಪ್ರತಿಸ್ಪರ್ಧಿ ದೇವರನ್ನು ನಂಬಿದರೆ, ಅಂಥ ಪ್ರತಿಸ್ಪರ್ಧಿ ಇದ್ದಾನೆಂದು ಹೇಳಿದರೆ ಅದು ರಾಜದ್ರೋಹವಾಗುತ್ತದೆ. ಅದಕ್ಕಿಂತ ದೊಡ್ಡ ಪಾಪವಿಲ್ಲ. ಮರಣದಂಡನೆಯೊಂದೇ ಅದಕ್ಕೆ ತಕ್ಕಶಿಕ್ಷೆ. ಅಲ್ಲಾಹುವಿನ ಮಾರ್ಗದಲ್ಲಿ ಶ್ರಮಿಸುವುದಕ್ಕೆ ಜಿಹಾದ್ ಎಂದು ಹೆಸರು. ನಂಬದೆ ಇರುವವರ ರಾಜ್ಯವನ್ನು (ದರ್-ಉಲ್-ಹರ್ಬ್) ನಂಬುವವರ ರಾಜ್ಯವನ್ನಾಗಿ (ದರ್-ಉಲ್-ಇಸ್ಲಾಮ್) ಮಾಡಲು ಯುದ್ಧ ಮಾಡುವುದಕ್ಕೆ ಜಿಹಾದ್ ಎಂದು ಹೆಸರು. ಯುದ್ಧದಲ್ಲಿ ಗೆದ್ದಮೇಲೆ ನಂಬದಿದ್ದವರೆಲ್ಲ ಗೆದ್ದವರ ಗುಲಾಮರಾಗುತ್ತಾರೆ. ಪ್ರಪಂಚದ ಪ್ರಜಾಸಮಸ್ತರನ್ನೂ ಇಸ್ಲಾಮಿಗೆ ಪರಿವರ್ತಿಸಿ ಎಲ್ಲ ವಿಧವಾದ ಭಿನ್ನ ನಂಬಿಕೆಗಳನ್ನು ನಾಶಮಾಡುವುದೇ ಇಸ್ಲಾಂ ರಾಜ್ಯದ ಗುರಿ. ಪವಿತ್ರಕುರಾನ್ IX.5.6. ಹೇಳುತ್ತದೆ: 'ಪುಣ್ಯ ಮಾಸಗಳು ಕಳೆದನಂತರ ಅಲ್ಲಾಹುವಿನೊಡನೆ ಬೇರೆ ದೇವರುಗಳನ್ನು ಸೇರಿಸುವವರನ್ನು ನೀನು ಎಲ್ಲಿಯೇ ಕಾಣಲಿ ಕೊಂದುಹಾಕು.....ಆದರೆ ಅವರು ಧರ್ಮಾಂತರಿತರಾದರೆ ಅವರ ದಾರಿಯಲ್ಲಿ ಅವರು ಹೋಗಲಿ.' ಮತ್ತೂ ಹೇಳುತ್ತದೆ, VIII, 39-42, 'ಅವರು ತಮ್ಮ ತಪ್ಪುನಂಬಿಕೆಗಳನ್ನು ತುಳಿದು ಹಾಕಿದರೆ ಅವರ ಹಿಂದಿನದನ್ನು ಕ್ಷಮಿಸುವುದಾಗಿ ನಂಬದವರಿಗೆ ಹೇಳಿ. ಅವರು ತಮ್ಮ ಹಳೆನಂಬಿಕೆಗಳಿಗೆ ಹಿಂತಿರುಗಿದರೆ ಹೋರಾಟವು ಕೊನೆಯಾಗುವವರೆಗೂ, ಎಲ್ಲವೂ ಅಲ್ಲಾಹುವಿನ ಧರ್ಮವಾಗುವವರೆಗೂ ಯುದ್ಧ ಮಾಡಿ.'

ಮುಸ್ಲಿಂ ಅಲ್ಲದವನಿಗೆ ರಾಜಕೀಯವಾಗಿ ಯಾವ ಹಕ್ಕೂ ಇಲ್ಲ. ಮುಸ್ಲಿಂ ರಾಜ್ಯದಲ್ಲಿ ಬದುಕುವ ಹಕ್ಕೂ ಇಲ್ಲ. ಅವನನ್ನು ಬದುಕಲು ಬಿಟ್ಟರೆ ಅದು ತಾತ್ಕಾಲಿಕವಾಗಿ ಮಾತ್ರ. ಅದೂ ಗುಲಾಮನಿಗಿಂತ ತುಸು ಉತ್ತಮಸ್ಥಿತಿಯಲ್ಲಿ. ಅವನಿಗೆ ಜಿಮ್ಮಿ ಎಂದು ಹೆಸರು. ಏಕೆಂದರೆ ಅವನು ರಾಜ್ಯದೊಡನೆ ಒಂದು ಕರಾರಿಗೆ (ಜಿಮ್ಮಾ) ಒಳಪಟ್ಟಿರುತ್ತಾನೆ. ಮುಸ್ಲಿಮ

ನಿಗಿರುವ ಯಾವ ಸಾಧಾರಣ ಹಕ್ಕೂ ಅವನಿಗೆ ಇಲ್ಲ. ಅಲ್ಲದೆ ಮುಸ್ಲಿಂ ರಾಜ್ಯದಲ್ಲಿ ಬದುಕಲು ಬಿಟ್ಟಿರುವುದಕ್ಕಾಗಿ ಅವನು ಒಂದು ವಿಶೇಷ ತೆರಿಗೆಯನ್ನು ಕೊಡಬೇಕು. ಅದರ ಹೆಸರು ಜೆಸಿಯಾ. ಮೂಲ ಮುಸ್ಲಿಮರಿಗೆ ವಿನಾಯಿತಿ ಕೊಟ್ಟಿದ್ದ ವಿಶೇಷ ಭೂ ಕಂದಾಯವನ್ನು, ಖರಜ್, ಅವನು ಕೊಡಬೇಕು. ಯುದ್ಧದ ಸೈನಿಕರನ್ನು ಸಾಕುವ ಖರ್ಚಿಗೆ ಇನ್ನೊಂದು ವಿಶೇಷ ಸುಂಕ ತೆರಬೇಕು. ಮುಸ್ಲಿಮನಿಗೆ ಮಾತ್ರ ಯೋಧನಾಗುವ ಅವಕಾಶ. ಮುಸ್ಲಿಮನಲ್ಲದವನು ಸೈನ್ಯದ ಕೆಳಹಂತದ ಸೇವಕನಾಗಬಹುದು, ದಳಪತಿಯೋ ಅಶ್ವಾರೋಹಿಯೋ ಆಗುವಂತಿಲ್ಲ. ತನ್ನ ವೇಷದಲ್ಲಿ, ನಡತೆಯಲ್ಲಿ, ಮಾತುಕತೆಗಳಲ್ಲಿ ವಿನಯವನ್ನು ತೋರಿಸಬೇಕು. ಕುದುರೆ ಸವಾರಿ ಮಾಡುವಂತಿಲ್ಲ. ಉತ್ತಮ ಬಟ್ಟೆ ತೊಡುವಂತಿಲ್ಲ. ಆಯುಧಗಳನ್ನು ಇಟ್ಟುಕೊಳ್ಳುವಂತಿಲ್ಲ. ಮುಸ್ಲಿಂ ಜಾತಿಯ ಪ್ರತಿಯೊಬ್ಬರೊಡನೆಯೂ ಬಗ್ಗಿ ನಡೆಯಬೇಕು. ನ್ಯಾಯಾಲಯದಲ್ಲಿ ಅವನ ಸಾಕ್ಷಿಗೆ ಮುಸಲ್ಮಾನನ ಸಾಕ್ಷಿಗಿರುವ ಮಾನ್ಯತೆ ಇಲ್ಲ. ಅವರು ಜಾತ್ರೆ ಪರ್ವ ಉತ್ಸವಗಳೆಂದು ಸಮಾವೇಶಗೊಳ್ಳುವಂತಿಲ್ಲ. ಹೊಸ ದೇವಾಲಯಗಳನ್ನು ಕಟ್ಟುವಂತಿಲ್ಲ. ಹಳೆಯವನ್ನು ದುರಸ್ತಿ ಮಾಡಿಸಿಕೊಳ್ಳುವಂತಿಲ್ಲ. ಸೊಂಟವನ್ನು ಬಗ್ಗಿಸಿ ನಡೆದು ಬಂದು ನಿಂತು ಜೆಸಿಯಾವನ್ನು ಒಪ್ಪಿಸಬೇಕು. ಪೂಜ್ಯ ಪ್ರವಾದಿಗಳೇ(ಸ) ತಮ್ಮ ಅನುಯಾಯಿಗಳಿಗೆ 'ನಿಜ ಧರ್ಮವನ್ನು ಅನುಸರಿಸದವರು ವಿನಯದಿಂದ ಜೆಸಿಯಾವನ್ನು ಸ್ವತಃ ಕೈಗಳಿಂದ ತಂದೊಪ್ಪಿಸುವ ತನಕ ಕಾಳಗಮಾಡಿ' ಎಂದು ಆಜ್ಞಾಪಿಸಿದ್ದಾರೆ (ಕುರ್-ಆನ್-IX. 29), ಸ್ವೀಕರಿಸುವ ಮುಸ್ಲಿಮನು ಎತ್ತರವಾದ ಜಾಗದಲ್ಲಿ ಕೂತಿರಬೇಕು. ಎಷ್ಟೋ ವೇಳೆ ಮುಸ್ಲಿಮನು ಖ್ಯಾಕ್ ಎಂದು ಕ್ಯಾಕರಿಸಿದರೆ ಜಿಮ್ಮಿಯು ಭಯಭಕ್ತಿಯಿಂದ ತನ್ನ ಬಾಯಿಯನ್ನು ಅಗಲಿಸಬೇಕು. ಮುಸ್ಲಿಮನು ಕ್ಯಾಕರಿಸಿದುದನ್ನು ಅವನ ಬಾಯಿಗೆ ಉಗುಳಬೇಕು. ಅವನು ಸ್ವಲ್ಪವೂ ಅಸಹ್ಯ ತೋರ್ಪಡಿಸದೆ ಅದನ್ನು ನುಂಗಬೇಕು. ಮುಸಲ್ಮಾನನು ಮುಸಲ್ಮಾನನಲ್ಲದವನನ್ನು ಕೊಂದರೆ ಅದು ಅಪರಾಧವಲ್ಲ. ಒಟ್ಟಿನಲ್ಲಿ ಈ ಎಲ್ಲ ಅವಮಾನ ಬಡತನ ತೆರಿಗೆಗಳ ಭರದಿಂದ ತಪ್ಪಿಸಿಕೊಳ್ಳಲು ಜಿಮ್ಮಿಗಳು ಮುಸ್ಲಿಂ ಧರ್ಮವನ್ನು ಸ್ವೀಕರಿಸಲು ಮುಂದೆ ಬರಬೇಕು.

ಶಾಹಜಹಾನ ಬಾದಶಾಹರು ಸಾಯುವ ಮೊದಲೇ ಔರಂಗಜೇಬ ಬಾದಶಾಹರು ಒಂದು ಫರ್ಮಾನ್ ಹೊರಡಿಸಿದರು: ಮುಸಲ್ಮಾನ್ ವ್ಯಾಪಾರಿಗಳು ಶೇಕಡಾ ಎರಡೂವರೆಯಷ್ಟು ಮಾರಾಟ ತೆರಿಗೆ ಕೊಟ್ಟರೆ ಹಿಂದೂ ವ್ಯಾಪಾರಿಗಳು ಶೇಕಡಾ ಐದರಷ್ಟು ಕೊಡಬೇಕು. ಆದರೆ ಆಗ್ರಾ ದರ್ಬಾರಿಗೆ ಹೋಗಿ ಬಂದ ತಕ್ಷಣ ಮುಸ್ಲಿಂ ವ್ಯಾಪಾರಿಗಳಿಗೆ ತೆರಿಗೆಯನ್ನು ಪೂರ್ತಿ ಮನ್ನಾಮಾಡಿ ಹಿಂದೂ ವ್ಯಾಪಾರಿಗಳಿಗೆ ಹಳೆಯ ಶೇಕಡಾ ಐದರ ದರವನ್ನು ಮುಂದುವರೆಸಿದರು. ಹಿಂದೂಗಳನ್ನು ವ್ಯಾಪಾರದಿಂದ ಸಂಪೂರ್ಣ ಹೊರಗೆ ಹಾಕುವುದು ಅವರ ಉದ್ದೇಶವಾಗಿತ್ತು. ಇನ್ನೊಂದು ಫರ್‌ಮಾನ್ ಹೊರಡಿಸಿ ಪೇಷ್ಕಾರ್(ಮುಖ್ಯ ಗುಮಾಸ್ತೆ) ಮತ್ತು ಲೆಕ್ಕದ ಗುಮಾಸ್ತೆ(ದಿವಾನಿಯನ್) ಹುದ್ದೆಗಳಲ್ಲಿರುವ ಎಲ್ಲ ಹಿಂದೂಗಳನ್ನೂ ವಜಾ ಮಾಡಿಸಿದರು.

ಹಮ್‌ದುಲ್ಲಾಹ್ ಅವರು ವರ್ಣಿಸಿದ ಇದೆಲ್ಲವನ್ನೂ ಆಲಿಸಿದ ನಂತರ ನಾನು

ಕೇಳಿದೆ: 'ಬಾದಶಾಹರು ಆಡಳಿತವನ್ನು ಕೈಗೆ ತೆಗೆದುಕೊಂಡು ಎಂಟುವರ್ಷವಾಯಿತಲ್ಲವೆ? ಇವೆಲ್ಲವನ್ನೂ ತಕ್ಷಣ ಯಾಕೆ ಮಾಡಲಿಲ್ಲ?'

'ತಕ್ಷಣ ಯಾಕೆ ಮಾಡಲಿಲ್ಲ? ನೀನೇ ಹೇಳು,' ಉತ್ತರವು ಸ್ವಯಂವೇದ್ಯವೆಂಬಂತೆ ಅವರು ಮುಗುಳ್ನಕ್ಕರು. ನನಗೆ ನಿಜವಾಗಿಯೂ ಹೊಳೆಯಲಿಲ್ಲ. ನನ್ನ ಮುಖ ನೋಡಿ ಅದನ್ನು ಅರ್ಥಮಾಡಿಕೊಂಡು ಅವರು ಹೇಳಿದರು:

"ಅದಕ್ಕೆ ಇತಿಹಾಸ ಓದಬೇಕು. ಕೆಲವು ಸಂದರ್ಭಗಳು ಅವುಗಳ ವಿಚಕ್ಷಣೆಗಳು ಇತಿಹಾಸದ ಎಲ್ಲ ಕಾಲದಲ್ಲೂ ಒಂದೇ ಥರ ಇರುತ್ತವೆ. ನಮ್ಮವನೇ ಆದ ಜಿಯಾ ಉದ್ದೀನ್ ಬರನಿ ಅನ್ನುವವನು ಬರೆದಿಟ್ಟಿದಾನೆ: ಈಗ ನಾನೂರುವರ್ಷದ ಹಿಂದೆ ಇದೇ ದಿಲ್ಲಿಯಲ್ಲಿ ಇಲ್ತತ್‌ಮಶ್ ಅನ್ನುವ ನಮ್ಮ ದೊರೆ ಆಳ್ತಿದ್ದ. ಆಗಿನ್ನೂ ನಮ್ಮವರು ಇಷ್ಟು ಪ್ರಬಲರಾಗಿರಲಿಲ್ಲ. ಸುತ್ತಮುತ್ತ ಹಿಂದೂ ರಾಜರು. ಚಂಬಲ್‌ನ ದಕ್ಷಿಣಕ್ಕೆ ಝೂನ್ಸಿ, ನರವರ್, ಗ್ವಾಲಿಯರ್‌ಗಳಲ್ಲಿ ಪರಿಹಾರರು, ರಣಥಂಭೋರಿನಲ್ಲಿ ಚೌಹಾಣರು, ರಾಜ ಪುಟಾಣದ ನೈರುತ್ಯದಲ್ಲಿ ಪ್ರಭಾವಶಾಲಿಗಳಾಗಿದ್ದ ಜಲೋರ್‌ನವರು, ಉತ್ತರದಲ್ಲಿ ಯದುವಂಶಿ ಗಳು ಆಲ್ವರ್‌ನ ದಾರಿಯನ್ನು ಹಿಡಿತದಲ್ಲಿಟ್ಟುಕೊಂಡು ಬಯಾನಾ, ಥಂಗೀರ್, ಅಜಮೇರು ಗಳನ್ನು ದಿಲ್ಲಿಯ ನಮ್ಮವರು ಆಡಳಿತ ಮಾಡುಕ್ಕೆ ಕಷ್ಟವಾಗುವ ಹಾಗೆ ಮಾಡಿದ್ದರು. ಎಂಥ ಸ್ಥಿತಿ, ಅರ್ಥಮಾಡಿಕೊ. ಈ ಸ್ಥಿತಿಯಲ್ಲಿ ಉಲೇಮಾಗಳು ಸುಲ್ತಾನ್ ಇಲ್ತತ್‌ಮಶ್‌ರ ಹತ್ತಿರ ಹೋಗಿ ನೀವು ಮುಸ್ಲಿಮೇತರರ ಮೇಲೆ ಜಿಹಾದ್ ಯಾಕೆ ಮಾಡ್ತಿಲ್ಲ? ಮುಸ್ಲಿಮರಾಗಿ, ಇಲ್ಲದಿದ್ದರೆ ಸಾಯುಕ್ಕೆ ಸಿದ್ಧರಾಗಿ ಅಂತ ಯಾಕೆ ಕರಾರು ಹಾಕುಲ್ಲ? ನಮ್ಮ ಧರ್ಮದ ಗುರಿಯಂತೆ ಯಾಕೆ ರಾಜ್ಯಾಡಳಿತ ನಡೆಸುತಿಲ್ಲ? ಅಂತ ಗಲಾಟೆ ಮಾಡಿದರು. ಧರ್ಮವನ್ನ ಬೇಗ ಎಲ್ಲೆಲ್ಲೂ ಆಚರಣೆಗೆ ತರೂದೇ ಧರ್ಮನಾಯಕರ ತರದೂದು. ಆಗ ಸುಲ್ತಾನರು ಏನು ಹೇಳಿದರು ಗೊತ್ತೆ? 'ಸದ್ಯದ ಸ್ಥಿತೀಲಿ ಹಿಂದೂಸ್ತಾನದಲ್ಲಿ ಮುಸ್ಲಿಮರು ಊಟದ ತಟ್ಟೆಯಲ್ಲಿ ಬಡಿಸುವ ಉಪ್ಪಿನ ಚಿಟಿಕೆಯಷ್ಟು ಅಲ್ಪಸಂಖ್ಯೆಯಲ್ಲಿದೀವಿ. ಇನ್ನು ಕೆಲವು ವರ್ಷಗಳ ನಂತರ ರಾಜಧಾನಿಯಲ್ಲಿ ಸುತ್ತಮುತ್ತಿನ ಪ್ರದೇಶಗಳಲ್ಲಿ ಸಣ್ಣಪುಟ್ಟ ಪಟ್ಟಣಗಳಲ್ಲಿ ಮುಸ್ಲಿಮರು ಬಹುಸಂಖ್ಯಾತರಾಗಿ, ನಮ್ಮ ಸೈನ್ಯವು ಬಲಾಢ್ಯವಾದಾಗ ನೀವು ಹೇಳುತ್ತಿರುವ ಹಾಗೆ ಹಿಂದೂಗಳಿಗೆ ಇಸ್ಲಾಂ ಅಥವಾ ಸಾವಿನ ಆಯ್ಕೆಯನ್ನು ಕೊಡುಕ್ಕೆ ಸಾಧ್ಯ. ಸದ್ಯದಲ್ಲಿ ಸುಮ್ಮನಿರಿ.' ಇದನ್ನ ಯಾಕೆ ಹೇಳಿದೆ ಅಂದರೆ: ಆಗ್ರಾದಲ್ಲಿ ಶಾಹಜಹಾನ್ ಬಾದಶಾಹರು ಸೆರೆಯಲ್ಲಿದ್ದ ತನಕ ಇಲ್ಲಿ ಔರಂಗಜೇಬ ಬಾದಶಾಹರಿಗೆ ಸಾಮ್ರಾಜ್ಯದ ಸಂಪೂರ್ಣ ಹಿಡಿತ ದಕ್ಕಿರಲಿಲ್ಲ. ದಕ್ಷಿಣದ ಗುಡ್ಡದ ಇಲಿಯನ್ನು ಹಿಡಿದಾಗಿದೆ. ಅದು ಈಗ ತಪ್ಪಿಸಿಕೊಂಡಿರ ಬಹುದು. ಆದರೆ ಮರಾಠಾ ರಾಜ್ಯ ನಮ್ಮ ವಶವಾಗಿದೆ. ಅಲ್ಲದೆ ಮುಘಲ್ ಸೈನ್ಯವೆಲ್ಲ ನಮ್ಮದು."

'ಆದರೆ ಜಯಸಿಂಗರಂಥ ರಾಜಪೂತರಿದ್ದಾರಲ್ಲ?' ನಾನು ನಡುವೆಯೇ ಕೇಳಿದೆ.

'ಅವರೆಲ್ಲ ಹೆಸರಿಗೆ ರಾಜಪೂತರು. ಬಾದಶಾಹರು ರಾಜ ಅನ್ನುವ ಬಿರುದು ದಯ ಪಾಲಿಸಿದರೆ, ರಾಜ ಅನ್ನಿಸಿಕೊಳ್ಳುವವರು. ಕಿತ್ತುಕೊಂಡರೆ ಇಲ್ಲ. ಈಗ ದಕ್ಷಿಣದ ಯುದ್ಧಕ್ಕೆ

ಹೋಗು ಅಂದರೆ ಅಲ್ಲಿಗೆ ಹೋಗಬೇಕು. ಅಲ್ಲಿ ಬೇಡ ಹಿಂತಿರುಗಿ ವಾಯವ್ಯಕ್ಕೆ ನಡೆ ಅಂದರೆ ಗಾಂಡ್‌ಮುಹ್ ಎರಡನ್ನೂ ಮುಚ್ಚಿಕೊಂಡು ನಡೆಯುತ್ತಾರೆ. ಜೀವನೋಪಾಯಕ್ಕೆ ಬೇರೆ ದಾರಿ ಇಲ್ಲದೆ ಸೈನಿಕ ವೃತ್ತಿ, ದಳಪತಿ ವೃತ್ತಿ ಹಿಡಿದ ಇಂಥ ಸೇವಕರಿಂದ ಯಾವ ವಿಷಯಕ್ಕೂ ವಿರೋಧ ಬರುವಂತಿಲ್ಲ. ಇವನ್ನೆಲ್ಲ ಆಲೋಚಿಸಿಯೇ ಬಾದಶಾಹರು ಈಗ ಇಡೀ ಹಿಂದೂಸ್ತಾನವನ್ನು ಇಸ್ಲಾಂಗೊಳಿಸುವತ್ತ ದೃಢ ಹೆಜ್ಜೆ ಇಟ್ಟಿದ್ದಾರೆ. ಇನ್ನು ಕೆಲವೇ ವರ್ಷಗಳು, ನೀನೇ ನೋಡುವೆಯಂತೆ, ಗುಜರಾತಿನಿಂದ ಬಂಗಾಳ ಪೂರ್ತಿ, ಥಾನೇಸರ ದಿಂದ ಗೋಲ್ಕೊಂಡದಾಚೆ ಯಾವ ಯಾವ ದೇಶಗಳು, ಪಾಳೆಯ ಪಟ್ಟುಗಳು..... ನನಗೂ ಪೂರ್ತಿ ಗೊತ್ತಿಲ್ಲ, ಎಲ್ಲೆಲ್ಲೂ ಮಸೀದಿಯ ಮಿನಾರುಗಳು ಆಕಾಶವನ್ನು ಮುಟ್ಟುತ್ತವೆ. ಮುಶ್ರಿಕರ ಗುಡಿಗಳೆಲ್ಲ ಕುಸಿದು ವಿಗ್ರಹಗಳು ಮಸೀದಿಗೆ ಹೋಗುವ ಮೆಟ್ಟಿಲುಕಲ್ಲುಗಳಾಗುತ್ತವೆ. ಆಲಂಗೀರ್ ಬಾದಶಾಹರಿಗೆ ಸ್ವರ್ಗದ ಅತ್ಯುನ್ನತ ಎತ್ತರದಲ್ಲಿ ಸ್ಥಳ ಕಟ್ಟಿಟ್ಟಿದೆ.' ಎನ್ನುವಾಗ ಹಮ್‌ದುಲ್ಲಾಹರ ಮುಖದಲ್ಲಿ ಧನ್ಯತೆ ಮೂಡಿತು, ಸ್ವರ್ಗದಲ್ಲಿ ಕಟ್ಟಿಟ್ಟ ಸ್ಥಳವು ತಮ್ಮದೇ ಎನ್ನುವಂತೆ.

ಹೊಸ ಫರ್ಮಾನುಗಳ ಪರಿಣಾಮವನ್ನು ಕಣ್ಣಾರೆ ಕಾಣುವ ಅವಕಾಶ ನನಗೆ ಆಗ ಲಿಲ್ಲ. ಏಕೆಂದರೆ ನಾನಿದ್ದ ಜನಾನಾ ಮತ್ತು ಓಡಿಯಾಡುತ್ತಿದ್ದ ದಿಲ್ಲಿ ಶಹರು ಸಂಪೂರ್ಣವಾಗಿ ಮುಸ್ಲಿಂ ಆಗಿದ್ದವು.

ಉದಯಪುರಿ ಮಹಲ್ ಅವರು ಎಷ್ಟೇ ನಚ್ಚಿನವರಾದರೂ ಬಾದಶಾಹರಿಗೆ ರಾಜ ಕಾರಣದ ಕೆಲಸಗಳೇ ತುಂಬಿಕೊಂಡಿರುತ್ತಿದ್ದವು. ಅಲ್ಲದೆ ಅವರು ಬಿಡುವಾದಾಗ ಇತರ ಬೇಗಮರು ಮತ್ತು ಖಿಮ್ಮಾ(ರಖಾವಿ)ಗಳಿಗೂ ಒಂದಿಷ್ಟು ಸಮಯವನ್ನು ಕೊಡಬೇಕಾಗಿತ್ತು. ಆ ಬಗೆಗೆ ಉದಯಪುರಿ ಮಹಲರು ಬಾದಶಾಹರೊಡನೆ ಜಗಳ ಕಾಯುತ್ತಿದ್ದರೂ ಅದು ಪ್ರೇಮಕಲಹವಾಗುತ್ತಿತ್ತೇ ಹೊರತು ನಿಜವಾದ ಧಿಕ್ಕಾರದ ಸೆಣೆಸಾಟವಾಗುತ್ತಿರಲಿಲ್ಲ. ತಾನು ಪ್ರೇಮಕಲಹ ಮಾಡುತ್ತಿರುವುದು ಬಾದಶಾಹರೊಡನೆ, ಅದರಲ್ಲಿಯೂ ಔರಂಗಜೇಬ ಬಾದಶಾಹರೊಡನೆ ಎಂಬ ಅರಿವು ಮಹಲರಿಗೆ ಇರುತ್ತಿತ್ತು. ಮನರಂಜನೆಯೊದಗಿಸಿ ಹೊತ್ತು ಕಳೆಸಲು ಎಷ್ಟೇ ಸೇವಿಕೆಯರಿದ್ದರೂ ಅವರಿಗೆ ಜನಾನಾದೊಳಗಿನ ಜೀವನವು ಏಕತಾನವಾಗುತ್ತಿತ್ತು. ಆದ್ದರಿಂದ ಆಗಾಗ ದರ್ಬಾರಿನ ಅಮೀರರ ಬೇಗಮರಲ್ಲಿ ತಮಗೆ ಪರಿಚಯವಿದ್ದ ಯಾರಾದರೊಬ್ಬರನ್ನು ಹೇಳಿಕಳಿಸಿ ಕರೆಸಿಕೊಳ್ಳುತ್ತಿದ್ದರು. ಅಂಥ ಬೇಗಮರು ಬೆಳಗ್ಗೆ ಬಂದರೆ ಸಂಜೆಯವರೆಗೂ ಇದ್ದು ಕಷ್ಟಸುಖ ಮಾತನಾಡಿಕೊಂಡು ಹೋಗುತ್ತಿದ್ದರು. ಬಾದಶಾಹೀ ಜನಾನಾಕ್ಕಿಂತ ಅಮೀರೀ ಜನಾನಾದ ಬೇಗಮರುಗಳಿಗೆ ಮುಸ್ಲಿಂ ಹೊರ ಪ್ರಪಂಚದ ಸಂಗತಿಗಳು ತುಸು ಹೆಚ್ಚಾಗಿ ಗೊತ್ತಿರುತ್ತಿದ್ದವು.

ಒಂದು ದಿನ ಉದಯಪುರಿ ಮಹಲರು ನನ್ನನ್ನು ಕರೆದು 'ದಿಲ್‌ಷದ್‌ಖಾನರ

ಮಹಲಿಗೆ ಹೋಗಿ ನಾಳೆ ಬೆಳಗ್ಗೆ ನನ್ನ ಭೇಟಿಗೆ ಬರುವಂತೆ ಶಬಾನಾ ಬೇಗಮರಿಗೆ ಹೇಳಿ ಬಾ' ಎಂದು ಆಜ್ಞಾಪಿಸಿದರು. ಶಬಾನಾ ಬೇಗಮರನ್ನು ನಾನು ನೋಡಿದ್ದೆ. ಅವರ ಮಹಲನ್ನೂ ನೋಡಿದ್ದೆ. ಅದು ಇರುವುದು ತುಘಲಕಾಬಾದಿನಲ್ಲಿ. ನಡೆದು ಹೋಗಿ ಬರಲು ದೂರವಾಗುವುದರಿಂದ ಒಂದು ಕುದುರೆ ಬೇಕೆಂಬ ನನ್ನ ಕೋರಿಕೆಯನ್ನು ಮಹಲರು ತಕ್ಷಣ ಮನ್ನಿಸಿದರು. ಅದು ದೂರವೆಂಬುದು ಅವರಿಗೂ ಗೊತ್ತಿತ್ತು.

ದಿಲ್ಲಿಗೆ ಮುತ್ತಿಗೆ ಹಾಕಿದ ಮುಸ್ಲಿಂ ದಾಳಿಕೋರರು ತಾವು ಗೆದ್ದ ಶಹರಿನಲ್ಲಿ ವಾಸಿಸದೆ ತಮಗೆ ಬೇಕಾದಂತೆ ಪಕ್ಕದಲ್ಲಿ ಹೊಸ ಶಹರನ್ನು ಕಟ್ಟುತ್ತಿದ್ದರು. ತಾವು ಬರುವ ಪೂರ್ವದಲ್ಲಿ ಮುಸ್ಲಿಮರೇ ಇರಲಿ, ಅದು ಮುಸ್ಲಿಮರು ಕಟ್ಟಿದ ಶಹರೇ ಆಗಿರಲಿ, ಯುದ್ಧವೆಂದರೆ ಮನೆ ಮಠಗಳಿಗೆ ಬೆಂಕಿ ಇಕ್ಕುವುದು ಅವರ ಪರಿಪಾಠವೇ ಆಗಿತ್ತು. ಅಲ್ಲದೆ ಅಕ್ಕಪಕ್ಕದಲ್ಲಿ ಎಷ್ಟು ಕೋಸು ಬೇಕಾದರೂ ಮಟ್ಟಸವಾದ ಜಾಗ. ಸೆರೆ ಹಿಡಿದು ಏನೂ ಖರ್ಚಿಲ್ಲದೆ ದುಡಿಸಿಕೊಳ್ಳಬಹುದಾಗಿದ್ದ ಲಕ್ಷಗಟ್ಟಳೆ ಗುಲಾಮ ಕೈದಿಗಳು. ಹೀಗಾಗಿ ದಿಲ್ಲಿಯ ಸುತ್ತ ಮುತ್ತ ಹಳೆಯ ಭಗ್ನಶಹರುಗಳು ಹರಡಿಕೊಂಡಿದ್ದವು. ಭಗ್ನವಾಗಿದ್ದರೂ ಸಂಪೂರ್ಣ ಜನಹೀನವಾಗಿರಲಿಲ್ಲ. ಎಷ್ಟೋ ಜನರು ಯುದ್ಧ ಮುಗಿದಮೇಲೆ ತಮ್ಮ ಹಳೆಯಮನೆಗಳನ್ನೇ ದುರಸ್ತಿಮಾಡಿಕೊಂಡು ವಾಸಿಸುತ್ತಿದ್ದರು. ದರ್ಬಾರಿನಿಂದ ತುಸು ದೂರವಿರುವ ಒಳ ಉದ್ದೇಶದ ಕೆಲವು ಅಮೀರರು ಇಂಥ ಶಹರುಗಳಲ್ಲಿದ್ದ ಹಳೆಯ ಮಹಲುಗಳನ್ನು ದುರಸ್ತು ಮಾಡಿಕೊಂಡು ಇರುತ್ತಿದ್ದರು. ಹೇಗೂ ಸುತ್ತಮುತ್ತ ಮುಸಿಲ್ಂ ಜನಗಳೇ. ಹತ್ತಿರವೇ ಹಳೆಯ ಸುಲ್ತಾನರು ಕಟ್ಟಿಸಿದ ಮಸೀದಿಗಳು. ಬಾದಶಾಹರ ಕಣ್ಣಿಗೆ ಅತಿಯಾಗಿ ಬಿದ್ದರೆ ಯುದ್ಧಕ್ಕೆ ಕಳಿಸಬಹುದು; ಆಸ್ಥಾನಿಕರ ಪರಸ್ಪರ ಸ್ಪರ್ಧೆ ಸಂಚು ಒಳಸಂಚುಗಳಿಗೆ ಸಿಕ್ಕಬಾರದೆಂಬ ಎಚ್ಚರವೂ ಒಂದು ಮುಖ್ಯ ಕಾರಣವಾಗಿತ್ತು.

ಮುಘಲರ ದಿಲ್ಲಿಯಲ್ಲಿ ನಾನು ಬೇಕಾದಷ್ಟು ತಿರುಗಾಡುತ್ತಿದ್ದೆನಾದರೂ ಭಗ್ನವಾದ ಹಳೆಶಹರುಗಳಿಗೆ ಹೋಗುವ ಅವಕಾಶವಿರುತ್ತಿರಲಿಲ್ಲ. ಕುತುಬ್‌ಮಿನಾರಿನಂಥವನ್ನು ಬಿಟ್ಟರೆ ಉಳಿದ ಕಡೆಗಳಲ್ಲಿ ನೋಡಬೇಕಾದಂಥ ವಾಸ್ತುವೂ ಇರಲಿಲ್ಲ. ಕುದುರೆ ಏರಿ ಓಡಾಡುವ ಅವಕಾಶ ಅಪರೂಪವಾಗಿತ್ತು. ಮಹಲ್ ಅವರ ಅಣತಿಯಿಲ್ಲದೆ ನನಗೆ ಕುದುರೆಯನ್ನು ಕೊಡುತ್ತಲೂ ಇರಲಿಲ್ಲ. ನನಗೆ ಕೊಟ್ಟದ್ದು ನಾಟಿಕುದುರೆ. ಯುದ್ಧಕ್ಕೆಂದೇ ಆಯ್ದು ತರಬೇತಿಗೊಂಡ ಅರಬೀಜಾತಿಯದಲ್ಲ. ಅದನ್ನು ಏರಲು ತರಬೇತಿ ಬೇಕು. ಅಭ್ಯಾಸ ಬೇಕು. ರಾಜಕುಮಾರನಾಗಿದ್ದಾಗ ಪಡೆದಿದ್ದ ತರಬೇತಿ ಅಭ್ಯಾಸಗಳೆಲ್ಲ ಮರೆತು ಜನಾನಾದ ಸೇವಕನಾಗಿ ಇಷ್ಟು ವರ್ಷ ಕಳೆದಿರುವ ನಪುಂಸಕನಿಗೆ ಅಂಥ ಕುದುರೆಯನ್ನು ಮುಟ್ಟುವ ಅವಕಾಶವಾದರೂ ಎಲ್ಲಿ? ನಾಟಿಯನ್ನೇರಿ ಗಾಳಿಗೆ ಕೂದಲು ಮತ್ತು ಅಂಗಿಗಳು ಹಾರಾಡುವಂತೆ ಓಡಿಸುವಾಗ ಖುಷಿಯಾಗುತ್ತಿತ್ತು.

ಅಮೀರ್ ದಿಲ್‌ಷದ್ ಖಾನರ ಮಹಲಿನ ಕೋಟೆ ದರವಾಜಾ ಮುಚ್ಚಿತ್ತು. ಆದರೆ ಒಳಗಿನಿಂದ ಅಗಳಿ ಹಾಕಿರಲಿಲ್ಲ. ನಾನು ಎರಡು ಸಲ ಗಟ್ಟಿಯಾಗಿ ಬಡಿದರೂ ಯಾರೂ ಬಂದು ತೆಗೆಯಲಿಲ್ಲ. ಅದನ್ನು ತೆಗೆದರೆ ಕೈತೋಟ. ಅದರೊಳಗೆ ನಡೆದರೆ ಮಹಲಿನ

ಮುಂದಿನ ಬಾಗಿಲು. ನಾನು ನಪುಂಸಕನಾದದ್ದರಿಂದ, ಅಲ್ಲದೆ ಬಾದಶಾಹರ ಜನಾನಾದ ಆದೇಶ ಹೊತ್ತು ತಂದವನಾದದ್ದರಿಂದ ಕೋಟೆ ದರವಾಜವನ್ನು ತೆಗೆದುಕೊಂಡು ಕೈತೋಟಕ್ಕೆ ಹೋಗಬಹುದೆಂಬ ರಿವಾಜಿನಿಂದ ದರವಾಜವನ್ನು ನಾನೊಬ್ಬ ಹಿಡಿಸುವಷ್ಟು ನೂಕಿಕೊಂಡು ಒಳಗೆ ನಡೆದೆ. ಅಷ್ಟರಲ್ಲಿ ಬಾಗಿಲು ತೆರೆಯಲೆಂಬಂತೆ ಒಬ್ಬ ಯುವತಿ ಬರುತ್ತಿದ್ದಳು. ಎಡ ಕಂಕುಳಿನಲ್ಲೊಂದು ಮಗು. ಲೆಹಂಗಾ, ಅಂಗಿಯಾ, ದುಪಟ್ಟಾ. ಮುಸಲ್ಮಾನಳಾದರೂ ಖಾನ್‌ದಾನಿಯಲ್ಲ. ಗುಲಾಮಿ ಎಂದು ಹೇಳಿಬಿಡಬಹುದಿತ್ತು. ಗುಲಾಮಿಯಲ್ಲದಿದ್ದರೆ ಅವಳೇಕೆ ಬಾಗಿಲು ತೆರೆಯಲು ಮಹಲಿನ ಬಾಗಿಲನ್ನು ದಾಟಿ, ಅದೂ ಮರ್ದಾನಾವನ್ನು ಹಾಯ್ದು, ಕೈತೋಟದ ತನಕ ಬರುತ್ತಿದ್ದಳು? ಮರ್ದಾನಾದಲ್ಲಿ ಯಾರೂ ಗಂಡಸರಿರಲಿಕ್ಕಿಲ್ಲ, ಅವಳ ಮುಖವನ್ನು ನೋಡುತ್ತಿದ್ದಂತೆ ಇವಳನ್ನು ಎಲ್ಲೋ ನೋಡಿರುವ, ಚನ್ನಾಗಿ ಪರಿಚಯವಿರುವ, ಎಲ್ಲಿ ನೋಡಿದ್ದೇನೆ? ಅವಳ ಮುಖವನ್ನೇ ದಿಟ್ಟಿಸುತ್ತಾ ನಿಂತಾಗ ಅವಳೂ ನನ್ನ ಮುಖವನ್ನು ದಿಟ್ಟಿಸುತ್ತಾ. ಗುರುತು ಸಿಕ್ಕಿತು. ಅವಳಿಗೂ ನನ್ನ ಗುರುತು ಸಿಕ್ಕಿದೆ. ಅವಳ ಮುಖ ಅರಳಿತು, ಕೆಂಪಾಯಿತು, ಕಪ್ಪು ತಿರುಗಿತು. ಕಣ್ಣುಗಳು ಊದಿಕೊಂಡವು, ಒಡೆದುಕೊಂಡವು, ನೋಡುವ ಶಕ್ತಿಯನ್ನು ಕಳೆದುಕೊಂಡವು. ಮೈ ನಡುಗತೊಡಗಿತು. ತುಟಿ ಕಚ್ಚಿಕೊಂಡಳು. ಹಿಂತಿರುಗಿದಳು. ಹೆದರಿದ ಜಿಂಕೆಯಂತೆ ಒಳಗೆ ಓಡಿಬಿಟ್ಟಳು. ಓಡಿದ ಅಸಹಜತೆಗೆ ಕಂಕುಳಿನಲ್ಲಿದ್ದ ಮಗುವು ಅಳತೊಡಗಿತು. ಮಹಲಿನ ಒಳಭಾಗಕ್ಕೋ ಯಾವುದೋ ಮೂಲೆಗೋ ಹೋದಳೆಂದು ಕಿರಿಚು ದೂರವಾಗಿ ಕಿವಿಮರೆಯಾದದ್ದರಿಂದ ತಿಳಿಯಿತು. ನನ್ನ ತುಟಿಗಳೂ ಕಂಪಿಸುತ್ತಿದ್ದವು. ಮೈ ನಡುಗುತ್ತಿತ್ತು. ತಲೆಸುತ್ತಿ ಬಂದಂತಾಗಿ ನೆಲದಮೇಲೆ ಕುಳಿತುಬಿಟ್ಟೆ. ತುಸುಹೊತ್ತಿನಲ್ಲಿ ಕೆಳಗೆ ಬೀಳುವುದಿಲ್ಲ, ತಲೆಯೊಳಗೆ ತೋಲನ ಬಂದಿದೆ ಎನ್ನಿಸಿದರೂ ಎದ್ದು ನಿಲ್ಲುವ ಧೈರ್ಯವಾಗಲಿಲ್ಲ.

ಅಷ್ಟರಲ್ಲಿ ಒಳಗಿನಿಂದ ಸುಮಾರು ಐವತ್ತು ದಾಟಿದ ಒಬ್ಬ ಸೇವಿಕೆ ಬಂದಳು. ಅವಳದೂ ಅದೇ ವೇಷ. ಲೆಹಂಗಾ, ಅಂಗಿಯಾ, ದುಪಟ್ಟಾ. ಇವಳೂ ಗುಲಾಮಳೇ ಎಂಬುದು ಸ್ಪಷ್ಟವಾಗಿ ಕಾಣುತ್ತಿತ್ತು.

'ನೀವಾರು? ಏನು ಬೇಕು?' ಅವಳು ಕೇಳಿದಳು.

'ನಾನು ಹಿಜಡಾ.....' ತಡವರಿಸಿದೆ.

'ನೋಡಿದರೇ ಗೊತ್ತಾಗುತ್ತೆ. ಇಲ್ಲದಿದ್ದರೆ ದರವಾಜಾ ದಾಟಿ ಬರುವ ಧೈರ್ಯವಾಗುಲ್ಲ. ಏನು ಬೇಕು?'

'ಉದಯಪುರಿ ಮಹಲ್ ಅವರು ಶಬಾನಾ ಬೇಗಂ ಸಾಹಿಬಾ ಅವರಿಗೆ ಸಂದೇಶ ಕಳಿಸಿದಾರೆ. ಅವರ ಕೈಲಿ ಮಾತಾಡಬೇಕು.'

'ಒಳಗೆ ಬನ್ನಿ,' ಎಂದು ಅವಳು ನನ್ನನ್ನು ಮರ್ದಾನಾವನ್ನು ದಾಟಿಸಿ ನಡುವಣ ಬಿಸಿಲು ಅಂಗಳದ ಆಚೆಗೆ ಇದ್ದ ಜನಾನಾದ ಬಾಗಿಲಿನ ಹತ್ತಿರಕ್ಕೆ ಕರೆದೊಯ್ದಳು.

ಬಂದು ಭೇಟಿಯಾಗುವಂತೆ ಮಹಲ್ ಅವರು ಕಳಿಸಿದ ಸಂದೇಶದಿಂದ ಬೇಗಂ ಸಾಹಿಬಾರ ಮುಖದಲ್ಲಿ ಧನ್ಯತೆ ಅರಳಿತು. ಮಹಲ್‌ರ ಗುಲಾಮ ಹಿಜಡಾ ಎಂದು

ನನ್ನನ್ನು ವಿಶೇಷ ರೀತಿಯಲ್ಲಿ ಉಪಚರಿಸಿದರು. ಸೇವಿಕೆ ಶರಬತ್ತು ತಂದುಕೊಟ್ಟಳು. 'ದೂರ ಬಂದಿದ್ದೀರಿ, ಊಟ ಮಾಡಲೇಬೇಕು' ಎಂದರು. ಕುದುರೆಗೆ ಹುಲ್ಲು ನೀರು ಹಾಕಿಸು ಎಂದು ಸೇವಿಕೆಗೆ ಹೇಳಿದರು.

ಮೊದಲು ಬಂದು ಬಾಗಿಲು ತೆಗೆದವಳನ್ನು ನಾನು ನೋಡಿ ಮಾತಾಡಬೇಕು, ಕರೆಸಿ, ಎಂದು ಬೇಗಂ ಸಾಹಿಬಾರನ್ನು ಕೇಳಿಕೊಳ್ಳುವ ಮನಸ್ಸಾಯಿತು. ಆದರೆ ಅವಳು ಅವಳೇ ಹೌದೋ ಅಲ್ಲವೋ! ಎಂಬ ಅನುಮಾನ. ಅವಳನ್ನು ಹೋಲುವ ಬೇರೆ ಹೆಂಗಸಾಗಿದ್ದರೆ ಮುಖದಲ್ಲಿ ಅಷ್ಟೊಂದು ಬಗೆಯ ಭಾವಗಳು ಅಲೆಯಲೆಯಾಗಿ ಎದ್ದು ಕಣ್ಣುಗಳಲ್ಲಿ ತುಂಬಿ ಹರಿದು ತುಟಿಗಳು ನಡುಗಿ ಯಾಕೆ ಓಡಿಹೋದಳು? ಜೌಹರ್ ಮಾಡಿಕೊಂಡವಳು ಬದುಕುಳಿಯುವುದು ಹೇಗೆ? ಅವಳನ್ನು ಹೋಲುವ ಬೇರೊಬ್ಬಳನ್ನು ನೋಡಿ ಅವಳೇ ಎಂದು ನನ್ನ ಮನಸ್ಸು ಭ್ರಮಿಸಿತೆ?

'ಇಟ್ಟಿಗೆ' ನಾಟಕಕ್ಕೆ ಹೋದನಂತರ ಆರು ತಿಂಗಳು ನಾನು ಬೆಂಗಳೂರಿಗೆ ಹೋಗಲಿಲ್ಲ. ಔರಂಗಜೇಬ, ಅವನ ಹಿನ್ನೆಲೆಯ ಮೂಲ ಆಕರಗಳನ್ನು ಅಧ್ಯಯನ ಮಾಡದೆ ನನ್ನ ಕಾದಂಬರಿಯಲ್ಲಿ ವಾಸ್ತವ ಸತ್ಯವನ್ನು ಮೂಡಿಸುವುದು ಸಾಧ್ಯವಿರಲಿಲ್ಲ. ಅದನ್ನೆಲ್ಲ ಓದಿ, ಓದುವಾಗಲೇ ಮನಸ್ಸಿನಲ್ಲಿ ಮುನ್ನಡೆದ ಕಥೆಯನ್ನು ಬರೆದು ಒಂದು ನಿಲುಗಡೆಗೆ ಬಂದ ನಂತರ ಬೆಂಗಳೂರಿಗೆ ಹೋದೆ. ಅಮೀರನ ಮುನಿಸು ಇಷ್ಟರಲ್ಲಿ ಇಳಿದಿರುತ್ತದೆಂಬ ನಿರೀಕ್ಷೆಯನ್ನು ಇಟ್ಟುಕೊಳ್ಳದಿದ್ದರೂ ಹೀಗೆಯೇ ಬಿಟ್ಟರೆ ಅವನ ಮನಸ್ಸು ಇನ್ನೂ ದೂರವಾಗುತ್ತದೆಂಬ ಎಚ್ಚರ; ಜೊತೆಗೆ ಇನ್ನು ಆರೆಂಟು ತಿಂಗಳಿನಲ್ಲಿ ನಾನೇ ಬೆಂಗಳೂರಿಗೆ ಬರುತ್ತೇನೆಂದು ಹೇಳಿ ಸಮಾಧಾನಪಡಿಸುವ ಸಂಭಾವ್ಯತೆಗಳೂ ಸೇರಿದ್ದವು. ಬೆಂಗಳೂರಿಗೆ ಹೋದರೂ ನರಸಾಪುರವನ್ನು, ಅದರಲ್ಲೂ ನಾನು ಹುಟ್ಟಿ ಬೆಳೆದ, ಅಪ್ಪ ಇಪ್ಪತ್ತೆಂಟುವರ್ಷ, ನಾನು ಮೂರೂವರೆ ವರ್ಷ ಅಧ್ಯಯನ ಮಾಡಿದ ಈ ಮನೆಯನ್ನು ಪೂರ್ತಿ ಬಿಡಲು ಸಾಧ್ಯವಿಲ್ಲವೆಂದು ಮನಸ್ಸಿನಲ್ಲೇ ನಿರ್ಧರಿಸಿದ್ದೆ. ಇದು ನನ್ನ ಮನೆ, ನನ್ನ ಬೇರು, ಎಂಬ ಭಾವ ಗಟ್ಟಿಯಾಗಿ ಬೆಳೆದಿತ್ತು.

ಬೆಂಗಳೂರಿನ ಮನೆಯಲ್ಲಿ ಗುಡಿಸಿ ಸಾರಿಸುವ ಕೆಲಸದವಳು ಇದ್ದಳು. ನಾನೇ ಕಷ್ಟ ಸುಖ ಮಾತನಾಡಿದೆ? 'ಅಮೀನಾ ಬಾನು ಎಲ್ಲಿ? ನನಗೆ ಹಸಿವಾಗಿದೆ. ನೀನೇ ಏನಾದರೂ ತಿಂಡಿ ಮಾಡಿಕೊಡ್ತೀಯಾ?' ಎಂದೆ.

'ಇಲ್ಲಿ ಊಟ ತಿಂಡಿ ಮಾಡುವ ಯಾವ ಸಾಮಾನೂ ಇಲ್ಲ. ಸಾಹೇಬರು ಶಿವಾಜಿನಗರದಲ್ಲಿರ್ತಾರೆ, ಅವರ ಮನೇಲಿ. ಶಿವಾಜಿನಗರಕ್ಕೇ ಬಂದು ಅಡುಗೆ ಮಾಡು ಅಂತ ಅವರೇನೋ ಕರೆದರು; ತನಗೆ ದೂರವಾಗುತ್ತೆ ಅಂತ ಹೇಳಿ ಅಮೀನಾ ಬಾನು ಕೆಲಸ ಬಿಟ್ಟಳು. ನಾನು ಈ ಫ್ಲಾಟನ್ನ ಗುಡಿಸಿ ಸಾರಿಸಿ ಮಾಡುಕ್ಕೆ ಬಾಗಿಲು ತೆಗೀತೀನಿ. ಬಾಕಿಯಂತೆ ಯಾರೂ

ಇರುಲ್ಲ.' ಎಂದಳು.

ನಾನು ಅವಳ ಮುಖ ನೋಡಿದೆ ಉಳಿದದ್ದೇನಿದ್ದರೂ ಹೇಳು ಎಂಬಂತೆ. ಅವಳು ನನ್ನ ದೃಷ್ಟಿಯನ್ನು ತಪ್ಪಿಸಿಕೊಳ್ಳಲು ಪ್ರಯತ್ನಿಸಿದಳು. ಆದರೆ ಸೋತಳು. 'ಎಲ್ಲಾನೂ ಹೇಳಿಬಿಡು,' ಎಂದೆ.

'ನನಗ್ಯಾಕೆ ಯಜಮಾನಿಕೆ? ನಿಮಗೆ ಗೊತ್ತಿರುತ್ತೆ ಅಂದುಕೊಂಡಿದ್ದೆ. ನಾನು ಹೇಳಿದ್ದನ್ನ ನೀವು ಸಾಹೇಬರ ಕೈಲಿ ಅನ್ನಲ್ಲ ಅಂತ ಆಣೆ ಹಾಕಿದರೆ ಹೇಳ್ತೀನಿ,' ಎಂದಳು ಸೋತವಳಂತೆ.

'ನಿನ್ನಾಣೆ,' ಎಂದೆ.

'ಸಾಹೇಬರು ಇನ್ನೊಂದು ನಿಕಾಹ್ ಮಾಡಿಕೊಂಡರು. ಹುಡುಗಿ ಇಸ್ಕೂಲಿನಲ್ಲಿ ಉರ್ದುಟೀಚರ್. ಅವಳ ಅಪ್ಪ ಶಿವಾಜಿನಗರದ ಬಸ್‌ಸ್ಟಾಂಡ್ ಎದುರಿಗೆ ಹಣ್ಣಿನ ಅಂಗಡಿ ಇಟ್ಟವನಂತೆ. ಅವಳಿಗೆ ಇಪ್ಪತ್ತೈದು ವಯಸ್ಸು. ಸಾಹೇಬರ ಶಿವಾಜಿನಗರದ ಕೇರಿಯೋಳೇ.'

ಒಳಗೆ ನಿಶ್ಶಬ್ದ ಕವಿದು ನನ್ನ ತಲೆ ಸುತ್ತಿಬರುವಂತಾಯಿತು. ಮುಸ್ಲಿಂ ಗಂಡಸರೆಲ್ಲ ಜೋಪಾನವಾಗಿ ಕಾಪಾಡಿಕೊಂಡು ಬಂದಿರುವ ಶರಿಯತ್‌ನ ಹಕ್ಕನ್ನು ಅಮೀರ್ ಬಳಸಿ ಕೊಂಡಿದ್ದಾನೆ ಎಂದು ಅರ್ಥವಾಯಿತು. ತಂದೆ ತಾಯಿ ಸತ್ತಮೇಲೆ ಶಿವಾಜಿನಗರದ ಮನೆಯನ್ನು ಬಾಡಿಗೆಗೆ ಕೊಟ್ಟಿದ್ದ. ಮಲ್ಲೇಶ್ವರದ ಈ ಪ್ರದೇಶವೆಲ್ಲ ಹಿಂದೂಗಳು ವಾಸವಿರು ವುದು. ವಿದ್ಯಾವಂತ ಜನ. ಬಹುತೇಕ ಹೆಂಗಸರು ಕೂಡ ಪದವೀಧರೆಯರು. ಚಲನಚಿತ್ರ ಕ್ಷೇತ್ರದವರಾದ್ದರಿಂದ ಅವನು ನಾನು ಇಬ್ಬರೂ ಎಲ್ಲರಿಗೂ ಗೊತ್ತಿರುವವರೇ. ನಮ್ಮ ಫ್ಲಾಟಿನ ಸಂಕೀರ್ಣದ ಪ್ರತಿಯೊಬ್ಬ ಹೆಂಗಸು ಗಂಡಸು ಮಕ್ಕಳಿಗೂ ಪರಿಚಿತರೇ. ಶರಿಯತ್ ಅಧಿಕಾರದ ಎರಡನೇ ಹೆಂಡತಿಯನ್ನು ಇಲ್ಲಿಗೆ ತಂದಿಡಲು ನಾಚಿಕೆಯಾಗಿರಬಹುದು; ಅಂಜಿಕೆಯೂ ಆಗಿರಬಹುದು, ಎನ್ನಿಸಿತು. ನಾನು ಪರಿತ್ಯಕ್ತೆ ಎಂಬ ಭಾವ ಕವಿಯಿತು.

ನಾನು ಸುಮ್ಮನೆ ಬೆತ್ತದ ಕುರ್ಚಿಯ ಮೇಲೆ ಕುಳಿತಿದ್ದೆ. ಕೆಲಸದವಳು 'ನಾನು ಇನ್ನೊಂದು ಮನೆ ಕೆಲಸಕ್ಕೆ ಹೋಗಬೇಕು' ಎಂದಳು. ನಾನು ಎದ್ದು ಹೊರಗೆ ಬಂದೆ. ಈಗಲೇ ಶಿವಾಜಿನಗರದ ಆ ಮನೆಗೆ ಹೋಗಿ ಅವನ ಶರಟಿನ ಕಾಲರ್ ಹಿಡಿದು ಕೇಳಿ ಬಿಡಬೇಕು ಎಂಬ ಆಲೋಚನೆ ಬಂತು. ಏನಂತ ಎಂಬುದು ಸ್ಪಷ್ಟವಾಗಲಿಲ್ಲ. ಏನು ಕೇಳಿದರೂ ಅವನ ಉತ್ತರವೇನೆಂದು ನನಗೆ ಗೊತ್ತಿದೆ ಎಂಬ ಅರಿವೂ ಇತ್ತು. ಆದರೂ ಫೋನಿನಲ್ಲಾದರೂ ಕೇಳಿ ದಬಾಯಿಸಬೇಕೆಂಬ ಆಲೋಚನೆ ಬಂತು. ಡೈರೆಕ್ಟರಿಯಲ್ಲಿ ನಂಬರ್ ಹುಡುಕಿ ಬೂತಿನಿಂದ ಫೋನ್ ಮಾಡಿದೆ. ಅವನೇ ಸಿಕ್ಕಿದ.

'ಅಮೀರ್.'

'ಗೊತ್ತಾಯ್ತು.'

'ನೀನು ಇನ್ನೊಂದು ನಿಕಾಹ್ ಮಾಡಿಕೊಂಡೆಯಂತೆ ನಿಜವೆ?'

ಅವನು ಉತ್ತರಿಸಲಿಲ್ಲ. ತಕ್ಷಣ ಉತ್ತರ ಹೊಳೆಯಲಿಲ್ಲವೆನ್ನಿಸಿತು. ನಾನು ಮತ್ತೆ 'ನೀನು ಇನ್ನೊಂದು ನಿಕಾಹ್ ಮಾಡಿಕೊಂಡೆಯಂತೆ ನಿಜವೆ?' ಎಂದೆ.

ಅವನು 'ನಿನಗೆ ತಲಾಕ್ ಹೇಳಿಲ್ಲ' ಎಂದ.

ಏನು ಈ ಮಾತಿನ ಅರ್ಥ? ನಿನ್ನನ್ನೇನೂ ಕೈಬಿಟ್ಟಿಲ್ಲ ಎಂತಲೆ? ಇನ್ನೂ ಇಬ್ಬರನ್ನು ಮಾಡಿಕೊಳ್ಳುವ ಹಕ್ಕು ನನಗಿದೆ ಎಂತಲೆ? ನಾನು ಎರಡನೆ ನಿಕಾಹ್ ಮಾಡಿಕೊಳ್ಳಲು ನಿನ್ನನ್ನು ಕೇಳುವ ಅಗತ್ಯವಿಲ್ಲ ಎಂತಲೆ? ಯಾವ ಕ್ಷಣದಲ್ಲಿ ಬೇಕಾದರೂ ನಾನು ನಿನಗೆ ತಲಾಕ್ ಹೇಳಬಲ್ಲೆ ಎಂತಲೆ? ಈಗ ನಾನು ನಿರುತ್ತರಳಾದೆ. ನಾನೇ ತಪ್ಪಿತಸ್ಥೆ ಎಂದು ಅವನು ಸೂಚಿಸುತ್ತಿದ್ದಾನೆಯೆ? ಎನ್ನಿಸಿತು. ಅಷ್ಟರಲ್ಲಿ ಅವನು ಫೋನನ್ನು ಕೆಳಗಿಟ್ಟ ಸದ್ದು ಕೇಳಿಸಿತು.

ಶಬಾನಾ ಬೇಗಂ ಸಾಹಿಬಾ ಅವರನ್ನು ಏನೂ ವಿಚಾರಿಸದೆ, ಏನೂ ಕೇಳದೆ ಕುದುರೆ ಹತ್ತಿ ಹಿಂತಿರುಗಿದೆ. ಅವಳು ಜೌಹರ್ ಮಾಡಿಕೊಳ್ಳುವ ಮೊದಲೇ ಸೆರೆಸಿಕ್ಕಿದಳೆ? ಹಾಗೇನಾದರೂ ಆಗಿದ್ದರೆ ನನ್ನ ಅಕ್ಕ, ತಾಯಿ, ಅಜ್ಜಿಯರನ್ನೂ ಹೀಗೆ ಸೆರೆ ಹಿಡಿದು ಗುಲಾಮಿಯರನ್ನಾಗಿ ಮಾಡಿ ಯಾರ ಯಾರ ಮನೆಯಲ್ಲಿ ಜೀತದ, ಬರೀ ಜೀತದ ಅಲ್ಲ, ಪಶುಗಳಂತೆ; ಅದನ್ನು ಕಲ್ಪನೆಯಲ್ಲಾಗಲಿ ಮಾತಿನಲ್ಲಾಗಲಿ ಆಕಾರಗೊಳಿಸಲು ಅಸಹ್ಯವಾಗಿ, ಅವರ ಜೌಹರ್ ಪೂರ್ಣವಾಯಿತೇ ಇಲ್ಲವೇ ಎಂಬುದನ್ನು ತಿಳಿಯದೆ, ತಿಳಿಯುವ ಬಗೆಯಾದರೂ ಏನಿತ್ತು?, ಪೂರ್ಣವಾಯಿತೆಂಬ ಗ್ರಹಿಕೆಯಲ್ಲಿ ಮನಸ್ಸನ್ನು ಸ್ವಸ್ಥಮಾಡಿಕೊಂಡಿದ್ದ ನನ್ನ ಮೇಲೆ ಜುಗುಪ್ಸೆಯುಂಟಾಯಿತು. ಈಗಲೂ ಪತ್ತೆ ಮಾಡಲು ಸಾಧ್ಯವೆ? ಉದಯಪುರಿ ಮಹಲರನ್ನು ಕೇಳಿಕೊಂಡು ಏನಾದರೂ ನೆಪ ಹೇಳಿ ದೇವಗಢಕ್ಕೆ ಹೋಗಿ ವಿಚಾರಿಸಿದರೆ! ಅಥವಾ ಸಾಮ್ರಾಜ್ಯದ ಎಲ್ಲ ಕಡೆಗಳಿಂದಲೂ ಬರುವ ವರದಿಗಳನ್ನು ದಾಖಲಿಸುವ ಕಚೇರಿಯಲ್ಲೇ ಇರುವ ಹಮ್‌ದುಲ್ಲಾಹ್ ಅವರನ್ನೇ ಕೇಳಿದರೆ! ಹಮ್‌ದುಲ್ಲಾಹ್ ಅವರಿಗೇ ಗೊತ್ತಿರುತ್ತದೆ. ಗೊತ್ತಿಲ್ಲದಿದ್ದರೆ ದಾಖಲೆ ನೋಡಿ ಹೇಳುತ್ತಾರೆ. ದಾಖಲೆಯಲ್ಲಿಲ್ಲ ದಿದ್ದರೆ ರಾಜಪುಟಾಣದ ಸುಬಹಕ್ಕೆ ಬರೆದು ತರಿಸಿಕೊಳ್ಳಬಹುದು ಎಂಬ ದಾರಿ ಹೊಳೆಯಿತು. ಇಷ್ಟು ವರ್ಷ ನಾನು ಯಾಕೆ ಆ ವಿಷಯ ಆಲೋಚಿಸಲಿಲ್ಲ? ಹೆಂಗಸರೆಲ್ಲ ಜೌಹರ್ ಮಾಡಿಕೊಂಡು ಗಂಡಸರೆಲ್ಲ ಕಾದಾಡುತ್ತಾ ಸತ್ತುಹೋಗಿದ್ದಾರೆಂಬ ಗ್ರಹಿಕೆಯೇ ತುಂಬಿ, ಅದನ್ನು ಕೆದಕಲು ಹೋದರೆ ಉಂಟಾಗುವ ಕಸಿವಿಸಿ ತಳಮಳಗಳನ್ನು ತಡೆದುಕೊಳ್ಳುವ ಶಕ್ತಿ ಇಲ್ಲದೆಯೆ?

ಆ ದಿನದಿಂದ ಮನಸ್ಸು ಕೆಳಕ್ಕೆ ಜಗ್ಗಿತು. ಒಳಕ್ಕೆ ಸರಿಯಿತು. ಯಾವುದರಲ್ಲೂ ಆಸಕ್ತಿ ಇಲ್ಲ. ಊಟ ಸೇರದು. ನಿದ್ರೆಬಾರದು. ಈ ಸಂಗತಿಯನ್ನು ಹಮ್‌ದುಲ್ಲಾಹ್ ಅವರ ಕೈಲಿ ಹೇಳಲು ಕೂಡ ಮನಸ್ಸುಬಾರದು. ಶಬಾನಾ ಬೇಗಮರು ಮರುದಿನ ಬಂದರು. ರಾತ್ರಿ ಇಲ್ಲಿಯೇ ಇದ್ದು ಅದರ ಮರುದಿನ ಹಿಂತಿರುಗಿದರು. ನನ್ನ ಕಡೆ ನೋಡಿ ಕೃಪೆಯ ಮುಗುಳ್ನಕ್ಕರು. ಅವರನ್ನು ಅವಳ ಬಗೆಗೆ ಅಲ್ಲಿಯೇ ವಿಚಾರಿಸುವ ಮನಸ್ಸಾದರೂ ಅದುಮಿಟ್ಟು ಕೊಂಡೆ. ಅದುಮಿಟ್ಟುಕೊಳ್ಳುವುದು ಗುಲಾಮಗಿರಿಯ ಮೊದಲ ನಿಯಮ ತಾನೆ.

ಹೀಗೆ ಎರಡು ವಾರ ಕಳೆದಿತ್ತು. ಬೆಳಗ್ಗೆ ನನ್ನ ಒಡತಿ ಉದಯಪುರಿ ಮಹಲ್ ಅವರು ನನಗೆ ಹೇಳಿಕಳಿಸಿ ಆದೇಶವಿತ್ತರು: 'ನಿನ್ನ ಕೈಲಿ ಒಂದು ಆಭರಣ ಕೊಡುತ್ತೇನೆ. ಕುದುರೆ ಹತ್ತಿ ಹೋಗಿ ಜೋಪಾನವಾಗಿ ಶಬಾನಾ ಬೇಗಮರಿಗೆ ತಲುಪಿಸಿಬರಬೇಕು. ಇದು ಅವರದು. ಆ ದಿನ ಬಂದಾಗ ಅವರು ಕುತ್ತಿಗೆಯಲ್ಲಿ ಧರಿಸಿಕೊಂಡಿದ್ದರು. ಅದರಂಥದೇ ಒಂದನ್ನು ಮಾಡಿಸಿಕೊಳ್ಳುವ ಆಶೆಯಾಯಿತು. ಅಕ್ಕಸಾಲಿಗೆ ತೋರಿಸಿ ಅಚ್ಚು ತೆಗೆದುಕೊಳ್ಳುವುದಕ್ಕೆ ಅಂತ ಇಸಕೊಂಡಿದ್ದೆ. ಅವರೇನೋ ಅದನ್ನ ನಮಗೆ ಕಾಣಿಕೆಯಾಗಿ ಕೊಡಲು ಮುಂದಾದರು. ಸ್ವೀಕರಿಸುವುದು ನಮ್ಮ ಘನತೆಯಲ್ಲ. ಜನಾನಾದ ಅಕ್ಕಸಾಲಿಯು ಇಂಥದೇ ಪದಕದ ಸರ ಮಾಡಿಕೊಟ್ಟಿದಾನೆ, ಎಂದು ಮಾತ್ರ ನೀನು ಹೇಳು.' ಮಹಲರು ಬಹಳ ನಂಬಿಕೆಯ ಕೆಲಸ ವಹಿಸಿದ್ದಾರೆ. ನಂಬಿಕೆಯ ಮಾತನ್ನೂ ನನ್ನೊಡನೆ ಆಡಿದ್ದಾರೆ, ಎನ್ನಿಸಿ ಮನಸ್ಸು ತುಸು ಮುದವಾಯಿತು. ಕುದುರೆ ಏರಿ ಹೋಗುವಾಗ ಒಂದು ಆಲೋಚನೆ ಬಂತು. ಮಹಲರ ಆಭರಣದ ಮಾತನ್ನು ಹೇಳುವಾಗ ಬೇಗಮರೊಡನೆ ತುಸು ವಿಶ್ವಾಸವನ್ನು ಸಂಪಾದಿಸಿ ಅನಂತರ ಅವಳ ಬಗೆಗೆ ಕೇಳಬೇಕು. ಅವಳನ್ನು ಪ್ರತ್ಯೇಕವಾಗಿ ಭೇಟಿಯಾಗಿ ಮಾತನಾಡುವ ಅವಕಾಶ ಕೊಡಿ ಎಂದು ಪ್ರಾರ್ಥಿಸಬೇಕು. ಇವತ್ತು ನೆರವೇರದಿದ್ದರೆ ಮತ್ತೆ ಇಂಥ ಸಂಧಿ ಒದಗುವುದಿಲ್ಲ ಎಂದು ನಿಶ್ಚಯಮಾಡಿದೆ.

ಶಬಾನಾ ಬೇಗಮರು ನನ್ನನ್ನು ಆದರದಿಂದ ಬರಮಾಡಿಕೊಂಡರು. ಆಭರಣವನ್ನು ನೋಡಿ ಸಂತೋಷಪಟ್ಟರು. 'ಹಿಂತಿರುಗಿಸುವ ಅಗತ್ಯವೇನಿತ್ತು? ಮಹಲ್ ಅವರಿಗೆ ಕಾಣಿಕೆ ಎಂದೇ ನಾನು ಕೊಟ್ಟಿದ್ದೆ. ಆದರೂ ಅವರ ತೀರ್ಮಾನಕ್ಕೆ ಎದುರು ಹೇಳುವ ಅಧಿಕಾರ ಈ ಗುಲಾಮಳಿಗೆ ಇಲ್ಲ ಅಂದೆ ಅಂತ ಅವರಿಗೆ ಅರಿಕೆಮಾಡಿ.' ಎಂದರು. ಇಂಥ ಆಭರಣವನ್ನು ಸಂಗಡ ಕಳಿಸಿರುವುದರಿಂದ ನಾನು ಮಹಲರ ಆಪ್ತನೆಂದು ಅವರಿಗೆ ಅರ್ಥವಾಗಿದೆ ಎಂದು ನನಗೆ ಅನ್ನಿಸಿತು. ನಾನು ವಿಷಯ ಎತ್ತುವ ಮೊದಲೇ ಅವರು, 'ನಿಮಗೆ ಸುದ್ದಿ ಮುಟ್ಟಿಸಬೇಕು ಅಂತ ನಾನೇ ಯೋಚಿಸುತ್ತಿದ್ದೆ. ಆದರೆ ಮುಟ್ಟಿಸಬಹುದೋ ಬಾರದೋ ಅನ್ನುವ ಸೂಕ್ಷ್ಮದಲ್ಲಿ ನಾಲ್ಕು ದಿನ ಕಳೆಯಿತು. ಮಹಲರೇ ನಿಮ್ಮನ್ನು ಕಳಿಸಿದುದು ಅಲ್ಲಾಹುವಿನ ಕೃಪೆ. ನಮ್ಮಲ್ಲಿ ಗುಲಾಮಳಾಗಿರುವ ತಬಸ್ಸುಂ ನಿಮ್ಮ ಹೆಂಡತಿಯಾಗಿದ್ದಳಂತೆ. ಮೊದಲು ಅವಳು ಏನಾಗಿದ್ದಳು ಎಂತಾಗಿದ್ದಳು ನನಗೇನೂ ಗೊತ್ತಿರಲಿಲ್ಲ. ನಮ್ಮ ಖಾನ್ ಸಾಹೇಬರು ಅವಳನ್ನು ಕೊಂಡು ತಂದಾಗ ಆರುತಿಂಗಳ ಮಗುವಿನ ತಾಯಿಯಾಗಿದ್ದಳು. ಯಾರನ್ನು ಕೊಳ್ಳುವುದು ಯಾರನ್ನು ಮಾರುವುದು, ಅದೂ ಹೆಣ್ಣು ಗುಲಾಮರನ್ನು, ನಮಗೆ ಸ್ವಾತಂತ್ರ್ಯವುಂಟೆ? ಜನಾನಾದ ಸೇವಿಕೆ ಅಂತ ತಂದರು. ತಂದ ಎರಡು ವರ್ಷದ ಮೇಲೆ ಒಂದು ಹೆಣ್ಣುಮಗು ಹೆತ್ತಳು. ಈಗೊಂದು ಗಂಡುಮಗು, ಆರೇಳು ತಿಂಗಳಾಗಿರಬಹುದು. ಎಷ್ಟು ತಿಂಗಳಾದರೆ ನನಗೇನು? ಸಹಿಸಿಕೋಬೇಕಲ್ಲ. ಅವೊತ್ತು ನೀವು ಬಂದಿರಲ್ಲ, ಮಹಲ್‌ರು ಕರೆಯಕಳಿಸಿದ್ದಾರೆ ಅಂತ ಹೇಳುಕ್ಕೆ. ಅವಳೇ ಮೊದಲು ಬಾಗಿಲು ತೆರೆದಳಂತೆ. ಹೊರಗಿನವರು ಬಂದರೆ ಗುಲಾಮ ಹೆಂಗಸರು ಬಾಗಿಲು ತೆಗೆಯಬಹುದು. ಗೌರವಾನ್ವಿತ ಮಹಿಳೆಯರು ಅತ್ತ ಹೆಜ್ಜೆಯೂ ಇಡುವುದಿಲ್ಲ ಅನ್ನೂದು ಜನಾನಾದಲ್ಲಿ ಕೆಲಸ ಮಾಡಿರುವ ನಿಮಗೇ

ಗೊತ್ತಿದೆ. ಅವೊತ್ತು ನಿಮ್ಮನ್ನು ನೋಡಿದ ಅವಳು ಗಾಬರಿಯಿಂದ ಒಳಗೆ ಓಡಿ ಬಂದುಬಿಟ್ಟಳಂತೆ. ತಾನೇನೋ ತಪ್ಪುಮಾಡಿದೀನಿ, ತನ್ನ ಗಂಡನಿಗೆ ತನ್ನ ತಪ್ಪು ಗೊತ್ತಾಗಿಬಿಡುತ್ತೆ ಅನ್ನೂ ಅಂಜಿಕೆಯಿಂದ ನಡುಗಿದಳಂತೆ. ಮಹಲರ ದರ್ಶನ ಪಡೆದು ನಾನು ಹಿಂತಿರುಗುವ ಹೊತ್ತಿಗೆ ಅವಳಿಗೆ ಅಂಜಿಕೆಯ ಕಾಹಿಲೆಯಾಗಿತ್ತಂತೆ. ಅವೆಲ್ಲ ನನಗೇನು ಗೊತ್ತು? ಎಷ್ಟೋ ಗುಲಾಮ ಹೆಂಗಸರಿರುತ್ತಾರೆ. ಅವರೆಲ್ಲರಿಗೂ ಏನೇನು ಆಗಿದೆ ಅಂತ ನಾವು ವಿಚಾರಿಸುಕ್ಕೆ ಸಾಧ್ಯವೆ? ನಾಲ್ಕು ದಿನದ ಹಿಂದೆ ಅವಳು ಹೋಗಿ ನಮ್ಮ ಮಹಲಿನ ಹಿಂಬದಿಯಲ್ಲಿರುವ ಬಾವಿಗೆ ಧುಮಿಕಿಬಿಟ್ಟಿದಾಳೆ ಎಂಬ ಮಾತು ಕೇಳಿದ ತಕ್ಷಣ ನನಗೆ ಉಸಿರು ಕಟ್ಟಿಬಿಟ್ಟಿತು. 'ತೋಟದಲ್ಲಿ ಅಗತೆ ಮಾಡುತ್ತಿದ್ದ ನಮ್ಮ ಜನಾನಾದ ಹಿಜಡಾ ಇದನ್ನು ನೋಡಿದವನೇ ಓಡಿಹೋಗಿ ಭಾವಿಗೆ ಧುಮುಕಿ ಭಾವಿಯ ಕಲ್ಲುಗಳಿಗೆ ಅಡ್ಡಗಾಲು ಕೊಟ್ಟು ಅವಳ ಜುಟ್ಟು ಹಿಡಿದು ತಡೆದ. ನನ್ನನ್ನು ಬಿಡು, ನಾನು ಸಾಯುವುದನ್ನ ತಡೆಯುವ ಅಧಿಕಾರ ಯಾರಿಗೂ ಇಲ್ಲ ಅಂತ ಅವಳು ಕೊಸರಿದಳು. ಅವನು ಬಿಡಲಿಲ್ಲ. ಅವನು ಭಾವಿಗೆ ಓಡಿದುದನ್ನು ನೋಡಿದ ಒಬ್ಬ ಗುಲಾಮಳು ಓಡಿ ಬಂದಿದ್ದಳು. ಅವಳು ಕಿರಿಚಿಕೊಂಡದ್ದು ಕೇಳಿ ಇನ್ನು ಮೂವರು ಹೋದರು. ಒಟ್ಟಿನಲ್ಲಿ ತಬಸ್ಸುಮಳನ್ನು ಮೇಲೆ ಎಳೆದು ತಂದರು. ಹೊಟ್ಟೆಯೊಳಕ್ಕೆ ಹೆಚ್ಚು ನೀರು ಹೋಗಿರಲಿಲ್ಲ. ಹೋಗಿದ್ದುದನ್ನು ವಾಂತಿ ಮಾಡಿಸಿ ತೆಗೆದರು. ನನಗೆ ಸುದ್ದಿ ತಿಳಿದದ್ದು ಆಮೇಲೆ.'

ನನಗೆ ತಕ್ಷಣ ಯಾವ ಮಾತನಾಡುವುದೂ ತಿಳಿಯಲಿಲ್ಲ. ಮೌನಿಯಾಗಿಬಿಟ್ಟೆ. ತುಸು ಹೊತ್ತಿನನಂತರ, 'ನಾನು ಅವಳನ್ನು ನೋಡಬಹುದೆ? ಪ್ರತ್ಯೇಕವಾಗಿ ಅವಳ ಕೈಲಿ ಎರಡು ಮಾತನಾಡಬಹುದೆ?' ಎಂದು ಕೇಳಿದೆ.

'ಆಯಿತು. ನಾನು ವ್ಯವಸ್ಥೆ ಮಾಡಿಸುತೀನಿ. ಇಲ್ಲೇ ಇರಿ' ಎಂದು ಹೇಳಿ ಬೇಗಮರು ಒಳಗೆ ಹೋದರು. ಸ್ವಲ್ಪ ಹೊತ್ತಿನ ಮೇಲೆ ಐವತ್ತು ವರ್ಷದ ಒಬ್ಬ ಹೆಣ್ಣಾಳು ಬಂದು 'ಮಹಲಿನ ಬಲಬದಿಗೆ ದನದ ಕೊಟ್ಟಿಗೆ ಇದೆ. ತೋರಿಸುತೀನಿ ಬನ್ನಿ. ನೀವು ಅಲ್ಲಿದ್ದರೆ ತಬಸ್ಸುಮ್ ಬರ್ತಾಳೆ' ಎಂದಳು. ನಾನು ಅವಳನ್ನು ಅನುಸರಿಸಿದೆ. ಸಾಲಿಗೆ ಕಟ್ಟಿದ ಹಸುಗಳು ಬಾನಿಯಲ್ಲಿ ಹಿಂಡಿ ತಿನ್ನುತ್ತಿದ್ದವು. ಹೆಚ್ಚು ಹಾಲು ಕೊಡಲೆಂದು ಹಿಂಡಿ ತಿನ್ನಿಸುತ್ತಿದ್ದರೋ ಅಥವಾ ಕಡಿದು ಮಾಂಸ ಮಾಡಲು ಕೊಬ್ಬಿಸುತ್ತಿದ್ದರೋ ತಿಳಿಯಲಿಲ್ಲ. ಕರುಗಳನ್ನು ಬೇರೆಡೆ ಕೂಡಿ ಹಾಕಿರಲೂಬಹುದು ಎಂದುಕೊಳ್ಳುತ್ತಿರುವಾಗ ಕತ್ತು ಬಗ್ಗಿಸಿ ನಿಧಾನವಾದ ಹೆಜ್ಜೆಗಳನ್ನಿಡುತ್ತಾ ಲೆಹಂಗಾ ಅಂಗಿಯಾ ತೊಟ್ಟು ತಲೆಯನ್ನು ದುಪಟ್ಟಾದಿಂದ ಮುಚ್ಚಿಕೊಂಡಿದ್ದ ಶ್ಯಾಮಲೆ ಅಲ್ಲಿಗೆ ಬಂದಳು. ಹತ್ತಿರ ಬಂದರೂ ಅವಳು ಕತ್ತೆತ್ತಿ ನನ್ನನ್ನು ನೋಡಲಿಲ್ಲ. ಆತ್ಮಹತ್ಯೆಗೆ ಯತ್ನಿಸಿ ವಿಫಲಳಾದ ಕಪ್ಪುಭಾರ ಅವಳ ಮುಖವನ್ನು ಜಗ್ಗುವಂತಿತ್ತು. ನನಗೂ ಮಾತನ್ನು ಆರಂಭಿಸುವುದು ತಿಳಿಯಲಿಲ್ಲ. ಅವಳನ್ನು ಹೇಗೆ ವಿಚಾರಿಸಿದರೂ ನೋವಾಗುತ್ತದೆ ಎನ್ನಿಸಿ ನನ್ನದನ್ನು ಹೇಳಿಕೊಳ್ಳುವ ಮೂಲಕ ಆರಂಭಿಸಿದೆ: 'ವಿಷ್ಣುಮಂದಿರದ ರಕ್ಷಣೆಗೆ ನನ್ನನ್ನು ನೇಮಿಸಿದ್ದರು. ನಾನು ನಿರ್ಮಿಸಿದ ವ್ಯೂಹವನ್ನು ಒಡೆದು ಅವರು ಸೆರೆ ಹಿಡಿದರು. ಆತ್ಮಹತ್ಯೆಗೂ ವ್ಯವಧಾನವಿಲ್ಲದಷ್ಟು ವೇಗದಲ್ಲಿ. ನನ್ನೆದುರೇ

ವಿಗ್ರಹವನ್ನು ಕಿತ್ತು ತಂದು ಅಂಗಾತ ಹಾಕಿ ಮೂಗು ಕೈಗಳನ್ನು ಒಡೆದು ಅದನ್ನು ತುಳಿದುನಿಂತರು. ಸೆರೆ ಸಿಕ್ಕಿದ ನನ್ನನ್ನು ಮನ್‌ಸಬ್‌ದಾರ ಹೆಣ್ಣಿನಂತೆ ಉಪಯೋಗಿಸಿದ. ತನ್ನ ಸ್ನೇಹಿತರಿಗೂ ಉಪಯೋಗಿಸಲು ಬಿಟ್ಟ. ಆಮೇಲೆ ಇನ್ನೊಬ್ಬ ಅಮೀರ ನನ್ನನ್ನು ಒಂದುಸಾವಿರ ರೂಪಾಯಿಗೆ ಕೊಂಡು ಬೀಜ ಒಡೆದು ಹಿಜಡಾ ಮಾಡಿ ಜನಾನಾದ ಸೇವೆಗೆ ಹಾಕಿಕೊಂಡ. ಆಮೇಲೆ ಅವನ ಬೇಗಂ ನನ್ನನ್ನು ಔರಂಗಜೇಬ್ ಬಾದಶಹರ ಬೇಗಂ ಉದಯಪುರಿ ಮಹಲ್‌ರಿಗೆ ಕಾಣಿಕೆಯಾಗಿ ಕೊಟ್ಟರು. ಈಗ ಅಲ್ಲಿ ಗುಲಾಮನಾಗಿ ದೀನಿ.'

ನನ್ನ ಮಾತು ಕೇಳುವಾಗ ಅವಳ ಮುಖವು ಕಲ್ಲಿನಂತೆ ಕಳಾಹೀನ, ಭಾವಹೀನವಾಗಿತ್ತು. ನಾನು ಕೊನೆಯ ವಾಕ್ಯ ಮುಗಿಸಿದನಂತರ ಅವಳು ತುಸು ಕತ್ತೆತ್ತಿ ನನ್ನ ಮುಖವನ್ನು ನೋಡಿದಳು. ನೋಡ ನೋಡುತ್ತಾ ಅವಳ ಕಣ್ಣುಗಳು ತುಂಬಿಕೊಂಡವು. ಈಗ ನಾನು ನಿರ್ಭಾವುಕನಾಗಿ ಅವಳನ್ನು ನೋಡುತ್ತಿದ್ದೆ. 'ನಿಮ್ಮ ಹತ್ತಿರ ಬಾಕು ಇತ್ತಲ್ಲವೆ? ಅವರು ಸೆರೆ ಹಿಡಿಯುವ ಮೊದಲು ಅದನ್ನೇಕೆ ಹೊಟ್ಟೆಗೆ ಹಾಕಿ ಸೀಳಿಕೊಳ್ಳಲಿಲ್ಲ?' ಎಂದಳು. ಈ ಪ್ರಶ್ನೆಯನ್ನು ನಾನು ನಿರೀಕ್ಷಿಸಿರಲಿಲ್ಲ. ನನ್ನನ್ನು ಭರ್ತ್ಸನೆ ಮಾಡಲೆಂದೇ ಕೇಳಿದ್ದಾಳೆ ಎಂದು ಅರ್ಥವಾಯಿತು. ಹೌದು, ನಾನೇಕೆ ಹಾಗೆ ಮಾಡಲಿಲ್ಲ? ಬಾಕು ಇದ್ದದ್ದು ಕೈಕೈ ಮಿಲಾಯಿಸುವ ಯುದ್ಧದ ಸಂದರ್ಭ ಬಂದರೆ ಇರಲಿ ಎಂಬ ತಂತ್ರದಿಂದ. ಶರಣಾಗದೆ ಆತ್ಮಹತ್ಯೆ ಮಾಡಿಕೊಳ್ಳಲೆಂದು ಎಂಬ ಗ್ರಹಿಕೆ ನನಗೆ ಇರಲಿಲ್ಲವೆ? ಸೆರೆ ಸಿಕ್ಕಿದರೆ ಇಂತಹ ಗತಿ ಬರುತ್ತದೆಂಬ ತಿಳಿವಳಿಕೆ ಇರಲಿಲ್ಲವೆ? ಇತ್ತು. ಆದರೂ ಏಕೆ ಅದು ಹೊಳೆಯಲಿಲ್ಲ? ಸಾವಿನ ಭಯ. ಅಥವಾ ನನಗೆ ನಾನೇ ಬಾಕು ಹಾಕಿಕೊಳ್ಳುವ ಧೃತಿಯ ಅಭಾವ. ಅಥವಾ ಎಂಥ ಹೀನ, ಹೇಸಿಗೆಯದಾದರೂ ಭರವಸೆಯು ಬೇರಿನ ರೂಪದಲ್ಲಿ ಹುದುಗಿರುವ ಜೀವನಪ್ರೀತಿಯೆ? ಘಟನೆಯು ನಡೆದ ವೇಗದಲ್ಲಿ ಇವೆಲ್ಲ ಆಲೋಚನೆ ವಿಶ್ಲೇಷಣೆಗಳು ನಡೆಯಲು ಸಾಧ್ಯವಿರಲಿಲ್ಲ. ಆದರೆ ವ್ಯಕ್ತ ಆಲೋಚನೆ ವಿಶ್ಲೇಷಣೆಗಳಿಲ್ಲದೆಯೂ ಕ್ರಿಯೆಯು ಈ ದಿಕ್ಕನ್ನು ಬಿಟ್ಟು ಆ ದಿಕ್ಕಿನಲ್ಲಿ ನಡೆಯಬಹುದಿತ್ತು ಎನ್ನಿಸಿತು.

ನಾನು ನಿರುತ್ತರನಾದುದನ್ನು ಅವಳು ಅರ್ಥಮಾಡಿಕೊಂಡಂತೆ ಕಂಡಳು. ತಾನೇ ನನ್ನ ಎದುರಿಗೆ ಮೂರು ಮೊಳ ದೂರದಲ್ಲಿ ಕುಳಿತು ಹೇಳಿದಳು: 'ನೀವು ಯಾಕೆ ಸೀಳಿಕೊಳ್ಳಲಿಲ್ಲ ಅಂತ ನನಗೆ ಅರ್ಥವಾಗುತ್ತೆ. ಆ ದಿನ ಈ ಮಹಲಿನ ದರವಾಜಾದಿಂದ ಹೊರಬಂದ ನನ್ನನ್ನು ನೋಡಿದ ಕ್ಷಣದಲ್ಲಿ ನಿಮ್ಮ ಕಣ್ಣುಗಳಲ್ಲಿ ಆಶ್ಚರ್ಯ ಹುಟ್ಟಿತಲ್ಲವೆ? ಅರಮನೆಯ ಅಂಗಳದ ಉದ್ದ ಅಗಲಕ್ಕೂ ಬೆಂಕಿ ಉರಿಯುತ್ತಿತ್ತು. ಅತ್ತೆ, ಅತ್ತಿಗೆ ಅಜ್ಜಿಯರೆಲ್ಲ ಹರಹರಹರ ಅನ್ನುತ್ತಾ ನುಗ್ಗಿದರು. ರಾಜಕುಟುಂಬದ ಇತರ ಮಹಿಳೆಯರೂ. ಒಬ್ಬರ ಹಿಂದೆ ಒಬ್ಬರು ಉರಿಯುವ ಜ್ವಾಲೆಯನ್ನು ಕಣ್ಣಿಂದ ನೋಡದೆ ಕಣ್ಣುಮುಚ್ಚಿಕೊಂಡು ಹರಹರ ಎಂಬ ಶಬ್ದವನ್ನೇ ತುಂಬಿಕೊಂಡು ಮುನ್ನಡೆದರು. ನಾನು ಕೊನೆಯಲ್ಲಿದ್ದೆ. ಕುಟುಂಬದ ಸೊಸೆ, ಯುವರಾಣಿ ಮೊದಲನೆಯವಳಾಗಬೇಕಿತ್ತು. ಮಹಾರಾಣಿ ಅತ್ತೆಯ ಸೆರಗು ಹಿಡಿದು ಸಾಗಬೇಕಿತ್ತು. ಸುಟ್ಟಾಗ ನೋವಾಗುತ್ತದೆಯೋ ತಕ್ಷಣ ಪ್ರಾಣ ಹೋಗುತ್ತ

ದೆಯೋ ಎಂಬ ಅನುಮಾನದಿಂದ ಹಿಂದೆ ಉಳಿದೆ. ಅವರೆಲ್ಲ ನುಗ್ಗಿದ ಮೇಲೆ ನನ್ನದೇನು ಅಂತ ನಾನೂ ನಡೆದೆ. ವೇಗವಾಗಿಯೇ ನಡೆದೆ. ಜೌಹರ್ ಹೋಗುತ್ತಿದ್ದೇನೆ. ಜೀವವು ಹರನನ್ನು ಸೇರುತ್ತದೆಂಬ ಶ್ರದ್ಧೆಯನ್ನು ಉಜ್ವಲಿಸಿಕೊಂಡೇ ನಡೆದೆ. ಆದರೆ ಉರಿಯನ್ನು ಸಮೀಪಿಸುವಾಗ ಅದರ ರಾವು ಮೈ ಮುಖಗಳಿಗೆ ರಾಚಿದಂತಾದಾಗ ಭಯವಾಯಿತು. ಕ್ಷಣದ ಶತಾಂಶದಲ್ಲಿ ಹಿಂತಿರುಗಿಬಿಟ್ಟೆ. ಮೈಮೇಲೆ ದೇವರ ಆವೇಶ ಬಂದವರಂತೆ ನನ್ನ ಹಿಂದೆ ನುಗ್ಗುತ್ತಿದ್ದವರ ಕಾಲಿಗೆ ಸಿಕ್ಕಿ ಕೆಳಗುರುಳಿದೆ. ಅದರಲ್ಲಿಯೂ ಹೇಗೋ ಸಾವರಿಸಿ ಕೊಂಡು ಅರುಗಾಗಿ ದೂರ ನಡೆದುಬಿಟ್ಟೆ. ಈ ಶತ್ರುಗಳು ಸೆರೆಸಿಕ್ಕಿದ ಹೆಂಗಸರನ್ನು ಅತ್ಯಾ ಚಾರ ಮಾಡಿ ಗುಲಾಮರನ್ನಾಗಿಸುವುದು ಕಟ್ಟುಕತೆಯಾಗಿರಬಾರದೇಕೆ? ಸೋತ ರಾಜರ ಹೆಂಡಿರು ಸೋದರಿಯರು ತಾಯಂದಿರನ್ನು ತಮ್ಮ ತಾಯಿ, ತಂಗಿ ಅಥವಾ ಮಗಳಂತೆ ಯಾಕೆ ಕಾಣಬಾರದು? ಪೃಥ್ವಿರಾಜ ಮೊದಲಾದ ಕ್ಷತ್ರಿಯರಾಜರು ಹಾಗೆ ಕಂಡು ಗೌರವದಿಂದ ಹಿಂದಿರುಗಿಸಿಲ್ಲವೇನು? ಎಂಬ ಕಳ್ಳಸಮಾಧಾನವು ಕಣ್ಣು ಜೌಹರಿನಲ್ಲಿ ಉರಿಯುವ ಶರೀರ ಗಳನ್ನು ನೋಡುತ್ತಿರುವಾಗಲೇ ಮನಸ್ಸಿನಲ್ಲಿ ಸೃಷ್ಟಿಯಾಗುತ್ತಿತ್ತು. ಸಾಯಲು ಒತ್ತಿಕೊಂಡು ಬಂದ ಕ್ಷಣವು ಜಾರಿಹೋದರೆ ಮತ್ತೆ ಬರುವುದು ಸುಲಭವಲ್ಲ. ಸತ್ತರೆ ಸಾಕೆಂಬ ಎಂಥೆಂಥ ಸಂಕಟಗಳು. ಆದರೆ ಸಾಯುವ ಖಚಿತ ಪ್ರಯತ್ನವಿಲ್ಲ. ನಿಮ್ಮನ್ನು ನೋಡಿದ ಮೇಲೆ ಇಡೀ ಜೀವನದ ಮೇಲೆ ನಾಚಿಕೆ ಹುಟ್ಟಿ ಸಾಯಲೇಬೇಕೆಂಬ ಇಚ್ಛೆಯಿಂದ ಭಾವಿಗೆ ಬಿದ್ದೆ. ಅದೆಲ್ಲಿ ಕೂತಿದ್ದನೋ, ಮೆಹಬೂಬ ಓಡಿಬಂದು ಧುಮಿಕಿ ಹಿಡಿದು ಎತ್ತಿಬಿಟ್ಟ. ಅಂಥ ನಿಶ್ಚಯದ ಕ್ಷಣ ಮತ್ತೆ ಎಂದು ಬಂದೀತೋ!'

ಸಾವಿಗೆ ಅಂಜಿ ಕೊನೆಯ ಕ್ಷಣದಲ್ಲಿ ಅವಳು ತಪ್ಪಿಸಿಕೊಂಡದ್ದರಿಂದ ನನಗೆ ಅವಳ ಬಗೆಗೆ ಬೇಸರಹುಟ್ಟಲಿಲ್ಲ. ಎಲ್ಲ ಹೆಂಗಸರೂ ಜೌಹರ್ ಮಾಡಿಕೊಳ್ಳುವುದಿಲ್ಲ. ಎಲ್ಲ ಗಂಡಸರೂ ಹರಹರ ಮಹದೇವ ಹೇಳಿಕೊಂಡು ಕತ್ತಿ ಹಿಡಿದು ನುಗ್ಗಿ ಸಾಯುವುದಿಲ್ಲ. ಹಾಗೆ ಮಾಡಿ ಕೊಂಡಿದ್ದರೆ ಇಷ್ಟು ಜನ ಗುಲಾಮ ಗಂಡಸರು, ಗುಲಾಮ ಹೆಂಗಸರು ಎಲ್ಲಿರುತ್ತಿದ್ದರು? ಅಲ್ಲದೆ ವಿಶಾಲ ಹಿಂದೂಸ್ತಾನದ ಪಟ್ಟಣ ಹಳ್ಳಿ ಕೊಪ್ಪಲು ಪಾಳ್ಯಗಳಲ್ಲಿ ಲಕ್ಷ ಲಕ್ಷ ಜನರು ಜೆಸಿಯಾ ಕೊಡುತ್ತಾ ಯಾಕೆ ಬದುಕುತ್ತಿದ್ದರು. ಹತ್ತಿರವಿದ್ದ ಬಾಕುವಿನಿಂದ ಹೊಟ್ಟೆಯನ್ನು ಸೀಳಿಕೊಳ್ಳಲಿಲ್ಲವೆಂದ ಮೇಲೆ ನಾನೂ ಅವಳಂತೆಯೇ ಸಾವಿಗೆ ಅಂಜಿ ಶರಣಾದವನೇ ಎಂಬ ಸತ್ಯ ಮನಗಂಡಿತು. ಅವಳ ಮೇಲೆ ಕನಿಕರಹುಟ್ಟಿತು. 'ಅನಂತರ ಏನಾಯಿತು ಅಂತ ನಾನು ಕೇಳುವುದಿಲ್ಲ. ಹೇಳುವುದಕ್ಕೆ ನಿನಗೆ ಬೇಸರವಾಗುತ್ತೆ. ಹೇಸಿಗೆಯಾಗುತ್ತೆ. ನಿನ್ನಂತೆ ಸೆರೆಸಿಕ್ಕಿದ ಲಕ್ಷಲಕ್ಷ ಹೆಂಗಸರಿಗೆ ಏನಾಯಿತು, ಏನಾಗುತ್ತೆ ಅಂತ ನನಗೆ ಗೊತ್ತಿದೆ. ನಿನಗೆ ಮೂರು ಮಕ್ಕಳಿವೆ ಅಂತ ಶಬಾನಾ ಬೇಗಮರು ಹೇಳಿದರು. ಕೈಯ ಮಗುವನ್ನು ಅವೊತ್ತು ನಾನು ನೋಡಿದೆ.'

'ಮಗುವಾಯಿತು ಅಂದರೆ ಅದೊಂದು ಹಿಂಸೆ. ಯಜಮಾನನಿಗೆ ಗುಲಾಮಳ ಮೇಲೆ ಸಂಪೂರ್ಣ ಹಕ್ಕಿರುವುದು ನಿಮಗೂ ಗೊತ್ತಿರಬಹುದು. ಅವನು ಬಯಸುವಾಗ ಇವಳು ಬೇಡವೆನ್ನುವಂತಿಲ್ಲ. ಅವನು ಬಯಸಿದನೆಂದರೆ ಬೇಗಮಳಿಗೆ ಇವಳ ಮೇಲೆ

ಸರ್ಪಮತ್ಸರ ಶುರುವಾಗುತ್ತೆ. ಅದನ್ನ ಸರಿದೂಗಿಸಲು ಇವಳು ಬೆಡಗುಬಿನ್ನಾಣ ಬೀಳುವ ಮಾಡಿ ಯಜಮಾನನ ಮನಸ್ಸು ಗೆಲ್ಲಬೇಕು. ಬಹಳ ಜನ ಹಾಗೆಯೇ ಮಾಡುತ್ತಾರೆ. ಆದರೆ ಒಂದು ರಾಜ್ಯದ ಯುವರಾಣಿ, ಯುವರಾಜನ ಹೃದಯೇಶ್ವರಿಯಾಗಿದ್ದವಳಿಗೆ ಇಂಥ ಬೆಲೆವೆಣ್ಣಿನ ಅಭಿನಯ ಮಾಡುವುದು ಇನ್ನಷ್ಟು ಅಸಹ್ಯಕರ. ನಾನೆಂದೂ ಹಾಗೆ ಮಾಡಿಲ್ಲ. ಇವಳು ಹೆಣ್ಣಿನ ಭಾವನೆಗಳೇ ಇಲ್ಲದ ಮರದ ಗೊಂಬೆ ಎಂದು ಯಜಮಾನನು ಚುಚ್ಚಿ ಮಾತನಾಡಿರುವುದೂ ಉಂಟು. ಹೀಗಾದರೂ ಅವನು ದೂರವಿದ್ದರೆ ಸಾಕು ಎಂಬ ಲೆಕ್ಕ ನನ್ನದು. ನಿಮಗೆ ಹೇಳಬೇಕಾದ ಇನ್ನೊಂದು ಸಂಗತಿ ಇದೆ. ನನ್ನ ಹೊಟ್ಟೆಯಲ್ಲಿ ಹುಟ್ಟಿದ ಮೊದಲ ಮಗು ನಿಮ್ಮದು. ನನ್ನ ಆಗಿನ ಮಾಲೀಕರು ಅದು ಹುಟ್ಟಿದ ತಿಂಗಳು ದಿನಗಳನ್ನು ಲೆಕ್ಕಹಾಕಿ ಇದು ನೀನು ಮುಶ್ರಿಕಳಾಗಿದ್ದಾಗ ಮುಶ್ರಿಕ್ ದಾಂಪತ್ಯದಿಂದ ಹುಟ್ಟಿದ ಮಗು. ಅದು ಹೊಟ್ಟೆಯಲ್ಲಿರುವಾಗಲೇ ನೀನು ಮುಸ್ಲಿಮಳಾದುದರಿಂದ ಅದೂ ಮುಸ್ಲಿಂ ಆಯಿತು, ಅಂದು ಇಬ್ರಾಹಿಂ ಅಂತ ಹೆಸರಿಟ್ಟರು.'

ಇದನ್ನು ಕೇಳಿದ ತಕ್ಷಣ ನನ್ನ ಎದೆಯೊಳಗೆ ಬಿಸಿ ಉಕ್ಕಿತು. ಅಸಹನೀಯವಲ್ಲದ, ಹದವಾದ, ತುಸು ಉಸಿರುಕಟ್ಟಿಸುವ ಬಿಸಿ. ಮೊಯಿನುದ್ದೀನನು ನನ್ನ ಪುಂಸತ್ವವನ್ನು ಇಕ್ಕಳದಲ್ಲಿ ಸಿಕ್ಕಿಸಿ ನಾಶಮಾಡಿ ನನ್ನನ್ನು ಜನಾನಾದ ಸೇವೆಗೆ ತಳ್ಳಿದರೂ ನನ್ನದೊಂದು ಕುಡಿ ಉಳಿದಿದೆ, ಎಂಬ ಸಂಭ್ರಮದ ಬಿಸಿ. ಈಗ ಅವನಿಗೆ ಆರು ವರ್ಷವಾಗಿರಬೇಕು, ಎಂದು ಮನಸ್ಸು ಲೆಕ್ಕ ಹಾಕಿತು. ಎದುರಿಗೆ ಕುಳಿತಿರುವ ಶ್ಯಾಮಲೆ ಕೂಡ ನನ್ನ ಮಗುವಿನ ತಾಯಿ ಎಂಬ ಎಂದೆಂದಿಗೂ ಯಾರೂ ಬೇರ್ಪಡಿಸಲಾಗದ ಸಂಬಂಧದಲ್ಲಿ ಬೆಸುಗೆ ಗೊಂಡಂತೆ ಕಂಡಳು. ಹತ್ತಿರ ಹೋಗಿ ಅವಳ ನೆತ್ತಿಯನ್ನು ಅಂಗೈಯಿಂದ ಮುಟ್ಟಿ ಸವ ರುವ ಆಶೆಯಾಯಿತು. ಆದರೆ ನನ್ನನ್ನು ಭೇಟಿಯಾಗಲು ಈ ದನದ ಕೊಟ್ಟಿಗೆಗೆ ಕಳಿಸಿರುವಾಗ ನಾನು ನಪುಂಸಕನೆಂದು ಗೊತ್ತಿದ್ದರೂ ನಮ್ಮಿಬ್ಬರನ್ನೂ ಬೇಹುಕಾಯಲು ಯಾರನ್ನಾದರೂ ಮರೆಯಲ್ಲಿ ನಿಯೋಜಿಸಿದ್ದಾರೆಂದು ಜನಾನಾದ ರೀತಿ ರಿವಾಜುಗಳನ್ನು ಇಷ್ಟು ವರ್ಷಗಳಿಂದ ಒಳಗಿದ್ದುಕೊಂಡೇ ಬಲ್ಲ ನನ್ನ ಮನಸ್ಸು ಎಚ್ಚರಿಸಿತು. ನೆತ್ತಿಮುಟ್ಟಿ ನೇವರಿಸಿದ ಅಪರಾಧವೇ ಸಾಕು ಛಡಿ ಏಟನ್ನೋ ಕಲ್ಲಿನ ಏಟನ್ನೋ ಮರಣದಂಡನೆಯನ್ನೋ ವಿಧಿಸಲು.

'ಅವನನ್ನು ಕರೆತರುಕ್ಕೆ ಸಾಧ್ಯವೆ? ನಾನು ನೋಡಬೇಕು,' ಎಂದೆ. ಆರು ವರ್ಷವೆಂದರೆ ಹಣೆ, ಮೂಗು, ಮುಖಕಟ್ಟುಗಳು ರೂಪಗೊಂಡಿರುತ್ತವೆ, ನನ್ನಂತಲ್ಲದಿದ್ದರೂ ನನ್ನ ತಂದೆ, ತಾಯಿ ಅಜ್ಜ ಅಜ್ಜಿಯರಂತೆ ಅಥವಾ ಇವಳ ತಂದೆ ತಾಯಿ ಅಜ್ಜ ಅಜ್ಜಿಯರಂತೆ ಎಂಬ ಕಲ್ಪನೆತೊಡಗಿತು. ಅಥವಾ ತಾಯಿಯಂತೆಯೇ ಇರಬಹುದು, ಎನ್ನಿಸಿ ಅವಳ ಮುಖ ನೋಡಿದೆ. ಅವಳ ಕಣ್ಣುಗಳು ಮಂಜಾಗುತ್ತಿದ್ದವು.

'ಇಂಥ ಸ್ಥಿತಿಯಲ್ಲಿ ಮಗುವನ್ನು ತಂದೆಗೆ ತೋರಿಸಬೇಕು ಅಂತ ದುಃಖವೆ? ಅವೆಲ್ಲ ನನ್ನೊಳಗೂ ಮರುಕಳಿಸುತ್ತಿವೆ. ನಮ್ಮ ಸ್ಥಿತಿಗೆ ನಾವು ಹೇಗೋ ಹೊಂದಿಕೊಬಹುದು. ಆದರೆ ರಾಜಕುಮಾರನಾಗಿ ಬೆಳಗಬೇಕಾದ ಮಗುವು ಗುಲಾಮ ತಾಯಿ ಗುಲಾಮ ತಂದೆಯ ಮಗನಾಗಿ ಹುಟ್ಟಿ ಗುಲಾಮನಾಗಿಯೇ ಜೀವ ತೇಯುತ್ತಾ ಸಾಯುವ ಸ್ಥಿತಿಗೆ

ದುಃಖವಾಗೂದು ಸಹಜ. ಹಣೆಬರಹ ಅಂದುಕೊಳ್ಳದೆ ಬೇರೆ ಯಾವ ಸಮಾಧಾನವುಂಟು?'

'ಬರೀ ಅದಕ್ಕಲ್ಲ ನನಗೆ ದುಃಖವಾದದ್ದು. ನಿಮಗೆ ಹುಟ್ಟಿದ ಮಗುವನ್ನು ನೋಡುವ ಆಶೆ ನಿಮಗೆ ಆಗೂದು ಸಹಜ. ನನ್ನ ಹೊಟ್ಟೆಯಲ್ಲಿ ಇನ್ನೂ ಎರಡು ಮಕ್ಕಳು ಹುಟ್ಟಿವೆ. ಅವನ್ನು ನೋಡುವ ಆಶೆ ನಿಮಗೆ ಆಗಲಿಲ್ಲ.'

ನನ್ನಲ್ಲಿ ಸಹಜವಾಗಿ ಹುಟ್ಟಿದ ಭಾವನೆಗೆ ಇವಳು ತಕ್ಷಣ ಯಾವ ರೀತಿಯ ಅರ್ಥ ತಿರುಗಿಸಿದಳು ಎಂದು ನನಗೆ ಕಸಿವಿಸಿಯಾಯಿತು. ಅಷ್ಟು ವರ್ಷ ಜನಾನಾದಲ್ಲಿ ಕೆಲಸ ಮಾಡಿದ್ದ ನನಗೆ ಹೆಂಗಸರ ಮನಸ್ಸಿನ ರೀತಿ ನೀತಿಗಳು ವಿಚಿತ್ರವೆಂದು ಅರ್ಥವಾಗಿದ್ದರೂ ಈ ಸಂದರ್ಭದಲ್ಲಿ ಇವಳ ಮನಸ್ಸಿನ ದಿಕ್ಕು ತಿಳಿಯಲಿಲ್ಲವೆಂಬ ಖೇದವೂ ಆಯಿತು. ಅವಳೇ ಮುಂದುವರೆಸಿದಳು: 'ಮುಸ್ಲಿಂ ಕಾನೂನಿನ ಪ್ರಕಾರ ನಿಕಾಹ್ ಆದ ಹೆಂಡತಿಯಲ್ಲಾಗಲಿ ಇಟ್ಟುಕೊಂಡ ಗುಲಾಮಳೋ ಸೇವಿಕೆಯೋ ಕಂಚನಿಯೋ ಯಾರಲ್ಲಿಯೇ ಆಗಲಿ ಹುಟ್ಟಿದ ಮಗುವಿಗೆ ಸಮಾನವಾದ ಅಧಿಕಾರವಿರುತ್ತೆ. ಆ ಹೆಂಗಸಿನ ಅಂತಸ್ತು ಬೇರೆಯಾದರೂ ಹುಟ್ಟಿಸಿದ ಮಗುವಿನ ಅಂತಸ್ತು ಒಂದೇ. ಆದರೆ ಗುಲಾಮಳ, ಕಂಚನಿಯ ಹೊಟ್ಟೆಯ ಮಗುವಿಗೆ ತನ್ನ ಮಗುವಿನ ಸವಲತ್ತು ಪುರಸ್ಕಾರ ವಿದ್ಯಾಭ್ಯಾಸಗಳು ದೊರಕದಂತೆ ನಿಕಾಹ್ ಮಾಡಿಕೊಂಡ ಹೆಂಡತಿ ಸದಾ ಕುತಂತ್ರ ಮಾಡುತ್ತಿರುತ್ತಾಳೆ. ನಿಕಾಹ್ ಆದವಳು ಪ್ರಭಾವೀ ಕುಟುಂಬದಿಂದ ಬಂದವಳು. ಇಟ್ಟುಕೊಂಡವಳು ಯಾವತ್ತೂ ದರಿದ್ರ ಮನೆತನದವಳು. ಹೀಗಾಗಿ ಅವಳ ಮಕ್ಕಳ ಮೇಲೆ ಹುಟ್ಟಿಸಿದವನ ಮಮತೆ ಔದಾರ್ಯಗಳು ಇರುವುದು ತೀರ ಕಡಮೆ. ಅವೇನಾದರೂ ಚುರುಕುಬುದ್ಧಿಯವಾದರೆ ನಿಕಾಹ್ ಮಾಡಿಕೊಂಡ ಹೆಂಡತಿಯು ಕೊಲ್ಲಿಸಿಬಿಡಲೂ ಹೇಸುವುದಿಲ್ಲ. ಹುಟ್ಟಿಸುವವನಾದರೂ ಎಷ್ಟೊಂದು ಮಕ್ಕಳ ಮೇಲೆ ಪ್ರೀತಿ ಇಡುಕ್ಕೆ ಸಾಧ್ಯ? ಹೀಗಾಗಿ ಮಕ್ಕಳು ಅಂದರೆ ನಿಕಾಹ್ ಮಾಡಿಕೊಂಡವಳ ಹೊಟ್ಟೆಯಲ್ಲಿ ಹುಟ್ಟಿದವು ಅನ್ನುವ ಭಾವನೆ ಅವನಲ್ಲೂ ಬೆಳೆಯುತ್ತೆ. ಸ್ಪರ್ಧೆ ಹುಟ್ಟುವುದೇನಿದ್ದರೂ ನಾಲ್ಕು ಜನ ಬೇಗಮರ ಮಕ್ಕಳ ನಡುವೆ. ನನ್ನ ಮಕ್ಕಳಿಗೆ ನಿಜವಾದ ಅರ್ಥದಲ್ಲಿ ತಂದೆ ಇಲ್ಲ. ಮಾಲೀಕರು ಒಂದು ದಿನವೂ ಈ ಇಬ್ಬರನ್ನು ಎತ್ತಿ ಮುದ್ದಿಸಿಲ್ಲ. ಶಬಾನಾ ಬೇಗಮರ ಭಯ. ಇವರಲ್ಲದೆ ಇನ್ನೂ ಮೂವರು ಬೇಗಮರಿದ್ದಾರೆ. ಅವರದೂ ಅಂಜಿಕೆ ಇರಬಹುದು. ಅಥವಾ ಹುಟ್ಟಿಸಿದವರಿಗೆ ಈ ಮಕ್ಕಳ ಮೇಲೆ ಯಾವ ಭಾವನೆಯೂ ಇಲ್ಲದಿರಬಹುದು.'

ಈ ಇಬ್ಬರು ಮಕ್ಕಳಿಗೆ ತಂದೆಯು ಎದುರಿಗಿದ್ದೂ ತಂದೆಯ ಪ್ರೀತಿ ದೊರೆಯುತ್ತಿಲ್ಲ ಅಂತ ನನಗೆ ಗೊತ್ತಿರಲಿಲ್ಲ, ಅವರನ್ನು ಕರೆತಾ, ನಾನು ಎತ್ತಿ ಮುದ್ದಿಸುತೀನಿ ಅನ್ನುವ ಉತ್ಸಾಹ ಮನಸ್ಸಿನಲ್ಲಿ ಬಂತು. ಆದರೆ ಅದು ಆ ಕ್ಷಣದಲ್ಲಿ ಹುಟ್ಟಿದ ದ್ರವ್ಯಹೀನ ಮಾತು ಎಂಬ ಅರಿವು ಹಿಂದೆಯೇ ಮೂಡಿತು. ಅವಳ ಬಗೆಗಿನ ನನ್ನ ಭಾವನೆಯೇ ಸ್ಫುಟವಾಗಿಲ್ಲ. ಇನ್ನು ಅತ್ಯಾಚಾರದಿಂದ ಅವಳ ಹೊಟ್ಟೆಯಲ್ಲಿ ಹುಟ್ಟಿದ ಮಕ್ಕಳ ಮೇಲಿನ ಭಾವನೆ ಹೇಗೆ ಸ್ಫುಟವಾಗಬೇಕು? ಎನ್ನಿಸಿತು. ಅಷ್ಟರಲ್ಲಿ ಅವಳೇ ಮಾತನಾಡಿದಳು: 'ಮೊದಲನೆಯ ಮಗು ಹುಟ್ಟಿ, ಅದು ನಾನು ಸೆರೆಯಾಗುವ ಮೊದಲೇ ಮೊಳೆತದ್ದೆಂಬ ಲೆಕ್ಕ ಸಿಕ್ಕಿದಾಗ

ಎಷ್ಟು ಆನಂದವಾಯಿತು ಗೊತ್ತೆ? ಅವರು ಇಬ್ರಾಹಿಂ ಅಂತ ಹೆಸರಿಟ್ಟರೂ ನನ್ನ ಮನಸ್ಸು ಅದರ ಬೀಜದ ಕುಲದ ಒಂದು ಹೆಸರನ್ನು ಹುಡುಕುತ್ತಿತ್ತು. ವಿಷ್ಣುಸ್ವರೂಪಸಿಂಗ್, ನಾರಾಯಣ ಸಿಂಗ್, ವಿಜಯಭಾಸ್ಕರ್‌ಸಿಂಗ್, ಮುಂತಾಗಿ ಹಲವು ಹೆಸರುಗಳು ಸುಳಿಯುತ್ತಿದ್ದವು. ನನ್ನ ದುಸ್ಥಿತಿಯನ್ನು ಮರೆತು ಆ ಮಗುವನ್ನು ಮುದ್ದಿಸುತ್ತಿದ್ದೆ. ಆಶ್ಚರ್ಯ ಅಂದರೆ: ಬಲಾತ್ಕಾರಕ್ಕೆ ಒಳಗಾಗಿ ಬಸುರಾಗಿ ಹೆತ್ತಮಗುವನ್ನು ಎತ್ತಿಕೊಳ್ಳುವಾಗಕೂಡ ಅಂಥದೇ ಅಕ್ಕರೆ ಹುಟ್ಟುತ್ತಿತ್ತು. ನಾನು ಮುದ್ದಿಸದಿದ್ದರೆ ಅದಕ್ಕೆ ಗತಿ ಯಾರು ಎನ್ನುವ ಮಮತೆ ಉಕ್ಕುತ್ತಿತ್ತು.'

ನಾನು ಅವಳ ಮುಖವನ್ನು ದಿಟ್ಟಿಸಿದೆ. ತನ್ನ ಅಂತರಂಗದ ಸತ್ಯವನ್ನು ಹೇಳುತ್ತಿದ್ದೇನೆಂಬ ದಿಟ್ಟತನ ಅವಳ ಕಣ್ಣುಗಳಲ್ಲಿತ್ತು. 'ಈ ಮಾತನ್ನು ಇದುವರೆಗೆ ಬೇರೆ ಯಾರ ಕೈಲೂ ಹೇಳುವ ಸಂದರ್ಭ ಬಂದಿರಲಿಲ್ಲ. ಹೇಳಿದರೆ ಯಾರಿಗೂ ಅರ್ಥವೂ ಆಗುಲ್ಲ. ನನ್ನ ಆತ್ಮಾವಹೇಳನೆಯೂ ಆಗುತ್ತಿತ್ತು. ನೀವು ಇದ್ದಕ್ಕಿದ್ದಂತೆಯೇ ಸಿಕ್ಕಿದಿರಿ. ಹೆಂಗಸು ಗಂಡನ ಕೈಲಲ್ಲದೆ ತನ್ನ ಸಂಕಟವನ್ನು ಬೇರೆ ಯಾರ ಕೈಲಿ ಹೇಳಿಕೊಳ್ಳಬಹುದು?' ನನ್ನ ಕಣ್ಣುಗಳನ್ನು ನೋಡುತ್ತಲೇ ಹೇಳಿದಳು.

'ಶ್ಯಾಮಲಾ, ನೀನು ಸಿಕ್ಕಿದ್ದು, ನಿನ್ನ ಕೈಲಿ ಗಂಡ ಅನ್ನಿಸಿಕೊಂಡದ್ದು ನನ್ನೊಳಗೂ ಹೊಸಹುಟ್ಟು ಪಡೆಯುತ್ತಿರುವಂತೆ ಆಗುತ್ತಿದೆ. ಆದರೆ ವಾಸ್ತವಾಂಶವೆಂದರೆ ಅವರು ನನ್ನ ಗಂಡಸುತನವನ್ನು ಒಡೆದು ಹಾಕಿದ್ದಾರೆ. ಗಂಡಸಿನ ಶಕ್ತಿಯೇ ಇಲ್ಲದೆ ಗಂಡನ ಭಾವ ಹುಟ್ಟೋದು ಹೇಗೆ? ಅಲ್ಲದೆ ನಾನೊಬ್ಬ ಗುಲಾಮ. ಮಾಲೀಕನು ಗುಲಾಮಗಿರಿಯಿಂದ ಬಿಡುಗಡೆ ಮಾಡುವವರೆಗೆ, ಯಾರಾದರೂ ನನ್ನನ್ನು ಕೊಂಡು ಬಿಡುಗಡೆ ಹೇಳುವವರೆಗೆ ಗುಲಾಮನೇ. ನನ್ನಂಥೋರು ಲಕ್ಷಲಕ್ಷ ಜನರಿದಾರೆ. ಯಾರಿಗೂ ಸಿಕ್ಕದ ಬಿಡುಗಡೆ ನನಗೆ ಸಿಕ್ಕುತ್ತೆ ಅಂತ ಕಲ್ಪಿಸೂದೂ ಮೂರ್ಖತನ. ಅಂತೆಯೇ ನೀನೂ ಗುಲಾಮಳು. ನಿನ್ನ ಮಾಲೀಕನು ಬಿಡುಗಡೆ ಮಾಡುವವರೆಗೆ ಯಾರಾದರೂ ನಿನ್ನನ್ನು ಕೊಂಡು ಬಿಡುಗಡೆ ಹೇಳುವವರೆಗೆ ಗುಲಾಮಳೇ. ನಿನ್ನಂಥೋರೂ ಲಕ್ಷಲಕ್ಷ ಇದಾರೆ. ಇವತ್ತೇನೋ ನನ್ನ ಮಾಲೀಕಳು ಆಭರಣ ಹಿಂತಿರುಗಿಸುವ ನಿಮಿತ್ತ ನನ್ನನ್ನು ಇಲ್ಲಿಗೆ ಕಳಿಸಿದಳು ಅಂತ ನಿನ್ನನ್ನ ಸಂಧಿಸಿದೆ. ಮತ್ತೆ ಇಂಥ ಅವಕಾಶ ಆಗುತ್ತೋ ಇಲ್ಲವೋ, ಆದರೂ ಯಾವಾಗ ಅನ್ನೂದು ಯಾರಿಗೆ ಗೊತ್ತು? ಈ ಮಾತನ್ನ ಯಾಕೆ ಹೇಳ್ತಿದೀನಿ ಅಂದರೆ ಮನುಷ್ಯನು ಭಾವನೆಯಲ್ಲಿ ಕೊಚ್ಚಿ ಹೋಗಬಾರದು. ಮೂರೂ ಮಕ್ಕಳನ್ನ ಕರೆದು ತಾ. ಒಮ್ಮೆ ಕಣ್ಣಾರೆ ನೋಡಿ ಹೊರಡುತೀನಿ,' ಎನ್ನುವಷ್ಟರಲ್ಲಿ ನನ್ನನ್ನು ಈ ದನದ ಕೊಟ್ಟಿಗೆಗೆ ಕರೆತಂದುಬಿಟ್ಟ ಹೆಣ್ಣಾಳು ಓಡಿ ಓಡಿ ಬಂದು, 'ಅಮೀರ ಸಾಹೇಬರು ಹಿಂತಿರುಗಿದಾರೆ. ನಿನ್ನನ್ನ ಕರೀತಿದಾರೆ, ಎಲ್ಲಿ ಹೋದಳು? ಅಂದರು. ಇಲ್ಲಿ ಬೇರೆಯೋರ ಕೈಲಿ ಮಾತನಾಡುಕ್ಕೆ ಬೇಗಂ ಸಾಹಿಬಾರೇ ಅವಕಾಶ ಮಾಡಿಕೊಟ್ಟರು ಅಂತ ಗೊತ್ತಾದರೆ ಪರಿಣಾಮ ನೆಟ್ಟಗಿರುಲ್ಲ. ಬೇಗ ನಡಿ' ಎಂದಳು. ಶ್ಯಾಮಲೆಯ ಮುಖ ಭಯದಿಂದ ಕಂಪಿಸಿತು. ನನ್ನೊಡನೆ ಇನ್ನೊಂದು ಮಾತನಾಡಲೂ ತೋಚದೆ, ಅಥವಾ ವ್ಯವಧಾನವಿಲ್ಲದೆ, ದಢಕ್ಕನೆ ಎದ್ದು ಸರಸರ ನಡೆಯ

ತೊಡಗಿದಳು. ಅವಳ ಬೆನ್ನನ್ನೇ ನೋಡುತ್ತಾ ಕುಳಿತ ನಾನು ಕೂಡ ಇನ್ನು ಅಲ್ಲಿರುವುದು ಕ್ಷೇಮವಲ್ಲವೆಂಬ ಎಚ್ಚರವಾಗಿ ಮೇಲೆ ಎದ್ದೆ. ಉದಯಪುರಿ ಮಹಲರಿಂದ ಕಳಿಸಲ್ಪಟ್ಟವನೆಂದರೆ ಸಾಕು, ಎಲ್ಲ ತಣ್ಣಗಾಗುತ್ತದೆ, ಆದರೆ ಈ ದನದ ಕೊಟ್ಟಿಗೆಗೆ ಯಾಕೆ ಬಂದೆ, ಇಲ್ಲೇನು ಮಾಡುತ್ತಿದ್ದೆ ಎಂದು ವಿಚಾರಿಸಿದರೆ ಏನೆಂದು ಉತ್ತರ ಹೇಳುವುದು? ಅಲ್ಲದೆ ಕುದುರೆಯನ್ನು ಮುಂದಿನ ದೊಡ್ಡ ಬಾಗಿಲಿಗೆ ಹತ್ತಿರದಲ್ಲೇ ಒಂದು ಮರಕ್ಕೆ ಕಟ್ಟಿದ್ದೇನೆ. ಅಮೀರರು ಬರುವಾಗ ಅದು ಅವರ ಕಣ್ಣಿಗೆ ಬಿದ್ದು ಇದು ಯಾರದು ಅಂಥ ವಿಚಾರಿಸಿದ್ದರೆ! ಎಂಬ ಆತಂಕವೂ ಆಯಿತು. ಬಾದಶಾಹರ ಜನಾನಾದವನು ಎಂಬ ಧೈರ್ಯದಿಂದ ನೇರವಾಗಿ ಕುದುರೆಯ ಕಡೆಗೆ ನಡೆದೆ.

ಕುದುರೆಯ ಮೇಲೆ ಕೂತು ಹಿಂತಿರುಗುವಾಗ ಅಮೀರ್ ದಿಲ್‌ಷದ್ ಖಾನನು ಎಲ್ಲಿಯೋ ಪ್ರವಾಸ ಹೋಗಿದ್ದಾನೆ, ಹಿಂತಿರುಗಿದ ತಕ್ಷಣ ಮನಸ್ಸು ಇನ್ನೂ ಚಿಕ್ಕವಯಸ್ಸಿನ ಶ್ಯಾಮಲೆಯನ್ನು ಬಯಸಿದೆ, ಕರೆತರುವಂತೆ ಹುಕುಂ ಮಾಡಿದ್ದಾನೆ, ಎಂದು ಕಲ್ಪಿಸಿಕೊಂಡಿತು. ಮೂರು ಮಕ್ಕಳ ತಾಯಿಯಾಗಿದ್ದೂ ಆರು ತಿಂಗಳ ಬಾಣಂತಿಯಾಗಿದ್ದೂ, ಗುಲಾಮಳ ಸಾಧಾರಣ ವೇಷದಲ್ಲಿದ್ದರೂ ಅವಳು ಚೆಲುವೆ ಎಂದು ಮನಸ್ಸು ನೆನಸಿಕೊಂಡಿತು. ಸಮಯ ನೋಡಿ ಕಾದಿದ್ದು ಈ ಅಮೀರ ದಿಲ್‌ಷದ್ ಖಾನನನ್ನು ಬಾಕು ಹಾಕಿ ಕೊಲ್ಲಬೇಕೆಂಬ ಬಯಕೆ ಹುಟ್ಟಿತು. ನನ್ನನ್ನು ಒಂದು ಸಾವಿರ ರೂಪಾಯಿಗೆ ಕೊಂಡು ಬೀಜ ಒಡೆಸಿ ನಪುಂಸಕನನ್ನಾಗಿಸಿದ ಮೊಯಿನುದ್ದೀನ್ ತುರಾನಿಯನ್ನು ಹೊಟ್ಟೆಗೆ ಚಾಕು ಹಾಕಿ ಸೀಳುವ ಕಲ್ಪನೆ ತೊಡಗಿತು. ಒಂದು ಕುದುರೆ ಇಟ್ಟುಕೊಳ್ಳಬೇಕು. ಒಬ್ಬನನ್ನು ಕೊಂದ ತಕ್ಷಣ ಅದನ್ನೇರಿ ಓಡಿ ಇನ್ನೊಬ್ಬನನ್ನೂ ಅದೇ ಬಾಕುವಿನಿಂದ ಇರಿಯಬೇಕು. ಇಬ್ಬರ ರಕ್ತವನ್ನೂ ಒಂದೇ ಬಾಕು ಕುಡಿಯಬೇಕು ಎಂಬ ವಿವರಗಳ ನೂರಾರು ಚಿತ್ರಗಳು ಮನಸ್ಸಿನಲ್ಲಿ ಮೂಡತೊಡಗಿದವು. ಹಿಂತಿರುಗುವ ದಾರಿಯಾದ್ದರಿಂದ ಕುದುರೆಯು ಸನ್ನೆಯ ನೆರವಿಲ್ಲದೆ ತನ್ನಪಾಡಿಗೆ ತಾನು ಹೆಜ್ಜೆ ಹಾಕುತ್ತಿತ್ತು.

ಆ ಸಂಜೆ ಹಮ್‌ದುಲ್ಲಾಹ್ ಅವರ ಮನೆಗೆ ಹೋಗಲಾಗಲಿಲ್ಲ. ಮರುಸಂಜೆ ಹೋದಾಗ ಅವರು ಸಂಭ್ರಮದಿಂದ ಒಂದು ಸುದ್ದಿ ಹೇಳಿದರು: 'ಬಾದಶಾಹರು ಕಾಶಿಯ ವಿಶ್ವೇಶ್ವರ ದೇವಾಲಯವನ್ನು ಧ್ವಂಸಮಾಡಲು ಫರ್ಮಾನ್ ಜಾರಿಮಾಡಿದ್ದಾರೆ.' ಕೇಳಿ ನನಗೆ ವಿಭ್ರಮೆಯಾಯಿತು. ಅನ್ಯಧರ್ಮೀಯರ ಮಂದಿರಗಳನ್ನು ಧ್ವಂಸಮಾಡುವುದು ಪ್ರತಿಯೊಬ್ಬ ಮುಸಲ್ಮಾನನ, ಅದರಲ್ಲೂ ಮುಸಲ್ಮಾನ ದೊರೆಯ ಧಾರ್ಮಿಕ ಕರ್ತವ್ಯವೆಂದು ಅಷ್ಟರಲ್ಲಿ ನಾನು ತಿಳಿದಿದ್ದೆ. ತಾನು ಆಳಿದ ಎಲ್ಲ ರಾಜ್ಯಗಳಲ್ಲೂ ಪ್ರತಿಯೊಬ್ಬ ಸುಲ್ತಾನನೂ, ಪ್ರತಿಯೊಬ್ಬ ನವಾಬನೂ, ಪ್ರತಿಯೊಬ್ಬ ಸುಬಹದಾರನೂ ತನಗೆ ಸಾಧ್ಯವಾದಷ್ಟು ಮಂದಿರಗಳನ್ನು ಇದುವರೆಗೆ ಒಡೆದುರುಳಿಸಿ ವಿಗ್ರಹಗಳನ್ನು ಮಸೀದಿಯ ಮೆಟ್ಟಿಲುಗಳಿಗೆ ಹದಿಸಿದ್ದಾನೆಂಬುದೂ

ನನಗೆ ಗೊತ್ತಿತ್ತು. ಹಿಂದೂಸ್ತಾನದಲ್ಲಿ ಹಾಗೆ ನಾಶವಾಗಿರುವ ದೇವಾಲಯಗಳ ಸಂಖ್ಯೆ ಈಗಾಗಲೇ ಹದಿನೈದಿಪ್ಪತ್ತು ಸಾವಿರ ದಾಟಿದೆ ಎಂದು ಒಂದು ದಿನ ಹಮ್‌ದುಲ್ಲಾಹರೇ ನನ್ನೊಡನೆ ದಾಖಲೆ ಸಮೇತ ಹೇಳಿದ್ದರು. ಹಿಂದೂಸ್ತಾನದಲ್ಲಿ ಮುಘಲ್ ಸಾಮ್ರಾಜ್ಯವನ್ನು ಸ್ಥಾಪಿಸಿದ ಫ಼ಿರ್‌ದೌಸ್ ಮಕಾನಿ ಜಹೀರುದ್ದೀನ್ ಬಾಬರ್ ಬಾದಶಾಹರು ಅಯೋಧ್ಯೆಯ ರಾಮಮಂದಿರವನ್ನು ಧ್ವಂಸಮಾಡಿಸಿದುದು ಹಿಂದೂಸ್ತಾನದ ಹಲಕೆಲವು ಭಾಗಗಳನ್ನು ಅಥವಾ ಉತ್ತರ ಭಾಗವನ್ನು ಆಳಿದ ಘಸ್ನವಿಗಳು, ಘೋರಿಗಳು, ಗುಲಾಮ ಸಂತತಿಯವರು, ಖಿಲ್ಜಿಗಳು, ತುಘಲಕರು, ನಿಜಾಮಶಾಹಿಗಳು, ಕುತುಬ್‌ಶಾಹಿಗಳು, ಮಾಡಿದ ಧಾರ್ಮಿಕ ಕೆಲಸದ ಮುಂದುವರಿಕೆಯೇ ಎಂಬುದನ್ನು ಹಮ್‌ದುಲ್ಲಾಹರು ಹೇಳಿದ್ದರು: 'ಈ ಧರ್ಮ ಕಾರ್ಯ ನಿರಂತರತೆಗೆ ಅಡ್ಡಿಹಾಕಿದ ಪಾಪಿ ಅಕ್ಬರ್ ಬಾದಶಾಹನನ್ನು ಬಿಟ್ಟರೆ, ಅವನ ಜೀವ ನರಕದ ಬೆಂಕಿಯಲ್ಲಿ ಸದಾ ಬೇಯುತ್ತಿರಲಿ! ಉಳಿದವರೆಲ್ಲರೂ ಸಮಯ ಸಂದರ್ಭ ಅನುಸರಿಸಿ ಪಾಪಿ ಮುಶ್ರಿಕರ ಮಂದಿರಗಳನ್ನು ನಾಶಮಾಡಿ ಧರ್ಮಸಂಪಾದನೆ ಮಾಡಿದವರೇ,' ಎಂದು ಮತ್ತೊಮ್ಮೆ ಹೇಳಿದರು. 'ನಾನು ಹೇಳಿರಲಿಲ್ಲವೇ ನಿನಗೆ? ಆಲಂಗೀರ್ ಬಾದಶಾಹರು ಅತ್ಯಂತ ಧರ್ಮನಿಷ್ಠರು. ತಮ್ಮ ಅಧಿಕಾರವು ಬಿಗಿಯಾಗುವತನಕ ತಡೆದಿದ್ದರು. ಈಗ ಕಾಶಿಯ ಮಂದಿರದ ಧ್ವಂಸಕ್ಕೆ ಫ಼ರ್ಮಾನ್ ಹೊರಡಿಸಿದಾರೆ. ಇದಾದ ಮೇಲೆ ಮುಶ್ರಿಕರು ಹೇಗೆ ವರ್ತಿಸುತಾರೆ ನೋಡಿಕೊಂಡು ಮಥುರಾದ ಗುಡಿಯ ಧ್ವಂಸಮಾಡಿಸುತಾರೆ. ನನ್ನ ಊಹೆ ಸರಿಯಾಗಿಯೇ ಇರುತ್ತೆ, ನೋಡುಬೇಕಾದರೆ.'

ಆ ರಾತ್ರಿ ನನಗೆ ನಿದ್ರೆ ಬರಲಿಲ್ಲ. ನಮ್ಮನ್ನು ಕಾಪಾಡದೆ ಇರುವ ಆ ದೇವರುಗಳನ್ನು ನಾನು ಬಿಟ್ಟು ಏಳುವರ್ಷವಾಗಿದೆ. ಇವರು ಎಲ್ಲೆಲ್ಲೂ ಸ್ಥಾಪಿಸಲು ಹೊರಟಿರುವ ದೇವರಲ್ಲಿ ನಂಬಿಕೆ ಹುಟ್ಟಿಲ್ಲ. ಆದರೆ ಈ ದೇವರು ಎಲ್ಲೆಲ್ಲಿಯೂ ವಿಜೃಂಭಿಸುತ್ತಿದೆ. ಅದರ ಪೂಜಾಸ್ಥಳಗಳನ್ನು ಒಡೆದು ಭಗ್ನಾವಶೇಷಗಳನ್ನೇ ಬಳಸಿ ಇದರ ಪ್ರಾರ್ಥನಾಸ್ಥಳಗಳನ್ನು ಕಟ್ಟುತ್ತಿದ್ದಾರೆ. ಕಟ್ಟುತ್ತಲೇ ಇದ್ದಾರೆ. ಕೆಲವು ಕಾಲದಲ್ಲಿ ಎಲ್ಲೆಲ್ಲಿಯೂ ಇದೇ ಆಗುವುದರಲ್ಲಿ ಸಂಶಯವಿಲ್ಲ. ನಾನಂತೂ ದಿಲ್ಲಿಯನ್ನು ಬಿಟ್ಟು ಎಲ್ಲಿಯೂ ಹೊರಗೆ ಹೋಗಿಲ್ಲ. ಹಮದುಲ್ಲಾಹ್‌ರು ಹೇಳುವಂತೆ ಅಜ್ಞಾನದ ನಾಶ ಎಷ್ಟೋ ಆಗಿದೆ. ನಾಶವಾಗಬೇಕಾದದ್ದು ಇನ್ನೂ ಎಷ್ಟೋ ಇದೆ. ಸುಜ್ಞಾನದ ಪ್ರಸರಣ ಪ್ರತಿಷ್ಠಾಪನೆಯೂ ಎಷ್ಟೋ ಆಗಿದೆ. ಆಗಬೇಕಾದದ್ದು ಇನ್ನೂ ಇದೆ. ಇಡೀ ಭೂಮಂಡಲವನ್ನು ಸುಜ್ಞಾನಮಯವನ್ನಾಗಿ ಪರಿವರ್ತಿಸುವ ತನಕ ಈ ಕಾರ್ಯ ಮುಂದುವರೆಯಬೇಕು. ಆಲಂಗೀರ್ ಔರಂಗಜೇಬ ಬಾದಶಾಹರು ಈ ಪುಣ್ಯಕರ್ತವ್ಯದಲ್ಲಿ ಈಗ ಪೂರ್ಣಪ್ರಮಾಣದಲ್ಲಿ ಉದ್ಯುಕ್ತರಾಗಿದ್ದಾರೆ. ಇಡೀ ದಿಲ್ಲಿಯಲ್ಲಿ, ಅಥವಾ ನನ್ನ ಜೀವನದಲ್ಲಿ, ನನಗಿರುವ ಆತ್ಮೀಯ, ಹಿತೈಷಿ, ಹಮ್‌ದುಲ್ಲಾಹ್ ಒಬ್ಬರೇ. ಅವರಷ್ಟು ಎಲ್ಲವನ್ನೂ ತಿಳಿದ ಮತ್ತೊಬ್ಬರಿಲ್ಲ. ಇತಿಹಾಸದ ಎಲ್ಲ ವಿವರಗಳನ್ನೂ ನೆನಪಿನಲ್ಲಿಟ್ಟುಕೊಂಡಿದ್ದಾರೆ. ಯಾವ ವಿವರ, ಘಟನೆ, ರಾಜನ ಆಳ್ವಿಕೆ, ಸಾಧನೆಗಳು ಯಾವ ಪುಸ್ತಕದಲ್ಲಿ ನಮೂದಾಗಿವೆ ಎಂದು ಹೇಳಿಬಿಡಬಲ್ಲವರು. ನನ್ನ ಮೇಲೆ ಇಷ್ಟೊಂದು ಕರುಣೆ ಮಮತೆಗಳನ್ನಿಟ್ಟುಕೊಂಡಿರುವವರು. ಅವರು ಹೇಳುವ ಮಾತೆಂದರೆ ನಿಜವೇ. ಆದರೆ ನೆನ್ನೆ ತುಘಲಕಾ

ಬಾದಿಗೆ ಹೋಗಿ ಶ್ಯಾಮಲೆಯನ್ನು ನೋಡಿ ಮಾತನಾಡಿ ಬಂದಮೇಲೆ ನನ್ನ ಗ್ರಹಿಕೆಗಳೆಲ್ಲ ಅಲುಗಾಡತೊಡಗಿದ್ದವು. ಈಗ ಕಾಶಿಯ ವಿಶ್ವನಾಥ ಮಂದಿರವನ್ನು ಧ್ವಂಸಮಾಡಲು ಬಾದಶಾಹರು ಫರ್ಮಾನ್ ಕಳಿಸಿರುವುದು ತಿಳಿದಾಗಿನಿಂದ ಅವು ಸಡಿಲಗೊಳ್ಳತೊಡಗಿದವು. ಈಗ ನಾನು ಅತ್ತಲೂ ಇಲ್ಲ, ಇತ್ತಲೂ ಇಲ್ಲದವನಾಗಿದ್ದೇನೆ. ದೇವಗಢದ ವಿಷ್ಣು ವಿಗ್ರಹವು ಎಳೆಸಿಕೊಂಡು ತುಳಿಸಿಕೊಂಡು ಒಡೆಸಿಕೊಂಡ ಕ್ಷಣದಲ್ಲೇ ನನ್ನ ಅತ್ತಲಿನ ನಂಬಿಕೆ ಒಡೆಯಿತು. ಆದರೆ ಇತ್ತಲಿನದನ್ನು ಪೂರ್ತಿ ಸ್ವೀಕರಿಸುವಷ್ಟು ಅತ್ತಲಿನದು ಒಡೆದಿಲ್ಲ ಎಂದು ಮನಸ್ಸು ಬಿಡಿಸಿಕೊಳ್ಳುತ್ತಿತ್ತು.

ಮರುಮಧ್ಯಾಹ್ನದ ಹೊತ್ತಿಗೆ, ಕಾಶಿಗೆ ಹೋಗಿ ಮಂದಿರವು ಧ್ವಂಸವಾಗುವುದನ್ನು ಕಣ್ಣಾರೆ ನೋಡುವ ಆಲೋಚನೆ ಬಂತು. ಆ ವಿಧ್ವಂಸನದಲ್ಲಿ ನಾನು ಭಾಗಿಯಾಗಬೇಕೆಂದಲ್ಲ. ಭಾಗಿಯಾಗಬೇಕೆಂದರೂ ಅದು ನನ್ನ ಕೈಯಲ್ಲಾಗದ ಕೆಲಸ. ನನ್ನ ಅಂತರಂಗವು ಸಂಪೂರ್ಣ ವಾಗಿ ಇಸ್ಲಾಮನ್ನು ಸ್ವೀಕರಿಸಿಲ್ಲ. ನನ್ನೂರಿನ ವಿಷ್ಣುದೇವರ ನಾಶದಿಂದ ಅದರಲ್ಲಿದ್ದ ನಂಬಿಕೆ ಕುಸಿದಂತೆ, ಕಾಶಿಯ ವಿಶ್ವನಾಥನ ನಾಶದ ದರ್ಶನದಿಂದ ನಾನು ಸಂಪೂರ್ಣ ಮುಸ್ಲಿಮನಾಗಬಹುದು, ಎಂಬ ಹೊಳಹು ಕಾಣಿಸಿತು. ಹಿಂದೂಸ್ತಾನದ ಜನರಿಗೆ ಕಾಶಿಯು ಅತ್ಯಂತ ಶ್ರೇಷ್ಠವಾದ ಶ್ರದ್ಧಾ ಕೇಂದ್ರ, ಆದದ್ದರಿಂದಲೇ ಬಾದಶಾಹರು ಅದರ ನಾಶದಿಂದಲೇ ಇತರ ಹತ್ತಾರು ನೂರಾರು ಶ್ರದ್ಧಾಕೇಂದ್ರಗಳನ್ನು ನಾಶಮಾಡಲು ಉಪಕ್ರಮಿಸಿದ್ದಾರೆ. ಹಮ್‌ದುಲ್ಲಾಹರು ಹೇಳಿದಂತೆ ಬಾದಶಾಹರು ಕುರಾನನ್ನು ಪುಸ್ತಕದ ನೆರವಿಲ್ಲದೆ ಬಾಯಿ ಯಿಂದಲೇ ಪಠಿಸುವ, ಅದರ ಅರ್ಥ ವಿವರಿಸುವ ಮಟ್ಟಿನ ಸುಜ್ಞಾನಿಗಳು. ಕಾಶಿಯ ಮಂದಿರದ ನಾಶನದ ಸಾಕ್ಷಿಯಾದರೆ ಸಾಕು ನನಗೆ ಪುಣ್ಯ ಲಭಿಸುತ್ತದೆ. ಸ್ವರ್ಗಪ್ರಾಪ್ತಿಯಾಗು ತ್ತದೆ. ನಾನು ವೀರ್ಯವಂತರ ಪಂಗಡಕ್ಕೆ ಸೇರುತ್ತೇನೆ.

* *

ಅಧ್ಯಾಯ ೯

ಲಕ್ಷ್ಮಿ ಒಂದು ಪೂರ್ವಾಹ್ಣ ತಾನು ಬರೆದುದರ ಮೇಲೆ ಕಣ್ಣಾಡಿಸುತ್ತಾ ಕುಳಿತಿದ್ದಳು. ಕೆಂಚಪ್ಪ ತೋಟಕ್ಕೆ ಹೋಗಿದ್ದ. ಹೊಸದಾಗಿ ನೇಮಿಸಿಕೊಂಡಿದ್ದ ಆಳು ಗಿರಿಯಣ್ಣ ದನದ ಕೊಟ್ಟಿಗೆಯ ಸಗಣಿ ಗಂಜಲಗಳನ್ನು ಬಾಚುತ್ತಿದ್ದ. ತಾನು ಬರೆದ ಕಥಾನಿರೂಪಣೆಗೆ ಇನ್ನಷ್ಟು ಕಲಾತ್ಮಕತೆಯನ್ನು ಕೊಡಹೊರಟರೆ ಇತಿಹಾಸದ ವಾಸ್ತವತೆ ತೆಳುವಾಗುತ್ತದೆ, ಇತಿಹಾಸದ ವಾಸ್ತವತೆಯನ್ನು ಘನಿಷ್ಠವಾಗಿ ಉಳಿಸಿಕೊಳ್ಳಬೇಕೆಂದರೆ ಕಲಾತ್ಮಕತೆಯ ಹಂಬಲ ವನ್ನು ಕೈಬಿಡಬೇಕು ಎಂಬ ದ್ವಂದ್ವದಲ್ಲಿ ಅವಳ ಮನಸ್ಸು ಸಿಕ್ಕಿ ಒದ್ದಾಡುತ್ತಿತ್ತು. ಇದು ತನ್ನ ಬರಹದ ಉದ್ದಕ್ಕೂ ಬಾಧಿಸುತ್ತಿದ್ದ ಸಮಸ್ಯೆಯೇ ಎಂಬ ಅರಿವಿನಿಂದ ಮೇಲೆ ಎದ್ದು ತೋಟದ ಕಡೆಗೆ ಹೊರಟಳು. ಪ್ರತಿದಿನ ಬೆಳಗ್ಗೆ ನಡೆದು ಮೊದಲು ತೋಟ ಅನಂತರ ಹೊಲಗದ್ದೆಗಳನ್ನು ಒಂದು ಸುತ್ತು ಹಾಕಿ ಬಂದನಂತರ ಸ್ನಾನ ತಿಂಡಿ ಮುಗಿಸಿ ಮತ್ತೆ ಅಧ್ಯಯನ ಕೋಣೆಯನ್ನು ಸೇರುವುದು ಅವಳ ನಿತ್ಯಕ್ರಮವಾಗಿತ್ತು. ದಿನವೂ ತೆಂಗಿನ ಸಾಲುಗಳಲ್ಲೆಲ್ಲ ತಿರುಗುವಾಗ ಯಾವ ಮರದಲ್ಲಿ ಎಷ್ಟು ಗೊನೆ ಬಿಟ್ಟಿವೆ, ಯಾವ ಗೊನೆಯಲ್ಲಿ ಎಷ್ಟು ಬಲಿತಿವೆ, ಒಂದೊಂದು ಗೊನೆಯಲ್ಲೂ ಅಂದಾಜು ಎಷ್ಟು ಕಾಯಿಗಳಿವೆ ಎಂಬ ವಿವರಗಳೆಲ್ಲ ತಮಗೆ ತಾವೇ ಮನಸ್ಸಿನಲ್ಲಿ ಕೂತುಬಿಡುತ್ತಿದ್ದವು. ಜಮೀನಿನಲ್ಲಿ ಮಾಡಬೇಕಾದ ಕೆಲಸಗಳನ್ನು ಕೆಂಚಪ್ಪ ಸ್ವತಃ ಅರಿತು ಮಾಡುತ್ತಿದ್ದರೂ ಮುನ್ನಾಲೋಚನೆಯಿಂದ ಹೇಳುವ ತಿಳಿವಳಿಕೆ ಅವಳಿಗೂ ಬಂದಿತ್ತು.

ಒಂದು ಬೆಳಗ್ಗೆ ತೋಟದಲ್ಲಿ ತಿರುಗಾಡುತ್ತಿದ್ದಾಗ ಆಳು ಗಿರಿಯಣ್ಣ ಓಡಿಯೋಡಿ ಬಂದು 'ಅವ್ವಾರೆ, ನಿಮ್ಮ ಮಗ ಬಂದವರೆ. ಜಗತಿ ಮ್ಯಾಲೆ ಕುಂತವರೆ. ಬಿರ್ರನೆ ಓಗಿ ಕರ್ಕಬಾ ಅಂತ ಲಕ್ಕವ್ವಾರು ಕಳಿಸಿದ್ರು' ಎಂದ. ಅವಳು ಉದ್ವಿಗ್ನಳಾದಳು. ಮಗನನ್ನು ನೋಡಿ ಎರಡು ವರ್ಷವಾಗಿತ್ತು. ಸೌದಿಯಲ್ಲಿ ಕೆಲಸ ಮಾಡುತ್ತಿದ್ದ ಅವನು ಕಳೆದ ಸಲ ಬಂದಿದ್ದಾಗ ನಾನು, ಅವನ ಅಪ್ಪ ಅಮೀರ್ ಜೊತೆಯಲ್ಲಿಲ್ಲದಿದ್ದರೂ ಬೇರೆಯಾಗಿರಲಿಲ್ಲ. ಮಗ ಬಂದ ಸಂದರ್ಭದಲ್ಲಿ ನಾನು ಬೆಂಗಳೂರಿಗೆ ಹೋಗಿ ಅವನ ರಜೆಯು ಹಿತಕರವಾಗು ವಂತೆ ನೋಡಿಕೊಂಡಿದ್ದೆ. ನಾನು, ಅಮೀರ್ ಜಗಳಕಾಯ್ದಿರಲಿಲ್ಲ. ಆದರೆ ನಾನು ಹೆಚ್ಚಾಗಿ ನರಸಾಪುರದಲ್ಲಿ ಇರುವುದರಿಂದ, ಅಪ್ಪ ಓದಿ ಮುಳುಗಿದ್ದ ಇತಿಹಾಸದಲ್ಲಿ ಮನಸ್ಸು ತೊಡಗಿದ್ದ ಕಾರಣವೂ ಸೇರಿ ಅವನಿಗೆ ನನ್ನ ಮೇಲೆ ಅಸಮಾಧಾನ ಹುಟ್ಟಿತ್ತು. ಅದನ್ನು ಅವನು ತೋರಿಸಿಕೊಳ್ಳುತ್ತಲೂ ಇದ್ದ. ಆದರೆ ಮಗ ರಜೆಗೆ ಬಂದಾಗ ತೋರಿಸಿಕೊಳ್ಳಲಿಲ್ಲ.

ಮಗನ ಎದುರಿಗೆ ಹೆಂಡತಿಯೊಡನೆ ಎಷ್ಟು ಬೇಕೋ ಅಷ್ಟು ಮಾತನಾಡುತ್ತಿದ್ದ. ಮಗ ಹೊರಗೆ ಹೋಗಿದ್ದಾಗ ಒಂದು ಮಾತೂ ಆಡದೆ, ಆಡಿಸದೆ ಮೌನಿಯಾಗಿರುತ್ತಿದ್ದ.

ಈಗ ನಜೀರ್ ಬೆಂಗಳೂರಿನಲ್ಲಿ ಎಲ್ಲಿ ಇಳಿದುಕೊಂಡಿದ್ದಾನೆ? ವಿಮಾನನಿಲ್ದಾಣದಿಂದ ಮಲ್ಲೇಶ್ವರದ ಫ್ಲಾಟಿಗೆ ಬಂದನೆ? ಶಿವಾಜಿನಗರದ ಮನೆಗೆ ಹೋದನೆ? ತಾನು ಬರುವ ಸಂಗತಿ ಮತ್ತು ಕಾಲವನ್ನು ಅಪ್ಪನಿಗೆ ಮೊದಲೇ ತಿಳಿಸಿದ್ದನೆ? ನನಗೆ ಫೋನ್ ಇಲ್ಲ. ಕಾಗದವನ್ನಾದರೂ ಬರೆಯಬಹುದಿತ್ತಲ್ಲ? ಅಪ್ಪ ಇನ್ನೊಂದು ನಿಕಾಹ್ ಮಾಡಿಕೊಂಡದ್ದಕ್ಕೆ ಅವನ ಭಾವನೆ ಏನಿರಬಹುದು? ಎಂಬ ಹಲವು ಪ್ರಶ್ನೆಗಳು ತಲೆಯೊಳಗೆ ಸುತ್ತು ಹಾಕುತ್ತಿರುವಾಗ ಅವಳು ತೋಟದಿಂದ ಮನೆಗೆ ನಡೆದಳು. ಮನೆಯ ಮುಂದೆ ಹೊಳೆಯುವ ಹಸಿರುಬಣ್ಣದ ಟಯೋಟಾ ಲಗ್ಜುರಿ ಕಾರು ನಿಂತಿತ್ತು. ಆಧುನಿಕ ಅರಬ್ ಮಾದರಿಯ ಗಡ್ಡದ ಡ್ರೈವರ್ ಅದನ್ನು ಒರೆಸುತ್ತಿದ್ದ. ಲಕ್ಷ್ಮಿ ಮನೆಯ ಹೊಸಲು ದಾಟಿ ಒಳಹೊಕ್ಕಳು. ಮಂದಲಿಗೆಯ ಮೇಲೆ ಕಿಬ್ಲಾದ ಕಡೆಗೆ ಎಂದರೆ ಪವಿತ್ರ ಮಕ್ಕಾ ಇರುವ ದಿಕ್ಕಿಗೆ ಅಭಿಮುಖವಾಗಿ ತನ್ನದೇ ಆದ ಜಾನಮಾಝ್ ಎಂದು ಕರೆಯುವ ಕಿರುಜಮಖಾನೆ ಹಾಸಿಕೊಂಡು ನಜೀರ್ ನಮಾಜು ಮಾಡುತ್ತಿದ್ದ. ಅರಬ್ ಮಾದರಿಯ ಪೈಜಾಮ, ಮಂಡಿಯಿಂದ ಕೆಳಗೆ ಬರುವ ಅಂಗಿ. ಒಂದೇ ಹದಕ್ಕೆ ಎರಡು ಅಂಗುಲ ಉದ್ದದ ಮಿನುಗುವ ಗಡ್ಡ. ಗಡ್ಡಕ್ಕಿಂತ ತುಸು ಸಣ್ಣ ಮೀಸೆ. ಓರಣವಾಗಿ ಬಾಚಿದ ಕ್ರಾಪಿನ ಮೇಲೆ ನಮಾಜು ಮಾಡಲು ಹಾಕುವ ಬಿಳಿಟೋಪಿ. ಅವನು ತನ್ನನ್ನು ನೋಡಿದ. ಆದರೆ ನಮಾಜು ಮಾಡುವಾಗ ನಡುವೆ ಮನಸ್ಸನ್ನು ಅಡ್ಡಗೊಳಿಸಕೂಡದೆಂಬಂತೆ ಕಣ್ಣುಗಳನ್ನು ಕಿಬ್ಲಾದ ಕಡೆಗೆ ತಿರುಗಿಸಿದ. ಅವಳು ಅಧ್ಯಯನ ಕೋಣೆಯ ಬಾಗಿಲು ತೆರೆದು ಒಳಹೊಕ್ಕಳು. ಲಕ್ಷ್ಮಮ್ಮ ಒಳಗೆಲ್ಲ ಕಸ ಗುಡಿಸಿ ಶುಚಿಮಾಡಿದ್ದಳು. ಅವಳು ತನ್ನ ಬರೆಯುವ ಕುರ್ಚಿಯ ಮೇಲೆ ಕುಳಿತಳು.

ತುಸು ಹೊತ್ತಿನ ನಂತರ ನಜೀರ್ ತನ್ನ ಜಾನಮಾಜನ್ನು ಸುತ್ತಿಕೊಳ್ಳುತ್ತಾ ಕೋಣೆಯೊಳಗೆ ಬಂದ. ಅವಳು ಎದುರಿನ ಕುರ್ಚಿಯನ್ನು ತೋರಿಸಿದಳು. 'ಅಮ್ಮಾಜಾನ್, ನಮಾಜ್ ಮಾಡಿದ ನಂತರ ಎಂಥ ಶಕ್ತಿಯ ಅನುಭವವಾಗುತ್ತೆ ಗೊತ್ತಾ? ಅಲ್ಲಾಹನಿಗಿಂತ ಅನ್ಯದೇವರಿಲ್ಲ, ಮನುಷ್ಯ ಬೇರೆ ಯಾರಿಗೂ ತಲೆಬಗ್ಗಿಸಬೇಕಿಲ್ಲ, ಎನ್ನುವಂಥ ಶಕ್ತಿ. ಬೇರೆ ಯಾವುದನ್ನೂ ಮಾಡಲಿ, ಮಾಡದಿರಲಿ, ದಿನಕ್ಕೆ ಐದುಬಾರಿ ನಮಾಜು ಮಾಡಿದರೆ ಸಾಕು, ಅವನನ್ನು ಪ್ರಪಂಚದ ಯಾವ ಶಕ್ತಿಯೂ ಗೆಲ್ಲುವುದಿಲ್ಲ. ನಾನು ಒಂದು ದಿನವೂ ಒಂದು ಹೊತ್ತೂ ತಪ್ಪಿಸೂದಿಲ್ಲ,' ಎನ್ನುತ್ತಾ ಅವಳ ಎದುರಿಗೆ ಕುಳಿತ. ಇದುವರೆಗೆ ಅವನು ಮನೆಯಲ್ಲಿ ಆಡುತ್ತಿದ್ದುದು ಕನ್ನಡವನ್ನು. ತಂದೆ ತಾಯಿ ಇಬ್ಬರೂ ಕನ್ನಡ ರಂಗ ಕರ್ಮಿಗಳು, ಚಲನಚಿತ್ರ ಕಲಾವಿದರು. ಸ್ನೇಹಿತವರ್ಗವೆಲ್ಲ ಕನ್ನಡದ್ದೇ. ಅವನಿಗೆ ಉರ್ದೂ ಕೇವಲ ಬರುತ್ತಿತ್ತು ಅಷ್ಟೆ. ಆದರೆ ಈಗ ಅವನು ಉರ್ದೂವಿನಲ್ಲಿ ಮಾತನಾಡಿದ್ದ. ಅದೂ ಅರಬೀ ಶಬ್ದಗಳು ತುಂಬಿದ, ಅರಬೀ ವ್ಯಾಕರಣ, ಉಚ್ಚಾರ ಶೈಲಿಯ ಉರ್ದೂವಿನಲ್ಲಿ. ಕೆಲವು ಶಬ್ದಗಳು ತನಗೆ ಅರ್ಥವಾಗಲಿಲ್ಲ. ಆದರೂ ಹೇಳಿದಳು:

'ಪ್ರಾರ್ಥನೆ ಮನುಷ್ಯನಿಗೆ ಶಾಂತಿಯನ್ನು ಕೊಡಬೇಕು. ಅಹಂಕಾರವನ್ನು ಅಳಿಸಬೇಕು.

ಬೇರೆ ಯಾವ ದೇವರಿಗೂ ತಲೆಬಾಗುವುದಿಲ್ಲವೆಂಬ ಭಾವನೆಯನ್ನು ಗಟ್ಟಿಗೊಳಿಸಿದರೆ ಅಹಂಕಾರವನ್ನು ಬೆಳೆಸಿದಂತಾಗುಲ್ಲವೆ?'

ಅವನು ಅವಳನ್ನು ತೀಕ್ಷ್ಣವಾಗಿ ನೋಡಿದ. ಅನಂತರ, 'ಅಮ್ಮಾಜಾನ್, ಅಷ್ಟು ದೂರದಿಂದ ಬಂದು ತಾಯಿಯ ಕೈಲಿ ಧಾರ್ಮಿಕ ವಿಷಯದ ವಾಗ್ವಾದ ಹೂಡುವುದು ಸಂತೋಷದ ಮಾತಲ್ಲ. ಆದರೂ ನೀವು ಅದೇ ಮಾತನ್ನು ಎತ್ತಿದ್ದರಿಂದ ಹೇಳ್ತಿದೀನಿ. ಬಹುದೇವತೋಪಾಸನೆಯನ್ನು ನೀವು ಬಿಟ್ಟಿಲ್ಲ ಅಂತ ಸ್ಪಷ್ಟವಾಗುತ್ತೆ ನಿಮ್ಮ ಮಾತಿನಿಂದ. ಅಜ್ಞಾನದಿಂದ ಮೇಲೆದ್ದು ಬರಕೂಡದು ಅಂತ ಹಟಮಾಡೋರಿಗೆ ಏನು ಮಾಡಭೌದು?'

ಅಲ್ಲಾಹನನ್ನು ಬಿಟ್ಟು ಅನ್ಯದೇವರಿಲ್ಲವೆಂಬ ಕಟ್ಟರ್ ಹಟ ಹಿಡಿದಿರುವ ಏಕದೇವೋಪಾಸಕರು ಬೇರೆ ದೇವರನ್ನು ನಂಬುವವರ ವಿಷಯದಲ್ಲಿ ಏನೆನ್ನುತ್ತಾರೆಂಬುದನ್ನೇ ತಾನು ಕಳೆದ ನಾಲ್ಕು ವರ್ಷಗಳಿಂದ ಅಧ್ಯಯನ ಮಾಡುತ್ತಿದ್ದೇನೆ ಎಂಬ ನೆನಪಾಯಿತು. ಅದು ಯಾವ ರೀತಿಯ ಧರ್ಮಾಂಧತೆ ಎಂಬುದನ್ನು ಹತ್ತಾರು ನೂರಾರು ಉದಾಹರಣೆಗಳೊಡನೆ ಅವನಿಗೆ ವಿವರಿಸುವ ಮನಸ್ಸಾಯಿತು. ಆದರೆ ಎರಡುವರ್ಷಗಳ ನಂತರ ಊರಿಗೆ ಬಂದಿರುವ ಮಗನೊಡನೆ ಧಾರ್ಮಿಕ ವಿಷಯದ ಚರ್ಚೆಯಿಂದ ಆರಂಭಿಸುವುದು ಬೇಡವೆನ್ನಿಸಿತು. ಆದರೂ ಹೇಳಿದಳು: 'ಬೇಟಾ, ಈ ಕೋಣೆಯಲ್ಲಿರುವ ಪುಸ್ತಕಗಳ ಮೇಲೆ ಕಣ್ಣಾಡಿಸು. ನಿಮ್ಮ ತಾತ ಇಪ್ಪತ್ತೆಂಟು ವರ್ಷ ಅಧ್ಯಯನ ಮಾಡಿದವು ಇವು. ನಾಲ್ಕು ವರ್ಷದಿಂದ ನಾನೂ ಓದುತ್ತಿದೀನಿ. ಬಹುದೇವತೋಪಾಸನೆ, ಏಕದೇವತೋಪಾಸನೆ, ಬೇರೆ ಬೇರೆ ಸಂಸ್ಕೃತಿ ಇವುಗಳೆಲ್ಲ ಗಂಭೀರವಾಗಿ ಅಧ್ಯಯನ ಮಾಡಿ ತಿಳಿದುಕೊಬೇಕಾದ ವಿಷಯಗಳು. ಅದಿರಲಿ. ನೀನು ಹ್ಯಾಗಿದೀಯ? ಸೌದಿ ಹ್ಯಾಗಿದೆ? ಹೇಳು.'

'ಅಮ್ಮಾಜಾನ್, ಅಲ್ಲಾಹುವಿನ ಕೃಪೆ. ಪ್ರವಾದಿಗಳು(ಸ) ಜನ್ಮವೆತ್ತಿದ ದೇಶ. ಪ್ರಪಂಚದ ಬೇರೆ ಯಾವ ದೇಶದಲ್ಲೂ ಇಲ್ಲದ ಸಂಪತ್ತು ಅಲ್ಲಿದೆ. ಒಂದು ದೇಶದ ಸಂಪತ್ತು ಇರೂದು ಬೆಳ್ಳಿಬಂಗಾರ ವಜ್ರವೈಡೂರ್ಯಗಳಲ್ಲಲ್ಲ. ವಿಮಾನ ರಾಕೆಟ್ ತಂತ್ರಜ್ಞಾನದಲ್ಲಲ್ಲ. ಪೆಟ್ರೋಲಿನಲ್ಲಿ. ಒಂದು ಬ್ಯಾರೆಲ್ ಪೆಟ್ರೋಲಿನ ಬೆಲೆಯನ್ನು ಐದು ಡಾಲರ್ ಹೆಚ್ಚಿಸಿದರೆ ಎಲ್ಲ ಸೊಕ್ಕಿನ ದೇಶಗಳೂ ತಲೆಸುತ್ತು ಬಂದು ಕುಕ್ಕರಿಸಿಬಿಡ್ತವೆ. ಆ ಶಕ್ತಿ ಇರೂದು ಮುಸ್ಲಿಂ ದೇಶಗಳಿಗೆ. ಅದರಲ್ಲೂ ಪ್ರವಾದಿಗಳು(ಸ) ಜನ್ಮತಳೆದು ಪುನೀತವಾದ ಸೌದಿಗೆ. ಕರುಣಾಳು ಅಲ್ಲಾಹು ತನ್ನ ಪುಣ್ಯಸ್ಥಾನವನ್ನು ಹರಸದೆ ಇದ್ದಾನೆಯೆ? ಈ ಇಂಡಿಯಾವನ್ನ ನೋಡು. ವಿಮಾನ ಇಳಿದ ತಕ್ಷಣ ಕಾಣುತ್ತೆ. ದಾರಿದ್ರ್ಯ, ರೋಗರುಜಿನ, ಹಸಿವು. ಇಸ್ಲಾಮನ್ನು ಪೂರ್ತಿ ಒಪ್ಪಿಕೊಳ್ಳದೆ ರಾಜಕೀಯ ಅನುಕೂಲಕ್ಕಾಗಿ ಒಪ್ಪಿಕೊಳ್ಳುವ ನಾಟಕವಾಡುತ್ತಾ ಒಳಗೊಳಗೇ ಕ್ಷುದ್ರದೇವತೆಗಳ ಪೂಜೆ ಮಾಡುವ ದೇಶದಲ್ಲಿ ಸಂಪತ್ತು ವೃದ್ಧಿಸುವುದಾದರೂ ಹೇಗೆ?'

'ಬೇಟಾ, ನೀನು ಅಮೆರಿಕದಲ್ಲಿ ಪೆಟ್ರೋ ಕೆಮಿಕಲ್ ಎಂಜಿನಿಯರಿಂಗ್‌ನಲ್ಲಿ ಎಂ.ಎಸ್. ಮಾಡಿದವನು. ಭೂಮಿಯ ಒಳಗಿರುವ ಪೆಟ್ರೋಲ್ ಹ್ಯಾಗೆ ಉತ್ಪತ್ತಿಯಾಯಿತು ಹೇಳು. ಮಿಲಿಯಾಂತರ ವರ್ಷಗಳ ಹಿಂದೆ ಇದ್ದ ಪ್ರಾಣಿಸಂಕುಲ, ಸಸ್ಯಸಂಕುಲಗಳಲ್ಲಿದ್ದ ರಸವೇ

ಭೂಮಿಯ ಆಳದಲ್ಲಿ ಇಳಿದು ರೂಪಾಂತರಗೊಂಡು ಪೆಟ್ರೋಲ್ ಆಯಿತು ಅಂತ ನಾನು ಎಲ್ಲೋ ಓದಿದ್ದೆ. ಈಗಿರುವ ಸೌದಿ, ಇತರ ಮರಳುಗಾಡಿನ ದೇಶಗಳೆಲ್ಲ ಹಿಂದೆ ಸಸ್ಯಭರಿತ, ಜೀವಭರಿತ, ಪ್ರದೇಶಗಳಾಗಿದ್ದವು. ಭೂಗೋಳಶಾಸ್ತ್ರವು ವಿವರಿಸುವ ಈ ಸತ್ಯ ವನ್ನ ನೀನು ಅಲ್ಲಾಹುವಿನ ಕೃಪೆಗೆ ಇಳಿಸಿ ಅರೇಬಿಯದ ಮುಲ್ಲಾಗಳಂತೆ ಮಾತಾಡ್ತಿದೀ ಯಲ್ಲಾ?'

ಈಗ ಅವನಿಗೆ ಕೋಪಬರುತ್ತಿತ್ತು. ಬೇರೆ ಯಾರಾದರೂ ಹೀಗೆ ವಾದಮಾಡಿದ್ದರೆ ಅಸಹ್ಯ ತಿರಸ್ಕಾರಗಳಿಂದ ಉಪೇಕ್ಷಿಸಬಹುದಾಗಿತ್ತು. ಆದರೆ ಸ್ವತಃ ತನ್ನ ತಾಯಿ ತನ್ನ ಧರ್ಮದ ಮಹತ್ತ್ವವನ್ನು ಕಡಮೆ ಮಾಡುವುದನ್ನು ಕಂಡಾಗ ಸಹಿಸುವುದು ಕಷ್ಟವಾಯಿತು. ಹೇಳಿದ: 'ಭೂಮಿಯೊಳಗೆ ಪೆಟ್ರೋಲ್ ಹ್ಯಾಗೆ ಉತ್ಪತ್ತಿಯಾಯಿತು ಅನ್ನೂದ ಯಾರೂ ನನಗೆ ಹೇಳಿಕೊಡಬೇಕಾಗಿಲ್ಲ. ಮುಂದೆ ಪ್ರವಾದಿ(ಸ)ಗಳ ನಾಡಾಗುವ ಪ್ರದೇಶದಲ್ಲೇ ಪೆಟ್ರೋಲು ಯಾಕೆ ಆ ಪ್ರಮಾಣದಲ್ಲಿ ಉತ್ಪತ್ತಿಯಾಯಿತು? ಬಹುದೇವತೋಪಾಸನೆಯ ಇಂಡಿಯಾದಲ್ಲಿ ಯಾಕೆ ಆಗಲಿಲ್ಲ? ಎಂಬ ಪ್ರಶ್ನೆಯನ್ನು ತೆರೆದ ಮನಸ್ಸಿನಿಂದ ಕೇಳಿಕೊಂಡರೆ ಉತ್ತರ ಸ್ಪಷ್ಟವಾಗುತ್ತೆ. ಅಲ್ಲಾಹುವಿನ ಮಹಿಮೆಯ ಜ್ಞಾನ ಮೂಡಬೇಕಾದರೂ ಅಲ್ಲಾಹುವಿನ ಕೃಪೆಬೇಕು. ಅವನು ಕೃಪೆ ಇಟ್ಟವನಿಗೆ ಮಾತ್ರ ಜ್ಞಾನ ಮೂಡುತ್ತೆ. ಇಲ್ಲದವನು ಅಜ್ಞಾನದಲ್ಲೇ ಇದ್ದು ನರಕ ಸೇರುತ್ತಾನೆ. ನಿಮ್ಮ ಬಗೆಗೆ ನನಗೆ ತಾಯಿ ಅನ್ನುವ ಪ್ರೀತಿ ಇದೆ. ಕನಿಕರವಿದೆ. ಆದರೆ ನಿಮ್ಮನ್ನು ಮೇಲೆತ್ತೂದು ಹೇಗೆ?'

ಕೊಲ್ಲಿ ದೇಶಗಳು ಅದರಲ್ಲಿಯೂ ಸೌದಿಗೆ ನೌಕರಿಗೆ ಹೋಗುವ ಬಹುತೇಕ ಭಾರತೀಯ ಮುಸ್ಲಿಂ ಯುವಕರಂತೆ ಇವನೂ ಇಸ್ಲಾಮಿನ ಮಡಿವಂತಿಕೆಗೆ ಮರುಳಾಗಿದ್ದಾನೆಂದು ಅವಳು ಅರ್ಥಮಾಡಿಕೊಂಡಳು. ಕಚೇರಿ, ಕಾರ್ಯಾಗಾರ, ಫ್ಯಾಕ್ಟರಿಗಳಲ್ಲಿ ಅಜಾನ್ ಕೂಗು ಕೇಳಿದ ತಕ್ಷಣ ಜನಗಳು ತಮ್ಮ ಕೆಲಸಗಳನ್ನು ಅಷ್ಟಕ್ಕೇ ಬಿಟ್ಟು ನಮಾಜಿಗೆ ಓಡುವುದು ಅಲ್ಲಿ ಸಾಮಾನ್ಯ ಸಂಗತಿಯಂತೆ. ಇನ್ನು ಕೆಲವರು ತಮ್ಮ ತಮ್ಮ ಕೆಲಸದ ಜಾಗಗಳಲ್ಲೇ ನಿಂತು ನಮಾಜ್ ಮಾಡುತ್ತಾರಂತೆ. ಮಾಡದೆ ಇರುವವರೂ ಇದ್ದಾರಂತೆ. ಆದರೆ ಅಲ್ಲಿಗೆ ನೌಕರಿಗೆ ಹೋಗಿರುವ ಭಾರತ ಪಾಕೀಸ್ತಾನ ಬಂಗ್ಲಾದೇಶೀಯ ಮುಸ್ಲಿಮರು ತಾವು ಅರಬರಿಗಿಂತ ಹೆಚ್ಚು ನಿಷ್ಠರೆಂದು ತೋರಿಸಿಕೊಳ್ಳಲು ಒಬ್ಬನೂ ತಪ್ಪದಂತೆ ಪ್ರತಿಸಲವೂ ಹತ್ತಿರದ ಮಸೀದಿಗೆ ಓಡುತ್ತಾರಂತೆ. ಹಾಗೆಂದು ಅವಳು ಹಲವರಿಂದ ಕೇಳಿ ತಿಳಿದಿದ್ದಳು. ತನ್ನ ಮಗ ನಜೀರನೂ ಹಾಗೆಯೇ ಆರಂಭಿಸಿ ಅನಂತರ ಅದೇ ನಂಬಿಕೆಯಾಗಿ ಗಾಢ ನಂಬಿಕೆಯಾಗಿ ಬೆಳೆದಿರಬಹುದು ಎನ್ನಿಸಿತು. ಇಂಥವನಲ್ಲಿ ವೈಜ್ಞಾನಿಕ, ಉದಾರ ಭಾವನೆ ಯನ್ನು ತರಲು ಒಂದೆರಡು ದಿನ ಸಾಲುವುದಿಲ್ಲ; ಅಲ್ಲದೆ ಒಂದೇ ಸಲ ವಾಗ್ವಾದ ಶುರು ಮಾಡಿದರೆ ಸಂಬಂಧವನ್ನೇ ಹರಿದುಕೊಂಡು ಹೋಗಲೂಬಹುದು, ಮತಧರ್ಮದ ನಂಬಿಕೆಗಾಗಿ ತಂದೆತಾಯಿ ಸೋದರಸೋದರಿಯರು ಹೆಂಡತಿಮಕ್ಕಳು ಬಂಧು ಬಾಂಧವ ರನ್ನೂ ಬಿಡು, ಬಲಿಕೊಡು, ಎಂದು ಪ್ರವಾದಿ(ಸ)ಗಳೇ ಹೇಳಿರುವ ಧರ್ಮ ಇದು, ಎಂಬ ನೆನಪು ಬಂತು.

ವಿಷಯಾಂತರಿಸಲೆಂದು ಕೇಳಿದಳು: 'ಬೇಟಾ, ಊಟಕ್ಕೆ ಏನು ತಿಂತೀಯ?'

'ಇಲ್ಲಿ ಏನು ದೊರೆಯುತ್ತೆ?'

'ಹಳ್ಳಿಯಲ್ಲಿ ಮುಖ್ಯ ಆಹಾರ ರಾಗಿ ಮುದ್ದೆ. ಮೇಲೆ ಅನ್ನ. ಚಪಾತಿ ಬೇಕು ಅಂದರೆ ಕುಣಿಗಲಿಗೆ ಯಾರನ್ನಾದರೂ ಕಳಿಸಿ ಗೋದಿಹಿಟ್ಟು ತರಿಸಬಹುದು. ತರಕಾರಿಗಳು ನಮ್ಮ ಹಿತ್ತಿಲಲ್ಲೇ ಇವೆ. ತೋಟದಲ್ಲೂ ಇವೆ. ಹಾಲು ಮೊಸರು ತುಪ್ಪವಂತೂ ಮನೇಲಿ ಸಮೃದ್ಧವಾಗಿವೆ.'

'ನೀವು ವಕ್ಕಲಿಗ ಜಾತಿಯೋರು. ಮಾಂಸ ತಿಂತೀರಿ ಅಲ್ಲವೆ?'

ನೀವು ವಕ್ಕಲಿಗ ಜಾತಿಯೋರು ಎಂಬ ಅವನ ಮಾತಿನಿಂದ ಅವಳಿಗೆ ಚುಚ್ಚಿದಂತಾಯಿತು. ತಾನು ವಕ್ಕಲಿಗರವಳಲ್ಲ, ಮುಸಲ್ಮಾನಳು ಎಂದು ಹೇಳುವ ಮನಸ್ಸು ಬರಲಿಲ್ಲ. ಮುಸ್ಲಿಂ ಧರ್ಮದಲ್ಲಿ ತನಗೆ ನಂಬಿಕೆ ಉಳಿದಿಲ್ಲದಿರುವಾಗ ಅವನನ್ನೇಕೆ ತಿದ್ದಬೇಕು? ಎಂದುಕೊಂಡು ಹೇಳಿದಳು: 'ನಾನು ವಕ್ಕಲಿಗಳು ಅನ್ನೂದು ನಿಜ. ಮಾಂಸ ತಿಂತೀವಿ ಅನ್ನೂದೂ ನಿಜ. ಆದರೆ ಪ್ರತಿ ದಿನಾ ಅಲ್ಲ. ಅಡುಗೆಮನೇಲಿ ಮಾಂಸ ಬೇಯಿಸುಲ್ಲ. ಜಗಲಿಯ ಮೇಲಿನ ಅಥವಾ ಹಿತ್ತಿಲಿನ ಸ್ನಾನದ ಮನೆಯ ಒಲೆಯಲ್ಲಿ ಅದಕ್ಕೆಂದೇ ಇಟ್ಟಿರುವ ಮಡಕೆಯಲ್ಲಿ ಮಾಂಸದ ಸಾರು ಮಾಡ್ತಾರೆ. ಅದಕ್ಕೆಂದೇ ಒಂದು ಸೊಟ್ಟಗ ಇಟ್ಟಿರ್ತಾರೆ. ಹೆಂಗಸರು ಈ ಅಡುಗೆ ಮಾಡುಲ್ಲ. ಗಂಡಸರು ಮಾಡೋದು. ಹೆಂಗಸರು ಒಳಗೆ ಅನ್ನ ಮುದ್ದೆ ಮಾಡಿಕೊಡ್ತಾರೆ. ದಿನಾ ಉಣ್ಣುವ ಗಂಗಾಳದಲ್ಲಿ ಮಾಂಸವನ್ನ ಇಕ್ಕುಲ್ಲ. ಮುತ್ತುಗದ ಜೊಪ್ಪೆ ಅಥವಾ ಅಡಿಕೆಪಟ್ಟೆಯಲ್ಲಿ ಬಡಿಸಿ ಉಂಡಾದಮೇಲೆ ತೆಗೆದು ಎಸೀತಾರೆ. ಅದನ್ನ ಬೇಯಿಸಿದ್ದ ಮಡಿಕೆ ಸಟ್ಟುಗಗಳನ್ನ ತೊಳೆದು ಮತ್ತೆ ಸ್ನಾನದ ಮನೆಯ ಭಾವಣಿಗೆ ನೇತು ಹಾಕ್ತಾರೆ. ಅಂದರೆ ಮಾಂಸಾಹಾರ ನಿಷಿದ್ಧವೇ. ಅದು ಪ್ರಾಣಿಹಿಂಸೆ ಅನ್ನೂದು ಮೂಲತತ್ತ್ವ. ನಿನ್ನ ತಾತನಂತೂ ಗಾಂಧೀಜಿ ಆಶ್ರಮದ ಪ್ರಭಾವದಿಂದ ಸಂಪೂರ್ಣವಾಗಿ ತ್ಯಜಿಸಿದ್ದರು. ಇಲ್ಲಿಗೆ ಬಂದಮೇಲೆ ನಾನೂ ಬಿಟ್ಟಿದೀನಿ. ಈ ಪ್ರಪಂಚದಲ್ಲಿ ಎಲ್ಲ ಪ್ರಾಣಿಗಳಿಗೂ ಬದುಕುವ ಹಕ್ಕಿದೆ. ಅವನ್ನು ಕೊಂದು ತಿನ್ನುವ ಅಧಿಕಾರ ಮನುಷ್ಯನಿಗಿಲ್ಲ. ದೇವರು ಇತರ ಪ್ರಾಣಿಗಳನ್ನು ಸೃಷ್ಟಿಸಿರೂದು ಮನುಷ್ಯನ ಭೋಗಕ್ಕಾಗಿ ಅಲ್ಲ ಅನ್ನೂದು ಈ ದೇಶದ ಧರ್ಮಗಳ ತತ್ತ್ವ.'

ಅವನು ಒಮ್ಮೆ ಎರಡು ಭುಜಗಳನ್ನೂ ಕುಣಿಸಿ ಇಂಗ್ಲಿಷಿನಲ್ಲಿ, 'ವೈಜ್ಞಾನಿಕ ದೃಷ್ಟಿಯುಳ್ಳ ಯಾರೂ ಈ ನಾನ್‌ಸೆನ್ಸ್ ಅನ್ನು ನಂಬುಲ್ಲ' ಎಂದ.

ಅವಳಿಗೆ ಈ ಮಾತನ್ನು ಕೂಡ ಲಂಬಿಸಲು ಇಚ್ಛೆಯಾಗಲಿಲ್ಲ. ಒಂದು ನಿಮಿಷ ಸುಮ್ಮನೆ ಅವನ ಮುಖವನ್ನು ನೋಡುತ್ತಿದ್ದು ಅನಂತರ ಹೇಳಿದಳು: 'ಅನ್ನ ಸೊಪ್ಪಿನಸಾರು ಮಾಡು ಅಂತ ಲಕ್ಷ್ಮಮ್ಮನಿಗೆ ಹೇಳ್ತೀನಿ. ಮೊಸರಂತೂ ಇದ್ದೇ ಇರುತ್ತೆ. ನಿನಗೆ ಅದು ಆಗುಲ್ಲ ಅಂದರೆ ಹ್ಯಾಗೂ ಟ್ಯಾಕ್ಸಿ ಇದೆ. ಕುಣಿಗಲಿಗೆ ಹೋದರೆ ಮಾಂಸದ ಹೋಟೆಲಿದೆ. ನಿನ್ನಿಷ್ಟ,' ಎಂದಳು. ಅವನು ಸುಮ್ಮನಾದ. ಅವಳು ಎದ್ದು ಒಳಗೆ ಹೋಗಿ ಲಕ್ಷ್ಮಮ್ಮನಿಗೆ ಹೇಳಿದಳು.

ಅಡುಗೆಯಾಗುವತನಕ ಅವನೊಬ್ಬನನ್ನೇ ಅಧ್ಯಯನ ಕೋಣೆಯಲ್ಲಿ ಬಿಟ್ಟು ಅವಳು ಒಳಗಿದ್ದಳು. ಅನಂತರ ತಾನೇ ಕೈತೊಳೆದುಕೊಳ್ಳಲು ನೀರು ಕೊಟ್ಟು ಊಟಕ್ಕೆ ಇಕ್ಕಿದಳು. ಅವನು ಒಂದು ಚಮಚವನ್ನು ಕೇಳಿದ. ಅನ್ನ ಸಾರುಗಳಿಗೆ ತುಪ್ಪ ಹಾಕಿ ಚನ್ನಾಗಿ ಕಿವುಚಿ ಅವಳು ತಟ್ಟೆಗೆ ಬಡಿಸಿದಳು. ಮತ್ತೊಮ್ಮೆ ಕಲಸಿ ಇಕ್ಕಿದಳು. ಕೊನೆಗೆ ಅನ್ನಕ್ಕೆ ಗಟ್ಟಿ ಮೊಸರು ಉಪ್ಪು ಹಾಕಿ ಕಲಸಿಕೊಟ್ಟಳು. ನಡುವೆ ಯಾಕೆ ಇಷ್ಟು ಕಡಮೆ ಉಣ್ಣುತೀ? ಸರಿಯಾಗಿ ಉಣ್ಣು ಎಂದು ಒತ್ತಾಯ ಮಾಡಿದಳು. ಅವನು ಭಾವುಕನಾದಂತೆ ತೋರಿತು. ಊಟವಾದ ಮೇಲೆ ಸ್ವಲ್ಪ ಮಲಗಿ ನಿದ್ರೆ ಮಾಡು ಎಂದು ತನ್ನ ಮಂಚವನ್ನೇ ಸರಿಮಾಡಿಕೊಟ್ಟು ಅನಂತರ ಟ್ಯಾಕ್ಸಿಯ ಡ್ರೈವರಿಗೆ ಊಟ ಕೊಟ್ಟು ಆಮೇಲೆ ತಾನು ಉಂಡಳು.

ನಜೀರ್ ಸಣ್ಣದೊಂದು ನಿದ್ದೆ ಮಾಡಿದಮೇಲೆ ಅವನ ಹತ್ತಿರಕ್ಕೆ ಒಂದು ಕುರ್ಚಿ ಎಳೆದುಕೊಂಡು ಕುಳಿತು ಕೇಳಿದಳು: 'ಬೆಂಗಳೂರಿನಲ್ಲಿ ಎಲ್ಲಿ ಇಳಕೊಂಡಿದೀಯ?'

'ಶರೀಫ್ ಮಹಲ್ ಹೋಟೆಲಿನಲ್ಲಿ.'

'ಯಾಕೆ, ಅಬ್ಬಾ ಜಾನ್ ಜೊತೆ?' ಅವಳು ಆಶ್ಚರ್ಯದಿಂದ ಕೇಳಿದಳು.

'ನಾನು ಊರಿಗೆ ಬರೂದ ತಿಳಿಸುಕ್ಕೆ ಅಂತ ಫ್ಲಾಟಿಗೆ ಫೋನ್ ಮಾಡಿದರೆ ಈ ಟೆಲಿ ಫೋನ್ ಸೇವೆಯಲ್ಲಿಲ್ಲ ಅಂತ ಬಂತು. ನಿಮಗಂತೂ ಹಳ್ಳೀಲಿ ಫೋನ್ ಇಲ್ಲ. ಎರಡು ದಿನ ಯೋಚನೆ ಮಾಡಿಮಾಡಿ ಶಿವಾಜಿನಗರದ ಅಜ್ಜನ ಮನೆಯ ಹತ್ತಿರ ಇದಾನಲ್ಲ ನನ್ನ ಸ್ನೇಹಿತ ಇಮ್ತಿಯಾಜ್, ಅವನಿಗೆ ಫೋನ್ ಮಾಡಿದೆ. ಅವನು ನಿಮ್ಮಪ್ಪ ಎರಡನೇ ನಿಕಾಹ್ ಮಾಡಿಕೊಂಡದ್ದು ನಿನಗೆ ಗೊತ್ತಿಲ್ವಾ? ಈಗ ಇಲ್ಲಿ ಹಳೇ ದೊಡ್ಡ ಮನೇಲಿದಾರೆ ಹೊಸಾ ಬೀಬಿ ಜೊತೆ. ಬೇಕಾದರೆ ಫೋನ್ ನಂಬರು ಪತ್ತೆಮಾಡಿ ಹೇಳ್ತೀನಿ ಅರ್ಧಗಂಟೆ ಕಳೆದು ಮತ್ತೆ ಮಾಡು ಅಂದ. ಏನಿದು ಎರಡನೆ ಮದುವೆ ಅಂದದ್ದಕ್ಕೆ, ನಿನ್ನ ಅಮ್ಮಾಜಾನ್ ಗಂಡನ ಜೊತೆ ಇರದೆ ಅದೆಲ್ಲೋ ಅಪ್ಪನ ಊರಿನಲ್ಲಿರ್ತೀನಿ ಅಂತ ಹೋಗಿದಾರಂತೆ. ಇವರು ಏನು ಮಾಡಬೇಕು? ಅಸಲಿ ಮುಸಲ್ಮಾನ್ ಅಲ್ಲದೆ ಬೇರೆ ಜಾತಿ ಹೆಣ್ಣನ್ನ ಎಷ್ಟು ಕನ್‌ವರ್ಟ್ ಮಾಡಿ ಮದುವೆಯಾದರೂ ಹೀಗೇನೆ ಅಂತ ನಮ್ಮೋರೆಲ್ಲ ಮಾತಾಡ್ಕತ್ತಿದಾರೆ, ಅಂದ. ಅವನ ಹತ್ತಿರ ನಂಬರ್ ತಗಂಡು ಅಬ್ಬಾ ಜಾನ್‌ಗೆ ಮಾಡಿದೆ. ಸಿಕ್ಕಿದ್ದರು. ನೀನು ಬರ್ತಿರೂದು ಭಾಳಾ ಖುಷಿಯಾಯ್ತು ಬೇಟಾ. ಏರ್‌ಪೋರ್ಟಿಗೆ ಬರ್ತೀನಿ. ಫ್ಲಾಟ್‌ನಲ್ಲಿ ಫರ್ನಿಚರ್ ಎಲ್ಲ ಹಾಗೆಯೇ ಇದೆ. ನೀನಿರೂವರೆಗೆ ಒಬ್ಬರು ಅಡುಗೆಯೋರ್‍ನ ಗೊತ್ತು ಮಾಡ್ತೀನಿ, ಅಂದರು. ಎರಡನೆ ಬೀಬಿ ನನಗಿಂತ ಚಿಕ್ಕೋರಾದರೂ ನನ್ನ ಮುಂದೆ ಫರದೆ ಅನುಸರಿಸುವ ಕಟ್ಟಳೆ ಇಲ್ಲ. ನಾನು ಮೆಹರಮ್‌ಗೆ ಸೇರುತೀನಿ. ನಾನು ಅಲ್ಲಿ ಇಳ ಕೊಂಡರೆ ನನ್ನನ್ನ ನೋಡುಕ್ಕೆ ನೀವು ಬರ್ತೀರಿ. ಆಗ ಮುಜುಗರವಾಗುತ್ತೆ ಅಂತ ಅಬ್ಬಾ ಜಾನ್ ಹಾಗೆ ಹೇಳಿದರು ಅಂತ ನಾನು ಅರ್ಥಮಾಡಿಕೊಂಡೆ. ಅವರು ಏರ್‌ಪೋರ್ಟಿಗೆ ಬಂದಿದ್ದರು. ನಾನೇ ಫ್ಲಾಟ್ ಬ್ಯಾಡ, ಶರೀಫ್ ಮಹಲ್ ಹೋಟೆಲಿನಲ್ಲಿರ್ತೀನಿ ಅಂದೆ. ಬ್ಯಾಡ ಅನ್ನಲಿಲ್ಲ. ನನ್ನನ್ನ ಮನೆಗೆ ಕರಕಂಡು ಹೋಗಿ ಎರಡನೇ ಬೀಬೀನ ತೋರಿಸಲಿಲ್ಲ. ಸಂಕೋಚವಿರಬಹುದು.'

ತನ್ನ ಮಗನ ಅಪ್ಪನ ಎರಡನೆ ಮದುವೆಯ ವಿಷಯ ಮಾತನಾಡಲು ಅವಳಿಗೆ ಮನಸ್ಸಾಗಲಿಲ್ಲ.

ನಜೀರ ಈಗ ಮೃದುವಾಗಿದ್ದ. ಧರ್ಮದ ಕಾಠಿಣ್ಯವು ಕರಗಿ ಅಂತಃಕರಣದ ಹದಕ್ಕೆ ಬಂದಿದ್ದ. ತಾಯಿಯು ತನ್ನ ಕೈಯಿಂದ ಕಲಸಿ ಇಕ್ಕಿದುದನ್ನು ತಿಂದದ್ದು ತನ್ನನ್ನು ಕರಗಿಸಿತೆಂದು ಅವನಿಗೆ ಅರ್ಥವಾಗಿರಲಿಲ್ಲ.

'ನಿನಗೆ ರಜ ಎಷ್ಟು ದಿನ ಇದೆ?' ಅವಳು ಕೇಳಿದಳು.

'ಆರು ವಾರ.'

'ಹೋಟೆಲಿನಲ್ಲಿ ಯಾಕಿರಬೇಕು? ಇಲ್ಲೇ ಇದ್ದುಬಿಡು. ಸ್ನೇಹಿತರನ್ನು ನೋಡುಕ್ಕೆ ಆಗಾಗ ಬೆಂಗಳೂರಿಗೆ ಹೋಗಿಬರಬಹುದು.' ಅವನು ಉತ್ತರ ಹೇಳಲಿಲ್ಲ. 'ಕುಣಿಗಲಿಗೆ ದಿನಕ್ಕೆ ಏಳು ಬಸ್ ಇವೆ. ಅಲ್ಲಿಂದ ಬೆಂಗಳೂರಿಗೆ ಕಾಲುಗಂಟೆಗೊಂದರಂತೆ ಸಿಗುತ್ತೆ. ಬೇಕಾದರೆ ನೀನು ಇರುವಷ್ಟು ದಿನವೂ ಒಂದು ಬಾಡಿಗೆ ಟ್ಯಾಕ್ಸಿ ಇಟ್ಟುಕೊಬಹುದು.' ಅವನು ಅದಕ್ಕೂ ಏನೂ ಹೇಳಲಿಲ್ಲ. ಮೌನವು ಅರೆಸಮ್ಮತಿ ಎಂದು ಅವಳು ಅರ್ಥಮಾಡಿಕೊಂಡಳು. ತುಸು ಹೊತ್ತಿನನಂತರ ಕೇಳಿದಳು: 'ಮದುವೆಯ ವಿಷಯ ಆಲೋಚಿಸಿದ್ದೀಯಾ?' ಅವನು ಉತ್ತರಿಸಲಿಲ್ಲ. ಅವಳು ಮತ್ತೆ ಅದೇ ಪ್ರಶ್ನೆ ಕೇಳಿದಾಗ ಆಲೋಚಿಸಿದ ಮಾತ್ರಕ್ಕೆ ಮದುವೆಯಾಗಿ ಬಿಡುತ್ತೆಯೆ? ಎಂದ.

ವಿದೇಶದಲ್ಲಿರುವವರು ರಜೆಗೆ ಬರುವ ಕೆಲವು ತಿಂಗಳು ಮೊದಲೇ ತಂದೆತಾಯಿಯರಿಗೆ ತಿಳಿಸುವುದು, ಇಲ್ಲಿ ಅವರು ಆರೆಂಟು ಹೆಣ್ಣುಗಳನ್ನು ನೋಡಿ ಇಟ್ಟಿರುವುದು, ಅವನು ಬಂದು ಅವರಲ್ಲಿ ಒಬ್ಬರನ್ನು ಆರಿಸಿದ ಮೇಲೆ ಮದುವೆಯಾಗಿ ಕರೆದುಕೊಂಡು ಹೋಗುವುದು ವಿಧಾನ ಎಂಬುದು ಅವಳಿಗೆ ಗೊತ್ತಿತ್ತು. ಆದರೆ ಇಲ್ಲಿಯ ಸನ್ನಿವೇಶ ಬೇರೆಯೇ ಇದೆ. ತನಗೆ ನಾಲ್ಕು ವರ್ಷದಿಂದ ಮುಸ್ಲಿಂ ಸಮಾಜದ ಸಂಪರ್ಕವೇ ಇಲ್ಲ. ಅಲ್ಲದೆ ಗಂಡ ಎರಡನೆ ಮದುವೆಯಾಗಿದ್ದಾನೆ. ನಜೀರನಿಗೆ ಮುಸ್ಲಿಮೇತರರಾರೂ ಹೆಣ್ಣು ಕೊಟ್ಟು ಮದುವೆ ಮಾಡುವ ಸಂಭವವಂತೂ ಇಲ್ಲ. ಮುಸ್ಲಿಂ ಹುಡುಗಿಯರನ್ನು ಸಂಧಿಸುವ ಮುಕ್ತ ವಾತಾವರಣ ಇಲ್ಲವೇ ಇಲ್ಲ. ಆದರೂ ಅಮೆರಿಕೆಯಲ್ಲಿ ಎಂ.ಎಸ್. ಮಾಡಿ ಸೌದಿಯಲ್ಲಿ ದೊಡ್ಡ ಸಂಬಳದಲ್ಲಿರುವ ಮುಸ್ಲಿಂ ಗಂಡು ಎಂದು ಪತ್ರಿಕೆಯಲ್ಲಿ ಜಾಹೀರಾತು ಕೊಟ್ಟರೆ ಉತ್ತರಗಳು ಬಂದಾವು ಎಂಬ ದಾರಿ ಹೊಳೆಯಿತು. ಧರ್ಮದ ಕಟ್ಟೇ ಇಲ್ಲದ ಮುಕ್ತ ಸಮಾಜದ ಕನ್ಯೆ ಸಿಕ್ಕುವುದಿಲ್ಲವೆ? ಸಿಕ್ಕಿದರೆ ಇವನು ಒಪ್ಪಿಯಾನೇ? ಎಂಬ ಪ್ರಶ್ನೆಗಳು ಹುಟ್ಟಿದವು. ಮಾತನಾಡಲು ಬಾಯಿ ತೆರೆದಳು. ಅಷ್ಟರಲ್ಲಿ ಅವನು ನಿದ್ರೆ ಮಾಡುತ್ತಿದ್ದ. ಅವಳು ಅವನ ಮುಖವನ್ನೇ ನೋಡುತ್ತಿದ್ದಳು. ಅರಬ್‌ದೇಶದ ಅದರಲ್ಲಿಯೂ ಮುಸ್ಲಿಂ ಲಾಂಛನದ ಗಡ್ಡ ಮೀಸೆ. ಅರಬರ ಶೈಲಿಯದೇ ಅಂಗಿ ಪೈಜಾಮಗಳು. ತಾನು ಮುಸ್ಲಿಂ ಎಂದು ಎತ್ತಿ ತೋರಿಸುವ ವೇಷ ಮುಖಭಾವಗಳು. ಭಾರತದ ಎಷ್ಟೋ ಮುಸ್ಲಿಂ ಯುವಕರು, ಪುರುಷರು ಇತ್ತೀಚೆಗೆ ಇದೇ ವೇಷದಲ್ಲಿ ತಮ್ಮತನವನ್ನು ಪ್ರಕಟಿಸುತ್ತಿದ್ದಾರೆ ಎಂಬ ನೆನಪಾಯಿತು. ಇವನಂತೂ ಸೌದಿಯಲ್ಲಿರುವವನು. ಅಮೆರಿಕೆಗೆ ಹೋದರೂ ಪೆಟ್ರೋ ಕೆಮಿಕಲ್ ಎಂಜಿನಿಯ

ರಿಂಗ್ ಓದಿದುದು, ಸೌದಿಯಲ್ಲೇ ಕೆಲಸ ಸಿಕ್ಕಿದುದು ಕಾಕತಾಳೀಯವೆ? ಎನ್ನಿಸಿತು. ಮಗುವಾಗಿದ್ದಾಗ ಎಷ್ಟು ಮುದ್ದಾಗಿದ್ದ. ಯಾವ ಧರ್ಮಕ್ಕೂ ಒಳಗಾಗದ ಮುಕ್ತ ಮನಸ್ಸಿನವ ನನ್ನಾಗಿ ಬೆಳೆಸಬೇಕೆಂಬ ಆಶೆ ನನಗಿತ್ತು. ಆದರೆ ಶೂಟಿಂಗ್, ರಿಹರ್ಸಲ್, ಲೊಕೇಶನ್ ಎಂದು ಹೊರಗೇ ಇರಬೇಕಾದ ಪರಿಸ್ಥಿತಿ. ಆಳುಗಳ ಕೈಗೆ ಒಪ್ಪಿಸುವುದು ಬೇಡವೆಂದು ಅಮೀರ್ ಹೇಳಿದಂತೆ ಅತ್ತೆ ಮಾವಂದಿರ ಶಿವಾಜಿನಗರದ ಮನೆಯಲ್ಲಿ ಬಿಡುತ್ತಾ ಇವನು ಮಡಿವಂತ ಮುಸ್ಲಿಮ ಹುಡುಗನಾಗಿ ಬೆಳೆಯುತ್ತಿರುವುದು ಗೊತ್ತೇ ಆಗಲಿಲ್ಲ. ಹಾಗೆಯೇ ಅವನ ಮುಖ ನೋಡುತ್ತಾ ಕುಳಿತೇ ಇದ್ದಳು.

ಅವನು ಗಡದ್ದಾಗಿ ಒಂದು ಗಂಟೆಗೂ ಮೀರಿ ನಿದ್ದೆ ಮಾಡಿದ. ಅನಂತರ ಬಲಕ್ಕೆ ಹೊರಳಿ ಮತ್ತೆ ನಿದ್ರೆಯಲ್ಲಿ ಮುಳುಗಿದ. ತುಸು ಹೊತ್ತಿನನಂತರ ಕಣ್ಣು ಬಿಟ್ಟವನೇ ಏನೋ ಮರೆತವನಂತೆ ಕೈಗಡಿಯಾರ ನೋಡಿಕೊಂಡು ಧಡಕ್ಕನೆ ಎದ್ದು ಕುಳಿತ. 'ಏನಾಯ್ತು?' ಅವಳು ಕೇಳಿದಳು.

'ಅಸರ್ ನಮಾಜಿಗೆ ಹೊತ್ತಾಯ್ತು,' ಎಂದು ದಢದಢನೆ ನಡೆದು ಮನೆಯ ಹಿಂಬದಿ ಯಲ್ಲಿದ್ದ ಬಚ್ಚಲಮನೆಗೆ ಹೋದ. ಅವಳು ಅವನನ್ನು ಹಿಂಬಾಲಿಸಿದಳು. ಅವನು ದೊಡ್ಡ ಹಿತ್ತಾಳೆಯ ಕೊಳದಪ್ಪಲೆಯಲ್ಲಿದ್ದ ನೀರನ್ನು ಚೊಂಬಿನಲ್ಲಿ ಮೊಗೆದುಕೊಂಡು ಉಝೂ ಮಾಡಿಕೊಳ್ಳತೊಡಗಿದ. ನಿಯ್ಯತ್ ಮಾಡಿ 'ಬಿಸ್ಮಿಲ್ಲಾ' ಪಠಿಸಿದ. ಎರಡೂ ಕೈಗಳನ್ನು ಮಣಿಗಂಟಿನವರೆಗೆ ತೊಳೆದ. ಹಲ್ಲುಜ್ಜಿ ಬಾಯಿ ಮುಕ್ಕಳಿಸಿ ಮೂಗಿನೊಳಗೆ ನೀರು ಹಾಕಿ ತೊಳೆದು ಗಡ್ಡಗಳ ಬುಡದವರೆಗೆ ಬೆರಳುಗಳನ್ನು ತೂರಿ ತೊಳೆದು ಕೈಕಾಲುಗಳ ಬೆರಳುಗಳನ್ನು ಪೋಣಿಸಿ ತೊಳೆದು ಎರಡು ಕಿವಿಗಳನ್ನೂ ಸವರಿ ಅಂಗಾಂಗಗಳನ್ನು ತಿಕ್ಕಿ ತೊಳೆದು ಕಡ್ಡಾಯ ಪರಿಧಿಯನ್ನು ಮೀರಿ ಸ್ವಲ್ಪಾಂಶ ತೊಳೆದು ಮೊದಲು ಬಲಗೈ ಬಲಗಾಲು ಅನಂತರ ಎಡಗೈ ಎಡಗಾಲುಗಳನ್ನು ತೊಳೆದ. ಹೀಗೆ ಎಲ್ಲ ಕ್ರಿಯೆಗಳನ್ನೂ ಮೂರು ಸಲ ಮಾಡಿದಮೇಲೆ ಶುದ್ಧ ಅರಬ್ ಉಚ್ಚಾರದಲ್ಲಿ ದು ಆ ಹೇಳಿದ:

'ಅಶ್ಹದು ಅಲ್ಲಾ ಇಲಾಹ ಇಲ್ಲಲ್ಲಾಹುವಹ್ದಹೂಲಾಶರೀಕಲಹುವ ಅಶ್ಹದು ಅನ್ನ ಮುಹಮ್ಮದನ್ ಅಬ್ದು ಹೂ.....ನಾನು ಸಾಕ್ಷ್ಯವಹಿಸುತ್ತೇನೆ. ಅಲ್ಲಾಹನ ಹೊರತು ಅನ್ಯ ಆರಾಧ್ಯರಿಲ್ಲ, ಅವನು ಏಕೈಕನು. ಅವನಿಗಾರೂ ಪಾಲುದಾರರಿಲ್ಲ. ಮತ್ತು ನಾನು ಸಾಕ್ಷ್ಯ ವಹಿಸುತ್ತೇನೆ. ಮುಹಮ್ಮದ್(ಸ) ಅವರು ಅಲ್ಲಾಹನ ದಾಸ ಮತ್ತು ಸಂದೇಶವಾಹಕರಾಗಿದ್ದಾರೆ. ಅಲ್ಲಾಹನೇ! ನನ್ನನ್ನು ಅತ್ಯಧಿಕ ಪಶ್ಚಾತ್ತಾಪ ಪಡುವವರಲ್ಲಿ ಒಬ್ಬನನ್ನಾಗಿ ಮಾಡು, ನನ್ನನ್ನು ನೀನು ಶುದ್ಧವಾಗುವವರಲ್ಲಿ ಒಬ್ಬನನ್ನಾಗಿ ಮಾಡು. ನಿನ್ನ ಪಾವನತೆಯನ್ನು ನಾನು ಘೋಷಿಸುತ್ತೇನೆ. ಅಲ್ಲಾಹನೇ! ನಿನ್ನನ್ನು ಸ್ತುತಿಸುತ್ತಾ, ನೀನಲ್ಲದೆ ಬೇರೆ ಆರಾಧ್ಯರಿಲ್ಲವೆಂದು ನಾನು ಸಾಕ್ಷ್ಯವಹಿಸುತ್ತೇನೆ. ನಾನು ನಿನ್ನಲ್ಲಿ ಕ್ಷಮೆಯಾಚಿಸುತ್ತೇನೆ. ನಾನು ಪಶ್ಚಾತ್ತಾಪಪಟ್ಟು ನಿನ್ನತ್ತ ಮರಳುತ್ತೇನೆ.'

ಎಂದು ಹೇಳಿಕೊಂಡು ಕೋಣೆಗೆ ಬಂದು ಜಾನಮಾಜನ್ನು ಹಾಸಿ ತಲೆಗೆ ಬಿಳಿಟೋಪಿ ಧರಿಸಿ ಕ್ರಮವಾಗಿ ನಮಾಜ್ ಮಾಡಿದ. ಅದರ ಫರ್ಝ್‌ಗಳೆಲ್ಲ ಅವಳಿಗೆ ಮರೆತೇ

ಹೋಗಿದ್ದವು. ಅವನು ಮಾಡುವುದನ್ನು ನೋಡುವಾಗ ನೆನಪಿಗೆ ಬಂದವು. ಅಲ್ಲಾಹನ ಹೊರತು ಯಾವ ಆರಾಧ್ಯನೂ ಇಲ್ಲವೆಂದೂ ಮುಹಮ್ಮದ್‌ರು(ಸ) ಅಲ್ಲಾಹನ ಸಂದೇಶ ವಾಹಕರೆಂದೂ ನಾನು ಸಾಕ್ಷ್ಯವಹಿಸುತ್ತೇನೆ, ಅಶ್ಹದು ಅಲ್ಲಾ ಇಲಾಹ ಇಲ್ಲಲ್ಲಾಹು ವ ಅಶ್ಹದು ಅನ್ನ ಮುಹಮ್ಮದರ್ರಸೂಲ್ಲು ಲ್ಲಾಹ್ ಎಂಬ ಮಂತ್ರವನ್ನು ಪುನರಾವರ್ತಿಸುತ್ತಾ ಮಾಡಿದ ಕಲಾಪವು ಕೊನೆಗೆ ಅಸ್ಸಲಾಮು ಅಲೈಕುಮ್ ವರಹ್ಮತುಲ್ಲಾಹ್ ಎನ್ನುತ್ತಾ ಮುಖವನ್ನು ಬಲಗಡೆಗೂ ಅಸ್ಸಲಾಮು ಅಲೈಕುಮ್ ವರಹ್ಮತುಲ್ಲಾಹ್ ಎನ್ನುತ್ತಾ ಎಡಗಡೆಗೂ ತಿರುಗಿಸಿದನಂತರ ನಮಾಜು ಮುಕ್ತಾಯವಾಯಿತೆಂದು ಅವಳಿಗೆ ಗೊತ್ತಾಯಿತು.

ಜಾನಮಾಜನ್ನು ಮಡಿಸಿಟ್ಟು ಅವನು ಒಂದು ಕುರ್ಚಿಯ ಮೇಲೆ ಕುಳಿತ. 'ಚಹಾ ಕುಡೀತೀಯಾ?' ಅವಳು ಕೇಳಿದಳು. ಅವನು ಹೂಂ ಎಂದ. ಚಹಾ ಮಾಡಿ ತಂದು ಕೊಡುವಂತೆ ಲಕ್ಷ್ಮಮ್ಮನಿಗೆ ಹೇಳಲು ಅವಳು ಒಳಗೆ ಹೋದಾಗ ಕೆಂಚಪ್ಪ ಸಂಕೋಚಪಟ್ಟು ಕೊಂಡೇ ಹೇಳಿದ; ಆದರೆ ಅವನ ಮುಖದಲ್ಲಿ ಅಸಮಾಧಾನವಿತ್ತು: 'ಅವ್ವಾ, ನೀವೇನೋ ನಮ್ಮ ಗೌಡರ ಮಗಳು. ಜಾತಿಗೆಟ್ಟಿದ್ದರೂ ಹುಟ್ಟು ನಮ್ಮದೇ. ಅಡಿಗೆ ಕ್ವಾಣೆ, ಬಚ್ಚಲ ಹಂಡೆ ಎಲ್ಲ ಮುಟ್ಟುಸ್ಕಂತೀವಿ. ನಿಮ್ಮ ಮಗ ಹುಟ್ಟಾ ತುರುಕರೋನು. ಒಳಗೆಲ್ಲ ಕರ್ಕಂಡ್ ಬಂದು ನೀರಿನ ಕೊಳಗ ಮುಟ್ಟಿಸಿದರೆ ಮೈಲಿಗೆಯಾಗಾಕಿಲ್ವಾ? ಈಗ ಅದಕ್ಕೆ ಹುಣಿಸೆ ಹುಳಿ ಹಾಕಿ ಆರು ಬಿಂದಿಗೆ ನೀರು ಸೇದಿ ತುಂಬ ಬೇಕು. ಲಕ್ಷ್ಮಿ ಸಿಟ್ಟ್ ಮಾಡ್ಕ್ಯಂಡವಳೆ.'

ಅವಳಿಗೆ ಇದ್ದಕ್ಕಿದ್ದಂತೆಯೇ ಮೈ ಬೆವರಿತು. ಈ ಅಂಶ ಅವಳ ಮನಸ್ಸಿಗೆ ಬಂದಿರಲಿಲ್ಲ. ಕೆಂಚಪ್ಪನ ಕೈಲಿ ವಾದ ಮಾಡಲು ಇದು ಸಮಯವಲ್ಲ. ಅಲ್ಲದೆ ಎಷ್ಟೇ ವಾದ ಮಾಡಿದರೂ ಅವನಾಗಲಿ ಲಕ್ಷ್ಮಮ್ಮನಾಗಲಿ ಬದಲಾಗುವುದಿಲ್ಲ. ತಾವು ಒಪ್ಪಿದರೂ ಗ್ರಾಮದ ಇತರ ಜಾತಿಸ್ಥರ ಅಂಜಿಕೆ ಇರುತ್ತದೆ. ತೀರ ಹಟ ಮಾಡಿದರೆ ನಿಮ್ಮ ಮನೇಲಿ ಕೂಲಿಗಿದೀವಿ ಅಂತ ಜಾತಿ ಕೆಡುಸ್ತೀರಾ? ಎನ್ನಬಹುದು. ಒಮ್ಮೆ ಮಾತು ಆ ಮಟ್ಟಕ್ಕೆ ಮುಟ್ಟಿದರೆ ವಿಶ್ವಾಸ ಒಡೆದುಹೋಗುತ್ತದೆ ಎಂಬ ಎಚ್ಚರ ಹುಟ್ಟಿತು. 'ನನಗೆ ಗೊತ್ತಾಗಲಿಲ್ಲ ಕೆಂಚಪ್ಪ, ದನದ ಕೊಟ್ಟಿಗೇಲಿ ಒಂದು ಬಕೀಟು ಒಂದು ಮಗ್ಗು ಇಡು. ನಾಳೆ ಬೆಳಗ್ಗೆ ಸ್ನಾನಕ್ಕೆ ಕೂಡ ಅಲ್ಲಿಗೇ ಬಿಸಿನೀರು ಒಯ್ದು ಕೊಟ್ಟರೆ ಆಗುತ್ತೆ. ಬಕೀಟು, ಮಗ್ಗು ಪ್ಲಾಸ್ಟಿಕ್‌ದಾದ್ದರಿಂದ ಮೈಲಿಗೆಯೂ ಆಗುಲ್ಲ,' ಎಂದಳು. ಕೆಂಚಪ್ಪನಿಗೆ ಸಮಾಧಾನವಾಯಿತು.

ಡ್ರೈವರಿಗೂ ಕೊಟ್ಟು, ನಜೀರನ ಜೊತೆಗೆ ತಾನೂ ಚಹಾ ಕುಡಿಯುವಾಗ ಅವಳು ಕೇಳಿದಳು: 'ಸೌದಿಯಲ್ಲೇ ಯಾವ ಹೆಣ್ಣೂ ಸಿಗಲಿಲ್ಲವೆ? ಅಂದರೆ ಸಹೋದ್ಯೋಗಿಗಳು, ಸ್ನೇಹಿತರು ತಮ್ಮ ಕಡೆಯ ಯಾವ ಹುಡುಗೀನೂ ಪ್ರಸ್ತಾಪ ಮಾಡಲಿಲ್ಲವೆ?'

'ನಾನು ಸೌದಿ ಅಲ್ಲವಲ್ಲ!' ಅವನು ತಕ್ಷಣ ಹೇಳಿದ.

'ಮುಸ್ಲಿಂ ಅಲ್ಲವೆ?'

'ಸೌದಿಗಳು ಎಲ್ಲರಿಗಿಂತ ತಾವೇ ಶ್ರೇಷ್ಠ ಅಂತ ತಿಳಿದಿದಾರೆ. ತಮ್ಮ ಹೆಣ್ಣನ್ನ ಹೊರಗಿನವ ರಿಗೆ ಕೊಡುಲ್ಲ. ಯಾವಳಾದರೂ ಸೌದಿ ಹೆಂಗಸು ಹೊರಗಿನೋರನ್ನ ಮದುವೆಯಾಗ್ತೀನಿ ಅಂದರೆ ಕೊಂದುಬಿಡ್ತಾರೆ. ಅಲ್ಲದೆ ಅಲ್ಲಿ ವಧುದಕ್ಷಿಣೆ ಇದೆ. ಲಕ್ಷಗಟ್ಟಳೆ. ಕೊಡುವ ಶಕ್ತಿ

ಇಲ್ಲದೆ ಎಷ್ಟೋ ಮಧ್ಯಮವರ್ಗದ ಸೌದಿ ಗಂಡಸರು ಸಿರಿಯಾ, ಈಜಿಪ್ಟ್‌ಗಳಿಂದ ಹೆಣ್ಣು ತರ್ತಾರೆ. ಇಂಡಿಯಾ ಬಂಗ್ಲಾದೇಶ ಪಾಕಿಸ್ತಾನಗಳಿಂದ ಮನೆಗೆಲಸಕ್ಕೆ ಹೋಗುವ ಹೆಂಗಸರನ್ನ ಅಲ್ಲಿಯ ಗಂಡಸರು ಬಲಾತ್ಕಾರ ಮಾಡಿ ಮೂರನೆಯ ಅಥವಾ ನಾಲ್ಕನೆಯ ಹೆಂಡಿರಾಗಿ ಮಾಡಿಕೊಳ್ಳೂದೂ ಉಂಟು. ಸೌದಿ ಹೆಂಗಸರ ಅಂತಸ್ತು ಯಾವತ್ತೂ ಮೇಲಿನದೇ.'

'ಇಸ್ಲಾಂ ಸಮಾನತೆ ಸಹಬಾಳ್ವೆಗೆ ಅತ್ಯುತ್ತಮ ಉದಾಹರಣೆ ಅಂತಾರಲ್ಲ?'

'ತಮ್ಮ ತಮ್ಮ ದೇಶದ ಶ್ರೇಷ್ಠತೆಯ ಭಾವನೆ ಯಾರಿಗಿರುಲ್ಲ? ಸೌದಿಗಳಲ್ಲೂ ಹಲವಾರು ಬುಡಕಟ್ಟುಗಳಿವೆ. ಪ್ರತಿ ಬುಡಕಟ್ಟೂ ತಾನು ಇತರರಿಗಿಂತ ಶ್ರೇಷ್ಠ ಅಂತ ತಿಳಕೊಂಡಿದೆ. ತಮ್ಮ ಹೆಣ್ಣನ್ನು ಬೇರೆಯೋರಿಗೆ ಕೊಡುಲ್ಲ.'

'ನೀನು ಸೌದಿಯಲ್ಲೇ ಯಾಕಿರಬೇಕು? ಬೇರೆ ಯಾವ ದೇಶದಲ್ಲೂ ನೌಕರಿ ಸಿಕ್ಕುಲ್ಲವೆ?'

'ಸಿಗುತ್ತೆ. ಆದರೆ ಇಷ್ಟು ಸಂಬಳ ಬೇರೆಲ್ಲೂ ಕೊಡುಲ್ಲ. ಎಲ್ಲ ದೇಶಗಳಲ್ಲೂ ಸಂಬಳದ ಮೂರನೆ ಒಂದು ಅಥವಾ ಅರ್ಧಭಾಗ ಟ್ಯಾಕ್ಸ್ ಅಂತ ದೋಚಿಬಿಡ್ತಾರೆ. ಸೌದಿಯಲ್ಲಿ ಟ್ಯಾಕ್ಸ್ ಇಲ್ಲ. ಯೂರೋಪೀಯರು, ಅಮೆರಿಕದವರು ಕೂಡ ಅವಕಾಶ ಸಿಕ್ಕಿದರೆ ಸೌದಿಗೆ ನೌಕರಿಗೆ ಬರ್ತಾರೆ.'

* *

ಅಧ್ಯಾಯ ೧೦

ಆರಂಭದಲ್ಲಿ ಕರ್ನಾಟಕದ ಬುದ್ಧಿಜೀವಿಗಳಲ್ಲಿ ಒಬ್ಬರಾಗಿದ್ದ ಎನ್.ಎಸ್.ಎನ್. ಶಾಸ್ತ್ರಿಗಳು ಕ್ರಮೇಣ ಭಾರತದ ಒಬ್ಬ ಬುದ್ಧಿಜೀವಿಯಾಗಿ ಬೆಳೆದವರು. ಕ್ರಾಂತಿಕಾರಿ ಆಲೋಚನೆ, ಯಾವ ವಿಷಯವನ್ನಾದರೂ ತಾತ್ತ್ವಿಕ ನೆಲೆಗಟ್ಟಿನಲ್ಲಿ ವಿಶ್ಲೇಷಿಸುವುದು, ದಂಗೆ ಏಳುವ, ದಂಗೆ ಎಬ್ಬಿಸುವ ವಿಚಾರಗಳು, ಪ್ರಖರವಾದ ಭಾಷೆ, ವಾಕ್ಚಾತುರ್ಯಗಳಿಂದ ಕೂಡಿದ ಅವರು ಬಹುಬೇಗ ತರುಣ ತರುಣಿಯರಿಗೆ, ಮಾಧ್ಯಮದವರಿಗೆ ಅಚ್ಚುಮೆಚ್ಚಿನವರಾದರು. ಜಗತ್ತಿನ ಆರ್ಥಿಕಸ್ಥಿತಿಯಿಂದ ಹಿಡಿದು ದೇಶದ ಅಧ್ಯಾತ್ಮದ ಇತಿಹಾಸದವರೆಗೆ ನಿರರ್ಗಳವಾಗಿ ಮಾತನಾಡಬಲ್ಲ ಅವರು ವರದಕ್ಷಿಣೆ ನಿಷೇಧ, ಅಸ್ಪೃಶ್ಯತಾ ವಿರೋಧ ಮೊದಲಾದ ಎಲ್ಲ ಪ್ರಗತಿಪರ ಚಳವಳಿಗಳ ಉದ್ಘಾಟಕರಾಗಿ ಸಮಾರೋಪಕರಾಗಿ ಮಿಂಚುತ್ತಾ ಸಾಮಾಜಿಕ ಪರಿವರ್ತಕರೆಂಬ ಖ್ಯಾತಿಯನ್ನು ಗಳಿಸಿದ್ದರು. ಬಹುಬೇಗ ಪ್ರೊಫೆಸರರೂ ಆದರು. ಅಷ್ಟೇ ಬೇಗ ಕ್ರಮವಾಗಿ ಪದ್ಮಶ್ರೀ, ಪದ್ಮಭೂಷಣ, ಪದ್ಮ ವಿಭೂಷಣರೂ ಆದರು. ಎಂಥೆಂಥವರೋ ಭಾರತರತ್ನರಾಗಿರುವಾಗ ತಮ್ಮ ಪ್ರೊಫೆಸರರು ಇನ್ನೂ ಯಾಕೆ ಆಗಿಲ್ಲವೆಂದು ಅವರ ಅಭಿಮಾನಿಗಳು, ಅನುಯಾಯಿಗಳು ಸಿಡಿಮಿಡಿಗುಟ್ಟುವುದುಂಟು. 'ವ್ಯಕ್ತಿಯಿಂದ ಪ್ರಶಸ್ತಿಗೆ ಬೆಲೆಯೇ ಹೊರತು ಪ್ರಶಸ್ತಿಯಿಂದ ವ್ಯಕ್ತಿ ದೊಡ್ಡವನೆನಿಸುವುದಿಲ್ಲ ಅನ್ನುವ ಆರ್ಯಸತ್ಯವನ್ನು ಅರ್ಥಮಾಡಿಕೊಳ್ಳುವ ತನಕ ನೀವು ವ್ಯಕ್ತಿಯ ಮಟ್ಟದಿಂದ ತತ್ತ್ವದ ಮಟ್ಟಕ್ಕೆ ಏರುವುದಿಲ್ಲ. ಮಾನವಕುಲದ ಇತಿಹಾಸವನ್ನು ಹೊಸ ಹೆಜ್ಜೆ ಇಡಿಸಿದ ಎಷ್ಟು ಜನಕ್ಕೆ ಯಾವ ಯಾವ ಪ್ರಶಸ್ತಿ ಬಂದಿವೆ ಅಂತ ಆಲೋಚಿಸಿದರೆ ಈ ಮಾತು ಅರ್ಥವಾಗುತ್ತೆ' ಎಂದು ಅವರು ಒಮ್ಮೆ ಅವರ ಹತ್ತು ಜನ ಅಭಿಮಾನಿಗಳ ಕೂಟದಲ್ಲಿ ಕಣ್ಣುಗಳ ದೃಷ್ಟಿಯನ್ನು ಕಾಲಾತೀತ ಭಂಗಿಗೆ ತಿರುಗಿಸಿ ಹೇಳಿದ ಮಾತು ಎಲ್ಲ ಅನುಯಾಯಿಗಳಿಗೂ ಮಾಧ್ಯಮದವರಿಗೂ ಹರಡಿ ಅವರ ಗೌರವ ಇನ್ನೂ ಮೇಲೆ ಏರಿತು.

ತರುಣ ತರುಣಿಯರಲ್ಲಿ ಅವರ ಅಂತಾರಾಷ್ಟ್ರೀಯ ಪ್ರತಿಮೆ ಮೇಲೆ ಏರಲು ಇನ್ನೂ ಒಂದು ಕಾರಣವಿತ್ತು. ಇಲ್ಲಿ ಎಂ.ಎ. ಪದವಿ ಗಳಿಸಿದನಂತರ ಬಿ.ಎ. ಮಾಡಲು ಆಕ್ಸ್‌ಫರ್ಡಿಗೆ ಹೋದ ಅವರು ಡಿಗ್ರಿಯ ಜೊತೆಗೆ ಒಬ್ಬ ಇಂಗ್ಲಿಷ್ ಹೆಂಡತಿಯನ್ನು ಕರೆತಂದರು. ಶಿಷ್ಯನ ಬುದ್ಧಿಪ್ರಖರತೆಯನ್ನು ಮೆಚ್ಚಿದ ಆಕ್ಸ್‌ಫರ್ಡ್ ಪ್ರೊಫೆಸರರೇ ತಮ್ಮ ಮಗಳನ್ನು ಪ್ರಶಸ್ತಿಯಾಗಿ ಮದುವೆ ಮಾಡಿಕೊಟ್ಟು ಕಳಿಸಿದರೆಂಬ ಒಂದು ವದಂತಿ ಆ ಕಾಲದಲ್ಲಿ ಹುಟ್ಟಿತು. ತಾಯಿ ತಂದೆಯರು ಹೆಣ್ಣುಮಗಳನ್ನು ಮದುವೆ ಮಾಡಿ 'ಕೊಡುವ' ಪದ್ಧತಿ

ಪಶ್ಚಿಮದೇಶದಲ್ಲಿ ಇಲ್ಲವಾದ್ದರಿಂದ ಇದು ಸುಳ್ಳುವದಂತಿ ಎಂದು ಕೆಲವರು ಹೇಳತೊಡಗಿದ ಮೇಲೆ ಇವರ ಬುದ್ಧಿಪ್ರಖರತೆಗೆ ಒಲಿದು ಬಂದ ಸಹಪಾಠಿಣಿ ಈಕೆ ಎಂಬ ಮಾತು ಹರಡಿತು. ಈ ಎರಡರಲ್ಲಿ ಒಂದು ನಿಜವಿರಬಹುದು, ಅಥವಾ ಎರಡೂ ನಿಜವಿರಬಹುದು ಎಂದು ಕೆಲವರು ಮಾತನಾಡಿಕೊಂಡರೆ ಆಕ್ಸ್‌ಫರ್ಡ್ ಪಧವೀಧರೆಯಾಗಿದ್ದರೆ ಬೆಂಗಳೂರಿನಲ್ಲಿ ಒಂದು ಅಧ್ಯಾಪಿಕೆಯ ಹುದ್ದೆ ದೊರೆಯುತ್ತಿರಲಿಲ್ಲವೆ? ಪಶ್ಚಿಮ ಸಂಸ್ಕೃತಿಯ ಯಾವ ಹೆಂಗಸು ತನ್ನ ವಿದ್ಯೆಗೆ ತಕ್ಕ ನೌಕರಿ ಮಾಡದೆ ಕೇವಲ ಗೃಹಿಣಿಯಾಗಿ ಮನೆಯಲ್ಲಿ ಕೂತಿರುತ್ತಾಳೆ? ಇವರಿಗಿರುವ ಪ್ರಭಾವಕ್ಕೆ ಹೆಂಡತಿಗೊಂದು ನೌಕರಿ ಕೊಡಿಸುವುದು ಅಸಾಧ್ಯವೆ? ಎಂಬ ಪ್ರಶ್ನೆಗಳನ್ನೂ ಕೆಲವರು ಹಾಕುತ್ತಿದ್ದುದುಂಟು. ಇವೆಲ್ಲ ನಲವತ್ತು ವರ್ಷದ ಹಿಂದಿನ ಊಹಾಪೋಹ. ಈಗ ಯಾರಿಗೂ ಅದರಲ್ಲಿ ಆಸಕ್ತಿ ಉಳಿದಿಲ್ಲ. ಆರಂಭದಲ್ಲಿ ಗಂಡನ ಭಾಷಣದ ಸಭೆಸಮಾರಂಭಗಳಿಗೆ ಹೋಗಿ ಜನರ ಗಮನಕ್ಕೆ ಬೀಳುತ್ತಿದ್ದ ಆಕೆ ಈಗ ಬಹುತೇಕ ಯಾವ ಕಾರ್ಯಕ್ರಮಕ್ಕೂ ಹೋಗುವುದಿಲ್ಲ. ಪುಸ್ತಕದ ಅಂಗಡಿಗಳಿಗೆ ಹೋಗಿ ಒಂದಿಷ್ಟು ಚೇಸ್ ಕಾದಂಬರಿಗಳನ್ನು ತಂದು ಓದುತ್ತಾರೆ. ಪ್ರತಿ ಭಾನುವಾರ ತಪ್ಪದೆ ಚರ್ಚಿಗೆ ಹೋಗಿ ಪ್ರಾರ್ಥನೆಯ ಜೊತೆಗೆ ಪರಿಚಯದ ಹತ್ತಾರು ಮಹಿಳೆಯರೊಡನೆ ಎರಡು ತಾಸು ಕಳೆಯುತ್ತಾರೆ. ಅಕ್ಕ ಪಕ್ಕದವರೊಡನೆ ಪರಿಚಯವಾಗಿದೆಯಾದರೂ ಹೆಚ್ಚಿನ ಆತ್ಮೀಯತೆ ಬೆಳೆದಿಲ್ಲ. ಕೆಲಸದ ಆಳಿನ ಸಂಗಡ ಆಡುವಷ್ಟು ಕನ್ನಡ ಕಲಿತಿದ್ದಾರೆ. ಕ್ಯಾಥೋಲಿಕರಾದ ತಾಯಿ ತಂದೆಯರು ಹುಡುಗನನ್ನು ಧರ್ಮಪರಿವರ್ತನೆ ಮಾಡಿಸದೆ ಮದುವೆಯಾಗುವುದನ್ನು ಕಟುವಾಗಿ ವಿರೋಧಿಸಿದ್ದರಿಂದ ಮದುವೆಯನಂತರ ಅವರ ಸಂಬಂಧವೂ ಹಾರ್ದಿಕವಾಗಿರಲಿಲ್ಲ. ಒಟ್ಟು ಎರಡು ಬಾರಿ ಈಕೆಯೇ ಅವರನ್ನು ನೋಡಲು ಸ್ವದೇಶಕ್ಕೆ ಹೋಗಿದ್ದರು. ಅನ್ಯಧರ್ಮೀಯನನ್ನು ಮದುವೆಯಾದರೂ ಮಗಳು ತಮ್ಮ ಧರ್ಮವನ್ನು ಬಿಟ್ಟಿಲ್ಲವೆಂಬ ಸಮಾಧಾನದಿಂದ ಅವರು ಸ್ವಾಗತಿಸಿದ್ದರು. ಅವರು ತೀರಿಕೊಂಡ ನಂತರ ತಾಯ್ನಾಡಿಗೆ ಹೋಗಲೇಬೇಕೆಂಬ ಆಕರ್ಷಣೆ ಈಕೆಗೆ ಉಳಿಯಲಿಲ್ಲ. ಹೋದರೂ ಹೋಟೆಲಿನಲ್ಲಿ ಉಳಿಯಬೇಕು.

ಪ್ರೊಫೆಸರರಿಗೆ ಒಬ್ಬ ಮಗ, ದಿಗಂತ; ಅವನಿಗಿಂತ ಹತ್ತು ವರ್ಷಕ್ಕೆ ಚಿಕ್ಕವಳಾದ ಮಗಳು ಅರುಣಾ. ಮಗನದು ನಸುಗಪ್ಪು ಬಣ್ಣದ ಭಾರತೀಯ ಚಹರೆಯ ಹುಟ್ಟು. ಮಗಳು ತಾಯಿಯಷ್ಟು ಬೆಳ್ಳಗಲ್ಲದಿದ್ದರೂ ಯೂರೋಪಿಯ ಬಣ್ಣದ ಕಂದು ಕೂದಲಿನ ಹುಡುಗಿ. ಮಗ ದಿಗಂತ ಕಂಪ್ಯೂಟರ್ ಎಂಜಿನಿಯರಿಂಗ್‌ನಲ್ಲಿ ಬಿ.ಇ. ಓದಿ ಸ್ಟ್ಯಾನ್‌ಫೋರ್ಡ್‌ನಲ್ಲಿ ಎಂ.ಬಿ.ಎ. ಮಾಡಿ ಕ್ಯಾಲಿಫೋರ್ನಿಯಾದಲ್ಲಿ ಕೆಲಸದ ಅನುಭವ ಪಡೆದು ಅನಂತರ ಭಾರತಕ್ಕೆ ಬಂದು ಒಂದು ದೊಡ್ಡ ಕಂಪ್ಯೂಟರ್ ಕಂಪನಿಯಲ್ಲಿ ಎರಡುವರ್ಷ ಕೆಲಸ ಮಾಡಿ ತನ್ನದೇ ಒಂದು ಕಂಪನಿ ಆರಂಭಿಸಿ ಪ್ರವರ್ಧಮಾನಕ್ಕೆ ಬಂದಿದ್ದಾನೆ. ಕಳೆದ ವರ್ಷ ಅವನ ಕಂಪನಿಯ ವಹಿವಾಟು ತೊಂಬತ್ತಾರು ಕೋಟಿ ಮುಟ್ಟಿದೆ. ಅಮೆರಿಕ ಜರ್ಮನಿ ಫ್ರಾನ್ಸ್ ಮೊದಲಾದ ಮುಂದುವರೆದ ದೇಶಗಳಿಂದೆಲ್ಲ ಆರ್ಡರ್‌ಗಳು ಬರುತ್ತಿವೆ. ಒಂದಲ್ಲ ಒಂದು ದಿನ ಇನ್‌ಫೋಸಿಸ್, ವಿಪ್ರೋದಂಥ ದೈತ್ಯ ಕಂಪನಿಗಳನ್ನು ಹಿಂದೆ

ಹಾಕುವ ಕನಸು ಮತ್ತು ಪ್ರಯತ್ನಶೀಲತೆ ಅವನದು. ಅವನು ಪ್ರೇಮವಿವಾಹ ಮಾಡಿಕೊಂಡ ಪಂಜಾಬಿ ಬಬಿತಾಳೂ ಕಂಪ್ಯೂಟರ್ ತಜ್ಞೆ, ಕಂಪನಿಯ ಆಡಳಿತದ ಬಹುಭಾಗ ಅವಳ ಮೇಲ್ವಿಚಾರಣೆಯಲ್ಲಿ ನಡೆಯುತ್ತದೆ. ಬೆಳವಣಿಗೆ ಮತ್ತು ವಿದೇಶೀ ವ್ಯಾಪಾರಗಳನ್ನು ದಿಗಂತ ನೋಡಿಕೊಳ್ಳುತ್ತಾನೆ. ಅವನ ಕಾರ್ಪೊರೇಟ್ ಕಟ್ಟಡವನ್ನು ವಿಸ್ತರಿಸಲು ಇತ್ತೀಚೆಗೆ ಸರ್ಕಾರ ದಿಂದ ಐವತ್ತು ಎಕರೆ ಭೂಮಿ ಮಂಜೂರಾಗಿ ಗಂಡ ಹೆಂಡತಿ ಇಬ್ಬರೂ ಆರ್ಕಿಟೆಕ್ಟನೊಡನೆ ನಕ್ಷೆ ತಯಾರಿಸುತ್ತಿದ್ದಾರೆ. ಐವತ್ತು ಎಕರೆ ಭೂಮಿ ಮಂಜೂರಾಗಲು ಪ್ರೊಫೆಸರರು ಮಂತ್ರಿಗಳಲ್ಲಿ ವಶೀಲಿ ಮಾಡಿದರು. ಇವರು ಅವರ ಪ್ರಚಾರದ ಅನಧಿಕೃತ ಸಲಹೆಗಾರರು, ಮಂತ್ರಿಗಳು ಚುನಾವಣೆಯಲ್ಲಿ ಗೆಲ್ಲಲು ತಾವೂ ಪರೋಕ್ಷ ಪ್ರಚಾರಮಾಡಿದರು, ಬರೀ ಪ್ರಚಾರಸಹಾಯವಲ್ಲ, ದಿಗಂತನು ಐವತ್ತುಲಕ್ಷ ರೂಪಾಯಿಯನ್ನು ಕೊಟ್ಟ, ಹಣದ ವ್ಯವಹಾರ ವನ್ನೂ ಪ್ರೊಫೆಸರರೇ ಕುದುರಿಸಿದರು, ಎಂಬ ಪುಕಾರು ಎದ್ದಿತ್ತು. ಭಾರತದಲ್ಲಿ ಸರ್ಕಾರ ದೊಡನೆ ಯಾವ ಖಾಸಗಿ ಕಂಪನಿಯ ಕೆಲಸವಾಗಬೇಕಾದರೂ ಹಣ ಕೊಡುವುದರಲ್ಲಿ ವಿಶೇಷವಿಲ್ಲವಾದರೂ ಮೊದಲಿನಿಂದ ಸಮಾಜವಾದವನ್ನು ಅದೂ ಮಾರ್ಕ್ಸ್ ಸಿದ್ಧಾಂತವನ್ನು ಪ್ರತಿಪಾದಿಸುತ್ತಾ ಆ ಮೂಲಕ ಅನುಯಾಯಿಗಳು ಅಭಿಮಾನಿಗಳನ್ನು ಬೆಳೆಸಿಕೊಂಡಿದ್ದ ಪ್ರೊಫೆಸರರ ಹಿಂಬಾಲಕರಲ್ಲೇ ಕೆಲವರು ತಿರುಗಿ ಬಿದ್ದು ತಮ್ಮ ಪ್ರಭಾವವಿದ್ದ ಪತ್ರಿಕೆಗಳಲ್ಲಿ ಇವರ ಮಗನೇ ಬಂಡವಾಳಶಾಹಿ, ಇವರೇ ಅವನ ಕುಮ್ಮಕ್ಕು, ಇವರೇ ಲಂಚದ ಮಧ್ಯವರ್ತಿ ಎಂದು ಮುಂತಾಗಿ ನೀರಿಳಿಸತೊಡಗಿದರು. ಆದರೆ ಪ್ರೊಫೆಸರರು ಸೋಲುವ ಕುಳವಲ್ಲ. 'ನಾನು ಪ್ರಜಾಪ್ರಭುತ್ವದಲ್ಲಿ ನಿಷ್ಠೆಯುಳ್ಳವನು. ಮಗ ಎಂಬ ಕಾರಣದಿಂದ ಅವನ ಮೇಲೆ ನಿಯಂತ್ರಣ ಹೇರುವ ಪಾಳೆಗಾರಿಕೆ ಸಂಸ್ಕೃತಿಯನ್ನು ಮೊದಲಿನಿಂದ ವಿರೋಧಿಸಿದವನು. ನನ್ನ ತಂದೆ ತಾಯಿಯರ ಕಂದಾಚಾರ ದೃಷ್ಟಿಯನ್ನು ಧಿಕ್ಕರಿಸಿ ಹೊರಬಂದವನು. ನನ್ನ ಮಗನ ಸ್ವಾತಂತ್ರ್ಯವನ್ನು ತುಳಿದು ನೀನು ಹೀಗೆಯೇ ಮಾಡು ಎಂದು ಹೇಳುವ ನೀಚತನಕ್ಕೆ ಹೇಗೆ ಇಳಿಯಲಿ? ಹಾಗೆ ಮಾಡುವುದಿದ್ದರೆ ಅವನು ಪಂಜಾಬಿ ಹುಡುಗಿಯನ್ನು ಮದುವೆ ಯಾಗುವಾಗಲೇ ವಿರೋಧಿಸಬೇಕಿತ್ತು. ಅದೊಂದು ರಾಷ್ಟ್ರೈಕ್ಯ ಕಾರ್ಯವೆಂದು ಮೆಚ್ಚಿ ಹರಸಿದವನು ನಾನು. ಈಗ ಭಾರತದಲ್ಲಿ ಉದಾರೀಕರಣವೆಂಬ ಮರೀಚಿಕೆಯ ಹೆಸರಿನಲ್ಲಿ ಎಲ್ಲೆಲ್ಲೂ ಖಾಸಗಿ ಉದ್ಯಮ ಬೆಳೆಯುತ್ತಿದೆ. ಪರಿಣಾಮವಾಗಿ ಕಾರ್ಮಿಕರ ಸಂಖ್ಯೆ ಹೆಚ್ಚಾಗು ತ್ತದೆ. ಬಂಡವಾಳಶಾಹಿಗಳು ಕಾರ್ಮಿಕರನ್ನು ಶೋಷಿಸುತ್ತಾರೆ. ಕಾರ್ಮಿಕರ ಒಗ್ಗಟ್ಟು ಬೆಳೆದು ಬಂಡವಾಳ ಶಾಹಿಗಳನ್ನು ಎತ್ತಿ ಒಗೆದು ಕಾರ್ಮಿಕರ ಸರ್ವಾಧಿಕಾರ ಸ್ಥಾಪನೆಯಾಗಲು ಈ ಹಂತ ಅನಿವಾರ್ಯವೇ ಆಗಿದೆ. ಉದ್ಯೋಗೀಕೃತ ದೇಶಗಳಲ್ಲೇ ಮೊದಲು ಕಮ್ಯೂನಿಸಂ ಸ್ಥಾಪನೆಯಾಗುತ್ತದೆ ಎಂಬ ಮಾರ್ಕ್ಸ್‌ನ ಮಾತಿನ ಸತ್ಯ ಇದೇ. ನನ್ನ ಮಗನೂ ಭಾರತದ ಭವಿಷ್ಯದ ಕಮ್ಯೂನಿಸಂಗೆ ಒಂದು ಸಣ್ಣ ಮೆಟ್ಟಿಲಾಗುತ್ತಾನೆ ಎಂಬ ಅಂಶದಿಂದ ನನ್ನ ಅಭಿಮಾನಿಗಳು ಹೆಮ್ಮೆ ಪಡಬೇಕು. ಇಷ್ಟಕ್ಕೂ ನಾನು ಮಗನ ಜೊತೆ ಇಲ್ಲ. ಅವನ ವ್ಯವ ಹಾರಕ್ಕೂ ನನಗೂ ಯಾವ ಸಂಬಂಧವೂ ಇಲ್ಲ. ಅವನು ಯಾರಿಗೂ ಲಂಚ ಕೊಡುವವನಲ್ಲ. ಅಂಥ ಕೆಲಸಕ್ಕೆ ನಾನು ಮಧ್ಯವರ್ತಿಯಾಗಿದ್ದೆನೆಂಬ ಹೇಸಿಗೆಯ ಮಾತು ಹೇಸಿಗೆಯ

ಆವರಣ ೧೬೫

ಮನಸ್ಸಿನಿಂದ ಮಾತ್ರ ಹುಟ್ಟಲು ಸಾಧ್ಯ. ಈ ಆಪಾದನೆಯನ್ನು ಮಾಡಿದವರು, ಬರೆದವರು, ಪ್ರಕಟಿಸಿದವರ ಮೇಲೆ ನಾನು ಕಾನೂನು ಕ್ರಮ ಕೈಗೊಳ್ಳದೆ ವಿಧಿಯಿಲ್ಲ' ಎಂಬ ಹೇಳಿಕೆ ಕೊಟ್ಟರು. ಆದರೆ ಸಮಾಜವಾದದಲ್ಲಿ ಇವರ ಜೊತೆಗಿದ್ದವರಲ್ಲಿ ಕೆಲವರು ಹೆದರಲಿಲ್ಲ. ಅವರ ಪ್ರತಿಹೇಳಿಕೆಯನ್ನು ದೊಡ್ಡ ಪತ್ರಿಕೆಗಳು ಪ್ರಕಟಿಸಲಿಲ್ಲ. ಆದರೆ ಅವರು ಮುದ್ರಿತ ಚೀಟಿ ಹಂಚಿದರು, ತಮ್ಮದೇ ಮಿತ ಪ್ರಸಾರದ ಪತ್ರಿಕೆಗಳಲ್ಲಿ ಬರೆದರು. ಎಷ್ಟು ದಿವಸ ಬರೆದಾರು? ಎಂಬ ಒಳಸತ್ಯ ಇಂಥ ಹೇಳಿಕೆ, ಬರಹಗಳಿಂದಲೇ ಪ್ರಸಿದ್ಧಿಗೆ ಏರಿದ ಪ್ರೊಫೆಸರರಿಗೆ ತಿಳಿದಿತ್ತು. ಈ ಪ್ರಕರಣದಿಂದ ಉದ್ಯಮಪತಿಗಳ ವಲಯದಲ್ಲಿಯೂ ಅವರ ಜನಪ್ರಿಯತೆ ಬೆಳೆಯಿತು. ಕಮ್ಯುನಿಸ್ಟರೆಂದು ಭಾವಿಸಿದ ಇವರನ್ನು ಅವರು ತಮ್ಮ ಸಂಸ್ಥೆಗಳ ಭಾಷಣಕ್ಕೆ ಕರೆಯುತ್ತಿರಲಿಲ್ಲ. ಈಗ ಕರೆಯತೊಡಗಿದರು. ಅಲ್ಲಿ ಹೋದಾಗ ಇವರು ಮುಕ್ತತೆಯಿಂದಲೇ ದೇಶದ ಆರ್ಥಿಕ ಬೆಳವಣಿಗೆ ಸಾಧ್ಯ, ಆದರೆ ಉದ್ಯಮಪತಿಗಳು ಲಾಭ ಒಂದನ್ನೇ ಗುರಿಯಾಗಿಟ್ಟುಕೊಳ್ಳದೆ ಸಮಾಜದ ಧರ್ಮದರ್ಶಿಗಳೆಂಬ ಮಹಾತ್ಮ ಗಾಂಧಿಯವರ ಸಿದ್ಧಾಂತವನ್ನು ಅನುಷ್ಠಾನಕ್ಕೆ ತರಬೇಕು, ಮೂಲತಃ ಗಾಂಧಿ ಮತ್ತು ಮಾರ್ಕ್ಸ್‌ರಲ್ಲಿ ವ್ಯತ್ಯಾಸವಿಲ್ಲ, ಇಬ್ಬರೂ ಮಹಾತ್ಮರೇ ಎಂದು ಭಾಷಣ ಮಾಡಿ ಮೆಚ್ಚುಗೆ ಗಳಿಸಿದರು. ಪದೇಪದೇ ಉದ್ಯಮ ಸಂಘಗಳ ವಾರ್ಷಿಕೋತ್ಸವ, ಹೊಸ ಪದಾಧಿಕಾರಿಗಳ ಅಧಿಕಾರಗ್ರಹಣ ಮೊದಲಾದ ಸಭೆಗಳಲ್ಲಿ ಇವರಿಗೆ ಆಮಂತ್ರಣ ಸಿಕ್ಕತೊಡಗಿತು. ಅಲ್ಲಿಗೆ ಬರುತ್ತಿದ್ದ ಮಗ ಸೊಸೆಯರನ್ನು ಅವರು ದೊಡ್ಡ ಉದ್ಯಮಿಗಳಿಗೆ ಪರಿಚಯಿಸುತ್ತಿದ್ದರು.

ಇಪ್ಪತ್ತೆಂಟು ವರ್ಷದ ಅರುಣಾ ದಡ್ಡಿಯಲ್ಲದಿದ್ದರೂ ಚುರುಕಿಯಲ್ಲ. ತರಗತಿಯಲ್ಲಿ ಉಪಾಧ್ಯಾಯರು ಬರೆಸುವ ಟಿಪ್ಪಣಿಯನ್ನು ಮುತುವರ್ಜಿಯಿಂದ ಉರು ಹಾಕಿ ತಪ್ಪಿಲ್ಲದ ಇಂಗ್ಲಿಷಿನಲ್ಲಿ ಬರೆದು ಬಿ.ಎ. ಮಾಡಿದಳು. ಅನಂತರ ಎಂ.ಎ. ಕೂಡ ಮಾಡಿದಳು. ಇಷ್ಟೊಂದು ಪ್ರಭಾವವಿದ್ದರೂ ಅವಳಿಗೆ ಉತ್ತಮ ಭವಿಷ್ಯದ ಕೆಲಸ ಕೊಡಿಸುವುದು ಪ್ರೊಫೆಸರರಿಗೂ ಕಷ್ಟವಾಯಿತು. ಮನಸ್ಸು ಮಾಡಿದ್ದರೆ ಅಣ್ಣನೇ ತನ್ನ ಉದ್ಯಮದಲ್ಲಿ ಅವಳಿಗೊಂದು ನೌಕರಿಕೊಟ್ಟು ಒಳ್ಳೆಯ ಸಂಬಳ ಕೊಡಬಹುದಾಗಿತ್ತು. ಆದರೆ ಅವನದು ಕಂಪ್ಯೂಟರ್ ತಂತ್ರಾಂಶದ ಉದ್ಯಮ. ಇವಳೋ ಮಾನವಿಕ ವಿಷಯದ ಪದವೀಧರೆ. ಅಲ್ಲಿಯ ಕೆಳದರ್ಜೆಯ ನೌಕರಿಗೂ ಅರ್ಹತೆ ಇಲ್ಲದವಳು. ಅಲ್ಲದೆ ಗಂಡನ ಕುಟುಂಬದ ಬೇರೊಬ್ಬರು ಯಾವುದೇ ಸ್ಥಾನದಲ್ಲಿ ತಾನು ಮತ್ತು ತನ್ನ ಗಂಡನ ಪಾಲುದಾರಿಕೆಯ ಕಂಪನಿಯನ್ನು ಪ್ರವೇಶಿಸುವುದಕ್ಕೆ ಬಬಿತಾಳ ವಿರೋಧವಿತ್ತು. ಹೀಗಾಗಿ ಕಷ್ಟಪಟ್ಟು ಪ್ರೊಫೆಸರರು ಮಗಳಿಗೆ ಪೂರ್ತಿ ಸಂಬಳ ಕೊಡದ ಒಂದು ಕಾಲೇಜಿನಲ್ಲಿ ಉಪನ್ಯಾಸಕಿಯ ಕೆಲಸ ಕೊಡಿಸಿದ್ದರು. 'ನಿನ್ನ ಗಂಡನನ್ನು ನೀನು ಸಂಪಾದಿಸಿಕೊ' ಎಂದು ಮಗಳಿಗೆ ಸ್ವಾತಂತ್ರ್ಯ ಕೊಟ್ಟಿದ್ದರೂ ಸಂಪಾದಿಸಿಕೊಳ್ಳುವ ಚತುರತೆ ಅವಳಿಗೆ ಇರಲಿಲ್ಲ. ಪ್ರೊಫೆಸರರೇ ತಮ್ಮ

ಕೆಲವು ಅನುಯಾಯಿಗಳೊಡನೆ ಸೂಚನೆಯ ಮಾತನಾಡಿದ್ದರು. ತಮ್ಮ ಗಂಡುಮಕ್ಕಳಿಗೆ ತಂದುಕೊಳ್ಳುವಂತೆ ಕೆಲವರು ಸ್ನೇಹಿತರಲ್ಲೂ ಪ್ರಸ್ತಾಪಮಾಡಿದ್ದರು. ಆದರೆ ಯಾವುದೂ ಫಲ ಕಚ್ಚಿರಲಿಲ್ಲ. ಬೆಂಗಳೂರು ಎಷ್ಟೇ ಮುಂದುವರೆಯುತ್ತಿರುವ ಮಹಾನಗರವಾದರೂ ಮದುವೆಯ ಪ್ರಶ್ನೆ ಬಂದಾಗ ಜನರು ಒಂದು ಅಥವಾ ಎರಡು ಮೆಟ್ಟಿಲಿಗಿಂತ ಹೆಚ್ಚು ದಾಟುತ್ತಿರಲಿಲ್ಲ. ಹುಡುಗಿಯ ತಾಯಿ ಇಂಗ್ಲಿಷಳು, ಕ್ರೈಸ್ತಳು, ಮನೆಯಲ್ಲಿ ಭಾರತೀಯ ಸಂಪ್ರದಾಯದ ಹಬ್ಬ ಹುಣ್ಣಿಮೆ ಯಾವ ಕಲಾಪಗಳನ್ನೂ ಮಾಡುತ್ತಿರಲಿಲ್ಲ. ಅವಳ ಧರ್ಮಸ್ವಾತಂತ್ರ್ಯಕ್ಕೆ ತಾವು ಬದ್ಧರಾಗಿರುವುದಾಗಿ ಮದುವೆಯ ಕರಾರಿನಲ್ಲಿ ಮಾತುಕೊಟ್ಟಿದ್ದ ಪ್ರೊಫೆಸರರು ಅನಂತರ ಬಲವಂತ ಮಾಡಲಿಲ್ಲ. ಅವರಿಗೂ ಆಗ ಅವುಗಳಲ್ಲಿ ನಂಬಿಕೆ ಇರಲಿಲ್ಲ. ಕಟ್ಟಾ ಕ್ಯಾಥೊಲಿಕ್ ಆದ ತಾಯಿಯು ತಮ್ಮ ಇಬ್ಬರು ಮಕ್ಕಳನ್ನು ಪ್ರತಿ ಭಾನು ವಾರವೂ ತಪ್ಪದೆ ಚರ್ಚಿಗೆ ಕರೆದೊಯ್ಯುತ್ತಿದ್ದರು. ಮಕ್ಕಳದು ತಂದೆಯ ಧರ್ಮ ಎಂಬ ಗ್ರಹಿಕೆಯನ್ನು ಮಗನು ಹೈಸ್ಕೂಲು ದಾಟಿದಮೇಲೆ ಬೆಳೆಸಿಕೊಂಡ. ಬಿ.ಇ. ಓದುವ ಹೊತ್ತಿಗೆ ತನ್ನ ಅಪ್ಪ ಮಾರ್ಕ್ಸಿಸ್ಟ್ ಹಿಂದು ಎಂದು ಅರ್ಥಮಾಡಿಕೊಂಡ. ಅಮೆರಿಕೆಗೆ ಹೋದ ಮೇಲಂತೂ ಧರ್ಮ ಅನ್ನುವುದು ಒಂದೊಂದು ಜನಾಂಗದ ಇತಿಹಾಸದ ಮಜಲುಗಳಲ್ಲಿ ಬೆಳೆದ ನಂಬಿಕೆಗಳು ಆಚಾರವಿಚಾರಗಳು ಎಂಬ ಆಲೋಚನೆ ಬೆಳೆಯಿತು. ದಿಲ್ಲಿಯ ಐ. ಐ.ಟಿ.ಯಲ್ಲಿ ಓದಿದ ಬಬಿತಾಳ ಧಾರ್ಮಿಕ ಅಗತ್ಯವು ದೀವಾಲಿ, ಭಾಂಗಡಾ, ಕೆಲವು ಬ್ರತ್‌ಗಳಲ್ಲಿ ಪೂರೈಸುತ್ತಿತ್ತು. ಅವಳ ಅಪೇಕ್ಷೆಯಂತೆ ದಿಗಂತ ಶರ್ವಾನಿ ಹಾಕಿ ಪೇಟಕಟ್ಟಿ ತಿಲಕವಿಟ್ಟು ಕುದುರೆ ಏರಿ ಬಾರಾತ್ ಹೊರಟು ರಾತ್ರಿಯ ಹವನದ ಮದುವೆ ಮಾಡಿಕೊಂಡ. ಪ್ರೊಫೆಸರರು, ಮೇಡಂ ಮತ್ತು ಅರುಣಾ ಅದರಲ್ಲಿ ಭಾಗವಹಿಸಿದ್ದರು.

ಧರ್ಮದ ವಿಷಯದಲ್ಲಿ ಅರುಣಾಳ ಭಾವನೆ ಗೊಂದಲಕ್ಕೆ ಸಿಕ್ಕಿತ್ತು. ಹಿರಿಯ ಮಗನ ಹತ್ತು ವರ್ಷಗಳ ನಂತರ ಹುಟ್ಟಿದ, ಹೆಣ್ಣುಮಗಳೂ ಆದದ್ದರಿಂದ ಅವಳು ತಾಯಿಯ ಮುಚ್ಚಟೆಯ ಮಗುವಾಗಿ ಬೆಳೆದಳು. ಮುಚ್ಚಟೆಯ ಕಾರಣದಿಂದಲೇ ತಾಯಿ ತನ್ನ ಧಾರ್ಮಿಕ ನಂಬಿಕೆಗಳನ್ನು ಮಗಳ ಮನಸ್ಸಿನಲ್ಲಿ ತುಂಬಿ ಗಟ್ಟಿಗೊಳಿಸಿದರು. ಪ್ರತಿಯೊಂದು ಕೆಲಸ ಮಾಡುವ ಮೊದಲೂ ಏಸುವನ್ನು ನೆನೆಯುವುದು ಶಿಲುಬೆಯ ಸರವನ್ನು ಕೊರಳಿಗೆ ಹಾಕಿಕೊಳ್ಳುವುದು ತಪ್ಪದೆ ಭಾನುವಾರ ಚರ್ಚಿಗೆ ಹೋಗುವುದು ಅವಳ ಅಭ್ಯಾಸವಾಯಿತು. ದೇವರು ಜಗದ್ರಕ್ಷಕನೆಂದರೆ ಅವಳ ಮನಸ್ಸಿನಲ್ಲಿ ಮೂಡುತ್ತಿದ್ದುದು ಶಿಲುಬೆ ಏರಿದ ಏಸುವಿನ ಚಿತ್ರವೇ. ಹೈಸ್ಕೂಲು ಓದುವಾಗ ತನ್ನ ಸಹಪಾಠಿಣಿಯರು ಹಣೆಗೆ ಅಂಟಿಸಿಕೊಳ್ಳುತ್ತಿದ್ದ ಬಿಂದಿಯಿಂದ ಆಕರ್ಷಿತಳಾಗಿ ತನ್ನ ಸ್ನೇಹಿತೆಯು ಜಾಮಿಟ್ರಿ ಪೆಟ್ಟಿಗೆಯಲ್ಲಿ ಇಟ್ಟುಕೊಂಡಿದ್ದ ಒಂದು ಬಿಂದಿಯನ್ನು ಇಸಿದು ಹಣೆಗೆ ಅಂಟಿಸಿಕೊಂಡು ಮನೆಗೆ ಬಂದ್ದಿದಳು. ತಾಯಿ ಅವಳನ್ನು ನೋಡಿದ ರೀತಿಗೇ ತಾನು ತಪ್ಪು ಮಾಡಿದ್ದೇನೆಂಬ ಭಾವನೆಯುಂಟಾಯಿತು. 'ಡಿಯರ್, ನಿನಗೆ ಈ ಪ್ಯಾಗನ್ ಚಿಹ್ನೆ ನಿಜವಾಗಿಯೂ ಬೇಕೆ? ಬೇಕೆನ್ನಿಸಿದರೆ ಶಿಲುಬೆಯ ಗುರುತು ಹಚ್ಚಿಕೊ,' ತಾಯಿ ಅನಂತರ ಹೇಳಿದರು. ಶಿಲುಬೆಯಾಕೃತಿಯ ಬಿಂದಿ ಅಂಗಡಿ ಗಳಲ್ಲಿ ಸಿಕ್ಕುತ್ತಿರಲಿಲ್ಲ. ಸಿಕ್ಕಿದರೂ ಅದನ್ನು ಇಟ್ಟುಕೊಂಡರೆ ತಾನು ಇತರರಿಗಿಂತ ಬೇರೆ

ಎಂದು ತೋರಿಸಿಕೊಂಡಂತಾಗುತ್ತದೆ ಎಂಬ ಅರಿವು ಮೂಡಿತು. ತಾನು ಹಣೆಗೆ ಬಿಂದಿಯನ್ನಾಗಲಿ ಕುಂಕುಮವನ್ನಾಗಲಿ ಇಡದೆ ಇರುವುದೇ ತನ್ನ ಪ್ರತ್ಯೇಕತೆಯ ಗುರುತಾಗಿದೆ ಎಂಬುದೂ ಅರಿವಾಯಿತು.

ತನ್ನ ಹೆಸರು ಅರುಣಾಶಾಸ್ತ್ರಿ, ಮೈಬಣ್ಣ ತಲೆಗೂದಲಿನ ಬಣ್ಣಗಳು ಯೂರೋಪಿಯರಂತೆ, ಧರ್ಮವು ಕ್ರೈಸ್ತ, ಎಂಬುವು ಯಾಕೋ ತಾಳಮೇಳವಾಗದ ಅಂಶಗಳು ಎಂಬ ಬಿರುಕುಭಾವ ಅವಳು ಕಾಲೇಜು ಸೇರಿದಮೇಲೆ ಉಂಟಾಯಿತು. ಶಾಲೆ ಕಾಲೇಜು ಕಚೇರಿ ಫ್ಯಾಕ್ಟರಿಗಳಿಗೆಲ್ಲ ರಜೆಕೊಟ್ಟು ಊರಿನವರೆಲ್ಲ ಗೌರಿ ಗಣೇಶರ ಹಬ್ಬಗಳನ್ನು ಆಚರಿಸುವಾಗ ತನ್ನ ಮನೆಯಲ್ಲಿ ಏನೂ ಮಾಡುವುದಿಲ್ಲ, ಮಾಡು ಎಂದು ಅಪ್ಪನೂ ಅಮ್ಮನಿಗೆ ಹೇಳುವುದಿಲ್ಲ, ಅಪ್ಪ ಹೇಳಿದರೂ ಅಮ್ಮ ಕೇಳುವವರಲ್ಲ, ಅಪ್ಪನನ್ನೇನೋ ಅವರ ಗೆಳೆಯರು ಹಬ್ಬದ ಊಟಕ್ಕೆ ಕರೆಯುತ್ತಾರೆ. ನಾವು ಸೂತಕ ಬಡಿದವರಂತೆ ಮನೆಯಲ್ಲಿ ಕೂತಿರುತ್ತೇವೆ ಎಂಬ ಭಾವನೆಯುಂಟಾಯಿತು. ಮುಂದಿನ ಗಣೇಶನ ಹಬ್ಬದಲ್ಲಿ ಅವಳ ಸ್ನೇಹಿತೆ ದಾಕ್ಷಾಯಣಿ ಸಂಜೆಯ ಮಂಗಳಾರತಿಗೆ ಕರೆದಳು. ಇಂಥ ಕಾರಣಕ್ಕೆ ಎಂದು ತಾಯಿಗೆ ಹೇಳದೆ ಇವಳು ಹೋದಾಗ ಗೌರಿ ಗಣೇಶರ ಕಥಾವಾಚನ ನಡೆಯುತ್ತಿತ್ತು. ಮನೆಯ ಹಜಾರದಲ್ಲಿ ದೊಡ್ಡ ಮಂಟಪ ಕಟ್ಟಿ ಬಾಳೆಕಂಬ ಮಾವಿನ ಸೊಪ್ಪು ಸೇವಂತಿಗೆ ಹೂವಿನ ಹಾರ ಸೀಬೆ ದಾಳಿಂಬೆ ಹಣ್ಣುಗಳ ಗೊಂಚಲುಗಳಿಂದ ಅಲಂಕರಿಸಿ ಎತ್ತರದ ಪೀಠದ ಮೇಲೆ ತಾಯಿ ಗೌರಮ್ಮ, ಅವಳ ಕೆಳಗೆ ಮುಂಬದಿಯಲ್ಲಿ ಮಗ ಗಣಪನನ್ನು ಕೂರಿಸಿ ಶೃಂಗರಿಸಿದ ದೃಶ್ಯ ಮನಸ್ಸನ್ನು ಸೆರೆ ಹಿಡಿದುಬಿಟ್ಟಿತು. ಕಥಾವಾಚಕರು ಹೇಳಿದ ಗೌರಮ್ಮನು ಮನೆಯ ಮಗಳು, ಬಾಣಂತನಕ್ಕೆ ಬಂದಿದ್ದಾಳೆ, ಗಣೇಶ ಹುಟ್ಟಿದ್ದಾನೆ. ಐದು ದಿನ ತಾಯಿ ಮಗುವಿಗೆ ಪೂಜೆ ಔತಣ ಮಾಡಿ ಅನಂತರ ಇಬ್ಬರನ್ನೂ ಅವಳ ಪತಿಗೃಹಕ್ಕೆ ಕಳಿಸಿಕೊಡಲಾಗುತ್ತದೆ ಎಂಬ ಕಥೆಯನ್ನು ಕೇಳಿದ ಮೇಲಂತೂ ಇವರಿಬ್ಬರ ಮೇಲೂ ಆತ್ಮೀಯತೆ ಬೆಳೆದುಬಿಟ್ಟಿತು. ಮಂಗಳಾರತಿಯ ನಂತರ ಇವಳನ್ನು ಪ್ರತ್ಯೇಕ ಕೋಣೆಯಲ್ಲಿ ಕೂರಿಸಿ ಕೊಟ್ಟ ಮಧ್ಯಾಹ್ನದ ನೈವೇದ್ಯದ ಊಟಕ್ಕೆ ಮಾಡಿದ್ದ ಹೋಳಿಗೆ ಮತ್ತು ಕಡುಬುಗಳನ್ನು ತಿನ್ನುವಾಗ ತನ್ನ ತಾಯಿ ಯಾಕೆ ಮನೆಯಲ್ಲಿ ಇಂಥ ಅಡುಗೆಗಳನ್ನು ಮಾಡುವುದಿಲ್ಲ? ಮಾಡಿಸುವುದಿಲ್ಲ? ಎಂಬ ಅಸಮಾಧಾನ ಹುಟ್ಟಿತು. ಅದೇ ವರ್ಷ ಅವಳ ಸಹಪಾಠಿ ಪದ್ಮಲತಾ ಇವಳನ್ನು ಸೇರಿಸಿ ಒಟ್ಟು ಆರು ಜನ ಸ್ನೇಹಿತೆಯರನ್ನು ಗೋಕುಲಾಷ್ಟಮಿಗೆ ಕರೆದಿದ್ದಳು. ಅದೇ ದಿನ ಹುಟ್ಟಿ ತೊಟ್ಟಿಲಲ್ಲಿ ಮಲಗಿರುವ ಕೃಷ್ಣನಿಗೆ ಅದೆಷ್ಟು ಪ್ರೀತಿಯ ಅಲಂಕಾರ! ಆ ಅಲಂಕಾರದಲ್ಲಿ ವೈಭವವಿಲ್ಲ; ಪ್ರೀತಿಯಿತ್ತು. ಕೃಷ್ಣ ಹುಟ್ಟಿದ ಸಂತೋಷಕ್ಕೆ ಅದೆಷ್ಟು ಬಗೆಯ ತಿಂಡಿಗಳನ್ನು ಮಾಡಿದ್ದಾರೆ! ನಿಜವಾಗಿಯೂ ಅವರ ಮನೆಯಲ್ಲಿ ಹತ್ತಾರು ವರ್ಷಗಳಿಂದ ಬಯಸಿ ಹರಕೆ ಕಟ್ಟಿಕೊಂಡು ಪ್ರಾರ್ಥಿಸಿದ ಫಲವಾಗಿ ಒಂದು ಮಗು ಹುಟ್ಟಿರುವ ಹಿಗ್ಗು ಹರಿಯುತ್ತಿತ್ತು. ಆ ಹಿಗ್ಗಿನ ರೂಪವಾದ ಹತ್ತಾರು ಭಕ್ಷ್ಯಗಳನ್ನು ಕರೆದಿದ್ದವರಿಗೆಲ್ಲಾ ತಿನ್ನಿಸುತ್ತಿದ್ದಾರೆ. ಕೃಷ್ಣನ ಕಥೆ ಅವಳಿಗೆ ಅಲ್ಪಸ್ವಲ್ಪ ಕೇಳಿ ಗೊತ್ತು. ಅವನು ಪಾಂಡವರನ್ನು ಯುದ್ಧದಲ್ಲಿ ಗೆಲ್ಲಿಸಿದ ತಂತ್ರಗಾರ. ಹಿಂದೂಗಳು ದೇವರ ಅವತಾರವೆಂದು ಪೂಜಿಸುತ್ತಾರೆ, ಎಂಬುದು ಒಂದು

ರೂಪ. ಅವನೊಬ್ಬ ವ್ಯಭಿಚಾರಿ, ಕಳ್ಳ, ಸುಳ್ಳ, ಅಂಥವನನ್ನು ದೇವರೆಂದು ಪೂಜಿಸುವ ಧರ್ಮ ಎಷ್ಟು ನೀಚವಾದದ್ದು? ಎಂದು ಸೂಕ್ಷ್ಮವಾಗಿ ಸೂಚ್ಯವಾಗಿ ಚರ್ಚಿನ ಪ್ರವಾಚಕರು ಹೇಳುತ್ತಿದ್ದುದು ಇನ್ನೊಂದು ರೂಪ. ಇಂಥ ಕಳ್ಳ ಸುಳ್ಳ ವ್ಯಭಿಚಾರಿಯ ಹುಟ್ಟನ್ನು ಇಷ್ಟೊಂದು ಹಿಗ್ಗಿನಿಂದ ಆಚರಿಸುವ ಇವರೂ ಅಷ್ಟೇ ಕಳ್ಳರು ಸುಳ್ಳರು ವ್ಯಭಿಚಾರಿಗಳೂ ಅಲ್ಲವೆ? ಆದರೆ ಪದ್ಮಲತಾ ತುಂಬ ಒಳ್ಳೆಯ ಹುಡುಗಿ. ಅವಳ ತಂದೆ ಸರ್ಕಾರಿ ಆಸ್ಪತ್ರೆಯಲ್ಲಿ ದೊಡ್ಡ ಸರ್ಜನರಂತೆ. ರೋಗಿಗಳಿಂದ ಒಂದು ಕಾಸೂ ಲಂಚ ಮುಟ್ಟದೆ ರಾತ್ರಿಯವರೆಗೂ ಶಸ್ತ್ರಚಿಕಿತ್ಸೆ ಮಾಡಿ ಬರುತ್ತಾರಂತೆ. ಖಾಸಗಿ ವೃತ್ತಿ ನಡೆಸಿದರೆ ತಿಂಗಳಿಗೆ ಹತ್ತು ಲಕ್ಷವಾದರೂ ಬಾಚುವ ತಜ್ಞತೆ ಮತ್ತು ಹೆಸರಿದ್ದರೂ ಅದಕ್ಕೆ ಆಶೆ ಪಡದೆ ಸರ್ಕಾರದ ಸಂಬಳದಲ್ಲಿಯೇ ಜೀವನಮಾಡುತ್ತಾ ಬಡರೋಗಿಗಳ ಸೇವೆಮಾಡುತ್ತಾರಂತೆ. ಜನರೆಲ್ಲ ಅವರನ್ನು ದೇವರ ಸಮಾನ ಎಂದು ಭಾವಿಸಿ ಕೈಮುಗಿಯುತ್ತಾರಂತೆ. ಅಂಥವರೇ ಈ ಕೃಷ್ಣನನ್ನು ಪೂಜಿಸುತ್ತಾ ರೆಂದರೆ ಏನರ್ಥ? ಅವರೇನೂ ಅವಿದ್ಯಾವಂತರಲ್ಲ. ಇಂಗ್ಲೆಂಡಿನಲ್ಲಿ ಎಫ್.ಆರ್.ಸಿ.ಎಸ್. ಮಾಡಿ, ಅಮೆರಿಕದಲ್ಲಿ ಐದುವರ್ಷ ವೃತ್ತಿಯ ಅನುಭವ ಪಡೆದವರು. ಅರುಣಾಳಿಗೆ ಗೊಂದಲ. ಈ ಹಿಂದೂಗಳ ದೇವರುಗಳೇ ವಿಚಿತ್ರ. ಅಲ್ಲದೆ ಇವರು ಹೆಣ್ಣುದೇವತೆಗಳೂ ಇವೆ ಎನ್ನುತ್ತಾರೆ. ದೇವರು ಹೆಣ್ಣಾಗಿರುವುದು ಹೇಗೆ ಸಾಧ್ಯ? ಹಾಗೆಂದು ತನ್ನ ತಾಯಿಯೇ ಪ್ರಶ್ನಿಸುತ್ತಾರೆ. ಚರ್ಚಿನ ಪ್ರವಾಚಕರಂತೂ ಸರಿಯೇ ಸರಿ. ದೇವರು ಅಂದರೆ ಇವರಿಗೆ ಭಯಭಕ್ತಿಯೇ ಇಲ್ಲ. ಅವನು ತಂದೆ, ತಾಯಿ ಅನ್ನುವುದು ಹೋಗಲಿ. ತಮ್ಮ ಹೊಟ್ಟೆಯಲ್ಲಿ ಹುಟ್ಟುವ ಮಗು ಅಂದರೆ ಏನರ್ಥ? ಎಂಬಂಥ ಪ್ರಶ್ನೆಗಳು ತಲೆಯಲ್ಲಿ ತುಂಬಿಕೊಂಡವು. ಇವನ್ನೆಲ್ಲ ತಾಯಿಯ ಕೈಲಿ ಆಡುವುದೂ ಸಾಧ್ಯವಿಲ್ಲ. ಇಂಥ ಪ್ರಶ್ನೆ ಎತ್ತಿದರೆ ನಿನಗೆ ಏಸು ವಿನಲ್ಲಿ ನಂಬಿಕೆ ಕಡಮೆಯಾಗುತ್ತದೆ, ನಂಬಿಕೆ ಕಳಕೊಂಡರೆ ಎಂಥ ಘೋರ ನರಕಕ್ಕೆ ಬೀಳುತಿ ಗೊತ್ತಾ? ಎನ್ನುವಾಗ ಅವರ ನೀಲಿಯ ಕಣ್ಣುಗಳು ಆ ನರಕವನ್ನು ಬಿಂಬಿಸಿಬಿಡುತ್ತವೆ.

ತಂದೆ ಮಹಾವಿದ್ವಾಂಸರೆಂದು ಹೆಸರು ಮಾಡಿದವರು. ಎಲ್ಲ ಕಡೆಯೂ ಅವರ ಭಾಷಣ ನಡೆಯುತ್ತದೆ. ಊರಿನಲ್ಲಿದ್ದಾಗ ದಿನಕ್ಕೆ ಒಂದಾದರೂ ಅವರ ಉಪನ್ಯಾಸವಿರುತ್ತದೆ. ನಮ್ಮ ಕಾಲೇಜಿನ ವಾರ್ಷಿಕೋತ್ಸವಕ್ಕೂ ಕರೆದಿದ್ದರು. ದಿನಕ್ಕೊಂದು ಹಾರವನ್ನು ಮನೆಗೆ ತರದಿದ್ದರೆ ಅವರಿಗೆ ಸಮಾಧಾನವೇ ಇರುವುದಿಲ್ಲ. ಜೊತೆಗೆ ಶಾಲು. ಹಣ್ಣಿನ ಬುಟ್ಟಿ. ಅದೇ ಸಂಜೆಯ ಟಿ.ವಿ.ಯಲ್ಲಿ, ಮರುಬೆಳಗಿನ ಪತ್ರಿಕೆಗಳಲ್ಲಿ ವರದಿ. ಅವರ ಕೈಲಿ ಇದನ್ನು ಕೇಳುವ ಆಶೆಯಾಗುತ್ತಿತ್ತು. 'ನನ್ನ, ನನ್ನ ಮಗಳ ನಂಬಿಕೆಯನ್ನೊಡೆಯುವ ಕೆಲಸ ಮಾಡಬೇಡಿ. ನಿಮ್ಮ ಮಾರ್ಕ್ಸ್‌ವಾದವನ್ನ ನೀವು ಇಟ್ಟುಕೊಳ್ಳಿ' ಎಂದು ಅಮ್ಮ ನನ್ನೆದುರಿಗೇ ಹೇಳಿಬಿಟ್ಟಿದ್ದರು. ಅಮ್ಮನೆಂದರೆ ಅವರು ನಿಜವಾಗಿಯೂ ಹೆದರುತ್ತಾರೆ. 'ನೋ ಡಾರ್ಲಿಂಗ್, ಮೇ ಜೀಸಸ್ ಬ್ಲೆಸ್ ಯು' ಎಂದು ಅವರು ಅಮ್ಮನ ಭುಜತಟ್ಟಿ ಪ್ರೇಮದ ನಗೆನಕ್ಕು ಪರಿಸ್ಥಿತಿಯನ್ನು ತಿಳಿಗೊಳಿಸಿಬಿಟ್ಟರು. ತಮ್ಮ ಈ ಶಕ್ತಿಗಾಗಿ ತಮ್ಮನ್ನು ತಾವೇ ಅಭಿನಂದಿಸಿಕೊಳ್ಳುವವರಂತೆ ವಿಜೃಂಭಕ ನಗೆಯಿಂದ ನನ್ನನ್ನು ನೋಡಿದರು. ಮನೆಯಲ್ಲಿ ಅವರೊಡನೆ ನಾನು ಈ ವಿಷಯ ಮಾತನಾಡುವಂತಿಲ್ಲ. ಹೊರಗೆ ನಾವಿಬ್ಬರೂ ಸಂಧಿಸುವ ಅವಕಾಶವಿರಲಿಲ್ಲ.

ಅವರು ನನ್ನನ್ನು ಸಂಪೂರ್ಣವಾಗಿ ತಾಯಿಗೆ ಬಿಟ್ಟಿದ್ದಾರೆ.

ಅವರು ಅಮ್ಮನಿಗೆ ಹೆದರಲು ಇನ್ನೂ ಒಂದು ಕಾರಣವಿತ್ತು. ಯಾವ ವಿದ್ಯಾರ್ಥಿನಿ ಅಥವಾ ಅಭಿಮಾನಿ ಮಹಿಳೆಯ ಭೇಟಿಯಾದಾಗಲೂ ಅವರು ಅವಳನ್ನು ಅಕ್ಕರೆಯಿಂದ ಆಲಿಂಗಿಸುತ್ತಿದ್ದರು. ಭುಜತಟ್ಟಿ ಹೆಗಲಮೇಲೆ ಕೈ ಹಾಕಿ ನಿಲ್ಲುತ್ತಿದ್ದರು. ಈಗಲೂ ಹಾಗೆಯೇ. ಅಮ್ಮ ಈ ವಿಷಯವಾಗಿ ಹಿಂದೆಲ್ಲ ಜಗಳ ಕಾಯುತ್ತಿದ್ದಳು. 'ಇದಕ್ಕೆ ಯಾಕೆ ತಪ್ಪು ತಿಳಿಯುತ್ತೀ? ನೀನು ಪಾಶ್ಚಿಮಾತ್ಯಳು. ಅಲ್ಲೆಲ್ಲ ಗಂಡಸು ಹೆಂಗಸನ್ನು ಮುಟ್ಟಿದರೆ, ಕೈಕುಲುಕಿದರೆ ತಪ್ಪು ತಿಳಿಯುತ್ತಾರೆಯೆ? ಶೇಕ್ ಹ್ಯಾಂಡ್ಸ್ ಸರ್ವೇಸಾಮಾನ್ಯವಲ್ಲವೆ? ಸ್ನೇಹವಿದ್ದರೆ ಕೆನ್ನೆಗೆ ಮುತ್ತಿಡುವುದಿಲ್ಲವೆ?' ಎಂದು ಅಪ್ಪ ಒಪ್ಪಿಸಲು ಪ್ರಯತ್ನಿಸಿದರೆ, 'ಇದು ಪಶ್ಚಿಮವಲ್ಲ. ಇಂಡಿಯಾ. ಅಲ್ಲಿ ಕೂಡ ಯಾರೂ ನಿಮ್ಮ ಹಾಗೆ ತಬ್ಬಿಕೊಳ್ಳುವುದು, ಹೆಗಲಮೇಲೆ ಕೈ ಹಾಕಿ ನಿಲ್ಲುವುದು ಮಾಡುವುದಿಲ್ಲ. ಅನಾವಶ್ಯಕವಾಗಿ ಇನ್ನೊಬ್ಬರ ಅದರಲ್ಲೂ ಹೆಂಗಸರ ಸ್ಪರ್ಶ ಮಾಡುವುದಿಲ್ಲ. ನಿಮ್ಮ ಚಾಳಿ ನನಗೆ ಗೊತ್ತಿಲ್ಲ ಅಂತ ತಿಳಿದಿದ್ದೀರಾ?' ಎಂದು ರೇಗುವಳು.

'ವುಮನ್, ದೈ ನೇಮ್ ಈಸ್ ಸಸ್‌ಪಿಶನ್' ಎಂದು ಶಾಂತನಗೆಯನ್ನು ಸೂಸುತ್ತಾ ಅಪ್ಪ ಅಮ್ಮನ ಹೆಗಲಮೇಲೆ ಕೈ ಹಾಕಿ ಆಲಿಂಗಿಸುವರು. ನನ್ನೆದುರಿಗೇ ಇವೆಲ್ಲ ನಡೆದು ನಾನು ಸಂಕೋಚದಿಂದ ಕೋಣೆಗೆ ಹೋಗಿಬಿಡುತ್ತಿದ್ದೆ. 'ಬ್ರಿಟನ್ನಿನಲ್ಲಿಯೇ ಇದ್ದರೆ ನಾನು ಬೇರೆಯಾಗಿರುತ್ತಿದ್ದೆ. ಕ್ಯಾಥೊಲಿಕ್ ಆದದ್ದರಿಂದ ಡೈವೊರ್ಸ್ ಇಲ್ಲ. ಆದರೆ ಇಷ್ಟು ವರ್ಷ ಈ ದೇಶದಲ್ಲಿದ್ದು ಆ ದೇಶದ ಸಂಪರ್ಕ ಸಂಪೂರ್ಣ ಕಡಿದುಹೋಗಿರುವಾಗ ಏನು ಮಾಡಲಿ?' ಎಂದು ಒಂದು ದಿನ ನಮ್ಮ ಮನೆಗೆ ಆಗಾಗ ಬರುತ್ತಿದ್ದ ಆ್ಯಂಗ್ಲೋ ಇಂಡಿಯನ್ ಮಿಸೆಸ್ ರಾಬ್‌ಸನ್‌ರ ಕೈಲಿ ಹೇಳಿಕೊಂಡದ್ದು ನನ್ನ ಕಿವಿಗೆ ಬಿದ್ದಿತ್ತು.

ಧರ್ಮ, ದೇವರ ವಿಷಯದಲ್ಲಿ ಒಂದೆರಡು ವರ್ಷ ಗೊಂದಲದಲ್ಲಿ ಸಿಕ್ಕಿದ್ದ ಅರುಣಾ ಕೊನೆಗೆ ತಾಯಿಯ ನಂಬಿಕೆಯನ್ನು ತಾನೂ ಅಳವಡಿಸಿಕೊಂಡು ಸಮಾಧಾನ ತಂದುಕೊಂಡಳು. ಕುತೂಹಲವು ಜಾಗೃತವಾಗಿದ್ದರೆ. ಅವಳಿಗೆ ತಿಳಿಯಲು ಬೆಂಗಳೂರಿನಲ್ಲಿ ನೂರು ಮಾರ್ಗಗಳಿದ್ದವು. ತನ್ನ ಕಾಲೇಜಿನಲ್ಲಿಯೇ ಯಾರಾದರೂ ಸಾಹಿತ್ಯದ ಅಧ್ಯಾಪಕರನ್ನು ಕೇಳಬಹುದಿತ್ತು. ರಾಮಕೃಷ್ಣಾಶ್ರಮಕ್ಕೋ ಬೇರೆ ಯಾವುದಾದರೂ ಅಧ್ಯಾತ್ಮ ಅಥವಾ ಅಧ್ಯಯನ ಕೇಂದ್ರಕ್ಕೋ ಹೋಗಿ ಚರ್ಚಿಸಬಹುದಿತ್ತು. ಕಾಲೇಜಿನ ಗ್ರಂಥಾಲಯದಲ್ಲಿ ತಕ್ಕ ಪುಸ್ತಕವನ್ನು ಹುಡುಕಬಹುದಿತ್ತು. ಆದರೆ ಅವಳ ಸ್ವಭಾವ ಅದಲ್ಲ.

ಒಂದು ಬೆಳಗ್ಗೆ ಹತ್ತುಗಂಟೆಯಲ್ಲಿ ಲಕ್ಷ್ಮಿ ಶಿವಾಜಿನಗರದ ಶರೀಫ್ ಮಹಲ್ ಹೋಟೆಲ್ ಹತ್ತಿರ ಆಟೋ ರಿಕ್ಷಾಕ್ಕೆ ಕಾಯುತ್ತಾ ನಿಂತಿದ್ದಳು. ಒಂದು ಕಾರು ಇವಳ ಹತ್ತಿರ ಬಂದದ್ದು ತಕ್ಷಣ ಬ್ರೇಕು ಬಿದ್ದು ಕಿರಗುಟ್ಟುತ್ತ ತುಸು ದೂರದಲ್ಲಿ ನಿಂತಿತು. ಯಾರನ್ನು ನೋಡಿ

ನಿಲ್ಲಿಸಿದ್ದಾರೆ, ಎಂದು ಅವಳು ಸುತ್ತ ನೋಡುತ್ತಿರುವಾಗ ಕಾರು ಹಿಂದಕ್ಕೆ ಚಲಿಸಿ ಹತ್ತಿರವೇ ಬಂತು. ಮುಂಬದಿಯ ಎಡಭಾಗದ ಕಿಟಕಿಯ ಗಾಜು ಕೆಳಗಿಳಿಯಿತು. ಕಾರನ್ನು ನಡೆಸುತ್ತಿದ್ದವರು ಪ್ರೊಫೆಸರ್ ಶಾಸ್ತ್ರಿಗಳು. ಇವಳ ಕಡೆಗೆ ತಿರುಗಿ ಹೇಳಿದರು: 'ನಿನ್ನ ಗುರುತೇ ಸಿಕ್ಕುವಂತಿಲ್ಲ. ಆದರೂ ನಾನು ತಕ್ಷಣ ಗುರುತಿಸಿದೆ. ಎಲ್ಲಿಗೆ ಹೋಗ್ತಿದೀ? ಕೂತುಕೊ ಬಾ' ಎಂದು ಅವರೇ ಬಾಗಿ ಎಡಬಾಗಿಲು ತೆಗೆದರು. ಅವಳು ಅವರ ಪಕ್ಕದ ಸೀಟಿನಲ್ಲಿ ಕುಳಿತಮೇಲೆ ಬಾಗಿಲು ಹಾಕಿ ಗಾಜು ಏರಿಸಿದರು. ಟಿಂಟೆಡ್ ಗಾಜಿನ ಒಳಗೆ ಹೊರಗಿನವರಿಗೆ ಕಾಣುತ್ತಿರಲಿಲ್ಲ. ಎ.ಸಿ.ಯ ತಂಪು. ಹಂಸದಂತೆ ತೇಲುವ ಆಧುನಿಕ ಕಾರು. 'ಊರಿನಲ್ಲೇ ಇದೀಯಂತೆ. ಸದಾ ಪುಸ್ತಕ ಓದುತೀಯಂತೆ. ಯಾಕೆ ಬೆಂಗಳೂರು ಬಿಟ್ಟೆ?' ಅವರು ಕೇಳಿದರು.

'ನಾನು ಬಸ್‌ಸ್ಟಾಂಡಿಗೆ ಹೋಗಬೇಕು. ಕುಣಿಗಲಿಗೆ.' ಅವಳೆಂದಳು.

'ಅದು ಗೊತ್ತು. ನಮ್ಮೂರಿನ ಪ್ರತಿನಿಧಿ ನೀನೊಬ್ಬಳೇ. ಸಿಕ್ಕಿ ನಾಲ್ಕು ವರ್ಷವಾಯಿತಲ್ಲವೆ? ಒಂದಿಷ್ಟು ಕಷ್ಟಸುಖ ಮಾತಾಡಿ ಹೋಗೂವಂತೆ. ಈಗ ಎಲ್ಲಿಗೆ ಹೋಗಾಣ ಹೇಳು. ಬೆಂಗಳೂರಿನಲ್ಲಿ ಶಾಂತವಾಗಿ ಏಕಾಂತಕ್ಕೆ ಭಂಗವಿಲ್ಲದೆ ಕೂತು ಮಾತನಾಡುವಂಥ ಜಾಗವೇ ಇಲ್ಲ. ಕಬನ್ ಪಾರ್ಕಿನಲ್ಲಿ ಎಲ್ಲಾದರೂ ಕೂರೋಣವೆ?'

ಅವಳು ತಲೆಯಾಡಿಸಿದಳು. ಅವರು ತಮ್ಮ ಎಡಗೈಯನ್ನು ಅವಳ ಭುಜದ ಮೇಲೆ ಇಟ್ಟು 'ಗುಡ್ ಗರ್ಲ್' ಎಂದರು. ಒಂದೇ ಕೈಲಿ ಡ್ರೈವ್ ಮಾಡಬೇಡಿ. ಬೆಂಗಳೂರಿನ ಟ್ರಾಫಿಕ್ ಎರ್‍ರಾ ಬಿರ್‍ರಿ, ಅವಳು ತನ್ನ ಅಸಮ್ಮತಿ ತೋರಿಸಿದಳು. 'ಆಕ್ಸಿಡೆಂಟ್ ಆದರೆ ಪ್ರೊಫೆಸರ್ ಶಾಸ್ತ್ರಿಗಳೊಡನೆ ಪ್ರಸಿದ್ಧ ಕಲಾವಿದೆ ರಜಿಯಾ ಕಾರಿನಲ್ಲಿ ಹೋಗುವಾಗ ದುರ್ಘಟನೆಯಾಯಿತು ಅಂತ ಪೇಪರಿನೋರು ದಪ್ಪ ಅಕ್ಷರದಲ್ಲಿ ಹಾಕ್ತಾರೆ ಅಂತ ಭಯವೇ?' ಎನ್ನುತ್ತಾ ಕಿರುಗಣ್ಣಿನಲ್ಲಿ ಅವಳತ್ತ ನೋಡಿ ಭುಜವನ್ನು ಹಿಸುಕಿದರು. ಅವಳಿಗೆ ತಕ್ಷಣ ಚಾಟಿ ಉತ್ತರ ಹೊಳೆಯಲಿಲ್ಲ. ಅವರು, 'ಹಳ್ಳಿಯಲ್ಲಿದೀ ಅಂತ ತಲೆಗ್ಯಾಕೆ ಒಂದಿಷ್ಟು ಡೈ ಮಾಡಿಕೊಳ್ಳಲ್ಲ? ಮುಖಕ್ಕೆ ಯಾಕೆ ಒಂದಿಷ್ಟು ಕ್ರೀಂ ಹಚ್ಚಿಕೊಳ್ಳಲ್ಲ? ಯಾರೂ ಜೀವನಪ್ರೀತಿ ಕಳಕೊಬಾರದು. ನನ್ನನ್ನ ನೋಡು' ಎಂದರು. ಅವರನ್ನು ಕಾರು ಹತ್ತುವಾಗಲೆ ಅವಳು ಗಮನಿಸಿದ್ದಳು. ಕಿವಿಯ ಮೇಲೆ ಮಾತ್ರ ತುಸು ಬಿಳುಪು ಕಾಣುವಂತೆ ಉಳಿದಲ್ಲೆಲ್ಲ ಮಧ್ಯವಯಸ್ಕನ ಕಪ್ಪು ಉಳಿದಿರುವಂತೆ, ಸೋಷಲಿಸ್ಟ್ ಗಡ್ಡದ ನಡುನಡುವೆ ಮಾತ್ರ ಬಿಳಿಪು ಕಾಣುವಂತೆ ಅವರು ಡೈ ಮಾಡಿಸಿದ್ದರು. ಅದು ವೃತ್ತಿನಿರತರಿಂದ ಪಾರ್ಲರಿನಲ್ಲಿ ಮಾತ್ರ ಸಾಧ್ಯವಾಗುವ ಪ್ರಸಾಧನ ಎಂಬುದು ಸ್ಪಷ್ಟವಿತ್ತು. ನಾಟಕ ಸಿನಿಮಾಗಳಲ್ಲಿ ಬೆಳೆದ ತನಗೆ ಇದು ತಕ್ಷಣ ಅರ್ಥವಾಗುವ ಸಂಗತಿ ಎಂಬ ಅರಿವೂ ಆಯಿತು. ಅವರ ಬಗೆಗೆ ಕನಿಕರ ಉಂಟಾಯಿತು.

'ಸರ್. ನಿಮ್ಮ ಮಕ್ಕಳು ಏನು ಮಾಡ್ತಿದಾರೆ? ಮಗ ಕಂಪ್ಯೂಟರ್ ಕಂಪನಿ ನಡೆಸ್ತಿದಾನೆ. ಮದುವೆಯೂ ಆಗಿತ್ತು. ಮೊಮ್ಮಕ್ಕಳೆಷ್ಟು? ಮಗಳು ಏನು ಮಾಡ್ತಿದಾಳೆ?'

ಈ ಪ್ರಶ್ನೆಯ ಮೂಲಕ ಇವಳು ತಮ್ಮ ವಯಸ್ಸನ್ನು ಸೂಚಿಸುತ್ತಿದ್ದಾಳೆಯೆ? ಎಂಬ

ಅನುಮಾನ ಅವರಿಗೆ ತಕ್ಷಣ ಹುಟ್ಟಿತು. ಸೂಚಿಸಿದರೇನಂತೆ ಎಂಬ ಆತ್ಮವಿಶ್ವಾಸ ತಂದು ಕೊಂಡು ಅದೊಂದು ಸರಳ ಕುಶಲಪ್ರಶ್ನೆ ಎಂಬಂತೆ ಉತ್ತರಿಸಿದರು: 'ಮಗ ಸೊಸೆ ಇಬ್ಬರೂ ಹಗಲೂ ರಾತ್ರಿ ದುಡೀತಾ ಕಂಪನೀನ ಬೆಳೆಸ್ತಿದಾರೆ. ನಾಲ್ಕುವರ್ಷದ ಒಂದು ಗಂಡು ಮಗು ಇದೆ. ಸೊಸೆ ಇನ್ನೊಂದು ಬೇಡ ಅಂತಾಳೆ. ವಿದ್ಯೆ ಉದ್ಯೋಗದ ಒತ್ತಡ ಹೆಚ್ಚಿ ಮಕ್ಕಳನ್ನು ಹೆರುವ, ಸಾಕುವ ಕಷ್ಟ ಬೇಡ ಅಂತ ಹೆಂಗಸರೆಲ್ಲ ತೀರ್ಮಾನಿಸಿಬಿಟ್ಟರೆ ಈ ಭೂಮಿಯಿಂದ ಮಾನವಕುಲ ಕಣ್ಮರೆಯಾಗಿ ಬಿಡುತ್ತೇನೋ ಅಂತ ನನಗೆ ದಿಗಿಲಾಗುತ್ತೆ... ..' ಎನ್ನುತ್ತಿದ್ದಾಗ ಅವಳು, 'ನಿಮಗೆ ಇನ್ನೊಬ್ಬ ಮೊಮ್ಮಗನ ಬಯಕೆ ಇದೆ ಅಂದ ಹಾಗಾಯ್ತು' ಎಂದಳು.

'ಸ್ವಂತ ಫೀಲಿಂಗ್ ಅಲ್ಲ ನಾನು ಹೇಳ್ತಿರೂದು. ನಾನು ಯಾವತ್ತೂ ಸ್ವಂತದ್ದು ಯೋಚಿಸುಲ್ಲ ಅನ್ನೂದು ನಿನಗೂ ಗೊತ್ತಿದೆ. ಆಲೋಚನೆಗೆ ತೂಕ ಬರೂದು ಸಾರ್ವತ್ರಿಕ ಸತ್ಯ ಕುರಿತಾಗಲೇ.' ವಾಹನಗಳು ತುಂಬಿದ ರಸ್ತೆಯಲ್ಲಿ ಕಾರು ನಡೆಸುವಾಗಲೂ ಅವರ ಕಣ್ಣುಗಳು ದಾರ್ಶನಿಕ ನೋಟವನ್ನು ಬೀರತೊಡಗಿದವು. ಈಗ ಅವರ ಎರಡು ಕೈಗಳೂ ಸ್ಟೀರಿಂಗ್ ಮೇಲಿದ್ದವು.

'ಮಗಳು?' ಅವಳು ಕೇಳಿದಳು.

'ಅವಳದ್ದೇ ಚಿಂತೆಯಾಗಿರೂದು. ಲೆಕ್ಚರರ್ ಆಗಿದಾಳೆ. ನಿನ್ನ ಗಂಡನನ್ನ ನೀನು ಹುಡುಕ್ಕೊ ಅಂತ ನಾನು ಹೇಳಿ ನಾಲ್ಕು ವರ್ಷವಾಯ್ತು. ಹುಡುಕ್ಕಳೂ ಕ್ಯಪ್ಯಾಸಿಟಿ ನಮ್ಮ ದೇಶದಲ್ಲಿ ಎಲ್ಲರಿಗೂ ಇಲ್ಲ. ಬಂದಿಲ್ಲ. ಸಮಾಜದ ಪದ್ಧತಿ ಇನ್ನೂ ಬದಲಾಗಿಲ್ಲ. ಗಂಡುಗಳು ಹಳೇಪದ್ಧತೀಲೇ ಇದಾವೆ. ನಾನೇ ಅರೇಂಜ್ ಮಾಡಾಣ ಅಂದರೆ ಯು ನೋ ದಿ ಪ್ರಾಬ್ಲಮ್.'

ಪಾರ್ಕಿನಲ್ಲಿ ಇವರಿಗೊಂದು ಬೆಂಚ್ ಸಿಕ್ಕಿತು. ಅದರ ಮೇಲೆ ಅವಳ ಪಕ್ಕದಲ್ಲಿ ಕುಳಿತ ಅವರು, 'ಈ ಪಾರ್ಕನ್ನ ಆಕ್ರಮಿಸಿಕೊಬೇಕು ಅಂತ ರಾಜಕಾರಣಿಗಳು ಸಂಚು ಹೂಡಿದ್ದರು. ಕಬನ್‌ಪಾರ್ಕ್ – ಉಳಿಸಿ ಚಳವಳಿಯನ್ನ ರೂಪಿಸಿ ಹೋರಾಟ ನಡೆಸಿ ನಾನು ಉಳಿಸಿದೆ. ನಿನಗೆ ಗೊತ್ತಿಲ್ಲವೆ? ನಾನು ಅಂದರೆ ಸರ್ಕಾರಕ್ಕೆ ಭಯ, ದ್ವೇಷ. ಎರಡೂ.'

ಅವಳ ಮನಸ್ಸು ಬೇರೆ ಏನೋ ಯೋಚಿಸುತ್ತಿತ್ತು.

'ಇಂಥ ಕಡೆ ಕೂತಾಗ ಮನಸ್ಸಿನ ಲಹರಿಯೇ ಬೇರೆಯಾಗುತ್ತೆ. ಅದಕ್ಕೇ ಪಾರ್ಕುಗಳನ್ನ ನಗರಜೀವಿಗಳ ಒಳಮನಸ್ಸು ಅನ್ನೂದು. ಏನು ಯೋಚಿಸ್ತಿದೀಯ?' ಅವರು ಆತ್ಮೀಯವಾಗಿ ಕೇಳಿದರು.

'ನಿಮ್ಮ ಮಗಳ ವಯಸ್ಸೆಷ್ಟು? ಹೆಸರೇನು?'

'ಮರೆತುಬಿಟ್ಟಿದೀಯ. ಅರುಣಾ. ಇಪ್ಪತ್ತೆಂಟು.'

'ಈಗ ನೆನಪಾಯಿತು. ಬೆಳ್ಳಗೆ ಯೂರೋಪಿಯನ್ ಇದ್ದ ಹಾಗಿದಾಳೆ. ಅಲ್ಲವೆ?'

'ಅವಳ ತಾಯಿಯ ಕಡೆ ಅಜ್ಜಿಯ ಥರ. ನಾನೂ ಆಕೆಯನ್ನ ನೋಡಿದ್ದೆ. ತುಂಬ

ಸುಂದರಳಾದ ಹೆಂಗಸು. ಎಲಿಜಬೆತ್ ಅಂತೂ ಅದನ್ನೇ ಕನ್‌ಫರ್ಮ್ ಮಾಡ್ತಾಳೆ. ಯಾರಾದರೂ ಗಂಡು ಗೊತ್ತಿದೆ ಏನು?'

'ನನ್ನ ಮಗನಿಗೆ ಮದುವೆ ಮಾಡಬೇಕು. ಮೂವತ್ತೆರಡು ವರ್ಷ. ಟೆಕ್ಸಾಸ್ ಯೂನಿವರ್ಸಿಟೀಲಿ ಪೆಟ್ರೋಕೆಮಿಕಲ್ಸ್‌ನಲ್ಲಿ ಎಂ.ಎಸ್. ಮಾಡಿ ಸೌದಿಯಲ್ಲಿ ದೊಡ್ಡ ಸಂಬಳದಲ್ಲಿದಾನೆ. ಈಗ ಬಂದಿದಾನೆ. ನನಗೂ ಅಮೀರನಿಗೂ ಈಗ ಸಂಪರ್ಕವಿಲ್ಲ. ಅವನು ಬೇರೆ ಮದುವೆ ಮಾಡಿಕೊಂಡಿರೂದು ನಿಮಗೆ ಗೊತ್ತಿರಬಹುದು. ಮಗನಿಗೆ ಸರಿಯಾದ ಕಡೆ ಹೆಣ್ಣು ಹುಡುಕೂಕೆ ಇದೊಂದು ಅಡಚಣೆಯಾಗಿದೆ.'

'ಅಮೀರ ಹೀಗೆ ಮಾಡಿದ ಅಂತ ಕೇಳಿಬಲ್ಲೆ. ಮೊದಲೇ ಗೊತ್ತಿದ್ದರೆ ಅವನನ್ನ ನಾನು ಸುಮ್ಮನೆ ಬಿಡ್ತಿರಲಿಲ್ಲ. ನೀನು ನನಗೆ ಯಾಕೆ ಹೇಳಲಿಲ್ಲ?'

'ನನಗೂ ಗೊತ್ತಿರಲಿಲ್ಲ. ಈಗ ಆ ಮಾತು ಬಿಡಿ. ನಜೀರನಿಗೆ ಒಂದು ಒಳ್ಳೆಯ ಹೆಣ್ಣು ಸಿಕ್ಕಿದರೆ ಸಾಕು.'

'ಅವನು ಸ್ಫುರದ್ರೂಪಿಯಾಗಿರಲೇಬೇಕು, ನಿನ್ನ ಮಗ ಅಂದರೆ.'

ಅವಳು ತನ್ನ ಕೈಚೀಲದಿಂದ ಒಂದು ಫೋಟೋ ತೆಗೆದುಕೊಟ್ಟಳು. ನೋಡಿದ ತಕ್ಷಣ ಪ್ರೊಫೆಸರರು ಮೆಚ್ಚುಗೆಯಿಂದ ಹುಬ್ಬು ಮೇಲೇರಿಸಿ, 'ಸೋಷಲಿಷ್ಟ್ ಇಂಟಲೆಕ್ಚುಯಲ್ ಆಗಿದಾನೆ!'

'ಇಲ್ಲ ಅದು ಇಸ್ಲಾಮಿಕ್ ಗಡ್ಡ. ಪಕ್ಕಾ ಸೌದಿ,' ಎಂದಳು.

'ಇಸ್ಲಾಮಿಗೂ ಸೋಷಲಿಸಂಗೂ ವಿರೋಧವಿಲ್ಲ. ಹಂಚಿ ತಿನ್ನು ಅನ್ನೂ ತತ್ತ್ವದ ಮೇಲೆ ತಾನೆ ಇಸ್ಲಾಂ ನಿಂತಿರೂದು?'

ಪ್ರೊಫೆಸರ್ ನೀವು ಗಿಳಿಯ ಉಚ್ಚಾರಣೆ ಮಾಡ್ತಿರೂದು ತಪ್ಪು, ಅಮೀರ – ಗುಲಾಮರೆಂಬ ವ್ಯತ್ಯಾಸವೇ ಇಸ್ಲಾಂ ಸಮಾಜದ ಮೂಲಲಕ್ಷಣ. 'ಈಶಾವಾಸ್ಯ ಮಿದಂ ಸರ್ವಂ ಯತ್ಕಿಂಚ ಜಗತ್ಯಾಂ ಜಗತ್, ತೇನ ತ್ಯಕ್ತೇನ ಭುಂಜೀಥಾ ಮಾ ಗೃಧಃ ಕಸ್ಯಸ್ವಿದ್ಧನಮ್' ಅನ್ನುವ ಮಾತನ್ನು ಎಲ್ಲೆಲ್ಲಿಗೋ ಹಾಕಿ ಭಾಷಣ ಮಾಡ್ತಿದೀರಿ, ಎನ್ನುವ ಮನಸ್ಸು ಅವಳಿಗೆ ಬಂತು. ಆದರೆ ಈಗ ವಾದ ಮಾಡುವುದು ಬೇಡವೆಂದು ಸುಮ್ಮನಾದಳು. ಪ್ರೊಫೆಸರರು ಮೇಲೇರಿಸಿದ ಹುಬ್ಬನ್ನು ಕೆಳಗೆ ಇಳಿಸದೆ ಫೋಟೋವನ್ನು ನೋಡುತ್ತಲೇ ಇದ್ದರು. ಅನಂತರ, 'ಮಗ ಸೌದಿಯಲ್ಲಿ ದೊಡ್ಡ ಸಂಪಾದನೆ ಮಾಡ್ತಿದ್ದರೂ ನೀನ್ಯಾಕೆ ಹಳೆಸೀರೆ ಉಟ್ಟಿದೀ?' ಎಂದರು.

'ಎಷ್ಟು ಬೇಕಾದರೂ ಹೊಸಸೀರೆ ಕೊಳ್ಳುವಷ್ಟು ಹಣ ನನ್ನ ಹತ್ತಿರವೇ ಇದೆ. ಆಸಕ್ತಿ ಇಲ್ಲ.'

'ದಟ್ ಈಸ್ ಗುಡ್. ಮಕ್ಕಳ ಹತ್ತಿರ ಎಂದೂ ಇಸ್‌ಕೊಬಾರದು. ನನ್ನ ಪ್ರಿನ್ಸಿಪಲ್ ಕೂಡ ಅದೇ. ಅಮೀರ ಹ್ಯಾಗೆ?'

'ನನಗೆ ಗೊತ್ತಿಲ್ಲ. ಪ್ರಾಯಶಃ ಇಸಕೊತ್ತಿಲ್ಲ. ತನಗಿಂತ ಚಿಕ್ಕವಳಾದ ಮಲತಾಯಿ ಇರುವ ಮನೇಲಿ ಇಳಕೊಳ್ಳುಕ್ಕೆ ಸಂಕೋಚವಾಗಿ ಅವನು ಹೋಟೆಲಿನಲ್ಲಿದಾನೆ.' ಎಂಬ

ಉತ್ತರ ಕೊಟ್ಟ ಎಷ್ಟೋ ಹೊತ್ತಿನ ಮೇಲೆ ಮುಂದೆ ನಜೀರನಿಗೆ ತಂದೆ ತಾಯಿಯರನ್ನು ಸಾಕುವ ಜವಾಬ್ದಾರಿಯುಂಟೇ ಎಂಬುದನ್ನು ಇವರು ಬಗೆದು ತಿಳಿದುಕೊಳ್ಳುತ್ತಿದ್ದಾರೆ, ಎಂದು ಅವಳು ಅರ್ಥಮಾಡಿಕೊಂಡಳು.

'ನಾನೇ ಬೇರೆ ದೇಶದ ಬೇರೆ ಧರ್ಮದವಳನ್ನ ಮದುವೆಯಾದವನು, ಅದೂ ನಲವತ್ತು ವರ್ಷದ ಹಿಂದೆ. ನನ್ನ ಮಗಳು ಯಾರನ್ನ ಮದುವೆಯಾದರೂ ನನ್ನ ವಿರೋಧವಿಲ್ಲ. ಆದರೂ ಹುಡುಗ ಇಂಡಿಯಾದವನಾಗಿದ್ದರೆ ಒಳ್ಳೆಯದು ಅಂತ ನನ್ನ ವಿಚಾರ. ಯಾಕೆಂದರೆ ಪರಸ್ಪರ ಆಚಾರ ವಿಚಾರ ಗೊತ್ತಿರುತ್ತೆ. ಹುಡುಗ ಕ್ರಿಶ್ಚಿಯನ್ ಆಗಿರಬೇಕು ಅಂತ ನನ್ನ ಹೆಂಡತಿಯ ಬಿಗು ಇದೆ. ಈ ಧರ್ಮವೆಲ್ಲ ವ್ಯವಹಾರಕ್ಕೆ ತಕ್ಕ ಹಾಗೆ ಬಾಗುವಂಥದು ಅಂತ ನಿನಗೂ ಗೊತ್ತು, ಎಲ್ಲರಿಗೂ ಗೊತ್ತು. ಮೊದಲು ಹುಡುಗ ಹುಡುಗಿ ಪರಸ್ಪರ ನೋಡಲಿ,' ಎಂದರು.

ಹುಡುಗ ಹುಡುಗಿ ಪ್ರೊಫೆಸರರ ಮನೆಯಲ್ಲಿ ನೋಡಿದರು. ಒಪ್ಪಿಯೂಬಿಟ್ಟರು. ಹುಡುಗಿಯದೇನೂ ಕರಾರು ಇರಲಿಲ್ಲ. ತನ್ನ ಹೆಂಡತಿಯಾಗುವವಳು ಮೊದಲು ಮುಸ್ಲಿಂ ಆಗಿ ಮುಸ್ಲಿಂ ಸಂಪ್ರದಾಯದಂತೆ ಮದುವೆ ನಡೆಯಬೇಕು, ಅನಂತರ ಮನೆಯಲ್ಲಿ. ತನ್ನ ಖಾಸಗಿಜೀವನದಲ್ಲಿ ಕೂಡ ಮುಸ್ಲಿಂ ನಂಬಿಕೆಯಂತೆ ನಡೆಯಬೇಕು ಎಂಬ ಹುಡುಗನ ಕರಾರನ್ನು ಹುಡುಗಿ ಮರುಮಾತಿಲ್ಲದೆ ಒಪ್ಪಿಕೊಂಡಳು. ಅದಕ್ಕೆ ವಿರೋಧ ಬಂದದ್ದು ಅವಳ ತಾಯಿಯಿಂದ. ಏಸುವನ್ನು ತೊರೆದರೆ ಉರಿಯುವ ನರಕವೇ ಗತಿ ಅನ್ನೂದ ಮರೆತಿದ್ದೀಯ? ಎಂಬ ತಾಯಿಯ ಮಾತಿಗೆ, 'ಒಬ್ಬ ಪ್ರವಾದಿಯನ್ನು ಬಿಟ್ಟು ಇನ್ನೊಬ್ಬ ಪ್ರವಾದಿಗೆ ಶರಣಾಗುತ್ತಿದೀನಿ. ಆ ಪ್ರವಾದಿ ಶಿಕ್ಷಿಸುಕ್ಕೆ ಬಂದರೆ ಈ ಪ್ರವಾದಿ ಕಾಪಾಡುತಾರೆ. ನಿನ್ನ ಏಸುವಿಗಿಂತ ಮುಹಮ್ಮದ(ಸ)ರು ಹೆಚ್ಚು ಬಲಾಢ್ಯರು. ಅವರು ಎಷ್ಟು ಯುದ್ಧಗಳನ್ನ ಗೆದ್ದು ತಮ್ಮ ಮತವನ್ನ ವಿಸ್ತರಿಸಿದಾರೆ. ಈ ಕೆನ್ನೆಗೆ ಹೊಡೆದರೆ ಆ ಕೆನ್ನೆ ತೋರಿಸು ಎನ್ನುವ ಏಸುವಿಗೆ ಹೊಡೆಯುವ ತ್ರಾಣವೂ ಇಲ್ಲ, ಹೊಡೆಯುವವರಿಂದ ರಕ್ಷಿಸುವ ತ್ರಾಣವೂ ಇಲ್ಲ,' ಎಂದುಬಿಟ್ಟಳು. ಮಗಳ ಬಾಯಿಂದ ಈ ಮಾತು ಬರುತ್ತದೆಂಬ ಕಲ್ಪನೆ ಬರುವುದೂ ತಾಯಿಗೆ ಸಾಧ್ಯವಿರಲಿಲ್ಲ.

ಪ್ರೊಫೆಸರು ನಜೀರನಿಗೆ ಹೇಳಿದರು: 'ಅವಳು ಬೇಕಾದರೆ ಮುಸ್ಲಿಂ ಆಗಲಿ. ಆದರೆ ನೀವು ಸಿವಿಲ್ ಮ್ಯಾರೇಜ್ ಮಾಡಿಕೊಳ್ಳಿ.'

'ಅಂಕಲ್, ಮುಸ್ಲಿಂ ಅಲ್ಲದವಳನ್ನ ಮದುವೆಯಾಗಿದಾನೆ ಅಂತ ಗೊತ್ತಾದರೆ ಮುಂದಿನ ಸಲ ರಿಟ್ರೆಂಚ್ ಆದಾಗ ಸೌದಿಯವರು ನನ್ನನ್ನ ಕೆಲಸದಿಂದ ಓಡಿಸುತಾರೆ. ಮೊದಲು ಅವಳು ಮುಸ್ಲಿಂ ಆಗಿ ಆಮೇಲೆ ಮೌಲ್ವಿ ಮದುವೆ ಮಾಡಿಸಿ ಸರ್ಟಿಫಿಕೇಟ್ ಕೊಡಬೇಕು. ಅದರ ಆಧಾರದ ಮೇಲೆ ಅವಳ ಮುಸ್ಲಿಂ ಹೆಸರು ಮುಸ್ಲಿಂಧರ್ಮ ಮುಸ್ಲಿಮನ ಹೆಂಡತಿ

ಅನ್ನುವ ಅಂಶಗಳನ್ನೊಳಗೊಂಡ ಪಾಸ್‌ಪೋರ್ಟ್ ಮಾಡಿಸಬೇಕು. ಇಲ್ಲದಿದ್ದರೆ ವೀಸಾ ಕೊಡುಲ್ಲ. ಇನ್ನು ಸಿವಿಲ್ ಮ್ಯಾರೇಜಿಗೆ ಯಾವ ಬೆಲೆ ಇದೆ? ಅದು ಯಾಕೆ ಬೇಕು?'

'ನಾನು ಫ್ರಾಂಕ್ ಆಗಿ ಹೇಳ್ತಿದೀನಿ. ನಿನ್ನಪ್ಪ ಅಮ್ಮನ ಮದುವೆ ಮಾಡಿಸಿದೋನೂ ನಾನೇ. ನಿನ್ನ ಅಮ್ಮ ಮುಸ್ಲಿಂ ಆಗುಕ್ಕೆ ಪ್ರೋತ್ಸಾಹ ಕೊಟ್ಟೋನೂ ನಾನೇ. ಈಗ ನಿಮ್ಮಪ್ಪ ಅವಳಿರುವಾಗಲೇ ಇನ್ನೊಂದು ಮದುವೆ ಮಾಡಿಕೊಂಡ. ಸಿವಿಲ್ ಮ್ಯಾರೇಜಿನ ಕಟ್ಟು ಇದ್ದಿದ್ದರೆ ಅವನು ಹಾಗೆ ಮಾಡ್ತಿರಲಿಲ್ಲ. ನಮ್ಮ ಉದ್ದೇಶ ಎಷ್ಟೇ ನಿಷ್ಠವಾಗಿರಲಿ ಮುಂದೆ ಸನ್ನಿವೇಶ ಹೇಗೆ ಬರುತ್ತೋ ನಮ್ಮ ಮನಸ್ಸು ಹೇಗೆ ತಿರುಗುತ್ತೋ ಬಲ್ಲವರಾರು? ಹುಡುಗಿಯ ತಂದೆಯಾಗಿ ನನಗೆ ಕಾಳಜಿ ಇರಬೇಡವೆ?' ಅವರು ನಯವಾದ ಧ್ವನಿಯಲ್ಲಿ ನಡುವೆ ಮುಗುಳುನಗೆ ಆತ್ಮೀಯ ಹಾವಭಾವಗಳನ್ನು ಸೇರಿಸಿ ಮಾತನಾಡಿದರು.

'ನಮ್ಮ ಅಪ್ಪ ಅಮ್ಮನ ನಡುವೆ ಏನು ನಡೆದಿದೆಯೋ ನಮಗೆ ಗೊತ್ತಿಲ್ಲ. ನನಗೆ ತಾಯಿ ಅಂದರೆ ತುಂಬ ಪ್ರೀತಿ ಇದೆ. ಆದರೆ ಅಪ್ಪ ನನ್ನ ಅಮ್ಮನಿಗೆ ತಲಾಕ್ ಹೇಳಿಲ್ಲ. ಅದನ್ನೂ ನಾವು ಮೆಚ್ಚಬೇಕಲ್ಲವೆ? ಅವರಿಬ್ಬರ ಸಂಬಂಧದ ವಿಶ್ಲೇಷಣೆಯನ್ನ ನಾವು ಹ್ಯಾಗೆ ಮಾಡೂದು?' ಅವನು ವಿಧೇಯತೆಯ ಮುಗುಳ್ನಗುತ್ತಲೇ ಎಂದ.

'ಸೌದಿ ಅಥವಾ ಮುಸ್ಲಿಂ ದೇಶಗಳನ್ನ ಬಿಟ್ಟರೆ ನಿನಗೆ ಬೇರೆ ಎಲ್ಲೂ ನೌಕರಿ ಸಿಕ್ಕುಲ್ಲವೆ?' ಅವರು ಕೇಳಿದರು.

'ಅಂಕಲ್, ದಟ್ ಈಸ್ ನಾಟ್ ದಿ ಪಾಯಿಂಟ್. ನಾನು ಸಲ್ಮಾಳನ್ನು ಪ್ರೀತಿಸುತೀನಿ. ಎಂದೆಂದಿಗೂ, ನನ್ನ ಜೀವವಿರುವವರೆಗೂ ಪ್ರೀತಿಸ್ತೀನಿ. ಟ್ರಸ್ಟ್‌ಮಿ. ಗಂಡಸಾದ ನೀವು ಈ ಮಾತನ್ನ ನಂಬದಿದ್ದರೆ ಬೇರೆ ಯಾರು ನಂಬಬೇಕು? ಯಾಕೆ, ಅರ್ಥವಾಗಲಿಲ್ಲವೆ? ಸಲ್ಮಾ ನಿಮ್ಮ ಮಗಳ ಹೆಸರು. ಹಾಗಂತ ಬದಲಾಯಿಸಿಕೊಳ್ಳುಕ್ಕೆ ಅವಳು ಒಪ್ಪಿದಾಳೆ' ಎಂದು ಅವನು ಭಾವಿ ಮಾವನವರಾದ ಪ್ರೊಫೆಸರರ ಭುಜದ ಮೇಲೆ ಕೈ ಇಟ್ಟ. ಅವರು ಅವನೊಡನೆ ಇನ್ನು ಹೆಚ್ಚು ವಾದ ಮಾಡಲಿಲ್ಲ.

ಅವನು ಹೋದಮೇಲೆ ಅವರು ಮಗಳ ಹತ್ತಿರ ಇದೇ ವಿಷಯ ಮಾತನಾಡಿದರು: 'ಮೊದಲು ಒಂದು ಸಿವಿಲ್ ಮ್ಯಾರೇಜ್ ದಾಖಲೆ ಇರಲಿ. ಆಮೇಲೆ ನಿಕಾಹ್ ಮಾಡಿಕೊಳ್ಳಿ. ಅವನು ಇನ್ನೊಂದು ಮದುವೆಗೆ ಹೊರಟರೆ ಒಂದು ತಡೆ ಇರುತ್ತೆ.'

'ಡ್ಯಾಡಿ, ಒಬ್ಬರನ್ನೊಬ್ಬರು ನಂಬದೆ ದಾಂಪತ್ಯ ಹೇಗಾಗುತ್ತೆ? ಮದುವೆಗೆ ಮೊದಲೇ ಅಪನಂಬಿಕೆ ತೋರಿಸಿದರೆ ಮದುವೆಯೇ ನಿಂತುಹೋಗಬಹುದು.'

'ಈ ಮದುವೆ ನಿಂತುಹೋದರೆ ಇನ್ನೊಬ್ಬ ಗಂಡನ್ನ ಹುಡುಕೋಣ,' ಅವರೆಂದರು.

'ಡ್ಯಾಡಿ, ನಾನು ನಜೀರನನ್ನು ನಂಬುತೀನಿ. ನೀವು ಚಿಂತೆ ಮಾಡಬೇಡಿ. ಅವನಿಗೆ ಬೇಜಾರಾಗುವ ಯಾವ ಮಾತೂ ಆಡಬೇಡಿ. ಗಂಡನ ಧರ್ಮಕ್ಕೆ ಹೆಂಡತಿ ಬದಲಿಸಿಕೊಳ್ಳುವುದು ತಾನೆ ಪದ್ಧತಿ?' ಅವಳು ಬಿಗಿಯಾಗಿ ಹೇಳಿಬಿಟ್ಟಳು.

ಒಂದುವಾರದಲ್ಲಿ ಅವಳಿಗೆ ನಜೀರನ ಮೇಲೆ ಈ ಮಟ್ಟದ ಪ್ರೀತಿ ಬೆಳೆದುಬಿಟ್ಟಿತೆ? ಎಂದು ಅವರಿಗೆ ಆಶ್ಚರ್ಯವಾಯಿತು. ರೊಮಾಂಟಿಕ್ ಭಾವನೆ ಅಂದರೆ ಇದೇ ಇರ

ಬಹುದೆ? ಎಂದುಕೊಂಡರು. ಎಲಿಜಬೆತಳ ವಿಷಯವಾಗಿ ತಮಗೂ ಇಂಗ್ಲಂಡಿನಲ್ಲಿ ಇದೇ ಭಾವನೆ ಇತ್ತು. ಅವಳ ಮಿತಿಗಳು ಸ್ವಲ್ಪವೂ ಅರ್ಥವಾಗಿರಲಿಲ್ಲ ಎಂಬ ನೆನಪಾಯಿತು. ಪ್ರಪಂಚದ ಎಚ್ಚೆತ್ತ ಮಹಿಳೆಯರೆಲ್ಲ ಮುಸ್ಲಿಂ ಗಂಡಸಿನ ಏಕಮುಖ ಅಧಿಕಾರವನ್ನು ಪ್ರಶ್ನಿಸುತ್ತಿರುವಾಗ ತಮ್ಮ ಮಗಳೇ ಏಕೆ ಅವನ ಅಂಥ ಅಧಿಕಾರಕ್ಕೆ ಕೊರಳು ಕೊಡುತ್ತಿದ್ದಾಳೆ? ತುಂಬ ಚುರುಕಾದ ಬುದ್ಧಿಯವಳಲ್ಲವಾದರೂ ತೀರ ದಡ್ಡಿಯಲ್ಲ. ಇವನ್ನೆಲ್ಲ ತಿಳಿಯದವಳೂ ಅಲ್ಲ ಎಂದು ಒಂದು ದಿನವೆಲ್ಲ ಯೋಚಿಸಿದರು. ಮರುದಿನ ಒಂದು ಉತ್ತರ ಹೊಳೆಯಿತು. ಈಗ ಇಪ್ಪತ್ತೆಂಟು ವರ್ಷ. ಹತ್ತು ಹನ್ನೆರಡು ವರ್ಷದಿಂದಲಾದರೂ ಶರೀರಬಾಧೆ ಕಾಡಿದೆ. ಪಶ್ಚಿಮದೇಶದಲ್ಲಿ ಹದಿನಾರು ದಾಟಿದ ಹುಡುಗ ಹುಡುಗಿಯರಿಗೆ ಅದನ್ನು ತೀರಿಸಿಕೊಳ್ಳುವ ಸಾಮಾಜಿಕ, ಕಾನೂನಿನ ಸಮ್ಮತಿ ಇದೆ. ನಿರೋಧಕ ಬಳಕೆಯ ಮುಕ್ತ ತಿಳಿವಳಿಕೆಯೂ ಇದೆ. ಇಲ್ಲಿಯಂತೆ ಅದುಮಿಟ್ಟ ಹಸಿವಿರುವುದಿಲ್ಲ. ಇವಳು ಭಾರತದಲ್ಲಿ ಬೆಳೆದವಳು, ಬೆಳೆಯುತ್ತಿರುವವಳು. ಜೊತೆಗೆ ಮಡಿವಂತ ಕ್ಯಾಥೊಲಿಕ್ ತಾಯಿ. ನಜೀರನನ್ನು ನೋಡಿದ ತಕ್ಷಣ ಒಪ್ಪಿಬಿಟ್ಟಳು. ಅವನ ಕರಾರಿಗೆಲ್ಲ ಕಣ್ಣುಮುಚ್ಚಿ ಸಮ್ಮತಿಸಿದ್ದಾಳೆ. ಗಂಡನ ಧರ್ಮಕ್ಕೆ ಹೆಂಡತಿ ಬದಲಿಸಿಕೊಳ್ಳುವುದು ತಾನೆ ಪದ್ಧತಿ? ಅಂತ ಎಷ್ಟು ಸರಳವಾಗಿ ಹೇಳಿಬಿಟ್ಟಳು, ಮದುವೆಯ ಹೆಸರಿನಲ್ಲಿ ಹೆಂಗಸು ತನ್ನತನವನ್ನು ಬಲಿಕೊಡಕೂಡದೆಂದು ಎಚ್ಚೆತ್ತ ಮಹಿಳೆಯರೆಲ್ಲ ಮುಗಿಲು ಮುಟ್ಟುವಂತೆ ಕೂಗು ಹಾಕುತ್ತಿರುವಾಗ. ನಾನೂ ಅಂಥ ಎಷ್ಟು ಸಭೆಗಳಲ್ಲಿ ಸ್ಫೂರ್ತಿಯುಕ್ಕಿಸುವ ಭಾಷಣ ಮಾಡಿಲ್ಲ, ಆ ಭಾಷಣ ಕೇಳಿ ಎಷ್ಟು ಜನ ಎಚ್ಚೆತ್ತ ಮಹಿಳೆಯರು ನನ್ನ ಅಭಿಮಾನಿಗಳಾಗಿಲ್ಲ, ದೇಹದ ಮಡಿ ಎಂಬ ಮೌಢ್ಯವನ್ನು ಕಳಚಿಕೊಳ್ಳುವ ತನಕ ಮಹಿಳೆಗೆ ನಿಜವಾದ ಮುಕ್ತಿ ಇಲ್ಲ ಎಂಬ ತೀರ ಮುಂದುವರೆದ ವಿಮೋಚನಾ ವಾದಿಗಳಿಗೆ ನಾನು ಅವೆಷ್ಟು ಸಮರ್ಥಕ ವಾದಗಳನ್ನು ಸೃಷ್ಟಿಸಿಕೊಟ್ಟಿಲ್ಲ. ಇಷ್ಟಾದರೂ ನನ್ನ ಮಗಳೇ ಏಕೆ ಹೀಗಾದಳು? ಎಂಬ ಚಿಂತೆಯಲ್ಲಿ ತೊಡಗಿದರು.

ನಿಕಾಹ್ ಮಾಡಿಕೊಳ್ಳುವ ಮೊದಲು ಸಿವಿಲ್ ಮ್ಯಾರೇಜ್ ಮಾಡಿಕೊಳ್ಳುವಂತೆ ನೀನಾದರೂ ನಿನ್ನ ಮಗನಿಗೆ ಹೇಳು ಎಂದು ಅವರು ಲಕ್ಷ್ಮಿಗೂ ಹೇಳಿದರು. ಅವರ ಮಾತು ಸರಿ ಎಂದು ಅವಳಿಗೆ ತಕ್ಷಣ ಅನ್ನಿಸಿತು. ಹೋಟೆಲಿಗೆ ಹೋಗಿ ಮಗನ ಕೈಲಿ ಮಾತನಾಡಿದಳು. 'ಅಮ್ಮಾಜಾನ್, ಮದುವೆ ಅನ್ನುವುದು ಶರಿಅತ್‌ಗೆ ಸಂಬಂಧಿಸಿದ ವಿಚಾರ. ಅದಕ್ಕೆ ಮೊದಲು ಒಂದು ಸಿವಿಲ್ ಮ್ಯಾರೇಜ್ ಅಂದರೆ ಶರಿಅತ್ ಮದುವೆಯು ನಾಮ್ ಕೇ ವಾಸ್ತೆ ಅಂತ ಅಲ್ಲವೆ?'

'ನಾಮ್ ಕೇ ವಾಸ್ತೆ ಅಲ್ಲ, ಅದಕ್ಕೆ ಪೂರಕವಾಗಿ ಇದು.'

'ಜಾಣತನದ ಮಾತು ಬೇಡಿ. ಗಂಡುಹೆಣ್ಣು ಇಬ್ಬರಿಗೂ ನ್ಯಾಯ ಕೊಡುವ ನಿಯಮ ಶರಿಅತ್ ಮದುವೆಯಲ್ಲೇ ಇದೆ. ಮದುವೆಯ ಸಂದರ್ಭದಲ್ಲೇ ನಾನು ನಿನ್ನನ್ನು ಬಿಟ್ಟರೆ ಇಷ್ಟು ಹಣ ಕೊಡುತೀನಿ ಅನ್ನುವ ಮಾತು ಸೇರಿರುತ್ತೆ. ತಲಾಕ್ ಸಂಭವ ಉಂಟಾದರೆ ಒಪ್ಪಿಕೊಂಡ ಮೊತ್ತ ಇಸಕೊಂಡು ಹೆಂಡತಿಯಾದವಳು ಜಾಗ ಖಾಲಿಮಾಡಬೇಕು. ಮದುವೆ ಅನ್ನೂದು ಒಂದು ಕರಾರು ತಾನೆ?'

'ನಿಮ್ಮಪ್ಪ ಮಾಡಿದ ಹಾಗೆ ನೀನೂ ಇವಳ ಆಕರ್ಷಣೆ ಕಡಮೆಯಾದಮೇಲೆ ಇನ್ನೊಬ್ಬ ಳನ್ನೋ ಇಬ್ಬರನ್ನೋ ಮೂವರನ್ನೋ ಮಾಡಿಕೊಂಡರೆ?'

'ಮಾಡಿಕೊಂಡರೂ ಎಲ್ಲರಿಗೂ ಸಮಾನ ನ್ಯಾಯ ಒದಗಿಸಬೇಕು ಅಂತ ಶರಿಅತ್ ಹೇಳಿದೆ. ನಾನು ಈ ಧರ್ಮವನ್ನ ಮೀರೋನಲ್ಲ. ಇಸ್ಲಾಂನ ನನ್ನ ನಂಬಿಕೆ ಗಾಢವಾದದ್ದು. ತೇಲಿಕೆಯದಲ್ಲ.'

ಇವನ ಕೈಲಿ ಹೆಚ್ಚು ಮಾತನಾಡಿ ಪ್ರಯೋಜನವಿಲ್ಲ ಎಂದು ಅವಳು ಅರ್ಥಮಾಡಿ ಕೊಂಡಳು. ಈ ನಂಬಿಕೆಗೆ ಬದ್ಧವಾದ ಒಂದು ಮುಸ್ಲಿಂ ಕುಟುಂಬದಿಂದಲೇ ಹೆಣ್ಣು ಹುಡುಕಬೇಕಿತ್ತು. ಇವನಿಗೊಬ್ಬ ವಿದ್ಯಾವಂತೆ ಹುಡುಗಿ ಸಿಕ್ಕಲೆಂದು ನಾನು ಪ್ರೊಫ಼ೆಸರರ ಕೈಲಿ ಮಾತನಾಡಿದೆ. ಅವಳೇನೋ ಧರ್ಮಾಂತರದ, ಶರಿಅತ್ ಮದುವೆಯ ಇವನ ಷರತ್ತುಗಳನ್ನು ಒಪ್ಪಿಕೊಂಡಿದ್ದಾಳಂತೆ. ಸಮಸ್ಯೆಯ ಸಿಕ್ಕೂ ಸಿಗುರುಗಳೂ ಅವಳಿಗೆ ಸಂಪೂರ್ಣವಾಗಿ ಅರ್ಥವಾಗಿವೆಯೆ? ಪ್ರೊಫ಼ೆಸರರು ಬಿಡಿಸಿ ಹೇಳಿದ್ದಾರೆಯೆ? ಯಾರ ಮಗಳೇ ಆಗಲಿ, ಅನ್ಯಾಯವಾಗಬಾರದು, ಎಂದುಕೊಂಡಳು. ಹೋಟೆಲಿನಿಂದ ಹೊರಬಂದು ಪ್ರೊಫ಼ೆಸರರಿಗೆ ಫ಼ೋನು ಮಾಡಿ ಮಗನೊಡನೆ ಆದ ಸಂಭಾಷಣೆಯ ವರದಿ ಮಾಡಿ ಹೇಳಿದಳು: 'ನನ್ನ ಮಗನ ಮದುವೆಗೆ ನಾನೇ ಕಲ್ಲುಹಾಕುವ ಮಾತನಾಡುಲ್ಲ. ನೀವು ಇದು ಆಪ್ತಸಮಾಲೋಚನೆ ಅಂತ ಭಾವಿಸಿ ಗುಟ್ಟಿನಲ್ಲಿಡಬೇಕು. ನಿಮ್ಮ ಮಗಳಿಗೆ ನೀವು ಎಲ್ಲವನ್ನೂ ಬಿಡಿಸಿ ಹೇಳಿ ಅವಳೇ ಸಿವಿಲ್ ಮ್ಯಾರೇಜ್ ಸಹ ಬೇಕು ಅಂತ ಹಟಹಿಡಿಯುವ ಹಾಗೆ ಮಾಡಿಸಿ. ಇಷ್ಟರಮೇಲೆ ಈ ಪ್ರಸ್ತಾಪ ಮುರಿದುಬಿದ್ದರೆ ಅದಕ್ಕೂ ಅವಳನ್ನು ಸಿದ್ಧ ಮಾಡಿ.'

'ಅದು ಸಾಧ್ಯವಾಗಲಿಲ್ಲ ಅಂತ ನಾನು ನಿನ್ನ ಕೈಲಿ ಮಾತಾಡಿದ್ದು.'

'ಯಾಕೆ ಅವಳು ಇಷ್ಟು ಗಟ್ಟಿಯಾಗಿ ಅವನನ್ನ ನಂಬಿದಾಳೆ?'

'ಫ಼ೋನಿನಲ್ಲಿ ಹೇಳುವ ವಿಚಾರವಲ್ಲ. ಪ್ರತ್ಯಕ್ಷ ಹೇಳ್ತೀನಿ.'

ಅರುಣಾಳು ಸಲ್ಮಾ ಆಗಿ ಸೌದಿಗೆ ಹೋಗಿ ಎರಡುತಿಂಗಳಾದರೂ ತಾವು ಮಗಳಿಗೆ ಸರಿಯಾದ ಶಿಕ್ಷಣ ಕೊಡಲಿಲ್ಲ, ಅವಳಿಗೊಂದು ಸುರಕ್ಷೆಯುಳ್ಳ ಮದುವೆ ಮಾಡಲಿಲ್ಲವೆಂಬ ಕೊರಗು ಪ್ರೊಫ಼ೆಸರರಿಗೆ ಕಡಮೆಯಾಗಲಿಲ್ಲ. ಮಗಳು ಕ್ಯಾಥೊಲಿಕ್ ಧರ್ಮವನ್ನು ಬಿಟ್ಟು ಹೋದುದಕ್ಕೆ ಅವರ ಹೆಂಡತಿಗೂ ಒಂದೇ ಮಟ್ಟದ ವ್ಯಾಕುಲತೆ ಇತ್ತು. ಅವಳಲ್ಲಿ ವಿಮರ್ಶಾತ್ಮಕ ಬುದ್ಧಿ ಬೆಳೆಯಲು ತಾಯಿಯೇ ಅಡ್ಡಿಯಾಗಿದ್ದಳೆಂಬ ಕೋಪ ತಂದೆಯಲ್ಲಿ, ಅವಳು ಕ್ಯಾಥೊಲಿಕ್ ಧರ್ಮವನ್ನು ತೊರೆದು ಇತಿಹಾಸ ಕಾಲದಿಂದ ಅದರ ಶತ್ರುವಾಗಿರುವ ಇಸ್ಲಾಮನ್ನು ಸ್ವೀಕರಿಸಿ ಆ ಧರ್ಮದವನನ್ನು ಮದುವೆಯೂ ಆಗಿ ಹೋದದ್ದು ತಂದೆಯ ಕುಮ್ಮಕ್ಕಿನಿಂದಲೇ ಎಂಬ ಸಿಟ್ಟು ತಾಯಿಯಲ್ಲಿ ಒಳಗೇ ಬೇಯುತ್ತಿದ್ದವು. ಮನೆಯಲ್ಲಿ

ಮೌನ ವಿರಸ. ಅಡುಗೆಯವಳಿದ್ದುದರಿಂದ ಮೌನಕ್ಕೂ ಭಂಗವಿರಲಿಲ್ಲ; ಮೌನ ಮುರಿಯುವ ಮಾನಭಂಗದ ಅಗತ್ಯವೂ ಇರಲಿಲ್ಲ.

ಮಗಳು ಹೊರಟುಹೋದಮೇಲೆ ಪ್ರೊಫೆಸರರನ್ನು ಅವರ ತಾಯಿಯ ನೆನಪು ಬಾಧಿಸತೊಡಗಿತು. ಒಂದಕ್ಕೊಂದು ಸಂಬಂಧವಿಲ್ಲ. ಆದರೂ ತಾಯಿಯೇ ಮೊಮ್ಮಗಳಾಗಿ ಹುಟ್ಟುತಾಳೆ ಎಂಬ ಕವಿಯ ಮಾತು ನಿಜವೆ? ಎಂಬ ಪ್ರಶ್ನೆ ಮನಸ್ಸಿನಲ್ಲಿ ಎದ್ದಿತು. ಅಮ್ಮ ನಿಗೆ ಎಂಬತ್ತೈದು. ನಾನು ಹುಟ್ಟಿದಾಗ ಹದಿನೈದು ವರ್ಷವಂತೆ. ಆ ಕಾಲದಲ್ಲೆಲ್ಲ ಹಾಗೆಯೇ. ನಾನೊಬ್ಬನೇ ಗಂಡುಮಗ, ಬದುಕುಳಿದ ಗಂಡುಮಗ. ಬದುಕುಳಿದ ಮೂವರು ಹೆಣ್ಣು ಮಕ್ಕಳು. ತುಂಬ ಮಕ್ಕಳು. ಉಳಿದವರು ನಾಲ್ವರು. ಸೀಮಿತ ವಲಯದಿಂದ ಹೊರಗೆ ಹೋದರೆ ತಂದೆ ತಾಯಿಯರಿಂದ, ತಂಗಿಯರಿಂದ ಹೇಗೆ ಬೇರೆಯಾಗಬೇಕಾಗುತ್ತದೆ! ಎಂದು ಕಲ್ಪಿಸಿಕೊಳ್ಳತೊಡಗಿದರು. ಎಲಿಜಬೆತಳೂ ಅಷ್ಟೆ. ಸ್ವಲ್ಪವೂ ಹೊಂದಿಕೊಳ್ಳಲಿಲ್ಲ. 'ನೀನೇನೂ ನಿನ್ನ ಧರ್ಮ ಬಿಡುವ ಅಗತ್ಯವಿಲ್ಲ. ಒಂದು ಸೀರೆ ಉಟ್ಟುಕೊ. ಹಣೆಗೆ ಕುಂಕುಮ. ಕೈಗೆ ಎರಡು ಬಳೆ. ನನ್ನ ತಂದೆ ತಾಯಿಯರು ನಿನ್ನನ್ನು ಒಪ್ಪಿಕೊಳ್ಳುವ ಹಾಗೆ ಮಾಡೂದು ಸುಲಭ,' ಎಂದರೆ ಕೇಳಲಿಲ್ಲ. 'ಮಾತು ಕೊಟ್ಟಿದೀರಿ. ಪೇಗನ್ ಆಚರಣೆಗಳನ್ನ ನನ್ನ ಮೇಲೆ ಹೇರಬೇಡಿ.' ಬೆಂಗಳೂರು ಚರ್ಚಿನ ಹಿರಿಯ ಪಾದ್ರಿಯನ್ನು ಕೇಳಿದಳಂತೆ. 'ನೊ, ನೊ. ಡೋಂಟ್ ಎಂಟರ್‌ಟೇನ್ ಎನಿ ಅನ್‌ಕ್ರಿಸ್ತಿಯನ್ ಪ್ರ್ಯಾಕ್ಟೀಸ್' ಎಂದರಂತೆ. ಊರಿಗೆ ಕರೆದೊಯ್ಯಲಿಲ್ಲ. ಎರಡು ಮೂರುವರ್ಷಕ್ಕೊಮ್ಮೆ ನಾನೇ ಹೋಗುತ್ತಿದ್ದೆ. ಹಣ ಕೊಡಲು ಹೋದರೆ, 'ಬ್ಯಾಡ, ನಮಗೆ ಬೇಕಾದಷ್ಟನ್ನ ಸ್ವಾಮಿ ನರಸಿಂಹ ಕೊಡ್ತಿದಾನೆ' ಎನ್ನುತ್ತಿದ್ದರು. 'ಅಮ್ಮ, ನಿನಗೆ ಎಂಥ ಒಡವೆಬೇಕು ಹೇಳು, ಮುಂದಿನ ಸಲ ತಂದುಕೊಡ್ತೀನಿ' ಅಂತ ಕೇಳಿದ್ದಕ್ಕೆ, 'ನನಗೆಂಥ ಒಡವೆ. ಸಂಸಾರಸ್ಥ, ದುಡ್ಡು ನಿನಗೆ ಬೇಕಾಗುತ್ತೆ' ಅಂದಳು. ಆಗ ನನ್ನ ಸಂಬಳವೂ ಕಮ್ಮಿ. ಮನೆಯನ್ನು ಸ್ವಲ್ಪವಾದರೂ ಬ್ರಿಟಿಶ್ ಸ್ಟಾಂಡರ್ಡಿನಲ್ಲಿ ನಡೆಸಬೇಕು.

ಗೋಮಾಂಸ ಭಕ್ಷಣದ ಪ್ರಕರಣವಿಲ್ಲದಿದ್ದರೆ ಸಂಬಂಧ ಪೂರ್ತಿ ಕಡಿದುಹೋಗು ತ್ತಿರಲಿಲ್ಲ. ನಾನು ಪ್ರಗತಿಪರನಾಗಿ ಹೊಳೆಯಲು ಶುರುವಾಗಿದ್ದ ಕಾಲ. ವೇದದ ಋಷಿಗಳು ಗೋಮಾಂಸ ತಿನ್ನುತ್ತಿದ್ದರೆಂದು ನಾನು ಸಂಪಾದಿಸುತ್ತಿದ್ದ ಮಾಸಿಕ 'ವಿಶ್ಲೇಷಣೆ'ಯಲ್ಲಿ ಲೇಖನ ಪ್ರಕಟವಾದಾಗ ಸನಾತನಿಗಳೆಲ್ಲ ಧಿಕ್ಕಾರ ಹಾಕಿ, ದೊಂಬಿಯಾಗಿ ಬೆಂಗಳೂರಿಗೆ ತರಕಾರಿ ತರುವ ರೈತರೂ ಕೂಡಿ ಮೆರವಣಿಗೆ ಹೊರಟು, ಪೋಲೀಸು ರಕ್ಷಣೆ ಇಲ್ಲದಿದ್ದರೆ ನನ್ನ ಮನೆಯ ಕಿಟಕಿ ಬಾಗಿಲುಗಳು ಉಳಿಯುತ್ತಿರಲಿಲ್ಲ. ನಾನು ಸಾಯದಿದ್ದರೂ ಕೈಕಾಲು ಗಳಲ್ಲಿ ಒಂದಾದರೂ ಊನವಾಗುತ್ತಿತ್ತು. ಮುಂದಿನ ಸಂಚಿಕೆಯಲ್ಲಿ ಲೇಖನ ಬರೆದೆ: 'ಗೋಮಾಂಸವು ನಿಷಿದ್ಧವೆನ್ನುವವರು ಗೋಮಾಂಸ ಭಕ್ಷಣ ಮಾಡುವವರನ್ನು ಹೊರ ಗಿಟ್ಟಂತಾಗುತ್ತದೆ. ಇಂಥ ಹೊರಗಿಡುವ ಕ್ರಮವು ಮುಂದೆ ರಾಷ್ಟ್ರವಿಭಜನೆಗೆ ಎಡೆಕೊಟ್ಟೀತು. ಭಾರತದ ಹೊರಗೆ ಎಲ್ಲೂ ಈ ಆಚಾರನಿಷೇಧವಿಲ್ಲ. ವಿದೇಶದಲ್ಲಿದ್ದಾಗ ನಾನು ನಿತ್ಯ ತಿನ್ನುತ್ತಿದ್ದೆ. ಈಗ ಸಿಕ್ಕಿದಾಗ ತಿನ್ನುತ್ತೇನೆ. ಹಾಗೆಂದು ನನ್ನನ್ನು ಭಾರತೀಯನಲ್ಲವೆನ್ನುವ

ಅಧಿಕಾರ ಯಾರಿಗುಂಟು?.....' ಆ ಸಂಚಿಕೆ ಬರುವ ಹೊತ್ತಿಗೆ ಸನಾತನಿಗಳ ಕೋಪದ ಹೊಳೆ ಇಳಿದಿತ್ತು. ನಮಗೆ ಪೋಲೀಸರ, ಸರ್ಕಾರದ, ರಕ್ಷಣೆ ಇತ್ತು. ನಾವು ಸೆಮಿನಾರುಗಳನ್ನು ನಡೆಸಿ ಧೈರ್ಯತೋರಿಸಿದ್ದೆವು.

ಇದಾದ ಒಂದು ವರ್ಷಕ್ಕಲ್ಲವೆ, ಊರಿಗೆ ಹೋಗಿ ಮೂರುವರ್ಷವಾಗಿತ್ತು. ಕಾಳೇನ ಹಳ್ಳಿಯ ಸೋಷಲಿಸ್ಟ್ ಮುಂದಾಳು ಪ್ರಕಾಶಗೌಡರ ಮಗಳ ಮದುವೆಗೆ ಹೋಗಿದ್ದಾಗ, ಹೋಗದಿದ್ದರೆ ಪಕ್ಷದ ಸ್ನೇಹ ಬೆಳೆಯುತ್ತಿರಲಿಲ್ಲ, ಅಷ್ಟು ಹತ್ತಿರ ಹೋದವನು ಊರಿಗೆ ಹೋಗಿ ತಾಯಿತಂದೆಯರನ್ನು ನೋಡದೆ ಬಂದರೆ ಊರಿನವರ ಬಾಯಿಗೆ ಗ್ರಾಸವಾಗುತ್ತಿದ್ದೆ, ಮದುವೆಗೆ ಬಂದಿದ್ದ ನಮ್ಮೂರವರೆಲ್ಲ 'ಊರಿಗೆ ಬರದೆ ಹೋಯ್ತೀರಾ?' ಎಂದು ಕೇಳಿಯೂ ಇದ್ದರು, ಮಧ್ಯಾಹ್ನ ಮೂರುಗಂಟೆಯಲ್ಲಿ ಕಾರು ನಡೆಸಿಕೊಂಡು ಹೋದಾಗ ಒಳಅಂಗಳದಲ್ಲಿ ಕೂತು ಹೂಬತ್ತಿ ಹೊಸೆಯುತ್ತಿದ್ದ ಅಮ್ಮನಿಗೆ ಗುರುತು ಸಿಕ್ಕದೆ, ಅಷ್ಟರಲ್ಲಿ ಜೆ.ಪಿ.ಯ ಡ್ರೆಸ್ ಶುರುಮಾಡಿದ್ದೆನಲ್ಲವೆ? 'ನಾನು ಕಣಮ್ಮ, ನಾಣು,' ಅವಳ ಮುಖದಲ್ಲಿ ಸಡಗರ, ಒಳಗಿನಿಂದ ಬಂದ ಅಪ್ಪ, 'ಪ್ರಕಾಶಗೌಡನ ಮಗಳ ಮದುವೆಗೆ ಬಂದಿದ್ದೆಯಾ? ತಾಳು,' ಎಂದು ಒಳಗೆ ಹೋಗಿ ನನ್ನ ಮಾಸಪತ್ರಿಕೆ ಹಿಡಿದುಕೊಂಡು ಬಂದು ನನ್ನ ಮುಂದೆ ಹಾಕಿ, 'ಗೋಮಾಂಸ ಭಕ್ಷಿಸುತೀನಿ ಅಂತ ಧೈರ್ಯವಾಗಿ ಬರೆದಿದೀಯ. ಹೌದಲ್ಲವೆ?' ಅನಿರೀಕ್ಷಿತ ದಿಂದ ನನ್ನ ಬಾಯಿ ಕಟ್ಟಿಹೋಗಿ ಒಂದು ಕ್ಷಣದಲ್ಲಿ ಚೇತರಿಸಿಕೊಂಡು, 'ಅಪ್ಪಾ, ಹೊರಗೆ ರಾಜಕಾರಣದಲ್ಲಿ ಏನೇನೋ ಹೇಳಬೇಕಾಗುತ್ತೆ, ಬರೆಯಬೇಕಾಗುತ್ತೆ, ಅದನ್ನೆಲ್ಲ ನೀವು ನಂಬ್ತೀರಾ?' 'ಸುಳ್ಳೇ ಆಗಿದ್ದರೆ ಇಂಥ ಸುಳ್ಳು ಯಾಕೆ ಹೇಳ್ತೀಯ? ಮನುಷ್ಯನಿಗೆ ನಾಲಗೆ ಒಂದೋ ಎರಡೋ? ಹುಟ್ಟಿಸಿದ ನನ್ನೆದುರು ಹೆತ್ತ ನಿನ್ನಮ್ಮನೆದುರು ನಿಂತಿದೀಯ. ನಿಜ ಹೇಳು' ಅಂತ ಸವಾಲೆಸೆದಾಗ ನನ್ನ ಅಭಿಮಾನ ಕೆರಳಿ, 'ನಿಮ್ಮನ್ನ ನೋಡಿಕಂಡು ಹೋಗಾಣ ಅಂತ ಬಂದೆ. ಅಕಸ್ಮಾತ್ ತಿಂದರೂ ತಪ್ಪೇನು? ಗೋವುಗಳನ್ನು ಸಾಕದೆ ಇರುವ ಚೀನಾ ಮಂಗೋಲ ದೇಶಗಳನ್ನು ಬಿಟ್ಟು ಪ್ರಪಂಚದ ಉಳಿದೆಲ್ಲ ಜನಾಂಗಗಳವರೂ ಗೋಮಾಂಸ ಭಕ್ಷಣ ಮಾಡ್ತಾರೆ. ನಮ್ಮ ದೇಶದಲ್ಲೂ ಶೇಕಡ ಎಷ್ಟು ಭಾಗ ಮಾಡ್ತಾರೆ ಗೊತ್ತಾ? ಒಬ್ಬರ ಆಹಾರವನ್ನ ಇನ್ನೊಬ್ಬರು ನಿಯಂತ್ರಿಸೂದು ಫ್ಯಾಸಿಸಂ, ಪ್ರಜಾಪ್ರಭುತ್ವವಲ್ಲ,' ಎಂದದ್ದಕ್ಕೆ, 'ಒಪ್ಪಿಕೊಂಡೆಯಲ್ಲ. ಒಳ್ಳೇದು. ನಿನ್ನಂಥ ಪುತ್ರರತ್ನನಿಗೆ ಜನ್ಮಕೊಟ್ಟದ್ದಕ್ಕೆ ನಾನು ನಿನ್ನಮ್ಮ ಪ್ರಾಯಶ್ಚಿತ್ತ ಮಾಡಿಕೊತ್ತೀವಿ' ಅಂತ ಒಳಕ್ಕೆ ಹೋಗಿ, ನಾನೂ ಹೊರಗೆ ಬಂದು ಕಾರು ಸ್ಟಾರ್ಟ್ ಮಾಡಿಕೊಂಡು, ಆಮೇಲೆ ಪ್ರಕಾಶ ಗೌಡರಿಂದಲೇ ತಿಳಿದದ್ದು ಆ ಪತ್ರಿಕೆಯನ್ನ ಇವರಿಗೆ ಕೊಟ್ಟು ಓದಿ ಅಂದೋನು ಗಾಂಧಿವಾದಿ ನರಸಿಂಹಪ್ಪನಂತೆ, ಅವನ ಮಗಳು ಮುಸಲ್ಮಾನಳಾಗಿ ಅಮೀರನನ್ನು ಮದುವೆಯಾಗುಕ್ಕೆ ನಾನು ಕುಮ್ಮಕ್ ಕೊಟ್ಟೆ ಅನ್ನುವ ಪ್ರತೀಕಾರಕ್ಕಿರಬಹುದೆ, ಗಾಂಧಿಯೂ ಗೋ ಪೂಜಕ, ವೈಚಾರಿಕ ಪ್ರವಾಹ ಮುಂದೆ ಹರಿ ಯುವಾಗ ಸ್ನೇಹ ಬಾಂಧವ್ಯಗಳು ಹರಿದು ಒಂದೊಂದು ದಡಕ್ಕೆ ಕೊಚ್ಚಿ ಹೋಗ್ತವೆ, ಪ್ರಪಂಚವನ್ನು ಪ್ರಗತಿಪಥದಲ್ಲಿ ಮುನ್ನಡೆಸಿದ ಎಲ್ಲ ಮಹಾವ್ಯಕ್ತಿಗಳ ಜೀವನದಲ್ಲೂ ಅಜ್ಞಾನ ತುಂಬಿದ ತಂದೆತಾಯಿ ಅಣ್ಣತಮ್ಮ ಅಕ್ಕತಂಗಿಯರು ದೂರವಾಗಿಯೇ ಇದಾರೆ. ಹಾಗಂತ

ಭಾವದೌರ್ಬಲ್ಯ ತೋರಿಸಿದ್ದರೆ ಅವರು ಮಹಾವ್ಯಕ್ತಿಗಳಾಗ್ತಿರಲಿಲ್ಲ ಎಂದು ತಾವು ಮಾಡಿಕೊಂಡ ಸಮಾಧಾನ ಕಳೆದ ಇಪ್ಪತ್ತೈದು ವರ್ಷ ಆಶ್ರಯಕೊಟ್ಟಿತ್ತು.

ಅರುಣಾ ಸಿವಿಲ್ ಮ್ಯಾರೇಜಿನ ರಕ್ಷಣೆ ಇಟ್ಟುಕೊಂಡು ಹೋಗಿದ್ದರೆ ಅಮ್ಮನ ನೆನಪು ಇಷ್ಟೊಂದು ಬಾಧಿಸುತ್ತಿರಲಿಲ್ಲವೇನೋ? ಎನ್ನಿಸಿ ಯಾವುದಕ್ಕೆ ಯಾವುದು ಸಂಬಂಧ ಎಂಬ ಆಶ್ಚರ್ಯವಾಯಿತು. ಆಮೇಲೆ ಅಪ್ಪ ಅಮ್ಮರ ಸಂಬಂಧ ಪ್ರೀತಿಗಳೆಲ್ಲ ಮೂವರು ಹೆಣ್ಣುಮಕ್ಕಳು ಅಳಿಯಂದಿರು ಆ ಮೊಮ್ಮಕ್ಕಳ ಮೇಲೆ ಬೆಳೆಯಿತಂತೆ. ನನಗೆ ಸುದ್ದಿ ಬರುತ್ತಿದೆ. ಸಂಪರ್ಕವಿಲ್ಲ. ಅಮ್ಮನಿಗೆ ಎಂಬತ್ತೈದು. ಇಷ್ಟು ವಯಸ್ಸಾದ ಮೇಲೆ ಯಾವ ಕ್ಷಣದಲ್ಲಿ ಏನೋ ಎಂತೋ. ಅಪ್ಪನಿಗೆ ತೊಂಬತ್ತೈದು. ನೂರು ಮುಟ್ಟಬಹುದು. ದಾಟಬಹುದು. ಏನಾದರೂ ಆಚರಿಸಲು ನನಗೆ ಅವಕಾಶವಿರುಲ್ಲ. ಇಷ್ಟು ವರ್ಷ ಮನಸ್ಸು ದೂರವಾಗಿರುವಾಗ ಸಡಗರದ ಆಚರಣೆ ಹೇಗೆ ಸಾಧ್ಯ? ಮಾನವೀಯ ಸಂಬಂಧಕ್ಕಿಂತ ಒಂದು ಪ್ರಾಣಿಯ ಮಾಂಸ ತಿನ್ನುವ ಬಿಡುವ ಸಂಗತಿಗೆ ಬೆಲೆ ಕೊಡುವ ಧರ್ಮ ಎಂಥದು? ಈ ಧರ್ಮವನ್ನು ಧಿಕ್ಕರಿಸಿ, ಭೇದಿಸಿ, ವಿಶ್ಲೇಷಿಸಿ ಎಷ್ಟು ಲೇಖನ ಬರೆದರೂ, ಎಷ್ಟು ಭಾಷಣ ಮಾಡಿದರೂ ಮುಲುಕದೆ ಹಾಗೆಯೇ ಇದೆ, ಎಂದು ಅವರು ಸಿಡಿಮಿಡಿಗೊಳ್ಳುತ್ತಿದ್ದರು.

* *

ಅಧ್ಯಾಯ ೧೧

ಪ್ರೊಫ಼ೆಸರರಿಗೆ ಅಮೆರಿಕದಿಂದ ಒಂದು ಸಂದೇಶ ಬಂದಿತ್ತು. ಬೇರೆ ಬೇರೆ ದೇಶಗಳ ವೈಚಾರಿಕ ಪ್ರವೃತ್ತಿಗಳ ಸಮೀಕ್ಷೆ ಮಾಡಿಸುವ ನಮ್ಮ ಕಾರ್ಯ ಯೋಜನೆಯಡಿಯಲ್ಲಿ ನೀವು ಎರಡು ತಿಂಗಳ ಅವಧಿಗೆ ಭೇಟಿಕೊಟ್ಟು ಆಧುನಿಕ ಭಾರತದ ವೈಚಾರಿಕ ಪ್ರವೃತ್ತಿಗಳ ಮೇಲೆ ವಾರಕ್ಕೆರಡು ಉಪನ್ಯಾಸ ಕೊಡಲು ಸಾಧ್ಯವೆ? ಈ ತಕ್ಷಣ ಹೊರಟು ಬಂದರೂ ನಮಗೆ ಅನುಕೂಲ, ಎಂದು ಈಶಾನ್ಯ ವಿಶ್ವವಿದ್ಯಾಲಯದವರು ಕೇಳಿದ್ದರು. ಈ ಆಮಂತ್ರಣದ ಹಿಂದೆ ಇರುವವನು ತಮ್ಮ ವೈಚಾರಿಕ ಗೆಳೆಯ ಟಾಮ್ ಎಂದು ಅವರಿಗೆ ತಕ್ಷಣ ಹೊಳೆಯಿತು. ಅಮೆರಿಕೆಯ ವಿಶ್ವವಿದ್ಯಾಲಯಗಳಲ್ಲಿ ವಾಮಪಂಥೀಯ ವಿಚಾರಗಳನ್ನು ಹುಟ್ಟುಹಾಕಿ ಬೆಳೆಸುವುದರಲ್ಲಿ ನಿರತ. ಹಿಂದೊಮ್ಮೆ ಸಿಕ್ಕಿದ್ದಾಗ ಇದನ್ನೇ ಕೇಳಿದ್ದ ಎಂಬ ನೆನಪಾಯಿತು. ಅವರಿಗೂ ಬೇಸರವಾಗಿತ್ತು. ಅಮೆರಿಕಕ್ಕೆ ಹೋಗಿ ಬರುವುದೆಂದರೆ ಬೇಸರ ಕಳೆಯುತ್ತೆ. ಜೊತೆಗೆ ಡಾಲರೂ ಸಿಕ್ಕುತ್ತೆ, ಕಾರನ್ನೂ ಬದಲಾಯಿಸಬಹುದು, ಎಂದು ತಕ್ಷಣ ಹೊಳೆಯಿತು. ಆದರೆ ಈಗಾಗಲೇ ಬನಾರಸಿನಲ್ಲಿ ನಡೆಯುವ ಒಂದು ಕಾರ್ಯಾಗಾರದಲ್ಲಿ ಹಿರಿಯ ಸಂಪನ್ಮೂಲ ವ್ಯಕ್ತಿಯಾಗಲು ಒಪ್ಪಿಗೆ ಕೊಟ್ಟಿದ್ದೇನೆ. ಅದೇನೂ ಅಂಥ ಉತ್ತೇಜಕ ಅನುಭವವಲ್ಲ. ಇಂಥ ಎಷ್ಟೋ ಕಾರ್ಯಾಗಾರಗಳಲ್ಲಿ ಮಾಡಿರುವ ಭಾಷಣಗಳನ್ನೇ ಪುನರಾವರ್ತಿಸುವುದು, ತರಬೇತಿಗೆ ಕರೆತರುವ ಹುಡುಗರು ಯುವಕರು ವಯಸ್ಕರು ಕೂಡ ಒಂದೇ ಥರದ ಪ್ರಶ್ನೆಗಳನ್ನು ಕೇಳ್ತಾರೆ, ಆದರೂ ಒಪ್ಪಿಕೊಂಡ ಮೇಲೆ ಬರೂದಿಲ್ಲ ಅಂದರೆ ಅಸಮಾಧಾನ ಶುರುವಾಗುತ್ತೆ, ಅಪಪ್ರಚಾರಾನೂ ಮಾಡಬಹುದು, ಎಂಬ ಎಚ್ಚರ ಹುಟ್ಟಿತು. ಇದನ್ನು ಮುಗಿಸಿಕೊಂಡು ಅಮೆರಿಕೆಗೆ ಹೋಗಬಹುದಾದ ತಾರೀಖನ್ನು ನಿರ್ಧರಿಸಲು ಕ್ಯಾಲೆಂಡರ್ ನೋಡುತ್ತಾ ಕೂತಿದ್ದಾಗ,

ವಿಶೇಷೋಪನ್ಯಾಸ ಕೊಡಲೆಂದು ಅಮೆರಿಕದ ಪ್ರತಿಷ್ಠಿತ ಈಶಾನ್ಯ ವಿಶ್ವವಿದ್ಯಾಲಯವು ಪ್ರೊಫ಼ೆಸರ್ ಶಾಸ್ತ್ರಿಗಳನ್ನು ಆಮಂತ್ರಿಸಿದೆ ಅಂತ ಇಲ್ಲಿಯ ಪತ್ರಿಕೆಗಳಿಗೆ ಸುದ್ದಿ ಕೊಡಬೇಕು, ಎಂಬ ಯೋಜನೆ ಹೊಳೆಯಿತು. ಮಗ ತನ್ನ ಉದ್ಯಮದಲ್ಲಿ ಎಷ್ಟೇ ಚನ್ನಾಗಿ ಬೆಳೆಯುತ್ತಿರಲಿ, ಇವರು ಅವನಿಗೆ ತಮ್ಮ ಪ್ರಭಾವ ಬೀರಿ ಎಷ್ಟೇ ಸಹಾಯ ಮಾಡುತ್ತಿರಲಿ, ಅವನಿಂದ ಒಂದು ರೂಪಾಯಿಯನ್ನೂ ಇಸಕೊಳ್ಳುತ್ತಿರಲಿಲ್ಲ. ಮಗನಿಂದ ಇಸಕೊಂಡರೆ ತಮ್ಮ ತೂಕಕ್ಕೆ ಕಡಮೆ ಎಂಬ ಭಾವನೆ ಅವರಲ್ಲಿತ್ತು. ಅವನನ್ನು ಭೇಟಿಯಾಗಬೇಕು, ಬಿಸಿನೆಸ್ಸಿನ ಯೋಗಕ್ಷೇಮ ವಿಚಾರಿಸಬೇಕು, ಏನಾದರೂ ಸಹಾಯಬೇಕೆ? ಎಂದು ಕೇಳಬೇಕು, ಆದರೆ ಎಂದೂ

ಏನೂ ಪಡೆಯಬಾರದು. ಎಲಿಜಬೆತ್ ಆಗಾಗ್ಗೆ ಮಗನಿಂದ ಹಣ ಇಸಕೊಳ್ಳುತ್ತಾಳೆಂಬುದು ಅವರಿಗೆ ಗೊತ್ತಿತ್ತು. ಹೆಂಗಸರಿಗೆ ಆತ್ಮಾಭಿಮಾನ ಕಡಮೆ ಎಂದುಕೊಂಡರು. ಆದರೆ ಈ ಮಾತನ್ನು ಬಹಿರಂಗವಾಗಿ ಅಂದರೆ ಸ್ತ್ರೀವಾದಿಗಳು ಎದುರುಬಿದ್ದಾರೆಂಬ ಎಚ್ಚರ ಮೂಡಿತು. ಅಥವಾ ಎಲಿಜಬೆತ್‌ಳಿಗೂ ಸ್ವಂತ ಆದಾಯವಿದ್ದರೆ ಹೆಚ್ಚಿನ ಆತ್ಮಗೌರವವಿರುತ್ತಿತ್ತೊ? ಎಂಬ ಆಯಾಮವೂ ಕಾಣಿಸಿತು. ಸ್ವಂತ ಆದಾಯವಿದ್ದರೆ ನನ್ನೊಡನೆ ಇರದೆ ಬೇರೆಯೇ ಆಗುತ್ತಿದ್ದಳೇನೋ ಎಂಬ ಸಂಭವ ಕಾಣಿಸಿದಾಗ ಅವಳು ಕ್ಯಾಥೊಲಿಕ್ ಎಂಬ ನೆನಪಾಯಿತು. ಎತ್ತೆತ್ತಲೋ ಹೋಗುತ್ತಿದ್ದ ಮನಸ್ಸನ್ನು ಗುರಿಇಟ್ಟು ಹಿಡಿದು ಮೂಲ ಪ್ರಶ್ನೆಗೆ ತೊಡಗಿಸಿದರು.

ಅಷ್ಟರಲ್ಲಿ ಸುಮಾರು ಮೂವತ್ತು ವಯಸ್ಸಿನ ಇಬ್ಬರು ವಿಚಾರವಾದಿಗಳು ಪ್ರೊಫೆಸರನ್ನು ಕಾಣಲು ಬಂದರು. ಇಬ್ಬರೂ ಆಕರ್ಷಕವಾದ ಚೋಟಾ ಗಡ್ಡ, ಕೆದರಿದ ಕ್ರಾಪ್ ಬಿಟ್ಟು ದೊಗಲೆ ಷರಟು, ಜೀನ್ ಧರಿಸಿದ್ದವರು. ಕರ್ನಾಟಕದಲ್ಲೊಂದು ಪ್ರಚಂಡವಾದ ವಿಚಾರ ವಾದೀ ಸಮ್ಮೇಳನ ನಡೆಸುವುದು ಅವರ ಗುರಿಯಾಗಿ ಅದನ್ನು ಉದ್ಘಾಟಿಸಲು ಪ್ರೊಫೆಸರ್ ಶಾಸ್ತ್ರಿಗಳನ್ನು ಪ್ರಾರ್ಥಿಸುವುದು ಈ ಭೇಟಿಯ ಉದ್ದೇಶವಾಗಿತ್ತು. ಅವರು ಇವರಿಗೆ ಅಪ ರಿಚಿತರಲ್ಲ. ಸಾಂಸ್ಕೃತಿಕ, ಬೌದ್ಧಿಕ ಅಥವಾ ಪ್ರಗತಿಪರವೆಂದುಕೊಳ್ಳುವ ಚಳವಳಿಯಲ್ಲಿರುವ ಯಾರೂ ಪ್ರೊಫೆಸರರಿಗೆ ತಿಳಿಯದಿರುವ, ಅವರ ಆಶೀರ್ವಾದವನ್ನು ಪಡೆಯಲು ಅಪೇಕ್ಷಿಸ ದಿರುವ ಸಂಭವವಿರಲಿಲ್ಲ. ಅವರು ಬಂದು ಕುಳಿತು ತಮ್ಮ ಉದ್ದೇಶವನ್ನು ಹೇಳಿದನಂತರ ಪ್ರೊಫೆಸರರೇ ಯೂರೋಪು ಹೇಗೆ ವಿಚಾರಶಕ್ತಿಯನ್ನು ಬೆಳೆಸಿಕೊಂಡಂದಿನಿಂದ ಶಕ್ತವಾಗಿ ಅರಳಿ ಇಡೀ ಜಗತ್ತನ್ನು ಆಕ್ರಮಿಸಿತು, ವಿಚಾರವೇ ಶಕ್ತಿ, ವಿಚಾರಹೀನತೆಯೇ ದೌರ್ಬಲ್ಯ ಎಂದು ವಿಶ್ಲೇಷಿಸಿ ಸೈದ್ಧಾಂತಿಕ ಪ್ರಸ್ತಾವನೆಯನ್ನು ಹೇಳತೊಡಗಿದರು. ಬಂದ ಯುವಕರು ಅವರಿಗೆ ಸಿಗರೇಟು ಅರ್ಪಿಸಿ ತಾವು ಹಚ್ಚಲು ಅನುಮತಿ ಕೇಳುವುದನ್ನೂ ಮರೆತು ತದೇಕಚಿತ್ತರಾಗಿ ಕೇಳುತ್ತಿರುವಾಗ ಫೋನ್ ಬಾರಿಸಿತು. 'ನೋಡಿ, ಅನುಕೂಲಕ್ಕೆ ಅಂತ ಹಾಕ್ಕೊಂಡಿರುವ ಫೋನ್ ಹ್ಯಾಗೆ ನಮ್ಮ ಏಕಾಗ್ರತೆಗೆ ಭಂಗ ತರುತ್ತೆ?' ಅನ್ನುತ್ತಾ ಅವರು ಎತ್ತಿಕೊಂಡರೆ ಮಾತನಾಡುತ್ತಿದ್ದವಳು ಲಕ್ಷ್ಮಿ.

'ಸಾರ್, ನಾನು ಕುಣಿಗಲಿನಿಂದ ಮಾತಾಡ್ತಿದೀನಿ. ನಿಮ್ಮ ತಾಯಿ ತೀರಿಕೊಂಡರು' ಎಂಬ ಮಾತು ಕಿವಿಗೆ ಬಿದ್ದಾಗ ಹಾ, ವಾಟ್, ನಿಜವಾ? ಎಂದು ಇವರು ಹತಪ್ರಭರಾದರು. ಏನಾಗಿತ್ತು? ಮತ್ತೆ ಕೇಳಿದರು. 'ಇತ್ತೀಚೆಗೆ ಆರೋಗ್ಯ ಸರಿ ಇರಲಿಲ್ಲ. ಊರಿನಲ್ಲಿ ವೈದ್ಯಕೀಯ ಸೌಲಭ್ಯ ಇಲ್ಲ ಅಂತ ವಿಶಾಲಾಕ್ಷಮ್ಮ ತುಮಕೂರಿಗೆ ಕರಕೊಂಡು ಹೋಗಿದ್ದರು. ಒಂದು ತಿಂಗಳಿನಿಂದ ಅಯ್ಯಾ ಅವರೂ ಅಲ್ಲೇ ಇದ್ದರು. ಸ್ವಲ್ಪ ಹೃದಯದ ತೊಂದರೆ ಇತ್ತಂತೆ. ಈ ವಯಸ್ಸಿನಲ್ಲಿ ಬೇರೆ ಏನೂ ಮಾಡುಕ್ಕಾಗುಲ್ಲ ಅಂತ ಡಾಕ್ಟರು ಹೇಳಿದರಂತೆ. ದಹನ ಮಾಡುಕ್ಕೆ ಯಾರು ಅನ್ನುವ ಮಾತು ಬಂದಾಗ ಅಳಿಯನೂ ಮಗನ ಸಮಾನ. ಹಿರೀ ಅಳಿಯನೇ ಮಾಡಲಿ ಅಂತ ಅಯ್ಯಾವರು ಹೇಳಿ ಮಾಡಿಸಿದರಂತೆ. ತಿಥಿ ಕರ್ಮವನ್ನ ಊರಿನಲ್ಲೇ ಇಟ್ಟುಕೊಂಡಿದಾರೆ. ಮೀನಾಕ್ಷಿ, ಜಲಜಾಕ್ಷಿ ಬಂದಿದಾರೆ. ಅವರ ಗಂಡಂದಿರು ಮಕ್ಕಳು ಏಳನೆ ದಿನದ ಹೊತ್ತಿಗೆ ಬರ್ತಾರಂತೆ. ವಿಶಾಲಾಕ್ಷಮ್ಮ, ಅವರ ಗಂಡ ಇಲ್ಲೇ

ಇದಾರೆ. ಇವತ್ತು ಬೆಳಗ್ಗೆ ವಿಶಾಲಾಕ್ಷಮ್ಮನೇ ನಮ್ಮ ಮನೆಗೆ ಬಂದು, ನೀನಾದರೂ ಅವನಿಗೊಂದು ಫೋನು ಮಾಡಿ ಹೇಳು; ತಾಯಿ ಸತ್ತಾಗಲೂ ತಿಳಿಸಲಿಲ್ಲ ಅನ್ನುವ ಮಾತು ನಾಳೆ ಬರೂದು ಬ್ಯಾಡ; ಎಷ್ಟಾದರೂ ಶ್ರಾದ್ಧಕರ್ಮದ ಅಧಿಕಾರಿ ಅವನೇ, ಅಂದರು. ನಾನು ಬಸ್ ಹತ್ತಿ ಕುಣಿಗಲಿಗೆ ಬಂದು ಫೋನ್ ಮಾಡ್ತಿದೀನಿ,' ಎಂದಳು.

'ನಾನೀಗ ಬರ್ತೀದೀನಿ. ಹೊರಟೆ. ನೀನು ಇರ್ತೀಯಲ್ಲವಾ?' ಇವರು ಏನೂ ಯೋಚಿಸದೆ ಎಂದುಬಿಟ್ಟರು.

'ಕಾಯ್ತಿರ್ತೀನಿ ಬನ್ನಿ. ಫೋನು ಕೆಳಗಿಡಲಾ?' ಎಂದು ಕೇಳಿ ಇವರು ಹೂಂ ಎಂದಮೇಲೆ ಅವಳು ಇಟ್ಟಳು.

ಪ್ರೊಫೆಸರರು ಉದ್ವಿಗ್ನರಾದರು. 'ಐಯಾಮ್ ಸಾರಿ. ನನ್ನ ತಾಯಿ ತೀರಿಹೋಗಿದಾರೆ. ನಾನು ತಕ್ಷಣ ಕುಣಿಗಲ್‌ಗೆ ಆರು ಮೈಲಿ ಆಚೆ ಊರಿಗೆ ಹೋಗಬೇಕು,' ಎಂದು ಮೇಲೆ ಎದ್ದರು. ನಮ್ಮ ಕಾರಿನಲ್ಲಿ ಬಿಡ್ತೀವಿ ನಡೀರಿ ಸಾರ್, ಅವರು ಮುಂದೆ ಬಂದರು. ಇವರು ನೇರವಾಗಿ ಹೋಗಿ ಅವರ ಕಾರಿನಲ್ಲಿ ಕುಳಿತರು.

ಕಾರು ಬೆಂಗಳೂರು ದಾಟುವವರೆಗೂ ಎಲ್ಲರೂ ಮೌನವಾಗಿದ್ದರು. ಅನಂತರ ಅವರಲ್ಲೇ ಒಬ್ಬರು, 'ಎಷ್ಟು ವಯಸ್ಸಾಗಿತ್ತು ಸಾರ್ ತಾಯಿಯವರಿಗೆ? ನಿಮ್ಮಂಥ ಮೇಧಾವಿಗೆ ಜನ್ಮವಿತ್ತ ಅವರು ಮಹಾಮಾತೆ ಅನ್ನೂದರಲ್ಲಿ ಸಂಶಯವಿಲ್ಲ' ಎಂದು ಮಾತು ತೆಗೆದರು. ಇವರು ತಾಯಿಯ ಗುಣಗಳನ್ನು ನೆನಸಿಕೊಂಡು ಹೇಳತೊಡಗಿದರು.

'ಶಂಕರಾಚಾರ್ಯರು ಸಂನ್ಯಾಸ ನಿಯಮ ಮೀರಿ ತಾಯಿಯ ಅಂತ್ಯಕ್ರಿಯೆ ಮಾಡಿ ತಾಯಿಯ ಮಹತ್ತ್ವವನ್ನು ತೋರಿಸಿಬಿಟ್ಟರು. ಅವರು ಬೇರೆ ಸಂನ್ಯಾಸಿಗಳಿಗಿಂತ ಹೆಚ್ಚು ಮಾನವತಾವಾದಿ ಅರ್ಥಾತ್ ವಿಚಾರವಾದಿಯಾಗಿದ್ದರು' ಎಂದು ಇವರು ತಾತ್ತ್ವಿಕ ಪ್ರಸ್ತಾವನೆಗೆ ತೊಡಗಿದರು.

ಕಾರನ್ನು ಮೊದಲು ಲಕ್ಷ್ಮಿಯ ಮನೆಗೆ ನಡೆಸಿಸಿದರು. 'ನೀನೂ ಬಾ ಅಪ್ಪಯ್ಯ, ವಿಶಾಲಾಕ್ಷಿಯರ ಕೈಲಿ ಮಾತಾಡಬೇಕು,' ಎಂದು ಕರೆದಾಗ ಅವಳು, 'ಕುಟುಂಬದ ವಿಷಯ ಮಾತನಾಡುವಾಗ ನಾನು ಹೊರಗಿನವಳು ಯಾಕೆ?' ಎಂದಳು. 'ನೀನು ಯಾವ ಅರ್ಥದಲ್ಲೂ ಹೊರಗಿನವಳಲ್ಲ. ನಡಿ' ಎಂದು ಒತ್ತಾಯಮಾಡಿದರು. ಇಷ್ಟು ವರ್ಷ ದೂರವಿದ್ದು ಈಗ ತಂದೆಯನ್ನು ಒಬ್ಬರೇ ಮುಖಾಮುಖಿಯಾಗಲು ಹಿಂಜರಿಕೆ ಇದೆ ಎಂದು ಅರ್ಥಮಾಡಿಕೊಂಡ ಅವಳು ಹೊರಟಳು. 'ಮೇಡಂ, ನಾವು ನಿಮಗೆ ಗೊತ್ತಿಲ್ಲ. ನೀವು ನಮಗೆ ಗೊತ್ತು. ಇಡೀ ದೇಶಕ್ಕೆ ಗೊತ್ತಿರುವ ವ್ಯಕ್ತಿ ನೀವು' ಎಂದು ಇಬ್ಬರು ಯುವಕರೂ ಅವಳೊಡನೆ ಕುಶಲ ಸಂಭಾಷಣೆ ಮಾಡಿದರು.

ಜಗಲಿಯ ಮೇಲೆ ಕುಳಿತಿದ್ದ ಸುಬ್ಬಣ್ಣಭಾವ ಮುಂಡನ ಮಾಡಿಸಿಕೊಂಡದ್ದರಿಂದ ಇವರಿಗೆ ತಕ್ಷಣ ಗುರುತು ಸಿಕ್ಕಲಿಲ್ಲ. ಅಲ್ಲದೆ ನೋಡಿ ಕಾಲು ಶತಮಾನ ಕಳೆದಿತ್ತು. 'ಈಗ ಬಂದ್ರಾ?' ಎಂದು ಅವರೇ ಮಾತನಾಡಿದಮೇಲೆ ಧ್ವನಿಯ ನೆನಪೂ ಸೇರಿ ಗುರುತಾಯಿತು. 'ಒಳಗೆ ನಡೀರಿ. ಮಾವಯ್ಯ ಮಂಚದ ಮೇಲೆ ಕೂತಿದಾರೆ,' ಎಂದು ಅವರು ಎದ್ದು

ಜೊತೆ ಸೇರಿದರು. ಕಾರಿನ ಇಬ್ಬರು ಯುವಕರೂ ಹಿಂಬಾಲಿಸಿದರು. ಮೈಲಿಗೆಯ ಹಾಸಿಗೆ ಬಟ್ಟೆಗಳಿಲ್ಲದ ಬರೀ ಮರದ ಮಂಚದಮೇಲೆ ಗೋಡೆಯೊರಗಿ ಕುಳಿತಿದ್ದ ಅಪ್ಪಯ್ಯ ಶತ ಮಾನ ದಾಟುವುದನ್ನು ಕಾಯುವ ಕಾಲಪುರುಷನಂತೆ ಕಂಡರು. ತುಸು ಉಬ್ಬಿದ ಮೂಗು. ಉಬ್ಬುಹಣೆ, ಬೊಕ್ಕತಲೆ. ಗದ್ದದಮೇಲೆ ಬಿಳಿ ಕುರುಚಲು. ಉಟ್ಟ ತುಂಡು ಪಂಚೆ. ಹೆಗಲ ಮೇಲಿನ ಜನಿವಾರದ ಜೊತೆಗೆ ಒಂದು ತುಂಡು ಚೌಕ. ಪ್ರೊಫ಼ೆಸರರು ಹತ್ತಿರ ಹೋಗಿ ಅವರ ಪಾದಗಳಿಗೆ ತುಸು ದೂರದಲ್ಲಿ ನಮಸ್ಕಾರ ಮಾಡಿ ನಿಂತುಕೊಂಡರು. ಹತ್ತಿರ ಬಂದ ಸುಬ್ಬಣ್ಣಭಾವ ತುಸು ಗಟ್ಟಿಯಾಗಿ 'ನಾಣು ಬಂದಿರೋದು' ಎಂದರು. ಅವರು ಓ! ಎಂದರು. ಮತ್ತೇನೂ ಮಾತನಾಡಲಿಲ್ಲ. ತುಸು ಹೊತ್ತಿನ ಮೇಲೆ 'ಎಲ್ಲ ಆರೋಗ್ಯವೆ?' ಎಂದರು. ಇವರು 'ಹೂಂ' ಎಂದರು. ಯಾರಿಗೂ ಮುಂದಿನ ಮಾತು ತೋಚಲಿಲ್ಲ. ಅಷ್ಟರಲ್ಲಿ ಒಳಗಿನಿಂದ ವಿಶಾಲಾಕ್ಷಿ ಬಂದಳು. ಅವಳ ಹಿಂದೆ ಮೀನಾಕ್ಷಿ, ಜಲಜಾಕ್ಷಿಯರೂ ಬಂದು ಹತ್ತಿರ ನಿಂತು 'ಅಣ್ಣಯ್ಯ, ಈಗ ಬಂದ್ಯಾ? ಅತ್ತಿಗಮ್ಮ ಮಕ್ಕಳು ಚನ್ನಾಗಿದಾರಾ?' ಎಂದು ಅಂತಃಕರಣ ತುಂಬಿದ ಧ್ವನಿಯಲ್ಲಿ ಮಾತನಾಡಿಸಿದರು. ಮೂವರ ತಲೆಗೂದಲೂ ಸೆಣಬಿನಂತೆ ಬೆಳ್ಳಗಿತ್ತು.

ಶೇಷಶಾಸ್ತ್ರಿಗಳು ಮಗನಿಗೆ ಕೂತುಕೊ ಎಂದರು. ಅವರು ಮಂಚದ ಈಚೆ ತುದಿಯಲ್ಲಿ ಕುಳಿತರು. ಈಚೆ ಗೋಡೆಯ ಹತ್ತಿರ ಹಾಸಿದ್ದ ಮಂದಲಿಗೆಯ ಮೇಲೆ ಇಬ್ಬರು ವಿಚಾರವಾದಿ ಗಳು ಲಕ್ಷ್ಮಿ ಕೂತಮೇಲೆ ಸುಬ್ಬಣ್ಣಭಾವ ಕಂಬ ಒರಗಿ ನೆಲದಮೇಲೆ ಮಂಡಿಸಿದರು. 'ಹಾರ್ಟ್ ಪ್ರಾಬ್ಲಮ್ಮಿತ್ತಂತೆ ಅಮ್ಮನಿಗೆ. ನಂಗೆ ತಿಳಿಸಿದ್ದರೆ ಬೆಂಗಳೂರಿನಲ್ಲಿ ಆಪರೇಶನ್ ಮಾಡುಸ್ತಿದ್ದೆ. ಫ಼ಾರಿನ್‌ನಲ್ಲಿ ತಯಾರಾಗಿ ಬಂದಿರೂ ಹಾರ್ಟ್‌ಸರ್ಜನ್‌ಗಳೆಲ್ಲ ನನಗೆ ಗೊತ್ತು' ಪ್ರೊಫ಼ೆಸರರು ಸಂಭಾಷಣೆ ಆರಂಭಿಸಿದರು.

'ಆಪರೇಶನ್ನಿಗೆ ಕಳಿಸಿದರೂ ಪ್ರಯೋಜನವಿಲ್ಲ ಅಂತ ತುಮಕೂರು ಡಾಕ್ಟರೇ ಅಂದರು.' ವಿಶಾಲಾಕ್ಷಿ ಉತ್ತರಿಸಿದಳು. ಮುಂದೆ ಸಂಭಾಷಣೆಯ ಯಾವ ಮಾತೂ ಯಾರಿಗೂ ಹೊಳೆಯಲಿಲ್ಲ. ವಿಶಾಲಾಕ್ಷಿ ತಂದೆಗೆ ಸ್ವಲ್ಪ ಗಟ್ಟಿಯಾದ ಧ್ವನಿಯಲ್ಲಿ, 'ನಾವು ಮೂರು ಜನ ಅಕ್ಕತಂಗೀರೂ ಮಾತಾಡಿಕೊಂಡೇ ಅಣ್ಣಯ್ಯನಿಗೆ ಫ಼ೋನ್ ಮಾಡಿ ಕರೆಸಿದೀವಿ. ಅಳಿಯಂದಿರು ಎಷ್ಟೇ ಶ್ರದ್ಧೆಯಿಂದ ತಿಥಿ ಮಾಡಿದರೂ ಮಗ ಮಾಡಿದ ಹಾಗಾಗುಲ್ಲ. ಮಗ ಇರುವಾಗ ಮಗನೇ ಮಾಡಬೇಕು ಅಲ್ಲವೆ?' ಎಂದಳು.

ತಂದೆ ಒಂದುನಿಮಿಷ ಸುಮ್ಮನಿದ್ದರು. ತಮ್ಮೊಳಗೇ ಯೋಚಿಸುವವರಂತೆ. ಅನಂತರ 'ತಿಥಿ ಯಾರು ಮಾಡಿದರೂ ಸತ್ತ ಪ್ರೇತಕ್ಕೆ ಏನೂ ವ್ಯತ್ಯಾಸವಾಗುಲ್ಲ. ಅವರವರ ಪಾಪ ಪುಣ್ಯಾನುಸಾರ ಮುಂದಿನ ಗತಿ ಬರುತ್ತೆ. ಗಂಡುಮಕ್ಕಳಿಲ್ಲದೋರು ಏನು ಮಾಡಬೇಕು? ಮಕ್ಕಳೇ ಇಲ್ಲದೋರು ಏನು ಮಾಡಬೇಕು? ಶ್ರಾದ್ಧಕರ್ಮ ಏನಿದ್ದರೂ ಪ್ರೇತವನ್ನ ಮುಂದಕ್ಕೆ ದಾಟಿಸುತ್ತೆ, ಶ್ರಾದ್ಧ ಮಾಡೋರು ಸತ್ತೋರಿಗೆ ಏನೂ ಉಪಕಾರ ಮಾಡುಲ್ಲ. ತಮ್ಮ ಕರ್ತವ್ಯ ತಾವು ನಿರ್ವಹಿಸ್ತಾರೆ ಅಷ್ಟೆ.'

'ಆದರೂ ಮಗ ಇರುವಾಗ ಅವನೇ ಮಾಡಲಿ ಅಂತ ನಮ್ಮೆಲ್ಲರ ಇಚ್ಛೆ.' ಮೀನಾಕ್ಷಿ

ಬಾಯಿಹಾಕಿದಳು.

'ಅವನು ಮಾಡ್ತೀನಿ ಅಂದರೆ ಮಾಡಲಿ. ಆದರೆ ಪ್ರಾಯಶ್ಚಿತ್ತ ಮಾಡಿಕೊಬೇಕು.'

'ತಿಳಿದೋ ತಿಳಿಯದೆಯೋ ಗೊತ್ತಿರುವ ಗೊತ್ತಿಲ್ಲದ ಲೋಪಗಳಿಗಾಗಿ ಒಂದು ಪ್ರಾಯಶ್ಚಿತ್ತ ಮಂತ್ರ ಹೇಳಿಯೇ ತಾನೆ ಯಾವ ಕರ್ಮವನ್ನಾದರೂ ಆರಂಭಿಸೂದು?' ಸುಬ್ಬಣ್ಣಭಾವ ಎದ್ದು ಹತ್ತಿರ ಬಂದು ಮಾವನವರಿಗೆ ಕೇಳುವಂತೆ ಹೇಳಿದರು.

'ಇದು ತಿಳಿದೋ, ತಿಳಿಯದೆಯೋ, ಗೊತ್ತಿರುವ, ಗೊತ್ತಿಲ್ಲದ ಲೋಪವಲ್ಲ. ಗೊತ್ತಿದ್ದೂ ಧರ್ಮವನ್ನ ಧಿಕ್ಕರಿಸಿ ಗೋಮಾಂಸಭಕ್ಷಣ ಮಾಡುತ್ತಾ ನಾನು ಮಾಡಿದೀನಿ, ಮಾಡ್ತಿದೀನಿ, ಮುಂದೆಯೂ ಮಾಡ್ತೀನಿ ಅಂತ ಲೋಕಕ್ಕೆ ಘೋಷಿಸಿರುವ ಪಾತಕ. ಹಾಗಂತ ಬರೆದು ಪ್ರಕಟಿಸಿದಾನೆ. ಭಾಷಣ ಮಾಡಿದಾನೆ. ಇಲ್ಲಿ ಬಂದು ನಮ್ಮೆದುರಿಗೆ ವಾದ ಮಾಡಿದಾನೆ. ಅದರಿಂದಲೇ ಅವಳು ಮನಸ್ಸು ಗಟ್ಟಿಮಾಡಿಕೊಂಡು ಇವನಿಂದ ದೂರವಾದಳು. ಅವಳ ಶ್ರಾದ್ಧಕರ್ಮ ಮಾಡಬೇಕಾದರೆ ಒಂದು ಮಂತ್ರ ಹೇಳಿ ದರ್ಭೆ ಚಿವುಟಿಹಾಕುವ ಪ್ರಾಯಶ್ಚಿತ್ತದಿಂದ ಆಗುಲ್ಲ.'

ಈಗ ಸುಬ್ಬಣ್ಣಭಾವನಿಗೂ ಮಾತು ತೋಚಲಿಲ್ಲ. ಅಕ್ಕ ತಂಗಿಯರಿಗೂ ಏನೂ ತಿಳಿಯಲಿಲ್ಲ. ಮಗ ಏನು ಮಾಡಬೇಕೆಂದು ಶೇಷಶಾಸ್ತ್ರಿಗಳೂ ಹೇಳಲಿಲ್ಲ. ತಾನೇನು ಮಾಡಬೇಕೆಂದು ಪ್ರೊಫೆಸರರೂ ಕೇಳಲಿಲ್ಲ. ಇಪ್ಪತ್ತೈದು ವರ್ಷಗಳ ಹಿಂದೆ ನಡೆದ ಘಟನೆಯನ್ನು ಹುತ್ತದೊಳಗಿಟ್ಟುಕೊಂಡು ಇವರು ಸಾಧಿಸುತ್ತಿದ್ದಾರೆ ಎಂದು ಅವರು ಅಂದುಕೊಂಡರು. ತಾನೇನು ಮಾಡಬೇಕೆಂದು ಕೇಳಿದರೆ ಅವರ ವಿಧಿಗೆ ಅರ್ಧ ಭಾಗವಾದರೂ ಒಪ್ಪಿಗೆ ಸೂಚಿಸಿದಂತಾಗುತ್ತದೆಂಬ ಎಚ್ಚರ ಹುಟ್ಟಿದಾಗ ತಾವು ತಮ್ಮ ಕಾರನ್ನು ನಡೆಸಿಕೊಂಡು ಬರಬೇಕಿತ್ತು, ಅಥವಾ ಅವನ ಡ್ರೈವರನ್ನು ಕಳಿಸು ಎಂದು ದಿಗಂತನಿಗೆ ಫೋನ್ ಮಾಡಬೇಕಿತ್ತು ಎನ್ನಿಸಿತು. ಅವರಿಬ್ಬರೂ ತಮ್ಮನ್ನೇ ನೋಡುತ್ತಿದ್ದಾರೆ. ಆದ್ದರಿಂದ ತಾವು ಅವರು ಕೂತಿರುವ ಕಡೆಗೆ ನೋಡಕೂಡದೆಂದು ನಿರ್ಧರಿಸಿದರು. ಲಕ್ಷ್ಮಿಯೂ ಅವರ ಜೊತೆ ಕೂತಿರುವುದರಿಂದ ಅವಳನ್ನೂ ನೋಡುವಂತಿಲ್ಲವೆಂಬ ಸ್ಥಿತಿ ಅರ್ಥವಾಯಿತು.

ಸುಬ್ಬಣ್ಣಭಾವನೇ, 'ಇವರು ಯಾವ ಪ್ರಾಯಶ್ಚಿತ್ತ ಮಾಡಿಕೊಬೇಕು ಹೇಳಿ' ಎಂದರು.

'ಬರೀ ನೀವು ನೀವೇ ಮಾತಾಡ್ತೀರಲ್ಲ, ಈ ಪ್ರಶ್ನೆ ಅವನ ಮನಸ್ಸಿನಲ್ಲಿ ಹುಟ್ಟಿದೆಯೆ?' ಅವರು ಕೇಳಿದರು.

ಧರ್ಮಸೂಕ್ಷ್ಮದ, ವಿಚಾರದ ವಿಶ್ಲೇಷಣೆ ಬಂದರೆ ಅಪ್ಪನ ಬುದ್ಧಿ ಈಗಲೂ ಚುರುಕಾಗಿದೆ ಎಂಬುದನ್ನು ಬಲ್ಲ ಮೀನಾಕ್ಷಿ, 'ಅವನೇ ಬಾಯಿಬಿಟ್ಟು ಕೇಳಬೇಕೆ? ಅವನ ಪರವಾಗಿ ನಾವೆಲ್ಲ ಕೇಳ್ತಿದೀವಿ. ಹೇಳಿ,' ಎಂದಳು.

ಒಂದು ನಿಮಿಷ ಜ್ಞಾಪಿಸಿಕೊಳ್ಳುವವರಂತೆ ಕಣ್ಣುಮುಚ್ಚಿದ ನಂತರ ಶೇಷಶಾಸ್ತ್ರಿಗಳು, 'ನನಗೆ ವಯಸ್ಸಾಗಿದೆ. ಜ್ಞಾಪಕಶಕ್ತಿ ಪ್ರಖರವಾಗಿಲ್ಲ. ನನ್ನ ಮಾತನ್ನೇ ಕೊನೆಯದು ಅಂತ ಭಾವಿಸಬೇಡಿ. ಕರ್ಮಮಾಡಿಸುಕ್ಕೆ ಬರ್ತಾರಲ್ಲ ವಿರೂಪಾಕ್ಷಶಾಸ್ತ್ರಿಗಳು ಅವರನ್ನ ಒಂದು ಮಾತು ಕೇಳಿ. ನನಗೆ ಅನ್ನಿಸೂದು ಅಂದರೆ ತಪ್ಪಿಗೆ ಎರಡು ಥರದ ಶಿಕ್ಷೆ. ಒಂದು ಪರಿ

ಷತ್ತು ಕೊಡುವುದು. ಅಂದರೆ ಪಂಚಾಯ್ತಿ ಅಥವಾ ಕೋರ್ಟು. ಇದು ಬಾಹ್ಯ ಶಿಕ್ಷೆ. ಇನ್ನೊಂದು ಮನುಷ್ಯ ಆತ್ಮಶುದ್ಧಿಗಾಗಿ ತನಗೆ ತಾನೆ ವಿಧಿಸಿಕೊಳ್ಳುವುದು. ಇದಕ್ಕೆ ಪ್ರಾಯಶ್ಚಿತ್ತ ಅಂತ ಹೆಸರು. ಪ್ರಾಚೀನಕಾಲದಲ್ಲಿ ಎರಡೂ ಜೊತೆ ಜೊತೆಯಾಗಿ ನಡೀತಿತ್ತು. ಎಷ್ಟೋ ತಪ್ಪುಗಳನ್ನ ಪರಿಷತ್ತು ಗಣನೆಗೆ ತಂದುಕೊತ್ತಿರಲಿಲ್ಲ, ಆದರೆ ವ್ಯಕ್ತಿ ಪ್ರಾಯಶ್ಚಿತ್ತ ಮಾಡಿಕೊತ್ತಿದ್ದ. ಪ್ರಾಯಶ್ಚಿತ್ತದಲ್ಲಿ ಎರಡು ಅಂಶಗಳಿವೆ: ತಾನು ಮಾಡಿದ್ದು ಪಾತಕ ಅಂತ ತನ್ನ ಮನಸ್ಸಿಗೆ ತಾನು ಮನದಟ್ಟು ಮಾಡಿಕೊಳ್ಳೂದು, ಎರಡನೇದು ಇನ್ನು ಮುಂದೆ ಅಂಥ ಪಾತಕವನ್ನು ಮಾಡುಲ್ಲ ಅಂತ ನಿಶ್ಚಯಿಸಿಕೊಳ್ಳೂದು. ಇದರ ಜೊತೆಗೆ ಮಾಡಿದ ತಪ್ಪಿಗೆ ತಾನೇ ಶಿಕ್ಷೆ ವಿಧಿಸಿಕೊಳ್ಳೂದು. ಪಾತಕದಲ್ಲೂ ಎರಡು ವಿಧ. ರಹಸ್ಯವಾಗಿ ಮಾಡಿದ್ದು ಒಂದು ವಿಧವಾದರೆ ಪ್ರಕಾಶವಾಗಿ ಅಂದರೆ ಲೋಕಕ್ಕೆ ತಿಳಿಯೂ ಹಾಗೆ ಮಾಡಿದ್ದು ಇನ್ನೊಂದು ವಿಧ. ರಹಸ್ಯವಾಗಿ ಮಾಡಿದ ಪಾತಕಕ್ಕೆ ರಹಸ್ಯವಾಗಿಯೇ ಪ್ರಾಯಶ್ಚಿತ್ತ ಮಾಡಿಕೊಬಹುದು. ಅದನ್ನ ಬೇರೆಯವರಿಗೆ ತಿಳಿಸಲೇಬಾರದೆಂಬ ನಿಯಮವಿಲ್ಲ. ತಿಳಿಸಿದರೆ ತಪ್ಪಿಲ್ಲ. ಪ್ರಕಾಶವಾಗಿ ಮಾಡಿದ ಪಾತಕಕ್ಕೆ ಪ್ರಕಾಶವಾಗಿಯೇ ಪ್ರಾಯಶ್ಚಿತ್ತ ಮಾಡಿಕೊಬೇಕು. ಅಂದರೆ ತನ್ನ ಪ್ರಾಯಶ್ಚಿತ್ತಕ್ರಿಯೆ ಲೋಕಕ್ಕೆ ತಿಳಿಯಬೇಕು. ಇಷ್ಟಕ್ಕೂ ಪ್ರಾಯಶ್ಚಿತ್ತದಿಂದ ಪಾತಕದ ಪರಿಣಾಮವೇನೂ ನಾಶವಾಗುಲ್ಲ. ಅದನ್ನ ಅನುಭವಿಸಿಯೇ ಮುಗಿಸಬೇಕು. ಪ್ರಾಯಶ್ಚಿತ್ತದಿಂದ ಮನಶ್ಶುದ್ಧಿಯಾಗುತ್ತೆ, ಲೋಕ ಸ್ವೀಕೃತಿಯಾಗುತ್ತೆ ಅಷ್ಟೆ. ಪಾತಕಗಳನ್ನ ಬೇರೆ ದೃಷ್ಟಿಯಿಂದಲೂ ಎರಡು ವಿಧವಾಗಿ ವಿಂಗಡಿಸಿದಾರೆ. ಅಕಾಮತಃ, ಕಾಮತಃ. ಉದ್ದೇಶವಿಲ್ಲದೆ ಇಚ್ಛೆಯಿಲ್ಲದೆ ಗೊತ್ತಿಲ್ಲದೆ ಮಾಡಿದ್ದು, ಇಚ್ಛೆಯಿಂದ ಉದ್ದೇಶಪೂರ್ವಕವಾಗಿ ಗೊತ್ತಿದ್ದೂ ಮಾಡಿದ್ದು. ಅನಿಚ್ಛೆತವಾಗಿ ಮಾಡಿದ್ದಕ್ಕೆ ಕಡಮೆ ಪ್ರಮಾಣದ ಪ್ರಾಯಶ್ಚಿತ್ತ ಸಾಕು. ಗೊತ್ತಿದ್ದೂ ಮಾಡಿದ್ದಕ್ಕೆ ತೀವ್ರವಾದದ್ದೇ ಬೇಕು. ಇವನು ಮಾಡಿರೂ ಗೋಮಾಂಸಭಕ್ಷಣೆಯಲ್ಲಿ ಗೋಹತ್ಯೆಯ ಪಾತಕವೂ ಸೇರಿದೆ. ತಾನೇ ಸ್ವತಃ ಅಥವಾ ಬೇರೆಯವರು ಹತ್ಯೆಮಾಡದೆ ಮಾಂಸಭಕ್ಷಣೆ ಸಾಧ್ಯವಿಲ್ಲ. ಇವೆಲ್ಲ ಒಟ್ಟು ಸೇರಿಸಿ ಹೇಳಬೇಕೆಂದರೆ: ಇವನು ಮಾಡಿರೂದು ತಿಳಿಯದೆ ಘಟಿಸಿದ್ದಲ್ಲ. ತಿಳಿದೂ ತಿಳಿದೂ, ಪ್ರಕಾಶವಾಗಿ ಲೋಕಕ್ಕೆಲ್ಲ ತಿಳಿಸುವ ಛಲದಿಂದ ಪತ್ರಿಕೆಗಳಲ್ಲಿ ಬರೆದು ಸಾರ್ವಜನಿಕ ಭಾಷಣಗಳಲ್ಲಿ ಹೇಳಿಮಾಡಿರುವ ಪಾತಕ. ಆದ್ದರಿಂದ ಪ್ರಾಯಶ್ಚಿತ್ತ ತೀವ್ರತರವಾಗಿಯೇ ಇರಬೇಕು. ಲೋಕಕ್ಕೆಲ್ಲ ತಿಳಿಯುವಂತೆಯೇ ಮಾಡಿಕೊಬೇಕು. ಮಾಡಿದ ತಪ್ಪಿಗೆ ಪಶ್ಚಾತ್ತಾಪ ಪಟ್ಟು ಮುಂದೆ ಎಂದಿಗೂ ಅದನ್ನ ಮತ್ತೆ ಮಾಡುಲ್ಲ ಅನ್ನುವ ನಿಶ್ಚಯವನ್ನು ಪ್ರಕಟಿಸಬೇಕು. ಪ್ರಾಚೀನಕಾಲದಲ್ಲಿ ಇಂಥ ಪಾತಕಕ್ಕೆ ಹನ್ನೆರಡುವರ್ಷ ಅರಣ್ಯವಾಸ ಮಾಡಿ ತಪಸ್ಸು ಆಚರಿಸುವ ನಿಯಮವಿತ್ತು. ಅರಣ್ಯದ ವನ್ಯಮೃಗಗಳು, ಹಾವು ಚೇಳುಗಳು, ಆಹಾರವಿಲ್ಲದೆ ಇರುವುದು ಇವುಗಳಿಂದ ಅಲ್ಲಿ ಬದುಕಿ ಉಳಿದು ಹಿಂತಿರುಗುವ ಸಂಭವ ಕಡಮೆ ಇತ್ತು. ಪ್ರಾಯಶ್ಚಿತ್ತವು ಇಷ್ಟು ಘೋರವಾಗಿರುವುದು ಬೇಡ ಅಂದು ಅನಂತರದ ಋಷಿಮುನಿಗಳು ಅದನ್ನು ಹಗುರಮಾಡಿದರು. ಕಾಲ ಬದಲಾದಂತೆ ಶಿಕ್ಷೆಯ ಪ್ರಮಾಣವೂ ಹಗುರವಾಗುತ್ತೆ, ಸ್ವಯಂಶಿಕ್ಷೆಯ ಪ್ರಮಾಣವೂ ಹಾಗೆಯೇ. ಆದ್ದರಿಂದ ಇವನು ತಾನು ಮಾಡಿದುದು ತಪ್ಪು, ಇನ್ನು ಮುಂದೆ ಇಂಥ ತಪ್ಪು ಮಾಡುಲ್ಲ ಅಂತ ನಿಶ್ಚಯಮಾಡಿ ಅದನ್ನ ಲೋಕಪ್ರಕಾಶ

ಗೊಳಿಸಬೇಕು. ಅಂದರೆ ಅವೇ ಪತ್ರಿಕೆಗಳಲ್ಲಿ ಬರೆದು ಭಾಷಣಗಳಲ್ಲಿ ಹೇಳಬೇಕು. ಹಾಗೆ ಪ್ರಕಾಶಗೊಳಿಸುವುದು ಆತ್ಮಾಭಿಮಾನಕ್ಕೆ ಅಡ್ಡಿ ಅಂದುಕೊಂಡರೆ ಅದು ಪ್ರಾಯಶ್ಚಿತ್ತವಾಗುಲ್ಲ. ಪಾಪ ಉಂಟಾಗಲು ಕಾರಣವಾದ ಅಹಂಕಾರವನ್ನು ಬಗ್ಗಿಸದೆ ಪ್ರಾಯಶ್ಚಿತ್ತವಾಗುಲ್ಲ. ಕಾಡಿನ ಬದಲು ಇವನು ಕೇವಲ ಫಲಾಹಾರ ಸ್ವೀಕರಿಸುತ್ತಾ ನಮ್ಮೂರಿನ ನರಸಿಂಹದೇವರ ಗುಡಿಯಲ್ಲೇ ನಾನು ತಪ್ಪು ಮಾಡಿದೆ, ನೀನೇ ಕ್ಷಮಿಸು ಅಂತ ಬೇಡಿಕೊಳ್ಳುತ್ತಾ ಕಳೆಯಲಿ. ಅನಂತರ ಜೋಯಿಸ್‌ರು ಒಂದು ಹೋಮ ಮಾಡಿಸುತ್ತಾರೆ. ಅಲ್ಲಿಗೆ ಪ್ರಾಯಶ್ಚಿತ್ತ ಮುಕ್ತಾಯ ವಾಗುತ್ತೆ. ಇಷ್ಟನ್ನ ವಿರೂಪಾಕ್ಷಶಾಸ್ತ್ರಿಗಳಿಗೆ ಹೇಳಿ ಅವರ ಅಭಿಪ್ರಾಯ ಪಡೆದು ಮುಂದಿನ ಕೆಲಸಮಾಡಿ.' ಎಂದು ಹೇಳಿ ಶೇಷಶಾಸ್ತ್ರಿಗಳು ಅಟ್ಟಕ್ಕೆ ಕಟ್ಟಿದ್ದ ಪಂಚಾಂಗದ ಚಪ್ಪರವನ್ನು ನೋಡತೊಡಗಿದರು.

ಮುಂದೆ ಯಾರೂ ಯಾವ ಮಾತನ್ನೂ ಆಡಲಿಲ್ಲ. ಏನಪ್ಪಾ? ಎಂದು ಅಣ್ಣನನ್ನು ಕೇಳುವ ಮಾತು ವಿಶಾಲಾಕ್ಷಿಯ ನಾಲಗೆಯ ತುದಿಗೆ ಬಂದರೂ ಅವಳು ತಡೆದುಕೊಂಡಳು. ಉತ್ತರ ಹೇಳಬೇಕಾದವರು ಹೇಳಲಿ, ಹೇಳುವ ಅಧಿಕಾರ ನಮಗಿಲ್ಲ ಎಂಬ ಅರಿವು ಎಲ್ಲ ರಿಗೂ ಉಂಟಾಯಿತು. ಅಪ್ಪ ಈ ವಯಸ್ಸಿನಲ್ಲೂ ಮಹಾ ಖಡಾಖಂಡಿತದ ಮನುಷ್ಯರು ಎಂಬ ಅರಿವು ಒಂದು ಕಡೆಗಾದರೆ ಪ್ರೊಫೆಸರ ಮನಸ್ಸಿನ ಇನ್ನೊಂದು ಭಾಗ ನನ್ನ ಕಾರಿ ನಲ್ಲಿ ನಾನು ಬರಬೇಕಾಗಿತ್ತು, ಅಥವಾ ನಿನ್ನ ಡ್ರೈವರನ್ನ ಕಳಿಸು ಅಂತ ದಿಗಂತನಿಗೆ ಫೋನು ಮಾಡಬೇಕಿತ್ತು ಎಂದು ಖೇದ ಪಡುತ್ತಿತ್ತು. ಅಪ್ಪನೊಡನೆ ವಾದ ತೆಗೆಯುವುದು ಈ ಸಂದರ್ಭದಲ್ಲಿ ಸರಿಯಲ್ಲ ಎಂಬ ತೀರ್ಮಾನ ಒಂದು ಕಡೆಗಾದರೆ ಹೆಂಡತಿ ಸತ್ತ ಅವರು ವಾದ ಮಾಡುವ ಪ್ರಖರತೆಯನ್ನು ಉಳಿಸಿಕೊಂಡಿದ್ದಾರೆ, ತಾಯಿ ಸತ್ತ ನನಗೆ ಆ ಪ್ರಖರತೆ ಇಲ್ಲ ಎಂಬ ಸೋಲು ಇನ್ನೊಂದು ಕಡೆ ಕಾಣುತ್ತಿತ್ತು. ಇಲ್ಲಿ ಕೂತೇ ತೀರ್ಮಾನ ಹೇಳಬೇಕಿಲ್ಲ, ತೀರ್ಮಾನ ಹೇಳು ಅಂತ ಅವರೂ ಕೇಳಿಲ್ಲ, ಅಲ್ಲದೆ ಅಮ್ಮನ ತಿಥಿಯನ್ನು ತಲೆ ಬೋಳಿಸಿಕೊಂಡು ನಾನು ಮಾಡಬೇಕೋ ಸುಬ್ಬಣ್ಣಭಾವ ಮಾಡಿದರೆ ಸಾಕೋ ಎಂಬ ಮೂಲಪ್ರಶ್ನೆ ನಾನು ಎತ್ತಿದ್ದಲ್ಲ, ತಂಗಿಯರು ಎತ್ತಿದ್ದು, ಒಂದು ದಿನವಾದರೂ ಆಲೋಚಿಸಿ ಹೇಳಬಹುದು. ಇಷ್ಟಕ್ಕೂ ಕರ್ಮ ಶುರುವಾಗುವುದು ಏಳನೆ ದಿನದಿಂದಲಂತೆ, ಇನ್ನೂ ಸಮಯವಿದೆ, ಎಂಬ ನಿರ್ಧಾರಕ್ಕೆ ಬಂದು ಎದ್ದು ನಿಂತು, 'ನನಗೆ ಅರ್ಜೆಂಟ್ ಕೆಲಸವಿತ್ತು. ಲಕ್ಷ್ಮಿಯ ಫೋನು ಕೇಳಿದವನೇ ಓಡಿಬಂದೆ' ಎಂದು ಹೇಳಿ ಎಲ್ಲರ ಕಡೆಗೂ ಒಮ್ಮೆ ನೋಡಿ ಅಪ್ಪನ ಮಂಚದ ಕಟ್ಟುಮುಟ್ಟಿ ನಮಸ್ಕಾರ ಮಾಡಿ ಹೊರಟುಬಿಟ್ಟರು. ಕಾರಿನ ಇಬ್ಬರೂ ಅನುಸರಿಸಿದರು. ತಿಂಡಿ ತಿಂದು ಹೋಗು, ಒಂದು ಚೂರು ಕಾಫೀನಾದರೂ ..... ತಂಗಿಯರೆಲ್ಲ ಕಾರಿನ ಹತ್ತಿರ ಬಂದು ಅನುನಯಿಸಿದರು. 'ತಿಂಡಿ ಏನು ಊಟಾನೇ ಮಾಡಾಣ' ಎಂದು ಹೇಳಿ ಅವರು ಕಾರಿನ ಒಳಹೊಕ್ಕು ಕೂತು ಬಾಗಿಲು ಹಾಕಿಕೊಂಡರು.

ಕಾರು ಊರನ್ನು ದಾಟಿದಮೇಲೆ ನಡೆಸುತ್ತಿದ್ದವರು, 'ಸಾರ್ ನಮಗೆ ಸಂದರ್ಭ ಅರ್ಥವಾಯಿತು. ಗೋಮಾಂಸ ಭಕ್ಷಣದ ಬಗೆಗೆ ನೀವು ಹಿಂದೆ ಬರೆದಿದ್ದ ಲೇಖನ ನಿಮ್ಮ ನಿಬಂಧ ಸಂಗ್ರಹದಲ್ಲಿದೆಯಲ್ಲವೆ? ಎಷ್ಟೋ ಪ್ರಗತಿಪರ ಸಂಘಟನೆಗಳು, ರಾಜಕೀಯ

ಪಕ್ಷಗಳು, ಮುಸ್ಲಿಂ ಲೀಗು, ಇಂಡಿಯನ್ ಕ್ರಿಶ್ಚಿಯನ್ ಫೆಡರೇಶನ್, ಧರ್ಮ ಸಮನ್ವಯ ಸಮಿತಿಗಳು ಅದನ್ನ ಇನ್ನೂ ಮುದ್ರಿಸಿ ಹಂಚುತ್ತಿವೆಯಲ್ಲವೆ?'

'ನಮ್ಮ ಧರ್ಮ ಒಳಗೇ ಎಷ್ಟು ಜಡ್ಡು ಹಿಡಿದಿದೆ ಅನ್ನಕ್ಕೆ ಇದೊಂದು ಉದಾಹರಣೆ ಅಷ್ಟೆ. ನಿಜವಾಗಿ ಜನ್ಮ ಕೊಟ್ಟ ಮಾನವ ತಾಯಿಯ ಸಂಬಂಧಕ್ಕಿಂತ ತಾಯಿ ಅಂತ ಕಲ್ಪಿಸಿದ ಪ್ರಾಣಿ ಹಸುವಿನ ಸಂಬಂಧ ಹೆಚ್ಚಿನದೆ? ಅಂತ ನಾನು ಒಂದು ಲೇಖನವನ್ನೇ ಬರೆದು ಇನ್ನೊಂದು ಕ್ರಾಂತಿ ಎಬ್ಬಿಸುತೀನಿ.' ಪ್ರೊಫೆಸರರು ಎಂದರು. ಅವರಿಗೆ ಪ್ರಖರತೆ ಬಂದಿತ್ತು.

'ನೀವು ಯಾಕೆ ಕ್ರಾಂತಿಕಾರಿಗಳಾದಿರಿ, ವಿಚಾರವಾದಿಗಳಾದಿರಿ ಅಂತ ಈಗ ಅರ್ಥವಾಯಿತು.' ಇನ್ನೊಬ್ಬರು ಹೇಳಿದರು.

'ಸಾರ್ ನಾವಿಬ್ಬರೂ ಬೆಳಗಿನಿಂದ ಏನೂ ತಿಂದಿಲ್ಲ. ನಿಮ್ಮದೂ ಬ್ರೇಕ್‌ಫಾಸ್ಟ್ ಆಗಿಲ್ಲ ಅಂತ ಕಾಣುತ್ತೆ. ಕುಣಿಗಲಿನಲ್ಲಿ ಏನಾದರೂ ತಿನ್ನಬೇಕು.'

'ಹೌದು. ನನಗೂ ಬೇಕು.' ಅವರೆಂದರು.

'ವೆಜ್, ಆರ್ ನಾನ್‌ವೆಜ್?' ಕಾರು ನಡೆಸುವವರು ಕೇಳಿದರು.

'ನಾನ್‌ವೆಜ್, ಆ್ಯಸ್ ಎ ಪ್ರೊಟೆಸ್ಟ್.'

ಬಾರ್ ಅಂಡ್ ರೆಸ್ತುರಾದಲ್ಲಿ ಕುಳಿತುಕೊಳ್ಳುವ ಹೊತ್ತಿಗೆ ಪ್ರೊಫೆಸರಿಗೆ ತಲೆ ಜುಂಯ್ ಎನ್ನುವಂತಾಗಿತ್ತು. ಕುಸಿಯುವ ಭಾವ. ಅದಕ್ಕೊಂದು ಅವಲಂಬನೆ ಕೊಟ್ಟು ಎತ್ತಿ ನಿಲ್ಲಿಸಬೇಕು. ಇಲ್ಲದಿದ್ದರೆ ತಡೆದುಕೊಳ್ಳುವುದು ಕಷ್ಟ. ಎರಡು ಸಿಗರೇಟು ಸೇದಿದರೆ ಸಾಲದು. 'ಡು ಯು ಮೈಂಡ್ ಮಿ ಆರ್ಡರಿಂಗ್ ಎ ಪೆಗ್?' ಎಂದರು.

'ನಾಟ್ ಎಟ್ ಆಲ್ ಸರ್. ಆದರೆ ಇವರು ಡ್ರೈವ್ ಮಾಡಬೇಕು. ಬೆಂಗಳೂರಿನಲ್ಲಿ ನಾನು ಆಫೀಸಿಗೆ ಹೋಗಬೇಕು. ತಾವೊಬ್ಬರೇ ತಗಾಳಿ.' ಇನ್ನೊಬ್ಬರು ಹೇಳಿದರು.

ಎ ಪೆಗ್ ಎನ್ನುವುದು ಇಂಗ್ಲಿಷ್ ಭಾಷೆಯ ಒಂದು ಉಕ್ತಿ ಎಂಬುದು ಅವರಿಬ್ಬರಿಗೂ ಗೊತ್ತಿತ್ತು. ಇವರಿಗಂತೂ ಗೊತ್ತೇ ಇತ್ತು. ಮೇಜಿನ ಮೇಲೆ ಮೊದಲು ತಂದಿಟ್ಟ ಆಮ್ಲೆಟನ್ನು ನೋಡಿ, 'ನಿಮ್ಮ ಹೋಟೆಲಿನಲ್ಲಿ ಬೀಫ್ ಮಾಡ್ತೀರಾ?' ಎಂದು ಕೇಳಿದರು. ಅದೆಲ್ಲ ಬೆಂಗಳೂರು ಸಿಟೀಲಿ. ಇಲ್ಲಿ ಮಾಡಿದರೆ ಹಳ್ಳಿ ಜನ ನಮ್ಮ ಹೋಟೆಲಿಗೆ ಬೆಂಕಿ ಹಾಕಿಬಿಡ್ತಾರೆ. ನಮ್ಮಲ್ಲೇನಿದ್ದರೂ ಕೋಳಿ ಕುರಿ ಆಡು. ಹಂದಿಯೂ ತೀರ ಅಪರೂಪ, ಯಾಕೆ ಸಾರ್? ಹೋಟೆಲಿನವನು ಕೇಳಿದ. 'ಸುಮ್ಮನೆ ಕೇಳಿದೆ,' ಎಂದ ಪ್ರೊಫೆಸರು ತಮ್ಮ ಇಬ್ಬರು ಸಂಗಡಿಗರ ಕಡೆಗೂ ನೋಡಿ ಧೈರ್ಯ ಪ್ರಕಟಿಸುವ ನಗೆ ನಕ್ಕರು.

ಕಾರಿನ ವಿಶಾಲವಾದ ಹಿಂದಿನ ಸೀಟಿನಲ್ಲಿ ನಿದ್ರೆ ಮಾಡಿಬಿಟ್ಟರು.

ಮನೆ ತಲುಪಿದ ಮೇಲೆ ಸ್ವಲ್ಪ ತಿಳಿಯಾಗಿ ಆಲೋಚಿಸುವುದು ಮನಸ್ಸಿಗೆ ಸುಲಭ

ವಾಯಿತು. ತಮ್ಮೊಳಗೆ ಮರಳುತ್ತಿರುವ ಭಾವನೆಗಳನ್ನು ಯಾರೊಡನೆಯಾದರೂ ಹೇಳಿಕೊಂಡರೆ ಅವು ಸ್ಪಷ್ಟವಾಗುತ್ತವೆ ಎನ್ನಿಸಿತು. ಆದರೆ ಯಾರ ಕೈಲಿ ಹೇಳಿಕೊಳ್ಳುವುದು? ಬೆಂಗಳೂರು ಮಾತ್ರವಲ್ಲ ಇಡೀ ಕರ್ನಾಟಕದಲ್ಲಿ, ಕರ್ನಾಟಕದ ಹೊರಗೂ, ಮುಂಬಯಿ, ದಿಲ್ಲಿ, ಹೈದರಾಬಾದು, ಕಲ್ಕತ್ತೆಗಳಲ್ಲಿ ಸಂವಾದದಲ್ಲಿ ಅವರನ್ನು ಗುರುಸ್ಥಾನದಲ್ಲಿ ಕೂರಿಸುವ ಜನರಿದ್ದರು. ಆದರೆ ಅವರಾರೊಡನೆಯೂ ಹೇಳಿಕೊಳ್ಳುವ ಭಾವನೆಗಳಲ್ಲ ಇವು. ಹೇಳಿಕೊಂಡರೆ ತಮ್ಮ ಪ್ರತಿಮೆಯ ಪ್ರಕಾಶ ಕುಂದುತ್ತದೆ. ಅವರೆಲ್ಲ ತಮ್ಮನ್ನೇ ಟೀಕಿಸತೊಡಗುತ್ತಾರೆ. ಧರ್ಮದ್ರೋಹಿಯನ್ನು ಧರ್ಮನಿಷ್ಠರು ಟೀಕಿಸುವಂತೆ. ಒಳಗಿನದನ್ನೆಲ್ಲ ಸುರಿದುಕೊಂಡರೂ ನಮ್ಮನ್ನು ತಕ್ಕಡಿಗೆ ಹಾಕುವುದಿಲ್ಲವೆಂಬಂಥ ಯಾರಾದರೂ ಒಬ್ಬ ಆತ್ಮೀಯ ಸ್ನೇಹಿತನಿದ್ದರೆ! ಎಂದುಕೊಂಡರು. ಸತ್ತ ಮೇಲೆ ಏನೂ ಉಳಿಯುವುದಿಲ್ಲ, ನೆನಪು, ಚಿಂತನೆ, ಕಲ್ಪನೆ, ಭಾವನೆಗಳೆಲ್ಲ ಶರೀರವು, ನರಮಂಡಲವು, ನರಮಂಡಲದ ಕೇಂದ್ರವಾದ ಮೆದುಳು ಕೆಲಸಮಾಡುವ ತನಕ. ಅದು ನಿಷ್ಕ್ರಿಯವಾಗಿಬಿಟ್ಟರೆ ವ್ಯಕ್ತಿ ಇರುವುದಿಲ್ಲ. ಶ್ರಾದ್ಧಕರ್ಮ, ಸ್ಮರಣ ಸಂಸ್ಥೆಗಳೆಲ್ಲ ನೆನಪನ್ನು ಮುಂದುವರೆಸಿಕೊಳ್ಳುವ ಸಾಧನಗಳು ಮಾತ್ರ ಎಂದು ಎಷ್ಟು ಹೇಳಿಕೊಂಡರೂ ಅಮ್ಮನ ನೆನಪಿನ ತೀವ್ರತೆ ಹೆಚ್ಚುತ್ತಲೇ ಇತ್ತು. ಹಿರಿಯ ಮಗನಾಗಿ ಒಂದು ಸಲ ತಲೆ ಬೋಳಿಸಿಕೊಂಡು ಜೋಯಿಸರು ಹೇಳುವ ಮಂತ್ರಕ್ಕೆ ತಕ್ಕ ಕೈಕರಣ ಮಾಡಿ ಮುಗಿಸಿದರೆ ಅಪ್ಪ ತಂಗಿಯರು ಭಾವಂದಿರು ಊರಿನವರು ಎಲ್ಲರಿಗೂ ಸಂತೋಷ. ಪ್ರಾಚೀನಕಾಲಕ್ಕಿಂತ ಈಗ ಪ್ರಾಯಶ್ಚಿತ್ತವನ್ನು ಹಗುರಮಾಡಿದಾರೆ ಅಂತ ಅಪ್ಪನೇ ಹೇಳಿದರಲ್ಲ, ಆಚರಣೆಯಲ್ಲಿ ನಾನು ಇನ್ನೂ ಹಗುರಮಾಡಿ ಶಾಸ್ತ್ರ ತೀರಿಸಬಹುದು. ನಮಗಿಷ್ಟವಿಲ್ಲದ ಎಷ್ಟೋ ಕೆಲಸ ಮಾಡುವುದಿಲ್ಲವೆ? ಮೇಲಧಿಕಾರಿಯ ಮಗುವಿನ ಮುಖ ಕೋತಿಯಂತಿದ್ದರೂ ಮುದ್ದಾಗಿದೆ ಅನ್ನುವುದಿಲ್ಲವೆ? ಇದೂ ಒಂದು ಹೊಸ ಅನುಭವ. ಶ್ರಾದ್ಧಕರ್ಮದಲ್ಲಿ ಏನೇನು ಮಾಡ್ತಾರೆ, ಯಾವ ಯಾವ ಕಲಾಪದಲ್ಲಿ ಯಾವ ಯಾವ ಅರ್ಥ ಪ್ರತಿಪಾದಿಸ್ತಾರೆ. ಯಾವ ಯಾವ ಕಡೆಗಳಲ್ಲಿ ದಕ್ಷಿಣೆ ಕೀಳ್ತಾರೆ ಅನ್ನೂದನ್ನೆಲ್ಲ ಗಮನಿಸಿ ತಿಳಕೊಂಡರೆ ಅವುಗಳ ಮೋಸವನ್ನ ಕಿತ್ತು ಹೊರಹಾಕುವಂಥ ಎರಡು ಲೇಖನ ಬರೆಯಬಹುದು ಎಂಬ ಸಮರ್ಥನೆಯೂ ಕಂಡಿತು.

ಮನೆಯಲ್ಲಿ ಹೆಂಡತಿಯ ಕೈಲಿ ಹೇಳಿಕೊಳ್ಳುವಂತಿಲ್ಲ. ಸಂಪೂರ್ಣ ಮಾತು ಬಿಟ್ಟು ಒಂದು ವರ್ಷವಾಗಿದೆ ಅನ್ನುವುದಕ್ಕೆ ಮಾತ್ರವಲ್ಲ. ಬೀಫ್ ತಿಂದದ್ದು ಪಾಪ ಅಂತ ಒಪ್ಪಿ ಪ್ರಾಯಶ್ಚಿತ್ತ ಮಾಡಿಕೊತ್ತೀನಿ ಅಂದರೆ ಅವಳ, ಅವಳ ಇಡೀ ಧರ್ಮದವರ ಆಹಾರವನ್ನೇ ಧಿಕ್ಕರಿಸಿದಂತೆ. ದನದಿಂದ ಸಿಕ್ಕುವ ಪ್ರಮಾಣದ ಮಾಂಸ ಬೇರೆ ಯಾವ ಸಾಕುಪ್ರಾಣಿಯಿಂದ ದೊರಕುತ್ತೆ? ಆಡು ಕುರಿಯಿಂದ ಹತ್ತರಲ್ಲಿ ಒಂದು ಅಂಶವೂ ಇಲ್ಲ. ಕೋಳಿಯಿಂದ ನೂರರಲ್ಲಿ ಒಂದಂಶವೂ ಇಲ್ಲ. ದನದ ಮಾಂಸ ಬಿಟ್ಟರೆ ಜನ ಆಹಾರಕ್ಕೇನು ಮಾಡ್ತಾರೆ? ಎಲ್ಲ ಜೀವಿಗಳಿಗೂ ಮನುಷ್ಯನಂತೆಯೇ ಜೀವವಿದೆ, ಪ್ರಾಣಿಹಿಂಸೆ, ಅನ್ನೂದೆಲ್ಲ ಪ್ರಕೃತಿ ನಿಯಮಕ್ಕೆ ವಿರೋಧ. ಜಿಂಕೆ ಇಲ್ಲದೆ ಹುಲಿ, ಕಪ್ಪೆ ಇಲ್ಲದೆ ಹಾವು ಬದುಕೂದು ಹ್ಯಾಗೆ? ಹುಲ್ಲು ತಿಂದು ಬದುಕೂ ಪ್ರಾಣಿಗಳು ಎಷ್ಟು? ಅಲ್ಲದೆ ಇಡೀ ಪ್ರಪಂಚವನ್ನ, ಸಸ್ಯಸಂಕುಲವನ್ನ,

ಪ್ರಾಣಿಸಂಕುಲವನ್ನ ಮನುಷ್ಯನ ಭೋಗಕ್ಕೆ ಅಂತಲೇ ದೇವರು ಸೃಷ್ಟಿಸಿದಾನೆ ಅಂತ ಅವಳ ಧರ್ಮ ಹೇಳಿರುವಾಗ ಈ ಮಾಂಸ ವರ್ಜ್ಯ, ಆ ಮಾಂಸ ಸ್ವೀಕಾರ್ಯ ಅನ್ನೂದರಲ್ಲಿ ಏನು ಅರ್ಥವಿದೆ, ಅಂತಾಳೆ. ಸ್ನೇಹಿತೆಯಲ್ಲದವಳು ಹೆಂಡತಿಯೇ ಅಲ್ಲ. ಅಂಥೋಳ ಜೊತೆ ವಾಸಿಸೂದರಲ್ಲಿ ಅರ್ಥವೂ ಇಲ್ಲ, ಎಂದುಕೊಂಡು ಅವರು ಸಿಗರೇಟು ಹಚ್ಚಿದರು.

ಸಂಜೆ ದೀರ್ಘವಾಗಿ ಫೋನು ಬಾರಿಸಿದಾಗ, ಸ್ಥಳೀಯ ಕರೆಯಲ್ಲ, ದಿಲ್ಲಿಯದೇ? ಎಂದುಕೊಂಡರು. ಉತ್ಸಾಹ ಪುಟಿಯಿತು. ಎತ್ತಿಕೊಂಡರೆ ಲಕ್ಷ್ಮಿಯ ಧ್ವನಿ: 'ಸರ್, ಕುಣಿಗಲಿನಿಂದ ಮಾತಾಡ್ತಿದೀನಿ. ಮೊದಲು ನಿಮ್ಮ ಸುಬ್ಬಣ್ಣಭಾವ ಮಾತಾಡ್ತಾರೆ' ಎಂದಳು. ಅನಂತರ ಸುಬ್ಬಣ್ಣಭಾವ: 'ನೀವು ಹೋದ ಅರ್ಧಗಂಟೆಗೆ ಜಯರಾಮ ಬಂದ. ನಿಮಗೆ ಜ್ಞಾಪಕವಿದೆಯೋ ಇಲ್ಲವೋ, ಮೀನಾಕ್ಷಿಯ ಮಗ. ಮದರಾಸಿನಲ್ಲಿ ಕಂಪ್ಯೂಟರ್ ಇಂಜಿನೀರ್ ಆಗಿದಾನೆ. ದೊಡ್ಡ ಕೆಲಸ. ಅಜ್ಜಿ ಸತ್ತದ್ದು ತಿಳಿದು ಮದರಾಸಿನಿಂದಲೇ ಕಾರು ನಡೆಸಿಕೊಂಡು ಬಂದಿದಾನೆ. ಎಂಥಾ ದೊಡ್ಡ ಕಾರು ಅಂತೀರ. ಅದರಲ್ಲಿ ನಾನು ಇವಳು ಮೀನಾಕ್ಷಿ ಜಲಜಾಕ್ಷಮ್ಮ ನಿಮ್ಮ ಕೈಲಿ ಫೋನಿನಲ್ಲಿ ಮಾತಾಡಾಣ ಅಂತಲೇ ಕುಣಿಗಲಿಗೆ ಬಂದಿದೀವಿ. ಅಳಿಯ ಎಷ್ಟೇ ಶ್ರದ್ಧಾಭಕ್ತಿಯಿಂದ ಮಾಡಿದರೂ ಮಗ ಇರುವಾಗ ಅವನು ಮಾಡಿದ ಹಾಗಾಗುಲ್ಲ. ಮಾತೃಋಣ ತೀರಿಸದೆ ಉಳಿಸಿಕೊಬಾರದು. ಕುಣಿಗಲಿನಲ್ಲಿ ವಿರೂಪಾಕ್ಷ ಶಾಸ್ತ್ರಿಗಳನ್ನ ಕಂಡು ಮಾವಯ್ಯ ಅಂದದ್ದನ್ನ ಹೇಳಿ ಇಷ್ಟು ಪ್ರಾಯಶ್ಚಿತ್ತ ಸಾಕೆ? ಅಂತ ಕೇಳಿದೆವು. ಕಾಲ ಬದಲಾಯಿಸ್ತಿದೆ, ಶೇಷಶಾಸ್ತ್ರಿಗಳಿಗಿಂತ ನಾನು ಹೆಚ್ಚು ತಿಳಿದೋನಲ್ಲ. ಅಷ್ಟು ಸಾಕು, ಅಂದರು. ನೀವು ಸುಮ್ಮನೆ ಊರಿಗೆ ಬನ್ನಿ. ದೂರ ದೂರದ ನೆಂಟರೆಲ್ಲ ಬರ್ತಾರೆ. ಕೂರುಕ್ಕೆ ಮಲಗುಕ್ಕೆ ಮನೇಲಿ ಜಾಗ ಸಾಲುಲ್ಲ. ಗಂಡಸರು, ಗಂಡುಹುಡುಗರೆಲ್ಲ ದೇವಸ್ಥಾನದಲ್ಲೇ ಮಲಗಬೇಕು. ನೀವು ಹ್ಯಾಗೂ ಅಲ್ಲೇ ಮಲಗುತೀರ. ಮೂರು ಹಗಲು ಮೂರು ರಾತ್ರಿ ಗುಡಿ ಪೌಳಿಯಿಂದ ಹೊರಗೆ ಹೋಗದೆ ಇದ್ದರೆ ಆಯಿತು. ಬೇಕಾದ ಥರ ಹಣ್ಣುಗಳಿರ್ತಾವೆ. ತಿನ್ನಿ. ಬೇಕಾದರೆ ಫಲಾಹಾರ ಅಂತ ಒಂದಿಷ್ಟು ಅವಲಕ್ಕಿನೋ, ಉಪ್ಪಿಟ್ಟೋ ಮಾಡಿಕೊಡ್ತಾರೆ. ಮೂರುದಿನ ಕಳೆದುಬಿಡಿ. ಪಶ್ಚಾತ್ತಾಪ ನಿಮ್ಮೊಳಗೆ ಆದರೆ ಸಾಕು. ಸಾರ್ವಜನಿಕವಾಗಿ ಬರೆದು ಭಾಷಣ ಮಾಡೂದು ಬಿಡೂದು ನಿಮಗೆ ಸೇರಿದ್ದು. ಕಲಿಗಾಲದಲ್ಲಿ ಶಾಸ್ತ್ರಗಳನ್ನ ಹೆಸರಿಗೆ ಮಾತ್ರ ಆಚರಿಸಿದರೂ ಸಾಕು. ಫೋನು ಇವಳಿಗೆ ಕೊಡ್ತೀನಿ ತಡೀರಿ' ಎಂದರು.

ಅನಂತರ ವಿಶಾಲಿ, ಫೋನಿನಲ್ಲಿ ಅವಳ ಧ್ವನಿ ಹೇಗಿರುತ್ತೆ ಅಂತ ನಾನು ಕೇಳಿಯೇ ಇರಲಿಲ್ಲವೆಂದು ಪ್ರೊಫೆಸರರು ಅಂದುಕೊಂಡರು, ಅದೇ ವಿಷಯ ಮಾತನಾಡಿದಳು. ಮೀನಾಕ್ಷಿ ಜಲಜಾಕ್ಷಿಯರೂ ಅಷ್ಟೇ. ಅಳಿಯ ಜಯರಾಮ, 'ಮಾವ, ನಿಮಗೆ ನನ್ನನ್ನ ನೋಡಿದ ನೆನಪು ಇರಲಿಕ್ಕಿಲ್ಲ. ನಾನು ನಿಮ್ಮನ್ನ ಎಷ್ಟೋ ಸಲ ಟಿ.ವಿ.ಯಲ್ಲಿ ನೋಡಿದೀನಿ, ಭಾಷಣ ಮಾಡ್ತಾ, ಚರ್ಚೆಯಲ್ಲಿ ಭಾಗವಹಿಸುತ್ತಾ, ಸಾರ್ವಜನಿಕ ವಿಷಯಗಳ ಮೇಲೆ ಪ್ರತಿಕ್ರಿಯೆ ವ್ಯಕ್ತಪಡಿಸ್ತಾ. ಯಾರಾದರೂ ಮುಖ್ಯವಾದವರು ಸತ್ತಾಗ ಶೋಕಸಂದೇಶ ಹೇಳುತ್ತಾ ಇರೂದ. ಆಗ ನೋಡು ನಮ್ಮಾವನ್ನ ಅಂತ ನನ್ನ ಹೆಂಡತಿಗೆ ತಕ್ಷಣ ತೋರುಸ್ತೀನಿ.

ತಿಥಿ ಕರ್ಮ ದೊಡ್ಡಪ್ಪ ಮಾಡೂದಕ್ಕಿಂತ ನೀವು ಮಾಡೂದೇ ಲೀಗಲಿ ಮೋರ್ ಟೆನಬಲ್. ನಾನು ಇದ್ದಕ್ಕಿದಂತೆ ಹೊರಟು ಡ್ರೈವ್ ಮಾಡ್ಕಂಡು ಬಂದೆ. ನಾಳೆ ಬೆಳಗಿನ ಜಾವವೇ ಹೊರಟು ಮದರಾಸು ತಲುಪ್ತೀನಿ. ವೈಕುಂಠದ ದಿನ ಮತ್ತೆ ಬರ್ತೀನಿ' ಎಂದ. ಕೊನೆಗೆ ಲಕ್ಷ್ಮಿ, 'ನಾನೂ ಕರೀತಿದೀನಿ. ನೀವು ಈಗ ಬರದಿದ್ದರೆ ಮುಂದೆ ಎಂದೆಂದೂ ಹುಟ್ಟಿದೂರಿನ ಸಂಬಂಧ ಕಡಿದುಹೋಗುತ್ತೆ. ಜನನೀ ಜನ್ಮ ಭೂಮಿಶ್ಚ ಅಂತಾರಲ್ವೆ? ತಾಯಿಯ ಸಂಬಂಧ, ಹುಟ್ಟಿದೂರಿನ ಸಂಬಂಧ, ಎರಡೂ ಒಂದೇ ಅಲ್ಲವೆ?' ಎಂದಳು.

ಇವರೆಲ್ಲ ಇಷ್ಟೊಂದು ಹೇಳುವಾಗ ಅವರ ಮನಸ್ಸು ಸ್ಪಷ್ಟವಾಯಿತು. ದೇವಸ್ಥಾನದಲ್ಲಿ ಮೂರುದಿನ ಮಲಗುವುದೂ ಒಂದು ಅನುಭವವೇ. ಅನಂತರ ಬೇರೆ ಕೆಲಸವಿಲ್ಲದಿದ್ದಾಗ ಲಕ್ಷ್ಮಿಯ ಮನೆಯಲ್ಲಿರಬಹುದು ಎಂಬ ಕಲ್ಪನೆ ಹುಟ್ಟಿತು. ಚಿಕ್ಕಹುಡುಗನಲ್ಲಿ ಅದೇ ಗುಡಿಯ ಒಳಗೆ ಹೊರಗೆ ಜಗುಲಿಯ ಮೇಲೆ ಪೌಳಿಯಲ್ಲಿ ಹಿಡಿಯಾಟ, ಜಿಗಿಯಾಟ, ಅವಿತುಕೊಳ್ಳುವ ಆಟಗಳನ್ನೆಲ್ಲ ಆಡುತ್ತಿದ್ದ ಜ್ಞಾಪಕ ಬಂತು. ಎಷ್ಟೋ ಮಧ್ಯಾಹ್ನ ಆ ಜಗುಲಿಯ ಮೇಲೆ ಮಲಗಿ ನಿದ್ರಿಸುತ್ತಿದ್ದೆ. ಊರಿನ ಎಷ್ಟೋ ಜನರಿಗೆ ಆಡು ಕುರಿ ಕಾಯುವವರಿಗೆ ಮಧ್ಯಾಹ್ನದ ವಿಶ್ರಾಂತಿ ತಾಣ ಅದೇ ಅಲ್ಲವೆ? ಎಂಬುದೆಲ್ಲ ನೆನಪಿಗೆ ಬಂದು, 'ಆಯ್ತು ಲಕ್ಷ್ಮಿ, ನೀವೆಲ್ಲ ಇಷ್ಟು ಹೇಳಿದಮೇಲೆ. ನಾಡದ್ದು ಬೆಳಗ್ಗೆ ಬರ್ತೀನಿ' ಎಂದರು. ಅವರು ಅತ್ತ ಫೋನನ್ನು ಕೆಳಗಿಟ್ಟಮೇಲೆ ಇನ್ನೊಂದು ಸಿಗರೇಟು ಹಚ್ಚಿ ಕಿಟಕಿಯ ಕಡೆಗೆ ನೋಡುತ್ತಾ ಕುಳಿತರು. ಮನಸ್ಸು ನಿರಾಳವಾಯಿತು. ಎಷ್ಟು ಚನ್ನಾಗಿ ಮಾತಾಡ್ತಾನೆ ಜಯರಾಮ. ಮದರಾಸಿನ ಟಿ.ವಿ. ಚಾನೆಲ್‌ಗಳಲ್ಲೂ ನನ್ನನ್ನ ತೋರಿಸ್ತಾರೆ ಅಂದರೆ! ಮನಸ್ಸಿಗೆ ಉಲ್ಲಾಸವಾಯಿತು. ರಕ್ತಸಂಬಂಧ ಎಲ್ಲಿ ಹೋಗುತ್ತೆ, ನಮ್ಮ ಮಾವ, ತಾಯಿಯ ಅಣ್ಣ ಅನ್ನುವ ವಾಂಛಲ್ಯ, ಎಂದುಕೊಂಡರು. ಅವನ ಮೇಲೆ ಪ್ರೀತಿ ಹುಟ್ಟಿತು. ಮುಂದಿನಸಲ ಮದರಾಸಿಗೆ ಹೋದಾಗ ಅವನ ಮನೆಗೆ ಹೋಗಿಬರಬೇಕು ಎಂದು ಮನಸ್ಸಿನಲ್ಲಿ ಟಿಪ್ಪಣಿ ಮಾಡಿಕೊಂಡರು. ರಾತ್ರಿ ಒಬ್ಬರೇ ಕೂತು ಊಟ ಮಾಡುವಾಗ ಕನ್ನಡ ಭಾಷೆಯ ವೈಶಿಷ್ಟ್ಯ ಮನಸ್ಸಿಗೆ ಬಂತು. ಅಳಿಯ ಅಂದರೆ ಸೋದರಳಿಯನೂ ಹೌದು, ಮಗಳ ಗಂಡನೂ ಹೌದು. ಸೊಸೆ ಅಂದರೆ ಮಗನ ಹೆಂಡತಿ, ಹೆಂಗಸಿಗೆ ಸೋದರನ ಮಗಳು, ಗಂಡಸಿಗೆ ಸೋದರಿಯ ಮಗಳು. ಮಾವ ಅಂದರೆ ತಾಯಿಯ ಸೋದರ, ಹೆಂಡತಿಯ ಅಪ್ಪ. ಅತ್ತೆ ಅಂದರೆ ತಂದೆಯ ಸೋದರಿ, ಹೆಂಡತಿಯ ತಾಯಿ. ಸೋದರಿಕೆಯ ಸಂಬಂಧದಲ್ಲೇ ಕೊಟ್ಟು ತಂದು ಮಾಡುತ್ತಿದ್ದುದರಿಂದ ಬೇರೆ ಶಬ್ದಗಳ ಅಗತ್ಯವನ್ನೇ ಅವರು ಕಾಣಲಿಲ್ಲ. ಅದೇ ರಕ್ತವನ್ನು ಮರುಕಳಿಸಿದರೆ ಸಂತಾನದ ಮೇಲೆ ಆಗುವ ಅಪಾಯವನ್ನು ಬಿಟ್ಟರೆ ಎಷ್ಟು ಚಂದ! ಎನ್ನಿಸಿತು. ಈ ಜಯರಾಮನಿಗೆ ಮೂವತ್ತೆರಡು ಮೂವತ್ತಮೂರು ಇರಬಹುದು ಎಂಬ ನೆನಪು ತೊಡಗಿದಾಗ ಅರುಣಾಗಿಂತ ನಾಲ್ಕೈದು ವರ್ಷಕ್ಕೆ ದೊಡ್ಡವನು ಎಂಬ ಲೆಕ್ಕ ಅದು ಹೇಗೋ ನುಸುಳಿ ಎಷ್ಟು ಚನ್ನಾದ ವರ ಸಾಮ್ಯವಾಗುತ್ತಿತ್ತು! ಎಂದು ಮಿಂಚಿದ ಕಲ್ಪನೆಯು ಎಷ್ಟೋ ಹೊತ್ತು ಹಾಗೆಯೇ ನಿಂತುಬಿಟ್ಟಿತು.

ರಾತ್ರಿ ಮಲಗಿದಾಗ ಇನ್ನೊಂದು ಆಲೋಚನೆ ಬಂತು. ದೆಹಲಿಯ ಗಾಂಧಿ ಪ್ರತಿಷ್ಠಾನ

ದವರು ಹೊರತರುವ ತ್ರೈಮಾಸಿಕಕ್ಕೆ ಲೇಖನ ಬೇಡಿ ಅಗರ್‌ವಾಲ್ ಒಂದೇ ಸಮನೆ ವರಾತ ಮಾಡ್ತಿದಾನೆ. 'ಹಸು ಮತ್ತು ಗಾಂಧೀ ಅರ್ಥವ್ಯವಸ್ಥೆ' ಅನ್ನುವ ಶೀರ್ಷಿಕೆ ಕೊಟ್ಟು ಯಂತ್ರದ ನೇಗಿಲು ಕೃತಕ ರಾಸಾಯನಿಕಗಳನ್ನು ಬಳಸದೆ ಮಾಡುವ ಕೃಷಿಯಲ್ಲಿ ಉಳುವುದಕ್ಕೆ ಮಾತ್ರವಲ್ಲದೆ ಗೊಬ್ಬರ ಮತ್ತು ಹೈನುಗಳಿಗೆ ಎತ್ತು ಹಸುಗಳು ಅತ್ಯಗತ್ಯ. ಇಂಥ ಕೃಷಿಯ ಫಸಲು ಆರೋಗ್ಯಕ್ಕೆ ಉತ್ತಮ. ಆದ್ದರಿಂದ ಆ ಸನ್ನಿವೇಶದಲ್ಲಿ ಗೋಹತ್ಯಾ ನಿಷೇಧವು ಅತ್ಯಗತ್ಯ, ಅಂತ ಒಂದು ಲೇಖನ ಬರೆದರೆ ಪ್ರಾಯಶ್ಚಿತ್ತವೂ ಆದ ಹಾಗಾಗುತ್ತೆ, ಯಾವ ವಿಚಾರವಾದಿಗಳೂ ಓದುವುದೂ ಇಲ್ಲ. ಓದಿದರೂ ಗಾಂಧಿಯ ಅರ್ಥವ್ಯವಸ್ಥೆಯಲ್ಲಿ ಇದು ನಿಜ. ಆದರೆ ಇಲ್ಲಿ ವ್ಯಕ್ತಪಡಿಸಿರುವುದು ನನ್ನ ಅಭಿಪ್ರಾಯವಲ್ಲ ಅಂತ ಆಕ್ಷೇಪನಿವಾರಣೆ ಮಾಡಿಕೊಬಹುದು ಎಂಬ ಉಪಾಯ ಹೊಳೆಯಿತು. ನಾಳೆ ಬೆಳಗ್ಗೆಯೇ ಬರೆದು ಪೋಸ್ಟಿಗೆ ಹಾಕಿ ನಾಡದ್ದು ಬೆಳಗ್ಗೆ ಊರಿಗೆ ಪ್ರಯಾಣ ಮಾಡುವುದು, ಎಂದು ನಿಶ್ಚಯಿಸಿಕೊಂಡ ಮೇಲೆ ಶಾಂತವಾದ ನಿದ್ರೆ ಬಂತು.

ಬೆಳಗ್ಗೆ ಎದ್ದು ಸ್ವಲ್ಪ ತಿರುಗಾಡಿ ಕಾಫಿ ಕುಡಿದು ಸಿಗರೇಟು ಹೊತ್ತಿಸಿ ಗಾಂಧಿಯ ಅರ್ಥ ವ್ಯವಸ್ಥೆಯ ಲೇಖನ ಆರಂಭಿಸಿ ಮೊದಲ ಪ್ಯಾರಾ ಮುಗಿಸುತ್ತಿದ್ದಾಗ ಫೋನ್ ಬಾರಿಸಿತು. 'ಸಾರ್ ನಾವು.'

'ಫೋನಿನಲ್ಲಿ ಧ್ವನಿ ಗೊತ್ತಾಗುಲ್ಲ.'

'ನೆನ್ನೆ ಕಾರಿನಲ್ಲಿ ನಿಮ್ಮ ಊರಿಗೆ ಬಂದಿದ್ದೆವಲ್ಲ.'

'ಏನು ಹೇಳಿ. ನಾನೊಂದು ಲೇಖನ ಬರೀತಿದೀನಿ.'

'ತೊಂದರೆ ಕೊಟ್ಟದ್ದಕ್ಕೆ ಕ್ಷಮಿಸಿ. ಆದರೆ ನಿಮಗೆ ಹೇಳಲೇಬೇಕಿತ್ತು. ನೀವು ತಾಯಿಯ ತಿಥಿ ಮಾಡುಕ್ಕೆ ಊರಿಗೆ ಹೋಗಿ ಪ್ರಾಯಶ್ಚಿತ್ತ ಮಾಡ್ಕತ್ತೀರಿ ಅಂತ ಇಲ್ಲಿ ಕೆಲವರಿಗೆ ಗೊತ್ತಾಗಿದೆ. ನಿಮ್ಮ ಊರಿಗೆ ಸಿ.ಐ.ಡಿ.ಗಳನ್ನ ಕಳಿಸಿ ನೀವು ಮಾಡೂ ಪ್ರತಿಯೊಂದು ಕೆಲ ಸಾನೂ ವಾಚ್ ಮಾಡಿ ಆಮೇಲೆ ದೊಡ್ಡದಾಗಿ ಪ್ರಕಟಿಸಬೇಕು ಅಂತ ತೀರ್ಮಾನ ಮಾಡ್ಕಂಡಿದಾರೆ. ಅದಕ್ಕೆ ಮೊದಲೇ ನಿಮಗೆ ತಿಳಿಸ್ತಾ ಇದೀವಿ.'

'ನಾನು ಹೋಗಲ್ಲ ಅಂತ ನಿಮ್ಮೆದುರೇ ತೀರ್ಮಾನ ಮಾಡಿದೆನಲ್ಲ, ಹಾಗಂತ ಹೇಳ ಬೇಕಾಗಿತ್ತು.'

"ನಾವು ಹಾಗೆಯೇ ಹೇಳಿದೆವು. 'ಅವನ ವಿಷಯ ನಿಮಗೆ ಗೊತ್ತಿಲ್ಲ; ಹೊರಗೆ ಒಂದು ಮುಖವಾಡ ಹಾಕ್ತಾನೆ. ಒಳಗೆ ಬೇರೆಯೇ ಮಾಡ್ತಾನೆ. ಅದಕ್ಕೇ ನಾವು ಸಿ.ಐ.ಡಿ. ಕಳಿಸೂದು. ನೀವು ಇದನ್ನ ಗುಟ್ಟಿನಲ್ಲಿಟ್ಟಿರಬೇಕು' ಅಂತ ನಮಗೆ ಎಚ್ಚರಿಕೆ ಕೊಟ್ಟಿದಾರೆ."

'ನೀವ್ಯಾಕೆ ಅವರಿಗೆ ನನ್ನ ತಾಯಿ ಸತ್ತದ್ದು, ನಾನು ಊರಿಗೆ ಹೋದದ್ದು ಹೇಳಿದಿರಿ. ಇದು ಖಾಸಗಿ ವಿಷಯವಲ್ಲವೆ?'

'ರಾತ್ರಿ ಪಾರ್ಟಿಯಲ್ಲಿ ಏನೇನೋ ಮಾತು ಬಂತು. ಹಿಂದೂ ಧರ್ಮ ಎಷ್ಟು ಸತ್ತು ನಾರುವ ಧರ್ಮ ಅಂತ ಹೇಳುಕ್ಕೆ ಉದಾಹರಣೆಯಾಗಿ ಆ ಬೆಳಗ್ಗೆ ತಾನೆ ನಡೆದ ಆ ಘಟನೆಯನ್ನು ಹೇಳಿದೆವು. ನೀವೊಬ್ಬರು ಅನ್ಯಾಯಕ್ಕೆ ತುತ್ತಾದವರು, ಆದರೂ ಕುಗ್ಗದೆ

ಬಗ್ಗದೆ ಹೋರಾಡುವ ವೀರರು ಅಂತ ಬಿಂಬಿಸುವ ಸದುದ್ದೇಶವೂ ಇತ್ತು.'

'ಯಾರ್‍ಯಾರಿದ್ದರು ಅಲ್ಲಿ?'

'ಅವೆಲ್ಲ ಯಾಕೆ ಬಿಡಿ ಸಾರ್.'

'ಕಾಳೇನಹಳ್ಳಿ ಪ್ರಕಾಶಗೌಡ. ರಾಮರಾಜು, ಆನಂದಪ್ಪ ಬಡಿಗೇರಹಳ್ಳಿ, ಜಯೇಂದ್ರ ಹುಣಸೂರು, ಇವರೆಲ್ಲ ಇರಲೇಬೇಕಲ್ಲ.'

'ಸಾರ್ ನಿಮಗೆ ಎಲ್ಲ ಗೊತ್ತು. ನಿಮ್ಮ ಸಿ.ಐ.ಡಿ.ಗಳನ್ನೂ ಇಟ್ಟಿದೀರಿ.'

'ಸಿ.ಐ.ಡಿ. ಏನೂ ಬೇಕಿಲ್ಲ. ನನ್ನಿಂದಲೇ ಪ್ರಸಿದ್ಧಿಗೆ ಬಂದು ನನ್ನ ವಿರುದ್ಧವೇ ತಿರುಗಿರುವ ಕ್ರಿಮಿನಲ್‌ಗಳು. ಅವರನ್ನ ತುಳಿದುಬಿಡ್ತೀನಿ. ನನ್ನ ವಿರುದ್ಧದ್ದು ಮಾತ್ರವಲ್ಲ, ಅವರ ಯಾವ ಒಂದು ಲೇಖನವೂ ಯಾವ ಒಂದು ಪತ್ರಿಕೆಯಲ್ಲೂ ಪ್ರಕಟವಾಗದ ಹಾಗೆ ಮಾಡ್ತೀನಿ ಅಂತ ಹೇಳಿ,' ಎನ್ನುವಾಗ ಪ್ರೊಫೆಸರರು ಕೋಪದಿಂದ ಬುಸುಗುಡುತ್ತಿದ್ದರು. ಫೋನನ್ನು ಕೆಳಗಿಟ್ಟ ಎಷ್ಟೋ ಹೊತ್ತಿನನಂತರ ಕೋಪ ತುಸು ಆರಿದಾಗ ಇವರ ಎದುರಿಗೆ ಅವರನ್ನೆಲ್ಲ ಬೈದದ್ದು ಸರಿಯಾಯಿತೆ? ಎಂದು ಚಿಂತಿಸತೊಡಗಿದರು. ನನಗೂ ಕೋಪಬರುತ್ತೆ ಅಂತ ಬೋಳಿಮಕ್ಕಳಿಗೆ ಅರ್ಥವಾಗಲಿ, ಬೈದದ್ದೇ ಸರಿ. ಕರ್ನಾಟಕದ ಈ ಚಿಲ್ಲರೆಗಳಿಗೆ ನಾನು ಕೇರ್ ಮಾಡಬೇಕಿಲ್ಲ. ಆಲ್ ಇಂಡಿಯಾ ಲೆವೆಲ್‌ನಲ್ಲಿರೋನು, ಇಂಟರ್ ನ್ಯಾಶನಲ್ ವಿಸ್ತಾರದಲ್ಲಿರೋನು ನಾನು ಎಂದು ಆತ್ಮವಿಶ್ವಾಸ ತಂದುಕೊಂಡರು. ಹಸಿವು ಕಾಣಿಸಿತು. ಒಳಗೆ ಹೋಗಿ ಅಡುಗೆಯ ಕ್ಯಾಥರಿನ್ ಕುಟ್ಟಿಗೆ ಹೇಳಿ ಆಮಲೆಟ್, ಬ್ರೆಡ್ ಟೋಸ್ಟ್‌ಗಳನ್ನು ಮಾಡಿಸಿಕೊಂಡು ಟೋಸ್ಟನ್ನು ಬಾಳೆಹಣ್ಣಿನ ಜೊತೆ ತಿಂದು ಕಾಫಿ ಕುಡಿದು ಮತ್ತೆ ತಮ್ಮ ಅಧ್ಯಯನ ಕೋಣೆಗೆ ಬಂದು ಸಿಗರೇಟು ಹೊತ್ತಿಸಿದರು. ಸೂಳೆಮಗ ಕಾಳೇನಹಳ್ಳಿ ಪ್ರಕಾಶಗೌಡನ ಜೊತೆ ಸ್ನೇಹವಾಗಿಯೇ ಇದ್ದೀನಿ. ತಂದೆತಾಯಿಯರನ್ನು ನೋಡಲು ಊರಿಗೆ ಹೋಗದವನು ಅದರ ಪಕ್ಕದ ಊರು ಕಾಳೇನಹಳ್ಳಿಗೆ ಈ ಸೂಳೆಮಗನ ಮಗಳ ಮದುವೆಗೆ ಕೂಡ ಹೋಗಿದ್ದೆ. ಆದರೂ ನನ್ನ ವಿರುದ್ಧ ಚಳವಳಿಯಲ್ಲಿ ಸೇರಿದಾನೆ. ಬ್ಯಾಡ ಅಂದರೂ ಅಸೆಂಬ್ಲಿ ಎಲೆಕ್ಷನ್‌ಗೆ ನಿಂತು ಸೋತ. ನಾನು ಅವನ ಪರ ಮನಸ್ಸಿಟ್ಟು ಪ್ರಚಾರ ಮಾಡಲಿಲ್ಲ ಅನ್ನುವ ಅಸಮಾಧಾನ. ಉಳಿದ ಎಲ್ಲರನ್ನೂ ತುಳಿಯದಿದ್ದರೆ ನಾನು ಶಾಸ್ತ್ರಿಯಲ್ಲ, ಎಂದು ಮೌನಪ್ರತಿಜ್ಞೆ ಮಾಡಿದರು. ಕಂಪ್ಯೂಟರ್ ಮುಂದೆ ಕುಳಿತಾಗ ಲೇಖನ ಯಾಕೋ ಪುನರಾರಂಭಗೊಳ್ಳಲಿಲ್ಲ. ನಿಲ್ಲಿಸಿದ ಅಂಶದಿಂದ ಮುಂದಿನ ವಿಚಾರ ಹೊಳೆಯಲಿಲ್ಲ. ಕಾಲುಗಂಟೆ ಹೆಣಗಿದಮೇಲೆ ಇದನ್ನು ಬರೆಯದಿದ್ದರೆ ಏನು ಎಂದು ಕೈಬಿಟ್ಟರು. ಎದ್ದು ಹೋಗಿ ತಮ್ಮ ಹಾಸಿಗೆಯ ಮೇಲೆ ಮೈಚಾಚಿದರು. ರಾತ್ರಿ ಚನ್ನಾಗಿ ನಿದ್ರೆ ಮಾಡಿದ್ದ ನೆನಪಾದರೂ ಕಣ್ಣು ಮುಚ್ಚಿಕೊಂಡಾಗ ಹೆಂಗಸರಿಗೆ ಗಂಡುಮಕ್ಕಳಿಗಿಂತ ಅಳಿಯಂದಿರ ಮೇಲೆ ಅಕರಾಸ್ಥೆ ಹೆಚ್ಚು. ಹಿರಿಯ ಅಳಿಯ ಅಂತ ಸುಬ್ಬಣ್ಣಭಾವನ ಮೇಲೆ ವಿಶೇಷ ಪ್ರೀತಿ ಇತ್ತು. ಹೇಗೂ ತಲೆ ಬೋಳಿಸಿಕೊಂಡು ಶವಸಂಸ್ಕಾರಮಾಡಿದಾರೆ. ಅವರೇ ಎಲ್ಲವನ್ನೂ ಮಾಡಿ ಮುಗಿಸೂದು ವಿಹಿತ ಎಂಬ ಆಲೋಚನೆ ಬರತೊಡಗಿತು. ಸೂಳೆಮಗ ಪ್ರಕಾಶಗೌಡ ಪಕ್ಕದ ಹಳ್ಳಿಯೋನು ನಾನು ಬಂದಿದೀನಾ ಇಲ್ಲವಾ ಎಲ್ಲಿ

ಮಲಗಿದೀನಿ, ಎಲ್ಲಿ ಕೂತಿದೀನಿ ಎಲ್ಲಿ ತಲೆ ಬೋಳಿಸಿಕೊಂಡೆ, ಎಲ್ಲಿ ಬ್ರಾಹ್ಮಣರಿಗೆ ನಮಸ್ಕಾರ ಮಾಡಿದೆ, ಯಾವ ಹಸುವಿಗೆ ಪೂಜೆ ಮಾಡಿ ಅದನ್ನು ದಾನ ಕೊಟ್ಟೆ ಅನ್ನೂದನ್ನೆಲ್ಲ ತಿಳ ಕೊಂಡು ಲೇಖನ ಬರೀತಾನೆ, ಎಂಬ ಅನುಮಾನ ಖಚಿತವಾಯಿತು. ಬರೆದರೆ ಬರೆಕೊಳ್ಳಲಿ, ಐ ಡೋಂಟ್ ಕೇರ್. ಶಂಕರಾಚಾರ್ಯರೇ ಸಂನ್ಯಾಸ ನಿಯಮ ಬದಿಗಿಟ್ಟು ತಾಯಿಯ ಅಂತ್ಯ ಸಂಸ್ಕಾರ ಮಾಡಿದರು ಅಂತ ನಾನೊಂದು ಲೇಖನ ಬರೀತೀನಿ, ಮಾತೃವಿನ ಪಾವಿತ್ರ್ಯವನ್ನು ಹೀಯಾಳಿಸಿ ಲೇವಡಿ ಮಾಡುವ ಇವರ ಕೀಳು ಸಂಸ್ಕೃತಿಯನ್ನು ಹಿಡಿದು ಜಾಲಾಡ್ತೀನಿ, ಎಂಬ ಧೈರ್ಯ ತಾಳಿದರು. ಹೊಸ ಸಿಗರೇಟು ಹಚ್ಚಿ ಧೈರ್ಯಕ್ಕೆ ಸ್ಥಿರತೆ ಕೊಟ್ಟರು.

ಸಂಜೆಯ ವೇಳೆಗೆ ಇನ್ನೊಂದು ದಾರಿ ಹೊಳೆಯಿತು. ಊರಿನಲ್ಲಿ ಸುಬ್ಬಣ್ಣಭಾವ ಮಾಡಲಿ. ನಾನು ಗಯಾ ಕ್ಷೇತ್ರಕ್ಕೆ ಹೋಗಿ ಅಮ್ಮನಿಗೆ ಪಿಂಡ ಹಾಕ್ತೀನಿ. ನಂಬಿಕೆ ನಿಜವೇ ಆಗಿದ್ದರೆ ಅಮ್ಮ ನೇರವಾಗಿ ವಿಷ್ಣುಪಾದವನ್ನೇ ಸೇರ್ತಾಳೆ, ಮತ್ತೆ ಮತ್ತೆ ಪಿಂಡಕ್ಕೆ ಕಾಯುವ ಬವಣೆಯೇ ಇಲ್ಲದೆ. ಎಲ್ಲಿಗೆ ಹೋಗ್ತೀನಿ, ಏನು ಮಾಡ್ತೀನಿ ಅಂತ ಯಾರಿಗೂ ಹೇಳೂದು ಬೇಡ ಎಂಬ ಮಾರ್ಗ ಗಟ್ಟಿಯಾಯಿತು. ರಾತ್ರಿ ನಿದ್ರೆ ಹತ್ತುವ ಮೊದಲು, ವೈಕುಂಠ ಸಮಾರಾಧನೆಯಾಗುವ ತನಕ ಊರಲ್ಲಿ ಬೇಹು ಕಾಯ್ತಾರೆ, ಬೆಂಗಳೂರಲ್ಲೂ ಕಾಯ್ತಾರೆ. ನಾನು ಎಲ್ಲಿಗೆ ಹೋದರೂ ತಿಥಿ ಮಾಡುಕ್ಕೇ ಹೋಗಿದ್ದ, ಪ್ರಾಯಶ್ಚಿತ್ತ ಮಾಡಿಕೊಂಡ ಅಂತ ಕೀಟಳೆ ಪತ್ರಿಕೆಗಳಲ್ಲಾದರೂ ಸುದ್ದಿ ಹಬ್ಬಿಸ್ತಾರೆ. ನಾನು ಬೆಂಗಳೂರಲ್ಲೇ ಇರಬೇಕು, ಬಂದ ಫೋನನ್ನು ಎತ್ತಿಕೊಬೇಕು. ಆಮೇಲೆ ಒಂದು ದಿನ ಗಯಾಕ್ಕೆ ಹೋಗಬೇಕು ಎಂದು ನಿರ್ಧರಿಸಿದರು. ಭೌತವಾದ ಮತ್ತು ಪ್ರಗತಿ ಅನ್ನುವ ವಿಷಯ ಕುರಿತು ಪಟ್ನಾ ವಿಶ್ವವಿದ್ಯಾಲಯದಲ್ಲಿ ಎರಡು ಉಪನ್ಯಾಸ ಕೊಡಿ, ನೀವು ಹೇಳಿದ ದಿನಗಳಲ್ಲಿ ನಾವು ಇಟ್ಟುಕೊತ್ತೀವಿ ಅಂತ ಒಂದು ವರ್ಷದಿಂದ ಪ್ರೊಫೆಸರ್ ಸಿನ್ಹಾ ವರಾತ ಮಾಡ್ತಿದಾನೆ. ಅವನಿಗೆ ಫೋನ್ ಮಾಡಿ ಹೇಳಿ ತಾರೀಖು ಪಕ್ಕಾ ಮಾಡಿದರೆ ಪಟ್ನಾ–ಬೆಂಗಳೂರು – ಪಟ್ನಾದ ವಿಮಾನದ ದರವೂ ಸಿಕ್ಕುತ್ತೆ. ಎರಡು ಉಪನ್ಯಾಸದಿಂದ ಹತ್ತು ಸಾವಿರ ಸಂಭಾ ವನೆಯೂ ಉಂಟು ಅಂತ ಹೇಳಿದ್ದ. ಸಂಭಾವನೆಯ ಹಣದಲ್ಲಿ ಪಟ್ನಾದಿಂದ ಗಯಾ, ಗಯಾದಲ್ಲಿ ಶ್ರಾದ್ಧದ ಖರ್ಚು ಕಳೆಯುತ್ತೆ ಎಂಬ ಪರಿಹಾರವೂ ಕಂಡಿತು. ಆಗಲೇ ಎದ್ದು ವಿಳಾಸ ಪುಸ್ತಕ ತೆಗೆದು ಪಟ್ನಾಕ್ಕೆ ಫೋನು ಮಾಡಿದರು. ಪ್ರೊ. ಸಿನ್ಹ ಸಿಕ್ಕಿದರು. ಗೋಡೆಯ ಮೇಲಿದ್ದ ಕ್ಯಾಲೆಂಡರನ್ನು ನೋಡುತ್ತ ಅವರು 'ನೀವು ಹೇಳುವ ಎರಡು ದಿನಗಳೂ ನಮಗೆ ಹೊಂದುತ್ತವೆ. ಯಾವ ವಿಮಾನದಲ್ಲಿ ಬರ್ತೀರ ಅಂತ ತಿಳಿಸಿದರೆ ನಾನು ಏರ್‌ಪೋರ್ಟಿಗೆ ಬರ್ತೀನಿ' ಎಂದರು. ಸಿನ್ಹಾ ಕೂಡ ಭೌತವಾದಿಗಳು, ವಿಚಾರವಾದಿ ಗಳು. ಪ್ರಗತಿಪರರು. ಒಮ್ಮೆ ಅವರ ಸ್ವಾಗತಕ್ಕೆ ಸಿಕ್ಕಿಬಿಟ್ಟರೆ ಗಯಾಕ್ಕೆ ಹೋಗೂದನ್ನು ಮುಚ್ಚಿಡಲು ಸಾಧ್ಯವಿಲ್ಲ. ಮೊದಲೇ ಪಟ್ನಾದಲ್ಲಿಳಿದು ನೇರವಾಗಿ ಗಯಾಕ್ಕೆ ಹೋಗುವುದು. ಪಟ್ನಾಕ್ಕೆ ಹಿಂತಿರುಗಿದಮೇಲೆ ಟ್ಯಾಕ್ಸಿ ಮಾಡಿಕೊಂಡು ವಿಶ್ವವಿದ್ಯಾಲಯದ ಅತಿಥಿಗೃಹಕ್ಕೆ ಹೋಗುವುದು. 'ನಾನು ಯಾವ ವಿಮಾನದಲ್ಲಿ ಬರ್ತೀನಿ ಅಂತ ಖಾತ್ರಿಯಾಗಿಲ್ಲ. ಯಾವುದ

ರಲ್ಲಿ ಬಂದರೂ ಖಂಡಿತ ಹಿಂದಿನ ದಿನ ಪಟ್ನಾ ತಲುಪ್ತೀನಿ. ನಿಲ್ದಾಣದಿಂದ ಅತಿಥಿಗೃಹಕ್ಕೆ ನಾನೇ ಬರ್ತೀನಿ. ಅಲ್ಲಿ ಕೋಣೆಯನ್ನು ಕಾದಿರಿಸಿ' ಅಂತ ಸಿನ್ಹಾಗೆ ತಿಳಿಸಿರೂದು ಎಂಬ ವಿವರವಾದ ಉಪಾಯ ಕ್ಷಣಾರ್ಧದಲ್ಲಿ ಹೊಳೆಯಿತು.

ಊರಿನಲ್ಲಿ ವೈಕುಂಠ ಮುಗಿಯುವ ದಿನದವರೆಗೆ ಅವರು ಬೆಂಗಳೂರು ಬಿಟ್ಟು ಹೊರಗೆ ಹೋಗಲಿಲ್ಲ. ಈ ಅವಧಿಯಲ್ಲಿ ನಾಲ್ಕು ಸಮಾರಂಭಗಳಲ್ಲಿ ಭಾಗವಹಿಸಿದರು. ಸಾರ್ವಜನಿಕ ಪ್ರಾಮುಖ್ಯವುಳ್ಳ ಸಂಗತಿಗಳನ್ನು ಕುರಿತು ಎರಡು ಪ್ರತ್ಯೇಕ ಹೇಳಿಕೆಗಳನ್ನು ಕೊಟ್ಟರು. ಅವೆಲ್ಲ ಟಿ.ವಿ.ಯಲ್ಲಿ ಬಂದವು. ಪತ್ರಿಕೆಗಳಲ್ಲಿ ಫ಼ೋಟೋ ಸಹಿತ ವರದಿಯಾದವು. ಆದರೆ ಊರಿನಿಂದ ಯಾವ ಫ಼ೋನೂ ಬರಲಿಲ್ಲ. ತಂಗಿಯರು, ಭಾವಂದಿರು, ಲಕ್ಷ್ಮಿ, ಯಾರಿಂದಲೂ. ಗಯಾಕ್ಕೇ ಹೋಗಿ ಮಾಡಿದೆ ನನ್ನನ್ನ ಪ್ರಾಯಶ್ಚಿತ್ತದ ಅಪಮಾನಕ್ಕೆ ಒಳಗುಮಾಡುವ ನಿಮ್ಮ ಶಾಸ್ತ್ರಕ್ಕೆ ಪರ್ಯಾಯವಾಗಿ, ಅಂತ ಆಮೇಲೆ ತಿಳಿಸುತೀನಿ, ಎಂದು ನಿಶ್ಚಯಿಸಿಕೊಂಡರು.

ಪ್ರೊಫ಼ೆಸರರು ಉತ್ತರ ಹಿಂದೂಸ್ತಾನದಲ್ಲಿ ಸಾಕಷ್ಟು ಓಡಾಡಿದ್ದರೂ ಅವರ ಸಂಚಾರವು ದೊಡ್ಡ ದೊಡ್ಡ ನಗರಗಳ ನಡುವೆ ಇರುತ್ತಿತ್ತು. ವಿಮಾನನಿಲ್ದಾಣ, ಗೆಸ್ಟ್ ಹೌಸ್, ಸ್ಟಾರ್ ಹೋಟೆಲ್, ಟ್ಯಾಕ್ಸಿ ನಿಲ್ದಾಣದಲ್ಲಿ ಇವರ ಹೆಸರಿನ ರಟ್ಟು ಹಿಡಿದು ಸ್ವಾಗತಿಸುವ ಸ್ವಯಂ ಸೇವಕರು ಅಥವಾ ಕಾರ್ಯದರ್ಶಿ. ಹೀಗಾಗಿ ಅವರಿಗೆ ಹಿಂದಿ ಸರಿಯಾಗಿ ಬರುತ್ತಿರಲಿಲ್ಲ. ಬೇರೆಯವರು ಮಾತನಾಡುವುದು ಸ್ಥೂಲವಾಗಿ ತಿಳಿಯುತ್ತಿತ್ತು; ಆದರೆ ವಾಕ್ಯರಚನೆ ಅಸಾಧ್ಯವಾಗಿತ್ತು. ಇಂಗ್ಲಿಷ್ ವ್ಯಾಕರಣವನ್ನು ಹಿಂದಿಗೆ ಅನ್ವಯಿಸಿ ಕೆಲವು ಹಿಂದಿ ಶಬ್ದಗಳಿಗೆ ಇಂಗ್ಲಿಷ್ ಶಬ್ದಗಳನ್ನು ಜೋಡಿಸಿ ಕೇಳುವವರಿಗೆ ಅರ್ಥವಾಗದಿದ್ದಾಗ ಕನ್ನಡ ಪದಗಳನ್ನೂ ಹಾಕಿ ಕಷ್ಟಪಡುತ್ತಿದ್ದರು. ಆದರೆ ಗಯಾದ ಪಂಡರ ಹತ್ತಿರ ಇವರಿಗೆ ಭಾಷೆಯ ಕಷ್ಟವಾಗಲಿಲ್ಲ. ಭಾರತದ ಎಲ್ಲ ಕಡೆಯ ಎಲ್ಲ ಭಾಷಿಕರ, ವಿದೇಶದಲ್ಲಿ ನೆಲೆಸಿರುವ ಭಾರತೀಯರ, ಜೊತೆಯಲ್ಲಿ ವ್ಯವಹರಿಸುವ ಬೇರೆ ಬೇರೆ ಭಾಷಾಜ್ಞಾನವುಳ್ಳ ಪಂಡರು ಇರುವ ಸ್ಥಳ ಅದು. ಇವರಿಗೆ ಸಿಕ್ಕಿದ ಪಂಡ ಸ್ಪಷ್ಟವಾದ ಕನ್ನಡ ಮತ್ತು ಇಂಗ್ಲಿಷ್‌ಗಳನ್ನು ಬೆರೆಸಿ 'ಒಟ್ಟು ಐದುಸಾವಿರ ರೂಪಾಯಿ ಕೊಟ್ಟುಬಿಡಿ. ಮೇಲೆ ದಕ್ಷಿಣೆಗಾಗಲಿ, ಕ್ಷೌರಿಕನಿಗಾಗಲಿ, ಬೇರೆ ಯಾವುದಕ್ಕಾಗಲಿ ಒಂದು ಕಾಸೂ ಕೇಳುವುದಿಲ್ಲ,' ಎಂದು ಕರಾರು ಮಾಡಿಕೊಂಡ. ತಮ್ಮ ಉಪನ್ಯಾಸದ ಸಂಭಾವನೆಯ ಅರ್ಧಮೊತ್ತ ಮಾತ್ರ ಎಂಬ ಲೆಕ್ಕದಿಂದ ಇವರು ಒಪ್ಪಿಕೊಂಡರು.

ಶ್ರಾದ್ಧಕರ್ಮ ಆರಂಭಿಸುವ ಮೊದಲು ಅವರು ಆಯುಷ್ಕರ್ಮ ಮಾಡಿಸಿಕೊಳ್ಳಬೇಕಿತ್ತು. 'ನಾನು ತಲೆ ಬೋಳಿಸಿಕೊಳ್ಳುವುದಿಲ್ಲ. ಶಾಸ್ತ್ರಕ್ಕೆ ಒಂದು ತುಂಡು ಕೂದಲು ತೆಗೆಯುಕ್ಕೆ ಹೇಳಿ' ಎಂದು ಇವರು ಅವನಿಗೆ ಸ್ಪಷ್ಟವಾಗಿ ಹೇಳಿದರು. ಆಯಿತು ಎಂದ ಅವನು

ಕೆಲವು ಮಂತ್ರ ಹೇಳಿ ಇವರ ತಲೆಯ ಮೇಲೆ ನೀರು ಚುಮುಕಿಸಿ ಒದ್ದೆ ಮಾಡಿ ಕಾದು ನಿಂತಿದ್ದ ನಾಪಿತನಿಗೆ ಹಿಂದಿಯಲ್ಲಿ ಸೂಚನೆ ಕೊಟ್ಟ. ನದಿ ದಂಡೆಯ ಒಂದು ಕಲ್ಲಿನ ಮೇಲೆ ನಾಪಿತನು ಇವರನ್ನು ಕೂರಿಸಿದ. ಪ್ರೊಫೆಸರರ ಮನಸ್ಸು ತಾವು ಆ ಸೂಳೆಮಕ್ಕಳಿಗೆ ಹೆದರಿ ಊರಿಗೆ ಹೋಗದೆ ಉಳಿಯಬಾರದಾಗಿತ್ತು ಎಂಬ ಖೇದದಲ್ಲಿ ಮುಳುಗಿತ್ತು. ಸುಬ್ಬಣ್ಣಭಾವ ಎಷ್ಟೇ ಶ್ರದ್ಧಾಭಕ್ತಿಯಿಂದ ಮಾಡಿರಲಿ, ಮಗನಾದ ನಾನು ಮಾಡಬೇಕಿತ್ತು. ಹೋಗದೆ ತಂಗಿಯರು ಭಾವಂದಿರಿಗೆ ಮಾತ್ರವಲ್ಲ ಅಪ್ಪಯ್ಯನಿಗೂ ಬೇಸರಮಾಡಿದೆ. ಅವರಿಗೆ ಆಗಿರುವ ವಯಸ್ಸಿನಲ್ಲಿ ಯಾವತ್ತು ಗೊಟಕ್ ಅಂತಾರೋ. ನಾನು ಬದುಕಿದ್ದಾಗಲೇ ತಾಯಿಗೇ ಮಾಡದ ಇವನು ನನಗೆ ಮಾಡುವುದಿಲ್ಲ ಅಂತ ನಿರ್ಧರಿಸಿರ್ತಾರೆ. ಎಂಬ ಖೇದ ತುಂಬಿಕೊಂಡು ಶಂಕರಾಚಾರ್ಯರು ಗಯೆಗೂ ಬಂದಿರಬೇಕಲ್ಲವೆ? ಇದು ಆದ ಮೇಲೆ ಪಂಡನನ್ನ ಕೇಳಬೇಕು ಎಂದುಕೊಳ್ಳುತ್ತಿರುವಲ್ಲಿ ಅರೆ ಏನು ಮಾಡಿಬಿಟ್ಟ ಈ ಹಜಾಮ, ಎಂದು ಗಾಬರಿಯಿಂದ ಕೈ ಎತ್ತಿ ತಲೆ ಮುಟ್ಟಿಕೊಂಡರು. ನೆತ್ತಿಯ ಮೇಲಿನಿಂದ ಬಲ ಬದಿಯ ದಾಡಿ ಪೂರ್ತ ಸಂಪೂರ್ಣವಾಗಿ ಬಲಗಡ್ಡವನ್ನೂ ಕೂಡಿ ಬೋಳಿಸಿಬಿಟ್ಟಿದ್ದಾನೆ. 'ಕನ್ನಡಿ ಕೊಡು, ಮಿರರ್, ಮಿರರ್ ದೇವ್' ಎಂದು ಗಟ್ಟಿಯಾಗಿ ಭರ್ತ್ಸನೆಯ ಧ್ವನಿಯಲ್ಲಿ ಕಿರುಚಿಕೊಂಡರು. ಅವನಿಗೆ ಭಾಷೆ ಅರ್ಥವಾಗದು. ಇವರು ಮತ್ತೆ 'ಮಿರರ್' ಎನ್ನುತ್ತಾರೆ. ಅವನು ಕತ್ತಿ ಹಿಡಿದ ಬಲಗೈಯಲ್ಲಿ ಸನ್ನೆ ಮಾಡುತ್ತಾ ಏನೋ ಹೇಳುತ್ತಾನೆ. ಅದು ಇವರಿಗೆ ಅರ್ಥವಾಗದು. 'ಪಂಡ, ಪಂಡ, ಕಾಲ್ ಪಂಡ' ಎಂದು ಇವರು ಕೂಗುತ್ತಾರೆ. ಅವನು ಹೋಗಿ ಇವರ ಪಂಡನನ್ನು ಹುಡುಕುತ್ತಾನೆ. ನದಿಯ ದಂಡೆಯಲ್ಲೆಲ್ಲ ಕರ್ಮ ಮಾಡಿಸುತ್ತಿದ್ದ ಹತ್ತಾರು ಪಂಡರಾದರೆ ಮೇಲ್ದಂಡೆಯ ಬಸ್‌ನಿಲ್ದಾಣದ ಹತ್ತಿರ ಗಿರಾಕಿಗಳಿಗೆ ಹೊಂಚು ಹಾಕುತ್ತಿದ್ದ ನಲವತ್ತೈವತ್ತು ಪಂಡರ ಜಾಗಕ್ಕೆ ಹೋಗಿ ಇವನು ಅವನನ್ನು ಹುಡುಕಿ ಕರೆತರುತ್ತಾನೆ. 'ಏನು ಮಾಡಿದಾನೆ ನೋಡಿ ಇವನು?' ಎಂದು ಇವರು ಕೋಪದಿಂದ ಅವನನ್ನು ಕೇಳುತ್ತಾರೆ. ಏನಾಗಿದೆ ಸಾಹೇಬ್? ಅವನು ಶಾಂತವಾಗಿ ಕೇಳುತ್ತಾನೆ. 'ನನಗೆ ಬೋಳಿಸಕೂಡದು. ಶಾಸ್ತ್ರಕ್ಕೆ ನೆತ್ತಿಯ ಮೇಲೆ ಒಂದು ಬತ್ತಿ ತೆಗೀಬೇಕು ಅಂತ ಹೇಳಿದ್ದೆನಲ್ಲ,' ಎಂದರೆ ಜ್ಞಾಪಿಸಿಕೊಂಡು, 'ಹೌದೌದು. ಇವನಿಗೆ ನಾನು ಹೇಳಿದ್ದೆನಲ್ಲ,' ಎಂದು ನಾಪಿತನ ಕಡೆಗೆ ತಿರುಗಿ ಹಿಂದಿಯಲ್ಲಿ ಏನೋ ಕೇಳುತ್ತಾನೆ. ನಾಪಿತನು, 'ಹಾಗೆಲ್ಲ ಫ್ಯಾಶನ್‌ಕಟ್ ಮಾಡುಕ್ಕೆ ಇದು ಸಲೂನ್ ಅಲ್ಲ. ಇಷ್ಟಕ್ಕೂ ನೀವು ಹೇಳಿದ್ದು ನನಗೆ ಮರೆತುಹೋಯಿತು. ನಾನು ಎಷ್ಟು ಸಾವಿರ ಜನರಿಗೆ ಮಾಡಿದೀನಿ. ಪೂರ್ತಿ ಬೋಳಿಸಿಕೊಳ್ಳದೆ ಯಾರೂ ಪಿಂಡದಾನ ಮಾಡುಲ್ಲ, ಶಾಸ್ತ್ರ ನನಗೆ ಗೊತ್ತಿದೆ.' ಎಂದು ಏನೋ ಹಿಂದಿಯಲ್ಲಿ ಹೇಳಿದ್ದನ್ನು ಪಂಡ ಇವರಿಗೆ ಇಂಗ್ಲಿಷ್ ಮಿಶ್ರಿತ ಕನ್ನಡದಲ್ಲಿ ಅನುವಾದಿಸಿ, 'ಈಗ ಮಾಡೂದೇನು ಸಾಹೇಬ್. ಇನ್ನೊಂದು ಕಡೆಗೂ ಮಾಡಿಸಿಕೊಂಡುಬಿಡಿ. ಶಾಸ್ತ್ರದ ವಿಷಯದಲ್ಲಿ ಮಂತ್ರ ಬಲ್ಲ ನಾವು ಹೊಂದಿಸಿಕೊಬಹುದು, ಈ ನಾಪಿತರು ಸ್ವಲ್ಪವೂ ಕದಲುಲ್ಲ,' ಎಂದ.

'ಅದೆಲ್ಲ ಬೇಡ. ನನಗೆ ಈ ಕರ್ಮವೇ ಬೇಡ. ದುಡ್ಡು ವಾಪಸು ಕೊಟ್ಟುಬಿಡಿ.'

ನಾನು ವಾಪಸು ಹೋಗ್ತೀನಿ,' ಇವರು ಕೇಳಿದರು.

'ಯಾವ ದುಡ್ಡು ಸ್ವಾಮಿ?'

'ನಿಮಗೆ ಕೊಟ್ಟ ಐದುಸಾವಿರ. ಕಾಂಟ್ರಾಕ್ಟ್ ಹಣ.'

'ಅದು ನನ್ನ ಹತ್ತಿರ ಎಲ್ಲಿದೆ? ನಿಮ್ಮೆದುರಿಗೇ ದೊಡ್ಡ ಪಂಡರು ಇಸಕೊಂಡು ಹೋಗಲಿಲ್ಲವೆ? ಅವರು ಹೇಳಿದಂತೆ ಇಲ್ಲಿ ಕೆಲಸ ಮಾಡಿಸೂದಷ್ಟೇ ನನ್ನ ಕೆಲಸ.'

'ಮೋಸ. ಇದು ಮೋಸ. ವಾಪಸು ಕೊಡದಿದ್ದರೆ ನಾನು ಪೋಲೀಸಿಗೆ ಕಂಪ್ಲೇಂಟ್ ಮಾಡ್ತೀನಿ,' ಇವರು ರೇಗಿದರು.

'ಯಾವ ಪೋಲೀಸರು? ಪುಣ್ಯಕ್ಷೇತ್ರಕ್ಕೆ ಬಂದು ಆಡಿದ ಮಾತು ಮೀರಿ ಪೋಲೀಸ್ ಅಂತೀರಾ ಸಾಹೇಬ್? ಎಲ್ಲರೂ ಪಿತೃಗಳಿಗೆ ಸ್ವರ್ಗಪ್ರಾಪ್ತಿ ಮಾಡಿಸುಕ್ಕೆ ಗಯಾಕ್ಕೆ ಬರ್ತಾರೆ. ನೀವು ನರಕಕ್ಕೆ ಹೋಗೂ ಮಾತಾಡಬೇಡಿ,' ಎಂದು ಅವನು ಹೇಳುತ್ತಿರುವಾಗ ಹತ್ತಾರು ಜನ ಪಂಡರು ಬಂದು ಸುತ್ತಿಕೊಂಡರು.

ಇವರ ಸಮಸ್ಯೆಯನ್ನು ಅವನು ಅವರೆಲ್ಲರಿಗೂ ವಿವರಿಸಿದ. 'ನಾಪಿತ ಮಾಡಿರೂದರಲ್ಲಿ ತಪ್ಪೇನೂ ಇಲ್ಲ. ನಿಮಗೆ ಬೇಕಾದ ಹಾಗೆ ಮಾಡಿಸಿಕೊಬೇಕಿದ್ದರೆ ಸಲೂನಿಗೆ ಹೋಗಬೇಕಿತ್ತು. ಈಗ ಉಳಿದಿರುವ ಎಡಭಾಗದ್ದನ್ನ ವಿಲಂಬವಿಲ್ಲದೆ ತೆಗೆಸಿ ಕಾರ್ಯ ಮಾಡಿಸಿ.' ಎಂದು ಅವರೆಲ್ಲ ಒಕ್ಕೊರಲಿನಿಂದ ಹೇಳಿದರು. ಇವರು ತಮ್ಮ ಬಲ ದಾಡಿ, ಬಲ ಕಪಾಲ, ಬಲ ನೆತ್ತಿಯವರೆಗೆ ಮುಟ್ಟಿ ನೋಡಿಕೊಂಡರು. ಏನು ಮಾಡಿದರೂ ಬೇರೆ ದಾರಿ ಕಾಣುತ್ತಿಲ್ಲ. ಮಾಡು ಬಾ ಎಂದು ನಾಪಿತನಿಗೆ ಸನ್ನೆ ಮಾಡಿದರು.

ಕರ್ಮವನ್ನು ಮುಗಿಸಿದಮೇಲೆ ಹೋಟೆಲಿಗೆ ಹೋಗಿ ಕನ್ನಡಿಯಲ್ಲಿ ತಮ್ಮ ಮುಖ ತಲೆಬುರುಡೆಗಳನ್ನು ನೋಡಿಕೊಂಡಾಗ ಸುಬ್ಬಣ್ಣಭಾವನ ಮುಖ ಬುರುಡೆಗಳ ನೆನಪಾಯಿತು. ಶಾಸ್ತ್ರ ಅಂದರೆ ಹೀಗೆಯೇ. ಹಜಾಮನ ಮೇಲೆ ರೇಗಿದ್ದು ಸರಿಯಾಗಲಿಲ್ಲ ಎನ್ನಿಸಿತು. ಆದರೆ ಈ ಹೊಸ ಸಮಸ್ಯೆಗೆ ಪರಿಹಾರವನ್ನು ರಾತ್ರಿ ಎಲ್ಲ ಆಲೋಚಿಸಿದರೂ ಹೊಳೆಯಲಿಲ್ಲ. ಬೆಳಗ್ಗೆ ಅಂಗಡಿಗಳ ಬಾಗಿಲು ತೆರೆದಮೇಲೆ ಒಂದು ಟೋಪಿ ಕೊಳ್ಳುವುದು. ಗಾಂಧಿ ಟೋಪಿ ಬೇಡ, ಜೆ.ಪಿ. ಟೋಪಿ ಬೇಡ. ಹ್ಯಾಟು ತೆಗೆದುಕೊಂಡರೆ ಹೇಗೆ? ಸಾದಾ ಕರಿ ಟೋಪಿ? ಯಾವುದನ್ನು ಹಾಕಿಕೊಂಡರೂ ತಲೆ ಬೊಕ್ಕವಾಗಿರುವುದಕ್ಕೆ ಸಿನ್ಹಾನಿಗಾದರೂ ಒಂದು ವಿವರಣೆ ಕೊಡಬೇಕಲ್ಲ ಎಂದು ಎಷ್ಟೋ ಹೊತ್ತು ಯೋಚಿಸಿದ ಮೇಲೆ ನೆತ್ತಿಯ ಮೇಲೆ ಚರ್ಮಕ್ಕೆ ಏನೋ ಇನ್‌ಫೆಕ್ಷನ್ ಆಗಿದೆ. ಕೂದಲನ್ನ ಸಂಪೂರ್ಣ ತೆಗೆಸದಿದ್ದರೆ ಔಷಧಿ ಚರ್ಮಕ್ಕೆ ಮುಟ್ಟುಲ್ಲ ಅಂತ ಡರ್ಮಟಾಲಜಿಸ್ಟ್ ಹೇಳಿದರು, ಅಂತ ನಾನೇ ಹೇಳಿ ಬಿಟ್ಟರೆ ಸುಮ್ಮನಾಗ್ತಾನೆ ಎಂದುಕೊಂಡರು.

ಅವನು ಕೇಳದಿದ್ದರೂ ಪಟ್ಣದಲ್ಲಿ ಇವರೇ ತಮ್ಮ ವಿವರಣೆ ಕೊಟ್ಟರು. 'ಹೌದ್ಹೌದು. ಡಾಕ್ಟರು ಹೇಳಿದ ಹಾಗೆ ಮಾಡಲೇಬೇಕು' ಎಂದು ಸಿನ್ಹಾ ಸಹಮತಿ ಸೂಚಿಸಿದರು. ಆದರೆ ಟಿ.ಎ. ಡಿ.ಎ. ಬಿಲ್ ತಯಾರಿಸಲೆಂದು ಅವರು ಇವರ ವಿಮಾನದ ಟಿಕೇಟ್ ಇಸಕೊಂಡಾಗ ತಮ್ಮ ಟಿಕೇಟ್ ಇರುವುದು ಬನಾರಸಿಗೆ ಎಂಬ ನೆನಪಾಯಿತು. ಸಾಧಾರಣವಾಗಿ

ಪಟ್ಣಕ್ಕೆ ಬರುವವರು, ತಲೆ ಬೋಳಿಸಿಕೊಳ್ಳುವವರು ಗಯಾಕ್ಕೆ ಹೋಗುವವರೇ ಎಂಬುದು ಈ ಬಿಹಾರಿಗೆ ಅರ್ಥವಾಗುತ್ತದೆ ಎಂಬ ಅಳುಕೂ ಹುಟ್ಟಿತು. ಆದರೆ ಸಿನ್ಹಾ ಮಾತಿನಲ್ಲಾಗಲಿ ನಡತೆಯಲ್ಲಾಗಲಿ ಯಾವ ಅನುಮಾನವನ್ನೂ ವ್ಯಕ್ತಪಡಿಸಲಿಲ್ಲ. ಬೆಂಗಳೂರು – ಬನಾರಸ್ – ಬೆಂಗಳೂರು ವಿಮಾನದ ದರ, ಬನಾರಸ್ –ಪಟ್ನಾ – ಬನಾರಸ್ ಪ್ರಥಮದರ್ಜೆ ರೈಲು ದರವನ್ನು ಕೊಡಿಸಿದರು. ಭೌತವಾದ ಮತ್ತು ಪ್ರಗತಿಯನ್ನು ಕುರಿತ ಎರಡು ಉಪನ್ಯಾಸಗಳೂ ಅವರು ಹಲವು ದಶಕಗಳಿಂದ ಸಿದ್ಧಪಡಿಸಿಕೊಂಡು ಹಲವು ಕಡೆಗಳಲ್ಲಿ ಮಾಡಿ ಅಭ್ಯಾಸ ವಾಗಿದ್ದ ವಿಷಯವಾಗಿದ್ದುದರಿಂದ ಭರ್ಜರಿಯಾಗಿ ನಡೆದವು. ವಿಶ್ವವಿದ್ಯಾಲಯದ ಸಭಿಕರೆಲ್ಲ ತಲೆದೂಗಿ ಭಾಷಣದ ನಂತರ ಇವರನ್ನು ಮುತ್ತಿಕೊಂಡರು.

ಪಟ್ನಾದಿಂದ ಬನಾರಸಿಗೆ ಹೋಗುವಾಗ ರೈಲಿನಲ್ಲಿ ಬನಾರಸಿನ ಕಾರ್ಯಾಗಾರದಲ್ಲಿ ಇದೇ ಟೋಪಿ ಹಾಕಿಕೊಂಡಿರುವುದು. ಅನಂತರ ಅಮೆರಿಕದಲ್ಲಿ ಯಾವ ಟೋಪಿಯೂ ಬೇಡ. ಅಲ್ಲಿ ಯಾರು ಯಾವ ವಿಧವಾದ ವೇಷ ತೊಟ್ಟು ಯಾವ ತೆರನಾದ ತಲೆಗೂದಲು ಬಿಟ್ಟರೂ ಸಂಪೂರ್ಣವಾಗಿ ಬೋಳಿಸಿಕೊಂಡರೂ ಯಾರೂ ಕೇಳುವುದಿಲ್ಲ. ನಿಜವಾದ ಸ್ವಾತಂತ್ರ್ಯದ ದೇಶ. ಅಷ್ಟರಲ್ಲಿ ಕೂದಲು ಬೆಳೆದಿರುತ್ತೆ, ಎಂಬ ಯೋಜನೆ ಸ್ಪಷ್ಟವಾಯಿತು.

* *

ಅಧ್ಯಾಯ ೧೨

ಸುದ್ದಿ ತಿಳಿದ ತಕ್ಷಣ ಊರಿಗೆ ಬಂದಾಗ ದಿಗಂತ, ಬಬಿತಾರಿಗೆ ಅಜ್ಜಿಯ ಅಸ್ಥಿಯನ್ನು ಪ್ರಯಾಗದಲ್ಲಿ ವಿಸರ್ಜಿಸಬೇಕೆಂಬ ಆಲೋಚನೆ ಹುಟ್ಟಿತು. ಶ್ರಾದ್ಧದ ನಂತರವೂ ಅನುಕೂಲ ವಾದ ದಿವಸ ಪ್ರಯಾಣ ಮಾಡಿ ಈ ಕರ್ಮವನ್ನು ಪೂರೈಸಬಹುದೆಂದು ತಾತನೇ ಹೇಳಿದರು. ಕರ್ಮವನ್ನು ಮಾಡಿದ ಸುಬ್ಬಣ್ಣ ಮಾವನೇ ಈ ಕೆಲಸ ಮಾಡಬೇಕು. 'ನೀವು ವಿಮಾನದಲ್ಲಿ ಹೋಗಿ ಬನ್ನಿ. ಟಿಕೀಟು ನಾವು ಕೊಡುತೀವಿ' ಎಂದು ದಿಗಂತ ಬಬಿತಾರು ಮುಂದೆ ಬಂದರು. ಮಡಿಕೆಯಲ್ಲೇ ಇಟ್ಟು ಒಯ್ಯಬೇಕಾದ ಅಸ್ಥಿಯನ್ನು ವಿಮಾನದಲ್ಲಿ ತೆಗೆದುಕೊಂಡು ಹೋಗುವುದು ತೊಡಕಿನ ಕೆಲಸ; ಅಲ್ಲದೆ ವಿಮಾನ ಪ್ರಯಾಣದ ರೀತಿಗಳ ಅನುಭವವಿಲ್ಲದ ಸುಬ್ಬಣ್ಣ ಮಾವ ಒಬ್ಬರಿಗೇ ಇದು ಸಾಧ್ಯವಿಲ್ಲ. ಇದೇ ಸಂದರ್ಭದಲ್ಲಿ ತಮ್ಮ ಊರಿನವರೇ ಆದ ಲಕ್ಷ್ಮೀ ಮೇಡಂ ಬನಾರಸಿಗೆ ಹೊರಟಿದ್ದರು. ಸುಬ್ಬಣ್ಣ ಮಾವನನ್ನೂ ಜೊತೆಗೆ ಕರೆದುಕೊಂಡು ಪ್ರಯಾಗಕ್ಕೆ ಹೋಗಿ ಅಲ್ಲಿಂದ ವಾಪಸು ರೈಲಿನಲ್ಲಿ ಕೂರಿಸಬೇಕೆಂದು ಇವರು ಕೇಳಿಕೊಂಡರು. ಸುಬ್ಬಣ್ಣನವರ ಜೊತೆಯಲ್ಲಿ ಹೆಂಡತಿ ವಿಶಾಲಾಕ್ಷಿಯೂ ಹೊರಡು ವುದು, ಅವರಿಬ್ಬರನ್ನೂ ವಾಪಸು ರೈಲಿನಲ್ಲಿ ಕೂರಿಸಿ ಲಕ್ಷ್ಮಿ ಬನಾರಸಿನಲ್ಲಿ ಉಳಿಯುವುದು ಎಂದು ನಿಶ್ಚಯಿಸಿಕೊಂಡು ಪ್ರಯಾಣ ಹೊರಟರು.

ಮತ್ತೊಮ್ಮೆ ಕಾಶಿಯನ್ನು ನೋಡದೆ ಔರಂಗಜೇಬನು ವಿಶ್ವನಾಥ ಮಂದಿರವನ್ನು ಧ್ವಂಸ ಮಾಡಿಸಿ ಅದೇ ಸ್ಥಳದಲ್ಲಿ ಜ್ಞಾನವಾಪಿ ಮಸೀದಿಯನ್ನು ಕಟ್ಟಿಸಿದ ಭಾಗವನ್ನು ಬರೆ ದರೆ ವಾಸ್ತವತೆ ಮೂಡುವುದಿಲ್ಲವೆಂದು ಲಕ್ಷ್ಮಿ ಆಲೋಚಿಸುತ್ತಿದ್ದಳು. ಈ ಇಬ್ಬರೂ ಜೊತೆ ಯಾದರು. ಹಾಗೆ ನೋಡಿದರೆ ಅವಳಿಗೆ ಜೊತೆಯೇ ಬೇಕಿಲ್ಲ. ಅಪ್ಪನ ಅಧ್ಯಯನ ಕೋಣೆಯಲ್ಲಿ ಒಬ್ಬಳೇ ಬಾಗಿಲು ಹಾಕಿ ಕೂತು ಇತಿಹಾಸದ ಸಂಗತಿ, ಪಾತ್ರಗಳಲ್ಲಿ ಮುಳುಗುವ ಅಭ್ಯಾಸವಾದ ಮೇಲೆ ಬೇರೆಯವರ ಜೊತೆ ಬೇಕೇ ಇಲ್ಲ. ಕೆಂಚಪ್ಪ ಲಕ್ಷ್ಮವ್ವರು ಇವಳು ಮಾತನಾಡಿಸಿದರೆ ವಿನಾ ತಾವಾಗಿಯೇ ಆಡುವುದಿಲ್ಲ. ಕೈಕಾಲು ಆಡಿಸಲೆಂದು ದಿನಕ್ಕೊಮ್ಮೆ ಛತ್ರಿ ಹಿಡಿದು ಹೊಲ ಗದ್ದೆ ತೋಟಗಳಿಗೆ ಹೋದಾಗ ಕೂಡ ಅವಳಿಗೆ ತೆಂಗು ಮಾವುಗಳಲ್ಲಿಯೂ ಇತಿಹಾಸದ ಪಾತ್ರಗಳೇ ಕಾಣುತ್ತಿದ್ದವು. ಈಗ ಬೆಂಗಳೂರಿನಿಂದ ಕಾಶಿಯವರೆಗೆ ಒಬ್ಬಳೇ ರೈಲಿನಲ್ಲಿ ಪ್ರಯಾಣ ಮಾಡುವುದೇ ಹೆಚ್ಚು ಫಲಪ್ರದವಾಗುತ್ತಿತ್ತು. ಯಾವ ನಿಲ್ದಾಣ ಬಂದರೂ ಅದು ಯಾವ ಪ್ರದೇಶದ್ದು. ಕಳೆದ ಸಾವಿರ ವರ್ಷದಿಂದ ಅದು ಯಾವ ರಾಜನಿಂದ ಬೇರೆ ಯಾವ ರಾಜನ ಅಥವಾ ಸುಲ್ತಾನನ ವಶಕ್ಕೆ ಹೋಯಿತು,

ಅದರ ಸುತ್ತಮುತ್ತ ಯಾವ ಮಂದಿರ ಸ್ತೂಪ ವಿಹಾರ ಬಸದಿಗಳಿದ್ದವು. ಯಾವ ನವಾಬ ಸುಲ್ತಾನ ಬಾದಶಹರು ಅವನ್ನು ಧ್ವಂಸ ಮಾಡಿದರು ಅಥವಾ ಮಾಡದೆ ಉಳಿಸಿದರು ಎಂಬುದನ್ನು ನೆನಪು ಮಾಡಿಕೊಳ್ಳುತ್ತಾ ಇಡೀ ಉಪಖಂಡದ ಇತಿಹಾಸವನ್ನು ಪುನರವ ಲೋಕಿಸುತ್ತಾ ಚಲಿಸಬಹುದು.

ಈಗ ವಿಶಾಲಾಕ್ಷಿ ಸುಬ್ಬಣ್ಣಭಾವ ಇಬ್ಬರೂ ಒಂದೇ ಸಮನೆ ಮಾತನಾಡಿಸುತ್ತಿರುತ್ತಾರೆ. ವಿಶಾಲಾಕ್ಷಿ ತನಗಿಂತ ಎಂಟುವರ್ಷಕ್ಕೆ ದೊಡ್ಡವರು. ಮೊದಲಿನಿಂದಲೂ ತನ್ನನ್ನು ಏಕವಚನ ದಲ್ಲೇ ಕರೆಯುತ್ತಾರೆ. ಆರಂಭದಲ್ಲಿ ಭಾವನಿಗೆ ತನ್ನ ಪರಿಚಯವಿರಲಿಲ್ಲ; ಪರಿಚಯವಾಗುವ ಹೊತ್ತಿಗೆ ತಾನು ಕಾಲೇಜಿನಲ್ಲಿ ಓದುತ್ತಿದ್ದೆ. ಹೀಗಾಗಿ ಹನ್ನೆರಡು ಹದಿಮೂರು ವರ್ಷಕ್ಕೆ ಹಿರಿಯರಾದರೂ ನನ್ನನ್ನು ಬಹುವಚನದಲ್ಲೇ ಮಾತನಾಡಿಸುತ್ತಾರೆ. ಜೊತೆಯಲ್ಲಿ ಎರಡೂವರೆ ದಿನ ರೈಲಿನಲ್ಲಿ ಪ್ರಯಾಣ ಮಾಡುವಾಗ ಯಾವ ಮಾತಾದರೂ ಕೊನೆಗೆ ಪ್ರೊಫೆಸರ್ ಶಾಸ್ತ್ರಿಗಳ ವಿಷಯಕ್ಕೇ ತಿರುಗುತ್ತದೆ; ಅಲ್ಲ, ಅವರು ತಿರುಗಿಸುತ್ತಾರೆ. 'ವಿದ್ಯಾವಂತರೆಲ್ಲ ಹೀಗಾಗ್ತಾರೆ ಅಂತ ಅಲ್ಲ. ಆದರೆ ಇವನು ಯಾಕೆ ಹೀಗಾದ? ಕೋತಿ ತಾನು ಕೆಟ್ಟದ್ದೂ ಅಲ್ಲದೆ ಇಡೀ ವನಾನೂ ಕೆಡುಸ್ತು ಅನ್ನೂ ಹಾಗೆ. ಈ ಗಾದೆ ನಾನು ಹೇಳ್ತಿರೂದಲ್ಲ, ನಿಮ್ಮ ಅಪ್ಪ ನರಸಿಂಹಪ್ಪನೋರೇ ಅಂದದ್ದು, ನನ್ನ ಕೈಲೇ, ಯಾವ ಸಂದರ್ಭ ಅನ್ನೂದ ನೀನೇ ಅರ್ಥಮಾಡ್ಕ.'

ಎಂಬ ಅವಳ ಮಾತಿನ ನಡುವೆಯೇ ಕತ್ತರಿ ಹಾಕಿ ಸುಬ್ಬಣ್ಣಭಾವ, 'ಅವೆಲ್ಲ ಪುರಾಣ ಆಗೂದೆಲ್ಲ ಆಗಿ ಮುಗೀತು. ಏನು ಮಾತಾಡ್ತಿದೀನಿ ಅನ್ನೂ ಬುದ್ಧಿಯೇ ಇಲ್ಲ ನಿನಗೆ.'

ಎಂದಾಗ ವಿಶಾಲಾಕ್ಷಿಯ ಬುದ್ಧಿ ಅಷ್ಟು ಚುರುಕಲ್ಲ ಎಂಬುದು ಗೊತ್ತಿದ್ದ ಲಕ್ಷ್ಮಿಯೇ, 'ಅದಕ್ಯಾಕೆ ಬೇಜಾರು ಮಾಡ್ಕತ್ತೀರ, ಅವರು ನಿಜವಾದದ್ದನ್ನೇ ಹೇಳಿದರು' ಎಂದಳು.

ಭಾವ, 'ಆದರೂ ನ ಬ್ರೂಯಾತ್ ಸತ್ಯಮಪ್ರಿಯಮ್' ಎಂದರು.

ನೇರವಾದ ರೈಲಿನಲ್ಲಿ ಜಾಗ ದೊರೆಯದೆ ಇತಾರ್ಸಿಯಲ್ಲಿ ಬದಲಿಸಿದರು. 'ಇನ್ನು ಅರ್ಧಗಂಟೆಗೆ ಹೊರಡುವ ಗಾಡಿ ಹತ್ತಿ. ಬೇಕಾದಷ್ಟು ಜಾಗ ಸಿಕ್ಕುತ್ತೆ. ಮುಘಲ್ ಸರಾಯಿಯಲ್ಲಿ ಇಳಿದರೆ ಬನಾರಸ್ ಹತ್ತು ಮೈಲಿ. ಆಟೋ, ಸೈಕಲ್ ರಿಕ್ಷಾ, ಬಸ್, ಬೇಕಾದ್ದು ಸಿಕ್ಕುತ್ತೆ. ಅಲ್ಲಿಂದ ಪ್ರಯಾಗಕ್ಕೂ ಬೇಕಾದಷ್ಟು ಸೌಕರ್ಯವಿದೆ,' ಒಬ್ಬ ಸಹಪ್ರಯಾಣಿಕರು ಹೇಳಿದುದನ್ನು ಇನ್ನೂ ನಾಲ್ಕೈದು ಜನರು ಅನುಮೋದಿಸಿದರು.

'ಆಯಿತು. ಮೊದಲು ಕಾಶಿಗೇ ಹೋಗಾಣ. ಮರುದಿನ ಪ್ರಯಾಗಕ್ಕೆ ಹೋಗಿ ಹಿಂತಿರುಗಿದರಾಯಿತು,' ಸುಬ್ಬಣ್ಣಭಾವ ಸಮ್ಮತಿಸಿದರು.

ಬೆಳಗ್ಗೆ ಹತ್ತುಗಂಟೆಗೆ ಮುಘಲ್ ಸರಾಯಿಯಲ್ಲಿ ಇಳಿದು ಎರಡು ಸೈಕಲ್ ರಿಕ್ಷಾ ಮಾಡಿ ಒಂದರಲ್ಲಿ ವಿಶಾಲಾಕ್ಷಿ ಮತ್ತು ಸುಬ್ಬಣ್ಣಭಾವರನ್ನು ಕೂಡಿಸಿ ಇನ್ನೊಂದರಲ್ಲಿ ತಾನು ಕುಳಿತಳು. ಬಿಳಿ ಪಂಚೆಯಲ್ಲಿ ಸುತ್ತಿ ಕಟ್ಟಿದ್ದ ಅಸ್ಥಿಯ ಮಡಕೆಯನ್ನು ಸುಬ್ಬಣ್ಣಭಾವ ತೊಡೆಯ ಮೇಲೆ ಇಟ್ಟು ಎಚ್ಚರವಾಗಿ ಹಿಡಿದುಕೊಂಡಿದ್ದರು. ಊರು ಬಿಟ್ಟು ತುಸುದೂರ ಹೋಗುವುದರಲ್ಲಿ ಎರಡು ರಿಕ್ಷಾಗಳಿಗೂ ಒಂದು ಫರ್ಲಾಂಗಿನಷ್ಟು ಅಂತರ ಉಂಟಾಯಿತು.

ಇಬ್ಬರು ರಿಕ್ಷಾದವರೂ ಅಣ್ಣ ತಮ್ಮಂದಿರೆಂದು ಮೊದಲೇ ತಿಳಿದಿದ್ದುದರಿಂದ ಭಾಷೆ ತಿಳಿಯದ ಅವರ ಬಗೆಗೆ ಚಿಂತಿಸುವ ಪ್ರಮೇಯವಿರಲಿಲ್ಲ. ತನ್ನ ರಿಕ್ಷಾದವನ ವಯಸ್ಸು ಸುಮಾರು ಮೂವತ್ತು. ಬಿಸಿಲಿನಲ್ಲಿ ಒಣಗಿದ ಕಪ್ಪು ಶರೀರ. ತುಂಡು ಕಚ್ಚೆ ಪಂಚೆ. ತುಂಡು ತೋಳಿನ ಅಂಗಿಯಿಂದ ಎಡಭುಜದಲ್ಲಿ ಇಣುಕುತ್ತಿರುವ ಕೊಳೆಯಾದ ಜನಿವಾರದಂತಹ ದಾರದ ಸುರುಳಿ. ತಲೆಗೆ ಸುತ್ತಿದ್ದ ಕಾವಿಬಣ್ಣದ ಚೌಕ. 'ಭಾಯಿ. ನಿನ್ನ ಹೆಸರೇನು?' ಅವಳು ಕೇಳಿದಳು.

'ಬಿಸ್ವನಾಥ್ ಸರ್ಮಾ,' ಏದುಸಿರಿನ ನಡುವೆ ಅವನು ಉತ್ತರಿಸಿದ.

'ಸರ್ಮಾನೋ, ಶರ್ಮಾನೊ?'

'ಅದೇ, ನೀವು ಹೇಳಿದ್ದು, ಸರ್ಮಾ.'

'ಶರ್ಮಾ ಅಂದರೆ ಬ್ರಾಹ್ಮಣರೊ?'

'ಹೌದು ಮಾತಾಜಿ. ಕಾನ್ಯಕುಬ್ಜರು.'

'ಬ್ರಾಹ್ಮಣರಾಗಿಯೂ ರಿಕ್ಷಾ ತುಳೀತಿದೀಯಲ್ಲ?'

'ಹೊಟ್ಟೆಪಾಡಿಗೆ ಏನು ಮಾಡೂದು ಮಾತಾಜಿ?'

'ಅಲ್ಲಾ.....' ಎನ್ನುವಾಗ ಅವಳಿಗೆ ಪ್ರಶ್ನೆ ಸರಿಯಾಗಿ ರೂಪಗೊಳ್ಳಲಿಲ್ಲ. ಮಾತಿಗೆ ಅವಕಾಶ ಸಿಕ್ಕಿದ್ದರಿಂದಲೋ ಅಥವಾ ತುಂಬ ಸುಸ್ತಾಗಿದ್ದುದರಿಂದಲೋ ಅವನು ರಿಕ್ಷಾವನ್ನು ರಸ್ತೆಯ ಬದಿಯ ಬೇವಿನ ಮರದಡಿ ನಿಲ್ಲಿಸಿದ. ರಿಕ್ಷಾದ ಹಿಡಿಗೆ ತಗುಲಿಸಿದ್ದ ಚೀಲದಿಂದ ಒಂದು ಪಾನ್ ತೆಗೆದು ಬಾಯಿಗೆ ಇಟ್ಟುಕೊಂಡು ನಿಧಾನವಾಗಿ ನಾಲ್ಕುಸಲ ಅಗಿದ ಮೇಲೆ ಮಾತನಾಡಿದ:

'ಮಾತಾಜೀ, ಅಲ್ಲಾ..... ಅಂದು ನಿಲ್ಲಿಸಿದಿರಲ್ಲ. ಬಡತನವನ್ನಪ್ಪಿ ಬದುಕಬೇಕು ಅನ್ನೂದೇ ಬ್ರಾಹ್ಮಣ ಜಾತಿಯ ಧರ್ಮ ಅಲ್ಲವೆ? ಮೊದಲಿನಿಂದ ಕಾಡಿನಲ್ಲಿ ಪರ್ಣಕುಟಿ ಕಟ್ಟಿಕೊಂಡು ವಿದ್ಯೆ ಕಲಿತು ವಿದ್ಯಾದಾನ ಮಾಡಿಕೊಂಡಿದ್ದ ಜಾತಿಯಲ್ಲವೆ ಇದು? ಈ ಜಾತಿಯನ್ನ ನಾಶ ಮಾಡಿದರೆ ಮಾತ್ರ ಹಿಂದೂಗಳನ್ನ ಸಂಪೂರ್ಣವಾಗಿ ಮುಸಲ್ಮಾನರಾಗಿ ಪರಿವರ್ತಿಸಬಹುದು ಅಂತ ನವಾಬರು ಸುಲ್ತಾನರು ಸುಬೇದಾರರು ಬಾದಶಾಹರು ನಮ್ಮನ್ನ ಸೆರೆ ಹಿಡಿಸಿದರು. ಇಕ್ಕಳದಲ್ಲಿ ಬಾಯಿ ಅಗಲಿಸಿ ಅದರೊಳಕ್ಕೆ ಕ್ಯಾಕರಿಸಿ ಉಗಿದು ಜಾತಿ ಕೆಡಿಸಿದರು. ಕತ್ತಿಯಿಂದ ಕುತ್ತಿಗೆ ಕತ್ತರಿಸಿ ಕೊಂದರು. ನಮ್ಮ ಪೂರ್ವಿಕರು ಹಳ್ಳಿಗಳಿಗೆ ಓಡಿಹೋಗಿ ಪುರಾಣ ಪುಣ್ಯಕಥೆ ಪ್ರವಚನ ಮಾಡಿ ನಮ್ಮ ಧರ್ಮ ಉಳಿಸಿದೆವು. ಅಂಗ್ರೇಜಿಗಳು ಬಂದಮೇಲೆ ಈ ಜಾತಿಯನ್ನ ಮುರಿದರೆ ಹಿಂದೂಸ್ತಾನೀಯರನ್ನ ಕಿರಿಸ್ತಾನ ಮಾಡಭೌದು ಅಂತ ಹಿಕಮತ್ತು ಮಾಡಿದರು. ಅಂಗ್ರೇಜಿಗಳು ಹೋದಮೇಲೆ ಹಿಂದೂಸ್ತಾನೀ ರಾಜಕಾರಣಿಗಳೇ ನಮ್ಮ ಮೇಲೆ ದ್ವೇಷದ ಉರಿ ಹಚ್ಚುತ್ತಾ ಓಟು ಕಮಾಯಿಸ್ತಿದಾರೆ.' ಎಂದು ಬಾಯಿಯ ತಂಬುಲವು ತುಳುಕುವಂತೆ ನಕ್ಕ.

'ಇಷ್ಟೆಲ್ಲ ತಿಳಿದಿರುವ ನೀನು ಕಾಶಿಯ ಇತಿಹಾಸವನ್ನೂ ಚನ್ನಾಗಿ ತಿಳಿದಿರಬೇಕು. ನನಗೆ ಕಾಶಿಯನ್ನು ತೋರಿಸುತೀಯ? ಎರಡು ಮೂರು ದಿನ.'

'ಆಗಲಿ ಮಾತಾಜಿ. ಕಾಶಿಯ ಒಂದೊಂದು ಮಂದಿರ, ಮಸೀದಿ, ಕಂಬ ಬೋದಿಗೆಗಳ ಕಥೇನೂ ಹೇಳ್ತೀನಿ.'

'ಹಾಗಾದರೆ ನೀನು ಏನು ಓದಿದೀಯ?' ಈತನೇನಾದರೂ ವಿಶ್ವವಿದ್ಯಾಲಯದಲ್ಲಿ ಭಾರತೀಯ ಇತಿಹಾಸ ಅಥವಾ ಕಾಶಿಯ ಇತಿಹಾಸ ಕುರಿತು ಬಿ.ಎ.ಯನ್ನೋ ಎಂ.ಎ. ಯನ್ನೋ ಓದಿರಬಹುದೆ? ಎಂಬ ಊಹೆಯಿಂದ ಕೇಳಿದಳು.

'ಸಂಸ್ಕೃತ ಸ್ವಲ್ಪ. ತುಲಸೀ ರಾಮಾಯಣ ಪೂರ್ತಿ. ಕೇಳಿ ಕೇಳಿ ತಿಳಿದಿರೂದು. ಕಾಶಿಯಲ್ಲಿರುವ ಎಲ್ಲರಿಗೂ ಈ ನಗರಿಯ ಪ್ರತಿಯೊಂದು ಭಗ್ನಶಿಲೆಯ ಇತಿಹಾಸವೂ ಗೊತ್ತಿರಬೇಕು; ಇಲ್ಲದಿದ್ದರೆ ಅವನು ಕಾಶೀವಾಸಿ ಅನ್ನಿಸಿಕೊಳ್ಳುಕ್ಕೆ ನಾಲಾಯಕ್ಕು,' ಎಂದವನು, 'ಅವರು ಮುಂದೆ ಹೋಗಿರ್ತಾರೆ. ನನ್ನ ತಮ್ಮ ನನಗಿಂತ ಶಕ್ತಿಶಾಲಿ. ಬೇಗ ತುಳೀತಾನೆ. ಆದರೆ ನನ್ನಷ್ಟು ಪುರಾಣ ಪುಣ್ಯ ಕಥೆ ತಿಳಿದೋನಲ್ಲ. ನಡೀರಿ ಹೋಗಾಣ,' ಎಂದು ರಿಕ್ಷಾವನ್ನು ತುಸು ನೂಕಿ ವೇಗಗೊಂಡಮೇಲೆ ಪೆಡಲಿನ ಮೇಲಿನಿಂದ ಛಂಗನೆ ಹತ್ತಿ ತುಳಿಯತೊಡಗಿದ.

ಅವನು ಹೇಳಿದುದರಲ್ಲಿ ಅವಳಿಗೆ ಇತಿಹಾಸ ಕಾಣತೊಡಗಿತು. ದೇವಸ್ಥಾನಗಳೆಲ್ಲ ನಾಶಗೊಂಡ ಮೇಲೆ ಅರ್ಚಕ ವರ್ಗವನ್ನು ಕೊಚ್ಚಿ ಕೊಂದಮೇಲೆ ಅಥವಾ ಪೂಜಿಸಲು ಮೂರ್ತಿ ಮಂದಿರಗಳೇ ಇಲ್ಲವಾಗಿ ಅವರೆಲ್ಲ ಹಳ್ಳಿ ಕಾಡುಗಳನ್ನು ಸೇರಿದಮೇಲೆ ಹಿಂದೂ ಧರ್ಮವು ಊರೂರು ತಿರುಗುವ ಕಥನಕಾರರ ಮೂಲಕ ಬದುಕುಳಿಯಿತು. ಭಜನೆ, ಹಾಡು, ಪದಾವಲಿ, ಕಥಾ ಪ್ರವಚನಗಳು ಧರ್ಮದ ಉಳಿವಿನ ರೂಪತಾಳಿದವು. ಸಂಸ್ಕೃತ ಮಂತ್ರಗಳ ಅರ್ಚಕ ಪುರೋಹಿತ ವರ್ಗಗಳು ಸಡಿಲಗೊಂಡು ಪ್ರದೇಶ ಭಾಷೆಗಳಲ್ಲಿ ಧರ್ಮವು ಹರಿಯತೊಡಗಿತು. ವೈಶ್ಯ ಶೂದ್ರ ಸಂತರುಗಳು ಹುಟ್ಟಿ ಈ ಪ್ರವಾಹಕ್ಕೆ ವ್ಯಾಪ್ತಿಯನ್ನೂ ಬಿರುಸನ್ನೂ ತಂದರು. ಜಾನಪದ ನುಡಿಗಟ್ಟುಗಳು, ಪ್ರತಿಮೆಗಳು ಪ್ರತಿಭೆಗಳು ಸೇರಿ ಧರ್ಮಕ್ಕೆ ಮರುಹುಟ್ಟುಬಂತು. ಅದು ಮತ್ತೊಂದು ವಿಧದಲ್ಲಿ ಶಕ್ತಿಶಾಲಿಯಾಯಿತು: ಇಡೀ ಭಾರತದಲ್ಲಿ ಭಕ್ತಿಮಾರ್ಗ ಉಕ್ಕಿ ಹರಿಯಿತು – ಎಂದು ಅವಳು ಮೆಲುಕು ಹಾಕುತ್ತಿರುವಾಗ ರಿಕ್ಷಾ ಮುಂದೆ ಸಾಗುತ್ತಿತ್ತು. ಅಕೋ ಅಲ್ಲಿ! ಕಾಶಿ ಕಾಣುತ್ತಿದೆ. ಉರಿಯುವ ಆಕಾಶದಡಿಯಲ್ಲಿ ಕೋಟಿ ಕ್ಯಾಂಡಲಿನ ಪ್ರಕಾಶದ ಟಾರ್ಚಿನಂತೆ ಬೆಳಕು ರಾಚುವ ಸೂರ್ಯನ ಕೆಳಗೆ ಎದ್ದು ಕಾಣುವ, ಅದು ಕಾಶಿಯೆ? 'ಶರ್ಮಾಜಿ, ಯಾವೂರು ಅಲ್ಲಿ ಕಾಣೂದು?'

'ಕಾಶಿ, ಮಾತಾಜಿ, ಬನಾರಸ್.'

'ನಿಜವಾಗಿಯೂ?'

'ಅನುಮಾನವೇಕೆ ಮಾತಾಜಿ?'

ಇಡೀ ಕಾಶಿಯನ್ನು ತನ್ನ ಶಕ್ತಿಯ ಮುಷ್ಟಿಯಲ್ಲಿ ಹಿಡಿದು ತಾನೇ ಕಾಶಿ ಎಂದು ಬಹು ದೂರದವರೆಗೂ ವಿಜೃಂಭಿಸುತ್ತಿರುವ ಮಸೀದಿ. ದೃಷ್ಟಿಯಿಟ್ಟು ಗಮನಿಸಿದರೆ, ಬೈನಾಕ್ಯುಲರ್ ಇದ್ದಿದ್ದರೆ ಚನ್ನಾಗಿತ್ತು. ಕೆಳಭಾಗದಲ್ಲಿ ಸಾಲಿಗೆ ಕಾಣುವ ಘಟ್ಟಗಳು. ಬಲಬದಿಗೆ ಅಷ್ಟಾಗಿ ಗಾತ್ರ ಭಾರ ವಿಜೃಂಭಣೆಯಿಲ್ಲದಿದ್ದರೂ ಎತ್ತರವಾಗಿ ದೃಷ್ಟಿಯನ್ನು ಅಪಹರಿಸುವ

ಇನ್ನೊಂದು ಮಸೀದಿ. 'ಶರ್ಮಾಜಿ, ಬರೀ ಮಸೀದಿಗಳು ಕಾಣುತ್ತಿವೆ. ವಿಶ್ವನಾಥ ಮಂದಿರ ವೆಲ್ಲಿ?'

'ಗೊತ್ತಿಲ್ಲವೆ ಮಾತಾಜಿ ಎಡಕ್ಕೆ ಕಾಣುತ್ತದಲ್ಲ ದಪ್ಪಕ್ಕೆ ಹೆಪ್ಪುಗಟ್ಟಿ ಇಡೀ ಕಾಶಿಯ ಭಾರದ ಗುಂಬ ತಾನೇ ಅನ್ನುವ ಹಾಗಿರೂದು ಗ್ಯಾನವಾಪಿ ಮಸೀದಿ. ಮೂಲ ವಿಶ್ವನಾಥ ಮಂದಿರವನ್ನ ಔರಂಗಜೇಬ ಬಾದಶಾ ಒಡೆಸಿ ಅವೇ ಗೋಡೆ ಕಂಬ ತೊಲೆ ಬೋದಿಗೆಗಳಿಗೆ ಗುಂಬಜ್ ಹಾಕಿಸಿ ಕಟ್ಟಿಸಿದ್ದು ೧೬೬೯ರಲ್ಲಿ. ಔರಂಗಜೇಬ ಒಡೆಸಿ ಕಟ್ಟಿಸಿದ್ದಾದರೂ ಹೆಸರು ಮಾತ್ರ ಗ್ಯಾನವಾಪಿ ಮಸೀದಿ ಅಂತಲೇ ಉಳಿದಿದೆ. ಬಲಕ್ಕಿರೂದು ಆಲಮ್‌ಗೀರಿ ಮಸೀದಿ ಅಂತಲೇ ಹೆಸರಾಗಿದೆ. ಅದು ಬಿಂದುಮಾಧವ ಮಂದಿರವನ್ನು ಒಡೆಸಿ ಅದೇ ಜಾಗದಲ್ಲಿ ಅದೇ ಕಲ್ಲು, ಕಂಬ, ತೊಲೆ ಬೋದಿಗೆಗಳಿಂದ ಕಟ್ಟಿಸಿದ್ದು, ೧೬೭೩ರಲ್ಲಿ.'

ಈತನಿಗೆ ಇಸವಿಗಳೂ ಗೊತ್ತಿರುವುದನ್ನು ತಿಳಿದು ಅವಳಿಗೆ ಮೆಚ್ಚುಗೆಯಾಯಿತು. ಇವನ ಜೊತೆಯಲ್ಲಿ ಕಾಶಿಯ ಪ್ರತಿಯೊಂದು ಮಸೀದಿಯನ್ನೂ ನೋಡಿ ಅದರ ಇತಿಹಾಸ ವನ್ನು ಅರಿಯಬೇಕೆಂದುಕೊಂಡಳು. ಬಿಸಿಲಿನ ಝಳವನ್ನು ತಡೆಯಲು ಬಲಅಂಗೈಯನ್ನು ಹಣೆಯಮೇಲೆ ಇಟ್ಟು ಇಡೀ ಕಾಶಿಯನ್ನು ಮತ್ತೊಮ್ಮೆ ನಿರುಕಿಸಿದಳು. ಎಷ್ಟೊಂದು ಮಸೀದಿಗಳಿವೆ, ಸಣ್ಣಪುಟ್ಟ ಗಾತ್ರ ಎತ್ತರದವು. ಒಂದೊಂದೂ ಒಂದೊಂದು ಮಂದಿರವನ್ನು ಒಡೆದು ಅದೇ ಜಾಗದಲ್ಲಿ ಅವೇ ಭಗ್ನಾವಶೇಷಗಳನ್ನು ಬಳಸಿ ಕಟ್ಟಿದುದು. ತಾನು ಓದಿ ದುದೆಲ್ಲ ನೆನಪಿಗೆ ಬಂದವು. ಕಾಶಿ ಎಲ್ಲ ಪಂಥದವರಿಗೂ ಕೇಂದ್ರ. ವೈದಿಕ, ಬೌದ್ಧ, ಜೈನ, ಶಾಕ್ತ, ತಾಂತ್ರಿಕ, ವೈಷ್ಣವ, ಶೈವ, ಗಾಣಪತ್ಯ, ರಾಮ, ಕೃಷ್ಣ, ಮೊದಲಾಗಿ ಕಾಶಿಯಲ್ಲಿ ನೆಲೆ ಗೊಳ್ಳದ, ದೇವ ದೇವತೆಗಳೇ ಇಲ್ಲ. ಪೂಜಾ ವಿಧಿ ವಿಧಾನಗಳೇ ಇಲ್ಲ. ಇಲ್ಲಿ ಮೃತ್ಯುವನ್ನೈದಿ ದರೆ ಮುಕ್ತಿ ಎಂಬ ಶ್ರದ್ಧೆಯಿಂದ ಜಂಬೂದ್ವೀಪದ ಎಲ್ಲ ಕಡೆಗಳಿಂದಲೂ ವೃದ್ಧರು ಕಳ್ಳ ಕಾಕರನ್ನೂ ಲೆಕ್ಕಿಸದೆ, ಮುಸಲ್ಮಾನ ದೊರೆಗಳು ಹಾಕುತ್ತಿದ್ದ ಯಾತ್ರಿಸುಂಕವನ್ನು ತೆತ್ತು ಇಲ್ಲಿಗೆ ಬಂದು ಕೊನೆಗಾಲವನ್ನು ಕಳೆದು ಜೀವ ಬಿಡುತ್ತಿದ್ದರು. ಒಂದೊಂದು ಪಂಥಕ್ಕೆ ಒಂದೊಂದು ಮಂದಿರ; ಒಬ್ಬೊಬ್ಬರ ಇಷ್ಟದೇವರಿಗೆ ಒಂದೊಂದು ಗುಡಿ; ಪುರಾಣಗಳಲ್ಲಿ ವ್ಯಕ್ತವಾಗಿರುವ ಒಂದೊಂದು ಹಿರಿಯ ಕಿರಿಯ ಪಾತ್ರಕ್ಕೂ ಒಂದು ದೇವಾಲಯ. ಕಾಶಿಯಲ್ಲಿ ಕಟ್ಟಿಸಿದಷ್ಟು ಗುಡಿಗಳನ್ನು ಬೇರೆ ಯಾವ ನಗರದಲ್ಲೂ ಕಟ್ಟಿಸಲಿಲ್ಲ. ಅನ್ಯಧರ್ಮೀಯರ ಗುಡಿಯನ್ನು ಒಡೆದು ಮಸೀದಿ ಕಟ್ಟುವುದೇ ತನ್ನ ಧರ್ಮವೆಂದು ನಂಬುವವರು ಶತಮಾನ ಗಳಿಂದ ಆಳಿರುವಾಗ ಇಷ್ಟೊಂದು ಮಸೀದಿಗಳು ಏಳುವುದು ಸಹಜವೇ ಎಂದುಕೊಂಡಳು. ತನ್ನಲ್ಲಿಗೆ ಬಂದ ಪ್ರತಿಯೊಂದು ಮತ ಪಂಥಗಳಿಗೂ ಬಾಗಿಲು ತೆರೆದು ಸ್ಥಳಾವಕಾಶ ನೀಡಿದ ಕಾಶಿಯು ಇಸ್ಲಾಮಿಗೂ ಕೇಳಿದಷ್ಟು ನಿವೇಶನಗಳನ್ನು ಕೊಡಲು ತನ್ನ ಧರ್ಮಕ್ಕನು ಗುಣವಾಗಿ ಸಿದ್ಧವಾಗಿಯೇ ಇತ್ತು. ಆದರೆ ಬೇರೆಲ್ಲ ಧರ್ಮಗಳನ್ನೂ ನಿರ್ನಾಮ ಮಾಡಿ ತಾನೊಂದೇ ನಿಲ್ಲಬೇಕೆಂಬ ಧರ್ಮದ ಇಸ್ಲಾಂ ಕಾಶಿಯ ಎಲ್ಲ ಮತಮಂದಿರಗಳನ್ನೂ ಹಾಳುಗೆಡವಿ ಅಲ್ಲೆಲ್ಲ ಮಸೀದಿಗಳನ್ನು ಕಟ್ಟಿಕೊಂಡಿತು. ಆದರೂ ಕಾಶಿ ಅಕೋ ಹತ್ತಿರ ಬಂತು. ಘಟ್ಟಗಳು ಸ್ಪಷ್ಟವಾಗಿ ಕಾಣುತ್ತಿವೆ. ಒಂದೊಂದಕ್ಕೂ ಒಂದೊಂದು ಹೆಸರುಗಳು.

ಅಸ್ಸೀಘಾಟ್, ಹನುಮಾನ್‌ಘಾಟ್, ಶಿವಾಲಾಘಾಟ್, ಬಚ್ಛರಾಜ್‌ಘಾಟ್, ಆನಂದಮಯೀ ಘಾಟ್, ಕೇದಾರ್‌ಘಾಟ್, ಚೌಕೀಘಾಟ್, ನಾರದಘಾಟ್, ಅಮೃತರಾವ್‌ಘಾಟ್, ಚೌಸಟ್ಟೀ ಘಾಟ್, ಪಾಂಡೇಘಾಟ್, ರಾನಾಘಾಟ್, ದಶಾಶ್ವಮೇಧಘಾಟ್, ಬಾಜೀರಾಯನು ಕಟ್ಟಿಸಿದ ಮಣಿಕರ್ಣಿಕಾಘಾಟ್, ಭೋಸಲಾಘಾಟ್, ಯಜ್ಞೇಶ್ವರಘಾಟ್, ರಾಮಘಾಟ್, ಮಂಗಲಗೌರಿ ಘಾಟ್, ದಲಪತಘಾಟ್.....ಎಷ್ಟು ಘಟ್ಟಗಳು, ಎಷ್ಟು ಹೆಸರುಗಳು. ಮೋತಿಚಂದ್ರ ಮತ್ತು ಡಯಾನಾ ಎಕ್‌ಳ ಪ್ರೌಢ ಸಂಶೋಧನ ಗ್ರಂಥಗಳಲ್ಲಿ ಕೊಟ್ಟಿರುವ ಹೆಸರುಗಳೆಲ್ಲ ನೆನಪಿಗೆ ಬರುತ್ತಿಲ್ಲ. ಇವೆಲ್ಲ ಮರಾಠರು, ಅಥವಾ ಮರಾಠರ ಕಾಲದಲ್ಲಿ ಕಟ್ಟಿಸಿದವು. ಮರಾಠರ ಉದಯವಾಗದೆ ಭರತಖಂಡವು ನೇರವಾಗಿ ಮುಸ್ಲಿಮರಿಂದ ಬ್ರಿಟಿಶರಿಗೆ ಹಸ್ತಾಂತರವಾಗಿದ್ದರೆ ಕಾಶಿ ಉಳಿಯುತ್ತಿತ್ತೆ? ಹಿಂದೂಗಳಿಗೆ ಪುನಃ ಜೀವ ಬರುತ್ತಿತ್ತೆ? ಎಂಬ ಪ್ರಶ್ನೆಯು ತೊಡಗಿ ಎದುರಿನ ಘಟ್ಟಸಾಲುಗಳು ಕಣ್ಣಿಗೆ ಬೀಳುತ್ತಿದ್ದರೂ ಕಾಣುವುದು ನಿಂತು ಹೋಯಿತು.

ಯಾತ್ರೆಗೆ ಬಂದು ಹೋಟೆಲಿನಲ್ಲಿ ಇಳಿಯುವುದು ಅಧಾರ್ಮಿಕ ವರ್ತನೆಯಾಗುತ್ತದೆ, ಧರ್ಮಶಾಲೆಯಲ್ಲೇ ಇರಬೇಕು, ಎಂದು ವಿಶಾಲಾಕ್ಷಿ ಹಟಹಿಡಿದಳು. ಅವಳೇನೂ ಹೊರಗೆ ಹೋಟೆಲಿನಲ್ಲಿ ಊಟ ಮಾಡುವವಳಲ್ಲವೆಂದಲ್ಲ. ಆದರೆ ಕಾಶಿ ರಾಮೇಶ್ವರಗಳಂಥ ಕ್ಷೇತ್ರಕ್ಕೆ ಬಂದಾಗ ಕೆಲವು ರೀತಿನೀತಿಗಳನ್ನು ಅನುಸರಿಸಬೇಕು; ಅಲ್ಲದೆ ತಾವು ಬಂದಿರುವುದು ಪ್ರಯಾಗದಲ್ಲಿ ಅಮ್ಮನ ಅಸ್ಥಿವಿಸರ್ಜನೆಯಂಥ ಪವಿತ್ರ ಕಾರ್ಯಕ್ಕೆ ಎಂಬ ಅವಳ ಮಾತನ್ನು ಸುಬ್ಬಣ್ಣಭಾವನೂ ಒಪ್ಪಿದರು. ರಿಕ್ಷಾದ ಬಿಸ್ವನಾಥ ಸರ್ಮನಂತೂ ಅದನ್ನೇ ಅನುಮೋದಿಸಿದ. 'ನೀವು ಕರ್ನಾಟಕದವರು. ಮೈಸೂರು ಧರ್ಮಶಾಲೆಯೇನೋ ಇದೆ. ಹರಿಶ್ಚಂದ್ರಘಾಟಿನ ಮೇಲೆಯೇ ಇರುವುದರಿಂದ ಅಲ್ಲಿ ದಿನದ ಇಪ್ಪತ್ತನಾಲ್ಕುಗಂಟೆಯೂ ಹೆಣಸುಡುವ ಹೊಗೆ ಕವಿದಿರುತ್ತೆ. ಮಾನಮಂದಿರಘಾಟಿನ ಪಕ್ಕದಲ್ಲೇ ಮಾರವಾಡೀ ಧರ್ಮಶಾಲೆ ಇದೆ. ತುಂಬ ಶುಚಿಯಾಗಿಟ್ಟಿರ್ತಾರೆ. ಮಾರವಾಡೀ ಯಾತ್ರಿಗಳಿಲ್ಲದಿದ್ದರೆ ಬೇರೆ ಯಾರಿಗಾದರೂ ಕೊಡ್ತಾರೆ. ಮ್ಯಾನೇಜರ್ ನನಗೆ ಗೊತ್ತಿದಾರೆ. ಕೊಡುಸ್ತೀನಿ ಬನ್ನಿ. ದಶಾಶ್ವಮೇಧಘಾಟಿನ ಪಕ್ಕದಲ್ಲೇ,' ಎಂದ. ಪಕ್ಕದಲ್ಲೇ ಇದ್ದ ಮಾರವಾಡೀ ಶುದ್ಧ ವೈಷ್ಣವ ಭೋಜನಾಲಯದ ಊಟ ವಿಶಾಲಾಕ್ಷಿಗೂ ತೃಪ್ತಿಯಾಯಿತು.

ಸಂಜೆ ತಿರುಗುತ್ತಿತ್ತು. 'ನಾಳೆ ಬೆಳಗ್ಗೆ ನಾನು ಬೇಗ ಬರ್ತೀನಿ. ನನಗೆ ಗೊತ್ತಿರೂ ಪಂಡಾಜಿ ಇದಾರೆ. ಎಷ್ಟೇ ಜನತುಂಬಳಿ ಇದ್ದರೂ ನಿಮಗೆ ಬೇಗ ಪೂಜೆ ಮಾಡಿಸುತಾರೆ. ಈಗ ನೀವು ಬೇಕಾದರೆ ವಿಶ್ವನಾಥ ಮಂದಿರದ ದರ್ಶನ ಮಾಡಿ ಬನ್ನಿ. ನಾನು ತೋರಿಸುತೀನಿ,' ರಿಕ್ಷಾದ ಸರ್ಮಾ ಸೂಚಿಸಿದ. ಸರಿ, ಎಂದು ಮೂವರೂ ಹೊರಟರು. ಪಕ್ಕದ ದಶಾಶ್ವಮೇಧಘಟ್ಟದಿಂದ ಹತ್ತಿಸಿ ಬಲಗಡೆಯ ಓಣಿಯಲ್ಲಿ ಹೊಗಿಸಿದ. ಕಿಷ್ಕಿಂಧ. ಚೆಂಡು ಹೂವಿನ ವ್ಯಾಪಾರಿಗಳು. ಎಲ್ಲ ಯಾತ್ರಾಸ್ಥಳಗಳಲ್ಲೂ ಇರುವಂತೆ ತಮ್ಮಲ್ಲಿಯೇ ಪೂಜಾ

ಸಾಮಗ್ರಿಗಳನ್ನು ಕೊಳ್ಳುವಂತೆ ವರಾತ ಮಾಡುವ ಕಿರುವ್ಯಾಪಾರಿಗಳು. ನಿಮ್ಮ ಚಪ್ಪಲಿಗಳನ್ನು ಮುಫ಼್ತ್ ಇಲ್ಲಿ ಬಿಡಿ ಎಂಬ ಆಮಿಷ ಒಡ್ಡುವ ಹಣ್ಣು ಹೂವು ಅಂಗಡಿಗಳವರು. ಸಂಜೆಯಾದರೂ ಯಾತ್ರಿಗಳ ಸಂದಣಿ ಇತ್ತು. ಜೊತೆಗೆ ಪ್ರತಿದಿನವೂ ವಿಶ್ವೇಶ್ವರನ ದರ್ಶನ ಮಾಡುವ ಕಾಶಿ ವಾಸಿಗಳು. 'ನಿಮ್ಮ ಹಣದ ಚೀಲ ಕೊರಳ ಸರ ಜ್ಞಾಪಾನ, ಇದೇ ಕಾಶೀ ವಿಶ್ವನಾಥ,' ಸರ್ಮಾ ತೋರಿಸಿದ.

ಯಾವುದು? ಯಾವುದು? ವಿಶಾಲಾಕ್ಷಿ ತಿಳಿಯದೆ ಕೇಳಿದಳು. ಅಷ್ಟು ಹಿಂದಿ ಅವಳಿಗೆ ತಿಳಿಯುತ್ತಿತ್ತು. ಸುಬ್ಬಣ್ಣಭಾವ ಕೂಡ ಯಾವುದು? ಎಂದರು. ಸಣ್ಣ ಮಂಟಪ. ಹಳ್ಳಿಯ ಬಡಭಕ್ತನು ತಿರುಪೆ ಮಾಡಿ ಊರ ಮುಂದೆ ಕಟ್ಟಿಸಿರುವಷ್ಟು ಕಿರಿದು. ಮಂಟಪಕ್ಕೆ ಪ್ರದಕ್ಷಿಣೆ ಹಾಕುವ ಸಂದಣಿಗೆ ಸ್ಥಳವಿಲ್ಲ. 'ಕಾಶಿ ವಿಶ್ವನಾಥ ಮಂದಿರ ಅಂದರೆ ಇದೇನಾ?' ವಿಶಾಲಾಕ್ಷಿ ಸುಬ್ಬಣ್ಣ ಇಬ್ಬರೂ ಒಂದೇ ಸಲ ಒಂದೇ ವಾಕ್ಯದಿಂದ ಉದ್ಗರಿಸಿದರು. ಇತಿಹಾಸವನ್ನು ಓದಿದ್ದ ಲಕ್ಷ್ಮಿ ಉದ್ಗರಿಸಲಿಲ್ಲ. ಆದರೆ ಅವಳ ಬುದ್ಧಿ ಕುಸಿದಂತಾಯಿತು. 'ಇಷ್ಟು ಸಣ್ಣ ಮಂಟಪವನ್ನ ಮಂದಿರ ಅಂತ ಪೂಜೆ ಮಾಡ್ತಾರಾ?' ಸುಬ್ಬಣ್ಣ ಕೇಳಿದರು.

'ಇಲ್ಲಿ ಬನ್ನಿ ತೋರುಸ್ತೀನಿ.' ಜಾಗ ಬಿಡಿಸಿಕೊಂಡು ತುಸು ಓರೆಯಾಗಿ ನಡೆದು ಸರ್ಮಾ ಮೂವರನ್ನೂ ಒಂದು ಕಲ್ಲಿನ ಬಸವಣ್ಣನ ಹತ್ತಿರಕ್ಕೆ ಕರೆತಂದು ಹೇಳಿದ: 'ಯಾವಾಗಲೂ ಈಶ್ವರನ ಗುಡಿಯ ಮುಂದೆ ತಾನೆ ನಂದಿ ಕೂತಿರೂದು. ಅದು ಧ್ಯಾನಿಸಿ ನೋಡುವುದು ಒಳಗಿರುವ ಲಿಂಗವನ್ನಲ್ಲವೆ? ಈ ನಂದಿ ಏನನ್ನ ನೋಡ್ತಿದೆ ನೋಡಿ ಅರ್ಥಮಾಡ್ಕಳಿ.'

ಈ ಮೂವರೂ ದಿಟ್ಟಿಸಿನೋಡಿದರು. ಲಕ್ಷ್ಮಿಗೆ ಥಟ್ಟನೆ ಗ್ರಹಿಕೆಯಾಯಿತು. ಮುಘಲ್ ಸರಾಯಿಯಿಂದ ಬರುವಾಗ ಕಾಶಿಗೆ ಐದಾರು ಮೈಲಿ ದೂರದಲ್ಲೇ ಇಡೀ ಕಾಶಿಯನ್ನೇ ದಟ್ಟವಾಗಿ ಆವರಿಸಿ ಕಾಶಿಯ ಆಕಾಶವನ್ನು ದಟ್ಟವಾಗಿ ಕವಿದು; ವಿಶ್ವನಾಥನ ಸ್ಥಾನದ ಗೋಡೆ ತಳಹದಿಗಳ ಮೇಲೆ ಮದಿಸಿ ನಿಂತಿರುವ ಗ್ಯಾನವಾಪಿ ಮಸೀದಿ. ಔರಂಗಜೇಬನ ಧಾರ್ಮಿಕ ವಿಜೃಂಭಣೆ. ಈಗ ಅದರ ಸುತ್ತ ಎಂಥ ನಿಷ್ಣಾತನೂ ಹಾರಿ ಒಳ ಹೋಗಲಾರದಂಥ ಹನ್ನೆರಡು ಅಡಿ ಎತ್ತರದ ಮುಟ್ಟಿದರೆ ಕರುಳು ಬಗೆದುಬಿಡುವಷ್ಟು ಮೊನಚಾದ ಮುಳ್ಳುಗಳ ತಂತಿ ಬೇಲಿ. ಕಾಶಿಯ ಎಲ್ಲೆಲ್ಲಿಯೂ ಹತ್ತಿ ಇಳಿದು ನೆಗೆದು ಬಾಳೆಹಣ್ಣುಗಳನ್ನು ಕಿತ್ತು ಹಾರುವ ಕೋತಿಗಳು ಕೂಡ ನುಸಿಯಲಾರದಷ್ಟು ದಟ್ಟವಾದ ಮುಳ್ಳುತಂತಿಗಳ ಹೆಣಿಗೆ. ಗುಂಡು ತುಂಬಿದ ಬಂದೂಕನ್ನು ಉಡಾಯಿಸುವ ಭಂಗಿಯಲ್ಲಿ ಹಿಡಿದು ಯುದ್ಧ ಸನ್ನದ್ಧ ಶತ್ರು ರಾಜ್ಯದ ಗಡಿಯಲ್ಲಿ ನಿಲ್ಲುವಂತೆ ನಾಲ್ಕು ಅಡಿಗೊಬ್ಬರಂತೆ ಸಮವಸ್ತ್ರ ತೊಟ್ಟು ನಿಂತಿರುವ ಮಿಲಿಟರಿಪಡೆ. ನೋಡಿದ ತಕ್ಷಣ ವಿಶಾಲಾಕ್ಷಿ ಸುಬ್ಬಣ್ಣರ ಎದೆ ಝುಲ್ ಎಂದಿತು. ಎಲ್ಲವನ್ನೂ ಓದಿ ತಿಳಿದಿದ್ದರೂ ಲಕ್ಷ್ಮಿಯ ಬುದ್ಧಿಗೆ ಈ ಚಿತ್ರದ ಅರ್ಥ ತಕ್ಷಣ ಆಗಲಿಲ್ಲ.

'ಔರಂಗಜೇಬನು ವಿಶ್ವನಾಥ ಮಂದಿರವನ್ನು ಧ್ವಂಸಮಾಡಿ ಕಟ್ಟಿಸಿದ ಮಸೀದಿಯನ್ನು ಬಂದೂಕುಧಾರಿ ಸಿಪಾಯಿಗಳು ಬೇಲಿ ಕಟ್ಟಿಕೊಂಡು ರಕ್ಷಿಸುತ್ತಿದ್ದಾರೆ,' ಸರ್ಮಾ ವಿವರಿಸಿದ.

ಮೂರುದಿನದ ರೈಲು ಪ್ರಯಾಣ: ಇಟಾರ್ಸಿಯಿಂದ ಮಲಗುವ ಸ್ಥಳ ಸಿಕ್ಕಿರಲಿಲ್ಲ. ವಿಶಾಲಾಕ್ಷಿ, ಸುಬ್ಬಣ್ಣರು ಬೇಗ ಮಲಗಿಬಿಟ್ಟರು. ಆಯಾಸವಾಗಿದ್ದರೂ ಲಕ್ಷ್ಮಿಗೆ ನಿದ್ರೆ ಬರಲಿಲ್ಲ. ಕಣ್ಣುಮುಚ್ಚಿದರೆ ಗ್ಯಾನವಾಪಿ ಮಸೀದಿಯು ಅಮರಿಕೊಳ್ಳುತ್ತಿತ್ತು. ಕಾಶಿಯ ದಿಗಂತಪರ್ಯಂತ ತಾನೇ ಎಲ್ಲ ಗುರುತ್ವದ ಕೇಂದ್ರಶಕ್ತಿ ಎಂಬಂತೆ, ಕಾಶಿಯ ಎದೆಯಮೇಲೆ ಅಮರಿಕೊಂಡು ಎದೆಯ ಗೂಡು ಮುರಿದು ಶ್ವಾಸವನ್ನು ಕುಸಿಸಿ ಹೃದಯವನ್ನು ಜಜ್ಜಿ ನಿಂತಂತೆ. ಕಣ್ಣುಬಿಟ್ಟರೆ ತುಸು ಬಿಡುಗಡೆ ಎನ್ನಿಸಿ ಉಸಿರು ಸರಾಗವಾಗುತ್ತಿತ್ತು. ಮಲಗಿದವಳು ಎದ್ದು ಕುಳಿತಳು. ಪಕ್ಕದಲ್ಲಿಯೇ ನಲವತ್ತೈವತ್ತು ಅಡಿ ಕೆಳಗೆ ಹರಿಯುತ್ತಿರುವ ಗಂಗಾನದಿಯ ಸಪ್ಪಳವು ಕೇಳಬಹುದೆಂದು ಆಲಿಸಿದಳು. ಏನೂ ಕೇಳುತ್ತಿಲ್ಲ. ಇದು ಸದ್ದು ಮಾಡುವ ನದಿಯಲ್ಲ; ನಿಶ್ಶಬ್ದವಾಗಿ ಒಳಗೇ ಚಲಿಸುವ ಸಂಸ್ಕೃತಿ. ಎಷ್ಟು ಮತಗಳು, ಎಷ್ಟು ಪಂಥಗಳು, ಎಷ್ಟು ತರ್ಕ, ವ್ಯಾಖ್ಯಾನಗಳು, ಎಷ್ಟು ಬಗೆಯ ವಾಕ್ಯಾರ್ಥಗಳು, ದೇವರನ್ನು ನಂಬುವ, ನಂಬದಿರುವ, ನಂಬದವರನ್ನು ಆದರಿಸುವ, ಧರ್ಮದ ಮೂಲವನ್ನು ಹುಡುಕುವ ನದೀತೀರವಾದರೂ ನಿಶ್ಶಬ್ದ ಚಲನೆ. ಹೋಗಿ ಅದರ ದಡದಲ್ಲಿ ಕೂರಬೇಕೆನ್ನಿಸಿತು. ವಿಶಾಲಾಕ್ಷಿ, ಸುಬ್ಬಣ್ಣಭಾವರಿಗೆ ಎಚ್ಚರವಾಗದಂತೆ ಎದ್ದು ಬಾಗಿಲಿಗೆ ಹೊರಗಿನಿಂದ ಬೀಗಹಾಕಿಕೊಂಡು ಗಲ್ಲಿಯನ್ನು ದಾಟಿ ಘಟ್ಟಕ್ಕೆ ಬಂದಳು. ಬೆಳದಿಂಗಳಿತ್ತು. ಚಂದ್ರನನ್ನು ಪ್ರತಿಫಲಿಸುತ್ತಾ ನದಿಯು ಉದ್ದನೆಯ ಕನ್ನಡಿಯಂತೆ ಹೊಳೆಯುತ್ತಿತ್ತು. ಎಡಕ್ಕೆ ತಿರುಗಿ ನೋಡಿದಳು. ಗ್ಯಾನವಾಪೀ ಮಸೀದಿಯು ಆಕ್ರಾಮಕ ಅಹಂಕಾರದ ಪ್ರತೀಕದಂತೆ ಅಡರಿ ನಿಂತಿತ್ತು. ತನ್ನ ದಡದಲ್ಲಿ ಅಡರಿಕೊಂಡಿರುವ ಅದರ ಪರಿವೆಯೇ ಇಲ್ಲವೆಂಬಂತೆ ನದಿಯು ನಿಂತಿತ್ತು.

ಮಂದಿರವನ್ನು ನಾಶ ಮಾಡುವಂತೆ ಔರಂಗಜೇಬನ ಹುಕುಂ ಬಂದಿದೆ. ಜನಗಳು ರೊಚ್ಚಿಗೇಳುತ್ತಾರೆಂಬ ಮುನ್ನೆಚ್ಚರಿಕೆಯಿಂದ ಸುಬೇದಾರನು ಗಲ್ಲಿ ಗಲ್ಲಿಗಳಿಗೂ ಮುಸ್ಲಿಂ ಸೈನಿಕರನ್ನು ಆಯ್ದು ನಿಯೋಜಿಸುತ್ತಿದ್ದಾನೆ. ಗುಡಿಯ ಪೂಜಾರಿಗಳಿಗೆ ವಾಸನೆ ಬಡಿಯಿತು. ಮಂದಿರವನ್ನು ಉಳಿಸಿಕೊಳ್ಳುವುದು ಸಾಧ್ಯವಾಗದಿರಬಹುದು. ವಿಗ್ರಹವನ್ನಾದರೂ. ರಾತ್ರೋರಾತ್ರಿ ಅರ್ಚಕರುಗಳೆಲ್ಲ ಸೇರಿ ಗರ್ಭಗುಡಿಯ ಲಿಂಗವನ್ನು ವಿಸರ್ಜಿಸಿ ಸಾಗಿಸಿ ಗುಡಿಯ ಪಕ್ಕದಲ್ಲಿದ್ದ ಗ್ಯಾನವಾಪಿ, ಜ್ಞಾನದ ಭಾವಿಗೆ ಇಳಿಸಿ ಗುರುತು ಸಿಕ್ಕದಂತೆ ಮಣ್ಣು ಮುಚ್ಚಿ ನೆಲವನ್ನು ಮಟ್ಟಮಾಡಿದರು. ಮರುದಿನ ಮಂದಿರವನ್ನು ಕೆಡವಿದವರಿಗೆ ಇದು ತಿಳಿಯಲಿಲ್ಲ. ಹಾಗಾಗಿ ಮೂಲ ವಿಶ್ವನಾಥ ಲಿಂಗವೇ ಉಳಿಯಿತು. ರಿಕ್ಷಾದವನು ಎಷ್ಟೊಂದು ತಿಳಿದುಕೊಂಡಿದಾನೆ. ಬರೀ ರಿಕ್ಷಾದವನಲ್ಲ, ಕಾಶಿಯ ಪ್ರತಿಯೊಬ್ಬ ವಾಸಿಯೂ ತಿಳಿದಿದ್ದಾನೆ. **'ಯಾರಮ್ಮಾ ನೀವು?'** ಹಿಂದಿನಿಂದ ಬೂಟುಗಾಲಿನ ಸದ್ದು. ರಾತ್ರಿ ವೇಳೆ ನದೀತೀರದಲ್ಲಿ ಒಬ್ಬಳೇ ಹೆಂಗಸು, ಒಬ್ಬಳೇ ಅಲ್ಲ, ಮೆಟ್ಟಿಲುಗಳ ಮೇಲೆ ಅಲ್ಲಲ್ಲಿ ಕೆಲವರು ಕೂತು ನಿಟ್ಟಿಸಿ ನೋಡಿದರೆ ಧ್ಯಾನ ಮಾಡುತ್ತಿರಬಹುದು. ಅಥವಾ ನಿಶ್ಶಬ್ದವನ್ನು ಒಳಸೆಳೆದುಕೊಳ್ಳುತ್ತಿರ

ಬಹುದು. 'ಯಾವೂರು? ಯಾವ ದೇಶದವರು? ಯಾವ ಧರ್ಮಶಾಲೆಯಲ್ಲಿ ಇಳಿದುಕೊಂಡಿದೀರಿ? ಈ ಹೊತ್ತಿನಲ್ಲಿ ಒಬ್ಬರೇ ಯಾಕೆ ಬಂದಿರಿ?' ಬೀಡಿಯ ಹೊಗೆಯ ವಾಸನೆ. 'ನೀರಿನ ಹತ್ತಿರ ಇಳಿಯಬೇಡಿ. ಒಬ್ಬರೇ ಹೆಂಗಸು, ಪುಂಡಪೋಕರಿಗಳಿರ್ತಾರೆ. ಎಚ್ಚರವಿರಲಿ,' ದಶಾಶ್ವಮೇಧ ಘಟ್ಟದ ಕಡೆಗೆ ಹೋದ. ಬಲಕ್ಕೆ ತಿರುಗಿ ನೋಡಿದಳು. ದೂರದಲ್ಲಿ ಹತ್ತಿಪ್ಪತ್ತು ದೋಣಿಗಳನ್ನು ಕಟ್ಟಿಹಾಕಿದ್ದಾರೆ. ತಾನು ನಿಂತ ಜಾಗದಲ್ಲೇ ಮೆಟ್ಟಿಲಿನ ಮೇಲೆ ಕುಳಿತಳು. ಎಷ್ಟೋ ಹೊತ್ತು. ಚಂದ್ರ ಪಶ್ಚಿಮಕ್ಕೆ ಓಲಿತು. ತುಸು ಮಂಕಾಗುತ್ತಿದೆ. ಇವತ್ತು ಯಾವ ತಿಥಿ? ಕೃಷ್ಣ ಪಕ್ಷವೋ ಶುಕ್ಲ ಪಕ್ಷವೋ? ಯಾವ ಪಕ್ಷದಲ್ಲಿ ಎಷ್ಟು ಹೊತ್ತಿಗೆ ಕಾಣಿಸಿಕೊಂಡು ಎಷ್ಟು ಹೊತ್ತಿಗೆ ಮುಳುಗುತ್ತದೆ? ಹೇಳಿಸಿಕೊಳ್ಳಬೇಕು. ಸುಬ್ಬಣ್ಣಭಾವನಿಗೆ ಗೊತ್ತಿರಬಹುದು. ಅಯ್ಯಾವರಿಗಂತೂ ಕರಾರುವಾಕ್ ಗೊತ್ತಿರುತ್ತೆ. ಇನ್ನು ಅವರು ತುಮಕೂರು ಸೇರಿಬಿಡ್ತಾರೆ. ಈ ವಯಸ್ಸಿನಲ್ಲಿ ಒಬ್ಬರೇ ಊರಿನಲ್ಲಿರೂದು ಹ್ಯಾಗೆ?

ಕತ್ತಲಾದರೂ ತನಗೆ ಭಯವಿಲ್ಲ. ಪುಂಡಪೋಕರಿಗಳ ಸೀನುಗಳನ್ನೆಲ್ಲ ಎರಡು ಮೂರು ಟೇಕುಗಳಲ್ಲಿಯೇ ಪರ್‌ಫೆಕ್ಟ್ ಆಗಿ ಚಿತ್ರಿಸಿದೀನಿ ಎಂಬ ಧೈರ್ಯ ತಂದುಕೊಳ್ಳುತ್ತಿರುವಾಗಲೇ ತಕ್ಷಣ ಹೊಳೆದುಬಿಟ್ಟಿತು: ಮಂದಿರ ನಾಶ ಮಾಡುವುದನ್ನು ನೋಡಲು ಖ್ವಾಜಾ ಜಹಾನನ ಸಂಗಡ ಹಮದುಲ್ಲಾಹ್ ಕುಫ್ಲಿಯೂ ಕಾಶಿಗೆ ಬರಬೇಕು. ನನ್ನ ಮನಸ್ಸಿನಲ್ಲಿ ಹುಟ್ಟಿದ ಅಸ್ಪಷ್ಟ ಆಲೋಚನೆಗಳನ್ನು ಮರುದಿನ ಹಮದುಲ್ಲಾಹರಿಗೆ ಹೇಳಿ ಶೀಘ್ರವಾಗಿ ಕಾಶಿಗೆ ಹೋಗುವ ವಿಧಾನವನ್ನು ಕೇಳಿದೆ. ಆಲೋಚಿಸಿ ನಾಳೆ ದಾರಿ ಸೂಚಿಸುವುದಾಗಿ ಅವರು ಹೇಳಿದರು. ಮರುದಿನ ಎಂದರು: 'ಕಾಶಿಗೆ ಹೋಗಿ ಕಣ್ಣಾರೆ ನೋಡುವ ನಿನ್ನ ಉತ್ಸಾಹದಿಂದ ನನಗೂ ಉತ್ಸಾಹ ಬಂದಿದೆ. ಅಜ್ಞಾನ ಶ್ರದ್ಧಾಕೇಂದ್ರದ ನಾಶವನ್ನು ನೋಡುವ ಪುಣ್ಯ ನನಗೂ ಇರಲಿ. ಮಂದಿರನಾಶದ ವಿವರಗಳನ್ನು ನಾನೇ ಕಣ್ಣಾರೆ ನೋಡಿ ದಾಖಲಿಸಿ ತರುತ್ತೇನೆ; ನನಗೆ ಸಹಾಯಕನಾಗಿ ಖ್ವಾಜಾ ಜಹಾನನು ಜೊತೆಗೆ ಬಂದರೆ ಅನುಕೂಲ. ಇದು ತುರ್ತು ಸಂಗತಿಯಾದ್ದರಿಂದ ಇವತ್ತೇ ಮಂಜೂರಾತಿ ದಯಪಾಲಿಸಿ ಅಂತ ವಜೀರ್–ಎ–ಆಜಮರಿಗೆ ಅಹವಾಲು ಮಾಡುತೀನಿ. ಹೇಗಾಗುತ್ತೋ ನೋಡುವ,' ಎಂದರು. ಆ ಸಂಜೆಯೇ ಮಂಜೂರಾತಿ ದೊರಕಿಬಿಟ್ಟಿತು. ಅಷ್ಟು ಮಾತ್ರವಲ್ಲ, ಟಪಾಲು ಒಯ್ಯುವವರ ಜೊತೆಗೇ ನಮ್ಮಿಬ್ಬರಿಗೂ ಪ್ರಯಾಣ ಮಾಡುವ ವ್ಯವಸ್ಥೆ ಮಾಡುವುದಾಗಿ ತಿಳಿಸಿದರು.

ಮಳೆಗಾಲ. ಆ ವರ್ಷ ಬಲು ಜೋರಾಗಿ ಹೊಡೆಯುತ್ತಿತ್ತು. ನದಿಯಲ್ಲಿ ಪ್ರವಾಹ ಬಿರುಸಾಗಿದ್ದುದರಿಂದ ದೋಣಿಯಲ್ಲಿ ಪ್ರಯಾಣ ಮಾಡುವುದು ಅಪಾಯಕಾರಿಯಾಗಿತ್ತು.....

ಬೆಳಗ್ಗೆ ಈ ಮೂವರೂ ಗಂಗೆಯಲ್ಲಿ ಸ್ನಾನ ಪೂಜೆ ಮಾಡಿ ವಿಶ್ವನಾಥನ ಪೂಜೆಗೆಂದು ದಶಾಶ್ವಮೇಧ ಘಟ್ಟದ ಮೆಟ್ಟಿಲು ಏರುತ್ತಿದ್ದರು. ಜೊತೆಗೇ ಒಬ್ಬ ಪಂಡ ಮತ್ತು ಅವನನ್ನು ಗೊತ್ತು ಮಾಡಿದ ರಿಕ್ಷಾದ ಸರ್ದಾ. ತಾನೊಬ್ಬಳೇ ಬಂದಿದ್ದರೆ ಲಕ್ಷ್ಮಿ ಗಂಗಾಸ್ನಾನ ವಿಶ್ವನಾಥ

ಪೂಜಾ ಮೊದಲಾದ ಕರ್ಮಗಳನ್ನು ಮಾಡುತ್ತಿರಲಿಲ್ಲ. ಆರಂಭದಲ್ಲಿ ಅಪ್ಪನ ಪ್ರಭಾವದಿಂದ ವ್ಯಾಪಕ ಅರ್ಥದಲ್ಲಿ ಅಹಿಂಸೆಯೊಂದೇ ಧರ್ಮ, ಉಳಿದದ್ದೆಲ್ಲ ಗುಂಪಿನ ಆಚಾರಗಳು ಎಂದು ನಂಬಿದ್ದು, ಅನಂತರ ಮಾರ್ಕ್ಸಿಸ್ಟಳಾಗಿ ಧರ್ಮವು ಬಡವರಿಗೆ ಕುಡಿಸುವ ಅಫೀಮು ಎಂದು ಬದಲಾಯಿಸಿಕೊಂಡು ಅನಂತರ ಗಂಡು ಹೆಣ್ಣಿನ ಪ್ರೀತಿಯೇ ಪರಮ ಧರ್ಮ ಉಳಿದವೆಲ್ಲ ಬಾಹ್ಯಾಚಾರವೆಂದು, ಜೊತೆಯಲ್ಲೇ ಇಸ್ಲಾಮಿನಲ್ಲಿ ಮಾತ್ರ ಸಮಾಜವಾದದ ಆಚರಣೆಯುಂಟೆಂದು, ಅನಂತರ ಇಸ್ಲಾಂ ಮತ್ತು ಕ್ರೈಸ್ತಧರ್ಮಗಳು ತಮ್ಮ ನಂಬಿಕೆಗಳನ್ನು ಇಡೀ ಪ್ರಪಂಚದ ಮೇಲೆ ಹೇರುತ್ತಿರುವ ಸಾಮ್ರಾಜ್ಯಶಾಹಿಗಳೆಂದು ಮನಗಂಡ ಅವಳಿಗೆ ತನ್ನ ಹುಟ್ಟಿನ ಹಿಂದೂಧರ್ಮದ ಕರ್ಮ ಕಲಾಪಗಳನ್ನು ಸ್ವತಃ ಆಚರಿಸಲು ಒಗ್ಗುತ್ತಿರಲಿಲ್ಲ. ಆದರೆ ವಿಶಾಲಾಕ್ಷಿ ಸುಬ್ಬಣ್ಣಭಾವರು ಪೂಜೆ ಮಾಡಹೊರಟಿರುವಾಗ ತಾನು ಅನ್ಯಳೆಂಬಂತೆ ನಿಲ್ಲಲೂ ಮನಸ್ಸು ಬರಲಿಲ್ಲ. ಅಲ್ಲದೆ ವಿಶ್ವನಾಥ ಮಂದಿರವನ್ನು ತುಳಿದು ಹೂಂಕರಿಸುತ್ತಿರುವ ಈ ಗ್ಯಾನವಾಪಿ ಮಸೀದಿಗೆ ತನ್ನ ಆಧ್ಯಾತ್ಮಿಕ ಧಿಕ್ಕಾರವನ್ನು ತೋರಿಸಲು ವಿಶ್ವನಾಥ ಲಿಂಗಕ್ಕೆ ಒಂದು ತಂಬಿಗೆ ಗಂಗಾಜಲ, ಒಂದು ಎಸಳು ಹೂವು ಹಾಕುವುದೂ ಒಂದು ವಿಧಾನವೆಂದು ಮನಸ್ಸು ಹೇಳುತ್ತಿತ್ತು.

ಮೂವರೂ ಮೆಟ್ಟಿಲು ಹತ್ತುತ್ತಿರುವಾಗ ಇದ್ದಕ್ಕಿದ್ದಂತೆಯೇ ಎದುರಿಗೆ, ಅರೆ! ಅವರೇ ಹೌದಾ? ಛೇಛೇ ಅಲ್ಲ. ಹೌದು, ವಿಶಾಲಾಕ್ಷಿ ಮಾತಾಡಿಸಿಬಿಟ್ಟರು, 'ಅಣ್ಣಯ್ಯಾ, ನೀನೂ ಬಂದು ಬಿಟ್ಟೆಯಾ? ಕರುಳು ಎಲ್ಲಿ ಬಿಡುತ್ತೆ? ಮಾತೃಋಣ ಎಲ್ಲತಕ್ಕಿಂತ ದೊಡ್ಡದು ಅಂತ ಶಂಕರಾಚಾರ್ರು.....' ಪ್ರೊಫೆಸರ್ ಶಾಸ್ತ್ರಿಗಳು ಕರಿಪ್ಯಾಂಟು, ಕೆಂಪು ಜುಬ್ಬಾ, ಹೆಗಲ ಮೇಲೊಂದು ಹಸಿರು ಶಾಲು, ಕೈಯಲ್ಲಿ ಜಪಾನೀ ಕ್ಯಾಮರಾ, ಇಂಟಲೆಕ್ಚುಯಲ್, ತಲೆಯನ್ನು ಸಂಪೂರ್ಣ ಬೋಳಿಸಿದ್ದಾರೆ, ಗಡ್ಡಮೀಸೆಗಳನ್ನೂ, ಇಲ್ಲದಿದ್ದರೆ ತಕ್ಷಣ ಗುರುತು ಸಿಕ್ಕುತ್ತಿತ್ತು. ಮುಖದಲ್ಲಿ ಗೊಂದಲ, ಮುಜುಗರ, ನನ್ನನ್ನು ನೋಡಿದರು, ನೋಡಿದಮೇಲೆ ಮುಜುಗರ ಇನ್ನಷ್ಟು ತೊಡರಾಗಿ ಮುಖ ಮೂಗು ಕಿವಿಗಳು ಕೆಂಪು ತಿರುಗಿ, 'ಊರಿನಲ್ಲಿ ಬ್ಯಾಡ, ಕಾಶೀಲೇ ಪಿಂಡ ಹಾಕ್ತೀನಿ ಅಂತ ಬಂದೆಯಾ? ಅಪ್ಪ ವಿಪರೀತ ಖಡಾಖಂಡಿತ, ಇಲ್ದೆ ಇದ್ದರೆ ಊರಲ್ಲೇ ಮಾಡ್ತಿದ್ದೆ ಏನೋ! ಅಸ್ಥೀನ ಇಲ್ಲಿಗೆ ತಂದಿದೀವಿ. ಧರ್ಮ ಶಾಲೇಲಿದೆ. ನಾಳೆ ನಮ್ಮ ಜೊತೆ ಪ್ರಯಾಗಕ್ಕೆ ಬಂದು ನೀನೇ ವಿಸರ್ಜಿಸು.'

ಒಂದು ನಿಮಿಷ ಕಳೆದರೂ ಪ್ರೊಫೆಸರರಿಗೆ ಮಾತು ಹೊಳೆಯಲಿಲ್ಲ. ಅನಂತರ ಸುಧಾರಿಸಿಕೊಂಡವರಂತೆ, 'ಯೂನಿವರ್ಸಿಟಿಯಲ್ಲಿ ಒಂದು ವರ್ಕ್‌ಶಾಪ್ ನಡೆಸಿಕೊಡುಕ್ಕೆ ಅಂತ ಬಂದಿದೀನಿ. ರಜಿಯಾ, ನೀನು ಸಿನಿಮಾದೋಳು ಕೈಯಲ್ಲಿ ಒಂದು ಟೆಲಿಕ್ಯಾಮೆರಾ ಇಲ್ಲದೆ ಬನಾರಸ್‌ಘಾಟ್‌ಗೆ ಬಂದಿದೀಯಲ್ಲ! ಬನಾರಸಿನ ಲ್ಯಾಂಡ್‌ಸ್ಕೇಪ್ ಅಂದರೆ ಘಾಟ್ ಗಳು, ಕೋತಿಗಳು, ಹೋರಿಗಳು, ಕೇಳಿಲ್ಲವೆ ರಾಂಡ್, ಸಾಂಡ್.....'

ಎಂದು ಮುಂದೆ ತಿಳಿಯದೆ ತಡವರಿಸುತ್ತಿದ್ದಾಗ ಹತ್ತಿರದಲ್ಲಿಯೇ ಇದ್ದ ಪಂಡ ರಾಂಡ್, ಸಾಂಡ್, ಸೀಢೀ, ಸನ್ಯಾಸೀ ಎಂದು ಲಯಬದ್ಧವಾಗಿ ಹೇಳಿದ್ದಲ್ಲದೆ, 'ಸಾಹೇಬರು ಗಯಾಕ್ಕೆ ಹೋಗಿ ಬಂದಿದೀರಿ ಅಲ್ಲವೆ?' ಎಂದು ಕೇಳಿಬಿಟ್ಟ. ಪ್ರೊಫೆಸರ ಮುಖ ಬಿಳಿಚಿ

ಕೊಂಡಿತು. ಇವನಿಗೆ ಹೇಗೆ ಗೊತ್ತಾಯಿತು? ಎಂದು ಒಂದುಕ್ಷಣ ತಮ್ಮೊಳಗೇ ಯೋಚಿಸಿದರು. ಈ ಪಂಡಾಗಳಿಗೆ ಭಾರತದ ಎಲ್ಲ ಭಾಷೆಗಳೂ ಗೊತ್ತಿವೆ. ಅಥವಾ ಆಯಾ ಭಾಷೆ ಗೊತ್ತಿರೂ ಪಂಡರೇ ಆಯಾ ಯಾತ್ರಿಕರನ್ನ ಹಿಡಕೊತ್ತಾರೆ. ವಿಶಾಲಾಕ್ಷಿ ಆಡಿದ ಮಾತಿನಿಂದ ನಮ್ಮ ಸಂಬಂಧ ಸನ್ನಿವೇಶಗಳನ್ನ ಗ್ರಹಿಸಿದಾನೆ ಎಂದು ಅರ್ಥಮಾಡಿಕೊಳ್ಳುತ್ತಿರುವಷ್ಟರಲ್ಲಿ ಪಂಡ 'ತ್ರಿಸ್ಥಲಿಯಾತ್ರಾ ಅಂತ ಶಾಸ್ತ್ರ ಇರೂದು. ಗಯಾ, ಕಾಶಿ, ಪ್ರಯಾಗ. ನೀವು ಗಯಾದಿಂದಲೇ ಬಂದಿದೀರಿ. ಕಾಶಿಯ ಪೂಜೆಯಾಗದಿದ್ದರೆ ನಿಮ್ಮ ತಂಗಿಯ ಜೊತೇಲಿ ಬನ್ನಿ. ಪ್ರಯಾಗಕ್ಕೆ ಬೇಕಾದರೆ ನಾನೇ ಜೊತೆಗೆ ಬರ್ತೀನಿ,' ಎಂದ.

'ನೀವು ಹೋಗಿ. ನನಗೆ ಇವುಗಳಲ್ಲೆಲ್ಲ ನಂಬಿಕೆ ಇಲ್ಲ. ಒಂದಿಷ್ಟು ಫ಼ೋಟೋ ತೆಗೆಯೋಣ ಅಂತ ಬಂದೆ,' ಎಂದು ಅವರು ಮುಂದೆ ಯಾವ ಮಾತಿಗೂ ಅವಕಾಶಕೊಡದೆ ಕ್ಯಾಮರಾವನ್ನು ಗುರಿ ಏರಿಸುತ್ತಾ ಮೆಟ್ಟಿಲಿನ ಮೇಲೆ ಅತ್ತ ನಡೆದರು. ಇಲ್ಲಿ ನಾನು ಇಲ್ಲದಿದ್ದರೆ ಅವರು ತಂಗಿ ಭಾವರ ಸಂಗಡ ಪೂಜೆಗೆ ಹೋಗುತ್ತಿದ್ದರೆ? ಪಂಡನು ಅಂದಂತೆ ಅವರು ನಿಜವಾಗಿಯೂ ಗಯೆಗೆ ಹೋಗಿ ತಲೆಬೋಳಿಸಿಕೊಂಡು ಬಂದಿರಬಹುದೆ? ಎಂದು ಲಕ್ಷ್ಮಿ ತನ್ನಲ್ಲಿಯೇ ಕೇಳಿಕೊಂಡಳು. ತನ್ನನ್ನು ಯಾವಾಗಲೂ ನಮ್ಮೂರ ಹುಡುಗಿ, ಲಕ್ಷ್ಮಿ ಎಂದು ಮಾತನಾಡಿಸುತ್ತಿದ್ದವರು ಈಗ ರಜಿಯಾ ಎಂದು ಸಂಬೋಧಿಸಿದುದನ್ನೂ ಅವಳ ಬುದ್ಧಿ ಗುರುತಿಸಿತ್ತು.

ಮರುದಿನ ಮೂವರೂ ಪ್ರಯಾಗಕ್ಕೆ ಹೋಗಿ ಅಸ್ಥಿ ವಿಸರ್ಜನೆ ಮಾಡಿಬಂದರು. ಅದರ ನಾಲ್ಕನೆಯದಿನ ನೇರವಾಗಿ ಬೆಂಗಳೂರು ತಲಪುವ ರೈಲಿನಲ್ಲಿ ಸ್ಥಳ ಸಿಕ್ಕಿದ್ದುದರಿಂದ ವಿಶಾಲಾಕ್ಷಿ ಸುಬ್ಬಣ್ಣಭಾವರೂ ಉಳಿದರು. ಮೊದಲೇ ನಿಶ್ಚಯಿಸಿಕೊಂಡಂತೆ ಲಕ್ಷ್ಮಿ ಎರಡುವಾರ ಕಾಶಿಯಲ್ಲಿ ನಿಂತಳು. ಧರ್ಮಶಾಲೆಯಲ್ಲಿ ಒಂದುವಾರದವರೆಗೆ ಉಳಿಯುವ ಅನುಕೂಲವಿತ್ತು. ಇದು ಮುಗಿದ ಮೇಲೆ ಇಷ್ಟೇ ಅನುಕೂಲವಿರುವ, ಹೀಗೆಯೇ ಘಟ್ಟದ ದಡದಲ್ಲಿರುವ ಇನ್ನೊಂದು ಧರ್ಮಶಾಲೆಯಲ್ಲಿ ಲಕ್ಷ್ಮಿಯೊಬ್ಬಳಿಗೆ ಕೋಣೆ ಕೊಡಿಸುವುದಾಗಿ ರಿಕ್ಷಾದವನು ಆಶ್ವಾಸನೆ ಇತ್ತ. ವಿಶಾಲಾಕ್ಷಿ ಸುಬ್ಬಣ್ಣಭಾವರು ತಾವೇ ಸ್ವತಂತ್ರವಾಗಿ ನಡೆಯುತ್ತಾ ಬೇರೆ ಬೇರೆ ಮಂದಿರಗಳಿಗೆ ಮತ್ತೆ ಮತ್ತೆ ಹೋಗುತ್ತಿದ್ದರು. ಲಕ್ಷ್ಮಿಯ ಮನಸ್ಸು ತನ್ನ ಕೆಲಸದಲ್ಲಿ ತೊಡಗಿತು. ಈಗಾಗಲೆ ವಿಶ್ವನಾಥ ಮಂದಿರ ಧ್ವಂಸದ ಭಾಗ ತಲೆಯಲ್ಲಿ ಹೊಳೆದಿದೆ, ಬರೆಯುವಾಗ ವಿವರಗಳು ಬೆಳೆಯುತ್ತವೆ. ಬೇಕಾದಷ್ಟು ಸಂಶೋಧನ ಅಂಶಗಳಿವೆ. ಈ ಗಂಗೆ ಈ ಮಸೀದಿಗಳು, ಈ ಅಳಿದು ಅನಂತರ ಉಳಿದು ಬೆಳೆದ ಮಂದಿರಗಳ ಸ್ಥಳ ಸನ್ನಿವೇಶಗಳನ್ನು ಗ್ರಹಿಸಿದರೆ ಸಾಕು, ಸಾಧ್ಯವಾದರೆ ಈ ಭಾಗವನ್ನು ಈ ನಗರಿಯಲ್ಲೇ ಕೂತು ಬರೆಯಬೇಕು, ವಿಶಾಲಾಕ್ಷಿ ಸುಬ್ಬಣ್ಣಭಾವರನ್ನು ರೈಲಿಗೆ ಕೂರಿಸಿದ ದಿನವೇ ಬರವಣಿಗೆ ಆರಂಭಿಸಬೇಕು ಎಂದು ನಿಶ್ಚಯಿಸಿದಳು.

* *

ಅಧ್ಯಾಯ ೧೩

ನನ್ನ ಮನಸ್ಸಿನಲ್ಲಿ ಹುಟ್ಟಿದ ಅಸ್ಪಷ್ಟ ಆಲೋಚನೆಗಳನ್ನು ಮರುದಿನ ಹಮ್‌ದುಲ್ಲಾಹರಿಗೆ ಹೇಳಿ ಶೀಘ್ರವಾಗಿ ಕಾಶಿಗೆ ಹೋಗುವ ವಿಧಾನವನ್ನು ಕೇಳಿದೆ. ಆಲೋಚಿಸಿ ನಾಳೆ ದಾರಿ ಸೂಚಿಸುವುದಾಗಿ ಅವರು ಹೇಳಿದರು. ಮರುದಿನ ಎಂದರು: 'ಕಾಶಿಗೆ ಹೋಗಿ ಕಣ್ಣಾರೆ ನೋಡುವ ನಿನ್ನ ಉತ್ಸಾಹದಿಂದ ನನಗೂ ಉತ್ಸಾಹ ಬಂದಿದೆ. ಅಜ್ಞಾನ ಶ್ರದ್ಧಾಕೇಂದ್ರದ ನಾಶವನ್ನು ನೋಡುವ ಪುಣ್ಯ ನನಗೂ ಇರಲಿ. ಮಂದಿರ ನಾಶದ ವಿವರಗಳನ್ನು ಸ್ವತಃ ನಾನೇ ಕಣ್ಣಾರೆ ನೋಡಿ ದಾಖಲಿಸಿ ತರುತ್ತೇನೆ; ನನಗೆ ಸಹಾಯಕನಾಗಿ ಖ್ವಾಜಾ ಜಹಾನನು ಜೊತೆಗೆ ಬಂದರೆ ಅನುಕೂಲ, ಇದು ತುರ್ತು ಸಂಗತಿಯಾದ್ದರಿಂದ ಇವತ್ತೇ ಮಂಜೂರಾತಿ ದಯಪಾಲಿಸಿ ಅಂತ ವಜೀರ್-ಏ-ಆಜಮರಿಗೆ ಅಹವಾಲ್ ಮಾಡುತೀನಿ. ಹೇಗಾಗುತ್ತೋ ನೋಡುವ' ಎಂದರು. ಆ ಸಂಜೆಯೇ ಮಂಜೂರಾತಿ ದೊರಕಿಬಿಟ್ಟಿತು. ಅಷ್ಟು ಮಾತ್ರವಲ್ಲ, ಟಪಾಲು ಒಯ್ಯುವವರ ಜೊತೆಗೇ ನಮ್ಮಿಬ್ಬರಿಗೂ ಪ್ರಯಾಣ ಮಾಡುವ ವ್ಯವಸ್ಥೆ ಮಾಡುವುದಾಗಿ ತಿಳಿಸಿದ್ದರು.

ಮಳೆಗಾಲ. ಆ ವರ್ಷ ಬಲು ಜೋರಾಗಿ ಹೊಡೆಯುತ್ತಿತ್ತು. ನದಿಯಲ್ಲಿ ಪ್ರವಾಹ ಬಿರುಸಾಗಿದ್ದುದರಿಂದ ದೋಣಿಯಲ್ಲಿ ಪ್ರಯಾಣ ಮಾಡುವುದು ಅಪಾಯಕಾರಿಯಾಗಿತ್ತು. ಇಬ್ಬರು ಟಪಾಲು ಸವಾರರ ಜೊತೆಗೆ ನಮ್ಮಿಬ್ಬರಿಗೂ ಒಂದೊಂದು ಕುದುರೆ ಕೊಟ್ಟು ಕಳಿಸಿದರು. ದೊಡ್ಡ ಕುದುರೆ ಸವಾರಿಯು ಶುರುವಿನಲ್ಲಿ ನನಗೆ ಕಷ್ಟವಾಯಿತು. ಅವುಗಳ ಸಂಜ್ಞೆಗಳೂ ಬೇರೆಯವೇ. ನಾನೊಬ್ಬ ಸಾಧಾರಣ ವ್ಯಕ್ತಿಯಾಗಿದ್ದರೆ ನನ್ನ ಅರೆಬರೆ ನೈಪುಣ್ಯವನ್ನು ಆ ಇಬ್ಬರೂ ಗೇಲಿ ಮಾಡುತ್ತಿದ್ದರು. ಇಂಥ ಅಡ್ಡನಾಡಿಯ ಜೊತೆಗೆ ಸವಾರಿ ಮಾಡುವುದು ಸಾಧ್ಯವಿಲ್ಲವೆಂದು ಟಪಾಲು ಮುಖ್ಯಸ್ಥರಿಗೆ ಹೇಳಿಬಿಡುತ್ತಿದ್ದರೇನೋ! ಆದರೆ ನಾನು ಹಮದುಲ್ಲಾಹ್ ಸಾಹೇಬರ ಜೊತೆಗೆ ಅವರ ಸಹಾಯಕನಾಗಿ ಬಂದಿರುವವನು. ಹಮದುಲ್ಲಾಹರೋ ಶುದ್ಧ ಬಿಳುಪು ಬಣ್ಣದ ಪಾರ್ಸಿ ಹುಟ್ಟಿನ ನೀಳ ಬಿಳಿಗಡ್ಡದ ನೋಡಿದರೇ ಪಾರ್ಸಿ ಅರಬೀ ಕುರಾನ್ ಹದೀಸ್‌ಗಳ ವಿದ್ವಾಂಸರೆಂದು ಕಾಣುತ್ತಿದ್ದರು. ಇಷ್ಟಲ್ಲದೆ ನಾನು ಖಾಸಾ ಉದಯಪುರಿ ಮಹಲರ ಸೇವೆಯಲ್ಲಿರುವ ಹಿಜಡಾ. ಇವೆಲ್ಲ ಗೊತ್ತಾದ ಮೇಲೆ ಅವರು ವಿಶೇಷ ಗೌರವ ತೋರಿಸಿ ಮುತುವರ್ಜಿಯಿಂದ ನನಗೆ ಸಂಜ್ಞೆಗಳನ್ನು ಹೇಳಿಕೊಟ್ಟು ಹೆಜ್ಜೆ ಹಾಕಿಸಿದರು. ಒಂದು ಪ್ರಹರದಲ್ಲಿ ನನಗೆ ಸವಾರಿಯ ಬಿಗಿಸಿಕ್ಕಿತು. ವೇಗವಾಗಿಯೂ ಓಡಿಸತೊಡಗಿದೆ. ಹೊಸ ಕುದುರೆಯಾದರೂ ಹಮದುಲ್ಲಾಹರಿಗೆ ಇಂಥ

ದನ್ನು ಓಡಿಸಿ ರೂಢಿ ಇತ್ತು. ಕಾಗದದಲ್ಲಿ ಬರೆದು ಬಾದಶಾಹರ ಮುದ್ರೆ ಹಾಕಿ ಸುತ್ತಿ ಬಿದಿರ ಕೊಳವೆಯೊಳಗೆ ಸುರಕ್ಷಿತ ಮಾಡಿ ಬಿರಟೆ ಹಾಕಿ ಅರಗಿನ ಮುದ್ರೆ ಹಾಕಿ ಅದನ್ನು ಬಟ್ಟೆಯ ಚೀಲದಲ್ಲಿ ಹೊಲೆದು ಅದಕ್ಕೂ ಮುದ್ರೆ ಹಾಕಿದ್ದನ್ನು ಆ ಇಬ್ಬರು ಸವಾರರೂ ಜೋಪಾನವಾಗಿ ಒಯ್ಯುತ್ತಿದ್ದರೇ ಹೊರತು ಅದರೊಳಗಿನ ಸಂದೇಶ ಅವರಿಗೆ ಗೊತ್ತಿರಲಿಲ್ಲ. ಹಮದುಲ್ಲಾಹರಿಗೆ ಮಾತ್ರ ಅಧಿಕೃತವಾಗಿ ನನಗೆ ಅನಧಿಕೃತವಾಗಿ ಗೊತ್ತಿತ್ತು. ಅದನ್ನು ಸವಾರರಿಗೆ ಹೇಳಕೂಡದೆಂದು ಹಮದುಲ್ಲಾಹರಿಗೆ ಕಟ್ಟಾಜ್ಞೆ ಮಾಡಿದ್ದರು. ದಿಲ್ಲಿಯಿಂದ ಬನಾರಸಿನವರೆಗೆ, ಇನ್ನೂ ಮುಂದಕ್ಕೂ ರಾಜಮಾರ್ಗ. ದಿಲ್ಲಿಯಿಂದ ಶಹಾಬಾದ್, ಗಾಜಿಯಾಬಾದ್, ಡಾನಾ, ಹಾಪುಡ್, ಬಾಗಸರ್, ಗಡಮುಕ್ತೇಶ್ವರ್, ಬಗಡೀ, ಅಮರೋಹಾ, ಮುರಾದಾಬಾದ್, ರಾಯಬರೇಲೀ, ಸೇಲಾ, ಕಡಾ, ಡಲ್‌ಮವು ಮಾರ್ಗವಾಗಿ ಬನಾರಸ್ ಮುಟ್ಟುತ್ತದೆಂದು ಸವಾರರು ಹಮದುಲ್ಲಾಹರಿಗೆ ಹೇಳಿದರು. ವ್ಯಾಪಾರ ವ್ಯವಹಾರಗಳ ಸಂಚಾರವಿದ್ದೇ ಇತ್ತು. ಚನ್ನಾದ ರಸ್ತೆ. ದಾರಿಯಲ್ಲಿ ಮುಸ್ಲಿಂ ಪ್ರಯಾಣಿಕರಿಗೆ ತಂಗುವ, ಊಟದ, ಮತ್ತು ನಮಾಜು ಮಾಡುವ ಸರಾಯಿಗಳು. ಸರ್ಕಾರಿ ಕೆಲಸದ ಮೇಲೆ ಪಯಣಿಸುವವರಿಗೂ ವ್ಯವಸ್ಥೆ. ನಡು ನಡುವೆ ಕುದುರೆಗಳನ್ನು ಬದಲಿಸಿಕೊಂಡು ನಾವು ಸುಖವಾಗಿಯೇ ಸಾಗಿದೆವು. ನಡುವೆ ಒಮ್ಮೊಮ್ಮೆ ಮಳೆಗೆ ಸಿಕ್ಕಿದಾಗ ಅವರಿಬ್ಬರೂ ತಾವು ಒಯ್ಯುತ್ತಿದ್ದ ಟಪಾಲು ಕೊಳವೆಯು ನೆನೆಯದಂತೆ ವಿಶೇಷ ಮುತುವರ್ಜಿ ವಹಿಸುತ್ತಿದ್ದರು.

ನಾವು ಬನಾರಸನ್ನು ಮುಟ್ಟಿದ ಎರಡನೆಯದಿನ ಯಾವುದೋ ಒಂದು ಪರ್ವ. ದೂರ ದೂರಗಳಿಂದ ಯಾತ್ರಿಗಳು ಬಂದು ತುಂಬಿದ್ದರು. ಯಾತ್ರಾಸ್ಥಳವೆಂದರೆ ಸ್ಥಳೀಯರಿಗಿಂತ ಯಾತ್ರಿಗಳ ಸಂಖ್ಯೆ ಹೆಚ್ಚಿರುತ್ತದೆ. ಕಾಶಿ ಎಂದರೆ ಯಾತ್ರಾಸ್ಥಳಗಳ ಯಾತ್ರಾಸ್ಥಳ. ಅದರಲ್ಲೂ ಪರ್ವದಿನದಲ್ಲಿ ಇಲ್ಲಿಗೆ ಯಾತ್ರೆ ಬಂದರೆ ವಿಶೇಷ ಪುಣ್ಯವೆಂಬ ನಂಬಿಕೆ. ಮುಸಲ್ಮಾನರ ಆಳ್ವಿಕೆ ಆರಂಭವಾದಾಗಿನಿಂದ ಹಿಂದೂಸ್ತಾನದಲ್ಲಿ ಹಿಂದೂಗಳ ಮೇಲೆ ಯಾತ್ರಾಕರವನ್ನು ಹಾಕಿದ್ದಾರೆಂದು ಹೇಳಿದ ಹಮದುಲ್ಲಾಹರು ಧರ್ಮಲಂಡ ಅಕ್ಬರ್ ಬಾದಶಾಹನ ಕಾಲವನ್ನು ಬಿಟ್ಟರೆ ಎಂದು ಸೇರಿಸಿದರು. ಮೊದಲೇ ಬಡತನ. ವ್ಯಾಪಾರ ವ್ಯವಹಾರಗಳಲ್ಲಿ ಮುಸ್ಲಿಮರಿಗಿಂತ ಎರಡು ಪಟ್ಟು ಸುಂಕ ತೆರಬೇಕು. ಅದರ ಮೇಲೆ ಜೆಸಿಯಾ ತಲೆ ಕಂದಾಯ. ಯಾತ್ರೆ ಹೊರಡಲು ಹಣವೆಲ್ಲಿದೆ? ಹಿಂದೂಗಳಿಗೆ ಕುದುರೆ ಸವಾರಿ ಮಾಡುವ ಅನುಮತಿ ಇಲ್ಲ. ಇದರ ಮೇಲೆ ಯಾತ್ರಾ ಸುಂಕ ತೆತ್ತು ಈ ಯಾತ್ರೆಗೆ ಬರುವುದೆಂದರೆ ಅಜ್ಞಾನದ ಕತ್ತಲು ಎಷ್ಟು ಗಾಢವಾಗಿರಬೇಕು! ಎಂದು ಆಶ್ಚರ್ಯಪಟ್ಟರು.

ಕೋತವಾಲರನ್ನು ಕಾಣಬೇಕೆಂದು ಹಮದುಲ್ಲಾಹರೇನೂ ಅಪೇಕ್ಷೆ ವ್ಯಕ್ತಪಡಿಸಲಿಲ್ಲ. ಆದರೂ ಬಾದಶಾಹೀ ದಫ್ತರದಿಂದ, ಅದೂ ನೇರವಾಗಿ ದಿಲ್ಲಿಯಿಂದ, ದಯಮಾಡಿಸಿದವರೆಂದು ತಿಳಿದ ತಕ್ಷಣ ಕೋತವಾಲರೇ ಬಂದು ಇವರನ್ನು ಕಂಡು ಮುಜರೈ ಮಾಡಿದರು. ರಾಜಧಾನಿಯಲ್ಲಿ ಯಃಕಶ್ಚಿತ್ ಎನ್ನಿಸಿಕೊಳ್ಳುವ ಅಧಿಕಾರಿಯೂ ಸೂಬಾಗಳಿಗೆ ಬಂದರೆ ಸ್ವತಃ ರಾಜಪ್ರತಿನಿಧಿಯ ಅಂತಸ್ತಿನ ಮುಜರೈ ಸಿಗುತ್ತದೆ ಎಂಬ ಆಡಳಿತದ ಸತ್ಯವನ್ನು ಅನಂತರ ಹಮದುಲ್ಲಾಹರು ನನಗೆ ಹೇಳಿದರು. ಹಮದುಲ್ಲಾಹರನ್ನೇ ಮಂದಿರನಾಶದ

ಫರ್ಮಾನಿನ ಪ್ರತಿನಿಧಿ ಎಂದು ಭಾವಿಸಿದ ಕೋತವಾಲ ಧ್ವನಿಯನ್ನು ತಗ್ಗಿಸಿ ಅರಿಕೆ ಮಾಡಿಕೊಳ್ಳುವವನಂತೆ ಹೇಳಿದ: 'ಇಲ್ಲಿ ಪರ್ವ ನಡೀತಿದೆ. ಈ ಹಿಂದೂಸ್ತಾನೀ ಜನಗಳ ಹುಚ್ಚು ಬನಾರಸಿನಲ್ಲಿದ್ದವರಿಗೆ ಮಾತ್ರ ಅರ್ಥವಾಗುತ್ತೆ. ಲಕ್ಷಾಂತರ ಜನ ಹೊರಗಿನಿಂದಲೂ ಬಂದಿರುವಾಗ ಮಂದಿರ ಒಡೆಯುಕ್ಕೆ ಹೋದರೆ ಭಾರಿ ದಂಗೆಯಾಗುತ್ತೆ. ಸತ್ಯ ನಮ್ಮ ಕಡೆಗಿದ್ದರೂ ಸಂಖ್ಯೆಯಲ್ಲಿ ಕಡಮೆ ಇರುವಾಗ ನಾವು ಹಿಕಮತ್ತಿನಿಂದಲೇ ನಿಭಾಯಿಸಬೇಕು. ಇನ್ನು ಒಂದುವಾರ ತಡೆಯೋಣ. ಯಾತ್ರಿಗಳೆಲ್ಲ ಖಾಲಿಯಾಗ್ತಾರೆ. ಪರ್ವ ಮುಗಿದಮೇಲೆ ಯಾರೂ ಉಳಿಯಕೂಡದು ಅಂತ ನಾನೇ ಫರ್ಮಾನ್ ಹೊರಡಿಸಿ ಖಾಲಿ ಮಾಡಿಸುತೀನಿ. ಹೊರಗಿನವರು ಹೋದಮೇಲೆ ಇಡೀ ಶಹರಿಗೆ ನಮ್ಮವರೇ ಸಿಪಾಹಿಗಳ ಪಹರೆ ಹಾಕಿ ಆಮೇಲೆ ಬಾದಶಾಹರ ಫರ್ಮಾನನ್ನ ಜಾರಿಮಾಡ್ತೀನಿ. ನಿಧಾನವಾಯಿತು ಅಂತ ಬಾದ ಶಾಹರು ನಾರಾಜ್ ಆಗಬಾರದು.'

'ಧರ್ಮಕೆಲಸ ಜಾರಿ ಮಾಡುವಾಗ ಒಂದಲ್ಲ ಹತ್ತುಲಕ್ಷ ಜನ ತಡೆಯೊಡ್ಡಿದರೂ ಅವರನ್ನೆಲ್ಲ ಕೊಲ್ಲುವುದೇ ಧರ್ಮ. ಆದರೆ ನಮ್ಮ ಸಂಖ್ಯೆ ಕಡಮೆ ಇರುವಾಗ ಹಿಕಮತ್ ಇರಲೇಬೇಕು. ಎಷ್ಟಾದರೂ ನೀವು ಯುದ್ಧ ಪರಿಣತರು.'

ಕೋತವಾಲರ ಮುಖದಲ್ಲಿ ನೆಮ್ಮದಿ ಕಾಣಿಸಿತು.

ನಮ್ಮನ್ನು ವಿಶೇಷ ಆತಿಥ್ಯದ ಮಹಲಿನಲ್ಲಿಯೇ ಇಳಿಸಿದ್ದರು. ಊಟ ತಿಂಡಿಗಳಂತೂ ನಾವು ಕಲ್ಪಿಸಿಕೊಳ್ಳಲಾರದಷ್ಟು ಭರ್ಜರಿ. ದಿಲ್ಲಿಗಿಂತ ಬನಾರಸ್ ಪ್ರಾಂತ್ಯದಲ್ಲಿ ಹಣ್ಣುಹಂಪಲು ಗಳು ಸಮೃದ್ಧ. ಅದು ಮಾವಿನ ಹಣ್ಣಿನ ಕಾಲ. ಹಾಲು ಬೆಲ್ಲ ಇಲಾಚಿಗಳನ್ನು ಹಾಕಿ ಕಿವು ಚಿದ ಮಾವಿನ ಹಣ್ಣಿನ ರಸಾಯನವಂತೂ ನಾನು ಜನ್ಮದಲ್ಲಿ ತಿಂದಿರಲಿಲ್ಲ. ಹಮದುಲ್ಲಾಹರೂ ತಮ್ಮ ವಯಸ್ಸನ್ನು ಮರೆತು ಬೋಗುಣಿಗಟ್ಟಳೆ ಹಾಕಿಸಿಕೊಂಡು ತಿಂದು ಅತಿಸಾರವಾಗಿ ಔಷಧಿ ನೆಕ್ಕಿದರು. ನಾನು ಕಾಶಿಯನ್ನು ನೋಡಲು ಒಬ್ಬನೇ ಹೊರಗೆ ಹೋಗುತ್ತಿದ್ದೆ. ದೇವಗಢದಲ್ಲಿದ್ದಾಗಿನಿಂದ ಕೇಳಿದ್ದ ತೀರ್ಥಕ್ಷೇತ್ರ ಇದು. ಅದರ ಬಗೆಗೆ ಎಷ್ಟೇ ಕೋಪವಿದ್ದರೂ ನನ್ನ ಪೂರ್ವಿಕರ ಪುಣ್ಯಕ್ಷೇತ್ರವೆಂಬ ವಾಂಛಲ್ಯ ನನ್ನ ಕರುಳಿನ ಯಾವುದೋ ಅಜ್ಞಾತ ಪದರದೊಳಗೆ ಹುದುಗಿತ್ತೇನೋ! ಕಾಶಿಯ ಬೀದಿಗಳಲ್ಲಿ ನಡೆಯುವಾಗ ಮೊದಲನೆಯ ದಿನ ಅದು ತಾನಾಗಿಯೇ ಹೊರಹೊಮ್ಮಿತು. ಆದರೆ ಕ್ರಮೇಣ ಪ್ರಯತ್ನಪೂರ್ವಕವಾಗಿ ಅದನ್ನು ಅದುಮಿ ತುಳಿದುಕೊಂಡೆ. ಕಾಶಿ ಎಂದರೆ ಬರೀ ವಿಶ್ವನಾಥನೆಂದು ನಾನು ತಿಳಿ ದಿದ್ದೆ. ಆದರೆ ಊರಿನಲ್ಲಿ ಸುತ್ತು ಹಾಕುತ್ತಾ ನೋಡಿದರೆ ಅವೆಷ್ಟು ದೇವ ದೇವತೆಗಳ ಮಂದಿರಗಳು! ವೇಷದಲ್ಲಿ ಮುಸಲ್ಮಾನನಾಗಿ ಕಂಡರೂ ನಾನು ಕೇಳಿದ ವಿವರಗಳನ್ನು ಎಲ್ಲರೂ ಹೇಳುತ್ತಿದ್ದರು. ನನ್ನನ್ನು ಕಂಡರೆ ಭಯ, ಮ್ಲೇಚ್ಛನೆಂಬ ತಿರಸ್ಕಾರ, ಆಳುವ ಜಾತಿಯವನೆಂಬ ಗೌರವ, ಮೆಚ್ಚಿಸಬೇಕೆಂಬ ದೈನ್ಯ, ಅವಕಾಶ ಸಿಕ್ಕಿದರೆ ಚಾಕು ಹಾಕಿ ಕೊಂದುಬಿಡಬೇಕೆಂಬ ಕುಯುಕ್ತಿಯ, ಬೇರೆ ಬೇರೆ ವ್ಯಕ್ತಿಗಳ ಮುಖಗಳಲ್ಲಿ ಬೇರೆ ಬೇರೆ ಭಾವಗಳು. ಒಬ್ಬನೇ ವ್ಯಕ್ತಿಯ ಕಣ್ಣುಗಳಲ್ಲಿ ಇಂಥ ಹಲವು ಭಾವಗಳ ಸಂಮಿಶ್ರಣ, ದೊಣ್ಣೆಯಿಂದ ಚಚ್ಚಿಸಿಕೊಂಡು ಹತೋಟಿಗೊಂಡ ಹಸುವು ವಿಧೇಯವಾಗಿ ಬೆನ್ನನ್ನು

ಗೂನಿಸಿ ನಡೆದರೂ ಸಮಯ ಸಿಕ್ಕಿದರೆ ತಿವಿದುಬಿಡುವ ರೋಷವು ಅದರ ಕಣ್ಣುಗಳಲ್ಲಿ ಕಾಣುವಂತೆ ನನಗೆ ಆ ಜನಗಳು ಕಂಡರು.

ಆ ಬೀದಿಗಳಲ್ಲಿ ತಿರುಗುವಾಗಲಾದರೂ ನಾನು ಅವರಂತೆ ಧೋತ್ರ ಉಟ್ಟು ಮೇಲುವಸ್ತ್ರ ಹೊದೆಯಲೆ? ಎಂಬ ಆಲೋಚನೆ ಬಂತು. ಆದರೆ ಈ ವಸ್ತ್ರವನ್ನು ಎಲ್ಲಿಂದ ಸಂಪಾದಿಸಲಿ? ಕಾಶಿಯು ವಸ್ತ್ರ ವ್ಯಾಪಾರದ ಬಹಳ ದೊಡ್ಡ ಕೇಂದ್ರವೆಂದು ಅಷ್ಟರಲ್ಲಿ ನನಗೆ ತಿಳಿದಿತ್ತು. ಒಂದು ಅಂಗಡಿಗೆ ಹೋಗಿ ಕೊಳ್ಳುವಷ್ಟು ಹಣವೂ ನನ್ನಲ್ಲಿತ್ತು. ಆದರೆ ವಸ್ತ್ರ ಬದಲಾಯಿಸಿದರೆ ಮುಖದ ಮೇಲೆ ಬೆಳೆಸಿದ್ದ ಮತಸೂಚಕ ರೀತಿಯ ದಾಡಿಯನ್ನೇನು ಮಾಡುವುದು? ಅದನ್ನು ಬೋಳಿಸಿಬಿಟ್ಟರೆ ಹಮದುಲ್ಲಾಹರು ಸುಮ್ಮನೆ ಬಿಟ್ಟಾರೆಯೆ? ಬೇಹುಗಾರಿಕೆಗೆ ಹೀಗೆ ಮಾಡಿದ್ದೇನೆಂದರೆ ನಂಬಿಯಾರೆ? ಇವೆಲ್ಲ ಅಪಾಯಕಾರಿ ಪ್ರಯೋಗ ಎಂಬ ಎಚ್ಚರಮೂಡಿತು. ಧೈರ್ಯವಹಿಸಿ ಹೆಜ್ಜೆಹಾಕಿದೆ. ಬೀದಿಗೆ ನಾಲ್ಕೈದಲ್ಲ ಹತ್ತಾರು ಮಂದಿರಗಳು. ಒಂದೊಂದು ಮನೆಯ ಒಳಗೂ ಖಾಸಗಿ ಗುಡಿಗಳಂತೆ. ಅನ್ನಪೂರ್ಣಾ, ಲಕ್ಷ್ಮಿ, ಪಾರ್ವತಿ, ಗೌರಿ, ದುರ್ಗಿ, ಕಾಳಿ, ಚಂಡಿ, ಚಾಮುಂಡಿ ಮೊದಲಾದ ನೂರಾರು ಹೆಣ್ಣುದೇವತೆಗಳು ಮಾತ್ರವಲ್ಲ ಅವೆಷ್ಟು ಹೆಸರಿನ ಲಿಂಗಗಳು! ಬೃಹಸ್ಪತೀಶ್ವರ, ಕಾಮೇಶ್ವರ, ಪಂಚಾಲಕೇಶ್ವರ, ಪಂಚಕೇಶ್ವರ, ಅಂಧಕೇಶ್ವರ, ಶಾಂತೇಶ್ವರ, ವಾಲ್ಮೀಕೇಶ್ವರ, ಚ್ಯವನೇಶ್ವರ, ಕಾರ್ಕೋಟಕೇಶ್ವರ, ಭೈರವೇಶ್ವರ, ಹತ್ತಾರು ಅಲ್ಲ, ನೂರಾರು, ಅಷ್ಟೇ ಅಲ್ಲ ಸಾವಿರಾರು. ಮಾರ್ಕಂಡೇಯೇಶ್ವರ ಗುಡಿಯ ಹತ್ತಿರ ನಿಂತು ಇಪ್ಪತ್ತು ವರ್ಷದ ಒಬ್ಬ ಯುವಕನನ್ನು ಈ ಗುಡಿಯ ಹೆಸರೇನು? ಎಂದು ಕೇಳಿದಾಗ, 'ಖಾನ್‌ಸಾಹೇಬ್, ಕಾಶಿಯ ಎಲ್ಲ ಮಂದಿರಗಳನ್ನೂ ನಿಮಗೆ ತೋರಿಸಿ ಮಂದಿರ ಮಹಿಮೆಯನ್ನೂ ಹೇಳುತೀನಿ. ನಿಮಗೆ ತೋಚಿದಷ್ಟು ರುಸುಮು ಕೊಡಿ' ಎಂದ. ಹೆಸರು ದಧೀಚಭಟ್ಟ ಎಂದ. ಹಣೆಗೆ ವಿಭೂತಿ, ನಡುವೆ ಗಂಧದ ಬೊಟ್ಟು. ಬೋಳಿಸಿದ ನೆತ್ತಿಯ ಮೇಲೆ ಗೋಪಾದದ ಆಕೃತಿಯ ಉದ್ದನೆಯ ಕೂದಲು. ಇಡೀ ಕಾಶಿಯ ದೇವಾಲಯಗಳನ್ನು ಪೂಜೆ ಪುನಸ್ಕಾರಗಳಿಲ್ಲದೆ ಬರಿದೇ ಹೊರಗಿನಿಂದ ನೋಡುವುದಕ್ಕೆ ಬೆಳಗಿನಿಂದ ಸಂಜೆಯತನಕ ಸುತ್ತಿದರೆ ನಾಲ್ಕುದಿನವಾದರೂ ಬೇಕು. ನೀವು ಹೇಗೂ ದೇವಾಲಯಗಳ ಒಳಗೆ ಹೋಗುವ ಧರ್ಮದವರಲ್ಲ, ಹೊರಗೆ ನಿಂತೇ ಅವುಗಳ ಇತಿಹಾಸಗಳನ್ನು ಹೇಳುತೀನಿ, ಎಂದ. ನಾನು ಎರಡು ರೂಪಾಯಿ ಕೊಡುವುದಾಗಿ ಹೇಳಿದೆ. ಅವನಿಗೆ ಖುಷಿಯಾಯಿತು. ನಾನು ನಡುವೆ ಹಲವು ಪ್ರಶ್ನೆಗಳನ್ನು ಕೇಳುತ್ತಿದ್ದೆ.

'ಕಾಶಿಯಲ್ಲಿ ಮಹಾ ಮಹಾ ಪಂಡಿತರಿದ್ದಾರೆ ಅಂತ ಕೇಳಿದೀನಿ. ನಿಜವೆ?' ಎಂದೆ.

'ಹೌದು. ವೇದವೇದಾಂತ ವ್ಯಾಕರಣ ಮೀಮಾಂಸಾ ಕಾವ್ಯ ಮೊದಲಾಗಿ ವೈದಿಕ ಪಂಡಿತರು ಮಾತ್ರವಲ್ಲ, ಬೌದ್ಧ ಜೈನ ಆಚಾರ್ಯರುಗಳೂ ಇದ್ದಾರೆ.'

'ಎಲ್ಲ ಇಲ್ಲಿ ಸೇರಲು ಏನು ಕಾರಣ?'

'ಕಾರಣವೆ?' ಎಂದ ಅವನು ತುಸು ಅನುಮಾನಿಸಿದ. ಅನಂತರ, 'ಅವೆಲ್ಲ ನನಗೇನು ಗೊತ್ತು? ನಾನು ಅಷ್ಟೊಂದು ವಿದ್ಯಾವಂತನಲ್ಲ,' ಎಂದ.

'ಭಟ್ಟಜೀ, ಭಯ ಪಡಬೇಡಿ. ನಾನು ಬೇಹುಗಾರನಲ್ಲ. ನೀವು ಏನು ಹೇಳಿದರೂ

ನಾನು ಬೇರೆಯವರಿಗೆ ವರದಿ ಮಾಡುವುದಿಲ್ಲ. ಅಲ್ಲಾಹನ ಆಣೆ,' ಎಂದ ಮೇಲೆ ಅವನಿಗೆ ನಂಬಿಕೆ ಬಂತು.

'ಕಾಶ್ಮೀರ, ತಕ್ಷಶಿಲಾ, ಪುರುಷಪುರ, ಕಾನ್ಯಕುಬ್ಜ, ಸ್ಥಾಣೇಶ್ವರ ಮೊದಲಾದ ಕಡೆಗಳಲ್ಲೆಲ್ಲ ಮುಸಲ್ಮಾನರು ಆಕ್ರಮಿಸಿ ಮಂದಿರ, ಸ್ತೂಪ, ಬಸದಿಗಳನ್ನು ನಾಶಮಾಡಿ ಪಂಡಿತರು ಆಚಾರ್ಯರು, ಭಿಕ್ಕುಗಳು, ಮುನಿಗಳನ್ನು ಸಾಮೂಹಿಕವಾಗಿ ಕೊಲೆ ಮಾಡಿದರಲ್ಲ, ಉಳಿದವರು ಜೀವ ಉಳಿಸಿಕೊಳ್ಳಲು ತಪ್ಪಿಸಿಕೊಂಡು ಪೂರ್ವ ದಿಕ್ಕಿಗೆ ಓಡಿಬಂದರು. ಅವರಿಗೆಲ್ಲ ಕಾಶಿ ಆಶ್ರಯನೀಡಿತು. ಬಖ್ತಿಯಾರ್ ಖಿಲ್ಜಿ ನಾಲಂದ ಮಹಾವಿದ್ಯಾಲಯವನ್ನು ಧ್ವಂಸಮಾಡಿ ಅಲ್ಲಿದ್ದ ಸಾವಿರಾರು ಬೌದ್ಧ ಗುರುಗಳನ್ನು ಕಗ್ಗೊಲೆ ಮಾಡಿದಾಗ ಎಷ್ಟೋ ಜನರು ತಿಬ್ಬತ್ತಿಗೆ ಓಡಿಹೋಗಿ ಜೀವ ಉಳಿಸಿಕೊಂಡರು. ಕೆಲವರು ಕಾಶಿಗೂ ಬಂದು ಸಾರನಾಥದಲ್ಲಿ ಅವಿತುಕೊಂಡರು. ಕಾಶಿಗೆ ಬಂದು ಪ್ರಾಣಬಿಟ್ಟರೆ ಮುಕ್ತಿ ಅಂತ ಇಲ್ಲಿಗೆ ಬರುವ ಹರಿವು ಇದ್ದೇ ಇದೆ. ಭರತಖಂಡದ ಎಲ್ಲ ಕಡೆಯ ಅಧ್ಯಾತ್ಮ ವಿದ್ಯಾಪಾರಂಗತರೂ ಇಲ್ಲಿಗೆ ಬರುತ್ತಾರೆ, ಬಂದು ನೆಲೆಸುತ್ತಾರೆ. ಹೀಗಾಗಿ ಕಾಶಿಯಲ್ಲಿರುವಷ್ಟು ಪಂಡಿತರು ಬೇರೆಲ್ಲಿಯೂ ಇಲ್ಲ.'

ಇಪ್ಪತ್ತು ವರ್ಷಕ್ಕೇ ಈತ ಇಷ್ಟೆಲ್ಲ ತಿಳಿದಿದ್ದಾನೆ ಎಂದು ನನಗೆ ಆಶ್ಚರ್ಯವಾಯಿತು. ಹಿರಿಯ ವಿದ್ವಾಂಸರುಗಳು ಮಾತನಾಡಿಕೊಳ್ಳುವುದನ್ನು ಕೇಳಿ ತಿಳಿದಿರಬಹುದು. ಇವನೂ ವೇದಾಭ್ಯಾಸ ಮಾಡಿದ್ದಾನೆ. ಪಂಡವೃತ್ತಿ ಚನ್ನಾಗಿ ಗೊತ್ತಿದೆಯಂತೆ. 'ಇಷ್ಟೊಂದು ಗುಡಿಗಳಿವೆಯಲ್ಲ, ನೀವೇ ಅವುಗಳ ಕಥೆಗಳನ್ನೂ ಹೇಳಿದಿರಿ. ಎಷ್ಟೋ ದೈತ್ಯರು, ರಾಕ್ಷಸರು, ದೇವರಿಗೆ ವಿರುದ್ಧವಾಗಿ ಯುದ್ಧ ಮಾಡಿ ಮಡಿದವರ ಹೆಸರಿನಲ್ಲೂ ಒಂದೊಂದು ಲಿಂಗ ಸ್ಥಾಪನೆ ಮಾಡಿ ಮಂದಿರ ಕಟ್ಟಿದ್ದಾರೆ. ಏನು ಇವುಗಳ ಅರ್ಥ? ಮಧುಕೈಟಭರು ರಾಕ್ಷಸರು ಅಂತ ನೀವೇ ಹೇಳಿದಿರಿ. ಅವರ ಹೆಸರಿನಲ್ಲಿ ಮಧುಕೈಟಭೇಶ್ವರ ಮಂದಿರ ಕಟ್ಟಿದ್ದಾರೆ.'

'ಖಾನ್ ಸಾಹೇಬ್, ಒಬ್ಬ ವ್ಯಕ್ತಿ ಸಾಯುವ ತನಕ ದೈವ ವಿರೋಧಿಯಾಗಿರಬಹುದು. ಸತ್ತ ಮೇಲೆ ಅವನಿಗೂ ಸದ್ಗತಿ ಕೊಡುವುದು ದೇವರ ಗುಣ. ದೇವರು ಯಾರನ್ನೂ ದ್ವೇಷಿಸುವುದಿಲ್ಲ ಅಲ್ಲವೆ?'

'ಯಾರನ್ನೂ ದ್ವೇಷಿಸುವುದಿಲ್ಲವೆ? ಸೈತಾನನನ್ನೂ?'

'ನಿಮ್ಮ ಧರ್ಮದಲ್ಲಿ ಕಲ್ಪಿಸಿಕೊಂಡಿರುವ ಸೈತಾನ ನಮ್ಮ ಧರ್ಮದಲ್ಲಿ ಇಲ್ಲವೇ ಇಲ್ಲ. ಅಜ್ಞಾನಕ್ಕೆ ಸಿಕ್ಕಿ ತಪ್ಪು ಮಾಡುವವನನ್ನು ಕೂಡ ನಮ್ಮ ದೇವರು ಕೈಹಿಡಿದು ತನ್ನಲ್ಲಿ ಕರೆಸಿಕೊಳ್ಳುತ್ತಾನೆ. ತಾಯಿಯು ಮಗುವನ್ನು ಕರೆದುಕೊಳ್ಳುವಂತೆ.'

ಕಳೆದ ಎಂಟುವರ್ಷದಿಂದ ನನ್ನ ತಲೆಯಲ್ಲಿ ತುಂಬಿಕೊಂಡಿದ್ದ ದೇವರ ಕಲ್ಪನೆಯೊಡನೆ ಈತನ ಈ ಮಾತು ಹೊಂದುತ್ತಿರಲಿಲ್ಲ. ದೇವರಿಗಾದರೂ ಛಲ ಬೇಡವೆ? ದೇವರಿಗೇ ಛಲವಿಲ್ಲದಿದ್ದರೆ ಆ ಧರ್ಮದ ಅನುಯಾಯಿಗಳಿಗೆ ಎಲ್ಲಿಂದ ಬರಬೇಕು? ಅದಕ್ಕೇ ಈ ಜನಗಳು ಹೇಡಿಗಳಾಗಿದ್ದಾರೆಯೆ? ಎಂದು ನನ್ನ ಮನಸ್ಸು ವ್ಯಾಖ್ಯಾನಿಸಿತು. ಈತನೊಡನೆ ಹೆಚ್ಚು ಚರ್ಚೆಗೆ ಇಳಿಯದೆ ಮುಂದಿನ ಮಂದಿರವನ್ನು ನೋಡಲು ಹೆಜ್ಜೆ ಹಾಕಿದೆ.

ನಾನು ನಾಲ್ಕನೇ ದಿನ ದೇವಾಲಯಗಳನ್ನೆಲ್ಲ ನೋಡಿಕೊಂಡು ಅತಿಥಿಗೃಹಕ್ಕೆ ಹಿಂತಿರುಗಿದಾಗ ಹಮದುಲ್ಲಾಹರು ಏನೇನು ನೋಡಿದೆ? ಎಂದು ವಿಚಾರಿಸಿದರು. 'ನೆನಪಿನಲ್ಲಿ ಉಳಿಯಲಾರದಷ್ಟು ದೇವಾಲಯಗಳು,' ಎಂದೆ.

'ನೆನಪಿನಲ್ಲಿ ಉಳಿಯಲಾರದಷ್ಟು ದೇವಾಲಯಗಳನ್ನು ನೋಡಿದರೆ ಇತಿಹಾಸ ತಿಳಿದಂತಾಗುತ್ತೆಯೆ?' ಎಂಬ ಅವರ ತಿರುಗು ಪ್ರಶ್ನೆಗೆ ನನಗೆ ಉತ್ತರಹೊಳೆಯಲಿಲ್ಲ. ಮಂಕು ಕಣ್ಣುಗಳಿಂದ ಅವರತ್ತ ನೋಡಿದೆ. ಎಷ್ಟೇ ಅಸಮಾಧಾನವಾದರೂ ನನ್ನ ಮೇಲೆ ಅವರು ಕೋಪ ಮಾಡಿಕೊಳ್ಳುವುದಿಲ್ಲವೆಂದು ನನಗೆ ಅನುಭವದಿಂದ ಗೊತ್ತಿತ್ತು. ಅವರೇ ಹೇಳಿದರು: 'ನೀನು ಮಂದಿರಗಳನ್ನು ನೋಡಲು ಹೋದನಂತರ ನಾನು ಕುದುರೆ ಏರಿ ಮಸೀದಿಗಳನ್ನು ವೀಕ್ಷಿಸಲು ಹೋಗುತ್ತಿದ್ದೆ. ಜೊತೆಗೆ ಇಬ್ಬರು ಮೌಲಾನಾ ಸಾಹೇಬರನ್ನು ಕೋತವಾಲರು ಕೊಟ್ಟಿದ್ದಾರೆ. ಇತಿಹಾಸ ತಿಳಿದವರು. ಸ್ಥಳೀಯ ಇತಿಹಾಸದ ವಿವರಗಳು ದಿಲ್ಲಿಯಲ್ಲಿ ಕೂತು ದಫ್ತರ ಬರೆಯುವ ನಮಗೆ ಹೇಗೆ ತಿಳಿಯಬೇಕು? ಕುತುಬುದ್ದೀನ್ ಐಬಕ್ ಮತ್ತು ಶಹಾಬುದ್ದೀನ್ ಗೋರಿಯು ಅಲ್ ಹಿಜಿರಾ ೬೦೪ರಲ್ಲಿ ಬನಾರಸನ್ನು ವಶಪಡಿಸಿಕೊಂಡು ಸೈಯದ್ ಜಮಾಲುದ್ದೀನ್ ಎಂಬ ದಕ್ಷ ಅಧಿಕಾರಿಯನ್ನು ಸುಬಹ್‌ದಾರನನ್ನಾಗಿ ನೇಮಿಸಿದರು. ಅವನು ತನ್ನ ಹೆಸರಿನಲ್ಲಿ ಈ ಶಹರದಲ್ಲಿ ಜಮಾಲುದ್ದೀನ್ ಪುರಾ ಅನ್ನುವ ಮುಹಲ್ಲಾ ನಿರ್ಮಿಸಿದ. ಅದು ಈಗಲೂ ಇದೆ. ಅವನು ಈ ಶಹರದಲ್ಲಿ ಮೂರ್ತಿಪೂಜೆಯನ್ನ ಸಂಪೂರ್ಣವಾಗಿ ತೊಡೆದು ಹಾಕುವ ಪ್ರಯತ್ನ ಮಾಡಿದ. ಆದರೆ ಕೆಲವು ದಿನಗಳಲ್ಲಿ ಅಧಿಕಾರವು ನಮ್ಮವರಿಂದ ತಪ್ಪಿಸಿಕೊಂಡುಬಿಟ್ಟಿತು. ಅಲ್ ಹಿಜಿರಾ ೬೦೭ರಲ್ಲಿ ಕುತುಬುದ್ದೀನನು ಮತ್ತೆ ಗೆದ್ದುಕೊಂಡ. ಆಮೇಲೆ ನೋಡು ನಮ್ಮ ಧರ್ಮ ವಿಜೃಂಭಿಸತೊಡಗಿತು. ಆಗ ಇದ್ದ ಮಂದಿರಗಳನ್ನೆಲ್ಲ ಭೂಮಿಗತ ಮಾಡಿ ಅವುಗಳ ಕಂಬಗಳನ್ನು ಬಳಸಿ ಮಸೀದಿಗಳನ್ನು ಕಟ್ಟಿದರು. ಹನುಮಾನ್ ದ್ವಾರದ ಬೀದಿಯಲ್ಲಿ ಎರಡೂವರೆ ಶಿಖರದ, ಬಹಳ ಸುಂದರವಾದ ಗುಂಬಜ್‌ನ ಒಂದು ಮಸೀದಿ ಇದೆ ನೋಡಿದೆಯಾ? ನೀನು ನೋಡಿಲ್ಲ. ಅದರ ಕೆಳಭಾಗವನ್ನೆಲ್ಲ ಹಿಂದೂಮಂದಿರಗಳ ಅವಶೇಷಗಳಿಂದ ಕಟ್ಟಿದಾರೆ. ಎರಡನೆ ಮಂಜಿಲ್‌ನಲ್ಲಿ ಒಂದು ಸಂಸ್ಕೃತ ಶಿಲಾಶಾಸನವಿದೆ. ಅಂದರೆ ಯಾವುದೋ ಮಂದಿರವನ್ನು ಕೆಡವಿ ಅದಕ್ಕೆ ಬರೆದಿದ್ದ ಶಿಲಾಶಾಸನವನ್ನು ಈ ಗೋಡೆ ಕಟ್ಟಲು ಬಳಸಿದಾರೆ. ಚೌಖಂಭಾ ಮುಹಲ್ಲಾದಲ್ಲಿರುವ ಮಸೀದಿಯ ೨೪ ಕಂಬಗಳೇ, ಗುಲ್‌ಜಾರ್ ಮುಹಲ್ಲಾದ ಮಕದೂಮ್ ಸಾಹೇಬ್ ಹೆಸರಿನ ಒಂದು ಸ್ಮಶಾನವಿದೆ, ಅದರ ಉತ್ತರ ಮತ್ತು ಪಶ್ಚಿಮ ದಿಕ್ಕಿನ ಪಡಸಾಲೆಗಳು ಹಿಂದೂಮಂದಿರಗಳ ಕಂಬಗಳಿಂದ ಕಟ್ಟಿದವು.....'

ಇವರು ಇಷ್ಟೊಂದು ವಿಷಯ ಸಂಗ್ರಹಿಸಿದ್ದಾರೆ ಎಂದು ನನಗೆ ಆಶ್ಚರ್ಯವಾಯಿತು.

ಬಲ್ಬನ್ ಕಾಲದಲ್ಲಿ, ಖಿಲ್ಜಿಗಳ ಕಾಲದಲ್ಲಿ, ತುಘಲಕ್‌ರ ಕಾಲದಲ್ಲಿ, ಸಿಕಂದರ್ ಲೋಧಿಯ ಕಾಲದಲ್ಲಿ ಈ ಕಾಶಿಯ ಯಾವ ಯಾವ ಮಂದಿರಗಳನ್ನು ಒಡೆದರು, ಒಡೆದ ಮಂದಿರಗಳ ಗೋಡೆ ಕಂಭಗಳನ್ನೇ ಆಧಾರವಾಗಿಟ್ಟುಕೊಂಡು ಯಾವ ಯಾವ ಮಸೀದಿಗಳನ್ನು ನಿರ್ಮಿಸಿದರು ಎಂದು ಹಲವಾರು ವಿವರಗಳನ್ನು ಹೇಳಿದರು. ಅವೆಲ್ಲ ನನ್ನ ನೆನಪಿನಲ್ಲಿ ಉಳಿಯಲಿಲ್ಲ. ಹಮದುಲ್ಲಾಹರ ನೆನಪಿನ ಶಕ್ತಿ ಅಗಾಧವಾದದ್ದು. ದಫ್ತರದ, ಇತಿಹಾಸದ ದಾಖಲೆ ಇಡಲು ತಕ್ಕ ಶಕ್ತಿ. ನನಗೆ ಮಂದಿರಗಳನ್ನು ತೋರಿಸಿದ ಹುಡುಗ ಭಟ್ಟನಿಗಿಂತ ಇವರಿಂದ ಹೆಚ್ಚಿನ ಒಳಸಂಗತಿಗಳು ತಿಳಿಯಬಹುದೆಂದು ಕೇಳಿದೆ: 'ಇಷ್ಟು ಸಲ ಧ್ವಂಸ ಮಾಡಿದರೂ ಈ ಊರಿನಲ್ಲಿ ಇಷ್ಟೊಂದು ಮಂದಿರಗಳಿರುವ ರಹಸ್ಯವೇನು?'

'ಅದೇ ಮುಖ್ಯ ಕಾರಣ. ನಮ್ಮವರಿಗೆ ಎಷ್ಟೇ ರಿಯಾಯಿತಿ ಪ್ರೋತ್ಸಾಹಗಳನ್ನು ಕೊಟ್ಟರೂ ವ್ಯಾಪಾರ ವಹಿವಾಟುಗಳಲ್ಲಿ ಹಿಂದೂ ಬನಿಯಾಗಳ ಸಮ ಬರುವುದಿಲ್ಲ. ನಮ್ಮವರು ಏನಿದ್ದರೂ ಯುದ್ಧಕ್ಕೆ ತರಬೇತಿಗೊಂಡವರು. ಯುದ್ಧವಿಲ್ಲದಿದ್ದರೆ ಲೂಟಿ ಊಟ ಹೆಂಗಸರ ಸುಖ. ನೀನೇ ನೋಡಿದೀಯಲ್ಲ. ಎಷ್ಟೇ ಸುಂಕ ಹಾಕಿದರೂ ಬನಿಯಾಗಳು ಒಂದು ಕಾಸೂ ಪೋಲುಮಾಡದೆ ಕಾಸಿಗೆ ಕಾಸು ಕೂಡಿಸಿ ವ್ಯಾಪಾರ ಬೆಳೆಸುತಾರೆ. ಮುಸ್ಲಿಮರಲ್ಲದೋರಿಗೆ ವ್ಯಾಪಾರೋದ್ಯಮದ ಅನುಮತಿಯೇ ಇಲ್ಲ ಅಂತ ಮಾಡಿದರೂ ನಮ್ಮೋರು ತಮ್ಮ ಹೆಸರಿನಲ್ಲಿ ರಹದಾರಿ ಪಡೆದು ಇಂತಿಷ್ಟು ಲಾಭಾಂಶದ ಒಳಲೆಕ್ಕದಲ್ಲಿ ವ್ಯಾಪಾರವನ್ನ ಬನಿಯಾಗಳಿಗೆ ಒಪ್ಪಿಸಿ ತಾವು ಹೆಣ್ಣು ಹೆಂಡಗಳಲ್ಲಿ ಮುಳುಗಿರುತಾರೆ. ಸೈನ್ಯಕ್ಕಾಗಿಯೇ ತಯಾರು ಮಾಡುವ ಜನಗಳ ಯೋಗ್ಯತೆಯೇ ಹೀಗೆ. ನಮ್ಮವರನ್ನೇ ಸೈನಿಕರನ್ನಾಗಿ ಸೈನ್ಯಾಧಿಕಾರಿಗಳನ್ನಾಗಿ ತಯಾರು ಮಾಡದಿದ್ದರೆ ಸಾಮ್ರಾಜ್ಯ ನಮ್ಮ ಕೈಲಿ ಉಳಿಯುವುದು ಹೇಗೆ? ಒಟ್ಟಿನಲ್ಲಿ ಹಣಕಾಸಿನ ಹಿಡಿತ ಅವರ ಕೈಯಿಂದ ಪೂರ್ತಿ ಕಸಿಯುಕ್ಕೆ ಸಾಧ್ಯವಿಲ್ಲ. ಈ ಬನಿಯಾಗಳೋ ಅವರ ದೇವರನ್ನು ಬಿಡುವುದಿಲ್ಲ. ಕಾಶಿಯಂಥ ಶಹರಿನಲ್ಲಿ ಮುಸ್ಲಿಂ ಅಧಿಕಾರಿಗಳಿಗೆ ಲಂಚಕೊಟ್ಟು ಶಾಹನ್ ಶಾ ಅವರ ಹುಕುಮ್ ಪೂರ್ತಿ ಜಾರಿಯಾಗದಂತೆ ನಿಭಾಯಿಸಿಬಿಡುತಾರೆ. ನಮ್ಮ ಧರ್ಮದ ಆಳ್ವಿಕೆಯಲ್ಲಿ ಅನ್ಯ ಧರ್ಮೀಯರ ಮಂದಿರಗಳನ್ನು ಒಡೆಸಬೇಕು; ಕೊನೆಯ ಪಕ್ಷ ಹಳೆಯದನ್ನ ದುರಸ್ತಿ ಮಾಡಿಸಕೂಡದು; ಹೊಸದನ್ನ ಕಟ್ಟಿಸುವ ಅವಕಾಶ ಕೊಡಲೇಕೂಡದು. ಈ ಬನಾರಸಿನಲ್ಲಿ ಇವು ಯಾವುವೂ ಕಟ್ಟುನಿಟ್ಟಾಗಿ ಜಾರಿಯಾಗುತ್ತಿಲ್ಲ. ದಿಲ್ಲಿಯಲ್ಲಿರುತ್ತಿದ್ದ ಬಾದಶಾಹರುಗಳೂ ಅಷ್ಟೆ. ಈ ಸೂಬಾಗಳಿಂದ ತಾವು ಅಪೇಕ್ಷಿಸಿದಷ್ಟು ಕಂದಾಯ ಬಂದರೆ ತೀರಿತು. ಸುಬಹ್‌ದಾರರು ಕೋತವಾಲರು ಕಳಿಸಿದ ವರದಿಗಳನ್ನು ನಂಬಿಬಿಡುತ್ತಿದ್ದರು. ಈಗ ದಕ್ಷ ಚಾಣಾಕ್ಷ ಧರ್ಮನಿಷ್ಠ ಆಲಂಗೀರ್ ಔರಂಗಜೇಬ ಬಾದಶಾಹರು ಸಿಂಹಾಸನದಲ್ಲಿ ನೆಲೆ ನಿಂತಿರುವಾಗ ಅವೆಲ್ಲ ಲಂಚ ರುಶುವತ್ತುಗಳ ಪಾಪಕೆಲಸಕ್ಕೆ ಅವಕಾಶವಿರುವುದಿಲ್ಲ.'

'ಈಗಿರುವ ವಿಶ್ವನಾಥ ಮಂದಿರ ಯಾರು ಕಟ್ಟಿಸಿದ್ದು?' ನಾನು ಕೇಳಿದೆ.

'ಟೋಡರ್ ಮಲ್ ಅನ್ನುವ ಹೆಸರಿನ ಬನಾರಸಿನ ರಾಜನಿದ್ದ. ಅವನ ಮಗ ಗೋಬರ್ಧನ್. ನಾರಾಯಣಭಟ್ಟ ಅನ್ನುವ ಒಬ್ಬ ಬ್ರಾಹ್ಮಣನು ಗೋಬರ್ಧನನಿಗೆ ನಿನ್ನ ತಂದೆಯ

ಹೆಸರಿನಲ್ಲಿ ವಿಶ್ವನಾಥ ಮಂದಿರವನ್ನ ಮತ್ತೆ ನಿರ್ಮಿಸು, ನಿನ್ನ ತಂದೆಗೆ ಸದ್ಗತಿ ದೊರಕುತ್ತೆ ಅಂತ ಪ್ರೇರಣೆ ಮಾಡಿ ಕಟ್ಟಿಸಿದ. ಇಂಥ ಪಾಪಕೆಲಸಗಳಿಗೆಲ್ಲ ಯಾವಾಗಲೂ ಬ್ರಾಹ್ಮಣರೇ ಪ್ರೇರಣೆ. ಬ್ರಾಹ್ಮಣರು ಅಂದರೆ ಗೊತ್ತಲ್ಲ, ಹಿಂದೂಗಳ ಮುಲ್ಲಾಗಳು.....' ಎಂದವರು ತಮ್ಮ ಮಾತಿನ ಅರ್ಥ ಎತ್ತೆತ್ತಲೋ ಹೋಗುತ್ತದೆಂಬ ಅರಿವಾಗಿ, '.....ಅಲ್ಲ ಅಲ್ಲ ಪಾಪದ ನಂಬಿಕೆಗೆ ಪ್ರೇರಕರು. ಒಬ್ಬ ಬ್ರಾಹ್ಮಣನನ್ನು ಕೊಂದರೆ ಹತ್ತು ಜನ ಸಾಧಾರಣ ಹಿಂದೂಗಳನ್ನು ಕೊಂದಷ್ಟು ಪುಣ್ಯ.' ಎಂದವರು ಜ್ಞಾಪಿಸಿಕೊಂಡು, 'ಈಗಿರುವ ವಿಶ್ವನಾಥ ಮಂದಿರವನ್ನ ಕಟ್ಟಿದ್ದು ಅಕ್ಬರನ ಕಾಲದಲ್ಲಿ. ಮಂದಿರ ಕಟ್ಟಲು ಸರ್ಕಾರದ ಹಣ ಕೊಡೂದಿಲ್ಲ; ಜನಗಳು ತಮ್ಮ ಹಣ ಹಾಕೊಂಡು ತಮಗೆ ಬೇಕಾದ ಮಂದಿರ ಕಟ್ಟಿಕೊಂಡರೆ ಸರ್ಕಾರದ ಆಕ್ಷೇಪವಿಲ್ಲ ಅಂತ ಹುಕುಂ ಮಾಡಿದ್ದ, ಧರ್ಮಲಂಡ, ನೀಚ, ಪಾಪಿ, ಅವನ ಜೀವ ಇನ್ನೂ ನರಕದ ಬೆಂಕಿಯಲ್ಲಿ ಬೇಯುತ್ತಿದೆ. ಅವನು ಸತ್ತದ್ದು ಅಲ್ ಹಿಜಿರಾ ೧೦೧೪ರಲ್ಲಿ, ಇದು ೧೦೭೮. ಅಂದರೆ ೬೪ವರ್ಷದಿಂದ ಬೇಯುತ್ತಿದೆ. ಮುಂದೆಯೂ ಬೇಯುತ್ತಲೇ ಇರುತ್ತದೆ,' ಎನ್ನುವಾಗ ಹಮದುಲ್ಲಾಹರ ಮುಖ ರೋಷದಿಂದ ಉರಿಯತೊಡಗಿತು. ಸಾಧಾರಣವಾಗಿ ಹಸನ್ಮುಖಿ ಯಾದ ಅವರಲ್ಲಿ ಹೀಗೆ ರೋಷ ಉಕ್ಕಿದುದನ್ನು ನಾನು ಇದುವರೆಗೆ ನೋಡಿರಲಿಲ್ಲ.

ರಾತ್ರಿ ಊಟ ಮಾಡುವಾಗ ಅವರೂ ಮಾತನಾಡಲಿಲ್ಲ. ನಾನೂ ಆಡಲಿಲ್ಲ. ಮಲಗುವ ಮೊದಲು ನಾನು ಕೇಳಿದೆ: 'ಆಲಂಗೀರ್ ಬಾದಶಾಹರು ಮಂದಿರ ಧ್ವಂಸವನ್ನು ಕಾಶಿ ಯಿಂದಲೇ ಯಾಕೆ ಆರಂಭಿಸಿದರು?'

'ಉತ್ತರ ಸ್ಪಷ್ಟವೇ ಇದೆ. ಕಾಫಿರರ ಕೇಂದ್ರದಿಂದ ತಾನೆ ಆರಂಭಿಸಬೇಕಾದದ್ದು? ಇನ್ನೂ ಒಂದು ಕಾರಣವಿರಬಹುದು. ಈ ಶಹರಿನಲ್ಲಿ ಭಕ್ತಿಪಂಥ ಅಂತ ಮುನ್ನೂರು ವರ್ಷದಿಂದ ಬೆಳೆಯುತ್ತಿದೆಯಂತೆ. ರಾಮಾನಂದ ಅಂತ ಒಬ್ಬ. ಕಬೀರ ಅಂತ ಇನ್ನೊಬ್ಬ. ವಲ್ಲಭ ಅಂತ ಅನಂತರದವನು. ತುಲಸೀದಾಸ ಅಂತ ಒಬ್ಬ ಕವಿಯಂತೆ. ಮಂತ್ರ ಗಿಂತ್ರ ಯಾವುದೂ ಬೇಡ, ಭಕ್ತಿಯೊಂದೇ ಸಾಕು ಅಂತ ಹೇಳ್ತಾರಂತೆ. ಅಷ್ಟು ಹೇಳಿಕೊಂಡರೆ ಹಾಳಾಗಿ ಹೋಗಲಿ ಅಂತ ಸುಮ್ಮನಿರಬಹುದು. ಎಲ್ಲ ದೇವರೂ ಒಂದೇ, ನಿಮ್ಮ ದೇವರು ನಮ್ಮ ದೇವರು ಅಂತ ಭೇದವೇ ಇಲ್ಲ, ಅಂದರಂತೆ. ಏನಿದರ ಅರ್ಥ? ನಮ್ಮ ದೇವರು ನಿಮ್ಮ ಅಲ್ಲಾಹನಿಗೆ ಸಮ ಅಂತ ಅಲ್ಲವೆ? ಉದ್ಧಟತನವಲ್ಲವೆ ಇದು? ಅಲ್ಲಾಹನಿಗೆ ಸಮ ನಾದ ಇನ್ನೊಬ್ಬ ದೇವರಿದಾನೆ ಅಂದರೆ ಕುತ್ತಿಗೆ ಕತ್ತರಿಸುಕ್ಕೆ ಲಾಯಖ್ ಆದ ಲಂಡತನ ವಲ್ಲವೆ? ಕಬೀರ ಅನ್ನುವವನು ನಮ್ಮವನಂತೆ, ಮುಸ್ಲಿಮ. ಅವನು ರಾಮಭಕ್ತನಂತೆ. ರಾಮ ರಹೀಮ ಒಂದೇ ದೇವರ ಎರಡು ಹೆಸರುಗಳು ಅಂತ ಧೈರ್ಯವಾಗಿ ಬೋಧಿಸಿದ ನಂತೆ. ಮುಸಲ್ಮಾನನಾಗಿ ಹುಟ್ಟಿ ಬೇರೆ ದೇವರ ಹೆಸರು ಹೇಳಿದ್ದೊಂದೇ ಸಾಕು ಕುತ್ತಿಗೆ ಕತ್ತರಿಸುಕ್ಕೆ, ಇನ್ನು ಆ ಬೇರೆ ದೇವರೂ ನಮ್ಮ ಅಲ್ಲಾಹನೂ ಒಂದೇ ಎಂದರೆ ಎಷ್ಟು ಸಲ ಕತ್ತರಿಸಬೇಕು? ಮುಸಲ್ಮಾನರ ಆಳ್ವಿಕೆ ಇದ್ದೂ ಕೂಡ ಇಂಥದೆಲ್ಲ ಇಲ್ಲಿ ನಡೀತಿತ್ತು ಅಂದರೆ ಬನಿಯಾಗಳ ಲಂಚದಿಂದ ನಮ್ಮ ಅಧಿಕಾರಿಗಳು ಎಷ್ಟು ಭ್ರಷ್ಟರಾಗಿರಬೇಡ? ಆಲಂಗೀರ್ ಬಾದಶಾಹರಿಗೆ ಇವೆಲ್ಲ ಗೊತ್ತಾಗಿಯೇ ಮೊದಲು ಈ ಬನಾರಸನ್ನ ಶುದ್ಧಮಾಡಿ ಬೇರೆ

ಕಡೆಗೆ ತೊಡಗಬೇಕು ಅಂತ ತೀರ್ಮಾನಿಸಿದಾರೆ, ಅವರದು ಸಂಪೂರ್ಣ ಧರ್ಮಿಷ್ಠ ಮನಸ್ಸು. ಸಂಪೂರ್ಣ ಧರ್ಮಿಷ್ಠ ಮನಸ್ಸು ಹೇಗೆ ಕೆಲಸಮಾಡುತ್ತೆ ಅಂತ ನನಗೆ ಗೊತ್ತಿದೆ. ನಾನು ಹೇಳ್ತನೇ ಇದ್ದೀನಲ್ಲ. ಸ್ವರ್ಗದಲ್ಲಿ ಅವರಿಗೆ ಥಳ ಥಳ ಹೊಳೆಯುವ ಅಪ್ಪಟ ಚಿನ್ನದ ಅರಮನೆಯನ್ನ ಈಗಾಗಲೆ ಸಿದ್ಧ ಮಾಡಿಟ್ಟಿದಾರೆ.'

ಅಂಥ ದೊಡ್ಡ ಅರಮನೆಯನ್ನು ಕಟ್ಟಲು ಎಷ್ಟು ಲಕ್ಷ ಮಣ ಅಪ್ಪಟ ಚಿನ್ನ ಬೇಕು ಎಂದು ನನ್ನ ಮನಸ್ಸು ತುಸು ಹೊತ್ತು ಲೆಕ್ಕ ಹಾಕುತ್ತಿತ್ತು. ಸ್ವರ್ಗದ ಅರಮನೆಯ ಉದ್ದ ಅಗಲ ಎತ್ತರ ಕೋಣೆಗಳ ಸಂಖ್ಯೆ ನನಗೆ ಗೊತ್ತಿರಲಿಲ್ಲ. ಹಮದುಲ್ಲಾಹರನ್ನೇ ಕೇಳುವ ಮನಸ್ಸಾಯಿತು. ಆದರೆ ಅಷ್ಟರಲ್ಲಿ ಅವರಿಗೆ ನಿದ್ರೆ ಬಂದಿತ್ತು.

ಇದಾದ ಎರಡನೆಯ ಬೆಳಗ್ಗೆ ಏಳುವುದರೊಳಗೆ ಶಹರಿನ ಗಲ್ಲಿ ಗಲ್ಲಿಗಳಲ್ಲೂ ಕತ್ತಿ ಹಿಡಿದ ಸವಾರರು ನಿಂತಿದ್ದರು. ನದಿಯ ಸ್ನಾನಕ್ಕೂ ಯಾರೂ ಹೋಗದಂತೆ ದಡದ ಉದ್ದಕ್ಕೂ ಸಿಪಾಯಿಗಳು. ಮುಸ್ಲಿಮರಲ್ಲದವರಲ್ಲಿ ಯಾವುದೇ ರೀತಿಯ ಆಯುಧವಿರಕೂಡ ದೆಂಬ, ಯಾರೂ ಕುದುರೆ ಏರಬಾರದೆಂಬ ಕಾನೂನು ಇಡೀ ಸಾಮ್ರಾಜ್ಯದಲ್ಲಿ ಹೇಗೂ ಜಾರಿಯಲ್ಲಿತ್ತು. ಸೌದೆ ಒಡೆಯುವ ಕೊಡಲಿ, ಮರ ಗಿಡ ಕತ್ತರಿಸುವ ಕುಡುಗೋಲು, ತರ ಕಾರಿ ಹೆಚ್ಚುವ ಚಾಕುವನ್ನೂ ಕೂಡ ಯಾರೂ ಅಪ್ಪಣೆಯಿಲ್ಲದೆ ತರಕೂಡದೆಂದು, ಯಾವ ಗಂಡಸರೂ ಮತ್ತೆ ಡಂಗುರ ಸಾರಿಸುವ ತನಕ ತಮ್ಮ ತಮ್ಮ ಮನೆಗಳಿಂದ ಹೊರಗೆ ಬರ ಕೂಡದೆಂದು ಡಂಗುರ ಹೊಡೆಸಿದರು. ಈ ಎಚ್ಚರಿಕೆಯ ಕ್ರಮಗಳಿಂದಲೇ ಯಾವುದೋ ಮಂದಿರ ನಾಶ ಮಾಡುತ್ತಾರೆಂದು ಜನರು ಊಹಿಸಿದರೆ? ಆದರೆ ಮಾಡುವುದೇನು? ಆಯುಧವಿಲ್ಲ. ಇದ್ದರೂ ಬಳಸುವ ಸಮೂಹಶಕ್ತಿ ಇಲ್ಲ. ರಾಜ್ಯಶಕ್ತಿ ಸೈನ್ಯಶಕ್ತಿ ಎಲ್ಲ ಮಂದಿರ ನಾಶಕರ ಕೈಲಿದೆ. ಎಷ್ಟೋ ಮನೆಗಳ ಮುಚ್ಚಿದ ಬಾಗಿಲ ಒಳಗಿನಿಂದ ಹರಹರ ಮಹದೇವ್, ಬಂ ಬಂ ಬೋಲೋನಾಥ್, ಶಿವೋಽಹಂ ಶಿವೋಽಹಂ ಮೊದಲಾದ ಜಪತಪಗಳು ಮೊಳಗುತ್ತಿದ್ದವು. ಅಂಥ ಮನೆಗಳ ಬಾಗಿಲನ್ನು ಒಡೆದು ತೆಗೆಸಿ ಅಶ್ವಾರೋಹಿ ಗಳು, 'ನಿಲ್ಲಿಸಿ ಕಾಫಿರ್ ಭಜನೆಗಳನ್ನ, ಮನೆಗೆ ಬೆಂಕಿ ಇಟ್ಟೇವು, ಹುಷಾರ್' ಎಂದು ಗದ್ದ ರಿಸಿಕೊಳ್ಳುತ್ತಿದ್ದರು. ಭಜನೆಯ ಮೊಳಗು ನೀರಿನೊಳಗೆ ಮುಳುಗಿದಂತಾಗುತ್ತಿತ್ತು. ಅಲ್ಲೊಬ್ಬ ಇಲ್ಲೊಬ್ಬ ಯುವಕನು ಹಣೆಗೆ ಬೂದಿ ಬಳಿದು ಕೈಲಿ ಕುಡುಗೋಲು ಹಿಡಿದು ಹರಹರ ಮಹದೇವ ಕೂಗುತ್ತಾ ವಿಶ್ವನಾಥಮಂದಿರದ ಕಡೆಗೆ ನುಗ್ಗುವನು. ಆದರೆ ಹತ್ತು ಹೆಜ್ಜೆ ನುಗ್ಗುವಷ್ಟರಲ್ಲಿ ವೇಗವಾಗಿ ಕುದುರೆಯ ಮೇಲೆ ಬರುವ ಒಬ್ಬ ಸೈನಿಕನು ಎತ್ತಿ ಬೀಸುವ ಕತ್ತಿಯ ಕಡಿತಕ್ಕೆ ಎರಡು ತುಂಡಾಗಿ ರಕ್ತವು ಗಲ್ಲಿಯ ನೆಲದ ಮೇಲೆ ಹರಿಯುವುದು. ಮನೆಗಳ ಒಳಗಿನಿಂದ ಹೊರಡುವ ಹಾಯ್ ಎಂಬ ಸಂಕಟದ ಮೊಳಗು ಹೊರಗಿನ ಬಿಗಿಬಂದೋಬಸ್ತನ್ನು ದಾಟಿ ಹಾಯಲಾರದೆ ತಣ್ಣಗಾಗುವುದು. ಈ ವ್ಯವಸ್ಥೆಯನ್ನು

ನೋಡಲು ಹಮದುಲ್ಲಾಹರಿಗೂ ನನಗೂ ಒಂದೊಂದು ರಾಜ್ಯ ಚಿಹ್ನೆಯ ಮುಖವಾಡ ಮತ್ತು ಜೀನುಗಳುಳ್ಳ ಕುದುರೆಯನ್ನು ಕೊಟ್ಟಿದ್ದರು. ಅವನ್ನು ಏರಿ ನಾವು ಇಡೀ ಶಹರಿನ ಬಂದೋಬಸ್ತಿನ ವ್ಯವಸ್ಥೆಯನ್ನು ನೋಡಿಕೊಂಡು ಬಂದೆವು.

'ಮುಸ್ಲಿಮರಲ್ಲದವರು ಯಾವುದೇ ಆಯುಧ ಇಟ್ಟುಕೊಳ್ಳಕೂಡದು, ಕುದುರೆ ಹತ್ತ ಕೂಡದು ಎಂಬ ಕಾನೂನು ಇರುವಾಗ ಇಷ್ಟೊಂದು ಬಿಗಿಬಂದೋಬಸ್ತಿನ ಅಗತ್ಯವಿದೆಯೆ?' ನಾನು ಹಮದುಲ್ಲಾಹರನ್ನು ಕೇಳಿದೆ.

'ಕಾಫಿರರು ಯಾವಾಗಲೂ ದ್ರೋಹ ಬುದ್ಧಿಯವರು. ನಾಯಿ ಯಾವಾಗ ಕಚ್ಚುತ್ತೋ ಹೇಳುವುದು ಹೇಗೆ? ಇತ್ತೀಚೆಗೆ ಅಂದರೆ ಮೂವತ್ತೇಳು ವರ್ಷದ ಹಿಂದೆ ನಡೆದ ಒಂದು ಘಟನೆಯನ್ನ ಹೇಳ್ತೀನಿ ಕೇಳು. ನಮ್ಮ ಆಲಂಗೀರ್ ಬಾದಶಾಹ್ ಔರಂಗಜೇಬರ ತಂದೆ ಶಾಹನ್ ಶಾಹ್ ಶಾಹಜಹಾನರು ಧರ್ಮಭೀರುಗಳು. ಮಗ ಔರಂಗಜೇಬರಷ್ಟಲ್ಲದಿದ್ದರೂ. ಅವರ ತಂದೆ ಜಹಾಂಗೀರ್ ಬಾದಶಾಹರಲ್ಲಿ ತನ್ನ ಅಪ್ಪ ಧರ್ಮಲಂಡ ಅಕ್ಬರನ ಗುಣ ಸ್ವಲ್ಪಮಟ್ಟಿಗೆ ಇತ್ತು. ಅವರವರ ಕಾಸು ಖರ್ಚುಮಾಡಿ ತಮಗೆ ಬೇಕಾದ ಮಂದಿರಗಳನ್ನು ಕಟ್ಟಿಕೊಳ್ಳಬಹುದೆಂಬ ಅಕ್ಬರನ ರಿಯಾಯಿತಿಯನ್ನು ಮಗ ಜಹಾಂಗೀರರೂ ಮುಂದುವರೆಸಿದರು. ಎಷ್ಟೋ ಹೊಸ ಮಂದಿರಗಳ ನಿರ್ಮಾಣ ಸಾಮ್ರಾಜ್ಯದಲ್ಲೆಲ್ಲ ನಡೆಯುತ್ತಿತ್ತು. ಜಹಾಂಗೀರ್ ಸತ್ತ ಮೇಲೆ ಶಾಹ ಜಹಾನ್‌ರು ಸಿಂಹಾಸನ ಏರಿದರಲ್ಲ, ಹೊಸದಾಗಿ ಕಟ್ಟಿದ, ಅರ್ಧ ಕಟ್ಟಿರುವ ದೇವಾಲಯಗಳನ್ನೆಲ್ಲ ಧ್ವಂಸಮಾಡಬೇಕು ಅಂತ ಅಲ್ ಹಿಜಿರಾ ೧೦೪೨ರಲ್ಲಿ ಫ಼ರ್ಮಾನ್ ಜಾರಿ ಮಾಡಿದರು. ಇದು ಬಾದಶಾಹ್ ನಾಮಾದಲ್ಲಿ ದಾಖಲಾಗಿರುವ ಅಂಶ. ಈ ಫ಼ರ್ಮಾನಿನ ಪ್ರಕಾರ ಬನಾರಸ್ ಸರ್ಕಾರ ಒಂದರಲ್ಲೇ ಎಪ್ಪತ್ತಾರು ಅರ್ಧ ಕಟ್ಟಿದ್ದ ಮಂದಿರಗಳನ್ನ ಕೆಡವಿಸಿದರು. ಅಲಹಾಬಾದಿನ ಸೂಬೇದಾರ ಹೈದರ್‌ಬೇಗನು ತನ್ನ ಚಿಕ್ಕಪ್ಪನ ಮಗನನ್ನು ಬನಾರಸಿನ ಈ ಎಪ್ಪತ್ತಾರು ಅರ್ಧ ಕಟ್ಟಿದ್ದ ಮಂದಿರಗಳನ್ನ ಕೆಡವಲು ಕಳಿಸಿದ. ಆದರೆ ಒಬ್ಬ ಹಿಂದೂ ರಾಜದೂತನು ರಸ್ತೆಯಲ್ಲಿ ಅವಿತುಕೂತಿದ್ದು ಆ ಚಿಕ್ಕಪ್ಪನ ಮಗ ಮತ್ತು ಅವನ ನಾಲ್ಕು ಜನ ಸಂಗಡಿಗರನ್ನೂ ಹಠಾತ್ ಮೇಲೆ ಬಿದ್ದು ಕೊಂದುಬಿಟ್ಟ. ಆದರೆ ಇವರ ಒಂದು ಸೈನ್ಯವೇ ಇತ್ತು. ಸೈನಿಕರು ಅವನನ್ನ ಕೊಂದರು. ಆದರೂ ಸೈನ್ಯದ ಎದುರು ತಾನೊಬ್ಬನೇ ಉಳಿಯುವುದಿಲ್ಲ ಅಂತ ಗೊತ್ತಿದ್ದೂ ಅವನು ಕದ್ದು ಕೂತು ಸೇನಾಧಿಪತಿ ಮತ್ತು ನಾಲ್ವರು ಅಂಗರಕ್ಷಕರನ್ನು ಕೊಂದ ಅಂದರೆ ಕಾಫಿರರ ಧರ್ಮಾಂಧತೆ ಎಷ್ಟು ಅಂತ ಗೊತ್ತಾಗುತ್ತಲ್ಲವೆ? ಆಮೇಲೆ ಉಳಿದೋರಿಗೆ ಪಾಠ ತಿಳಿಯಲಿ ಅಂತ ಸೈನಿಕರು ಅವನ ಹೆಣವನ್ನ ರಸ್ತೆಯ ಮರಕ್ಕೆ ನೇಣುಗಟ್ಟಿ ಮುಂದೆ ನಡೆದರು. ಇವೆಲ್ಲ ಅನುಭವದಿಂದಲೇ ಕೋತವಾಲರು ಇಷ್ಟೆಲ್ಲ ಎಚ್ಚರಿಕೆ ವಹಿಸಿರೂದು.'

ವಿಶ್ವನಾಥ ಮಂದಿರವನ್ನು ನಾನು ಈ ಶಹರಿಗೆ ಬಂದ ಮರುದಿನವೇ ನೋಡಿದ್ದೆ.

ಮತ್ತೊಂದು ದಿನ ಹೋಗಿ ಸುತ್ತುಹಾಕಿ ಇನ್ನು ಆರೇಳು ದಿನದಲ್ಲಿ ಕುಸಿದು ಬೀಳಲಿರುವ ಅದರ ಉದ್ದ ಅಗಲ ಎತ್ತರ ಆಕಾರಗಳನ್ನು ನಿರುಕಿಸಿದ್ದೆ. ಅದು ಚಚ್ಚೌಕವಾದ, ನಾಲ್ಕು ಭುಜಗಳುಳ್ಳ ವಾಸ್ತು. ಒಂದೊಂದು ಭುಜವೂ ೧೨೪ ಅಡಿಯಷ್ಟು ದೊಡ್ಡದು. ಗರ್ಭಗೃಹಕ್ಕೆ ಸೇರಿಕೊಂಡಿರುವ ೧೬ ಅಡಿ ಉದ್ದ ೧೦ ಅಡಿ ಅಗಲದ ನಾಲ್ಕು ಅಂತರ್ಗೃಹಗಳು. ಇದರ ನಂತರ ೧೨X೮ ಅಡಿಯ ಒಂದು ಕಿರಿದಾದ ಅಂತರ್ಗೃಹದ ಮೂಲಕ ನಾಲ್ಕೂ ಮಂಟಪಗಳಿಗೆ ಹೋಗಬಹುದು. ಪೂರ್ವ ಮತ್ತು ಪಶ್ಚಿಮದ ಮಂಟಪಗಳಲ್ಲಿ ದಂಡಪಾಣಿ ಮತ್ತು ದ್ವಾರಪಾಲರುಗಳ ಮಂದಿರ. ಮಂದಿರದ ನಾಲ್ಕೂ ಮೂಲೆಗಳಲ್ಲಿ ಒಂದೊಂದು ಉಪಮಂದಿರ. ಮಂದಿರದ ಹೊರಗೆ ನಂದೀ ಮಂಟಪ. ಇಡೀ ಮಂದಿರದ ಎತ್ತರ ೧೨೮ ಅಡಿಯಂತೆ. ಮಂದಿರದ ಮೇಲಿನ ಶಿಖರದ ಎತ್ತರ ೬೪ ಅಡಿ. ಮಂಟಪಗಳ ಮೇಲಿನ ಶಿಖರಗಳ ಎತ್ತರ ೪೮ ಅಡಿ. ಒಟ್ಟಿನಲ್ಲಿ ಅದು ಐದು ಮಂಟಪಗಳ ಮಂದಿರ. ಪೂರ್ವದ ಕಡೆಯ ೧೨೫ ಅಡಿ ಉದ್ದ ೩೫ ಅಡಿ ಅಗಲದ ರಂಗಮಂಟಪದಲ್ಲಿ ಧಾರ್ಮಿಕ, ಆಧ್ಯಾತ್ಮಿಕ ಉಪದೇಶ ಉಪನ್ಯಾಸ ಚರ್ಚೆಗಳು ನಡೆಯುತ್ತದೆಂದು ಭಟ್ಟ ಹೇಳಿದ್ದ. ಮಂದಿರದ ನಾಲ್ಕೂ ಕಡೆಗಳಲ್ಲಿ ಪ್ರದಕ್ಷಿಣ ಪಥ. ಪ್ರದಕ್ಷಿಣ ಪಥದ ಉದ್ದಕ್ಕೂ ಲೆಕ್ಕಕ್ಕೆ ಸಿಕ್ಕದಷ್ಟು ದೇವದೇವತೆಯರ ಕಿರುಮಂದಿರಗಳು.

ನಾಲ್ಕೂ ಕಡೆಗಳಿಂದ ಫಿರಂಗಿ ಹೊಡೆಸಿ ಮಂದಿರವನ್ನು ಉರುಳಿಸುತ್ತಾರೆಂದು ನಾನು ಕಲ್ಪಿಸಿಕೊಂಡಿದ್ದೆ. ಆದರೆ ಹಮದುಲ್ಲಾಹರ ಜೊತೆಯಲ್ಲಿ ಕುದುರೆಯ ಮೇಲೆ ಹೋಗಿ ನೋಡಿದಾಗ ಯಾವ ಯಾವ ಜಾಗಕ್ಕೆ ಫಿರಂಗಿಯ ಏಟು ಬೀಳಬೇಕು, ಯಾವ ಗೋಡೆ ಕಂಬ ಮತ್ತು ಚಿತ್ತಾರಗಳನ್ನು ಉಳಿಸಿಕೊಳ್ಳಬೇಕು ಎಂಬ ಬಗೆಗೆ ಚರ್ಚೆಯಾಗುತ್ತಿತ್ತು. ಚರ್ಚೆಮಾಡುತ್ತಿದ್ದವರೆಲ್ಲ ಶುದ್ಧ ಪಾರ್ಸಿ ಭಾಷೆ ಮಾತನಾಡುವ ಮುಸ್ಲಿಂ ವಾಸ್ತುಶಿಲ್ಪಿಗಳು. ಬಹಳ ಹೊತ್ತು ಚರ್ಚೆಯಾದ ನಂತರ ಫಿರಂಗಿಯ ಗುರಿ ಇಡಿಸಿದರು. ಮಂದಿರದ ಒಳಗಿನ ವಿಗ್ರಹದ ಬಗೆಗೆ ಯಾರೂ ಗಮನ ಹರಿಸಲಿಲ್ಲ. ತಳಹದಿ, ಮುಖ್ಯ ಗೋಡೆಗಳು ಮತ್ತು ಕಂಬಗಳನ್ನು ಉಳಿಸಿಕೊಂಡು ಇದೇ ಕಟ್ಟಡವನ್ನು ಮಸೀದಿಯಾಗಿ ಪರಿವರ್ತಿಸುವುದು ವಾಸ್ತುಶಿಲ್ಪಿಗಳ ಯೋಜನೆಯಾಗಿತ್ತು. ಐನೂರಕ್ಕೂ ಮೀರಿದ ಕತ್ತಿಹಿಡಿದ ಸವಾರರು ಸುತ್ತ ದೂರದಲ್ಲಿ ಕಾವಲು ನಿಂತಿದ್ದರು. ಫಿರಂಗಿಯ ಎರಡು ಏಟು ಬಿದ್ದು ಮುಂಬದಿಯ ಗೋಡೆ ಕಳಚಿಕೊಳ್ಳುತ್ತಿರುವಾಗ ಈ ಧ್ವಂಸಕ್ಕೆ ನಿಯೋಜಿತನಾಗಿದ್ದ ಸರ್ದಾರನು, 'ವಿಗ್ರಹ, ವಿಗ್ರಹ, ಒಳಗಿನ ವಿಗ್ರಹ,' ಎಂದು ಕೂಗಿಕೊಂಡ. ತಕ್ಷಣ ಫಿರಂಗಿಯವರಿಗೆ ತಡೆಯುವಂತೆ ಸನ್ನೆ ಮಾಡಿ ಹತ್ತು ಹನ್ನೆರಡು ಸಿಪಾಯಿಗಳನ್ನು ಜೊತೆಗೆ ಕರೆದುಕೊಂಡು ಮಂದಿರದ ಒಳನುಗ್ಗಿದ. ಉಳಿದವರೆಲ್ಲ ಹೊರಗೇ ಕಾಯುತ್ತಿದ್ದರು. ತುಸು ಹೊತ್ತಿನನಂತರ ಹೊರಗೆ ಬಂದ ಸರ್ದಾರ, 'ವಿಗ್ರಹವೇ ಇಲ್ಲ. ಅದನ್ನು ಕಿತ್ತುಹಾಕಿದ ಗುರುತು ಕಾಣುತ್ತಿದೆ,' ಎಂದ. ಕೋತವಾಲರು ಹತ್ತಿರ ಬಂದರು. ಅವರೂ ಒಳಗೆ ಹೋದರು. ಹೊರಗೆ ಬಂದರು. ಏನಾಗಿರಬಹುದೆಂದು ತಮ್ಮತಮ್ಮಲ್ಲೇ ಕೇಳಿಕೊಂಡರು. ಹಮದುಲ್ಲಾಹರೊಡನೆ ಸಮಾಲೋಚಿಸಿದರು. ಒಳಗೆ ಲಿಂಗ ವಿಗ್ರಹವಿತ್ತೇ? ಈ ಹಿಂದೆಯೇ ಅದರ ನಾಶವಾಗಿ ಪೂಜಾರಿಗಳು

ಖಾಲಿಜಾಗಕ್ಕೆ ಪೂಜೆ ಮಾಡುತ್ತಿದ್ದರೆ? ಹಿಡಿದು ಕೈಕಾಲು ಕಟ್ಟಿ ಚೂರಿ ತಗುಲಿಸಿ ಬಾಯಿ ಬಿಡಿಸೋಣವೆಂದರೆ ಅವರೆಲ್ಲ ಖಾಲಿ ಮಾಡಿದ್ದಾರೆ, ಎಂದು ಒಬ್ಬೊಬ್ಬರು ಒಂದೊಂದು ವಿಚಾರವನ್ನು ಮುಂದಿಟ್ಟರು. ಇಷ್ಟಕ್ಕೂ ಅದು ಸಿಕ್ಕದಿದ್ದರೇನಾಯಿತು? ಸಿಕ್ಕಿದ್ದರೂ ಅದನ್ನು ತಂದು ಮುಂದೆ ಮಸೀದಿಯಾಗಿ ಕಟ್ಟಿದ ಮೇಲೆ ಅದನ್ನು ಪ್ರವೇಶಿಸುವಾಗ ತುಳಿಯುವ ಮೆಟ್ಟಿಲಾಗಿ ಹಾಕಬಹುದಿತ್ತು. ಈ ಮಂದಿರದ ಸುತ್ತ ಇರುವ ಕಿರಿಯ ಮಂದಿರಗಳ ವಿಗ್ರಹಗಳನ್ನು ಹೇಗೂ ಮೆಟ್ಟಿಲುಗಳಿಗೆ ಬಳಸುತ್ತೇವೆ. ಅದೊಂದು ಇಲ್ಲದಿದ್ದರೆ ಏನಾಯಿತು? ಈಗ ಹಿಡಿದಿರುವ ಕೆಲಸದಲ್ಲಿ ತಡವಾಗಕೂಡದು ಎಂದು ತೀರ್ಮಾನಿಸಿ ಫಿರಂಗಿಯವರಿಗೆ ಆಜ್ಞೆ ಮಾಡಿದರು.

ಬೆಳಗಿನಿಂದ ನನಗೆ ಹೊಟ್ಟೆಯಲ್ಲಿ ಇರಿಸುಮುರಿಸಾಗುತ್ತಿತ್ತು. ಅದರಲ್ಲಿಯೇ ಕುದುರೆ ಏರಿ ಹಮದುಲ್ಲಾಹರೊಡನೆ ಈ ಊರಿನ ಬೀದಿ ಗಲ್ಲಿಗಳಲ್ಲೆಲ್ಲ ಓಡಾಡಿದ್ದೆ. ಈಗ ಮಂದಿರದ ಎದುರಿಗೆ ಕುದುರೆಯ ಮೇಲೆಯೇ ಕುಳಿತಿದ್ದೇನೆ. ಹೊಟ್ಟೆಯೊಳಗೆ ಸಂಕಟ ಕಾಣುತ್ತಿತ್ತು. ಬೆಳಗ್ಗೆ ಎದ್ದ ತಕ್ಷಣ ಸಂಪೂರ್ಣವಾಗಿ ಪಾಯಿಖಾನೆಯಾಗಿತ್ತು. ಅನಂತರ ತಾಡಾಗುವಷ್ಟು ಬಿರಿಯಾನಿ ತಿಂದಿದ್ದೆ. ದಿಲ್ಲಿಯಲ್ಲಿ ಕಲ್ಪಿಸಿಕೊಳ್ಳದಷ್ಟು ಸಮೃದ್ಧವಾದ ರಾಜಭೋಜನವನ್ನು ನಮಗೆ ಬನಾರಸಿನ ಕೋತವಾಲರು ಕಳಿಸುತ್ತಿದ್ದರು. ಮೇಲೆ ಹಣ್ಣು ಹಂಪಲುಗಳು. ಆದರೂ ಹೊಟ್ಟೆಯೊಳಗೆ ಸಂಕಟವಾಗುತ್ತಿದೆ? ಮತ್ತೊಮ್ಮೆ ಪಾಯಖಾನೆಗೆ ಹೋಗಬೇಕಾ? ಹಮದುಲ್ಲಾಹರಿಗೆ ಹೇಳಿ ಅತಿಥಿಗೃಹಕ್ಕೆ ಹೊರಟೆ. 'ಒಬ್ಬನೇ ಹೋಗಬೇಡ, ಯಾವ ಕಿಟಕಿಯಿಂದಲಾದರೂ ಚಾಕೋ ಬಾಕೋ ಬಂದು ಚುಚ್ಚಬಹುದು. ಪಾಯಖಾನೆಗಾದರೆ ಇಲ್ಲೇ ನದಿಯ ದಂಡೆಗೆ ಹೋಗು. ಲೌಂಡಿ ಮಕ್ಕಳು ಪವಿತ್ರ ಅಂತ ತಿಳಕೊಳ್ಳುವ ಜಾಗ ದಲ್ಲೇ ಮಾಡು. ಪುಣ್ಯ ಬರುತ್ತೆ,' ಹಮದುಲ್ಲಾಹರು ಹೇಳಿದರು. ನದಿಯಲ್ಲಿ ಪ್ರವಾಹ ತುಸು ಇಳಿದಿತ್ತು. ಜಾರದ, ಅಂಟು ಮಣ್ಣು ಇಲ್ಲದ, ಗಟ್ಟಿಯಾಗಿ ಹದಿದ ಒಂದು ಮೆಟ್ಟಿ ಲಿನ ಮೇಲೆ ಕುಕ್ಕುರುಗಾಲಿನಲ್ಲಿ ಕುಳಿತೆ, ಕಾಫಿರರು ಪುಣ್ಯಸ್ಥಳವೆಂದು ಭಾವಿಸುವ ಜಾಗವನ್ನು ಮಲಿನಗೊಳಿಸುತ್ತೇನೆಂಬ ಭಾವನೆಯಿಂದ. ಹೊಟ್ಟೆಯ ಸಂಕಟ ಕಡಮೆಯಾಗಲೇ ಇಲ್ಲ. ಹೊಟ್ಟೆಯಲ್ಲಿ ಹೊರಬರಬಹುದಾದ ಏನೂ ಇರಲಿಲ್ಲ. ಹೊಟ್ಟೆಯ ಸಂಕಟವು ಮನಸ್ಸಿನ ಸಂಕಟಕ್ಕೆ ತಿರುಗಿತು. ಕಾರಣ ಹೊಳೆಯುತ್ತಿಲ್ಲ. ಹಾಗೆಯೇ ಕೂತು ಮಂಡಿ ಮೊಳಕಾಲುಗಳಲ್ಲಿ ನೋವು ಕಾಣಿಸಿಕೊಂಡಿತು. ಎದ್ದು ಚಲ್ಲಣವನ್ನು ಕಟ್ಟಿಕೊಂಡು ನದಿಯ ಕಡೆಗೆ ತಿರುಗಿ ಮೆಟ್ಟಲಿನ ಮೇಲೆ ಕುಳಿತೆ. ನೀರು ಇನ್ನೂ ಕೆಂಪಾಗಿಯೇ ಇತ್ತು. ಮೇಲುಭಾಗದಲ್ಲಿ ಮಳೆ ಯಾಗುತ್ತಲೇ ಇದೆ. ಹರಿವು ವೇಗವಾಗಿದೆ. ಆದರೂ ಮೇಲ್ಮೈಯಲ್ಲಿ ಕಾಣುವುದಿಲ್ಲ. ಶಾಂತ, ಸದ್ದುಗದ್ದಲವಿಲ್ಲದ ಚಲನೆ. ಗಿಡಮರಗಳ ಕೊಂಬೆಗಳು ದಿಮ್ಮಿಗಳು, ಹಸು ಎತ್ತು ಆಡು ಕುರಿ ಮೊದಲಾಗಿ ಸತ್ತಪ್ರಾಣಿಗಳ ಹೆಣಗಳು, ತೊಟ್ಟ ಬಟ್ಟೆ ಹರಡಿಕೊಂಡಿರುವ ಒಂದೊಂದು ಮಾನವ ಶರೀರ. ಇಷ್ಟೆಲ್ಲ ಮೃತ್ಯುವನ್ನು ಒಳಗೊಂಡಿದ್ದೂ ಇಷ್ಟು ಸೂಬಾಗಳಿಗೆ ಅನ್ನ ಕೊಡುವ ಸಮೃದ್ಧಿ ಇದ್ದೂ ಒಳಗೆ ವೇಗವಿದ್ದೂ ಶಾಂತ ಗಂಭೀರಗತಿಯಲ್ಲಿ ಹರಿ ಯುವ ಗಂಗೆಯನ್ನೇ ನೋಡುತ್ತಿರುವಾಗ ಮನಸ್ಸು ಇದ್ದಕ್ಕಿದ್ದಂತೆಯೇ ನಾನು ಸಂರಕ್ಷಿಸದೆ,

ಹೊಟ್ಟೆಗೆ ಬಾಕು ಹಾಕಿಕೊಳ್ಳುವ ಧೈರ್ಯಬಾರದೆ ಕ್ಷಣಾಂಶದಲ್ಲಿ ಶರಣಾಗಿ ಧರ್ಮವನ್ನು ನೀಗಿ ಪುಂಸತ್ವವನ್ನೂ ಕಳೆದುಕೊಂಡ ಘಟನೆಗಳೆಲ್ಲ ನೆನಪಿನಲ್ಲಿ ಉಕ್ಕತೊಡಗಿದವು. ತನ್ನ ಮಂದಿರವನ್ನು ರಕ್ಷಿಸಿಕೊಳ್ಳುವ ಶಕ್ತಿ ಇಲ್ಲದವನು ವಿಶ್ವಕ್ಕೇ ನಾಥ ಹೇಗಾದಾನು? ಎಂಬ ಪ್ರಶ್ನೆಯಲ್ಲಿಯೇ ಅಸ್ಪಷ್ಟವಾದ ಅಸಮರ್ಪಕತೆ ಕಾಣತೊಡಗಿತು. ನನ್ನ ಹಿಂಬದಿಯಲ್ಲೇ ಫ಼ಿರಂಗಿಯ ದಢಂ ದಢಂ ಗುಂಡು ಬಡಿದಾಗಲೆಲ್ಲ ಹೊಟ್ಟೆಯ ಸಂಕಟವು ಮನಸ್ಸಿನ, ಇಡೀ ಶರೀರದ ಸಂಕಟವಾಗಿ ಹೊಮ್ಮುತ್ತಿತ್ತು. ಎದ್ದು ಮೆಟ್ಟಲುಗಳನ್ನು ಹತ್ತಿ ಮಂದಿರದ ಹತ್ತಿರಕ್ಕೆ ಹೋಗುವ ಮನಸ್ಸಾಗಲಿಲ್ಲ. ಮತ್ತೆ ನದಿಯನ್ನು ನೋಡುತ್ತಾ ನಿಂತೆ. ಉಬ್ಬು ತಗ್ಗುಗಳಿಲ್ಲದೆ ಆಕಾರ ರಹಿತವಾಗಿ ಹರಿಯುವ ಗಂಗಾನದಿಯು ವಿಗ್ರಹನಾಶಕ ಶಕ್ತಿಯಾಗಿ ಕಂಡಿತು.

ಅಲ್ಲಿಂದ ತುಸುಮುಂದೆ ನಡೆದೆ. ಒಂದು ಮೆಟ್ಟಿಲಿನ ಆ ಕಡೆಯ ಕೊನೆಯಲ್ಲಿ ಒಬ್ಬ ಸಾಧು ಕುಳಿತಿದ್ದ. ಬಿಳಿಯ ಜಟಾಜೂಟ. ಕೌಪೀನಕ್ಕಿಂತ ತುಸು ಅಗಲವಾದ ಕೊಳೆಯಾದ ವಸ್ತ್ರ. ಮಳೆ ಬಿಸಿಲು ಚಳಿಗಾಳಿಗಳಿಗೆ ಒಡ್ಡಿದ ಕಪ್ಪು ಮೈ. ಮಳೆಗಾಲದಲ್ಲಿ ನಡುನಡುವೆ ಬರುವ ಚುರುಕು ಬಿಸಿಲಿನಲ್ಲಿ ಅವನ ಆಕೃತಿಯು ಸ್ಪಷ್ಟವಾಯಿತು. ಆತ ಧ್ಯಾನಸ್ಥನಾಗಿ ದ್ದಾನೆಯೋ ಅಥವಾ ನದಿಯನ್ನು ನಿರೀಕ್ಷಿಸುತ್ತಿದ್ದಾನೆಯೋ ತಿಳಿಯಲಿಲ್ಲ. ಹತ್ತಿರ ಹೋಗಿ ನೋಡುವ ಮನಸ್ಸಾಯಿತು. ನನ್ನ ಹೆಜ್ಜೆಯ ಸಪ್ಪಳಕ್ಕಿರಬಹುದು ಅಥವಾ ನೆರಳು ಬಿದ್ದದ್ದರಿಂದ ಇರಬಹುದು ಅವನೇ ತುಸು ಇತ್ತ ತಿರುಗಿ ನನ್ನನ್ನು ಗಮನಿಸಿದ. ಏನಾದರೂ ಮಾತನಾಡ ಬೇಕೆಂದು ನನಗೆ ಅನ್ನಿಸಿತು. ಏನೆಂಬುದು ತಿಳಿಯಲಿಲ್ಲ. ಇನ್ನೂರು ಮುನ್ನೂರು ಹೆಜ್ಜೆಯ ದೂರದಲ್ಲಿ ಒಂದು ಘಳಿಗೆಯ ಹಿಂದೆಯಷ್ಟೇ ನಡೆದ ಮಹಾನ್ ಘಟನೆಯೇ ಮನಸ್ಸನ್ನು ತುಂಬಿಕೊಂಡದ್ದರಿಂದ ಬೇರೆ ಏನೂ ಹೊಳೆಯುವುದು ಸಾಧ್ಯವಿರಲಿಲ್ಲ. 'ಅಲ್ಲಿ ನಿಮ್ಮ ವಿಶ್ವನಾಥನ ಮಂದಿರ ಭಗ್ನವಾದ ಸದ್ದು ಕೇಳಲಿಲ್ಲವೆ, ನೀವು ಇಲ್ಲಿ ಶಾಂತವಾಗಿ ಕೂತಿದ್ದೀ ರಲ್ಲ?' ಎಂದೆ.

'ನಿಮ್ಮ ಉದ್ದಿಷ್ಟಕಾರ್ಯ ನೆರವೇರಿತಲ್ಲ, ಭಗವಂತ ಒಳ್ಳೆಯದು ಮಾಡಲಿ,' ಎಂದ. ಅವನ ಮುಖದಲ್ಲಿ ಪ್ರಸಾದ ಮಂದಹಾಸ ತುಳುಕಿತು.

ನನಗೆ ಅರ್ಥವಾಗಲಿಲ್ಲ. ಗೊಂದಲದಲ್ಲಿ ಸಿಕ್ಕಿಕೊಂಡಂತಾಯಿತು. ಮಂದಿರನಾಶ ನನ್ನ ಉದ್ದೇಶವಾಗಿತ್ತೆ? ಎಂದು ನನ್ನನ್ನು ನಾನು ಕೆದಕಿಕೊಂಡೆ. ಆದರೆ ನಾಶವನ್ನು ಕಣ್ಣಾರೆ ನೋಡುವ ಉದ್ದೇಶದಿಂದಲೇ ನಾನು ಹಮದುಲ್ಲಾಹರ ಶಿಫಾರಸು ಮತ್ತು ಬಾದಶಾಹರ ಖಾಸಾ ಪ್ರೇಯಸಿಯ ಸಹಾಯ ಪಡೆದು ಇಲ್ಲಿಗೆ ಬಂದ ನೆನಪಾಯಿತು. ನನಗೂ ಈ ಉದ್ದೇಶಕ್ಕೂ ಸಂಬಂಧವಿತ್ತೆಂಬ ಅವನ ಗ್ರಹಿಕೆಯನ್ನು ವಿರೋಧಿಸುವ ಮನಸ್ಸಾಯಿತು. ಆದರೆ ಸುಳ್ಳು ಹೇಳುವುದೂ ಕಷ್ಟವಾಯಿತು. ಅಷ್ಟರಲ್ಲಿ ಅವನು ನನ್ನನ್ನು ಸಂಪೂರ್ಣವಾಗಿ ದೃಷ್ಟಿಸಿನೋಡಿದ್ದ. ನನ್ನ ಅಂತರಂಗ ಬಹಿರಂಗಗಳನ್ನೆಲ್ಲ ಅವನು ಶೋಧಿಸಿ ಗ್ರಹಿಸಿದನೆಂದು ನನಗೆ ವಿದಿತವಾಯಿತು. ಈಗ ತರ್ಕದ ಒಂದು ನೆಲೆಯನ್ನು ರೂಪಿಸಿಕೊಂಡು ಅದರ ಮೇಲೆ ನಿಂತು ಮಾತನಾಡುವುದು ಸುಲಭವೆನ್ನಿಸಿತು. ಕೇಳಿದೆ:

'ಉದ್ದೇಶ ನನ್ನದಲ್ಲ. ಸಮಸ್ತ ಹಿಂದೂಸ್ತಾನವನ್ನಾಳುವ ಬಾದಶಾಹರದು. ಯಾವ ಜಗನ್ನಿಯಾಮಕನು ತಮ್ಮ ಪ್ರತಿನಿಧಿಯಾಗಿ ಹಿಂದೂಸ್ತಾನವನ್ನು ಆಳು ಎಂದು ಅವರನ್ನು ನೇಮಿಸಿದ್ದಾನೋ ಅವನ ಉದ್ದೇಶವನ್ನು ಅವರು ಕಾರ್ಯಗೊಳಿಸಿದ್ದಾರೆ. ನನ್ನ ಪ್ರಶ್ನೆ ಎಂದರೆ: ವಿಶ್ವಕ್ಕೇ ನಾಥನೆಂದು ನೀವು ಪೂಜಿಸುವ ವಿಶ್ವನಾಥನಿಗೆ ತನ್ನ ವಾಸದ ಮಂದಿರವನ್ನು ಮೂರು ಫಿರಂಗಿಗಳಿಂದ ರಕ್ಷಿಸಿಕೊಳ್ಳುವ ಶಕ್ತಿ ಇಲ್ಲ! ಆದ್ದರಿಂದ ಅವನೊಬ್ಬ ಮಿಥ್ಯಾದೇವರು. ಹಿಂದೂಸ್ತಾನದಲ್ಲಿ ಅಂಥ ನೂರಾರು ಸಹಸ್ರಾರು ಮಿಥ್ಯಾ ದೇವದೇವತೆಗಳಿದ್ದಾರಲ್ಲ. ಅವರೆಲ್ಲರನ್ನೂ ಸಂಹರಿಸಿ ನಿಜವಾದ ಏಕೈಕ ಸತ್ಯದೇವರನ್ನು ಸ್ಥಾಪಿಸುವುದು ಬಾದಶಾಹರ ಉದ್ದೇಶ. ಮಿಥ್ಯತ್ವದ ಬಹುದೇವತೋಪಾಸನೆಯನ್ನು ಚಿಂದಿ ಮಾಡಿ ಸತ್ಯದ ಏಕದೇವೋಪಾಸನೆಯನ್ನು ಖಾಯಂ ಮಾಡುವುದು. ಅರ್ಥವಾಯಿತೆ?' ಎಂದೆ ಆವೇಶ ಬಂದವನಂತೆ.

'ಕೂತುಕೊ. ನಿಂತೇ ಮಾತಾಡ್ತಿದ್ದೀಯಲ್ಲ. ಇಂಥ ಗಂಭೀರ ವಿಷಯವನ್ನ ನಿಂತು ಮಾತಾಡಬಾರದು' ಎಂದು ಅವನು ತನ್ನ ಪಕ್ಕದ ಕಲ್ಲನ್ನು ತೋರಿಸಿದ. ನನಗೂ ಬೆಳಗಿನಿಂದ ನಿಂತು ನಿಂತು ಕಾಲು ನೋವು ಬಂದಿತ್ತು. ಕುಳಿತೆ. 'ಯಾವ ಊರು ನಿಂದು? ತಾಯಿ ತಂದೆ ಏನು ಮಾಡ್ತಿದಾರೆ?' ಹಿರಿಯನು ಕಿರಿಯನನ್ನು ಕುಶಲಪ್ರಶ್ನೆ ಮಾಡುವಂತೆ ಅವನು ಕೇಳಿದ. ನನಗೆ ಕಸಿವಿಸಿಯಾಯಿತು. ಊರು ದೇವಗಢ, ತಂದೆ ರಾಜಾ ಜಗವೀರಸಿಂಹರು ಎಂದು ಹೇಳಲೆ? ಅವನ್ನೆಲ್ಲ ಕೇಳಲು ಇವನಾರು? ಎಂಬ ಕೋಪಬಂತು. ಆದರೆ ಯಾವುದೇ ವ್ಯಕ್ತಿಯ ಪರಿಚಯವಾಗಬೇಕಾದರೆ ಊರು ಮತ್ತು ತಂದೆ ತಾತರ ಹೆಸರನ್ನು ಕೇಳುವುದು ಹೇಳುವುದು ರೂಢಿ. ಈ ರೂಢಿ ಮುಸಲ್ಮಾನರಲ್ಲಿಯೂ ಇದೆ; ಇತರರಿಗಿಂತ ಹೆಚ್ಚಾಗಿದೆ. ಬಿನ್ ಎಂದು ತಂದೆಯ ಹೆಸರು ಸೇರಿಸದಿದ್ದರೆ ಮೊದಲನೆಯ ಹೆಸರಿಗೆ ನಿಶ್ಚಿತತೆಯೇ ಇಲ್ಲ. ಅದನ್ನೇ ಇವನು ಕೇಳಿರುವುದು. ಆದರೆ ನನ್ನ ಇತಿಹಾಸವನ್ನೆಲ್ಲ ಬಿಚ್ಚಿ ಹೇಳುವ ಮನಸ್ಸಾಗಲಿಲ್ಲ. ಅಷ್ಟರಲ್ಲಿ ಅವನೇ ಮಾತನಾಡಿದ: 'ನಿನಗೆ ಹೇಳಲು ಸಂಕೋಚವಾಗ್ತಿರೂದು ಸಹಜ. ನಾನೇ ಹೇಳ್ತೀನಿ ಕೇಳು. ನೀನು ರಾಜಪುಟಾಣದವನು. ಸೆರೆ ಸಿಕ್ಕಿದಮೇಲೆ ನಿನ್ನ ಪುಂಸತ್ವವನ್ನು ಒಡೆದು ಜನಾನದ ಸೇವೆಗೆ ಹಾಕಿಕೊಂಡಿದಾರೆ. ಅಲ್ಲವೆ?'

ನನ್ನ ಮೈ ಬೆವರುವಂತಾಯಿತು. ಇವರೊಬ್ಬ ಮುಖ ನೋಡಿಯೇ ವ್ಯಕ್ತಿಯ ಇತಿಹಾಸವನ್ನು ಗ್ರಹಿಸಬಲ್ಲ ಸಿದ್ಧಪುರುಷರಿರಬಹುದೇ? ಎನ್ನಿಸಿತು. ಕುಳಿತಲ್ಲಿಂದ ಮೇಲೆದ್ದು ಅವರ ಪಾದಸ್ಪರ್ಶ ಮಾಡುವ ಮನಸ್ಸಾಯಿತು. ಆದರೆ ಮೇಲೆ ಏಳುವ ತ್ರಾಣ ಬಾರದೆ ಸುಮ್ಮನೆ ಕುಳಿತಿದ್ದೆ. ತುಸು ಹೊತ್ತು ನನ್ನನ್ನು ನೋಡುತ್ತಿದ್ದು ಅನಂತರ ಅವರು ಹೇಳಿದರು: 'ನನ್ನ ಬಗೆಗೆ ನಿನ್ನ ಮನಸ್ಸಿನಲ್ಲಿದ್ದ ಭಾವನೆ ಬದಲಾಗುತ್ತಿದೆ. ಯಃಕಶ್ಚಿತ್ ಭಿಕ್ಷುಕ ಸಾಧು ಎಂಬ ಭಾವನೆ ಹೋಗಿ ಭಯಭಕ್ತಿ ಮೂಡುತ್ತಿದೆ ಅಲ್ಲವೆ? ನಿಜ ಹೇಳುತೀನಿ ಕೇಳು. ನನ್ನಲ್ಲಿ ಯಾವ ವಿಶೇಷ ಮಹಿಮೆಯೂ ಇಲ್ಲ. ಭಿಕ್ಷೆ ಬೇಡಿ ತಿನ್ನುತ್ತಲೇ ಹಿಂದೂಸ್ತಾನದ ಇನ್ನೂ ಉಳಿದಿರುವ, ಈಗಾಗಲೇ ಭಗ್ನವಾಗಿರುವ ಎಲ್ಲ ತೀರ್ಥಯಾತ್ರೆಗಳನ್ನೂ ಮಾಡಿದೀನಿ. ಯಾವ ಯಾವ ಸೀಮೆಯ ಜನರ ಮುಖಲಕ್ಷಣ ಮೈಕಟ್ಟುಗಳಲ್ಲಿ ಯಾವ ಯಾವ

ಸೂಕ್ಷ್ಮ ವ್ಯತ್ಯಾಸಗಳಿವೆ ಅನ್ನುವುದನ್ನ ನಿರೀಕ್ಷಿಸಿದೀನಿ. ನೀನೊಬ್ಬ ರಾಜಪುತಾನಿ ಅನ್ನುವುದು ಮುಖಲಕ್ಷಣದಿಂದಲೇ ಗೊತ್ತಾಗುತ್ತೆ. ಆಹಾರ ಪುಷ್ಟಿಯಿದ್ದರೂ ಪುಂಸತ್ವನಾಶವಾದಮೇಲೆ ಬರುವ ಕಳಾಹೀನತೆ ಮತ್ತು ನಪುಂಸಕರಿಗೆ ಇರುವ ವಿಚಿತ್ರ ಮುಖಚಹರೆಗಳೂ ಗೊತ್ತಾಗುವಂಥವೇ. ಬಿಸಿಲಿಗೆ ಬೀಳದೆ ಸೊಂಪಾದ ಚರ್ಮದ ಬಣ್ಣದಿಂದಲೇ ನೀನು ಜನಾನದ ಸೇವೆಯಲ್ಲಿರುವವನು ಎಂದು ಊಹಿಸಿದೆ. ನನ್ನ ಊಹೆ ಸರಿಯೆ?'

ರೋಗಿಯು ಬೆತ್ತಲೆಯಾಗಿ ವೈದ್ಯನಿಂದ ನೋಡಿಸಿಕೊಂಡಂತಾಯಿತು ನನ್ನ ಸ್ಥಿತಿ. ಇನ್ನು ವೈದ್ಯನ ವಿಶ್ಲೇಷಣೆಯನ್ನು ಖಂಡಿಸುವ ನೈತಿಕ ಸ್ಥೈರ್ಯ ಹೇಗೆ ಬರಬೇಕು? ಇವರು ದೇವರು ದಿಂಡರ, ನೀತಿ ಧರ್ಮಗಳ ವಿಷಯದಲ್ಲಿ ಚನ್ನಾಗಿ ತಿಳಿದವರೇ ಇರಬೇಕು ಎನ್ನಿಸಿತು. ವಿನಯದಿಂದ ಕೇಳಿದೆ: 'ಮಹಾರಾಜ್, ಇಸ್ಲಾಮಿನಲ್ಲಿ ಒಂದೇ ದೇವರು. ಹಿಂದೂಗಳಲ್ಲಿ ನೂರೆಂಟು ದೇವದೇವತೆಗಳು. ಇನ್ನು ಅವರಲ್ಲಿ ಒಗ್ಗಟ್ಟು ಎಲ್ಲಿಂದ ಬರಬೇಕು? ಅವರು ರಾಜ್ಯ ಕಳೆದುಕೊಂಡು ಎಲ್ಲೆಲ್ಲೂ ಇಸ್ಲಾಂ ವಿಜೃಂಭಿಸುತ್ತಿರುವುದು ಸುಳ್ಳೆ?'

'ಗಣಪತಿ ಪೂಜಕರು ವಿಷ್ಣು ಪೂಜಕರ ಮೇಲೆ, ಪಾರ್ವತಿ ಪೂಜಕರು ಲಕ್ಷ್ಮೀ ಪೂಜಕರ ಮೇಲೆ ದ್ವೇಷ ಕಾರುತ್ತಾ ಮುಸ್ಲಿಮರ ಬೆಂಬಲ ಕೋರಿ ಆಹ್ವಾನಿಸಿದ ಘಟನೆಯುಂಟೆ?' ಅವರು ಕೇಳಿದರು.

ನನಗೆ ಯಾವ ಘಟನೆಯೂ ನೆನಪಿಗೆ ಬರಲಿಲ್ಲ. 'ಆದರೂ ಅಲ್ಲಾಹುವಿನ ಮುಂದೆ ನಮ್ಮ ದೇವಾಲಯಗಳು ಒಂದೊಂದಾಗಿ ಉರುಟಿ ಬೀಳುತ್ತಿಲ್ಲವೆ? ಅಲ್ಲಾಹುವು ಹೆಚ್ಚು ಶಕ್ತಿವಂತ ದೇವರು ಅನ್ನುವುದು ಇದರಿಂದ ಸಿದ್ಧವಾಗುವುದಿಲ್ಲವೆ?' ಎಂದೆ.

'ದೇವರ ವಿಷಯದಲ್ಲಿ ಅವರದು ತಪ್ಪು ಕಲ್ಪನೆ. ನಾವು ಯುದ್ಧದಲ್ಲಿ ಸೋತೆವು ಅನ್ನುವ ಕಾರಣಕ್ಕೆ ನಾವೂ ಅವರ ತಪ್ಪು ಕಲ್ಪನೆಯನ್ನೇ ಒಪ್ಪಿಕೊಳ್ಳುತ್ತಿದ್ದೇವೆ. ನಿನ್ನ ಪ್ರಶ್ನೆಯೂ ಅದೇ ಗ್ರಹಿಕೆಯ ಮೇಲೆ ನಿಂತಿದೆ. ನಾವು ನೀತಿಯ, ಅಧ್ಯಾತ್ಮದ, ಯಾವ ಮಟ್ಟದಲ್ಲಿರುತ್ತೇವೆಯೋ ಅದಕ್ಕೆ ಅನುಗುಣವಾದ ದೇವರನ್ನು ಸೃಷ್ಟಿಸುತ್ತೇವೆ. ಅಲ್ಲಾಹುವು ಮಹಾಮತ್ಸರದ ದೇವರು; ತನ್ನನ್ನು ಬಿಟ್ಟು ಬೇರೆ ದೇವರನ್ನು ಒಪ್ಪಿಕೊಳ್ಳುವವರನ್ನು ಸದಾ ಸುಡುವ ನರಕಕ್ಕೆ ಎಸೆದುಬಿಡುತ್ತದೆ, ಎಂದರೆ ಅಂಥ ದೇವರನ್ನು ಸೃಷ್ಟಿಸಿದವರು ಅಷ್ಟೇ ಮತ್ಸರ ಸ್ವಭಾವದವರು ಅಂತ ಸಿದ್ಧವಾಗುವುದಿಲ್ಲವೆ? ತಾನೊಬ್ಬನೇ, ಅನ್ಯರಿಗೆ ಆಸ್ಪದವಿಲ್ಲ ಎಂಬ ಕಾಮಕ್ರೋಧ ಮದಮತ್ಸರಗಳನ್ನು ದೇವರಿಗೆ ಆರೋಪಿಸುವ ಧರ್ಮವಾದರೂ ಎಂಥದು? ಕ್ಷುದ್ರಶಕ್ತಿಯಿಂದ, ನೀತಿಬಾಹಿರ ತಂತ್ರಗಳಿಂದ ಪಡೆಯುವ ಯುದ್ಧದ ವಿಜಯವನ್ನು ತನ್ನ ದೇವರ ಶ್ರೇಷ್ಠತೆಗೆ ಆರೋಪಿಸುವುದು ಅಧ್ಯಾತ್ಮ ಸಮ್ಮತವೆ?'

ನನಗೆ ಪ್ರತ್ಯುತ್ತರ ಹೊಳೆಯಲಿಲ್ಲ. ಈ ದಿಕ್ಕಿನಲ್ಲಿ ವಿಚಾರ ಮಾಡಬಹುದೆಂಬ ಸಾಧ್ಯತೆಯೇ ಕಂಡಿರಲಿಲ್ಲ. ಪ್ರತಿಕ್ರಿಯೆಗಾಗಿ ಕಾಯುವವರಂತೆ ಅವರು ನನ್ನ ಮುಖವನ್ನೇ ನೋಡತೊಡಗಿದರು. ಅನಂತರ ಹೇಳಿದರು: 'ನಾವು ಅಧ್ಯಾತ್ಮವೇ ಧರ್ಮದ ಆಧಾರ ಅಂತ ನಂಬುತೀವಿ. ಅವರಲ್ಲಿ ಅಧ್ಯಾತ್ಮದ ಕಲ್ಪನೆ ಇಲ್ಲ. ಮನುಷ್ಯ ಮೊದಲು ಒಳಗಿನಿಂದ ಪರಿಶುದ್ಧವಾಗುತ್ತಾ ಬೆಳೆಯಬೇಕು. ಅಹಿಂಸೆ ಸತ್ಯ ಅಸ್ತೇಯ ಬ್ರಹ್ಮಚರ್ಯ ಅಪರಿಗ್ರಹ ಶೌಚ, ಸಂತೋಷ,

ತಪಸ್ಸು, ಸ್ವಾಧ್ಯಾಯ, ಈಶ್ವರ ಪ್ರಣಿಧಾನ ಈ ನೀತಿಯ ಕಲ್ಪನೆಗಳನ್ನು ಕೇಳಿದೀಯಾ?'

'ಚಿಕ್ಕವಯಸ್ಸಿನಲ್ಲಿ ಕೇಳಿದ್ದೆ. ಈಗ ಅವುಗಳ ಅರ್ಥ ಅಸ್ಪಷ್ಟವಾಗಿ ನೆನಪಿಗೆ ಬರುತ್ತಿದೆ.'

'ಈ ನೀತಿ ನಿಯಮಗಳಿಂದ ಪರಿಶುದ್ಧನಾಗದವನಿಗೆ ದೇವರ ವಿಷಯ ಮಾತನಾಡುವ ಅಧಿಕಾರವೇ ಇಲ್ಲ. ಪರಿಶುದ್ಧಿ ಪಡೆಯುತ್ತಲೇ ಅಧ್ಯಾತ್ಮದಲ್ಲಿ ಬೆಳೆಯಬೇಕು. ಬೆಳೆಯುವ ಬೇರೆ ಬೇರೆ ಹಂತದಲ್ಲಿ ಬೇರೆ ಬೇರೆ ದೇವರುಗಳ ಕಲ್ಪನೆಹುಟ್ಟುತ್ತದೆ. ಆದ್ದರಿಂದ ದೇವರು ಅನ್ನುವುದು ಅದನ್ನು ಕಲ್ಪಿಸುವವನು ಯಾವ ನೈತಿಕ ಅಥವಾ ಸಾಧನೆಯ ಹಂತದಲ್ಲಿದ್ದಾನೆ ಅನ್ನುವುದನ್ನಷ್ಟೇ ತೋರಿಸುತ್ತೆ. ಬೇರೆ ದೇವರುಗಳನ್ನು ನಾಶಮಾಡೆಂದು ಆದೇಶಿಸುವ ಮತ್ಸರದ ದೇವರನ್ನು ಕಲ್ಪಿಸುವವರ ನೀತಿ ಅಥವಾ ಸಾಧನೆ ಯಾವ ಮಟ್ಟದ್ದು ಅಂತ ನೀನೇ ಹೇಳು.'

ನನಗೆ ಅವರ ಮಾತಿನ ಆಳವಾಗಲಿ ವ್ಯಾಪ್ತಿಯಾಗಲಿ ಪೂರ್ತಿ ಅರ್ಥವಾಗಲಿಲ್ಲ. ಸುಮ್ಮನೆ ಅವರ ಮುಖವನ್ನೇ ನೋಡುತ್ತಾ ಕುಳಿತೆ. ನನಗೆ ಅರ್ಥವಾಗಲಿಲ್ಲವೆನ್ನುವುದು ಅವರಿಗೆ ತಿಳಿಯಿತು. ಮುಂದುವರೆಸಿದರು: 'ಎಲ್ಲ ಧರ್ಮಗಳ ಸಾರವೂ ಒಂದೇ. ಎಲ್ಲ ಧರ್ಮ ಋಷಿಗಳು ಹೇಳುವುದೂ ಒಂದೇ, ಭಾಷೆ ಬೇರೆ. ಒಬ್ಬರು ಸಕಾರಾತ್ಮಕವಾಗಿ ಹೇಳಿದರೆ ಮತ್ತೊಬ್ಬರು ನಕಾರಾತ್ಮಕವಾಗಿ ಹೇಳುತ್ತಾರೆ. ಒಬ್ಬರು ಅಸಂಪ್ರಜ್ಞಾತ ಸಮಾಧಿ ಎಂದರೆ ಇನ್ನೊಬ್ಬರು ಪ್ರಜ್ಞಾ ಎನ್ನುತ್ತಾರೆ. ಒಬ್ಬರು ಸತ್ಯವನ್ನು ರಮಿಸಿದರೆ ಮತ್ತೊಬ್ಬರು ಅಸತ್ಯದಿಂದ ವಿರಮಿಸುತ್ತಾರೆ. ಒಬ್ಬರು ಆನಂದವನ್ನು ಪಡೆಯುವ ಮಾರ್ಗ ಕುರಿತು ಹೇಳಿದರೆ ಮತ್ತೊಬ್ಬರು ದುಃಖವನ್ನು ದೂರಮಾಡುವ ದಾರಿ ತೋರಿಸುತ್ತಾರೆ. ನೀತಿ ಸಾಧನೆಯಲ್ಲಿ ಇಬ್ಬರಲ್ಲಿಯೂ ವ್ಯತ್ಯಾಸವಿಲ್ಲ ಎಂದು ನಂಬಿದ್ದೆ. ವೇದಾಂತ, ಬೌದ್ಧ, ಜೈನ, ಯೋಗ ಮೊದಲಾಗಿ ವ್ಯತ್ಯಾಸಗಳೆಲ್ಲ ಹೆಸರಿನದು, ಮಾತಿನದು ಎಂದುಕೊಂಡಿದ್ದೆ. ಎಲ್ಲ ಧರ್ಮಗಳ ಗುರುಗಳನ್ನೂ, ವಿದ್ವಾಂಸರನ್ನೂ ಕಂಡು ಚರ್ಚಿಸುವುದು ನನ್ನ ವಿಧಾನ. ಅಂಥವರನ್ನು ಹುಡುಕಿಕೊಂಡು ಹಿಂದೂಸ್ತಾನದ ನಾಡುಗಳನ್ನೆಲ್ಲ ಸುತ್ತಿದ್ದೇನೆ. ಒಮ್ಮೆ ಒಬ್ಬರು ಮೌಲ್ವಿ ಸಾಹೇಬರ ಜೊತೆ ಮಾತನಾಡುವ ಅವಕಾಶ ದೊರೆಯಿತು. ಸಾಧಾರಣವಾಗಿ ಅವರು ಬೇರೆ ಧರ್ಮದವರೊಡನೆ ಚರ್ಚೆಗೆ ನಿಲ್ಲುವುದಿಲ್ಲ. ತಮ್ಮ ಧರ್ಮವೇ ಸರ್ವ ಶ್ರೇಷ್ಠವಾಗಿ ಭಗವಂತನು ಕಳಿಸಿದ ಕೊನೆಯ ಸಂದೇಶವಾಗಿ, ಪ್ರಪಂಚಕ್ಕೆಲ್ಲ ಅದನ್ನು ಹಬ್ಬಿಸೆಂದು ಅದೇ ಭಗವಂತನು ಆಜ್ಞಾಪಿಸಿರುವಾಗ ಅನ್ಯಧರ್ಮಗಳೆಲ್ಲ ತುಚ್ಛ ತಾನೆ? ಆ ಅನ್ಯಧರ್ಮಿಗಳೊಡನೆ ಎಂಥ ಚರ್ಚೆ ಮಾಡುವುದು? ಎಂಬ ಉಪೇಕ್ಷೆ ಅವರಿಗೆ. ನನಗೆ ಸಿಕ್ಕಿದ ಮೌಲ್ವಿ ಸಾಹೇಬರು ಧರ್ಮ ಸಂಸ್ಥಾಪಕ ಪೂಜ್ಯ ಪ್ರವಾದಿ(ಸ)ಯವರ ಜೀವನದಲ್ಲಿ ನಡೆದ ಒಂದು ಘಟನೆಯನ್ನು ಹೇಳಿದರು. ದೇವರು ಗೇಬ್ರಿಯಲ್ ಎಂಬ ದೇವಚರನ ಮೂಲಕ ಪ್ರವಾದಿ(ಸ)ಗಳಿಗೆ ಕಳಿಸಿದ ಸಂದೇಶಗಳ ಸಂಗ್ರಹಕ್ಕೆ ಕುರ್‌ಆನ್ ಅಂತ ಹೆಸರು. ಪ್ರವಾದಿಗಳು(ಸ) ತಮ್ಮ ನಿಜಜೀವನದಲ್ಲಿ ನಡೆದು ಅನುಯಾಯಿಗಳಿಗೆ ತೋರಿಸಿದ ಮಾದರಿಗಳ ದಾಖಲೆಗಳಿಗೆ ಹದಿಸ್ ಅಂತ ಹೆಸರು. ಕುರ್‌ಆನ್ ಶ್ರುತ ಧರ್ಮ. ಹದಿಸ್ ಆಚಾರದಲ್ಲಿ ವ್ಯಕ್ತವಾದ ಕೃತಧರ್ಮ. ಎರಡೂ ಒಂದಕ್ಕೊಂದು ಪೂರಕ.

ಆದ್ದರಿಂದ ಪ್ರವಾದಿ(ಸ)ಗಳ ಜೀವನ ಚರಿತ್ರೆಯು ಕುರ್‌ಆನಿನಷ್ಟೇ ಮುಖ್ಯವಾದದ್ದು. ಇದರ ಬೆಳಕಿನಲ್ಲೇ ಅದನ್ನು ಅರ್ಥಮಾಡಿಕೊಳ್ಳಬೇಕು. ಸರಿಯೆ ನಾನು ಹೇಳ್ತಿರೂದು?'

'ನನಗೆ ತಿಳಿದಿರುವಂತೆ ಸರಿ,' ಎಂದೆ.

"ಮೌಲ್ವಿ ಸಾಹೇಬರು ಹೇಳಿದ ಘಟನೆ ಅಂದರೆ: ಪ್ರವಾದಿಗಳು(ಸ) ಅರೇಬಿಯಾದಲ್ಲಿದ್ದ ಎಲ್ಲ ಬುಡಕಟ್ಟುಗಳನ್ನೂ ತಮ್ಮ ಧರ್ಮಕ್ಕೆ ಪರಿವರ್ತಿಸಲು ಉದ್ಯುಕ್ತರಾಗಿದ್ದರು. ಅರೇಬಿಯಾದಲ್ಲಿ ಬನಿಕುರೈಝು ಎನ್ನುವ ಹೆಸರಿನ ಒಂದು ಯಹೂದಿ ಪಂಗಡವಿತ್ತು. ಇತರ ಬುಡಕಟ್ಟುಗಳನ್ನು ಪರಿವರ್ತಿಸುವಷ್ಟು ಸುಲಭ ಇದನ್ನು ಪರಿವರ್ತಿಸುವುದು ಆಗಿರಲಿಲ್ಲ. ಯಹೂದಿಗಳು ವ್ಯಾಪಾರಿಗಳು. ಹಣವಂತರು. ಚಾಣಾಕ್ಷರು. ಇತರ ಬುಡಕಟ್ಟುಗಳ ಮೇಲೆ ಪ್ರಭಾವವಿದ್ದವರು. ಕುರ್‌ಆನಿಗೆ ಹಿಂದಿನ ಧರ್ಮಗ್ರಂಥ ಕ್ರೈಸ್ತರ ಬೈಬಲ್. ಅದಕ್ಕೆ ಮೂಲ ಯಹೂದಿಗಳ ತೋರಾ. ಅದನ್ನೇ ಹಳೆಒಡಂಬಡಿಕೆ ಅಂತಾರಂತೆ. ಆ ಭಾಗದಲ್ಲೆಲ್ಲ ಅತ್ಯಂತ ಪ್ರಾಚೀನ ಗ್ರಂಥವುಳ್ಳ ಜನಾಂಗ ಅಂತ ಯಹೂದಿಗಳಿಗೆ ಪ್ರತಿಷ್ಠೆಯೂ ಜಾಸ್ತಿಯಂತೆ. ಮುಂದೆ ಇನ್ನೊಬ್ಬ ಪ್ರವಾದಿ ಹುಟ್ಟುತಾನೆ ಅಂತ ತೋರದಲ್ಲಿ ಹೇಳಿದೆಯಂತೆ. ಆ ಪ್ರವಾದಿ ತಾವೇ ಅಂತ ಯಹೂದಿಗಳ ಕೈಲಿ ಹೇಳಿಸಿದರೆ ತಮ್ಮನ್ನು ಇಡೀ ಅರೇಬಿಯವು ಅನಂತರ ಆ ಭಾಗದ ಎಲ್ಲ ದೇಶ ಎಲ್ಲ ಜನಾಂಗಗಳೂ ಒಪ್ಪಿಕೊತ್ತಾರೆ ಅಂತ ಪ್ರವಾದಿ(ಸ)ಗಳಿಗೆ ಅನ್ನಿಸಿತು. ಬನಿಕುರೈಝುರಿಗೆ ಹೇಳಿ ಕಳಿಸಿದರು. ಅವರು ಒಪ್ಪಬೇಕಲ್ಲ! ಬದಲಿಗೆ ಮಹಮ್ಮದರ ಪ್ರವಾದಿತ್ವವನ್ನು ಒಪ್ಪದ ಪಂಗಡಗಳ ಜೊತೆ ಸೇರಿಕೊಂಡು ಪ್ರಚೋದಿಸುತ್ತಿದ್ದರು. ಅವರಿಗೆ ಬುದ್ಧಿ ಕಲಿಸಲೇಬೇಕು ಅಂತ ಪ್ರವಾದಿಗಳು(ಸ) ನಿರ್ಧರಿಸಿದರು. ಅವರ ಜೊತೆ ಇದ್ದ ಇತರ ಎರಡು ಅರಬ್ ಬುಡಕಟ್ಟುಗಳನ್ನು ಭೇದದಿಂದ ಬೇರ್ಪಡಿಸಿ ಯಹೂದಿಗಳ ಕೋಟೆಗೆ ಲಗ್ಗೆ ಹಾಕಿದರು. ತಡೆದುಕೊಳ್ಳುವ ಶಕ್ತಿ ಇಲ್ಲದೆ ಅವರು ಶರಣಾಗಬೇಕಾಯಿತು. ಪ್ರವಾದಿಗಳ(ಸ) ಕರುಣೆಯನ್ನು ಬೇಡುತ್ತಾ ಶರಣಾದರು. ಮುಂದೆ ಏನಾಯಿತು ಅನ್ನುವುದು ನಿನ್ನ ಪ್ರಶ್ನೆಗೆ ಮುಖ್ಯ. ಪ್ರವಾದಿಗಳ ಸೈನಿಕರು ಒಳಗಿದ್ದ ಏಳುನೂರು ಜನ ಗಂಡಸರ ಕೈಗಳನ್ನೂ ಬೆನ್ನಿನ ಕಡೆಗೆ ತಿರುಚಿ ಕಟ್ಟಿ ಹೊರತಂದರು. ಒಂದು ಸಾವಿರದ ಇನ್ನೂರು ಜನ ಹೆಂಗಸರು ಮಕ್ಕಳನ್ನು ಪ್ರತ್ಯೇಕವಾಗಿ ದನದ ಹಿಂಡಿನಂತೆ ದಬ್ಬಿಕೊಂಡು ತಂದರು. ಪ್ರವಾದಿಗಳು(ಸ) ಆ ಗಂಡಸರ ಮುಖ್ಯಸ್ಥರನ್ನು ಕೇಳಿದರು: 'ನಿಮಗೆ ಶಿಕ್ಷೆಯಾಗಲೇಬೇಕು. ನಿಮ್ಮ ಪೈಕಿಯವನೇ ಒಬ್ಬನಿಗೆ ನ್ಯಾಯಾಧೀಶನ ಕರ್ತವ್ಯವಹಿಸುತೀನಿ. ಅವನು ಹೇಳಿದ್ದೇ ಕೊನೆಯ ಮಾತು. ಆಗಬಹುದೆ?' ತಮ್ಮ ಪೈಕಿಯವನಾದರೆ ಕರುಣೆಯಿಟ್ಟು ತಮಗೆ ಕಡಮೆ ಶಿಕ್ಷೆ ವಿಧಿಸುತ್ತಾನೆಂಬ ಆಶೆಯಿಂದ ಅವರು ಆಗಲಿ ಅಂದುಬಿಟ್ಟರು. ಯಹೂದಿಗಳಲ್ಲೂ ಒಳಜಗಳವಿತ್ತು. ಆ ಘಟನೆಗೆ ಕೆಲವು ದಿನಗಳ ಮೊದಲು ಸಾದ್ ಎಂಬ ಒಬ್ಬ ಯಹೂದಿ ಈ ಬನಿಕುರೈಝುರ ಮೇಲೆ ಯುದ್ಧ ಹೂಡಿ ಪೆಟ್ಟು ತಿಂದು ಸೋತು ಜೀವ ಉಳಿಸಿಕೊಂಡಿದ್ದ. ಅವನ ದೇಹಕ್ಕೆ ಚುಚ್ಚಿದ್ದ ಬಾಣಗಳ ಗಾಯಗಳು ಇನ್ನೂ ಹಸಿಯಾಗಿದ್ದವು. ಪ್ರವಾದಿಗಳ(ಸ) ಕಡೆಯ ಒಬ್ಬಾಕೆ ಅವನ ಶುಶ್ರೂಷೆ ಮಾಡುತ್ತಿದ್ದಳು. ಪ್ರವಾದಿಗಳು ಹೇಳಿ ಕಳಿಸಿ ಅವನನ್ನು ಕತ್ತೆಯ ಮೇಲೆ ಕೂರಿಸಿ ಕರೆ ತರಿಸಿ, 'ಇವರಿಗೆ ಯಾವ ಶಿಕ್ಷೆ ಕೊಡಬೇಕು ನೀನು ಹೇಳು'

ಎಂದರು. ಸೆರೆ ಸಿಕ್ಕಿದ್ದವರೆಲ್ಲ ದಯೆ ತೋರು ದಯೆ ತೋರು ಅಂತ ಹಲುಬತೊಡಗಿದರು. ಈ ಸಾದ್ 'ಗಂಡಸರಿಗೆಲ್ಲ ಶಿರಚ್ಛೇದನ. ಆಸ್ತಿ ಎಲ್ಲ ಹಂಚಿಕೆಯಾಗಬೇಕು. ಹೆಂಗಸರು ಮಕ್ಕಳೆಲ್ಲ ಗುಲಾಮರಾಗಬೇಕು' ಎಂದುಬಿಟ್ಟ. ಪ್ರವಾದಿಗಳು(ಸ) ಅದನ್ನು ಸಮ್ಮತಿಸಿದರು. ಈ ತೀರ್ಪು ಕೊಟ್ಟ ಸಾದನಿಗೆ ಸ್ವರ್ಗದಲ್ಲಿ ಅತ್ಯುತ್ತಮ ಸ್ಥಾನ ದೊರಕಲೆಂದು ಪ್ರಾರ್ಥಿಸಿದರು. ಹೆಂಗಸರು ಮಕ್ಕಳನ್ನು ನಗರಕ್ಕೆ ಒಯ್ದರು. ಆ ರಾತ್ರಿ ಗಂಡಸರನ್ನು ಬಯಲಿನಲ್ಲೇ ಸೆರೆ ಇಟ್ಟರು. ಅವರು ಇಸ್ಲಾಮಿಗೆ ಪರಿವರ್ತನೆಗೊಂಡು ತಮ್ಮ ಗ್ರಂಥದಲ್ಲಿ ಹೇಳಿರುವ ಭವಿಷ್ಯದ ಪ್ರವಾದಿಯು ಈ ಮೊಹಮ್ಮದ(ಸ)ರೇ ಅಂತ ಒಪ್ಪಿಕೊಂಡಿದ್ದರೆ ಜೀವ ಉಳಿಯುತ್ತಿತ್ತು. ಆದರೆ ಜೀವಕ್ಕಾಗಿ ತಮ್ಮ ಪುರಾತನ ಧರ್ಮ ತ್ಯಾಗಮಾಡಲು ಯಾರೂ ಸಿದ್ಧರಿರಲಿಲ್ಲ. ಇಡೀ ರಾತ್ರಿ ಪ್ರತಿಯೊಬ್ಬರೂ ಗ್ರಂಥ ಪಠನ ಮಾಡುತ್ತಾ ಪರಸ್ಪರರ ನಂಬಿಕೆಯನ್ನು ಗಟ್ಟಿಗೊಳಿಸುತ್ತಾ ಕಳೆದರು. ಇತ್ತ ಪ್ರವಾದಿಗಳು(ಸ) ನಗರ ಮಧ್ಯದಲ್ಲಿ ರಾತ್ರಿ ಎಲ್ಲ ಆಳವಾದ ಕಂದುಕಗಳನ್ನು ತೋಡಿಸಿದರು. ಬೆಳಗ್ಗೆ ಐದು ಆರು ಜನ ಸೆರೆಯಾಳುಗಳನ್ನು ತಂದು ಕಂದಕದ ಮುಂದೆ ನಿಲ್ಲಿಸುವುದು, ಮೊನಚಾದ ಕತ್ತಿಯಿಂದ ಶಿರಚ್ಛೇದನ ಮಾಡಿಸುವುದು, ರುಂಡ ಮುಂಡಗಳೆರಡನ್ನೂ ಕಂದಕಕ್ಕೆ ನೂಕುವುದು. ಹೀಗೆ ರಾತ್ರಿ ಸೂಡಿ ಹಚ್ಚುವತನಕ ನಡೆಸಿದ ಕಗ್ಗೊಲೆಯ ಕಾಂಡದಲ್ಲಿ ಏಳುನೂರೂ ಗಂಡಸರ ಮಾಂಸದ ರಾಶಿಯಾಗಿ ರಕ್ತದ ಹೊಳೆ ಹರಿಯಿತು. ಹೆಂಗಸರನ್ನು ಅವಳವಳ ಮಕ್ಕಳ ಸಮೇತ ಆ ಲಗ್ಗೆಯಲ್ಲಿ ಭಾಗವಹಿಸಿದ್ದ ಸೈನಿಕರು ಹಂಚಿಕೊಂಡರು. ಅವರಲ್ಲೆಲ್ಲ ಅತ್ಯಂತ ಸುಂದರಿಯಾದ ಇಪ್ಪತ್ತೆರಡು ವರ್ಷದ ರಹೆನಾ ಎಂಬುವವಳನ್ನು ಪ್ರವಾದಿಗಳು(ಸ) ಆಯ್ದುಕೊಂಡರು. ಅವಳನ್ನು ಮದುವೆಯಾಗಲು ಪ್ರವಾದಿಗಳೇನೋ(ಸ) ಆಹ್ವಾನಿಸಿದರು. ಆದರೆ ತನ್ನ ಧರ್ಮ ತ್ಯಾಗ ಮಾಡಲು ಅವಳು ಒಪ್ಪಲಿಲ್ಲ. ಆದ್ದರಿಂದ ಅವಳನ್ನು ಹಾಗೆಯೇ ಬೆಲೆವೆಣ್ಣಾಗಿ ಇಟ್ಟುಕೊಂಡರು. ಗೆದ್ದ ಆಸ್ತಿಯ ಐದರಲ್ಲಿ ಒಂದು ಭಾಗವು ಪ್ರವಾದಿಗಳಿಗೆ(ಸ). ಉಳಿದದ್ದು ಸೈನಿಕರಿಗೆ ಹಂಚುವುದೆಂದು ಪ್ರವಾದಿಗಳೇ(ಸ) ತೀರ್ಮಾನಿಸಿದರು. ಸೈನಿಕರು ಹಂಚಿಕೊಂಡು ಉಳಿದ ಹೆಂಗಸರು ಮಕ್ಕಳನ್ನು ಯುದ್ಧದ ಕುದುರೆಗಳು ಮತ್ತು ಶಸ್ತ್ರಗಳಿಗೆ ಸಾಟಿ ವ್ಯಾಪಾರ ಮಾಡಿದರು. ಯುದ್ಧದ ಕೊಳ್ಳೆಯಲ್ಲಿ ಐದನೆಯ ಒಂದು ಭಾಗವು ರಾಜ್ಯಾದಾಯ ಎಂಬ ಇಸ್ಲಾಂ ನಿಯಮವು ಅಲ್ಲಿಂದ ಆರಂಭವಾಯಿತು. ಈ ಘಟನೆಯನ್ನು ನೀನು ಕೇಳಿದ್ದೆಯಾ?"

ಕೇಳಿದ್ದೆ. ಭಯಭಕ್ತಿಯಿಂದ. ಹಮ್‌ದುಲ್ಲಾಹ್ ಅವರು ಹೇಳಿದ್ದರು. ಕತ್ತು ಹಾಕಿದೆ. 'ಇದರ ಪಾಠವೇನು ಹೇಳು,' ಸಾಧು ಕೇಳಿದರು.

ನನಗೆ ತಿಳಿಯಲಿಲ್ಲ. ಅವರು ನನ್ನ ಮುಖ ನೋಡತೊಡಗಿದರು. ಯಾವುದಾದರೊಂದು ಉತ್ತರವನ್ನು ನನ್ನೊಳಗಿನಿಂದ ಬಗೆದು ತೆಗೆಯುವಷ್ಟು ಅವರ ಕಣ್ಣುಗಳು ತೀಕ್ಷ್ಣವಾಗಿದ್ದವು. 'ಪ್ರವಾದಿಗಳು(ಸ) ಏನು ಮಾಡಿದರೂ ದೇವರ ಪ್ರೇರಣೆಯಿಂದಲೇ ಅಲ್ಲವೆ? ಯಹೂದಿಗಳು ಯಾಕೆ ಪ್ರವಾದಿಗಳ(ಸ) ಪ್ರವಾದಿತ್ವವನ್ನು ಒಪ್ಪಿಕೊಳ್ಳಲಿಲ್ಲ?' ಎಂದುಬಿಟ್ಟೆ. ವಾಸ್ತವವಾಗಿ ಅದು ನನ್ನ ಮಾತಾಗಿರಲಿಲ್ಲ. ಈ ಘಟನೆಯನ್ನು ನಿರೂಪಿಸುವಾಗ ಹಮ್‌ದುಲ್ಲಾಹರು ಸೇರಿಸಿದ್ದ ಸಮಝಾಯಿಷಿ, ಸಮರ್ಥನೆಗಳಾಗಿದ್ದವು.

'ಮನುಷ್ಯ ಸಂತ, ಸಾಧು, ಪ್ರವಾದಿ, ಋಷಿ, ಯಾವ ವೇಷಧಾರಿಯಾಗಿದ್ದರೂ ತನ್ನ ಕೆಲಸಕ್ಕೆ ದೈವವಾಣಿಯ ಸಮರ್ಥನೆ ಹೇಳುವುದು ತನ್ನ ಜವಾಬುದಾರಿಯನ್ನು ತಪ್ಪಿಸಿಕೊಂಡಂತೆ. ಒಬ್ಬ ವ್ಯಕ್ತಿ ಅಥವಾ ಜನಾಂಗ ತನ್ನ ನೈತಿಕ ಮಟ್ಟಕ್ಕೆ ಅನುಗುಣವಾದ ದೈವವನ್ನು ಸೃಷ್ಟಿಸುತ್ತೆ ಅಂತ ನಾನು ಮೊದಲೇ ಹೇಳಿದೆನಲ್ಲ. ತಾನು ಹೇಳಿದ ದೇವರನ್ನೇ ಬೇರೆ ಎಲ್ಲರೂ ನಂಬಿ ಉಪಾಸಿಸಬೇಕು ಅನ್ನುವುದು ಮಹಾ ಅಹಂಕಾರದ ಧೋರಣೆಯಲ್ಲವೆ? ಏಕದೇವೋಪಾಸನೆ ಅಂದರೆ ನಾನು ಹೇಳುವ ದೇವರನ್ನು ಎಲ್ಲರೂ ಒಪ್ಪಬೇಕು ಅಂತಲೇ ಒಳ ಅರ್ಥ. ಬೇರೆಯವರು ಹೇಳುವ ದೇವರನ್ನು ನಾನು ಒಪ್ಪಿ ನನ್ನದನ್ನು ಬಿಡುತ್ತೀನಿ ಅಂತ ಇಂಥವರು ಎಂದಾದರೂ ಒಪ್ಪಿಯಾರೆ? ದೇವರಿಲ್ಲ ಅನ್ನುವವರನ್ನೂ ಇವರು ಪ್ರೀತಿಯಿಂದ ಕಾಣಬಲ್ಲರೆ? ಅಧ್ಯಾತ್ಮದಲ್ಲಿ ದೇವರು ಅನ್ನುವುದು ಮುಖ್ಯವಲ್ಲವೇ ಅಲ್ಲ. ದೇವರನ್ನು ನಂಬದವನೂ ಅಧ್ಯಾತ್ಮಿಯಾಗಬಲ್ಲ. ಮೂಲಭೂತವಾಗಿ ಬೇಕಾದದ್ದು ದಯೆ, ಕಾಯಾ ವಾಚಾ ಮನಸಾ ಅಹಿಂಸೆ, ಬ್ರಹ್ಮಚರ್ಯೆ. ಏಕೆಂದರೆ ಕಾಮವನ್ನು ಗೆಲ್ಲದವನು ಹಿಂಸೆಯನ್ನು ಗೆಲ್ಲಲಾರ.'

'ಮಹಾರಾಜ್, ಯುದ್ಧದಲ್ಲಿ ಸೋತವನ ಮೇಲೆ ತನ್ನ ಧರ್ಮವನ್ನು ವಿಧಿಸುವುದು ತಪ್ಪೆ?'

'ನೀನು ಯಾಜ್ಞವಲ್ಕ್ಯ ಸ್ಮೃತಿ ಎಂಬ ಧರ್ಮಶಾಸ್ತ್ರದ ಹೆಸರು ಕೇಳಿದ್ದೀಯಾ?' ಎಂದರು.

ನಾನು, 'ಇಲ್ಲ' ಎಂದೆ.

"ಅದರಲ್ಲಿ ಹೇಳಿದೆ: 'ಯಸ್ಮಿನ್ ದೇಶೇ ಯ ಆಚಾರೋ ವ್ಯವಹಾರಃ ಕುಲಸ್ಥಿತಿಃ। ತಥೈವ ಪರಿಪಾಲ್ಯೋಽಸೌ ಯದಾ ವಶ ಮುಪಾಗತಃ॥' ರಾಜನು ಬೇರೊಂದು ದೇಶವನ್ನು ಗೆದ್ದಾಗ ಅಲ್ಲಿ ಆ ಮುನ್ನ ಯಾವ ಆಚಾರ ಹಾಗೂ ವ್ಯವಹಾರಗಳಿದ್ದುವೋ ಯಾವ ಕುಲಸ್ಥಿತಿ ಅಂದರೆ ಕುಟುಂಬ–ಸಮಾಜ ವ್ಯವಸ್ಥೆ ಇತ್ತೋ ಅವನ್ನು ಹಿಂದಿನಂತೆಯೇ ಪರಿಪಾಲಿಸಿಕೊಂಡು ಬರಬೇಕು. ಗೊತ್ತಾಯಿತೇ ನಮ್ಮ ಬಹುಪ್ರಾಚೀನ ಧರ್ಮಶಾಸ್ತ್ರದ ಆದೇಶ? ಕಾಳಿದಾಸನ ಮಹಾಕಾವ್ಯ 'ರಘುವಂಶಮ್'ದ ಹೆಸರು ಕೇಳಿದ್ದೀಯ?"

ನಾನು ಮತ್ತೆ, 'ಇಲ್ಲ' ಎಂದೆ.

"ಅದರಲ್ಲಿ ರಘುವನ್ನು ಧರ್ಮವಿಜಯೀ ಅಂತ ಮಹಾಕವಿಯು ವರ್ಣಿಸಿದ್ದಾನೆ. ಏನದರ ಅರ್ಥ? ಬಹು ಹಿಂದಿನ ಕಾಶ್ಮೀರದ ವಿದ್ವಾಂಸ ವಲ್ಲಭದೇವನು ಧರ್ಮವಿಜಯೀ, ಲೋಭವಿಜಯೀ, ಮತ್ತು ಅಸುರವಿಜಯೀ ಅಂತ ರಾಜರುಗಳನ್ನು ಮೂರುವಿಧವಾಗಿ ವಿಂಗಡಿಸಿದ್ದಾನೆ. ಗೆದ್ದ ಶತ್ರುವನ್ನು ಅವನ ಸ್ಥಾನದಲ್ಲಿಯೇ ನಿಲ್ಲಿಸಿ ಕೇವಲ ತನ್ನ ಅಧಿಕಾರವನ್ನು ಸ್ಥಾಪಿಸುವವನು ಧರ್ಮವಿಜಯೀ ರಾಜ. ಗೆದ್ದ ಶತ್ರುವಿನ ರಾಜ್ಯ–ಕೋಶಗಳನ್ನು ಕಿತ್ತುಕೊಂಡು ಕೇವಲ ಪ್ರಾಣಭಿಕ್ಷೆ ನೀಡುವವನು ಲೋಭವಿಜಯೀ ರಾಜ. ಶತ್ರುವನ್ನು ಕೊಂದು ಅವನ ರಾಜ್ಯ ಮತ್ತು ಸಂಪತ್ತುಗಳನ್ನು ಕೊಳ್ಳೆಹೊಡೆಯುವವನು ಅಸುರವಿಜಯೀ ರಾಜ. ಧರ್ಮವಿಜಯೀ ಲೋಭವಿಜಯೀ ಅಸುರ ವಿಜಯೀ ಚೇತಿ ತ್ರಿ ವಿಧೋ ರಾಜಾ। 'ಯಶ್ಶತ್ರುಂ

ನಿರ್ಜಿತ್ಯ ತದೀ ಯಾಂ ನೃಪ ಶ್ರಿಯಂ ನೀತ್ವಾ ತಸ್ಮಿನ್ನೇವ ಸ್ಥಾನೇ ಸ್ಥಾಪಯತಿ ಸ ಧರ್ಮ ವಿಜಯೀ। ಯಶ್ಶತ್ರುಂ ನಿರ್ಜಿತ್ಯ ತದೀಯಾಂ ಶ್ರಿಯಂ ಮೇದಿನೀಂ ಚ ಗೃಹೀತ್ವಾ ಪ್ರಾಣೈರ್ನ ವಿಕುರುತೇ ಸ ಲೋಭ ವಿಜಯೀ। ಯಶ್ಶತ್ರುಂ ಹತ್ವಾ ತದೀಯಾಂ ಶ್ರಿಯಂ ಮೇದಿನೀಂ ಚ ಗೃಹ್ಣಾತಿ ಸೋಽಸುರ ವಿಜಯೀ ಇತಿ'. ನೀನು ಕೌಟಿಲ್ಯನ ಅರ್ಥಶಾಸ್ತ್ರದ ಹೆಸರು ಕೇಳಿದ್ದೀಯಾ?"

'ಕೇಳಿದ್ದೇನೆ. ನನ್ನ ಪಿತೃದೇವರ ಆಸ್ಥಾನದಲ್ಲಿ ಆಗಾಗ್ಗೆ ಅದರ ಹೆಸರನ್ನು ಪಂಡಿತರು ಉಲ್ಲೇಖಿಸುತ್ತಿದ್ದರು. ಯುದ್ಧ ತಂತ್ರಗಳನ್ನು ಕಲಿತನಂತರ ಅದರ ಪಾಠ ಮಾಡುವುದಾಗಿ ಪಂಡಿತ ಶಿವಪಾದ ಭಟ್ಟರು ಹೇಳಿದ್ದರು.'

'ಅದರಲ್ಲಿ ಗೆದ್ದ ರಾಜ್ಯವನ್ನು ಹೇಗೆ ನಡೆಸಿಕೊಳ್ಳಬೇಕೆಂಬ ಬಗೆಗೆ ವಿಸ್ತೃತ ವಿವರಗಳಿವೆ. ಕೆಲವನ್ನ ಹೇಳುತೀನಿ ಕೇಳು: ನ ಚ ಹತಸ್ಯ ಭೂಮಿ ದ್ರವ್ಯ ಪುತ್ರ ದಾರಾನಭಿಮನ್ಯೇತ। ಕುಲ್ಯಾನ ಪ್ಯಸ್ಯ ಸ್ವೇಷು ಪಾತ್ರೇಷು ಸ್ಥಾಪಯೇತ್। ಕರ್ಮಣಿ ಮೃತಸ್ಯ ಪುತ್ರಂ ರಾಜ್ಯೇ ಸ್ಥಾಪಯೇತ್। ಏವ ಮಸ್ಯ ದಂಡೋಪನತಾಃ ಪುತ್ರ ಪೌತ್ರಾನನುವರ್ತಂತೇ. ಅಂದರೆ ಸತ್ತ ವೈರಿ ರಾಜ ಅಥವಾ ಅವನ ನಿಕಟವರ್ತಿಗಳ ನೆಲ, ಹಣ, ಮಕ್ಕಳು, ಹೆಂಡಿರನ್ನು ವಶಪಡಿಸಿಕೊಳ್ಳಬಾರದು. ಎಲ್ಲ ಶ್ರೇಣಿ, ಕುಟುಂಬ, ಕುಲ, ಮುಂತಾದುವನ್ನು ತಮ್ಮ ತಮ್ಮ ನೆಲೆಯಲ್ಲಿ ಬಲಗೊಳಿಸಿ ಯೋಗ್ಯರೀತಿಯಲ್ಲಿ ಸ್ಥಾಪನೆ ಮಾಡಬೇಕು. ಯುದ್ಧದಲ್ಲಿ ಸತ್ತವನ ಮಗನಿಗೇ ರಾಜ್ಯವನ್ನು ನೀಡಬೇಕು. ಹೀಗೆ ಮಾಡಿದಾಗ ಅಲ್ಲಿಯ ಸಂತತಿ ಎಲ್ಲ ಅನುಕೂಲಕಾರಿಯಾಗಿ ವರ್ತಿಸುವಂತಾಗುತ್ತದೆ. ಅಲ್ಲದೆ ಸಮಾನ ಶೀಲ ವೇಷ ಭಾಷಾಚಾರ ತಾಮುಪಗಚ್ಛೇತ್। ದೇಶ ದೈವತ ಸಮಾಜೋತ್ಸವ ವಿಹಾರೇಷು ಚ ಭಕ್ತಿಮನುವರ್ತೇತ।..... ಸರ್ವತ್ರಾ ಶ್ರಮ ಪೂಜನಂ ಚ ವಿದ್ಯಾ ವಾಕ್ಯ ಧರ್ಮ ಶೂರ ಪುರುಷಾಣಾಂ ಚ ಭೂಮಿ ದ್ರವ್ಯ ದಾನ ಪರಿಹಾರಾನ್ ಕಾರಯೇತ್। ಅಂದರೆ ರಾಜ್ಯವನ್ನು ಗೆದ್ದವನು ಸೋತರಾಜ್ಯದ ಜನಗಳ ಸಂಸ್ಕೃತಿಗೆ ಯುಕ್ತವಾಗುವಂತೆ ಭಾಷೆ, ವೇಷ, ಆಚಾರಾದಿಗಳನ್ನು ಅಳವಡಿಸಿಕೊಳ್ಳಬೇಕು..... ಬ್ರಹ್ಮಚರ್ಯ, ಗಾರ್ಹಸ್ಥ್ಯ ಇತ್ಯಾದಿ ಎಲ್ಲ ಆಶ್ರಮಗಳ ಬಗೆಗೆ ಗೌರವ, ಎಲ್ಲ ಬಗೆಯ ವಿದ್ಯೆ ಚಿಂತನೆ, ಧರ್ಮ, ಪರಾಕ್ರಮಾದಿ ಸಂಸ್ಕೃತಿ ಮುಖಗಳಲ್ಲಿ ನುರಿತ ವ್ಯಕ್ತಿಗಳಿಗೆ ಸಮ್ಮಾನ, ಭೂಮಿ ಧನ ಪರಿಹಾರ ಇತ್ಯಾದಿಗಳನ್ನೊದಗಿಸಬೇಕು. ಹೀಗೆಯೇ ಹೇಳುತ್ತಾ ಹೋದರೆ ಬೇಕಾದಷ್ಟು ಕಟ್ಟುನಿಟ್ಟಿನ ಆದೇಶಗಳಿವೆ. ಅಂದರೆ ಗೆದ್ದ ರಾಜ್ಯದ ಜನತೆಯ ಸಂಸ್ಕೃತಿ ಧರ್ಮ ಜೀವನವಿಧಾನ, ಶ್ರದ್ಧೆಗಳನ್ನು ಕಾಪಾಡಿ ಪೋಷಿಸುವುದು ವಿಜಯೀ ರಾಜನ ಕರ್ತವ್ಯ ಅಂತ ನಮ್ಮ ಧರ್ಮ ಮೊದಲಿನಿಂದ ಹೇಳಿದೆ.'

'ಮಹಾರಾಜ್, ಯುದ್ಧದಲ್ಲಿ ಸೋತವನ ಮೇಲೆ ತನ್ನ ಧರ್ಮವನ್ನು ವಿಧಿಸುವುದು ತಪ್ಪೆ?'

'ಇನ್ನೊಬ್ಬನನ್ನು ಸೋಲಿಸುತ್ತೇನೆಂದು ಹೊರಡುವುದೇ ತಾಮಸ. ಯುದ್ಧವಾದರೂ ಸೋತ ರಾಜ್ಯದ ಪ್ರಜೆಗಳನ್ನೆಲ್ಲ ಸೆರೆ ಹಿಡಿದು ಗುಲಾಮರಾಗಿ ಮಾಡುವುದು ಯಾವ ನ್ಯಾಯ? ನಮ್ಮ ಆತ್ಮವು ಹೇಗೆ ಪರಮಾತ್ಮನ ಒಂದು ಕಿಡಿಯೋ ಅವರ ಆತ್ಮವೂ

ಹಾಗೆಯೇ. ಯಾರು ಯಾರನ್ನು ಸೆರೆ ಹಿಡಿಯುವುದು? ಇವರು ಆಕ್ರಮಿಸುವ ಮೊದಲೂ ಈ ಭರತಖಂಡದಲ್ಲಿ ಯುದ್ಧವಾಗುತ್ತಿತ್ತು. ಆದರೆ ಯಾವ ಗೆದ್ದ ರಾಜನೂ ಸೋತ ಜನರ ಮೇಲೆ ತನ್ನ ಧರ್ಮವನ್ನು ಹೇರುತ್ತಿರಲಿಲ್ಲ.'

ಈ ಮಾತುಗಳು, ಈ ಭಾಷೆ ನಾನು ಕೇಳದುದಲ್ಲ. ಸೆರೆ ಸಿಕ್ಕಿ ಗುಲಾಮನಾಗುವ ಮೊದಲು ನನಗೂ ಭಗವದ್ಗೀತೆಯ ಕೆಲವು ಭಾಗಗಳ ಪಾಠ ಮಾಡಿದ್ದರು. ಎಲ್ಲರ ಆತ್ಮವೂ ಒಂದೇ, ಪ್ರಾಣಿಗಳಿಗೂ ಆತ್ಮವಿದೆ, ಸಾತ್ತ್ವಿಕ, ರಾಜಸಿಕ, ತಾಮಸಿಕ ಎಂಬ ಗುಣ ವಿಂಗಡಣೆ ಮೊದಲಾಗಿ ಮರೆವಿನಲ್ಲಿ ಹೂತುಹೋಗಿದ್ದ ತತ್ತ್ವಗಳು ಅಸ್ಪಷ್ಟವಾಗಿ ಹೊರಬರ ತೊಡಗಿದವು. ಪ್ರವಾದಿಗಳು(ಸ) ಮಾಡಿದ ಕೆಲಸಗಳೇ ಅನಂತರದ ದಾಳಿಕೋರರಿಗೆ, ನವಾಬರಿಗೆ, ಸುಲ್ತಾನರಿಗೆ, ಬಾದಶಾಹರಿಗೆ, ಮಾದರಿಯಾದವೆ? ಎಂಬ ಕುತೂಹಲ ಮನಸ್ಸಿನಲ್ಲಿ ಹುಟ್ಟಿತು. ನನಗೆ ಮುಂದೆ ಯಾವ ಮಾತೂ ಹೊಳೆಯಲಿಲ್ಲ. ಅವರೂ ಸುಮ್ಮನಿದ್ದರು. ಅನಂತರ ನನಗೆ ಇದ್ದಕ್ಕಿದ್ದಂತೆಯೇ ಒಂದು ಪ್ರಶ್ನೆ ಹುಟ್ಟಿತು: 'ಇವರು ಹೀಗೆ ದೇವಾಲಯಗಳನ್ನು ಅಪವಿತ್ರಗೊಳಿಸುವುದು, ಒಡೆಯುವುದು, ಪೂಜಾರರನ್ನು ಅವಮಾನಿಸಿ ಅಮಾನುಷವಾಗಿ ಹಿಂಸಿಸಿ ಕೊಲ್ಲುವುದು, ಲಕ್ಷ ಲಕ್ಷ ಜನರನ್ನು ಸೆರೆಹಿಡಿದು ಗುಲಾಮರನ್ನಾಗಿಸುತ್ತಿರುವಾಗ ನೀವು ಏನು ಮಾಡುತ್ತೀರಿ?'

'ನಾನು ಏನು ಮಾಡುತ್ತಿದ್ದೇನೆಯೆ? ನಾನೊಬ್ಬನಲ್ಲ. ನನ್ನಂಥ ಸಾವಿರಾರು ಮಂದಿ ಸಾಧು ಸನ್ಯಾಸಿ ಬೈರಾಗಿಗಳು ಊರೂರು ತಿರುಗುತ್ತೇವೆ. ದುಷ್ಕಾಲ ಬಂದಿದೆ ಅಂತ ಎದೆ ಗುಂದಬೇಡಿ; ನಿಮ್ಮ ಪೂರ್ವಿಕರ ಧರ್ಮವನ್ನು ಬಿಡಬೇಡಿ ಅಂತ ಸಾಂತ್ವನ ನೀಡುತೀವಿ. ಶಿವಾಜಿ ಮಹಾರಾಜನಿಗೆ ಧೈರ್ಯತುಂಬಿ ದಾರಿ ತೋರಿಸಿದ ರಾಮದಾಸರೂ ನಮ್ಮಂಥ ಒಬ್ಬ ಸಾಧುವೇ. ಅದೃಷ್ಟಕ್ಕೆ ಅವನಂಥ ಒಬ್ಬ ಶಿಷ್ಯ ಸಿಕ್ಕಿದ. ಬಾಕಿ ಕಡೆಯೂ ಅಂಥವರು ಹುಟ್ಟಬಹುದು. ಕಾಲಚಕ್ರ ಒಂದೇ ಥರ ನಿಲ್ಲುವುದಿಲ್ಲ. ಉರುಳುತ್ತಿರುತ್ತೆ.'

'ಶಿವಾಜಿ ಬದುಕಿದ್ದಾರೆಯೆ?'

'ಬದುಕುವುದೇನು? ಔರಂಗಜೇಬನ ಸೆರೆಯಿಂದ ತಪ್ಪಿಸಿಕೊಂಡು ಸ್ವದೇಶ ಸೇರಿಯೂ ಆಯಿತು. ತಾವು ಕಳೆದುಕೊಂಡ ಒಂದೊಂದು ಕೋಟೆಯನ್ನೂ ಪುನರ್ವಶಪಡಿಸಿಕೊಳ್ಳು ತ್ತಾರೆ. ಮುಂದೆ ಭರತಖಂಡಕ್ಕೆ ಶಾಪ ವಿಮೋಚನೆಯಾಗುತ್ತೆ.'

ಅಷ್ಟರಲ್ಲಿ ಸಾಧುವಿನ ದೃಷ್ಟಿಯು ನನ್ನ ಹಿಂಬದಿಗೆ ಹರಿಯಿತು. ಯಾರದೋ ಹೆಜ್ಜೆಯ ಸಪ್ಪಳ ನನಗೆ ಕೇಳಿಸಿತು. ತಿರುಗಿ ನೋಡಿದೆ. ಕೈಯಲ್ಲಿ ಕತ್ತಿ ಹಿಡಿದ ಇಬ್ಬರು ಸಿಪಾಯಿಗಳು ನಮ್ಮ ಕಡೆಗೆ ಬರುತ್ತಿದ್ದರು. ನನ್ನ ಹತ್ತಿರ ಬಂದನಂತರ ಅವರಲ್ಲೊಬ್ಬ ನನ್ನನ್ನು, 'ಯಾವ ಊರು ನಿನ್ನದು?' ಎಂದ.

'ದಿಲ್ಲಿ,' ನಾನೆಂದೆ.

'ಬಾದಶಾಹರ ಟಪಾಲಿನ ಜೊತೆ ಬಂದವರೊ?'

'ಹೌದು.'

'ಪಾಯಖಾನೆಗೆ ಅಂತ ನದೀದಡಕ್ಕೆ ಬಂದಿರಂತೆ. ಹಮದುಲ್ಲಾಹ್ ಖಾನಸಾಹೇಬರು

ನಿಮಗಾಗಿ ಆತಂಕ ಪಡುತ್ತಿದ್ದಾರೆ. ನಡೀರಿ.' ನಾನು ಎದ್ದು ಅವರ ಜೊತೆಗೆ ನಡೆದೆ. ಅವರ ಎದುರಿಗೆ ಸಾಧುವಿನ ಕೈಲಿ ಮತ್ತೆ ಏನು ಮಾತನಾಡುವುದೂ ಕ್ಷೇಮವಾಗಿರಲಿಲ್ಲ.

ಪ್ರತಿದಿನವೂ ತಾವು ಕಂಡ ಮತ್ತು ಕೇಳಿದ ಸಂಗತಿಗಳನ್ನೆಲ್ಲ ಹಮದುಲ್ಲಾಹರು ಬರವಣಿಗೆಯಲ್ಲಿ ದಾಖಲಿಸುತ್ತಿದ್ದರು. ಅವರು ಹೇಳುವುದು ನಾನು ಬರೆದುಕೊಳ್ಳುವುದು ವಿಧಾನವಾಗಿತ್ತು. ದಾಖಲಿಸುವ ಕೆಲಸ ವಿಶ್ವನಾಥ ಮಂದಿರಕ್ಕೆ ಫಿರಂಗಿ ಹೊಡೆದ ಮರುದಿನವೆಲ್ಲ ನಡೆಯಿತು.

'ಕೋತವಾಲನೇನೋ ವರದಿ ಬರೆದು ಕಳಿಸುತ್ತಾನೆ. ಆದರೆ ನಾನು ಬರೆಯುವ ವಿವರಗಳನ್ನು ದಾಖಲಿಸುವ ವಿದ್ಯೆ ಬುದ್ಧಿ ಅವನ ಕಾರಖೂನರಿಗೆ ಎಲ್ಲಿಂದ ಬರಬೇಕು? ಅಲ್ಲದೆ ಈ ಶುದ್ಧ ಫಾರಸಿ ಭಾಷೆಯ ಸಂಸ್ಕಾರವಾದರೂ ಇವರಿಗೆ ಎಲ್ಲುಂಟು? ನನ್ನ ವರ್ಣನೆಯನ್ನು ಬಾದಶಾಹರು ಓದಿದರೆ ಹಿರಿ ಹಿರಿ ಹಿಗ್ಗಿ ನನಗೊಂದು ಜಾಗೀರನ್ನೇ ಮಂಜೂರು ಮಾಡಬಹುದು. ಆದರೆ ಆಸ್ಥಾನದಲ್ಲಿ ಮಧ್ಯದವರಿರ್ತಾರಲ್ಲ ಹಲವು ಹಂತಗಳಲ್ಲಿ, ಬಾದಶಾಹರ ಕೃಪಾದೃಷ್ಟಿಗೆ ಇದು ಬೀಳದಂತೆ ಕಪಟ ಮಾಡಿಬಿಡ್ತಾರೆ,' ಎಂದೂ ನಿಟ್ಟುಸಿರಿಟ್ಟರು. ಅನಂತರ, 'ನನ್ನ ಪುಣ್ಯಕರ್ತವ್ಯ ನಾನು ಮಾಡಿದೀನಿ. ಅಲ್ಲಾಹುವು ಕೊಡುವ ಫಲವೇ ನನಗೆ ಸಾಕು.' ಎಂಬ ಸಮಾಧಾನವನ್ನು ಹೇಳಿಕೊಂಡರು.

ಇದೇ ಸಂದರ್ಭದಲ್ಲಿ ನಾನು ಕೇಳಿದೆ: 'ಪರಮಾತ್ಮನನ್ನು ಯಾರು ಯಾವ ರೂಪದಲ್ಲಿ ಪೂಜಿಸಿದರೂ ಒಂದೇ ಅಂತ ಕಾಫಿರರು ಹೇಳ್ತಾರೆ. ವಿಗ್ರಹಾರಾಧನೆ ಮಹಾಹೀನ ಕೆಲಸ, ದೈವ ದ್ರೋಹದ ಕೆಲಸ ಅಂತ ಸುಜ್ಞಾನಿಗಳು ಹೇಳಿ ಮಂದಿರಗಳನ್ನು ನಾಶ ಮಾಡ್ತಿದಾರೆ. ಇದು ಪೂಜ್ಯ ಪ್ರವಾದಿಗಳೇ(ಸ) ಹೇಳಿದ ಮಾತೆ?'

'ಹೇಳಿದ ಮಾತು ಮಾತ್ರವಲ್ಲ, ತಾವೇ ಮಾಡಿತೋರಿಸಿದ ಕೆಲಸ. ಅಲ್‌ಮಾಲಿಕ್, ಬಾಲ್, ಎಲ್, ಅಲ್-ಲಾತ್, ಮನಾತ್, ಅಲ್-ಉಝ್ಝೂ, ಶಮ್ಸ್, ಧು, ಶ್-ಶರಾ, ಅತ್-ಥುರೈಯಾ, ಖು ಝ್ಝೂ, ವಾದ್, ರುಡಾ, ಜಡ್, ಮನಾಫ್, ಯಗೂತ್, ಇವರದ್ದೆಲ್ಲ ವಿಗ್ರಹಗಳಿದ್ದವು; ಗುಡಿಗಳಿದ್ದವು. ಅವುಗಳನ್ನೆಲ್ಲ ಸುಟ್ಟು ನಾಶಮಾಡಿ ಮಟ್ಟ ಹಾಕಿ ಅಲ್ - ಲಾಹ್ ಒಬ್ಬನನ್ನೇ ಪ್ರತಿಷ್ಠಾಪಿಸಿದ ಪ್ರವಾದಿಗಳ(ಸ) ಪರಂಪರೆಯನ್ನು ಹಿಂದೂಸ್ತಾನದಲ್ಲಿ ಎಲ್ಲ ನವಾಬ, ಸುಲ್ತಾನ, ಶೇಕ, ಬಾದಶಾಹರೂ ಮುಂದುವರೆಸಿ ಈಗ ಔರಂಗಜೇಬ ಬಾದಶಾಹರು ಕಟ್ಟುನಿಟ್ಟಿನಿಂದ ಕಾರ್ಯಗತಗೊಳಿಸುತ್ತಿದಾರೆ. ತಿಳಿದುಕೊ.'

ಪ್ರವಾದಿಗಳೇ(ಸ) ಮಾಡಿ ಮೇಲ್ಪಜ್ತಿ ಹಾಕಿದ್ದಾರೆಂದಮೇಲೆ ಅದರ ಸರಿತಪ್ಪುಗಳನ್ನು ವಿಮರ್ಶಿಸುವ ಅಧಿಕಾರ ಯಾರಿಗೂ ಇಲ್ಲ. ಆದರೆ ನದೀತೀರದಲ್ಲಿ ಸಿಕ್ಕಿದ್ದ ಸಾಧು ಹೇಳಿದ 'ಅಹಿಂಸಾ ಸತ್ಯ ಅಸ್ತೇಯ ಬ್ರಹ್ಮಚರ್ಯ ಅಪರಿಗ್ರಹಾದಿ ನೀತಿ ನಿಯಮಗಳಿಂದ ಪರಿಶುದ್ಧನಾಗದವನಿಗೆ ದೇವರ ವಿಷಯ ಮಾತನಾಡುವ ಅಧಿಕಾರವಿಲ್ಲ. ಬೆಳೆಯುವ

ಬೇರೆ ಬೇರೆ ಹಂತದಲ್ಲಿ ಬೇರೆ ಬೇರೆ ದೇವರುಗಳ ಕಲ್ಪನೆ ಹುಟ್ಟುತ್ತದೆ. ಆದ್ದರಿಂದ ದೇವರು ಅನ್ನುವುದು ಅದನ್ನು ಕಲ್ಪಿಸುವವನು ಯಾವ ನೈತಿಕ ಅಥವಾ ಸಾಧನೆಯ ಹಂತದಲ್ಲಿದ್ದಾನೆ ಅನ್ನುವುದನ್ನಷ್ಟೇ ತೋರಿಸುತ್ತದೆ' ಎನ್ನುವ ಮಾತು ತಲೆಯೊಳಗೆ ಸುತ್ತತೊಡಗಿತು. ಆದರೆ ಇದನ್ನು ಹಮದುಲ್ಲಾಹರ ಸಂಗಡ ಬಿಚ್ಚಿ ಮಾತನಾಡುವ ಧೈರ್ಯವಾಗಲಿ ಮುಕ್ತತೆಯಾಗಲಿ ಇರಲು ಸಾಧ್ಯವಿರಲಿಲ್ಲ. ಮತ್ತೊಮ್ಮೆ ಹೋಗಿ ಆ ಸಾಧುವನ್ನು ಕಾಣುವ ಬಯಕೆಯಾಯಿತು. ಆದರೆ ಈಗ ರಾತ್ರಿಯಾಗಿದೆ. ಇಡೀ ಹಗಲು ಶಹರುಪೂರ್ತ, ಶಹರಿಗೆ ಬಂದು ಹೋಗುವ ರಸ್ತೆಗಳಲ್ಲಿ ಬಹುದೂರದವರೆಗೆ ನಾಕಾಬಂದಿ ಇರುವಾಗ ರಾತ್ರಿಯ ವೇಳೆ ಒಬ್ಬನೇ ನದಿಯ ದಡಕ್ಕೆ ಹೋಗಲು ಸಾಧ್ಯವಿಲ್ಲ, ಎಂಬ ಎಚ್ಚರವಾಯಿತು. ನಾಳೆ ಬೆಳಗ್ಗೆ ಹೋಗುವುದೆಂದು ನಿಶ್ಚಯಿಸಿದೆ. ರಾತ್ರಿ ಬಹಳ ಹೊತ್ತು ನಿದ್ರೆ ಬರಲಿಲ್ಲ.

ಬೆಳಗ್ಗೆ ಎದ್ದು ನದಿಯ ತೀರಕ್ಕೆ ಹೋದಾಗ ಆ ಸಾಧು ಮಾತ್ರವಲ್ಲ, ಬೇರೆ ಯಾವ ನರಪಿಳ್ಳೆಯೂ ಇರಲಿಲ್ಲ. ಗಂಗೆ ಮಾತ್ರ ಕಾಶಿಯಲ್ಲಿ ಏನಾಗುತ್ತಿದೆ ಎಂಬ ಲಕ್ಷ್ಯವೇ ಇಲ್ಲದಂತೆ ಹರಿಯುತ್ತಿದ್ದಳು. ಕಾಶಿಯಂಥ ಕೋಟಿ ಕೋಟಿ ವಿಧಾನಗಳನ್ನು ಒಳಗೊಂಡು ಹೊರಹೊಮ್ಮಿಸುವ ವ್ಯಾಪ್ತಿ ಅವಳ ಹರಿವಿನದು ಎಂಬ ಸರಿಯಾಗಿ ಅರ್ಥವಾಗದ ಒಂದು ಕಾಣ್ಕೆ ನನ್ನೊಳಗೆ ಹೊಳೆಯಿತು.

ಆಲಂಗೀರ್ ಬಾದಶಾಹರ ಫರ್ಮಾನಿಗೆ ಉತ್ತರ ಬರೆದು ಬಿದಿರಿನ ಕೊಳವೆಯೊಳಗಿಟ್ಟು ಅರಗಿನ ಮುದ್ರೆ ಹಾಕಿ ಅದನ್ನು ಹೊಲಿದ ಬಟ್ಟೆಯ ಚೀಲದಲ್ಲಿಟ್ಟು ಅದಕ್ಕೂ ಮುದ್ರೆ ಹಾಕಿ ನಾವು ನಾಲ್ವರಿಗೂ ಪ್ರಯಾಣದ ಅನುಮತಿಪತ್ರ ಕೊಟ್ಟರು. ಹಮದುಲ್ಲಾಹರಿಗೆ ಶಾಲು ನಿಲುವಂಗಿಗಳ ಗೌರವ, ನನಗೂ ಒಂದು ಅಂಗಿಯ ಇನಾಮು ಕೊಟ್ಟು ಕೋತವಾಲ ನಾಯಬ್ ಕೋತವಾಲರಿಬ್ಬರೂ ಬಂದು ಬೀಳ್ಕೊಟ್ಟರು. ಉತ್ತರದ ಕೊಳವೆಯೊಳಗೆ ಏನು ಬರೆದಿದ್ದಾರೆಂದು ನಾವು ಮಾತ್ರವಲ್ಲ ಟಪಾಲು ಸವಾರ ಇಮ್ತಿಯಾಜ್‌ಖಾನ್ ಮತ್ತು ಖಾದರ್‌ಖಾನ್‌ರು ಕೂಡ ಊಹೆ ಮಾಡಬಹುದಾಗಿತ್ತು. ಮೊದಲ ರಾತ್ರಿ ಸರಾಯಿಯಲ್ಲಿ ನಾವಿಬ್ಬರೂ ನಮಗಾಗಿ ಮಾಡಿದ ಬಿಸಿಯೂಟ ಉಂಡು ಇಶಾ ನಮಾಜು ಮಾಡಿ ಮಲಗಿದೆವು. ಜಗುಲಿಯ ಮೇಲೆ ಮಲಗಿದ್ದ ಸವಾರರಿಬ್ಬರೂ ಮಾತನಾಡಿಕೊಳ್ಳುತ್ತಿದ್ದರು. ಇಮ್ತಿಯಾಜ್‌ಖಾನ್ ಹೇಳುತ್ತಿದ್ದ: 'ಮಂದಿರವನ್ನು ಧ್ವಂಸಮಾಡಿದ ಪುಣ್ಯದಲ್ಲಿ ನನಗೂ ಪಾಲುಂಟು. ಸ್ವರ್ಗದಲ್ಲಿ ಅರಮನೆಯಲ್ಲದಿದ್ದರೂ ಒಂದು ಅಮೃತಶಿಲೆಯ ಮಹಲ್ ಖಚಿತ.'

'ಸ್ವರ್ಗ ಅಂದರೆ ಏನಂತ ತಿಳಿದೆ? ಸಂಬಳ ತಗಂಡು ಫರ್ಮಾನ್ ಒಯ್ದು ಮುಟ್ಟಿಸುವವರಿಗೆಲ್ಲ ಸಿಕ್ಕುವ ಪದವಲ್ಲ,' ಕಪ್ಪು ಬಣ್ಣದ ದೇಶೀ ಮುಸಲ್ಮಾನನಾದರೂ ಧಾರ್ಮಿಕ ವಿಷಯಗಳನ್ನು ಚನ್ನಾಗಿ ಓದಿ ತಿಳಿದಿದ್ದ ಖಾದರ್‌ಖಾನ್ ಇಮ್ತಿಯಾಜನನ್ನು ತಿದ್ದಿದ.

ಇಮ್ತಿಯಾಜನೂ ದೇಶಿಯೇ. ಯಾವ ತಲೆಮಾರಿನಲ್ಲಿ ತನ್ನ ಪೂರ್ವಜರು ಸುಜ್ಞಾನದ ಧರ್ಮವನ್ನು ಅಪ್ಪಿದರು ಎಂಬುದನ್ನು ಅವನು ಹೇಳಲಾರ. ಹೇಳಲಾರನೋ, ಹೇಳುವು ದಿಲ್ಲವೋ ಅಥವಾ ತಿಳಿದಿಲ್ಲವೋ. ದಿಲ್ಲಿಯಿಂದ ಬನಾರಸಿಗೆ ಬರುವಾಗ ನಾನು ಅವರೊಡನೆ ಮಾತನಾಡಿದ್ದೆ. ತಾವೂ ಅರಬ್‌ದೇಶದಿಂದ ಬಂದ ಶುದ್ಧ ಜನಾಂಗದವರೆಂದೇ ಹೇಳುತ್ತಾರೆ. ಆದರೆ ಅವರಿಗೆ ಅರಬಿಯಾಗಲಿ ಫಾರಸಿಯಾಗಲಿ ಬರುವುದಿಲ್ಲ. ಮಾತನಾಡುವುದು ಅರಬಿ ಫಾರ್ಸಿ ಶಬ್ದಗಳ ಮಿಶ್ರಿತ ಹಿಂದೂಸ್ತಾನೀ ಫೌಜಿ ಭಾಷೆ. ಆಡಳಿತವು ಫಾರ್ಸಿಯಲ್ಲಿ ನಡೆಯುತ್ತಿದ್ದರೂ ಉನ್ನತಮಟ್ಟದ ಆಡಳಿತಗಾರರಿಗೆಲ್ಲ ಈ ಫೌಜಿ ಭಾಷೆ ಗೊತ್ತಿದೆ. ಆದರೆ ಈ ಹೀನ ಭಾಷೆಯಲ್ಲಿ ಅವರು ಎಂದೂ ಪರಸ್ಪರ ಸಂಭಾಷಿಸುವುದಿಲ್ಲ. ಆಲಂಗೀರ್ ಬಾದಶಾಹರಿಗೂ ಈ ಭಾಷೆ ಗೊತ್ತಿದೆಯಂತೆ. ಕೆಳಗಿನವರ ಭಾಷೆಯನ್ನು ತಿಳಿದಿದ್ದರೆ ಆಡಳಿತವನ್ನು ಬಿಗಿಯಾಗಿ ನಡೆಸಬಹುದು ಎಂಬ ತತ್ತ್ವ ಅವರಿಗೆ ಗೊತ್ತಿಲ್ಲವೆ? ಹಾಗೆಂದು ಹಮದುಲ್ಲಾಹರು ನನಗೆ ಹೇಳಿದ್ದರು.

'ನಾವು ಫರ್ಮಾನ್ ಒಯ್ದು ಮುಟ್ಟಿಸದಿದ್ದರೆ ಈ ಪುಣ್ಯಕೆಲಸ ಆಗ್ತಿತ್ತೇನು?' ಇಮ್ತಿ ಯಾಜ್ ಸಮರ್ಥಿಸಿಕೊಂಡ.

'ಹಾಗಲ್ಲ, ಜಿಹಾದ್ ಮಾಡಿದವನಿಗೆ ಮಾತ್ರ ಸ್ವರ್ಗ. ಧರ್ಮಪ್ರಸಾರದ ಯುದ್ಧದಲ್ಲಿ ಪ್ರಾಣತೆರಬೇಕು – ಆಗ ಸ್ವರ್ಗಪ್ರಾಪ್ತಿ. ಸ್ವರ್ಗದಲ್ಲಿ ಏನೇನಿದೆ ಗೊತ್ತೆ ನಿನಗೆ?'

'ಧರ್ಮಗ್ರಂಥ ಓದಿದ ನೀನು ಹೇಳು.'

'ಸಂತೋಷ. ಹಾಲುಜೇನು ಮಧು ತುಂಬಿದ, ಚಳಿಯೂ ಅಲ್ಲ ಶಖೆಯೂ ಅಲ್ಲದ ಉದ್ಯಾನ. ಪದ್ಮರಾಗಗಳಿಂದ ಮಾಡಿದ, ಎಲ್ಲೆಂದರಲ್ಲಿಗೆ ಕೂರಿಸಿಕೊಂಡು ಒಯ್ಯುವ ಕುದುರೆಗಳು. ಒರಗಿ ಕೂರಲು ಸುಖಾಸನ. ತುಸು ಮುಚ್ಚಿಕೊಂಡ ಮುತ್ತುಗಳೆಂಬಂತಹ ವಿಶಾಲ ಕಣ್ಣುಗಳ ಮುಗುದೆಯರು. ಎಂಥ ಮುಗುದೆಯರು ಗೊತ್ತಾ? ಸದಾ ಕಿರುಪ್ರಾಯದ ದುಂಡನೆಯ ತುಂಬು ಮೊಲೆಗಳ ಅಕ್ಷತಯೋನಿಯರು, ಅವರ ಹೆಸರು ಹ್ಯೂರಿ. ಅವರ ಶರೀರವು ಪಾರದರ್ಶಕ. ಮೂಳೆಗಳು ಮುತ್ತು ರತ್ನಗಳೊಳಗಿನ ಗೆರೆಗಳಂತೆ ಕಾಣುತ್ತವೆ. ಬಿಳಿಗಾಜಿನ ಲೋಟದೊಳಗಿನ ಕೆಂಪು ಮಧುವಿನಂತೆ ಕಾಣುತ್ತಾರೆ ಅವರು. ಬಿಳಿಬಣ್ಣ. ಸಾಧಾರಣ ಹೆಂಗಸಿಗಿರುವ ಮುಟ್ಟು, ಮುಟ್ಟು ನಿಲ್ಲುವುದು, ಬಸರು ಬಾಣಂತಿತನ, ಮಲ ಮೂತ್ರಾದಿ ಮೈಲಿಗೆಗಳಿಂದ ಅವರು ಮುಕ್ತರು. ಲಜ್ಜೆಯಿಂದ ಅರೆತೆರೆದ ಕಣ್ಣುಗಳು. ತನ್ನ ಗಂಡನನ್ನು ಬಿಟ್ಟು ಬೇರೊಬ್ಬನನ್ನು ಕಣ್ಣೆತ್ತಿಯೂ ನೋಡದವಳು. ತನ್ನನ್ನು ಹೆಂಡತಿಯಾಗಿ ಸ್ವೀಕರಿಸಿದುದಕ್ಕೆ ಗಂಡನಿಗೆ ಋಣಿಯಾಗಿರುವವಳು. ಯಾವುದೇ ತೆರನಾದ ದುರ್ವಾಸನೆ ಇಲ್ಲದವಳು. ಅವಳಿಗೆ ವಯಸ್ಸಾಗುವುದೇ ಇಲ್ಲ. ಸುಖಸಂಪತ್ತಿನಲ್ಲಿ ಬೆಳೆದವಳು. ಸುಖ ಸಂಪತ್ತಿನ ಪ್ರತಿರೂಪಳು. ಮಾರ್ದವ ವಯಸ್ಸು. ದಪ್ಪ, ದುಂಡನೆಯ, ಸ್ವಲ್ಪವೂ ಜಗ್ಗದೆ ಉಬ್ಬಿದ ಮೊಲೆಗಳುಳ್ಳವಳು. ಅವಳು ಸ್ವರ್ಗದಿಂದ ಭೂಮಿಯ ಕಡೆಗೆ ನೋಡಿದರೆ ಇಡೀ ದೂರವು ಬೆಳಕು ಮತ್ತು ಪರಿಮಳದಿಂದ ತುಂಬಿಹೋಗುತ್ತದೆ. ಕನ್ನಡಿಗಿಂತ ಹೆಚ್ಚು ಪ್ರಕಾಶಮಾನಳು. ಅವಳ ಕೆನ್ನೆಯಲ್ಲಿ ಯಾರಾದರೂ ತನ್ನ ಬಿಂಬವನ್ನು ನೋಡಿಕೊಳ್ಳಬಹುದು.

ಸ್ವರ್ಗಪ್ರವೇಶ ಪಡೆದ ಪ್ರತಿಯೊಬ್ಬ ಗಂಡಸಿಗೂ ಇಂಥ ಎಪ್ಪತ್ತೆರಡು ಹ್ಯೂರಿಗಳನ್ನು ಕೊಡುತ್ತಾರೆ. ಅವನು ಯಾವ ವಯಸ್ಸಿನಲ್ಲಿ ಸ್ವರ್ಗಪ್ರವೇಶ ಮಾಡಿದರೂ ಅವನ ವಯಸ್ಸು ಮೂವತ್ತು ವರ್ಷವಾಗಿಬಿಡುತ್ತೆ. ಅಲ್ಲಿಂದ ಮುಂದೆ ಅವನಿಗೆ ವಯಸ್ಸಾಗುವುದೇ ಇಲ್ಲ. ಅಷ್ಟು ಮಾತ್ರವಲ್ಲ ಅವನಿಗೆ ಒಂದು ನೂರು ಜನ ಗಂಡಸರಿಗೆ ಸಮನಾದ ಪುಂಸತ್ವ ಬಂದುಬಿಡುತ್ತೆ. ಒಬ್ಬೊಬ್ಬನಿಗೂ ವಜ್ರಗಳಿಂದ ಕಟ್ಟಿದ ಅರಮನೆ. ಒಬ್ಬೊಬ್ಬನಿಗೂ ಎಂಬತ್ತು ಸಾವಿರ ಗುಲಾಮರು. ಗೊತ್ತಾಯಿತೆ?' ಎಂದು ಖಾದರ್‌ಖಾನ್ ನಿಲ್ಲಿಸಿದ. ಇಮ್ತಿಯಾಜನಿಂದ ಉತ್ತರ ಬರಲಿಲ್ಲ. ಇನ್ನೂ ಸ್ವಲ್ಪ ಹೊತ್ತಾದರೂ ಇಮ್ತಿಯಾಜನಿಂದ ಉತ್ತರಬರಲಿಲ್ಲ.

ಅಷ್ಟರಲ್ಲಿ ಹಮದುಲ್ಲಾಹರೂ ಹಾಸಿಗೆಯಿಂದ ಎದ್ದ ಸಪ್ಪಳವಾಯಿತು. ಅವರು ಗೋಡೆಯನ್ನು ತಡಕುತ್ತಾ ನಡೆದು ಬಾಗಿಲು ತೆರೆದರು. ನಾನೂ ಎದ್ದೆ. ಹೊಸಲಿನಿಂದ ಹೊರಗೆ ನಡೆದ ಅವರು ಹೇಳಿದರು: 'ಖಾದರ್, ನೀನು ಇದುವರೆಗೆ ಹೇಳಿದುದೆಲ್ಲ ಸರಿ. ಆದರೆ ಏನು ಹೇಳಿದರೂ ಯಾವ ಪವಿತ್ರಗ್ರಂಥದ ಯಾವ ಅಧ್ಯಾಯದಲ್ಲಿ ಹೇಳಿದೆ ಅನ್ನುವದನ್ನ ಹೇಳಬೇಕು.'

'ಖಾನ್ ಸಾಹೇಬರೇ, ನಾನು ಫೌಜಿ ಭಾಷೆಯ ಅನುವಾದದಲ್ಲಿ ಅಲ್ಪಸ್ವಲ್ಪ ಓದಿದೀನಿ. ಓದುತ್ತಿದೀನಿ. ಆದರೆ ಎಷ್ಟೋ ಸುರಾಗಳು ಶ್ಲೋಕಗಳ ಅಂಕೆ ಸಂಖ್ಯೆ ನೆನಪಿನಲ್ಲಿಲ್ಲ. ನಾನು ಹೇಳಿದ್ದು ಸರಿಯಾಗಿದೆ ಎಂದಿರಲ್ಲ. ಅಲ್ಲಾಹುವಿನ ಕೃಪೆ ನನ್ನ ಮೇಲಿದೆ ಅಂದಹಾಗಾ ಯಿತು.'

'ಸರಿ.'

ಮೂರನೆಯ ಮಧ್ಯಾಹ್ನ ನಮ್ಮ ರಸ್ತೆಗೆ ಅಡ್ಡಲಾಗಿ ನೂರಾರು, ಅಲ್ಲ ಐನೂರು ಆರುನೂರು, ಅಥವಾ ಅದಕ್ಕಿಂತ ಹೆಚ್ಚು ಜನಗಳು ಓಡುತ್ತಿದ್ದರು. ಹೆಂಗಸರು, ಮಕ್ಕಳು, ಮುದುಕರು, ಗಂಡಸರು. ಮಕ್ಕಳನ್ನು ಬಿಟ್ಟು ಉಳಿದ ಎಲ್ಲರೂ ಹೆಗಲಮೇಲೆ ತಲೆಯಮೇಲೆ ಸಣ್ಣಪುಟ್ಟ ಪಾತ್ರೆ ಪರಡಿಗಳನ್ನೋ ದಿನಸಿಯ ಗಂಟುಗಳನ್ನೋ ಹೊತ್ತಿದ್ದವರು. ಕಂಕುಳಿನಲ್ಲಿ ಚಿಕ್ಕಮಕ್ಕಳನ್ನು ಎತ್ತಿಕೊಂಡಿದ್ದು ತಲೆಯ ಮೇಲೆ ಗಂಟು ಹೊತ್ತಿದ್ದ ಹೆಂಗಸರು. ಎಲ್ಲರೂ ಹಳ್ಳಿಗರು. ಮೈತುಂಬ ಬಟ್ಟೆ ಇಲ್ಲದ, ತಲೆಗೆ ಎಣ್ಣೆ ಕಾಣದ ಹೊಟ್ಟೆತುಂಬ ಕೂಳು ಕಾಣದ ಒಣಕಲು ಮೈಯಿಯವರು. ಗಂಡಸರು ಅಂಗಿ ಇಲ್ಲದೆ ತುಂಡು ದಟ್ಟಿ ಕಟ್ಟಿದ್ದರು. ಹೆಂಗಸರ ರವಿಕೆಗಳು ನಡುನಡುವೆ ಹರಿದು ಅಥವಾ ಹಿಸಿದು ಎದೆ ಬೆನ್ನು ಭುಜಗಳು ಕಾಣುತ್ತಿದ್ದವು. ನಾವು ನೋಡನೋಡುತ್ತಲೇ ಕೈಯಲ್ಲಿ ಕತ್ತಿ ಹಿಡಿದ ಸುಮಾರು ಇಪ್ಪತ್ತು ಕುದುರೆ ಸವಾರರು ಧೂಳೆಬ್ಬಿಸಿಕೊಂಡು ಬಂದು ಆ ಗುಂಪನ್ನು ಸುತ್ತುವರೆದರು. ಬೆದರಿ ಓಡುತ್ತಿದ್ದ ಗುಂಪು ಬೆದರಿ ನಿಂತಿತು. ಇಲ್ಲದಿದ್ದರೂ ದಣಿದು ತಿದಿಯಂತೆ ಏದುಸಿರು ಬಿಡುತ್ತಿದ್ದ ಅವರೆಲ್ಲ ನಿಲ್ಲುತ್ತಲೇ ಇದ್ದರು. ಕಂಕುಳ ಕಂದಗಳು, ಕೈ ಹಿಡಿದ ಮಕ್ಕಳು

ಕಿರುಚುತ್ತಿದ್ದವು. ಕೆಲವು ಹೆಂಗಸರೂ ಗಟ್ಟಿಯಾಗಿ ಅಳುತ್ತಿದ್ದರು. ನಾವು ನಾಲ್ವರೂ ಹತ್ತಿರ ಹೋಗಿ ಕುದುರೆಗಳನ್ನು ನಿಲ್ಲಿಸಿಕೊಂಡೆವು. ನಮ್ಮ ವೇಷ ಮತ್ತು ಕುದುರೆಗಳ ಅಲಂಕಾರವನ್ನು ನೋಡಿಯೇ ಆ ಸವಾರರು ಮೊದಲು 'ಸಲಾಂ ಅಲೈಕುಂ' ಹೇಳಿದರು. ನಾವು ಪ್ರತಿ ಸಲಾಂ ಹೇಳಿದಮೇಲೆ ಯಾರಿವರು? ಎಂದೆವು. 'ಸುವರ್‌ಗಳು ಕಂದಾಯ ಕೊಡದೆ ಕದ್ದು ಓಡಿ ಹೋಗುತ್ತಿದ್ದಾರೆ. ಸುದ್ದಿ ತಿಳಿದು ನಾವು ದೌಡಾಯಿಸಿ ಬರದಿದ್ದರೆ ತಪ್ಪಿಸಿಕೊಂಡು ಹೋಗಿ ಬಿಡುತ್ತಿದ್ದರು.' ಸವಾರರಲ್ಲಿ ಒಬ್ಬ ಹೇಳಿದ.

ಗುಂಪಿನೊಳಗಿನಿಂದ ಒಬ್ಬ ಮುದುಕ ಕೂಗಿ ಹೇಳಿದ: 'ಕಂದಾಯ ಕೊಟ್ಟಿದೀವಿ. ಅದರ ಮೇಲೆ ಇವರು ಅನ್ಯಾಯದ ಕಂದಾಯ ಕೇಳ್ತಿದಾರೆ.'

'ಸುವರ್, ಜೆಸಿಯಾಕ್ಕೆ ಅನ್ಯಾಯದ ಕಂದಾಯ ಅಂತೀಯ? ಮುಸಲ್ಮಾನರಾಗಿಬಿಡಿ. ಜೆಸಿಯಾ ತಪ್ಪುತ್ತೆ. ಬಾದಶಾಹರು ಕರುಣಾಳುಗಳು. ಮುಸಲ್ಮಾನರಾಗುವವರಿಗೆ ಜೆಸಿಯಾ ಹಾಕಬೇಡಿ; ಭೂ ಕಂದಾಯವನ್ನೂ ಮಾಫಿ ಮಾಡಿ ಅಂತ ಫರ್ಮಾನ್ ಮಾಡಿದಾರೆ. ಈಗಲೇ ಮುಸಲ್ಮಾನನಾಗು. ನಿನ್ನ ಮನೆ ಭೂಮಿ ದನಕರುಗಳೆಲ್ಲ ನಿನ್ನವೇ.' ಈ ಸವಾರ ಪ್ರತಿ ಮಾತು ಹೇಳಿದ. 'ನಿಮ್ಮ ಗುಂಪಿನಲ್ಲಿರೋರೆಲ್ಲ ಒಪ್ಪಿಬಿಡಿ. ಸುಖವಾಗಿರಿ.' ಇನ್ನೂ ನಾಲ್ಕು ಸವಾರರು ಕೂಗಿ ಹೇಳಿದರು.

ಆ ಮುದುಕ, 'ನಮ್ಮ ದೇವರನ್ನ ಬಿಡು ಅನ್ನೋಕೆ ನೀವು ಯಾರ‍್ರೋ? ನಿಮ್ಮ ದೇವರು ದೊಡ್ಡೋನಾದರೆ ನೀವು ಇಟ್ಕೊಳಿ. ನಮ್ಮ ದೇವರ ತಂಟೆಗೆ ಬಂದರೆ ಇಕೋ ನೋಡಿಲ್ಲಿ,' ಎಂದು ಕ್ಯಾಕರಿಸಿ ಥೂ ಎಂದು ಉಗಿದುಬಿಟ್ಟ.

ಈ ಉದ್ಧಟತನಕ್ಕೆ ಅವನಿಗೆ ಯಾವ ಶಿಕ್ಷೆ ವಿಧಿಸಬೇಕೆಂದು ಸವಾರರುಗಳೆಲ್ಲ ತಮ್ಮತಮ್ಮಲ್ಲಿ ಮಾತನಾಡಿಕೊಳ್ಳತೊಡಗಿದರು. ಆದರೆ ನಮ್ಮ ಟಪಾಲಿನ ಇಮ್ತಿಯಾಜ್‌ನು ತಕ್ಷಣ ತನ್ನ ಕುದುರೆಯನ್ನು ಗುಂಪಿನ ಒಳಗೆ ನುಗ್ಗಿಸಿ ಕತ್ತಿ ಹಿರಿದು ಆ ಮುದುಕನ ಭುಜದ ಕಡೆಯಿಂದ ಕುತ್ತಿಗೆಗೆ ಒಂದೇಟು ಬೀಸಿದ. ರುಂಡವು ಅರ್ಧ ಕತ್ತರಿಸಿ ರಕ್ತಸುರಿದು ಮುದುಕ ತಕ್ಷಣ ರಾಮ್ ರಾಮ್ ಎಂಬುದನ್ನೂ ಪೂರ್ಣಗೊಳಿಸದೆ ಕೆಳಗುರುಳಿದ. ಜನಗಳೆಲ್ಲ ಹೋ ಎಂದು ಹುಯಿಲಿಡುತ್ತಾ ಸವಾರರು ಸುತ್ತುವರೆದಿದ್ದರೂ ಓಡತೊಡಗಿದರು. ಸವಾರರು ಎಷ್ಟೇ ಚಬುಕಿನಿಂದ ವ್ಯೂಹ ರಚಿಸಿದರೂ ಅವರ ಸಂಖ್ಯೆ ಕಡಮೆ ಇತ್ತು. ಬಹುತೇಕ ಜನ ತಪ್ಪಿಸಿಕೊಂಡು ಓಡಿಬಿಟ್ಟರು. ಉಳಿದವರು ಸೆರೆ ಸಿಕ್ಕಿದರು. 'ಸುವರ್‌ಗಳು ಎಲ್ಲಿಗೆ ಹೋಗ್ತಾವೆ. ಎಲ್ಲಿಗೆ ಹೋದರೂ ನಮ್ಮ ಸೈನ್ಯ ಬಂದು ಬೇಟೆಯಾಡುತ್ತೆ. ಬಾದಶಾಹರು ಅಂದರೆ ಏನಂತ ತಿಳಕೊಂಡಿದಾವೆ ಇವು?' ಸವಾರರ ಪ್ರಮುಖ ಗರ್ಜಿಸಿದ. ರಕ್ತ ಅಂಟಿಕೊಂಡ ಕತ್ತಿಯನ್ನು ಹಿಡಿದು ಗುಂಪಿನಿಂದ ಹಿಂತಿರುಗಿದ ಇಮ್ತಿಯಾಜನನ್ನು ಖಾದರ್ ಕೇಳಿದ: 'ಇದ್ದಕ್ಕಿದ್ದಂತೆ ನೀನ್ಯಾಕೆ ಆ ಉಸಾಬರಿಗೆ ಹೋದೆ? ಜೆಸಿಯಾ ವಸೂಲು ಮಾಡೂದು ನಮ್ಮ ಕೆಲಸವಲ್ಲ. ಜಲ್ದಿ ಟಪಾಲು ಒಯ್ದು ಮುಟ್ಟಿಸಬೇಕು.'

'ನಿಮ್ಮ ದೇವರು ದೊಡ್ಡೋನಾದರೆ ನೀವು ಇಟ್ಕೊಳಿ, ನಮ್ಮ ದೇವರ ತಂಟೆಗೆ ಬಂದರೆ ಇಕೋ ನೋಡಿಲ್ಲಿ ಅಂತ ಉಗಿದನಲ್ಲ, ಅವನ ಮೇಲೆ ಜಿಹಾದ್ ಮಾಡಬೇಕೋ

ಬೇಡವೊ? ಅವನನ್ನು ತಕ್ಷಣ ನರಕಕ್ಕೆ ಕಳಿಸಿದೆ. ನನಗೆ ಸ್ವರ್ಗಪ್ರಾಪ್ತಿಯಾಗುತ್ತೋ ಇಲ್ಲವೋ ಹೇಳು.'

ಬೇಟೆಯ ಬಲಿಯನ್ನೇ ಆಗಲಿ ಸಂಬಂಧಿಸಿದ ಅಧಿಕಾರಿಯ ಅನುಮತಿ ಇಲ್ಲದೆ ಕೊಲ್ಲುವುದು ಕಾನೂನು ಬಾಹಿರ. ಆದರೆ ಇಮ್ತಿಯಾಜ್ ಕೊಂದಿರುವುದು ನಿಮ್ಮ ದೇವರು ದೊಡ್ಡೋನಾದರೆ ನೀವು ಇಟ್ಕೊಳಿ ಎಂಬಂತಹ ಧಿಕ್ಕಾರದ ಮಾತನಾಡಿದವನನ್ನು. ಅಲ್ಲದೆ ನಾವು ಕಾಶಿಯ ಕಾಫಿರ ಕಟ್ಟಡವನ್ನು ಧ್ವಂಸ ಮಾಡಿಸುವ ಬಾದಶಾಹರ ಫರ್ಮಾನನ್ನು ಹೊತ್ತು ಒಯ್ದು ಅದನ್ನು ಕಾರ್ಯಗತ ಮಾಡಿ ವರದಿಯನ್ನು ಬಾದಶಾಹರಿಗೆ ಒಯ್ಯುತ್ತಿರುವ ಭಟರು, ಎಂದು ಖಾದರನು ವಿವರಣೆ ಕೊಟ್ಟಮೇಲೆ ಸೈನಿಕರು ನಮ್ಮನ್ನು ಮುಂದೆ ಹೋಗಲು ಬಿಟ್ಟರು. ಹಿಂತಿರುಗಿ ನೋಡಿದರೂ ಅವರು ಕಾಣದಷ್ಟು ದೂರ ನಾವು ಸಾಗಿದ ಮೇಲೆ ಖಾದರನು ವೇಗವನ್ನು ಸಾಧಾರಣ ಸ್ಥಿತಿಗೆ ಇಳಿಸಿದ. ನನ್ನ ಹತ್ತಿರವೂ ಒಂದು ಕತ್ತಿ ಇತ್ತು. ಹಿಂದಿನಿಂದ ಹೋಗಿ ಇಮ್ತಿಯಾಜನ ಕುತ್ತಿಗೆಯನ್ನು ಕತ್ತರಿಸಿಬಿಡುವ ಆಲೋಚನೆ ಬಂತು. ಸುಮಾರು ಹೊತ್ತು ಅದೇ ಕಲ್ಪನೆ. ಅನಂತರ ಮನಸ್ಸು ಪರಿಣಾಮವನ್ನು ಯೋಚಿಸಿತು. ನನ್ನನ್ನು ಸೆರೆ ಹಿಡಿಯುತ್ತಾರೆ. ದಿಲ್ಲಿಗೆ ಒಯ್ದು ಕುತ್ತಿಗೆ ಕತ್ತರಿಸುತ್ತಾರೆ. ಏನು ಸಾಧಿಸಿದಂತಾಯಿತು? ಕುತ್ತಿಗೆ ಅರ್ಧಭಾಗ ಕಡಿದು ರಕ್ತ ತೊಟ್ಟಿಕ್ಕಿದ ಆ ಮುದುಕನ ಮುಖವು ಏನು ಮಾಡಿದರೂ ನನ್ನ ಕಣ್ಣುಗಳಿಂದ, ನಿಮ್ಮ ದೇವರು ದೊಡ್ಡೋನಾದರೆ ನೀವು ಇಟ್ಕೊಳಿ ಎಂಬ ವಾಕ್ಯ ಕಿವಿಗಳಿಂದ, ಮರೆಯಾಗಲಿಲ್ಲ. ತುಸು ಹೊತ್ತಾದನಂತರ ಸೆರೆ ಸಿಕ್ಕಿದವರು ಗುಲಾಮರಾಗಿ, ಚಿಕ್ಕಪ್ರಾಯದ, ಆಕರ್ಷಕ ಮುಖ ಮೈಕಟ್ಟಿನ ಹೆಂಗಸರು ದೇಹಸೇವಕಿಯರಾಗಿ ಬಿಕ್ರಿಯಾಗುತ್ತಾರೆ, ಎಂಬ ನಾನು ಅನುಭವದಿಂದ ಬಲ್ಲ ಸತ್ಯ ಕಾಣಿಸಿತು. ತಕ್ಷಣ ಶ್ಯಾಮಲೆಯ ನೆನಪು ಬಂತು. ಅವಳನ್ನು ಮತ್ತೆ ನೋಡಲಿಲ್ಲ. ದಿಲ್ಲಿಯಲ್ಲೇ ಇದ್ದು ಪ್ರಯತ್ನಪಟ್ಟಿದ್ದರೆ ನೋಡಲು ಸಾಧ್ಯವಾಗುತ್ತಿತ್ತೇನೋ! ಅವಳನ್ನೂ ನಿಮ್ಮ ಸೇವೆಗೆ ಕರೆಸಿಕೊಳ್ಳಿ ಎಂದು ಉದಯಪುರಿ ಮಹಲರನ್ನು ಬೇಡಿಕೊಂಡರೆ ಆದೀತು. ಅದೇ ಸರಿ ಎನ್ನಿಸಿತು. ಆದರೆ ಮೂರು ಮಕ್ಕಳ ಭಾರವುಳ್ಳ ಸೇವಕಿಯನ್ನು ಅವರಾದರೂ ಯಾಕೆ ವಿಶೇಷ ಆಸ್ಥೆವಹಿಸಿ ಕರೆಸಿಕೊಂಡಾರು? ಎಂಬ ಆತಂಕ ಕಂಡಿತು. ಕರೆಸಿಕೊಂಡರೂ ಏನು ಪ್ರಯೋಜನ? ಮಾಲೀಕರು ಅನುಮತಿ ಕೊಟ್ಟರೆ ಗುಲಾಮರು ಮದುವೆಯಾಗಬಹುದು ನಿಜ. ಆದರೆ ಪುಂಸತ್ವವೇ ಇಲ್ಲದಮೇಲೆ ಮದುವೆಯು ನಗೆಪಾಟಲಿನ ಮಾತಾಗುತ್ತದೆ. ಶ್ಯಾಮಲೆಯೇ ನಗಬಹುದು, ಎಂದೆಲ್ಲ ಆಲೋಚನೆ ಮನಸ್ಸಿನಲ್ಲಿ ಹಲವು ಬಾರಿ ಸುತ್ತು ಹಾಕಿದಮೇಲೆ ತಪ್ಪಿಸಿಕೊಂಡು ಹೋದ ಆ ಹಳ್ಳಿಗರ ಗತಿ ಏನಾಗುತ್ತದೆ? ಎಂಬ ಪ್ರಶ್ನೆ ಹುಟ್ಟಿತು. ಸೈನಿಕರು ಬೆನ್ನಟ್ಟಲಾರದ ಕಾಡು ಮೇಡನ್ನು ಬೀಳುತ್ತಾರೆ. ಗೆಡ್ಡೆಗೆಣಸೋ ಬೇಟೆಯ ಮಾಂಸವೋ ಒಣಬೇಸಾಯವೋ ಮಾಡಿಕೊಂಡು ಮೈತುಂಬ ಬಟ್ಟೆ ಇಲ್ಲದೆ ಚಳಿಗಾಳಿ ಮಳೆಬಿಸಿಲುಗಳಲ್ಲಿ ಕಾಡು ಜನರಂತೆ, ವನ್ಯ ಪ್ರಾಣಿಗಳಂತೆ ಜೀವಿಸುತ್ತಾರೆ. ಅಕ್ಬರನ ಸೈನ್ಯಕ್ಕೆ ಸಿಕ್ಕದೆ ಗುಡ್ಡಗಾಡಿನಲ್ಲಿ ಮರೆಯಾದ ಮಹಾರಾಣಾ ಪ್ರತಾಪ ಮತ್ತು ಅವನ ಅನುಯಾಯಿಗಳೇ ನಾಲ್ಕನೆಯ ಅಥವಾ ಐದನೆಯ ತಲೆಮಾರಿನವರು ಇನ್ನೂ ಕಾಡು

ಮೇಡುಗಳಲ್ಲಿದ್ದಾರಂತೆ ಎಂದು ಕೇಳಿದ್ದ ನೆನಪಾಯಿತು.

ದಿಲ್ಲಿಯನ್ನು ತಲುಪಿದಮೇಲೆ ಉದಯಪುರಿ ಮಹಲರು ನಾನು ಕಂಡ ಪುಣ್ಯಕೆಲಸವನ್ನು ವರ್ಣಿಸುವಂತೆ ಕೇಳಿದರು. ಅದು ದೇವರ ಹೆಸರಿನಲ್ಲಿ ಮಾಡಿದ ಪಾಪ ಕೆಲಸ, ಎಂದು ಹೇಗೆ ಹೇಳಲಿ? ಹೇಳಿದ್ದರೆ ನನ್ನ ಜೀವ ಉಳಿಸುತ್ತಿರಲಿಲ್ಲ. ಹತ್ತು ವಾಕ್ಯಗಳಲ್ಲಿ ವಿವರಿಸಿದೆ. ಇಂಥ ನೂರಾರು ದೇವಾಲಯನಾಶಗಳನ್ನು ಕೇಳಿದ್ದ ಅವರಿಗೂ ಅದಕ್ಕಿಂತ ಹೆಚ್ಚು ಕೇಳುವ ಉತ್ಸಾಹವಿರಲಿಲ್ಲ. ಪ್ರವಾದಿಗಳು(ಸ) ನಿನಗೆ ಸ್ವರ್ಗ ದಯಪಾಲಿಸಲಿ ಎಂದು ಹರಸಿದರು. ಒಂದು ದಿನ ಹಮದುಲ್ಲಾಹರು ಹಿಗ್ಗಿನಿಂದ ಹೇಳಿದರು: 'ಗೊತ್ತಾ? ಮಥುರೆಯ ಕೇಶವರಾಯ ಮಂದಿರದ ನಾಶಕ್ಕೆ ಫ಼ರ್ಮಾನ್ ಆಗಿದೆ. ಅಷ್ಟು ಮಾತ್ರವಲ್ಲ ರಾಜಪುಟಾಣದ ಸಣ್ಣಪುಟ್ಟ ಪಾಳೆಗಾರರು ತಲೆ ಎತ್ತುತ್ತಿದ್ದಾರೆ. ದೇವಸ್ಥಾನಗಳನ್ನು ಕಟ್ಟಿಸುತ್ತಿದ್ದಾರೆ. ಅವರಿಗೆಲ್ಲ ಎಚ್ಚರ ನೀಡುವ ಯೋಜನೆ ಸಿದ್ಧವಾಗಿದೆ. ಜೋಧಪುರದಲ್ಲಿ, ಹಲವಾರು, ಉದಯಪುರದ ಅರಮನೆಯ ಮುಂದಿನ ದೇವಾಲಯ, ಉದಯಸಾಗರ ಸರೋವರದ ದಡದ ಮೂರು ದೇವಾಲಯಗಳು, ಉದಯಪುರದ ಸುತ್ತಮುತ್ತ ನೂರಎಪ್ಪತ್ತೆರಡು ಗುಡಿಗಳು, ಚಿತ್ತೂರಿನಲ್ಲಿ ಅರವತ್ತಮೂರು, ಅಂಬೇರಿನಲ್ಲಿ ಅರವತ್ತಾರು ಗುಡಿಗಳ ನಾಶವಾಗುತ್ತದೆ. ಬಾದಶಾಹರು ಯಾವ ಕೆಲಸ ಹಿಡಿದರೂ ಶಿಸ್ತಿನಿಂದ ಯೋಜನಾಬದ್ಧವಾಗಿ ಮಾಡುತ್ತಾರೆ. ಹಿಂದೂಸ್ತಾನದ ಕೊನೆಯ ಕಾಫ಼ಿರನನ್ನೂ ಪರಿವರ್ತಿಸದೆ ಅಥವಾ ಕೊಲ್ಲದೆ ಅವರು ವಿರಮಿಸುವುದಿಲ್ಲ. ಸ್ವರ್ಗದಲ್ಲಿ ಹಿಂದೆಂದೂ ಕಟ್ಟಿರದ ಮುಂದೆಂದೂ ಕಟ್ಟಲಾಗದ ವೈಭವೋಪೇತ ಅರಮನೆಯನ್ನು ಆಲಂಗೀರ್ ಬಾದಶಾಹರಿಗೆ ಅಲ್ಲಾಹು ಸೃಷ್ಟಿ ಮಾಡಿರುತ್ತಾರೆ ನೋಡುಬೇಕಾದರೆ.'

ಪ್ರೊಫ಼ೆಸರರು ನಿಜವಾಗಿಯೂ ವರ್ಕ್‌ಶಾಪು ಮಾಡಲೆಂದೇ ಬಂದಿದ್ದಾರೆ, ಮಾತು ಚರ್ಚೆ ವಾದ ವಿವಾದಗಳು, ಪತ್ರಿಕೆಯಲ್ಲಿ ಪ್ರಕಟವಾಗುವ ಕಾರ್ಯಕ್ರಮವಿಲ್ಲದೆ ಬೇರೆಯವರು ಪ್ರಯಾಣದ ವೆಚ್ಚವನ್ನು ಭರಿಸದೆ ಅವರು ಯಾವ ಊರಿಗೂ ಪ್ರಯಾಣ ಮಾಡುವವರಲ್ಲವೆಂದು ಅವಳು ಇಷ್ಟು ವರ್ಷಗಳ ಅನುಭವದಿಂದ ತಿಳಿದಿದ್ದಳು. ಸಾಧಾರಣವಾಗಿ ಅವರು ವಿ.ಐ.ಪಿ. ಅತಿಥಿಗೃಹಗಳಲ್ಲೇ ಇಳಿಯುವುದು. ಅವರಿದ್ದಲ್ಲಿ ಗುಂಪು ಇರಲೇಬೇಕು. ಮಾತಿನ ವೈಖರಿ ಹೊಳೆಯುತ್ತಿರಬೇಕು. ಅಷ್ಟು ವಿಶಾಲವಾದ ಕೋಣೆಯೇಬೇಕು. ಸರ್ಕಾರಿ ಅಥವಾ ಸರ್ಕಾರಿ ಅನುದಾನಿತ ಸಂಸ್ಥೆಯೇ ಅವರನ್ನು ಕರೆಸಲು ಸಾಧ್ಯವಾಗುವುದರಿಂದ ವಿ.ಐ.ಪಿ. ಅತಿಥಿಗೃಹಗಳಲ್ಲಿ ಅವಕಾಶವು ಸಹಜವಾಗಿಯೇ ದೊರಕುತ್ತದೆ. ವರ್ಕ್‌ಶಾಪಿಗೇ

ಬಂದಿರುವುದು ನಿಜವಾದರೆ ಅದನ್ನು ವಿಶ್ವವಿದ್ಯಾಲಯದ ಯಾವುದಾದರೊಂದು ವಿಭಾಗವು ಏರ್ಪಡಿಸಿದೆ. ಆದ್ದರಿಂದ ವಿಶ್ವವಿದ್ಯಾಲಯದ ಅತಿಥಿಗೃಹದಲ್ಲೇ ಇರುತ್ತಾರೆ. ಯಾಕೆ ಹೋಗಿ ನೋಡಬಾರದು? ಎನ್ನಿಸಿತು. ಈ ಹಿಂದೆ ತಾನೂ ಅವರ ಮುಂದಾಳುತನದಲ್ಲಿ ಇದೇ ವಿಶ್ವವಿದ್ಯಾಲಯದ ಅಖಿಲಭಾರತ ಪ್ರಗತಿಪರ ವಿದ್ಯಾರ್ಥಿಸಂಘವು ಏರ್ಪಡಿಸಿದ್ದ ಸಮ್ಮೇಳನಕ್ಕೆ ಬಂದಿದ್ದ ನೆನಪಾಯಿತು. ಸಮ್ಮೋಹಕ ಮಾತುಗಾರಿಕೆಯಿಂದ ಪ್ರೊಫೆಸರರು ಅಖಿಲ ಭಾರತ ಮಟ್ಟದ ಬುದ್ಧಿಜೀವಿ ಎಂಬ ಹೆಸರು ಗಳಿಸಿದ್ದು ಅಲ್ಲಿಯೇ. ಆಟದ ಮೈದಾನದಲ್ಲಿ ಹಾಕಿದ್ದ ಶಾಮಿಯಾನದಲ್ಲಿ ಕಾರ್ಯಕ್ರಮ ನಡೆದಿತ್ತು. ಕಾರ್ಯಕ್ರಮವೆಂದರೆ ಮಾರ್ಕ್ಸಿಸ್ಟ್ ಭಾಷಣಗಳು. ವರ್ಗಸಂಘರ್ಷ, ಭಾರತದ ಇತಿಹಾಸದ ಮೊದಲಿನಿಂದಲೂ ಜಾತಿಗಳ ಮೂಲಕ ನಡೆಯುತ್ತಿದ್ದ ವರ್ಗಸಂಘರ್ಷ, ಸಾಹಿತ್ಯ ಕಲೆ ಸಂಗೀತ ಧರ್ಮ ತೀರ್ಥಯಾತ್ರೆ ಪೂಜೆ ಧ್ಯಾನಗಳೊಳಗೆ ನಡೆಯುವ ವರ್ಗಸಂಘರ್ಷ, ಅಧ್ಯಾತ್ಮದ ಮುಸುಕಿನ ಶೋಷಣೆ ಮೊದಲಾದ ವಿಷಯಗಳು. ಬೆಳಗಿನಿಂದ ಸಂಜೆಯವರೆಗೆ ಭಾಷಣ ಕೇಳುವುದು, ಅದೇ ವಸ್ತುವಿನ ನಾಟಕ ಜಾನಪದ ನೃತ್ಯ ರೂಪಕಗಳು, ತಮ್ಮಟೆ ಬಡಿತ, ದಿಲ್ಲಿಯ ಪ್ರಗತಿ ರಂಗದವರ ಕಕೇಶಿಯನ್ ಚಾಕ್ ಸರ್ಕಲ್. ಕಾಶಿ ಪಟ್ಟಣವನ್ನು ಪ್ರವೇಶಿಸಲೇ ಇಲ್ಲ. ವಿಶ್ವ ನಾಥ ಮಂದಿರವಿರಲಿ, ಘಟ್ಟಗಳ ಸಾಲನ್ನು ಕೂಡ ನೋಡಲಿಲ್ಲ. ಏನಿದೆ ನೋಡಲು? ಶೋಷಣೆಯ ಕುರುಹುಗಳು. ಪುಣ್ಯದ ಆಶೆ ಹುಟ್ಟಿಸಿ ಬಡವರ ಬೆವರ ಬದಲಿಗೆ ರಕ್ತಹರಿಸಿ ಕಟ್ಟಿಸಿದ ಗುಡಿಗುಂಡಾರಗಳು, ಸ್ನಾನಘಟ್ಟಗಳು, ಕಾಶಿ ಎಂದರೆ ಕೊಳೆತು ನಾರುವ ಸಂಸ್ಕೃತಿಯ ಪ್ರತೀಕ, ಎಂದು ಇದೇ ವಿಶ್ವವಿದ್ಯಾಲಯದ ಪ್ರಗತಿ ಚಳವಳಿಯ ನಾಯಕ ಡಾ. ರಾಮಸ್ವರೂಪ್ ಯಾದವ್ ಭಾಷಣದಲ್ಲಿ ಹೇಳಿದರಲ್ಲ. 'ಡಾಕ್ಟರ್ ಸಾಹಬ್, ನೀವೇಕೆ ಹೆಸರು ಬದಲಾಯಿಸಿ ಕೊಂಡಿಲ್ಲ?' ಎಂದು ನಾನೇ ಕೇಳಿದ್ದಕ್ಕೆ, 'ನನ್ನ ಅಪ್ಪ ಅಮ್ಮ ಎಷ್ಟು ಫೂಲಿಶ್ ಅನ್ನೋದರ ನೆನಪಿಗೆ ಇನ್ನೂ ಅದೇ ಹೆಸರು ಇಟ್ಟುಕೊಂಡಿದೀನಿ.' ಎಂದಿದ್ದರು.

ಸೈಕಲ್ ರಿಕ್ಷಾದಲ್ಲಿ ಕುಳಿತು ವಿಶ್ವವಿದ್ಯಾಲಯದ ಅತಿಥಿಗೃಹಕ್ಕೆ ಹೋಗಿ ಕೇಳಿದಾಗ ಮ್ಯಾನೇಜರ್, 'ಹೌದು ಬೆಂಗಳೂರಿನ ಪ್ರೊಫೆಸರ್ ಸಾಸ್ತ್ರೀಜಿ ಸ್ವೀಟ್ ನಂಬರ್ ಎರಡರಲ್ಲಿ ಇದಾರೆ. ಈಗ ವರ್ಕ್‌ಸಾಪಿನಲ್ಲಿದಾರೆ, ಸೋಸಿಯಲ್ ಸೈನ್ಸ್ ಬ್ಲಾಕ್' ಎಂದ.

ಆ ಕಟ್ಟಡದ ದಾರಿ ಕೇಳಿಕೊಂಡು ಇವಳು ಹೋದಳು. ದೊಡ್ಡ ಕಟ್ಟಡ. ಎಲ್ಲ ತರ ಗತಿಗಳಿಗೂ ರಜೆ ಇದ್ದಂತಿತ್ತು. ಒಳಭಾಗದ ಒಂದು ವಿಶಾಲವಾದ ಹಾಲಿನಲ್ಲಿ ಸುಮಾರು ನೂರು ವಿದ್ಯಾರ್ಥಿಗಳು. ವೇದಿಕೆಯ ಮೇಲೆ ಮೂವರು ಸಂಪನ್ಮೂಲವ್ಯಕ್ತಿಗಳಂತೆ ತೋರುವ ಜನರು. ಅಧ್ಯಕ್ಷರೆಂಬಂತೆ ನಡುವಣ ಕುರ್ಚಿಯಲ್ಲಿ ಮಂಡಿಸಿರುವ ಪ್ರೊಫೆಸರ್ ಶಾಸ್ತ್ರೀಜಿ. ಕೆಂಪು ಜುಬ್ಬಾ ಧರಿಸಿ ತಲೆ ಮತ್ತು ಗಡ್ಡಗಳನ್ನು ಎರಡು ವಾರಗಳ ಹಿಂದೆ ಬೋಳಿಸಿಕೊಂಡು ಕ್ರಾಂತಿಕಾರಿಯಂತೆ ಬೀಗುತ್ತಿದ್ದಾರೆ. ಇವಳು ಹಾಲಿನ ಕಿಟಕಿಯ ಹೊರಭಾಗದಲ್ಲಿ ನಿಂತು

ನೋಡತೊಡಗಿದಳು. ಪ್ರಶ್ನೋತ್ತರ ಕಾರ್ಯಕ್ರಮದಂತೆ ಕಾಣುತ್ತಿತ್ತು. ವಿದ್ಯಾರ್ಥಿ ವಿದ್ಯಾರ್ಥಿನಿಯರು ಕ್ರಮವಾದ ತರಗತಿಯಂತೆ ಶಿಸ್ತಿನಿಂದ ಒಬ್ಬರಾದಮೇಲೆ ಒಬ್ಬರಂತೆ ಕೈಎತ್ತಿ ಅಧ್ಯಕ್ಷರು ಅನುಮತಿ ಕೊಟ್ಟನಂತರ ಪ್ರಶ್ನೆ ಕೇಳುತ್ತಿದ್ದರು. ಅವಳಿಗೆ ಚಿಕ್ಕವಯಸ್ಸಿನಲ್ಲಿ ಇಂಥ ವರ್ಕ್‌ಶಾಪಿನಲ್ಲಿ ತಾನೂ ಭಾಗವಹಿಸಿದ್ದ ನೆನಪಾಯಿತು. ಒಬ್ಬ ಹುಡುಗ ಕೇಳಿದ: 'ಈ ವರ್ಕ್‌ಶಾಪನ್ನ ಬನಾರಸ್ ಹಿಂದೂ ವಿಶ್ವವಿದ್ಯಾಲಯದಲ್ಲೇ ಏರ್ಪಡಿಸಿರುವ ವಿಶೇಷವೇನು?'

ಶಾಸ್ತ್ರೀಜಿಯ ಪಕ್ಕದಲ್ಲಿದ್ದ ಪ್ಯಾಂಟು ಬೂದುಬಣ್ಣದ ಅರ್ಧ ತೋಳಿನ ಷರಟು ಧರಿಸಿದ್ದವರು ಉತ್ತರ ಹೇಳಲು ಎದ್ದುನಿಂತರು. ಆದರೆ ಶಾಸ್ತ್ರೀಜಿ, 'ಇದಕ್ಕೆ ನಾನು ಉತ್ತರ ಹೇಳ್ತೀನಿ,' ಎಂದರು; ಎದ್ದು ನಿಂತಿದ್ದವರು ಕುಳಿತನಂತರ, 'ನಿಮ್ಮ ಪ್ರಶ್ನೆಯಲ್ಲೇ ಉತ್ತರವಿದೆ. ಇದರ ಹೆಸರೇ ಬನಾರಸ್ ಹಿಂದೂ ವಿಶ್ವವಿದ್ಯಾಲಯ. ಪ್ರತಿಕ್ರಿಯಾವಾದಿ ಮಾಳವೀಯರು ಇದನ್ನು ಪ್ರತಿಕ್ರಿಯಾವಾದಿ ರಾಜ ಮಹಾರಾಜರುಗಳಿಂದ ಬಂಡವಾಳಶಾಹಿ ವ್ಯಾಪಾರಿ ಮಾರವಾಡಿಗಳಿಂದ ಹಣ ಎತ್ತಿ ಭಾರತದ ಅತ್ಯಂತ ಪ್ರತಿಕ್ರಿಯಾ ಕೇಂದ್ರವಾದ ಕಾಶಿಯಲ್ಲೇ ಸ್ಥಾಪಿಸಿದರು. ಈ ವಿಶ್ವವಿದ್ಯಾಲಯದ ಮಧ್ಯದಲ್ಲೇ ಬಂಡವಾಳಶಾಹಿ ಬಿರ್ಲಾನು ಒಂದು ದೊಡ್ಡ ವಿಶ್ವನಾಥ ಮಂದಿರವನ್ನು ಕಟ್ಟಿಸಿ ಈ ಪ್ರತಿಕ್ರಿಯಾ ಪ್ರಕ್ರಿಯೆಗೆ ಸೂಕ್ತ ಪ್ರತಿಮೆಯನ್ನು ಒದಗಿಸಿದ್ದಾನೆ. ಎಂದರೆ ಭಾರತೀಯ ಸಂಸ್ಕೃತಿ ಎಂದು ಹೇಳಿಕೊಳ್ಳುವ ಕೊಳೆತುನಾರುವ ಹೇಸಿಗೆಗೇ ಅಲ್ಲವೇ ಮೊದಲು ಪ್ರಗತಿಯ ಬೆಂಕಿಯನ್ನು ಹಚ್ಚಬೇಕಾದದ್ದು?'

'ಆದರೆ ಈ ವಿಶ್ವವಿದ್ಯಾಲಯದಲ್ಲಿ ಪ್ರಸಿದ್ಧವಾದ ವಿಜ್ಞಾನ, ತಂತ್ರಜ್ಞಾನ, ವೈದ್ಯ ವಿಜ್ಞಾನ ವಿಭಾಗಗಳೂ ಇವೆಯಲ್ಲ,' ಹುಡುಗ ಉಪಪ್ರಶ್ನೆ ಕೇಳಿದ.

'ಅವುಗಳ ಬಗೆಗೆ ನಮ್ಮ ತಕರಾರಿಲ್ಲ. ಆದರೆ ಈ ವಿಜ್ಞಾನಗಳನ್ನು ಬೋಧಿಸುವ ಉಪಾಧ್ಯಾಯರುಗಳಲ್ಲಿ ಬಹುಪಾಲು ಸಾಮಾಜಿಕ ನೈತಿಕ ಧಾರ್ಮಿಕ ವಿಷಯಗಳಲ್ಲಿ ಪ್ರತಿಕ್ರಿಯಾವಾದಿಗಳೇ ಆಗಿದ್ದಾರೆ. ಅವರನ್ನೂ ಸುಧಾರಿಸಬೇಕು. ಆದ್ದರಿಂದ ಈ ವರ್ಕ್‌ಶಾಪಿನಲ್ಲಿ ಆ ವಿಭಾಗಗಳ ವಿದ್ಯಾರ್ಥಿಗಳೇ ಹೆಚ್ಚು ಸಂಖ್ಯೆಯಲ್ಲಿದ್ದಾರೆ. ಆ ವಿಭಾಗಗಳ ಉಪಾಧ್ಯಾಯರೂ ಹಲವರಿದ್ದಾರೆ. ಆದ್ದರಿಂದ ಈ ಕಾರ್ಯಕ್ರಮವು ಸಫಲವಾಗಿದೆ ಅಂತ ನಾನು ಘೋಷಿಸುತ್ತೇನೆ,' ಎಂದ ತಕ್ಷಣ ಇಡೀ ಸಭೆ ಚಪ್ಪಾಳೆ ಹೊಡೆಯಿತು.

ಚಪ್ಪಾಳೆಯ ನಡುವೆಯೇ ಬೇರೊಬ್ಬ ಹುಡುಗ ಎದ್ದುನಿಂತು ಕೇಳಿದ: 'ಹಾಗಿದ್ದರೆ ಬನಾರಸಿಗೆ ಹತ್ತಿರದಲ್ಲಿಯೇ ಇರುವ ಅಲಿಗಢ್ ಮುಸ್ಲಿಂ ಯೂನಿವರ್ಸಿಟಿಯೂ ಅಷ್ಟೇ ಕೊಳೆತು ನಾರುತ್ತಿರಬೇಕು. ಅಲ್ಲಿ ಯಾಕೆ ಈ ವರ್ಕ್‌ಶಾಪನ್ನು ಮಾಡಲಿಲ್ಲ? ಅಥವಾ ಮುಂದೆ ಮಾಡುತ್ತೀರೋ?'

ಇಡೀ ಸಭೆ ಸ್ತಬ್ಧವಾಯಿತು. ಪ್ರೊಫೆಸರ್ ಶಾಸ್ತ್ರಿಗಳು ಮೌನವಾಗಿ ಅವನನ್ನು ದುರುಗುಟ್ಟಿ ನೋಡಿದರು. ಅಷ್ಟರಿಂದಲೇ ಅವನಲ್ಲಿ ದೋಷಭಾವ ಹುಟ್ಟುವಂತೆ. ಅನಂತರ ಹೇಳಿದರು: 'ನಮ್ಮ ಕೊಳೆಯನ್ನು ಕುರಿತು ಮಾತಾಡಿದ ತಕ್ಷಣ ಭಾರತದಲ್ಲಿರುವ ಅಮಾಯಕ ಅಸಹಾಯಕ ಅಲ್ಪಸಂಖ್ಯಾಕ ಬಾಂಧವರ ಕಡೆಗೆ ಬೆರಳು ತೋರಿಸುವುದು ಪ್ರತಿಕ್ರಿಯಾವಾದಿಯ ಖಚಿತ ಲಕ್ಷಣ. ಈ ಪ್ರಶ್ನೆ ಕೇಳಿದ ನೀವು ಆರ್.ಎಸ್.ಎಸ್. ಹಿನ್ನೆಲೆಯವರೇ ಇರಬೇಕು. ನಮ್ಮ

ವರ್ಕ್‌ಶಾಪನ್ನು ಅಟೆಂಡ್ ಮಾಡಿಯೂ ಈ ಪ್ರಶ್ನೆ ಕೇಳುತ್ತಿದ್ದೀರೆಂದರೆ ನಮ್ಮ ಕಾರ್ಯಕ್ರಮವನ್ನು ಬೇಹು ಕಾಯಲೇ ಬಂದಿರುವಂತಿದೆ. ಆದರೂ ಒಂದು ಮೂಲಭೂತ ಸತ್ಯವನ್ನು ಅರ್ಥಮಾಡಿಕೊಳ್ಳಿ; ಬಹುಸಂಖ್ಯಾಕರು ಮಾತ್ರ ಮತೀಯವಾದಿಗಳಾಗಿರುತ್ತಾರೆ. ಉಳಿವಿಗೋಸ್ಕರ ಹೆಣಗುವ ಅಲ್ಪಸಂಖ್ಯಾಕರಿಗೆ ಮತೀಯವಾದಿಗಳಾಗುವ ವ್ಯವಧಾನವಿರುವುದಿಲ್ಲ. ತಮ್ಮ ಸಂಸ್ಕೃತಿಯನ್ನು ಉಳಿಸಿ ಬೆಳೆಸಿಕೊಳ್ಳುವ ಹಕ್ಕನ್ನು ಅಲ್ಪಸಂಖ್ಯಾಕರಿಗೆ ಕೊಡದಿರುವ ವ್ಯವಸ್ಥೆಯು ಪ್ರಜಾಪ್ರಭುತ್ವವಾಗುವುದಿಲ್ಲ. ಬಹುಸಂಖ್ಯಾಕರ ಮತೀಯಭಾವನೆಯು ಇಡೀ ದೇಶಕ್ಕೆ, ಮಾರಕವಾಗಿರುತ್ತದೆ. ಇತಿಹಾಸದ ಈ ಸಾರ್ವಕಾಲಿಕ ಸತ್ಯಗಳನ್ನು ಯಾರೂ ಮರೆಯಬಾರದು.'

ಸಭೆಯು ಭೋರ್ಗರೆಯುವಂತೆ ಕರತಾಡನ ಮಾಡಿತು. ಪ್ರಶ್ನೆ ಕೇಳಿದವನ ಮುಖದಲ್ಲಿ ಬೆವರು ಜಿನುಗಿತು.

ತಾನು ಸಭೆಯ ಒಳಗೆ ನುಗ್ಗಿ ಇವರು ಹೇಳುತ್ತಿರುವ ಒಂದೊಂದು ವಾಕ್ಯವೂ ಸುಳ್ಳೆಂದು ವಾಸ್ತವಾಂಶಗಳ ಸಮೇತ ಸಾಬೀತು ಪಡಿಸಬೇಕೆಂದು ಲಕ್ಷ್ಮಿಗೆ ಒತ್ತಿಕೊಂಡು ಬಂತು. ಆದರೆ ತಾನು ಅನಾಮಂತ್ರಿತಳು ಎಂಬ ಕಾರಣ ಮುಂದೆ ನಿಂತಿತು. ಅಲ್ಲದೆ ಇವರು ಬೀಗರು ಬೇರೆ, ಎಂಬ ಸಂಬಂಧವೂ ಕಾಣಿಸಿಕೊಂಡಿತು. ಕಾದು ನಿಂತಿದ್ದು ಅವರನ್ನು ಭೇಟಿ ಮಾಡುವ ಮನಸ್ಸೂ ಹೋಗಿಬಿಟ್ಟಿತು. ಹಿಂತಿರುಗಿ ನಡೆದಳು.

ಈ ಕಥೆಯು ಇಲ್ಲಿಗೆ ಮುಗಿಯಿತು. ಖ್ವಾಜಾಜಹಾನನು ದಿಲ್ಲಿಗೆ ಹಿಂತಿರುಗಿದ ನಂತರ ಏನು ಮಾಡಿರಲು ಸಾಧ್ಯ? ಔರಂಗಜೇಬನನ್ನು ಕೊಲೆ ಮಾಡಲು ಸಾಧ್ಯವಿಲ್ಲ. ಅಂಗರಕ್ಷಕರನ್ನು ಭೇದಿಸಿ ಹತ್ತಿರ ಹೋಗುವುದಂತೂ ಅಸಾಧ್ಯವೇ. ಕಾಶಿಯ ಮಂದಿರಗಳನ್ನು ಕೆಡವಿಸಿದನಂತರವೂ ಬಾದಶಾಹನು ಮೂವತ್ತೆಂಟು ವರ್ಷ ಬದುಕ್ಕಿದ್ದನೆಂದು ಇತಿಹಾಸವು ಸ್ಪಷ್ಟವಾಗಿ ಹೇಳುತ್ತಿರುವಾಗ ಬರವಣಿಗೆಯನ್ನು ರಂಜನೆಯ ದಾರಿಯಲ್ಲಿ ನಡೆಸಲು ಇದೇನು ಹಗಲುಗನಸಿನ ಕಥಾನಕವೆ? ಐತಿಹಾಸಿಕ ಕಾದಂಬರಿ ಅಥವಾ ಸಾಹಿತ್ಯ ರಚಿಸುವಾಗ ಪಾತ್ರ, ಘಟನೆಗಳ ಅಂತಸ್ಸತ್ತ್ವವು ಸಂಪೂರ್ಣವಾಗಿ ಇತಿಹಾಸದ ಸತ್ಯದ ಅಭಿವ್ಯಕ್ತಿಯಾಗಿರಬೇಕು. ಇಲ್ಲದಿದ್ದರೆ ಅಪ್ಪ ಬರೆಯಲು ಉದ್ದೇಶಿಸಿದ್ದಂತೆ ಶುಷ್ಕ ಆದರೆ ಸತ್ಯವಾದ ಇತಿಹಾಸ ನಿರೂಪಣೆಯನ್ನು ಬರೆಯಬೇಕಿತ್ತು. ಅಂಥ ನಿರೂಪಣೆಯನ್ನು ಕೂಡ ಮನಸ್ಸು ಬಂದ ಜಾಗದಲ್ಲಿ ನಿಲ್ಲಿಸಲು ಸಾಧ್ಯವಿಲ್ಲ. ಕಾದಂಬರಿಯನ್ನಂತೂ ಹಾಗೆ ನಿಲುಗಡೆ ಮಾಡಿದರೆ ಭಾವ ಸಂಕಟವಾಗುತ್ತದೆ. ಅನಂತರ ತಬಸ್ಸುಂ ಆದ ಶ್ಯಾಮಲಾ ದೇವಿಯ ಪಾತ್ರಕ್ಕೂ ಒಂದು ನಿಲುಗಡೆ ಕೊಡಬೇಕು. ಇರಲಿ, ಸದ್ಯಕ್ಕೆ ಹೊಳೆಯುತ್ತಿಲ್ಲ ಎಂಬ ಸಿಕ್ಕಿನಲ್ಲಿ ಲಕ್ಷ್ಮಿ ಎರಡು ದಿನ ಒದ್ದಾಡಿದಳು. ಅವಳು ಕಾಶಿಗೆ ಬಂದು ಎರಡು ತಿಂಗಳಾಗಿತ್ತು. ಕಾದಂಬರಿಯ ಈ ಭಾಗವನ್ನು ಇಲ್ಲಿಯೇ ಕೂತುಬರೆದಿದ್ದಳು. ಧರ್ಮಶಾಲೆಯ ನಿರ್ವಾಹಕನು ಒಂದೊಂದು

ವಾರಕ್ಕೆ ಬೇರೆ ಬೇರೆ ಹೆಸರು ವಿಳಾಸಗಳನ್ನು ಬರೆಸಿಕೊಂಡು ಅಷ್ಟು ದಿನ ಇರಲು ಅವಳಿಗೆ ಅವಕಾಶ ಕೊಟ್ಟಿದ್ದ. ಹೀಗೆಯೇ ಮುಂದುವರೆಸಿದರೆ ತನ್ನ ಮೇಲೆ ಆಕ್ಷೇಪ ಬರಬಹುದೆಂಬ ಅಂಜಿಕೆಯಿಂದ ಅವನು ತನಗೆ ಗುರುತಿದ್ದ ಪಕ್ಕದ ಧರ್ಮಶಾಲೆಯಲ್ಲಿ ಸ್ಥಳ ಕೊಡಿಸಿದ್ದ. ಕಾಶಿಯಲ್ಲಿ ಘಟಿಸುವ ತನ್ನ ಕಾದಂಬರಿಯ ಕ್ರಿಯೆ ಎಲ್ಲ ಮುಗಿದಿದ್ದರೂ ಅವಳಿಗೆ ಈ ಕ್ಷೇತ್ರದ ಇತಿಹಾಸದ ಆಕರ್ಷಣೆ ಮುಗಿದಿರಲಿಲ್ಲ. ಈಗ ಕೆಲವು ದಿನಗಳಿಂದ ಅವಳು ವಿಶ್ವವಿದ್ಯಾಲಯದ ಗ್ರಂಥಭಂಡಾರಕ್ಕೆ ಹೋಗಿ ಕಾಶಿಯ ಅನಂತರದ ಇತಿಹಾಸಕ್ಕೆ ಸಂಬಂಧಿಸಿದ ವಿವರಗಳನ್ನು ಸಂಗ್ರಹಿಸತೊಡಗಿದಳು. ತಾನೊಬ್ಬ ಸಂಶೋಧನಾ ವಿದ್ಯಾರ್ಥಿನಿ, ಗ್ರಂಥಭಂಡಾರದೊಳಗೆ ತನಗೆ ಬೇಕಾದ ಪುಸ್ತಕಗಳನ್ನು ಹುಡುಕಿ ಅಲ್ಲಿಯೇ ಕೂತು ಓದಲು ಅನುಮತಿ ಕೊಡಿ ಎಂಬ ಅವಳ ಕೋರಿಕೆಯನ್ನು ಗ್ರಂಥ ಭಂಡಾರಿಯು ಮನ್ನಿಸಿದ್ದರು. ಒಂದು ದಿನ ಇದ್ದಕ್ಕಿದ್ದಂತೆಯೇ ಅವಳಿಗೆ ಒಂದು ವಿಚಾರ ಹೊಳೆಯಿತು: ತನ್ನ ಟಿಪ್ಪಣಿಯಲ್ಲಿ ಬರೆದುಕೊಂಡಳು:

'ಘಜನಿಯ ಮಹಮ್ಮದನ ಆಕ್ರಮಣದ ನಂತರ ಪಶ್ಚಿಮ ಭಾರತವಾದ ಪಂಜಾಬ್, ಕಾಶ್ಮೀರಗಳ ಸಂಸ್ಕೃತ ವಿದ್ವಾಂಸರೆಲ್ಲ ತಲೆ ತಪ್ಪಿಸಿಕೊಂಡು ಬಂದು ನೆಲೆಸಿದುದರಿಂದ ಕಾಶಿಯೇ ಉತ್ತರ ಭಾರತದ ಏಕಮಾತ್ರ ವಿದ್ಯಾ ಕೇಂದ್ರವಾಯಿತು. ಔರಂಗಜೇಬನು ವಿಶ್ವನಾಥ ಮತ್ತು ಇತರ ಮಂದಿರಗಳನ್ನು ಮಾತ್ರವಲ್ಲ, ಕಾಶಿಯ ವಿದ್ಯಾ ಸಂಸ್ಥೆಗಳನ್ನೆಲ್ಲ ನಾಶಮಾಡಿದ. ಬಖ್ತಿಯಾರ್ ಖಿಲ್ಜಿಯು ನಾಲಂದವನ್ನು ನಾಶಮಾಡಿ ಅದರ ಭಾರಿ ಗ್ರಂಥಭಂಡಾರವನ್ನು ಸುಟ್ಟು ಸಾವಿರಾರು ಭಿಕ್ಕು ಗುರುಗಳನ್ನು ಕತ್ತರಿಸಿ ಹಾಕಿದ್ದ ಉದಾಹರಣೆ ಕಣ್ಣ ಮುಂದಿದ್ದರೂ ಎಚ್ಚರವಹಿಸದೆ ಕಾಶಿಯ ಪಂಡಿತರು ದೊಡ್ಡ ದೊಡ್ಡ ವಿದ್ಯಾಸಂಸ್ಥೆಗಳನ್ನು ನಡೆಸುತ್ತಿದ್ದರು. ಔರಂಗಜೇಬನು ಅವುಗಳನ್ನೆಲ್ಲ ಧ್ವಂಸಮಾಡಿಸಿದ ನಂತರ ಪಂಡಿತರುಗಳೆಲ್ಲ ತಮ್ಮ ತಮ್ಮ ಮನೆಗಳಲ್ಲೇ ಶಿಷ್ಯರುಗಳನ್ನಿಟ್ಟುಕೊಂಡು ಕಲಿಸುವ ಪದ್ಧತಿ ಬೆಳೆಯಿತು. ಆಧುನಿಕ ಕಾಲದಲ್ಲಿ ಮತ್ತೆ ದೊಡ್ಡ ಪ್ರಮಾಣದ ವಿದ್ಯಾ ಸಂಸ್ಥೆಯನ್ನು ಮದನ ಮೋಹನ ಮಾಲವೀಯರು ಕಟ್ಟಿದರು. ಈ ಸಂಸ್ಥೆಯನ್ನು ನಾಶಮಾಡುವ ತಂತ್ರವನ್ನು ನಮ್ಮ ಪ್ರೊಫೆಸರ್ ಶಾಸ್ತ್ರಿಗಳೂ ಅವರಂಥವರೂ ವರ್ಕ್‌ಶಾಪುಗಳ ಮೂಲಕ ಮಾಡುತ್ತಿದ್ದಾರೆ. ನಮ್ಮ ಪ್ರೊಫೆಸರ್ ಶಾಸ್ತ್ರಿಗಳನ್ನು ಭಾವನಾತ್ಮಕವಾಗಿ ಔರಂಗಜೇಬನ ವಂಶಜರೆನ್ನಬಹುದೆ?'

'ಮೂಲ ಕಾಶಿ ಈಗ ಇಲ್ಲ. ಈಗ ಇರುವ ಕಾಶಿಯ ಬಹುಭಾಗ ಮಂದಿರಗಳು, ಘಟ್ಟಗಳು, ಶ್ಮಶಾನ ಕೂಡ ಮರಾಠರು ಕಟ್ಟಿಸಿದವು. ಕಾಶಿಯನ್ನು ಮುಸಲ್ಮಾನರ ಹಿಡಿತದಿಂದ ಬಿಡಿಸಿಕೊಂಡು ಅವರು ಮಂದಿರಗಳನ್ನು ನಾಶಮಾಡಿ ಅವೇ ಗೋಡೆ ಕಂಬ ಬೋದಿಗೆಗಳನ್ನು ಬಳಸಿ ಅವೇ ಜಾಗದಲ್ಲಿ ಕಟ್ಟಿದ ಮಸೀದಿಗಳನ್ನು ತೆರವು ಮಾಡಿ ಮೊದಲಿದ್ದ ಮಂದಿರಗಳನ್ನು ಪುನರ್ನಿರ್ಮಿಸಲು ಪ್ರತಿಯೊಬ್ಬ ಮರಾಠಾ ಅಧಿಪತಿಯೂ, ಪೇಶ್ವೆಯೂ ಸಾಧ್ಯವಾದ ಪ್ರಯತ್ನಗಳನ್ನು ಮಾಡಿದ. ಸಾಮದಾನ ದಂಡಗಳನ್ನೆಲ್ಲ ಬಳಸಲು ಯತ್ನಿಸಿದ. ಒಮ್ಮೆ ಆಕ್ರಮಿಸಿಕೊಂಡು ಮಸೀದಿ ಕಟ್ಟಿದ ಮಂದಿರದ ಜಾಗವನ್ನು ವಾಪಸು ಕೊಡಲು ಯಾವ ಮುಸ್ಲಿಂ ದೊರೆಯೂ ಒಪ್ಪಲಿಲ್ಲ. ಅನಂತರ ಬನಾರಸ್ ಇಂಗ್ಲಿಷರ ವಶವಾಯಿತು.

ಇಂಗ್ಲಿಷರು ಕೇಳಿದಷ್ಟು ಹಣ ಕೊಟ್ಟು ಅಥವಾ ಬೇರೆ ಕಡೆ ಅವರಿಗೆ ಮಿಲಿಟರಿ ಸಹಕಾರಕೊಟ್ಟು ವಿಶ್ವನಾಥ ಮಂದಿರದ ಮೂಲಸ್ಥಳವನ್ನು ಪಡೆಯಲೂ ಮರಾಠರು ಪ್ರಯತ್ನಿಸಿದರು. ಹಿಂದೂ ಮತ್ತು ಮುಸ್ಲಿಂ ಶಕ್ತಿಗಳನ್ನು ಸಮತೋಲನದಲ್ಲಿಟ್ಟುಕೊಳ್ಳುವ ಸ್ವಹಿತರಕ್ಷಣಾ ಸೂತ್ರವನ್ನು ರೂಪಿಸಿಕೊಂಡ ಇಂಗ್ಲಿಷರು ಇದಕ್ಕೆ ಒಪ್ಪಲಿಲ್ಲ. ಮೊದಲನೆ ಬಾಜೀರಾಯನ ಉದ್ದೇಶ ಕೇವಲ ಗ್ಯಾನವಾಪೀ ಮಸೀದಿಯನ್ನು ಪಡೆದು ಮಂದಿರ ಕಟ್ಟುವುದಾಗಿತ್ತು. ಆದರೆ ಬಾಲಾಜಿ ಬಾಜೀರಾಯನಾದರೋ (೧೭೪೦-೧೭೬೧) ಏನಾದರೂ ಮಾಡಿ ಬನಾರಸನ್ನೇ ವಶಕ್ಕೆ ತೆಗೆದುಕೊಳ್ಳುವ ಯೋಜನೆ ಹಾಕಿ ೧೭೪೨ರಲ್ಲಿ ಮಿರ್ಜಾಪುರದ ತನಕ ಸೈನ್ಯದೊಡನೆ ಬಂದ. ಈ ಉದ್ದೇಶ ಅವಧಿನ ನವಾಬ ಸಫ್ದರ್‌ಜಂಗನಿಗೆ ಗೊತ್ತಾಯಿತು. ಅವನು ತಕ್ಷಣ ಬನಾರಸಿಗೆ ಹೋಗಿ ಅಲ್ಲಿಯ ಬ್ರಾಹ್ಮಣರನ್ನೆಲ್ಲ ಒಟ್ಟುಗೂಡಿಸಿ ಬಾಲಾಜಿ ಬಾಜೀರಾಯನೇನಾದರೂ ಕಾಶಿಯನ್ನು ಪ್ರವೇಶಿಸಿದರೆ ಅವರನ್ನೆಲ್ಲ ಕೊಂದುಬಿಡುವುದಾಗಿ ಬೆದರಿಕೆ ಹಾಕಿದ. ಹೆದರಿದ ಬ್ರಾಹ್ಮಣರು ತಮ್ಮ ಜೀವ ಉಳಿಸುವಂತೆ ಬಾಲಾಜಿ ಬಾಜೀರಾಯನಿಗೆ ನಿಯೋಗ ಕಳಿಸಿದರು. ಬಾಜೀರಾಯ ಹಿಂತಿರುಗಿ ಹೋದ. ಒಂಬೈನೂರು ವರ್ಷಗಳ ಹಿಂದೆ ಮೂಲಸ್ಥಾನವನ್ನು ಹಿಡಿದುಕೊಂಡಿದ್ದ ಮುಸಲ್ಮಾನರು ಮೂಲಸ್ಥಾನದ ಸೂರ್ಯಮಂದಿರವನ್ನು ನಾಶ ಮಾಡುವುದಾಗಿ ದಂಡೆತ್ತಿ ಬಂದವರನ್ನು ಬೆದರಿಸಿ ಅವರು ಹಿಂತಿರುಗುವಂತೆ ಮಾಡಿದ್ದರು. ಈಗ ಈ ಬ್ರಾಹ್ಮಣರನ್ನು ಕೊಲ್ಲುವ ಬೆದರಿಕೆ ಹಾಕಿ ಬಾಲಾಜಿ ಬಾಜಿರಾಯನನ್ನು ಹಿಂತಿರುಗಿಸಿದರು. ಇತಿಹಾಸದುದ್ದಕ್ಕೂ ತಮ್ಮ ಶ್ರದ್ಧೆಗಾಗಿ ಸಾವಿರ ಸಾವಿರ ಸಂಖ್ಯೆಯಲ್ಲಿ ಬಲಿದಾನ ಮಾಡಿಕೊಂಡ ಬ್ರಾಹ್ಮಣರ ಪರಂಪರೆ ಇದ್ದೂ ಆಗಿನ ಬನಾರಸಿನ ಬ್ರಾಹ್ಮಣರು ಯಾಕೆ ಹೇಡಿಗಳಾದರು? ಅವರನ್ನು ನಿರ್ವೀರ್ಯರನ್ನಾಗಿಸುವ ಮುಸ್ಲಿಂ ದೊರೆಗಳ ಉದ್ದೇಶ ಫಲಕೊಡತೊಡಗಿತ್ತು.

ಬಾಲಾಜಿ ಬಾಜೀರಾಯನು ಸಿಂಧಿಯಾನ ದಿವಾನ ರಾಮಜಿ ಅನಂತನಿಗೆ ಕ್ರಿ.ಶ. ೧೭೫೯ನೇ ಫೆಬ್ರುವರಿ ೨೩ರಂದು ಬರೆದ ಪತ್ರದಲ್ಲಿ: 'ಶುಜಾಉದ್ದೌಲನೊಡನೆ ಎರಡುಮೂರು ಮಾತುಗಳನ್ನು ನಿಶ್ಚಯಿಸಬೇಕು. ಅವನಿಂದ ಬನಾರಸ್, ಅಯೋಧ್ಯೆ ಮತ್ತು ಇಲಾಹಾಬಾದ್‌ಗಳನ್ನು ತೆಗೆದುಕೊ. ಬನಾರಸ್ ಮತ್ತು ಅಯೋಧ್ಯೆಗಳನ್ನು ಕೊಡುವುದಾಗಿ ಶುಜಾಉದ್ದೌಲನು (೧೭೫೭ರಲ್ಲಿ) ನನ್ನ ತಂದೆಗೆ ಭಾಷೆ ಕೊಟ್ಟಿದ್ದ. ಇಲಾಹಾಬಾದಿನ ಮಾತು ಇನ್ನೂ ನಡೆಯುತ್ತಲೇ ಇದೆ. ಈ ವಿಷಯದಲ್ಲೂ ಸುಲಭವಾಗಿ ಒಪ್ಪಂದವಾಗುವಂತಿದ್ದರೆ ಮಾಡಿ ಮುಗಿಸು.' (ಐತಿಹಾಸಿಕ ಪತ್ರೇ, ಯಾದೀ ವಗೈರೇ ಪು ೧೬೬) ಆದರೆ ಬನಾರಸ್ ಮತ್ತು ಅಯೋಧ್ಯೆಗಳನ್ನು ಬಿಟ್ಟುಕೊಡುವುದಾಗಿ ಹಿಕಮತ್ತಿಗಾಗಿ ಹೇಳುತ್ತಿದ್ದ ಶುಜಾಉದ್ದೌಲನ ಅಂತರಂಗ ಬೇರೆಯೇ ಆಗಿತ್ತು. ಯಾವ ಕಾರಣಕ್ಕೂ ಬಿಟ್ಟುಕೊಡಬಾರದೆಂದು ದಿಲ್ಲಿಯ ವಜೀರನು ಶುಜಾಉದ್ದೌಲನಿಗೆ ಒತ್ತಾಸೆಕೊಡುತ್ತಿದ್ದ. ಒಮ್ಮೆ ಗೆದ್ದುಕೊಂಡದ್ದನ್ನು ಹಿಂತಿರುಗಿಸುವುದು ಇಸ್ಲಾಮಿಗೆ ಮಾಡುವ ದ್ರೋಹವಲ್ಲವೆ?

ಅಕ್ಬರನ ಕಾಲ ಒಂದನ್ನುಳಿದು ಮುಸಲ್ಮಾನ ಆಳ್ವಿಕೆಯ ಉದ್ದಕ್ಕೂ ಹಿಂದೂ ತೀರ್ಥಕ್ಷೇತ್ರಗಳಿಗೆ ಬರುವ ಯಾತ್ರಿಗಳ ಮೇಲೆ ಕರ ವಿಧಿಸುತ್ತಿದ್ದರು. ಔರಂಗಜೇಬನು ಈ ಕರವನ್ನು

ತೆರಲಾರದ ಮಟ್ಟಕ್ಕೆ ಏರಿಸಿದ. ಅವನು ಸತ್ತನಂತರದ ಬಾದಶಾಹ, ಸೂಬೇದಾರ, ನವಾಬರುಗಳು ಕರದ ಭಾರವನ್ನು ಕಡಮೆ ಮಾಡಲಿಲ್ಲ. ಹೇಗಾದರೂ ಮಾಡಿ ಕಾಶಿ ಅಯೋಧ್ಯೆ ಪ್ರಯಾಗಗಳನ್ನು ತಮ್ಮ ವಶಕ್ಕೆ ತೆಗೆದುಕೊಂಡು ಹಿಂದೂಗಳ ಯಾತ್ರೆಯನ್ನು ಸುಲಭ ಮಾಡಬೇಕೆಂದು ಮರಾಠರು ಪ್ರಯತ್ನಿಸುತ್ತಲೇ ಇದ್ದರು. ಯುದ್ಧದಲ್ಲಿ ಗೆದ್ದು ಅಥವಾ ಹಣಕೊಟ್ಟು ಗ್ಯಾನವಾಪಿ ಮಸೀದಿಯನ್ನು ಪಡೆದು ಅಲ್ಲಿ ಮತ್ತೆ ವಿಶ್ವನಾಥ ಮಂದಿರವನ್ನು ಕಟ್ಟಿಸುವ ಪ್ರಯತ್ನಕ್ಕೆ ಮುಸಲ್ಮಾನರು ಅವಕಾಶ ಕೊಡಲಿಲ್ಲ. ಅಷ್ಟರಲ್ಲಿ ರಾಜ್ಯಶಕ್ತಿಯನ್ನು ಪಡೆದ ಇಂಗ್ಲಿಷರೂ ಮುಸಲ್ಮಾನರ ಪರ ನಿಂತರು. ವಿಶ್ವನಾಥ ಮಂದಿರದ ಜಾಗವನ್ನು ಬಿಟ್ಟುಕೊಟ್ಟರೆ ಟಿಪ್ಪುವಿನೊಡನೆ ನಡೆಯುವ ಯುದ್ಧದಲ್ಲಿ ತಾವು ಆಂಗ್ಲರಿಗೆ ಸಹಾಯ ಮಾಡುವುದಾಗಿ ನಾನಾ ಫಡ್ನವೀಸನು ಶರತ್ತು ಹಾಕಿದ. ಆಂಗ್ಲರು ಒಪ್ಪಲಿಲ್ಲ. ಆದ್ದರಿಂದ ಮರಾಠರಿಗೂ ಆಂಗ್ಲರಿಗೂ ವೈಮನಸ್ಸು ಉಂಟಾಯಿತು.

೧೬೬೯ರಲ್ಲಿ ಔರಂಗಜೇಬನು ನಾಶ ಮಾಡಿಸಿದನಂತರ ೧೭೭೫ರ ವರೆಗೆ ವಿಶ್ವನಾಥ ಮಂದಿರವೇ ಇರಲಿಲ್ಲ. ೧೭೭೫ರ ಸುಮಾರಿಗೆ ಅಹಲ್ಯಾಬಾಯಿಯು ಈಗ ಗ್ಯಾನವಾಪಿ ಮಸೀದಿಯ ಪಕ್ಕದಲ್ಲಿರುವ ಅತಿ ಕಿರಿದಾದ ಮಂಟಪದಂತಹ ಹೆಸರಿಗೆ ಮಂದಿರವೆಂದು ಕರೆಯುತ್ತಿರುವ ಕಟ್ಟಡವನ್ನು ಕಟ್ಟಿಸಿದಳು. ೧೮೫೭ರಲ್ಲಿ ನಡೆದ ಸಿಪಾಯಿ ದಂಗೆಯಲ್ಲಿ ಮುಸಲ್ಮಾನರು ಈ ಕಿರು ವಿಶ್ವೇಶ್ವರ ಮಂಟಪದ ಮೇಲೆ ಹಸಿರು ಬಾವುಟ ಹಾರಿಸಲು ಪ್ರಯತ್ನಿಸಿದರು. ಅದರಿಂದ ಆಂಗ್ಲರಿಗೆ ಪ್ರಯೋಜನವೇ ಆಯಿತು.

ಆಂಗ್ಲರು ತಮ್ಮ ಅಧಿಕಾರದ ಉಳಿವಿಗಾಗಿ ಮಾಡಿದ ಧಾರ್ಮಿಕ ತೋಲನದ ಸೂತ್ರವನ್ನು ಸ್ವತಂತ್ರ ಭಾರತದ ಅಧಿಕಾರವನ್ನು ಹಿಡಿದ ರಾಜಕೀಯ ನಾಯಕರು ಸಂವಿಧಾನದ ಪವಿತ್ರ ನಿಯಮವೆಂದು ಘೋಷಿಸಿದರು. ಇದರಿಂದ ತಾವು ನಾಶಪಡಿಸಿದ ದೇವಸ್ಥಳಗಳನ್ನು ಹಿಂತಿರುಗಿಸದಿರಲು ಕಾನೂನಿನ ಹಾಗೂ ಸಂವಿಧಾನದ ಬಲವೂ ತಮಗುಂಟೆಂದು ಮುಸಲ್ಮಾನರು ಪಟ್ಟು ಹಿಡಿಯುವಂತಾಯಿತು. ೧೮೦೩ರಲ್ಲಿ ಲಾರ್ಡ್ ವೆಲೆಂಶಿಯಾ ಎಂಬ ಆಂಗ್ಲನೇ ಬರೆದ ಮಾತು '.....ಔರಂಗಜೇಬನ ಮಸೀದಿಯ ಎತ್ತರದ ಮೀನಾರುಗಳನ್ನು ನೋಡಿದ ನನ್ನಲ್ಲಿ ಒಬ್ಬ ಹಿಂದೂವಿನ ಭಾವನೆಯು ಜಾಗೃತವಾಯಿತು. ಕಣ್ಣಿನಲ್ಲಿ ವ್ಯಥೆಯುಂಟುಮಾಡುವ ಈ ಜಗಳಕ್ಕೆ ಮುಕ್ತಾಯ ಹಾಕಿ ಸರ್ಕಾರವು ಈ ಪವಿತ್ರ ನಗರಿಯ ಆ ಸ್ಥಳವನ್ನು ಅದರ ಹಿಂದಿನ ಮಾಲೀಕರಿಗೆ ವಾಪಸು ಕೊಡಬೇಕು ಎಂದು ನಾನು ಆಲೋಚಿಸಿದೆ.' (ಜಾರ್ಜ್ ವೈಕೌಂಟ್ ವೆಲೆಂಶಿಯಾ: ವಾಯೇಜ್ ಅಂಡ್ ಟ್ರಾವೆಲ್ಸ್ ಆಫ಼್ ಲಾರ್ಡ್ ವೆಲೆಂಶಿಯಾ, ಭಾಗ ೧. ಪುಟ ೯೦, ಲಂಡನ್ ೧೮೧೧) ಮುಸಲ್ಮಾನರ ಆಳ್ವಿಕೆಯು ಕೊನೆಗೊಂಡ ಮೇಲೆ ಕೂಡ ತೀರ್ಥಕ್ಷೇತ್ರಗಳ ಪುರಸಭೆಗಳು ಯಾತ್ರಾಸುಂಕವನ್ನು ಇಂದಿಗೂ ಮುಂದುವರೆಸಿವೆ. ವಿದೇಶೀಯರು ಆರಂಭಿಸಿದ ಹೀನಾಚಾರವನ್ನು ತೊಡೆದು ಹಾಕದೆ ಮುಂದುವರೆಸುವ ಸ್ವದೇಶೀಯರ ಬುದ್ಧಿಗೆ ಏನೆನ್ನಬೇಕು?

ಹಳ್ಳಿಯ ಮನೆಯಲ್ಲೇ ಕುಳಿತು ಅಪ್ಪನ ಸಂಗ್ರಹ ಮತ್ತು ತಾನು ಕೊಂಡ ಪುಸ್ತಕಗಳನ್ನು ಓದಿದ್ದರೆ ಕಾದಂಬರಿಯ ಕಾಶಿಯ ಭಾಗವನ್ನು ಸರಿಯಾಗಿ ಕಲ್ಪಿಸಿಕೊಳ್ಳಲು ಸಾಧ್ಯವಾಗುತ್ತಿರ

ಲಿಲ್ಲ; ಮಾತ್ರವಲ್ಲ ಈ ನಗರಿಯ ಅನಂತರದ ಇತಿಹಾಸವೂ ತಿಳಿಯುತ್ತಿರಲಿಲ್ಲ ಎಂಬ
ತೃಪ್ತಿ ಅವಳಿಗೆ ಆಯಿತು. ಎಷ್ಟು ಪುಸ್ತಕಗಳು, ಎಷ್ಟು ವಿದ್ವತ್ ಪತ್ರಿಕೆಗಳು, ಎಷ್ಟು ಸಂಶೋಧನಾ
ಲೇಖನಗಳು, ಪೇಶ್ವಾ ದಫ್ತರದ ಅನುವಾದ, ಯೂರೋಪ್ ಪ್ರವಾಸಿಗರ ಕಥನಗಳು.
ಗ್ರಂಥಭಂಡಾರದ ಸಹಾಯಕಿ ಸರಳಾ ಪಂತಳು ಹುಡುಹುಡುಕಿ ಕೊಟ್ಟ ಗ್ರಂಥಭಾಗಗಳು,
ಹಳೆಯ ಲೇಖನಗಳು. ಲಕ್ಷ್ಮಿಯ ಮನಸ್ಸಿಗೆ ಹೊಸ ದರ್ಶನ ದೊರೆತಂತಹ ಉಲ್ಲಾಸ
ವಾಯಿತು.

ಬಂದು ಐದು ತಿಂಗಳಾದರೂ ಅವಳಿಗೆ ಕಾಶಿಯನ್ನು ಬಿಡುವ ಮನಸ್ಸಾಗುತ್ತಿಲ್ಲ.

*   *

ಅಧ್ಯಾಯ ೧೪

ಕಾಶಿಗೆ ಹೋಗಿ ಬಂದಮೇಲೆ ನನಗೆ ಹೆಚ್ಚು ಸ್ವಾತಂತ್ರ್ಯ ದೊರಕಿತು. ಜನಾನದ ಸೇವೆ ನನಗೂ ಸಾಕೆನ್ನಿಸಿತ್ತು. ಹಮ್‌ದುಲ್ಲಾಹರ ಶಿಫಾರಸಿನಿಂದ ಅವರ ಕಚೇರಿಯಲ್ಲೇ ದಾಖಲೆಗಳನ್ನು ಪ್ರತಿಮಾಡುವವನಾಗಿ ನೇಮಕಗೊಂಡೆ. ಗುಲಾಮನೆಂಬ ಅಂತಸ್ತಿನಲ್ಲಿ ಯಾವ ಬದಲಾವಣೆಯೂ ಆಗದಿದ್ದರೂ ಕಚೇರಿಯಲ್ಲಿ ತನಖ್ವಾ ಬರುತ್ತಿತ್ತು. ಹಮ್‌ದುಲ್ಲಾಹರ ಮನೆಯಲ್ಲೇ ಊಟ ವಸತಿ ಆಗುತ್ತಿತ್ತು. ತನಖ್ವಾದ ಅರ್ಧಭಾಗವನ್ನು ಊಟದ ಖರ್ಚೆಂದು ಅವರಿಗೆ ಕೊಟ್ಟುಬಿಡುತ್ತಿದ್ದೆ. ಮೊಘಲ್ ಸಾಮ್ರಾಜ್ಯದ ಒಬ್ಬ ನಿಷ್ಠಾವಂತ ಸೇವಕನೆಂದು ಕಚೇರಿಯವರೆಲ್ಲ ನನ್ನನ್ನು ಪರಿಗಣಿಸಿದ್ದರು. ಕಾಫಿರರ ಅತ್ಯಂತ ಮುಖ್ಯ ದೇವಾಲಯ ನಾಶವನ್ನು ನೋಡಲೆಂದೇ ಹೋದವನ ಜನ್ಮ ಸಾರ್ಥಕವೆಂದು ಎಲ್ಲರೂ ಬಧಾಯಿ ಹೇಳಿದ್ದರು. ಆದರೆ ನನ್ನ ಮನಸ್ಸು ಈ ಔರಂಗಜೇಬ ಬಾದಶಾಹನ ಸಾಮ್ರಾಜ್ಯದ ಅಡಿ ಪಾಯವನ್ನು ಧ್ವಂಸಗೊಳಿಸುವ ಕನಸು ಕಾಣುತ್ತಿತ್ತು. ನಾನೇ ಕತ್ತಿ ಹಿಡಿದು ಬಾದಶಾಹನ ಕುತ್ತಿಗೆ ಕತ್ತರಿಸಿದಂತೆ, ಲಕ್ಷ ಅಶ್ವಾರೋಹಿಗಳನ್ನು ಧರೆಗುರುಳಿಸಿದಂತೆ ಕಲ್ಪನೆ ತೊಡಗುವುದು. ಎಷ್ಟೋ ಸಲ ನನ್ನ ಹಗಲುಗನಸಿನ ಮೇಲೆ ನನಗೇ ಹೇಸಿಗೆಯಾಗುವುದು.

ಇದೇ ಸಂದರ್ಭದಲ್ಲಿ ನನಗೆ ಸಿಕ್ಕಿದ್ದ ಹೊಸ ಸ್ವಾತಂತ್ರ್ಯವನ್ನು ಬಳಸಿಕೊಂಡು ನಾಲ್ಕು ಸಲ ಶ್ಯಾಮಲೆಯನ್ನು ಭೇಟಿಮಾಡಿದ್ದೆ. ಬೇಕೆಂದಾಗ ಒಂದು ಕುದುರೆ ಸಿಕ್ಕುವುದು ಕಷ್ಟವಾಗುತ್ತಿರಲಿಲ್ಲ. ಅವಳ ಭೇಟಿಯಾಗಲು ಶಬಾನಾ ಬೇಗಮರೂ ಸಹಕರಿಸುತ್ತಿದ್ದರು. ನಿಕಾಹ್ ಆಗದಿದ್ದರೂ ತನ್ನ ಸವತಿಯಾಗಿ ಗಂಡನನ್ನು ಆಕರ್ಷಿಸುವ ಪ್ರಾಯದ ತಬಸ್ಸುಂಳಿಗೆ ಒಬ್ಬ ಗಂಡನಿದ್ದಾನೆಂಬ ಭಾವನೆಯೇ ಬೇಗಮರಿಗೆ ಹಿತವಾಗುತ್ತಿತ್ತು. ದನದ ಕೊಟ್ಟಿಗೆಯಲ್ಲಿ ನಾವು ಮಾತನಾಡುವ ಏಕಾಂತವನ್ನು ಕಲ್ಪಿಸುತ್ತಿದ್ದುದು ಮಾತ್ರವಲ್ಲದೆ, ನಡುವೆ ಊಟವನ್ನೂ ಕಳಿಸುತ್ತಿದ್ದರು. ಮಕ್ಕಳನ್ನೂ ಜೊತೆಗಿರಲು ಕಳಿಸುತ್ತಿದ್ದರು. ಇಬ್ರಾಹಿಮನ ಬಗೆಗೆ ನನ್ನಲ್ಲಿ ವಿಶೇಷ ಪ್ರೀತಿ ಇತ್ತು. ಅವಳ ಹೊಟ್ಟೆಯಲ್ಲಿ ಹುಟ್ಟಿದ ಮಗಳು ಮತ್ತು ಮಗನನ್ನೂ ನಾನು ನನ್ನದೆಂಬ ಪ್ರೀತಿಯಿಂದಲೇ ಕಾಣುವುದಾಗಿ ಅವಳಿಗೆ ಹೇಳಿದ್ದೆ. ಅವನ್ನೂ ಎತ್ತಿ ಮುದ್ದಿಸು ತ್ತಿದ್ದೆ. ಒಂದು ದಿನ ಅವಳನ್ನು ಕೇಳಿದೆ: 'ಶ್ಯಾಮಲಾ, ಬೆಲೆಯನ್ನು ಕೊಟ್ಟು ನಿನ್ನನ್ನು ಗುಲಾಮಿಯಿಂದ ಬಿಡುಗಡೆ ಮಾಡಿಸಿಕೊಳ್ಳಬಹುದು. ಅಥವಾ ನಿನ್ನ ಮಾಲೀಕರೇ ಸ್ವಯಿಚ್ಛೆ ಯಿಂದ ಬಿಡುಗಡೆ ಹೇಳುವಂತೆ ಮಾಡಬಹುದು. ಶಬಾನ ಬೇಗಮರು ಇದಕ್ಕೆ ಸಹಕರಿಸಿ ಕೈಲಾದ ಸಹಾಯ ಮಾಡಬಹುದು. ಇತ್ತ ನಾನೂ ಬಿಡುಗಡೆ ಪಡೆಯಬಹುದು. ನನಗೆ

ಹೇಗೂ ಸ್ವಲ್ಪ ತನಖ್ವಾ ಬರುತ್ತಿದೆ. ಇಬ್ಬರೂ ದಂಪತಿಗಳಾಗಿ ಒಂದು ಕಡೆ ಒಟ್ಟಿಗೆ ಇದ್ದು ಬಿಡೋಣ.'

'ಹೇಗೆ ಸಾಧ್ಯ?' ಅವಳು ತಕ್ಷಣ ಕೇಳಿದಳು.

'ಯಾಕೆ?'

'ನೀವು ನಪುಂಸಕರಲ್ಲವೆ?' ಎಂಬ ಪ್ರಶ್ನೆಯ ಅರ್ಧಭಾಗ ಸಾಧಾರಣವಾಗಿ ಇನ್ನರ್ಧ ಭಾಗ ಇಳಿದ ಗಂಟಲಿನಲ್ಲಿ ಹೊರಬಂತು. ತಾನು ಹಾಗೆ ಕೇಳಬಾರದಾಗಿತ್ತೆಂಬಂತೆ ಅವಳು ತಕ್ಷಣ ನಾಲಗೆಯನ್ನು ಕಚ್ಚಿಕೊಂಡಳು.

ಈ ಅಂಶ ನನಗೆ ಗೊತ್ತಿಲ್ಲದುದೇ? ನನ್ನನ್ನು ನಪುಂಸಕನನ್ನಾಗಿ ಮಾಡಿದ್ದರೂ ನಾವು ಪ್ರೀತಿಯಿಂದ ದಂಪತಿಗಳಾಗಿ ಯಾಕೆ ಜೊತೆಗಿರಬಾರದು? ಎಂಬ ಉಕ್ಕಿ ಬಂದಿದ್ದ ಭಾವನೆಯನ್ನು ಹಿಂದು ಮುಂದುಗಳ ಸ್ಪಷ್ಟ ಆಲೋಚನೆ ಮಾಡದೆಯೇ ಆಡಿಬಿಟ್ಟಿದ್ದೆ. ಇಷ್ಟೆಲ್ಲ ಆಗಿ ಇಷ್ಟೆಲ್ಲ ನೋಡಿದಮೇಲೆ ದೈಹಿಕ ಪುಂಸತ್ವವಿಲ್ಲದೆ ದಾಂಪತ್ಯ ಮಾಡಲು ಸಾಧ್ಯವಿಲ್ಲವೆ? ಎಂದು ಕೇಳುವ ಮನಸ್ಸಾಯಿತು. ಆದರೆ ಅಷ್ಟರಲ್ಲಿ ನನ್ನ ಮನಸ್ಸು ನೊಂದು ಮುದುಡಿಹೋಗಿತ್ತು. ಏನಿರಬಹುದು ಅವಳ ಮನಸ್ಸಿನಲ್ಲಿ ಎಂದು ಆಲೋಚಿಸುವ ತಿಳಿಯೂ ಇರಲಿಲ್ಲ. ಆ ಬಾರಿ ಹಿಂತಿರುಗಿದವನು ಮತ್ತೆ ಮೂರು ತಿಂಗಳಾದರೂ ಅವಳನ್ನು ನೋಡಲು ಹೋಗಲಿಲ್ಲ. ದಾಂಪತ್ಯದ ಸ್ಥಾನಮಾನವಿಲ್ಲದೆ ಗುಲಾಮಿಯಲ್ಲಿದ್ದರೂ ಅವಳಿಗೆ ದಿಲ್‌ಷದ್ ಖಾನನಿಂದ ಎರಡು ಮಕ್ಕಳಾಗಿವೆ. ಅವನಿಂದ ದೈಹಿಕ ಸುಖವೂ ಸಿಕ್ಕಿದೆ, ಸಿಕ್ಕುತ್ತಿದೆ. ಗುಲಾಮಳಾದರೂ ಕಷ್ಟಕಾರ್ಪಣ್ಯಗಳಿಲ್ಲದ ಜೀವನ. ಅದನ್ನು ಬಿಟ್ಟು ಯಾವುದೋ ಹಿಂದಿನ ಸಂಬಂಧದ ನೆನಪಿನಿಂದ ಗಂಡಸಲ್ಲದ ಗಂಡನೊಡನೆ ಬಡತನದ ಬಾಳಿಗೆ ಬರುವುದು ಯಾವ ವಿವೇಕ? ಎಂದು ಅವಳು ತೀರ್ಮಾನಿಸಿದ್ದಾಳೆ ಎಂಬ ವಿವರಣೆ ಹೊಳೆಯಿತು. ಮನಸ್ಸಿಗೆ ನೋವಾಯಿತು. ಆದರೆ ನಾನು ನಪುಂಸಕನಾಗಿರುವ ವಾಸ್ತವತೆಯು ನೋವಿನ ತೀಕ್ಷ್ಣತೆಯನ್ನು ಕಡಮೆ ಮಾಡಿತು.

ಇದೇ ಸಂದರ್ಭದಲ್ಲಿ ಶಿವಾಜಿಯ ಬಗೆಗಿನ ಸುದ್ದಿಬಂತು. ನನ್ನ ಕಚೇರಿಯವರು ಮಾತ್ರವಲ್ಲ ಇಡೀ ದಿಲ್ಲಿಯ ಜನಗಳು ಮಾತನಾಡಿಕೊಳ್ಳುತ್ತಿದ್ದ ಸುದ್ದಿ. ಕಾಹಿಲೆ ಮಲಗಿರುವ ತಂತ್ರ ಮಾಡಿ ಬ್ರಾಹ್ಮಣರಿಗೆ ಪ್ರತಿದಿನ ಶಾಂತಿ ದಾನದ ಹಣ್ಣು ಮಿಠಾಯಿಗಳನ್ನು ಹೇರಿ ಕಳಿಸುವ ಧಾರ್ಮಿಕ ವಿಧಿಯ ನಾಟಕ ಹೂಡಿ ಹಣ್ಣಿನ ಬುಟ್ಟಿಯೊಳಗೆ ಮುದುಡಿ ಮಲಗಿ ಅವನು ತಪ್ಪಿಸಿಕೊಂಡು ಹೋದದ್ದು ಅನಂತರ ತನಿಖೆಯಿಂದ ಗೊತ್ತಾಗಿತ್ತು. ಅವನನ್ನು ಹಿಡಿಯಲು ನಾಗಾಲೋಟದಿಂದ ಸವಾರರು ದಕ್ಷಿಣದ ರಾಜಮಾರ್ಗದಲ್ಲಿ ಓಡಿದ್ದರು. ಸಿಕ್ಕಿರಲಿಲ್ಲ. ಈಗ ಅವನು ತನ್ನ ದೇಶದಲ್ಲಿ ಹಿಂದೆ ಸೋತಿದ್ದ ಕೋಟೆಗಳನ್ನು ಒಂದೊಂದಾಗಿ ವಶಪಡಿಸಿಕೊಳ್ಳುತ್ತಿದ್ದಾನಂತೆ. ಅವನು ಮಹಾರಾಜನಾಗುತ್ತಾನೆಂದು ಕಾಶಿಯ ಗಂಗಾ ಸೋಪಾನದ ಮೇಲೆ ನನಗೆ ಸಿಕ್ಕಿದ್ದ ಸಾಧುವು ಹೇಳಿದ್ದ ಮಾತು ನೆನಪಿಗೆ ಬಂತು. ಮರಾಠಾ ದೇಶದ ಕಡೆಗೆ ಸವಾರರನ್ನು ಕಳಿಸುತ್ತಾರೆಂದು ಊಹಿಸಿ ಶಿವಾಜಿಯು ಆಗ್ರಾದಿಂದ ವಿರುದ್ಧ ದಿಕ್ಕಿಗೆ, ಮಥುರೆಗೆ ದೌಡಾಯಿಸಿದನಂತೆ. ಅಲ್ಲಿ ಗಡ್ಡಮೀಸೆ ತಲೆಗೂದಲನ್ನು

ಬೋಳಿಸಿ ಸನ್ಯಾಸಿಯ ವೇಷ ಧರಿಸಿ ಅಲ್ಲಿಂದ ಪೂರ್ವ ದಿಕ್ಕಿನಲ್ಲಿ ಸಾಗಿ ಪ್ರಯಾಗಕ್ಕೆ ಹೋಗಿ ಅಲ್ಲಿಂದ ದಕ್ಷಿಣ ಮಾರ್ಗದಲ್ಲಿ ಮರಾಠಾ ದೇಶದ ದಾರಿ ಹಿಡಿದು ಇಪ್ಪತ್ತೈದು ದಿನದಲ್ಲಿ ಊರು ತಲುಪಿದನಂತೆ. ಇಡೀ ದಿಲ್ಲಿಯ ಜನಗಳಿಗೆ ಅವನೊಬ್ಬ ಮಾದರಿಯ ಶೂರನಾಗಿ ಬಿಟ್ಟಿದ್ದ. ಎಲ್ಲರೂ ಅವನ ವಿಷಯ ಮಾತನಾಡಿಕೊಳ್ಳುವವರೇ. ಅವನನ್ನು ಇಲ್ಲಿ ನೋಡದವರೂ ತಾವು ದರ್ಬಾರಿನಲ್ಲಿ ನೋಡಿದ್ದೆವೆಂದು ಹೇಳಿಕೊಳ್ಳುವವರೇ. ಬಾದಶಾಹರ ಅಭಿಮಾನಿಗಳೂ ಅವನ ತಂತ್ರ, ಧೈರ್ಯ ಮತ್ತು ಸಮಯಪ್ರಜ್ಞೆಗಳಿಗೆ ತಲೆದೂಗಿದರು.

ಈ ಮಧ್ಯೆ ಇನ್ನೊಂದು ಸುದ್ದಿಬಂತು: ಬುಂದೇಲದ ಛತ್ರಸಾಲನು ಶಿವಾಜಿಯ ಹತ್ತಿರಕ್ಕೆ ಹೋಗಿ ತಾನು ಶಿವಾಜಿಯ ಸೈನ್ಯದಲ್ಲಿ ಸೇವೆ ಸಲ್ಲಿಸುವುದಾಗಿಯೂ ತನ್ನನ್ನು ತೆಗೆದುಕೊಳ್ಳಬೇಕೆಂದೂ ಕೇಳಿಕೊಂಡನಂತೆ. ಔರಂಗಜೇಬನು ಸಿಂಹಾಸನಕ್ಕಾಗಿ ಯುದ್ಧ ಹೂಡಿದಾಗ ಛತ್ರಸಾಲನ ತಂದೆ ಚಂಪಕರಾಯನು ಅವನಿಗೆ ಸಹಾಯ ಮಾಡಿದ್ದನಂತೆ. ಆದರೆ ಮುಂದೆ ಅವನಿಗೂ ಔರಂಗಜೇಬನಿಗೂ ಮನಸ್ತಾಪ ಬಂದು ಅವನು ಆತ್ಮಹತ್ಯೆ ಮಾಡಿಕೊಳ್ಳುವ ಮಟ್ಟಿಗೆ ಔರಂಗಜೇಬನು ಅವನನ್ನು ಸೈನ್ಯದಿಂದ ಬೇಟೆಯಾಡಿಸಿ ಸತಾಯಿಸಿದನಂತೆ. ಜಯಪುರದ ಮಿರ್ಝಾ ರಾಜಾ ಜಯಸಿಂಗನ ಮಧ್ಯಸ್ಥಿಕೆಯಿಂದ ಮಗ ಛತ್ರಸಾಲನು ಔರಂಗಜೇಬನ ಸೈನ್ಯದಲ್ಲಿ ಸೇರಿಕೊಂಡ. ಶಿವಾಜಿಯ ಮೇಲೆ ರಾಜಪೂತ ಜಯಸಿಂಗನು ಯುದ್ಧ ಮಾಡಿ ಸುತ್ತುವರೆದು ಆಗ್ರಾಕ್ಕೆ ಬರುವ ಸ್ಥಿತಿ ತಂದಿಟ್ಟಾಗ ಛತ್ರಸಾಲನೂ ಔರಂಗಜೇಬನ ಪರವಾಗಿ ಕಾದಿದ್ದನಂತೆ. ಆದರೆ ತನ್ನ ತಂದೆಯನ್ನು ಕೊಂದ, ತಮ್ಮ ದೇವಾಲಯಗಳನ್ನು ನಾಶಪಡಿಸುತ್ತಿರುವ ಔರಂಗಜೇಬನಿಗೆ ನಿಷ್ಠನಾಗಿ ತನ್ನ ಕದನಶಕ್ತಿಯನ್ನು ದುರ್ವಿನಿಯೋಗಿಸಲು ಅವನ ಮನಸ್ಸು ಒಪ್ಪದೆ ಆಗ್ರಾದಿಂದ ತಪ್ಪಿಸಿಕೊಂಡು ಹೋದ ಶಿವಾಜಿಯನ್ನು ಕಂಡು ತನ್ನನ್ನು ಸೇನಾಧಿಕಾರಿಯಾಗಿ ತೆಗೆದುಕೊಳ್ಳುವಂತೆ ಕೇಳಿಕೊಂಡನಂತೆ. ಶಿವಾಜಿಯು, 'ನಮ್ಮ ಮರಾಠಾ ದೇಶದಲ್ಲಿ ಯುದ್ಧ ಮಾಡಲು ಸಾಕಷ್ಟು ಜನರಿದ್ದಾರೆ. ಬರೀ ಮರಾಠರ ಸ್ವಾತಂತ್ರ್ಯದಿಂದ ಇಡೀ ಹಿಂದೂಸ್ತಾನ ಮುಕ್ತವಾಗುವುದಿಲ್ಲ. ನೀನು ನಿನ್ನ ದೇಶಕ್ಕೆ ಹೋಗಿ ಜನಗಳನ್ನು ಮುಘಲರ ವಿರುದ್ಧ ಹೊಡೆದೆಬ್ಬಿಸು. ನಾನೂ ಸಹಾಯ ಮಾಡುತೀನಿ,' ಎಂದನಂತೆ. ಈಗ ಛತ್ರಸಾಲನು ಬುಂದೇಲ್‌ಖಂಡಕ್ಕೆ ಬಂದಿದ್ದಾನೆ. ಶುರುವಿನಲ್ಲಿ ಮುಘಲರ ವಿರುದ್ಧ ಎದ್ದೇಳಲು ಯಾರಿಗೂ ಧೈರ್ಯವಾಗಲಿ ಉತ್ಸಾಹವಾಗಲಿ ಇರಲಿಲ್ಲ. ಆದರೆ ಮಥುರೆಯ ಕೇಶವರಾಯ ಮಂದಿರವನ್ನು ನಾಶಮಾಡಿದ ಮೇಲೆ ಬುಂದೇಲರೆಲ್ಲ ಕುದಿದು ಎದ್ದಿದ್ದಾರೆ. ಬಾದಶಾಹ ಅಕ್ಬರನ ಮಗ ಸಲೀಮನು ತಂದೆಯ ವಿರುದ್ಧ ದಂಗೆ ಎದ್ದಿದ್ದಾಗ ಅವನನ್ನಡಗಿಸಿ ಸೆರೆ ಹಿಡಿದು ತರಲು ಬಾದಶಾಹರು ತನ್ನ ಅತ್ಯಂತ ನಂಬಿಕೆಯ, ಅಕ್ಬರ್ ನಾಮಾ ಮತ್ತು ಐನ್-ಇ-ಅಕ್ಬರಿಯನ್ನು ಬರೆದ ಅಬ್-ಉಲ್-ಫ಼ಸಲ್‌ನನ್ನು ಸೈನ್ಯ ಸಮೇತ ಕಳಿಸಿದ್ದನಂತೆ. ಅವನನ್ನು ಮಾರ್ಗ ಮಧ್ಯೆ ಕೊಲೆ ಮಾಡುವಂತೆ ಸಲೀಮನು ತನ್ನ ಹಿತೈಷಿ ಬುಂದೇಲರ ಬೀರಸಿಂಗನನ್ನು ಕಳಿಸಿದ. ಬೀರಸಿಂಗನು ಈ ಕೆಲಸ ಪೂರೈಸಿದ. ಮುಂದೆ ಸಲೀಮನು ಜಹಾಂಗೀರನೆಂಬ ಹೆಸರಿನಲ್ಲಿ

ಸಿಂಹಾಸನ ಏರಿದಮೇಲೆ ಬೀರಸಿಂಗನಿಗೆ ಮಥುರೆಯಲ್ಲಿ ಕೃಷ್ಣಜನ್ಮಸ್ಥಾನದಲ್ಲಿ ಕೇಶವರಾಯ ಮಂದಿರ ಕಟ್ಟಲು ಅನುಮತಿ ಕೊಟ್ಟನಂತೆ, ಮುಸ್ಲಿಮರು ಆಳುವ ದೇಶದಲ್ಲಿ ಯಾವ ಹಿಂದೂವಿಗೂ ತನ್ನ ಧರ್ಮದ ದೇವಾಲಯ ಕಟ್ಟುವ ಸ್ವಾತಂತ್ರ್ಯವಿಲ್ಲದಿದ್ದರೂ. ಬುಂದೇಲರಿಗೆ ಅದು ತಮ್ಮ ದೇವಾಲಯವೆಂಬ ವಿಶೇಷ ಮಮತೆ ಇತ್ತು. ಈಗ ಔರಂಗಜೇಬನು ಆ ಮಂದಿರವನ್ನು ನಾಶಮಾಡಿ ಅದೇ ಜಾಗದಲ್ಲಿ ಮಂದಿರದ ಕಲ್ಲು ಕಂಬ ಬೋದಿಗೆ ವಿಗ್ರಹಗಳನ್ನು ಬಳಸಿ ಮಸೀದಿ ಕಟ್ಟಿಸುತ್ತಿರುವುದರಿಂದ ಬುಂದೇಲರೆಲ್ಲ ಛತ್ರಸಾಲನ ನೇತೃತ್ವದಲ್ಲಿ ದಂಗೆ ಎದ್ದು ಸ್ವಾತಂತ್ರ್ಯ ಘೋಷಿಸಿಕೊಂಡಿದ್ದಾರಂತೆ. ಬಾದಶಾಹರು ಅಲ್ಲಿಗೆ ಸೈನ್ಯ ಕಳಿಸುವ ತರಾತುರಿಯಲ್ಲಿದ್ದಾರೆ.

ಇಷ್ಟೆಲ್ಲ ವಿವರಗಳು ನನಗೆ ಹಮ್‌ದುಲ್ಲಾಹರಿಂದ ತಿಳಿಯಿತು. ಶಿವಾಜಿಯನ್ನು ಅವರು ತುಚ್ಛವಾಗಿಯೇ ಸಂಕೇತಿಸುತ್ತಿದ್ದರು. ಛತ್ರಸಾಲನನ್ನಂತೂ ಸದ್ಯದಲ್ಲೇ ನರಕಕ್ಕೆ ಹೋಗುವ ನಾಯಿ ಎನ್ನುತ್ತಿದ್ದರು. ಅವರ ಮನೋಭಾವ, ಯಾರಿಗೆ ಯಾವ ಭಾಷೆ ಬಳಸುತ್ತಾರೆ ಎಂಬುದನ್ನು ಅರಿತಿದ್ದ ನಾನು ಅವರ ಮಾತಿನ ವಾಸ್ತವತೆಯನ್ನು ಊಹಿಸಿ ಅರಿಯುತ್ತಿದ್ದೆ. ಆ ರಾತ್ರಿ ಮಲಗಿದ್ದಾಗ ಇದ್ದಕ್ಕಿದ್ದಂತೆ ಒಂದು ಆಲೋಚನೆ ಹೊಳೆಯಿತು. ಹೊಟ್ಟೆಗೆ ಬಾಕು ಹಾಕಿಕೊಳ್ಳದ ಒಂದುಕ್ಷಣದ ತಪ್ಪಿಗೆ ಸೆರೆಸಿಕ್ಕಿ ದೈಹಿಕವಾಗಿ, ಮಾನಸಿಕವಾಗಿ ಇಷ್ಟು ಹೀನಸ್ಥಿತಿಯನ್ನು ಅನುಭವಿಸಿದೆ. ಹೀಗೆಯೇ ಎಷ್ಟು ವರ್ಷ ಬದುಕುವುದು? ಔರಂಗಜೇಬನ ಕಟ್ಟೆಚ್ಚರದ ಕಾವಲಿನಿಂದ ತಪ್ಪಿಸಿಕೊಂಡು ಹೋಗಿ ಮತ್ತೆ ರಾಜ್ಯ ಕಟ್ಟುತ್ತಿರುವ ಶಿವಾಜಿಯ ಧೈರ್ಯ ನನಗೇಕೆ ಬರಬಾರದು? ಕೇವಲ ಮೈಥುನಶಕ್ತಿಯ ಹರಣವನ್ನೇಕೆ ನಪುಂಸಕತ್ವವೆಂದು ಭಾವಿಸಬೇಕು? ಹಿಂದೂಸ್ತಾನದ ಮುಸ್ಲಿಂ ಇತಿಹಾಸದಲ್ಲಿ ಎಷ್ಟು ಜನ ನಪುಂಸಕರು ದೊಡ್ಡ ದೊಡ್ಡ ಸೇನಾನಿಗಳಾಗಿ ವಿಜೃಂಭಿಸಿಲ್ಲ? ಹಮದುಲ್ಲಾಹರು ನನಗೆ ಅಂಥ ಎಷ್ಟೋ ಜನರ ವಿಷಯವನ್ನು ಹೇಳಿದ್ದಾರೆ.

ಇಡೀ ರಾತ್ರಿ ನಿದ್ರೆ ಬರಲಿಲ್ಲ. ಮರುದಿನ, ಯಾವ ಕಷ್ಟ ಕೆಲಸವನ್ನೂ ಮಾಡದೆ ಶುರುವಿನಲ್ಲಿ ಹೆಣ್ಣಿನ ಪಾತ್ರವಹಿಸಿ ಅನಂತರ ಜನಾನದ ಸೇವೆಯಲ್ಲಿದ್ದವನಿಗೆ ಶಿವಾಜಿಗಿದ್ದ ಕಸುವು ಧೈರ್ಯ ಯುದ್ಧಕೌಶಲಗಳೆಲ್ಲಿಂದ ಬರಬೇಕು? ಎಂಬ ಅವಿಶ್ವಾಸ ಹುಟ್ಟಿತು. ನನ್ನ ಹಣೆಯಲ್ಲಿ ಬರೆದಂತೆ ಆಯುಷ್ಯವಿರುವ ತನಕ ಹೀಗೆಯೇ ಬದುಕುವುದು ಎಂಬ ಸುಲಭದ ದಾರಿ ಕಂಡಿತು. ಆದರೆ ಎರಡು ದಿನದ ನಂತರ ನನ್ನದು ಬಡಿಸಿಕೊಂಡು ಬಾಲ ಮುದುರಿ ಬಿದ್ದುಕೊಳ್ಳುವ ನಾಯಿ ಜೀವನವಲ್ಲವೆ? ಎಂಬ ಪ್ರಶ್ನೆ ಕಾಡತೊಡಗಿತು. ಯುದ್ಧದಲ್ಲಿ ನಾನು ಎಷ್ಟು ಜನರನ್ನು ರಕ್ಷಿಸುತ್ತೇನೆ, ಎಷ್ಟುಜನ ಶತ್ರುಗಳನ್ನು ಕೊಲ್ಲುತ್ತೇನೆ ಎಂಬುದು ಮುಖ್ಯವಲ್ಲ. ಒಂದೇ ದಿನವಾದರೂ ಸ್ವತಂತ್ರವಾಗಿ ಬದುಕಬೇಕು ಎಂಬ ನಿರ್ಧಾರ ಒಂದುವಾರದಲ್ಲಿ ಮೂಡಿತು. ನಾನೂ ಅಷ್ಟೆ. ತಲೆ ಗಡ್ಡ ಮೀಸೆ ಬೋಳಿಸಿ ಸಾಧುವಿನ ವೇಷ ಧರಿಸಿ ಸಂಚರಿಸಬಹುದು; ಶಿವಾಜಿಯಂತೆ ನನ್ನನ್ನು ಬೆನ್ನಟ್ಟುವುದಿಲ್ಲ, ಎಂಬ ದಾರಿ ಕಂಡಿತು. ಆದರೆ ನಡುವೆ ಎಲ್ಲಾದರೂ ಪರೀಕ್ಷೆ ಮಾಡಿದರೆ ಸುನ್ನತ್ ಆಗಿರುವ ನನ್ನ ಅಂಗದಿಂದ ಗೊತ್ತಾಗಿ ಒಮ್ಮೆ ಮುಸ್ಲಿಂ ಆದವನು ಅದರಿಂದ ಹೊರಗೆ

ಹೋದರೆ ಮರಣ ದಂಡನೆಯೇ ಶಿಕ್ಷೆ ಎಂಬ ಪರಿಣಾಮ ಹೊಳೆದು ಆ ದಾರಿ ಬೇಡ ಎನ್ನಿಸಿತು. ಆಲಂಗೀರ್ ಬಾದಶಾಹರು ದರ್ಬಾರು ಮಾಡಿದ ಕೋಟೆ ತಾಜಮಹಲುಗಳನ್ನು ಇನ್ನೊಮ್ಮೆ ನೋಡುವ ಮನಸ್ಸಾಗಿದೆ, ಹೋಗಿ ಬರುತೀನಿ, ಎಂಬ ಕಾರಣ ಹೇಳಿ ಸರ್ಕಾರದ ಪರವಾನಗಿಯಿಂದಲೇ ಆಗ್ರಾಕ್ಕೆ ಹೋಗಿ ಅಲ್ಲಿಂದ ತಪ್ಪಿಸಿಕೊಂಡು ಕಾಡುಮೇಡು ಬಿದ್ದರೆ ಬುಂದೇಲಖಂಡ ಹತ್ತಿರ. ಅದರೊಳಗೆ ಸೇರಿಬಿಟ್ಟರೆ ಮುಗಿಯಿತು, ಎಂಬ ಪರಿಹಾರ ಕಂಡಿತು. ಜೊತೆಗೇ ನಾನು ಮರಾಠಾ ದೇಶಕ್ಕೆ ಹೋಗುವುದು ಬೇಡ. ಶಿವಾಜಿ ಮಹಾರಾಜನು ಸುರಕ್ಷೆ ಸ್ಥಾಪಿಸಿರುವ ಆ ದೇಶಕ್ಕೆ ಹೋಗಿ ಸುರಕ್ಷಿತನಾಗಿ ಜೀವಿಸುವುದು ನನ್ನ ಧ್ಯೇಯವಲ್ಲ. ದಂಗೆ, ಯುದ್ಧಗಳಿಂದ ಈ ಬಾದಶಾಹನ ರಾಜಧಾನಿಗೆ ಸಮೀಪವಾಗಿಯೇ ಒಂದು ಸ್ವತಂತ್ರ ರಾಜ್ಯಸ್ಥಾಪನೆಗೆ ಹೆಣಗುವ ಛತ್ರಸಾಲ ರಾಜನಿಗೆ ನೆರವಾಗುವುದೇ ಸರಿ, ಎಂಬ ತೀರ್ಮಾನವೂ ಸ್ಪಷ್ಟವಾಯಿತು.

ಈ ತೀರ್ಮಾನದ ಜೊತೆಗೇ ಇನ್ನೊಂದು ಆಲೋಚನೆ ಬಂತು. ಅವಳು ಶ್ಯಾಮಲೆ ಯಾಗುತ್ತಾಳೆಯೋ ತಬಸ್ಸುಂ ಆಗಿ ಉಳಿಯುತ್ತಾಳೆಯೋ ಇನ್ನೊಮ್ಮೆ ಕೇಳಬೇಕು. ಅಲ್ಲದೆ ಇಬ್ರಾಹಿಂ ನನ್ನ ಬೀಜಕ್ಕೆ, ದೇವಗಢ ವಂಶಕ್ಕೆ ಹುಟ್ಟಿದ ಮಗು. ಅವಳು ಬರದಿದ್ದರೆ ಅದ ನ್ನಾದರೂ ಒಯ್ದರೆ ಹೇಗೆ? ದಿಲ್‌ಷದ್ ಖಾನನ ಮನೆಯಲ್ಲಿ ಬೆಳೆಯುವ ಅದು ಸೈನಿಕನೇ ಆಗುತ್ತದೆ. ಮುಂದೊಂದು ದಿನ ದೇವಾಲಯ ಒಡೆಯುವ, ಜೆಸಿಯಾ ವಸೂಲು ಮಾಡುವ ಕೆಲಸದಲ್ಲಿ ತೊಡಗುತ್ತದೆ. ಅದನ್ನು ಪಾರು ಮಾಡಬೇಕು ಎಂಬ ವಿಚಾರವೂ ಬಂತು. ಅವಳನ್ನು ನೋಡಿ ಮಾತನಾಡಬೇಕೆಂದು ಕುದುರೆ ಹತ್ತಿ ಹೊರಟೆ.

ಶಬಾನಾ ಬೇಗಮರು ವ್ಯವಸ್ಥೆ ಮಾಡಿದ್ದಂತೆ ದನದ ಕೊಟ್ಟಿಗೆಯ ಹತ್ತಿರ ಹೋಗಿ ಹೆಣ್ಣಾಳಿನ ಕೈಲಿ ಬೇಗಮರಿಗೆ ಸಂದೇಶ ಕಳಿಸಿದೆ. ಒಂದು ಪ್ರಹರದ ಮೇಲೆ ಶ್ಯಾಮಲೆ ಬಂದಳು. ಅಷ್ಟರಲ್ಲಿ ನನ್ನಲ್ಲಿ ಒಂದು ಸಂಶಯ ಹುಟ್ಟಿತ್ತು. ಮೊದಲೇ ನನ್ನನ್ನು ದಾಂಪತ್ಯಕ್ಕೆ ಅನರ್ಹನೆಂದು ತೀರ್ಮಾನಿಸಿದ್ದಾಳೆ. ನನ್ನ ಯೋಜನೆಯನ್ನು ಕೇಳಿದಮೇಲೆ ಅವಳು ಅದನ್ನು ದಿಲ್‌ಷದ್ ಖಾನನಿಗೆ ತಿಳಿಸಿಬಿಟ್ಟರೆ! ಹೊರಡುವ ಮೊದಲೇ ನನ್ನ ತಲೆ ಬೀಳುತ್ತೆ, ನಾನು ಇದನ್ನು ಯೋಚಿಸಿಯೇ ಇರಲಿಲ್ಲ. ಬಂದು ಹೇಳಿ ಕಳಿಸಿದ್ದಕ್ಕೆ ಉಭಯ ಕುಶಲೋಪರಿ ಮಾತನಾಡಿ ಹಿಂತಿರುಗಬೇಕು ಎಂಬ ನಿಶ್ಚಯಮೂಡಿತ್ತು. ಆದರೆ ಹತ್ತಿರ ಬಂದ ಶ್ಯಾಮಲೆಯ ಮುಖದಲ್ಲಿ ದುಗುಡ ಕಾಣಿಸುತ್ತಿತ್ತು. ಯಾವ ಮಾತೂ ಆಡದೆ ಎದುರಿಗೆ ಕೂತಳು. ನನಗೂ ತಕ್ಷಣ ಮಾತು ಹೊಳೆಯಲಿಲ್ಲ. ತುಸು ಹೊತ್ತಾದಮೇಲೆ ನಾನು ಆರಂಭಿಸಿದೆ: 'ಹ್ಯಾಗಿದ್ದಿಯ?'

'ಆರು ತಿಂಗಳಾಯಿತಲ್ಲವೆ ನೀವು ನೋಡುಕ್ಕೆ ಬಂದು? ಕೋಪ ಬರೂದು ಸಹಜ. ದಾಂಪತ್ಯ ಮಾಡೋಣ ಬಾ ಅಂತ ನೀವು ಕರೆದಾಗ ತಕ್ಷಣ ಮನಸ್ಸಿಗೆ ಬಂದದ್ದನ್ನು ನಾನು ಹೇಳಿಬಿಟ್ಟೆ. ನಾಲ್ವರು ಹೆಂಡಿರು, ಆಕರ್ಷಕಳಾದ ಹೊಸಬಳು ಸಿಕ್ಕಿದಾಗ ಒಬ್ಬಳಿಗೆ ತಲಾಕ್ ಹೇಳಿ ಜಾಗ ಖಾಲಿ ಮಾಡಿಸೂದು, ಜೊತೆಗೆ ಇಷ್ಟ ಬಂದಷ್ಟು, ಶಕ್ತಿ ಇದ್ದಷ್ಟು ರಖಾವಿಗಳು, ಈ ವಾತಾವರಣದಲ್ಲಿ ಬದುಕುವ ನನಗೆ ದೇಹ ಸಂಬಂಧವಿಲ್ಲದ ದಾಂಪತ್ಯ

ತಕ್ಷಣ ಅರ್ಥವಾಗೂದು ಹೇಗೆ? ನಮ್ಮ ಊರಿನಲ್ಲಿ ಸೆರೆಸಿಕ್ಕಿದಾಗ ನನಗೆ ಆಗಿದ್ದುದು ಹದಿನೈದು ವರ್ಷ. ಅಲ್ಲಿಂದೀಚೆಗೆ ಬರೀ ಈ ವಾತಾವರಣವೇ. ಅದು ಹೋಗಲಿ. ಆ ವಿಷಯ ಎಲ್ಲಿಗೆ ಬಂತು?'

ನನ್ನ ಕಿವಿಗಳನ್ನು ನಾನು ನಂಬದಾದೆ. ಅವಳ ಮುಖವನ್ನು ರೆಪ್ಪೆ ಇಕ್ಕದೆ ನೋಡಿದೆ. ಅವಳಲ್ಲಿ ಧೃಡತೆ ಇತ್ತು. 'ಪರೀಕ್ಷೆ ಮಾಡುಕ್ಕೆ ಹಾಗೆ ನೋಡ್ತಿದ್ದೀರಾ?' ಅವಳು ಕೇಳಿದಳು.

'ಬರೀ ಒಟ್ಟಿಗೆ ಸಂಸಾರ ಮಾಡುಕ್ಕಿಂತ ಹೆಚ್ಚಿನ ಯೋಜನೆ ನನ್ನ ಮನಸ್ಸಿನಲ್ಲಿ ಸಿದ್ಧ ವಾಗಿದೆ.' ಎಂದು ನಾನು ಕಾಶಿಗೆ ಹೋಗಿದ್ದುದರಿಂದ ಹಿಡಿದು ಶಿವಾಜಿ ಮತ್ತು ಛತ್ರಸಾಲರ ಸಂಗತಿಗಳನ್ನು ವಿವರಿಸಿ ಅನಂತರ ಹೇಳಿದೆ: 'ಆಗ್ರಾ ನೋಡುಕ್ಕೆ ಅಂತ ನಾನು ಉದಯಪುರಿ ಮಹಲರಿಂದ ಅನುಮತಿ ಪಡೀತೀನಿ. ನೀನು ಮಕ್ಕಳ ಸಂಗಡ ಇಲ್ಲಿಂದ ಹೊರಡುವ ದಾರಿ ಯೋಚಿಸುತೀಯಾ? ಮೂರುದಿನ ಇಲ್ಲಿಂದ ಹೊರಗಿರುವ ಅನುಮತಿ ಪಡೆದರೆ ಸಾಕು. ಆಗ್ರಾದಿಂದ ಕಾಡು ಮೇಡು ಪ್ರವೇಶಿಸಿದರೆ ಬುಂದೇಲರ ದೇಶ ಸಿಕ್ಕುತ್ತೆ. ಅಲ್ಲೇನೂ ಜೀವನ ಸುಖವಾಗಿರುಲ್ಲ. ನಾವೀಗ ಹೊರಡೂದು ಸುಖವಾಗಿರುಕ್ಕೆ ಅಂತ ಅಲ್ಲ. ಸ್ವತಂತ್ರ ವಾಗಿರುಕ್ಕೆ. ಸ್ವಾತಂತ್ರ್ಯ ಹೋರಾಟದಲ್ಲಿ ಸಾಯುಕ್ಕೂ ಸಿದ್ಧವಾಗಿ.'

ಅವಳು ತುಸು ಹೊತ್ತು ಆಲೋಚಿಸಿ ಅನಂತರ ಹೇಳಿದಳು: 'ರಾಜ್ಯದಿಂದ ಹೊರಗೆ ಹೋಗಿ ಹೋರಾಟ ಮಾಡ್ತೀವಿ ಅಂತ ಯಾರಿಗೂ ಹೇಳೂದೂ ಬೇಡ. ಇಲ್ಲಿಂದ ಬಿಡು ಗಡೆಯಾಗಿ ಹೋಗಿ ನಿಮ್ಮ ಜೊತೆ ಇರ್ತೀನಿ ಅಂದರೆ ಶಬಾನಾ ಬೇಗಮರು ಎಷ್ಟಾದರೂ ನನ್ನ ಬೆಲೆ ಕೊಟ್ಟು ಬಿಡುಗಡೆ ಮಾಡಿಸುತಾರೆ. ಒಬ್ಬ ಸವತಿ ತಪ್ಪಿದಳು ಅನ್ನುವ ಹಗುರ ಅವರಿಗೂ ಇರುತ್ತೆ. ತಮಗೇ ಹುಟ್ಟಿದ್ದರೂ ದಿಲ್‌ಷದ್ ಖಾನರಿಗೆ ಈ ಇಬ್ಬರು ಮಕ್ಕಳ ಮೇಲೆ ಮಮತೆ ಇಲ್ಲ. ಅವರಿಗೆ ಇಂಥ ಎಷ್ಟೋ ಮಕ್ಕಳು ಎಲ್ಲೆಲ್ಲೋ ಹುಟ್ಟಿವೆ. ಈ ಮಕ್ಕಳು ಕಣ್ಣಿಂದ ಮರೆಯಾಗಬೇಕೆಂಬ ಬಯಕೆ ಬೇಗಮರಿಗಂತೂ ಇದ್ದೇ ಇರುತ್ತೆ. ಮುಂದಿನ ವ್ಯವಸ್ಥೆ ನೀವು ಮಾಡಿ.'

* *

ಅಧ್ಯಾಯ ೧೫

ಅಮೆರಿಕದಿಂದ ಹಿಂದಿರುಗುವಾಗಲೇ ಅವರ ತಲೆ ಮತ್ತು ಗಡ್ಡದ ಕೂದಲು ಮೊದಲಿನ ಆಕೃತಿ ತಳೆದಿತ್ತು. ಎರಡು ವಾರದ ನಂತರ ಮೊದಲಿನಂತೆ ನಡುವೆ ಸಣ್ಣ ಬಿಳಿಗೆರೆಗಳನ್ನು ಕಾಣಿಸಿ ಕಪ್ಪು ಡೈ ಮಾಡಿಸಿದರು. ತಲೆಯು ಬೊಕ್ಕಾಗದೆ ದಪ್ಪ ಕೂದಲಿರುವ ತಮ್ಮ ಹುಟ್ಟನ್ನು ತಾವೇ ಮೆಚ್ಚಿಕೊಂಡರು. ಇದು ಅಪ್ಪಯ್ಯನದಲ್ಲ, ಅಮ್ಮನದು ಎಂದು ತಕ್ಷಣ ಅರ್ಥಮಾಡಿಕೊಂಡರು. ಬೊಕ್ಕಿಗೂ ಬುದ್ಧಿಮತ್ತೆಗೂ ಏನೇನೂ ಸಂಬಂಧವಿಲ್ಲ ಎಂಬ ಹೊಸಸತ್ಯವನ್ನು ಆವಿಷ್ಕರಿಸಿಕೊಂಡಂತೆ ಕನ್ನಡಿಯ ಎದುರಿಗೆ ಮುಗುಳ್ನಕ್ಕರು.

ಒಂದು ದಿನ ದಿಲ್ಲಿಗೆ ಹೋಗಲು ವಿಮಾನನಿಲ್ದಾಣಕ್ಕೆ ಬಂದಾಗ ಎಕಾನಮಿ ದರ್ಜೆಯ ಚೆಕ್‌ಇನ್ ಸಾಲಿನಲ್ಲಿ ಲಕ್ಷ್ಮಿ ನಿಂತಿದ್ದುದು ಕಾಣಿಸಿತು. ತಾವು ಕೂರುವ ಎಗ್ಸಿಕ್ಯುಟಿವ್ ದರ್ಜೆಯಲ್ಲಿ ಪ್ರಯಾಣಿಕರು ಕಡಮೆ. ಸಾಲುಗಟ್ಟುವ ಸಂಭವವೂ ಇಲ್ಲ. ಅವಳ ಹತ್ತಿರ ಹೋಗಿ, 'ಹಾಯ್ ಲಕ್ಷ್ಮೀ, ನಿನ್ನ ಊರಿಗೆ ಒಂದು ಫ಼ೋನ್ ಲೈನ್ ಬರಬಾರದೆ? ನಿನ್ನನ್ನ ಸಂಪರ್ಕಿಸಬೇಕು ಅಂತ ಒದ್ದಾಡಿದೆ. ನೀನು ಹೋಗ್ತಿರೂ ಮೀಟಿಂಗಿಗೇ ನಾನು ಹೋಗ್ತಿರೂದು. ನೀನು ಮೊದಲೇ ಎಕಾನಮಿ ತರಗತಿಯ ಪ್ರಯಾಣ ನನಗೆ ಸಾಧ್ಯವಿಲ್ಲ ಅಂತ ಒಂದು ಕಾಗದ ಬರೆದಿದ್ದರೆ, ಎಗ್ಸಿಕ್ಯುಟಿವ್ ಕ್ಲಾಸ್ ಕೊಡಿ ಅಂತ ನಾನೂ ಶಿಫ಼ಾರಸು ಮಾಡ್ತಿದ್ದೆ,' ಎಂದರು.

'ಎರಡೂವರೆ ಗಂಟೆಯ ಪ್ರಯಾಣಕ್ಕೆ ಎಲ್ಲಿ ಕೂತರೇನು?' ಅವಳು ಕೇಳಿದಳು.

'ಜೊತೇಲಿ ಮಾತಾಡ್ತಾ ಪ್ರಯಾಣ ಮಾಡಬಹುದಿತ್ತು.'

'ನಾನು ನಿಮ್ಮ ದರ್ಜೆಗೆ ಬದಲಾಯಿಸಿಕೊಳ್ಳುಕ್ಕೆ ಮೇಲೆ ಅಷ್ಟು ದುಡ್ಡು ತೆರಬೇಕು. ಅದನ್ನ ಸರ್ಕಾರ ಕೊಡೂದಿಲ್ಲ. ನೀವೇ ನನ್ನ ದರ್ಜೆಗೆ ಬಂದು ಜೊತೇಲಿ ಕೂತರೆ ವಿಮಾನ ಕಂಪನಿ ಆಕ್ಷೇಪಿಸುಲ್ಲ. ನನ್ನ ದರ್ಜೇಲಿ ಜಾಗ ಖಾಲಿ ಇದ್ದರೆ.'

'ನನಗೆ ಯಾವತ್ತೂ ದರ್ಜೆಯ ತಾರತಮ್ಯ ಇಲ್ಲ ಅನ್ನೂದು ನಿನಗೂ ಗೊತ್ತಿದೆ. ವಿಮಾನ ಮೇಲೇರಲಿ. ಅಲ್ಲಿ ಜಾಯಿನ್ ಆಗೋಣ' ಎಂದರು.

ಅವಳ ದರ್ಜೆಯಲ್ಲಿ ಬೇಕಾದಷ್ಟು ಖಾಲಿ ಸಾಲುಗಳಿದ್ದವು. ಇಬ್ಬರೂ ಒಂದು ಕಡೆ ಅಕ್ಕಪಕ್ಕ ಕುಳಿತರು. ಅವಳಿಗೂ ಅವರೊಡನೆ ಮಾತನಾಡುವುದಿತ್ತು. ಅವರಿಗೂ ಅವಳನ್ನು ಕೇಳುವುದಿತ್ತು. 'ನೀವು ಬರ್ತೀರಿ ಅಂತ ನಾವೆಲ್ಲ ಕಾದೆವು. ಯಾಕೆ ಬರ್ಲಿಲ್ಲ ಹೇಳಿ.' ಅವಳು ಕೇಳಿದಳು.

'ಫ್ರಾಂಕ್ಲಿ ಸ್ಪೀಕಿಂಗ್,' ಅವರು ಅವಳ ಕಣ್ಣುಗಳನ್ನು ಆತ್ಮೀಯವಾಗಿ ನೋಡುತ್ತಾ ಹೇಳಿದರು: 'ಇವೆಲ್ಲ ಏನು ಪ್ರಾಯಶ್ಚಿತ್ತ ಅಂದರೆ? ಬೇರೆ ಕಡೆ ಜಾಗವಿಲ್ಲ ಅಂತ ದೇವಸ್ಥಾನ ದಲ್ಲಿ ಮಲಗೂದು ಓ.ಕೆ. ಆದರೆ.....'

'ನಿಮ್ಮ ಈಗೋ ತುಂಬ ದೊಡ್ಡದು. ಸಾರಿ, ಸೆಲ್ಫ್ ಇಮೇಜ್,' ಅವಳೂ ಅವರ ಕಣ್ಣುಗಳನ್ನು ನೋಡುತ್ತಲೇ ಅಂದಳು.

ಈ ಪಾಯಿಂಟಿನಲ್ಲಿ ವಾದಕ್ಕೆ ಇಳಿದರೆ ತನ್ನ ವಾದಸ್ಥಾನವನ್ನು ಗಟ್ಟಿಯಾಗಿಯೇ ಕಾಯ್ದುಕೊಳ್ಳುತ್ತಾಳೆಂದು ಅವರಿಗೆ ಅವಳ ಕಣ್ಣುಗಳ ದೃಢತೆಯಿಂದಲೇ ಅರ್ಥವಾಯಿತು. ತಕ್ಷಣ ಸ್ನೇಹ ಪೂರ್ವಕವಾಗಿ, 'ಹೇಳು ಯಾರ್ಯಾರು ಬಂದಿದ್ದರು? ವೈಕುಂಠಕ್ಕೆ ತುಂಬ ಜನ ಸೇರಿರಬಹುದು. ನಾನು ತಿಥಿ ಖರ್ಚಿಗೆ ಅಷ್ಟು ಹಣ ಕೊಡಬೇಕು ಅಂತಿದ್ದೆ. ತಿಥಿ ಯಲ್ಲೇ ಭಾಗವಹಿಸದೋನ ಹಣ ಅಂತ ಅವರು ತಿರಸ್ಕರಿಸಿ ರಾಡಿಯಾಗೂದು ಬೇಡ ಅಂತ ಸುಮ್ಮನಾದೆ.'

'ನೀವು ಕೊಡಲಿಲ್ಲ. ನಿಮ್ಮ ಮಗ ದಿಗಂತ ಕೊಟ್ಟ. ನೀವು ಭಾಗವಹಿಸಲಿಲ್ಲ. ಅವನು ಅವನ ಹೆಂಡತಿ ಮಗು ಬಂದು ಊಟಕ್ಕೆ ಬಡಿಸಿ ಎಲೆಬಾಚಿ ನೆಲ ತೊಳೆದರು. ಅವನ ಹೆಂಡತಿಯಂತೂ ಅದ್ಭುತವಾದ ಹುಡುಗಿ. ಎಲ್ಲ ಮೆಚ್ಚಿದರು.'

'ಅವನಿಗೆ ಯಾರು ಹೇಳಿದರು ಸಾವಿನ ಸಂಗತೀನ? ನೀನಾ? ಅವನಿಗೂ ಅಜ್ಜ ಅಜ್ಜಿಯರಿಗೂ ಸಂಪರ್ಕವೇ ಇರಲಿಲ್ಲವಲ್ಲ.'

"ಸಂಪರ್ಕವಿತ್ತು. ಅವತ್ತು ಫೋನಿನಲ್ಲಿ ಮಾತಾಡಿದನಲ್ಲ ಜಯರಾಮ, ಮೀನಾಕ್ಷಮ್ಮನ ಮಗ, ಮದರಾಸಿನಲ್ಲಿರೋನು. ಅವನ ಕಂಪನಿಗೂ ದಿಗಂತನ ಕಂಪನಿಗೂ ವ್ಯಾಪಾರದ ಸಂಬಂಧವಿದೆಯಂತೆ. ಪರಸ್ಪರ ಭೇಟಿಯಾದಾಗ ಇಬ್ಬರೂ ಕನ್ನಡದೋರು ಅಂತ ಗೊತ್ತಾದಾಗ, ಜೊತೇಲಿ ಊಟ ಮಾಡುವಾಗ ತಾವು ಹತ್ತಿರದೋರು ಸೋದರಮಾವ, ಸೊದ ರತ್ತೆಯ ಮಕ್ಕಳು ಅಂತ ಗೊತ್ತಾಯಿತಂತೆ. ಅವನು ಬೆಂಗಳೂರಿಗೆ ಬಂದಾಗ ಇವನ ಮನೆಗೆ ಹೋಗೂದು, ಇವನು ಮದರಾಸಿಗೆ ಹೋದಾಗ ಅವನ ಮನೆಗೆ ಹೋಗೂದು ಉಂಟಂತೆ. ಅವನೇ ಒಂದು ಸಲ ಇವನನ್ನ ಕಾರಿನಲ್ಲಿ ಅಜ್ಜ ಅಜ್ಜಿ ನೋಡುಕ್ಕೆ ಊರಿಗೆ ಕರಕೊಂಡು ಬಂದನಂತೆ. ಆಮೇಲೆ ಗಂಡ ಹೆಂಡತಿ ಇಬ್ಬರೂ ವರ್ಷಕ್ಕೊಂದು ಸಲವಾದರೂ ಊರಿಗೆ ಬಂದು ಒಪ್ಪತ್ತಿದ್ದು ಊಟ ಮಾಡಿ ನೀವು ಸೀರೆ ಪಂಚೆ ತಗೋಳಿ ಅಂತ ಹತ್ತು ಸಾವಿರ ರೂಪಾಯಿ ಕೊಟ್ಟು ನಮಸ್ಕಾರ ಮಾಡಿ ಹೋಗುತ್ತಿದ್ದರಂತೆ. ಹಾಗೆಯೇ ಹೋಗಿ ಅತ್ತೆಯರನ್ನು ಪರಿಚಯ ಮಾಡ್ಕಂಡಿದ್ದನಂತೆ. ನಿಮಗೆ ಫೋನು ಮಾಡಿದ ಬೆಳಗ್ಗೆ ಬೇಗ ಹೊರಟು ಮದರಾಸು ತಲುಪಿದನಲ್ಲ, ಆ ರಾತ್ರಿ ದಿಗಂತನಿಗೆ ಫೋನಿನಲ್ಲಿ ಅಜ್ಜಿ ಸತ್ತ ಸಂಗತಿ, ಊರಿನಲ್ಲಿ ಆಗಿರೂ ವಿಷಯಾನೆಲ್ಲ ತಿಳಿಸಿದನಂತೆ. ಮರುದಿನವೇ ಗಂಡಹೆಂಡತಿ ಇಬ್ಬರೂ ಕಾರಿನಲ್ಲಿ ಬಂದು ಅಜ್ಜನನ್ನು ಮಾತಾಡಿಸಿ ಒಳಗೆ ಹೋಗಿ ಮೂವರು ಅತ್ತೆಯರ ಕೈಲೂ ಮಾತಾಡಿ, 'ಇಕೋ ಐವತ್ತುಸಾವಿರ ತಂದಿದೀವಿ. ಇದನ್ನ ಖರ್ಚುಮಾಡಿ. ಅಜ್ಜಿ ಬಾಳಿ ಬದುಕಿದೋರು. ತಿಥಿ ಚನ್ನಾಗಿ ಆಗಬೇಕು. ನಮಗೆ ಅರ್ಜೆಂಟ್ ಕಂಪನಿ ಕೆಲಸವಿದೆ.

ನಾನು ಅಬೂಧಾಬಿಗೆ ಹೋಗಬೇಕು. ವೈಕುಂಠದ ದಿನ ಬೆಳಗ್ಗೆ ಏಳುಗಂಟೆಯ ಒಳಗೆ ಬಂದು ರಾತ್ರಿ ತನಕ ಇರ್ತೀವಿ,' ಅಂತ ಹೇಳಿ ಹೋದರು....."

ಪ್ರೊಫೆಸರರು ಅವಳ ಮುಖವನ್ನೇ ನೋಡುತ್ತಿದ್ದರು. ದಿಗಂತ ತನ್ನ ಬುಡಕ್ಕೇ ಒಳಗಿನಿಂದ ಚೂರಿ ಹಾಕುತ್ತಿದ್ದಾನೆ ಎನ್ನಿಸಿತು. ನನಗೆ ಅಜ್ಜ ಅಜ್ಜಿ ಅಂದರೆ ಪ್ರೀತಿ ಇದೆ, ನಾನು ಹೋಗಿ ಅವರನ್ನ ನೋಡಿಬರ್ತೀನಿ ಅಂತ ನನಗ್ಯಾಕೆ ಹೇಳಲಿಲ್ಲ? ಅವನ ಡೆಮಾಕ್ರಟಿಕ್ ರೈಟಿಗೆ ನಾನು ಅಡ್ಡ ಬರ್ತೀನಿ ಅಂತಲೆ? ಗಂಡ ಹೆಂಡತಿ ನನ್ನ ಹತ್ತಿರವೂ ಚನ್ನಾಗಿರ್ತಾರೆ. ನನ್ನಿಂದ ಸಾಧ್ಯವಾಗುವ ಪ್ರಯೋಜನಾನೂ ಅವರ ಕಂಪನಿ ಬೆಳೆಯುಕ್ಕೆ ಪಡೀತಾರೆ, ಎಂಬುದು ನೆನಪಿಗೆ ಬಂತು.

ಲಕ್ಷ್ಮಿ ಮುಂದುವರೆಸಿದಳು: '.....ಅಜ್ಜಿಯ ಹೆಸರಿನಲ್ಲಿ ನಾವು ನರಸಿಂಹದೇವರ ಗುಡಿಯನ್ನ ದುರಸ್ತು ಮಾಡಿಸಿಕೊಡ್ತೀವಿ. ಬೆಂಗಳೂರಿನಿಂದ ಆರ್ಕಿಟೆಕ್ಟರನ್ನು ಕಳಿಸ್ತೀವಿ. ಐದು ಲಕ್ಷ ರೂಪಾಯಿ ಪ್ರಾರಂಭಿಕ ಬಜೆಟ್. ಜಾಸ್ತಿಯಾದರೂ ಸರಿ. ಸ್ಥಳೀಯ ಮೇಲ್ವಿಚಾರಣೆ ನೀವು ನೋಡ್ಕಬೇಕು ಅಂತ ನನಗೆ ವಹಿಸಿದಾರೆ. ಅವನಿಗಿಂತ ಅವನ ಹೆಂಡತಿಗೆ ದೇವರು ದಿಂಡಿರಲ್ಲಿ ಭಕ್ತಿ ಜಾಸ್ತಿ. ಇಬ್ಬರೂ ಪ್ರತಿ ವರ್ಷ ವೈಷ್ಣೋದೇವಿಗೆ ಹೋಗಿ ಬರ್ತಾರಂತೆ. ತಿರುಪತಿಗೂ. ಮೆಟ್ಟಿಲು ತನಕ ಕಾರಿನಲ್ಲಿ ಹೋಗಿ ಮೇಲಕ್ಕೆ ನಡೆದೇ ಹತ್ತುತಾರಂತೆ.....'

ದೇವರು ದಿಂಡಿರ ವಿಷಯವಾಗಿ ಒಂದು ಸಲ ಅವಳು ತಮ್ಮೊಡನೆಯೂ ಮಾತನಾಡಿದ್ದಳು. ತಿರುಪತಿಯ ತಿಮ್ಮಪ್ಪ ಕ್ಯಾಪಿಟಲಿಸ್ಟರ ದೇವರು ಅಂತ ನಾನು ಹೇಳಿದ್ದೆ. ಅಲ್ಲಿ ಹೋಗುವ ಯಾತ್ರಿಗಳಲ್ಲಿ ಶೇಕಡಾ ತೊಂಬತ್ತೈದು ಜನ ಸಾಧಾರಣರು ಅಥವಾ ಬಡವರು. ಅವರಿಗೆಲ್ಲ ತಾವು ಕ್ಯಾಪಿಟಲಿಸ್ಟ್ ಆಗುವ ಬಯಕೆ ಇದೆ ಅಂದ ಹಾಗಾಯಿತು, ಎಂದು ನಕ್ಕಿದ್ದಳು. ಈ ಬಯಕೆಯನ್ನು ಪೋಷಿಸುವ ನಂಬಿಕೆಯನ್ನೇ ಬಡವರ ಅಫೀಮು ಅಂತ ಮಾರ್ಕ್ಸ್ ಹೇಳಿದ್ದು, ನಾನು ತಕ್ಷಣ ಉತ್ತರಿಸಿದೆ. ಈ ಅಫೀಮುನಾಶದ ಯುದ್ಧದಲ್ಲಿ ರಶ್ಯಾ ಸೋತಿತು. ಚೀಣಾ ಸೋತಿತು. ಅವರನ್ನನುಸರಿಸಿ ಭಾರತವೂ ಕ್ಯಾಪಿಟಲಿಸ್ಟ್ ದಾರಿಗೆ ಬಂದು ನಾವು ಕಂಪನಿ ನಡೆಸುವಂತಾಗಿದೆ, ಅಲ್ಲವೆ? ಎಂದಳು. ಚಿಕ್ಕವಯಸ್ಸಿನ ಹೆಂಗಸಿನ, ಅದೂ ಸೊಸೆಯ ಕೈಲಿ ವಾದದಲ್ಲಿ ಸೋಲುವುದು ಹೀನಾಯ ಅಂತ ನಾನು ಮಾತನ್ನು ಮುಂದುವರೆಸಲಿಲ್ಲ, ಪ್ರೊಫೆಸರರಿಗೆ ನೆನಪಾಯಿತು. ಅಜ್ಜ ಅಜ್ಜಿಯರನ್ನು ನೋಡುಕ್ಕೆ ಹೋಗುತ್ತಿದ್ದುದನ್ನ ನನಗೆ ಹೆದರಿಕೊಂಡು ಹೇಳ್ತಿರಲಿಲ್ಲವೋ ಅಥವಾ ಡಿಪ್ಲೊಮ್ಯಾಟಿಕ್ ಆಗಿ ಇದ್ದುಬಿಟ್ಟರೊ? ವ್ಯಾಪಾರಿಗಳು, ಉದ್ಯಮಿಗಳು ವಾದವಿವಾದವನ್ನ ಕಸಿವಿಸಿ ಹುಟ್ಟಿಸುವ ಸಂಗತಿಗಳನ್ನ ಯಾವಾಗಲೂ ದೂರ ಇಡ್ತಾರೆ, ಎಂಬ ಮಾತು ನೆನಪಾಯಿತು. ಅವರಿಗೆ ಮಗ ಸೊಸೆಯ ಮೇಲೆ, ಅದರಲ್ಲೂ ಹೆಚ್ಚಾಗಿ ಮಗನ ಮೇಲೆ ಕೋಪಬಂತು. ಹಾಗಂತ ಅವನನ್ನ ಕೇಳುಕ್ಕಾಗಲಿ ದಬಾಯಿಸುಕ್ಕಾಗಲಿ ಆಗುಲ್ಲ ಎಂಬ ಅರಿವೂ ಆಯಿತು. ಮನಸ್ಸಿನ ಆಳದಲ್ಲೆಲ್ಲ ಬೆಂಕಿ ಹೊತ್ತಿಕೊಂಡಂತಾಯಿತು. ಕರೆಗಂಟೆ ಒತ್ತಿದರು. ವಿಚಾರಿಸಲು ಬಂದ ಗಗನಸಖಿಗೆ ತಮ್ಮ ಎಗ್ಸಿಕ್ಯುಟಿವ್ ತರಗತಿಯ ಬೋರ್ಡಿಂಗ್ ಪಾಸ್ ತೋರಿಸಿ, 'ಒಂದು ಜಿನ್' ಎಂದು ಹೇಳಿ ಲಕ್ಷ್ಮಿಯ ಕಡೆ ತಿರುಗಿ ನಿನಗೆ? ಎಂದರು. ಅವಳು ಬೇಡ

ವೆಂದ ನಂತರ ಹೋಸ್ಟೆಸ್, 'ಎಸ್ ಸರ್' ಎಂದು ಹೇಳಿಹೋದಳು.

ರಾಷ್ಟ್ರೀಯ ಭಾವೈಕ್ಯವನ್ನು ಸಾಧಿಸಲು ಸರ್ಕಾರವು ದೇಶದ ಬುದ್ಧಿಜೀವಿಗಳ, ಕಲಾವಿದರ, ಶಿಕ್ಷಣವೇತ್ತರ, ವಿದ್ವಾಂಸರ, ಇತಿಹಾಸತಜ್ಞರ ಮೂರುದಿನಗಳ ಸಭೆ ಕರೆದಿತ್ತು. ಸುಮಾರು ಮೂವತ್ತು ಜನ, ಅವರಲ್ಲಿ ಹಲವರು ಪತ್ರಿಕೆ ಮತ್ತು ಟಿ.ವಿ.ಗಳಲ್ಲಿ ಮಿಂಚುವವರು. ಕಳೆದ ಐದುವರ್ಷಗಳಿಂದ ಟಿ.ವಿ.ಯನ್ನು ಕಾಣದವಳು ರಜಿಯಾ ಒಬ್ಬಳೇ. ಅದಕ್ಕೆ ಮೊದಲು ಅವಳೂ ಟಿ.ವಿ. ಮತ್ತು ಪತ್ರಿಕೆಗಳಲ್ಲಿ ಹೊಳೆಯುತ್ತಿದ್ದವಳೇ. ಸಭಾಪೂರ್ವದ ಚಹಾಪಾನದಲ್ಲಿ ಹಲವರು ಅವಳನ್ನು ಗುರುತಿಸಿ, 'ಮೇಡಂ ಇತ್ತೀಚೆಗೆ ಎಲ್ಲಿ ಹೋಗಿದ್ದೀರಿ? ಇಂಡಿಯಾದಲ್ಲಿದ್ದೀರೋ ಅಥವಾ ವಲಸೆ ಹೋಗಿದ್ದೀರೋ?' ಎಂದು ಕೇಳಿದರು. ಪ್ರೊಫೆಸರರು ಎಲ್ಲರನ್ನೂ ಸುತ್ತು ಹಾಕುತ್ತಾ ದೇಶಾವರಿ ನಗೆ ತುಂಬಿ ಕುಶಲಪ್ರಶ್ನೆ ಮಾಡುತ್ತಿದ್ದರು. ಮಂತ್ರಾಲಯದ ಕಾರ್ಯದರ್ಶಿ, ಉಪಕಾರ್ಯದರ್ಶಿ, ಅವರ ಸಹಾಯಕ ಅಧಿಕಾರಿಗಳು ಎಲ್ಲರನ್ನೂ ಉಪಚರಿಸುತ್ತಿದ್ದರು. ಅಧಿಕಾರಿಗಳು ಉಪಚರಿಸುವ ತರತಮಗಳನ್ನು ನೋಡಿದರೆ ಪ್ರೊಫೆಸರರ ಸ್ಥಾನವೇ ಮಹತ್ತ್ವದ್ದೆಂದು ಕಾಣಿಸುತ್ತಿತ್ತು. ಆಹ್ವಾನಿತರ ಪಟ್ಟಿಯಲ್ಲಿ ತನ್ನ ಹೆಸರನ್ನು ಸೂಚಿಸಿದವರು ತಾವೇ ಎಂದು ಅವರು ಅವಳಿಗೆ ದಿಲ್ಲಿ ವಿಮಾನನಿಲ್ದಾಣದಲ್ಲಿ ಸಾಮಾನಿಗೆ ಕಾಯುವಾಗ ಹೇಳಿದ್ದರು. ಉಳಿದವರಂತೆ ಅವರು ಟ್ಯಾಕ್ಸಿ ಮಾಡಿಕೊಂಡು ಇಳಿದುಕೊಳ್ಳುವ ಜನಪಥ ಹೋಟೆಲಿಗೆ ಹೋಗಬೇಕಿರಲಿಲ್ಲ. ಮಂತ್ರಾಲಯದ ಕಾರೇ ಬಂದು, ಅವರನ್ನು ಸರ್ಕಾರಿ ಮಾಲೀಕತ್ವದ ಪಂಚತಾರಾ ಅಶೋಕ ಹೋಟೆಲಿಗೆ ಕರೆದೊಯ್ಯಿತು. ಅವಳು ಟ್ಯಾಕ್ಸಿ ಮಾಡಿಕೊಂಡು ಸೂಚಿಸಿದ್ದಂತೆ ಜನಪಥ ಹೋಟೆಲಿಗೆ ಹೋದಳು.

ಸಭೆಯನ್ನು ಉದ್ಘಾಟಿಸುವ ಮಂತ್ರಿಗಳು ಬಂದಮೇಲೆ ಎಲ್ಲರೂ ಮುಂದೆ ನಡೆದು ಮಂತ್ರಿಗಳ ಪರಿಚಯಭಾಗ್ಯವನ್ನು ಪಡೆದರು. ಹಲವರು ಮಂತ್ರಿಗಳಿಗೆ ಗೊತ್ತಿದ್ದವರೇ. ಮಂತ್ರಿಗಳು ಉಳಿದವರ ವಸತಿ ಸೌಕರ್ಯವನ್ನು ವಿಚಾರಿಸಿದರು. ಮಂತ್ರಿಗಳದು ಹಿಂದಿನ ತಲೆಮಾರಿನ ಜುಬ್ಬಾ ಗಾಂಧಿ ಟೋಪಿಗಳಲ್ಲ, ಟೆರಿಕಾಟ್ ಮಿಶ್ರಿತ ಖಾದಿ ಸಫಾರಿ ಸೂಟು.

ತಮ್ಮ ಆರಂಭ ಭಾಷಣದಲ್ಲಿ ಅವರು, 'ಛಿದ್ರಗೊಳಿಸುತ್ತಿರುವ ಜಾತೀಯ, ಮತೀಯ, ದುಷ್ಟಶಕ್ತಿಗಳನ್ನು ಬೇರು ಸಹಿತ ಸುಟ್ಟು ಭಸ್ಮ ಮಾಡದಿದ್ದರೆ ದೇಶ ಉಳಿಯವುದಿಲ್ಲವೆಂಬ ಪರಮಸತ್ಯ ನಿಮಗೆಲ್ಲ ಗೊತ್ತಿದೆ. ದುಷ್ಟಶಕ್ತಿಗಳು ನಮ್ಮ ಶಿಕ್ಷಣ, ಕಲೆ, ಸಾಹಿತ್ಯ, ವಿದ್ವತ್ತು, ಸಂಶೋಧನೆ, ಮಾಧ್ಯಮಗಳನ್ನೆಲ್ಲ ಹೊಕ್ಕಿವೆ. ಇವುಗಳನ್ನು ನಾಶಮಾಡಲು ಸರ್ಕಾರ ಏನು ಮಾಡಬೇಕೆಂದು ನಿಶ್ಚಯಿಸುವುದಕ್ಕೆ ಈ ಪೂರ್ವಭಾವಿ ಸಭೆ ಕರೆಯಲಾಗಿದೆ. ಈ ಸಭೆಯ ನಡವಳಿಕೆಯ ದಿಕ್ಕು ದೆಸೆ ವಿಧಾನಗಳನ್ನು ನಮ್ಮ ರಾಷ್ಟ್ರದ ಪ್ರಖ್ಯಾತ ಚಿಂತಕ ಬುದ್ಧಿಜೀವಿ ಪ್ರೊ॥ ಶಾಸ್ತ್ರಿಗಳು ತಮ್ಮ ಕೀ ನೋಟ್ ಭಾಷಣದಲ್ಲಿ ವಿಶದಪಡಿಸುತ್ತಾರೆ,'

ಎಂದರು. ಅವರು ಸಾಧಾರಣ ಮಂತ್ರಿಯಲ್ಲ. ಸ್ಮಾರ್ಟ್ ರಾಜಕಾರಣಿ ಎಂದು ಎಲ್ಲರಿಗೂ ಮನದಟ್ಟಾಯಿತು.

ಅನಂತರ ಎದ್ದುನಿಂತ ಪ್ರೊಫೆಸರ್ ಶಾಸ್ತ್ರಿಗಳು ಎಲ್ಲರತ್ತಲೂ ಮುಗುಳ್ನಗೆ ಬೀರಿ ತಮಗೆ ಈ ಗೌರವ ನೀಡಿದ ಮಂತ್ರಿಗಳನ್ನೂ ಘನಸರ್ಕಾರವನ್ನೂ ವಂದಿಸಿ ಈಗ ರಾಷ್ಟ್ರವು ಎದುರಿಸುತ್ತಿರುವ ಸೀಳು ದಾರಿಯನ್ನು ವಿವರಿಸತೊಡಗಿದರು. ಭಾರತವು ಎಂದೂ ಏಕಮುಖೀ ಸಂಸ್ಕೃತಿಯಾಗಿರಲಿಲ್ಲ. ನಮಗೆ ಎಲ್ಲೋರಾ ಅಜಂತಾಗಳು ಎಷ್ಟು ಮುಖ್ಯವೋ ತಾಜಮಹಲ್ ಅಷ್ಟೇ ಮುಖ್ಯ. ವಿಜಯನಗರವನ್ನು ನೋಡಲು ಬರುವ ವಿದೇಶೀ ಪ್ರವಾಸಿಗರಿಗಿಂತ ತಾಜ್‌ಮಹಲ್ ನೋಡಲು ಬರುವವರ ಸಂಖ್ಯೆ ಹಲವು ಪಟ್ಟು ಹೆಚ್ಚು ಎಂಬುದನ್ನು ನಾವು ಮರೆಯಬಾರದು. ಭಾರತದಲ್ಲಿ ಹಿಂದೂ ಮುಸ್ಲಿಂ ಎಂಬ ವಿರೋಧ ಎಂದೂ ಇರಲೇ ಇಲ್ಲ. ಮುಸ್ಲಿಮರು ಹಿಂದೂಗಳ ಪೂಜಾಸ್ಥಾನಗಳನ್ನು ಒಡೆದರು, ಅವರು ಪರ ಮತ ದ್ವೇಷಿಗಳು ಎಂದು ಮುಂತಾದ ವಿಷಪ್ರಚಾರದಿಂದ ನಮ್ಮ ಮಕ್ಕಳನ್ನು ರಕ್ಷಿಸಲು ನಮ್ಮ ಶಿಕ್ಷಣ ವಿಷಯದಲ್ಲಿ, ಇತಿಹಾಸ ಬೋಧನೆಯಲ್ಲಿ, ಏನು ಮಾಡಬೇಕು? ಈ ದಿಕ್ಕಿನಲ್ಲಿ ನಮ್ಮ ಕಲಾವಿದರ, ಮಾಧ್ಯಮದವರ, ಪ್ರಕಾಶಕರ, ವಿಮರ್ಶಕರ ಕರ್ತವ್ಯಗಳೇನು ಎಂಬುದನ್ನೆಲ್ಲ ವಿಸ್ತಾರವಾಗಿ ಚರ್ಚಿಸಿ ಸರ್ಕಾರಕ್ಕೆ ಶಿಫಾರಸು ಮಾಡುವ ಗುರುತರ ಹೊಣೆ ನಮ್ಮ ಈ ಸಭೆಯ ಮೇಲಿದೆ. ಈ ಸಭೆ ಹಲವು ಬಾರಿ ಸೇರಲಿದೆ. ಒಂದೊಂದೂ ಕ್ಷೇತ್ರದಲ್ಲಿ ಏನೇನು ಮಾಡಬೇಕೆಂದು ಒಮ್ಮೊಮ್ಮೆ ಸೇರಿದಾಗಲೂ ಕ್ರೋಢೀಕರಿಸಿ ಶಿಫಾರಸು ಮಾಡಲಿದೆ. ಈ ಸಲ ನಾವು ಕೆಲವು ಸಾಧಾರಣ ತತ್ತ್ವಗಳನ್ನು ಆವಿಷ್ಕರಿಸಬೇಕಾಗಿದೆ. ಸಭೆಗೆ ಅಧ್ಯಕ್ಷನಾಗಿ ಕಲಾಪಗಳನ್ನು ನಡೆಸಿಕೊಡಬೇಕೆಂದು ಮಾನ್ಯ ಮಂತ್ರಿಗಳು ನನ್ನನ್ನು ಕೇಳಿದ್ದಾರೆ. ಸಾಧನೆಯಲ್ಲಿ ನನಗಿಂತ ಹಿರಿಯರಾದ ಹಲವರು ಇಲ್ಲಿರುವಾಗ ಈ ಹೊಣೆ ಬೇಡವೆಂದು ನಾನು ಸ್ಪಷ್ಟಪಡಿಸಿದ್ದೇನೆ. ಆದರೆ ಸಭೆಯ ತೀರ್ಮಾನಕ್ಕೆ ತಲೆಬಾಗುವುದು ನನ್ನ ಕರ್ತವ್ಯವೆಂದೂ ಭಾವಿಸಿದ್ದೇನೆ.' ಎಂದು ಮುಕ್ಕಾಲು ಗಂಟೆ ಮಾಡಿದ ಭಾಷಣದ ಓಘಕ್ಕೆ ಅವರನ್ನು ಬಿಟ್ಟು ಸಭೆ ನಡೆಸುವುದು ಸಾಧ್ಯವಿಲ್ಲವೆಂದು ಹಲವರು ಮನಸ್ಸಿನಲ್ಲೇ ಒಪ್ಪಿಕೊಂಡರು. ಈ ಮಂತ್ರಿ ಆಗಲೇ ತೀರ್ಮಾನಿಸಿದಾನೆ, ನಮ್ಮನ್ನೆಲ್ಲ ಕರೆದಿರುವುದೇ ಈ ಶಾಸ್ತ್ರಿಯ ಆಯ್ಕೆಯಿಂದ, ವಿರೋಧಿಸಿ ಪ್ರಯೋಜನವೂ ಇಲ್ಲ, ಬೇರೆ ಯಾರೂ ಆಯ್ಕೆಯಾಗುವುದೂ ಇಲ್ಲ ಎಂದು ಇತರರು ಅರ್ಥಮಾಡಿಕೊಂಡರು. ಮಂತ್ರಿಗಳೇ, 'ಅಧ್ಯಕ್ಷರ ವಿಷಯದಲ್ಲಿ ಸಭೆಯ ಒಮ್ಮತದ ಅಭಿಪ್ರಾಯವೇನು?' ಎಂದು ಕೇಳಿದಾಗ ಕೆಲವರು ಮಾತ್ರ ಚಪ್ಪಾಳೆ ಆರಂಭಿಸಿದರು. ಮಂತ್ರಿಗಳು ಎಲ್ಲರ ಕಡೆಗೂ ಒಂದು ಸುತ್ತು ದೃಷ್ಟಿಯನ್ನು ಹಾಯಿಸಿದಾಗ ಎಲ್ಲರೂ ಕರತಾಡನ ಸೇರಿಸಿದರು.

ಮಂತ್ರಿಗಳು ಹೋದಮೇಲೆ ಸಭೆಯ ಮುಖ್ಯ ಕಲಾಪ ಶುರುವಾಯಿತು. ಸೇವಕರು ಎಲ್ಲರಿಗೂ ಕೂತ ಜಾಗಕ್ಕೇ ಚಹಾ ಬಿಸ್ಕತ್ತುಗಳನ್ನು ಸರಬರಾಜು ಮಾಡಿದರು. ಅಧ್ಯಕ್ಷರೇ ವಿಷಯವನ್ನು ಮುಖ್ಯಮಾರ್ಗಕ್ಕೆ ತಂದರು: 'ನಮ್ಮ ಸಮಾಜವನ್ನು ಒಡೆಯುತ್ತಿರುವ ಕ್ಷೇತ್ರ ಅಂದರೆ ಇತಿಹಾಸ ಬೋಧನೆ. ಇತಿಹಾಸವಿರುವುದೇ ಪ್ರಗತಿಪಥ ತೋರಿಸುವುದಕ್ಕೆ.

ಅಂದರೆ ಸಮನ್ವಯ ಸಹಮತಗಳಿಗೆ. ಮುಸಲ್ಮಾನರು ದೇವಾಲಯ ಒಡೆದರು, ಬಲಾತ್ಕಾರದಿಂದ ಧರ್ಮಾಂತರ ಮಾಡಿದರು ಎನ್ನುವಂಥ ಸುಳ್ಳುಗಳು ಅದು ಹೇಗೋ ನಮ್ಮ ಇತಿಹಾಸವನ್ನು ಸೇರಿಬಿಟ್ಟಿವೆ. ಅವುಗಳನ್ನೆಲ್ಲ ಕಿತ್ತು ಹಾಕಿ ನಮ್ಮ ಇತಿಹಾಸ ಪಠ್ಯಗಳನ್ನು ಶುಚಿಮಾಡಬೇಕು. ಇಡೀ ರಾಷ್ಟ್ರದಲ್ಲಿ ವಿಧಾಯಕವಾಗುವಂಥ ಮಾದರಿ ಇತಿಹಾಸ ಪಠ್ಯಪುಸ್ತಕಗಳನ್ನು ಬರೆಸಬೇಕು. ಈಗ ಇರುವ ಪುಸ್ತಕಗಳಿಂದ ಕಳೆಕೀಳಬೇಕು. ಅದಕ್ಕೊಂದು ತಜ್ಞರ ಸಮಿತಿಯನ್ನು ಈ ಸಭೆ ನಿಯೋಜಿಸಬೇಕು.....'ಎಂದು ಹೇಳುತ್ತಿರುವಾಗ ಲಕ್ಷ್ಮಿಗೆ ಕಸಿವಿಸಿಯಾಯಿತು. ಅನಂತರ ಕಿರಿಕಿರಿಯಾಯಿತು. ಮರು ನಿಮಿಷ ಅಸಹ್ಯವಾಯಿತು. ಅವರ ಮಾತನ್ನು ಮೊದಲ ಹಂತದಲ್ಲೇ ವಿರೋಧಿಸುವ ಮನಸ್ಸಾಯಿತು. ಆದರೆ ಇಲ್ಲಿ ಸೇರಿರುವವರೆಲ್ಲ ರಾಷ್ಟ್ರಮಟ್ಟದಲ್ಲಿ ಹೆಸರಿರುವವರು. ಕೇಂದ್ರ ಸರ್ಕಾರವು ಅತ್ಯುಚ್ಚಮಟ್ಟದಲ್ಲಿ ಕರೆದಿರುವ ಸಭೆ ಇದು ಎಂಬ ಅರಿವಿನಿಂದ ತುಸು ಅಧೀರತೆಯೂ ಉಂಟಾಯಿತು. 'ಔರಂಗಜೇಬ ಟಿಪ್ಪೂ ಸುಲ್ತಾನ ಮಹಮ್ಮದ್ ಘೋರಿ, ಘಜ್ನಿ ಮುಂತಾದವರನ್ನು ಉದಾಹರಣೆಗಳೆಂದು ಸುಳ್ಳು ಸೃಷ್ಟಿಸಿಕೊಂಡು.....'

ಎಂದು ಓಘದಿಂದ ಸಾಗುತ್ತಿದ್ದ ಅವರ ವಾಕ್ಪ್ರವಾಹಕ್ಕೆ ತಡೆಹಾಕುವ ಒಂದು ಪ್ರಶ್ನೆಯನ್ನು ಅವಳಿಗೇ ಗೊತ್ತಿಲ್ಲದಂತೆ ಎದ್ದುನಿಂತು ಕೇಳಿಬಿಟ್ಟಳು: 'ಸರ್, ನೀವು ಬನಾರಸ್ ನೋಡಿದೀರಾ?'

ಪ್ರೊಫೆಸರರು ತಬ್ಬಿಬ್ಬಾದರು. ಇಡೀ ಸಭೆ ಚಕಿತವಾಯಿತು. ದುಂಡು ಮೇಜಿನ ಎದುರಿಗೆ ಕುಳಿತಿದ್ದ ಎಲ್ಲರೂ ಇವಳತ್ತ ತಿರುಗಿದರು. 'ಏನು ನಿಮ್ಮ ಪ್ರಶ್ನೆಯ ಇಂಗಿತ?' ಪ್ರೊಫೆಸರರು ಆತ್ಮವಿಶ್ವಾಸದಿಂದ ಕೇಳಿದರು.

'ವಿಶ್ವನಾಥ ದೇವಾಲಯವಿದ್ದ ಜಾಗದಲ್ಲಿ ಒಂದು ಭಾರಿ ಮಸೀದಿ ಇದೆ. ಗ್ಯಾನವಾಪಿ ಮಸೀದಿ ಅಂತ ಸ್ಥಳೀಯ ಮುಸ್ಲಿಮರೇ ಅದನ್ನು ಕರೀತಾರೆ. ಅದರ ಹಿಂಬದಿಯಲ್ಲೊಂದು ಕಿರುಮಂಟಪವನ್ನು ವಿಶ್ವನಾಥಮಂದಿರ ಅಂತ ಮಾಡಿಕೊಂಡು ಭಕ್ತರು ಪೂಜೆಮಾಡುತಾರೆ. ಮಸೀದಿ ಕಟ್ಟಿಸಿದವರಾರು, ಅದನ್ನು ಅದೇ ಜಾಗದಲ್ಲಿ ಕಟ್ಟಿಸಿದ್ದಾದರೂ ಯಾಕೆ? ಕೊಚ್ಚಿ ಹರಿಯುವ ಮಾತಾಡುವ ಮೊದಲು ಇಂಥ ಹತ್ತಿಪ್ಪತ್ತು ಮೂವತ್ತು ಸಾವಿರ ಅವಶೇಷಗಳಿಗೆ ಉತ್ತರ ಹೇಳಬೇಕಾಗುತ್ತೆ,' ಅವಳ ಧ್ವನಿಯಲ್ಲಿ ಉದ್ವೇಗವಿತ್ತು.

'ಎಲ್ಲೋ ಒಂದು ಖಾಲಿ ಜಾಗದಲ್ಲಿ ಮಸೀದಿ ಕಟ್ಟಿಕೊಂಡರೆ ಅದನ್ನ ಔರಂಗಜೇಬ ಕಟ್ಟಿಸಿದ ಅಂತ ಒಪ್ಪಿಕೊಂಡರೂ, ಹಿಂದೂ ಮಂದಿರವನ್ನ ಒಡೆದುಕಟ್ಟಿಸಿದ ಅಂತ ಹೇಳುವುದು ಆಧಾರಹೀನ, ಅವೈಜ್ಞಾನಿಕ ಹೇಳಿಕೆಯಾಗುಲ್ಲವೆ?' ಪ್ರೊಫೆಸರರು ಕೇಳಿದರು.

'ಔರಂಗಜೇಬನು ೧೭೦೭ರಲ್ಲಿ ಸತ್ತನಂತರ ಅವನ ಕೊನೆಯ ಮುಖ್ಯಾಧಿಕಾರಿ ಇನಾಯತುಲ್ಲಾ ಖಾನ್ ಕಾಶ್ಮೀರಿಯ ಒತ್ತಾಯದ ಮೇರೆಗೆ ಸಾಕಿ ಮುಸ್ತಾಕ್ ಖಾನ್ ಎಂಬುವವನು ಅವರ ಆದರ್ಶದ ದೊರೆ ಔರಂಗಜೇಬನ ಆಳ್ವಿಕೆಯ ಇತಿಹಾಸ ಬರೆದ. ಆಸ್ಥಾನದಲ್ಲಿದ್ದ ದಾಖಲೆಗಳ ಆಧಾರವಿಲ್ಲದೆ ಅವನು ಒಂದು ವಾಕ್ಯವನ್ನೂ ಬರೆದಿಲ್ಲ. ಆ ಗ್ರಂಥದ ಹೆಸರು ಮಾಸಿರ್-ಇ-ಆಲಮ್‌ಗಿರಿ ಅಂತ. ೧೬೬೯ರಲ್ಲಿ ಬಾದಶಾಹರ ಅಪ್ಪಣೆಯ

ಮೇರೆಗೆ ಅವರ ಅಧಿಕಾರಿಗಳು ಕಾಶಿ ವಿಶ್ವನಾಥಮಂದಿರವನ್ನು ನಾಶ ಮಾಡಿದರೆಂಬ ವರದಿ ಬಂತು ಅಂತ ಅದರಲ್ಲಿ ಬರೆದಿದೆ. ೧೬೭೦ರಲ್ಲಿ ರಮಜಾನ್ ತಿಂಗಳ ಪವಿತ್ರ ಕರ್ತವ್ಯವಾಗಿ ಮಥುರಾ ದೇವಾಲಯವನ್ನು ನಾಶ ಮಾಡಲು ಔರಂಗಜೇಬನು ಹುಕುಂ ಮಾಡಿದ. ಅದೇ ಜಾಗದಲ್ಲಿ ಒಂದು ದೊಡ್ಡ ಮಸೀದಿಯನ್ನು ಕಟ್ಟಿದ ಅಂತ ಅದೇ ಪುಸ್ತಕದ ಮುಂದಿನ ಅಧ್ಯಾಯದಲ್ಲಿ ಬರೆದಿದೆ. ವಿಶ್ವನಾಥಮಂದಿರದ ಧ್ವಂಸವಾದದ್ದು ಬಾದಶಾಹನ ಆಳ್ವಿಕೆಯ ಹನ್ನೆರಡನೆಯ ವರ್ಷದಲ್ಲಿ, ಮಥುರೆಯ ಮಂದಿರದ ಧ್ವಂಸವಾದದ್ದು ಹದಿಮೂರನೆಯ ವರ್ಷದಲ್ಲಿ. ಈ ಐತಿಹಾಸಿಕ ಆಧಾರವನ್ನು ನಾನು ಸಭೆಯ ಗಮನಕ್ಕೆ ತರಬಯಸುತೀನಿ.' ಎಂದಳು.

ಸಭೆ ಸ್ತಬ್ಧವಾಯಿತು. ಐದು ವರ್ಷ ಮಾತನ್ನೇ ಆಡದಿದ್ದ ಅವಳಿಗೆ ಮಾತಿನ ಲಹರಿ ಬಂದಿತ್ತು. 'ಹಿಂದೂ ಮುಸ್ಲಿಮರಲ್ಲಿ ಸೌಹಾರ್ದ ಬೆಳೆಸುವ ಉದ್ದೇಶ ಉದಾತ್ತವಾದದ್ದು. ಅಗತ್ಯವಾದದ್ದು. ಆದರೆ ಸುಳ್ಳಿನ ಮೇಲೆ ಗಟ್ಟಿ ಸಮಾಜ ಕಟ್ಟುಕ್ಕೆ ಸಾಧ್ಯವಿಲ್ಲ. ವರ್ಷಕ್ಕೆ ಇಪ್ಪತ್ತೈದು ಲಕ್ಷ ಯಾತ್ರಿಗಳಾದರೂ ಕಾಶಿಗೆ ಹೋಗುತಾರೆ. ತಾವು ಪರಮಭಕ್ತಿಯಿಂದ ಕಲ್ಪಿಸಿಕೊಂಡು ಬಂದಿದ್ದ ವಿಶ್ವನಾಥಮಂದಿರವೆಂಬುದು ಅಸ್ತಿತ್ವದಲ್ಲೇ ಇಲ್ಲದಿರುವುದು ಆ ಸ್ಥಳದಲ್ಲಿ ಇಡೀ ಕಾಶಿಯ ನೋಟವನ್ನು ಆಕ್ರಮಿಸಿರುವ ಮಸೀದಿ ವಿಜೃಂಭಿಸುತ್ತಿರುವುದನ್ನು ನೋಡಿ ಆಘಾತಗೊಳ್ಳುತ್ತಾರೆ. ಊರಿಗೆ ಹೋಗಿ ತಮ್ಮ ಬಂಧು ಬಾಂಧವರು ಸ್ನೇಹಿತರು ಗುರುತು ಪರಿಚಯದವರಿಗೆಲ್ಲ ಈ ಆಘಾತವನ್ನು ಹೇಳುತ್ತಾರೆ. ಇಂಥ ಭಾವನೆ ಇರುವ ತನಕ ರಾಷ್ಟ್ರೀಯ ಭಾವನೆ ಗಟ್ಟಿಯಾಗುವುದು ಹೇಗೆ? ಇವತ್ತಿನ ಶಾಲಾ ವಿದ್ಯಾರ್ಥಿಗಳಿಂದ ಐತಿಹಾಸಿಕ ಸತ್ಯಗಳನ್ನು ನೀವು ಮುಚ್ಚಬಹುದು. ಅವೇ ವಿದ್ಯಾರ್ಥಿಗಳು ಶೈಕ್ಷಣಿಕ ಪ್ರವಾಸಕ್ಕೆ ಹೋದಾಗ ತಮ್ಮ ಸಂಗಡ ಬರುವ ಅಧ್ಯಾಪಕರನ್ನು ಈ ಕುರಿತು ಪ್ರಶ್ನೆ ಕೇಳಿದರೆ ಅವರು ಯಾವ ಉತ್ತರ ಕೊಡಬೇಕು? ಇವು ಬರೀ ಕಾಶಿ ಮಥುರಾ ಅಯೋಧ್ಯೆಗಳ ಉದಾಹರಣೆ ಗಳಲ್ಲ. ಭಾರತದಲ್ಲಿ ಇಂಥ ಸುಮಾರು ಮೂವತ್ತು ಸಾವಿರ ಭಗ್ನಮಂದಿರಗಳಿವೆ ಅಂತ ಸಂಶೋಧಕರು ಎಣಿಸಿದ್ದಾರೆ. ಈ ಭಗ್ನಾವಶೇಷಗಳೆಲ್ಲ ಕಾಡುಪ್ರಾಣಿಗಳಿಂದ ಆದವು ಅಂತ ಸಾಧಿಸುತೀರಾ? ಜೈನರು ಬೌದ್ಧರು ಶೈವರು ವೈಷ್ಣವರು ಪರಸ್ಪರರ ಮಂದಿರಗಳನ್ನು ಒಡೆದರು ಅಂತ ಕತೆ ಕಟ್ಟುತೀರಾ? ಈ ಯಾವ ಪಂಥಗಳ ಧರ್ಮಗ್ರಂಥಗಳೂ ಇನ್ನೊಬ್ಬರ ಮಂದಿರ ವಿಗ್ರಹಗಳನ್ನ ಒಡೆಯುವಂತೆ ಹೇಳಿಲ್ಲ. ಅಪರೂಪಕ್ಕೆ ಯಾವನಾದರೂ ಪುಂಡ ಈ ಕೆಲಸ ಮಾಡಿದರೆ ಅವನನ್ನು ತಮ್ಮ ಪಂಥದ ಮಾದರಿ ಅಂತ ಪರಿಗಣಿಸಿಲ್ಲ. ಆದರೆ ಪರಧರ್ಮೀಯರ ಪೂಜಾಸ್ಥಳ ಪೂಜಾಮೂರ್ತಿಗಳನ್ನು ಒಡೆಯುವುದು, ಕತ್ತಿ ಹಿಡಿದು ಧರ್ಮಾಂತರಿಸಿಕೊಳ್ಳುವುದು, ಜೆಸಿಯಾ ಹೇರುವುದು, ಸೋತವರನ್ನು ಸಾವಿರ ಸಾವಿರಗಟ್ಟಲೆ ಗುಲಾಮರಾಗಿ ಒಯ್ಯುವುದು ಇವೆಲ್ಲ ಆ ಧರ್ಮಸ್ಥಾಪಕರೇ ಮಾಡಿ ಮಾದರಿ ಹಾಕಿ ಕೊಟ್ಟಿರುವ ಮೂಲ ಗುಣ. ಯಾವುದೋ ಅನಾಗರಿಕ ಕಾಲದಲ್ಲಿ ಅನಾಗರಿಕ ದೇಶದಲ್ಲಿ ಮಾಡಿದ ಕೃತ್ಯ, ಬೋಧಿಸಿದ ನಂಬಿಕೆಗಳನ್ನು ಇವತ್ತೂ ನಂಬಿ ಅನುಸರಿಸುವ ಮನೋಭಾವ ಇರುವ ತನಕ ಭಾವೈಕ್ಯ ಹೇಗೆ ಸಾಧ್ಯ? ಮನು ಮೊದಲಾದ ಧರ್ಮಶಾಸ್ತ್ರಕಾರರ ಶ್ರೇಣೀ

ಕರಣದ ಅಂಶಗಳನ್ನು ತಿರಸ್ಕರಿಸಿ ಸರ್ವರೂ ಸಮಾನರೆಂಬ ತತ್ತ್ವದ ಆಧಾರದ ಮೇಲೆ ನಮ್ಮ ದೇಶದ ಸಂವಿಧಾನ ರಚನೆ ಮಾಡಿಕೊಂಡಿಲ್ಲವೆ, ಹಾಗೆ ಪರಧರ್ಮಗಳನ್ನು ದ್ವೇಷಿಸುವ, ತಮ್ಮ ಧರ್ಮ, ತಮ್ಮ ಪ್ರವಾದಿಗಳ ಬೋಧನೆ ಮಾತ್ರವೇ ಶ್ರೇಷ್ಠವೆಂದು ನಂಬಿ ಅವರು ಬೋಧಿಸಿರುವ ತಮ್ಮ ಧರ್ಮಕ್ಕೆ ಸೇರಲೊಪ್ಪದವರನ್ನು ಕೊಲ್ಲಿರಿ ಎಂಬ ತತ್ತ್ವವನ್ನು ತಿರಸ್ಕರಿಸಿ ಏಕಂ ಸತ್ ವಿಪ್ರಾಃ ಬಹುಧಾ ವದಂತಿ ಎಂಬ ತತ್ತ್ವವನ್ನು ಎಲ್ಲರಿಗೂ ಕಡ್ಡಾಯ ಮಾಡುವ ತನಕ ಭಾವೈಕ್ಯ ಅನ್ನುವುದು ಬುರುಡೆ ಮಾತಾಗುವುದಿಲ್ಲವೆ? ಈ ತತ್ತ್ವವನ್ನ ಎಲ್ಲ ಮಕ್ಕಳಿಗೂ ಹೇಗೆ ಬೋಧಿಸಬೇಕು ಅನ್ನುವುದೇ ಈ ಸಭೆಯ ಗುರಿಯಾಗಬೇಕು.'

ಅವಳು ಒಳಗಿನಿಂದ ಒತ್ತಿ ಬಂದ ಬುಗ್ಗೆಯಂತೆ ಮಾತನಾಡಿದಳು. ಹೀಗೆಯೇ ಆಡಿದರೆ ಸಭೆಯ ಅವಧಿಯ ಇಡೀ ಮೂರುದಿನವೂ ಮಾತನಾಡುವಷ್ಟು ವಿಷಯ ತನ್ನಲ್ಲಿದೆ ಎಂಬ ವಿಶ್ವಾಸ ಹುಟ್ಟಿತು. ತಾನು ಯಾವ ಟಿಪ್ಪಣಿಯನ್ನೂ ತಂದಿಲ್ಲ. ಸಂದರ್ಭ ಗ್ರಂಥವನ್ನೂ ತಂದಿಲ್ಲ. ಈ ಸಭೆಯ ಒಳಉದ್ದೇಶವೇ ತನಗೆ ಗೊತ್ತಿರಲಿಲ್ಲ. ಗೊತ್ತಿಲ್ಲದಿದ್ದರೂ ಪರವಾಗಿಲ್ಲ. ತನ್ನ ಅಪ್ಪ ಮೂರುದಶಕ ಓದಿ ಮಾಡಿದ ಟಿಪ್ಪಣಿ, ತಾನು ಐದು ವರ್ಷ ಓದಿ ಗ್ರಹಿಸಿದ ಸಂಗತಿಗಳಲ್ಲಿ ಬಹುಭಾಗ ನೆನಪಿನಲ್ಲಿವೆ ಎಂಬ ಧೈರ್ಯ ಬಂತು. ಸಮಿತಿಯ ಸದಸ್ಯರನ್ನೆಲ್ಲ ಒಮ್ಮೆ ಸ್ಪಷ್ಟವಾಗಿ ನೋಡಿದರೆ ಅವರೆಲ್ಲರಿಗೂ ತಾನು ಅವರನ್ನು ಗ್ರಹಿಸಿದ್ದೇನೆಂಬ ಭಾವನೆ ಮೂಡಿ ತನ್ನ ಧೈರ್ಯ ವರ್ಧಿಸುತ್ತದೆ ಎನ್ನಿಸಿತು. ಸ್ಪಷ್ಟ, ದಿಟ್ಟ ನೋಟವು ಕಾದಾಟದ ಒಂದು ಪರಿಣಾಮಕಾರಿ ವಿಧಾನವೆಂಬ ನೆನಪಾಯಿತು. ದೊಡ್ಡ ದುಂಡು ಮೇಜಿನ ಸುತ್ತ ಒಬ್ಬೊಬ್ಬರನ್ನೂ ದೃಷ್ಟಿಸುವಂತೆ ಕತ್ತು ತಿರುಗಿಸುವಾಗ ಅರೆ, ಯಾವಾಗ ಬಂದ, ನನ್ನ ಗಮನವೆಲ್ಲ ಮಂತ್ರಿ, ಅವರ ಪಕ್ಕದಲ್ಲಿದ್ದು ತನ್ನ ಕುರ್ಚಿಯನ್ನು ಅಧ್ಯಕ್ಷ ಸ್ಥಾನವನ್ನಾಗಿ ಪರಿವರ್ತಿಸಿಕೊಂಡ ಪ್ರೊಫೆಸರ ಮೇಲಿದ್ದು ತಾನು ಇದುವರೆಗೆ ಸಭಾಧ್ಯಕ್ಷರನ್ನು ಸಂಬೋಧಿಸಿಯೇ ಮಾತನಾಡಿದ್ದರಿಂದ ನನ್ನ ಗಮನ ಇತ್ತ ಹೊರಳಲಿಲ್ಲ, ಸಭೆ ಆರಂಭವಾದನಂತರ ಬಂದು ಸೇರಿರಬಹುದು. ಮುಜುಗರವಾಯಿತು, ಒಂದು ಕ್ಷಣ ತನ್ನೊಳಗೇ ಅಧೀರತೆ ಮೂಡಿತು. ಈ ಅಧೀರತೆಯನ್ನು ಮೆಟ್ಟಿ ನಿಲ್ಲದಿದ್ದರೆ ತಾನು ಸೋಲುತ್ತೇನೆ, ಮುಂದೆ ಒಂದು ವಾಕ್ಯವನ್ನಾಡಲೂ ತೋಚುವುದಿಲ್ಲ ಎಂಬ ಎಚ್ಚರವೂ ಹುಟ್ಟಿತು. ತಡವರಿಸುತ್ತಿದ್ದ ತನ್ನ ದೃಷ್ಟಿಯನ್ನು ಅವನತ್ತಲೇ ಗುರಿ ಮಾಡಿದಳು. ಅವನ ಮೇಲೇ ನೆಟ್ಟಳು. ಈಗ ಅಮೀರನ ದೃಷ್ಟಿಯೇ ತಡವರಿಸುತ್ತಿದೆ ಎಂದು ಕಾಣಿಸಿತು. ದೃಷ್ಟಿಯುದ್ಧದಲ್ಲಿ ತನ್ನನ್ನು ಮುರಿಯಲು ಅವನೂ ಹೆಣಗುತ್ತಿದ್ದಾನೆ, ತಾನು ಬಾಗಬಾರದು, ಮುಗ್ಗರಿಸಬಾರದು, ಬೀಳಬಾರದು ಎಂಬ ನಿಶ್ಚಯಮೂಡಿತು. ಈಗ ಅವನೇ ತೂರಾಡುತ್ತಿದ್ದಾನೆ. ಈಗ ಅವನ ನೋಟವೇ ಕೆಳಕ್ಕೆ ಜಗ್ಗಿ ಮೇಜಿನ ಮೇಲಿದ್ದ ಫೈಲಿನ ಆಸರೆ ಹಿಡಿದುಕೊಂಡಿತು.

ಅಷ್ಟರಲ್ಲಿ ಅಧ್ಯಕ್ಷ ಪ್ರೊಫೆಸರರು ನಡುವೆ ಬಾಯಿಹಾಕಿ, 'ನಿಮ್ಮ ದೃಷ್ಟಿಕೋನವನ್ನು ವ್ಯಕ್ತಪಡಿಸಿದ್ದಕ್ಕೆ ವಂದನೆಗಳು. ಬೇಗಂ ರಜಿಯಾ ಅವರ ಅಭಿಪ್ರಾಯದ ಮೇಲೆ ಯಾರಾದರೂ ಟೀಕೆ ಟಿಪ್ಪಣಿ ಮಾಡುವುದಿದ್ದರೆ ಮುಂದೆ ಬರಬೇಕು.' ಎಂದು ದುಂಡು ಮೇಜಿನ ಒಂದು ಪಾರ್ಶ್ವದಲ್ಲಿ ಬಾಗಿದ ಸಾಲಿನಲ್ಲಿ ಕುಳಿತಿದ್ದವರ ಕಡೆಗೆ ನೋಡಿದರು.

ತನ್ನ ಮಾತನ್ನು ನಡುವೆಯೇ ಕತ್ತರಿಸಿದ ಪ್ರೊಫೆಸರರ ಮೇಲೆ ಅವಳಿಗೆ ಕೋಪಬಂತು. ಮುಗುಳ್ನಗೆ ಸೂಸುತ್ತಿದ್ದ ಅವರ ಕಣ್ಣುಗಳಲ್ಲಿ ಇಂಥ ಎಷ್ಟೋ ಸಭೆಗಳನ್ನು ತಾನು ನಿರ್ವಹಿಸಿದ್ದೇನೆ ಎಂಬಂತಹ ಆತ್ಮವಿಶ್ವಾಸ ಬೀಗುತ್ತಿತ್ತು. ಅವರು ನೋಡಿದ ಸುಮಾರು ಹತ್ತು ಜನರ ಗುಂಪಿನ ಪ್ರತಿಯೊಬ್ಬರೂ ಗಡ್ಡ ಬಿಟ್ಟಿದ್ದವರೇ. ಅದು ಮಾರ್ಕ್ಸಿಸ್ಟ್ ಗಡ್ಡವೋ ಆಧುನಿಕ ಮುಸ್ಲಿಂ ಗಡ್ಡವೋ ಎಂಬುದನ್ನು ವಿಂಗಡಿಸಿ ಗ್ರಹಿಸುವುದು ಅವಳಿಗೆ ತಕ್ಷಣ ಸಾಧ್ಯವಾಗಲಿಲ್ಲ. ತನ್ನ ಮಗ ನಜೀರನ ಗಡ್ಡ ಮೀಸೆಗಳ ನೆನಪಾಯಿತು. ಆ ಗುಂಪಿನ ಒಬ್ಬಾತ ಕುಳಿತೇ, 'ಸರಿಯಾಗಿ ತಿಳಿಯದೆ ಒಂದು ಧರ್ಮ ಮತ್ತು ಅದರ ಪ್ರವಾದಿಯ ಮೇಲೆ ಆಪಾದನೆ ಮಾಡುವ ಇಂಥವರನ್ನು ನಾನು ನೋಡಿಲ್ಲವೆಂದಲ್ಲ. ಆದರೆ ಇಂಥವರು ಈ ಜವಾಬ್ದಾರಿಯುತ ಸಭೆಗೆ ಹೇಗೆ ಆಹ್ವಾನಿತರಾದರು ಎಂಬ ನನ್ನ ಸಮಸ್ಯೆಯನ್ನು ಯಾರಾದರೂ ಪರಿಹರಿಸಿದರೆ ಕೃತಜ್ಞನಾಗಿರುತ್ತೇನೆ,' ಎಂದರು.

ಇದು ತನ್ನ ಮೇಲೆ ಮಾಡಿರುವ ಪ್ರಹಾರ ಎಂದು ಅವಳಿಗೆ ತಕ್ಷಣ ಅರ್ಥವಾಯಿತು. ನೀವು ಹೇಗೆ ಆಹ್ವಾನಿತರಾದಿರಿ ಎಂದು ತಿಳಿಯುವ ಹಕ್ಕೂ ಸಭೆಗೆ ಇದೆ. ನಾನು ಎತ್ತಿರುವ ಗಂಭೀರ ಪ್ರಶ್ನೆಗೆ ಉತ್ತರ ಹೇಳುವುದು ಬಿಟ್ಟು ವ್ಯಕ್ತಿವಧೆ ಮಾಡುವ ನಡಾವಳಿ ಖಂಡನಾರ್ಹ-ಎಂಬ ಮಾತು ಮನಸ್ಸಿಗೆ ಬಂದರೂ ಅವಳು ತಡೆದುಕೊಂಡಳು.

ಅಷ್ಟರಲ್ಲಿ ಆತನ ಪಕ್ಕದಲ್ಲಿ ಕುಳಿತಿದ್ದಾತ ಕೇಳಿದ: 'ಮೇಡಂ, ನಿಮಗೆ ಫಾರ್ಸಿ ಭಾಷೆ ಗೊತ್ತಿದೆಯೆ? ಗೊತ್ತಿದ್ದರೆ ಯಾವ ಮಟ್ಟದಲ್ಲಿ? ಯಾಕೆಂದರೆ ನೀವು ಹೇಳಿದ ಮಾಸಿರ್-ಈ-ಆಲಂಗೀರಿ ಬರೆದಿರುವುದು ಫಾರ್ಸಿಯಲ್ಲಿ.'

'ನನಗೆ ಆ ಭಾಷೆ ಗೊತ್ತಿಲ್ಲ. ಜದುನಾಥ ಸರ್ಕಾರರ ಅನುವಾದ ನನಗೆ ಆಧಾರ.'

ಆ ಇಡೀ ಗುಂಪು ಒಟ್ಟಿಗೆ ಗಹಗಹಿಸಿ ನಕ್ಕುಬಿಟ್ಟಿತು. ಆ ಗುಂಪಿನಲ್ಲಿ ಒಬ್ಬರು ಜದುನಾಥ ಸರ್ಕಾರನಂಥ ಮತೀಯವಾದಿಯನ್ನ ಇತಿಹಾಸಕಾರನೆಂದು ನಂಬುವ ನಿಮ್ಮನ್ನು ಏನನ್ನಬೇಕು? ಎಂದರು. ಮತ್ತೊಬ್ಬರು ಮೂಲಭಾಷೆಯೇ ಗೊತ್ತಿಲ್ಲದೆ ಅನುವಾದವನ್ನವಲಂಬಿಸುವ ನಿಮ್ಮ ಮಟ್ಟಕ್ಕೆ ಏನನ್ನಬೇಕು ಎಂದು ನಕ್ಕರು. ಅವಳು ತಕ್ಷಣ ಕೇಳಿದಳು: 'ನಿಮಗೆ ಗ್ರೀಕ್ ಬರುತ್ತೆಯೆ?'

'ಯಾಕೆ ಈ ಪ್ರಶ್ನೆ?'

ಅವರು ಎಂದ ತಕ್ಷಣ, 'ಮೂಲಭಾಷೆ ತಿಳಿಯದೆ ಇಂಗ್ಲಿಷ್ ಅನುವಾದದ ಆಧಾರದ ಮೇಲೆ ನೀವೆಲ್ಲ ಯೂರೋಪಿನ ಪ್ರಾಚೀನ ಇತಿಹಾಸ ಓದುವುದಿಲ್ಲವೆ?' ಎಂದಳು. ಅವರಿಗೆ ತಡವರಿಸುವಂತಾಯಿತು. ತಡವರಿಸಿದವರ ಪಕ್ಕದಲ್ಲಿದ್ದವರು, 'ಹೀಗೆ ಪರಸ್ಪರ ಜಗಳಕ್ಕೆ ಬಿದ್ದರೆ ಸಭೆಯು ಕಾರ್ಯ ನಿರ್ವಹಿಸುವುದು ಹೇಗೆ? ಅಲ್ಲದೆ ಒಬ್ಬ ವ್ಯಕ್ತಿಯೇ ಇಡೀ ಸಭೆಯ ಸಮಯವನ್ನು ಆಕ್ರಮಿಸಿಕೊಂಡರೆ ಉಳಿದವರು ಅಭಿಪ್ರಾಯ ವ್ಯಕ್ತಪಡಿಸುವುದು ಯಾವಾಗ? ಈ ಗೌರವಾನ್ವಿತ ಮಹಿಳೆ ಒಬ್ಬರೇ ಮುಕ್ಕಾಲು ಗಂಟೆ ನುಂಗಿಬಿಟ್ಟಿದ್ದಾರೆ. ಮೂವತ್ತು ಜನ ಸದಸ್ಯರಿಗೆ ತಲಾ ಮುಕ್ಕಾಲುಗಂಟೆ ಕೊಡುವುದೆಂದರೆ ಒಟ್ಟು ಇಪ್ಪತ್ತೆರಡೂವರೆ ಗಂಟೆ ಬೇಕು. ಅಷ್ಟು ಸಮಯ ಸಭೆಗೆ ಇದೆಯೆ? ಇದ್ದರೂ ಇದು ಸಮಯ ಕಳೆಯುವ

ನಿಷ್ಪ್ರಯೋಜಕ ರೀತಿ ಅಲ್ಲವೆ? ಅಧ್ಯಕ್ಷರು ಈ ಬಗೆಗೆ ರೂಲಿಂಗ್ ಕೊಡಬೇಕು,' ಎಂದರು.

ಅಧ್ಯಕ್ಷರು, 'ಈಗ ಬೇರೆಯವರು ಮಾತಾಡಲಿ. ಮಿಸೆಸ್ ರಜಿಯಾ ಕುರ್ರೈಶಿಯವರ ಸರದಿ ಮತ್ತೆ ಬರುತ್ತೆ' ಎಂದರು.

'ಇದು ಸರದಿಯ ಪ್ರಶ್ನೆಯಲ್ಲ ಮಾನ್ಯ ಅಧ್ಯಕ್ಷರೆ, ತಳಹದಿಯನ್ನು ಶುದ್ಧ ಮಾಡಿಕೊಂಡು ಕಟ್ಟಡ ಎಬ್ಬಿಸುವ ಪ್ರಶ್ನೆ.' ಅವಳಿಗೆ ಬಂದ ವಾದದ ಲಹರಿಯಲ್ಲಿ ಅಧ್ಯಕ್ಷರಿಗೆ ಉತ್ತರಿಸಿದಳು: 'ಐತಿಹಾಸಿಕ ವ್ಯಕ್ತಿಗಳನ್ನು ಪುನರ್ವಿನ್ಯಾಸಗೊಳಿಸುವ ಕೆಲಸವನ್ನು ರಾಜಕಾರಣಿಗಳು ಮಾಡಿಸುತ್ತಿದ್ದಾರೆ. ರಾಜಕೀಯ ಸಿದ್ಧಾಂತಗಳಂತೂ ಇವರ ಬೆನ್ನೆಲುಬಾಗಿವೆ. ಇತಿಹಾಸದ ಜವಾಬ್ದಾರಿ ಇಲ್ಲದ ಸಾಹಿತಿಗಳು ಅವಕ್ಕೆ ತಕ್ಕಂತೆ ಕಥೆ ಕಾದಂಬರಿ ನಾಟಕಗಳನ್ನು ಬರೆಯುತ್ತಲೇ ಇದ್ದಾರೆ. ಇವನ್ನೆಲ್ಲ ಸಾಹಿತ್ಯಕ್ಕೆ ಅಥವಾ ಇತಿಹಾಸ ಅಧ್ಯಯನಕ್ಕೆ ಪಥ್ಯ ಮಾಡುವ ಉದ್ದೇಶ ಈ ಸಭೆಗೆ ಇಲ್ಲ ಅಂತ ಭಾವಿಸಬಹುದೆ?'

'ಎಲ್ಲಿಂದ ಎಲ್ಲಿಗೆ ಎಳೀತಿದೀರ? ಉದಾಹರಣೆ ಕೊಟ್ಟು ಮಾತನಾಡಿ, ವಿಷಯ ಸ್ಪಷ್ಟವಾಗಲಿ,' ಇನ್ನೊಬ್ಬರು ಕೇಳಿದರು.

ಅವಳ ಬಲಬದಿಯ ಆರನೆಯ ಕುರ್ಚಿಯ ಮೇಲೆ ಕುಳಿತಿದ್ದ ಒಬ್ಬ ಮಹಿಳೆ ಕೇಳಿದಳು. ಭುಜದ ಮೇಲ್ಭಾಗಕ್ಕೆ ಮಾತ್ರ ತೋಳು ಇರುವ ರವಿಕೆ, ಕೆಂಪು ಬಣ್ಣದ ಸೀರೆ, ಕೊರಳಿಗೆ ದಪ್ಪ ದಪ್ಪ ಕೆಂಪು ಮಣಿಗಳ ಸರ, ಬರಿ ಹಣೆಯ, ಆಕೆಯ ಪರಿಚಯ ರಜಿಯಾಳ ನೆನಪಿಗೆ ಬರಲಿಲ್ಲ: 'ಪ್ರಪಂಚದ ಒಂದು ಅತ್ಯಂತ ಪ್ರಮುಖ ಧರ್ಮದ ಪ್ರವಾದಿಯ ವಿಷಯದಲ್ಲಿ ಅಗೌರವದ ಮಾತನಾಡುವುದು ಎಷ್ಟರ ಮಟ್ಟಿಗೆ ಸರಿ?'

'ನಾನು ಯಾರ ಬಗೆಗೂ ಅಗೌರವದ ಮಾತನಾಡಿಲ್ಲ. ಆಡುವುದಿಲ್ಲ. ಐತಿಹಾಸಿಕ ಸತ್ಯವನ್ನರಸುವವರು ಯಾರ ಬಗೆಗೂ ಅಗೌರವ ತೋರಿಸಬಾರದು. ಆದರೆ ಪ್ರವಾದಿಗಳು ಅರಬ್ ದೇಶದಲ್ಲಿ ಮಾಡಿದ್ದೇನು? ಅವರ ಮೊದಲ ಹೆಂಡತಿ ಖದೀಜಾ ಸ್ವಂತ ಕ್ಯಾರವಾನ್ ವ್ಯಾಪಾರ ನಡೆಸುವಷ್ಟು ಆರ್ಥಿಕ ಸಾಮಾಜಿಕ ಸ್ವಾತಂತ್ರ್ಯ ಹೊಂದಿದ್ದಳು. ತನ್ನ ಮೂರನೆಯ ಗಂಡನನ್ನು ತಾನೇ ಆರಿಸಿ ತನಗಿಂತ ಹದಿನೈದು ವರ್ಷಕ್ಕೆ ಚಿಕ್ಕ ಯುವಕನನ್ನು ಮದುವೆಯಾದಳು. ಅವಳಿರುವ ತನಕ ಏಕಪತ್ನೀ ನಿಷ್ಠರಾಗಿಯೇ ಇದ್ದ ಪ್ರವಾದಿಗಳು ಅವಳ ಮರಣದನಂತರ ಎಂದರೆ ತಮ್ಮ ಐವತ್ತೆರಡನೆ ವರ್ಷದನಂತರ ಒಟ್ಟು ಹನ್ನೊಂದು ಜನರನ್ನು ಮದುವೆಯಾದರು.' ಈಗ ಅವಳು ತನ್ನ ಮುಖವನ್ನು ಇಡೀ ದುಂಡುಮೇಜಿನ ಸಭೆಯ ಕಡೆಗೆ ತಿರುಗಿಸುತ್ತಾ ಮಾತನಾಡುತ್ತಿದ್ದರೂ ಅವಳ ಕಣ್ಣುಗಳು ಅಮೀರನ ಕಡೆಗೇ ಕೇಂದ್ರಿತವಾಗಿದ್ದವು. ಅವನೊಬ್ಬನೇ ತನ್ನ ಪ್ರಶ್ನೆಯ ಭಾರವನ್ನು ಹೊತ್ತು ಉತ್ತರಿಸಬೇಕಾದವನು ಎಂಬಂತೆ. 'ಅನಂತರದ ಮುಸ್ಲಿಂ ಇತಿಹಾಸದಲ್ಲಿ ಯಾವ ಹೆಂಗಸಿಗೆ ಸ್ವಂತ ವ್ಯಾಪಾರ ಉದ್ದಿಮೆ ಮಾಡುವ ಸ್ವಾತಂತ್ರ್ಯವಿತ್ತು? ಇಸ್ಲಾಂ ಪೂರ್ವದ ಅರಬರಲ್ಲಿ ಹಲವಾರು ಹೆಣ್ಣುದೇವತೆಗಳ ಪೂಜೆ ನಡೆಯುತ್ತಿತ್ತು. ಇಸ್ಲಾಮಿನಲ್ಲಿ ಹೆಣ್ಣುದೇವತೆಗೆ ಸ್ಥಾನವೇ ಇಲ್ಲ. ಅಲ್ಲಾಹುವು ಗಂಡೇ ಯಾಕಾಗಿರಬೇಕು? ಹೆಣ್ಣು ಯಾಕಾಗಿರಬಾರದು? ಎಂಬ ಪ್ರಶ್ನೆಯನ್ನು ಕೇಳುವ ಧೈರ್ಯ ಯಾರಿಗಿದೆ? ಸ್ತ್ರೀ ಸಮಾನತೆ ಅಂತ ಕೂಗು ಹಾಕುವ ಯಾವ ಭಾರ

ತೀಯ ಮಹಿಳೆಯೂ ಯಾಕೆ ಈ ಅಂಶವನ್ನು ಕೇಳುವುದಿಲ್ಲ? ಇಸ್ಲಾಂ ಪ್ರಭಾವದಿಂದ ಭಾರತದ ಮಹಿಳೆಯ ಸ್ಥಿತಿಗತಿಯ ಮೇಲೆ ಆಗಿರುವ ದುಷ್ಪರಿಣಾಮಗಳನ್ನು ಯಾರೂ ಏಕೆ ಮಾತನಾಡುವುದಿಲ್ಲ? ಮುಸ್ಲಿಮ ದಾಳಿಕೋರರು, ಸಾಮ್ರಾಜ್ಯಶಾಹಿಗಳು ಸಹಸ್ರಗಟ್ಟಲೆ ಹೆಂಗಸರನ್ನು ಸೆರೆಹಿಡಿದು ಗುಲಾಮ ಮಾರುಕಟ್ಟೆಯಲ್ಲಿ ಮಾರುತ್ತಿದ್ದ, ಕಾಬೂಲ್ ಇರಾನ್ ತುರಾನ್‌ಗಳಿಗೆ ರವಾನಿಸುತ್ತಿದ್ದ ರಾಜಸ್ಥಾನ ಪಂಜಾಬು ಮತ್ತು ಉತ್ತರಭಾರತದ ಕಡೆಗಳಲ್ಲೇ ಸತಿಪದ್ಧತಿಯು ಹೆಚ್ಚು ಪ್ರಚಲಿತವಿದ್ದು ಅದೇ ಒಂದು ಸಂಪ್ರದಾಯವಾಗಿ ಬೆಳೆದ ಅಂಶವನ್ನು ಯಾವ ಮಹಿಳಾವಾದಿಯೂ ಏಕೆ ಹೇಳುವುದಿಲ್ಲ? ಉತ್ತರಭಾರತದವರಲ್ಲಿ ಇಂದಿಗೂ ಇರುವ ರಾತ್ರಿಯ ವೇಳೆ ಮದುವೆ ಮಾಡುವ ಪದ್ಧತಿಯ ಉಗಮದ ಕಾರಣವನ್ನು ಯಾರೂ ಏಕೆ ಹೇಳವುದಿಲ್ಲ? ಎಲ್ಲ ಸಾಮಾಜಿಕ ರೋಗಗಳಿಗೂ ಹಿಂದೂಧರ್ಮವೇ, ಧರ್ಮಶಾಸ್ತ್ರಗಳೇ ಕಾರಣ ಎಂದು ಮಳೆಗಾಲದ ಕಪ್ಪೆಗಳಂತೆ ವಟಗುಟ್ಟುವ ನಮ್ಮ ಬುದ್ಧಿಜೀವಿಗಳಿಗೆ ನಿಜವಾದ ಇತಿಹಾಸ ಗೊತ್ತಿದೆಯೆ? ಯೂರೋಪಿನಲ್ಲಿ ನವೋದಯವಾಗಿ ಯಂತ್ರಯುಗ ಆರಂಭವಾಗಿ ಅವರೆಲ್ಲ ಉಗಿಹಡಗು ಕಟ್ಟಿ ವಾಣಿಜ್ಯೋದ್ಯಮಗಳಿಗೆ ಪ್ರಪಂಚದ ಹೊಸ ಹೊಸ ಖಂಡಗಳನ್ನು ಹುಡುಕುತ್ತಾ ಹೊರಟಾಗ, ಮುದ್ರಣ ಯಂತ್ರವನ್ನು ಆವಿಷ್ಕರಿಸಿ ಜ್ಞಾನಪ್ರಸಾರ ಮಾಡಿಕೊಳ್ಳುತ್ತಿದ್ದಾಗ ಇಡೀ ಭಾರತವನ್ನು ಆಳುತ್ತಿದ್ದವರು ಮುಸಲ್ಮಾನರಲ್ಲವೆ? ದೇಶದ ಸಂಪತ್ತನ್ನೆಲ್ಲ ತಮ್ಮ ಜನಾನಾವನ್ನು ವಿಸ್ತರಿಸಿಕೊಂಡು ಭೋಗ ಜೀವನದಲ್ಲಿ ಮೈಮರೆಯುತ್ತಾ, ದೇಶದ ಬಹುಸಂಖ್ಯೆಯ ಸ್ಥಳೀಯ ಧರ್ಮೀಯರನ್ನು ಧರ್ಮಾಂತರಗೊಳಿಸುತ್ತಾ, ಅವರ ಗುಡಿ ಗೋಪುರಗಳನ್ನಲ್ಲದೆ ನಾಳಂದ ತಕ್ಷಶಿಲಾ ಓದಂತಪುರಗಳಂಥ ಜ್ಞಾನಕೇಂದ್ರಗಳ ಮೇಲೆ ದಾಳಿ ಮಾಡಿ ವಿದ್ವಾಂಸರುಗಳನ್ನು ಕೊಚ್ಚಿ ಕೊಂದು ಪುಸ್ತಕಭಂಡಾರಗಳನ್ನು ಬೆಂಕಿಗೆ ಹಾಕಿ ಸುಡುವುದರಲ್ಲಿ ನಿರತರಾಗಿರಲಿಲ್ಲವೆ? ಭಾರತ ಹಿಂದುಳಿದಿರುವುದಕ್ಕೆ ಯಾವುದೋ ಕಾಲದ ಧರ್ಮಶಾಸ್ತ್ರಕಾರರನ್ನು, ಅತಿ ಪ್ರಾಚೀನಕಾಲದ ವೇದೋಪನಿಷತ್ತುಗಳನ್ನು ಬೈಯುವ ಸುಳ್ಳು ಇತಿಹಾಸವನ್ನು ಪ್ರಚಾರ ಮಾಡುವ ಬದಲು ಒಂದು ಸಾವಿರ ವರ್ಷದಿಂದ ಈ ದೇಶವನ್ನು ನಿರ್ವೀರ್ಯಗೊಳಿಸುತ್ತ ಬಂದವರನ್ನೇಕೆ ಹೆಸರಿಸುವುದಿಲ್ಲ? ಅಕ್ಬರ್‌ನಂಥ ಬಲಿಷ್ಠ ಬಾದಶಾಹನು ಕೂಡ ತನ್ನ ಪ್ರಜೆಗಳು ಸಮುದ್ರದ ಮೂಲಕ ಮಕ್ಕಾ ಯಾತ್ರೆ ಮಾಡಲು ಅಪ್ಪರಲ್ಲಾಗಲೆ ಭಾರತದ ಸಮುದ್ರವನ್ನು ಆಕ್ರಮಿಸಿದ್ದ ಪೋರ್ತುಗೀಸ್ ನೌಕಾಪಡೆಯ ರಕ್ಷಣೆ ಕೋರಿದ್ದ ಎಂದರೆ ಭಾರತದ ದುಃಸ್ಥಿತಿಯ ಕಾರಣ ಸ್ಪಷ್ಟವಾಗುವುದಿಲ್ಲವೆ? ನಾವು ನಮ್ಮ ಮಕ್ಕಳಿಗೆ ಬೋಧಿಸಬೇಕಾದ ಇತಿಹಾಸ ಯಾವುದು?' ಎಂದು ಸುತ್ತ ನೋಡಿದಳು. ಯಾರೂ ಮಾತನಾಡಲಿಲ್ಲ. ಅಮೀರ್ ತನ್ನ ಫೈಲನ್ನೇ ನೋಡುತ್ತಿದ್ದ.

ಅವಳು ಮುಂದುವರೆಸಿದಳು: 'ನಿಮ್ಮಲ್ಲಿ ಕೆಲವರಾದರೂ ಸಾಹಿತಿಗಳಿದ್ದೀರಿ. ನರ್ತನ, ನಟನ, ನಾಟಕ, ಚಲನಚಿತ್ರ ಮೊದಲಾಗಿ ಪ್ರದರ್ಶನ ಕಲಾವಿದರಿದ್ದೀರಿ. ನಿಜ ಹೇಳಿ. ಕಲೆ, ಕಲಾವಿದ, ಅಭಿವ್ಯಕ್ತಿ ಸ್ವಾತಂತ್ರ್ಯದ ವಿಷಯದಲ್ಲಿ ಈ ದೇಶದ ಧರ್ಮದಷ್ಟು ಉದಾರವಾದ ಉದಾತ್ತವಾದ ಬೇರೊಂದು ಧರ್ಮ ಪ್ರಪಂಚದಲ್ಲಿದೆಯೆ? ಕಲೆಗಳನ್ನು ಪಂಚಮವೇದವೆಂದು ಕಲಾನುಭವವನ್ನು ಬ್ರಹ್ಮಾನಂದ ಸಹೋದರವೆಂದು ಕಲಾವಿದರನ್ನು ಋಷಿಸಮಾನರೆಂದು

ಬೇರೆಲ್ಲಿ ಗೌರವಿಸುತ್ತಾರೆ? ನಮ್ಮ ದೇವರನ್ನು, ಮಠಾಚಾರ್ಯರುಗಳನ್ನು ನಾವು ಟೀಕಿಸ ಬಹುದು, ಲೇವಡಿಯೂ ಮಾಡಬಹುದು. ಈ ಸ್ವಾತಂತ್ರ್ಯ ಬೇರೆ ಯಾವ ಧರ್ಮದಲ್ಲಿದೆ? ಯೂರೋಪಿನವರು ಈ ಸ್ವಾತಂತ್ರ್ಯವನ್ನು ಬಹಳ ಹೋರಾಟ ಮಾಡಿ ನವೋದಯದ ನಂತರ ಪಡೆದುಕೊಂಡರು. ಇಸ್ಲಾಮಿನಲ್ಲಂತೂ ಇದು ಕಲ್ಪಿಸಿಕೊಳ್ಳಲಾರದ ಸಂಗತಿ. ನಮ್ಮ ಪರಂಪರೆಯು ತಮಗೆ ಕೊಟ್ಟಿರುವ ಸ್ವಾತಂತ್ರ್ಯವನ್ನುಪಯೋಗಿಸಿಕೊಂಡು ನಮ್ಮ ಕಲಾವಿದರು ಅದೇ ಪರಂಪರೆಯನ್ನು ಸುಟ್ಟುಹಾಕಲು ಹೊರಟಿಲ್ಲವೆ? ಈ ಪರಂಪರೆಯ ಪರ್ಯಾಯಗಳ ಭಯಾವಹಸ್ಥಿತಿಯನ್ನು ಅರಿತಿದ್ದೂ ಅವರೇಕೆ ಆತ್ಮವಂಚನೆ ತಾಯಿಗ್ಗಂಡ ತನಗಳಲ್ಲಿ ನಿರತರಾಗಿದ್ದಾರೆ?' ಎಂದು ಮತ್ತೊಮ್ಮೆ ಸುತ್ತ ನೋಡಿದಳು. ಅವಳಿಗೆ ಮೈಮೇಲೆ ದೇವತೆ ಬಂದಂತೆ ಆಗಿತ್ತು. ಯಾರೂ ಮಾತನಾಡಲಿಲ್ಲ.

ಗಡ್ಡಧಾರಿಗಳ ಸಾಲಿನ ಏಳೆಂಟು ಜನಗಳು ಎದ್ದು ನಿಂತರು. ಅಧ್ಯಕ್ಷ ಶಾಸ್ತ್ರಿಗಳು, 'ಊಟಕ್ಕೆ ಮುಕ್ಕಾಲುಗಂಟೆ ತಡವಾಗಿದೆ. ಮೇಡಂ ರಜಿಯಾ ಅವರು ತಮ್ಮ ದೃಷ್ಟಿಕೋನವನ್ನು ಪ್ರಸ್ತುತ ಪಡಿಸಿದ್ದಕ್ಕೆ ವಂದನೆಗಳು. ಭೋಜನಾನಂತರ ಒಬ್ಬೊಬ್ಬರಾಗಿ ಬೇರೆಯವರಿಗೆ ಅವಕಾಶ,' ಎಂದರು.

ಮಧ್ಯಾಹ್ನದ ಬುಫೆ ಭೋಜನದಲ್ಲಿ ಅಮೀರ ಬೇರೆ ಯಾರ ಯಾರ ಕೈಲೋ ಮಾತನಾಡುತ್ತಾ ತನ್ನ ಸಮೀಪವನ್ನು ತಪ್ಪಿಸಿಕೊಳ್ಳುತ್ತಿರುವುದು ಸ್ಪಷ್ಟವಾಗಿತ್ತು. ಈ ಸಭೆಯಲ್ಲಿ ಅವನಿಗೂ ಪರಿಚಯವಿದ್ದವರಿದ್ದರು. ತಾನು ಐದು ವರ್ಷಗಳಿಂದ ಒಳಸರಿದಿರುವವಳು. ಅವನು ಚಿತ್ರರಂಗದಲ್ಲಿಯೇ ಇದ್ದಾನೆ. ಸಾಕ್ಷ್ಯಚಿತ್ರಗಳು ಅಖಿಲಭಾರತ ವ್ಯಾಪ್ತಿಯಲ್ಲಿ ಪ್ರದರ್ಶನ ಕಾಣುತ್ತಿವೆ. ಆದರೂ ತನ್ನ ಸಮೀಪವನ್ನು ತಪ್ಪಿಸಿಕೊಳ್ಳುವುದನ್ನು ಗಮನಿಸಿದ ಅವಳಲ್ಲಿ ಇನ್ನಷ್ಟು ಧೈರ್ಯ ಬೆಳೆಯಿತು.

ಅಪರಾಹ್ಣದ ಸಭೆಯಲ್ಲಿ ಪ್ರತಿಯೊಬ್ಬರೂ ಇತಿಹಾಸದ ಅಧ್ಯಯನ ಮಾಡುವುದೇ ಸಾಮಾಜಿಕ ಸಾಮರಸ್ಯ ಮೂಡಿಸುವುದಕ್ಕಾಗಿ, ಹಳೆಯ ಕಹಿಯನ್ನು ಕಟ್ಟಿಕೊಂಡು ಈಗೇನು ಮಾಡುವುದಿದೆ?, ಹಿಂದೂ ಮುಸ್ಲಿಂ ಎಂಬ ಭೇದವು ಬ್ರಿಟಿಶರು ಬಿತ್ತಿದ ವಿಷಬೀಜ. ಭಾರತದ ಶ್ರೇಣೀಕೃತ ಸಮಾಜ ವ್ಯವಸ್ಥೆಯಿಂದ ಬಿಡಿಸಿಕೊಳ್ಳಲು ಕೆಳವರ್ಗದವರೇ ಮುಸ್ಲಿಮ ರನ್ನು ಆಹ್ವಾನಿಸಿದರು, ಪ್ರವಾದಿ ಮಹಮ್ಮದರ ಬೋಧೆ ಇಲ್ಲದಿದ್ದರೆ ಭಾರತದ ಕೆಳವರ್ಗದವರ ಜೀವನವು ನರಕವಾಗಿಯೇ ಇರುತ್ತಿತ್ತು, ಮುಸ್ಲಿಮರು ಹೊರಗಿನ ದಾಳಿಕೋರರಾದರೆ ಆರ್ಯರೂ ದಾಳಿಕೋರರೇ, ಬ್ರಾಹ್ಮಣನು ಬಾಯಿಯಿಂದ, ಕ್ಷತ್ರಿಯನು ಬಾಹುಗಳಿಂದ, ವೈಶ್ಯನು ತೊಡೆಗಳಿಂದ, ಶೂದ್ರನು ಪಾದದಿಂದ, ಹುಟ್ಟಿದನೆಂಬ ಪ್ರತಿಮೆಯನ್ನಿಟ್ಟುಕೊಂಡೇ ಭಾರತದಲ್ಲಿ ವಿಗ್ರಹಪೂಜೆ ಆರಂಭವಾಯಿತು: ಮುಸ್ಲಿಮರು ಮಾಡಿದ ವಿಗ್ರಹ ಭಂಜನೆಯಲ್ಲಿ ಪೆಟ್ಟುಬಿದ್ದದ್ದು ಮೇಲು ಜಾತಿಯವರಿಗೆ; ಮುಸ್ಲಿಂ ವಿರೋಧೀ ಭಾವನೆಯನ್ನು ಹತ್ತಿಸುತ್ತಿರು ವವರು ಅವರೇ, ಎಂದು ಮುಂತಾಗಿ ಒಬ್ಬೊಬ್ಬರೂ ಒಂದೊಂದು ಕಾಣ್ಕೆಯನ್ನು ಹೇಳ ತೊಡಗಿದರು. 'ನೀವು ಹೇಳುವುದು ಸುಳ್ಳು, ಜೆಸಿಯಾ ಕೊಡಲಾರದೆ ಕಾಡು ಪಾಲಾದ ಎಷ್ಟೋ ಮೇಲುಜಾತಿಯ ಜನರು ಅನಂತರ ಕಾಡುಜನಾಂಗವಾದದ್ದಕ್ಕೆ ದಾಖಲೆಗಳಿವೆ;

ಮಹಾರಾಣಾ ಪ್ರತಾಪನ ಅನುಯಾಯಿಗಳು ಮುಘಲರಿಗೆ ಸೋತನಂತರ ತಮ್ಮ ರಾಜ್ಯವನ್ನು ಗೆಲ್ಲುವ ತನಕ ಪಟ್ಟಣ ಪ್ರವೇಶ ಮಾಡುವುದಿಲ್ಲವೆಂಬ ಶಪಥದಿಂದ ಕಾಡು ಸೇರಿದವರು ಇಂದಿಗೂ ಗಾಡಿಯಾ ಲೋಹಾರ್ ಎಂಬ ಅಲೆಮಾರಿ ಜನಾಂಗವಾಗಿ ರಾಜಸ್ಥಾನದಲ್ಲಿದ್ದಾರೆ. ಅವರ ಕುರಿತು ಸಂಶೋಧನಾ ಗ್ರಂಥವೇ ಇದೆ. ತಮ್ಮ ಸಾಮ್ರಾಜ್ಯವನ್ನು ಸಮರ್ಥಿಸಿಕೊಳ್ಳಲು ಆರ್ಯರೂ ದಾಳಿಕೋರರರೇ ಎಂಬ ಸಿದ್ಧಾಂತವನ್ನು ಬ್ರಿಟಿಷರು ಆರಂಭಿಸಿದರು. ಆರ್ಯರದು ದ್ರಾವಿಡರದು ಎಂದು ಪ್ರತ್ಯೇಕವಾಗಿ ವಿಂಗಡಿಸಬಹುದಾದ ನಾಗರಿಕತೆಯು ಭಾರತದಲ್ಲಿರಲಿಲ್ಲ' ಎಂದು ಅವಳು ನಡುನಡುವೆ ಅವರ ಮಾತುಗಳಿಗೆ ತಡೆ ಹಾಕುತ್ತಿದ್ದಳು.

'ಒಬ್ಬರು ಮಾತನಾಡುವಾಗ ಇನ್ನೊಬ್ಬರು ಅಡ್ಡಿ ಮಾಡುವುದು ಸಭಾ ಮರ್ಯಾದೆಯಲ್ಲ' ಎಂದು ಹಲವರು ಆಕ್ಷೇಪಿಸಿದರೆ, ಇನ್ನೊಬ್ಬರು, 'ತಾವೊಬ್ಬರೇ ಸರ್ವಜ್ಞೆ ಎಂಬಂತೆ ಆಕ್ರಮಿಸುವ ಈ ಗೌರವಾನ್ವಿತ ಮಹಿಳೆಗೆ ಅಧ್ಯಕ್ಷರು ಸ್ವಲ್ಪ ತಡೆ ಹಾಕದಿದ್ದರೆ ಸಭೆ ನಡೆಸುವುದು ಹೇಗೆ?' ಎಂದು ಎದ್ದುನಿಂತು ತಗಾದೆ ಮಾಡಿದರು. 'ರಜಿಯಾ ಮೇಡಂ, ನಾನು ಕಠಿಣ ತೀರ್ಪು ಹೇಳಬೇಕಾಗುತ್ತೆ. ದಯವಿಟ್ಟು ಅದಕ್ಕೆ ಅವಕಾಶ ಕೊಡಬೇಡಿ,' ಅಧ್ಯಕ್ಷರು ಧ್ವನಿ ಏರಿಸಿ ನುಡಿದರು. ಅವಳು ಸುಮ್ಮನಾದಳು.

ಇವರ ಧೋರಣೆಯ ಸಮರ್ಥಕರನ್ನೇ ಈ ಸಭೆಗೆ ಕರೆದಿದ್ದಾರೆ. ಇಂಥ ಸಮರ್ಥಕಳೆಂದು ಭಾವಿಸಿಯೇ ನನ್ನನ್ನೂ ಆಹ್ವಾನಿಸಿರುವುದು. ಆಹ್ವಾನಿತರನ್ನು ಆಯ್ಕೆ ಮಾಡುವುದರಿಂದ ಹಿಡಿದು ಕೊನೆಯ ಶಿಫಾರಸು ಪತ್ರ ಸಿದ್ಧಪಡಿಸುವ ತನಕ ಪ್ರಾಯಶಃ ಅದರ ಮುಂದಕ್ಕೂ ಪ್ರೊಫೆಸರರೇ ಡ್ರೈವರ್ ಕೆಲಸ ಮಾಡುತ್ತಿದ್ದಾರೆ ಎಂಬುದು ಅವಳಿಗೆ ಸಂಜೆಯ ಹೊತ್ತಿಗೆ ಅರ್ಥವಾಯಿತು. ಅಪ್ಪ ಸತ್ತನಂತರ ನಾನು ಊರು ಸೇರಿ, ಅಧ್ಯಯನದಲ್ಲಿ ತೊಡಗಿದ ಬಾಹ್ಯಾಂಶ ಮಾತ್ರ ಇವರಿಗೆ ಗೊತ್ತಿದೆ. ಅಧ್ಯಯನದ ವಿಷಯ ಗೊತ್ತಿಲ್ಲ. ನಾನೊಬ್ಬ ಹಳೆಯ ಇವರ ಬ್ರಾಂಡಿನ ಬಂಡಾಯಗಾರ್ತಿ ಎಂಬ ಗ್ರಹಿಕೆಯಿಂದ ನನ್ನನ್ನು ಪಟ್ಟಿಯಲ್ಲಿ ಸೇರಿಸಿದ್ದಾರೆ. ಈಗ ಪೇಚು ಆಗಿದೆ. ಮಗಳು ನನ್ನ ಮಗನ ಹೆಂಡತಿ, ಅವನೋ ಪಕ್ಕಾ ಶರಿಯತ್‌ನಂತೆ ನಡೆಯುವ ಗಂಡ, ಎಂಬ ಕಾರಣಕ್ಕೆ ಅವರು ನನ್ನ ವಿಷಯದಲ್ಲಿ ಇಷ್ಟೊಂದು ತಾಳ್ಮೆ ತೋರಿಸುತ್ತಿದ್ದಾರೆ. ಇಲ್ಲದಿದ್ದರೆ ಭರ್ತ್ಸನೆ ಮಾಡಿ ಬಾಯಿ ಮುಚ್ಚಿಸುತ್ತಿದ್ದರು ಎಂಬುದೂ ಹೊಳೆಯಿತು. ತಾನು ಐದು ವರ್ಷದಿಂದ ಓದಿದ ಗ್ರಂಥಗಳ ವಿವರಗಳನ್ನೆಲ್ಲ ಏಕಕಾಲದಲ್ಲಿ ನೆನಪಿನಲ್ಲಿ ಬಡಿದೆಬ್ಬಿಸುವ ಪ್ರಚೋದನೆಯಾಗಿತ್ತು ಈ ಸಭೆ. ಅಮೀರನನ್ನೂ ಕರೆದಿರುವ ಸಂಗತಿಯನ್ನೇಕೆ ನನಗೆ ವಿಮಾನದಲ್ಲಿ ಹೇಳಲಿಲ್ಲ. ಅಥವಾ ಇವರ ಗಮನಕ್ಕೆ ತಾರದೆಯೇ ಕೆಲವು ಹೆಸರುಗಳನ್ನು ಮಂತ್ರಿಗಳೋ, ಮಂತ್ರಾಲಯವೋ ಸೇರಿಸಿತೋ? ಎಂಬ ಕುತೂಹಲವೂ ಹುಟ್ಟಿತು.

ಇವಳನ್ನು ಇಲ್ಲಿ ಈ ಸಮಿತಿಯ ಸಭೆಯಲ್ಲಿ ನೋಡುತ್ತೇನೆಂಬ ಕಲ್ಪನೆ ಕೂಡ ಬರು

ವುದು ಅಮೀರನಿಗೆ ಸಾಧ್ಯವಿರಲಿಲ್ಲ. ಸಮಿತಿಯ ಕಾರ್ಯೋದ್ದೇಶವೂ ಅವನಿಗೆ ಸ್ಪಷ್ಟವಿರಲಿಲ್ಲ. ರಾಷ್ಟ್ರೀಯ ಭಾವೈಕ್ಯವನ್ನು ಕುರಿತು ಕರೆದಿರುವ ಸಭೆಗೆ ನಿಮ್ಮನ್ನು ಆಮಂತ್ರಿಸಲಾಗಿದೆ. ದಯವಿಟ್ಟು ಬನ್ನಿ ಎಂಬ ಮಂತ್ರಾಲಯದ ಕಾಗದದಿಂದ ಇದರ ಹಿಂದೆ ಯಾರಿದ್ದಾರೆಂಬುದೂ ತಿಳಿದಿರಲಿಲ್ಲ. ಪ್ರೊಫೆಸರ್ ಶಾಸ್ತ್ರಿಗಳಾದರೂ ತನಗೆ ಒಂದು ಫೋನು ಮಾಡಿರಲಿಲ್ಲ. ಇತ್ತೀಚೆಗೆ ಅವರು ತನಗೆ ಫೋನು ಮಾಡಿಯೇ ಇಲ್ಲ. ಇನ್ನೊಂದು ನಿಕಾಹ್ ಮಾಡಿಕೊಂಡ ಮೇಲೆ ನನ್ನ ಬಗೆಗೆ ಅಸಮಾಧಾನವೂ ಆಗಿರಬಹುದು. ಅವರ ಅಸಮಾಧಾನವನ್ನು ಅವರೇ ಇಟ್ಟುಕೊಳ್ಳಲಿ, ತಾನಾಗಿಯೇ ಕೆದಕಿ ಕೇಳುಕ್ಕೆ ಹೋಗುವುದು ಬೇಡ, ಎಂದು ಅವನೂ ಸುಮ್ಮನಾಗಿದ್ದ. ರಾಷ್ಟ್ರೀಯ ಭಾವೈಕ್ಯದ ದೃಷ್ಟಿಯಿಂದ ತೆಗೆಸುವ ಸಾಕ್ಷ್ಯಚಿತ್ರ ನಿರ್ಮಾಣಕ್ಕೆ ಸರ್ಕಾರ ಹೇಗೂ ನನ್ನನ್ನೇ ಬಳಸಿಕೊಳ್ಳುತ್ತಿದೆ. ಆ ಆಧಾರದ ಮೇಲೆ ನನ್ನನ್ನು ಆಹ್ವಾನಿಸಿದ್ದಾರೆ ಎಂದು ಅವನು ಅರ್ಥಮಾಡಿಕೊಂಡ.

ಸಭೆಯಲ್ಲಿ ಅವಳನ್ನು ನೋಡಿದ ತಕ್ಷಣವೇ ಅವನಿಗೆ ಕಸಿವಿಸಿಯಾಗಿತ್ತು. ತಾವಿಬ್ಬರೂ ಒಂದಲ್ಲ ಒಂದು ಸಂದರ್ಭದಲ್ಲಿ ಸಂಧಿಸುವುದೇ ಇಲ್ಲವೆಂಬ ಖಚಿತತೆ ಇಲ್ಲದಿದ್ದರೂ ಸಂಧಿಸುತ್ತೇವೆಂದು ಅವನು ಕಲ್ಪಿಸಿಕೊಂಡಿರಲಿಲ್ಲ. ಸಂಧಿಸಿದರೆ ತಾನು ಹೇಗೆ ನಿಭಾಯಿಸಬೇಕೆಂಬುದನ್ನೂ ಯೋಚಿಸಿರಲಿಲ್ಲ. ಅಪ್ಪ ಗುಡ್ಡೆ ಹಾಕಿಕೊಂಡ ಇತಿಹಾಸ ಪುಸ್ತಕಗಳನ್ನು ಓದುತ್ತಾ ಹಳ್ಳಿಯಲ್ಲಿ ನೆಲೆಸಿರುವ ಅವಳು, ಬೆಂಗಳೂರಿನಲ್ಲೇ ಚಿತ್ರನಿರ್ಮಾಣ, ನಿರ್ದೇಶನಗಳಲ್ಲಿ ಮುಂದುವರೆಯುತ್ತಿರುವ ತಾನು, ಬೇರೆಯಾದ ದಾರಿಗಳು ಮತ್ತೆ ಸೇರುವುದಿಲ್ಲ ಎಂಬ ಅನ್ನಿಸಿಕೆಯೇ ದಿನ ಕಳೆದಂತೆ ಗಟ್ಟಿಯಾಗಿತ್ತು. ಒಂದು ದಿನ ಅವಳೇ, 'ನೀನು ಇನ್ನೊಂದು ನಿಕಾಹ್ ಮಾಡಿಕೊಂಡೆಯಂತೆ ನಿಜವೆ?' ಅಂತ ಫೋನಿನಲ್ಲಿ ಕೇಳಿದ್ದಳು. ನಾನು, 'ನಿನಗೆ ತಲಾಕ್ ಹೇಳಿಲ್ಲ' ಅಂದು ಸ್ವಲ್ಪ ಹೊತ್ತಿನ ಮೇಲೆ ರಿಸೀವರನ್ನು ಕೆಳಗಿಟ್ಟೆ. ಆಮೇಲೆ ಸಂಪರ್ಕವಿಲ್ಲ, ಇಷ್ಟಾದಮೇಲೆ ಅವಳು ಸಂಪರ್ಕಿಸುವುದೂ ಇಲ್ಲ, ಮಹಾ ಸೊಕ್ಕಿನ ಹೆಣ್ಣು, ಎಂಬ ಸಮಾಧಾನ ತಂದುಕೊಳ್ಳುತ್ತಿದ್ದ. ಸೊಕ್ಕೋ, ಆತ್ಮಗೌರವವೋ, ಎಂಬ ಅನುಮಾನ ಒಮ್ಮೊಮ್ಮೆ ಹುಟ್ಟುತ್ತಿತ್ತು. ಸೊಕ್ಕಿನ ಗುಣದವರ ವರ್ತನೆ ಸೊಕ್ಕಿನದಾಗಿರುತ್ತೆ, ಆತ್ಮಗೌರವದ ಗುಣದವರದು ಆತ್ಮಗೌರವದ್ದಾಗಿರುತ್ತೆ, ಅವೆಲ್ಲ ಆಯಾ ವ್ಯಕ್ತಿಯನ್ನವಲಂಬಿಸುವ ಮನೋಭಾವಗಳು ಎಂಬ ವಿಶ್ಲೇಷಣೆ ಮಾಡಿ ಅನುಮಾನಕ್ಕೆ ಸಿಂಬಿಸುತ್ತುತ್ತಿದ್ದ. ಇಂಥ ವಿವರಣೆಯನ್ನು ಅವಳಿಗೆ ಹೇಳಿದ್ದರೆ ಟಾಟಾಲಜಿ ಎಂದು ಭಂಗಿಸುತ್ತಿದ್ದಳು ಎಂಬ ನೆನಪು ಬಂದರೂ ತನ್ನ ವಿಶ್ಲೇಷಣೆಯ ಸಮರ್ಪಕತೆಯ ಬಗೆಗೆ ಯಾವ ಸಂಶಯಕ್ಕೂ ಆಧಾರವಿಲ್ಲವೆಂದು ಸ್ವಯಂಪ್ರೇರಿಸಿಕೊಳ್ಳುತ್ತಿದ್ದ. ಆದರೆ ಈ ದಿನ ಅವಳು ಇಡೀ ಸಭೆಯನ್ನು ಆಕ್ರಮಿಸಿಕೊಂಡು, ಎಂತೆಂತಹ ಪ್ರಸಿದ್ಧ ಪ್ರೊಫೆಸರರು, ಗದ್ದದ ಮೇಲೆ ಮೊನಚಾಗಿ ಬಿಟ್ಟ ಹರಿತ ಬುದ್ಧಿಜೀವಿಗಳು, ಕೆನ್ನೆ ಗದ್ದಗಳಲ್ಲೆಲ್ಲ ಹರಡಿದ ಏಕಅಂಗುಲದ ಬುದ್ಧಿಜೀವಿಗಳು. ಪಾರ್ಸಿ ಅರಬಿ ವಿದ್ವತ್ತನ್ನು ಪ್ರಕಟಿಸುವ ನೀಳ ಬಿಳುಪುಗಡ್ಡದ ವಿದ್ವಾಂಸರು, ಖಾದಿ ಧೋತ್ರ, ಜುಬ್ಬಗಳ ಸಮನ್ವಯ ಸಿದ್ಧಾಂತಿಗಳು, ಕ್ರಾಪಿನ ನಡುವೆ ಒಂದು ಬತ್ತಿ ಉದ್ದನೆಯ ಕೂದಲು ಬಿಟ್ಟು ಹಣೆಗೆ ತಿಲಕವಿಟ್ಟ ಇಬ್ಬರು ಪಂಡಿತ ಪ್ರೊಫೆಸರರು, ಇವರನ್ನೆಲ್ಲ ತನ್ನ

ಸವಾಲಿನಲ್ಲಿ ತುಳಿಯುವಂತಹ ದೃಷ್ಟಿಯನ್ನು ಬೀರಿ ಕೊನೆಗೆ ನನ್ನನ್ನು ಕಂಡ ತಕ್ಷಣ ಬೇಟೆಯ ಮಿಕವೆಂಬಂತೆ ವಿಜೃಂಭಿಸುತ್ತಾ ದೃಷ್ಟಿಯನ್ನು ನನ್ನ ಮೇಲೆಯೇ ಫೋಕಸ್ ಮಾಡಿ, ಇವೆಲ್ಲ ಡೈರೆಕ್ಷನ್ ಎಫೆಕ್ಟ್‌ಗಳು ಅಂತ ನನಗೆ ಯಾಕೆ ಆಗ ಅರ್ಥವಾಗಲಿಲ್ಲ. ನಾನೇಕೆ ಅವಳ ನೋಟವನ್ನು ಎದುರಿಸಲಾರದೆ ಸಮಿತಿಯ ಆಯೋಜಕರು ಕೊಟ್ಟಿದ್ದ ಫೈಲಿನಿಂದ ದೃಷ್ಟಿಗೆ ಅವಲಂಬನೆ ತಂದುಕೊಂಡೆ? ದೃಷ್ಟಿಯನ್ನು ಕೆಳಗೆ ಮಾಡುವುದೆಂದರೆ ಸೋಲುವುದು, ಸಮರ್ಪಿಸಿಕೊಳ್ಳುವುದು ಎಂಬ ಅರ್ಥ ನನಗೇಕೆ ಕೈ ಕೊಟ್ಟಿತು? ನಾನು ಹಾಗೆ ಮಾಡಿದ್ದರಿಂದ ಅವಳು ಇನ್ನೂ ಜೋರಾದಳು. ಪ್ರತಿಯಾಗಿ ನಾನೂ ಚುಚ್ಚುನೋಟ ಬೀರಿದ್ದರೆ, ಬಿರುಗಣ್ಣು ಮಾಡಿದ್ದರೆ, ಸವಾಲು ಸ್ವೀಕರಿಸುವ ಹೊಳಪು ತೋರಿಸಿದ್ದರೆ ಅವಳ ಓಘ ಮುಗ್ಗರಿಸುತ್ತಿತ್ತು. ಎಂಥ ಸಮಯದಲ್ಲಿ ಬುದ್ಧಿ ಕೈಕೊಟ್ಟಿತು! ಎಂದು ವಿಹ್ವಲನಾದ.

ಮಧ್ಯಾಹ್ನದ ಊಟವಾದನಂತರ ಅಧ್ಯಕ್ಷರು ಬೇರೆಯವರಿಗೆ ಮಾತನಾಡಲು ಅವಕಾಶ ಕೊಟ್ಟರು. ಆದರೂ ಅವಳು ನಡುನಡುವೆ ಎಲ್ಲರ ಮಾತುಗಳನ್ನೂ ತುಂಡರಿಸುವಂತೆ ಬಾಯಿ ಹಾಕುತ್ತಿದ್ದಾಳೆ. ಯಾರೂ ಇವಳಷ್ಟು ಸಿದ್ಧತೆ ಮಾಡಿಕೊಂಡು ಬಂದಂತಿಲ್ಲ. ಅವಳು ಮಾತನಾಡುವವರನ್ನು ದಿಟ್ಟಿಸಿ ಅಡ್ಡ ಹಾಕುತ್ತಿದ್ದಾಳೆ. ಒಮ್ಮೆಯೂ ನನ್ನ ಕಡೆ ತಿರುಗಿ ನೋಡಿಲ್ಲ. ನಾನೇನಾದರೂ ಮಾತನಾಡಿದರೆ ನನ್ನ ಕಡೆ ತಿರುಗುತ್ತಾಳೆ, ದೃಷ್ಟಿಯುದ್ಧ ಮಸೆಯುತ್ತಾಳೆ. ತಂತ್ರಗಾರ ಅಧ್ಯಕ್ಷ ಶಾಸ್ತ್ರಿ ಬೇಕೆಂದೇ ನನ್ನ ಹೆಸರು ಹೇಳಿ ಮಾತನಾಡುವಂತೆ ಕರೆದರೆ ಆಗ ಅವಳು ನನ್ನ ಕಡೆಗೆ ತಿರುಗುತ್ತಾಳೆ. ಅಲ್ಲದೆ ನಾನು ಏನೂ ತಯಾರಿ ಮಾಡಿಕೊಂಡೂ ಬಂದಿಲ್ಲ. ಎಲ್ಲ ತಯಾರಿಯನ್ನೂ ಅವಳೊಬ್ಬಳೇ ಮಾಡಿಕೊಂಡು ಬಂದಂತಿದೆ. ಯಾಕೋ ಈ ಸಭೆಯಲ್ಲಿ ಇನ್ನೂ ಕೂತಿರಲು ಅಮೀರನಿಗೆ ಬೇಸರವಾಯಿತು. ಇರುಸುಮುರುಸಾಯಿತು. ತಾನು ಇಂಥ ಎಷ್ಟೋ ಮೀಟಿಂಗ್‌ಗಳಿಗೆ ಹೋಗಿದ್ದೇನೆ. ಹಾಜರಿ ಪುಸ್ತಕಕ್ಕೆ ಸಹಿ ಹಾಕಿದರೆ ಸಾಕು, ಟಿ.ಎ. ಡಿ.ಎ. ಸಂಭಾವನೆಗಳನ್ನು ಅವರೇ ಸಿದ್ಧಪಡಿಸಿ ಕೊನೆಯ ದಿನ ಕೊಡುತ್ತಾರೆ. ಮೀಟಿಂಗಿನಲ್ಲಿ ಪೂರ್ತಿ ಇರಲೇಬೇಕೆಂದಿಲ್ಲ. ಅಲ್ಲದೆ ಬೆಳಗ್ಗೆ ಬೇಗ ಎದ್ದು ಮೊದಲನೆಯ ವಿಮಾನ ಹಿಡಿದು ಪ್ರಯಾಣ ಮಾಡಿ, ಈಗ ಹೊಟ್ಟೆಗೆ ಊಟ ಬಿದ್ದಮೇಲೆ ತೂಕಡಿಕೆ ಬರುತ್ತಿದೆ, ಎಂಬ ಸಮರ್ಥನೆ ಕಾಣಿಸಿತು. ನಿಶ್ಶಬ್ದವಾಗಿ ಎದ್ದು ಶೌಚಾಲಯಕ್ಕೆ ಹೋಗುವವನಂತೆ ಸಭಾ ಕೋಣೆಯಿಂದ ಹೊರಗೆ ಬಂದು ಕಟ್ಟಡದಿಂದ ಆಚೆಗೆ ನಡೆದು ಒಂದು ಟ್ಯಾಕ್ಸಿ ಹಿಡಿದು 'ಜನಪಥ್ ಹೋಟೆಲ್' ಎಂದ. ದಿಲ್ಲಿಯ ವಿಶಾಲ ರಸ್ತೆಗಳ ಬದಿಯ ಮರಗಳು ಟ್ಯಾಕ್ಸಿಯ ಕಿಟಕಿಯಿಂದ ಸರಿಯುತ್ತಿರುವಾಗ ಇವಳು ಯಾವತ್ತೂ ಹೀಗೆಯೇ, ವಾದದಲ್ಲಿ ಮುಂದು, ಮಾತಿನಲ್ಲಿ, ಭಾಷೆಯಲ್ಲಿ, ಭಾಷಾ ಪ್ರಯೋಗದಲ್ಲಿ. ಕನ್ನಡ ಇಂಗ್ಲಿಷ್ ಎರಡರಲ್ಲೂ. ನಾನು ಸೂಚಿಸಿದ್ದು ಮಾತ್ರವಲ್ಲ, ಅವಳೇ ಅಪೇಕ್ಷೆಪಟ್ಟು ಸ್ಟೋರಿ ಮತ್ತು ಸ್ಕ್ರೀನ್ ಪ್ಲೇ ಬರೆಯುವುದರಲ್ಲಿ ತೊಡಗಿದಳು. ಇವಳಂತೆ ಚಿತ್ರಕಥಾ ರಚನೆ ಮಾಡಿದರೆ ನಿರ್ದೇಶನ ಎಷ್ಟು ಸುಲಲಿತ! ನಿರ್ದೇಶನದಲ್ಲೂ ಭಾಗಿಯಾಗಿ, ನಡುವೆ ಹಾಗಲ್ಲ ಹೀಗೆ ಅಂತ ವಾದ ಮಾಡಿ, ಅವಳು ವಾದ ಮಾಡುವಾಗಲೇ ನನಗೆ ಹೊಸ ಹೊಸ ಕಲ್ಪನೆಗಳು ಮೂಡಿ. ಝುಬೇದಾಗೆ ಆ ಶಕ್ತಿಯೂ ಇಲ್ಲ, ವಿದ್ಯೆಯೂ

ಇಲ್ಲ, ಆತ್ಮವಿಶ್ವಾಸವೂ ಇಲ್ಲ. ಉರ್ದೂ ಶಾಲೆಗಳಲ್ಲಿ ಮೇಡಂಗಳ ಸಂಖ್ಯೆ ತೀರ ಕಡಮೆ ಎಂಬ ಹಿನ್ನೆಲೆಯಲ್ಲಿ ಎಂಟನೆ ತರಗತಿ ಪೂರೈಸಿದ್ದಾಳೆಂಬ ಸರ್ಟಿಫ಼ಿಕೇಟ್ ಬಲದಿಂದ ಪ್ರೈಮರಿ ಶಾಲೆಯ ಟೀಚರ್ ಹುದ್ದೆ ಸಿಕ್ಕಿ ತಲೆಯಿಂದ ಕಾಲಿನವರೆಗೆ ಕಣ್ಣುಗಳನ್ನು ಬಿಟ್ಟು ಮುಖವನ್ನೂ ಮುಚ್ಚುವ ಕಪ್ಪು ಬುರಖಾ, ಶಾಲೆಯ ಒಳಗೆ ಹೋದಮೇಲೆ ಮುಖದ ಮುಚ್ಚಳವನ್ನು ತೆಗೆದುಹಾಕುವ ಸ್ವಾತಂತ್ರ್ಯ. ಶಿವಾಜಿನಗರ ಬಸ್‌ಸ್ಟಾಂಡಿನ ಎದುರಿಗೆ ಸಣ್ಣ ಹಣ್ಣಿನ ಅಂಗಡಿ ಇಟ್ಟು ಜೀವನ ಮಾಡುತ್ತಿದ್ದರೂ ಜನಾಬ್ ಸತ್ತಾರ್ ಸಾಹೇಬರದು ಬಹಳ ಮರ್ಯಾದಸ್ಥ ಕುಟುಂಬ, ಹೆಂಡತಿಯನ್ನಾಗಲಿ ಹೆಣ್ಣುಮಕ್ಕಳನ್ನಾಗಲಿ ಒಂದು ದಿನವೂ ಒಂಟಿಯಾಗಿ ಹೊರಗೆ ಕಳಿಸಿಲ್ಲ, ಬುರಖಾ ಇಲ್ಲದೆ ಹೊಸಲು ದಾಟಿಸಿಲ್ಲ, ಸಣ್ಣ ಮನೆಯಾದರೂ ಹತ್ತು ಅಡಿ ಎತ್ತರದ ಕಾಂಪೌಂಡ್, ಹಿಂದಿನವರು ಕಟ್ಟಿಸಿದ್ದು, ಎಂದು ತಾವಾಗಿಯೇ ಬಂದು ಪರಿಚಯ ಮಾಡಿಕೊಂಡ ಕಿಸರ್‌ಅಲಿ ಖಾನ್ ಸಾಹೇಬರು ಮತ್ತೆ ಮತ್ತೆ ಒತ್ತಾಯಮಾಡಿ. ಏನಾದರೂ ನೀವು ಮೂಲ ಮುಸ್ಲಿಂ ಹುಡುಗೀನ ಮಾಡಿಕೊಂಡಿದ್ದರೆ ಹೀಗೆ ಆಗ್ತಿರಲಿಲ್ಲ. ಬೀಬಿ ಹಿಂಗೆ ಬಿಟ್ಟುಹೋಗುಕ್ಕೆ ನಮ್ಮ ಸಮಾಜ ಬಿಡ್ತಿರಲಿಲ್ಲ. ಈ ಹುಡುಗೀನ ಮಾಡಿಕೊಳ್ಳಿ. ಥಳ ಥಳ ಹೊಳೆಯುವ ಬೆಳ್ಳಿ ಹಾಗಿದಾಳೆ. ನಾನಾದರೂ ಎಷ್ಟು ದಿನ ಒಂಟಿಯಾಗಿರೂದು, ಶರೀರದ ಸ್ಥಿತಿಯು ನಮ್ಮ ಆಲೋಚನೆಗಳನ್ನೆಲ್ಲ ನಿಯಂತ್ರಿಸುತ್ತದೆ ಎಂಬ ಮಾತು ನಿಜ. ಚಿತ್ರಜಗತ್ತಿನಲ್ಲೇ ಅಲ್ಲಲ್ಲಿ ಮೇಯಬಹುದಿತ್ತು. ಆದರೆ ಅದರಲ್ಲಿ ಸಮಸ್ಯೆಗಳೂ ಇದ್ದವು. ಆ ಜಗತ್ತಿನಲ್ಲಿ ಯಾವುದನ್ನೂ ಗುಟ್ಟಾಗಿ ಇಡಲು ಸಾಧ್ಯವಿಲ್ಲ. ಗುಟ್ಟನ್ನು ಕಾಪಾಡುತ್ತಾರೆಂದು ಯಾರನ್ನೂ ನಂಬುವುದು ಕಷ್ಟ. ಅಲ್ಲದೆ ಅಲ್ಲಿ ಎಲ್ಲರಿಗೂ ನನ್ನಷ್ಟೇ ರಜಿಯಾಳೂ ಪರಿಚಿತಳು. ಮನೆಯಲ್ಲಿ ಒಬ್ಬಳು ಹೆಂಡತಿ ಇದ್ದರೆ ನಿಗವನ್ನೂ ನೋಡಿಕೊಳ್ಳುತ್ತಾಳೆ. ಚಿಕ್ಕವಯಸ್ಸಿನವಳಾದರೆ ನನ್ನ ಪ್ರಾಯವೂ ಮರುಕಳಿಸುತ್ತದೆ, ಎಂದೆಲ್ಲ ಆಲೋಚಿಸಿ. ಬೆಂಗಳೂರಿನಲ್ಲಿ ಹುಟ್ಟಿ ಬೆಳೆದಿದ್ದರೂ ಝುಬೇದಳಿಗೆ ಹುಡುಗಿಯರ ಉರ್ದು ಪ್ರೈಮರಿ ಶಾಲೆಯಲ್ಲಿ ಉರ್ದೂ ಪಾಠ ಮಾಡುವುದಕ್ಕಿಂತ ಹೆಚ್ಚು ಬುದ್ಧಿ ಬೆಳೆದಿಲ್ಲವೆಂಬುದು ಮೊದಲ ದಿನವೇ ಅರ್ಥವಾಗಿ, ಇನ್ನು ಇವಳ ಕೈಲಿ ಹಂಚಿಕೊಳ್ಳುವುದೇನನ್ನು? ಎಂಬ ನಿರಾಶೆ ತುಂಬಿ. ಅಡುಗೆಯವಳಿಗಿಂತ ಚನ್ನಾಗಿ ಮಾಡುತ್ತಾಳೆ. ಮನೆ ನೋಡಿಕೊಳ್ಳುತ್ತಾಳೆ. ನೀವು ಬೇಡ ಅಂದರೆ ಟೀಚರ್ ಕೆಲಸ ಬಿಡ್ತೀನಿ ಅನ್ನುತ್ತಾಳೆ. ಹಾಸಿಗೆ ಬಿಸಿ ಮಾಡುತ್ತಾಳೆ. ಐದು ವರ್ಷದಿಂದ ಸಹಿಸಿದ್ದ ಹಸಿವು ಹಿಂಗುತ್ತಿದೆ ಅನ್ನುವಷ್ಟರಲ್ಲಿ ಬಸಿರಾಗಿ. ಯಾಕೋ ನನ್ನೊಳಗೇ ನಾಚಿಕೆ. ಮೂವತ್ತೆರಡು ವರ್ಷದ ಮಗನನ್ನಿಟ್ಟುಕೊಂಡು ಮೊಮ್ಮಗುವನ್ನು ಎತ್ತಿ ಆಡಿಸುವ ವಯಸ್ಸಿನಲ್ಲಿ ನನ್ನದೇ ಮಗುವೆಂದು ಹೇಳಿಕೊಳ್ಳುತ್ತಾ. ತೆಗೆಸಿಹಾಕಿ ಬಿಡಾಣ ಎಂದರೆ ಅವಳ ಹಟ. ತಾನು ತಾಯಿಯಾಗಬೇಕೆಂಬ ಸ್ವಾಭಾವಿಕ ಬಯಕೆ ಮಾತ್ರವಲ್ಲ. ಕುಟುಂಬ ಯೋಜನೆಯೇ ಪಾಪವೆಂಬ ಬೋಧೆಯನ್ನು ತಲೆಗೆ ತುಂಬಿಕೊಂಡ ತಂದೆ ಹುಟ್ಟಿಸಿದ ಹನ್ನೊಂದು, ಸತ್ತ ಐದು, ಮಕ್ಕಳ ಉದಾಹರಣೆ. ಬಲವಂತದಿಂದ ಬಸಿರು ತೆಗೆಸುವ ಕಾಠಿಣ್ಯ ನನ್ನಲ್ಲಿ ಇಲ್ಲದೆ ನಾನೇ ಸೋತು. ಹತ್ತಿರದಲ್ಲೇ ಇರುವ ಅವಳ ತಂಗಿಯರು ತಮ್ಮಂದಿರು ದೊಡ್ಡದಾದ ನಮ್ಮ ಹಳೆ ಮನೆಯಲ್ಲಿ ಸದಾ

ತುಂಬಿಕೊಂಡು, ದೊಡ್ಡ ಮನೆ, ಅನುಕೂಲವಾಗಿದ್ದಾನೆ ಅಂತ ಲೆಕ್ಕ ಹಾಕಿ ಮಧ್ಯಸ್ಥದವರನ್ನು ಬಿಟ್ಟು ಸಂಬಂಧ ಕುದುರಿಸಿಕೊಂಡರೆ, ನನಗಿಂತ ಕಿರಿವಯಸ್ಸಿನ ಜನಾಬ್ ಸತ್ತಾರ್ ಸಾಹೇಬರು? ಅಕ್ಕಿ ಬೇಳೆ ಮಾಂಸ ಮೊಟ್ಟೆ ಎಣ್ಣೆ ತುಪ್ಪ, ಇಬ್ಬರಿಗೆ ಎಷ್ಟು ತರಿಸಿದರೂ ಸಾಲದು. ನಿನ್ನ ಅಕ್ಕ ತಂಗಿಯರಾರೂ ನನ್ನ ಮನೆಗೆ ಕಾಲಿರಿಸಕೂಡದು ಅಂದುಬಿಡುವ ಮನಸ್ಸು. ನೀವು ಹಗಲು ರಾತ್ರಿ ಅನ್ನದೆ, ದಿನಗಟ್ಟಳೆ ಶೂಟಿಂಗಿಗೆ ಹೋಗ್ತೀರ, ನಾನೊಬ್ಬಳೇ ಹ್ಯಾಗಿರಲಿ, ಎಂಬ ಮಾತನ್ನು ಅವಳು ಮೊದಲೇ ಆಡಿದ್ದಳು. ವಿದ್ಯೆ ಇಲ್ಲದವರಿಗೇ ತಂತ್ರಗಾರಿಕೆ ಕುಯುಕ್ತಿಗಳು ಹೆಚ್ಚು ಎಂಬುದು ನನಗೆ ಅರ್ಥವೇ ಆಗಿರಲಿಲ್ಲ. ಅವಳಿಗೆ ತಲ್ಲಾಕ್ ಹೇಳಿ ಬಿಡಿಸಿಕೊಂಡು ಬಿಡುವ ಆಲೋಚನೆ ಹಲವು ಸಲ ಸುಳಿದರೂ ನನ್ನೊಳಗೇ ಬೆಳೆದಿದ್ದ ಕನಿಕರ, ಅವಳ ಹೊಟ್ಟೆಯೊಳಗೆ ಬೆಳೆಯುತ್ತಿದ್ದ ಮಗು. ಎರಡೂ ಸೇರಿ ಅಂತೂ. ಆ ಸಂದರ್ಭದಲ್ಲೇ ಅಲ್ಲವೆ ಸಗಣಿಯವನ ಜೊತೆ ಸರಸಕ್ಕಿಂತ ಗಂಧದವನ ಜೊತೆ ಗುದ್ದಾಟ ಮೇಲು ಅನ್ನುವ ಕನ್ನಡ ಗಾದೆ ಎಷ್ಟು ಅರ್ಥಗರ್ಭಿತ ಅನ್ನಿಸಿದ್ದು. ವಿದ್ಯಾವಂತೆಯಾಗಿರಬೇಕು, ಸೃಜನಶೀಲ ಶಕ್ತಿ ಇರಬೇಕು, ಆರ್ಥಿಕವಾಗಿಯೂ ಗಂಡನ ಮೇಲೆ ಭಾರ ಹಾಕದೆ ತನ್ನ ಕಾಲಮೇಲೆ ತಾನು ನಿಲ್ಲಬಲ್ಲವಳಾಗಿಲ್ಲದಿದ್ದರೆ ಅದೆಂಥ ಸಖಸಖೀ ಭಾವ! ಎನ್ನಿಸಿ ರಜಿಯಳ ನೆನಪು ಬಾಧಿಸತೊಡಗಿ, ಕುಣಿಗಲ್ ಹತ್ತಿರ ಅದ್ಯಾವ ಊರು? ಅಲ್ಲಿಗೆ ಹೋಗಿಬರಲೆ? ನಾನೇನೂ ನಿನಗೆ ತಲಾಕ್ ಹೇಳಿಲ್ಲ. ನಾವಿಬ್ಬರೂ ಗಂಡ ಹೆಂಡತಿಯರೇ. ಮಲ್ಲೇಶ್ವರದ ಫ್ಲಾಟ್‌ನಲ್ಲಿ ನೀನಿರು. ನಾನು ಹೆಚ್ಚಾಗಿ ನಿನ್ನ ಜೊತೆಯೇ ಇರ್ತೀನಿ, ಕಟ್ಟಿಕೊಂಡ ತಪ್ಪಿಗೆ ಅವಳಿಗೆ ಒಂದಿಷ್ಟು ಅನ್ನ ಬಟ್ಟೆ ಕೊಡ್ತೀನಿ. ಅಲ್ಲದೆ ಅವಳಿಗೂ ಒಂದಿಷ್ಟು ಸಂಬಳ ಬರುತ್ತೆ, ಅಂತ ಹೇಳಿ ಸಮಾಧಾನಪಡಿಸಿ. ಇಲ್ಲ, ಅವಳು ಒಪ್ಪುವುದಿಲ್ಲ, ಮಹಾ ಖಡಾಖಂಡಿತದ ಹೆಣ್ಣು ಅವಳು ಎಂಬ ಅಧೈರ್ಯ. ಪುಣೆಯ ಫರ್ಗ್ಯುಸನ್ ಗುಡ್ಡದ ಮೇಲಿನ ಪ್ರಣಯದಿಂದ ಆರಂಭಿಸಿ ದಾಂಪತ್ಯ ಜೀವನದ ಸುಖ ಕ್ಷಣಗಳನ್ನೆಲ್ಲ ನೆನಪಿಸಿ ಅನುನಯಿಸಿ ಒಪ್ಪಿಸಬಹುದು ಎಂಬ ಭರವಸೆ. ಇವೆಲ್ಲ ಚಿತ್ರಕಥೆಯ ಡೈಲಾಗ್ ನಾನೂ ಬರೆದಿದೀನಿ ಅಂದುಬಿಟ್ಟರೆ! ಎಂಬ ಅಧೈರ್ಯ. ಬೆಂಗಳೂರು ನಗರದ ಗಡಿ ದಾಟುವ ತನಕ ಕಾರು ನಡೆಸಿಕೊಂಡು ಹೋದವನು ಹಿಂತಿರುಗಿಸಿ.

'ಸಾಹಬ್, ಇದು ನಿಮ್ಮ ಜನಪಥ್ ಹೋಟೆಲ್.' ತುಂಬ ದೂರವೇನಿಲ್ಲ. ಕೋಣೆಯಲ್ಲಿ ಎ.ಸಿ. ಹಾಕಿಕೊಂಡು ಮಲಗಿದರೂ ನಿದ್ರೆಬಾರದು. ಅದೆಷ್ಟು ಚುಚ್ಚುವ ನೋಟದಿಂದ ನನ್ನನ್ನೇ ನೋಡುತ್ತಿದ್ದಳು! ಊಟವಾದಮೇಲೆ ಅಷ್ಟೇ ಮಟ್ಟಿಗೆ ಅಲಕ್ಷಿಸಿದಳು. ವಿದ್ಯೆ ಇರಬೇಕು. ಸೃಜನಶೀಲತೆ ಇರಬೇಕು. ದುಡಿಯಬೇಕು. ಗಂಡ ಅಂದರೆ ವಿನಯ ವಿಧೇಯತೆಗಳೂ ಇರಬೇಕು. ಅದಕ್ಕೆ ಸಂಸ್ಕೃತಿ ಬೇಕು. ಅದು ಇಲ್ಲದವಳು ಇವಳು ಎಂದುಕೊಂಡಾಗ ಮನಸ್ಸಿಗೆ ತುಸು ನೆಮ್ಮದಿಯಾಯಿತು. ಸಭೆಗೆ ಯಾರು ಯಾರನ್ನು ಕರೆದಿದ್ದೀವಿ, ಅಥವಾ ಯಾರು ಯಾರು ಬರುತ್ತಾರೆ ಎಂಬುದನ್ನು ಪೂರ್ವಭಾವಿ ತಿಳಿಸದೆ ಹೀಗೆ ಆಮಂತ್ರಿಸಿ ಆಭಾಸಕ್ಕೆಡೆ ಮಾಡುವ ಸರ್ಕಾರಿ ಅಧಿಕಾರಿಗಳನ್ನು ತರಾಟೆಗೆ ತೆಗೆದುಕೊಳ್ಳಬೇಕು ಎನ್ನಿಸಿತು. ಆದರೆ ಅಧಿಕಾರಿಗಳು ಸೊಕ್ಕಿನ ಜನ, ನಿಮ್ಮನ್ನು ಕರೆದಿದೀವಿ. ಬೇಕಾದರೆ ಒಪ್ಪಿ, ಬೇಡವಾದರೆ

ಬಿಡಿ. ಯಾರು ಯಾರನ್ನು ಕರೆದಿದೀವಿ ಅನ್ನೂದ ಕೇಳುವ ಉಸಾಬರಿ ನಿಮಗೇಕೆ ಅನ್ನುಕ್ಕೂ ಹೇಸುವವರಲ್ಲ ಎಂಬ ಸಾಧ್ಯತೆ ಕಾಣಿಸಿ ಅಧೈರ್ಯ ಉಂಟಾಯಿತು.

ರಾತ್ರಿ ಎಂಟು ಗಂಟೆಯಾದರೂ ಕೋಣೆಯ ದೀಪ ಹಾಕದೆ ಮಲಗಿದ್ದು ಹಸಿವು ಕಾಣಿಸಿದಾಗ ಊಟ ಮಾಡಲೆಂದು ಎದ್ದ. ಬಾರ್ ಅಂಡ್ ರೆಸ್ಟುರಾಗೆ ಹೋದಾಗ ಏನಾದರೂ ಬಿಸಿ ಪಾನೀಯ ತೆಗೆದುಕೊಳ್ಳುವ ಮನಸ್ಸಾಯಿತು. ಅವನಿಗೆ ಪ್ರತಿದಿನವೂ ಕುಡಿಯಬೇಕೆಂಬ ವ್ಯಸನವಿರಲಿಲ್ಲ. ಮನಸ್ಸಿಗೆ ತೀರ ಬೇಸರವಾದಾಗ ಅಥವಾ ದೈಹಿಕ ಮಾನಸಿಕ ಬಳಲಿಕೆಯಾದಾಗ ಎರಡು ಪೆಗ್ ತೆಗೆದುಕೊಂಡು ಹಗುರ ಮಾಡಿಕೊಳ್ಳುವ ಅಭ್ಯಾಸವಿತ್ತು. ಅಂಥ ಸಂದರ್ಭದಲ್ಲಿ ರಜಿಯಾಳೂ ಕಂಪನಿ ಕೊಡುತ್ತಿದ್ದಳೆಂಬ ನೆನಪು ಬಂತು. ಮತ್ತೆ ಮತ್ತೆ ಅವಳನ್ನೇನು ನೆನಪು ಮಾಡಿಕೊಳ್ಳೂದು ಎಂದು ಕೊಡವಿ ಹಾಕುವವನಂತೆ ಮನಸ್ಸನ್ನು ಝಾಡಿಸಿಕೊಂಡ. ಹತ್ತಿರ ಬಂದ ಬೇರರ್‌ಗೆ ಸ್ಕಾಚ್ ಹೇಳಿ ಊಟದ ಮೆನು ನೋಡತೊಡಗಿದ. ರಕ್ತಕ್ಕೆ ಮದ್ಯಸಾರವು ಸೇರಿ ಮರಿ ಕೋಳಿ ಮಾಂಸವು ಹೊಟ್ಟೆಯನ್ನು ತುಂಬಿ ಅದರ ಮೇಲೆ ಇನ್ನಷ್ಟು ಸ್ಕಾಚ್ ಬಿದ್ದಮೇಲೆ ಉಲ್ಲಾಸ ಮೂಡಿತು. ಶರೀರದಲ್ಲಿ ತಾಕತ್ ಮನಸ್ಸಿನಲ್ಲಿ ಹಿಮ್ಮತ್ ಕಾಣಿಸಿಕೊಂಡವು. ಬುದ್ಧಿ ಕೂಡ ತುಸು ಪ್ರಖರವಾಯಿತು. ನನ್ನೊಬ್ಬನನ್ನೇ ಈ ಹೋಟೆಲಿನಲ್ಲಿ ಇಳಿಸಿರುವುದಿಲ್ಲ. ಬೇರೆ ಸದಸ್ಯರೂ ಇಲ್ಲಿಯೇ ಇರುತ್ತಾರೆ. ಅವಳು ಕೂಡ. ಯಾಕೆ ವಿಚಾರಿಸಬಾರದು? ಆಲೋಚನೆ ಬಂದದ್ದೇ ತಡ ಊಟ ಪಾನೀಯಗಳ ಬಿಲ್ ಪಾವತಿಸಿ ನೇರವಾಗಿ ಸ್ವಾಗತ ಕಕ್ಷೆಗೆ ಹೋಗಿ, 'ಮಂತ್ರಾಲಯದ ಮೀಟಿಂಗ್‌ಗೆ ಬಂದಿರೋರು, ರಜಿಯಾ ಬೇಗಂ ಅಂತ. ಎಷ್ಟನೆ ಕೋಣೆ?'

ಸ್ವಾಗತಕಾರಿಣಿ ಹುಡುಕಿ ಹೇಳಿದಳು: 'ರಜಿಯಾ ಬೇಗಂ ಕುರೈಶಿ. ತ್ರೀ ಒನ್ ಫ಼ೋರ್.'

ಥ್ಯಾಂಕ್ಯೂ ಹೇಳಿದವನೇ ಲಿಫ಼್ಟ್ ಕಡೆಗೆ ನಡೆದ. ತನ್ನದು ಟು ಒನ್ ಫ಼ೈವ್. ಅದರ ಮೇಲೆ ಬರುತ್ತೆ, ಎಂಬ ಅಂದಾಜು ಸಿಕ್ಕಿತು. ಕರೆಗಂಟೆಯೊತ್ತಿ ಬಾಗಿಲಿನಲ್ಲಿ ನಿಂತ. ಒಂದುನಿಮಿಷದಲ್ಲಿ ಬಾಗಿಲು ತೆರೆಯಿತು. ಅವಳೇ. ತಲೆಗೂದಲು ಇನ್ನೂ ಸೊಂಪಾಗಿದ್ದರೂ ಸಂಪೂರ್ಣವಾಗಿ ಬೆಳ್ಳಗಿದೆ. ಅಲ್ಲಿ ಸಭೆಯಲ್ಲಿ ಉಟ್ಟಿದ್ದ ತೆಳು ಹಸಿರು, ಹಳದಿ ಅಂಚು ಸೆರಗುಗಳ ಸೀರೆಯನ್ನು ಬದಲಿಸಿಲ್ಲ. ಕಣ್ಣಿಗೆ ಕನ್ನಡಕ. ಕೈಯಲ್ಲೊಂದು ಸುಮಾರು ಮುನ್ನೂರು ಪುಟದ ಪುಸ್ತಕ. ಇವನು 'ನಾನು' ಎಂದ.

'ಗೊತ್ತಾಯಿತು,' ಎಂದಳು.

'ನಿನ್ನ ಕೈಲಿ ಮಾತಾಡಬೇಕಿತ್ತು.'

'ಒಳಗೆ ಬರಬಹುದು,' ಎಂದಳು ಅನುಮತಿ ಕೊಡುವವಳಂತೆ. ಅವನಿಗೆ ಕುಳಿತುಕೊಳ್ಳಲು ಒಂದು ಸೋಫ಼ಾ ತೋರಿಸಿ ಅವಳು ಕೋಣೆಯ ಬಾಗಿಲು ಹಾಕಿ ತಾನು ಅವನ ಎದುರಿನ ಸೋಫ಼ದ ಮೇಲೆ ಕುಳಿತಳು.

ಇಷ್ಟು ಸಲೀಸಾಗಿ ಪ್ರವೇಶ ದೊರೆತದ್ದರಿಂದ ಅವನು ಇನ್ನಷ್ಟು ಧೈರ್ಯ ತಾಳಿದ. ಆದರೆ ಯಾವ ಮಾತಿನಿಂದ ಆರಂಭಿಸುವುದೆಂದು ತಿಳಿಯಲಿಲ್ಲ. ಅಲ್ಲದೆ ತಾನು ಯಾವ ಮಾತನ್ನಾಡಲು ಇಲ್ಲಿಗೆ ಬಂದೆನೆಂಬುದೂ ಗೊತ್ತಿರಲಿಲ್ಲ. 'ರಿಸೆಪ್ಷನ್‌ನಲ್ಲಿ ರಜಿಯಾ ಬೇಗಂ

ಅಂತ ಕೇಳಿದೆ. ಆ ಹುಡುಗಿ ರಜಿಯಾ ಬೇಗಂ ಕುರೈಶಿ ಅಂದು ರೂಮ್ ನಂಬರ್ ಹೇಳಿದಳು,' ಎಂದ.

'ಅದಕ್ಕೇನಾದರೂ ವಿಶೇಷಾರ್ಥವಿದೆಯೆ?' ಅವಳು ಕೇಳಿದಳು. ಅವನು ಪಾನೀಯ ತೆಗೆದುಕೊಂಡಿರುವುದು ಅಷ್ಟರಲ್ಲಿ ಅವಳಿಗೆ ಅರ್ಥವಾಗಿತ್ತು.

'ನನ್ನದು ಯಾವ ರೂಂ ಅಂತ ಅವಳು ಕೇಳಲಿಲ್ಲ. ಕೇಳಿ ರಿಜಿಷ್ಟ್ರೇಷನ್ ಕಾರ್ಡು ನೋಡಿ ನಾನು ಅಮೀರ್ ಕುರೈಶಿ ಅಂತ ಗೊತ್ತಾಗಿದ್ದರೆ ನೀವಿಬ್ಬರೂ ಯಾಕೆ ಬೇರೆ ಬೇರೆ ರೂಮಿನಲ್ಲಿದೀರಿ ಅಂತ ಕೇಳ್ತಿದ್ದಳು' ಎಂದು ಜಾಣನಗೆ ನಕ್ಕ.

ಅವಳು ಮಾತನಾಡಲಿಲ್ಲ. ಅವನನ್ನು ದಿಟ್ಟಿಸಿನೋಡಿದಳು. ಆದರೆ ಈಗ ಅವನಿಗೆ ಅವಳ ದೃಷ್ಟಿಯಿಂದ ಅಧೈರ್ಯವುಂಟಾಗಲಿಲ್ಲ. ಅವನೂ ಆತ್ಮವಿಶ್ವಾಸದಿಂದ ಅವಳ ದೃಷ್ಟಿಯನ್ನೆದುರಿಸಿ ಹೇಳಿದ: 'ನಮಗೆ ಪ್ರತ್ಯೇಕ ರೂಮುಛಾರ್ಜು ಕೊಡುವ ಸರ್ಕಾರದ ಅಧಿಕಾರಿಯೂ ಈ ಪ್ರಶ್ನೆ ಕೇಳಬಹುದು. ಅದಿರಲಿ. ನನಗಂತೂ ನಾವು ಜೊತೇಲಿರಬೇಕು ಅನ್ನಿಸಿದೆ. ಕೊನೆ ಪಕ್ಷ ಈ ರಾತ್ರಿಯಾದರೂ.'

'ಅದಕ್ಕೆ ಹಂಚಿಕೆ ಹಾಕಿಕೊಂಡು ಬಂದೆಯಾ?'

'ಹಂಚಿಕೆ ಏನು ಅದರಲ್ಲಿ? ನಾವು ಗಂಡ ಹೆಂಡತಿಯರು.'

'ಅಂದರೆ ನಿನಗೆ ಅಧಿಕಾರವಿದೆ. ಚಲಾಯಿಸಬೇಕು ಅಂತ. ಯಾಕಂದರೆ ನೀನು ನನಗೆ ತಲಾಕ್ ಹೇಳಿಲ್ಲ. ಹೇಳದೆ ಹಾಗೆಯೇ ಇಟ್ಟುಕೊಂಡಿದೀಯ.'

'ಕರೆಕ್ಟ್. ಎಂದಿಗೂ ಹೇಳುಲ್ಲ. ಎಂದೆಂದಿಗೂ ಹೇಳುಲ್ಲ. ನೀನು ಕೇಳಿದರೆ ಝಬೇದಾಗೆ ಹೇಳ್ತೀನಿ. ನನಗೆ ನೀನು ಬೇಕು. ಪ್ಲೀಸ್,' ಎಂದು ಕುಳಿತಿದ್ದವನು ಮೇಲೆ ಎದ್ದು ಅವಳ ಹತ್ತಿರಕ್ಕೆ ನಡೆದ.

ಅರೆಕ್ಷಣ ಅಸಹ್ಯ, ಅಂಜಿಕೆಗಳಾದರೂ ಅವಳು ಬೇಗ ಧೃತಿಯನ್ನು ಕೂಡಿಸಿಕೊಂಡು ತಕ್ಷಣ ಹೇಳಿದಳು: 'ಅಮೀರ್, ನಿನ್ನ ಜಾಗದಲ್ಲಿ ಕೂತುಕೊ. ಮೊದಲು ಒಂದೆರಡು ವಿಷಯ ಸ್ಪಷ್ಟವಾಗಿ ಮಾತಾಡಬೇಕು.' ಅವನು ಹಿಂತಿರುಗಿ ಮೊದಲು ಕುಳಿತಂತೆಯೇ ಕುಳಿತ. ಅನಂತರ ಅವಳು ಎಂದಳು: 'ಹೆಂಗಸು ಗಂಡಸಿಗಿಂತ ದೈಹಿಕವಾಗಿ ತೀರ ಶಕ್ತಿ ಹೀನಳಾಗಿದ್ದರೆ ಅಥವಾ ಗಂಡಸಿನ ಕೈಲಿ ಮಾರಕಾಸ್ತ್ರವಿದ್ದು ಅದನ್ನು ಪ್ರಯೋಗಿಸುವ ಅಪಾಯವಿದ್ದರೆ ವಿನಾ ಅತ್ಯಾಚಾರ ಮಾಡುಕ್ಕೆ ಸಾಧ್ಯವಿಲ್ಲ. ಸಮಶಕ್ತಿಯ ಅಥವಾ ತುಸು ಕಡಮೆ ಶಕ್ತಿಯ ಹೆಂಗಸಿನ ಮೇಲೆ ಕೂಡ ಅತ್ಯಾಚಾರ ಮಾಡುವುದು ಆಗದ ಕೆಲಸ. ಕುಡಿದಿರುವ ಗಂಡಸಿಗಂತೂ ಆಗುವುದೇ ಇಲ್ಲ. ಬೇಕಾದಷ್ಟು ರೇಪ್ ಸೀನುಗಳನ್ನು ಶೂಟ್ ಮಾಡಿರುವ ನಿನಗೆ ಇದು ತಿಳಿದಿರಬೇಕು.'

'ನಾನೇನು ನಿನ್ನನ್ನ ರೇಪ್ ಮಾಡುಕ್ಕೆ ಬಂದಿದೀನಾ? ಕೋಪದ ಮಾತು ಯಾಕೆ ಆಡ್ತೀ? ನೀನು ನನ್ನ ಬೀಬಿ. ತಲಾಕ್ ಹೇಳಿಲ್ಲ. ಹೇಳೋದಿಲ್ಲ. ನೀನು ಕೇಳಿದರೆ ಝಬೇದಾಗೆ ಇಲ್ಲಿಂದಲೇ ಹೇಳಿಬಿಡ್ತೀನಿ. ನನಗೆ ನೀನು ಬೇಕು.'

'ಹೆಂಡತಿಯಾದರೂ ಬಲವಂತ ಮಾಡುಕ್ಕೆ ಕಾನೂನಿನ ಸಮ್ಮತಿ ಇಲ್ಲ. ನಾವು

ಬೇರೆ ಬೇರೆ ಕೋಣೆ ತೆಗೆದುಕೊಂಡಿರೂ ದಾಖಲೆಯೇ ಸಾಕು ನನ್ನ ಸಮ್ಮತಿ ಇಲ್ಲ, ನೀನು ನನ್ನ ಕೋಣೆಗೆ ಅತಿಕ್ರಮಿಸಿ ಬಂದಿದೀ ಅನ್ನುಕ್ಕೆ.'

'ನಾನು ರೇಪ್ ಮಾಡುಕ್ಕೆ ಬಂದಿದೀನಿ ಅಂತ ಯಾಕೆ ತಪ್ಪು ತಿಳಕೊಂಡಿದಿ? ನಾನ್‌ಸೆನ್ಸ್.'

'ನೀನು ನನಗೆ ತಲಾಕ್ ಹೇಳಿಲ್ಲ, ಹೇಳಿಲ್ಲ ಅಂತ ಮತ್ತೆ ಮತ್ತೆ ಜ್ಞಾಪಿಸುತ್ತಿದೀಯ. ನಿನಗೆ ನಾನೇ ತಲಾಕ್ ಹೇಳಬಲ್ಲೆ.'

'ಹ್ಯಾಗೆ? ಹೆಂಗಸಿಗೆಲ್ಲಿದೆ ಆ ಅಧಿಕಾರ? ಥಿಯರೆಟಿಕಲ್ ಆಗಿ ಕೇಳ್ತಿದೀನಿ.'

'ತಲಾಕ್ ನಿಬಂಧನೆಯಿರುವ ಧರ್ಮದಿಂದ ಕಾನೂನು ಪ್ರಕಾರವೇ ಹೊರಬರುವ ಅಧಿಕಾರ ಈ ದೇಶದ ಪ್ರಜೆಯಾಗಿ ನನಗಿದೆಯಲ್ಲವೆ? ನಾನು ಈಗಿರುವ ಧರ್ಮವನ್ನ ಬದಲಾಯಿಸಿಕೊಂಡಿದೀನಿ, ಮತ್ತೆ ಹಿಂದೂ ಆಗಿದೀನಿ ಅಥವಾ ನನಗೆ ಯಾವ ಧರ್ಮವೂ ಇಲ್ಲ ಅಂತ ಒಂದು ಅಧಿಕೃತ ಘೋಷಣೆಗೆ ಸಹಿ ಹಾಕುತೀನಿ. ಗಂಡಸಾಗಲಿ ಹೆಂಗಸಾಗಲಿ ತನ್ನ ಧರ್ಮವನ್ನು ಬದಲಾಯಿಸಿದರೂ ತಾನು ಮದುವೆಯಾದ ಧರ್ಮದ ನಿಬಂಧನೆಯ ಪ್ರಕಾರವೇ ಹೊರಬರಬೇಕಂತ ನ್ಯಾಯಾಲಯವು ತೀರ್ಪು ಕೊಟ್ಟಿರೂದು ನನಗೆ ಗೊತ್ತಿದೆ. ಆದರೆ ನಾನಿರುವಾಗ ಇನ್ನೊಬ್ಬಳನ್ನು ತಂದು ಮಾನಸಿಕಹಿಂಸೆ ಕೊಟ್ಟಿದೀಯ ಅಂತ ಸುಪ್ರೀಮ್‌ಕೋರ್ಟಿನ ತನಕ ಹೋಗಿ ಗಲಾಟೆ ಎಬ್ಬಿಸುತೀನಿ. ನಿನಗೆ ಇಷ್ಟ ಬಂದಂತೆ ಏಕ ಕಾಲದಲ್ಲಿ ನಾಲ್ಕು ಜನರನ್ನು ಕಟ್ಟಿಕೊಳ್ಳುವ ಅಧಿಕಾರ ತನಗೆ ತಾನೆ ಬರುತ್ತೆಯೆ? ಅನ್ನುವ ಪ್ರಶ್ನೆ ಎತ್ತುತ್ತೀನಿ. ನಿನ್ನ ಇಮೇಜ್ ಏನಾಗುತ್ತೆ ಯೋಚನೆಮಾಡು.'

ಅವನಿಗೆ ಈ ಮಾತು ತಕ್ಷಣ ಅರ್ಥವಾಗಲಿಲ್ಲ. 'ಏನಂದೆ?' ಎಂದ. ಅವಳು ಅದೇ ಮಾತನ್ನು ಮತ್ತೆ ಹೇಳಿದಾಗ ಅವನ ಮುಖ ಕಳೆಗುಂದಿತು. ಒಳಗೆಲ್ಲ ಶೂನ್ಯ ಕವಿಯುವಂತಾಯಿತು. ಅವಳು ಅವನನ್ನೇ ನೋಡುತ್ತಿದ್ದಳು. ತುಸು ಹೊತ್ತಿನನಂತರ ಸ್ವಲ್ಪ ಸುಧಾರಿಸಿಕೊಂಡಂತಾಗಿ ಅವನು ಕುಳಿತಲ್ಲಿಂದ ಮೇಲೆ ಎದ್ದು ಅವಳ ಪಕ್ಕದಲ್ಲಿ ಕುಳಿತ. ಅವಳು ಸುಮ್ಮನಿದ್ದಳು. ಅವಳ ಕೈ ಹಿಡಿದು ಅವನು ಉಸುರಿದ: 'ನಾನು ಇನ್ನೊಂದು ನಿಕಾಹ್ ಮಾಡಿಕೊಂಡೆ ಅಂತ ನಿನಗೆ ಕೋಪ ಇರೂದು ಸಹಜ. ಆದರೆ ನೀನಿಲ್ಲದೆ ನಾನು ಒಂಟಿ ಅನ್ನೂದ ತಿಳಕೊ.'

ಅವಳೂ ತುಸು ಭಾವಾವಿಷ್ಟಳಾದಳು. ಆದರೆ ತನ್ನನ್ನು ತಾನು ನಿಯಂತ್ರಿಸಿಕೊಂಡು ಕೇಳಿದಳು: 'ಇನ್ನೊಂದು ಮದುವೆ ಮಾಡಿಕೊಂಡೆ. ಯಾರೂ ವಿದ್ಯಾವಂತೆ ಸಿಕ್ಕಲಿಲ್ಲವೆ, ನಿನ್ನ ಬುದ್ಧಿಭಾವಗಳನ್ನ ಹಂಚಿಕೊಳ್ಳುವಂಥೋಳು?'

'ನಮ್ಮಲ್ಲಿ ಹೆಂಗಸರಿಗೆ ವಿದ್ಯೆಯ ಅವಕಾಶವೇ ಇಲ್ಲ ಅನ್ನೂದು ನಿನಗೂ ಗೊತ್ತಿದೆ. ಕೆಲವು ಮುಂದುವರೆದ ಕುಟುಂಬಗಳಲ್ಲಿ ಹೆಣ್ಣುಮಕ್ಕಳನ್ನು ಮೇಲಿನವರೆಗೆ ಓದಿಸುತಾರೆ. ಆದರೆ ಅಂಥವರನ್ನು ಎರಡನೆ ನಿಕಾಹ್‌ಗೆ ಅದೂ ಈ ವಯಸ್ಸಿನೋನಿಗೆ ಯಾಕೆ ಕೊಡ್ತಾರೆ?'

ಅವನ ಈ ಮಾತಿನ ಭೋಳೆತನಕ್ಕೆ ಅವಳಿಗೇ ಅಯ್ಯೋ ಎನ್ನಿಸಿತು. ಮಾತಿನ ಈ ಹದವು ವಿಸ್ಕಿಯಿಂದ ಉಂಟಾದುದೋ, ಈ ಸ್ಥಿತಿಯಲ್ಲಿ ತಾತ್ಕಾಲಿಕವಾಗಿ ತನ್ನ ಮೇಲೆ

ಹುಟ್ಟಿರುವ ಆಪ್ತತೆಯಿಂದ ಉದ್ಭವಿಸಿದುದೋ ಅಥವಾ ಇವೆರಡರ ಮಿಶ್ರಣವೋ ಎಂಬುದು ತಿಳಿಯಲಿಲ್ಲ. ತನ್ನ ಕೈ ಹಿಡಿದಿದ್ದ ಅವನ ಕೈಯನ್ನು ಹಿಸುಕಿ ಹೇಳಿದಳು: 'ಝುಬೇದಾ ಅಂದೆಯಲ್ಲವೆ ನಿನ್ನ ಬೇಗಮಳ ಹೆಸರು. ಅವಳನ್ನೇ ಸ್ಕೂಲಿಗೆ, ಆಮೇಲೆ ಕಾಲೇಜಿಗೆ ಕಳಿಸಿ ವಿಶೇಷ ಶಿಕ್ಷಣಕ್ಕೆ ಬೇರೆ ಬೇರೆ ಹಂತಗಳಲ್ಲಿ ಬೇರೆ ಬೇರೆ ಸಮರ್ಥ ಅಧ್ಯಾಪಕರುಗಳನ್ನು ನೇಮಿಸಿದರೆ ಎಂಟು ಹತ್ತು ವರ್ಷದಲ್ಲಿ ಅವಳೇ ನಿನಗೆ ಸಂಗಾತಿಯಾಗುವ ಮಟ್ಟ ಮುಟ್ಟಬಹುದು.'

'ಅಷ್ಟರಲ್ಲಿ ನನಗೆ ಎಪ್ಪತ್ತು ವರ್ಷವಾಗಿರುತ್ತೆ. ಎಂಥ ಸಮರ್ಥ ಅಧ್ಯಾಪಕರನ್ನು ಗೊತ್ತು ಮಾಡಿದರೂ ಕಲಿಯುವ ಶಕ್ತಿ ಆಸಕ್ತಿಗಳು ಅವಳಿಗಿರಬೇಕಲ್ಲ. ಅವಳ ಬುದ್ಧಿಯ ಮಟ್ಟ ನಿನಗೆ ಗೊತ್ತಿಲ್ಲ.'

'ಅದೂ ನಿಜ.' ಅವನ ಸನ್ನಿವೇಶಕ್ಕೆ ಅವಳಲ್ಲಿಯೂ ಅನುಕಂಪ ಹುಟ್ಟಿತು. ಅವಳು ಅಂತರ್ಮುಖಿಯಾದಳು. ಮೂರುನಾಲ್ಕು ನಿಮಿಷ ಅವನ ಕೈ ಹಿಡಿದೇ ಕುಳಿತನಂತರ ಮಾತನಾಡಿದಳು: "ಇನ್ನೊಂದು ವಿಷಯ ತಿಳಕೊ. ಆಧುನಿಕ ವಿದ್ಯಾಭ್ಯಾಸ ಕೊಡದೆ ಯಾರ ಬುದ್ಧಿಯೂ ಪ್ರಖರವಾಗುಲ್ಲ, ನೀವು ಈಗ ಮಾಡ್ತಿರುವ ಹಾಗೆ ಹೆಂಗಸಿಗೆ ಬರೀ ನಿಮ್ಮ ಧರ್ಮಬೋಧೆಯ ವಿದ್ಯಾಭ್ಯಾಸ ಮಾಡಿಸಿದರೆ ಯಾರೂ ನಿನ್ನಂಥೋನಿಗೆ ಸಂಗಾತಿ ಯಾಗುವ ಮಟ್ಟಕ್ಕೆ ಬೆಳೆಯುಲ್ಲ. ಆದರೆ ಆಧುನಿಕ ವಿದ್ಯಾಭ್ಯಾಸಕ್ಕೆ ಒಳಗಾದ ಹೆಂಗಸು ಸಮಾನತೆಯನ್ನು ಕೇಳ್ತಾಳೆ. ಆರ್ಥಿಕವಾಗಿ, ಸಾಮಾಜಿಕವಾಗಿ, ದಾಂಪತ್ಯಜೀವನದಲ್ಲಿ ಮಾತ್ರವಲ್ಲ, ಅಧ್ಯಾತ್ಮದ ಮಟ್ಟದಲ್ಲಿ ಕೂಡ. ದೇವರು ಗಂಡಸೇ ಯಾಕಾಗಿರಬೇಕು? ಹೆಂಗಸು ಯಾಕಾಗಿರಬಾರದು? ಅಂತ ಕೇಳ್ತಾಳೆ. ಹಿಂದೂಧರ್ಮದಲ್ಲಿ ಗಂಡುದೇವರಷ್ಟೇ ಸಂಖ್ಯೆಯ ಹೆಣ್ಣುದೇವತೆಗಳಿದ್ದಾರೆ. ಗಂಡುದೇವರಿಗಿಂತ ಹೆಚ್ಚು ಶಕ್ತಿಶಾಲಿ ಹೆಣ್ಣುದೇವತೆಗಳಿದ್ದಾರೆ. ಮಹಿಷಾಸುರನಂಥ ರಾಕ್ಷಸನನ್ನು ಕೊಲ್ಲುವಶಕ್ತಿ ಇಲ್ಲದೆ ಗಂಡುದೇವತೆಗಳೆಲ್ಲ ದುರ್ಗಿಯ ಮೊರೆ ಹೊಕ್ಕು ಅವಳೇ ಚಾಮುಂಡಿಯಾಗಿ ರಾಕ್ಷಸ ಸಂಹಾರಮಾಡಿದ ಕಥೆ ಕೇಳಿಲ್ಲವೆ? ಅರೇಬಿಯಾದಲ್ಲೂ ಎಷ್ಟೋ ಹೆಣ್ಣುದೇವತೆಗಳಿದ್ದವು. ಪ್ರವಾದಿಗಳು(ಸ) ಅವುಗಳನ್ನೆಲ್ಲ ಬ್ಯಾನ್ ಮಾಡಿ ಅಲ್ಲಾಹ್ ಎಂಬ ಗಂಡುದೇವರನ್ನು ಮಾತ್ರ ಉಳಿಸಿದರು. ಅದರ ಬದಲು ಒಂದು ಹೆಣ್ಣುದೇವರನ್ನೇಕೆ ಉಳಿಸಲಿಲ್ಲ? ಸ್ತ್ರೀವಾದಿಗಳು ಇಂಥ ಪ್ರಶ್ನೆಗಳನ್ನೆಲ್ಲ ಕೇಳ್ತಾರೆ. ಒಂದು ತಿಳಕ: ಆಧುನಿಕ ವಿದ್ಯೆಗೆ ಒಳಗಾದ ಪ್ರತಿಯೊಬ್ಬರೂ ಸ್ತ್ರೀವಾದಿಯಾಗಿರ್ತಾರೆ. ಹೆಂಗಸಂತೂ ಪ್ರಖರವಾದ ಸ್ತ್ರೀವಾದಿಯಾಗಿಯೇ ಇರ್ತಾಳೆ. ಸ್ತ್ರೀವಾದದ ಮೊನಚಿಲ್ಲದ ಆಧುನಿಕ ವಿದ್ಯಾವಂತ ಮಹಿಳೆ ಒಬ್ಬಳೂ ಇರಲು ಸಾಧ್ಯವಿಲ್ಲ. ಇಪ್ಪತ್ತು ವರ್ಷದ ಹಿಂದೆ ನಡೆದದ್ದು. ಬೆಂಗಳೂರಿನ ಒಂದು ಲೇಖಕಿಯರ ಕಿರುಸಂಘದಲ್ಲಿ ಸೀತೆಯ ಅಗ್ನಿ ಪರೀಕ್ಷೆಯ ಭಾಗವನ್ನು ತಾನು ಕಥಾ ರೂಪದಲ್ಲಿ ಬರೆದಿದ್ದ ಭಾಗವನ್ನು ಒಬ್ಬಳು ಓದಿದಳು. ಸೀತೆ ಅಗ್ನಿ ಪರೀಕ್ಷೆಗೆ ಒಳಗಾಗಲಿ ಅಂತ ರಾಮ ಹೇಳಿದಾಗ ಸೀತೆ ಹಾಗಿದ್ದರೆ ನೀನೂ ನನ್ನ ಜೊತೆ ಬೆಂಕಿಯನ್ನು ಹಾಯಿ ಬಾ, ನಾನಿಲ್ಲದಿದ್ದಾಗ ನೀನು ನಿಷ್ಠನಾಗಿದ್ದೆ ಅಂತ ನನಗೆ ಯಾವ ಗ್ಯಾರಂಟಿ ಅಂತ ಕೇಳ್ತಾಳೆ ಅಂತ ಅವಳು ಬರೆದಿದ್ದಳು. ಆ ಸಂಘದಲ್ಲಿದ್ದವರು

ಆರು ಜನ. ನಾನೂ ಸೇರಿ ಏಳು. ಒಬ್ಬಳು ನಡುವೆ ಬಾಯಿ ಹಾಕಿ, 'ಸೀತೆ ಬರೀ ಅಷ್ಟು ಅಂದರೆ ಸಾಲದು. ಹತ್ತಿರ ಬಂದು ರಾಮನ ಎರಡು ಕೆನ್ನೆಗೂ ನಾಲ್ಕು ಫಟಫಟ ಬಿಗಿದಳು ಅಂತ ತಿದ್ದಿ ಬರೀರಿ' ಎಂದಳು. ಭೇದಾಚರಣೆಯ ವಿರುದ್ಧ ಆಧುನಿಕ ಮಹಿಳೆಯ ಮನಸ್ಸು ಹೇಗೆ ಸಾಗ್ತಿದೆ ಅನ್ನುಕ್ಕೆ ಇದೊಂದು ಉದಾಹರಣೆ. ನಮ್ಮ ಇತ್ತೀಚಿನ ಲೇಖಕಿಯರೆಲ್ಲ ಅಹಲ್ಯೆ ಸೀತೆ ಮಂಡೋದರಿ ದ್ರೌಪದಿ ಕುಂತಿ ಮೊದಲಾದವರನ್ನ ಬೆಂಕಿಯ ಉಂಡೆಗಳನ್ನಾಗಿ ಚಿತ್ರಿಸುತ್ತಿರೂದು ನಿನಗೂ ಗೊತ್ತಿರಬೇಕು. ಗೊತ್ತಿಲ್ಲವೆ, ಹೇಳು," ಎಂದು ನಿಲ್ಲಿಸಿದಳು.

ಅವನು ಒಂದು ನಿಮಿಷದನಂತರ 'ಹೂಂ' ಎಂದ. ಅವಳು ಮುಂದುವರೆಸಿದಳು: "ನಿನ್ನ ಧರ್ಮದ ಹೆಂಗಸರಿಗೆ ಮುಕ್ತವಾಗಿ ಆಧುನಿಕ ವಿದ್ಯೆಯನ್ನು ಕೊಟ್ಟರೆ ಅವರೂ ಇಂಥ ಪ್ರಶ್ನೆಗಳನ್ನೆತ್ತುತ್ತಾರೆ. ಜೀವಶಾಸ್ತ್ರದ ದೃಷ್ಟಿಯಿಂದ ಸಂತಾನೋತ್ಪತ್ತಿಗೆ ಹೆಣ್ಣು ಗಂಡೆಂಬ ವ್ಯತ್ಯಾಸ ಅತ್ಯಗತ್ಯವೆ? ಅಗತ್ಯವಿದ್ದಲ್ಲಿ ಯಾರದು ಗೌಣ ಯಾರದು ಪ್ರಧಾನಪಾತ್ರ ಎಂಬಂಥ ಪ್ರಶ್ನೆಗಳನ್ನೆತ್ತುತ್ತಾರೆ. ಆಗ ದೇವರು ಹೆಣ್ಣಾಗಿರಬೇಕೋ ಗಂಡಾಗಿರಬೇಕೋ ಎನ್ನುವ ಪ್ರಶ್ನೆಗೆ ಬೇರೆಯೇ ಆದ ಉತ್ತರ ಹೊರಬೀಳುತ್ತೆ. ನಿನಗೆ ಗೊತ್ತಿದೆಯೆ, ಕಳೆದ ಐದು ವರ್ಷದಿಂದ ನಾನು ಓದಿದೆನಲ್ಲ, ಅದರಲ್ಲಿ ವೇದಾಂತವೂ ಒಂದು ಅಂಶ. ಅದರ ಪ್ರಕಾರ ಪರಮ ತತ್ತ್ವವಾದ ಬ್ರಹ್ಮವು ಹೆಣ್ಣೂ ಅಲ್ಲ ಗಂಡೂ ಅಲ್ಲ. ಅದನ್ನು ಅದು ಅನ್ನುವ ಲಿಂಗಾತೀತ ಶಬ್ದದಿಂದ ಸಂಕೇತಿಸುತ್ತಾರೆ. ಈಶ್ವರ ಅನ್ನುವುದು ಕೂಡ ಆ 'ಅದರ' ಆಯಾಮವೇ. ಆದರೆ ಜಗತ್ತು ಸೃಷ್ಟಿಯಾಗುವುದು ಆ ಅದರೊಳಗಿರುವ ಶಕ್ತಿಯಿಂದ. ಶಕ್ತಿಯು ಹೆಂಗಸು. ಜಗತ್ತಿನ ಸೃಷ್ಟಿ, ಕಾಲ ದೇಶಗಳ ಮೂಲಕ ನಿರ್ವಹಣೆಗಳೆಲ್ಲ ಅವಳ ಕಾರ್ಯ. ನಾವು ಪೂಜಿಸಬೇಕಾದದ್ದು, ಮೊರೆ ಇಡಬೇಕಾದದ್ದು ಅವಳನ್ನು. ಅಂದರೆ ದೇವರು ಅನ್ನುವುದು ಹೆಣ್ಣು. ದೇವರ ಆಚೆಗಿನದು ಲಿಂಗಾತೀತ. ಭಾಷೆಯ, ಸಂಜ್ಞೆಯ, ಭಾವನೆಯ ಮೂಲಕ ನಾವು ಸಲ್ಲಿಸುವ ಪ್ರಾರ್ಥನೆ ಪೂಜೆಗಳೆಲ್ಲ ಸ್ತ್ರೀ ಸ್ವರೂಪದ ದೇವತೆಗೆ. ಗಂಡು ಅಂತ ಕರೆಯಲ್ಪಡುವ ದೇವರದೇನಿದ್ದರೂ ಅಧೀನಪಾತ್ರ. ರಾಣಿಜೇನಿನ ಸೇವೆ ಮಾಡುವ ಸೇವಕ ಜೇನುಹುಳಗಳಂತೆ. ಜಿಜ್ಞಾಸೆಯ ಅಧ್ಯಾತ್ಮದ ಮಟ್ಟಕ್ಕೆ ಬಂದರೆ ಪ್ರತಿಯೊಬ್ಬ ಸ್ತ್ರೀವಾದಿಯೂ ಹೀಗೆ ವೇದಾಂತಿಯಾಗ್ತಾಳೆ. ಅಲ್ಲದೆ ಗಂಡು ಹೆಣ್ಣೆಂಬ ಶರೀರ ವ್ಯತ್ಯಾಸವು ಕೇವಲ ಪ್ರಕೃತಿಯ ಮಟ್ಟದ್ದು; ಆತ್ಮದ ಮಟ್ಟಕ್ಕೆ ಬಂದರೆ ಲಿಂಗಭೇದವಿಲ್ಲ ಅಂತಲೂ ನಂಬುತ್ತೆ ವೇದಾಂತ. ಇಂಥ ವೇದಾಂತವನ್ನ ಒಪ್ಪುಕ್ಕೆ ನಿನ್ನ ಧರ್ಮೀಯರು ಬಿಡ್ತಾರೆಯೆ? ಬಿಡ್ತಾರೆಯೆ ಹೇಳು," ಎಂದು ಅವಳು ನಿಲ್ಲಿಸಿದಳು.

ಅವನು ಯಾವ ಉತ್ತರವನ್ನೂ ಕೊಡಲಿಲ್ಲ. ಅವಳು ಪಕ್ಕಕ್ಕೆ ತಿರುಗಿ ಅವನ ಮುಖ ನೋಡಿದಳು. ಅವನ ಕಣ್ಣುಗಳಲ್ಲಿ ನಿದ್ರೆ ತೊಟ್ಟಿಕ್ಕುತ್ತಿತ್ತು. ಮೊದಲೇ ಮದ್ಯಸಾರದ ದ್ರವವಿದ್ದ ಕಣ್ಣುಗಳಿಗೆ ಈಗ ನಿದ್ರೆಯೂ ಸೇರಿದೆ ಎಂಬುದು ವಿದಿತವಾಗಿತ್ತು. ನಾನು ಇಷ್ಟು ಹೊತ್ತು ಪ್ರಬಂಧ ರೂಪದಲ್ಲಿ ಆಡಿದ ಯಾವ ಮಾತೂ ಅವನ ಬುದ್ಧಿ ಮನಸ್ಸುಗಳನ್ನು ಪ್ರವೇಶಿಸಿಯೇ ಇಲ್ಲ ಎನ್ನಿಸಿತು. ತಾನು ಹಂಚಿಕೊಳ್ಳುವ ಭಾವದಲ್ಲಿ ತಲ್ಲೀನಳಾಗಿ ಆಡಿದುದೆಲ್ಲ ನಿರರ್ಥಕವಾಯಿತೆ? ಎಂಬ ಖೇದವಾಯಿತು.

ಕುಳಿತಿದ್ದ ಅಮೀರ ಅವಳನ್ನು ಒರಗಿಕೊಂಡ. ಹಾಗೆಯೇ ಬಿಟ್ಟರೆ ಪಕ್ಕದಲ್ಲಿರುವ ಹಾಸಿಗೆಯ ಮೇಲೆ ಮಲಗಿಯೂ ಬಿಡುತ್ತಾನೆ, ಎಂದು ಅರ್ಥಮಾಡಿಕೊಂಡ ಅವಳು ಅವನ ಎರಡು ಭುಜಗಳನ್ನೂ ಹಿಡಿದು ಕುಲುಕಿ, 'ಅಮೀರ್, ಅಮೀರ್, ನಿನಗೆ ನಿದ್ದೆ ಬಂದಿದೆ. ನಡಿ ನಿನ್ನ ರೂಮಿಗೆ ಬಿಟ್ಟು ಬರ್ತೀನಿ. ನಿನ್ನ ರೂಮು ನಂಬರ್ ಯಾವುದು?' ಎಂದಳು. ಅವನು ಊಂ ಎಂದ. ಅವಳು ಅವನ ಜೇಬಿಗೆ ಕೈ ಹಾಕಿ ನೋಡಿದಳು. ರೂಮಿನ ಬೀಗದ ಕೈ. ಅದರ ಉಂಗುರಕ್ಕೆ ಸೇರಿಸಿದ್ದ ಸಂಖ್ಯಾಪಟ್ಟಿ ಸಿಕ್ಕಿತು. ಟು ಒನ್ ಫ್ಲೈವ್. ತಾನು ಮೊದಲು ಎದ್ದು ನಿಂತು ಅನಂತರ ಅವನ ತೋಳು ಹಿಡಿದು ಮೇಲೆ ಎಬ್ಬಿಸಿ ನಡೆಸಿಕೊಂಡು ಕೋಣೆಯ ಹೊರಗೆ ಬಂದಳು. ಬರೀ ತೋಳು ಹಿಡಿದರೆ ಸಾಕು ಅವನು ನಡೆಯಬಲ್ಲ ಎಂದುಕೊಳ್ಳುತ್ತಿರುವಾಗ ಮೂರನೆ ಅಂತಸ್ತಿನ ಮೇಟಿ ಕಾಣಿಸಿದ. ಅವನನ್ನು ಹತ್ತಿರ ಕರೆದು ಅವಳು, 'ಇಕೊ, ಇವರ ರೂಮಿನ ಬೀಗದ ಕೈ. ಇವರನ್ನು ಕೋಣೆಯ ಒಳಗೆ ಮಲಗಿಸು' ಎಂದು ಒಪ್ಪಿಸಿದಳು. ಮೇಟಿ ಆಗಲಿ ಮೇಡಂ ಎಂದು ಅಮೀರನ ತೋಳು ಹಿಡಿದ.

ಮೇಟಿಯು ಅಮೀರನ ತೋಳು ಹಿಡಿದು ನಡೆಸಿಕೊಂಡು ಲಿಫ್ಟ್ ಒಳಗೆ ಪ್ರವೇಶಿಸಿ ಲಿಫ್ಟ್‌ನ ಬಾಗಿಲು ಹಾಕಿಕೊಳ್ಳುವವರೆಗೂ ನಿಂತಿದ್ದ ನಂತರ ತನ್ನ ಕೋಣೆಗೆ ಬಂದು ಮಲಗಿದರೆ ಅವಳಿಗೆ ನಿದ್ರೆ ಹತ್ತಲಿಲ್ಲ. ಇಡೀ ದಿನ ನಡೆದ ಸಭೆಯ ಉದ್ದೇಶವೇ ಅವಳ ಚಿತ್ತಶಾಂತಿಯನ್ನು ಕಲಕಿತ್ತು. ಈಗ ತನ್ನನ್ನು ಹುಡುಕಿಕೊಂಡು ಬಂದಿದ್ದ ಅಮೀರನಿಂದ ಅಲೆಗಳು ಎದ್ದು ಹೊಡೆಯತೊಡಗಿದವು. ನನ್ನ ಮೇಲಿನ ಕೋಪವೂ ಸೇರಿದೆ ಅವನ ಇನ್ನೊಂದು ಮದುವೆಯ ತೀರ್ಮಾನಕ್ಕೆ ಎಂಬ ಅಂಶ ತೋಚಿದಾಗ ಈ ವಯಸ್ಸಿನ ಇಂಥವನಿಗೆ ಇನ್ನಾವ ಹುಡುಗಿ ಸಿಕ್ಕಿಯಾಳು ಎಂಬ ಸಮಾಧಾನ ಕಾಣುವುದು. ತಾನು ಒಂಟಿ ಎಂದು ಮನಬಿಚ್ಚಿಕೊಂಡ ಅವನ ಮಾತು ನೆನಪಿಗೆ ಬಂದರೆ ತಾನೂ ಒಂಟಿಯಾಗಿ ದ್ದೀನೆಂಬ ಅರಿವಾಗಿ ಮನಸ್ಸು ಮುದುಡಿತು. ನಾನು ಹೇಳಿದರೆ ಅವಳಿಗೆ ತಲಾಕ್ ಹೇಳಿ ಬಂದುಬಿಡುತ್ತಾನೆ, ಎಂಬ ದಾರಿ ಕಾಣಿಸಿ ಎರಡುನಿಮಿಷ ಸಮಾಧಾನ ಕಂಡಿತು. ಆದರೆ ಆತ್ಮಾಭಿಮಾನ ಆತ್ಮಗೌರವಗಳು ಎಚ್ಚೆತ್ತು ಅವನ ಧರ್ಮದಲ್ಲಿರುವ ಅನ್ಯಾಯದ ಕಾನೂನನ್ನು ಬಳಸಿಕೊಂಡು ಆ ನಿಸ್ಸಹಾಯಕ ಹುಡುಗಿಯನ್ನು ಬೀದಿಪಾಲು ಮಾಡಿಸಿದರೆ ನಾನೆಷ್ಟರವ ಳಾಗುತೀನಿ ಎಂಬ ಆತ್ಮತುಲನೆ ಆರಂಭವಾಯಿತು. ಇಷ್ಟೆಲ್ಲ ಆದಮೇಲೆ ಅವನ ಮೇಲೆ ನನಗೆ ಮೊದಲಿನ ಪ್ರೀತಿ ಇಲ್ಲ ಎಂಬ ಅರಿವೂ ಸ್ಪಷ್ಟವಾಯಿತು. ಇವೆಲ್ಲ ಅಲೆಗಳ ಏರಿಳಿತ ಗಳಲ್ಲಿ ಬೆಳಗಿನ ಜಾವದವರೆಗೆ ನಿದ್ದೆ ಹತ್ತಲಿಲ್ಲ.

ಬೆಳಗ್ಗೆ ಎದ್ದು ಸ್ನಾನ ಉಪಾಹಾರ ಮುಗಿಸಿ ಟ್ಯಾಕ್ಸಿಯಲ್ಲಿ ಕೂತು ಸಭೆ ನಡೆಯುವ ಕಟ್ಟಡಕ್ಕೆ ಬರುವಾಗ ಒಂದು ದೊಡ್ಡ ರಸ್ತೆಗೆ ಔರಂಗಜೇಬ್ ರೋಡ್ ಎಂಬ ಬೋರ್ಡ್

ಬರೆದದ್ದು ಕಾಣಿಸಿತು. ಅವಳಿಗೆ ಆಶ್ಚರ್ಯವಾಯಿತು. ಈ ಮಹಾನಗರದಲ್ಲಿ ಅಕ್ಬರನ ಹೆಸರನ್ನೂ ಒಂದು ರಸ್ತೆಗೆ ಇಟ್ಟಿದ್ದಾರೆ. ನೆನಸಿಕೊಂಡು ಗೌರವಿಸಬೇಕಾದ ಹೆಸರುಗಳಲ್ಲಿ ಔರಂಗಜೇಬನೂ ಒಬ್ಬನೇ? ಸ್ವತಂತ್ರ್ಯ ಭಾರತದ ಪ್ರಭೃತಿಗಳ ಬುದ್ಧಿಯು ಅವಳಿಗೆ ಅರ್ಥವಾಗಲಿಲ್ಲ. ಇತಿಹಾಸದ ವ್ಯಕ್ತಿಗಳನ್ನೆಲ್ಲ ಸಮಾನವಾಗಿ ಕಾಣುತ್ತೇವೆಂಬ ಈ ಮೋಸು ಓಟುಬ್ಯಾಂಕಿನ ಒಳಉದ್ದೇಶದ್ದೆ? ಅಥವಾ ವಿಕೃತ ಮನಸ್ಸಿನದೆ? ಸತ್ತ ನಂತರ ರಾವಣನನ್ನೂ ರಾಮನಂತೆ, ದುರ್ಯೋಧನನನ್ನೂ ಧರ್ಮರಾಯನಂತೆ ಕಾಣುವ ವಾಲ್ಮೀಕಿ ವ್ಯಾಸರ ಮಟ್ಟದವರಂತೂ ಅಲ್ಲ ಈ ಕಂತ್ರಿ ರಾಜಕಾರಣಿಗಳು ಎನ್ನಿಸಿತು. ಔರಂಗಜೇಬನೊಬ್ಬ ಐತಿಹಾಸಿಕ ವಾಸ್ತವ, ಅವನನ್ನು ಮುಚ್ಚಿ ಹಾಕುವುದೇಕೆ? ಎಂಬ ಸಮರ್ಥನೆ ಕೊಡುವುದಾದರೆ ಅವನು ಮಾಡಿದ ಕೆಲಸಗಳನ್ನು ಪಠ್ಯಪುಸ್ತಕಗಳಿಂದ ಮುಚ್ಚಿ ಹಾಕುವ ಕೆಲಸವನ್ನೇಕೆ ಮಾಡಬೇಕು? ಈ ಅಂಶವನ್ನು ಇವತ್ತು ಸಭೆಯಲ್ಲಿ ಎತ್ತಬೇಕು ಎಂದು ಮನಸ್ಸಿನಲ್ಲಿ ನಿಶ್ಚಯಿಸಿಕೊಂಡಳು.

ಅವಳು ಸಭಾಭವನಕ್ಕೆ ತುಸು ಮುಂಚಿತವಾಗಿಯೇ ಬಂದಿದ್ದಳು. ಹೇಗೂ ದಿಲ್ಲಿಗೆ ಬಂದಿದ್ದೇನೆ. ಒಂದು ದಿನ ಹೆಚ್ಚು ಉಳಿದು ಒಂದು ಟ್ಯಾಕ್ಸಿ ಮಾಡಿಕೊಂಡು ಕೆಂಪುಕೋಟೆ, ಜುಮಾ ಮಸೀದಿ, ತುಘಲಕಾಬಾದ್, ಹುಮಾಯೂನ್ ಗೋರಿ ಮೊದಲಾಗಿ ದಿಲ್ಲಿಯ ಮುಸ್ಲಿಂ ಸ್ಮಾರಕಗಳನ್ನೆಲ್ಲ ಇನ್ನೊಂದು ಸಲ ವಿವರವಾಗಿ ನೋಡಬೇಕು, ನಾನು ಬರೆದಿರುವ ಕಾದಂಬರಿಯ ಹಸ್ತಪ್ರತಿಯ ಸೂಕ್ಷ್ಮಗಳನ್ನು ತಿದ್ದಲು ಅನುಕೂಲವಾಗುತ್ತದೆ ಎಂಬ ಆಲೋಚನೆ ಬಂತು. ಸಭಾಭವನದ ಹೊರಅಂಗಳದಲ್ಲಿ ಕಾಯುತ್ತಾ ನಿಂತಿದ್ದಾಗ ಹತ್ತು ನಿಮಿಷದ ನಂತರ ಐವತ್ತು ವರ್ಷದ ಒಬ್ಬರು ಬಂದರು. 'ನಾನು ಡಾ. ರಾಜಧಾನ್. ಅಲಹಾಬಾದ್ ವಿಶ್ವವಿದ್ಯಾಲಯದಲ್ಲಿ ಇತಿಹಾಸದ ರೀಡರ್. ನೆನ್ನೆ ನಿಮ್ಮ ಮಾತುಗಳು ಫಸ್ಟ್ ಕ್ಲಾಸ್. ನಿಜವಾದ ಗಂಡಸರು ನೀವು,' ಎಂದರು.

'ಇಲ್ಲಿ ಹಾಗನ್ನುವವರು ಸಭೆಯಲ್ಲೇಕೆ ನನ್ನನ್ನು ಸಮರ್ಥಿಸಲಿಲ್ಲ?' ಅವಳು ನೇರವಾಗಿ ಕೇಳಿದಳು.

'ನೀವೇ ಹೇಳಿದಿರಲ್ಲ, ಮುಸ್ಲಿಂ ಆಳ್ವಿಕೆಯು ಭಾರತದ ಗಂಡಸರನ್ನೆಲ್ಲ ಶಿಖಂಡಿಗಳನ್ನಾಗಿ ಮಾಡಿತು ಅಂತ,' ಎಂದ ಅವರು ತಮ್ಮ ಜೋಕಿಗೆ ತಾವೇ ನಕ್ಕರು. ಅನಂತರ ತಮ್ಮ ಅಂಗೈಗೆ ತಂಬಾಕು ಸುಣ್ಣ ತುಸು ಜರ್ದಾಗಳನ್ನು ಹಾಕಿ ತಿಕ್ಕಿ ಬಾಯಿಗೆ ಹಾಕಿಕೊಂಡು, 'ನಿಮ್ಮ ಹೆಸರು ರಜಿಯಾ ಬೇಗಂ. ಆದರೆ ನೀವು ಹುಟ್ಟಿನಿಂದ ಮುಸ್ಲಿಂ ಅಲ್ಲ ಅಲ್ಲವೆ?'

'ಹ್ಯಾಗೆ ಹೇಳ್ತೀರ?'

'ಹುಟ್ಟಿನಿಂದ ಮುಸ್ಲಿಂ ಆದವರಿಗೆ ನೀವು ಹೇಳಿದ ವಿಚಾರಗಳು ಬರೂದು ಸಾಧ್ಯವೇ ಇಲ್ಲ. ನೀವು ಲವ್ ಮ್ಯಾರೇಜ್ ಮಾಡಿಕೊಳ್ಳುಕ್ಕೆ ಧರ್ಮ ಬದಲಿಸಿಕೊಂಡಿರಿ. ಅನಂತರ ಹೊಂದಿಕೆಯಾಗಲಿಲ್ಲ ಅಲ್ಲವೆ? ಪರ್ಸನಲ್ ವಿಷಯ ಆಡಿದ್ದಕ್ಕೆ ಕೋಪಿಸಿಕೊಬೇಡಿ.'

ಪ್ರೊಫೆಸರರೇನಾದರೂ ನಾನು ಹೋದಮೇಲೆ ನೆನ್ನೆ ಉಳಿದವರಿಗೆ ಈ ಸಂಗತಿ ಹೇಳಿದಾರೆಯೆ? ನನ್ನ ವಿಷಯ ನಿಮಗೆ ಹೇಗೆ ಗೊತ್ತಾಯಿತು ಎಂದು ಕೇಳಿದರೆ ನಾನಾಗಿಯೇ

ಒಪ್ಪಿಕೊಂಡಂತಾಗುತ್ತೆ, ಎಂದು ಅವಳು ಯೋಚಿಸುತ್ತಿದ್ದಾಗ ವಿಶೇಷ ಕಾರಿನಲ್ಲಿ ಪ್ರೊಫೆಸರರು ಮತ್ತು ಮಂತ್ರಾಲಯದ ಅಧೀನ ಕಾರ್ಯದರ್ಶಿ ಬಂದು ಇಳಿದರು. ಡಾ. ರಾಜಧಾನ್ ಪ್ರೊಫೆಸರರ ಹತ್ತಿರ ಹೋಗಿ, 'ಸರ್, ಒಂದು ನಿಮಿಷ ಇತ್ತ ಬನ್ನಿ' ಎಂದು ಕರೆ ತಂದರು. ಅಧೀನ ಕಾರ್ಯದರ್ಶಿ ವ್ಯವಸ್ಥೆ ನೋಡಲು ಸಭಾ ಕೋಣೆಯ ಒಳಕ್ಕೆ ಹೋದರು. ರಾಜಧಾನ್ ಹೇಳಿದರು, 'ಸರ್, ನನಗೆ ಹಸ್ತಸಾಮುದ್ರಿಕೆ ಒಂದು ಹವ್ಯಾಸ. ಕಾಸಿಗೋಸ್ಕರ ಮಾಡೋನಲ್ಲವಾದದ್ದರಿಂದ ನನ್ನ ಭವಿಷ್ಯ ನೂರಕ್ಕೆ ತೊಂಬತ್ತರಷ್ಟು ನಿಜವಾಗಿದೆ. ತಮ್ಮ ಶುಭಹಸ್ತ ನೋಡುವ ಅವಕಾಶವನ್ನ ಅನುಗ್ರಹಿಸುತೀರಾ?' ಎಂದು ಅವರ ಬಲಗೈ ಹಿಡಿದೇಬಿಟ್ಟರು. ಪ್ರೊಫೆಸರರು ವಿರೋಧಿಸಲಿಲ್ಲ. ತಾವೇ ಕೈನೀಡಿ ಹಸ್ತವನ್ನು ಬಿಚ್ಚಿ ಹಿಡಿದರು. ತಮ್ಮ ಕನ್ನಡಕವನ್ನು ಸರಿಮಾಡಿಕೊಂಡು ಹಸ್ತದ ಎಲ್ಲ ಮೂಲೆಗಳನ್ನೂ ವಿಶದವಾಗಿ ನೋಡಿದಮೇಲೆ, 'ಸರ್, ಒಂದು ದೃಷ್ಟಿಯಿಂದಲ್ಲ, ಹಲವು ದೃಷ್ಟಿಯಿಂದ ಮಾಡಿದರೂ ವಿಶ್ಲೇಷಣೆ ಅಲ್ಲಿಗೇ ಬರುತ್ತೆ. ನಿಮಗೆ ಸದ್ಯದಲ್ಲೇ ಅತ್ಯುಚ್ಚ ಪ್ರಶಸ್ತಿ ದೊರಕುತ್ತೆ. ಅತ್ಯುಚ್ಚ ಅಂದರೆ ನಮ್ಮ ದೇಶದಲ್ಲಿ ಭಾರತ ರತ್ನವೇ ಅಲ್ಲವೆ?' ಎಂದು ಅವರ ಮುಖ ನೋಡಿದರು. ಪ್ರೊಫೆಸರರ ಮುಖ ಅರಳಿತು.

'ಹೌದಾ? ನನಗೆ ಹಸ್ತಸಾಮುದ್ರಿಕೆ, ಜಾತಕ ಭವಿಷ್ಯ ಮೊದಲಾದುವುಗಳಲ್ಲಿ ನಂಬಿಕೆ ಇಲ್ಲ. ಆದರೂ ನೀವು ಹೇಳ್ತಿರುವಾಗ ಬೇಡ ಅನ್ನಬಾರದು ಅಂತ ಕೇಳ್‌ತಿದೀನಿ. ಇನ್ನೇನು ಸೂಚನೆಗಳಿವೆ ನನ್ನ ಹಸ್ತರೇಖೆಗಳಲ್ಲಿ, ನೋಡಿ ಹೇಳಿ.'

ಈಗ ಡಾ. ರಾಜಧಾನರ ಮುಖದಲ್ಲಿ ಮುಗುಳುನಗೆ ಮೂಡಿತು. ತುಟಿಗಳು ಬಿರಿದು ತಂಬಾಕಿನ ರಸ ತೊಟ್ಟಿಕ್ಕಿತು. ಅದನ್ನು ಲೆಕ್ಕಿಸದೆ ಅವರು ಹಸ್ತವನ್ನು ಪರಿಶೀಲಿಸತೊಡಗಿದರು. ಈತ ವ್ಯಕ್ತಿಯ ಚರ್ಯೆಯನ್ನು ನೋಡಿ ಅವನ ಭವಿಷ್ಯವನ್ನು ಊಹಿಸುವವರು, ಎಂದು ಲಕ್ಷ್ಮಿ ಅರ್ಥಮಾಡಿಕೊಂಡಳು.

ಆ ಸಂಜೆ ಅವರು ಅವಳಿಗೆ ಬಿಡುವಿನಲ್ಲಿ ಸಿಕ್ಕಿ, 'ಮೇಡಂ, ನಿಮ್ಮ ಕೈ ನೋಡಲೆ?' ಎಂದರು.

'ಭವಿಷ್ಯದ ಬಗೆಗೆ ಆಕಾಂಕ್ಷೆ ಇದ್ದವರಿಗೆ ಜ್ಯೋತಿಷಿಗಳ ನೆರವು ಬೇಕು. ನನಗೆ ಅಗತ್ಯವಿಲ್ಲ. ನೀವು ನನ್ನ ವಿಷಯ ಊಹಿಸಿದ್ದು ಸರಿ. ನಿಮ್ಮ ಊಹಾಶಕ್ತಿಯನ್ನು ನಾನು ಅಭಿನಂದಿಸುತೀನಿ.'

ಎಂದಾಗ ಆತ ಗೊಳ್ ಎಂದು ನಕ್ಕು, "ಮೇಡಂ, ಊಹಾಶಕ್ತಿಯೂ ಅಲ್ಲ, ಮಣ್ಣೂ ಅಲ್ಲ. ನಿಮ್ಮ ಪರ್ಸನಲ್ ವಿವರ ನಮ್ಮ ಪ್ರತಿನಿಧಿಗಳಲ್ಲೇ ಯಾರೋ ಮಾತನಾಡಿಕೊಂಡದ್ದು ನನ್ನ ಕಿವಿಗೂ ಬಿತ್ತು. ಒಂದು ಕಾಲಕ್ಕೆ ನೀವೂ ಪ್ರಗತಿಪಂಥಕ್ಕೆ ಸೇರಿದ್ದ ಕಲಾವಿದೆಯಲ್ಲವೆ? ಧರ್ಮ ಬದಲಿಸಿ ಮದುವೆಯಾದ ಸಂಗತಿಯೂ ಹಲವರಿಗೆ ಗೊತ್ತಿತ್ತು. ಪ್ರೊಫೆಸರ್ ಶಾಸ್ತ್ರಿಗಳೂ ನಿಮ್ಮ ಹೆಸರನ್ನು ಸೂಚಿಸಿದ್ದರು. 'ಭಾವೈಕ್ಯ'ದ ಪರವಾಗಿ ವಾದ ಮಾಡುವ ಸಮರ್ಥ ವಕೀಲೆಯಾಗಿ ಬಳಸಿಕೊಳ್ಳಬಹುದೆಂಬ ಹಂಚಿಕೆಯಿಂದ ಕರೆದರೆ ನೀವು ಉಲ್ಟಾ ತಿರುಗಿಬಿಟ್ಟಿರಿ. ಶಾಸ್ತ್ರಿಗಳಿಗೆ ಮಾತ್ರವಲ್ಲ, ಮಂತ್ರಿಗಳಿಗೂ ಆಶ್ಚರ್ಯವಾಗಿದೆ. ಸಭೆಯ ಅಭಿ

ಪ್ರಾಯ ಯಾವ ದಿಕ್ಕಿನಲ್ಲಿ ಹೋಗುತ್ತಿದೆ, ಯಾರು ಯಾರು ಏನೇನು ಮಾತನಾಡುತ್ತಿದಾರೆ ಅನ್ನುವ ವರದಿ ಮಂತ್ರಿಗಳಿಗೆ ದಿನಕ್ಕೆ ಎರಡು ಬಾರಿ ಹೋಗುತ್ತಿದೆಯಂತೆ. ನೀವು ಶಿಫಾರಸು ಮಾಡಿದ ಮುಸ್ಲಿಂ ಮಹಿಳೆಯೇ ಯಾಕೆ ಹೀಗೆ ತಿರುಗಿ ಬಿದ್ದಿದಾಳೆ ಅಂತ ವಿಚಾರಿಸಿದಾಗ ಪ್ರೊಫೆಸರರು ಹೀಗೆ ಹೇಳಿದರಂತೆ."

ಈ ಇಡೀ ಸಭೆಯು ಆಯ್ದ ಹೌದಪ್ಪಗಳ ಕೂಟ ಎಂಬುದು ಅವಳಿಗೆ ಈಗ ಅನುಮಾನಕ್ಕೆಡೆ ಇಲ್ಲದಷ್ಟು ಸ್ಪಷ್ಟವಾಯಿತು. ವಾದ ಮಾಡುವುದರಿಂದ ಪ್ರಯೋಜನವಿಲ್ಲವೆಂಬುದು ಖಚಿತವಾದರೂ ಅವಳು ನಡುನಡುವೆ ಐತಿಹಾಸಿಕ ದಾಖಲೆ ಹೀಗಿಲ್ಲ, ಮುಸ್ಲಿಂ ದೊರೆಗಳ ಆಸ್ಥಾನದ ಇತಿಹಾಸಕಾರರೇ ಬರೆದಿರುವ ವಿವರಗಳನ್ನು ಕಣ್ಣುಮುಚ್ಚಿ ಉಪೇಕ್ಷಿಸುವುದು ವೈಜ್ಞಾನಿಕವಲ್ಲ. ಇತಿಹಾಸದ ಸತ್ಯವನ್ನು ಅರಿತು ಸ್ವೀಕರಿಸುವ ತನಕ ಅದರ ಸತ್ಯವಾದ ಪಾಠ ದಕ್ಕುವುದಿಲ್ಲ. ಮನುವು ಮಾಡಿದ ತಪ್ಪನ್ನು ಅರಿತು ಹಿಂದೂ ಸಮಾಜವು ನೂರು ವರ್ಷಗಳಿಂದ ತಿದ್ದಿಕೊಳ್ಳುತ್ತಿಲ್ಲವೆ? ದಲಿತರಿಗೆ ಹಿಂದುಳಿದವರಿಗೆ ಆರಕ್ಷಣೆ ಒದಗಿಸಿ, ಅವರನ್ನು ಅಗೌರವದಿಂದ ಕಾಣುವವರಿಗೆ ಕಠಿಣ ಶಿಕ್ಷೆ ವಿಧಿಸಿ, ದೇವಸ್ಥಾನಗಳಲ್ಲಿ ಅವರನ್ನೂ ಪೂಜಾರಿಗಳಾಗಿ ನೇಮಿಸುವ ಅವಕಾಶ ಕಲ್ಪಿಸುವ ಮೂಲಕ. ಅದೇ ರೀತಿ ಮುಸ್ಲಿಂ ಸಮಾಜಕ್ಕೆ ತಿದ್ದಿಕೊಳ್ಳುವ ಅವಕಾಶವನ್ನೇಕೆ ಕೊಡುತ್ತಿಲ್ಲ? ತಿದ್ದಿಕೊಳ್ಳುವ ಮೊದಲು ತಪ್ಪಿನ ಅರಿವಾಗಬೇಕಲ್ಲವೆ? ಇತಿಹಾಸದ ಸತ್ಯದರ್ಶನವಾಗದೆ ತಿದ್ದಿಕೊಳ್ಳುವುದೆಂತು? ಎಂದು ಮುಂತಾಗಿ ಅವಳು ಬಾಯಿ ಹಾಕುತ್ತಲೇ ಇದ್ದಳು. ನಡುವೆ ಒಬ್ಬರು ನಯವಾಗಿ ಮುಖ ಕ್ಷೌರ ಮಾಡಿಕೊಂಡ ಪ್ರೊಫೆಸರರು ಹೇಳಿದರು: 'ನೀವು ಹೇಳುತ್ತಿರುವಂತೆ ಮುಸ್ಲಿಮರು, ಮುಸ್ಲಿಂ ದೊರೆಗಳು ಮಾಡಿದ್ದೆಲ್ಲ ನಿಜ ಅಂತ ಒಪ್ಪಿಕೊಂಡರೂ ಆ ಕಾರಣದಿಂದ ಈ ತಲೆಮಾರಿನ ನಮ್ಮ ಮುಸ್ಲಿಂ ಸಹೋದರರನ್ನು ಹೀಯಾಳಿಸಿ ದ್ವೇಷ ಕೆರಳಿಸುವುದರಿಂದ ರಾಷ್ಟ್ರೈಕ್ಯ ಸಾಧಿಸುತ್ತದೆಯೆ?'

ಅವಳು ತಕ್ಷಣ ಉತ್ತರಿಸಿದಳು: 'ಯಾರನ್ನು ಹೀಯಾಳಿಸುವುದೂ ಕೆರಳಿಸುವುದೂ ಉದ್ರೇಕಿಸುವುದೂ ಇತಿಹಾಸದ ಉದ್ದೇಶವಲ್ಲ, ಆಗಿರಬಾರದು. ತಮ್ಮ ತಮ್ಮ ಪೂರ್ವಿಕರೆಂದು ಭಾವಿಸುವವರ ಸರಿತಪ್ಪುಗಳನ್ನು ವಿಶ್ಲೇಷಿಸಿ ತಮ್ಮ ಜೀವನಮಾರ್ಗವನ್ನು ರೂಪಿಸಿಕೊಳ್ಳಲು ಇತಿಹಾಸದ ಅಧ್ಯಯನ ಸಹಾಯಮಾಡಬೇಕು. ಅದಕ್ಕೆ ಸತ್ಯಕ್ಕೆ ಬಣ್ಣ ಕಟ್ಟದೆ ಮುಖಾಮುಖಿಯಾಗುವ ಪ್ರಾಮಾಣಿಕತೆಬೇಕು. ನೀವು ಅದಕ್ಕೆ ಅವಕಾಶ ಕೊಡುತ್ತಿಲ್ಲ. ಹಿಂದಿನ ಮುಸ್ಲಿಮರು ಮುಸ್ಲಿಂ ದೊರೆಗಳು ಮಾಡಿದ್ದಕ್ಕೆ ಇಂದಿನ ಮುಸ್ಲಿಮರು ಹೊಣೆಯಲ್ಲ, ನಿಜ. ಆದರೆ ತಮ್ಮ ಹಿಂದಿನವರು ಮಾಡಿದ ತಪ್ಪುಗಳನ್ನು ಪ್ರಾಂಜಲವಾಗಿ ಅರಿತು ಒಪ್ಪಿಕೊಳ್ಳುವ ಹೊಣೆಗಾರಿಕೆ ಬೇಡವೆಂದರೆ ಆ ತಪ್ಪುಗಳನ್ನು ತಾವು ಸಮರ್ಥಿಸುತೀವಿ ಅಂತಲೇ ಅರ್ಥ. ತೀರ ಇತ್ತೀಚಿನ ತಮ್ಮ ಹಿಂದಿನ ತಲೆಮಾರಿನವರು ಕೊರಿಯಾದಲ್ಲಿ ಮಾಡಿದ ದೌರ್ಜನ್ಯಗಳಿಗೆ ಇಂದಿನ ಜಪಾನೀಯರು ಮುಕ್ತವಾಗಿ ಪಶ್ಚಾತ್ತಾಪ ಪಟ್ಟಿದ್ದರ ಅರ್ಥವೇನು? ನಾಜ಼ಿಗಳು ಮಾನವತೆಯ ವಿರುದ್ಧ ಮಾಡಿದ ಹೀನಕೃತ್ಯಗಳ ಬಗೆಗೆ ಜರ್ಮನ್‌ರು ಪಶ್ಚಾತ್ತಾಪ ಪಟ್ಟು ಅಂತಹ ತಪ್ಪು ಮುಂದೆ ಎಂದೆಂದಿಗೂ ಸಂಭವಿಸದಂತೆ ನಡೆಯುವುದಾಗಿ ಶಪಥ

ಮಾಡಲಿಲ್ಲವೆ? ನಮ್ಮ ಹಿಂದಿನವರ ತಪ್ಪುಗಳಿಗೆ ನಾವು ಭಾಗಿಗಳಲ್ಲ, ನಾವು ಬೇರೆ, ಎಂಬ ಶಪಥ ಅದು. ಭಾರತದ ಮುಸ್ಲಿಮರಿಗೆ ಹಾಗೆ ನೈತಿಕವಾಗಿ ಬೆಳೆಯುವ ಅವಕಾಶವನ್ನೇ ನೀವು ಕೊಡುತ್ತಿಲ್ಲ. ಇತಿಹಾಸದ ಸತ್ಯವನ್ನು ಪ್ರಾಂಜಲವಾಗಿ ಒಪ್ಪಿಕೊಳ್ಳುವ ಪ್ರಾಮಾಣಿಕತೆ ಬಂದರೆ ಅವುಗಳನ್ನು ನಾವು ಮಾಡಬಾರದು, ಮಾಡುವುದಿಲ್ಲ ಎಂಬ ಹೊಣೆಗಾರಿಕೆ ತಾನಾಗಿಯೇ ಬರುತ್ತದೆ. ಭಾವೈಕ್ಯ, ಭ್ರಾತೃತ್ವಗಳನ್ನು ಸತ್ಯಸ್ವೀಕಾರದ ಗಟ್ಟಿ ಬುನಾದಿಯ ಮೇಲೆ ಕಟ್ಟಬೇಕಲ್ಲವೆ? ಮನುವು ಮಾಡಿದ ತಪ್ಪನ್ನು ಹಿಂದೂ ಸಮಾಜದ ನಾಯಕತ್ವವು ಪ್ರಾಂಜಲವಾಗಿ ಒಪ್ಪಿಕೊಂಡಂತೆ.'

ಅಧ್ಯಕ್ಷರು, 'ನೀವು ಮಾತನಾಡಿದ್ದನ್ನು ಉಳಿದವರು ಕೇಳಿದ್ದಾರೆ. ಅವರ ಮಾತಿಗೆ ಅಡ್ಡಿ ಮಾಡದೆ ಕೇಳಿ' ಎಂದು ವಿನಂತಿ ಮಾಡುತ್ತಲೇ ಇದ್ದರು. ತಮ್ಮ ಮಗಳು ನಜೀರನ ಬೇಗಂ ಆಗಿಲ್ಲದಿದ್ದರೆ ಇವರು ಇಷ್ಟರಲ್ಲಿ ನನ್ನನ್ನು ಸಭೆಯ ಹೊರಗೆ ಹಾಕಿಸುತ್ತಿದ್ದರು ಎಂಬ ಅರಿವಿನಿಂದಲೇ ಅವಳು ಮುಂದುವರೆಸಿದಳು.

ಊರಿಗೆ ಬಂದಮೇಲೆ ಅವಳು ಸಭೆಯ ಚರ್ಚೆಗೆ ಸಂಬಂಧಿಸಿದ ಗ್ರಂಥ, ದಾಖಲೆ, ಆಸ್ಥಾನ ಇತಿಹಾಸಕಾರರ ನಾಮಾಗಳನ್ನು ಮತ್ತೆ ಓದತೊಡಗಿದಳು. ಅವುಗಳ ಸಂದರ್ಭ ಸೂಚಿಗಳನ್ನು ಸಿದ್ಧಪಡಿಸಿಕೊಳ್ಳತೊಡಗಿದಳು. ಮುಂದಿನ ಸಭೆಯಲ್ಲಿ ಇವುಗಳನ್ನೆಲ್ಲ ಪ್ರತಿಮಾಡಿ ಎಲ್ಲರ ಮುಂದೂ ಮಂಡಿಸಬೇಕೆಂದು ನಿಶ್ಚಯಿಸಿದಳು. ಒಂದು ತಿಂಗಳು ಕಳೆದಿತ್ತು. ಡಾ. ರಾಜಧಾನ್‌ರಿಂದ ಒಂದು ಕಾಗದ ಬಂತು: 'ಮೇಡಂ ರಜಿಯಾ ಅವರಿಗೆ – ಸಲಾಂ. ಮತ್ತೊಮ್ಮೆ ನಿಮ್ಮನ್ನು ಭೇಟಿಯಾಗುವ ಅವಕಾಶದಿಂದ ನನಗೆ ಸಂತೋಷವಾಗಿದೆ. ಇದೇ ತಿಂಗಳು ೨೪–೨೫–೨೬ಕ್ಕೆ ಸೇರುವ ಎರಡನೆ ಸಭೆಗೆ ನೀವು ತಪ್ಪದೆ ಬರುವಿರಲ್ಲವೆ? ಇತಿಹಾಸಕ್ಕೆ ಸಂಬಂಧಿಸಿ ನಿಮ್ಮೊಡನೆ ತುಂಬ ಮಾತನಾಡುವುದಿದೆ. ನೀವು ಆರೋಗ್ಯವೆಂದು ಭಾವಿಸುತ್ತೇನೆ.'

ಅರೆ, ತನಗೆ ಆಹ್ವಾನವೇ ಬಂದಿಲ್ಲ. ಆಹ್ವಾನವು ದಿಲ್ಲಿಯಿಂದ ಅಲಹಾಬಾದಿಗೆ ಹೋಗಿ, ಅವರು ನನಗೆ ಬರೆದ ಈ ಕಾಗದ ತಲುಪಿಯೂ. ಅವಳಿಗೆ ಒಂದು ಕ್ಷಣ ಆಶ್ಚರ್ಯವಾಯಿತು. ಕ್ರಮೇಣ ಅರ್ಥವಾಗಿ ಮನಸ್ಸಿನಲ್ಲಿ ತಳಮಳ ಉಂಟಾಗತೊಡಗಿತು. ಸತ್ಯಮೇವ ಜಯತೇ ಎಂಬ ವಾಕ್ಯವನ್ನು ಧ್ಯೇಯವಾಕ್ಯವಾಗಿ ಘೋಷಿಸಿಕೊಂಡಿರುವ ರಾಷ್ಟ್ರದಲ್ಲಿ ಎಂತಹ ಕಾರ್ಯತಂತ್ರ! ಎಂದುಕೊಂಡಳು.

ಎರಡುವಾರ ಕಳೆದರೂ ಮನಸ್ಸು ಜರ್ಜರಿತವಾಗಿಯೇ ಇತ್ತು. ಎರಡನೆಯ ಸಭೆಯ ವಿದ್ಯಮಾನಗಳನ್ನು ತಿಳಿಯುವ ಕುತೂಹಲವೂ ಉಂಟಾಯಿತು. ಡಾ. ರಾಜಧಾನರಿಗೆ

ಕಾಗದ ಬರೆದು ಕೇಳಲೆ? ಎಂಬ ದಾರಿ ಕಾಣಿಸಿತು. ಆತ ಎಲ್ಲವನ್ನೂ ತಿಳಿಸುತಾರೆ, ಆದರೆ ಕಾಗದದಲ್ಲಿ ಬರೆದು ಕಟ್ಟು ಬೀಳುವುದಿಲ್ಲ ಎಂಬ ಅಡ್ಡಿ ಕಾಣಿಸಿ ಫೋನಿನಲ್ಲಾದರೆ ಮಾತನಾಡುತ್ತಾರೆ ಎಂಬ ದಾರಿ ಕಾಣಿಸಿತು. ಸಭೆಯ ಕೊನೆಯದಿನ ಅವರು ತನಗೆ ಕೊಟ್ಟಿದ್ದ ತಮ್ಮ ಕಾರ್ಡನ್ನು ಹುಡುಕಿ ತೆಗೆದಳು. ಮನೆಯ ದೂರವಾಣಿ ಸಂಖ್ಯೆ ಇತ್ತು. ಭಾರತದ ಎಲ್ಲ ಊರುಗಳಿಗೂ ಫೋನಿನ ಸಂಪರ್ಕ ಕಲ್ಪಿಸುವ ಮಾತನ್ನು ಇತ್ತೀಚೆಗೆ ಸರ್ಕಾರ ಆಡುತ್ತಿದೆ, ನಮ್ಮೂರಿಗೆ ಯಾವತ್ತು ಬರುತ್ತೆಯೋ ಎಂದುಕೊಂಡು ಅವಳು ಬೆಳಗಿನ ಬಸ್ ಹತ್ತಿ ಕುಣಿಗಲ್‌ಗೆ ಹೋದಳು. ಫೋನಿನಲ್ಲಿ ಸಿಕ್ಕಿದ ಡಾ. ರಾಜಧಾನ್ ಕೇಳಿದರು:

'ರಜಿಯಾ ಜೀ, ನಿಮ್ಮಿಂದ ಭಾರತದ ಇತಿಹಾಸ ಬರವಣಿಗೆಗೇ ಹೊಸ ದಿಕ್ಕು ಬಂತು. ಅಭಿನಂದನೆಗಳು.'

'ಏನು, ವಿವರಿಸಿ ಹೇಳ್ತೀರಾ?'

'ಒಂದು ನಿಮಿಷ ಫೋನ್ ಹಿಡಕೊಂಡಿರಿ. ತಂಬಾಕು ಉಗುಳಿ ಬರ್ತೀನಿ,' ಎಂದು ರಿಸೀವರನ್ನು ಇಟ್ಟ ಸಪ್ಪಳ ಕೇಳಿಸಿತು. ಎರಡುನಿಮಿಷದ ನಂತರ ಹಿಂತಿರುಗಿ ಕೈಗೆತ್ತಿಕೊಂಡು ಮಾತನಾಡಿದರು: "ಮುಸ್ಲಿಮ್ ದೊರೆಗಳು ಧರ್ಮಾಂಧರು ಅನ್ನೂದಕ್ಕೆ ಜಾತಿವಾದಿ, ತಿಳಿಯಿತೇ, ಉದ್ಧೃತ ಚಿಹ್ನೆಯ ಒಳಗೆ 'ಜಾತಿವಾದಿ' ಇತಿಹಾಸಕಾರರು ಔರಂಗಜೇಬನನ್ನು ಪ್ರಮುಖ ಉದಾಹರಣೆಯಾಗಿ ಎತ್ತಿ ಹಿಡೀತಾರಲ್ಲವೆ? ಅವನು ಧರ್ಮಾಂಧನಲ್ಲ. ಕಟ್ಟು ನಿಟ್ಟಾದ ಜಾತ್ಯತೀತ ಆಡಳಿತಗಾರ ಅಂತ ಚಿತ್ರಿಸುವಂಥ ಹತ್ತಾರು ಸಂಶೋಧನ ಲೇಖನ ಗಳನ್ನ, ನಾಲ್ಕಾರು ಸಂಶೋಧನ ಗ್ರಂಥಗಳನ್ನ ಶೀಘ್ರವಾಗಿ ಬರೆಸಿ ಪ್ರಕಟಿಸಬೇಕು ಅಂತ ತೀರ್ಮಾನ ಮಾಡಿಕೊಂಡಿದಾರೆ. ಇನ್ನು ಒಂದೆರಡು ವರ್ಷದಲ್ಲಿ ಔರಂಗಜೇಬನ ಚಿತ್ರವೇ ಬದಲಾಗಿಬಿಡುತ್ತೆ ನೋಡಿಬೇಕಾದರೆ. ಕಾಶಿಯ ವಿಶ್ವನಾಥಮಂದಿರದ ನಿಜವಾದ ಕಥೆ ಹೇಗೆ ಬೆಳೆಯುತ್ತೆ ಗೊತ್ತೆ? ಔರಂಗಜೇಬ ಬಂಗಾಳಕ್ಕೆ ಹೊರಟಿದ್ದ. ಜೊತೆಯಲ್ಲಿ ಎಷ್ಟೋ ಜನ ಹಿಂದೂ ರಾಜರಿದ್ದರು, ತಮ್ಮ ತಮ್ಮ ರಾಣಿಯರ ಸಮೇತ. ಬನಾರಸ್ ಹತ್ತಿರ ಬಂದಾಗ ಅವರೆಲ್ಲ ತಮಗೆ ವಿಶ್ವನಾಥನ ಪೂಜೆ ಮಾಡುವ ಅವಕಾಶ ಮಾಡಿಕೊಡಬೇಕೆಂತ ಬಾದಶಾಹರನ್ನ ಪ್ರಾರ್ಥಿಸಿಕೊಂಡರು. ಪರಧರ್ಮ ಸಹಿಷ್ಣುವೂ ಪರಧರ್ಮ ಪೋಷಕನೂ ಆದ ಬಾದಶಾಹ ಒಪ್ಪಿಕೊಂಡದ್ದಲ್ಲದೆ ಅವರ ರಕ್ಷಣೆಗಾಗಿ ಬನಾರಸ್‌ವರೆಗಿನ ಐದು ಮೈಲಿ ದಾರಿಯುದ್ದಕ್ಕೂ ಸೇನಾ ಟುಕಡಿಗಳನ್ನ ನಿಯೋಜಿಸಿದ. ಗಂಗೆಯಲ್ಲಿ ಮಿಂದ ನಂತರ ರಾಣಿಯರೆಲ್ಲ ಪೂಜೆಗೆಂತ ವಿಶ್ವನಾಥ ಮಂದಿರವನ್ನ ಪ್ರವೇಶಿಸಿದರು. ಪೂಜೆಯ ನಂತರ ಒಬ್ಬಳನ್ನು ಬಿಟ್ಟು ಉಳಿದ ರಾಣಿಯರು ಹಿಂತಿರುಗಿದರು. ಕೇಳ್ತಿಬೆಯೆ? ರಜಿಯಾಜೀ, ಕೇಳಿಸ್ಕೊಳ್ತಿದೀರಾ?"

'ಕೇಳ್ತಿದೆ ಹೇಳಿ.' ಇವಳು ಗಟ್ಟಿಯಾಗಿ ಉತ್ತರಿಸಿದಳು.

'ನೀವು ಹೂಂ ಹೂಂ ಅಂತಿರಬೇಕು. ಇಲ್ಲದೆ ಇದ್ದರೆ ನನಗೆ ಮುಂದೆ ಹೇಳುಕ್ಕೆ ತಿಳಿಯುಲ್ಲ. ತಪ್ಪಿಸಿಕೊಂಡ ರಾಣಿಯನ್ನು ದೇವಾಲಯದ ಮೂಲೆ ಮೂಲೆಯಲ್ಲೂ

ಹುಡುಕಿದರು. ಸಿಕ್ಕಲಿಲ್ಲ. ಸುದ್ದಿ ತಿಳಿದ ಬಾದಶಾಹರು ಕೆಂಡವಾದರು. ಹುಡುಕಲು ತನ್ನ ಉನ್ನತಾಧಿಕಾರಿಗಳನ್ನೇ ಕಳಿಸಿದರು. ಅವರು ಎಲ್ಲ ವಿಗ್ರಹಗಳನ್ನು ತಟ್ಟಿ ಅಲ್ಲಾಡಿಸಿ ನೋಡಿದರು. ಹೀಗೆ ಗೋಡೆಯಲ್ಲಿ ಒಂದು ಗಣೇಶನ ವಿಗ್ರಹ ಸಡಿಲವಾಗಿದ್ದುದನ್ನು ಗುರುತಿಸಿ ಅದನ್ನು ತಳ್ಳಿದಾಗ ಕೆಳಗೆ ಮೆಟ್ಟಿಲುಗಳು ಕಂಡವು. ಇಳಿದು ಕೆಳಗಿದ್ದ ನೆಲಮನೆಗೆ ಹೋದಾಗ ತಪ್ಪಿಸಿಕೊಂಡಿದ್ದ ರಾಣಿಯ ಶೀಲಹರಣವಾಗಿದ್ದುದು ಕಾಣಿಸಿತು. ಆಕೆ ಅಳತೊಡಗಿದಳು. ಆ ನೆಲಮನೆಯು ವಿಶ್ವನಾಥಲಿಂಗದ ಅಡಿಯಲ್ಲೇ ಇತ್ತು. ಇದನ್ನು ಕಂಡ ಹಿಂದೂ ರಾಜರೆಲ್ಲ ಪ್ರತಿಭಟಿಸಿ ಅಪರಾಧಿಗೆ ಶಿಕ್ಷೆ ವಿಧಿಸುವಂತೆ ಬಾದಶಾಹರನ್ನು ಆಗ್ರಹಿಸಿದರು. ಪವಿತ್ರಸ್ಥಳವು ಅಪವಿತ್ರಗೊಂಡಿದ್ದರಿಂದ ವಿಶ್ವನಾಥಮೂರ್ತಿಯನ್ನು ಅಲ್ಲಿಂದ ಸ್ಥಳಾಂತರಿಸಿ; ಮಂದಿರವನ್ನು ನೆಲಸಮಗೊಳಿಸಿ; ಮತ್ತು ಮಂದಿರದ ಮಹಾಂತನನ್ನು ಬಂಧಿಸಿ ಶಿಕ್ಷಿಸಿ ಅಂತ ಬಾದಶಾಹ ಔರಂಗಜೇಬರು ಅಪ್ಪಣೆ ಮಾಡಿದರು. ಮಂದಿರ ಮತ್ತು ದೇವರ ವಿಷಯದಲ್ಲಿ ಅತ್ಯಂತ ಶುದ್ಧ ಆಚಾರವಿರಬೇಕೆಂಬ ಕಟ್ಟುನಿಟ್ಟಿನವರಾಗಿದ್ದುದರಿಂದ ಬಾದಶಾಹರು ಹೀಗೆ ಮಾಡಿದರು. ಹಿಂದೂಧರ್ಮ ಎಷ್ಟು ಹದಗೆಟ್ಟುಹೋಗಿತ್ತು ಎಂಬುದನ್ನು ಈ ಘಟನೆ ತೋರಿಸುತ್ತದೆ, ಅಂತ ಔರಂಗಜೇಬನ ಪಾತ್ರವನ್ನ ಬದಲಾಯಿಸಬೇಕು ಅನ್ನುವುದು ಈ ಹೊಸ ಇತಿಹಾಸಕಾರರ ಉದ್ದೇಶ.'

ಎನ್ನುವಾಗ ಲಕ್ಷ್ಮಿ ನಡುವೆ ಬಾಯಿಹಾಕಿ, 'ಅಪವಿತ್ರವಾಯಿತು ಅಂತ ಆ ಮಂದಿರವನ್ನು ನೆಲಸಮ ಮಾಡಿದ್ದು ಸರಿ ಅನ್ನುವುದಾದರೆ ಆ ಅಪವಿತ್ರ ಸ್ಥಳದಲ್ಲಿ ಅಪವಿತ್ರ ಮಂದಿರದ ಗೋಡೆ ಬೋದಿಗೆಗಳನ್ನು ಉಳಿಸಿಕೊಂಡು ಪವಿತ್ರ ಮಸೀದಿಯನ್ನು ಬಾದಶಾಹನು ಹೇಗೆ ಕಟ್ಟಿಸಿದ? ಮಥುರಾದ ಕೇಶವರಾಯ ಮಂದಿರದಲ್ಲಿ ಯಾವ ಅಪವಿತ್ರ ಕೆಲಸ ನಡೆಯಿತು? ಉದಯಪುರ ಅರಮನೆಯ ಮುಂದಿನ ಗುಡಿ, ಉದಯಸಾಗರದ ದಂಡೆಯ ಮೂರು ಮಂದಿರಗಳು, ಉದಯಪುರದ ಸುತ್ತಮುತ್ತ ನೂರ ಎಪ್ಪತ್ತೆರಡು ಮಂದಿರಗಳು, ಚಿತ್ತೂರಿನಲ್ಲಿ ಅರವತ್ತಮೂರು ಮಂದಿರಗಳು, ಅಂಬೇರಿನಲ್ಲಿ ಅರವತ್ತಾರು, ಹೀಗೆ ನಮೂದಿಸಿರುವ ದೇವಸ್ಥಾನಗಳನ್ನು ಔರಂಗಜೇಬನು ನಾಶಪಡಿಸಿದ ಅಂತ ಮಾಸಿರ್-ಇ-ಆಲಮ್‌ಗೀರೀಯಲ್ಲಿ ಇದೆಯಲ್ಲ, ಅವಕ್ಕೆಲ್ಲ ಯಾವ ಕಥೆ ಕಟ್ಟುತಾರೆ?' ಎಂದಳು.

'ಒಂದೊಂದಕ್ಕೂ ಒಂದೊಂದು ಕಥೆಯನ್ನು ಕಟ್ಟಬಹುದು. ಯಥೇಚ್ಛವಾಗಿ ಸರ್ಕಾರದ ಹಣ, ತಾವು ಹೇಳಿದಂತೆಯೇ ಇತಿಹಾಸವನ್ನು ಸೃಷ್ಟಿಸಬೇಕೆಂಬ ಹಟ ಇರುವಾಗ ಎಷ್ಟು ಕಥೆಗಳನ್ನು ಬೇಕಾದರೂ ಸೃಷ್ಟಿಸಬಹುದಲ್ಲವೆ?'

'ಇದು ಸುಳ್ಳು ಕಥೆ ಅಂತ ನೀವು ಸಭೆಯಲ್ಲಿ ವಿರೋಧಿಸಲಿಲ್ಲವೆ?'

'ಇವೆಲ್ಲ ಸಭೆಯಲ್ಲಿ ಮಾತಿಗೆ ಸಿಕ್ಕುವ ಸೃಷ್ಟಿಗಳೇ ಅಲ್ಲ. ಸಭಾ ಅವಧಿಯ ಹೊರಗೆ ಕೆಲವು ಒಳಗುಂಪುಗಳು ಸೇರಿ ಸೃಷ್ಟಿಸಿ ಅನಂತರ ಅಧಿಕೃತ ಸತ್ಯ ಅನ್ನುವ ಹಾಗೆ ತೇಲಿಬಿಡ್ತಾರೆ. ನಾನೂ ಒಬ್ಬ ಅವರವನೇ ಅಂತ ಭಾವಿಸಿ ನನ್ನೆದುರಿಗೆ ಗುಂಪು ಸೇರಿದ್ದರು. ನಾನೂ ಸ್ಕಾಚ್ ತಗೋತೀನಿ. ಅದೊಂದು ರಹದಾರಿ' ಎಂದು ನಕ್ಕರು.

* *

ಅಧ್ಯಾಯ ೧೬

ರಾಷ್ಟ್ರೀಯ ಭಾವೈಕ್ಯ ಸಭೆಯ ಬಗೆಗೆ ಪತ್ರಿಕೆಗಳಲ್ಲಿ ವರದಿಗಳು ಬಂದವು. ಇಂಗ್ಲಿಷ್ ಪತ್ರಿಕೆಗಳಂತೂ ಪ್ರೊಫೆಸರ್ ಶಾಸ್ತ್ರಿಗಳ ಆರಂಭ ಮತ್ತು ಸಮಾರೋಪ ಭಾಷಣಗಳನ್ನೇ ಕೂಡಿಸಿ ಒಂದು ದೊಡ್ಡ ಲೇಖನ ಮಾಡಿ ಪ್ರಕಟಿಸಿದ್ದವು. ಸಭೆಯಲ್ಲಿ ಮಾತನಾಡಿದ ಇತರ ಸದಸ್ಯರ ಅಭಿಪ್ರಾಯಗಳು ಕೂಡ ಇಂಗ್ಲಿಷ್ ಕನ್ನಡ ಎರಡು ಭಾಷೆಯ ಪತ್ರಿಕೆಗಳಲ್ಲೂ ವರದಿಯಾಗಿದ್ದವು. ಲಕ್ಷ್ಮಿಯ ಹೆಸರೇ ಇಲ್ಲ. ಅವಳು ಪ್ರಸ್ತುತ ಪಡಿಸಿದ ವಿಚಾರದ ಪ್ರಸ್ತಾಪವೂ ಇಲ್ಲ. ಒಂದು ಪತ್ರಿಕೆಯಲ್ಲಿ ಮಾತ್ರವಲ್ಲ, ಯಾವ ಪತ್ರಿಕೆಯಲ್ಲೂ. ಶತಶತಮಾನಗಳಿಂದ ಸಹೋದರರಂತೆ ಬಾಳಿದ ಭಾರತೀಯರನ್ನು, ಮಾನವಕುಲವೆಲ್ಲ ಒಂದೇ ಎಂಬ ಪ್ರವಾದಿ ಮುಹಮ್ಮದರ ಬೋಧನೆಗೆ ತಕ್ಕಂತೆ ರಾಜ್ಯವಾಳಿದ ಮುಸ್ಲಿಂ ದೊರೆಗಳನ್ನು ನಿಂದಿಸುವ ಮೂಲಕ ಒಡೆದ ಬ್ರಿಟಿಶ್ ಕುತಂತ್ರಕ್ಕೆ ಬಲಿಯಾಗಿ ನಮ್ಮ ಕೆಲವು ಇತಿಹಾಸಕಾರರು ಇನ್ನೂ ಗಿಳಿಪಾಠ ಹೇಳುತ್ತಿರುವ ಸುಳ್ಳುಗಳನ್ನು ಕಿತ್ತುಹಾಕದೆ ದೇಶದ ಐಕ್ಯ ಸಾಧ್ಯವಿಲ್ಲ..... ಎಂಬುದೇ ಎಲ್ಲ ಪತ್ರಿಕೆಗಳ, ಎಲ್ಲ ಲೇಖಕರ, ಬಹುತೇಕ ಸಂಪಾದಕೀಯಗಳ, ಬಹುತೇಕ ವಾಚಕರ ಪತ್ರಗಳ ಧಾಟಿಯಾಗಿತ್ತು. ಯಾವ ಬೌದ್ಧಿಕ ರೋಗ ಬಂದಿದೆ ಈ ದೇಶಕ್ಕೆ ಎಂದು ಅವಳು ಚಿಂತಿಸತೊಡಗಿದಳು.

ಸುಮಾರು ಒಂದುತಿಂಗಳು ಅವಳು ಪತ್ರಿಕೆಗಳನ್ನೆಲ್ಲ ನೋಡುತ್ತಿದ್ದಳು. ಅಲ್ಲಲ್ಲಿ ಇದೇ ಧಾಟಿಯ ಪತ್ರಗಳು, ಹೇಳಿಕೆಗಳು. ತಾನೇ ಏಕೆ ಒಂದು ಲೇಖನ ಬರೆದು ಕಳಿಸಬಾರದು, ಎನ್ನಿಸಿತು. ಮೊದಲ ಸಭೆಯ ನಡಾವಳಿ, ತಾನು ಪ್ರಸ್ತುತ ಪಡಿಸಿದ ವಿಚಾರಗಳು. ಅದಕ್ಕೆ ಯಾರೂ ಸಮರ್ಪಕವಾದ ಉತ್ತರ ಕೊಡದಿದ್ದುದು, ಅನಂತರ ಸಮಿತಿಯಿಂದ ತನ್ನನ್ನು ಕೈಬಿಟ್ಟದ್ದು ಎಲ್ಲವನ್ನೂ ವಿವರವಾಗಿ ಇಂಗ್ಲಿಷ್ ಮತ್ತು ಕನ್ನಡ ಎರಡರಲ್ಲೂ ಬರೆದು ಬೆಂಗಳೂರಿಗೆ ಹೋಗಿ ಟೈಪು ಮಾಡಿಸಿ ಬಹುಸಂಚಿಕೆಯ ಪ್ರಸಾರ ಉಳ್ಳ ಒಂದು ಇಂಗ್ಲಿಷ್ ಪತ್ರಿಕೆಗೆ, ಕರ್ನಾಟದಲ್ಲಿ ಧೈರ್ಯಶಾಲಿ ಎಂದು ಹೇಳಿಕೊಳ್ಳುತ್ತಿದ್ದ ಒಂದು ಕನ್ನಡ ಪತ್ರಿಕೆಗೆ ಕಳಿಸಿದಳು. ಎರಡು ವಾರವಾಯಿತು. ಮೂರು ವಾರವಾಯಿತು. ನಾಲ್ಕು ವಾರವಾಯಿತು. ಯಾವ ಪತ್ರಿಕೆಯಲ್ಲೂ ಅದು ಪ್ರಕಟವಾಗಲಿಲ್ಲ. ಒಂದು ಪಂಕ್ತಿ ವಿಷಾದದ ಉತ್ತರವೂ ಬರಲಿಲ್ಲ. ಒಂದೇ ಅಭಿಪ್ರಾಯವನ್ನು ಪ್ರಕಟಿಸುವ ನೀವು ಬೇರೊಂದು ಅಭಿಪ್ರಾಯದ ನನ್ನ ಲೇಖನವನ್ನೇಕೆ ಪ್ರಕಟಿಸಿಲ್ಲ ಎಂಬುದನ್ನಾದರೂ ವಿವರಿಸಿ ಎಂದು ಇಬ್ಬರು ಸಂಪಾದಕರಿಗೂ ರಿಜಿಸ್ಟರ್ ಪತ್ರ ಬರೆದಳು. ಅದಕ್ಕೂ ಉತ್ತರವಿಲ್ಲ. ಒಂದು ದಿನ

ಬೆಂಗಳೂರಿಗೆ ಹೋದಳು. ಇಂಗ್ಲಿಷ್ ಪತ್ರಿಕೆಯ ರೆಸಿಡೆಂಟ್ ಎಡಿಟರನ್ನು ಕಂಡಾಗ ಆತ ತನಗೆ ಹಿಂದೆ ಪರಿಚಿತನೇ ಆಗಿದ್ದ ಪತ್ರಕರ್ತ ಆನಂದನ್ ಎಂಬುದು ಗೊತ್ತಾಯಿತು. ಇವಳನ್ನು ಆದರದಿಂದ ಸ್ವಾಗತಿಸಿ ಕೋಕ್ ತರಿಸಿದ. ಲೇಖನದ ಬಗೆಗೆ ಕೇಳಿದಾಗ ಅವನು ನನಗೇನೂ ಗೊತ್ತಿಲ್ಲ, ಸಬ್ ಎಡಿಟರ್ ಯಾಕೆ ಕೈಬಿಟ್ಟನೋ ತಿಳಿಯದು ಎಂದ. 'ಅವನನ್ನು ಕರೆಸಿ. ಇದು ಸುಮ್ಮನೆ ಕೈಬಿಡುವಂಥ ಲೇಖನವಲ್ಲ. ನಾನು ಕೇಳುತೀನಿ.' ಇವಳು ಪಟ್ಟು ಹಿಡಿದಳು.

'ಹೊರಗಿನವರ ಎದುರಿಗೆ ಕೈ ಕೆಳಗಿನವರನ್ನ ವಿಚಾರಣೆಗೆ ಒಳಪಡಿಸುವುದು ಉತ್ತಮ ನಿರ್ವಹಣೆಯ ಗುಣವಲ್ಲ ಮೇಡಂ,' ಅವನು ಹೇಳಿಬಿಟ್ಟ.

'ಸರಿ, ನೀವೇ ಆ ಲೇಖನವನ್ನ ತರಿಸಿ ಓದಿ ನನಗೆ ಹೇಳಿ. ಅದು ತಕ್ಷಣ ಸಿಕ್ಕುವುದಿಲ್ಲ ಅನ್ನುವುದಾದರೆ ನಾನು ಒಂದು ಪ್ರತಿ ತಂದಿದೀನಿ. ಇಕೋ ತಗೊಳ್ಳಿ,' ಎಂದು ಅವಳು ತನ್ನ ಚೀಲದಿಂದ ಹೊರತೆಗೆದಳು. ಅವನ ಮುಖದಲ್ಲಿ ಕಳ್ಳಗೆರೆ ಕಾಣಿಸಿತು.

'ಇಲ್ಲಿ ಬಿಟ್ಟು ಹೋಗಿ ನಾನು ಈಗ ಆಫುಲಿ ಬಿಸಿಯಾಗಿದೀನಿ' ಎಂದ.

'ಆಯಿತು. ಯಾವತ್ತು ಬರಲಿ ಹೇಳಿ. ನನ್ನ ಲೇಖನವನ್ನ ಪ್ರಕಟಿಸುವ ಹಿಗ್ಗಿಗೆ ನಾನು ಕೇಳ್ತಿಲ್ಲ. ಗಂಭೀರವಾದ ವಿಷಯ. ನಾನು ವರ್ಷಗಟ್ಟಳೆ ಅಭ್ಯಾಸ ಮಾಡಿರುವ ವಿಷಯ. ಸಾರ್ವಜನಿಕರು ತಿಳಿಯಬೇಕಾದ ವಿಚಾರ. ಅದಕ್ಕಾಗಿ ಕೇಳ್ತಿದೀನಿ,' ಎಂದು ಪಟ್ಟು ಹಿಡಿದಳು.

'ಮೇಡಂ, ಇವೆಲ್ಲ ಪತ್ರಿಕೆಯ ಪಾಲಿಸಿ ಮ್ಯಾಟರ್. ಕೇಂದ್ರ ಕಚೇರಿಯಲ್ಲಿ ನಿರ್ಧಾರವಾಗುವಂಥದು. ನಾನು ಉತ್ತರಿಸಲು ಸಾಧ್ಯವಿಲ್ಲದ ಪ್ರಶ್ನೆಯನ್ನ ಕೇಳಬೇಡಿ,' ಎಂದು ತನ್ನ ಅಸಹಾಯಕತೆಯನ್ನು ತೋಡಿಕೊಂಡ.

'ಹಾಗಾದರೆ ಕೇಂದ್ರದ ವಿಳಾಸ ಕೊಡಿ. ನಾನು ಈ ಪ್ರತಿಯನ್ನ ಕಳಿಸ್ತೀನಿ.'

'ಅಗತ್ಯವಾಗಿ ಕಳಿಸಿ.' ಎಂದು ಅವನು ಒಂದು ಕಾರ್ಡ್ ತೆಗೆದು ಅವಳ ಮುಂದಿಟ್ಟ.

ಅವಳು ಕೇಂದ್ರಕ್ಕೂ ಕಳಿಸಿದಳು. ಅಲ್ಲಿಂದಲೂ ಉತ್ತರವಿಲ್ಲ. ಲೇಖನವು ಪ್ರಕಟವಂತೂ ಆಗಲಿಲ್ಲ. ಕನ್ನಡ ಪತ್ರಿಕೆಯ ಸಂಪಾದಕರನ್ನು ಭೇಟಿ ಮಾಡಿದಾಗ ಹಳೆಯ ಪರಿಚಯ ನೆನಸಿಕೊಂಡು ಮಾತನಾಡಿಸಿದರು. ನೀವ್ಯಾಕೆ ಬೆಂಗಳೂರು ಬಿಟ್ಟು ಹಳ್ಳಿ ಸೇರಿಬಿಟ್ರಿ? ಕಲಾಪ್ರಪಂಚ ನಿಮ್ಮನ್ನ ಎಷ್ಟು ಮಿಸ್ ಮಾಡ್ತಿತ್ತು ಗೊತ್ತೆ? ಐದು ವರ್ಷ ಅಂದರೆ ಹೊಸ ಅಲೆ, ಹೊಸ ತಾರೆಗಳ ಪ್ರವೇಶವಾಗಿರುತ್ತೆ. ನಿಮ್ಮನ್ನ ನಾನು ತಾರೆ ಅನ್ನುವ ಅಗ್ಗದ ವರ್ಗಕ್ಕೆ ಸೇರಿಸುಲ್ಲ, ಎಂದೆಲ್ಲ ಹಾರ್ದಿಕವಾಗಿ ಮಾತನಾಡಿದ ಮೇಲೆ ಆತ್ಮೀಯ ಧಾಟಿಗೆ ತಿರುಗಿ, 'ನೀವು, ಅಮೀರ್ ಬೇರೆಯಾದದ್ದು ದುಃಖದ ಸಂಗತಿ. ಅವರು ಇನ್ನೊಂದು ಮದುವೆಯಾದದ್ದಂತೂ ಬೆಂಗಳೂರಿನಲ್ಲಿ ಯಾರಿಗೂ ಇಷ್ಟವಾಗಲಿಲ್ಲ. ಅದೂ ಬುರಖಾ ಹೆಂಗಸನ್ನ. ಅವಳ ಜೊತೆ ಅವರಿಗಾದರೂ ಯಾವ ಸಾಹಚರ್ಯ ಇರುತ್ತೋ? ಅವರು ಆ ವಿಷಯ ಯಾರ ಕೈಲೂ ಮಾತಾಡುಲ್ಲವಂತೆ. ಬೇರೆಯೋರಾದರೂ ಹ್ಯಾಗೆ ಕೇಳ್ತಾರೆ?'

'ಬಹುಪತ್ನಿ ಆಚರಣೆ ವಿರುದ್ಧ ಮಹಿಳಾವಾದಿಗಳಾದರೂ ಏನೂ ಮಾಡಲಿಲ್ಲವೆ?'

'ಅಲ್ಪಸಂಖ್ಯಾಕರ ವಿಷಯ ಬಂದಾಗ ಅವರೂ ಜಾಣತನದಿಂದ ತೆಪ್ಪಗಿದ್ದುಬಿಡ್ತಾರೆ. ನೀವು ಈಗ ಬಂದ ಉದ್ದೇಶ ಹೇಳಿಬಿಡಲಾ? ನಿಮ್ಮ ಲೇಖನ ಯಾಕೆ ಪ್ರಕಟಿಸಲಿಲ್ಲ ಅಂತ. ವರ್ಷಗಟ್ಟಲೆ ಅಧ್ಯಯನ ಮಾಡದೆ ಅಂಥ ಲೇಖನ ಬರೆಯುಕ್ಕೆ ಸಾಧ್ಯವಿಲ್ಲ. ಆದರೆ ಅದನ್ನ ಪ್ರಕಟಿಸುಕ್ಕೆ ನನಗೆ ಭಯವಾಗುತ್ತೆ. ಗುಂಪುಕಟ್ಟಿಕೊಂಡು ಬಂದು ನಮ್ಮ ಪತ್ರಿಕೆಯ ಕಾರ್ಯಾಲಯದ ಮೇಲೆ ಕಲ್ಲು ಹೊಡೆಯಬಹುದು, ಬೆಂಕಿ ಇಡಬಹುದು ನಮ್ಮ ಪತ್ರಿಕೆಯನ್ನು ಸಾಗಿಸುವ ವಾಹನಗಳಿಗೆ ಪೆಟ್ರೋಲ್ ಎರಚಿ ಕಡ್ಡಿ ಗೀರಬಹುದು ನನ್ನನ್ನೇ ಖೂನಿ ಮಾಡಬಹುದು. ನಮ್ಮ ಮಾಲೀಕರು ನನ್ನನ್ನು ಡಿಸ್‌ಮಿಸ್ ಮಾಡೂದು ಖಂಡಿತ. ಯಾವ ಲೇಖನ ಪ್ರಕಟಿಸಿದರೆ ಏನು ಪರಿಣಾಮವಾಗುತ್ತೆ ಅನ್ನುವ ಜ್ಞಾನ ಸಂಪಾದಕನಾದ ನಿನಗಿರಬ್ಯಾಡವೆ? ನಿನ್ನ ಜವಾಬ್ದಾರಿ ಏನು? ಅಂತ ಕೇಳ್ತಾರೆ. ಆಳುವ ಪಕ್ಷವಂತೂ ಇಂಥ ಲೇಖನ ಪ್ರಕಟಿಸುವ ಪತ್ರಿಕೆಯ ಮೇಲೆ ಕೆಂಗಣ್ಣು ಹಾಕುತ್ತೆ. ಪತ್ರಿಕೆಗೆ ಕಿರುಕುಳ ಕೊಡಬೇಕು ಅಂದರೆ ಸರ್ಕಾರಕ್ಕೆ ನೂರೆಂಟು ದಾರಿಗಳಿವೆ. ನೀವು ಬೇರೆ ಯಾವ ಪತ್ರಿಕೆಗೆ ಕಳಿಸಿದರೂ ಸಂಪಾದಕರು ಇದನ್ನ ಯೋಚನೆ ಮಾಡ್ತಾರೆ.'

ಸಂಶೋಧನಾ ಸ್ವಾತಂತ್ರ್ಯವಿಲ್ಲದ, ಅಭಿವ್ಯಕ್ತಿ ಸ್ವಾತಂತ್ರ್ಯವಿಲ್ಲದ, ಮಾಧ್ಯಮ ಸ್ವಾತಂತ್ರ್ಯ ವಿಲ್ಲದ ಇದೆಂಥ ಪ್ರಜಾಪ್ರಭುತ್ವ? ಈ ದೇಶ ಗಟ್ಟಿಗೊಳ್ಳುವುದೆಂತು? ಎಂಬ ಚಿಂತೆಯಲ್ಲಿ ಅವಳು ಮುಳುಗಿದಳು. ಅಪ್ಪನ ಸಂಗ್ರಹದ, ಜೊತೆಗೆ ತಾನೂ ಕೊಂಡು ತರಿಸಿದ್ದ ಪುಸ್ತಕಗಳ ನ್ನೆಲ್ಲ ಓದಿ ಆಗಿತ್ತು. ಇನ್ನೇನು ಓದಿದರೂ ಇನ್ನಷ್ಟು ಹೆಚ್ಚು ವಿವರಗಳ ಸಂಗ್ರಹವಾಗಬಹುದೇ ವಿನಾ ಮುಖ್ಯವಾಹಿನಿಯಲ್ಲಿ ಯಾವ ಬದಲಾವಣೆಯೂ ಕಾಣುವುದಿಲ್ಲ ಎಂಬುದು ಸ್ಪಷ್ಟ ವಾಗಿತ್ತು. ತಾನು ಸಂಗ್ರಹಿಸಿರುವ ವಿವರಗಳನ್ನು ಬಳಸಿ ಒಂದು ಗ್ರಂಥ ಬರೆಯುವ ಉತ್ಸಾಹ ಬರಲಿಲ್ಲ. ಈಗ ಬರೆದಿರುವ ಕಾದಂಬರಿಗೇ ಒಂದು ಸ್ವರೂಪ ಕೊಟ್ಟು ಪೂರ್ಣ ಮಾಡಬೇಕೆಂದುಕೊಂಡಳು.

ಕಾದಂಬರಿ ಮುಗಿಯಿತು. ದೊಡ್ಡದಲ್ಲ. ಕಿರುಗಾತ್ರದ್ದು. ನಾಲ್ಕು ಟೈಪು ಪ್ರತಿ ಮಾಡಿಸಿ ಬೇರೆ ಬೇರೆ ಕನ್ನಡ ಪ್ರಕಾಶಕರಿಗೆ ಕೊಟ್ಟಳು. ಅವಳ ಹೆಸರು ಅವರಿಗೆ ಅಪರಿಚಿತವೇನಲ್ಲ. ನಾಟಕ ಹಾಗೂ ಸಿನಿಮಾರಂಗದಲ್ಲಿ ಪ್ರಸಿದ್ಧವಾದದ್ದೇ. ನಾಲ್ವರು ಉತ್ಸಾಹದಿಂದ ಇಸ ಕೊಂಡರು. ಉತ್ಸಾಹದಿಂದಲೇ ಓದಿದರು. ಆದರೆ ಯಾರೂ ಪ್ರಕಟಿಸಲು ಒಪ್ಪಲಿಲ್ಲ. 'ಮೇಡಂ, ಈ ಪುಸ್ತಕ ಪ್ರಕಟವಾದರೆ ಗದ್ದಲ ಶುರುಮಾಡ್ತಾರೆ. ದೊಂಬಿ, ನಮ್ಮ ಅಂಗಡಿಗೆ ಬೆಂಕಿ ಹಾಕೂದು ಇವೆಲ್ಲ ಆಗಬಹುದು. ಸರ್ಕಾರ ಬಹಿಷ್ಕರಿಸಬಹುದು. ನಮಗೆ ಯಾಕೆ ಈ ಹಲ್ಲಂಡೆ? ನೀವು ಬೇರೊಂದು ಕಾದಂಬರಿ ಬರೆದು ಕೊಡಿ, ವಿಳಂಬವಿಲ್ಲದೆ ಪ್ರಕಟಿಸು ತೀವಿ.' ಎಂಬ ಅರ್ಥದ ಮಾತನ್ನು ನಾಲ್ಕು ಜನರೂ ಬೇರೆ ಬೇರೆ ಶಬ್ದಗಳಲ್ಲಿ ಹೇಳಿದರು.

'ಇದರ ಕಾಗದ ಮುದ್ರಣ ಬೈಂಡಿಂಗ್ ಮೊದಲಾಗಿ ನಾನು ಹಣ ಕೊಡ್ತೀನಿ. ಮಾರಾಟವಾದ ನಂತರ ನೀವು ಹಿಂತಿರುಗಿಸಿ. ಏನಾದರೂ ಗದ್ದಲವಾಗಿ ನಷ್ಟವಾದರೆ ನನ್ನ ಹಣ ಹೋಗುತ್ತೆ,' ಇವಳು ಸೂಚಿಸಿದಳು. ಆದರೂ ಯಾರೂ ಒಪ್ಪಲಿಲ್ಲ.

ಅವಳಲ್ಲಿ ಹಟ ಹುಟ್ಟಿತು. ತಾನೊಬ್ಬ ಕಲಾವಿದೆ. ಲೇಖಕಿ, ಕಾದಂಬರಿ ಬರೆದಿದ್ದೀನಿ.

ಅದರ ಪ್ರಕಟಣೆಯನ್ನು ತುಳಿದು ಹಿಡಿದಿರುವ ಭಯೋತ್ಪಾದಕತೆಗೆ ಹೆದರಬೇಕೆ? ಎನ್ನಿಸಿತು. ತಾನೇ ಒಂದು ಮುದ್ರಣಾಲಯಕ್ಕೆ ಹೋಗಿ ಟೈಪು ಪ್ರತಿ ಕೊಟ್ಟು ಒಳ್ಳೆಯ ಮುದ್ರಣ ಬೈಂಡಿಂಗ್‌ಗಳ ಸಾವಿರ ಪ್ರತಿ ಮಾಡಲು ಎಷ್ಟು ಹಣ ಬೇಕಾಗುತ್ತದೆಂದು ಕೇಳಿದಳು. ಅವರು ಹೇಳಿದ ಮೂವತ್ತು ಸಾವಿರ ರೂಪಾಯಿಗಳನ್ನು ಕೊಡಲು ಒಪ್ಪಿ ಮುಂಗಡ ಕೊಟ್ಟು ಬಂದಳು. ಮುದ್ರಣ ಮುಗಿಯಿತು. ಪ್ರಮುಖ ಪತ್ರಿಕೆಗಳಿಗೆಲ್ಲ ವಿಮರ್ಶೆಯ ಕೃಪೆಗೆ ಪ್ರತಿಗಳನ್ನು ಕಳಿಸಿದಳು. ಮುಖ್ಯರಾದ ಲೇಖಕರು ವಿಮರ್ಶಕರು ಬುದ್ಧಿಜೀವಿಗಳಿಗೆಲ್ಲ ಒಂದೊಂದು ಗೌರವಪ್ರತಿ ಕಳಿಸಿದಳು. ಮೂವರು ಪ್ರಮುಖ ಪುಸ್ತಕ ವ್ಯಾಪಾರಿಗಳನ್ನು ಕಂಡು ಇವು ಮಾರಾಟವಾದನಂತರ ಹಣ ಕೊಡಿ ಎಂದು ತಲಾ ನೂರುಪ್ರತಿಗಳನ್ನು ಕೊಟ್ಟು ಬಂದಳು. ಆದರೆ ಪುಸ್ತಕವನ್ನು ಯಾರೂ ವಿಮರ್ಶಿಸಲಿಲ್ಲ. ಯಾವ ಬುದ್ಧಿಜೀವಿಯೂ ಸ್ವೀಕಾರ ತಿಳಿಸಿ ಒಂದು ಕಾರ್ಡು ಬರೆಯಲಿಲ್ಲ. ಇದೆಂಥ ಬೌದ್ಧಿಕ ಸಂಚು! ಎಂಬ ವಿಷಾದದಲ್ಲಿ ಅವಳು ದಿನ ಕಳೆಯುತ್ತಿದ್ದಳು.

ಆದರೆ ಒಂದು ಪ್ರಮುಖ ಕನ್ನಡ ಪತ್ರಿಕೆಯ ಭಾನುವಾರದ ಪುರವಣಿಯಲ್ಲಿ 'ರಾಷ್ಟ್ರ ಘಾತಕ ಕಾದಂಬರಿ' ಎಂಬ ಶಿರೋನಾಮೆ ಕೊಟ್ಟು ದೀರ್ಘವಾಗಿಯೇ ವಿಮರ್ಶಿಸಿದ್ದರು. ಭಾರತವು ಇಬ್ಭಾಗವಾದಾಗ ಈ ನೆಲದ ಪ್ರೇಮ ನಿಷ್ಠೆಗಳಿಂದ ಇಲ್ಲಿಯೇ ಉಳಿದು ಅಲ್ಪ ಸಂಖ್ಯಾಕರಾಗಿರುವ ನಮ್ಮ ಸೋದರರನ್ನು ಮಾನಸಿಕವಾಗಿ ಹಿಂಸಿಸುವ, ದೈಹಿಕ ಹಿಂಸೆಗೆ ಪ್ರಚೋದಕವಾಗಿರುವ ದೃಷ್ಟಿಯಿಂದ ಲಕ್ಷ್ಮೀ ಉರುಫ್ ರಜಿಯಾ ಬೇಗಮರು ಈ ಕಾದಂಬರಿ ಯಲ್ಲಿ ತಮ್ಮ ಕೊಳೆತು ನಾರುವ ಮನಸ್ಸಿನ ಕೀವನ್ನು ಸುರಿದುಕೊಂಡಿದ್ದಾರೆ. ಇಸ್ಲಾಂ ಎಂಬ ಪದದ ಅರ್ಥವೇ ಶಾಂತಿ ಎಂದಿರುವಾಗ ಅದೊಂದು ಭಯೋತ್ಪಾದಕ ಧರ್ಮವೆಂದು ಚಿತ್ರಿಸಿ ಅಲ್ಪಸಂಖ್ಯಾಕರಿಗೆ ಅಗೌರವ ಮಾಡಿದ್ದಾರೆ ಮಾತ್ರವಲ್ಲ, ಶ್ರೇಣೀಕೃತ ಸಮಾಜವನ್ನು ನಿರ್ಮಿಸುವ ಮೂಲಕ ಐದುಸಾವಿರ ವರ್ಷಗಳಿಂದ ಬೌದ್ಧಿಕ ಮಾನಸಿಕ ಭಯೋತ್ಪಾದನೆ ಮಾಡಿಕೊಂಡು ಬಂದಿರುವ ಹಿಂದೂಧರ್ಮದ ಹೇಸಿಗೆಯನ್ನು ಮುಚ್ಚುವ ವಿಫಲ ಪ್ರಯತ್ನ ಮಾಡಿದ್ದಾರೆ. ದೇಶದ ಸಂವಿಧಾನವು ನೀಡಿರುವ ಅಭಿವ್ಯಕ್ತಿಸ್ವಾತಂತ್ರ್ಯವನ್ನು ದುರುಪಯೋಗ ಪಡಿಸಿಕೊಂಡು ಕೋಮುದ್ವೇಷದ ಕಾಳ್ಕಿಚ್ಚನ್ನು ಹೊತ್ತಿಸುವ, ಸಾಹಿತ್ಯ ಕೃತಿ ಎಂದು ತನ್ನನ್ನು ತಾನು ಕರೆದುಕೊಳ್ಳುವ ಈ ಪುಸ್ತಕವನ್ನು ತಕ್ಷಣ ಮುಟ್ಟುಗೋಲು ಹಾಕದಿದ್ದರೆ ಆಗುವ ಘೋರ ಪರಿಣಾಮಕ್ಕೆ ಸರ್ಕಾರವೇ ಹೊಣೆಯಾಗಬೇಕಾಗುತ್ತದೆ, ಎಂದು ಮೊದಲ ಪ್ಯಾರಾ ದಲ್ಲಿಯೇ ಸಾರಿಬಿಟ್ಟಿದ್ದರು. ವಿಮರ್ಶಕ ಎಂಬ ಅಂಕಿತ ಹಾಕಿದ್ದರೇ ವಿನಾ ಹೆಸರು ಬರೆ ದಿರಲಿಲ್ಲ. ಇಂಥವರೆಲ್ಲ ತಮ್ಮನ್ನು ತಾವು ಸಿದ್ಧಾಂತಕ್ಕೆ ಮಾರಿಕೊಂಡು ಸ್ವಂತ ಹೆಸರನ್ನು ಕಳೆದುಕೊಂಡವರು ಎಂದುಕೊಂಡಳು. ಹೀಗೆ ಬೈದಾದರೂ ಬರೆದರಲ್ಲ, ಆ ಮೂಲಕ ಇಂಥದೊಂದು ಕಾದಂಬರಿ ಬಂದಿದೆ ಅಂತ ಓದುಗರಿಗೆ ತಿಳಿಯಿತಲ್ಲ. ಅಷ್ಟು ಸಾಕು

ಎಂದು ಸಮಾಧಾನ ತಂದುಕೊಂಡಳು. ಆದರೆ ಇದನ್ನು ಮುಟ್ಟುಗೋಲು ಹಾಕಿಕೊಳ್ಳು ತ್ತಾರೆಯೇ ಎಂಬ ಆತಂಕ ಹುಟ್ಟಿತು. ಈಗ ತಾನು ಏನು ಮಾಡಬೇಕೆಂಬುದು ತಿಳಿಯಲಿಲ್ಲ. ಈವೊತ್ತು ಭಾನುವಾರ. ಪುಸ್ತಕದ ಅಂಗಡಿಗಳಿಗೂ ರಜೆ. ಸರ್ಕಾರಿ ಕಛೇರಿಗಳಿಗೂ ರಜೆ. ನಾಳೆ ಬೆಂಗಳೂರಿಗೆ ಹೋಗಿ ಅಂಗಡಿಗಳನ್ನು ನೋಡಬೇಕು ಎಂದುಕೊಂಡಳು. ವಿಮರ್ಶ ಕರೇ ಬೆಂಕಿ ಇಡುವಂತಹ ಪ್ರಚೋದನಾಕಾರಿಯಾಗಿ ಬರೆದರೆ ವಿಷಯನಿಷ್ಠೆಯ ಗತಿ ಏನು? ನನ್ನ ಕಾದಂಬರಿಗಿರುವ ಇತಿಹಾಸದ ಆಧಾರ, ದಾಖಲೆಗಳ ಬಗೆಗೆ ಅವನು ಒಂದು ವಾಕ್ಯವನ್ನೂ ಬರೆದಿಲ್ಲ. ಉದ್ವೇಗದ, ಬೈಗುಳದ, ಬೀದಿ ರಾಜಕೀಯದ ಮಾತು ಗಳಿಂದಲೇ ತುಂಬಿಸಿದ್ದಾನೆ ಎಂದುಕೊಳ್ಳುವಾಗ ಅಪ್ಪ ಸತ್ತು ಹಳ್ಳಿಗೆ ಬಂದು ಈ ಪುಸ್ತಕಗಳನ್ನು ಓದಲು ತೊಡಗುವ ಮೊದಲು ತಾನೂ ಇಂಥದೇ ಭಾಷೆಯಲ್ಲಿ ಇಂಥದೇ ಹುಯಿಲಿನಲ್ಲಿ ಮುಳುಗಿದ್ದೆನಲ್ಲ! ಎಂಬ ನೆನಪಾಯಿತು. ತನ್ನ ಕಾದಂಬರಿಯನ್ನು ಮತ್ತೊಮ್ಮೆ ಓದತೊಡಗಿ ದಳು. ಕೆಲವು ಸಂದರ್ಭಗಳಿಗೆ ದಾಖಲೆಗಳ ಅಡಿಟಿಪ್ಪಣಿ ಕೊಟ್ಟಿದ್ದೇನೆ. ಆದರೆ ಪ್ರತಿಯೊಂದು ವಿವರಕ್ಕೂ ಅಡಿಟಿಪ್ಪಣಿಯಲ್ಲಿ ಆಧಾರಗ್ರಂಥಗಳು ಅಥವಾ ಸಂದರ್ಭ ಸೂಚಿಗಳನ್ನು ಕೊಡಬೇಕಿತ್ತು. ಅಥವಾ ಕಾದಂಬರಿಯ ಕೊನೆಯಲ್ಲಿ ದೀರ್ಘವಾಗಿ ಸಂದರ್ಭಸೂಚಿಗಳನ್ನು ಹಾಕಬೇಕಿತ್ತು. ಈಗಲೂ ನಲವತ್ತೈವತ್ತು ಪುಟಗಳ ಸೂಚಿಯನ್ನು ಬರೆದು ಮುದ್ರಿಸಿ ಕಾದಂಬರಿಯ ಸಂಗಡ ಪುರವಣಿಯಾಗಿ ಕೊಡಬೇಕು ಎಂದುಕೊಂಡಳು.

ಸಂಜೆ ಐದು ಗಂಟೆಯ ಹೊತ್ತಿಗೆ ಮನೆಯ ಮುಂದೆ ಒಂದು ಪೋಲೀಸು ಜೀಪು ಬಂದು ನಿಂತಿತು. ಒಬ್ಬ ಇನ್‌ಸ್ಪೆಕ್ಟರು. ಐವರು ಕಾನಿಸ್ಟೇಬಲುಗಳು. ಅದರ ಹಿಂದೆಯೇ ಒಂದು ಲಾರಿ. ಅದರೊಳಗಿನಿಂದ ಹತ್ತು ಜನ ಪೇದೆಗಳು. ಮುಟ್ಟುಗೋಲು ಹಾಕಲು ಬಂದಿದ್ದಾರೆಂದು ಅವಳು ತಕ್ಷಣ ಅರ್ಥಮಾಡಿಕೊಂಡಳು. ಈಗ ತಾನು ಏನು ಮಾಡ ಬೇಕೆಂದು ತಿಳಿಯಲಿಲ್ಲ. ಈ ಅನುಭವವೂ ಹೊಸತೇ. ಹೊರಗೆ ಬಂದ ಇವಳನ್ನು, 'ಲಕ್ಷ್ಮಿ ಉರುಫ್ ರಜಿಯಾ ಬೇಗಂ ನೀವೇನಾ?' ಕೇಳಿದರು. ಹೌದು ಎಂದ ತಕ್ಷಣ ನೀವು ಬರೆದಿರುವ ಪುಸ್ತಕ ಮುಟ್ಟುಗೋಲು ಹಾಕಿಕೊಳ್ಳುಕ್ಕೆ ಸರ್ಕಾರದ ಅಪ್ಪಣೆಯಾಗಿದೆ. ಸಹಕರಿಸಬೇಕು ಎಂದು ಸೀದಾ ಒಳಗೆ ನುಗ್ಗಿದರು. ಪೇದೆಗಳು ನುಗ್ಗಿ ಮನೆಯ ಒಳಗೆಲ್ಲ ಹುಡುಕಿದರು. ಅಟ್ಟ ಹತ್ತಿ ನೋಡಿದರು. ಅಂಗಳದಲ್ಲಿಯೇ ಇವಳು ತಲಾ ಇಪ್ಪತ್ತರಂತೆ ಕಟ್ಟಿದ್ದ ಆರುನೂರು ಪ್ರತಿಗಳ ಪ್ಯಾಕುಗಳಿದ್ದವು. ಪ್ರತಿ ಪ್ಯಾಕಿನ ಮೇಲೂ ಕಾದಂಬರಿಯ ಹೆಸರಿನ ಚೀಟಿ ಅಂಟಿಸಿತ್ತು. ಇನ್‌ಸ್ಪೆಕ್ಟರ ಸನ್ನೆಯಂತೆ ಪೇದೆಗಳು ಎಲ್ಲವನ್ನೂ ಲಾರಿಗೆ ಎತ್ತಿ ಸಾಗಿಸಿದರು. ಅಧ್ಯಯನ ಕೊಣೆಗೆ ನುಗ್ಗಿದ ಇನ್‌ಸ್ಪೆಕ್ಟರರು, 'ಇವುಗಳನ್ನೂ ಎತ್ತಿಕೊಳ್ಳಿ' ಎಂದ ತಕ್ಷಣ ಉಳಿದ ಪೇದೆಗಳು ಬೀರುಗಳ ಬಾಗಿಲು ತೆಗೆದು ಒಂದು ಸಲಕ್ಕೆ ನಾಲ್ಕೈದು,

ಏಳೆಂಟರಂತೆ ಪುಸ್ತಕಗಳನ್ನು ಎಳೆದು ತೋಳಿನಲ್ಲಿ ತಬ್ಬಿ ಸಾಗಿಸತೊಡಗಿದರು.

'ನಿಲ್ಲಿಸಿ ಇದನ್ನ,' ಲಕ್ಷ್ಮಿ ಬಾಗಿಲಿಗೆ ಅಡ್ಡನಿಂತು ಹೇಳಿದಳು. 'ಮುಟ್ಟುಗೋಲಿನ ಅಪ್ಪಣೆಯನ್ನು ನೀವು ನನಗೆ ತೋರಿಸಿಲ್ಲ. ಮುಟ್ಟುಗೋಲು ಹಾಕಿದ್ದರೂ ಅದು ಹೊಸ ಪುಸ್ತಕದ ಈ ಆರುನೂರು ಪ್ರತಿಗಳಿಗೆ ಅಂತ ನನ್ನ ಊಹೆ. ಇವೆಲ್ಲ ಹಳೆಪುಸ್ತಕಗಳು. ಐವತ್ತು ವರ್ಷಕ್ಕೂ ಹಳೆಯ ಮುದ್ರಣದವೂ ಇವೆ. ಇವಕ್ಕೂ ಮುಟ್ಟುಗೋಲಿಗೂ ಸಂಬಂಧ ವಿಲ್ಲ. ಅವನ್ನು ಮುಟ್ಟಬೇಡಿ.'

'ನೋಡ್ರಮ್ಮ ನಮಗೆ ಹೇಳಿರೂದು ಅವರ ಮನೇಲಿರೂ ಪುಸ್ತಕಗಳನ್ನೆಲ್ಲ ತಗೊಂಡು ಬನ್ನಿ ಅಂತ. ವಿಂಗಡಣೆ ಮಾಡಿ ನೋಡೂದು ನಮ್ಮ ಜವಾಬ್ದಾರಿಯಲ್ಲ. ಕೋರ್ಟಿನಲ್ಲಿ ನೀವು ಅಹವಾಲು ಮಾಡಿ ವಿಂಗಡಣೆ ಮಾಡಿಸಿಕೊಳ್ಳಿ. ನಮ್ಮ ಗಂಟೇನೂ ಹೋಗುಲ್ಲ.' ಎಂದು ತಮ್ಮ ಕೈ ಕೆಳಗಿನವರಿಗೆ ಸನ್ನೆಮಾಡಿದರು. ಅವರಲ್ಲಿ ಒಬ್ಬ ಅವಳ ರಟ್ಟೆ ಹಿಡಿದು ಎಳೆದು ದಾರಿ ಬಿಡಿಸಿದ. ಉಳಿದವರು ಸರಸರನೆ ಪುಸ್ತಕಗಳನ್ನೆಲ್ಲ ಹೊತ್ತು ಲಾರಿಗೆ ತುಂಬತೊಡಗಿದರು.

ಪುಸ್ತಕಗಳನ್ನು ಲಾರಿಗೆ ತುಂಬಿದ ನಂತರ ಪೇದೆಗಳೆಲ್ಲ ಲಾರಿಯನ್ನು ಹತ್ತಿದರು. ಪುಸ್ತಕಗಳನ್ನು ಸರಿಯಾಗಿ ಜೋಡಿಸಿರಲಿಲ್ಲ. ಎಪರಾತೊಪರ ಎಸೆದು ಎಲ್ಲರಿಗೂ ನಿಲ್ಲಲು ಜಾಗವಿರಲಿಲ್ಲ. ಕೆಲವರು ಪುಸ್ತಕಗಳ ಮೇಲೆಯೇ ಬೂಟುಗಾಲು ಇಟ್ಟು ನಿಂತಿದ್ದರು. ಪುಸ್ತಕವು ಸರಸ್ವತಿಯ ಸ್ವರೂಪ, ಅದಕ್ಕೆ ತಪ್ಪಿ ಕಾಲು ಸೋಕಿದರೂ ಕಣ್ಣಿಗೆ ಒತ್ತಿಕೊಂಡು ಕ್ಷಮೆ ಪ್ರಾರ್ಥಿಸುವ ಶ್ರದ್ಧೆಯ ಸಂಸ್ಕೃತಿ ಇರಲಿ, ತುಳಿದು ಹಾಳು ಮಾಡಬಾರದೆಂಬ ಲೌಕಿಕ ಸಂಸ್ಕೃತಿಯೂ ಇಲ್ಲವಾಯಿತೇ ನಮ್ಮ ಪೋಲೀಸು ಪಡೆಗಳಲ್ಲಿ ಎಂದು ಅವಳು ಅಂತರ್ಮುಖಿಯಾದಳು. ಜೀಪು ಹೊರಟಿತು. ಲಾರಿ ಅದನ್ನು ಹಿಂಬಾಲಿಸಿತು. ದಾಖಲೆ ಗ್ರಂಥಗಳು, ಆಕರ ಗ್ರಂಥಗಳು, ಸಾಂದರ್ಭಿಕ ಗ್ರಂಥಗಳನ್ನೆಲ್ಲ ಜಫ್ತ್ ಮಾಡಿದ್ದಾರೆ. ಇವುಗಳನ್ನು ಬಿಡಿಸಿಕೊಂಡು ಬರಲು ಎಷ್ಟು ದಶಕ ಕೋರ್ಟು ಅಲೆಯಬೇಕೋ. ಅಲೆದರೂ ಈ ಗ್ರಂಥಗಳು ಹರಿದು ಮುರಿದು ನೆನೆದು ಗೆದ್ದಲಪುಡಿಯಾಗಿರುತ್ತವೆ. ಭಾರತದ ಎಲ್ಲ ಗ್ರಂಥ ಭಂಡಾರಗಳಿಂದಲೂ ಈ ಗ್ರಂಥಗಳನ್ನು ತೆಗೆದು ನಾಶಪಡಿಸಬಹುದು ಎಂಬ ಅಂಜಿಕೆಯಾಯಿತು.

ಅವಳಿಗೆ ಇಡೀ ರಾತ್ರಿ ನಿದ್ರೆ ಬರಲಿಲ್ಲ. ಅಸಹಾಯಕತೆ, ಹತಾಶೆಗಳು ಮನಸ್ಸನ್ನು ತುಂಬಿಕೊಂಡಿದ್ದವು. ಉಸಿರಿನ ಗತಿ ಹೃದಯದ ಬಡಿತದ ಲಯಗಳು ತಪ್ಪಿರುವುದು ಅವಳಿಗೇ ಅರಿವಾಗುತ್ತಿತ್ತು. ತಾನು ಕಲ್ಪಿಸಿಕೊಂಡು ಬರೆದ ಬೀಜ ಒಡೆಸಿಕೊಂಡ ತನ್ನ ಕಾದಂಬರಿಯ ನಾಯಕನ ಸ್ಥಿತಿಯು ಈಗ ತನ್ನ ಸ್ವಂತ ಅನುಭವವಾಗಿದೆ ಎನ್ನಿಸಿತು. ಇದರ ವಿರುದ್ಧ ಹೋರಾಡುವುದು ಹೇಗೆ? ಆಲೋಚನಾ ಸ್ವಾತಂತ್ರ್ಯ, ಸಂಶೋಧನಾ ಸ್ವಾತಂತ್ರ್ಯ, ಅಭಿವ್ಯಕ್ತಿ ಸ್ವಾತಂತ್ರ್ಯಗಳಿಲ್ಲದ ಸ್ಥಿತಿಯನ್ನು ಒಪ್ಪಿ ಕಣ್ಣುಮುಚ್ಚಿ ಕುಳಿತಿರಬೇಕೆ? ಇಲ್ಲ, ಎಂದರೆ ಹೋರಾಟದ ಮಾರ್ಗ ಯಾವುದು? ಎಂದು ಹೊರಳುತ್ತಿರುವಾಗ ಕೋಳಿ ಕೂಗಿತು. ಆದರೂ ನಿದ್ರೆ ಹತ್ತಲಿಲ್ಲ.

ಬೆಳಗ್ಗೆ ಎದ್ದು ಸ್ನಾನಮಾಡಿ ರಾಗಿ ರೊಟ್ಟಿ ಕಾಯಿಚಟ್ನಿ ತಿಂದು ನಿದ್ರೆಗೆ ಅಡ್ಡಿಯಾಗುತ್ತದೆಂದು ಕಾಫ಼ಿಯ ಬದಲು ಒಂದು ಬಟ್ಟಲು ಮೊಸರು ಕುಡಿದ ಮೇಲೆ ತುಸು ತೂಕಡಿಕೆ ಬಂತು. ತಾನು ನಿತ್ಯವೂ ಮಲಗುವ ಗ್ರಂಥಾಲಯದ ಮಂಚದ ಮೇಲೆ ಮಲಗಿದಾಗ ನಿದ್ರೆ ಹತ್ತಿತು.

ಆದರೆ ತುಸು ಹೊತ್ತಿಗೆ ಲಕ್ಷ್ಮವ್ವ ಬಂದು ಎಬ್ಬಿಸಿದಳು. 'ಅವ್ವಾ, ಯಾರೋ ಕಾರಿನಾಗೆ ಬಂದವರೆ. ಈಗಲೇ ಎಬ್ಬರಿಸಿ, ಅರ್ಜೆಂಟ್ ಅಂತ ವರಾತ ಮಾಡ್ತವರೆ' ಎಂದಳು, ತಪ್ಪಿಗೆ ವಿವರಣೆ ನೀಡುವಂತೆ. ಲಕ್ಷ್ಮಿ ಮೈಕೈ ಮುರಿದು ಮೇಲೆ ಏಳಲು ಐದುನಿಮಿಷವಾಯಿತು. ಎದ್ದು ಹೊರಗೆ ಬಂದು ನೋಡುತ್ತಾಳೆ.

ಬೀದಿಯಲ್ಲಿ ಹೊಚ್ಚ ಹೊಸ ಕಾರು ನಿಂತಿದೆ. ಜಗುಲಿಯ ಮೇಲೆ ಅಮೀರ್ ಕೂತಿದಾನೆ. ಆಶ್ಚರ್ಯ ಕುತೂಹಲಗಳಿಂದ ಅವನ ಮುಖವನ್ನು ನೋಡುತ್ತಿರುವಾಗ ಅವನು ಮೇಲೆ ಎದ್ದು ಇಂಗ್ಲಿಷಿನಲ್ಲಿ, 'ನಿನಗೆ ತುರ್ತಾಗಿ ಒಂದು ಸಂಗತಿ ಹೇಳುಕ್ಕೆ ಅಂತ ಬಂದೆ. ಇಲ್ಲಿ ಮಾತಾಡಬಹುದೆ?' ಎಂದ. ಒಳಗೆ ಬಾ ಎಂದು ಇಂಗ್ಲಿಷಿನಲ್ಲಿಯೇ ಉತ್ತರಿಸಿ ಅವನನ್ನು ಅವಳು ಗ್ರಂಥಾಲಯದ ಕೋಣೆಗೆ ಕರೆದೊಯ್ದು ಕುರ್ಚಿಯನ್ನು ತೋರಿಸಿದಳು. ಅವನು ಕೂರಲಿಲ್ಲ. ಬೇರೆ ಯಾರಿಗೂ ಕೇಳಿಸದಂತೆ ಧ್ವನಿಯನ್ನು ತಗ್ಗಿಸಿ ಹೇಳಿದ: 'ಬಾಕಿ ವಿಷಯ ದಾರೀಲಿ ಹೇಳ್ತೀನಿ. ನಿನ್ನನ್ನ ಅರೆಸ್ಟ್ ಮಾಡುಕ್ಕೆ ಸರ್ಕಾರದ ಆದೇಶ ಹೊರಟಿದೆಯಂತೆ. ಪೋಲೀಸರು ಬಂದು ಕರೆದೊಯ್ಯುವ ಮೊದಲು ನೀನು ತಪ್ಪಿಸಿಕೊಬೇಕು. ಬೆಂಗಳೂರಿನಲ್ಲಿ ಒಬ್ಬ ಸಮರ್ಥ ಲಾಯರನ್ನು ಹಿಡಿದು ಹೈ ಕೋರ್ಟಿನಿಂದ ನಿರೀಕ್ಷಣಾ ಜಾಮೀನು ತಗೋಬೇಕು. ಒಮ್ಮೆ ಅರೆಸ್ಟಿಗೆ ಸಿಕ್ಕಿಬಿಟ್ಟರೆ ಆಮೇಲೆ ಜಾಮೀನು ಸಿಕ್ಕಿ ಹೊರಕ್ಕೆ ಬರುಕ್ಕೆ ಎಷ್ಟು ದಿನಗಳೋ ವಾರಗಳೋ ತಿಂಗಳೋ ಆಗುತ್ತೆ. ಅಲ್ಲೀ ತನಕ ಜೈಲಿನಲ್ಲಿ ಕೊಳೆಹಾಕ್ತಾರೆ. ಸಮಾಜದಲ್ಲಿ ಸಾಮರಸ್ಯ ಹಾಳು ಮಾಡುವ ಆ ಮೂಲಕ ದೇಶದ ಭದ್ರತೆಯನ್ನು ದುರ್ಬಲಗೊಳಿಸುವ ಆಪಾದನೆ ಹೊರೆಸುತಾರೆ. ಈಗ ತಕ್ಷಣ ನಾಲ್ಕು ಬಟ್ಟೆ ತಗಂಡು ಕಾರು ಹತ್ತು. ಕುಣಿಗಲು ಮಾರ್ಗ ಬೆಂಗಳೂರಿಗೆ ಹೋಗುವ ಸೀದಾರಸ್ತೆ ಬೇಡ. ಹಳ್ಳಿಗಳ ಮೇಲೆ ಸುತ್ತು ಬಳಸಿನ ದಾರಿ ಹಿಡಿದು ಮಾಗಡಿಯ ಮಾರ್ಗ ಹೋಗಾಣ. ಬೆಂಗಳೂರಿನಲ್ಲಿ ಯಾರಾದರೂ ಒಬ್ಬ ಸ್ನೇಹಿತರ ಮನೇಲಿ ನೀನು ಬಚ್ಚಿಟ್ಟುಕೊಂಡಿರು. ಲಾಯರನ್ನು ಹಿಡಿದು ನಿರೀಕ್ಷಣಾ ಜಾಮೀನಿನ ಅರ್ಜಿ ತಯಾರು ಮಾಡಿಸಿ ಹೈಕೋರ್ಟಿನ ಮುಂದೆ ತರುವ ಓಡಾಟನೆಲ್ಲ ನಾನು ಮಾಡ್ತೀನಿ.'

ಅವಳು ಬೇಗ ದಿನನಿತ್ಯಕ್ಕೆ ಬೇಕಾದ ನಾಲ್ಕು ಬಟ್ಟೆಗಳನ್ನು ಒಂದು ಸೂಟ್‌ಕೇಸಿಗೆ ಹಾಕಿಕೊಂಡು ಒಳಗೆ ಹೋಗಿ ಲಕ್ಷ್ಮವ್ವನ ಕೈಲಿ, 'ನನಗೆ ತುಮಕೂರಿನಲ್ಲಿ ಸ್ವಲ್ಪ ಕೋರ್ಟು

ಕೆಲಸವಿದೆ. ಯಾರು ಕೇಳಿದರೂ, ಅಕಸ್ಮಾತ್ ಪೋಲೀಸಿನವರು ಬಂದು ಕೇಳಿದರೂ, ಅಪ್ಪಾವರು ಊರಾಗಿಲ್ಲ, ಎಲ್ಲಿಗೆ ಹೋಗ್ತಾರೋ ನಮ್ಮ ಕೈಲಿ ಯಾವತ್ತೂ ಹೇಳುಲ್ಲ. ಯಜಮಾನರ ವಿಷಯ ನನಗೇನು ಗೊತ್ತು? ಅಂತ ಹೇಳು,' ಎಂದು ಹೇಳಿ ಕಾರು ಹತ್ತಿ ಅಮೀರನ ಎಡಬದಿಗೆ ಕುಳಿತಳು. ಕಾರು ಊರ ಮುಂದೆ ಬಸ್‌ಮಾರ್ಗಕ್ಕೆ ಬಂದನಂತರ, 'ಬಲಕ್ಕೆ ತಿರುಗಿಸು. ಐದು ಮೈಲಿಯ ನಂತರ ದೊಡ್ಡಾಘಟ್ಟ ಅಂತ ಒಂದು ಊರಿದೆ. ಅಲ್ಲಿ ಎಡಕ್ಕೆ ತಿರುಗಿದರೆ ಹಳ್ಳಿಗಳ ಮೇಲೆಯೇ ಬೆಂಗಳೂರು ಮುಟ್ಟಬಹುದು. ಗಾಬರಿ ಪಡುವ ಕಾರಣವಿಲ್ಲ' ಎಂದಳು. ಅವಳಿಗೆ ಒಂದು ವಿಚಿತ್ರವಾದ ಧೈರ್ಯ ಬಂದಿತ್ತು. ಅರೆಸ್ಟ್ ಮಾಡಿ ಮುಂದೇನು ಮಾಡಿಯಾರು? ಅರೆಸ್ಟ್ ಆದರೆ ನನ್ನ ಶಕ್ತಿ ಹೆಚ್ಚಾಗುತ್ತೆ. ಸತ್ಯಾಗ್ರಹಿಯಾಗಿ ಹೋರಾಡುತೀನಿ ಉಪವಾಸ ಸತ್ಯಾಗ್ರಹ ಮಾಡ್ತೀನಿ ಎಂದುಕೊಂಡಳು. ತಾನು ಇದುವರೆಗೆ ಅಧ್ಯಯನ ಮಾಡಿದ ಇತಿಹಾಸ ಮತ್ತು ತಾನು ಚಿತ್ರಿಸಿರುವ ಕಥಾನಕದ ಪಾತ್ರಗಳ ಅನುಭವದ ಮುಂದೆ ನನ್ನೊಬ್ಬಳ ಅರೆಸ್ಟ್ ಯಾವ ದೊಡ್ಡದು? ಎನ್ನಿಸತೊಡಗಿತು.

ದೊಡ್ಡಾಘಟ್ಟದ ಹತ್ತಿರ ಎಡಕ್ಕೆ ತಿರುಗಿಸಿದಾಗ ಅಮೀರನಿಗೆ ನನ್ನ ಮೇಲೆ ಇದ್ದಕ್ಕಿದ್ದಂತೆಯೇ ಯಾಕೆ ಇಷ್ಟೊಂದು ಕಾಳಜಿ ಹುಟ್ಟಿತು ಎಂಬ ಕುತೂಹಲ ಹುಟ್ಟಿತು. ಬಲಕ್ಕೆ ತಿರುಗಿ ಅವನ ಮುಖ ನೋಡಿದಳು. ಅದೇ ಸಮಯಕ್ಕೆ ಅವನೂ ಕಿರುರಸ್ತೆಯನ್ನು ನೋಡುತ್ತಲೇ ಇವಳನ್ನು ಕಿರುನೋಟದಿಂದ ಗಮನಿಸುತ್ತಿದ್ದ. ಇಬ್ಬರ ದೃಷ್ಟಿಯೂ ಸಂಧಿಸಿತು. ಅವನೇ, 'ನೋಡು, ಹಳ್ಳಿರಸ್ತೆ, ಅಂಕುಡೊಂಕು. ಡ್ರೈವ್ ಮಾಡ್ತಾ ಮಾತಾಡುಕ್ಕೆ ಆಗುಲ್ಲ. ಒಂದೆರಡು ಮೈಲಿ ಹೋದಮೇಲೆ ಎಲ್ಲಾದರೂ ಕಾರು ನಿಲ್ಲಿಸಿ ಮಾತಾಡ್ತೀನಿ. ನಮ್ಮ ಪೋಲೀಸಿನೋರ ಚುರುಕು, ನಿಷ್ಠೆ, ನಮಗೇ ಗೊತ್ತಿದೆ. ಈ ಹಾದೀಲಿ ಬರೂವಂಥೋರಲ್ಲ ಅವರು,' ಎಂದ.

'ಖಂಡಿತವಾಗಿಯೂ ಬರುಲ್ಲ. ನೀನು ಏನು ಹೇಳಬೇಕು ಅಂತಿದೀಯೋ ಅದನ್ನ ಕೇಳುವ ಆಶೆ ನನಗೂ ಆಗ್ತಿದೆ,' ಎಂದು ಅವನ ಭುಜವನ್ನು ಮುಟ್ಟಿದಳು.

ಒಂದು ಮೈಲಿಯ ನಂತರ ಬಲಬದಿಗೆ ಮಾವು, ಹಿಪ್ಪೆ, ಆಲ, ಗೋಣಿಯ ಮರಗಳ, ಸಂತೆ ನಡೆಯುವ ಒಂದು ತೋಪು ಸಿಕ್ಕಿತು. ಅದರೊಳಗೆ ತಿರುಗಿಸಿ ಕಾರು ನಿಲ್ಲಿಸಿದಮೇಲೆ ಅವನು ಹೇಳತೊಡಗಿದ: 'ನಾನವತ್ತು ರಾತ್ರಿ ದಿಲ್ಲಿಯಲ್ಲಿ ಕುಡಿದು ನಿನ್ನ ರೂಮಿಗೆ ಬಂದಿದ್ದೆ ನೋಡು. ನಾವು ಆಡಿದ ಪ್ರತಿಯೊಂದು ಮಾತೂ ನನಗೆ ಅರೆ ನೆನಪಿನಲ್ಲಿತ್ತು. ಮರುದಿನ ತುಸು ತಡವಾಗಿ ಎದ್ದೆ. ಸಭೆಗೆ ಬಂದು ನಿನ್ನನ್ನು ಎದುರಿಸಲು ಅಂಜಿಕೆ. ಆದರೂ ಇವಳಿಗೆ ನಾನೇನು ಹೆದರೂದು ಅನ್ನುವ ಮೊಂಡ ಧೈರ್ಯ ಮಾಡಿಬಂದೆ. ನೀನು ನನ್ನನ್ನು ಗಮನಿಸಲಿಲ್ಲ. ಇಡೀ ಸಭೆ ನಿನ್ನ ವಿರುದ್ಧವಿದ್ದರೂ, ಸಭಾಮರ್ಯಾದೆಯ ಹೆಸರಿನಲ್ಲಿ ನಿನಗೆ ತಡೆ ಹಾಕುತ್ತಿದ್ದರೂ, ಎಷ್ಟು ಧೈರ್ಯವಾಗಿ ನೀನು ಎದುರಿಸುತ್ತಿದ್ದೆ! ವಾಸ್ತವವಾಗಿ ವಿಷಯವನ್ನು ಅಧ್ಯಯನ ಮಾಡಿದ್ದವಳು ನೀನೊಬ್ಬಳೇ. ಹಾಗೆಯೇ ನಿನ್ನನ್ನು ನೋಡ ನೋಡುತ್ತಾ ನನಗೆ ನಿನ್ನ ವಿಷಯದಲ್ಲಿ ಮೆಚ್ಚುಗೆ ಹುಟ್ಟಿಬಿಟ್ಟಿತು. ಮನಸ್ಸಿನಲ್ಲೇ ಭೇಷ್, ಶಹಬ್ಬಾಸ್ ಎಂದುಕೊಳ್ಳುವಷ್ಟು. ನಿನ್ನ ಪರ ನಿಂತು ಅವರು ಹೇಳುವ ಅಂಶಗಳಿಗೆ

ಆಧಾರವಿಲ್ಲದಿದ್ದರೆ ವಿರೋಧಿಸಿ, ಆದರೆ ಮುಖಭಂಗ ಮಾಡುವ ಮಾತಾಡಬೇಡಿ ಅನ್ನುವ ಮನಸ್ಸಾಗುತ್ತಿತ್ತು. ಆದರೆ ಅಷ್ಟು ಜನರ, ಅದರಲ್ಲೂ ಇಡೀ ಸರ್ಕಾರದ ಪ್ರತಿನಿಧಿಯಾದ ಪ್ರೊಫೆಸರ್ ಶಾಸ್ತ್ರಿಗಳ ವಿರುದ್ಧ ನಿಂತು ಮಾತನಾಡುವ ಧೈರ್ಯವಾಗಲಿಲ್ಲ. ಇಷ್ಟೊಂದು ಗಟ್ಟಿ ನಿಲ್ಲುವ ಇವಳ ಪ್ರತಿಮಾತಿಗೂ ಅಧ್ಯಯನದ ಆಧಾರವಿರಲೇಬೇಕು ಅನ್ನಿಸುತ್ತಿತ್ತು. ಅಷ್ಟು ಮಾತ್ರವಲ್ಲ, ಇದ್ದಕ್ಕಿದ್ದಂತೆಯೇ ನಿನ್ನ ಮೇಲೆ ಪ್ರೀತಿ ಹುಟ್ಟಿಬಿಟ್ಟಿತು,' ಎಂದು ಅವಳ ಮುಖನೋಡಿದ. ಅವಳು ಗಂಭೀರವಾಗಿ ಅವನನ್ನೇ ದಿಟ್ಟಿಸುತ್ತಿದ್ದಳು. 'ಪ್ರೀತಿ ಅಂದರೆ ರೊಮಾಂಟಿಕ್ ಅಲ್ಲ, ಫ್ಲಿರ್ಟಿಯಲ್ಲ. ಮೆಚ್ಚುಗೆ. ವಿದ್ವತ್ತಿನಿಂದ ಬೆಳಗುವ ಬುದ್ಧಿಯ ಪ್ರಖರತೆ ಇಲ್ಲದ ಹೆಂಗಸಿನ ಮೇಲೆ ಹುಟ್ಟುವ ಭಾವನೆಯು ಫ್ಲಿರ್ಟಿಯಾಗಿರುತ್ತೆ. ಹೆಮ್ಮೆ ಪಡಬಹುದಾದ, ಆರಾಧನೆಯ ಮಟ್ಟ ಮುಟ್ಟುವ ಪ್ರೀತಿಯಾಗುಲ್ಲ ಅನ್ನಿಸಿಬಿಟ್ಟಿತು. ಆದರೆ ಆ ಸಂಜೆ ನಿನ್ನ ರೂಮಿಗೆ ಬಂದು ಇದನ್ನು ಹೇಳುಕ್ಕೆ ಸಂಕೋಚ, ಅಂಜಿಕೆ. ಆಮೇಲೆ ಎರಡನೆ ಮೀಟಿಂಗಿಗೆ ನಿನ್ನನ್ನ ಕರೆದಿಲ್ಲ ಅನ್ನೂದು ದಿಲ್ಲಿಗೆ ಹೋದಮೇಲೆ ಗೊತ್ತಾಯಿತು. ನಮ್ಮ ಸರ್ಕಾರದ ರೀತಿಯೇ ಹಾಗೆ. ನನಗೆ ಇಷ್ಟೊಂದು ಸಾಕ್ಷ್ಯಚಿತ್ರಗಳ ಆರ್ಡರ್ ಕೊಡ್ತಿದಾರೆ. ಒಂದೊಂದು ಚಿತ್ರಕ್ಕೂ ಶೇಕಡಾ ಎಪ್ಪತ್ತೈದು ಭಾಗ ಲಾಭ. ಈ ಹೊಸ ಕಾರು ನೋಡು ಅದರಿಂದಲೇ ಕೊಂಡದ್ದು. ಅದಿರಲಿ, ಆಮೇಲೆ ನಾನು ನಿನ್ನನ್ನ ಸದಾ ಜ್ಞಾಪಿಸಿಕ್ಕೊತ್ತಿದ್ದೆ. ಬುದ್ಧಿಯ ಸಾಹಚರ್ಯವಿಲ್ಲದ ಹೆಂಗಸಿನ ಜೊತೆ ಹಂಚಿಕೊಳ್ಳುವುದೇನನ್ನು? ಗಂಡನಿಗಿಂತ ಹೆಚ್ಚು ವಿದ್ಯಾಬುದ್ಧಿಗಳಿಲ್ಲದ ಹೆಂಗಸು ಅವನಿಗೆ ಕೊಡುವುದಾದರೂ ಏನನ್ನು? ಎನ್ನಿಸತೊಡಗಿತು. ಆದರೂ ನಿನ್ನನ್ನು ಬಂದು ನೋಡುಕ್ಕೆ ಅಂಜಿಕೆ, ಸಂಕೋಚ. ಆಮೇಲೆ ಕೆಲಸದಲ್ಲಿ ಮುಳುಗಿದೆ.....'

ಗಾಳಿ ಬೀಸತೊಡಗಿತು. ಅವನೊಮ್ಮೆ ಕಣ್ಣುಗಳನ್ನು ಅವಳಿಂದ ತೆಗೆದು ಸುತ್ತ ನೋಡಿದ. ಇಂಥ ತೋಪಿನ ನಡುವೆ ಕೂತು ಗಾಳಿ ಬೀಸುವಾಗ ಎಷ್ಟು ಹಿತವಾಗಿರುತ್ತೆ! ಎನ್ನಿಸಿತು. 'ಅಲ್ಲಿ ಕಾಣುತ್ತಲ್ಲ, ಆ ಕಲ್ಲುಬೆಂಚಿನಮೇಲೆ ಕೂರಾಣ ಬಾ' ಎಂದು ಕಾರಿನ ತನ್ನ ಕಡೆಯ ಬಾಗಿಲು ತೆರೆದ. ಇಬ್ಬರೂ ಅಕ್ಕಪಕ್ಕದಲ್ಲಿ ಕುಳಿತಮೇಲೆ ಎಂದ:

'ಕೆಲಸದಲ್ಲಿ ಮುಳುಗಿದೆ ಅಂದೆನಲ್ಲ. ನೆನ್ನೆ ಬೆಳಗ್ಗೆ ಎದ್ದವನೇ ಕನ್ನಡ ಪತ್ರಿಕೆಯ ಭಾನುವಾರದ ಪುರವಣಿ ನೋಡಿದೆ, ನನ್ನದೊಂದು ಇಂಟರ್‌ವ್ಯೂ ಮಾಡಿಕೊಂಡು ಹೋಗಿದ್ದ ಸಿನಿಮಾ ಕರೆಸ್ಪಾಂಡೆಂಟ್ ವೆಂಕಟರಾವ್, ಅದು ಬಂದಿರುತ್ತೆ ಅಂತ. ನಿನ್ನ ಕಾದಂಬರಿಯ ವಿಮರ್ಶೆ ಇತ್ತು. ಓದಿದೆ. ನೀನು ಹೀಗೆ ಒಂದು ಕಾದಂಬರಿ ಬರೆದಿದಿ ಅಂತ ನನಗೇನು ಗೊತ್ತು? ವಿಮರ್ಶೇನ ನೀನೂ ಓದಿರಬೇಕಲ್ಲ?'

'ಓದಿದೆ. ಮೂರು ಕನ್ನಡ, ಒಂದು ಇಂಗ್ಲಿಷ್ ಪತ್ರಿಕೆ ತರುಸ್ತೀನಿ.'

"ಅದನ್ನ ವಿಮರ್ಶೆ ಅಂತ ಯಾರು ಕರೀಬೇಕು? ಯಾವನೋ ತಲೆ ಕೆಟ್ಟವನು ಬರೆದಿದಾನೆ ಅನ್ನಿಸಿತು. ಯಾವನೇ ಬರೆದಿರಲಿ, ಇಷ್ಟು ಜೋರಾಗಿ ದಾಳಿ ಮಾಡಿರಬೇಕಾದರೆ ಈ ಕಾದಂಬರಿಯಲ್ಲಿ ಸತ್ತ್ವವಿದ್ದೇ ಇರಬೇಕು, ತಕ್ಷಣ ಓದಬೇಕು ಅನ್ನಿಸಿತು. ಭಾನುವಾರ, ಪುಸ್ತಕದ ಅಂಗಡಿಗಳಿಗೆಲ್ಲ ರಜ. ನನ್ನ ಅಸಿಸ್ಟಂಟ್ ಮೋಹನ್‌ಕುಮಾರ್ ಗೊತ್ತಲ್ಲ, ಕನ್ನಡ

ಸಾಹಿತ್ಯದ ಭಕ್ತ. ಅವನಿಗೆ ಫ಼ೋನು ಮಾಡಿದೆ. ಸಾರ್ ನಾನು ಓದಿದೀನಿ, ನನ್ನ ಹತ್ತಿರ ಇದೆ, ಓದಿದರೆ ನಿಮಗೆ ಹರ್ಟ್ ಆಗಬಹುದು, ಎಂದ. ಏನಾದರೂ ಆಗಲಿ ಈ ತಕ್ಷಣ ತಂದುಕೊಡು ಅಂದು ತರಿಸಿಕೊಂಡು ಓದಿದೆ. ಓದುತಾ ಓದುತಾ ಮನಸ್ಸಿನಲ್ಲಿ ಗೊಂದಲ. ಹೀಗೆಲ್ಲ ಆಗಿರುಕ್ಕೆ ಸಾಧ್ಯವಾ? ಅಂತ. ಆದರೆ ನೀನು ಪ್ರತಿಯೊಂದು ವಿವರಕ್ಕೂ ಟಿಪ್ಪಣಿ, ಗ್ರಂಥಾಧಾರ, ಸುಲ್ತಾನ, ಬಾದಶಾಹರುಗಳೇ ಬರೆಸಿದ ಸರ್ಕಾರಿ ದಾಖಲೆಗಳನ್ನ ಪ್ರಕಾಶಕರು, ಪುಟ ಸಮೇತ ಕೊಟ್ಟಿದೀಯ. ಅವುಗಳಲ್ಲಿ ಕೆಲವನ್ನಾದರೂ ಓದಿ ನಿಜ ತಿಳಕೊಬೇಕು ಅನ್ನಿಸಿತು. ದಿಲ್ಲಿಯ ಸಭೆಯಲ್ಲೂ ನೀನು ಹೀಗೆ ದಾಖಲೆ, ಆಧಾರ ಹೇಳಿಯೇ ಮಾತನಾಡಿದ್ದುದು ನೆನಪಿಗೆ ಬಂತು. ಆ ಪುಸ್ತಕಗಳನ್ನ ಎಲ್ಲಿ ಹುಡುಕೂದು? ಅಂತ ಯೋಚನೆ ಮಾಡ್ತಿದ್ದೆ. ಸಂಜೆ ಎಂಟು ಗಂಟೆಯಾಗಿತ್ತು. ಟಿ.ವಿ. ಹಾಕಿದರೆ ಸುದ್ದಿ ಬಂತು. ಸುಪ್ರಸಿದ್ಧ ಚಿತ್ರಕಥಾ ಲೇಖಕಿ ರಜಿಯಾ ಬೇಗಮರು ಬರೆದ ಕಾದಂಬರಿಯಿಂದ ಮನನೊಂದು ಒಂದು ವರ್ಗದ ಜನರು ಬೆಳಗಿನಿಂದ ದಂಗೆ ಎದ್ದು ಮಹಾತ್ಮಗಾಂಧಿ ರಸ್ತೆಯ ಹಲವು ಅಂಗಡಿಗಳಿಗೆ ನಗರ ಸಾರಿಗೆ ಬಸ್ಸುಗಳಿಗೆ ಬೆಂಕಿ ಇಟ್ಟು ಕಲ್ಲು ಬೀರಿದ್ದರಿಂದ ಎಚ್ಚರಗೊಂಡ ಸರ್ಕಾರವು ಆ ಪುಸ್ತಕವನ್ನು ಮುಟ್ಟುಗೋಲು ಹಾಕಲು ಆದೇಶ ಹೊರಡಿಸಿದೆ. ಪೋಲೀಸರು ಆಗಲೇ ಕಾರ್ಯೋದ್ಯುಕ್ತರಾಗಿದ್ದಾರೆ. ಲೇಖಕಿಯನ್ನು ಬಂಧಿಸಬೇಕೆಂದೂ ಗುಂಪು ತಗಾದೆ ಮಾಡುತ್ತಿದೆ.

"ಸುದ್ದಿಯನ್ನು ನೋಡಿದ ನನಗೆ ನಿನ್ನ ಕ್ಷೇಮದ ಬಗೆಗೆ ಕಳವಳವಾಯಿತು. ರಾತ್ರಿ ಹತ್ತು ಗಂಟೆಯಲ್ಲಿ ಪೋಲೀಸ್ ಡಿ.ಐ.ಜಿ.ಗೆ ಫ಼ೋನು ಮಾಡಿದೆ. ನನ್ನನ್ನೊಬ್ಬ ಅಲ್ಪಸಂಖ್ಯಾಕರ ಪ್ರಭಾವಶಾಲೀ ಪ್ರತಿನಿಧಿ ಅಂತ ಭಾವಿಸಿದ ಅವರು, 'ಲೇಖಕಿಯ ಊರಿಗೇ ಹೋಗಿ ಅವಳ ಮನೆಯಲ್ಲಿರುವ ಆ ಪುಸ್ತಕದ ಪ್ರತಿಗಳನ್ನಲ್ಲದೆ ಅವಳ ಇಡೀ ಗ್ರಂಥಸಂಗ್ರಹವನ್ನು ಜಫ಼್ತ್ ಮಾಡಿಕೊಂಡು ಬಂದಿದೀವಿ. ಈಗಾಗಲೆ ಸುದ್ದಿಯನ್ನು ಪತ್ರಿಕೆಗಳಿಗೆ ಬಿಡುಗಡೆ ಮಾಡಿದೀವಿ. ನಾಳೆಯಿಂದ ಗುಂಪು ದಾಂಧಲೇನ ಕೈ ಬಿಡುತ್ತೆ ಅಂತ ನಮಗೆ ನಂಬಿಕೆ ಇದೆ' ಅಂದರು. 'ಲೇಖಕಿಯನ್ನ ಬಂಧಿಸಿ ಅಂತ ಗುಂಪಿನ ಬೇಡಿಕೆ ಇದೆಯಲ್ಲ,' ಎಂದೆ. 'ನಾವು ಇದಕ್ಕಿಂತ ಹೆಚ್ಚು ಸುದ್ದಿಯನ್ನ ಸದ್ಯಕ್ಕೆ ಕೊಡುವ ಸ್ಥಿತಿಯಲ್ಲಿಲ್ಲ' ಅಂದರು. ಏನಿದರ ಅರ್ಥ? ನಿನ್ನ ಅರೆಸ್ಟ್ ಆಗುತ್ತೆ ಅಂತ ಅಲ್ಲವೆ? ರಾತ್ರಿ ಎಲ್ಲ ಒದ್ದಾಡಿದೆ. ದಿಲ್ಲಿಯ ಸಭೆಯಲ್ಲಿ ನೀನು ಧೈರ್ಯವಾಗಿ ನಿಂತು ಮಾತನಾಡಿದ ಚಿತ್ರವೇ ಮನಸ್ಸಿನಲ್ಲಿ ತುಂಬಿಕೊಂಡಿತ್ತು. ಅಲ್ಲಿಯೂ ನೀನು ಎಷ್ಟೋ ಆಧಾರ ಗ್ರಂಥಗಳ ಹೆಸರು ಹೇಳಿದ್ದೆ. ಈ ಕಾದಂಬರಿಯಲ್ಲೇ ಹೇಳಿದೀಯ. ಅವುಗಳಲ್ಲಿ ಕೆಲವನ್ನಾದರೂ, ಅಥವಾ ನೀನು ಗುರುತು ಮಾಡಿಕೊಟ್ಟ ಭಾಗಗಳನ್ನಾದರೂ ನಾನು ಓದಬೇಕು ಎನ್ನಿಸಿಬಿಟ್ಟಿತು. ಆದರೆ ಪುಸ್ತಕಗಳೇ ಇಲ್ಲವಲ್ಲ, ಪೋಲೀಸರು ಒಯ್ದರು ಅಂದರೆ ಮತ್ತೆ ಸಿಕ್ಕುತ್ತೆಯೆ? ಅನ್ನುವ ಚಿಂತೆ. ಹಾಗೆಯೇ ಸಿಗರೇಟು ಸೇದುತ್ತಾ ದೊಡ್ಡ ತೊಟ್ಟಿಯ ಜೋಕಾಲಿಯ ಮೇಲೆ, ನಿನಗೆ ಜ್ಞಾಪಕವಿದೆಯಲ್ಲ ಅದು?, ಕೂತು ಕಾಲಿನಿಂದ ಮೀಟಿಕೊಳ್ಳುತ್ತಿರುವಾಗ ಆ ಪುಸ್ತಕಗಳೆಲ್ಲ ನಿನ್ನ ಅಪ್ಪ ಕೊಂಡು ಸಂಗ್ರಹಿಸಿದ್ದು ಅಂತ ನೀನು ಹೇಳಿದ ನೆನಪಾಯಿತು."

ಇಬ್ಬರೂ ಕಾರಿನಲ್ಲಿ ಕುಳಿತಮೇಲೆ ಅವಳು ಕೇಳಿದಳು: 'ನನಗೊಂದು ಕುತೂಹಲ. ವಿಮರ್ಶಕ ಅನ್ನುವ ಹೆಸರಿನಲ್ಲಿ ಈ ಪ್ರಚೋದನಾ ಲೇಖನವನ್ನ ಯಾರು ಬರೆದಿರಬಹುದು?'

'ನಿನ್ನ ಊಹೆಯನ್ನು ಮೊದಲು ಹೇಳು. ಆಮೇಲೆ ನನಗೆ ಅನ್ನಿಸೂದ ಹೇಳ್ತೀನಿ,' ಕಾರನ್ನು ಚಾಲೂ ಮಾಡುತ್ತಿದ್ದವನು ಅದನ್ನು ನಿಲ್ಲಿಸಿ ಕೇಳಿದ.

'ಶಾಸ್ತ್ರಿಗಳಿರಬಹುದೆ?'

'ನನಗೂ ಅದೇ ಅನುಮಾನ. ಅವರೇ ಬರೆದಿರಲಿಕ್ಕಿಲ್ಲ. ಅವರ ಯಾರೋ ಒಬ್ಬ ಚೇಲಾನ ಕೈಲಿ ಬರೆಸಿರಬಹುದು. ಅಥವಾ ಪತ್ರಿಕೆಯೋರೇ ಸುದ್ದಿ ಮಾಡಿ ಗಲಾಟೆ ಎಬ್ಬಿಸಿ ತಮ್ಮ ಪ್ರಸಾರ ಹೆಚ್ಚಿಸಿಕೊಳ್ಳುಕ್ಕೆ ಮಾಡಿರಬಹುದು. ತಮ್ಮ ಮಗಳನ್ನ ನಿನ್ನ ಮಗನಿಗೆ ಕೊಟ್ಟು ಅವನ ಮೇಲೆ ನಿನ್ನ ಪ್ರಭಾವ ತುಸುವಾದರೂ ಇರೂದರಿಂದ ಅವರು ಈ ಕಿತಾಪತಿಯಲ್ಲಿ ನೇರವಾಗಿ ಸಿಕ್ಕಿಕೊಳ್ಳುವ ಕೆಲಸ ಮಾಡುಲ್ಲ ಅನ್ನಿಸುತ್ತೆ. ನಿಧಾನವಾಗಿ ವಿಚಾರಿಸಿದರೆ ಪತ್ತೆಯಾಗುತ್ತೆ,' ಎಂದು ಕಾರನ್ನು ಚಾಲೂ ಮಾಡಿದ.

ತುಸು ದೂರ ನಡೆಸಿದಮೇಲೆ ಕೇಳಿದ: 'ಪೋಲೀಸರು ತುಂಬಿಕೊಂಡು ಹೋದ ಪುಸ್ತಕಗಳ, ಲೇಖಕರ, ಪ್ರಕಾಶಕರ ಹೆಸರುಗಳು ಜ್ಞಾಪಕದಲ್ಲಿವೆಯೆ?'

'ಯಾಕೆ?'

'ಅವುಗಳದ್ದೊಂದು ಪಟ್ಟಿ ಮಾಡು. ಕೋರ್ಟಿನ ಮುಖಾಂತರ ಬಿಡಿಸಿಕೊಳ್ಳುಕ್ಕೆ ಅನುಕೂಲವಾಗುತ್ತೆ. ಈ ಪಟ್ಟಿ ಸಂಪೂರ್ಣವಲ್ಲ; ನೆನಪಿಗೆ ಬಂದ ಹೆಸರುಗಳನ್ನು ಮಾತ್ರ ಬರೆದಿದೀನಿ, ಅಂತ, ಮೊದಲಿಗೇ ಒಂದು ಷರಾ ಹಾಕು.'

ಅವನ ಸಲಹೆಯನ್ನು ಆಲೋಚಿಸಿ ಒಂದು ನಿಮಿಷದ ನಂತರ ಅವಳು ಹೇಳಿದಳು: 'ನಮ್ಮ ಪುಸ್ತಕಗಳನ್ನು ವಾಪಸು ಪಡೆಯುಕ್ಕೆ ಮಾತ್ರವಲ್ಲ. ನನ್ನ ಕಾದಂಬರಿಗೆ ಈ ಎಲ್ಲ ಗ್ರಂಥಗಳ ಆಧಾರವಿದೆ. ಕಾದಂಬರಿಯನ್ನು ಮುಟ್ಟುಗೋಲು ಹಾಕುವುದು ನ್ಯಾಯವಾದರೆ ಅದರ ಆಧಾರಗ್ರಂಥಗಳನ್ನೆಲ್ಲ ಮುಟ್ಟುಗೋಲು ಹಾಕಬೇಕು ಅಂತ ನ್ಯಾಯಾಲಯದಲ್ಲಿ ವಾದ ಮಂಡಿಸುಕ್ಕೂ ಗ್ರಂಥಗಳ ಪಟ್ಟಿ ಮಾಡಬೇಕು.'

ಲಕ್ಷ್ಮಿ ಬೆಂಗಳೂರಿನ ಸ್ನೇಹಿತ ನಂಜುಂಡಪ್ಪನವರ ಮನೆಯಲ್ಲಿ ಅವಿತು ಕೂತಿದ್ದಾಗ ಕೇವಲ ನೆನಪಿನಿಂದ ಗ್ರಂಥಗಳ ಈ ಪಟ್ಟಿಯನ್ನು ತಯಾರಿಸಿದಳು:

Abu-L-Fazl AllamI: *1. The A-IN-I Akbar,* vol. I, II and III
Translated by H. Blochmann,
complete and ubabridged,
First published 1927, 1949
Low price publications,
Delhi 110052

	D.K.Publishers Distributors pvt. Ltd. Ansari Road, Darya Gunj, New Delhi-110002
Abu-L-Fazl:	2. *The Akbar Nama* Translated from the persian by H. Beveridge, Vol. I and II first published,1902,1939 Low price publications D.K. Publishers Distributors
A.K.Priolkar:	3. *The Goa Inquisition* with accounts given by Dr. Dellon and Dr. Buchanan, First published 1961, Voice of India 1991
Alberuni's India:	4. Edited with notes and Indices by Edward C. Sachau Vol. I and II First published, 1910 Reprints 1989, 93, 96 Low price publications
Babur-Nama :	5. Translated by Annette S. Beveridge Two Vols bound in one First published 1921 Reprinted in Lpp, 1989, 97
Sir H.M. Elliot And John Dowson	6-13. *The History Of India As Told By Its Own Historians.* 8 Volumes, Low price publicat ions, Delhi-52

ಆಯಾಕಾಲದ ಮುಸಲ್ಮಾನ ಲೇಖಕರೇ ಮುಸ್ಲಿಮರ ಭಾರತದ ಆಕ್ರಮಣ, ಯುದ್ಧ ಮತ್ತು ಆಳ್ವಿಕೆಗಳನ್ನು ದಾಖಲಿಸಿರುವ ವಿಪುಲವಾದ ಸಾಮಗ್ರಿಯನ್ನು ಇಲಿಯಟ್ ಮತ್ತು ಡಾಸನ್ ಅವರು ಆಯ್ದು ಇಂಗ್ಲಿಷಿಗೆ ಅನುವಾದಿಸಿರುವ ಬೃಹತ್ ಆಕರ ಈ ಸಂಪುಟಗಳು.

David Frawley And Navaratna S. Rajaram:	**14.** *Islam in Today's World* (The Myth and The Truth) Naimisha Research Foundation, Bangalore
David Frawley and Navaratna S.Rajaram S.V. Seshagiri Rao	**15.** *Crusade in India: Christianity's* *struggle for survival in the* *post-colonial world.* Naimisha Research Foundation,Bangalore
Harsh Narain:	**16.** *Jizya and The Spread of* *Islam 1990*
The Islamic Trilogy Series:	**17.** Vol. I. *Mohammed And The* *Unbelievers A Political Life*
	18. Vol. II. *The Political Traditions* *Of Mohammed* The Hadith For The Unbelievers
	19. Vol. III. *A Simple Koran Read* *able And Understandable*
	20. Vol. IV. *An Abridged Koran* *Readable And Understandable*
	21. Vol. V. *Mohammed, Allah, And* *The Jews* The Foundational Doctrine
	22. Vol. VI. *Mohammed, Allah, And* *The Christians* The Foundational Doctrine
	23. Vol. VII. *Mohammed, Allah, And* *Hinduism* The Foundational Doctrine
	24. Vol. VIII. *Mohammed, Allah, And* *The Intellectuals* The Foundational Doctrine

Centre For The Study Of Political
Islam (CSPI Publications)

Ishwar Sharan: 25. *The Myth of Saint Thomas and*
The Mylapore Shiva Temple
Voice of India 1991

Jadunath Sarkar: 26. *A Short History Of Aurangzib*
Orient Longman 1979.
First published 1930, 54, 62.

27. *Shivaji and his times,*
First edition 1919
Orient Longman 1973, 92, 97

28. *A History of Jaipur*
written in 1939-40 published in

29. *Military History of India*
First Edition 1960
Orient Longman 1970

James Tod: 30-31. *Annals and Antiquities*
of Rajasthan 2 volumes,
First published 1829, Routledge
keganPaul Ltd. London,
paper back 1997 Rupa & co.,

John F. Richards: 32. *The New Cambridge History*
of India,
The Mugal Empire, Cambridge
University Press, First South
Asian Edition 1993
Foundation Books Ansari Road
New Delhi 110 002

Koenraad Elst: 33. *Ayodhya and After:*
Issues before Hindu Society,
Voice of India, 2/18 Ansari Road,
New Delhi 110 002

34. *Negationism in India:*
Concealing the Record of Islam,
Voice of India

35. *Psychology of Prophetism,*
Voice of India

36. *Ram Janma Bhoomi Vs Babri*
Masjid: A Case Study in Hindu
Muslim Conflict. Voice of India

37. *The Saffron Swastika*
(The notion of Hindu Fascism)
vol I & II Voice of India

38. *Dr. Ambedkar, A True Aryan*

39. *Indigenous Indians:* Agatsya to
Ambedkar.

K.M. Panikkar: **40.** *Malabar and The Portuguese, 1929*
Voice of India reprint 1997

K.S. Lal :   **41.** *The Mughal Harem,*
Aditya Prakashan, New Delhi

42. *Muslim slave system in*
Medieval India
Aditya prakashana

43. *Indian Muslims: Who are they?*
Voice of India

44. *Theory And Practice Of Muslim*
State in India. Aditya Prakashana

45. *The Legacy Of Muslim Rule*
in India, Aditya prakashana

Maasir-I- Alamgiri: **46.** Saqi Must'ad Khan,
Eng tr. by Jadunath Sarkar,
Royal Asiatic Society Of Bengal,
Calcutta, 1947, 1986

Navaratna S. Rajaram:

47. *The Politics of History*
    (Aryan Invasion Theory and
    The Subversion of Scholarship)
    Voice of India

48. *Nationalism and Distortions in
    Indian History,* Naimisha
    Research Foundation, Bangalore

49. *A Hindu View of the World*
    Essays in the Intellectual Kshatriya
    Traditions
    Voice of India

50. *Profiles in Deception*
    (Ayodhya and the Dead
    Sea Scrolls) Voice of India

51. *Hindutva and The Nation*
    Naimisha Research Foundation,
    Bangalore

52. *Aryan Invasion: Historical*
    Theory or Political Myth. Vigil
    (A public opinion Forum)
    49, Murthy Street,
    West Mambalam Madras 600 033

Navaratna S. Rajaram
 and David Frawley
Foreword by Klaus K.
Klostermaier.

53. *Vedic Aryans and The Origins
    of Civilization* (A Literary and
    Scientific Perspective)

R.C. Majumdar:

54-64. *The History And Culture of the
    Indian people,* 11 vols
    Bharatiya Vidya Bhavan.

Samuel P. Huntington:

65. *The Clash of Civilizations and
    The Remaking of World Order.*
    Penguin

Suhas Majumdar:

Swapan Das Gupta.
RamaJois, Arun Jaitley:
S.P. Gupta:
Koenraad Elst:
Arun Shourie
Shrikant G. Talageri:

SitaRam Goel:

66. *Jihad* (The Islamic Doctrine of permanent war), Voice of India

67. *The Ayodhya Reference,*
   Supreme Court Judgement
   and Commentaries

68. *Aryan Invasion Theory and Indian Nationalism,* Voice of India

69. *The Aryan Invasion Theory: A Reappraisal.* With Foreword by S.R. Rao. Aditya Prakashan F-14/65 Model town II Delhi 110 009

70. *History of Hindu-Christian Encounters* (A.D 304 to 1996) Voice of India.

71. H*indu Temples - What Happened to Them* vol. I A Preliminary Sur vey Vol. II The Islamic Evidence

72. *The Calcutta Quran Petition* Voice of India

73. *How I became A Hindu* (Reprinted with a post script) Voice of India

74. *Freedom of Expression* (Secular Theory versus Liberal Democracy) Voice of India

75. *Genisis And growth of Nehruism* Vol I Commitment to Communism

76. *Catholic Ashrams* (Sanyasins or Swindlers?) Voice of India

77. *Papacy: Its Doctrine and History*
78. *Stalinist 'Historians' Spread the Big Lie*
79. *Perversion of India's Political parlance*
80. *Hindu Society Under Siege*
81. *Muslism Separatism: Causes and Consequences*
82. *Pseudo-Secularism: Christian Missions and Hindu Resistance*
83. *Defence of Hindu Society*
84. *Heroic Hindu Resistance To Muslim Invaders* (636 A.D to 1206 A.D)
85. *Hindus and Hinduism:* Manipulation of Meanings
86. *India's Secularism, New name for National Subversion.* Original in Hindi, English translation by Yashpal Sharma

Stanley Lane-Poole:

87. *Aurangzib And the Decay of Mughal Empire.* First published 1890, reprint 1930, Lpp 1990.

The Jahangirnama:

88. *Memoirs of Jahangir* Translated, Edited and Annotated by Wheeler Thackston. Oxford university press, New York

The Tuzuk-I-Jahangiri:

89-90. *The Memoirs of Jahangir* Translated by Alexander Rogers Edited by Henry Beveridge

in two volumes bound in one,
First published 1909-1914

Gul Badan Begum:

91. *The Hitory of Humayun*
(Humayun Nama)
Tranlation with introduction,
notes Illustration by
Annette S. Beveridge
First published 1902

Willam Irvine:

92. *The Army of the Indian Moghuls,*
(Its Organization and Administra
tion) LPP

ಈ ಕಾದಂಬರಿಯ ವಿಶ್ವನಾಥ ದೇವಾಲಯದ ಧ್ವಂಸದ ಪ್ರಕರಣಕ್ಕೆ ಸಂಬಂಧಿಸಿ

Anwar Shaikh:

93. *Islam, the Arab Imperialism*
94. *Islam, Sex and Violence 1999*
The Principality Publishers P.O.
Box 918, Cardiff, U.K.

Arun Shourie:

95. *Eminent Historians: Their*
Technology, Their Line, Their
Fraud A.S.A. New Delhi
96. *A Secular Agenda A.S.A.*
97. *The World of Fatwas Or The*
Shariat in Action, A.S.A.
98. *Indian Controversies, Essays on*
Religion in Politics, A.S.A
99. Arun Shourie and his Christian
Critic. Voice of India
100. *The State As Charade,* A.S.A.
101. *Missionaries in India,* A.S.A.
102. *Harvesting Our Souls.* A.S.A.
103. *Hinduism: Essence and*

Concequence. A.S.A.

David Frawley: ***104.*** *Arise Arjuna: Hinduism And The Modern World.* Voice of India

Diana L. Eck: ***105.*** *Banaras, City Of Light,* Penguin

Every Man's Library: ***106.*** *The Koran* Translated by Marmaduke Pickthall

Ibn Warraq: ***107.*** *Why I Am Not a Muslim* Prometheus Books, 59 John Glenn Drive Amherst, New York 14228-2197

Jagmohan: ***108.*** *My Frozen Turbulence in Kashmir* Allied publishers

King James Version: ***109.*** *Holy Bible* Standard Text Edition

Sir William Muir: ***110.*** *The Life of Mahommet: From Original Sources,* Third Edition, London,1894, First Indian reprint, voice of India

Margoliouth D.S.: ***111.*** *Mohammed and The Rise of Islam* First published, London 1905 Reprint, Voice of India, 1985

Martin Lings: ***112.*** *Muhammad* His Life Based on the Earliest Sources George Allen and Unwin

ಈ ಪುಸ್ತಕದ LXI ಅಧ್ಯಾಯದಲ್ಲಿ ಬನಿ ಕು ರೈ ಝು ಎಂಬ ಪಂಗಡದ ಎಲ್ಲ ಏಳುನೂರು ಗಂಡಸರ ಕತ್ತನ್ನೂ ಕತ್ತರಿಸಿ ಸಾವಿರದ ಇನ್ನೂರು ಹೆಂಗಸರು ಮಕ್ಕಳನ್ನು ಸೈನಿಕರು ಹಂಚಿಕೊಂಡ ವಿಷಯವಿದೆ. ಉಳಿದವರನ್ನು ಯುದ್ಧದ ಕುದುರೆ ಮತ್ತು ಶಸ್ತ್ರಗಳಿಗೆ ಸಾಟಿ ವ್ಯಾಪಾರ ಮಾಡಿದ ವಿಷಯ ಸರ್ ವಿಲಿಯಮ್ ಮುಯ್ರ್‌ನ (Sir Wiliam Muir) ಮೇಲ್ಕಂಡ ಗ್ರಂಥದ ೩೨೦ನೆ ಪುಟದಲ್ಲಿದೆ. ಮಾರ್ಟಿನ್ ಲಿನ್ಗ್ಸ್‌ನ ಪುಸ್ತಕಕ್ಕೆ ಪಾಕಿಸ್ತಾನಿ ಸರ್ಕಾರವು ಒಂದು ಬಹುಮಾನ ಕೊಟ್ಟಿದ್ದಲ್ಲದೆ ೧೯೮೩ರಲ್ಲಿ ಇಸ್ಲಾಮಾಬಾದಿನಲ್ಲಿ ನಡೆದ National Seerat Conferenceನಲ್ಲಿ ಪ್ರವಾದಿಗಳನ್ನು ಕುರಿತು ಇಂಗ್ಲಿಷಿ

ನಲ್ಲಿ ಬರೆದ ಅತ್ಯುತ್ತಮ ಜೀವನ ಚರಿತ್ರೆ ಎಂದು ಆಯ್ಕೆ ಮಾಡಿತು. ೧೯೯೦ರಲ್ಲಿ ಈ ಪುಸ್ತಕವನ್ನು ಕೈರೋದ ಅಶರ್ ವಿಶ್ವವಿದ್ಯಾಲಯವು ಗಮನಿಸಿದ ನಂತರ ಈಜಿಪ್ಟಿನ ರಾಷ್ಟ್ರಾಧ್ಯಕ್ಷ ಮುಬಾರಕರು ಲೇಖಕನಿಗೆ ಪ್ರಶಸ್ತಿ ಕೊಟ್ಟು ಗೌರವಿಸಿದರು. ಆದ್ದರಿಂದ ಇದು ಮುಸ್ಲಿಮರೆಲ್ಲ ಒಪ್ಪಿಕೊಂಡ ಜೀವನ ಚರಿತ್ರೆ. ಪ್ರಥಮ ಮುದ್ರಣ George Allen and Unwin, 1983 ಪುನರ್ಮುದ್ರಣ ೧೯೮೭, ೮೮.

ನಾನು ಬಳಸಿರುವ ಮುದ್ರಣದ ಪ್ರಕಾಶಕರು The Islamic Text Society 1991, 22A, Brooklands Avenue, Cambridge CB2 2D. U.K.

Sir Wiliam Muir ಅವರ ಪುಸ್ತಕ XVII, *Seige of Medina, and Massacre of the Beni Kureiza.* D.S. Margoliouth ಅವರ ಪುಸ್ತಕ chapter IX, *Destruction of the Jews* ಮತ್ತು ch. IV. ಮುಸ್ಲಿಮರಿಗೆ ಮತ್ತು ಮುಸ್ಲಿಮ್ ಜಗತ್ತಿಗೆ ಇವತ್ತೂ ಎಹೂದಿ ಜನಾಂಗ ಹಾಗು ಇಸ್ರೆಲ್ ದೇಶದ ಬಗೆಗೆ ಇರುವ ದ್ವೇಷದ ಮೂಲ ಇಲ್ಲಿದೆ. ಈ ವಿಷಯಕ್ಕೆ Paul Johnson: *A History of The Jews,* Harper Perennial p. 166, 167, 175 ಪುಟಗಳನ್ನೂ ನೋಡಬಹುದು.

Naipaul V.S.: *113. Beyond Belief*
Islamic Excursions among the Converted Peoples, Viking

Ram Swarup: **114.** *The Word as Revelation*
Names of Gods Foreword by David Frawley 1980

115. *Meditations, Yogas, Gods, Religions*

116. *Women in Islam*

117. *Whither Sikhism?*

118. *Hindu view of Christanity and Islam,*

119. *Pope John Paul II on Eastern Religions and Yoga*
A Hindu-Buddhist Rejoinder

Robert Sewell: ***120.*** *A Forgotten Empire* (Vijayanagar)
Asian Educational Services,
New Delhi-Chennai

Sharma. H.D. **121.** *The Real Tipu*

ಡಾ. ಪ್ರಧಾನ್ ಗುರುದತ್ತರು ಈ ಪುಸ್ತಕವನ್ನು 'ಟಿಪೂ–ನಿಜ ಸ್ವರೂಪ' ಎಂಬ ಹೆಸರಿನಲ್ಲಿ ಕನ್ನಡಕ್ಕೆ ಅನುವಾದಿಸಿದ್ದಾರೆ. ಸಾಹಿತ್ಯ ಸಿಂಧು, ೧೪/೩–ಅ ನೃಪತುಂಗ ರಸ್ತೆ ಬೆಂಗಳೂರು ೫೬೦೦೦೧, ೨೦೦೩. ಇದರ ಕೊನೆಯಲ್ಲಿರುವ ಗ್ರಂಥ ಋಣವನ್ನು ಅವಶ್ಯ ನೋಡಬೇಕು.

Sriram Sathe: **122.** *Aryans: Who Were They?*
Bharatiya Itihasa Sankalana
Samiti, Mysore, 1971

123. *Bhartiya Historiography*
Bharatiya Itihasa Sankalana Samiti,
14/3 RT, LIGH, Barkatpura
Hyderabad 500 027

124. *Facts About Aryans*
Hyderbad 500 027

125. *European Secularism:*
Mother of Misconceptions

Vigil, A public opinion Forum: ***126.*** *Kashmir: Views by Eminent persons*
49, Murthy Street, Madras 600 033

Warad Pande N.R.: ***127.*** *The Nemisis of Nehru-Worship*
Sahitya Sindhu Prakashana
Bangalore 560 001.

ಪವಿತ್ರ ಕುರ್ ಆನ್: **128.** ಶಾಂತಿ ಪ್ರಕಾಶನ, ಹಿದಾಯತ್ ಸೆಂಟರ್,
ಬೀಬಿ ಅಲಾಬಿ ರಸ್ತೆ, ಮಂಗಳೂರು ೫೭೫ ೦೦೧
ಕನ್ನಡಾನುವಾದ: ಎಸ್. ಅಬ್ದುಲ್ ಗಫ್ಫಾರ್

ಒಂದೊಂದು ಸೂರಃ(ಅಧ್ಯಾಯ)ದಲ್ಲೂ ಉದಾಹರಣೆಗೆ Everyman's Libraryಯ ಇಂಗ್ಲಿಷ್ ಅನುವಾದ ಸಂಸ್ಕರಣದಲ್ಲಿ ಬರುವ ವಚನಗಳ ಸಂಖ್ಯೆಯು ಒಂದೊಂದು ಸಂಸ್ಕರಣದಲ್ಲೂ ತುಸು ಹಿಂಚು ಮುಂಚಾಗಿದೆ.

ಮೋತಿಚಂದ್ರ: ***129.*** ಕಾಶೀ ಕಾ ಇತಿಹಾಸ್ (ಹಿಂದಿ) ವಿಶ್ವವಿದ್ಯಾಲಯ
ಪ್ರಕಾಶನ್, ಚೌಕ, ವಾರಾಣಸೀ ೨೨೧ ೦೦೧

ಈ ಕಾದಂಬರಿಯ ೧೩ನೆ ಅಧ್ಯಾಯದಲ್ಲಿ ಕಾಶಿಯ ಗಂಗಾನದಿಯ ದಡದಲ್ಲಿ ಸಂಧಿಸುವ ಸಾಧುವಿನ ಮಾತುಗಳು.

ಯಾಜ್ಞವಲ್ಕ್ಯ ಸ್ಮೃತಿ: **130.** ೧-೩೪೩ ನಾಗ್ ಪಬ್ಲಿಶರ್ಸ್ ದೆಹಲಿ ೧೯೮೫

ರಘುವಂಶಮ್: **131.** ೪-೪೩ ಧರ್ಮವಿಜಯ ಎಂದು ಹೆಸರಿಸಿದುದರ ಮೇಲೆ ವ್ಯಾಖ್ಯಾನ ಮಾಡಿದ ಕಾಶ್ಮಿರದ ವಿದ್ವಾಂಸ ವಲ್ಲಭದೇವ.

Raghu Vamsham, Ed: **132.** H.D. Velankar, Nirnayasagar press, Bombay 1948 p.93

ವೆಂಕಟನಾಥಾಚಾರ್ಯ ಎನ್.ಎಸ್.: ***133.*** ***ಕೌಟಲೀಯಾರ್ಥ ಶಾಸ್ತ್ರಂ*** ಓರಿಯೆಂಟಲ್ ರಿಸ್ಚರ್ಚ್ ಇನ್ಸ್ಟಿಟ್ಯುಟ್ ಮೈಸೂರು. ೧೭೬ನೆ ಪ್ರಕರಣ, ೧೩ನೆ ಅಧಿಕರಣ, ೫ನೆ ಅಧ್ಯಾಯ ಹಾಗೂ ೧೨೧ನೆ ಪ್ರಕರಣ ೭ನೆ ಅಧಿಕರಣ ೧೬ನೆ ಅಧ್ಯಾಯ.

Narayanacharaya K.S.: *134. Relevance of Kautilya For Today* Kautilya Institute Of National studies, Mysore-570005.
ಶ್ರೀ ಎಸ್. ಗುರುಮೂರ್ತಿಯವರು ಈ ಗ್ರಂಥಕ್ಕೆ ಬರೆದಿರುವ ಮುನ್ನುಡಿಯಲ್ಲಿ ಅಬ್ರಹಾಮೀಯ ಎಂದರೆ ಗ್ರೀಕ್, ಕ್ರೈಸ್ತ, ಮತ್ತು ಮುಸ್ಲಿಂ ಯುದ್ಧನೀತಿಗೂ ಭಾರತೀಯ ಯುದ್ಧನೀತಿಗೂ ಇರುವ ವ್ಯತ್ಯಾಸವನ್ನು ಪಾಂಡಿತ್ಯಪೂರ್ಣವಾಗಿ ವಿವರಿಸಿದ್ದಾರೆ. ಕಾದಂಬರಿಯ ೧೩ನೆಯ ಅಧ್ಯಾಯದಲ್ಲಿ ಸಾಧು ಹೇಳುವ ಮಾತುಗಳಿಗೆ ಈ ಮುನ್ನುಡಿಯಲ್ಲಿ ಧಂಡಿಯಾಗುವಷ್ಟು ಆಧಾರಗಳು ದೊರಕುತ್ತವೆ.

135. ''The Chachnama is Arab or Muslim genre writing, a 'pleasant story of conquest,' the conquest of Sindh. But it is a bloody story, and the parts that get into the school books are fairy tales....History as selective as this leads quickly to unreality. Before Mohammed, there is blackness, slavery, exploitation. After Mohammed, there is light: slavery and exploitation vanish. But did it? How can that be said or taught? What about all those slaves sent back from Sindh to the Caliph? What about the descendants of the African slaves who walk about Karachi? There is no adequate answer: so the faith begins to nullify or overlay the real world.''

-V.S. Naipaul. Among the Believers-An Islamic Journey, 1981

'Is the call for *jihad* against a particular people a religious right by those calling for it, or is it a human rights violation against the people on which *jihad* is declared and waged?'

-Dr. John Garang. United Nations, Geneva, March 22, 1999

Quoted in:

The Legacy of Jihad
Islamic Holy War and the Fate of Non-Muslims
Ed: by *Andrew G. Bostom, MD* Foreword by *Ibn Warraq*
Prometheus Books 59 John Glenn Drive Amherst,
New York 14228-2197

The Complete	**136.** Advaita Ashrama, Mayavati
Works of Swami	Memorial Edition, Fourteenth
Vivekananda:	Edition, 1972 Vol. I p. 183 to 185

''The yogi teaches that the mind itself has a higher state of existence, beyond reason, a superconcious state, and when the mind gets to that higher state, then this knowledge, beyond reasoning, comes to man. Metaphysical and transcendental knowledge comes to that man. This state of going beyond reason, transcending ordinary human nature, may sometimes come by chance to a man who does not understand its science; he, as it were, stumbles upon it. When he stumbles upon it, he generally interprets it as coming from outside. So this explains why an inspiration, or transcendental knowledge, may be the same in different countries, but in one country it will seem to come through an angel, and in another through a Deva, and in a third through God. What does it mean? It means that the mind brought the knowledge by its own nature, and that the finding of the knowledge was interpreted according to the belief and eduction of the person through whom it came. The real fact is that these various men, as it were, stumbled upon this superconscious state.

"The Yogi says there is a great danger in stumbling upon this state. In a good many cases there is the danger of the brain being deranged, and as a rule, you will find that all these men, however great they were, who had stumbled upon this superconcious state without understanding it, groped in the dark and generally had, along with their knowledge, some quaint superstition. They opened themselves to hallucinations. Mohammed claimed that the Angel Gabriel came to him in a cave one day and took him on the heavenly horse, Harak, and he visited the heavens. But with all that, Mohammed spoke some wonderful truths. If you read the Koran, you find the most wonderful truths mixed with superstitions. How will you explain it? That man was inspired, no doubt, but that inspiration was, as it were, stumbled upon. He was not a trained yogi, and did not know the reason of what he was doing. Think of the good Mohammed did to the world, and think of the great evil that has been done through his fanaticism! Think of the millions massacred through his teachings, mothers bereft of their children, children made orphans, whole countries destoryed, millions upon millions of people killed!

"So we see this danger by studying the lives of great teachers like Mohammed and others. Yet we find, at the same time, that they were all inspired. Whenever a prophet got into the super conscious state by heightening his emotional nature, he brought away from it not only some truths but some fanaticism also, some superstition which injured the world as much as the greatness of the teaching helped. To get any reason out of the mass incongruity we call human life, we have to transcend our reason, but we must do it scientifically, slowly, by regular practice, and we must cast off all superstition. We must take up the study of the superconscious state just as any other science. On reason we must have to lay our foundation, we must follow reason as far as it leads, and when reason fails, reason itself will show us the way to the highest plane. When you hear a man say 'I am inspired' and then talk irrationally, reject it. Why? Because these three states - instinct, reason, and superconciousness, or the unconscious, conscious and superconscious state - belong to one and the same mind. There are not three minds in one man, but one state of it develops into the others. Instinct develops into reason, and reason into the transcendental consciousness; therefore, not one of the states contradicts the others. Real inspiration never contradicts reason, but fulfils it. Just as you find the great prophets saying, 'I came not to destory but to fulfil,' so inspiration always comes to fulfil reason, and is in harmony with it.''

ಸ್ವಾಮಿ ವಿವೇಕಾನಂದರ ಭಾಷಣದ ಕನ್ನಡಾನುವಾದ:

"ವಿಚಾರವನ್ನು ಮೀರಿದ ಒಂದು ಉನ್ನತಾವಸ್ಥೆ ಮನಸ್ಸಿಗೆ ಇದೆ ಎಂದು ಯೋಗಿಯು ಬೋಧಿಸುತ್ತಾನೆ. ಆ ಉನ್ನತಸ್ಥಿತಿಗೆ ಮನಸ್ಸು ಏರಿದಾಗ ಈ ತರ್ಕಾತೀತಜ್ಞಾನವು ಬರುತ್ತದೆ. ಅತಿಭೌತಿಕ ಮತ್ತು ಅಚಿಂತ್ಯ ಜ್ಞಾನವು ಅಂಥ ಮನುಷ್ಯನಿಗೆ ಲಭಿಸುತ್ತದೆ. ವಿಚಾರವನ್ನು, ಮನುಷ್ಯನ ಸ್ವಾಭಾವಿಕಸ್ಥಿತಿಯನ್ನು ಮೀರಿ ಏರುವ ಶಾಸ್ತ್ರಕ್ರಮವನ್ನು ತಿಳಿಯದೆ ಇರುವವನಿಗೂ ಕೆಲವೊಮ್ಮೆ ಆಕಸ್ಮಿಕವಾಗಿ ಈ ಅವಸ್ಥೆಯು ಲಭಿಸಿಬಿಡಬಹುದು. ಅವನು ತಿಳಿಯದಲೇ ಅದರ ಮೇಲೆ ಎಡವಿ ಬೀಳಬಹುದು. ಅವನು ಹಾಗೆ ಅದರ ಮೇಲೆ ಎಡವಿ ಬಿದ್ದಾಗ ಅದು ಎಲ್ಲಿಯೋ ಹೊರಗಿನಿಂದ ಬರುತ್ತದೆ ಎಂದು ವ್ಯಾಖ್ಯೆ ಮಾಡುತ್ತಾನೆ. ಸ್ಫೂರ್ತಿ ಅಥವಾ ಅತೀಂದ್ರಿಯ ಜ್ಞಾನವು ಒಂದೇ ತೆರನಾಗಿದ್ದರೂ ಅದನ್ನು ಬೇರೆ ಬೇರೆ ದೇಶಗಳಲ್ಲಿ ಬೇರೆ ಬೇರೆ ರೀತಿಯಲ್ಲಿ ವಿವರಿಸುವ ಕಾರಣ ಇದೇ ಆಗಿದೆ. ಇದು ಒಬ್ಬ ದೇವಚರನಿಂದ ಬಂತೆಂದು ಒಂದು ದೇಶದಲ್ಲಿ, ಒಬ್ಬ ದೇವನಿಂದ ಬಂತೆಂದು ಇನ್ನೊಂದು ದೇಶದಲ್ಲಿ, ಈಶ್ವರನಿಂದ ಬಂತೆಂದು ಇನ್ನೊಂದು ದೇಶದಲ್ಲಿ ವಿವರಿಸುತ್ತಾರೆ. ಅಂದರೇನು? ಮನಸ್ಸು ಸ್ವಭಾವತಃ ಜ್ಞಾನವನ್ನು ತಂದಿತು. ಆದರೆ ಅದಕ್ಕೆ ಕಾರಣವನ್ನು ಕಂಡು ಹಿಡಿಯುವುದು ಮಾತ್ರ, ಆ ಜ್ಞಾನವು ಯಾವ ವ್ಯಕ್ತಿಯ ಮೂಲಕ ವ್ಯಕ್ತವಾಯಿತೋ ಅವನ ನಂಬಿಕೆ ಮತ್ತು ವಿದ್ಯಾ ಬುದ್ಧಿಗಳನ್ನು ಅವಲಂಬಿಸಿರುತ್ತದೆ. ವಾಸ್ತವಾಂಶವೆಂದರೆ ಈ ವ್ಯಕ್ತಿಗಳು ಅದರ ಕಾರಣವು ಗೊತ್ತಿಲ್ಲದೆ ಈ ಅತೀಂದ್ರಿಯಾವಸ್ಥೆಯನ್ನು ಎಡವಿ ತಡವಿದ್ದು.

"ಈ ಸ್ಥಿತಿಯನ್ನು ಈ ರೀತಿ ಎಡವಿ ಪಡೆಯುವುದರಿಂದ ದೊಡ್ಡ ಅಪಾಯವಿದೆ ಎಂದು ಯೋಗಿಯು ಹೇಳುತ್ತಾನೆ. ಎಷ್ಟೋ ವೇಳೆ ಹೀಗೆ ಪಡೆದವರು ಹುಚ್ಚರಾಗುವ

ಅಪಾಯವೂ ಇದೆ. ಅಂಥವರು ಎಷ್ಟೇ ದೊಡ್ಡವರಾಗಲಿ ಕತ್ತಲೆಯಲ್ಲಿ ತಡಕಾಡುವುದನ್ನು, ಅವರ ಜ್ಞಾನದ ಜೊತೆಯಲ್ಲಿ ಕೆಲವು ವಿಚಿತ್ರವಾದ ಮೌಢ್ಯವಿರುವುದನ್ನು ನೀವು ಗುರುತಿಸ ಬಹುದು. ಅವರು ಚಿತ್ತ ವಿಕಾರಗಳಿಗೆ ತಮ್ಮನ್ನು ತಾವು ತೆರೆದುಕೊಂಡಿರುತ್ತಾರೆ. ಗೇಬ್ರಿಯಲ್ ಎಂಬ ದೇವಚರನು ಒಂದು ದಿನ ಗುಹೆಯಲ್ಲಿ ತಮ್ಮ ಬಳಿಗೆ ಬಂದು ತಮ್ಮನ್ನು ಹರಾಕ್ ಎಂಬ ದೇವಲೋಕದ ಕುದುರೆಯ ಮೇಲೆ ಸ್ವರ್ಗಕ್ಕೆ ಕರೆದೊಯ್ದನೆಂದು ಪ್ರವಾದಿ ಮೊಹ ಮ್ಮದರು ಹೇಳಿಕೊಂಡಿದ್ದಾರೆ. ಇಷ್ಟಾಗಿಯೂ ಮೊಹಮ್ಮದರು ಕೆಲವು ಬೆರಗುಗೊಳಿಸುವ ಸತ್ಯಗಳನ್ನು ನುಡಿದಿದ್ದಾರೆ. ನೀವು ಕೊರಾನನ್ನು ಓದಿದರೆ ಅತ್ಯಂತ ಬೆರಗುಗೊಳಿಸುವ ಸತ್ಯಗಳು ಮೌಢ್ಯಗಳೊಡನೆ ಬೆರೆತಿರುವುದನ್ನು ಕಾಣಬಹುದು. ಅದನ್ನು ಹೇಗೆ ವಿವರಿಸುತ್ತೀರಿ? ಅವರು ಸ್ಫೂರ್ತಿಯನ್ನು ಪಡೆದಿದ್ದರೆಂಬುದೇನೋ ನಿಜ. ಆದರೆ ಆ ಸ್ಫೂರ್ತಿಯು ಆಕಸ್ಮಿಕ ವಾಗಿ ಎಡವಿ ಪಡೆದದ್ದು. ಅವರು ಕ್ರಮವಾಗಿ ತರಬೇತಿ ಪಡೆದು ಸಾಧನೆ ಮಾಡಿದ ಯೋಗಿಯಾಗಿರಲಿಲ್ಲ; ಆದ್ದರಿಂದ ತಾವು ಮಾಡುತ್ತಿರುವುದರ ಕಾರಣ ಅವರಿಗೆ ಗೊತ್ತಿರಲಿಲ್ಲ. ಮಹಮ್ಮದರು ಪ್ರಪಂಚಕ್ಕೆ ಮಾಡಿದ ಒಳ್ಳೆಯದರ ಜೊತೆಗೆ ಅವರ ಮತಾಂಧತೆಯಿಂದ ಪ್ರಪಂಚಕ್ಕೆ ಆದ ಮಹಾಕೆಡುಕನ್ನು ಆಲೋಚಿಸಿ! ಅವರ ಬೋಧನೆಯ ಪರಿಣಾಮವಾಗಿ ಕಗ್ಗೊಲೆಯಾದ ಲಕ್ಷ ಲಕ್ಷಾಂತರ ಜನರನ್ನು, ಮಕ್ಕಳನ್ನು ಕಳೆದುಕೊಂಡ ತಾಯಂದಿರನ್ನು, ಅನಾಥರಾದ ಮಕ್ಕಳನ್ನು, ಇಡಿ ಇಡಿಯಾಗಿ ನಾಶವಾದ ದೇಶಗಳನ್ನು, ಸಾಮೂಹಿಕವಾಗಿ ಕೊಲೆಯಾದ ದಶ ದಶಾಂತರ ಲಕ್ಷ ಮಾನವ ಜೀವಿಗಳನ್ನು ಆಲೋಚಿಸಿ!

"ಆದ್ದರಿಂದ ಮೊಹಮ್ಮದ್ ಮುಂತಾದ ದೊಡ್ಡ ಬೋಧಕರ ಜೀವನವನ್ನು ವಿಮರ್ಶಿಸಿ ದರೆ ಈ ಅಪಾಯವು ನಮಗೆ ತಿಳಿಯುತ್ತದೆ. ಅವರೆಲ್ಲರೂ ಸ್ಫೂರ್ತರಾದವರೇ. ತಮ್ಮ ಭಾವವನ್ನು ಉದ್ರೇಕಿಸಿಕೊಳ್ಳುವ ಮೂಲಕ ಪ್ರಜ್ಞಾತೀತಾವಸ್ಥೆಗೆ ಏರಿದಾಗಲೆಲ್ಲ ಅಲ್ಲಿಂದ ಹಿಂತಿರುಗುವಾಗ ಪ್ರವಾದಿಗಳು ಕೆಲವು ಸತ್ಯಗಳನ್ನು ಮಾತ್ರ ತರದೆ ಮತಾಂಧತೆಯನ್ನೂ ತಂದರು; ಅವರ ಮಹತ್ತ್ವದ ಬೋಧನೆಯು ಈ ಪ್ರಪಂಚಕ್ಕೆ ಸಹಾಯ ಮಾಡಿದಷ್ಟೇ ಅವರ ಮೌಢ್ಯವು ಪ್ರಪಂಚಕ್ಕೆ ಗಾಯವನ್ನೂ ಉಂಟುಮಾಡಿತು. ಜೀವನ ಎಂಬ ಅಸಂಬದ್ಧ ರಾಶಿಯಿಂದ ಏನಾದರೂ ವಿಚಾರ ಅಥವಾ ಅರ್ಥವನ್ನು ಪಡೆಯಬೇಕಾದರೆ ನಾವು ವಿಚಾರವನ್ನು ಮೀರಿರಬೇಕು. ಆದರೆ ಅದನ್ನು ವೈಜ್ಞಾನಿಕವಾಗಿ ನಿಯಮಿತವಾದ ಸಾಧನೆ ಮತ್ತು ಅಭ್ಯಾಸದ ಮೂಲಕ ನಿಧಾನವಾಗಿ ಮಾಡಬೇಕು. ಎಲ್ಲ ಮೂಢನಂಬಿಕೆಗಳನ್ನೂ ಕಿತ್ತೊಗೆಯಬೇಕು. ಬೇರೆ ವಿಜ್ಞಾನ ಶಾಖೆಗಳನ್ನು ಅಧ್ಯಯನ ಮಾಡುವಂತೆ ಅತೀಂದ್ರಿಯಾ ವಸ್ಥೆಯನ್ನೂ ವೈಜ್ಞಾನಿಕವಾಗಿ ಅಧ್ಯಯನ ಮಾಡಬೇಕು. ವಿಚಾರದಿಂದಲೇ ನಾವು ತಳಹದಿ ಯನ್ನು ಕಟ್ಟಬೇಕು; ವಿಚಾರವು ನಮ್ಮನ್ನು ಒಯ್ಯುವವರೆಗೆ ಅದನ್ನು ಅನುಸರಿಸಬೇಕು; ವಿಚಾರವು ಸೋಲುವಾಗ ಅದೇ ತನಗಿಂತ ಮೇಲಿನ ಹಂತವನ್ನು ತೋರಿಸುತ್ತದೆ. ಯಾರಾ ದರೂ 'ನಾನು ಸ್ಫೂರ್ತನಾಗಿದ್ದೇನೆ' ಎಂದು ಹೇಳಿ ಅವೈಚಾರಿಕ ಮಾತನಾಡಿದರೆ ಅವನನ್ನು ತಿರಸ್ಕರಿಸಿ. ಯಾಕೆ? ಯಾಕೆಂದರೆ ಸಹಜಪ್ರವೃತ್ತಿ, ವಿಚಾರ ಮತ್ತು ಪ್ರಜ್ಞಾತೀತಸ್ಥಿತಿ ಅಥವಾ ಅಪ್ರಜ್ಞೆ, ಪ್ರಜ್ಞೆ ಮತ್ತು ಪ್ರಜ್ಞಾತೀತ ಸ್ಥಿತಿಗಳು ಒಂದು ಸ್ಥಿತಿಯು ಮೇಲಿನ ಸ್ಥಿತಿಗೆ ಬೆಳೆಯುವ

ಒಂದೇ ಮನಸ್ಸಿನ ಮೂರು ಸ್ಥಿತಿಗಳು. ಅವು ಒಬ್ಬನೇ ವ್ಯಕ್ತಿಯ ಮೂರು ಬೇರೆ ಬೇರೆ ಮನಸ್ಸುಗಳಲ್ಲ. ಸಹಜಪ್ರವೃತ್ತಿಯು ವಿಚಾರವಾಗಿ ವಿಕಾಸವಾಗುತ್ತದೆ; ವಿಚಾರವು ಅತೀತ ಪ್ರಜ್ಞೆಯಾಗಿ ಬೆಳೆಯುತ್ತದೆ. ಆದಕಾರಣ ಯಾವ ಒಂದು ಸ್ಥಿತಿಯೂ ಉಳಿದವನ್ನು ವಿರೋಧಿಸುವುದಿಲ್ಲ. ನಿಜವಾದ ಅತೀತ ಪ್ರಜ್ಞೆಯು ವಿಚಾರವನ್ನು ಎಂದಿಗೂ ವಿರೋಧಿಸುವುದಿಲ್ಲ; ಪೂರ್ಣಗೊಳಿಸುತ್ತದೆ. 'ನಾನು ಬರುವುದು ಧ್ವಂಸ ಮಾಡುವುದಕ್ಕಲ್ಲ, ಪೂರ್ಣಗೊಳಿಸಲು' ಎಂಬ ಮಹಾತ್ಮರ ವಾಣಿಯಂತೆ ಸ್ಫೂರ್ತಿಯು ಯಾವಾಗಲೂ ವಿಚಾರವನ್ನು ಪೂರ್ಣಗೊಳಿಸಲು ಬರುತ್ತದೆ, ಅದರೊಡನೆ ಸಮರಸವಾಗುತ್ತದೆ."

ಈ ಪಟ್ಟಿಯನ್ನು ತಯಾರಿಸಿದ ನಂತರ ಇದು ತನ್ನ ಸಂಗ್ರಹದ ಕಾಲುಭಾಗವನ್ನೂ ಒಳಗೊಂಡಿಲ್ಲವೆಂಬ ಅರಿವು ಲಕ್ಷ್ಮಿಗೆ ಆಯಿತು. ನೆನಪು ಬಂದಂತೆ ಉಳಿದುವನ್ನು ಸೇರಿಸುವುದೆಂದು ಯೋಜನೆ ಹಾಕಿಕೊಂಡಳು.

* * *

ಆರಂಭ: ೨೧-೫-೨೦೦೪ ಮುಕ್ತಾಯ: ೧೧-೯-೨೦೦೪

ಭೈರಪ್ಪನವರ ಕೃತಿಗಳು

(ಪ್ರಥಮ ಮುದ್ರಣದ ಕ್ರಮದಂತೆ)

ಕಾದಂಬರಿಗಳು

ಗತಜನ್ಮ – ಮತ್ತೆರಡುಕತೆಗಳು

ಒಂಬತ್ತು ಮುದ್ರಣಗಳು: ೧೯೫೫, ೨೦೧೫, ೨೦೧೬, ೨೦೧೭, ೨೦೧೯, ೨೦೨೦, ೨೦೨೧, ೨೦೨೩, ೨೦೨೪

ಭೀಮಕಾಯ

ಹದಿನಾಲ್ಕು ಮುದ್ರಣಗಳು: ೧೯೫೮, ೨೦೦೫, ೨೦೦೭, ೨೦೧೦, ೨೦೧೨, ೨೦೧೪, ೨೦೧೫, ೨೦೧೭, ೨೦೧೮, ೨೦೧೯, ೨೦೨೧, ೨೦೨೨, ೨೦೨೪, ೨೦೨೫

ಬೆಳಕು ಮೂಡಿತು

ಐದು ಮುದ್ರಣಗಳು: ೧೯೫೯, ೨೦೨೧, ೨೦೨೨, ೨೦೨೩, ೨೦೨೫

ಧರ್ಮಶ್ರೀ

ಇಪ್ಪತ್ತೈದು ಮುದ್ರಣಗಳು: ೧೯೬೧, ೧೯೬೭, ೧೯೬೯, ೧೯೭೧, ೧೯೭೭, ೧೯೮೫, ೧೯೯೨, ೧೯೯೯, ೨೦೦೩, ೨೦೦೭, ೨೦೦೮, ೨೦೧೦, ೨೦೧೨, ೨೦೧೩, ೨೦೧೪, ೨೦೧೫, ೨೦೧೬, ೨೦೧೭, ೨೦೧೯, ೨೦೨೦, ೨೦೨೧, ೨೦೨೨, ೨೦೨೩, ೨೦೨೪, ೨೦೨೫

ದೂರ ಸರಿದರು

ಇಪ್ಪತ್ತಾರು ಮುದ್ರಣಗಳು: ೧೯೬೨, ೧೯೬೮, ೧೯೭೦, ೧೯೭೫, ೧೯೮೩, ೧೯೯೧, ೧೯೯೯, ೨೦೦೩, ೨೦೦೬, ೨೦೦೯, ೨೦೧೦, ೨೦೧೧, ೨೦೧೩, ೨೦೧೪, ೨೦೧೫, ೨೦೧೬, ೨೦೧೭, ೨೦೧೮, ೨೦೧೯, ೨೦೨೦, ೨೦೨೧, ೨೦೨೨, ೨೦೨೩, ೨೦೨೪, ೨೦೨೪, ೨೦೨೫

ಮತದಾನ

ಇಪ್ಪತ್ತೆರಡು ಮುದ್ರಣಗಳು: ೧೯೬೫, ೧೯೬೯, ೧೯೭೫, ೧೯೮೨, ೧೯೮೭, ೧೯೮೭, ೧೯೯೮, ೨೦೦೨, ೨೦೦೭, ೨೦೧೦, ೨೦೧೨, ೨೦೧೪, ೨೦೧೪, ೨೦೧೬, ೨೦೧೭, ೨೦೧೮, ೨೦೧೯, ೨೦೨೧, ೨೦೨೨, ೨೦೨೩, ೨೦೨೪, ೨೦೨೫

ವಂಶವೃಕ್ಷ

ಮೂವತ್ತೈದು ಮುದ್ರಣಗಳು: ೧೯೬೫, ೧೯೬೭, ೧೯೭೦, ೧೯೭೧, ೧೯೮೧, ೧೯೮೮, ೧೯೯೯, ೨೦೦೩, ೨೦೦೬, ೨೦೦೭, ೨೦೦೮, ೨೦೦೯, ೨೦೦೯, ೨೦೧೧, ೨೦೧೧, ೨೦೧೨, ೨೦೧೩, ೨೦೧೪, ೨೦೧೫, ೨೦೧೬, ೨೦೧೬, ೨೦೧೭, ೨೦೧೮, ೨೦೧೮, ೨೦೧೯, ೨೦೨೦, ೨೦೨೦, ೨೦೨೧, ೨೦೨೧, ೨೦೨೨, ೨೦೨೩, ೨೦೨೩, ೨೦೨೪, ೨೦೨೪, ೨೦೨೫

ಜಲಪಾತ

ಹತ್ತೊಂಬತ್ತು ಮುದ್ರಣಗಳು: ೧೯೬೭, ೧೯೬೮, ೧೯೭೩, ೧೯೮೩, ೧೯೮೭, ೧೯೯೯, ೨೦೦೩, ೨೦೦೭, ೨೦೧೦, ೨೦೧೨, ೨೦೧೪, ೨೦೧೫, ೨೦೧೭, ೨೦೧೮, ೨೦೧೯, ೨೦೨೧, ೨೦೨೨, ೨೦೨೩, ೨೦೨೪

ನಾಯಿ–ನೆರಳು

ಮೂವತ್ಮೂರು ಮುದ್ರಣಗಳು: ೧೯೬೮, ೧೯೭೧, ೧೯೭೫, ೧೯೮೨, ೧೯೮೭, ೧೯೯೯, ೨೦೦೩, ೨೦೦೬, ೨೦೦೭, ೨೦೦೯, ೨೦೧೦, ೨೦೧೨, ೨೦೧೩, ೨೦೧೩, ೨೦೧೪, ೨೦೧೫, ೨೦೧೬, ೨೦೧೭, ೨೦೧೭, ೨೦೧೮, ೨೦೧೯, ೨೦೨೦, ೨೦೨೦, ೨೦೨೧, ೨೦೨೧, ೨೦೨೨, ೨೦೨೨, ೨೦೨೩, ೨೦೨೩, ೨೦೨೪, ೨೦೨೪, ೨೦೨೪, ೨೦೨೫

ತಬ್ಬಲಿಯು ನೀನಾದೆ ಮಗನೆ

ಇಪ್ಪತ್ತೊಂದು ಮುದ್ರಣಗಳು: ೧೯೬೮, ೧೯೭೨, ೧೯೮೧, ೧೯೮೫, ೧೯೯೮, ೨೦೦೩, ೨೦೦೬, ೨೦೦೯, ೨೦೧೧, ೨೦೧೨, ೨೦೧೪, ೨೦೧೫, ೨೦೧೬, ೨೦೧೭, ೨೦೧೮, ೨೦೨೦, ೨೦೨೧, ೨೦೨೨, ೨೦೨೩, ೨೦೨೪, ೨೦೨೫

ಗೃಹಭಂಗ

ಮೂವತ್ತು ಮುದ್ರಣಗಳು: ೧೯೭೦, ೧೯೭೪, ೧೯೮೪, ೧೯೯೯, ೨೦೦೧, ೨೦೦೭, ೨೦೦೮, ೨೦೦೯, ೨೦೧೦, ೨೦೧೧, ೨೦೧೧, ೨೦೧೩, ೨೦೧೪, ೨೦೧೪, ೨೦೧೫, ೨೦೧೬, ೨೦೧೭, ೨೦೧೮, ೨೦೧೮, ೨೦೧೯, ೨೦೨೦, ೨೦೨೦, ೨೦೨೧, ೨೦೨೧, ೨೦೨೨, ೨೦೨೩, ೨೦೨೩, ೨೦೨೪, ೨೦೨೪, ೨೦೨೫

ನಿರಾಕರಣ

ಇಪ್ಪತ್ತೈದು ಮುದ್ರಣಗಳು: ೧೯೭೧, ೧೯೭೫, ೧೯೮೨, ೧೯೮೭, ೧೯೯೯, ೨೦೦೨, ೨೦೦೫, ೨೦೦೭, ೨೦೦೯, ೨೦೧೧, ೨೦೧೩, ೨೦೧೪, ೨೦೧೪, ೨೦೧೫, ೨೦೧೭, ೨೦೧೮, ೨೦೧೯, ೨೦೨೦, ೨೦೨೧, ೨೦೨೨, ೨೦೨೨, ೨೦೨೩, ೨೦೨೪, ೨೦೨೪, ೨೦೨೫

ಗ್ರಹಣ

ಹತ್ತೊಂಬತ್ತು ಮುದ್ರಣಗಳು: ೧೯೭೨, ೧೯೮೨,

೧೯೮೭, ೧೯೯೯, ೨೦೦೨, ೨೦೦೭, ೨೦೦೮, ೨೦೧೧, ೨೦೧೨, ೨೦೧೪, ೨೦೧೫, ೨೦೧೬, ೨೦೧೮, ೨೦೧೯, ೨೦೨೦, ೨೦೨೧, ೨೦೨೨, ೨೦೨೪, ೨೦೨೫

ದಾಟು

ಇಪ್ಪತ್ತೇಳನೇ ಮುದ್ರಣ: ೧೯೭೩, ೧೯೭೮, ೧೯೯೫, ೨೦೦೦, ೨೦೦೪, ೨೦೦೬, ೨೦೦೭, ೨೦೦೯, ೨೦೧೧, ೨೦೧೨, ೨೦೧೩, ೨೦೧೪, ೨೦೧೪, ೨೦೧೫, ೨೦೧೬, ೨೦೧೭, ೨೦೧೮, ೨೦೧೮, ೨೦೧೯, ೨೦೨೦, ೨೦೨೦, ೨೦೨೧, ೨೦೨೨, ೨೦೨೨, **೨೦೨೩**, ೨೦೨೪, ೨೦೨೫

ಅನ್ವೇಷಣ

ಇಪ್ಪತ್ತೆರಡು ಮುದ್ರಣಗಳು: ೧೯೭೬, ೧೯೮೧, ೧೯೮೫, ೧೯೯೭, ೨೦೦೨, ೨೦೦೬, ೨೦೦೭, ೨೦೦೯, ೨೦೧೧, ೨೦೧೩, ೨೦೧೪, ೨೦೧೫, ೨೦೧೬, ೨೦೧೭, ೨೦೧೮, ೨೦೧೯, ೨೦೨೦, ೨೦೨೧, ೨೦೨೨, ೨೦೨೩, ೨೦೨೪, ೨೦೨೫

ಪರ್ವ

ಮೂವತ್ತಾರು ಮುದ್ರಣ: ೧೯೭೯, ೧೯೮೧, ೧೯೮೯, ೧೯೯೫, ೨೦೦೧, ೨೦೦೪, ೨೦೦೬, ೨೦೦೭, ೨೦೦೮, ೨೦೦೯, ೨೦೧೦, ೨೦೧೧, ೨೦೧೨, ೨೦೧೩, ೨೦೧೪, ೨೦೧೪, ೨೦೧೫, ೨೦೧೬, ೨೦೧೭, ೨೦೧೮, ೨೦೧೯, ೨೦೨೦, ೨೦೨೦, ೨೦೨೧, ೨೦೨೧, ೨೦೨೧, ೨೦೨೧, ೨೦೨೨, ೨೦೨೨, ೨೦೨೨, ೨೦೨೩, ೨೦೨೩, ೨೦೨೩, ೨೦೨೪, ೨೦೨೪, ೨೦೨೫

ನೆಲೆ

ಮೊದಲನೇ ಮುದ್ರಣ: ೧೯೮೩
ಎರಡನೇ ಮುದ್ರಣ: ೧೯೮೬
ಮೂರನೇ ಮುದ್ರಣ: ೧೯೯೯
ನಾಲ್ಕನೇ ಮುದ್ರಣ: ೨೦೦೧
ಐದನೇ ಮುದ್ರಣ: ೨೦೦೭
ಆರನೇ ಮುದ್ರಣ: ೨೦೦೮
ಏಳನೇ ಮುದ್ರಣ: ೨೦೧೦
ಎಂಟನೇ ಮುದ್ರಣ: ೨೦೧೨
ಒಂಬತ್ತನೇ ಮುದ್ರಣ: ೨೦೧೪
ಹತ್ತನೇ ಮುದ್ರಣ: ೨೦೧೫
ಹನ್ನೊಂದನೇ ಮುದ್ರಣ: ೨೦೧೬
ಹನ್ನೆರಡನೇ ಮುದ್ರಣ: ೨೦೧೭
ಹದಿಮೂರನೇ ಮುದ್ರಣ: ೨೦೧೯
ಹದಿನಾಲ್ಕನೇ ಮುದ್ರಣ: ೨೦೨೦
ಹದಿನೈದನೇ ಮುದ್ರಣ: ೨೦೨೧
ಹದಿನಾರನೇ ಮುದ್ರಣ: ೨೦೨೨
ಹದಿನೇಳನೇ ಮುದ್ರಣ: ೨೦೨೩
ಹದಿನೆಂಟು ಮುದ್ರಣ: ೨೦೨೫

ಸಾಕ್ಷಿ

ಮೊದಲನೇ ಮುದ್ರಣ: ೧೯೮೬
ಎರಡನೇ ಮುದ್ರಣ: ೧೯೯೫
ಮೂರನೇ ಮುದ್ರಣ: ೨೦೦೨
ನಾಲ್ಕನೇ ಮುದ್ರಣ: ೨೦೦೭
ಐದನೇ ಮುದ್ರಣ: ೨೦೦೯
ಆರನೇ ಮುದ್ರಣ: ೨೦೧೧
ಏಳನೇ ಮುದ್ರಣ: ೨೦೧೩
ಎಂಟನೇ ಮುದ್ರಣ: ೨೦೧೪
ಒಂಬತ್ತನೇ ಮುದ್ರಣ: ೨೦೧೫
ಹತ್ತನೇ ಮುದ್ರಣ: ೨೦೧೬
ಹನ್ನೊಂದನೇ ಮುದ್ರಣ: ೨೦೧೮
ಹನ್ನೆರಡನೇ ಮುದ್ರಣ: ೨೦೧೯
ಹದಿಮೂರನೇ ಮುದ್ರಣ: ೨೦೨೦
ಹದಿನಾಲ್ಕನೇ ಮುದ್ರಣ: ೨೦೨೧
ಹದಿನೈದನೇ ಮುದ್ರಣ: ೨೦೨೨
ಹದಿನಾರನೇ ಮುದ್ರಣ: ೨೦೨೩
ಹದಿನೇಳನೇ ಮುದ್ರಣ: ೨೦೨೪

ಅಂಚು

ಮೊದಲನೇ ಮುದ್ರಣ: ೧೯೯೦
ಎರಡನೇ ಮುದ್ರಣ: ೧೯೯೫
ಮೂರನೇ ಮುದ್ರಣ: ೨೦೦೨
ನಾಲ್ಕನೇ ಮುದ್ರಣ: ೨೦೦೬
ಐದನೇ ಮುದ್ರಣ: ೨೦೦೭
ಆರನೇ ಮುದ್ರಣ: ೨೦೧೦
ಏಳನೇ ಮುದ್ರಣ: ೨೦೧೨
ಎಂಟನೇ ಮುದ್ರಣ: ೨೦೧೪
ಒಂಬತ್ತನೇ ಮುದ್ರಣ: ೨೦೧೫
ಹತ್ತನೇ ಮುದ್ರಣ: ೨೦೧೬
ಹನ್ನೊಂದನೇ ಮುದ್ರಣ: ೨೦೧೮
ಹನ್ನೆರಡನೇ ಮುದ್ರಣ: ೨೦೧೯
ಹದಿಮೂರನೇ ಮುದ್ರಣ: ೨೦೨೧
ಹದಿನಾಲ್ಕನೇ ಮುದ್ರಣ: ೨೦೨೨
ಹದಿನೈದನೇ ಮುದ್ರಣ: ೨೦೨೩
ಹದಿನಾರನೇ ಮುದ್ರಣ: ೨೦೨೪

ತಂತು

ಮೊದಲನೇ ಮುದ್ರಣ: ೧೯೯೩
ಎರಡನೇ ಮುದ್ರಣ: ೧೯೯೭
ಮೂರನೇ ಮುದ್ರಣ: ೨೦೦೩
ನಾಲ್ಕನೇ ಮುದ್ರಣ: ೨೦೦೫
ಐದನೇ ಮುದ್ರಣ: ೨೦೦೬
ಆರನೇ ಮುದ್ರಣ: ೨೦೦೯
ಏಳನೇ ಮುದ್ರಣ: ೨೦೧೨
ಎಂಟನೇ ಮುದ್ರಣ: ೨೦೧೩
ಒಂಬತ್ತನೇ ಮುದ್ರಣ: ೨೦೧೬
ಹತ್ತನೇ ಮುದ್ರಣ: ೨೦೧೮

ಹನ್ನೊಂದನೇ ಮುದ್ರಣ: ೨೦೨೦
ಹನ್ನೆರಡನೇ ಮುದ್ರಣ: ೨೦೨೩
ಹದಿಮೂರು ಮುದ್ರಣ: ೨೦೨೪

ಸಾರ್ಥ

ಮೊದಲನೇ ಮುದ್ರಣ: ೧೯೯೮
ಎರಡನೇ ಮುದ್ರಣ: ೧೯೯೮
ಮೂರನೇ ಮುದ್ರಣ: ೨೦೦೦
ನಾಲ್ಕನೇ ಮುದ್ರಣ: ೨೦೦೬
ಐದನೇ ಮುದ್ರಣ: ೨೦೦೭
ಆರನೇ ಮುದ್ರಣ: ೨೦೦೯
ಏಳನೇ ಮುದ್ರಣ: ೨೦೧೦
ಎಂಟನೇ ಮುದ್ರಣ: ೨೦೧೨
ಒಂಬತ್ತನೇ ಮುದ್ರಣ: ೨೦೧೩
ಹತ್ತನೇ ಮುದ್ರಣ: ೨೦೧೪
ಹನ್ನೊಂದನೇ ಮುದ್ರಣ: ೨೦೧೫
ಹನ್ನೆರಡನೇ ಮುದ್ರಣ: ೨೦೧೬
ಹದಿಮೂರನೇ ಮುದ್ರಣ: ೨೦೧೭
ಹದಿನಾಲ್ಕನೇ ಮುದ್ರಣ: ೨೦೧೮
ಹದಿನೈದನೇ ಮುದ್ರಣ: ೨೦೧೮
ಹದಿನಾರನೇ ಮುದ್ರಣ: ೨೦೧೯
ಹದಿನೇಳನೇ ಮುದ್ರಣ: ೨೦೨೦
ಹದಿನೆಂಟನೇ ಮುದ್ರಣ: ೨೦೨೧
ಹತ್ತೊಂಬತ್ತನೇ ಮುದ್ರಣ: ೨೦೨೧
ಇಪ್ಪತ್ತನೇ ಮುದ್ರಣ: ೨೦೨೨
ಇಪ್ಪತ್ತೊಂದನೇ ಮುದ್ರಣ: ೨೦೨೩
ಇಪ್ಪತ್ತೆರಡು ಮುದ್ರಣ: ೨೦೨೪
ಇಪ್ಪತ್ಮೂರು ಮುದ್ರಣ: ೨೦೨೫

ಮಂದ್ರ

ಮೊದಲನೇ ಮುದ್ರಣ: ೨೦೦೨
ಎರಡನೇ ಮುದ್ರಣ: ೨೦೦೨
ಮೂರನೇ ಮುದ್ರಣ: ೨೦೦೩
ನಾಲ್ಕನೇ ಮುದ್ರಣ: ೨೦೦೬
ಐದನೇ ಮುದ್ರಣ: ೨೦೦೮
ಆರನೇ ಮುದ್ರಣ: ೨೦೧೧
ಏಳನೇ ಮುದ್ರಣ: ೨೦೧೧
ಎಂಟನೇ ಮುದ್ರಣ: ೨೦೧೨
ಒಂಬತ್ತನೇ ಮುದ್ರಣ: ೨೦೧೨
ಹತ್ತನೇ ಮುದ್ರಣ: ೨೦೧೩
ಹನ್ನೊಂದನೇ ಮುದ್ರಣ: ೨೦೧೪
ಹನ್ನೆರಡನೇ ಮುದ್ರಣ: ೨೦೧೪
ಹದಿಮೂರನೇ ಮುದ್ರಣ: ೨೦೧೫
ಹದಿನಾಲ್ಕನೇ ಮುದ್ರಣ: ೨೦೧೭
ಹದಿನೈದನೇ ಮುದ್ರಣ: ೨೦೧೮
ಹದಿನಾರನೇ ಮುದ್ರಣ: ೨೦೧೯
ಹದಿನೇಳನೇ ಮುದ್ರಣ: ೨೦೨೦
ಹದಿನೆಂಟನೇ ಮುದ್ರಣ: ೨೦೨೦
ಹತ್ತೊಂಬತ್ತನೇ ಮುದ್ರಣ: ೨೦೨೧
ಇಪ್ಪತ್ತನೇ ಮುದ್ರಣ: ೨೦೨೩
ಇಪ್ಪತ್ತೊಂದನೇ ಮುದ್ರಣ: ೨೦೨೪

ಆವರಣ: ಎಪ್ಪತ್ತೈದು ಮುದ್ರಣಗಳು

ಹದಿನಾಲ್ಕು ಮುದ್ರಣಗಳು: ೨೦೦೭
ಹದಿನೈದನೇ ಮುದ್ರಣ: ೨೦೦೮
ಹದಿನಾರನೇ ಮುದ್ರಣ: ೨೦೦೮
ಹದಿನೇಳನೇ ಮುದ್ರಣ: ೨೦೦೮
ಹದಿನೆಂಟನೇ ಮುದ್ರಣ: ೨೦೦೮
ಹತ್ತೊಂಬತ್ತನೇ ಮುದ್ರಣ: ೨೦೦೯
ಇಪ್ಪತ್ತನೇ ಮುದ್ರಣ: ೨೦೦೯
ಇಪ್ಪತ್ತೊಂದನೇ ಮುದ್ರಣ: ೨೦೦೯
ಇಪ್ಪತ್ತೆರಡನೇ ಮುದ್ರಣ: ೨೦೦೯
ಇಪ್ಪತ್‌ಮೂರನೇ ಮುದ್ರಣ: ೨೦೧೦
ಇಪ್ಪತ್ತನಾಲ್ಕನೇ ಮುದ್ರಣ: ೨೦೧೦
ಇಪ್ಪತ್ತೈದನೇ ಮುದ್ರಣ: ೨೦೧೦
ಇಪ್ಪತ್ತಾರನೇ ಮುದ್ರಣ: ೨೦೧೦
ಇಪ್ಪತ್ತೇಳನೇ ಮುದ್ರಣ: ೨೦೧೧
ಇಪ್ಪತ್ತೆಂಟನೇ ಮುದ್ರಣ:೨೦೧೧
ಇಪ್ಪತ್ತೊಂಬತ್ತನೇ ಮುದ್ರಣ: ೨೦೧೧
ಮೂವತ್ತನೇ ಮುದ್ರಣ: ೨೦೧೧
ಮೂವತ್ತೊಂದನೇ ಮುದ್ರಣ: ೨೦೧೨
ಮೂವತ್ತೆರಡನೇ ಮುದ್ರಣ: ೨೦೧೨
ಮೂವತ್‌ಮೂರನೇ ಮುದ್ರಣ: ೨೦೧೨
ಮೂವತ್‌ನಾಲ್ಕನೇ ಮುದ್ರಣ: ೨೦೧೩
ಮೂವತ್ತೈದನೇ ಮುದ್ರಣ: ೨೦೧೩
ಮೂವತ್ತಾರನೇ ಮುದ್ರಣ: ೨೦೧೩
ಮೂವತ್ತೇಳನೇ ಮುದ್ರಣ: ೨೦೧೪
ಮೂವತ್ತೆಂಟನೇ ಮುದ್ರಣ: ೨೦೧೪
ಮೂವತ್ತೊಂಬತ್ತನೇ ಮುದ್ರಣ: ೨೦೧೪
ನಲವತ್ತನೇ ಮುದ್ರಣ: ೨೦೧೪
ನಲವತ್ತೊಂದನೇ ಮುದ್ರಣ: ೨೦೧೫
ನಲವತ್ತೆರಡನೇ ಮುದ್ರಣ: ೨೦೧೫
ನಲ್ವತ್‌ಮೂರನೇ ಮುದ್ರಣ: ೨೦೧೫
ನಲ್ವತ್‌ನಾಲ್ಕನೇ ಮುದ್ರಣ: ೨೦೧೬
ನಲ್ವತ್ತೈದನೇ ಮುದ್ರಣ: ೨೦೧೬
ನಲವತ್ತಾರನೇ ಮುದ್ರಣ: ೨೦೧೬
ನಲವತ್ತೇಳನೇ ಮುದ್ರಣ: ೨೦೧೭
ನಲವತ್ತೆಂಟನೇ ಮುದ್ರಣ: ೨೦೧೭
ನಲವತ್ತೊಂಬತ್ತನೇ ಮುದ್ರಣ: ೨೦೧೭
ಐವತ್ತನೇ ಮುದ್ರಣ: ೨೦೧೮
ಐವತ್ತೊಂದನೇ ಮುದ್ರಣ: ೨೦೧೮
ಐವತ್ತೆರಡನೇ ಮುದ್ರಣ: ೨೦೧೯
ಐವತ್‌ಮೂರನೇ ಮುದ್ರಣ: ೨೦೧೯
ಐವತ್‌ನಾಲ್ಕನೇ ಮುದ್ರಣ: ೨೦೧೯
ಐವತ್ತೈದನೇ ಮುದ್ರಣ: ೨೦೧೯
ಐವತ್ತಾರನೇ ಮುದ್ರಣ: ೨೦೨೦

ಐವತ್ತೇಳನೇ ಮುದ್ರಣ: ೨೦೨೦
ಐವತ್ತೆಂಟನೇ ಮುದ್ರಣ: ೨೦೨೦
ಐವತ್ತೊಂಬನೇ ಮುದ್ರಣ: ೨೦೨೦
ಅರವತ್ತನೇ ಮುದ್ರಣ: ೨೦೨೧
ಅರವತ್ತೊಂದನೇ ಮುದ್ರಣ: ೨೦೨೧
ಅರವತ್ತೆರಡನೇ ಮುದ್ರಣ: ೨೦೨೧
ಅರವತ್‌ಮೂರನೇ ಮುದ್ರಣ: ೨೦೨೨
ಅರವತ್‌ನಾಲ್ಕನೇ ಮುದ್ರಣ: ೨೦೨೨
ಅರವತ್ತೈದನೇ ಮುದ್ರಣ: ೨೦೨೨
ಅರವತ್ತಾರನೇ ಮುದ್ರಣ: ೨೦೨೩
ಅರವತ್ತೇಳನೇ ಮುದ್ರಣ: ೨೦೨೩
ಅರವತ್ತೆಂಟನೇ ಮುದ್ರಣ: ೨೦೨೩
ಅರವತ್ತೊಂಬತ್ತನೇ ಮುದ್ರಣ: ೨೦೨೩
ಎಪ್ಪತ್ತನೇ ಮುದ್ರಣ: ೨೦೨೩
ಎಪ್ಪತ್ತೊಂದನೇ ಮುದ್ರಣ: ೨೦೨೪
ಎಪ್ಪತ್ತೆರಡನೇ ಮುದ್ರಣ: ೨೦೨೪
ಎಪ್ಪತ್‌ಮೂರನೇ ಮುದ್ರಣ: ೨೦೨೪
ಎಪ್ಪತ್‌ನಾಲ್ಕನೇ ಮುದ್ರಣ: ೨೦೨೫
ಎಪ್ಪತ್ತೈದನೇ ಮುದ್ರಣ: ೨೦೨೫

ಕವಲು

ಹದಿನೈದು ಮುದ್ರಣಗಳು: ೨೦೧೦
ಹದಿನಾರನೇ ಮುದ್ರಣ: ೨೦೧೧
ಹದಿನೇಳನೇ ಮುದ್ರಣ: ೨೦೧೧
ಹದಿನೆಂಟನೇ ಮುದ್ರಣ: ೨೦೧೧
ಹತ್ತೊಂಬತ್ತನೇ ಮುದ್ರಣ: ೨೦೧೧
ಇಪ್ಪತ್ತನೇ ಮುದ್ರಣ: ೨೦೧೧
ಇಪ್ಪತ್ತೊಂದನೇ ಮುದ್ರಣ: ೨೦೧೨
ಇಪ್ಪತ್ತೆರಡನೇ ಮುದ್ರಣ: ೨೦೧೨
ಇಪ್ಪತ್‌ಮೂರನೇ ಮುದ್ರಣ: ೨೦೧೨
ಇಪ್ಪತ್‌ನಾಲ್ಕನೇ ಮುದ್ರಣ: ೨೦೧೩
ಇಪ್ಪತ್ತೈದನೇ ಮುದ್ರಣ: ೨೦೧೩
ಇಪ್ಪತ್ತಾರನೇ ಮುದ್ರಣ: ೨೦೧೪
ಇಪ್ಪತ್ತೇಳನೇ ಮುದ್ರಣ: ೨೦೧೪
ಇಪ್ಪತ್ತೆಂಟನೇ ಮುದ್ರಣ: ೨೦೧೫
ಇಪ್ಪತ್ತೊಂಬತ್ತನೇ ಮುದ್ರಣ: ೨೦೧೫
ಮೂವತ್ತನೇ ಮುದ್ರಣ: ೨೦೧೫
ಮೂವತ್ತೊಂದನೇ ಮುದ್ರಣ: ೨೦೧೬
ಮೂವತ್ತೆರಡನೇ ಮುದ್ರಣ: ೨೦೧೭
ಮೂವತ್‌ಮೂರನೇ ಮುದ್ರಣ: ೨೦೧೮
ಮೂವತ್‌ನಾಲ್ಕನೇ ಮುದ್ರಣ: ೨೦೧೮
ಮೂವತ್ತೈದನೇ ಮುದ್ರಣ: ೨೦೧೯
ಮೂವತ್ತಾರನೇ ಮುದ್ರಣ: ೨೦೨೦
ಮೂವತ್ತೇಳನೇ ಮುದ್ರಣ: ೨೦೨೧
ಮೂವತ್ತೆಂಟನೇ ಮುದ್ರಣ: ೨೦೨೧
ಮೂವತ್ತೊಂಬತ್ತನೇ ಮುದ್ರಣ: ೨೦೨೨
ನಲವತ್ತನೇ ಮುದ್ರಣ: ೨೦೨೩
ನಲವತ್ತೊಂದನೇ ಮುದ್ರಣ: ೨೦೨೩
ನಲವತ್ತೆರಡನೇ ಮುದ್ರಣ: ೨೦೨೪
ನಲವತ್‌ಮೂರನೇ ಮುದ್ರಣ: ೨೦೨೫

ಯಾನ

ಹದಿನೆಂಟು ಮುದ್ರಣಗಳು: ೨೦೧೪
ಹತ್ತೊಂಬತ್ತನೇ ಮುದ್ರಣ: ೨೦೧೫
ಇಪ್ಪತ್ತನೇ ಮುದ್ರಣ: ೨೦೧೫
ಇಪ್ಪತ್ತೊಂದನೇ ಮುದ್ರಣ: ೨೦೧೫
ಇಪ್ಪತ್ತೆರಡನೇ ಮುದ್ರಣ: ೨೦೧೫
ಇಪ್ಪತ್‌ಮೂರನೇ ಮುದ್ರಣ: ೨೦೧೫
ಇಪ್ಪತ್‌ನಾಲ್ಕನೇ ಮುದ್ರಣ: ೨೦೧೫
ಇಪ್ಪತ್ತೈದನೇ ಮುದ್ರಣ: ೨೦೧೫
ಇಪ್ಪತ್ತಾರನೇ ಮುದ್ರಣ: ೨೦೧೫
ಇಪ್ಪತ್ತೇಳನೇ ಮುದ್ರಣ: ೨೦೧೬
ಇಪ್ಪತ್ತೆಂಟನೇ ಮುದ್ರಣ: ೨೦೧೬
ಇಪ್ಪತ್ತೊಂಬತ್ತನೇ ಮುದ್ರಣ: ೨೦೧೬
ಮೂವತ್ತನೇ ಮುದ್ರಣ: ೨೦೧೭
ಮೂವತ್ತೊಂದನೇ ಮುದ್ರಣ: ೨೦೧೭
ಮೂವತ್ತೆರಡನೇ ಮುದ್ರಣ: ೨೦೧೭
ಮೂವತ್‌ಮೂರನೇ ಮುದ್ರಣ: ೨೦೧೮
ಮೂವತ್‌ನಾಲ್ಕನೇ ಮುದ್ರಣ: ೨೦೧೮
ಮೂವತ್ತೈದನೇ ಮುದ್ರಣ: ೨೦೧೯
ಮೂವತ್ತಾರನೇ ಮುದ್ರಣ: ೨೦೧೯
ಮೂವತ್ತೇಳನೇ ಮುದ್ರಣ: ೨೦೨೦
ಮೂವತ್ತೆಂಟನೇ ಮುದ್ರಣ: ೨೦೨೦
ಮೂವತ್ತೊಂಬತ್ತನೇ ಮುದ್ರಣ: ೨೦೨೧
ನಲವತ್ತನೇ ಮುದ್ರಣ: ೨೦೨೧
ನಲವತ್ತೊಂದನೇ ಮುದ್ರಣ: ೨೦೨೨
ನಲವತ್ತೆರಡನೇ ಮುದ್ರಣ: ೨೦೨೨
ನಲವತ್‌ಮೂರನೇ ಮುದ್ರಣ: ೨೦೨೩
ನಲವತ್‌ನಾಲ್ಕನೇ ಮುದ್ರಣ: ೨೦೨೩
ನಲವತ್ತೈದನೇ ಮುದ್ರಣ: ೨೦೨೩
ನಲವತ್ತಾರನೇ ಮುದ್ರಣ: ೨೦೨೪
ನಲವತ್ತೇಳನೇ ಮುದ್ರಣ: ೨೦೨೪
ನಲವತ್ತೆಂಟನೇ ಮುದ್ರಣ: ೨೦೨೫

ಉತ್ತರ ಕಾಂಡ

ಹದಿಮೂರು ಮುದ್ರಣಗಳು: ೨೦೧೭
ಹದಿನಾಲ್ಕನೇ ಮುದ್ರಣ: ೨೦೧೮
ಹದಿನೈದನೇ ಮುದ್ರಣ: ೨೦೧೮
ಹದಿನಾರನೇ ಮುದ್ರಣ: ೨೦೧೮
ಹದಿನೇಳನೇ ಮುದ್ರಣ: ೨೦೧೯
ಹದಿನೆಂಟನೇ ಮುದ್ರಣ: ೨೦೧೯
ಹತ್ತೊಂಬನೇ ಮುದ್ರಣ: ೨೦೧೯
ಇಪ್ಪತ್ತನೇ ಮುದ್ರಣ: ೨೦೨೦
ಇಪ್ಪತ್ತೊಂದನೇ ಮುದ್ರಣ: ೨೦೨೧
ಇಪ್ಪತ್ತೆರಡನೇ ಮುದ್ರಣ: ೨೦೨೧
ಇಪ್ಪತ್‌ಮೂರನೇ ಮುದ್ರಣ: ೨೦೨೨
ಇಪ್ಪತ್‌ನಾಲ್ಕನೇ ಮುದ್ರಣ: ೨೦೨೨

ಇಪ್ಪತ್ತೈದನೇ ಮುದ್ರಣ: ೨೦೨೩
ಇಪ್ಪತ್ತಾರನೇ ಮುದ್ರಣ: ೨೦೨೩
ಇಪ್ಪತ್ತೇಳನೇ ಮುದ್ರಣ: ೨೦೨೪
ಇಪ್ಪತ್ತೆಂಟನೇ ಮುದ್ರಣ: ೨೦೨೫

ಆತ್ಮವೃತಾಂತ

ಭಿತ್ತಿ
ಮೊದಲನೇ ಮುದ್ರಣ: ೧೯೯೬
ಎರಡನೇ ಮುದ್ರಣ: ೧೯೯೭
ಮೂರನೇ ಮುದ್ರಣ: ೨೦೦೦
ನಾಲ್ಕನೇ ಮುದ್ರಣ: ೨೦೦೬
ಐದನೇ ಮುದ್ರಣ: ೨೦೦೭
ಆರನೇ ಮುದ್ರಣ: ೨೦೦೯
ಏಳನೇ ಮುದ್ರಣ: ೨೦೧೧
ಎಂಟನೇ ಮುದ್ರಣ: ೨೦೧೩
ಒಂಬತ್ತನೇ ಮುದ್ರಣ: ೨೦೧೪
ಹತ್ತನೇ ಮುದ್ರಣ: ೨೦೧೫
ಹನ್ನೊಂದನೇ ಮುದ್ರಣ: ೨೦೧೬
ಹನ್ನೆರಡನೇ ಮುದ್ರಣ: ೨೦೧೭
ಹದಿಮೂರನೇ ಮುದ್ರಣ: ೨೦೧೮
ಹದಿನಾಲ್ಕನೇ ಮುದ್ರಣ: ೨೦೧೯
ಹದಿನೈದನೇ ಮುದ್ರಣ: ೨೦೨೦
ಹದಿನಾರನೇ ಮುದ್ರಣ: ೨೦೨೧
ಹದಿನೇಳನೇ ಮುದ್ರಣ: ೨೦೨೩
ಹದಿನೆಂಟನೇ ಮುದ್ರಣ: ೨೦೨೪
ಹತ್ತೊಂಬತ್ತನೇ ಮುದ್ರಣ: ೨೦೨೫

ಸಾಹಿತ್ಯ ಚಿಂತನ ಗ್ರಂಥಗಳು

ಸತ್ಯ ಮತ್ತು ಸೌಂದರ್ಯ
ಮೊದಲನೇ ಮುದ್ರಣ: ೧೯೬೬
ಎರಡನೇ ಮುದ್ರಣ: ೧೯೭೦
ಮೂರನೇ ಮುದ್ರಣ: ೧೯೮೩
ನಾಲ್ಕನೇ ಮುದ್ರಣ: ೧೯೯೯
ಐದನೇ ಮುದ್ರಣ: ೨೦೦೩
ಆರನೇ ಮುದ್ರಣ: ೨೦೦೭
ಏಳನೇ ಮುದ್ರಣ: ೨೦೧೧
ಎಂಟನೇ ಮುದ್ರಣ: ೨೦೧೪
ಒಂಬತ್ತನೇ ಮುದ್ರಣ: ೨೦೧೮
ಹತ್ತನೇ ಮುದ್ರಣ: ೨೦೨೩

ಸಾಹಿತ್ಯ ಮತ್ತು ಪ್ರತೀಕ
ಮೊದಲನೇ ಮುದ್ರಣ: ೧೯೬೭
ಎರಡನೇ ಮುದ್ರಣ: ೧೯೭೮
ಮೂರನೇ ಮುದ್ರಣ: ೧೯೯೯
ನಾಲ್ಕನೇ ಮುದ್ರಣ: ೨೦೦೫
ಐದನೇ ಮುದ್ರಣ: ೨೦೧೨
ಆರನೇ ಮುದ್ರಣ: ೨೦೧೬
ಏಳನೇ ಮುದ್ರಣ: ೨೦೨೨

ಕಥೆ ಮತ್ತು ಕಥಾವಸ್ತು
ಮೊದಲನೇ ಮುದ್ರಣ: ೧೯೬೯
ಎರಡನೇ ಮುದ್ರಣ: ೧೯೭೮
ಮೂರನೇ ಮುದ್ರಣ: ೨೦೦೩
ನಾಲ್ಕನೇ ಮುದ್ರಣ: ೨೦೧೧
ಐದನೇ ಮುದ್ರಣ: ೨೦೧೪
ಆರನೇ ಮುದ್ರಣ: ೨೦೧೭
ಏಳನೇ ಮುದ್ರಣ: ೨೦೨೨

ನಾನೇಕೆ ಬರೆಯುತ್ತೇನೆ?
ಮೊದಲನೇ ಮುದ್ರಣ: ೧೯೮೦
ಎರಡನೇ ಮುದ್ರಣ: ೧೯೮೯
ಮೂರನೇ ಮುದ್ರಣ: ೨೦೦೩
ನಾಲ್ಕನೇ ಮುದ್ರಣ: ೨೦೦೬
ಐದನೇ ಮುದ್ರಣ: ೨೦೧೨
ಆರನೇ ಮುದ್ರಣ: ೨೦೧೪
ಏಳನೇ ಮುದ್ರಣ: ೨೦೧೬
ಎಂಟನೇ ಮುದ್ರಣ: ೨೦೧೮
ಒಂಬತ್ತನೇ ಮುದ್ರಣ: ೨೦೨೦
ಹತ್ತನೇ ಮುದ್ರಣ: ೨೦೨೨
ಹನ್ನೊಂದನೇ ಮುದ್ರಣ: ೨೦೨೪

ಸಂದರ್ಭ : ಸಂವಾದ
ಮೊದಲನೇ ಮುದ್ರಣ: ೨೦೧೧
ಎರಡನೇ ಮುದ್ರಣ: ೨೦೧೧
ಮೂರನೇ ಮುದ್ರಣ: ೨೦೧೪
ನಾಲ್ಕನೇ ಮುದ್ರಣ: ೨೦೧೯
ಐದನೇ ಮುದ್ರಣ: ೨೦೨೩

ಸಾಕ್ಷಿ ಪರ್ವ
ಮೊದಲನೇ ಮುದ್ರಣ: ೨೦೧೯
ಎರಡನೇ ಮುದ್ರಣ: ೨೦೧೯
ಮೂರನೇ ಮುದ್ರಣ: ೨೦೨೨

ಸಂಪಾದಿತ

ಗಂಗೂಬಾಯಿ ಹಾನಗಲ್: ೧೯೮೮ (ಅಶೋಕ್ ಡಿ. ರಾನಡೆ ಅವರೊಡನೆ)
ಮಾನ: ೧೯೯೨ (ಜೆ.ಆರ್. ಲಕ್ಷ್ಮಣರಾವ್ ಮತ್ತು ಪ್ರಧಾನ ಗುರುದತ್ತರೊಡನೆ)

ಭೈರಪ್ಪ, ಕೃತಿಗಳ ಕುರಿತು

ಭೈರಪ್ಪನವರ ಕಾದಂಬರಿಗಳು: ಲೀಲಾವತಿ ತೋರಣಗಟ್ಟಿ (೧೯೭೭)
ಸಹಸ್ಪಂದನ: ಸಂ॥ ಮ. ಗೋವಿಂದರಾವ್/ಮಾಧವ ಕುಲಕರ್ಣಿ (೧೯೭೮)
'ಪರ್ವ': ಒಂದು ಸಮೀಕ್ಷೆ: ಸಂ॥ ವಿಜಯಾ (೧೯೮೩)
'ಸಾಮಾನ್ಯ ಜ್ಞಾನ' ಭೈರಪ್ಪ ಅಭಿನಂದನಾ ಸಂಚಿಕೆ: ಸಂ॥ ಕೊಂಡಜ್ಜಿ ಕೆ. ವೆಂಕಟೇಶ (೧೯೮೯)
ಭೈರಪ್ಪನವರ ಕಾದಂಬರಿಗಳ ಸ್ವರೂಪ: ಲೀಲಾವತಿ ತೋರಣಗಟ್ಟಿ (೧೯೯೨)
ಭೈರಪ್ಪಾಭಿನಂದನ: ಸಂ॥ ಕೊಂಡಜ್ಜಿ ಕೆ. ವೆಂಕಟೇಶ (೧೯೯೩)
ಎಸ್.ಎಲ್. ಭೈರಪ್ಪ: ಡಾ॥ ವಿಠಲರಾವ್ ಗಾಯಕ್ವಾಡ್ (೧೯೯೫)
ಎಸ್.ಎಲ್. ಭೈರಪ್ಪ: ಬದುಕು ಬರಹ: ನೀರಗುಂದ ನಾಗರಾಜ (೧೯೯೯)
ನಮ್ಮ ಹೆಮ್ಮೆಯ ಸಾಹಿತಿ ಡಾ॥ ಎಸ್.ಎಲ್. ಭೈರಪ್ಪ: ಮಾನಸ (೧೯೯೯)
ಎಸ್.ಎಲ್. ಭೈರಪ್ಪನವರ ಕೃತಿಗಳ ವಿಮರ್ಶೆ: ಸಂ॥ ಸುಮತೀಂದ್ರ ನಾಡಿಗ (೨೦೦೨)
ಮಂದ್ರಾವಲೋಕನ: ಸಂ॥ ಎಂ.ಎಸ್. ವೆಂಕಟರಾಮಯ್ಯ (೨೦೦೩)
ಪರ್ವ: ವಾಸ್ತವಿಕ ಕಲ್ಪನೆಗಳು: ಆರ್.ಎನ್. ದಿಂಡೂರ್ (೨೦೦೪)
'ಮಂದ್ರ': ಮಂಥನ: ಸಂ॥ ವಿಜಯಶ್ರೀ (೨೦೦೫)
ಭೈರಪ್ಪನವರ ಕಾದಂಬರಿಗಳು: ಒಂದು ಅಧ್ಯಯನ: ಸಂ॥ ನರಸಿಂಹಮೂರ್ತಿ/ಪಾರ್ವತಿ ಐತಾಳ (೨೦೦೫)
ಭೈರಪ್ಪಾಭಿನಂದನ: ಸಂ॥ ಕೊಂಡಜ್ಜಿ ಕೆ. ವೆಂಕಟೇಶ (೨೦೦೫ ವಿಸ್ತೃತ ಮುದ್ರಣ)
ಚಿತ್ತ ಭಿತ್ತಿ: ಎಸ್.ವಿ. ಪ್ರಭಾವತಿ (೨೦೦೬)
ಎಸ್.ಎಲ್. ಭೈರಪ್ಪ: ದೇಶಕುಲಕರ್ಣಿ (೨೦೦೬)
ಭೈರಪ್ಪನವರ ಕಾದಂಬರಿಗಳಲ್ಲಿ ಸ್ತ್ರೀ ಪಾತ್ರಗಳು: ಆರ್.ಎನ್. ದಿಂಡೂರ (೨೦೦೬)
ಬುದ್ಧಿಜೀವಿ ವರ್ಸಸ್ ಬೌದ್ಧಿಕ ಸ್ವಾತಂತ್ರ್ಯ: 'ಆವರಣ'ದ ಸಂಕಥನ: ಅಜಕ್ಕಳ ಗಿರೀಶ್‌ಭಟ್ (೨೦೦೭)
'ಆವರಣ'ವೆಂಬ ವಿಕೃತಿ: ಸಂ: ಗೌರಿ ಲಂಕೇಶ್ (೨೦೦೭)
'ಆವರಣ' ಅನಾವರಣ: ಎನ್.ಎಸ್. ಶಂಕರ (೨೦೦೭)
'ಆವರಣ' ಅವಲೋಕನ: ಸಂ: ಎಲ್.ಎಸ್. ಶೇಷಗಿರಿರಾವ್ (೨೦೦೭)
'ಆವರಣ' ಮಾಧ್ಯಮ ಮಂಥನ: ಸಂ: ಬಿ.ಎಸ್. ಚಂದ್ರಶೇಖರ್ (೨೦೦೯)
ಯುಗಸಾಕ್ಷಿ: ಎಲ್.ವಿ. ಶಾಂತಕುಮಾರಿ (೨೦೦೯)
ಭೈರಪ್ಪನವರ ಮಹಾನ್ ಕೃತಿಗಳು: ಸಂ: ಶತಾವಧಾನಿ ಗಣೇಶ್ – ಗೌರಿ ಸುಂದರ್
ಆವರಣ ಒಂದು ವಿಶ್ಲೇಷಣೆ: ಸೋಮಶೇಖರ ಮಾಲಿಪಾಟೀಲ್ (೨೦೧೧)
ಭೈರಪ್ಪನವರ ಕಾದಂಬರಿಗಳಲ್ಲಿ ಧರ್ಮ ಮತ್ತು ಸಂಸ್ಕೃತಿ: ಸಂ: ಎಚ್.ಎಸ್. ವೆಂಕಟೇಶಮೂರ್ತಿ (೨೦೧೧)
ಎಸ್.ಎಲ್. ಭೈರಪ್ಪ – ಕಿರು ಪರಿಚಯ: ಪ್ರಧಾನ್ ಗುರುದತ್ (೨೦೧೨)
ಭೈರಪ್ಪನವರ ಕಾದಂಬರಿಗಳಲ್ಲಿ ಕೌಟುಂಬಿಕ ಸಮಸ್ಯೆಗಳು: ಪ್ರಧಾನ್ ಗುರುದತ್ತ – ಗೌರಿ ಸುಂದರ್ (೨೦೧೩)
ಭೈರಪ್ಪನವರ ಕಾದಂಬರಿಗಳು–ಒಂದು ಸಮಾಲೋಚನೆ: ಎಸ್. ರಾಮಸ್ವಾಮಿ (೨೦೧೪)
ಭೈರಪ್ಪನವರ ಸಾಹಿತ್ಯ ಮರಾಠಿ ವಿಮರ್ಶೆ: ಸಂ: ಉಮಾ ಕುಲಕರ್ಣಿ – ವಿರೂಪಾಕ್ಷ ಕುಲಕರ್ಣಿ (೨೦೧೪)

ಇತರ ಭಾಷೆಗಳಲ್ಲಿ ಭೈರಪ್ಪನವರ ಕೃತಿಗಳು

ಧರ್ಮಶ್ರೀ: ಸಂಸ್ಕೃತ, ಮರಾಠಿ
ವಂಶವೃಕ್ಷ: ತೆಲುಗು, ಮರಾಠಿ, ಹಿಂದಿ, ಉರ್ದು, ಇಂಗ್ಲಿಷ್, ಸಂಸ್ಕೃತ
ನಾಯಿ–ನೆರಳು: ಗುಜರಾತಿ, ಹಿಂದಿ
ತಬ್ಬಲಿಯು ನೀನಾದೆ ಮಗನೆ: ಹಿಂದಿ, ಸಂಸ್ಕೃತ
ಗೃಹಭಂಗ: ಭಾರತದ ಎಲ್ಲಾ ೧೪ ಭಾಷೆಗಳಲ್ಲಿ, ಇಂಗ್ಲಿಷ್
ನಿರಾಕರಣ: ಹಿಂದಿ
ದಾಟು: ಭಾರತದ ಎಲ್ಲಾ ೧೪ ಭಾಷೆಗಳಲ್ಲಿ, ಇಂಗ್ಲಿಷ್
ಅನ್ವೇಷಣ: ಮರಾಠಿ, ಹಿಂದಿ
ಪರ್ವ: ತೆಲುಗು, ಮರಾಠಿ, ಬಂಗಾಳಿ, ಹಿಂದಿ, ತಮಿಳು, ಪಂಜಾಬಿ, ಇಂಗ್ಲಿಷ್, ಮಲೆಯಾಳಂ, ರಷ್ಯಾ, ಚೀನೀ
ನೆಲೆ: ಹಿಂದಿ
ಸಾಕ್ಷಿ: ಹಿಂದಿ, ಇಂಗ್ಲಿಷ್
ಅಂಚು: ಮರಾಠಿ, ಹಿಂದಿ
ತಂತು: ಮರಾಠಿ, ಹಿಂದಿ, ಇಂಗ್ಲಿಷ್
ಸಾರ್ಥ: ಸಂಸ್ಕೃತ, ಮರಾಠಿ, ಹಿಂದಿ, ಇಂಗ್ಲಿಷ್, ಸಂಕೇತಿ
ಮಂದ್ರ: ಮರಾಠಿ, ಹಿಂದಿ, ಇಂಗ್ಲಿಷ್
ಭಿತ್ತಿ: ಮರಾಠಿ, ಹಿಂದಿ, ಇಂಗ್ಲಿಷ್
ನಾನೇಕೆ ಬರೆಯುತ್ತೇನೆ?: ಮರಾಠಿ, ಇಂಗ್ಲಿಷ್
ಸತ್ಯ ಮತ್ತು ಸೌಂದರ್ಯ: ಇಂಗ್ಲಿಷ್
ಆವರಣ: ಸಂಸ್ಕೃತ, ಮರಾಠಿ, ಗುಜರಾತಿ, ಇಂಗ್ಲಿಷ್, ಮಲೆಯಾಳಂ